இந்திரா காந்தி
இயற்கையோடு இயைந்த வாழ்வு

இந்திரா காந்தி
இயற்கையோடு இயைந்த வாழ்வு
ஜெய்ராம் ரமேஷ் (பி. 1954)

நாடாளுமன்ற உறுப்பினர் ஜெய்ராம் ரமேஷ் 2006லிருந்து 2014 வரையிலான காலகட்டத்தில் கிராமப்புற வளர்ச்சி, குடி நீர் மற்றும் சுகாதாரம்; சுற்றுச் சூழல் மற்றும் காடுகள், எரிசக்தி – வர்த்தகம் ஆகிய முக்கிய துறைகளில் அமைச்சராகப் பணிபுரிந்தார். சிறப்பாக விற்பனையாகி வரும் பல புத்தகங்களை எழுதியுள்ளார். இவரது சில புத்தகங்கள்: *Old History, New Geography: Bifurcating Andhra Pradesh* (2016), *To the Brink and Back: India's 1991 Story* (2015), *Legislating for Justice: The 2013 Land Acquisition Law* (2015), *Green Signals: Ecology, Growth and Democracy in India* (2015), *Making Sense of Chindia: Reflections on China and India* (2005) *and Kautilya Today: Jairam Ramesh on a Globalising India* (2002).

முடவன் குட்டி முகம்மது அலி (பி. 1953)
மொழிபெயர்ப்பாளர்

இயற்பெயர் மு.கா. முகம்மது அலி. கடையநல்லூரில் பிறந்தவர். தாயார்: நாகூர் மீறாள். தந்தை: காதர் நாகூர்.

பெங்களூர் பிஎஸ்என்எல் நிறுவனத்தில் 41 ஆண்டுகள் பணி. பணி ஓய்விற்குப் பின்னர் கடையநல்லூரில் வசிக்கிறார். சபா நக்வியின் *'In good Faith'* நூலையும் ஃப்ரான்ஸ் எமில் சீலன்பாவின் (நோபல் பரிசு பெற்றவர்) *'meek Heritage'* என்ற நூலையும் ஆங்கிலத்திலிருந்து தமிழில் மொழிபெயர்த்துள்ளார். இவை 'வாழும் நல்லிணக்கம்'(2015), 'சாதுவான பாரம்பரியம்' (2017) எனத் தமிழில் காலச்சுவடு வெளியீடாக வெளிவந்துள்ளன. 'முடவன் குட்டி' என்ற புனைபெயரில் கவிதை, சிறுகதை எப்போதாவது எழுதுவதுண்டு. அவை *திண்ணை, சமரசம்* ஆகிய பத்திரிகைகளில் வெளிவந்துள்ளன. வாசிப்பதில் ஆர்வம் அதிகம்.

மனைவி: தாமரை. மகன்: முகம்மது கஸ்ஸாலி.

மின்னஞ்சல்: thamaraiali@gmail.com

All rights reserved. No part of this book may be reproduced or transmitted in any form or by any means, electronic or mechanical, including photocopying, recording or by any information storage and retrieval system without permission in writing from the Publisher.

ஜெய்ராம் ரமேஷ்

இந்திரா காந்தி
இயற்கையோடு இயைந்த வாழ்வு

தமிழில்
முடவன் குட்டி முகம்மது அலி

காலச்சுவடு பதிப்பகம்

அன்பார்ந்த வாசகருக்கு,

வணக்கம்.

காலச்சுவடு நூலை வாங்கியமைக்கு நன்றி.

நூலின் உள்ளடக்கம், உருவாக்கம், அட்டைப்படம் இன்ன பிற அம்சங்கள் பற்றிய உங்கள் கருத்துகளையும் ஆலோசனைகளையும் காலச்சுவடு வரவேற்கிறது. தகவல், எழுத்து, வாக்கியப் பிழைகள் தென்பட்டால் கட்டாயம் தெரிவித்து உதவுங்கள். நூல் தயாரிப்பில் கடும் குறைபாடு இருப்பின் மாற்றுப் பிரதி உங்களுக்குக் கிடைக்கக் காலச்சுவடு ஏற்பாடு செய்யும்.

மின்னஞ்சல்: publisher@kalachuvadu.com

காலச்சுவடு நாகர்கோவில் தலைமையகத்துக்கும் கடிதம் அனுப்பலாம்.

தங்கள்
எஸ்.ஆர். சுந்தரம் (கண்ணன்)
பதிப்பாளர் – நிர்வாக இயக்குநர்

Published by arrangement with Simon & Schuster Publishers India Pvt Ltd. Simon & Schuster India, 818, Indraprakash Building, 21, Barakhamba Road, New Delhi 110001, A CBS Company.

இந்திரா காந்தி: இயற்கையோடு இயைந்த வாழ்வு ❖ வாழ்க்கை வரலாறு ❖ ஆசிரியர்: ஜெய்ராம் ரமேஷ் ❖ © ஜெய்ராம் ரமேஷ் ❖ தமிழில்: முடவன் குட்டி முகம்மது அலி ❖ முதல் பதிப்பு: டிசம்பர் 2019, திருத்தப்பட்ட இரண்டாம் (குறும்) பதிப்பு செப்டம்பர் 2021 ❖ வெளியீடு: காலச்சுவடு பப்ளிகேஷன்ஸ் (பி) லிட்., 669, கே.பி. சாலை, நாகர்கோவில் 629001

intiraa kaanti Iyarkaiyotu iyainta valvu ❖ Biography ❖ Author: Jairam Ramesh ❖ Text © Jairam Ramesh ❖ Translated by: Mudavan Kutti Mohamed Ali ❖ Language: Tamil ❖ First Edition: December 2019 Revised Second (Short) Edition: September 2021 ❖ Size: Demy 1 x 8 ❖ Paper: 18.6 kg maplitho ❖ Pages: 612

Published by Kalachuvadu Publications Pvt. Ltd., 669 K.P. Road, Nagercoil 629001, India ❖ Phone: 91-4652-278525 ❖ e-mail: publications @kalachuvadu.com ❖ Printed at Adyar Students xerox Pvt. Ltd., No.9, Sunkuraman Street, Parrys, Chennai 600001

ISBN: 978-93-89820-29-4

09/2021/S.No. 963, kcp 3156 18.6 (2) rss

நன்றி

இந்த நூலை மொழிபெயர்க்கும் வாய்ப்பை ஏற்படுத்தித் தந்த கண்ணன்,

மொழிபெயர்ப்புப் பிரதியின் சிக்கலான பகுதிகளைக் வாசித்துத் திருத்தங்கள் செய்து பேருதவி செய்த கவிஞர் அபி,

சுற்றுச்சூழல், பல்லுயிரினம், காட்டுயிர் பேணல் தொடர்புடைய கலைச் சொற்கள், சொற்றொடர் களைத் தந்துதவிய எழுத்தாளர் திரு. சு. தியடோர் பாஸ்கரன்,

பிரதி முழுவதையும் ஆழமாக வாசித்து அதன் இறுதிப் படிவம் சிறப்பாக அமைய உதவிய நண்பர் தி.அ. ஸ்ரீனிவாஸன், பிரதியைக் கவனமாக வாசித்துச் சிடுக்கான வாக்கியங்களைச் சுட்டிக் காட்டிய என் உற்ற நண்பன் ஹாஜா மைதீன், எழுதுவதிலும் மொழிபெயர்ப்பிலும் தொடர்ந்து நான் ஈடுபட வேண்டும் என்பதில் எப்போதும் என்னை ஊக்குவித்துக்கொண்டிருக்கும் நண்பர் பாவண்ணன், எழுதுவதில் எனக்கு ஊக்கமும் உற்சாகமும் தந்துகொண்டிருக்கும் திருமதி ஜோகன்னா ராமகிருஷ்ணன், நரசிம்மன், ஜானகி நரசிம்மன், காலச்சுவடு பதிப்பகத்தின் சிவராஜ் பாரதி, கலா முருகன், ஜெபா, ஸ்டெனோலின், மணிகண்டன் இவர்கள் அனைவருக்கும் என் மனமார்ந்த நன்றி.

மொழிபெயர்ப்பாளர்

பொருளடக்கம்

I.	முதலில் . . .	13
II.	ஊற்று (1917 – 1943)	25
III.	நேருவுடனிருந்த ஆண்டுகள்	53
IV.	இயற்கையியலாளராக பிரதமர்–I (1966 – 1977)	83
V.	பதவியில் இல்லாத காலகட்டம் (1977 – 79)	377
VI.	இயற்கையியலாளராக பிரதமர் – II (1980 – 1984)	401
VII.	இறுதியாக . . .	595
	ஆதாரங்கள் பற்றிய குறிப்பு	604
	துணைநூற்பட்டியல்	607

பறவைகள் அனைத்தும் பறந்து மறைந்தன;
ஓர் ஒற்றை மேகம் மிதக்கிறது.
ஒருவரையொருவர் பார்த்துக்கொண்டிருப்பதில்
நாங்கள் சலிப்பதே இல்லை—
அந்த மலையும் நானும்.

— லி போ, 'தனியாய் மலையைப் பார்த்தபடி'

அவ்வப்போது நான் வெறுமையாய் அல்லது
சிந்தனைவயப்பட்டுப் படுத்துக் கிடக்கையில்
அவை என் அகவிழியைப் பளிச்சிடச் செய்கின்றன
அதுதான் தனிமையின் பேரின்பம்;
இப்போது என் மனம் மகிழ்ச்சியில் நிரம்புகிறது,
மஞ்சள் பூக்களோடு* நடனமாடுகிறது.

(*டஃபோடில்ஸ்)

வில்லியம் வேர்ட்ஸ்வொர்த்
'முகில்மீது நான் தனியாய்த் திரிந்தேன்'

உன்னைப் பெற்றெடுத்த வானவில்,
தனது அத்தனை அழகு வண்ணங்களுடனும்
உன்னை விட்டுச் சென்றிருக்கிறது;
உன்னிடம் கர்வம் இல்லை,
பேராசை இல்லை;
நானும் ஓர் அமைதியான இடத்தை விரும்புகிறேன்
பசுமையானது,
மனிதர்களுக்கு அப்பால்;
ஓர் அழகிய தடாகம், அங்கே ஒரு மரம்
தன் மார்பை என்மீது கவிழ்த்து நெடுமூச்சு விடட்டும்.

வில்லியம் ஹென்றி டேவிஸ் 'மீன் கொத்தி'

இவை இந்திரா காந்திக்கு மிகவும் பிடித்த சில கவிதைகள்

I. முதலில்...

1984 அக்டோபர் 26 அன்று இரவு. தனது மெய்க்காவலர்களாலேயே சுட்டுக் கொல்லப்பட விருந்த தினத்திற்கு ஐந்து நாட்கள் முன்னர்.

தனது வாழ்வின் பேராவல் ஒன்றினை அவர் நிறைவேற்றியாக வேண்டும். அதனை வெளிப்படையாகக் கூறவும் செய்தார்.

தனது மூதாதையர் வாழ்ந்த இடத்திற்கு ஏறத்தாழ அரைநூற்றாண்டு காலமாக அவர் சென்று வந்துகொண்டிருந்தார். அதை இயற்கையின் சொர்க்கம் என அவர் நேசித்தார். அதன் மலைகளையும், மலர்களையும், பூந்தோட்டங்களையும், நீரோடைகளையும் நேசித்தார். எல்லாவற்றுக்கும் மேலாக மரங்களை – குறிப்பாக இலையுதிர்காலத்தில் ரத்தச் சிவப்பு, செந்நிறம், பசும் மஞ்சள் என வர்ணஜாலம் காட்டும் சினார் மரங்களை.

ஆனால் இந்தக் கண்கொள்ளாக் காட்சியை அவர் பார்த்ததேயில்லை.

அந்தப் பேரழகைக் காணும் நேரடி அனுபவம் பல ஆண்டுகளாய்த் தள்ளிப் போய்க்கொண்டே இருந்தது. இந்த முறை எப்படியும் அங்கு செல்வதென முடிவு செய்தார். ஆனால் அப்போதிருந்த அரசியல் சூழலில் அங்கு செல்ல வேண்டாமென அந்த மாநில ஆளுநர் அவரைக் கேட்டுக்கொண்டார். ஆனால் அவர் அதனைப் பொருட்படுத்தவில்லை.

மறுநாள் அதிகாலை சினார் மரங்களின் அற்புத அழகைக் காணத் தனது பேரக்குழந்தைகளுடன் அவர் புறப்பட்டார். தனக்கு மிகவும் பிடித்த டேச்சிகாம் தேசியப் பூங்காவிற்கும் சென்றார். அங்கே கம்பளமாய் விரிந்துகிடந்த இலைகள் மேல் நடந்தார். நிறைவானதோர் உணர்வு அவரை ஆட்கொண்டது.

இந்திரா காந்தி

அக்டோபர் 28இல் அவர் தில்லி திரும்பினார். தனது அமைச்சர் ஒருவர் எழுதிய புத்தகத்திற்கு முன்னுரை எழுதினார். என்றென்றும் அவரது நேசத்திற்குரியதான சூழலியலைப் பற்றிய புத்தகம் அது. மறுநாள் காலை ஒரிசா புறப்பட்டார். 30ஆம் தேதி புவனேஸ்வரில் உரையாற்றினார். அதுவே அவரது இறுதி உரையாக அமைந்தது. தனது வாழ்க்கை விரைவிலேயே கொடூரமான ஒரு முடிவிற்கு வரவிருப்பதான முன்னுணர்வு அந்த உரையில் இருந்ததாகத் தோன்றிற்று.

அவரது முன்னுணர்வு நிஜமாகியது. மறுநாள் காலை 9 மணி அளவில் பிபிசி நேர்காணல் பதிவிற்காக வீட்டிற்கு அருகேயுள்ள தனது அலுவலகத்திற்கு விறுவிறுப்பாக நடந்து சென்றுகொண்டிருந்த சில நிமிடங்களுக்குள் அவரைப் பாதுகாக்கவென நியமிக்கப்பட்ட இருவரால் மிகக் குரூரமாகச் சுட்டுக்கொல்லப்பட்டார்.

நவம்பர் மூன்றாம் நாள் ஈமச் சடங்கில் கலந்துகொண்டு இறுதி மரியாதை செலுத்த பற்பல நாடுகளிலிருந்தும் பிரதிநிதிகள், முக்கிய அரசியல் பிரமுகர்கள் வந்திருந்தனர். முப்பது ஆண்டு களுக்கும் மேலாக அவருடன் தொடர்புகொண்டிருந்த உலகப் புகழ்பெற்ற பறவையியல் ஆய்வாளரும் அமெரிக்காவிலிருந்து வந்த குழுவில் இருந்தார்.

எரியூட்டும் இடத்தை நோக்கி இறுதி ஊர்வலம் நகர்ந்தது. ‘காட்டு மலர்களே ...’ என்ற கீதத்தைக் கப்பற்படை வாத்தியக் குழு ஒலித்தது. காடுகளும் மலர்களும் அவர் வாழ்வின் பகுதியாக இருந்தவை. உடல் எரியூட்டப்பட்டு எட்டு நாட்கள் சென்றபின் இந்திரா காந்தியின் சாம்பல் அவரின் விருப்பப்படியே, அவர் இதயத்தில் தனித்த இடத்தைப் பெற்றிருந்த இமய மலைமேல் தூவப்பட்டது. முதலில் கோமுகி, பின்னர் கங்கோத்ரி, நன்குன், புனித அமர்நாத் குகை என.

நவீன இந்திய தேசத்தைக் கட்டி எழுப்பிய சிற்பிகளில் மூலவரான நேருவின் மகள் – பதினாறு ஆண்டுகள் இந்தியப் பிரதமராக இருந்த இந்திரா காந்தி இவ்விதம் வரலாறானார். அவர்மீதான மலைக்கவைக்கும் புகழும் பாராட்டும் இன்றும் தொடர்கிறது; விரோதமும் விமர்சனமும்தான்.

இந்திரா காந்தி என்ற ஆளுமையின் ஒரு அம்சத்தையும் அது தொடர்பான அலுவலகப் பதிவுகளையும் மட்டும் இப்புத்தகம் பேசுகிறது. எனவே ஒரு சம்பிரதாயமான வாழ்க்கை வரலாறாக இதனைக் கொள்ள முடியாது.

இந்திரா காந்தி மிகவும் குறிப்பிடத்தக்க அரசியல்வாதி என்றாலும் அவரை ஓர் இயற்கையிலாளராக ஏன் பார்க்க வேண்டும்?

இதற்கான பதில் எளிமையானது.

இந்திரா காந்தி ஓர் இயற்கையியலாளராகவே இருந்தார்; அவ்விதமாகவே அவர் தன்னைக் கருதினார்; உண்மையில் அரசியல் சுழிக்குள் சிக்கிக்கொண்ட ஓர் இயற்கையியலாளர் அவர். இந்திரா காந்தி என்ற மனுஷி மலைகளை நேசித்தவர்; கானுயிர்மீது ஆழ்ந்த அக்கறை கொண்டவர். பறவைகள் குன்றுகள் மரங்கள் காடுகள்மீது உணர்வுபூர்வமான ஈடுபாடு அவருக்கிருந்தது. நகரமயமாக்கல், தொழிற்சாலைகள் பெருக்கம் போன்றவற்றால் சுற்றுச்சூழலுக்கு ஏற்படும் பாதிப்புகள் பற்றி ஆழ்ந்த கவலைகொண்டிருந்தார்.

மனித சுற்றுச்சூழல் குறித்த ஐநா சபை மாநாடு 1972ஆம் ஆண்டு ஜூன் மாதம் ஸ்டாக்ஹோமில் நடந்தது. மாநாட்டை ஏற்பாடு செய்த சுவீடன் நாட்டுப் பிரதமரைத் தவிர்த்து அங்கு உரையாற்றிய ஒரே அரசுத் தலைவர் இந்திரா காந்தி மட்டுமே. அங்கே அவர் நிகழ்த்திய உரை பல பத்தாண்டுகளாக வரலாற்றில் எதிரொலித்துக்கொண்டிருக்கிறது.

கானுயிர் பாதுகாப்பில் இந்தியாவிலேயே மிகச் சிறந்த திட்டமான 'புலிகள் பாதுகாப்புத் திட்டம்' உருவாகக் காரணமாக இருந்தவர் அவரே. அது மட்டுமல்லாது முதலை, சிங்கம், காஷ்மீர் மான், கொக்குகள், கானமயில், பூபெருங்கொக்குகள் மற்றும் அழியும் அபாயத்திலுள்ள பிற உயிரினங்களின் பராமரிப்பிற்காக எந்த விளம்பரமுமில்லாமல் பற்பல முயற்சிகளை மேற்கொண்டார் அவர்.

இந்திரா காந்தி என்ற தனிநபர் ஒருவரின் உறுதியான முயற்சியால் இரு சட்டங்கள் நிறைவேறின – ஒன்று கானுயிர்ப் பாதுகாப்புச் சட்டம்; மற்றொன்று வனப் பராமரிப்புச் சட்டம். இந்தச் சட்டங்களின் ஆழமான தாக்கம் இன்னும் தொடர்கிறது. நீர், காற்று மாசுபாடு தொடர்பாக இன்று நடைமுறையிலுள்ள சட்டங்கள் இந்திரா காந்தியின் பதவிக் காலத்தில் நிறைவேற்றப்பட்டவைதாம்.

எளிதில் ஊறுபாடடையும் சூழலியல் பகுதிகளான அந்தமான் நிக்கோபார் தீவுகள், வடகிழக்குப் பகுதி, மேற்குத் தொடர்ச்சி மலை மழைக்காடுகள் இவற்றை அழிவிலிருந்து காக்க தனது அரசியல் அதிகாரத்தைப் பயன்படுத்தினார்.

கானுயிர், வனங்கள், மாசுபாடு, மீள் குடியேற்றம் ஆகியவற்றில் கவனம் செலுத்துமாறும், சூழலியல் சமன்நிலை பேணப்பட வேண்டியதன் அவசியம் குறித்தும் முதலமைச்சர்களையும் தனது அரசியல் சகாக்களையும் தொடர்ந்து வலியுறுத்தி வந்தார்.

இந்தியாவின் இயற்கைப் பாரம்பரியத்திற்கும் (தாவரங்கள், விலங்குகள், பல்லுயிரினம், சூழலியலமைப்புகள் ஆகியவை), உருவாக்கப்பட்ட பாரம்பரியத்திற்கும் (கட்டடங்கள், ஆலைகள், சாலைகள், வீடுகள், சந்தைகள் ஆகியவை) இடையே உள்ள பிணைப்பினை அவர் தொடர்ந்து முன்னிலைப் படுத்தியவாறே யிருந்தார். இயற்கையும் கலாச்சாரமும் ஒரே நாணயத்தின் இரு பக்கங்கள் என்பதைக் கண்டுணர்ந்த வெகு சிலரில் அல்ல – ஒரே ஒருவர் அவரே எனலாம்.

இவை மட்டுமின்றி இன்னும் பல சாதனைகள் காரணமாகப் பசுமையின்மீது கவனங்கொண்டவராக இந்திரா காந்தி பார்க்கப்பட வேண்டியவராகிறார். அவரின் பொருளாதார நோக்கும் அரசியலும் காலத்தால் மாறுதலுக்கு உள்ளாயின. ஆனால் இயற்கைப் பராமரிப்பு விஷயத்தில் மாறாத உறுதியுடன் இருந்தார். அவரது வாழ்வின் எத்தனையோ சிக்கல்கள் விவகாரங்களுக்கிடையே இந்த உறுதி மட்டும் மாறாதிருந்தது.

உலகெங்கிலும் உள்ள வனப் பாதுகாப்புக் குழுவின் மிகப்பெரிய நட்பு வட்டம் அவருக்கிருந்தது. அவர்களுடன் எப்போதும் தொடர்பில் இருந்தார். இந்திரா காந்தியுடன் தொடர்புகொள்வது அவர்களுக்கு எளிதாக இருந்தது. இந்திரா காந்திக்கு நேரடியாகவே அவர்கள் கடிதங்கள் எழுதினர். இந்திரா காந்தியும் அவற்றுக்குப் பதில் எழுதினார்.

சுற்றுச் சூழல் தொடர்பான விஷயங்களில் இந்திரா காந்தி எப்போதும் ஆழ்ந்த ஈடுபாடு கொண்டிருந்தார். அவை குறித்த விவாதங்களில் திறந்த மனதுடன் இருந்தார். பிறர் கருத்துக்களைக் கவனத்துடன் கேட்டார்; கலந்தாலோசித்தார்; தன்னிடம் தெரிவிக்கப்பட்ட விஷயங்களைப் பொருட்படுத்திப் பதிலளித்தார். அரசியல்ரீதியாக வேறுபட்ட கண்ணோட்டங்களுக்கும் இடம் தந்தார். ஒரு சூழலியலாளர், அவர் என்னதான் வல்லுநராயினும், சூழலியல் தொடர்பாக முடிவெடுக்கும் ஓர் உயர் அதிகாரியைச் சந்திப்பது எளிதல்ல. ஆனால் குறுகிய கால அறிவிப்பிலும் அதுபோன்ற வல்லுநர்களை இந்திரா காந்தி சந்தித்தார். தேர்தலில் உடனடியாக எந்தப் பலனும் கிடைக்காது என்ற நிலையிலும் சுற்றுச்சூழல் தொடர்பான விஷயங்களில் தைரியமாக முடிவெடுத்தார்.

இந்திரா காந்தியின் வாழ்க்கை வரலாறு எழுதியவர்கள்[1] அவருக்குள் இருந்த சூழலியல்வாதியை அங்கீகரித்து ஏற்றுக் கொண்டதில்லை. அவரின் வெற்றி தோல்விக் கணக்கேட்டில் இந்திரா காந்தி சுற்றுச் சூழலியலில் சாம்பியன் என்பதையோ இயற்கைப் பராமரிப்பில் அவர் தீவிரமான செயல்பாட்டாளர் என்பதையோ இவர்களில் ஒருவரும் குறிப்பிடவில்லை. அவரது உதவியாளர்கள் சிலரும், தாம் எழுதிய நினைவுக் குறிப்புகளில் இந்திரா காந்தியின் அரசியல் செயல்பாடுகளையே பதிவு செய்துள்ளனர்.[2] சுற்றுச்சூழல் பராமரிப்பாளர்கள் சிலர் எழுதிய புத்தகங்களிலும் சிறு சம்பவங்கள் அல்லது பதிப்பிக்கப்பட்ட அவர் உரைகளிலிருந்து பெற்ற தகவல்கள் மூலமாகவே அவரைச் சித்தரித்துள்ளனர். வாழ்வு நெடுகிலும் சூழலியல் மீதான அவர் கொண்டிருந்த தீவிர ஈடுபாட்டினை எழுத்து வடிவிலான ஆவணங்களை அடிப்படையாகக் கொண்டு பேசும் தெளிவான விவரணை எதுவும் இல்லை.[3]

இதன் காரணமாகவே இப்புத்தகத்தை எழுதினேன் என ஒளிவு மறைவின்றிக் கூறலாம். இந்திரா காந்தி என்ற முழு ஆளுமையின் குறைவாக மதிப்பிடப்பட்ட ஒரு பரிமாணத்தையும், பொது வாழ்வில் ஒரு சுற்றுச்சூழலியல்வாதியாக அவரது சாதனைகளையும் ஆராய்ந்து விவரிக்கும் முயற்சியே இந்நூல்.

இயற்கை மீதான நேசமும் அக்கறையும் அவருக்கு எங்கிருந்து வந்தது? எவ்விதம் வளர்ந்தது? எண்ணத்தில் பேச்சில் எழுத்தில் எவ்விதம் அது பிரதிபலித்தது? தேசத்தின் சூழலியல் நலனிற்காகத் தொலைநோக்குடைய முடிவுகளை எடுக்க அவரைத் தூண்டியது எது? அவரது செயல்பாடுகளின் இன்றைய பொருத்தப்பாடு என்ன?

இந்தச் சில கேள்விகளூடாக அவரது செயல்பாடுகளை இந்தப் புத்தகத்தில் விவரிக்க விரும்புகிறேன்.

இந்திரா காந்தி பிரதமராக இருந்தபோது நடந்த சம்பவங்களைக் கால வரிசைப்படி தொகுத்துள்ளேன். இதற்கான காரணம்: அரசியல், பொருளாதாரம், சமூகம், வெளிநாட்டுக் கொள்கை போன்ற மிகத் தீவிரமான விசயங்களில் போராடிக்கொண்டிருந்த கடுமையான சூழ்நிலையிலும், இயற்கைப் பராமரிப்பு, பிரச்சனைகளை அவர் எவ்விதம் கையாண்டார் என்பதைப் பதிவு செய்யவே. எனவே இப்புத்தகம் ஒரு வகையில் சுற்றுச்சூழல் செயல்பாடுகள் குறித்த இந்திரா காந்தியின் நாட்குறிப்பு எனலாம். நிச்சயமாக நாட்குறிப்பு என எதையும் தொடர்ந்து அவர்

எழுதவில்லைதான். ஆனால் ஆவணக் காப்பகத்திலிருந்து பெற்ற தரவுகளின் உதவியால் அது மீளாக்கம் செய்யப்பட்டுள்ளது.

இப்புத்தகத்தை உருவாக்க இந்திரா காந்தி எழுதிய கடிதங்கள், ஆற்றிய உரைகள், புத்தகங்களுக்கு அவர் எழுதிய முன்னுரைகள், அவரின் அலுவலகக் குறிப்புகள், துண்டுச் சீட்டுகளில் அவசரமாகக் கிறுக்கி அனுப்பிய செய்திகள் முதலிய வற்றைப் பயன்படுத்தியுள்ளேன். (அவற்றின் பெரும்பகுதி அலுவலக ரீதியாகத் தொகுக்கப்பட்ட அவர் எழுத்தின் ஒரு பகுதி அல்ல), அலுவலகக் கோப்புகளில் தனது அவதானிப்புகளாகக் குறித்தவற்றையும் இப்புத்தகத்திற்காகப் பயன்படுத்தியுள்ளேன்.

தன்னைப்பற்றி இந்திரா காந்தியே பேசும்படி விட்டுவிடுவது தான் இந்த வாழ்க்கை வரலாறு உருவாக்கத்தில் எனது நோக்க மாகும்.

ஞ

இந்திரா காந்தி பிறந்த நூற்றாண்டு தினம் 19.11.2017. இயற்கை யுடனான அவரது உறவை விவரிக்கும் பொருத்தமான சந்தர்ப்பம் இது.*

2009ஆம் ஆண்டு மே மாதத்தில் சுற்றுச்சூழல் மற்றும் வனத்துறை அமைச்சராக நான் பொறுப்பேற்கும்வரை இயற்கைப் பராமரிப்பு விசயங்களில் இந்திரா காந்தி ஒரு சாம்பியன் என்பது எனக்கே தெளிவாகத் தெரியாத ஒன்று. 26 மாதங்கள் அமைச்சராகப் பதவியில் இருந்தேன்

என்ன விலை கொடுத்தாவது துரிதப் பொருளாதார வளர்ச்சியை அடைய வேண்டும் என்ற வளர்ச்சியின் ஆராதகனாக இருந்த நான், அத்தகைய வளர்ச்சி கட்டாயம் சுற்றுச்சூழல் பாதுகாப்பை கணக்கில் எடுத்துக்கொள்ள வேண்டும் என்று வலியுறுத்துபவனாக மாற்றம் பெற்றது இந்தக் காலக்கட்டத்தில்தான்[4] இந்த மாற்றம் நிகழ்ந்ததற்கான பெரும்பகுதி காரணம், இந்தியாவின் மூன்றாவது பிரதமரை ஆழமாகப் புரிந்துகொண்டதாலும், அரசியல் விவாதங்களின் ஒன்றிணைந்த பகுதியாகச் சூழலியல் உருவாக வேண்டும் என்பதற்காக அவர் மேற்கொண்ட தளராத முயற்சிகளை உணர்ந்து கொண்டதாலும்தான். சுற்றுச்சூழல் மேம்பாட்டிற்காக அவர் ஊக்குவித்த கொள்கைகள், அரசு நிர்வாகத்தில் அவர் எடுத்த முடிவுகள், தந்த வழிகாட்டுதல்கள், விருப்புரிமைக்

---

* ஆங்கில நூல் 2017இல் வெளியானது.

கொடையாக அவர் விட்டுச்சென்றவை என இந்திரா காந்தி என்ற ஆளுமையின் சுற்றுச்சூழல் தொடர்பான ஒரு பகுதியை முழுவதும் விளங்கிக்கொண்டது இந்தச் சந்தர்ப்பத்தில்தான்.

'வளர்ச்சி இப்போது; மற்றவை பிறகு' என்ற மாதிரியை கண்மூடித்தனமாகப் பின்பற்ற இயலாத நிலையில் இந்த நாடு உள்ளது. நமது நாட்டின் மக்கள் தொகை ஏற்கனவே 124 கோடியைத் தொட்டுவிட்டது. இந்த நூற்றாண்டு மத்தியில் இந்த எண்ணிக்கை மூன்றில் ஒருபங்கு மேலும் அதிகரிக்கும். பேரழிவிற்கு இட்டுச்செல்லும் பருவநிலை மாற்றம் என்ற உண்மை நம் கண்முன் உள்ளது. இதனால் நமது பருவமழை வகைமுறைகள், பனிப்பாறைகள், கடல்மட்ட அளவு ஆகியவை பாதிப்பிற்குள்ளாகிக் கொண்டிருக்கின்றன. மாசுபாடு, வேதிப்பொருள் கலப்பு ஆகியவற்றால் பொதுச் சுகாதாரம் மிக மோசமான பாதிப்பிற்கு உள்ளாகிவருகிறது.

துரிதப் பொருளாதார வளர்ச்சிக்காகக் காடுகளை அழித்து நிலக்கரி, இரும்புத்தாது மற்றும் பிற கனிமங்களை அதிக அளவில் தோண்டி எடுத்தும், நீர்ப்பாசனத் திட்டங்களையும் மின் ஆலைகளையும் உருவாக்கியும் வருகிறோம். அதனால் வளிமண்டலத்தில் உள்ள வெப்பத்தை உறிஞ்சும் பசுமையில்ல வாயு *(Green House Gas)* அற்றுப்போய்விடும் அபாயகரமான நிலையை அடைந்து வருகிறது. இதன் காரணமாகப் பூமி வெப்பமடைந்துகொண்டிருக்கிறது.

ஜிடிபி வளர்ச்சிக்கு அளவுமீறி முக்கியத்துவம் தருவதால் நாடு முழுவதும் வாழ்வாதாரங்கள் அழியும் அபாயத்திலுள்ளன. துரிதப் பொருளாதார வளர்ச்சி இந்தியாவுக்கு நிச்சயம் தேவைதான். அதே நேரம் உலகப் பொருளாதாரச் சக்தியாக உருவாகும் பயணத்தில் சுற்றுச்சூழல் மாசுபாடு நேர்ந்துவிடலாகாது; செல்வ வளத்திற்கான பாதையில் காடுகள் அழிந்துவிடக்கூடாது; பூமியின் பல்லுயிரினத்திற்குப் பேராபத்து விளைந்துவிடக்கூடாது.

அவரது அரசியல் அல்லது பொருளாதாரச் செயல்பாடுகள் பற்றிய மதிப்பீடு எதுவாக இருந்தாலும், உயர் பொருளாதார வளர்ச்சிக்கான நமது தீவிர முயற்சிகளில் சூழலியல் பாதுகாக்கப்பட வேண்டும் என்ற இந்தியாவின் தேடலிலும், அதற்கான வழிகளைக் கண்டடைவதிலும் ஓர் எடுத்துகாட்டாக இந்திரா காந்தி இன்றும் உள்ளார்.

தான் பெண்ணியவாதி அல்ல என ஒன்றுக்கு மேற்பட்ட சந்தர்ப்பங்களில் இந்திரா காந்தி கூறியுள்ளார். அதேபோல,

அவர் குறுகிய, ஒற்றைப் பரிமாண சுற்றுச்சூழலியல்வாதியும் அல்லர். வறுமையும் பற்றாக்குறையும் அழுத்திக்கொண்டிருக்கும், ஊட்டச் சத்துக் குறைபாடும் நோய்களும் பரவலாக இருக்கும் ஒரு நாட்டின் பிரதமர் என்ற உணர்வு அவருக்குள் ஆழமாக இருந்தது. எனவே, பெருகிவரும் மக்கள் தொகைக்குக் கல்வி அளித்துப் போதுமான வேலைவாய்ப்புகளை உருவாக்குவதுதான் முதன்மையான சவால் என்பதை அவர் நன்றாக உணர்ந்திருந்தார்.

எனவே சூழலியலுக்கும் பொருளாதார வளர்ச்சிக்குமிடையே ஒரு சமன்நிலையைக் கண்டடைவதிலேயே அவரின் அனைத்து முயற்சிகளும் இருந்தன.[5] அதனால் அவ்வப்போது சூழலியலுக்கு ஆதரவாக நிற்பார்; வேறுசில சமயங்களில் சூழலியல் பாதுகாப்பு ஏற்பாடுகளின் அவசியத்தை வலியுறுத்தியபடியே வளர்ச்சி, தொழில்மயமாக்கல் சக்திகளுடன் சேர்ந்திருப்பார். அதனால் இயற்கைச் சூழலிய அமைப்பைப் பராமரிக்க அவர் போதிய அளவு செயல்படவில்லை என சுற்றுச்சூழலியலாளர்கள் குறை கூறுகின்றனர். அதே நேரம் சுற்றுச்சூழல் பராமரிப்பிற்கே அவர் அதிகக் கவனம் தந்தார் என வளர்ச்சிக்கு முன்னுரிமைக் கோருவோர் வருந்துகின்றனர். நடுப்பாதையை அனுசரிப்பதன் தவிர்க்க முடியாத அபாயம் இது.

ஆனால் இந்திரா காந்தி விடாமுயற்சியுடன் உறுதியாக இருந்தார். அந்தப் பிடிவாதம், விடாமுயற்சியின் கதைதான் இது.

அடிக்குறிப்புகள்

1. இந்திரா காந்திப் பற்றிய குறிப்பிடத்தக்க வரலாற்று புத்தகங்கள்: Anand Mohan, *Indira Gandhi: A Personal and Political Biography* (1967); Uma Vasudev, *Indira Gandhi: Revolution in Restrains (1974); Zareer Masani, Indira Gandhi: A Biography* (1975); Dorm Moraes, *Indira Gandhi* (1980); Pranay Gupte. *Mother India. A Political Biography of Indira Gandhi* (2009); Pupul Jayakar, *Indira Gandhi: A Biography* (1992); Katherine Frank, *Indira: The Life of Indira Nehru Gandhi* (2001).

2. P.C. Alexandar, *My Years With Indira Gandhi* (1991); *Through the corridors of Power* (2004); P.N. Dhar, *Indira Gandhi: The 'Emergency' and Indian Democracy* (2000); Usha Bhaget, *Indiraji Through My Eyes* (2005).

3. அதுபோன்ற அறிவார்ந்த நூலொன்றை ரங்கராஜன் எழுதியுள்ளார். பார்க்க: Mahesh Rangarajan, *Nature and Nation: Essays in Environmental History (2015)*. இந்திரா காந்திக்கு ஓரளவுக்கு முக்கியத்துவம் அளித்து எழுதப்பட்டச் சிறந்த

புத்தகத்திற்கு எடுத்துக்காட்டாக சுற்றுச்சூழலியலாளர் தாப்பர் எழுதிய The Last Tiger: Struggling for Survival (2011)வைச் சொல்லலாம்.

4. 'சூழலிய – பருந்திலிருந்து' 'சுற்றுச்சூழலிய புறாவாக' இந்த மாற்றத்தை குறித்துள்ளேன்.

5. இயற்கை, வளங்கள், உயிர்வேதியல்சுழற்சி, உயிரினங்கள் தங்களுக்குள்ளும் பிற உயிரினங்களோடும் சுற்றுச்சூழலுடனும் கொண்டுள்ள உறவு, செயல் எதிர்ச்செயல் ஆகியவை பற்றி சூழலியல் பேசுகிறது. 'சுற்றுச்சூழல்' ஒருசில விதங்களில் விரிவான பொருள் கொண்டது, அது சூழலியலையும் உள்ளடக்கியது. அது மட்டுமல்லாமல் மாசுபாடு, இரைச்சல், கழிவு, குடியேற்றம், மக்களுக்கும் எந்திரங்களுக்கும் இடையே யான தாக்கம் முதலியவை பற்றியும் கூறுகிறது. இந்திரா காந்தி சூழலியல் என்று குறிப்பிடுவதையே விரும்பினார். அவர் பிரதமராக இருந்தபோது 'சூழலியல்', 'சுற்றுச்சூழல்' ஆகிய இரண்டையும் மாற்றிமாற்றிப் பயன்படுத்தினார். இந்த இரண்டு வார்த்தைகளுக்குமான வித்தியாசத்தை அசோக் கோஸ்லாவிடமிருந்து நான் அறிந்துகொண்டேன்.

II ஊற்று
[1917 – 1943]

இயற்கைக்கு நேரும் துன்பங்களைத் தனதாகவே உணரும் மனப்பான்மையை இந்திரா காந்தி எங்கிருந்து பெற்றார்? இதில் அவர்மீது செல்வாக்குச் செலுத்தியது எது? தாக்கத்தை உண்டாக்கியவர் யார்? இன்று பரவலாக அனைவரும் அறிந்த சுற்றுச்சூழல் பிரச்சனைகள் மீதான அவரின் கூருணர்வு அப்போதே அவருக்கு எவ்விதம் உருவானது? இயற்கை பல்லுயிரினப் பாதுகாப்பில் அவர் வெளிப்படுத்திய துணிவு, உறுதி, விடாமுயற்சிக்கு நிச்சயம் ஓர் அடித்தளம் எங்கேயோ இருக்க வேண்டும். அது 'எங்கு' என்பதைக் கண்டறிய இந்த அத்தியாயத்தில் முயன்றிருக்கிறேன்.

சாந்திநிகேதனில் தனது தோழிகளுடன் இந்திரா நேரு; 1934–35

ஆங்கிலேய ஆட்சிக்கெதிரான சாமானிய மக்களின் ஒருமுகப்பட்ட முதல் எழுச்சியை பீகாரிலுள்ள சம்பரானில் 1917 ஏப்ரலில் மகாத்மா காந்தி தொடங்கிவைத்தார். அவுரிச் செடியை (இந்தச் செடியிலிருந்து கருநீலச் சாயம் பிழியப்படுகிறது) பயிரிட்டே ஆக வேண்டுமென்ற கட்டாயத்திற்கெதிரான இந்தப் போராட்டத்தில் ஏழை விவசாயிகளுக்கு காந்தி உதவியாக இருந்தார். இதன் விளைவாக வழக்குரைஞர்களிடமும் ஆங்கிலம் பேசும் சிறிய வர்க்கத்திடமும் விவாதமாக இருந்துவந்த இந்திய சுதந்திர இயக்கம் ஒருமித்த வெகுமக்கள் கிளர்ச்சியாக உடனடியாக மாறிற்று.

இந்த வெகுமக்கள் கிளர்ச்சி தொடங்கி ஏழு மாதங்களும் சில நாட்களுக்கும் பிறகு – ரஷ்யாவில்[1] லெனின் வழிநடத்திய போல்ஷவிக் புரட்சி வெடித்துப் பதினொரு நாட்களுக்குப் பின் – 1917ஆம் ஆண்டு நவம்பர் மாதம் பத்தொன்பதாவது நாள்:

இந்த தினத்தில் அலகாபாத்தில் இந்திய சுதந்திரப் போராட்டத்தில் தம்மை முழுவதுமாக அர்ப்பணித்துக்கொண்ட, ஒரு குடும்பத்தில்

இந்திரா காந்தி பிறந்தார். அவரின் பாட்டனாரும் தந்தையும் கொள்கைரீதியாக மாறுபாடு கொண்டிருந்தனர். எனினும் இருவரும் இந்திய தேசிய காங்கிரஸின் வழிகாட்டும் ஒளிவிளக்கு களாய் இருந்தனர்.

நேருவின் ஒரே குழந்தை இந்திரா காந்தி. அவர் குழந்தைப் பருவம் கடினமாக இருந்தது. அவர் தாய் காச நோயால் பீடிக்கப்பட்டிருந்தார். தந்தையோ சிறைச்சாலைக்கு உள்ளேயும் வெளியேயுமாய் போய்வந்துகொண்டிருந்தார். 1921 டிசம்பரிலிருந்து 1945 ஜூனுக்கும் இடைப்பட்ட சுமார் ஒன்பது வருடங்கள் நேரு சிறையிலிருந்தார்.

இந்திரா காந்தியே நோய்வாய்ப்பட்ட குழந்தைதான். அதனால் பள்ளிப்படிப்பை ஒரே இடத்தில் தொடர முடியவில்லை. சுவிட்சர்லாந்து, பூனா, சாந்திநிகேதன், இங்கிலாந்து ஆகிய இடங்களில் கல்வி கற்றார். இவற்றில் சுவிட்சர்லாந்தும் சாந்திநிகேதனும் சுற்றுச்சூழலில் கூருணர்வுகொண்ட இந்திரா காந்தியின் மனதில் ஆழமான பாதிப்பை ஏற்படுத்தின.

இந்திரா காந்திக்குக் கல்வி கற்றுத் தந்தவர் அவரின் தந்தை ஜவகர்லால் நேரு. அவரின் அறிவாற்றல் எல்லை நேருவால் விரிவுற்றது. இந்திரா காந்தியின் மிகச்சிறந்த பயிற்றாசிரியரும் வழிகாட்டியுமாக அவர் இருந்தார். கண்முன் உருவாகி வளர்ந்து கொண்டிருந்த வரலாற்று நிகழ்வுகள் இந்திரா காந்தியின் மற்றொரு ஆசிரியராக இருந்தன. இந்திய சுதந்திர இயக்கத்தின் முன்னணித் தலைவர்கள் அலகாபாத்திலிருந்த அவரது ஆனந்த பவன் வீட்டிற்கு அடிக்கடி வருகை தந்தனர். சுதந்திரப் போராட்டத்தின் முக்கிய நிகழ்வுகள் இங்குதான் வடிவமைக்கப்பட்டன.

இந்திரா காந்தியும் அவர் தாயாரும் உடல்நலம் குன்றி யிருந்தனர். இதன் விளைவாக முஸோரி, டெக்ராடூன், அல்மோரா, மாத்தரான், பஞ்ஜ்கனி மற்றும் அவரது முன்னோர்களின் பூர்வீக இடமான காஷ்மீர் ஆகிய மலைவாழிடங்களில் வருடத்தின் பல நாட்கள் இந்திரா காந்தி இருக்க நேர்ந்தது. இயற்கைமீது இந்திரா காந்தி கொண்டிருந்த இணக்கத்தை இந்த இடங்கள் மேலும் வலுப்படுத்தின.

ௐ

பதின் பருவத்திலும் இளமையிலும் இந்திரா காந்தியின் அறிவு வளர்ச்சியில் ஆழமான தாக்கத்தை ஏற்படுத்தியவர் அவர் தந்தை என்பதில் எள்ளளவு சந்தேகமுமில்லை. இந்தத் தாக்கத்தின் பெரும்பகுதி நேரு இந்திரா காந்திக்கு எழுதிய எண்ணற்ற

கடிதங்களின் வாயிலாக வந்தவை. அசாதாரணமான அந்தக் கடிதங்கள் மூன்றுப் பகுதிகளாகத் தொகுக்கப்பட்டிருக்கின்றன.

1. தந்தை மகளுக்கு எழுதிய கடிதங்கள் (Letters from a Father to His Daughter)
2. உலக வரலாறு (Glimpses of World History)
3. தனியே இருவர், சேர்ந்து இருவர்
    (Two Alone, Two Together,)

இவற்றில் இரண்டு புத்தகங்கள் ஓர் இயற்கையியலாளராகப் படிப்படியாக இந்திரா காந்தி உருவாகி வளர்ந்ததைப் புரிந்து கொள்வதற்கான திறவுகோல்.

'ஒரு தந்தை மகளுக்கு எழுதிய கடிதங்கள்' புத்தகத்திலுள்ள 30 கடிதங்களை முஸோரியிலிருந்த இந்திரா காந்திக்கு அலகாபாத்தி லிருந்து நேரு எழுதியவை. அந்தச் சமயத்தில் இந்திரா காந்தி 11 வயதைத் தொட இருந்தார். ஐந்து கடிதங்கள் இயற்கை வரலாறு பற்றி விளக்கமாகக் கூறுகிறது. முதல் கடிதமே 'இயற்கை பற்றிய நூல்' என்ற ஒரு புத்தகம் பற்றியதாகும். பதித்தாண்டுகளுக்குப் பிறகு 1973இல் வெளிவந்த மறுபதிப்பின் முகவுரையில் நேருவின் கடிதங்கள் பற்றி இந்திரா காந்தி குறிப்பிடுகிறார்:

'பூமியின் தோற்றம் குறித்தும் மனிதன் தன்னைப் பற்றிய அறிதலின் தொடக்கம் பற்றியும் இப்புத்தகத்திலுள்ள கடிதங்கள் பேசுகின்றன. வாசித்தபின் மூடிவைத்துவிடும் வகைக் கடிதங்கள் அல்ல இவை. மனிதர்கள்மீது அக்கறை காட்டவும், நம்மைச் சுற்றியுள்ள உலகின்மீது ஆர்வம் கொள்ளவும் தூண்டும் அக்கடிதங்கள் வாழ்வை ஒரு புதிய கண்ணோட்டத்துடன் அணுக உதவுகின்றன. மலைகள், பாறைகள், செடிகொடிகள், புழு பூச்சிகளின் வாழ்க்கை, இரவு, நட்சத்திரங்கள் ஆகியவை பற்றிய ஆழமான வாசிப்பில் பல மணிநேரம் மூழ்கினேன்.'

14.06.1972இல் நிகழ்ந்த மனித சுற்றுச்சூழல் பற்றிய ஐக்கிய நாடுகள் சபை மாநாட்டில் இந்திரா காந்தி உரையாற்றினார். அப்போது அவர் மனதில் இந்தக் கடிதங்களிலுள்ள கருத்துக்கள் இருந்தன என்று கொள்வது அதிகப்படியான கற்பனையல்ல.

'பறவைகள் செடிகள் குன்றுகள் நட்சத்திரங்கள் பரவிக் கிடக்கும் ஆகாயத்தின் கீழ் உறங்கினேன். இயற்கையை, அதன் சகல வெளிப்பாடுகளுடன் நேசித்து வளரும் நல்லதிர்ஷ்டம் எனக்கு இருந்தது...'

'தனியே இருவர், சேர்ந்து இருவர்' என்ற புத்தகம் (தந்தை – மகள் இருவரின்) 535 கடிதங்களின் தொகுப்பாகும். 1922லிருந்து 1964 வரையிலான கடிதங்கள் இவை.[2] இவற்றில் தென்படும் இயல்பான அன்னியோன்னியம்,[3] கடிதங்கள் பிரசுரத்திற்காக அல்ல என்பதைக் காட்டுகின்றன. மொத்தம் 535இல் 263 கடிதங்கள் இந்திரா காந்தி அவரது தந்தைக்கு எழுதியவை. அதாவது ஏறத்தாழ சமஅளவு கடிதங்களை இந்திரா காந்தியும் எழுதியிருக்கிறார். எனவே இந்திரா காந்தியைக் காட்டிலும் நேருதான் மிக அதிகமாகக் கடிதங்கள் எழுதினார் என்ற கூற்றில் உண்மை இல்லை. இந்தத்தொகுப்பைப்[4] பயன்படுத்திதான் இந்திரா காந்தி 1940களில் பறவை அவதானிப்பில் எந்த அளவு ஆழ்ந்த ஈடுபாடு கொண்டிருந்தார் என்பதையும் ஸ்ரீநகரிலும் பிற மலைவாழிடங்களிலும்[5] இருந்தபோது இயற்கையின் உலகு எந்த அளவு அவரை உணர்வுபூர்வமாக ஈர்த்தது என்பதையும் நான் பதிவுசெய்ய இருக்கிறேன்.

கடிதங்கள் மூலமாக மட்டுமல்லாது நூல்களைப் பரிசாக அளித்தும் இயற்கையின் மீதான இந்திரா காந்தியின் ஈடுபாடு வளர நேரு உதவினார். இந்திரா காந்தியின் பதிமூன்றாவது வயதிலேயே *'தேனியின் வாழ்க்கை'* (Life of the Bee) என்ற நூலை அவருக்கு நேரு பரிசாக அளித்தார். இதை எழுதியவர் பூச்சியியல் அறிவியல் ஆய்வில் புகழ்பெற்ற பெல்ஜிய நாட்டு எழுத்தாளரான மாரிஸ் மேடெர்லின்க் (Maurice Maeterlinck) ஆவார். இலக்கியத்திற்கான நோபல் விருது 1911இல் இவருக்கு வழங்கப்பட்டது. அந்த நூலின் முதல் பக்கத்தில் நேரு இந்தியில் எழுதிய வாசகம்:

> 'இந்திரா பிரியதர்ஷினிக்கு
>
> மிக்க அன்புடன் – அப்பா
>
> நைனிட்டால் 1930 டிசம்பர் 10'

அந்தப் புத்தகம் இந்திரா காந்திக்கும் மிகவும் பிடித்திருந்தது. உடனே கல்கத்தாவிலிருந்து தந்தைக்குக் கடிதம் எழுதினார், 1930 டிசம்பர் – (தேதி இல்லை)

> *தேனியின் வாழ்க்கை* என்ற புத்தகத்தை மிகுந்த ஈடுபாட்டுடன் வாசித்தேன். மாரிஸ் மேடெர்லின்கின் மற்றொரு நூலான *'எறும்பின் வாழ்க்கை'* என்ற நூலையும் வாசிக்கத் தொடங்கியுள்ளேன். சில பக்கங்களே வாசித்திருப்பதால் அதுபற்றி எந்த அபிப்பிராயமும் என்னிடம் உருவாகவில்லை.'

இந்தப் புத்தகங்கள் பற்றி பல ஆண்டுகளுக்குப் பிறகு அமெரிக்கப் பெண்மணி ஒருவருக்கு எழுதினார். அந்தப் புத்தகங்களை அவர் இன்னும் மறக்கவில்லை என்பதை இது காட்டுகிறது:

> *'ஃபேபர் புக் ஆஃப் இன்செக்ட்ஸ்'* என்ற புத்தகம், தேனீக்கள், எறும்புகள் பற்றிய மேடெர்லின்கின் புத்தகங்கள் என முழுக்கவும் வேறுபட்ட புத்தகங்களை வாசித்தேன் (...) எனது ஆளுமை உருவாகி வளர இவை உதவின. சுற்றிலுமுள்ள ஒவ்வொன்றையும் உன்னிப்பாகக் கவனிக்கும் வழக்கம் உருவாக இவை என்னைப் பயிற்றுவித்தன. எல்லா உயிரினங்களுக்குமிடையேயான தொடர்புகள் பற்றி என் தாய் கூறுவதுண்டு. உயிரினங்கள் ஒவ்வொன்றையும் உன்னிப்பாகக் கவனிக்கையில் என் தாயின் இந்தக் கூற்று உறுதியாகிறது. பாறைகளும் கற்களும் மரங்களும் தம் கதையை மட்டுமல்லாது அவைகளுக்கு மத்தியில் வாழும் மனிதர்கள், உயிரினங்களின் கதையையும் கூறுவதாக என் தந்தையின் கடிதங்கள் விவரிப்பதுண்டு. வெகுவிரைவிலேயே நான் அனைத்து உயிரினங்களுடனும் ஆழ்ந்த தோழமை உணர்வும் நெருக்கமான உறவும் கொண்ட இயற்கைப் பராமரிப்பாளராக உருவானேன்.[6]

இந்திரா காந்தியின் நூலகம் அவர் படித்து வளர்ந்த புத்தகங்களைப் பற்றிச் சிலநேரம் நமக்கு வெளிச்சம் தருகிறது. அத்தகைய ஒரு புத்தகமான ஈ.ஜே. டெட்மொல்ட் எழுதிய *The Book of Baby Birds* என்ற நூலில் முதல் பக்கத்தில் நேரு கைப்பட இவ்வாறு எழுதியுள்ளார்:

'இந்திரா நேரு, கல்கத்தா 5/1/29

1932ஆம் ஆண்டு பற்பல நூல்களை இந்திரா காந்தி பேரார்வத்துடன் தொடர்ந்து வாசித்தார் என்பதை தந்தைக்கும் மகளுக்குமான கடிதங்கள் மேலும் தெரிவிக்கின்றன. ஆங்கிலத்திலும் பிரஞ்சிலும் 60 புத்தகங்கள் உள்ளன. அவற்றில் சில: தாவரவியல் மற்றும் சமயம் பற்றிப் பேசும் ஜூலியன் ஹக்ஸ்லி *(Julian Huxily)*யின் *' What dare I think'*; வண்ணத்துப் பூச்சியின் வாழ்க்கைச் சுழற்சியை ஆய்வு செய்யும் பிரைட் ரிச் ஷானக் *(Fried Rich Schnack)* எழுதிய *'The Life of Peacock Butterfly'*, இளம் சிறார்கள் முகாம்களில் தங்குவது, மீன்பிடித்தல், ஊர் சுற்றித் திரிதல் ஆகியவறைப் பேசும் ஆர்தர் ரான்சோம் *(Arther Ransome)* எழுதிய *'Swallows and Amazon'* தொடர் நூல்கள்; வாழ்வின் முதல் 18 ஆண்டுகளை *Argentinian Pampas* இல் கழித்த பிரசித்திபெற்ற இயற்கையாளரான வில்லியம் ஹென்றி ஹட்சன் *(William Henry Hudson)* இன் *'Faraway and long ago'* தன்வரலாற்று நூல்.

நுரையீரல் அழற்சி நோய் சிகிச்சைக்காக சுவிட்சர்லாந்திலுள்ள லெசின் நகருக்குச் சென்றிருந்த இந்திரா காந்தி தன் தந்தைக்கு 1940 ஏப்ரல் 13இல் எழுதிய கடிதம் புத்தக வாசிப்பில் அவரது விரிவான தேர்வுகளைப் பற்றி அறியத் தருகிறது. அது மட்டுமின்றிப் பின்நாட்களில் பிரதமரானபோது பின்பற்ற இருந்த கொள்கைகளையும் அக்கடிதத்தில் காண முடியும்.

> '*D.C Peattie* எழுதிய '*Flowering Earth*' என்ற புத்தகத்தை, (*Readers Digest* பதிப்பு) அதன் சுருங்கிய வடிவத்தில் வாசித்துக்கொண்டிருக்கிறேன். எனக்கு மிகவும் பிடித்த இந்த நூல் நிச்சயம் உங்களுக்கும் பிடிக்கும். பூமியில் தாவரங்களின் அரசாட்சியைச் – பசுமை வாழ்வின் கதையைச் சொல்கிறது அது. அனைத்து உயிரினங்களின் – விதியும் ஒன்றாய்ச் சேர்த்துப் பிணைக்கப்பட்டிருக்கிறது என்பதும் அவையும் ஒன்றையொன்று சார்ந்திருக்கின்றன என்பதும் என்னை வியக்க வைத்துக்கொண்டேயிருக்கின்றன.

தந்தையின் சிபாரிசின்றி இந்திரா காந்தியே வாசித்த ஒரே புத்தகம் இதுவாகத்தான் இருக்க வேண்டும். இந்த நூலை நேருவே வாசித்திருக்கவில்லை. 1940 ஏப்ரல் 25இல் பம்பாயிலிருந்து நேரு இந்திராவுக்கு எழுதிய கடிதத்தில் D C Peattieயின் புத்தகம் பற்றிய இந்திராவின் விவரணை தனக்குப் பிடித்ததென தன் மகளிடம் ஒத்துக்கொண்டிருந்தார். முடிந்தால் அந்தப் புத்தகத்தை வாங்குவதாகவும் குறிப்பிட்டிருந்தார். வாசிப்பில் தன் தந்தையையே இந்திரா காந்தி வெற்றிகொண்ட அரிய நிகழ்வு இது.

ঙ

மகளின் ஆளுமையில் ஆழமான தாக்கத்தை ஏற்படுத்தியவர் கமலா நேரு. இதனை இந்திரா காந்தியே ஒத்துக்கொண்டிருந்தார். ஆனால் இயற்கைமீது மேலும் அதிக ஆர்வமும் அக்கறையும் கொள்ள இந்திரா காந்திக்குத் துணையாக இருந்தவர் கமலா நேருவின் கடைசித் தம்பி. பழைய தில்லியில் தாய்வழிப் பாட்டி வீட்டில் கழிந்த விடுமுறை தினங்கள் பற்றி விவரிக்கையில் இந்திரா காந்தி நினைவு கூர்ந்தது இது:

> 'எனது தாயாரின் கடைசித் தம்பி தாவரவியலிலும் விலங்கியலிலும் உணர்வுபூர்வமாய் தீவிரமான ஈடுபாடு கொண்டிருந்தார். அந்தப் பாடங்களில் பல்கலைக்கழகப் பட்டமும் பெற்றிருந்தார். அவருக்குப் பாம்புகள்மீது விஷேச ஆர்வமுண்டு. வீட்டில் பெட்டி மேசை எதைத்

திறந்தாலும் அதில் பாம்பு இருக்கும். பாட்டி பயந்துவிடுவார். ஆனால் அதுவே நான் பாம்புகளுடனும் விலங்குகளுடனும் நட்புகொள்ள ஏதுவாயிற்று."[7]

இந்திரா காந்தியின் இந்தத் தாய்மாமாவான கைலாஸ் கவுல் இந்திரா காந்தியை விட 12 வயது மூத்தவர். தாவரவியல் மாணவரான அவர் புத்திகூர்மை மிகுந்தவர். இந்தியாவின் மிகச்சிறந்த தாவரவியல் நிபுணரான பீர்பல் சகானியிடம் லக்னோ பல்கலைக்கழகத்தில் பயின்றவர். பின்னர் லண்டன் கிவ் நகரில் புகழ்பெற்ற 'ராயல் தாவரவியல் தோட்டத்தில்' பயிற்சிபெற்று அங்கேயே முதல் இந்திய விஞ்ஞானியாக 1939இல் பணியில் சேர்ந்தார். 1944இல் இந்தியா திரும்பியதும் லக்னோவிலுள்ள அவுத் நவாபுகளால் நிறுவப்பட்ட தாவரவியல் தோட்டத்தை மேம்படுத்தி விரிவாக்கும் பணியில் ஈடுபட்டார். இந்தத் தோட்டம் 'தேசிய தாவரவியல் தோட்டத்தின் (National Botanical Garden) பகுதியாக உருவாகி, பின்னர் புதிதாக நிறுவப்பட்ட தேசிய தாவரவியல் ஆய்வு மையத்துடன் (National Botanical Research Institute) ஒன்றிணைக்கப்பட்டது.

கேம்ப்ரிட்ஜில் மூன்றாண்டுப் பட்டப்படிப்பில் இறுதித் தேர்வில் இயற்கை அறிவியல் பாடத்தின் ஒரு பகுதியாக தாவரவியல் இருந்தது.[8] இந்தப் பாடத்திட்டத்திலேயே நேரு தாவரவியல் பயின்றார். ஆனால் கவுல் அவரைப்போல் அல்லாது தாவரவியலில் உயர்கல்விப் பட்டமும், பயிற்சித் திறனும் கொண்ட புகழ்பெற்ற தாவரவியலாளர். பின்னர் அவர் கான்பூரில் சந்திரசேகர் ஆசாத் வேளாண் தொழில்நுட்பப் பல்கலைக்கழகத்தின் முதல் துணைவேந்தரானார். ஜோத்பூர் சுதேச மன்னரின் சமஸ்தானத்தில் குடிநீர் பிரச்சனையைத் தீர்க்க அவர் தந்த ஆலோசனைகளுக்காகவும் வேதிப்பொருள் கலக்காமல் களர் மண்ணை (காரத்தன்மை கொண்ட மண்ணை) சீர் செய்யும் முறைகளை பரிந்துரைத்ததற்காகவும் அவர் மிகவும் புகழப்பட்டார்.[9] இறப்பதற்குமுன்பு உத்தரப்பிரதேச மலைவாழிடங்களுக்கான இந்திரா காந்தி காடுகள் மேலாண்மை திட்டத்திற்கு அவர் மகத்தான பங்காற்றினார்.

கைலாஸ்நாத் கவுலும் இந்திரா காந்தியும் அதிக நேரம் உண்மையில் சேர்ந்து செலவளித்ததில்லை. எனினும் பல இந்தியக் குடும்பங்களைப்போல ஒரு தாய்மாமாவாக இந்திரா காந்தியின் வாழ்வில் அவருக்கு முக்கிய இடமிருந்தது. இந்திரா காந்தி எழுதிய கடிதத்தில் துணுக்குக் காட்சியாய் இது வெளிப்படு கிறது. பிரியத்திற்குரிய இந்த 'மாமு' இறந்தபோது தனது தந்தைவழி அத்தை விஜயலக்ஷ்மி எழுதிய இரங்கல் கடிதத்திற்கு

25.02.1983இல் இந்திரா காந்தி எழுதிய பதில் கடிதத்தில் இவ்வாறு குறிப்பிட்டிருந்தார்:

> ‘மாமுவின் மரணம் அறிந்து நீங்கள் எழுதிய இரங்கல் கடிதத்திற்கு நன்றி. நீண்ட காலம் அவர் உடல் நலமில்லாம லேயே இருந்தார். எனினும் மரணத்தை ஏற்றுக்கொள்வது சிரமமாகவே இருக்கிறது. எப்போதும் உயிர்த் துடிப்புடன் இருந்தவர் மாமு. இறுதிவரை பல்வேறு விசயங்களில் ஆர்வத்துடன் செயல்பட்டுக்கொண்டே இருந்தார்.’

அந்த ஆண்டின் பிற்பகுதியில் பம்பாய் இயற்கை வரலாற்றுக் கழகத்தின் (Bombay Nature History Society) நூற்றாண்டு விழா 1983 செப்டம்பர் 5இல் நடந்தது. அதில் உரையாற்றிய இந்திரா காந்தி மாமுவை அன்புடன் நினைவு கூர்ந்தார்.

> ‘விலங்கினங்களில் எனக்கு முதன்முதலாய் தொடர்பு ஏற்பட்டது பாம்புகளுடன்தான் என்பது இப்போது எனக்கு நினைவுக்கு வருகிறது. இதற்குக் காரணமாக இருந்தவர் என் தாயாரின் சகோதரர். நுட்பமும் கூருணர்வும் கொண்ட தாவரவியலாளர் மட்டுமல்லர் அவர்; பாம்புகள்மீதும் பேரார்வம் கொண்டவர். எனக்கு ஆறு வயது இருக்கலாம். அப்போது எனது பாட்டியுடன் தங்குவதற்காக நான் தில்லி வருவதுண்டு. அந்த வீட்டிலுள்ள சிகரெட் பெட்டி, மேசை டிராயர் என எதைத் திறந்தாலும் அதிலிருந்து ஒரு பாம்பு எட்டிப் பார்க்கும். குளியலறைக் குழாயிலிருந்தும் பாம்பு வெளியே வந்து தலை காட்டும். இது பாட்டியைக் கடுமையாகத் துன்புறுத்தியது. என் மாமா பெரியவராக வளர்ந்த பின் தனது தோட்டத்தில் இரண்டு மிகப் பெரிய மலைப்பாம்புகளைச் செல்லப் பிராணியாக வளர்த்துவந்தார். திருமணமான பிறகு அவற்றை வெளியே யாரிடமோ கொடுத்துவிட்டார்.’

ஓ

இயற்கைமீதான இந்திரா காந்தியின் ஈடுபாட்டில் நேருவின் தாக்கம் பிரதானமாக இருந்தது. பள்ளிக்கூடங்கள் அந்த ஈடுபாட்டினை மேலும் வளர்த்தன. தனது ஒன்பதாம் வயதில் சுவிட்சர்லாந்திலுள்ள Bex நகரில் L’Ecolle Nouvelle இந்திரா காந்தி சேர்ந்தார். இந்திரா காந்தியின் தாயார் காசநோய்க்காக அங்குச் சிகிச்சை பெற்றுக்கொண்டிருந்தார். தனது வாழ்வின் இந்தக் காலகட்டத்தை இவ்வாறு நினைவு கூர்ந்தார் இந்திரா காந்தி:[10]

'சிறு குழந்தையாக இருந்தபோதே இயற்கையின்மீது எனக்கு மிகுந்த ஆர்வமிருந்தது. நான் கல்வி கற்ற சர்வதேச பள்ளிக்கூடம் இயற்கைக் கல்விக்கு அதிக முக்கியத்துவம் தந்தது. இயற்கை, புழுபூச்சிகள் ஒவ்வொன்றையும் விரிவாகக் கற்றோம். இதன் தாக்கம் வாழ்நாள் முழுக்க என்னிடம் இருந்தது என நினைக்கிறேன்.

1934 ஜூலை 8ஆம் தேதி மாலை சாந்திநிகேதனுக்கு வந்து சேர்ந்தார் இந்திரா காந்தி. ரவீந்திரநாத தாகூர் தோற்றுவித்த சாந்திநிகேதன் பின்னர் விஸ்வபாரதி பல்கலைக்கழகமாக வளர்ந்தது. ஒன்பது மாதங்கள் அங்கே தங்கியிருந்தார். அவர் தாயாரின் உடல்நலம் மிகவும் மோசமடைந்ததால் அதற்குமேல் அவரால் அங்கு இருக்க முடியவில்லை. இயற்கையின் மீதான அவரது ஈடுபாட்டிற்கும் சாந்திநிகேதனுக்குமிடையே சிறப்பான தொடர்பிருந்தது என்பது பற்றிய குறிப்புகள் எதுவும் அப்போது அவர் தன் தந்தைக்கு அப்போது எழுதிய கடிதங்களில் இல்லை. தாகூரின் அந்தப் பல்கலைக்கழகத்திற்கே உரிய தன்மையால் இந்திரா காந்தி தாக்கமுற்றிருந்தார் என்பது உண்மை. இதனை இந்திரா காந்தியே பின்நாட்களில் உறுதி செய்தார்:

'சாந்திநிகேதன் முழுவதிலும் குருதேவரின் ஆளுமைப் பண்புகள் ஊடுருவியிருந்தன. அதன் எல்லாத் தன்மைகளிலும் நான் ஆர்வம் கொண்டிருந்தேன். இன்று நாகரிகமாகக் கருதப்படும் பல விசயங்களை அந்தக் காலத்தில் யாரும் கேள்விப்பட்டிருக்கவே மாட்டார்கள். உதாரணமாக சுற்றுச்சூழல் குறித்துப் பேசுவதும் அதன்மீது அக்கறை காட்டுவதும் இன்று நாகரிகமாகக் கருதப்படுகின்றன. ஆனால் சாந்திநிகேதனிலும் ஸ்ரீகண்டனிலும் அப்போதே குருதேவர் சுற்றுச்சூழல் தொடர்பான செயல்பாடுகளை மேற்கொண் டிருந்தார். அங்கு நான் வாழ்ந்து கொண்டிருந்தபோது இவை என்னை வெகுவாக ஈர்த்தன; எனது பகுதியாகவே ஆகிவிட்டிருந்தன. ஏற்கெனவே என்னுள் இருந்த சுற்றுச்சூழல் மீதான அக்கறையை வெளிக்கொணர சாந்திநிகேதன், ஸ்ரீநிகேதன் முதலான இடங்கள் உதவினவா அல்லது அந்த இடங்களிலிருந்தே ஆர்வத்தையும் அக்கறையையும் நான் பெற்றுக்கொண்டேனா என்பதை இப்போது என்னால் கூற முடியவில்லை.'[11]

இந்திரா காந்தி இறப்பதற்குச் சுமார் ஒரு ஆண்டிற்கு முன்பு ஒலிபரப்பப்பட்ட வானொலி நேர்காணலில் சாந்திநிகேதன் அவர் வாழ்வை எவ்விதம் மாற்றியது என அவரிடம் கேட்கப்பட்டது. அதற்கு அவர்:

‘சாந்திநிகேதனுக்கு நான் செல்லும் முன்னர் இசை கேட்பது என்பதெல்லாம் எங்கள் வீட்டில் இல்லவே இல்லை (...) இவை அனைத்தின் மீதான எனது ஈடுபாடு சாந்திநிகேதனில்தான் வளர்ந்தது (...) இயற்கைக்கு மிக நெருக்கமாகச் சென்றது அப்போதிருந்துதான்.’[12]

தோட்ட வேலை மீதான இந்திரா காந்தியின் ஆர்வத்தை சாந்திநிகேதன் கிளறியது. அங்கிருந்து வந்த மறுநாள் அவர் தன் தந்தைக்கு எழுதினார்:

‘சாந்திநிகேதன் பற்றிய எனது எண்ணத்தை உங்களிடம் கூறுகிறேன் (...) ஒவ்வொன்றும் அங்கே அழகாகவும் கலாபூர்வமாகவும் உள்ளது; இயற்கைச் சூழலுடன் ஒன்றியுள்ளது. ஓய்வு நேரத்தில் தோட்டவேலை செய்யும்படி குருதேவ் என்னைக் கேட்டுக்கொண்டார். அதில் அவருக்கு ஆர்வம் அதிகம். ஒரு சில சிறுமிகளே அதில் ஈடுபாடு கொள்வதாக என்னிடம் அவர் குறைபட்டுக்கொண்டார்.’

இந்திரா காந்தி வாழ்வின் முக்கிய அம்சமாகக் கடைசி வரை தொடர்ந்திருந்தது தோட்ட வேலையாகும். (தாயார் உடல் நலமின்மை, தந்தையின் சுதந்திரப் போராட்ட ஈடுபாடு முதலான பல்வேறு காரணங்களால்) இந்திரா காந்தியின் வாழ்வில் அவரது குழந்தைப் பருவமும் வளரிளம் பருவத்தின் அனேக வருடங்களும் ஒரே இடத்தில் நிலைத்திருக்கவில்லை. அடிக்கடி மாறுதலுக்குள்ளாயின. எனினும் வளம் மிக்கதாகவே அவர் வாழ்க்கை அப்போது இருந்தது. மலைவாழிடங்களில் விடுமுறை தினங்களைக் கழிப்பது வழக்கமாக இருந்தது. தாயார் கமலா நேருவுடன் முதல்முதலாக முஸோரி சென்றபோது இந்திரா காந்தியின் வயது 11. இரண்டு ஆண்டுகளுக்குப் பின் தனது பாட்டனாரின் வேண்டுகோளின்படி உறவினர் ஒருவருடன் நைநிட்டாலில் தனது விடுமுறை நாட்களைக் கழித்தார். 1931ஆம் ஆண்டுப் பிற்பகுதியில் தாய் தந்தை மகள் மூவரும் சிலோனில் ஒருமாதம் தங்கினர். 1932 மார்சில் பூனாவிற்கு அருகிலுள்ள பஞ்ஜ்கனி, மகாபலேஸ்வர் ஆகிய மலைவாழிடங்களுக்குத் தாயும் மகளும் சென்றனர்.

1934 மே, ஜூனில் இந்திரா காந்தி தன் தாயுடன் காஷ்மீர் சென்றார். தன் மூதாதையர் வாழ்ந்த இடத்திற்குச் செல்வது இதுவே முதல்முறை. ஜூன் 11ஆம் நாள் ஸ்ரீநகரிலிருந்து தன் தந்தைக்கு எழுதிய கடிதத்திலுள்ள வரிகள்:

‘என்ன அற்புதமான இடம்! பனி மூடிய மலைச்சிகரங்கள்... பேரழகுமிக்க இந்தக் காட்சியை காஷ்மீரின் எந்த

மூலையிலிருந்தும் நீங்கள் காணலாம். காஷ்மீர் தண்ணீரை வேறு எந்த நாட்டு நீருடனும் ஒப்பிட முடியாது. அந்தத் தண்ணீருக்கே உரித்தான தரம் இருக்கவே இருக்கிறது. சினார் மரத்தைக் கண்ட நாள்முதல் அதன் ஆராதனையில் என்னையே நான் இழந்துகொண்டிருக்கிறேன்.'

ஆண்டுகள் செல்லச்செல்ல சினார் மரங்கள் மீதான ஈர்ப்பு இந்திரா காந்தியிடம் வளர்ந்தவாறே இருந்தது. நான் ஏற்கனவே கூறியபடி சுட்டுக்கொல்லப்படுவதற்குச் சில நாட்கள் முன்புவரை அந்த மலைகளின் பேரழகு அவரை வசீகரித்துக் கொண்டேயிருந்தது.

1934 அக்டோபரில் இமயமலை அடிவாரத்திலுள்ள போவாலியில் தாயும் மகளும் இருந்தனர். போவாலி ஏரிகளின் பூமியாகும். இயற்கை வளம் கொழிக்கும் அந்த ஊரின் நினைவிலிருந்து அகற்றமுடியாத பேரழகு தவிர்க்க முடியாமல் சுவிட்சர்லாந்தினை இந்திரா காந்திக்கு நினைவூட்டிற்று. 1936இல் இந்திரா காந்தியின் தாயார் மறைந்தார். அதுவரை இந்திரா காந்தி மேற்கொண்ட பயணங்களின் பெரும்பகுதி நாட்கள் உடல்நலம் குன்றி வாடும் தாயாரைக் கவனித்துப் பேணுவதிலேயே கழிந்தன. எனவே இந்தப் பயணங்களை விடுமுறை தினங்கள் எனக் கூறமுடியாது. நுரையீரல் அழற்சியால் பாதிக்கப்பட்டு விரைவிலேயே இந்திரா காந்தியும் நோயாளியானார்.

1939ஆம் ஆண்டு இந்திரா காந்திக்கு கத்தலீன் டேவீஸ் என்ற தோழிக்குக் கடிதம் எழுதுவதிலிருந்து தொடங்கிற்று. (ஜனவரி 6) 'இங்கே வறட்சியாகவும் குளிராகவும் இருக்கிறது. இங்கிருந்து அல்மோராவிற்குக் கிளம்பி விட்டேன்' மற்றொரு நண்பர் ரஜினி பாட்டேலுக்கு மறுநாள் எழுதினார். அவரின் கடிதங்களுக்கு நீண்ட நாட்கள் பதில் எழுதாதற்கு மன்னிக்கும்படி அதில் கேட்டிருந்தார். 'சோம்பல்தான் காரணம். கம்பீரமான நந்தா தேவியும் அவளது சகோதரியான பிற சிகரங்களும் ஓங்கி நின்றுகொண்டிருக்க, சூரியஒளியிலோ பைன் மரத்தின்கீழோ படுத்தபடி நேரம் கழித்துக்கொண்டிருக்கிறேன்.'

ஐரோப்பாவில் இரண்டாம் உலகப்போர் தொடங்கவிருந்தது. அப்போது லூசர்னேக்கு அருகேயிருந்த பர்ஜன்ஸ்டாக்கிலிருந்து தன் தந்தைக்கு 1939 ஜூலை 15இல் இந்திரா காந்தி எழுதிய கடிதம்:

'ஃபெரோஸின் விடுமுறை நாட்கள் தொடங்கிவிட்டன. ஸ்டான்ஸ்டாவிலிருந்து நான் புறப்பட இருந்த சமயத்தில் அவர் சுவிட்சர்லாந்து வந்திருந்தார். நாங்கள் இருவரும் டிரப்ஸீ, ஜோக்ஸ்டாகிலிருந்து ஆகிய இரு இடங்களைச்

சுற்றிப்பார்க்க கிளம்பினோம். ஸ்டான்ஸ்டாவிலிருந்து சிறிது உயரத்தில் டிரப்ஸீ உள்ளது. அங்கிருந்து ஜோக்கணவாய்க்கு (இந்தக் கணவாய் கடல் மட்டத்திலிருந்து 7303 அடி உயரத்திலுள்ளது) ஏறிச் சென்றோம். அங்கிருந்து 1403 அடி உயரத்திலுள்ள ஜோக்ஸ்டாக்லி என்ற மலைச் சிகரத்திற்கு ஏறினோம். மலையேறியது மட்டற்ற மகிழ்ச்சி தந்தது. மேலேறும் பாதையில் பைன் மரங்களின் வசந்த மலர்கள் தூவிக்கிடந்தன. உங்கள் நினைவு வந்தது. உங்களுக்குக் கொஞ்சம் மலர்கள் அனுப்ப நினைத்தேன். ஆனால் அவை உங்களிடம் வந்து சேர்கையில் வாடிப்போய்விடும்.'

இந்திரா காந்தி வெளியே நிறைய நேரம் செலவளிக்கும் பெண்மணியாக இதற்குள் உருவாகியிருந்தார். மலைகள் மீதான ஆர்வம் அவருள் உயிர்ப்புடன் இருந்தது. மன அமைதிக்கும் இளைப்பாறுவதற்குமான இடங்களாக மட்டும் மலைகளை அவர் காணவில்லை. முயற்சியுடன் உடலை வருத்தி மலைஏறுவதற்கான இடங்களாகவும் அவருக்கு அவை இருந்தன.

காஷ்மீர் இந்திரா காந்திக்கு – அவரது தந்தைக்கு இருந்தது போலவே – விசேஷமான ஈர்ப்பைத் தருவதாக இருந்தது. ஓர் இயற்கையியலாளராக அவர் உருவாவதற்கு அதற்கு முக்கிய இடமிருப்பதாக நான் நினைக்கிறேன்.[13] 1942 ஜூலை 5இல் இந்திரா காந்தி தனது தந்தைக்கு எழுதினார்:

'மலர்கள் நிறைந்த சரிவுகள்... இனிமையான தென்றல், சலசலவென ஓடும் நீர், ஞாபகங்களின் வலி நீக்கி ஆன்மாவை நிரப்பும் அமைதியென எவ்வளவோ இங்குள்ளன. இது போல சுவிட்சர்லாந்தில் எதுவுமில்லை என்பேன். சுவர்க்கம் என்பது உண்மையிலேயே இருக்குமேயானால் அது இதுதான்.'

சில ஆண்டுகளுக்குப் பிறகு 1945 மே 23இல் ஸ்ரீநகரிலிருந்து மீண்டும் தன் தந்தைக்கு எழுதினார்.

'இரவு முழுக்க மழை பெய்து ஓய்ந்திருந்தது. மேகங்களற்ற, தெளிவான வானத்தில் நட்சத்திரங்கள் பொதிந்து கிடக்கின்றன. வெள்ளிப் பிளம்புகளாய் ஒளிரும் மலைத் தொடர்களில் புத்தம்புதுப் பனிப்பூக்கள் விழுகின்றன. ஸ்ரீநகர் பேரழகுதான்..!

1940களில் ஒவ்வொரு ஆண்டும் விடுமுறை தினங்களைக் கழிப்பதற்கு இந்திரா காந்தி தேர்வுசெய்த அனைத்து இடங்களும் நோய்நொடியைக் குணப்படுத்தும் தன்மை கொண்டவை மட்டுமல்ல; அவை இயற்கையின் பேரானந்தமுமாகும்!

1941 மே – ஜூன்	முஸோரி
1942 ஜூலை	காஷ்மீர்
1943 ஜூலை	பஞ்ஜ்கனி
1944 மார்ச் – ஏப்ரல்	மாதேரான்
1944 மே	மகாபலேஸ்வர்
1945 மே–ஜூன்	முர்ரே காஷ்மீர்
1946 மே	நைனிதால்
1946 ஜூன்	அல்மோரா
1948 மே	காஷ்மீர்

மலைகள் மீதான ஈடுபாடு அவரது தனித்த பண்பாக வாழ்வு முழுவதும் நிலைத்திருந்தது.

> 'ஒவ்வொரு வருடமும் கோடை காலத்தின்போது மலைகளைத் தேடிப் பல்வேறு இடங்களுக்குச் சென்றோம். என் பாட்டி தாத்தாவிடம் 'ஒவ்வொரு வருடமும் மலைவாழிடத்திற்குச் செல்லும் அவர்களுக்கு அங்கேயே ஒரு வீடு வாங்கினால் என்ன?' என்று கேட்டாராம். அதற்கு அவர் 'வாங்கினால் வீடு இருக்கும் அதே இடத்திற்குத்தான் அவர்கள் செல்வார்கள். அதனால்தான் வாங்கவில்லை," எனக் கூறினாராம். சாம்பாவுக்குச் சென்ற அனுபவம் என்னால் மறக்க முடியாத ஒன்றாகும். அந்த நாட்களில் அதன் அழகு – அது ஓர் அற்புதம்.[14]

ஓ

நாட்டின் பிரதமராக இருந்தபோது காடுகளைப் பராமரிப்பதில் அவர் மிக உறுதியாக இருந்தார் என்பது அனைவருக்கும் தெரியும். இந்த நிலைப்பாடு எவ்விதம் எப்போது அவருள் வேர்கொண்டது என்பதை புபுல் ஜெயகருடான அவரது உரையாடல் புலப்படுத்துகிறது.

> 'பூக்களைக் காட்டிலும் மரங்களையே நான் அதிகம் நேசித்து வந்திருக்கிறேன். விலங்குகள் மீதான ஆர்வம் எப்போதும் எனக்குண்டு. குழந்தையாக இருந்தபோதே வாழ்வின் ஆதாரமாக மரங்களை நான் காண்பதுண்டு. அடைக்கல மாகவும் அவை எனக்கிருந்தன. மரமேறுவது எனக்கு மிகவும் பிடிக்கும். விளையாடுவதற்காக மட்டுமல்லாது அங்கே என்னால் ஒளிந்துகொள்ளவும் முடியும் என்பதால். அங்கே எனக்கான சின்னச்சின்ன இடங்கள் உண்டு.

புத்தகங்களை எடுத்துக்கொண்டு அங்கு சென்று வாசிப்பேன். யாரும் என்னைத் தொந்தரவு செய்ய முடியாது. மாலை வெகுநேரம் கழித்துத் தாமதித்தே வீடு திரும்புவேன். பூனாவில் பள்ளிக்கூடத்தில் படித்துக்கொண்டிருந்தபோதும் பிடித்தமான மரத்தைத் தேடிச் செல்லும் வழக்கம் எனக்கிருந்தது. 'அவளை எங்கு காணோம்? அவள் எங்கே போனாள்?' எனக் கீழே சிலர் எழுப்பும் குரல் என் காதில் விழும். ஆனால் நான் எப்போது வரவேண்டுமெனத் தீர்மானிக்கிறேனோ அப்போதுதான் மரத்தை விட்டு இறங்குவேன்'[15]

1976 பிப்ரவரியில் பம்பாயைச் சார்ந்த 'மரங்களின் நண்பர்கள்'[16] என்ற அமைப்பு தமது செயல்பாடுகளைப் பொதுமக்களுக்குப் பெரிய அளவில் வெளிப்படுத்த ஏற்பாடு செய்திருந்தது. அதற்கு செய்தி தருமாறு இந்திரா காந்தியிடம் வேண்டிக்கொள்ள, அச்செய்தியில் மரங்கள் மீதான தனது காதலை இந்திரா காந்தி வெளிப்படுத்துகிறார்:

'மரங்களின் தோழியாகவே என்னை எப்போதும் நினைத்து வந்திருக்கிறேன். அவற்றின் தோழமையை அனுபவித்திருக் கிறேன். பெரியவர்களின் உலகிலிருந்து அவ்வப்போதைய புகலிடமாக இருக்கும் காரணத்தால் எளிதாக ஏற முடிகிற மரங்கள் துறுதுறுப்பான எல்லாப் பிள்ளைகளுக்கும் பிடித்தமானவை. கிளைவிட்டுப் படர்ந்து நிற்கும் சில மரங்கள் இந்தியாவில் தகிக்கும் சூரிய வெப்பத்திலிருந்து பாதுகாப்பவை. பூக்கும் மரங்களோ வண்ணவண்ண மலர்களாய் வெடித்து மலரக் காத்திருப்பவை. கரடு முரடான வயதான மரங்களோ வரலாற்றின் ஊமைச் சாட்சிகளாய் நிற்பவை.'

இந்தியாவின் மிகச்சிறந்த பறவையிலாளரான சலீம் அலி இந்திரா காந்தியின் இளைய மகன் சஞ்சய் இறந்த செய்தியறிந்து தனது ஆழ்ந்த இரங்கலை இந்திரா காந்திக்குத் தெரிவித்திருந் தார். அவருக்கு 1980 ஆகஸ்ட் 9இல் எழுதிய பதில் கடிதம் இந்திரா காந்தியின் மீதான சலீம் அலியின் குறிப்பிடத்தக்க செல்வாக்கிற்குச் சான்று பகர்கிறது:

உங்களின் இரங்கல் கடிதத்திற்கு நன்றி. விளையாட்டும் துடிப்பும் உயிர்ப்பும் கொண்டவன் சஞ்சய். அவன் இல்லை என்பதை நினைத்துப் பார்க்கவே முடியவில்லை. சூழலியல் தொடர்பான அனைத்து விசயங்களையும்

உங்களின் பார்வைக்கு அனுப்பிக்கொண்டிருக்கிறேன் என்பதை நீங்கள் அவதானித்திருப்பீர்கள். உங்களுக்கு இது பெரிய சுமையாக இராது என நம்புகிறேன். சுற்றுச்சூழல் விசயங்களில் இணக்கமான தீர்வுகாண எங்களுக்கு நீங்கள் உதவ வேண்டும். மாநில அரசுகள் தமது கோரிக்கைகளில் பிடிவாதமாக உள்ளன என்பது உங்களுக்குத் தெரியும்.'

கடிதம் கிடைத்ததற்கான வழக்கமான பதில் அல்ல இது என்பது வெளிப்படை.

சலீம் அலியை நேரடியாகச் சந்திப்பதற்கு முன்பாகவே அவர் எழுதிய புத்தகத்தின் மூலம் இந்திரா காந்தி அறிந்திருந்தார். இப்புத்தகத்தை இந்திரா காந்தியின் கவனத்திற்குக் கொண்டு வந்தவர் அவரது தந்தை ஜவர்கர்லால் நேரு. நேருவை டெக்ராடூன் சிறையில் சந்தித்தபோது அவரிடம் 'இந்தியப் பறவைகள் பற்றிய புத்தகம்' என்ற தனது நூலில் கையொப்பம் வாங்கியதையும் தனது வாழ்க்கை வரலாற்றில்[17] சலீம் அலி குறிப்பிட்டுள்ளார். 1941 ஆகஸ்ட் மாதத்தில் புத்தகம் வெளிவந்தது. 1941 டிசம்பர் 3ஆம் நாள் நேரு சிறையிலிருந்து விடுதலையானார். இடைப்பட்ட இருந்த மூன்றுமாத காலகட்டத்தில் சலீம் அலி தனது புத்தகத்தில் நேருவிடமிருந்து கையொப்பம் பெற்றிருக்க வேண்டும்.

சின்கா எழுதிய 'இந்தியப் பறவைகள்' என்ற நூலிற்கு 1959இல் இந்திரா காந்தி முன்னுரை எழுதினார். அதில் சலீம் அலியின் ஆகச்சிறந்த நூலான 'இந்தியப் பறவைகள் பற்றிய புத்தகம்' தன்மீது ஏற்படுத்திய தாக்கம் குறித்து இந்திரா இவ்விதம் எழுதுகிறார்:[18]

டெக்ராடூன் சிறையிலிருந்து என் தந்தை அனுப்பியிருந்த டாக்டர் சலீம் அலியின் சிறந்த நூலை வாசிக்கும் வரை, 'அட எல்லாம் அறிந்ததுதானே' என அநேக இந்தியர்களைப் போலவே பறவைகள் பற்றிய எண்ணம் எனக்குமிருந்தது. அந்தப் புத்தகம் என் கண்களைத் திறந்தது. முற்றிலும் புதிய ஓர் உலகைக் கண்டேன். வாழ்வில் நான் எவ்வளவு இழந்திருக்கிறேன் என்பதை அப்போதுதான் உணர்ந்தேன்.

பறவை அவதானித்தல் – மனநிறைவு தரும் வசீகரமான ஒரு செயல்பாடாகும். வெவ்வேறு பறவையினங்களுக்கிடையே உள்ள வித்தியாசத்தை முதலில் கற்கிறோம். அதன் பின்னர் அவற்றின் கூடுகட்டும் பழக்கவழக்கங்களையும் அழைப்பொலிகளையும் பறவைகள் ஒவ்வொன்றும் தனித் தன்மையைக் கொண்டுள்ள சின்னஞ்சிறு தனிப்பிறவிகள்தான் என்பதையும் படிப்படியாக உணர்ந்துகொள்கிறோம்.

(. . .) நாம் கொடுத்துவைத்தவர்கள்; நமது நகரங்களிலும் பறவைகளைக் காணமுடிகிறது; அவைகளோடு வாழ முடிகிறது. வேறு நாடுகளிலோ பறவைகளைத் தேடிக் கிராமப் புறங்களுக்கு வெகுதூரம் போக வேண்டியிருக்கும்.'

23 ஆண்டுகளுக்குப் பிறகு பம்பாய் இயற்கை வரலாற்றுச் சங்கத்தின் நூற்றாண்டு விழா உரையில் பாம்பு மற்றும் பிற விலங்குகளில் ஆர்வம்கொண்டிருந்த தனது தாய்மாமா தன் வாழ்வில் ஏற்படுத்திய தாக்கம் குறித்து இந்திரா குறிப்பிட்டார். அதே உரையில் சலீம் அலியில் நூல் பற்றி மீண்டும் நினைவுகூர்ந்தார்.

'டாக்டர் சலீம் அலியின் இந்தியப் பறவைகள் பற்றிய புத்தகமும் ப்ரேட்டர் எழுதிய இந்திய விலங்குகள் குறித்த புத்தகமும் பல இந்தியரிடம் ஒரு புதிய உலகையே திறந்துவிட்டது. விலங்குகளை எப்போதுமே நேசித்து வருபவள் நான். நைனி சிறைச்சாலைக்குச் செல்லும்வரை பறவைகள் குறித்த எனது அறிவு மிகவும் சொற்பம். பறவைகளிடமிருந்து விலகி உயரமான மதில் சுவர்களால் சூழப்பட்டுச் சிறையில் அடைபட்டிருந்தபோது முதன்முறையாகப் பறவைகளின் பாடலைக் கவனித்துக் கேட்டேன். அவற்றின் ஒலியை மனத்தில் குறித்துக்கொண்டேன். சிறையிலிருந்து விடுதலையான பின் என் தந்தை டாக்டர் சலீம் அலியின் புத்தகத்தை அனுப்பிவைத்தார். அந்தப் புத்தகத்திலிருந்து அந்தப் பறவைகளை அடையாளம் கண்டுகொள்ள முடிந்தது.'

௸

செப்டம்பர் 22இலிருந்து 1943 மே 13வரை அலகாபாத்திலுள்ள நைனி மத்தியச் சிறையில் இந்திரா காந்தி அடைக்கப்பட்டிருந்தார். பறவைகள் அவதானித்தல் மீதான வாழ்நாள் ஆர்வத்தை அங்குதான் வளர்த்துக்கொண்டார். 1943 ஏப்ரல் மாதத்திற்கும் 1945 மே மாதத்திற்கும் இடையே மரங்கள், பறவைகள் மீதான தனது ஆர்வம்பற்றி ஜவர்கர்லால் நேருவுக்கு 11 கடிதங்கள் எழுதினார். அவரது ஆளுமையின் அதிக கவனம்பெறாத ஒரு பகுதியை வெளிப்படுத்தும் அக்கடிதங்கள் ஒவ்வொன்றும் பேரானந்தம் தருபவை.

அகமத்நகர் சிறைச்சாலையிலிருந்த தனது தந்தைக்கு மார்ச் 23ஆம் நாள் நைனி சிறைச்சாலையிலிருந்து இந்திரா காந்தி எழுதிய கடிதம்:

"(. . .) மூன்று நிழல் தரும் மரங்கள்தாம் இங்கே உள்ளன. முண்டுமுடிச்சுக்கள் திருகல்கள் கொண்ட வயதான வேப்பமரம் அவற்றில் ஒன்று. சமீபத்தில் ஒருநாள் அது

மிகப்பெரும் சத்தத்துடன் தொபீரெனக் கீழே விழுந்துவிட்டது. மிக வலுவாக இருப்பதாகத் தோன்றிய அந்த மரம் இன்னும் பல ஆண்டுகள் வாழும் என்றே எவரும் நினைத்திருப்பர். அதன் வேர்கள் அனைத்தையும் வெள்ளை எறும்புகள் அரித்துத் தின்றிருந்தன. மரத்தின் நடுப்பகுதிவரை சிதைந்து பொடிப்பொடியாய் உதிர்ந்திருந்தது. கீழே விழுந்து மண்ணில் கிடந்தபோதிலும் மரத்தின் கிளைகள் ஒவ்வொன்றும் தனது கம்பீரத்தை இழக்கவில்லை. கொஞ்சமும் தாமதிக்காமல் விறகுகளாய் வெட்டப்பட்டு எரிப்பதற்காக அவை எடுத்துச் செல்லப்பட்டன. மீந்து கிடந்தது ஒரு மரத் துண்டுதான். உங்களுக்கு நினைவிருக்கிறதா –

முரட்டுக் கரடி

பற்றி இழுக்குமென நாம் பயந்தோம்

இப்போது அது ஒரு கம்பளி.

பறவைகள் பற்றிய மிகத் தெளிவான சித்திரங்களை மகள் தந்தைக்கு எழுதிய மற்றொரு கடிதம் (1943 ஏப்ரல் 6) விவரிக்கிறது.

இரவு நேரத்தில் வருகை புரிவோர் பலர். அவற்றுள் கொஞ்சமும் பிடிக்காதது பார்த்தலோமிவ் வவ்வால். தீரமிக்க அந்தக் காலத்துப் போர் வீரப் பெருந்தகைகள் தங்களின் போர்வாளுக்குப் பெயர் சூட்டிக்கொள்ளும் வழக்கமிருந்தது. வசீகரமான அந்த வழக்கத்தைப் பின்பற்றி இங்குவரும் அனைத்து விலங்குகளுக்கும் புழுப்பூச்சிகளுக்கும் பற்பல உயிரினங்களுக்கும் பெயர் வைத்துள்ளேன். இரவு நேரத்துப் பார்வையாளர்களில் மின்டோ & மார்லி பழுப்பு நிற எலிகள் (அவைகளின் முன்னோரான மாண்டேகு, மெஹிட்டாபெல் பூனையால் கொல்லப்பட்டது.) மெஹிட்டாபெல்லின் கணவன் மர்மாட்யூக். தோற்றத்தில் குறிப்பிடும்படி மிஸ்டர் க்ளாட்ஸ்டோனை ஒப்புமை கொண்டிருந்தாலும் மர்மாட்யூக் அழகேயில்லாத அலைந்து திரியும் கோழை. அவன் இரவுநேரத்தில்தான் வருவான். மெஹிட்டாபெல் மிக அழகானவள். அவளும் அவளது குட்டிகளான கன்ஹையா மோத்தி, பார்வதி இருவரும் எங்களது சகாக்களாவர்.

சிறைக் கைதிகளாக இருக்கும் முக்கிய அரசியல் பிரமுகர்களுக்கு வரும் ஒவ்வொரு கடிதமும் ஆங்கிலேயத் தணிக்கைக் குழுவால் பரிசோதிக்கப்படும். அதன் பிறகே அது அவரவருக்கு அனுப்பப் படும். அப்போதிருந்த முன்னணி ஆங்கில அரசியல்வாதிகளை மறைமுகமாகச் சுட்டும் வரிகள்கொண்ட இந்திரா காந்தியின்

கடிதம் குழுவின் கண்களுக்குத் தப்பி எவ்விதம் அனுமதிக்கப் பட்டது என்பது வியப்புக்குரியது. இந்திரா காந்தி அவர்களைச் சித்தரித்துள்ள விதத்தை எண்ணிப் புன்னகையுடன் சரி போகட்டுமெனவிட்டிருக்கலாம்.

சிறையிலிருந்து விடுதலையடைவதற்கு 19 நாட்களுக்கு முன்னர் இயற்கை மற்றும் எண்ணிலடங்கா அதன் வடிவங்கள் மீதான தனது ஈடுபாடு குறித்து அவர் மீண்டும் தன் தந்தைக்கு எழுதினார். எழுதியவரின் ஆளுமையை அது வெளிப்படுத்துவதால் அக்கடிதத்தை விரிவாக மேற்கோள் காட்டுவது பயனுள்ளதாக இருக்கும்.

> ‘எங்கள் வீட்டிற்கு வெளியே முற்றத்தில் ஓர் அரசமரம் உள்ளது. மனித அங்கீகாரம், பாராட்டுகளைச் சார்ந்திருக்குமேயானால் எப்போதோ அது வாடி உலர்ந்திருக்கும். ஆனால் அந்த மரமோ நமது ஏளனத்தைச் சற்றும் பொருட்படுத்தாமல் தனது போக்கிலேயேக் கம்பீரமாய்ப் போய்க்கொண்டிருக்கிறது. மரத்திற்கு வயதாகிவிட்டது. சென்ற ஆண்டு ஆடையாய் அதனை மூடியிருந்த கொஞ்சநஞ்ச மரப்பட்டைகளும் இப்போது பங்குனி பிறந்து விட்டபடியால் உதிரத்தொடங்கி விட்டன. அதனால் மொட்டையாகி நிற்கும் அதன் பெரிய கிளைகள் அஸ்தமனச் சூரியனின் மகத்தான இளஞ்சிவப்பு ஒளியை ஆடையாய் உடுத்தியிருக்கின்றன. கிளைகளில் மெல்லப் பரவும் ஆழ்ந்த சிவப்பு, நாணத்தில் முகம் சிவக்கும் தோற்றத்தை அவற்றுக்குத் தருகிறது. பேரழகின் பெரும் அதிசயம்! உயரமான சுவர்களின் மேல்விளிம்புகளுக்கு அப்பால் சில இலுப்பை மரங்களின் கிளை உச்சிகள் அசைவது துணுக்குக்காட்சியாய் தெரிகிறது. புண்பட்ட கண்களுக்கு இது ஒரு வலி நிவாரணி.
>
> அழகியவை அழகான பிறவற்றையே ஈர்க்கின்றன. பறவைகளைப் பார்ப்பதற்கான ஒரே வாய்ப்பை நமக்குத் தருவது ஏகாந்தமாய் நிற்கும் இந்த அரசமரம் ஒன்றே. இது தவிர குருவிகள், காகங்கள், சிலம்பன் (தவிட்டுக் குருவி), புறாக்கள், மட்டுமீறி ரவுடித்தனம் செய்யும் கிளிகள் ஆகியவை அந்த மரத்தை நிறைத்திருக்கின்றன. ஒரு பறவையின் ஒலி கேட்டதும் அதைப் பார்க்க ஓடோடிச் செல்லும் நேரத்திற்குள் அது வானில் பறந்து மறைவதையே ஒருவர் காணமுடியும். நாம் பார்க்க முடியாதபடி துரதிருஷ்டவசமாக அந்த அரச மரம் சிறிது தூரம் தள்ளி நிற்கிறது. இவ்விதமாக அந்த அபூர்வப் பறவையைக் கவனிக்கத் தவறிவிட்டேன். இன்று மாலையில் இது நிகழ்ந்தது: சீட்டியடிக்கும் நடுநடுங்கும்

குரலில் அது பாடிக்கொண்டிருந்தது. மரத்தின் எந்தப் பகுதியிலிருந்து சத்தம் (உயரமான சுவர்களில் மோதி, முன்னும் பின்னும் எதிரொலிக்கும் பறவைச்சத்தம்) வருகிறதென அறிந்துகொள்ள ஒரு சில நொடிகளானது. உடனே ஓடி மரத்தடியில் நின்று அண்ணாந்து பார்த்த கணத்தில் மேலும் அதிகச் சத்தத்துடன் விசிலடித்து உயரப் பறந்தது பறவை. திடமான வண்ணத்தில் வால், மலைக்க வைக்கும் நீல நிறம், பழுப்பு நிற வளைந்த அலகு இவை மட்டுமே கண்ணில் பட்டன. அது என்ன பறவை என எனக்குக் கூறுவீர்களா?

மெஹிட்டாபெல் பூனையின் நடத்தை மிகவும் மோசமாகிக் கொண்டுவருகிறது. புறாக்களையும் குருவிகளையும் கவ்விப் பிடித்து விழுங்கியவாறிருக்கிறாள். சமீபத்தில் மேலும் சில குட்டிகள் போட்டிருக்கிறாள். கஸ்பெர்த் பூரான் குடும்பம் எங்கள் வீட்டின் சமீபத்திய வரவு.

நைனி சிறைச் சாலையில் இந்திராவுடன் ஒரே அறையில் இருந்தவர் நோரா. 'வெள்ளையனே வெளியேறு' இயக்கத்தின் நாயகி அருணா ஆசஃப் அலியின் சகோதரியான பூர்ணிமா பானர்ஜியின் செல்லப் பெயர் நோரா. சொந்த ஊர் அலகாபாத். பின்நாளில் அரசமைப்புச் சட்டப் பேரவை உறுப்பினரானார். ஆனால் 1950இல் இளமையிலேயே காலமானார். 1943 ஜூலை 14இல் பஞ்ஜ்கனியிலிருந்து தன் தந்தைக்கு இந்திரா எழுதிய கடிதம்:

'ஒரு சிறிய பறவை எனது ஆவலைப் பெருமளவு தூண்டுகிறது. சளசளவெனப் பிதற்றிக்கொண்டிருக்கும் பஞ்ஜ்கனியிலுள்ள பிற பறவைகளைப் போலல்லாது இந்தப் பறவை மட்டும் 'ஃபெர்டி ஃபெர்டி' 'ட்வீட் ட்வீட்' எனத் துடுக்காகப் பள்ளிச் சிறுவனைப் போலக் கூவித்திரிகிறது. துணுக்குக் காட்சியாகவேனும் அது இன்னும் என் கண்ணுக்குப் படவில்லை.

மூன்று நாட்களுக்குப் பிறகு பஞ்ஜ்கனியிலிருந்தே தன் தந்தைக்கு மீண்டும் எழுதினார். சிறையிலிருந்து விடுதலையாகித் தன்னைக் காணவரும் கணவருக்காக[19] ஓர் அறையைச் சுத்தம் செய்துகொண்டிருக்கையில், இந்தியாவில் பொதுவாகக் காணப்படும் பறவைகள் பற்றிய புத்தகம் ஒன்றினை அங்கே பார்த்ததாக அந்தக் கடிதத்தில் குறிப்பிட்டிருந்தார்:

அந்த நூலில் பறவைகளின் படங்களிருந்தன. அவற்றைப் பார்த்துக்கொண்டிருந்தபோது மூன்று நாட்களுக்கு முன்பு

பார்த்த ஃபெர்டி பறவை நினைவுக்கு வந்தது. அது சாம்பல் நிறச் சிறுபறவையா அல்லது கொட்டைகளை உண்டு வாழும் வேறுவகைப் பறவையா எனச் சந்தேகம் வந்தது. அந்தக் கணத்தில் கருமைநிறத் தலையும் சாம்பல்நிற உடலும் கொண்ட ஒரு பறவை ஒலி எழுப்பியவாறே பறந்து வெளியே செல்வதைத் துணுக்குக் காட்சியாய்க் கண்டேன். மீண்டும் அந்தப் பறவை ஒலி எழுப்பவே ஓடிப் போய்ப் பார்த்தேன். அதன் வாலின் கீழுள்ள பகுதியில் சிவப்பு நிற பட்டையிருந்தது. அதனால் அது நிச்சயம் புல்புல் பறவையாகத்தான் இருக்கமுடியும் எனச் சிலர் கூறுகின்றனர். புத்தகத்தில் பற்பல பறவைகளின் படங்கள் இருந்தன. அந்தப் படங்களின் உதவியால் இன்னொரு பறவையை அடையாளம் காண முடிந்தது. நைனியில் நானும் நோராவும் பார்த்த அதே பழுப்புநிற அழகிய பறவைதான் அது – வெண்ணுடல் கொண்ட மீன்கொத்திப் பறவை.'

ஏறத்தாழ இரண்டு மாதங்களுக்குப் பிறகு இந்திரா காந்தி சுவிட்சர்லாந்தில் மருத்துவச் சிகிச்சை பெற்றுக்கொண்டிருந்தபோது அகதா ஹாரிசன் தன்னுடன் இருந்ததாக நேருவுக்கு எழுதிய கடிதத்தில் (1943 செப்டம்பர் 13) குறிப்பிட்டிருந்தார். அந்தக் கடிதத்தை இவ்விதம் நிறைவுசெய்திருந்தார்:

பறவை அவதானித்தல் தொடர்பாக: இரண்டு பார்வையாளர்கள் (பறவைகள்) வழக்கமாக இங்கே வருகை தருகிறார்கள். விரைவிலேயே அவர்களை நண்பர்களாக்கிக் கொள்வேன். அழகிய மாங்குயில் ஒன்று. சுறுசுறுப்பான குட்டிக் கருஞ்சிட்டு மற்றொன்று. நீலநிற ஐரோப்பியப் பறவைகளும் ஏராளமாய் இங்குள்ளன. குட்டி மதியத் தூக்கத்துக்குத் தயாராகிக்கொண்டிருக்கும் இந்த வேளையில் – டக் டக் டக், செம்மார்டிக் கூக்குருவான் பறவையின் அழைப்பொலி கேட்கிறது. ஆனால் அதை இன்னும் பார்க்கவில்லை.

ஒரு பறவையைப் பார்க்கையில் அல்லது ஒரு பறவையும் கண்ணில் படாதபோதும் இந்திரா காந்தியின் மனத்தில் நேரு வருவதுண்டு. தந்தைக்கும் மகளுக்குமிடையே அடிக்கடி பிரிவு நிகழ்ந்தது. பிரிவின் இடைவெளியும் நீண்டதாய் இருந்தது. அவர்களின் உணர்வுலகை இது பாதிக்கத் தொடங்கியது. பிரிவுஏக்கம் துன்புறுத்தியது. ஒரு மாதத்திற்குப் பிறகு தந்தைக்கு எழுதிய கடிதத்தில் இதனைக் குறிப்பிட்டிருந்தார் இந்திரா:[20]

சில சமயங்களில் ஒரு புதிய பறவையையோ அல்லது புதிதாக வேறு எதையோ பார்த்தால் உடனடியாக உங்களை

அழைத்து அதைக் காட்ட மனம் பரபரக்கும். அந்தச் சமயத்தில் நீங்கள் இந்தியாவில் வேறெங்கோ இருப்பீர்கள்; நிச்சயமாக ஆனந்தபவனில் இருக்கமாட்டீர்கள் என்பது பின்னர் நினைவுக்கு வரும்.'

21.10.1943 தேதியிட்ட மற்றொரு கடிதத்தில் தனது தினசரி அலுவல்களை விவரிக்கிறார். அத்துடன் நேரு இல்லாத சமயத்தில் ஆனந்தபவன் நேர்த்தியாக ஒழுங்குபடுத்தப்படும் விசயத்தையும் அதில் பதிவு செய்கிறார்:

குளிர்காலப் பறவைகள் உள்ளே வரத் தொடங்கிவிட்டன. ஒரு பாடும் பறவை தனது செந்நிற வாலுடன் ஓடுவதை நேற்று பார்த்தேன். என்னமாய் வாலாட்டுகிறான்? வேடிக்கையான குட்டிப் பயல்தான். எண்ணெயிடாத சைக்கிள் சக்கரத்தைப்போலக் கீச்சொலி எழுப்புகிறான். ஒரு கீச்சொலிக்கும் மற்றொன்றுக்குமிடையே சிறு நிறுத்தம்; அந்த இடைவெளியில் சைக்கிள் சக்கரம் ஒரு தடவை சுற்றி வந்துவிடும். இன்று காலை ஒரு சுண்டெலியை வாயில் கவ்வியவாறு வந்த நீல அழகிக் குருவியொன்று நமது வீட்டுத் தாழ்வாரத்தில் வந்தமர்ந்து அதனை விழுங்கிற்று (...)

கர்ப்பிணியான இந்திரா. தன் இளைய அத்தையுடன் (தந்தை வழி) தங்குவதற்கு 1944 மார்ச் மாதக் கடைசி வாரத்தில் பம்பாய் வந்திருந்தார். ஓரிரு நாட்கள் மாதேரானில் தங்கியிருந்தார். அங்கிருந்து நேருவுக்கு எழுதிய கடிதம் (மார்ச் 28):

மிகமிக அமைதியான மாதேரான் எனக்குப் பிடித்தமான நகராகி வருகிறது. அடர்ந்த நிழல் படர்ந்த நிறையக் குட்டி மரங்கள். எங்கள் அறைக்குச் சற்று வெளியே வெள்ளை வால் புல்புல் பறவை தனக்காகக் கூடு கட்டியிருக்கிறது. வந்ததும் அதைக் கண்டுகொண்டேன். உற்சாகமாகப் அது பாடத் தொடங்கிற்று. எப்போதும் குறைபாடிக்கொண்டிருக்கும் இந்த ஆங்கிலேயக் கிழவன் ராஜாபாயிடம் 'பறக்கும்போதே ஈக்களைப் பிடித்துத் தின்னும் பறவை உட்பட எல்லாவித அற்புதப் பறவைகளும் இருக்கிருப்பதாகக்' கூறினான்.[21] அந்த பறக்கும்போதே ஈக்களைப் பிடித்துத் தின்னும் பறவையைக் காண மிகுந்த ஆவலுடன் இருக்கிறேன்.

அகமத்நகர் கோட்டைச் சிறையிலிருந்து பரேலி மத்தியச் சிறைக்கு 1945 மார்ச் 30 அன்று ஜவகர்லால் நேரு மாற்றப்பட்டார். அங்கு செல்லும் வழியில் நைனி மத்தியச் சிறையில் ஒருநாள் இருந்தார். அந்தச் சிறை வாசலில் இந்திரா தனது தந்தையைச் சற்று

கண்டார். இது உணர்ச்சிகரமான ஒரு கடிதத்தை மனங்கவரும் பின் குறிப்புடன் மார்ச் 31இல் அவரை எழுத வைத்தது.

கொஞ்சநேரம் தான் எனினும் உங்களைச் சந்தித்தது மிக அற்புதமான ஒன்று (...)

பின் குறிப்பு:

நேற்று நிலவொளியில் யமுனை நதியைப் பார்த்தீர்களா? சுவாரசியமான மைனாக் கூட்டங்கள் நமது அரசமரத்தை ஆக்கிரமித்திருக்கின்றன. இவைகளில் பைட் மைனா மிகவும் கம்பீரமானது. இந்தக் குட்டி மைனாக்கள்தாம் என்னமாய்ச் சத்தம் போடுகின்றன! ரோஜா நிற திண்டுவரி கோலக் குருவிகளும் இங்கிருக்கின்றன. இக்குருவிகளை முதன்முறையாக இப்போதுதான் பார்க்கிறேன். வருடத்தின் பெரும்பகுதியும் இவை மத்திய ஆசியாவில் வாழ்வதாகக் கூறுகின்றனர். அப்படியானால் அங்கே வலசை வருகின்றனவா? குளிர்காலத்தில் மட்டும் இந்தியாவுக்கு வருகை தருமோ? ஆச்சரியமாக இருக்கிறது.

வலசை போகும் – குறிப்பாக சைபீரியப் பெருங்கொக்குகளைப் பாதுகாப்பதில் இந்திரா மிகுந்த அக்கறை கொண்டிருந்தார். 1980களின் தொடக்கத்தில் பிரதமராக அவர் எடுத்த தொடர் நடவடிக்கைகள் இதனை வெளிப்படுத்தும்.

குழந்தைக்கு ஓயாத காய்ச்சல், புழுபூச்சிகள் கடித் தொல்லை ஆகியவற்றால் சில மாதங்கள் அவர் அலகாபாத்தில் மகிழ்ச்சியற்று இருக்க நேர்ந்தது. இதிலிருந்து தப்பிக்க 1945 மே மாதத் தொடக்கத்தில் காஷ்மீர் சென்றார் இந்திரா. மே 19இல் தனது தந்தைக்கு எழுதிய கடிதத்தில்:

தூசு அடர்ந்த சாலைகளும் சுட்டெரிக்கும் வெயிலு மான வறண்ட சமவெளியிலிருந்து இங்கே வந்திருக்கிறேன். கண்ணுக்கெட்டிய தூரம் வரை பசுமை, தூய்மை, குளுமை (...)

காகங்களில்லை... சளசளக்கும் சத்தமில்லை... இதுவே பாதி ஆனந்தம். மைனாக்கள் இருக்கின்றன. ஆனால் இவை சமவெளி மைனாக்கள் போல் ஓயாமல் சத்தம்போடுவ தில்லை. புல்புல் பறவைகள், கீச்சான் குருவிகள், தங்கநிற மாங்குயில்கள், விதவிதமான சின்னஞ்சிறு பறவைகள்தாம் தோட்டத்தில் எப்போதுமிருப்பவை. என்ன அற்புத மான உயிரினங்கள்! அரச வேதி வால் குருவி (பறக்கும்

ஜெயராம் ரமேஷ்

போதே ஈக்களைப் பிடித்துத் தின்னும் பறவை) இங்கே அதிகமிருக்கின்றனவாம்! உண்மையிலேயே அது சுவர்க்கத்துப் பறவைதான். அதனைப் பார்க்க ஏங்கிக்கொண்டிருக்கிறேன்.

ஙு

1940களின் மத்தியிலேயே பறவைகள் பற்றிய அறிவு கொண்டவராகவும் மரங்களை மிகவும் நேசிப்பவராகவும் இந்திரா உருவாகியிருந்தார் என்பது தெளிவு. படித்த புத்தகங்கள், கல்வி பயின்ற பள்ளிக்கூடங்கள், நெருக்கமான மனிதர்கள், விடுமுறையைக் கழித்த இடங்கள் ஆகிய அனைத்தும் இயற்கைமீது சிறப்பான நேசம் கொள்ள இந்திரா காந்திக்கு உதவின. 1966 ஜனவரியில் இந்திரா காந்தி பிரதமரானபோது இது மேலும் வளர இருந்தது. ஆனால் அதற்கும் முன்பாகப் பிரதமராக இருந்த தனது தந்தை நேருவுடன் 14 ஆண்டுகள் தோழமை கொண்டிருந்தார். இந்தக் காலகட்டத்தை இனி விவரிக்க இருக்கிறேன்.

குறிப்புகள்

1. (தற்போது பயன்படுத்தப்படும்) கிரிகோரியன் காலண்டரால் கணக்கிடப்படுகிறது.
2. இந்தக் கடிதங்களில் 80 விழுக்காடு 1922க்கும் 1947க்கும் இடையே எழுதப்பட்டவை ஆகும்.
3. இந்த வாசகமும் அதன் பின்னர் விவரித்தவையும் எஸ். கோபால் எழுதியவை.
4. *'Two Alone, Two Together'* என்ற பெபயரில் இரண்டு புத்தகங்கள் உள்ளன. இரண்டுமே சோனியாவால் தொகுக்கப்பட்டவை. 1940லிருந்து 1964ஆண்டு வரையிலான கடிதங்கள் அடங்கிய முதல் புத்தகம் *Hodder & Stutghton* பதிப்பகத்தால் 1989இல் பதிக்கப்பட்டது. 1922இலிருந்து 1964ஆம் ஆண்டு வரையிலான கடிதங்கள் அடங்கிய தொகுப்பு பெங்குயினால் 2004இல் பதிக்கப்பட்டது. பெங்குயின் பதிப்பித்த இந்தக் கடிதங்களில் அனேகமாக அனைத்தையும் இந்தப் புத்தகத்திற்காகப் பயன்படுத்தியுள்ளேன்.
5. இந்திரா காந்தியைக் குறைவாக மதிப்பிடும் போக்கு பரவலாகக் காணப்படுகிறது. *'Two Alone Two Together'* புத்தகத்தை வாசித்தபின் கீழோரிடத்து அருள்பாலிப்பது போன்ற தன்மையை விட்டுவிடுவர். என சாரதா பிரசாத் குறிப்பிடுகிறார். H.Y. Sharada Prasad, *The Book I Won't Be Writing and Other Essays (2003)*

6. ஜே.ஆர். டேவிஸ் இந்திரா காந்தியிடம் அவர் சிந்தனையை வடிவமைத்த புத்தகங்கள் பற்றிக் கடிதத்தில் கேட்டார். அவருக்கு 1972 செப்டம்பர் 24இல் பதில் எழுதினார். ராமாயணமும் மகாபாரதமும் நிலையான தாக்கத்தை ஏற்படுத்தியவை எனக் குறிப்பிட்டார். அது மட்டுமல்லாது ஜோன் ஆஃப் ஆர்க், வில்லியம் டெல், கரிபால்டி, ஜூஆடெஸ் போன்றோர் பற்றிய நூல்களையும் ஆஸ்கர் ஒயில்ட், விக்டர் ஹூயூகோ ஆகியோரின் படைப்புகளையும் தாகூரின் கவிதைகளையும் குறிப்பிட்டார்.

7. இந்திரா காந்தி நினைவு அறக்கட்டளை (1985). கொலை செய்யப்படுவதற்கு முன்பு நெருங்கிய தோழியான புபுல் ஜெயக்கர் இந்திரா காந்தியின் பற்பல உரையாடல்களை டேப் ரிக்கார்டரில் பதிவு செய்திருந்தார். விரிவான அந்த உரையாடல் சில சமயங்களில் தத்துவரீதியான விசயங்களை யும் தொட்டுச் சென்றது. ஆனால் இந்திரா காந்தியின் இயற்கை மீதான நேசத்தைப் பற்றிய சம்பவங்களின் முக்கிய மான குறிப்புகள் அந்த உரையாடலில் இருந்தன.

8. டெக்ராடூன் சிறையிருந்து நேரு இந்திரா காந்திக்குக் கடிதம் எழுதியிருந்தார் (1933 ஏப்ரல் 4): (...) அதில் ‘நீ வேதியியல் பாடத்தை எடுத்துப் படித்து வருகிறாய் என்பதறிந்து மிகவும் மகிழ்ச்சி. கேம்ப்ரிட்ஜ் பட்டப்படிப்பில் வேதியியல் எனக்குச் சிறப்புப் பாடமாக இருந்தது. புவியியலும் தாவரவியலும் பிறபாடங்களாக இருந்தன.’ எனக் குறிப்பிடுகிறார்.

9. 1981 மார்ச் 5இல் இந்திரா எழுதியது: ‘பேராசிரியர் கவுல் வேதிப்பொருள் கலக்காமல் களர் மண்ணை (காரத்தன்மை கொண்ட மண்ணை) சீர் செய்யும் முறைகளை நடைமுறையில் நிருபித்துக் காட்டினார். எனவே அவரின் கருத்துக்கள் முக்கியத்துவம் தந்து கவனிக்கப்படவேண்டியவை.’

10. இந்திரா காந்தியால் எழுதப்பட்ட My Truth (Vision Books – 1982)’ என்ற புத்தகத்தில் இந்த நீண்ட உரையாடல்கள் பதிவு செய்யப்பட்டுள்ளன. 1983 ஆகஸ்ட் 23 அன்று டோரதி நார்மனுக்கு இந்திரா எழுதிய கடிதத்தில், ‘எனது உண்மை’ என்ற வேடிக்கையான பெயரில் மற்றொரு புத்தகம் வெளிவந்துள்ளது. அந்தப் புத்தகம் திரு. பவுச்படாஸூடனான எனது இரு நீண்ட நேர்காணல்களை அடிப்படையாகக் கொண்டது. நான் நிகழ்த்திய உரை, நேர்காணல்கள், ஏற்கனவே எழுதியவை ஆகியவற்றிலிருந்து சில பகுதிகளைத் தேர்வு செய்து அந்தப் புத்தகத்தில்

சேர்த்துள்ளார். நான் அறிந்தவரை அவை எனது எழுத்துக்கள்; ஆனால் புத்தகம் அவரால் கொண்டுவரப்பட்டுள்ளது. திரு. பவுச்படாஸ் இப்போது ஃப்ரான்சில் வாழ்கிறார்.' (நார்மன் 1985). இப்போது போர்டாக்ஸில் வசித்துவரும் திரு. பவுச்படாஸின் மகன் ஜேக்வஸ் பவுச்படாஸ் 2016 ஆகஸ்ட் 5இல் எனக்கு ஒரு மெயில் அனுப்பியிருந்தார். அதில் தனது தந்தையும் இந்திரா காந்தியும் 1938இல் பாரிஸில் சந்தித்துக்கொண்டதாகவும் பரஸ்பரம் ஒருவரையொருவர் நன்கு தெரியுமெனவும் என்னிடம் உறுதியாகத் தெரிவித்தார். டோக்கியாவிலுள்ள இந்தியத் தூதரகத்திலும் பின்னர் பாரிஸிலுள்ள யுனெஸ்கோவிலும் பணிபுரிந்தபோது பலமுறை அவர் இந்திரா காந்தியைச் சந்தித்துப் பேசுவதுண்டு. பிரெஞ்சு பத்திரிகையாளரான லூயி மொரான் இருவருக்குமே நெருங்கிய நண்பராவார்.

11. உமா தாஸ்குப்தாவுடன் (1982 ஏப்ரல் 12இல்) நேர்காணல். செய்தி ஒளிபரப்பு அமைச்சகம் (1986) வெளியிட்ட 'இந்திரா காந்தி : தேர்ந்தெடுக்கப்பட்ட உரைகளும் எழுத்தும். (தொகுப்பு – V 1982 – 84.)'

12. 1983 நவம்பர் 14 அன்று அகில இந்திய வானொலியில் உமா சக்பாஸ்ட்டிற்கு இந்திரா காந்தி (இந்தியில்) அளித்த பேட்டி. நேரு நினைவு நூலகம் மற்றும் அருங்காட்சியகம், கையெழுத்துப் பிரதிகள் பிரிவு, இதர சேகரிப்புக்கள்.

13. இறந்துபோகும் வரை வருடத்தில் இரண்டுமூன்று முறை குறைந்த சிலநாள் விடுமுறையில் இப்போது உத்தராகண்ட் என அழைக்கப்படும் மலைப்பகுதி, இமாசலப் பிரதேசம், எல்லாவற்றுக்கும் மேலாக காஷ்மீர் ஆகிய இடங்களுக்குச் செல்வதை இந்திரா காந்தி வழக்கமாகக் கொண்டிருந்தார்.

14. இந்திரா காந்தி நினைவு அறக்கட்டளை (1986).

15. இந்திரா காந்தி நினைவு அறக்கட்டளை (1986).

16. 1957ஆம் ஆண்டு இந்த அமைப்பு தொடங்கப்பட்டது. இந்திரா காந்தியின் நண்பரும் ஹோமி பாபாவின் சகோதரருமான ஜே.ஜே. பாபா அப்போது இதன் தலைவராக இருந்தார்.

17. Salim Ali. *The Fall of a Sparrow* (1985).

18. R.P.N. Sinha, *Our Birds* (1959) ஜவர்கர்லால் நேருவின் முன்னுரையுடன் வெளியான இந்தப் புத்தகம் 1958இல் இந்தியில் பதிப்பிக்கப்பட்டது.

19. ஃபெரோஸ் காந்தியை 1942 மார்ச் 26இல் இந்திரா திருமணம் செய்துகொண்டார். முதன்முதலில் இருவரும் சந்தித்துக்கொண்டபோது இந்திரா காந்தியின் வயது பதிமூன்று. இதுபற்றிய மகிழ்ச்சியான விபரங்களை திரு. குண்டெவியா தனது புத்தகத்தில் பதிவு செய்துள்ளார் (1992). 1930களில் சுவிட்சர்லாந்து, பிரான்சு, இங்கிலாந்து நாடுகளில் இருவரும் சேர்ந்து பொழுதைக் கழித்தனர். இசையை ரசித்துப் பாராட்டக் கற்றுத்தந்தவர் ஃபெரோஸ் எனவும் அவரே பிற இயந்திரக் கருவிகளை நேருவின் வீட்டிற்குக் கொண்டுவந்தாரெனவும் இந்திரா காந்தியே ஒத்துக்கொண்டுள்ளார்.

20. கடிதத்தில் தேதி குறிப்பிடப்படவில்லை.

21. நேருவின் கடைசிச் சகோதரி கிருஷ்ணாவின் கணவர் ராஜா ஹதீஸ்சிங்.

III. நேருவுடனிருந்த ஆண்டுகள்

இந்திரா காந்தியின் முழுவாழ்வும் முதல் இந்தியப் பிரதமரான நேருவையே மையம் கொண்டிருந்தது. அவரே ஒத்துக்கொண்ட உண்மை இது. அவர் சுயமாகச் சிந்திக்கவோ செயல்படவோ முடியாதவர் என்பதோ அல்லது தனக்கென்று திட்டங்கள் கொள்கைகள் எதுவுமில்லாதவர் என்பதோ அல்ல இதன் பொருள். குழந்தைகள் மீதும் சமூக நலத்தின்மீதும் மிகுந்த அக்கறை கொண்டிருந்தார் அவர். இந்தியாவிலும் வெளிநாடு களிலும் விரிவாகப் பயணம் மேற்கொண்டு மாற்றத்திற்குள்ளாகிவரும் ஒரு தேசம் பற்றித் தொடர்ந்து உரையாற்றியவாறிருந்தார். இயற்கையின் வேறுபட்ட வடிவங்களுடன் அவருக்கேயான அனுபவம் இருந்தது. 1950களின் மத்தியில் அவர் அரசியல் களமிறங்கியபோது, தன் தந்தையோடு இணைந்து பணியாற்றினாலும் தன்னால் அவரிலிருந்து மாறுபட்டு – அவரை மறுத்து அல்ல – செயல்படவும் முடியும் என்பதை அவர் வெளிப்படுத்தினார்.

இந்திரா காந்திக்கு இந்தக் காலகட்டம் கற்றுக் கொள்ளும் பயிற்சிக் காலகட்டமாக இருந்தது என்று சிலர் விவரிக்கின்றனர். தந்தை மகள் இருவருக்குமே இது நியாயம் சேர்ப்பதாகாது. மட்டுமல்லாது, இன்னும் பெரிதான வேறு ஏதோ

ஒன்றை அடைவதற்காக வேண்டுமென்றே இந்திரா காந்திக்குப் பயிற்சி தரப்பட்டது என்ற எண்ணத்தைத் தருவதால் இது தவறானதும் கூட. இந்தக் காலகட்டத்தின் இந்திரா காந்தியை மாளிகை எஜமானி, அலங்காரச் சாவிகொத்து வளையம் என்று குறிப்பிடுகின்றனர். அவரது பங்கு, செயல்பாடுகளுக்கு இதுவும் முழு நியாயம் சேர்ப்பதாகாது.

இந்தப் புத்தகத்தின் நோக்கத்திற்காக 1950இலிருந்து 1964 வரையிலான காலகட்டத்தை 'நேருவுடனிருந்த ஆண்டுகள்' என்று கூறலாம்.

ௐ

தீன்மூர்த்தி பவனில் புலியுடன் இந்திரா காந்தி: 1956-57

இந்திரா காந்தி 14 ஆண்டுகள் தீன்மூர்த்தி பவனில் வாழ்ந்தார். பிரதமரின் அலுவலகக் குடியிருப்பு வீடான அது 65 ஏக்கர் பரப்பளவுள்ள செழிப்பான பசுமை வளாகத்தில் இருந்தது. மயில்களும் பலவிதப் பறவைகளும் அங்கிருந்தன. பரந்து விரிந்த அந்த பங்களா காலனியக் காலகட்டத்தில் ஆங்கிலேயத் தலைமைத் தளபதிக்காகக் கட்டப்பட்டது. அப்பதவி வகித்தவர்கள் 1930இலிருந்து அங்கு வாழத் தொடங்கினர். 1948 ஜனவரி 30இல் மகாத்மா காந்தி படுகொலை செய்யப்பட்டார். அடுத்த இலக்கு (கொலை செய்யப்படுபவர்) நேருவாக இருக்கலாமோ என்ற கவலை இருந்தது. அதனால் அந்த பங்களாவுக்குச் செல்லும்படி அமைச்சரவை அவரை வற்புறுத்தியது. மனமில்லாமலேயே அதற்குச் சம்மதித்த நேரு, 1948 ஆகஸ்ட் 2இல் அங்கு சென்றார். லக்னோவிற்கும் புது தில்லிக்குமாக அதுவரை மாறிமாறிப் போய்வந்துகொண்டிருந்த இந்திரா, 1950இன் தொடக்கத்திலிருந்து அந்த வீட்டிலேயே முழுநேரமும் தந்தையுடன் சேர்ந்து வாழத் தொடங்கினார்.

ஏழு வருடங்கள் அந்த வீட்டிலிருந்த இந்திராவிற்கு அது ஒருவித சிறிய உயிரியல் பூங்காவாகப் பட்டது. அதனை இவ்விதம் விவரிக்கிறார்:

> நல்ல வகை வம்சாவளி நாய்களும் தெருக்களிலிருந்து மீட்கப்பட்ட, ஆனால், விசுவாசமுள்ள நாய்களும் எங்களிட மிருந்தன. கிளிகள், புறாக்கள், குருவிகள் மட்டுமல்லாமல் இந்தியச் சூழலில் வழக்கமாக காணப்படும் ஒவ்வொரு சின்னஞ்சிறிய பிராணியும் எங்களிடமிருந்தது. எல்லா வீட்டு வேலைகளுக்கு மத்தியிலும் அவைகளைக் கவனிப்பதில் வாழ்வை முழுமையாக உணர்ந்தோம். பாண்டாக் கரடிக் குட்டி ஒன்றை அஸ்ஸாமிலிருந்து பரிசாகப் பெற்றோம். அந்தக் கரடிக்குட்டிபற்றி அப்போது எங்களுக்கு எதுவும் தெரியாது. அகர்த்தலா தூதரக நூலகத்திலிருந்த இந்திய விலங்குகள் பற்றிய புத்தகத்திலிருந்துதான் அதுபற்றிய விவரங்களை அறிந்துகொண்டோம். (...) கொஞ்ச நாட்களுக்குப் பிறகு அந்தக் கரடிக்கு ஓர் இணை கிடைக்க ஏற்பாடு செய்தோம் ... இப்போது அவற்றுக்கு மிக அருமையான குட்டிகள் உள்ளன. அடைப்பிடத்திலேயே முதற் குட்டியை பிறக்கச் செய்ய வேண்டுமென கூறுகின்றனர். காலையிலும் மாலையிலும் இந்தக் பாண்டாக் கரடிக் குடும்பத்தை என் தந்தை பார்வையிடுவ துண்டு. ஊரில் இல்லாதபோது அவை அவரைத் தேடும்.
>
> இரண்டாண்டுகளுக்கு முன் மூன்று புலிக்குட்டிகள் முதன்முதலாய் எங்களிடம் வந்து சேர்ந்தன. பீம், பைரவ், ஹிடம்பா என்று அவைகளுக்குப் பெயரிட்டோம். அவற்றைக் கவனித்துப் பேணுவதுபற்றி எங்களுக்குக் கற்றுத்தர லக்னோ உயிரியல் பூங்காவிலிருந்து ஒருவன் வந்தான். சில மாதங்களுக்குப் பிறகு அந்தப் புலிக்குட்டிகளை லக்னோ உயிரியல் பூங்காவிற்கு அனுப்பிவைத்தோம். பீமையும் ஹிடம்பாவையும் இப்போது அங்கு காணலாம். வலிமை யிலும் நேர்த்தியிலும் அலையலையாய் சுருளும் அற்புதமான தசைகள் கொண்ட அழகிய விலங்குகள் அவை. மார்ஷல் டிட்டோ ஒரு குட்டி வேண்டுமென எங்களிடம் கேட்டார். அதனால் பைரவ் இப்போது பெல்கிரேடில்.[1]

ஒ

ராஜஸ்தானில் பரத்பூரிலுள்ள கேவ்லாதேவ் கானா பறவைச் சரணாலயம் (பரத்பூர் பறவைச் சரணாலயம்) பின்நாட்களில் பிரதமராக வரவிருந்த இந்திரா காந்தியின் வாழ்வில் முக்கியப் பங்காற்ற இருந்தது. ஆனால் அந்தப் பறவைச் சரணாலயம் 1950களிலேயே நேருவுக்குக் கவலை தரத் தொடங்கிற்று. தனது

முதன்மைத் தனிச் செயலருக்கு நேர் பதிவு செய்திருந்த குறிப்பு இது (1953 செப்டம்பர் 8):

'திரு. ஹொரேஸ் அலெக்ஸாந்தர் (Horace Alexander) ஆங்கிலேயர். உலகின் தலைசிறந்த பறவையியலாளர்களில் ஒருவர். வாழ்க்கை முழுவதும் பறவை அவதானிப்பில் அர்ப்பணிப்புடன் ஈடுபாடு கொண்டவர். பறவைகள் பாதுகாப்பு, பறவை அவதானிப்பு தொடர்பான இருபதாம் நூற்றாண்டின் அனைத்து இயக்கங்களிலும் முன்னிலை வகித்தவர். இன்று அவர் என்னைப் பார்க்க வந்திருந்தார். பரத்பூரில் பிரபலமான ஒரு பறவை (கொக்குகளுக்கான) சரணாலயம் இருப்பதாகத் தெரிவித்தார். அதனைக் காண நேரிலேயே அங்கு சென்றார். ஆனால் அங்கே கொக்குகள் இல்லை. அந்த இடம் வெறிச்சோடிக் கிடந்தது. தங்கள் தினசரிப் பழக்கவழங்களைத் தொடரமுடியாத அளவு அவற்றிற்கு ஏதோ நேர்ந்துவிட்டது. பறவைகளை வேண்டுமென்றே வரவிடாமல் சிலர் தடுப்பதான சந்தேகமு மிருந்தது, சரணாலயத்திற்கு வர வேண்டிய நீர் வேறு எங்காவது திருப்பி விடப்பட்டிருக்கலாம்.

2. இந்த விசயத்தில் கவனம் செலுத்தும்படி ராஜஸ்தான் அரசாங்கமும் வனத்துறைக் கண்காணிப்பாளரும் கேட்டுக் கொள்ளப்பட்டுள்ளனர். திரு. ஹொரேஸ் அலெக்சாந்தரின் குறிப்பை இத்துடன் இணைத்துள்ளேன்.

3. இதுகுறித்து ராஜஸ்தான் அரசாங்கத்திற்கும் உணவு மற்றும் விவசாய அமைச்சகத்திற்கும் நீங்கள் எழுத வேண்டும். அவர்கள் உரிய முக்கியத்துவம் இதற்குத் தராதிருக்கலாம். அப்படியானால் அது சோகம். இந்தப் பறவைகள் சரணாலயம் அழிந்துவிடும். பறவைகள் வேறு இடங்களுக்குச் சென்றுவிடும். பறவைகள் சரணாலயம் என இதனை ராஜஸ்தான் அரசாங்கம் அதிகாரபூர்வமாக அறிவித்திருக் கிறது. சரியாகப் பராமரித்தால் மட்டுமே அது பறவைகள் சரணாலயமாக நீடித்திருக்கும். நாம் இதற்கு முக்கியத்துவம் அளித்துள்ளோம் என்பதை உணரும் விதமாக ராஜஸ்தான் அரசாங்கத்திற்கும் உணவு மற்றும் விவசாய அமைச்சகத் திற்கும் நீங்கள் எழுத வேண்டுமெனக் கேட்டுக்கொள்கிறேன்.

பறவைகளை நேசிக்கும் தனது மகளிடம் பரத்பூர் சரணாலயம் பற்றி நேரு நிச்சயம் பேசியிருப்பார். ஆனால் இதற்கு எழுத்துப்பூர்வமான சான்றுகள் எதுவும் எனக்குக் கிடைக்கவில்லை. 23 ஆண்டுகளுக்குப் பிறகு நீர்வாழ் பறவைகளின் இந்தச் சரணாலயத்திற்கு இந்திரா காந்தி தனது குடும்பத்துடன் சென்றார். 1982இல் தேசியப் பூங்கா

என்று அதிகாரபூர்வமாக அறிவித்து சட்ட, நிர்வாக ரீதியில் சரணாலயத்திற்கு உச்சகட்டப் பாதுகாப்பினை உறுதி செய்தார்.

ௐ

1950 ஏப்ரல் 23இல் தானே கைப்பட எழுதிய மூன்று பக்கக் கடிதத்தை ஹொரேஸ் அலெக்ஸாந்தருக்கு இந்திரா காந்தி அனுப்பினார். முந்தைய வாரங்களில் நிகழ்ந்தவைபற்றி அதில் சுருக்கமாகக் குறிப்பிட்டிருந்தார்.

> 'கடுமையான வேலைச் சுமை. எனக்கு ஃப்ளூ காய்ச்சல் வேறு. வயிற்றுப் போக்கால் மகன் படுத்த படுக்கையாய்க் கிடக்கிறான். மட்டுமல்லாது, டெக்ராடூனுக்குச் செல்ல வேண்டிய சூழ்நிலை வேறு. நேற்று மாலைதான் டெக்ராடூனிலிருந்து தில்லி திரும்பினேன். அதனால் பறவை அவதானிப்பு முதலான அனைத்தையும் இழக்க வேண்டியதானது.

சில நாட்களுக்குப் பிறகு தில்லி பறவை அவதானிப்புச் சங்கம் (Delhi Bird Watching Society) உருவானது.[2] இதுபற்றிய அறிவிப்பு தில்லி பறவை அவதானிப்புச் சங்கத்தின் 1950 டிசம்பர் இதழில் வெளியானது. தில்லோன் ரிப்ளே[3] பற்றிய குறிப்பும் இந்த அறிவிப்பில் சேர்க்கப்பட்டிருந்தது.

அறிவிப்பு

தில்லி பறவை அவதானிப்புச் சங்கம்

1950ஆம் ஆண்டுத் தொடக்கத்தில் தில்லி பறவை அவதானிப்புச் சங்கம் உருவானது. தலைநகரிலும் அதைச் சுற்றியுள்ள பகுதிகளிலும் பறவைகள் குறித்த ஆய்வை ஊக்குவிப்பதே இந்தச் சங்கத்தின் முக்கிய நோக்கமாகும். பறவைகள் வழக்கமாக வரும் உள்ளூரிலுள்ள இடங்களைச் சுற்றிப்பார்ப்பதற்கு மாதத்தில் ஓரிரு முறை ஏற்பாடு செய்யப்பட்டிருக்கிறது. சங்கத்தின் சார்பில் பிரதமர் இல்லத்தில் ஏற்பாடு செய்யப்பட்டிருந்த முதல் விரிவுரை 'நேபாள பறவைகள்' பற்றியதாகும். டாக்டர் தில்லோன் ரிப்ளே 1950 ஆகஸ்ட் 7இல் உரை நிகழ்த்தினார். பறவை நுண் ஆர்வலர்கள் ஐம்பதுபேர் கூட்டத்தில் கலந்துகொண்டனர்.

சங்கத்தின் தற்போதைய அதிகாரிகள்:

Mr Horace Alexander (Chairman); Captain H C Ranald, R.N. (Hon Treasurer); Mrs W F Rivers (Hon Secretary);

Mrs Indira Gandhi, Mr F C Badhwar, Rev. J Bishop, Mr C J L Stokoe and Maj-Gen H Williams (Committee Members)

As Mrs Rivers is leaving Delhi her place to Hon Secretary is to be taken by Mr L J Wallach

இயற்கைமீதான இந்திரா காந்தியின் ஈடுபாடு பற்றி நேரு உணராமலில்லை. இந்தியக் கானுயிர்க் கழகத்தின் உறுப்பினரும் இயற்கையியல் துறையில் பெருமதிப்பிற்குரியவருமான ஆர்.எஸ். தர்மகுமார் சிங்ஜி 1955 ஜூலையில் 'சவுராஷ்ட்ராவின் பறவைகள்' என்ற நூலை நேருவுக்கு அனுப்பியிருந்தார். அவருக்கு நேரு எழுதிய பதில்:

> 'உங்கள் கடிதமும் புத்தகமும் கிடைத்தன. மிக்க நன்றி. நூல் நன்றாக வந்துள்ளது. பறவைகள் குறித்த ஆர்வம் இந்தியாவில் பெருகிவருவது மகிழ்ச்சி அளிக்கிறது. எனக்கு ஈடுபாடு உண்டு என்றாலும் – என்மகள் இந்திராவுக்கும் பறவைகள் மீது மேலதிக ஈடுபாடு உண்டு. இந்தப் புத்தகம் இருவருக்கும் மகிழ்ச்சி தரும். (அழுத்தம் ஆசிரியருடையது)

பறவைகள்மீது இந்திரா காந்தி கொண்டிருந்த ஈடுபாடு பற்றி நேரு மட்டுமல்லாது தீன்மூர்த்தி பவனுக்கு வருகை தருவோரும் நன்கறிந்திருந்தனர். முன்னாள் இங்கிலாந்துப் பிரதமரின் மகனும் ஆங்கிலேய அதிகார வர்க்கத்தின் முக்கியத் தூண்களில் ஒருவருமான மால்கம் மெக்டொனால்ட் 1955இல் இந்தியத் தூதுவராக அனுப்பப்பட்டார்; அவர் பறவை அவதானிப்பில் மிகுந்த ஆர்வமும் ஈடுபாடும் கொண்டவர். பிரதமர் இல்லத்துப் பூங்காவின் பின்பகுதியில் இந்திராவுடன் அமர்ந்து பறவைகளை அமைதியாகப் பார்த்துக் கொண்டிருப்பார்.⁴ 1958 ஜூன் 27இல் இந்திரா காந்தி அவருக்கு எழுதிய கடிதத்தில்:

> இயற்கை ஆய்வு சங்கத்தில் தாங்கள் அற்புதமாக உரையாற்றினீர்கள். அதன் தட்டச்சுநகல் கிடைத்தது. மிக்க நன்றி. அதிலுள்ள பறவைக் கதைகளை நாங்கள் மிகவும் ரசித்துப் படித்தோம்.
>
> மகாத்மாவின் வார்தா குடிலில் காதில் விழுந்த உரையாடலை உங்கள் கடிதத்தின் முதல் பகுதி நினைவூட்டிற்று. 'வாழ்க்கை உங்கள் வனங்களிலிருந்து வேகமாய் மறைந்துவருகிறது.' எனப் பேசும் குரல் கேட்டது. இது ஹொரேஸின் குரலாகவும் இருக்கலாம். அதற்கு காந்தி கூறிய பதில் 'ஆனால் வாழ்க்கை நமது நகரங்களில் அதிகரித்து வருகிறது.'⁶

எனக் குறிப்பிடுகிறார்.

1960இல் வெளிவந்த மால்கம் மெக்டொனால்டின் 'எனது இந்தியத் தோட்டத்துப் பறவைகள்' என்ற நூல் மிகச் சிறப்பான நூலாகப் புகழ் பெற்றதாகும். 1960 டிசம்பர் 15இல் மால்கம் மெக்டொனாலுக்கு நேரு கடிதம் எழுதினார்:

> தங்களின் கடிதமும் 'எனது இந்தியத் தோட்டத்துப் பறவைகள்' என்ற புதிய புத்தகமும் கிடைத்தன. மிக்க நன்றி. புத்தகத்திலுள்ள பறவைகளின் நிழற்படங்களைப் பார்த்தேன். அற்புதம்! உங்கள் புத்தகத்திற்கு நல்வரவு! புத்தகம் அனுப்பித் தந்தமைக்கு மிக்க நன்றி. யுனெஸ்கோ கூட்ட நிகழ்ச்சிகளில் கலந்துகொள்ள பாரிஸுக்குச் சென்ற இந்திரா காந்தி இன்னும் அங்கேயே இருக்கிறார். டிசம்பர் 18இல் திரும்பி வருவாரென எதிர்பார்க்கிறேன். *உங்கள் புத்தகத்தை இந்திராவிடம் சேர்ப்பிக்கிறேன்.* (அழுத்தம் ஆசிரியருடையது)

ஜூன் 27 1958இல் மால்கம் மெக்டொனால்டிற்கு இந்திரா காந்தி எழுதிய கடிதத்தின் ஒருபகுதி:

> இமய மலை ஏறும் மகளிர் பயணக் குழுவின் மூவர் நேற்று இங்கே வந்திருந்தனர்.[7] அவர்களோடு பேசிக்கொண் டிருந்தோம். மிக மகிழ்ச்சியாக இருந்தது. பல்வேறு வகை வரைபடங்களை என் தந்தை அவர்களுக்குக் காட்டினார். அவர்களுடன் தரை விரிப்பில் அமர்ந்து பேசிக்கொண் டிருந்தோம். மலையேறும் பயணத்தில் அவர்களோடு சேர்ந்து நாமும் சென்றிருக்கலாமோ என ஆழமாக உணர்ந்தேன். 'வித்தியாசமான வாழ்க்கை என்பது வேறுவேறு இடங் களில் வாழ்வதல்ல' என ஸ்டீஃபன் ஸ்பெண்டெர் மிகச் சரியாகவே கூறியுள்ளார். எனினும் வெளியே செல்லும் ஆர்வம் அவ்வப்போது ஒருவருக்கு வரத்தான் செய்கிறது.'

வெளியே பயணம் மேற்கொள்ளும் ஆர்வத்தால் தனது மகன்கள் ராஜீவ், சஞ்சய் இருவருடன் 1950களில் ஏறத்தாழ ஒவ்வொரு ஆண்டும் காஷ்மீர் சென்றார் இந்திரா. ஸ்ரீநகர் நாகின் ஏரியிலுள்ள படகு வீட்டிலிருந்து அவர் கடிதம் எழுதுகிறார். 1960 ஜூன் 18இல் தன் தந்தைக்கு எழுதிய கடிதத்தில் இப்படி எழுதுகிறார்:

> இங்கு வந்ததிலிருந்து இன்றுதான் பகல் தெளிவாகத் தெரிகிறது. உண்மையிலேயே மிக அற்புதமான காட்சி இது! காஷ்மீரில் எப்போதும் படிந்திருப்பது துயரத்தின் ரேகை. அல்லது அது பிரிவுஏக்கமா? அரளிச் செடிகளும் அவற்றின் வளைந்து தொங்கும் தோற்றமும் இந்த விதமான உணர்விற்குக் காரணமாக இருக்கக்கூடுமோ? மீன்கொத்திப் பறவை பற்றி டேவிஸ் எழுதிய கவிதை நினைவுக்கு வருகிறது
>
> துணையாய் நிற்க
> சோகத்தில் பெருமூச்செரியும்
> மரங்களைத் தேடுகிறாய்!
> அழகிய குளங்களில்

தவமிருக்கிறாய்
உன் இயல்பின் அடிப்படைத் தேர்வோ இது

பையன்கள் துறுதுறுவென ஓடியாடுகின்றனர். சஞ்சய் நீந்தச் செல்கிறான். சுதந்திரமாகத் திரிகிறான். மீன்கொத்திப் பறவைகளையும் தும்பிகளையும் பார்த்தவாறிருக்கிறான். இயற்கையோடு நெருக்கமான இந்த வாழ்வு அவனுக்குப் பிடித்திருக்கிறது. நேற்று மீன்கொத்திப் பறவையொன்று நாங்கள் அமர்ந்திருந்த கூடத்திற்கே நேராக வந்து ராஜீவின் தோளில் அமர்ந்து சட்டென விரைந்தோடிவிட்டது.

பறவைகள் மட்டுமா? எவ்வளவோ இன்னும் தந்தது காஷ்மீர். தனது உதவியாளர் உஷா பகத்திற்கு 1963 ஜூன் 26இல் இந்திரா காந்தி எழுதியது:

நேற்று கோலாஹொய் பனிப்பாறை மேலேறும் அற்புத அனுபவம் கிட்டிற்று. அது புத்துணர்ச்சி தந்தது. மலைகளின் கம்பீரமும் பெரும்பரப்பும் வாழ்க்கைக்கு வேறுபட்ட கண்ணோட்டத்தைத் தருகின்றன.

இந்திரா காந்தியை எப்போதும் அழைத்தவாறே இருந்தன மலைகள். 1951 ஏப்ரலில் டெக்ராடூன்; 1950 அக்டோபரிலும் 1954 ஜூனிலும் மஷோப்ரா; 1955 ஜனவரியில் சிம்லா எனப் பயணம் மேற்கொண்டவாறே இருந்தார் அவர். மலைவாழிடங்களில் தங்குவதற்குத் தனக்கென ஓர் இடம் வேண்டுமென்ற ஆர்வத்தை ஒவ்வொரு சமயத்திலும் வெளிப்படுத்தினார் இந்திரா காந்தி. பிரதமரான பின்னரும் இந்த விருப்பத்தை வெளிப்படையாகவே தொடர்ந்து தெரிவித்துவந்தார். தனது மகன்களுடன் கொஞ்சநாள் விடுமுறையில் சிம்லாவிலிருந்தபோது தன் தந்தைக்கு எழுதிய கடிதத்தில் (1955 ஜனவரி 20) அவரின் இந்த விருப்பம் துல்லியமாக வெளிப்பட்டது:

மலைவாழிடங்களில் நமக்கெனச் சொந்தமாக வீடு வாங்குவது பற்றிப் பேசினால் 'சொந்தமாக்கிக் கொள்ளும் உணர்வு' கொண்டிருப்பதாக என்னை எப்போதும் குறைகூறுவீர்கள். ஆனால் நமக்கென ஒரு வீடு இருந்தால் அரசுப் பணிகளுக்கு ஊறில்லாமலும் வேறு குடைச்சல்கள் இல்லாமலும் வாரக் கடைசியிலோ அல்லது அதிக நாட்களோ அங்குச் சென்று தங்கிக்கொள்ள முடியும். வாழ்க்கை மிக மகிழ்ச்சியாக இருக்கும். 'எனது உணர்வுலகு உயிர்ப்புடன் இருக்க வேண்டுமானால் இமயமலைகள் மிக அவசியம்' என நீதிபதி கோஸ்லா தனது புத்தகத்தில் கூறுகிறார். இந்தப் புத்தகத்தை ஏறத்தாழ ஒரே இருப்பில் வாசித்து முடித்தேன்.

இக்கடிதத்தில் இந்திரா காந்தி குறிப்பிடும் புத்தகம் ஜி.டி. கோஸ்லா[8] எழுதிய *'Himalayan Circuit'*. பஞ்சாப் உயர்நீதிமன்றத்தில் தலைமை நீதிபதியாக இருந்த கோஸ்லா, பணி ஓய்விற்குப் பிறகு மணாலியில் குடியேறினார்.

மூன்றாண்டுகளுக்குப் பிறகு 13.07.58ஆம் தேதி ஞாயிறு *ஸ்டேட்ஸ்மேன்* பத்திரிகையில் இந்திரா காந்தி எழுதிய 'மணாலி: ஆழ்ந்த சிந்தனைக்கோர் இடம்' என்ற கட்டுரையில், தான் மணாலி சென்று வந்ததை நினைவுகூர்ந்தார். இந்திரா காந்தியின் இந்தக் கட்டுரையுடன் புகழ்பெற்ற இந்திய இயற்கையிலாளர் கிருஷ்ணன் எழுதிய கட்டுரையும் வெளிவந்திருந்தது.

> '(...) ஒரு வருடத்திற்கு முன்னர் நலத்திட்டங்கள் தொடர்பாக ஹிமாசல், குலு காங்ரா பள்ளத்தாக்குகளுக்குச் சுற்றுப் பயணம் மேற்கொண்டேன் (...) கடுமையான வெப்பம், தூசு, களைப்பு மிகுந்த அந்தப் பயணத்திலிருந்து இரண்டு நாள் விடுமுறையில் மணாலி வந்தேன். வாழ்வின் பன்முகங்களை ஆழமாய் உணரச் செய்யும் இடம் அது. வாழ்விலிருந்து தப்பிக்க ஒருவர் சென்று சேரும் இடமல்ல.
>
> அந்த இடத்தைப் பார்வையிடும் வேண்டுகோளுடன் என் தந்தையிடமிருந்து ஒரு தூதுக்குழு வந்தது. என் தந்தைக்கு அந்த இடம் நிச்சயம் பிடிக்குமென எனக்கு நன்கு தெரியும் (...) சமவெளிகளில் வாழும் மக்களுக்குத் தொந்தரவேதும் ஏற்பட்டு விடக்கூடாது; பொருளாதாரம் முன்னேற்றமடைய வேண்டும்; தரமான கல்வி, ஆரோக்கியம், போக்குவரத்து ஆகியவை மேம்பட வேண்டும்; இயற்கை சேதமுறாமல் இவற்றைப் பெறுவதற்கு வழியேதும் இல்லையா?
>
> ஒவ்வொரு இடத்தையும் புகழ்பெற்ற மலைவாழிடங்களாக உருவாக்க நமது அலுவலகர்கள் சிலர் முயற்சி மேற்கொள் கின்றனர். இது வருந்தத்தக்கது. நகரங்களின் வசதிகள், கேளிக்கைகள், தார் சாலைகளை விரும்புவோர் செல்வதற் கென்று சில மலைவாழிடங்கள் இருக்கின்றன – உதாரணமாக சிம்லா, முஸோரி, டார்ஜிலிங், உதகமண்டலம், மகாபலேஸ்வர். மனதில் இளமையும் சாகசங்களில் ஈடுபாடும் கொண்டோர்; மலையுச்சிகளின் மீதேறி ஜெயிக்கும் ஆர்வம் கொண்டோர்; அமைதியை நாடுவோர்; இயற்கையின் பேரழகில் மூழ்கி அதிலிருந்து உடல், ஆன்மீக மனவலிமை பெறுவோர் – வித்தியாசமான இவர்களை குலு பள்ளத்தாக்கு ஈர்க்கும்.'

எட்டு ஆண்டுகளுக்குப் பிறகு பிரதமராக வரவிருந்த இந்திரா காந்தி தனது முதன்மையான அக்கறைகளை இந்தக் கட்டுரையில் பதிவு செய்துள்ளார். அதாவது: பொருளாதார முன்னேற்றத்திற்கும் சுற்றுச்சூழல் பராமரிப்பிற்கும் இடையேயான சமன்நிலை: இயற்கையோடு இணைந்து வாழும் சீரிய மரபுகளைப் பாதுகாக்கவும் வேண்டும்; அதே நேரம் மலைவாழ் மக்களுக்குச் சிறப்பான வாழ்க்கைத்தரத்தை அளிக்கவும் வேண்டும்.

கடிதங்கள் வாயிலாக நெருங்கிய தோழியாகிவிட்டிருந்த டோரதி நார்மனுக்கு 1958 ஏப்ரல் 17இல் எழுதிய கடிதத்தில் தலைநகரின் ஓயாத கூச்சல் குழப்பங்களிலிருந்து வெளியேறிவிடும் தனது பேராவல் பற்றி மீண்டும் பேசுகிறார்

> மனம் நிலைகொள்ளாது அலைபாய்வதை நானே உணர்கிறேன். எனக்கு வயதாகிவிட்டதுதான் காரணமென நீ நினைக்கிறாயா? (. . .) எல்லாவற்றையும் விட்டுவிட்டு எங்கேனும் வெகுதொலைவில் மலைமீதுள்ள ஓர் இடத்திற்குச் சென்று ஓய்வாகத் தங்க வேண்டும் என்ற ஆழமான வேட்கை மனத்தில் எழுகிறது (. . .)'

பக்மின்ஸ்டர் ஃபுல்லெர் பற்றி முதன்முதலாகக் குறிப்பிட்டதும் இந்தக் கடிதத்தில்தான்.

> சுவராசியமான இரு அமெரிக்கர்களான சார்ல்ஸ் ஏம்சும், பக் மின்ஸ்டர் ஃபுல்லெரும் இங்கு வந்திருந்தனர். பக் மின்ஸ்டர் வேறெங்கோ செல்லும் வழியில் இங்கு வந்திருந்தார். உயர் கணிதம் பற்றி சுமார் 5 மணி நேரம் என்னிடம் பேசினார். கொஞ்சம் களைத்துப் போனேன்தான். எனினும் ஆர்வத்தைத் தூண்டுவதாக அவர் பேச்சு இருந்தது.

பக் மின்ஸ்டர் 'பக்கீ' ஃபுல்லெர் அமெரிக்காவை சேர்ந்த வடிவமைப்பாளரும் கட்டடக் கலைஞருமாவார். இன்று அவரைப் பலரும் மறந்திருக்கலாம். ஆனால் 60களிலும் 70களிலும் உலகின் கவனத்தை ஈர்த்த பெரிய ஆளுமையாக அவர் இருந்தார். குறிப்பாக Geodestic dome என்ற கருத்துருவாக்கத்தை பரப்பியவர் அவர். ஆல்டென் ஹேட்ச்[9] எழுதிய பக் மின்ஸ்டர் ஃபுல்லெரின் வாழ்க்கை வரலாற்றில் இந்திரா காந்தியையும் அவரின் தந்தை நேருவையும் அவர் சந்தித்தது பற்றி நாடக ரீதியில் குறிப்பிடப்பட்டுள்ளது:

> 1958இல் உலகைச் சுற்றிவரும் தனது முதல் பயணத்தில் இந்தியாவிற்கு வந்தார் பக்கி. இந்தியாவில் பற்பல கூட்டங்களில் அவர் உரையாற்ற ஏற்பாடு செய்யப்பட்டிருந்தது. ஒரே நாளில் புது தில்லியில் மட்டும் மூன்று கூட்டங்களில் பேசினார்.

மூன்று கூட்டங்களிலும், நேர்த்தியான வேலைப்பாடுமிக்க சேலையில் பளிச்சென்ற தோற்றத்துடன் ஒரு பெண்மணி கூட்டத்தின் முன்வரிசையில் அமர்ந்து தன் உரையைக் கவனித்துக் கேட்பதைக் கண்டார். அறிவுத் தீட்சண்யத்தில் அவரின் பெரிய கருநிறக் கண்கள் ஒளிர்ந்தன.

கூட்டம் முடிந்ததும் 'நேருவின் மகள் இந்திரா காந்தி' என அந்தப் பெண்மணியை அறிமுகப்படுத்தினர். சனிக்கிழமையன்று தன் தந்தையைக் காண வீட்டிற்கு வரமுடியுமா என திருமதி இந்திரா காந்தி அவரைக் கேட்டார். 'நான் அவரைச் சந்தித்தேன். எங்கள் நேரம் நல்லவிதமாகக் கழிந்தது' என்று பக்கி கூறுகிறார். சந்திப்பின் போது பக்கியே தொடர்ந்து ஒன்றரை மணிநேரம் நேருவிடம் பேசிக்கொண்டிருந்தார். இறுதியில் ஒன்றுமே பேசாமல் கைகூப்பி அந்த அறையைவிட்டு வெளியேறினார் நேரு.'

இந்தச் சந்திப்பில் 90 நிமிடங்கள் நேரு ஒரு வார்த்தையும் பேசாதிருந்தார் என்பது உண்மைதானா? பதிப்பிக்கப்பட்ட நேருவின் ஆக்கங்கள் எதிலும் இந்தச் சந்திப்பு பற்றிய குறிப்பு எதுவுமில்லை. எனவே ஃபுல்லெரின் கூற்றை அப்படியே எடுத்துக் கொள்வோமேயானால் அது குட்டி அதிசயம்தான்! 1969இல் ஃபுல்லெர் மற்றொருமுறை இந்திரா காந்தியைச் சந்திக்க நேர்ந்தது. அப்போது இந்திரா காந்தி பேசிய அனைத்துக் கூட்டங்களிலும் கடைசிவரை இருந்து இந்திரா காந்தியின் உரையை ஃபுல்லெர் கேட்டார்.

ஓ

1958 செப்டம்பரில் திபெத்திற்குச் செல்லத் திட்டமிடப்பட்டிருந்த நேருவின் பயணம் கடைசி நிமிடத்தில் நின்றுபோனது. அதற்குப் பதிலாக அவர் பூடானிற்குப் பயணம் மேற்கொள்வாரென முடிவு செய்யப்பட்டது. இந்த ஆலோசனையைச் சொன்னவர் வெளியுறவுத்துறை அமைச்சகத்தில் கீழ்நிலை மட்டத்தில் உதவிச் செயலராக இருந்த ஜகத் மேத்தா. பின்னாளில் அலுவலக ரீதியாக மிகப்பெரிய உயரங்களைத் தொட்டவர் ஜகத் மேத்தா. அவர் எழுதிய 'Negotiating for India' என்ற புத்தகத்தில் நேருவின் வரலாற்றுச் சிறப்புமிக்க இந்தப் பூடான் பயணத்தைத் தெளிவான விவரங்களுடன் பதிவு செய்துள்ளார். இரு நாடுகளுக்கிடையேயான உறவில் ஒரு திருப்புமுனை என நேருவின் பூடான் பயணத்தை மேத்தா குறிப்பிடுகிறார். இந்தப் பயணத்தின் விளைவாக பூடானுடனான இந்தியாவின் நல்லுறவு 60 ஆண்டுகள் வலுவாக இருந்துவருகிறது.

பூடானில் மலை நடை (Trekking) மேற்கொள்வதென நேரு முடிவு செய்தார். அவர் விரைவிலேயே 69 வயதைத் தொட இருந்தார். இந்திரா காந்திக்கு 41 வயது ஆக இருந்தது. நகரத்தின் ஆரவாரம், நெருக்கடிகளுக்கு அப்பால் வெகு தொலைவிலுள்ள திறந்த வெளிகளே அவர்களின் நேசத்திற்குரியவையாக எப்போது மிருந்தன. ஆறுதலும் ஓய்வும் தரும் மலைகள் அவர்களுக்கு மிகவும் பழக்கமானவை. பனிமலை அவர்களுக்கு ஒன்றும் புதிதல்ல. எனவே பிரதமரின் மெய்க்காவலர்கள், உதவியாளர் என பாதுகாப்புக் குழு சகிதம் சிக்கிம் நாட்டின் தலைநகரான கேங்க்டோக்கிற்கு அருகேயுள்ள பேக்டோக்ராவிற்கு விமானத்தில் சென்றனர். அப்போது சிக்கிம் இந்தியாவின் ஆதரவுக்கு உட்பட்ட பிரதேசமாக இருந்தது. கேங்க்டோக்கிலிருந்து சுமார் 12000 அடி உயரத்திலிருந்த ஷேராதங்கிற்கு காரில் சென்றனர். அங்கிருந்து மலை மீதேறி ஏறத்தாழ 14000 அடி உயரத்திலிருந்த நாதுலா கணவாய்க்குச் சென்றனர்.

திபெத் எல்லையோரம் உள்ள நாதுலாவிற்கு நேருவும் இந்திரா காந்தியும் தங்களின் பாதுகாப்புக் குழுவுடன் வந்த போது ஒரு டஜன் எருதுகளும் பல மட்டக்குதிரைகளும் நூற்றுக்கணக்கான வேட்டை விலங்குகளும் அங்கே காத்திருந்தன. திபெத்திலுள்ள யாடோங் வழியாக பூடானின் பாராவுக்கு மலையேறிச் செல்ல ஐந்து நாட்கள் பிடித்தன. பயணத்தில் 15,500 அடி உயரம் தொட்ட சமயங்களும் உண்டு. அதாவது தந்தையும் மகளும் ஏறக்குறைய 105 கி.மீ தூரம் – பத்து நாட்கள் மலை நடை சென்றிருந்தனர்.

அப்போது இங்கிலாந்தில் இந்தியத் தூதுவராக இருந்த தனது சகோதரி விஜயலட்சுமி பண்டிட்டுக்கு 1958 அக்டோபர் 12இல் நேரு ஒரு கடிதம் எழுதினார்:

> பத்து நாட்களுக்குப் பிறகு பூடானிலிருந்து இன்று திரும்பினேன். பூடானிற்கும் தற்செயலாய் திபெத்தின் ஓரப்பகுதிகளுக்கும் மேற்கொண்ட பயணம் மிக உற்சாகமான அனுபவமாகும். உண்மையைச் சொல்வதென்றால் அதுவரைய தொடர் மலைநடை தந்த களைப்பும் சங்கடங்களும் இனியும் என்னால் தாங்கிக்கொள்ள முடியுமாவென்ற சந்தேகத்தை என் மனதுள் எழுப்பின. முதல் நாள் உடல் நலம் அவ்வளவு நன்றாக இல்லை. மிகவும் உயரத்தில் இருந்ததாலோ அல்லது நீண்ட தூரம் மலை ஏறியதால் வந்த களைப்போ இதற்குக் காரணமாக இருக்கலாம். 'துயிற் பை'யில் தூங்கிப் பழக்கமில்லாததால், தூங்க முடியாமற்போனதும் பகுதிக் காரணமாக இருக்கலாம். ஆனால் மறுநாள் உடல்நலம் சிறிது

முன்னேறியது. அந்த உயரச் சூழ்நிலைக்கு ஏற்ப என்னைப் பழக்கிக் கொள்வது எனக்குச் சிரமமாக இருந்தது. காரணம் கடல் மட்டத்திலிருந்து மிக உயரத்தில் நாங்கள் இருந்தது மட்டுமல்லாது ஆறு அல்லது ஏழு அல்லது எட்டு அல்லது ஒன்பது மணி நேரம் வெகுதூரம் மலையில் நடந்ததும்தான். ஆனால் இந்தச் சங்கடங்கள் அனைத்தையும் தாண்டி மலைநடை சென்ற இந்தப் பயணம் மொத்தத்தில் மிகவும் சுவாரசியமான அனுபவமாகும். நான் மிகவும் மகிழ்ந்தேன். இந்துவும்தான்.

பூடான் மலை நடையின்போது நேருவுக்கும் இந்திரா காந்திக்கும் துணையாகச் சென்றவர் தூதுவர் அபா பந்த். அவரது *'A Moment in Time'* என்ற புத்தகத்திற்கு இந்திரா காந்தி முன்னுரை எழுதியிருந்தார். 16 ஆண்டுகளுக்கு முன்னர் பூடானில் மலைநடை மேற்கொண்ட அனுபவத்தை அந்த முன்னுரையில் இந்திரா காந்தி குறிப்பிட்டுள்ளார்: (1974 ஜனவரி 5)

> பூடான் பயணம் மனதினின்றும் அழியா அனுபவமாகும். மலைநடையின்போது அவசியமான சில வசதிகளை இழக்கிறோம்; உடலை வருத்துவதால் களைத்துப் போகிறோம். உண்மைதான். ஆனால் மலைமீது இருக்கையில் ஒருவர் பெறும் ஆனந்தமும், நண்பர்களுடனான தோழமை உணர்வும் நல்ல உரையாடலும் ஒருபோதும் குறைவதில்லை. மாறாக அதிகரிக்கின்றன என்பதே உண்மை.

சிக்கிம் திவானாக இருந்த நாரி ருஸ்தம்ஜியும் மலை நடையின் போது அவர்களுடன் சென்றிருந்தார். 13 ஆண்டுகளுக்குப் பிறகு தனது அனுபவத்தை இவ்விதம் தெரிவிக்கிறார்:

> அந்தப் பயணத்தின்போது நாங்கள் சில புகைப்படங்கள் எடுத்திருந்தோம். திறப்பு விழா நிகழ்ச்சியில் முக்கிய விருந்தினர் ரிப்பன் வெட்டுகையில் எடுக்கப்படும் சம்பிரதாய ரகப் புகைப்படங்கள் அல்ல அவை. பல ஆண்டுகளுக்குப் பிறகும் நினைத்து மகிழும் மனதிற்குப் பிரியமான குட்டிச் சம்பவங்களின் நிழற்படங்கள் – உருளைக் கிழங்குகளைச் சூடாக விழுங்கும்போது, விசித்திரமாக எங்கோ பார்க்கும்போது என எதேச்சையாக இருக்கையில் காமிராவில் விழுந்த படங்கள். இந்திராவிடமிருந்து பதில் கடிதம் வந்தது. உற்சாகமும் மகிழ்ச்சியுமடைந்தேன் என்பதை விடவும் வானில் பறந்தேன் என்பதே சரி. 'ரொட்டி, வெண்ணைக்கு மிக்க நன்றி' என்பதான பிரதமர் அலுவலக சம்பிரதாயக் கடிதமல்ல அது. இந்திரா காந்தியே தன் கைப்பட எழுதிய கடிதம். அவர் வாழ்க்கை சோதனைகள்

நிறைந்தது என்று அதுவரை நான் நினைத்து வந்தது வெறும் கற்பனையே என அந்தக் கடிதம் மிகத் தெளிவாய் வெளிப்படுத்தியிருந்தது.[11]

ருஸ்தம்ஜிக்கு இந்திரா காந்தி தன் கைப்பட எழுதிய 1959 ஜனவரி 3 தேதியிட்ட அந்தக் கடிதம்:

> பூடான் பயணம் மனதின் சாகசம் என்பேன். அது உடல் ரீதியான சாகசத்திற்குச் சற்றும் குறைந்ததல்ல. அதனால் எனது ஞாபகப் புத்தகத்தில் அது நீங்காது நிலைத்திருக்கும். புகைப்படங்கள் மிக அருமையாக வந்திருக்கின்றன. புகைப்படங்கள் அனுப்பியதற்கு நன்றி தெரிவித்து முன்னரே உங்களுக்கு எழுதியிருக்க வேண்டும். ஒருநாளில் 24 மணி நேரம்தான் இருக்கிறது. அதற்குள் அனைத்து வேலைகளையும் முடித்தாக வேண்டும். உங்களிடம் ஒரு படிகம் இருந்து இதனை ஒரு காட்சித் துணுக்காய்க் காணமுடிந்தால் காலத்திற்கு எதிராக நமது ஓட்டத்தினை உங்களால் புரிந்துகொள்ள முடியும். அப்போது என்னை நீங்கள் மன்னித்துவிடுவீர்கள் என்பது உறுதி. தந்தையும் நானும் நாக்பூர் புறப்பட்டுவிட்டோம். இந்த வருடத்தின் மிகச் சுவாரஸ்யமான நிகழ்ச்சி: வருடாந்திர காங்கிரஸ் கூட்டம்.

பிரதமரான பின் மலையேற்றத்தின் மீதான தனது மிகப்பெரும் கடப்பாட்டிற்குச் செயல் வடிவம் தரத் தொடங்கினார் இந்திரா. இமய மலை இந்திரா காந்தியின் மிகுந்த நேசத்திற்குரியவை. பிரதமராக இருந்த காலகட்டம் முழுவதும் அவை பற்றிய அக்கறை அவருக்கு இருந்தது. அவருக்கும் இமய மலைக்குமிடையே இருந்த சிறப்பான இந்தப் பிணைப்பை அங்கீகரிக்கும் விதமாகத்தானோ என்னவோ அவர் எரியூட்டப்பட்ட பிறகு அவரது சாம்பல் இமயமலைமீது தூவப்பட்டது.

ஆ

மலைகள், குன்றுகளைத் தேடிச் சென்று நேரம் செலவிட்டது மட்டுமல்லாது நாட்டின் இயற்கைப் பூங்காக்களுக்கும் தனது நேரத்தை அர்ப்பணித்தார் இந்திரா காந்தி. குஜராத்திலுள்ள கிர் பூங்கா இவற்றில் ஒன்று. ஆசியச் சிங்கங்களின் ஒரே வாழ்விடமாக முன்பு போலவே அது இன்றும் உள்ளது. 1948இன் தொடக்கத்தி லிருந்தே சிங்கங்களைப் பராமரிப்பதில் நேருவுக்குத் தனிப்பட்ட ஆர்வமுண்டு. கிர் காடுகளில் சிங்கங்களுக்கான காப்பகம் ஒன்றை அமைக்கும்படி ஆங்கிலேயப் பேரரசின் வனவிலங்குகள் பராமரிப்புச் சங்கத்தின் தலைவரான திவோன்ஷைர் பிரபு

லண்டனிலுள்ள இந்தியத் தூதருக்கு 1948 ஜனவரி 13இல் கடிதம் எழுதியிருந்தார். இந்த விசயத்தைப் பிரதமரின் கவனத்திற்குப் கொண்டுவரும்படி அந்தக் கடித்தத்தில் குறிப்பிட்டிருந்தார். தனது அலுவலகர்களுக்கு 1948 பிப்ரவரி 5இல் நேரு ஒரு அலுவலகக் குறிப்பை எழுதி அனுப்பினார்:

> இந்தியாவில் சிங்கங்களைப் பராமரிக்கும் விசயத்தில் நீண்ட காலமாகவே எனக்கு ஆர்வமுண்டு. கிர் காடுகளிலுள்ள கத்தியாவரில் மட்டுமே இப்போது சிங்கங்கள் வாழ்கின்றன. அவைகளைச் சுட்டுக்கொல்ல அனுமதிப்பதோ அல்லது அழியவிட்டுவிடுவதோ மிகவும் இரங்கற்குரியது. சிங்கங்கள் சுட்டுக் கொல்லப்படுவதை அனுமதிக்கக் கூடாது என்பதையும் அவைகளைப் பாதுகாக்கத் தேவையான வழிமுறைகளை வழங்குமாறும் கத்தியவார் மண்டல ஆணையரும் ஜுனாகத் நிர்வாக அலுவலரும் கேட்டுக் கொள்ளப்படுவர் என நம்புகிறேன்.

1955 நவம்பரில் தனது மகளுடன் நேரு கிர் காடுகளுக்குச் சென்றார். 1955 நவம்பர் 3இல் இரவில் அதன் அடர்ந்த காடுகளில் சுமார் எட்டு மணி நேரம் பொழுதைக் கழித்தனர். விடிவதற்குள் மீண்டும் அந்தக் காடுகளுக்குச் சென்று திரும்பினர். மறுநாள் கெசோடில் நடந்த பொதுக்கூட்டத்தில் நேரு பேசினார்.

> உங்கள் காடுகளிலுள்ள சில சிங்கங்ளைப் பார்த்தேன். அவை என்னை உற்றுப்பார்க்க நானும் அவைகளைப் பார்த்துக்கொண்டிருந்தேன். எங்கள் இருவருக்குமே அது பிடித்துப்போய்விட்டது.

1955 நவம்பர் 13இல் எட்வினா மவுண்ட்பேட்டனுக்கு நேரு எழுதியது.

> (. . .) சவுராஷ்ட்ராவிற்கு சமீபத்தில் சென்றிருந்தேன். நீங்களோ டிக்கியோ சென்றிராத இந்தியாவின் பகுதி இது (. . .) சவுராஷ்ட்ராவில் பல நிகழ்ச்சிகளில் கலந்துகொண்டேன். ஆனால் என்னை மிகவும் கவர்ந்தது கிர் காடுகளிலுள்ள சிங்கங்கள்தாம். எங்களது நல்லதிர்ஷ்டம் மதிய வேளையில்தாம் கிர் காடுகளுக்குச் சென்றோம். அங்கிருந்த ஓய்வு இல்லத்தில் இரவைக் கழித்தோம் மறுநாள் அதிகாலையில் திரும்பினோம். இந்தச் சமயத்தில் பல ஆண் சிங்கங்களையும் பெண் சிங்கங்களையும் பார்த்தோம். அவைகளைக் கொல்வது சட்டபூர்வமாகத் தடுக்கப்பட்டதால் மனிதர்கள் மீதான அச்சம் அவைகளுக்கு இல்லை போலும்! சில சமயங்களில் 50 மீட்டர் தூரத்திலும் அவைகளுக்கு அருகே எங்களால் போக முடிந்தது –

காரில்தான். அந்தக் காட்டில் காட்டுப் பன்றியையும் பார்த்தோம். சிங்கத்திற்குப் பிடிக்காத ஒரே விலங்கு காட்டு ஆண் பன்றி என அங்குள்ளோர் தெரிவித்தனர்.

உண்மையைச் சொல்வதெனில் பிரதமரும் அவர் மகளும் சிங்கங்களை நன்றாகப் பார்ப்பதற்காகப் பல நடவடிக்கைகள் திரைக்குப் பின்னால் ஏற்கனவே மேற்கொள்ளப்பட்டிருந்தன. புகழ்பெற்ற விலங்குகள் பராமரிப்பாளரும் நூலாசிரியருமான திவ்யபானுசிங் இதனைச் சிறப்பாகப் பதிவு செய்துள்ளார்.

பிரதமருக்கு மிகக் குறைவான நேரமே இருந்தது. சிங்கங்களை அவருக்குக் காண்பிக்க வேண்டும். அந்தப் பகுதியிலுள்ள ஆண் காட்டெருமைக் குட்டிகள் சுமைகளை இழுக்கப் பயன்படுவதில்லையாதலால் எந்த வகையிலும் அவை மக்களுக்கு உபயோகமற்றவை. அந்தக் காட்டெருமைகளை தூண்டில் இரையாக (உணவாக) குறிப்பிட்ட இடங்களில் தொடர்ந்து வீசி சிங்கங்களை அந்த இடங்களுக்கு வருவதற்குப் பழக்கப்படுத்துவர். இந்த பழங்கால நடைமுறையை வேட்டையாடிகள் பின்பற்றி வந்தனர். பிரதமர் வருகையின் போதும் இதே நடைமுறை பின்பற்றப்பட்டது. கிர் காடுகளில் குறிப்பிட்ட பல இடங்களில் நூற்றுக்கணக்கான காட்டெருமைகள் சிங்கங்களுக்கு இரை விலங்காக ஆறு மாதங்கள் தரப்பட்டன. இவ்விதமாக இரை தேடிக் குறிப்பிட்ட இடங்களுக்கு வருவதற்குச் சிங்கங்கள் பழக்கப்படுத்தப்பட்டன. சிங்கங்கள் பயந்துவிடாதிருக்க நேருவுக்கும் இந்திரா காந்திக்கும் காக்கி உடை அணிவித்து அவர்களைக் கால்நடையாகவே சிங்கங்களுக்கு அருகே அழைத்துச்சென்றனர்.

தூண்டில் இரை நடைமுறை கிர் காடுகளில் 2001ஆம் ஆண்டு வரை தொடர்ந்திருந்தது. இறுதியாகக் கைவிடப்பட்டது. இந்த நடைமுறையால் விளைந்த சேதத்தை சில ஆண்டுகளுக்குப் பிறகு இந்திரா காந்தியே கண்டுகொண்டார். 1981 ஜனவரி 21இல் கிர் காடுகளுக்கு இரண்டாம் முறையாகச் சென்றபோது அங்கிருந்த பார்வையாளர் பதிவேட்டில் இவ்விதம் பதிவு செய்தார்:

'வேட்டையாடுதல் தடை செய்யப்பட்டு விலங்குகள் பாதுக்காக்கப்படும் இடத்தில் இருப்பது மிகமகிழ்ச்சி தரும் அனுபவமாகும். சிங்கம் தனிச் சிறப்புடையது. ஆனால் இப்போதிருக்கும் இந்தச் சிங்கங்கள் நன்கு பழக்கப்படுத்தப் பட்டவை; சாதுவானவை. பார்வையாளர்களைக் கண்டு அவை உறுமுவதுமில்லை. அவர்களின் நடத்தைக்குப் பழகிப்போனவை. சென்ற தடவை என் தந்தையுடன் இங்கு

> வந்தேன். மகிழ்ச்சியும் உற்சாகமும் தந்த அனுபவம் அது. இந்தக் காப்பகம் நன்கு பேணப்பட்டு வருகிறது. சுற்றுச்சூழல் பற்றிய உணர்வும் வளர்ந்து வருகிறது. இது மனதிற்கு மிகுந்த மகிழ்ச்சி தரும் விசயமாகும். நூற்றாண்டுகளாய்ப் புறக்கணிக்கப்பட்டவற்றைச் சீர் செய்யவேண்டிய பெரும் பணியுள்ளது.

ஒ

இந்திரா காந்தியின் தனிப் பிரியத்திற்குரியவை சிங்கங்கள் மட்டுமல்ல; காண்டாமிருகங்களும்தாம். அஸ்ஸாமிலுள்ள புகழ்பெற்ற காஸிரங்கா விலங்குகள் காப்பகத்திற்கு அவர் 1956ஆம் ஆண்டில் இரண்டு முறை சென்றார். முதன்முறையாக 1956 பிப்ரவரி 29இல் அங்கு சென்று வந்த பின் தன் மூத்த மகன் ராஜீவிடம் தனது அனுபவத்தைப் பகிர்ந்துகொண்டார்:

> காஸிரங்கா விலங்குகள் காப்பகம் மானஸ் காப்பகத்தை விடவும் பெரியது. விலங்குகளை இங்கே எளிதாகப் பார்க்கலாம். குறித்த நேரத்தில் கம்பீரமாகப் புறப்பட்டோம். யானையின்மீது வழக்கம்போல யானைப் பாகன் அமர்ந்திருந் தான். இந்தக் காட்டில் மரங்களே இல்லை எனலாம். 12 அடி உயரத்திற்கும் மேல் வளர்ந்த நாணல்கள்தாம் மிக அதிகம். எனவே அதனருகில் செல்லும்வரையிலும் எந்த விலங்கும் கண்ணில்படாது. அல்லது திறந்த அகழியில் மாட்டிக்கொண்டிருந்தால் அதனைப் பார்க்கலாம்.
>
> 15 காண்டாமிருகங்களைப் பார்த்தோம். இவைகளில் சில குட்டிகள். தாய் விலங்கு முன்னால் செல்ல குட்டிகள் அதைப் பின்தொடரும். ஏறத்தாழ எல்லா விலங்குகளிலும் இந்தப் பழக்கம் இருப்பதை ஒருவர் காணலாம். ஆனால் காண்டாமிருகங்கள் நேர் எதிர். குட்டி முன் செல்ல தாய் காண்டாமிருகம் அதன் பின்னால் போகிறது. காண்டாமிருகங்கள் நூறு ஆண்டுகள் வாழ்கின்றன. வரலாற்றுக்கு முந்தைய (வயதான) அசுரனைப்போல அவற்றின் தோற்றம் உள்ளது. ஒரே ஒரு யானையைப் பார்த்தால் அவை அதனைத் தாக்கும். எங்களுடன் ஐந்தாறு யானைகள் இருந்ததால் எங்களைத் தாக்கும் துணிவு அவை களுக்கு இல்லை. ஒன்றும் செய்ய முடியவில்லை. நின்று உறுமிப் பயமுறுத்தின. அவ்வளவே.

இவ்விதம் நாளைய பிரதமர் (இந்திரா), எதிர்காலப் பிரதமராக வரவிருந்த தன் மகனுக்கு (ராஜீவ்) காண்டாமிருகங்களின் நடத்தை பற்றிப் பயிற்றுவிக்கிறார்!

1956 அக்டோபர் 19இல் இரண்டாம் முறை காஸிரங்கா சென்றார். கணவர் உடனிருந்தார்; நேருவும். நாகா கிளர்ச்சியாளர்களுக்கு எதிரான இந்திய ராணுவ நடவடிக்கைகளுக்குப் பொறுப்பாக இருந்த லெஃப்டினென்ட் ஜெனரல் கே.எஸ். திம்மையாவைத் தங்களுடன் வருமாறு நேரு கேட்டிருந்தார். அதன்பின் நிகழ்ந்ததை இங்கிலாந்தின் இயற்கையியலாளரான இ.பி.கீ. (இந்தப் பயணத்தில் நேருவுடன் சென்றவர்களில் கீயும் ஒருவர்) இவ்விதம் விவரிக்கிறார்:

> இந்தச் சந்தர்ப்பத்தில் நான் அழைக்கப்பட்டது எனக்கு மகிழ்ச்சி தருகிறது. விலங்குகள், பறவைகள் மீது நேருவுக்குத் தனிப்பட்ட முறையில் மிகுந்த ஆர்வமுண்டு என்பது எனக்குத் தெரியும். இந்தியக் காட்டுயிரினம் இப்போதிருக்கும் மோசமான நிலைமையை அவர் கவனத்திற்குக் கொண்டுவரும் வாய்ப்பு கிடைத்தது. காப்பகம் குறித்தும் அங்குள்ள விலங்குகள் பற்றியும் பேசினோம் (...)
>
> காஸிரங்காவை விட்டுப் புறப்படும் தருணம் வந்தது. தன்னைச் சுற்றியிருந்த அமைச்சர்கள் அதிகாரிகளிடமிருந்து விலகி மூலையில் நின்று கொண்டிருந்த என்னிடம் நேரில் வந்தார் நேரு. கானுயிர் சிலவற்றை அவருக்குக் காண்பித்ததற்காக நன்றி கூறினார். உலகில் ஓய்வே இல்லாமல் பெருமளவு வேலை செய்யும் பிரதமரான நேருவின் குணம் இது. ‘ஆல்பைன் மரங்களுடன் வெப்ப மண்டலத் தாவரங்களும் இணைந்த இந்தப் பள்ளத்தாக்கின் அபூர்வக் காட்சியும் பனிமூடிய இமயமலைச் சிகரங்களும் என்னை எப்போதும் வசீகரித்து வந்திருக்கின்றன’ என்றார்.[13]

காட்டின் அற்புதமான உயிரினங்களில் புலிகள்மீது மிகுந்த பொறுப்புணர்வும் ஈடுபாடும் இந்திரா காந்திக்கு இருந்தன என்பதில் சிறிதும் ஐயமில்லை. ஜிம் கார்பெட்டை அவர் நிச்சயம் வாசித்திருப்பார். கர்நாடகத்தில் ஜோக் அருவிக்குப் போகும் வழியில் 1955 அக்டோபர் 18இல்தான் முதன்முதலாகப் புலியை இந்திரா காந்தி நேரில் பார்த்திருக்கக் கூடும். அன்று அவர் தன் தந்தைக்கு எழுதியது:

> ‘ஆ... கடைசியில் இங்கு நான் வந்தேவிட்டேன். உண்மையில் பார்க்கவேண்டிய அற்புதமான இடம். சாலைகள் மிக மோசமான நிலையிலுள்ளன. எனினும் அவற்றின் இருமருங்கிலும் இயற்கைக் காட்சிகள் பேரழகுடன் மனதை ஈர்க்கின்றன. இந்தப் பருவத்தில் காடு முழுக்க நீர் நிரம்பியுள்ளது. நாங்கள் சென்ற நேரமோ மதிய வேளை. இந்தச் சூழ்நிலையில் வனவிலங்குகள் எதையும்

காண வாய்ப்பில்லை என என்னிடம் உதவியாளர்கள் தெரிவித்துக்கொண்டிருந்தபோதே அழகிய ஒரு புலி பதற்றமே இல்லாமல் நிதானமாக எங்கள் கார் முன் சாலையைக் கடந்து சென்றது.

இக்காட்சி இந்திரா காந்தியின் மனதில் நிலையாகப் பதிந்திருந்தது. 27 ஆண்டுகளுக்குப் பிறகு கர்நாடகத்தின் மூத்த அமைச்சரவை சகா ஒருவர் எழுதிய 'கானுயிர்ப் புகைப்படங்கள்' என்ற புத்தகத்தின் முன்னுரையில் இக்காட்சியைத் துல்லியமாக நினைவு கூர்ந்தார்.

அவர் அர்ப்பணிப்புணர்வுடன் என்றென்றைக்குமாய்த் தன்னை இணைத்துக்கொண்ட சூழலியல் செயல்பாடு ஒன்று இருக்குமேயானால், அது புலிகள் பராமரிப்பாகும். ஆனால் 1952 ஏப்ரலில் நிறுவப்பட்ட இந்திய கானுயிர்க் கழகம் 1950களின் காலகட்டம் முழுமையும் புலிகளைச் சுட்டுக்கொல்லத் தடை விதிக்கும்படி ஒருபோதும் பரிந்துரைக்கவில்லை என்பதுதான் புதிர். 1952 நவம்பர் – டிசம்பரில் நடந்த கழகத்தின் முதல் கூட்டத்தில் உடனடியாகப் பாதுகாக்கப்பட வேண்டியவை என 14 விலங்குகளைக் கழகம் அடையாளம் கண்டது. ஆனால் மிகப்பெரிய விலங்கான புலி அந்தப் பட்டியலில் இல்லை. இந்திரா காந்தி பிரதமராகி நான்கு வருடங்களுக்குப் பிறகே (1970இல்) புலி வேட்டை தடைசெய்யப்பட்டது.

புலி வேட்டையை இந்திரா காந்தி முற்றாக நிராகரித்தார் என்பது தனது மகன் ராஜீவிற்கு எழுதிய கடிதத்தில் (1956 செப்டம்பர் 7) வெளிப்பட்டது:

ரேவா மகராஜா இரண்டு மாதங்களுக்கு முன்பு வேட்டையாடிய புலியின் மிகப்பெரிய தோல் ஒன்று எங்களுக்குக் கிடைத்தது. நடன நிகழ்ச்சிகள் நடைபெறும் வீட்டின் அறையில் அந்தத் தோல் கிடக்கிறது. ஐயோ… காட்டில் உறுமித் திரிந்துகொண்டிருக்க வேண்டிய இந்தப் புலி… இப்போது இங்கே இப்படிக் கிடக்கிறதே என்ற எண்ணம் அந்த அறையைக் கடந்துசெல்லும்போதெல்லாம் மனதில் வர, துக்கம் பெருகுகிறது. நமது புலிகள்தாம் எவ்வளவு அழகிய உயிரினங்கள்! எவ்வளவு வசீகரமானவை! தோலுக்குக் கீழ் புலிகளின் தசைகள் அலையலையாய் நெளிவதை உன்னால் காணமுடியும். வேட்டையில் மட்டும் கொல்லப்படாதிருந்தால், காட்டரசனாய் அது உறுமித் திரிந்துகொண்டிருக்கும் – திடீரெனத் தாக்கும் பீதியைப் பிற விலங்குகளுக்குத் தந்துகொண்டிருக்கும்.

இப்போதெல்லாம் துப்பாக்கிகளுக்குப் பதிலாக கேமராவுடன் காடுகளுக்குச் செல்வதையே மக்கள் அதிகம் விரும்புகின்றனர் என்பது மிக மகிழ்ச்சி தருகிறது. நமது மகிழ்ச்சிக்காகப் பிறிதொரு உயிரின் வாழும் ஆனந்தத்தைப் பறிப்பது வெட்கக் கேடானது'.

ஞ

சுற்றுச்சூழல், கானுயிர் பராமரிப்பில் இந்திரா காந்திக்கு உண்மையான அக்கறையும் ஈடுபாடும் இருந்ததென்பது ஹுமாயூன் அப்துல் அலிக்கு நன்கு தெரியும். 1962ஆம் ஆண்டில் பம்பாய் இயற்கை வரலாற்றுச் சங்கத்தின் சார்பில் முதன்முறையாக இந்திராவுடன் தொடர்பு கொண்டதற்கு இது காரணமாக இருந்திருக்கலாம். பிரதமரான பின் இந்த அமைப்புடன் தன்னை இந்திரா காந்தி நெருக்கமாக இணைத்துக்கொள்ளஇருந்தார்.

தனது உறவினரான சலீம் அலியைப் போலவோ மற்றொரு உறவினர் ஸஃபர் ஃபதேஹ்அலியைப் போலவோ அப்துல் அலிக்கு வெகு மக்கள் அங்கீகாரம் கிடைத்திருக்கவில்லை. ஆனால் அப்துல் அலி எல்லாவிதத்திலும் அசாதாரணத் திறமையுள்ளவர். இதனை சலீம் அலியே தனது சுயசரிதையில் ஒப்புக்கொண்டுள்ளார். பம்பாய் வனவிலங்குகள் மற்றும் காட்டுப் பறவைகள் பாதுகாப்புச் சட்டம் – 1951 உருவாகக் காரணமாக இருந்தவர்களில் அப்துல் அலியும் ஒருவர். பல ஆண்டுகளுக்குப் பின் இந்திரா காந்தியின் பதவிக் காலத்தில் நிறைவேற்றப்பட்ட திருப்புமுனைச் சட்டமாக அமைந்த 'கானுயிர் பாதுகாப்புச் சட்ட'த்திற்கு முன்மாதிரியாக இந்தச் சட்டம் இருந்தது. 1962 மே 18இல் நேருவின் தனிச் செயலருக்கு அப்துல் அலி ஒரு கடிதம் எழுதினார்:

> கானுயிர் பாதுகாப்பு தொடர்பாகப் பண்டித ஜவகர்லால் நேருவுக்கு மார்ச் 3ஆம் தேதி ஒரு கடிதம் எழுதியிருந்தேன். அதனுடன் இந்தியாவின் புலிகள்பற்றி வெளிநாட்டவர் ஒருவர் எழுதிய நூலின் மதிப்புரை அடங்கிய எங்கள் இதழ் ஒன்றையும் அனுப்பியிருந்தேன். இந்த இதழ் கிடைக்கப் பெற்றமையை உறுதிசெய்து ஒரு வரிக் கடிதம் எழுதினால் நன்றியுடையவனாக இருப்பேன். *இந்தக் கடிதத்துடன் இணைத்துள்ள எங்கள் சங்கத்தைப் பற்றிய தகவல்கள் அடங்கிய தொகுப்பை திருமதி. இந்திரா காந்தியிடம் சேர்ந்துவிடுமாறு வேண்டிக்கொள்கிறேன். எங்கள் சங்கத்தின்மீதும் அதன் செயல்பாடுகள்மீதும் அவர் ஆர்வம் கொள்ளக்கூடும்.* (அழுத்தம் ஆசிரியருடையது)

சரியாக ஒரு மாதத்திற்குப் பிறகு கடிதம் கிடைத்ததை உறுதிசெய்து பிரதமரின் தனிச் செயலர் எம்.எல். பஸாஸ் எழுதினார். தகவல் தொகுப்பைத் திருமதி இந்திரா காந்தியிடம் சேர்த்துவிட்டதாக அதில் குறிப்பிட்டிருந்தார். தனது பிள்ளைகளுக்கும் இந்திரா காந்தி அவ்வப்போது கடிதம் எழுதுவதுண்டு. இளைய மகன் சஞ்சய்க்கு எழுதிய கடிதங்களை என்னால் பெறமுடியவில்லை. சஞ்சயின் மனைவி 'எத்தனையோ ஆண்டுகள் ஆகிவிட்டதால் கடிதங்களைக் கரையான்கள் அரித்துவிட்டன' என்றார். மூத்த மகனுக்கு எழுதிய கடிதங்களில் சிலவற்றைப் பெறமுடிந்தது. இவற்றில் இரண்டு கடிதங்களிலிருந்து ஏற்கனவே மேற்கோள் காட்டியுள்ளேன். சில கடிதங்கள் இன்னுமுள்ளன. 1955 பிப்ரவரி 14இல் இந்திரா காந்தி தனது மூத்த மகனுக்கு எழுதிய கடிதம்:

> உனது கொன்றை மரத்தில் மிக அழகிய நீல மலர்கள் பூத்துக் குலுங்குகின்றன. வெப்பமிகுதியால் மிகச் சங்கடமாக இருக்கும் இங்குள்ள சூழ்நிலையில் அழகிய இந்த மலர்கள் உற்ற நண்பர்களாக வாய்த்திருப்பது எவ்வளவு அற்புதமான விசயம்!

1955 மே 7ஆம் தேதி மகனுக்கு எழுதிய கடிதத்தில் இவ்வாறு எழுதுகிறார்:

> 'வாழும் பாலைவனம்' என்ற திரைப்படம் தில்லியில் திரையிடப்பட்டுள்ளது. பாலைவனம் உயிரற்ற இடம் எனவும் அங்கே எதுவுமே உயிர் வாழ முடியாதெனவும்தான் நினைத்துக் கொண்டிருக்கிறோம். ஆனால் அது உண்மையல்ல. பாலைவன மணலைப் பொறுமையாக உற்றுப்பார்க்க முடியுமேயானால் அந்த மணலில் பூச்சிகள், பாம்புகள், கொறிக்கும் பிராணிகள், பிற உயிரினங்கள் அங்கங்கே பல்கிப்பெருகி ஊர்ந்து கொண்டிருப்பதைக் காணலாம். ரஷ்யாவில் இதுபோன்ற ஒரு படம் பார்த்திருக்கிறேன். ஆனால் வால்ட் டிஸ்னியின் இந்த 'வாழும் பாலைவனம்' உண்மையிலேயே அற்புதமான படம். நீ வீடு திரும்புகையில் அந்தப் படத்தை காணலாம்;

சில மாதங்களுக்குப் பிறகு மானஸ் சரணாலயத்திலிருந்து (அசாம்) ராஜீவிற்கு எழுதிய கடிதம் (1956 பிப்ரவரி 26):

> இரவு. மையிருட்டு. குலை நடுங்கச் செய்யும் மிகப்பெரிய இரண்டு காட்டுத் தீ ஜுவாலைகள் தவிர வேறெதையும் என்னால் காண முடியவில்லை. அருவியின் சத்தம் காதில் விழுந்து மனதை நிறைக்கிறது. அல்லது சலசலவெனப் பாயும் நீரோட்டத்தின் சத்தமாகவும் அது இருக்கலாம். நாளை அதிகாலை ஐந்து மணிக்கு இங்கிருந்து புறப்பட

இருக்கிறோம். வழியில் காண்டாமிருகங்கள், யானைகளைக் காண முயல்வோம்.

இயற்கையின் மீதான தனது ரசனையைப் பிள்ளைகள் இருவருக்கும் எப்போதும் வெளிப்படுத்தியவாறே இருந்தார். அந்த ரசனையைப் பயிற்றுவித்து அவர்கள் அதை வளர்த்துக்கொள்ள விரும்பினார். 1959 ஏப்ரல் 9இல் ராஜீவிற்கு மீண்டும் எழுதினார்:

'இரண்டு செங்கரடிகளான பீம்சாவும் பேமாவும் (பேமா என்ற திபெத்தியச் சொல்லின் பொருள் தாமரை), குட்டிப் புலிகள் இரண்டும் லக்னோ சென்றுவிட்டன. ஒரு புலிக்கு தோலில் ஏதோ தொந்தரவு போலும்! அதற்கு இங்கே குணம் கிடைக்கவில்லை (...)

நீ இங்கிருந்தபோது நமது குளியலறைக்கு வெளியே வளரும் அரச மரத்தை உனக்குக் காட்ட விரும்பினேன். அப்போது ஒரு இலைகூட அந்த மரத்தில் இல்லை. பரு விழுந்தாற்போல மரம் முழுக்கப் புள்ளிப்புள்ளிகளாய் நிரம்பியிருந்தன. ஒருநாள் புள்ளிகள் இருந்த இடத்தில் சின்னஞ்சிறு முட்கள் முளைத்திருப்பது தெரிந்தது. முட்கள் இப்போது பெரிதாய் வளர்ந்து தளிர்விட்டிருக்கின்றன. ஒவ்வொரு தளிர் உச்சியிலும் சிறு இலைகள் விரிந்து சிறு கொடிபோல் அசைகிறது. அந்தப் பேரழகு வசீகரித்தவாறே இருக்கிறது.

ராஜீவிற்கு எழுதிய சில கடிதங்கள் டார்ஜிலிங் போன்ற மலைவாழிடங்களைப் பரிந்துரைக்கின்றன. அலகாபாத்திலிருந்து ராஜீவிற்கு எழுதிய தேதியிடப்படாத கடிதத்தில் டார்ஜிலிங் ஏன் தனக்குப் பிடித்திருக்கிறது என்பதை இந்திரா காந்தி கூறுகிறார்:

இமய மலையின் குறிப்பிடத்தக்க கஞ்சன்ஜங்கா மலைத் தொடரை டார்ஜிலிங்கிலிருந்து ஒருவர் காணமுடியும். அங்கிருந்து சில மைல்கள் தள்ளிப் புலிகள் குன்று உள்ளது. மேகங்கள் இல்லாதபோது இமய மலையின் எவரெஸ்ட் சிகரத்தைக் காட்சித் துணுக்காய் இங்கிருந்து காணலாம். பெரும்பாலான நேரங்களில் மேகங்கள் கவிந்திருக்கும். அதனால் சூரிய உதயத்தில் மட்டுமே அதிர்ஷ்டமிருந்தால் எவரெஸ்ட் சிகரத்தைப் பார்க்கமுடியும்.

ര

1959 பிப்ரவரி 1இல் இந்திரா காந்தி காங்கிரஸ் தலைவராகத் தேர்ந்தெடுக்கப்பட்டார். ஐந்து நாட்களுக்குப் பிறகு தனது தோழி ஃபில்லிஸ் மெஹ்ரோத்ராவிற்கு ஒரு கடிதம் எழுதினார்.

ஆங்கிலேயரான அவர் ஓர் இந்தியரை மணந்து அலகாபாத்தில் வசித்துவந்தார். தன்னிடம் புதிதாக ஒப்படைக்கப்பட்டுள்ள அரசியல் பொறுப்பினால் தான் மகிழ்ச்சியாக இல்லை என்பதை அக்கடிதத்தில் வெளிப்படுத்தியிருந்தார்.

> ‘மகிழ்ச்சியாக இருக்கவே விரும்புகிறேன்; ஆனால் முடிய வில்லை. உண்மையைச் சொல்வதெனில் இவை மிகுந்த மனச்சோர்வு தருகின்றன. இந்த ஆண்டு ஓய்வாகவும் நிம்மதியாகவும் இருக்கலாம் எனத் திட்டமிட்டிருந்தேன். ஆனால் அதிகப் பொறுப்பும் கடினவேலைகளும் சுமையாக வந்துசேர்ந்திருக்கின்றன. விதி என்று ஏதோ ஒன்று நிச்சயம் இருக்கத்தான் வேண்டும்.

ஃபில்லிஸ் முழுக்கவும் அரசியல் சார்பற்றவர். எனவே இந்திரா காந்தி அவரிடம் பொய் முகம் காட்டவோ வேடம் புனையவோ தேவையில்லை.

1959 பிப்ரவரி 8இல் பாத்ரா தேசாயுடனான இந்திரா காந்தியின் உரையாடல் *டைம்ஸ் ஆஃப் இந்தியா*வில் வெளி வந்திருந்தது. அதில் இந்திரா காந்தி கூறியிருந்தது:

> ‘பிற நாடுகளிலுள்ள பெண்களுடன் எனது அனுபவங் களைப் பகிர்ந்துகொண்டுள்ளேன். தங்கள் வீட்டின் அமர்வுக்கூடத்தினுள் ஒரு செங்கரடியைத் துரத்தும் அனுபவம் அவர்களில் எத்தனை பேருக்கு வாய்த்திருக்கும்? அல்லது நோய்வாய்ப்பட்ட ஒரு புலியுடன் இரவு நேரங்களில் கண் விழித்து இருந்திருப்பார்களா? விலங்குகளுடன் மிக மகிழ்ச்சியாகக் கழித்த தருணங்களும் உண்டு. பறவைகள், மலைகள், இசை, படங்கள் அனைத்தையும் நான் நேசிக்கிறேன். எனினும் இவை ஆழமான மகிழ்ச்சியைக் குறைந்த அளவேனும் ஒரு மனிதனுக்குத் தரும் ஒரு செயலுடன் போட்டி போட முடியாது.

ஜோமோ கென்யாட்டா அப்போதுதான் சிறையிலிருந்து விடுதலையாகியிருந்தார். அவருடன் தொடர்பு ஏற்படுத்திக் கொள்வதற்காக இந்திரா காந்தியைத் தனது பிரதிநிதியாக கென்யாவிற்கு 1961 ஆகஸ்டில் அனுப்பினார் நேரு. அங்கிருந்து தன் தந்தைக்கு அவர் எழுதிய கடிதம் (1961 ஆகஸ்ட் 25):

> அம்போசெலி தேசியப் பூங்காவிலிருந்து இன்று காலை திரும்பினோம் (...) மனதைக் கவரும் மிக அழகிய இடம்! வேடிக்கையாய் அங்குமிங்கும் காரில் சுற்றினோம். பிற விலங்குகளைக் காட்டிலும் உயர்வானவை போல்தோன்றும் வேடிக்கையான ஒட்டகச்சிவிங்கிக் கூட்டம், கொழுத்த

> வரிக்குதிரைகள், பாய்ந்தோடும் பலவித மான்கள், எஜமானக் கம்பீரமும் கண்ணில் அன்பும்(அவ்விதமாகத் தோன்றுகிறது) கொண்ட சிங்கங்களும் அவற்றின் குடும்பங்களுமெனப் போகுமிடமெல்லாம் விலங்குகளைப் பார்த்தோம். எல்லாவற்றுக்கும் மேலாக அந்த அதிகாலை வேளையில் எதிர்பாராதவிதமாய் அற்புதமானதோர் காட்சியைக் கண்டேன். வீட்டிற்கு நேரெதிரே யானைகள், ஒட்டகங்கள், வரிக்குதிரைகள், துள்ளும் மான்கள் என விலங்குகள் குதித்துக் கும்மாளமிட்டன! இரண்டு பெண் சிங்கங்களும் நான்கு குட்டிகளுமாய் ஒரு சிங்கக் குடும்பம். முன்பு, இங்கு மனதை ஈர்க்கும் காட்சி ஒன்றைக் கண்டோம். அந்தக் குடும்பத்தின் ஆண் சிங்கம் தனக்குப் பிடித்தமான அதற்குச் சற்றுத் தொலைவில் வேறு ஒரு புதிய இணையுடன்.

சிறையில் தான் பார்த்த பிராணிகளை இங்கிலாந்து அரசியல்வாதிகளுடன் ஒப்பிட்டு 1943இல் இந்திரா காந்தி தன் தந்தைக்குக் கடிதம் எழுதியிருந்தார். நேருவின் மகளாக இல்லாதிருந்து அரசியலிலும் ஈடுபடாமல் இருந்திருந்தால், இயற்கை, கானுயிர் மீதான முதல் தர வருணனையாளராக இருந்திருப்பார் இந்திரா காந்தி என்பதில் ஐயமில்லை. கடிதத்தில் அவரது மொழி அழகும் கூர்மையான நோக்குத் திறனும் மயங்கச் செய்பவை.

ஆ

தந்தை மகள் இருவருக்கும் மிகவும் பிடித்த முக்கிய நகரம் டெக்ராடூன். 1932 ஜூனுக்கும் 1941 டிசம்பருக்கும் இடையே இரண்டு வருடங்களுக்கு மேலாக வெவ்வேறு காலகட்டங்களில் நேரு சிறையிலிருந்தார். அவர் சிறையில் இல்லாத ஆண்டுகளில் தங்களின் விடுமுறை தினங்களை நேருவும் இந்திரா காந்தியும் டெக்ராடூனிலும் அருகேயுள்ள முஸோரியிலும் கழிப்பது வழக்கம். இந்திரா காந்தியின் இரு மகன்களும் டெக்ராடூனில் படித்தவர்கள்தாம்.

1964ஆம் ஆண்டின் தொடக்கத்தில் நேருவின் உடல்நலம் மிகவும் மோசமடையத் தொடங்கியது. இந்திரா காந்தியும் நேருவும் மே மாதத்தில் சில நாட்கள் டெக்ராடூன் செல்வதென முடிவு செய்திருந்தனர். டெக்ராடூன் பூங்காங்காவின் பார்வையாளர் பதிவேட்டில் நேரு மே 25இல் இவ்விதம் எழுதினார்:

> அமைதியும் ஓய்வும் வேண்டி எனது மகளுடன் இங்கு வந்திருக்கிறேன். பூங்காக்கள் நன்கு பராமரிக்கப்பட்டு மிகுந்த வனப்புடன் உள்ளன. இங்கு தங்கியிருந்தபோது மிகவும் மகிழ்ந்தேன்.

பதிவேட்டின் அதே பக்கத்தில் தந்தை எழுதியிருந்த குறிப்பு களுக்குக் கீழேயே இந்திரா காந்தியும் தனது எண்ணங்களைப் பதிவு செய்திருந்தார். வழக்கத்திற்கு மாறாக இந்திரா காந்தியின் குறிப்புகள் கணிசமாக இருந்தன.

> இந்தத் தோட்டதிற்கு எண்ணற்ற தடவைகள் வந்துள்ளேன். அதனால் இது எனக்குப் பழகிவிட்டது. பழகிவிட்டதாலேயே தோட்டத்தில் நான் பெற்ற ஆனந்தம் குறையவில்லை. முஸோரி மலைச் சரடுகளின் கம்பீரமான பின்னணியில் நுட்பமாய் தோட்டத்தில் மலரும் கருவாய்ப் பட்டை மரச் செடிகொடிகளின் பேரழகு ஓர் அதிசயம்! காணும்போதெல் லாம், வேர்ட்ஸ்வொர்த் கூறுவது போல, துள்ளிப்பாயுது மனம். தோட்டத்தின் வசீகரம் இந்தப் பின்னணியில்தான் உள்ளதென்ற உண்மையை வெளிப்படையாகத் தெரிவித்தே ஆக வேண்டும். தொட்டிச் செடிகள் நன்றாக உள்ளன. ஆனால் மலர்ப் படுகையின் வடிவமைப்பை மேலும் செம்மைப்படுத்த வேண்டும்.

இரண்டு நாட்களுக்குப் பிறகு நேரு காலமானார். நேருவுடனிருந்த ஆண்டுகள் முடிவுக்கு வந்தன. இந்திரா காந்திக்கு ஒரு புதிய வாழ்க்கை தொடங்கிற்று.

ஃ

1964 ஜூன் 9இல் லால் பகதூர் சாஸ்திரி இந்தியாவின் இரண்டாவது பிரதமராகப் பதவி ஏற்றார். அவரது அமைச்சரவையில் செய்தி ஒலிபரப்புத் துறை அமைச்சராக இந்திரா காந்தி பொறுப்பேற்றார். முதன்முதலாக இமய மலையின் எவரெஸ்ட் சிகரம் தொட்ட இந்திய வீரர்களுக்கு வாழ்த்துத் தெரிவித்தபோது இந்திரா காந்தியின் பெயர் செய்தியாக (1965 மே) வெளியானது என்பது தவிர இந்த இடைப்பட்ட காலத்தில் இயற்கை, சுற்றுச்சூழல் தொடர்பாக இந்திரா காந்தியின் செயல்பாடுகள் எதுவும் தெளிவாகத் தெரியவில்லை.

எனினும் இந்தக் காலகட்டம் முக்கியமானது. இந்திரா காந்தியின் நெருங்கிய நட்பு வட்டத்திற்குள் புதிதாக இருவர் வந்திருந்தனர் என்பதே இதற்கான காரணம். ஒருவர் பீதாம்பர் பந்த். மற்றவர் ஹெச்.ஒய். சாரதா பிரசாத். பின்பு இந்திரா காந்தி பிரதமராக இருந்த காலகட்டத்தில் சுற்றுச்சூழல் தொடர்பான விசயங்களில் இந்த இருவரும் மிகமுக்கியப் பங்காற்றினர். சுற்றுச்சூழல் மேம்பாட்டுத் திட்டப் பணிகளில் தர மதிப்பீட்டிற்கு அடித்தளமிட்டவர் பீதாம்பர் பந்த். 1973 பிப்ரவரியில் அவர் காலமானார். அதுவரை சுற்றுச்சூழல் பற்றிய விசயங்களில்

அவரது ஈடுபாடு தொடர்ந்து இருந்துவந்தது. இரண்டாமவர் இந்திரா காந்தி பிரதமராகப் பொறுப்பேற்ற நாளிலிருந்து மறையும்வரை அவருக்கு உரை தயாரிப்பவராக இருந்தார். ஆனால், வெறும் உரை எழுதிக்கொடுப்பவர் என்பதற்கு மேலாக இந்திரா காந்தியின் ஆத்ம நண்பராக அவர் இருந்தார். தனது கருத்துக்கான சாரதா பிரசாத்தின் எதிர்வினை இந்திரா காந்திக்கு முக்கியமாக இருந்து வந்தது.

1966 ஜனவரி 11இல் சாஸ்திரி காலமானார். இந்திரா காந்தி அடுத்த பிரதமரானார். அவர் பிரதமராக இருந்த காலகட்டத்தை இனிக் காணலாம்.

அடிக்குறிப்புகள்

1. பம்பாயிலிருந்து வெளிவரும் சிறிதளவே அறியப்பட்ட 'The International' என்ற இதழில் 1957 ஆகஸ்டில் தனது தங்குமிடம் பற்றி இந்திரா காந்தியே எழுதினார். இதன் நகல் இந்திரா காந்தி நினைவு அறக்கட்டளையில் (1987) உள்ளது.

2. 1950 மே மாதத்தில் தில்லி பறவை அவதானிப்புக் கழகம் தொடங்கப்பட்டது. உஷா கங்குலி 1950 செப்டம்பரில் இதில் சேர்ந்தார். இந்தியாவின் மிகச்சிறந்த பறவையியலாளரென்ற அங்கீகாரம் இவருக்குண்டு. ஆனால் 1970 நவம்பரில் இளவயதிலேயே காலமானார். அவர் கணவர் தில்லி பல்கலைக்கழகத் துணைவேந்தராக இருந்தார். பல்கலைக்கழக வளாகத்தில் உஷா கங்குலி தொடங்கிய பள்ளிக்கூடத்தை 1967இல் இந்திரா காந்தி திறந்துவைத்தார். கங்குலி எழுதிய *தில்லி பகுதியிலுள்ள பறவைகள் பற்றிய வழிகாட்டி* என்ற புத்தகம் அவர் இறந்த பிறகு 1975இல் வெளிவந்தது. அதற்கு சலிம் அலி மதிப்புரை எழுதியிருந்தார். தில்லிப் பறவைகள் பற்றி முதலில் வெளிவந்த அதிகாரபூர்வ நூல் என இது கருதப்படுகிறது.

3. பறவையியல் தொடர்பான சுற்றுப் பயணத்தில் நாகா பாறைக் குன்றுகளில் ரிப்ளே இருந்தார். இந்தப் பாறைக் குன்றுகள் அப்போது அஸ்ஸாமின் ஒரு பகுதியாக இருந்தன. அப்போது அசாம் ஆளுநராக இருந்த ஜெய்ராம்தாஸ் தவுலத்ராமிடமிருந்து 1950 நவம்பர் 21இல் ரிப்ளேக்கு கடிதம் வந்திருந்தது. நாகா ஹில்லை விட்டு வெளியேறும்படி அதில் ஆளுநர் அவரைக் கேட்டிருந்தார். ரிப்ளேயின் சுயவிபரக் குறிப்பு New Yorker இதழில் வந்திருந்தது. அதனை அடிப்படையாகக் கொண்டு அமெரிக்க உளவுத்துறையுடன் (சிஐஏ) அவருக்குத் தொடர்பு இருப்பதான சந்தேகம் இருந்தது. ரிப்ளே சார்பாக

ஹோரேஸ் அலெக்ஸாந்தர் பரிந்து பேசினார். இந்த விசயத்தில் நேரு அலட்டிக்கொள்ளாது அமைதியாக இருந்தார். ரிப்ளே பறவையியல் தொடர்பான தனது வேலையைக் கவனித்துக் கொள்வதில் நேருவிற்கு ஆட்சேபணை எதுவும் இல்லை.

4. Usha Bhagat: *Indiraji Through My Eyes (2005).*

5. ஸ்ரீநகரிலுள்ள ஜம்மு காஷ்மீர் பல்கலைக்கழக இயற்கை ஆய்வுக் கழக தொடக்க விழாவின்போது 1958 ஜூன் 18இல் உரையாற்றினார். இங்கிலாந்திலுள்ள டுர்ஹாம் பல்கலைக்கழகத்தில் மால்கம் மெக்டொனால்ட் ஆவணக் காப்பகத்தில் இந்த உரையைக் காணலாம்.

6. கடிதத்தில் மகாத்மா பற்றிய குறிப்பு தொடர்பாக: 1969 நவம்பர் 24இல் இந்திரா காந்தி உரையாற்றினார். அதில் அவரின் சாதுர்யமான பதிலைத் திருப்பியும் இந்திரா காந்தி கூறினார். ஆனால் இந்த முறை அந்த ஆங்கிலேயரின் அடையாளத்தைப் பற்றிய நிச்சயத்துடன் கூறினார். ஹொரேஸ் அலெக்சாந்தரும் அல்ல. ரவீந்திரநாத் தாகூரின் நண்பரும் குறிப்பிடத்தக்க நூலாசிரியருமான எட்வர்ட் தாம்சன்தாம் அவர்.

7. இந்திரா காந்தி மெக்டொனால்டுக்கு எழுதிய கடிதத்தில் பெண்கள் இமயமலை சாகசப் பயணம் என்று குறிப்பிட்டது, 1958இல் மூன்று ஆங்கில இல்லத்தரசிகள் பிரான்ஸிலிருந்து ஸாஸ்கருக்கு (கால்நடையாகவும் சிலநேரம் ஜீப்பிலும்) மேற்கொண்ட அற்புதமான தரைவழிப் பயணத்தைப் பற்றித்தான். இவர்களில் இருவர் – ஆனிடேவிஸூம் ஆன்டோனியா டீகாக்கும் – இந்தச் சாகசப்பயணம் குறித்து புத்தகம் எழுதியுள்ளனர். இவற்றில் நேருவையும் அவரது மகளையும் சந்தித்தது பற்றிக் குறிப்பிட்டுள்ளார். பார்க்க: Anne Davies, *Womens's Overland Himalayan Expedition* (1958); Antonia Deacock, *No Purdah in Padem* (1960).

8. இந்தப் புத்தகத்திற்கு ஜவர்கர்லால் நேரு முன்னுரை எழுதியிருந்தார். மலைகள் தன்னை வசீகரிப்பதற்கான காரணங்களை அதில் குறிப்பிட்டிருந்தார். பல ஆண்டுகளுக்குப் பிறகு 1974இல் புகைப்படங்கள் கொண்ட படங்கள் வழியேயான இந்திரா காந்தி வரலாற்றை கோஸ்லா எழுதினார்.

9. ஆடென் ஹாட்ச், நேருவின் சகோதரி கிருஷ்ண ஹதீஸ்சிங் எழுதிய '*We Nehrus*' புத்தகத்திலும் இணைந்து பணியாற்றினார்.

10. Apa B. Pant, *A Moment in Time (1974)*

11. Nari Rustomji, *Enchanted Frontiers* (1971)

12. Divyabhanusinh, *The Story of Asia's Lions (2005)*

13. 1964 மே 27இல் நேரு காலமானார். அதற்கு மூன்று மாதங்களுக்கு முன்னர் E P Gee இன் தலைசிறந்த படைப்பான 'The Wild Life of India' என்ற நூலுக்கு நேரு முன்னுரை எழுதியிருந்தார். பல தலைமுறை இந்தியர்கள் இந்தப் புத்தகத்திலிருந்து கற்றுக் கொண்டது ஏராளம். பதினோரு வயதில் முதன்முதலாக நான் வாசித்த புத்தகங்களில் இதுவுமொன்று. ஒரு புது உலகை அது எனக்குக் காட்டியது (44 ஆண்டுகளுக்குப் பின்னர் சுற்றுச்சூழல் மற்றும் வனத்துறை அமைச்சராக நான் பணிபுரிந்தபோது அந்த உலகிற்கு நான் மறுபடியும் திரும்பினேன்)

14. மூன்றாமவர் ஒருவர் உண்டு. 1965 ஆகஸ்டில் இந்திரா காந்திக்கு அறிமுகமானவர்; 1970 நவம்பரில் அவரது செயலகத்தில் ஆலோசகராகச் சேர்ந்தார். சில வருடங்களுக்குப்பின்னர் அவரது செயலராகவும் ஆனார். அவர்தான் பி.என்.தர். ஆனால் சுற்றுச்சூழல் தொடர்பான இந்திரா காந்தியின் செயல்பாடுகளுக்கும் இவருக்கும் தொடர்பில்லை. இந்திரா காந்தியோடு தான் பணியாற்றியதுபற்றி இவர் 2000இல் புத்தகமாக எழுதியுள்ளார்.

IV. இயற்கையியலாளராக பிரதமர்–I
[1966 – 1977]

1966 ஜனவரி 24இல் மூன்றாவது பிரதமராக இந்திரா காந்தி பொறுப்பேற்றார். ஏறத்தாழ 11 ஆண்டுகளுக்கும் மேலாகத் தொடர்ந்து பிரதமராக இருந்தார். முதல் மூன்று ஆண்டுகளில் உடனடியாகக் கவனிக்கப்பட வேண்டிய பிரச்சனைகளிலேயே – அரசியலில் அவர் தொடர்ந்து நீடித்திருப்பது உட்பட – அவரது கவனம் முழுவதும் இருந்தது. எனவே இயற்கைச் சுற்றுசூழல் பாதுகாப்பு விசயத்தில் குறிப்பிடும்படியாக எதுவும் நிகழவில்லை. இந்தக் காலகட்டத்தில் முன்னுரிமை தந்து கவனிக்கப்பட வேண்டிய விசயமாக இருந்தது வேளாண்மை. கோதுமை, அரிசி உற்பத்தியில் தற்சார்புடைய நாடாக இந்தியாவை மிகத் துரிதமாக உருவாக்க வேண்டும் என்பதே அவரது முதன்மையான குறிக்கோளாக இருந்தது. 1966, 1967, 1968 ஆகிய ஆண்டுகளில் அவர் தொடர்ந்து பேசிவந்த மற்றொரு விஷயம் குடும்பக் கட்டுப்பாட்டின் தேவை மற்றும் இந்திய மக்கள் தொகைக் கொள்கை. இதற்காகவே ஓர் அமைச்சர் குழு உருவாக்கப்பட்டதிலிருந்து விசயங்களுக்குத் தரப்பட்ட முக்கியத்துவம்

புலப்படும். ஆனால் 1969இல்தான் ஓர் இயற்கையியலாளராகப் பிரதமர் இந்திரா காந்தி செயல்படத் தொடங்கினார். ஜூலை மாதத்தில் வங்கிகள் தேசிய உடைமையாக்கப்பட்டன. இப்போது கானுயிர்ப் பாதுகாப்பு விசயத்தை உறுதியாக முன்னெடுத்துச் சென்றார். நவம்பர் மாதம் கட்சியிலிருந்தே அவர் நீக்கப்பட்டார். இயற்கைப் பாதுகாப்புச் செயல்பாடுகளில் சக்திவாய்ந்த உலகச் சாம்பியனாக எழுச்சியுற்றார். அதன் பின்னர் அவர் பின்வாங்கவே இல்லை.

ஓ

1966

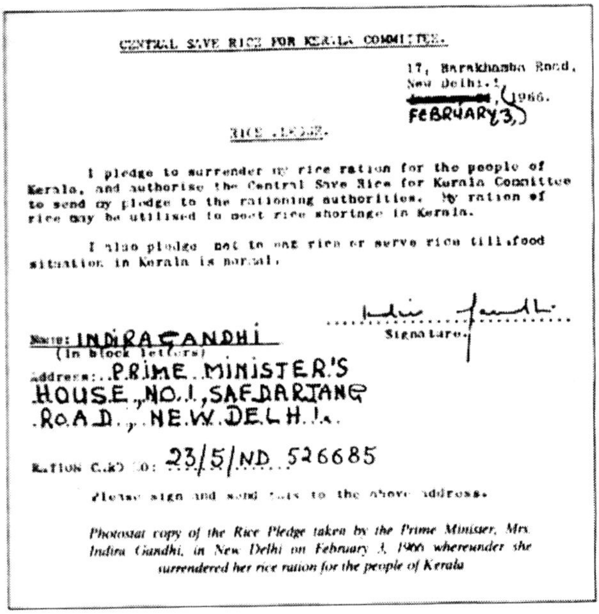

```
CENTRAL SAVE RICE FOR KERALA COMMITTEE.
                                    17, Barakhamba Road,
                                    New Delhi-1
                                    FEBRUARY 3, 1966.

     RICE PLEDGE.

  I pledge to surrender my rice ration for the people of
Kerala, and authorise the Central Save Rice for Kerala Committee
to send my pledge to the rationing authorities. My ration of
rice may be utilised to meet rice shortage in Kerala.

  I also pledge not to eat rice or serve rice till food
situation in Kerala is normal.

                                        Signature

Name: INDIRA GANDHI
    (In block letters)
Address: PRIME MINISTER'S
HOUSE, NO.1, SAFDARJANG
ROAD, NEW DELHI.

Ration Card No: 23/5/ND 526685

  Please sign and send this to the above address.

  Photostat copy of the Rice Pledge taken by the Prime Minister, Mrs.
  Indira Gandhi, in New Delhi on February 3, 1966 whereunder she
       surrendered her rice ration for the people of Kerala
```

கேரளத்திற்காக தனக்குரிய ரேஷன் அரிசியை வேண்டாம் என திருப்பியளிக்கும் உறுதிமொழிப் பத்திரம்.

பத்து நாள் தீவிர அரசியல் செயல்பாடுகளுக்குப் பிறகு ஜனவரி 24இல் இந்திரா காந்தி பிரதமரானார். இந்தியாவின் மிகச்சிறந்த அணுசக்தி விஞ்ஞானியும் நிர்வாகியும் இந்திரா காந்தியின் நண்பருமான ஹோமி பாபா ஜெனிவா செல்லும் வழியில் விமான விபத்தில் காலமான துயரச் சம்பவம் அதே நாளில் நிகழ்ந்தது. இந்திரா காந்தி பிரதமராகப் பொறுப்பேற்ற முதல் ஆண்டில் மூன்று முக்கிய விசயங்களில் உறுதியான முடிவு எடுக்க வேண்டியிருந்தது. 1. உணவு இறக்குமதி 2. ரூபாய் மதிப்பு குறைப்பு 3. பஞ்சாப் மாநில

மறுசீரமைப்பு. நாட்டின் முக்கியப் பிரச்சனைகளாகத் தான் கருதுபவற்றைக் குறித்துப் பதவியேற்ற 12 நாட்களில் அனைத்து முதலமைச்சர்களுக்கும் நீண்ட கடிதம் ஒன்றை அவர் எழுதினார்:

இப்போது பிரச்சனைகளுக்குப் பஞ்சமே இல்லை. உணவுப் பற்றாக்குறையே இவைகளில் மிக முக்கியமானது என்பதில் சந்தேகமில்லை. அறுவடை பொய்த்துப்போய்விட்டது (...) இதுவரை கண்டிராத வறட்சி நிலவுகிறது. கேரள நிலவரம் என்னை மிகவும் வேதனைக்குள்ளாக்குகிறது.' தாஸ்கண்ட் பிரகடனம் (1966 ஜனவரி) பற்றி குறிப்பிட்ட இந்திரா காந்தி 'ஜம்மு காஷ்மீர் விசயத்தில் இந்தியாவும் பாகிஸ்தானும் சமரசமற்ற போக்கைக் கடை பிடிக்கின்றன. எனினும் இரு நாடுகளும் அமைதியாக வாழ உறுதி பூண்டுள்ளன'. அவர் மேலும் கூறியதாவது: 'மதவாத சக்திகள் மீண்டும் செயல்பட அனுமதிக்கக் கூடாது என்பது முக்கியமாகும் (...)'

ஆனால் அவர் எழுதிய கடிதங்களில் பெரும் பகுதியும் 'உணவுப் பிரச்சனை' குறித்தே இருந்தது. அரிசி, கோதுமை முதலான உணவு தானிய உற்பத்தியில் மிகத்துரிதமாகத் தன்னிறைவு அடைவதொன்றே இந்தப் பிரச்சனைக்கான திறவுகோல் என்பதை இந்திராகாந்தி விரைவிலேயே உணர்ந்துகொண்டார். இதனை அரசின் கொள்கையாகப் பாராளுமன்றத்தில் அறிவித்தார் (மார்ச் 1). இதனைத் தொடர்ந்து முதலமைச்சர்கள் மாநாட்டினைக் கூட்டினார் (ஏப்ரல் 9).

அமெரிக்கா, ஃப்ரான்ஸ் ஆகிய நாடுகளுக்கு மார்ச் மாதம் இந்திரா காந்தி பயணமானார். சில மாதங்களுக்குப் பிறகு சோவியத் ரஷ்யாவுக்கும் சென்றார். அவர் அமெரிக்க அதிபர் ஜான்சனைச் சந்தித்தது வரலாற்றின் பகுதியானது. 'பெண்கள் அரசியலில் வெற்றி காண்பதில்லை. ஆனால் இவர் வெல்வார்' என இந்திரா காந்தியைச் சந்தித்த பிறகு பிரான்ஸ் நாட்டின் ஜனாதிபதி டீ கால் (De Gaulle) ரஷ்ய எழுத்தாளரான ஆந்த்ரே மால்ராக்ஸிடம் அந்தரங்கமாகக் கூறினார் என நம்பப்படுகிறது. இந்திரா காந்தி சரளமாக பிரெஞ்சு மொழியில் பேசியது பிரான்ஸ் நாட்டின் ஜனாதிபதியைக் கவர்ந்திருக்கலாம்.

ரூபாய் மதிப்பைக் குறைப்பது பற்றிய விவாதம் ஏறத்தாழ ஒரு வருடமாக நடந்தது. பலர் அதனை எதிர்த்தனர். எனினும் ரூபாய் மதிப்பைப் பெருமளவு குறைப்பதென முடிவு செய்யப்பட்டது. இதற்கான அறிவிப்பு ஜூன் 6ஆம் நாள் வெளிவந்தது. குறிப்பிட்ட அளவு பொருளாதாரத் தாராளமயமாக்கலும் இதனைத் தொடர்ந்து நடந்தது. தைரியமான இந்த முடிவை அறிவிப்பதற்கு ஒரு வாரத்திற்கு முன்பே தனது தனிப்பட்ட நண்பரும் சோவியத்

ரஷ்யாவின் இந்தியத் தூதருமான டி.என். கவுலுக்கு மே 30இல் எழுதிய கடிதத்தில் இதுபற்றிய தனது எண்ணத்தை அவர் வெளிப்படையாகவே தெரிவித்திருந்தார்:

> நமது பொருளாதாரம் மோசமான நிலையிலுள்ளது (...) வறுமை, தொழில் முடக்கம், அதிகரிக்கும் வேலையில்லாத் திண்டாட்டம் ஆகியவை தோல்வியின் விளிம்பில் நம்மைத் தள்ளிக்கொண்டிருக்கின்றன. இதிலிருந்து தப்புவதற்கான ஒரே வழி பொருளாதார முன்னேற்றம் ஒன்றே. பலவீனமான நாடு வெளிநாடுகளின் செல்வாக்கிலிருந்து தப்ப முடியாது. ஆனால் வெளிநாட்டு உதவியால் நாம் வலிமை பெற முடியும். நமது கால்களில் நிற்க முடியும். ஆதரவோ கட்டுப்பாடோ இல்லாதபோது வேறு மாற்று என்ன?
>
> இந்தச் சூழ்நிலையிலிருந்து விடுபட்டேயாக வேண்டும். அதற்கு அவசியமான நடவடிக்கைகளை என்னால் மேற்கொள்ள முடியாவிட்டால் நான் ராஜினாமா செய்ய வேண்டும். இந்த நாடு சறுக்கியவாறு கீழே சென்று கொண்டிருப்பதை வெறுமனே என்னால் பார்த்துக் கொண்டிருக்க முடியாது (...)

இந்த ஆண்டில்தான் பஞ்சாப் மாநிலத்தை மறுசீரமைப்புச் செய்யும் நடவடிக்கையில் நேரடியாக இறங்கினார் இந்திரா காந்தி. 'மதத்தின் அடிப்படையில் மற்றுமோர் பிரிவினை' என்பதாக நேரு இதனை உறுதியாக நிராகரித்திருந்தார். லால் பகதூர் சாஸ்திரியின் அமைச்சரவையில் இருந்தபோதே இந்த விசயம் குறித்து இந்திரா காந்தி விவரமாக அறிந்திருந்தார். எனவே ஹரியானா என்ற புதிய மாநிலத்தை உருவாக்கவும் இமாசல பிரதேசத்தின் விரிவாக்கத்திற்கும் அவர் அனுமதி தந்தார்.

ல

பிரதமராக அவர் பொறுப்பேற்றுக்கொண்ட நான்கு நாட்களில் அமெரிக்காவின் டைம் வார இதழ், அட்டையில் இந்திரா காந்தியின் உருவப் படத்துடன் சிறப்பு இதழ் ஒன்றினை வெளியிட்டது. அதில் இந்திரா காந்தியின் குடும்பப் பின்னணி, கட்சி அரசியல் அனுபவம், பலதரப்பட்ட ஆர்வங்கள், அவரின் நண்பர்கள் உலகம், அவரிடமிருந்து என்ன எதிர்பார்க்க முடியும் முதலான விவரங்கள் அடங்கிய நேர்மறையான நீண்ட வாழ்க்கைக் குறிப்பு இருந்தது. இது மட்டுமல்லாமல் (இந்திரா காந்தியின் வீட்டிலுள்ள) சிறிய உயிரியல் பூங்காவின் கடந்தகால நினைவுகளும் அதில் பதிவு செய்யப்பட்டிருந்தன.

இந்தியாவின் முதல் பெண்மணியாகப் பிரதமரின் தீன்மூர்த்தி பவனை அப்பழுக்கற்ற ஆற்றலுடன் அவர் நிர்வகித்து வருகிறார். தயார் செய்யப்பட்ட ஒவ்வொரு உணவுப் பொருளையும் கண்காணிக்கிறார். தன் தந்தைக்கு அவரது பேரக் குழந்தைகளுடன் கும்மாளமிடுவதற்கும் வீட்டில் இருக்கும் குட்டிப் புலிகள், குரங்குகள், ஊர்ந்து செல்லும் பல்வேறு பிராணிகளுடன் விளையாடுவதற்கும் நேரமிருக்குமாறு பார்த்துக்கொள்கிறார். 'ஒரு முதலைக் குட்டி எங்கள் வீட்டில் இருந்தது. என்னைத் தவிர எல்லோரையும் அது கடிக்கும். ஒருமுறை அது என் தாயையே கடித்ததால் அந்தக் குட்டி முதலை வீட்டை விட்டே வெளியேறும் படியானது' என சஞ்சய் காந்தி நினைவு கூர்கிறார். மான்செஸ்டருக்கு அருகேயுள்ள ரோல்ஸ் ராய்ஸ் கார் தொழிற்கூடத்தில் பயிற்சியாளராக சஞ்சய் இருக்கிறார்.

விரைவிலேயே இந்தியா திரும்பிய சஞ்சய் காந்தி மிகப்பெரும் சர்ச்சைக்கு உள்ளானார். ஒன்பது ஆண்டுகளுக்குப் பிறகு முதலைகள் பாதுகாப்பு செயல்முறைத் திட்டத்தை இந்திரா காந்தி தொடங்கிவைத்தார். அந்தத் திட்டம் வெற்றியும் பெற்றது.

ஃ

சூழலியலாளர்களுடனான இந்திரா காந்தியின் தொடர்பு 1966ஆம் ஆண்டு வலுப்பெற்றது. அவர்களுள் ஹொரேஸ் அலெக்சாந்தரும் ஒருவர். அவரால் நேருவுடன் எளிதாகத் தொடர்புகொள்ள முடிந்தது. நாகலாந்து, காஷ்மீர், சீனா தொடர்பாக அவ்வப்போது அறிக்கைகள் வெளியிட்டு இந்திரா காந்தியைச் சீண்டியவாறிருந்தார். இந்திரா காந்தி பிரதமரானதும் அவருக்கு வாழ்த்துத் தெரிவித்து ஹோரேஸ் அலெக்சாந்தர் கடிதம் எழுதினார். பிப்ரவரி 26இல் அவருக்கு இந்திரா காந்தி எழுதிய பதில்:

நல்வாழ்த்துக்கள் தெரிவித்து நீங்கள் எழுதிய கடிதம் பெற்றேன். பதில் எழுதத் தாமதமாகிவிட்டது. வருந்துகிறேன். கடுமையான வேலை நெருக்கடி. உங்களால் புரிந்துகொள்ள முடியும். பறவை அவதானிப்புச் சங்கம் குறித்த எனது பேச்சு தவறாகப் புரிந்துகொள்ளப்பட்டிருக்கிறது. தில்லி பறவை அவதானிப்புச் சங்கத்தின் தொடக்ககால உறுப்பினர்களில் நானும் ஒருத்தி. பறவைகள் மீதான எனது ஈடுபாடு நான் சிறையில் இருந்தபோது தொடங்கிற்று. பறவைகள் அமர்வ தற்கு அங்கே மரங்கள் ஏதுமில்லை. பறவைகள் ஒலியை குறித்துவைத்துக்கொள்ளத் தொடங்கினேன். சிறையிலிருந்து விடுதலையானதும் சலீம் அலியின் புத்தகத்தின் உதவியால்

அந்த ஒலியை வைத்துப் பறவைகளை அடையாளம் கண்டு கொண்டேன்.'

பறவை அவதானிப்புத் தொடர்பாக மேலும் சில கடிதங்கள் (அடுத்துவரும் ஆண்டுகளில்) இந்திரா காந்தி ஹொரேஸ் அலெக்சாந்தருக்கு எழுதினார். ஆனால் குறிப்பிட்ட இந்தக் கடிதம் முக்கியமானது. பிரதமரான பிறகு அவருடனான இந்திரா காந்தியின் முதல் கடிதப் பரிமாற்றம் என்பதால் மட்டுமல்ல. பறவை அவதானிப்பை இந்திரா காந்திக்கு முதன்முதலாய் அறிமுகம் செய்துவைத்ததே ஹொரேஸ் அலெக்சாந்தர்தான் என்ற வரலாற்றாசிரியர் ராமச்சந்திர குஹாவின் கூற்றை இந்தக் கடிதம் கேள்விக்குள்ளாக்குகிறது.[1] காரணங்கள் வருமாறு: ஹொரேஸ் அலெக்சாந்தரைச் சந்திக்கும் முன்பே பறவையியலாளர் சலீம் அலியுடன் பறவைகள் குறித்து இந்திரா காந்தி ஆரம்பத்திலிருந்தே உரையாடியவாறிருந்தார்; பறவைகள் – விலங்குகள் – சூழலியல் பற்றி நேருவுக்கும் இந்திரா காந்திக்கும் தொடக்கத்திலிருந்தே கடிதப் பரிமாற்றம் இருந்து வந்திருந்தது; சிறையிலிருந்தபோதே இந்திரா காந்தி பறவைகள்மீது ஈடுபாடு கொண்டிருந்தார். (இது அவரே ஒத்துக்கொண்ட உண்மையாகும்.)

௸

பிரதமராகப் பொறுப்பேற்றுக் கொண்டதும் குடும்பக் கட்டுப்பாட்டின் முக்கியத்துவம் பற்றி இந்திராகாந்தி தைரியமாகப் பேசினார் என்பது குறிப்பிடத்தக்கதாகும். மார்ச் 1ஆம் நாள் பாராளுமன்றத்தில் அவர் நிகழ்த்திய முதல் உரை, உணவு தானியங்களில் இந்தியா தன்னிறைவு அடைவது பற்றியதாக இருந்தது. ஆனால் இந்திய மக்கள் தொகை பற்றிய கொள்கை அறிக்கையில் மேலும் சில பத்திகளைச் சேர்ப்பதில் இந்திரா காந்தி தனிப்பட்ட கவனம் செலுத்தினார்.

ஜூன் 26இல் பம்பாயிலுள்ள SNDT (Smt Nathibai Damodar Thackersey) பல்கலைக்கழகத்தில் உரையாற்றிய இந்திரா, மக்கள் தொகை பற்றிய பேசுபொருளுக்கே திரும்பினார். விதவைகள் மேம்பாட்டிற்காகவும் பெண் கல்விக்காகவும் சென்ற தலைமுறைச் சமூக சீர்திருத்தவாதிகளான ஈஸ்வர சந்திர வித்யாசாகர், மகரிஷி கார்வே ஆகியோர் எவ்விதம் செயல்பட்டனரோ, அதே அர்ப்பணிப்பும் பேரார்வமும் கொண்டு குடும்பக் கட்டுப்பாட்டின் அவசியத்தை மக்களிடம் பரப்ப வேண்டும் என அந்த உரையில் குறிப்பிட்டார். ஆண்டு இறுதியில் டிசம்பர் 11 அன்று நடைபெற்ற குடும்ப அமைப்பின் சர்வதேச சங்க மாநாட்டில் கலந்துகொண்ட அவர் 'மக்கள் தொகைக் கட்டுப்படுத்தல்' என்பதற்குப் வார்த்தைக்குப் பதிலாகக் 'குடும்பக்

கட்டுப்பாடு' என்ற வாசகமே தனது விருப்பத் தேர்வெனக் குறிப்பிட்டார். அவர் மேலும் கூறியதாவது:

> இந்த ஆண்டு நமது நாட்டின் மக்கள் தொகை ஐம்பது கோடியைத் தாண்டிவிட்டது. இந்தியா சுதந்திரமடைந்த போதிருந்த மக்கள் தொகையைவிட இது பதினைந்து கோடி அதிகமாகும். இதன் விளைவுகள் பற்றி சிந்திக்க வேண்டிய தருணம் வந்துள்ளது. (...) மக்கள்தொகை நிலையாக இருந்தால் மட்டுமே வறுமையை நமது தலைமுறையிலேயே ஒழிப்பது சாத்தியம்... மக்கள் தொகையைக் கட்டுப்படுத்தாமல் (நாட்டு வளர்ச்சிக்கான) திட்டங்கள் தீட்டுவது, வெள்ளத்தில் நிலம் அடித்துச் செல்கையில் வீடு கட்டுவது போலாகும். (...) நலத் திட்டங்களை விரிவுபடுத்தி அவற்றை வெற்றிகரமாகச் செயல்படுத்த குடும்பக் கட்டுப்பாடு மிகவும் அவசியமாகும்.

ß

இந்திய வனப்பணியைத் (*IFS*) தனியே உருவாக்க 1951இல் அகில இந்திய சேவைச் சட்ட திருத்தம் கொண்டுவரப்பட்டது (*1963 செப்டம்பர் 6*). வனங்களை நிர்வகிக்கும் விசயத்தை மாநிலங்களிடமே விட்டுவிடுவது நல்லது எனவும் அதற்காக தேசிய அளவிலான பணிநிலைப் பிரிவு அவசியமில்லை எனவும் அன்றைய சக்தி வாய்ந்த உள்துறை அமைச்சரான கோவிந்த் வல்லப பந்த் கருதினார். அதனால் வனப் பணித்துறையைத் தனியாக உருவாக்குவதில் கால தாமதம் ஏற்பட்டது.

இந்திரா காந்தி பொறுப்பேற்றுச் சுமார் ஆறு மாதங்களுக்குப் பிறகு இந்திய வனப் பணித்துறை ஜூலை 1ஆம் நாள் முறையாகத் தொடங்கப்பட்டது. வனங்களை நிர்வகிப்பது இந்திரா காந்தியின் தலையாய அக்கறைகளில் ஒன்றானது. இந்திய வனப் பணித் துறை இந்திரா காந்தியை வாழ்த்தியது. அவர் இறந்தபோது அந்தத் துறை நிறைவேற்றிய தீர்மானத்திலேயே இது தெரிந்தது. இந்திரா காந்தி தனிப்பட்ட சில வனப் பாதுகாவலர்களை மதித்தார். ஆனால் கானுயிர், இயற்கை, சமூகநலன் இவற்றோடு தொடர்புடையவர்கள் என்ற விதத்தில் அந்தப் பணியைச் சேர்ந்தோர் மீது அவருக்கு விமரிசனமிருந்தது.

பிரதமராகப் பொறுப்பேற்றுக்கொண்ட முதல் இரண்டு ஆண்டுகளில் முக்கியமான விசயங்களைப் பற்றி விவாதிக்க வட்ட மேசை, ஆலோசனை சபைகளைக் கூட்டினார். ஜூன் 14இல் நிகழ்ந்த முதல் ஆலோசனைக் கூட்டம் பொதுத்துறை பற்றி ஆழமாக விவாதித்தது. அக்டோபர் 28இல் நடந்த இரண்டாவது ஆலோசனை சபைக் கூட்டத்தில் 'சர்வதேச

சுற்றுலா' இடம்பெற்றது. உலகிலேயே மிக அதிக வளர்ச்சி விகிதம் கொண்ட மிகப்பெரிய 'ஏற்றுமதித்' தொழிலாக சர்வதேச சுற்றுலாவை இந்திரா காந்தி விவரித்தார்.

இரண்டாவது ஆலோசனை சபைக் கூட்டத்தில்தான் இந்த நூலுக்குத் தொடர்புடைய சுற்றுச்சூழல் பற்றி இந்திரா காந்தி பேசினார். பிரதமராக இருந்த முதல் மூன்று வருடங்களில் சுற்றுச்சூழல் தொடர்பாக வெளிப்படையாகப் பேசிய வெகு சில சந்தர்ப்பங்களில் இதுவும் ஒன்று. 'ஒரு சுற்றுலாப் பயணி வரலாற்றுச் சிறப்பு மிக்க புராதன நினைவுச் சின்னங்களைப் பார்வையிடவும் (...) தனித்தன்மையுடைய இந்திய உணவு வகைகளை உட்கொள்ளவும் விரும்புகிறார். கேமராவுடன் வேட்டைக்குக் கிளம்புகிறார். இமய மலைகளில் ஏறுகிறார்' என இந்திரா காந்தி முதலில் கூறினார். 'சுற்றுச்சூழலை அழகு படுத்துவதற்கும் சுற்றுச்சூழலுக்கு இசைவாகப் புதிய கட்டிடங்களை எழுப்புவதற்குமான தேவை பெரிய அளவு உள்ளது' என இரண்டாவதாக அறிவித்தார். மிக விரைவிலேயே இவ்விரண்டு விஷயங்களிலும் அவரது கவனம் குவிந்தது.

ௐ

இந்திய ரூபாய் மதிப்பைக் குறைத்தது, பொருளாதாரத் தாராளமயமாக்கல் ஆகிய சர்ச்சைக்குரிய நடவடிக்கைகளை மேற்கொண்டு பதினைந்துக்கும் குறைவான நாட்களே ஆகியிருந்தன. நான்குநாள் சுற்றுப் பயணத்தில் உத்தரப்பிரதேச மலைவாழிட மாவட்டங்களுக்குக் கிளம்பினார் இந்திரா காந்தி. ஜூன் 16இல் உத்தரப் பிரதேசத்திற்கு ஹெலிகாப்டரில் வந்திறங்கிய அவரை 29 வயதான மாவட்ட நீதிபதி மன்மோகன் 'மோனி' மல்ஹோத்ரா எதிர்கொண்டழைத்தார். அனைவரும் ஓய்வு இல்லத்திற்குக் காரில் சென்றனர். இந்திரா காந்தியின் அரசியல் சகாக்கள் அங்கு அவருக்காகக் காத்திருந்தனர். அவர்களுடன் சிறிது நேரம் பேசிக்கொண்டிருந்தார். பிறகு மாவட்டத்தின் நிர்வாக விசயங்கள் பற்றி மல்ஹோத்ராவுடன் உரையாடினார். இவ்விதம் தொடர்ந்த அந்த உரையாடலை மல்ஹோத்ராவே என்னிடம் நினைவு கூர்ந்தார்.

> இந்திரா காந்தி: நீங்கள் அவ்வளவு உதவியாக இல்லை என எனது ஆட்கள் என்னிடம் தெரிவிக்கின்றனர்.
>
> மோனி மல்ஹோத்ரா: உதவியாக இல்லை என்றா அல்லது வளைந்துகொடுக்கவில்லை என்றா?
>
> சுசேதா கிருபளானி (உத்திரப் பிரதேச முதலமைச்சர்): இந்திராஜி, இவர் நமதுமிகச் சிறந்த அதிகாரிகளுள் ஒருவர்.

அலுவலகரீதியாக ஏற்கனவே திட்டமிட்டிருந்த வேலைகளுக்காக ஒதுக்கப்பட்டிருந்த நேரம் போக, மிகக் குறைவான நேரமே இந்திரா காந்திக்கு இருந்தது. எனினும் புதிதாக நிறுவப்பட்ட நேரு மலையேற்றப் பயிற்சிக் கூடத்தைப் பார்வையிட்டு அங்கே பயிற்சிபெறும் மாணவர்களிடம் உரையாற்றினார். அந்தப் பயிற்சிக்கூடத்தின் முதல்வர் பிரிகேடியர் கியான் சிங் 1960இல் எவரெஸ்ட் சிகரத்திற்கு மலையேறும் குழுவின் தலைவராக இருந்தவர். ஆனால் அந்தப் பயணம் தோல்வியில் முடிந்தது.

ஒரு மாதத்திற்குப் பிறகு ஜூலை 20இல் உத்தரப் பிரதேசத்திலிருந்து வெகு தூரத்திலுள்ள ஹர்சில் என்ற கிராமத்திற்கு நான்கு நாள் விடுமுறையில் தனது பிள்ளைகளுடன் தனிப்பட்ட முறையில் இந்திரா காந்தி சென்றார். பிரதமருடன் வழக்கமாகச் செல்லும் மெய்க்காப்பாளர், உதவியாளர் அடங்கிய பாதுகாப்புக் குழுவோ ஆரவாரமோ எதுவுமில்லை. மிகச்சிறிய அந்தக் கிராமத்திற்குத் தொலைபேசி, தந்தி வசதிகள் எதுவும் இல்லை. அலுவலக மரபின்படி மல்ஹோத்ரா வந்திருந்தார். மலைகளில் மனித வாழ்க்கை குறித்தும் புத்தகங்கள், மலையேறுதல் பற்றியும் இருவரும் பேசிக்கொண்டனர்.

ஜூலை 23இல் இந்திரா காந்தி புதுதில்லி திரும்பினார். மூன்று மாதங்கள் சென்றபின் பிரதமரின் செயலகத்திற்குத் துணைச்செயலராக மல்ஹோத்ரா மாற்றப்பட்டார். துணைச் செயலர் பதவி இந்திய நிர்வாக ஆட்சிப் பணிப் பிரிவின் படிநிலையில் கீழ்நிலையாகும். பிரதமர் செயலகத்தில் அவரது பணி என்ன என்பதுபற்றி முறையான அரசாணை எதுவும் அவருக்குத் தரப்படவில்லை. ஆனால் சுற்றுச்சூழல் தொடர்பான விசயங்களில் இந்திரா காந்திக்கு நேரடியாக உதவும் பணியில் ஏழு ஆண்டுகள் இருந்தார். அலுவலகப் பணியில் கீழ்–மேல் படிநிலையை அதிகமும் பொருட்படுத்தாமல் வேலைக்கு முக்கியத்துவம் தந்து இந்திரா காந்தி தன் செயலகத்தை நடத்திய விதம் இதிலிருந்து புலனாகிறது.

૭

சர்வதேச இயற்கை மற்றும் இயற்கைவளப் பாதுகாப்பு கூட்டமைப்பு (International Union for Conservation of Nature and National Resources) தின் ஒன்பதாவது பொதுக்குழு ஜூன் 25லிருந்து ஜூலை 2 வரை சுவிட்சர்லாந்திலுள்ள லுசர்னெவில் நடந்தது. இதன் அடுத்த பொதுக்குழு 1969இல் புதுதில்லியில் நடந்த அலுவலக ரீதியாக வேண்டுகோள் விடுக்கப்பட்டது. இந்திரா காந்தியின் ஒப்புதலுடன் இந்த வேண்டுகோளை முன்வைத்தவர் வனத்துறை

இன்ஸ்பெக்டர் ஜெனரலான ஹரி சிங். சலீம் அலியின் விரிந்த குடும்பத்தின் ஒரு பகுதியாக இருந்தவரும் நாட்டின் மதிப்புமிகு இயற்கையியலாளருமான ஸஃபர் ஃபதேஹ்அலி இந்திரா காந்தியின் இந்த வேண்டுகோள் நிறைவேற ஆதரவு தந்தார். பாராட்டுகளுடன் இறுதியில் இது ஏற்றுக்கொள்ளப்பட்டது.

பத்தாவது பொதுக்குழு மிக முக்கிய நிகழ்வாக அமைய விருந்தது. அது இந்தியாவில் நிகழ்வது சர்வதேச இயற்கைவளப் பாதுகாப்பு ஒன்றியத்துக்கும், இந்திரா காந்திக்கும் ஏன் இந்திய நாட்டிற்குமே ஒரு மைல்கல்லாக அமையவிருந்தது.

*1965–66*ஆம் ஆண்டுகளில் தொடர்ச்சியாகப் பருவ மழை மிக மோசமாகப் பொய்த்துப் போனது. இதனால் அமெரிக்காவிட மிருந்து கோதுமையைக் கெஞ்சிப் பெறும் நிலைக்கு இந்தியா தள்ளப்பட்டது. உணவு தானிய உற்பத்தியில் தன்னிறைவு பெற்ற நாடாக இந்தியாவை மிக விரைவிலேயே உருவாக்க இந்திரா காந்தி உறுதி பூண்டார். இந்தியா – அமெரிக்கா இரு தரப்பு உறவு பற்றிய நூல்களிலும் இந்திரா காந்தியின் வாழ்க்கை வரலாற்று நூல்களிலும் இதுபற்றி நிறையவே எழுதப்பட்டிருக்கிறது.

தொடர்ச்சியாக இரு ஆண்டுகள் பருவமழை பொய்த்துப் போனது. சுற்றுச்சூழல் தொடர்பான ரகசிய உச்சகட்ட ராஜதந்திரச் செயல்பாட்டிற்கு வழிகோலியது. இதுபற்றி அமெரிக்க வரலாற்றாசிரியரான கிறிஸ்டின் ஹார்ப்பரைத்[2] தவிர வேறு ஒருவரும் எழுதவில்லை. *1967*ஆம் ஆண்டின் முதல் சில மாதங்களில் பீகாரிலும் கிழக்கு உத்தரப் பிரதேசத்திலும் க்ரோமர் திட்டத்தின் கீழ் மழைக்காலத்தைச் செயற்கையாக நீட்டிக்கச் செய்யும் Cloud Seeding என்ற துணிகர முயற்சியை அமெரிக்க ராணுவம் மேற்கொண்டது. *1966*ஆம் ஆண்டு இறுதியிலேயே இதற்கான ஒப்புதலை இந்திரா காந்தி வழங்கியிருந்தார். இந்தத் திட்டத்தின் மிகப் பெரும் சாம்பியன்கள் அமெரிக்க ஜனாதிபதி ஜான்சனும், அமெரிக்காவின் பாதுகாப்புத் துறை செயலாளர் ராபர்ட் மெக் நமராவும் ஆவர்.

தீங்கற்ற நேர்மையான திட்டமாக க்ரோமர் தோன்றலாம். ஆனால் அது உண்மையல்ல. அமெரிக்க 'பனிப் போரின்' பகுதியாக க்ரோமர் பணித்திட்டம் இருந்தது. லாவோவிலும் வியட்நாமிலும் 'வானிலை ஆயுதமாக' அமெரிக்க ராணுவம் இதைப் பயன்படுத்திய செய்தி உண்டு. இந்திராவிற்கு இதுபற்றி நிச்சயம் தெரிந்திருக்கும். இந்திரா காந்திக்கு இந்தத் திட்டத்தின் மீது ஆட்சேபனைகள் இருந்தன. எனினும் அதற்கு எதிரான

விவாதங்களை இந்திரா காந்தியின் முக்கிய ஆலோசகரும், அணுசக்தி ஆணையத்தின் தலைவருமான விக்ரம் சாராபாயும், இந்திரா காந்தியின் செயலரான ஐ.கே. ஜாவும், அமெரிக்காவின் இந்தியத் தூதரான பி.கே. நேருவும் முன்வைத்திருப்பர். இதுபோன்ற விசயங்களில் அரசியல்ரீதியாகச் சுயேச்சையாக முடிவெடுக்க வலுவற்ற நிலையில் அவர் இருந்தார்; விவசாயமோ முற்றிலும் நம்பிக்கையிழந்த நிலையில் இருந்தது. அதனால் க்ரோமர் திட்டத்திற்கு இணங்கிப்போகும் நிர்ப்பந்தமான சூழ்நிலையில் அவர் இருந்தார். இறுதியில் அந்தத் திட்டத்தால் ஒரு பயனும் விளையவில்லை.

1967இலும் 1968இலும் அந்தத் திட்டம் இல்லாமலேயே பருவ மழை பெய்தது. அதற்குள் அதிக மகசூல் தரும் பல்வேறு பயிர் வகைகள் பஞ்சாப், ஹரியானா விவசாயிகளை உற்சாகம் கொள்ளவைத்தன. கடும் அபாயம் வருமென அஞ்சியிருந்த தருணம் கடந்துபோயிருந்தது.

ೞ

பிரதமரும் விஸ்வபாரதி பல்கலைக்கழகத்தின் வேந்தருமான இந்திரா காந்தி 1966ஆம் ஆண்டின் இறுதியில் தனது பழைய சாந்திநிகேதனுக்குத் திரும்பினார். டிசம்பர் 24ஆம் நாள் பட்டமளிப்பு விழாவில் அவர் கூறியது:

> ஆச்சார்யா அவர்கள் (வழங்கிய) கவுனை இப்போது அணிந்து நிற்கும்போது முப்பது ஆண்டுகளுக்கு முன்னர் எனது தாயுடன் முதன்முதலாய் இங்கு வந்தது மனதில் நிழலாடுகிறது. இந்த நிறுவனத்தை உருவாக்கி அதற்கு வாழ்வும் நோக்கமும் தந்த ஓர் அற்புத மனிதனின் வசிய சக்திக்கு ஆட்பட்டேன். அந்தக் காலகட்டம் இப்போது எனது நினைவுக்கு வருகிறது.
>
> விஸ்வபாரதிக்கு அதன் தன்மையை வழங்குவது எது? (...) பிற கல்லூரிகளைப் போலல்லாது பரிபூரணமானதோர் அமைதியான சூழலில் இது அமைந்திருக்கிறது என்பதும் இயற்கையுடன் ஒன்றுகலந்த உணர்வினை நமக்குள் இந்தச் சூழல் எழுப்புகிறது என்பதும்தான்.

இதன் பின்னர் இங்கு வருவதை வழக்கமாக்கிக்கொண்டு சாந்திநிகேதனுடனான தனது தொடர்பைப் புதுப்பித்துக் கொண்டார். இயற்கையுடன் அவர் ஆழமான ஈடுபாடுகொள்ள சாந்திநிகேதன் முக்கியப் பங்காற்றியது.

அடிக்குறிப்புகள்

1. ராமச்சந்திரா குஹா இதனை உறுதி செய்கிறார் பார்க்க: *India Nehru Gandhi (2002)*. லண்டன் க்வாக்கர் ஆவணக்காப்பகத்தி லுள்ள ஹொரேஸ் அலெக்சாந்தர் ஆவணங்களை இதற்கு ஆதாரமாக முன்வைக்கிறார். துரதிருஷ்டவசமாக நானும் நூலகர்களும் எவ்வளவோ முயன்றும் இந்த ஆவணங்களைக் கண்டுபிடிக்க முடியவில்லை.

2. Kristine Harper, *Make it Rain: State Control in Atmosphere in Twentieth-Centuary America (2017)*

3. உண்மையில் *Operation Popeye* என்பது வானிலையை மாற்றியமைப்பதற்கான அமெரிக்காவின் திட்டம். மழைக்காலத்தை மேலும் நீட்டிக்கச் செய்வதே இதன் நோக்கம். மழை நீடித்தால் சாலைகள் சேதமடையும்; அதனால் வியட்நாம் எதிரிப் படைகள் சாலைகளைப் பயன்படுத்த முடியாத நிலை ஏற்படும்.

1967

கல்கத்தாவின் அனைத்து மகளிர் மலையேறும் பயணக் குழுவுடன் இந்திரா காந்தி; 1967 செப்டம்பர்

பிப்ரவரி 17லிருந்து 21ஆம் தேதி வரை நடந்த தேர்தலே 1967இன் மிகப்பெரிய நிகழ்வு என்பதில் ஐயமில்லை. இந்தத் தேர்தல் மிக முக்கியமானது. முதல்முறையாக ஆறு மாநிலங்களில் காங்கிரஸ் தனது ஆட்சி அதிகாரத்தை இழந்தது. மத்தியில் மிகக்குறைவான பெரும்பான்மையே அதற்குக் கிடைத்தது. மார்ச் 13இல் இந்திரா காந்தி மீண்டும் பிரதமராகப் பொறுப்பேற்றுக் கொண்டார். பிற துறைகளில் வல்லுநர்களாகத் தான் கருதும் சிலரை இந்திரா காந்தி பதவியில் அமர்த்தினார். இவர்கள் அரசியல் தொடர்பில்லாதவர்கள். இவர்களில் பொருளாதார நிபுணரான வி.கே.ஆர்.வி. ராவ், மிகச் சிறந்த பொறியாளர்களான திரிகுணா சென், கே.எல். ராவ், மக்கள் தொகை ஆய்வில் வல்லுநரான

எஸ். சந்திரசேகர் ஆகியோரும் அடங்குவர். கானுயிர் பாதுகாப்பில் பின்னாட்களில் மிக முக்கியப் பங்காற்றிய கரண் சிங்கும் இவர்களில் ஒருவர். இந்திரா காந்திக்கு முந்தைய இரண்டு பிரதமர்களின் அமைச்சரவையில் சுகாரத்திற்கு என்று மட்டுமே அமைச்சர் இருந்தார். இந்திரா காந்தியோ சுகாதாரம் மற்றும் குடும்பக் கட்டுப்பாட்டிற்கென சந்திரசேகரை அமைச்சராக நியமித்தது மட்டுமல்லாது குடும்பக் கட்டுப்பாட்டிற்கென ஒரு கேபினட் அமைச்சர் குழுவையும் நியமனம் செய்தார். இதிலிருந்து இந்திய மக்கள் தொகைப் பிரச்சனைக்கு அரசியல் ரீதியான முக்கியத்துவம் தரவேண்டியதன் அவசியத்தை இந்திரா காந்தி உணர்ந்திருந்தார் என்பது புலனாகிறது.

மே 7 அன்று பிரதமர் செயலகத்தில் இந்திரா காந்தியின் செயலாளராகப் பணியில் சேர்ந்தார் பி.என். ஹக்சர். 1930களின் இறுதியில் ஃபெரோஸ் காந்தியை முதன்முதலாய் லண்டனில் சந்தித்தார் ஹக்சர். அவர் மூலமாக இந்திராவுடன் ஹக்சருக்குத் தொடர்பு ஏற்பட்டது. இம்மூவரும் பின்னர் லண்டன் இந்தியா லீகில் (இந்தியாவில் காலனி ஆட்சிக்கு எதிராக வி.கே. கிருஷ்ணமேனனைச் செயலாளராகக் கொண்டு லண்டனில் செயல்பட்ட அமைப்பாகும். இந்தியா முழுச்சுதந்திரம் அடைவதே இதன் நோக்கமாகும். இதற்காக ஆங்கில மக்கள் கருத்தைத் திரட்டவும் லண்டன் ஆங்கிலேய பாராளுமன்றத்தை வலியுறுத்தவும் இந்த அமைப்பு தொடர்ந்து செயல்பட்டது) கிருஷ்ணமேனனுடன் துணையாக நின்று செயல்பட்டனர். பின்னர் இந்திய வெளியுறவுத் துறையில் ஹக்சர் பணியில் சேர்ந்தார். 1967 மே மாதத்திலிருந்து 1972 டிசம்பர்வரை வரலாறு போற்றிப் புகழும் இந்திரா காந்தியின் உச்சகட்ட சாதனைகளான,

- வங்கிகள் தேசிய உடமை
- மன்னர்களுக்கான மானியம் மற்றும் சலுகைகளை ஒழித்தது
- அறிவியல் தொழில்நுட்பத்திற்கு முன்னுரிமை தந்தது
- 1971ஆம் ஆண்டு இடைத்தேர்தலில் மகத்தான வெற்றி
- ஜனாதிபதி நிக்சனுக்குச் சரிசமமாக எதிர்நின்று வங்கதேசப் பிரச்சனையில் சர்வதேசக் கருத்தை ஒன்று திரட்டியது
- 1971 ஆகஸ்டில் இந்திய – சோவியத் நட்புறவு ஒப்பந்தம்

- 1971 டிசம்பரில் பாகிஸ்தானுடனான போரில் வெற்றி
- 1972 சிம்லா ஒப்பந்தம் காண்பதில் அவரது ராஜ தந்திரம்

ஆகிய அனைத்திலும் ஹக்சரின் முத்திரை இருந்தது. ஆனால் சுற்றுச்சூழல் விசயங்களிலோ அவருக்கு ஹக்சரின் உதவி தேவைப் படவில்லை. இந்திரா காந்தியே முன்நின்று தாமாகச் செயல்பட்டார்.

இந்திரா காந்தியின் செயலராக ஹக்சர் பொறுப்பேற்றுக் கொண்ட சில மாதங்களில் வடக்கு வங்கத்தில் நக்சல்பாரி என்ற கிராமத்தில் நிலமற்ற விவசாயக் கூலிகள், குத்தகை விவசாயிகளின் வன்முறை வெடித்தது. பிற மாநிலங்களுக்கும் அது விரைவிலேயே பரவியது. நாடு சுதந்திரம் பெற்ற இருபதாம் ஆண்டு கொண்டாட்டத்தையொட்டி ஆகஸ்ட் மாதத்தில் 'இருபதாம் ஆண்டில் நான்' என்ற 20 நிமிடத் திரைப்படத்தை இந்தியத் திரைப்படப் பிரிவு வெளியிட்டது. 1947இல் பிறந்த இருபது வயது இளைஞன் ஒருவனுடனான உரையாடலை அடிப்படையாகக் கொண்டு இந்தத் திரைப்படம் எடுக்கப்பட்டது. படத்தின் நட்சத்திரம் டி.என். சுப்பிரமணியன். பம்பாய் இந்தியத் தொழில்நுட்ப நிறுவனத்தின் (ஐஐடி) மாணவரான அவர் அப்போதே அங்கு மிகவும் புகழ்பெற்றிருந்தார். 'டி என்' என அறியப்பட்ட டி.என். சுப்பிரமணியத்திற்கு எதிர்பாராத விதமாக இந்திராவிடமிருந்து ஒரு கடிதம் வந்தது.

> 'இருபதாம் ஆண்டில் நான்' என்ற உங்கள் திரைப்படத்தை சமீபத்தில் பார்த்தேன். உங்களின் தன்னம்பிக்கை எனக்கு மிகவும் பிடித்திருக்கிறது. 'முயன்று சாதிக்கும் இதோ ஓர் இளைஞன் என இந்தியா ஒருநாள் பெருமை கொள்ளும்' என உங்களைப் பற்றிய ஓர் எண்ணம் என் மனத்தில் ஓடிற்று. ஒவ்வொன்றுக்கும் ஒரு விலை உண்டு. தரம் – இதற்கான விலை எப்போதும் அதிகம்தான். ஒருபோதும் மனம் தளர்ந்துவிடாதே. வாழ்க்கை என்பதே இடையறாத சவால்தான். பணிவு, உற்சாகம், தைரியத்துடன் அதனை எதிர்கொள். குறைபாடுகள் தவறுகளிலிருந்து கற்றுக் கொள்ள நிறையவே இருக்கின்றன. எதிர்காலத்தில் வெற்றிக்கான அடித்தளமாகவே அவை பெரும்பாலும் அமைந்துவிடுகின்றன.

௸

பறவைகள் மீதான ஈடுபாடு தன்னிடம் எவ்விதம் தோன்றிற்று என்பதை ஹோரெஸ் அலெக்சாந்தருக்கு முந்தைய ஆண்டிலேயே இந்திரா காந்தி எழுதியிருந்தார். இரண்டாம் முறையாகப்

பிரதமரான இந்திரா காந்திக்கு வாழ்த்துத் தெரிவித்து ஹொரேஸ் அலெக்சாந்தர் அவருக்கு ஒரு கடிதம் எழுதிருந்தார். இந்திரா காந்தி அவருக்கு எழுதிய பதில் (மார்ச் 29):

> (. . .) பறவை அவதானிப்பில் ஈடுபட்டு நீண்ட நாட்களாகி விட்டன! பறவைகள், விலங்குகள், சுற்றுச்சூழல் என்ற எனது உலகம் வெகு தொலைவிலுள்ளது. அங்கே யாரும் அடிக்கடி வருவதுமில்லை. பறவைகள் நிறைந்திருக்கும் சில ஏரிகளைக் கண்டேன். இதில் உங்களுக்கு ஆர்வமுண்டு என்பதால் இதனை எழுதினேன்.

1980களின் தொடக்கம்வரை பரத்பூர் பறவைச் சரணாலயம் இந்திரா காந்திக்குத் தலைவலி கொடுத்துவந்தது. ஜெனரல் ஹரோல்ட் வில்லியம்ஸ் பறவை அவதானிப்பில் ஆர்வமுடையவர். சிறந்த பொறியியலாளர். அவருக்கு இந்திரா காந்தியைத் தெரியும். 1967 ஜூலையில் இந்திரா காந்தியைச் சந்தித்த அவர் காப்பகத்தில் பறவைகள் தொடர்ந்து வேட்டையாடப்படுவதாகப் புகார் செய்தார். தனது சொந்த உடைமையாகப் பறவைகள் காப்பகத்தைக் கருதும் பரத்பூர் மகாராஜாவின் செயல்பாடுகள்மீது அவருக்கு விமர்சனம் இருந்தது. இது இந்திரா காந்தியை வருத்தமுறச்செய்தது. உடனே மகாராஜாவிடம் பேசினார். ஆனால் அவரோ உள்ளூர் வன அலுவலர்களைக் குற்றம்சாட்டினார். இதனைப் பரிசீலித்து மேல் நடவடிக்கை எடுக்கும்படி தனது உதவியாளர் நட்வர்சிங்கை இந்திரா காந்தி கேட்டுக்கொண்டார். நட்வர்சிங்கின் சொந்த ஊர் பரத்பூர். அவருக்கு மகாராஜா குடும்பத்துடன் தொடர்பிருந்தது. ஜூலை 24இல் நட்வர்சிங் இந்திரா காந்திக்கு இந்தக் குறிப்பை எழுதினார்:

> ‘பரத்பூர் மகாராஜாதான் முதன்மைக் குற்றவாளி என நினைக்கிறேன். சமஸ்தான ராஜாக்களாக முன்னர் ஆட்சி செய்து கொண்டிருந்தவர்களுக்கு வழங்கப்பட்டிருந்த வேட்டையாடும் சலுகை இப்போதும் தொடர்கிறது. இந்தச் சலுகைகள் நிறுத்தப்பட்டால் விரைவிலேயே இது சரி செய்யப்பட்டுவிடும்.’

இந்தச் சலுகைகள் நிறுத்தப்படுவதற்கு நான்கு ஆண்டுகளாயின.

௸

(இப்போது உத்தராகண்ட் என அறியப்படும்) சமோலி மாவட்டத்தில் நந்தாகுந்தி மலை உள்ளது. கல்கத்தாவிலுள்ள அனைத்து மகளிர் மலையேறும் குழு ஜூலை – ஆகஸ்டில் அந்த மலைமீது ஏறத் திட்டமிட்டிருந்தனர். ஆனால் இதில் இடைஞ்சல்களை அவர்கள் எதிர்கொண்டனர். ஏறத்தழ 21,000

அடி உயரமுள்ள அந்த மலைச் சிகரத்தில் ஏறுமளவு பயண சாதனங்களோ முன்னேற்பாடுகளோ அந்தப் பெண்களிடம் இல்லை என்பதாக இந்திய மலையேற்ற நிறுவனம் கருதியது. முன்னாள் மேற்குவங்க முதல்வரான பி.சி. ஸென்னை அனைத்து மகளிர் மலையேறும் குழுவின் தலைவியான தீபாலி சின்கா சந்தித்தார். அவர் மூலமாகப் பிரதமர் இந்திரா காந்தியை சின்காவால் தொடர்புகொள்ள முடிந்தது. சின்காவையும் மலையேறும் குழுவையும் அவருக்குப் பிடித்திருந்தது. இது விசயமாக நிறுவனத்தின் தலைவர் ஹெ.சி. சரினை இந்திரா காந்தித் தொடர்புகொண்டார். ஆரம்பத்தில் சிறிது தயங்கிய சரின் இரண்டாம் முறையும் பிரதமரிடமிருந்து அழைப்பு வரவே, குழுவிலுள்ள மகளிரிடம் நேரடியாகவே பேசி அவர்கள் மலையேறுவதற்கு ரோண்டி மலையை (கார்வால் மாவட்டம்) தேர்வு செய்தார். அந்த மலையின் உயரம் சற்றுக் குறைவானது – 19900 அடி. அக்டோபர் 28இல் மலையேறுவதில் திறன்மிக்க இரு நேப்பாளியர் துணையுடன் மகளிர் குழுவிலுள்ள ஸ்வப்னா மிஸ்ரா ரோண்டி மலையுச்சியை அடைந்து சாதனை படைத்தார்.

அதற்கு முந்தைய ஆண்டு ஜூன் மாதத்தில் முதன்முறையாக உத்தரகாசிக்குப் பயணமானார் இந்திரா. அப்போது புதிதாக நிறுவப்பட்ட நேரு மலையேறும் பயிற்சி நிலையத்தைப் பார்வையிட்டார். 1967 நவம்பர் 10இல் பிரிகேடியர் கியான் சிங்கிற்கு எழுதிய கடிதத்தில், பயிற்சி நிலையத்தின் பட்டமளிப்பு விழாவில் இளைஞர் இளைஞிகளைச் சந்தித்ததில் தனது சந்தோஷத்தைத் தெரிவித்தார். அத்துடன் இதையும் சேர்ந்திருந்தார்:

> இந்த பயிற்சி நிலையத்தின்மீது எனக்கு பெருமளவு நம்பிக்கை உள்ளது என்பதைக் கூற வேண்டியதில்லை.

இறப்பதற்குச் சில மாதங்களுக்கு முன்பு அவரது இந்த நம்பிக்கை நிறைவேறியது. நேரு பயிற்சி நிலையத்தின் முன்னாள் மாணவியான பச்சேந்திரி பால் முதன்முதலாய் (1984 மே 23இல்) எவரெஸ்ட் சிகரத்தின் உச்சியில் ஏறி சாதனை படைத்த முதல் இந்தியப் பெண்மணியானார்.[1]

ஆகஸ்ட் – செப்டம்பரில் திட்டக் கமிஷனை இந்திரா காந்தி மாற்றியமைத்தார். பறவை அவதானிப்பில் ஆர்வம்கொண்டவரும் பொருளாதார நிபுணருமான டி.ஆர். காட்கில் திட்டக் கமிஷன் துணைத்தலைவரானார். (இவர் மகன் மாதவ் காட்கில் 1980களில் கேரள பாலக்கோட்டில் வெப்ப மண்டலப் பசுமைக் காடுகளைப் பராமரிக்கும் இயக்கத்தில் முக்கியப் பங்காற்றினார்.) நேருவுக்கு

நெருக்கமான உதவியாளர் பீதாம்பர் பந்த்தை திட்டக் கமிஷன் உறுப்பினராக இந்திரா காந்தி தேர்வு செய்தார். 1950களின் மத்தியில் பீதாம்பர் பந்த் மெட்ரிக் அமைப்பு முறையை இந்தியாவுக்கு ஏற்றபடி விரிவாக வடிவமைக்கும் ஒரு திட்டத்தைத் தனி நபராகவே தயார்செய்து அந்த மாற்றத்தை நடைமுறைப்படுத்தவும் செய்தார். தொலைநோக்குப் பார்வையுடன் திட்டமிடுவதில் அவர் முன்னோடியாகத் திகழ்ந்தார்.

இந்திராவுடன் கலந்தாலோசித்த பிறகு சுற்றுச்சூழல், வளர்ச்சி தொடர்பான அவரது கருத்துக்களை நான்காம் ஐந்தாண்டுத் திட்ட அதிகாரபூர்வ ஆவணத்தில் பந்த் தெளிவாக வரையறுத்தார். இந்த ஐந்தாண்டுத் திட்ட அறிக்கை இரண்டாண்டுகளுக்குப் பிறகு வெளியாக இருந்தது. வளர்ச்சிக் கான செயல்முறையின் ஓர் ஒருங்கிணைந்த பகுதியாக சுற்றுச்சூழல் பராமரிப்பு கணக்கிலெடுத்துக் கொள்ளப்படுவது இதுவே முதல்முறையாகும். சுற்றுச்சூழல்பற்றிக் கேள்வியுற்றிராத அறுபதுகளின் கடைசியில், சவால்களையும் சோதனைகளையும் இந்திரா காந்தி எதிர்கொண்டிருந்த சூழ்நிலையில், வளர்ச்சியின் ஒன்றிணைந்த பகுதியாக நான்காம் ஐந்தாண்டுத் திட்ட அறிக்கையில் சுற்றுச்சூழல் பராமரிப்பு சேர்க்கப்பட்டது. இது தொடர்பான ஐந்தாண்டுத் திட்ட அறிக்கையிலுள்ள பத்தி:

> காற்று நீர் மாசுபாடு, மண் அரிப்பு, இயற்கை வளங்கள் வீணாதல், பயனின்றிக் கிடக்கும் தரிசு நிலங்கள், கானுயிர் அழிந்துவருவது, இயற்கை நிலப்பகுதிகள் அசுத்தமாதல், நகர்ப்புற விரிவாக்கம், நகரத்தின் சேரிகள் எனப் பல்வேறு நிலைகளில் சுற்றுச்சூழலின் தரத்தைப் படிப்படி யாகச் சீர்குலைத்துவரும் பற்பல பிரச்சனைகளைப் பெரும்பாலான நாடுகள் எதிர்கொண்டுவருகின்றன. இந்தியாவிலும் இந்தப் பிரச்சனைகள் மீதான கவனம் அதிகரித்து வருகிறது (...) ஒன்றோடொன்று தொடர்புடைய சிக்கலான அமைப்பு சுற்றுச்சூழலாகும். இந்த அமைப்பின் ஒரு பகுதியில் நிகழும் செயல்பாடுகள் பிற பகுதிகளைப் பாதிக்கின்றன. உயிரினங்கள் அனைத்தும் ஒன்றையொன்று சார்ந்திருக் கின்றன. இது மட்டுமல்லாமல் நிலம், நீர், காற்று ஆகியவற்றுட னான உயிரினங்களின் உறவுகளும் ஒன்றையொன்று சார்ந்திருக்கின்றன. இயற்கைக்கும் மனிதனுக்கும் இடையே யான இந்த ஒருமையை ஒருங்கிணைந்த வளர்ச்சிக்கான திட்டம் கணக்கிலெடுத்துக் கொள்ளும்.
>
> சுற்றுச்சூழல் தன்மைகள் பற்றி உரிய நேரத்தில் வழங்கப்படும் நிபுணத்துவம் மிக்க ஆலோசனைகள் பணித்திட்ட

வடிவமைப்பிற்கு உதவும். அது மட்டுமல்லாது சுற்றுச்சூழல் மேம்பாட்டிற்காக நாம் செய்துள்ள முதலீடுகளின் இழப்பு மற்றும் சுற்றுச்சூழலுக்குப் பாதகமான பிற பாதிப்புகள் ஆகியவற்றை தவிர்ப்பதற்கும் அவை (அந்த ஆலோசனைகள்) உதவ முடியும். எனவே நமது வளர்ச்சித் திட்டம் சுற்றுச்சூழல் அம்சங்களை உள்ளடக்கியதாக இருக்க வேண்டும்.

☙

ஒரு பிரதமராக இந்தியப் பெரு நகரங்களின் – குறிப்பாக – தில்லி, பம்பாயின் பிரச்சனைகளில் இந்திரா காந்தி ஈடுபட வேண்டிய திருந்தது. இந்தியத் தலைநகரிலிருந்து அதைத் தொடங்கினார். செப்டம்பர் 25இல் கரண் சிங்கிற்கு அனுப்பிய அலுவலகக் குறிப்பு:

> தில்லி லோதி தோட்டத்தை மேம்படுத்துவதற்கான ஒரு திட்டத்தை 'புது தில்லி நகராட்சி குழு' (என்.எம்.டி.சி.) பரிசீலித்து வருவதாக அறிகிறேன். தோட்டத்தை மிகப்பெரும் சுற்றுலாத் தளமாக வளர்க்கும் எண்ணம் அதற்கு இருக்கலாம். இது விசயமாக உள்ளூர்ப் பிரமுகர்களைச் சுற்றுலாத் துறை கலந்தாலோசித்திருக்கும் எனவும் தலைநகரின் பாலைவனச் சோலையாக விளங்கும் லோதி தோட்டம் சீர்குலைந்துபோகும் விதமாக என்.எம்.டி.சி. எதனையும் செய்யாது எனவும் நம்புகிறேன். *ஹிந்துஸ்தான் டைம்ஸ்* பத்திரிகையில் இதுபற்றி வெளியான தலையங்கம் என்னைக் கவலையுறச் செய்கிறது. எனவே இந்த விசயத்தில் கவனம் செலுத்துமாறு வேண்டுகிறேன். புத்த ஜெயந்தி பூங்கா, சாந்திவனம் ஆகிய பூங்காக்களைப் பராமரிப்பது தொடர்பாக ஏற்கனவே குழுக்கள் அமைத்திருக்கிறோம். அதுபோல ஒரு குழுவை இப்போது அமைக்கலாம். லோதி தோட்டம் உட்பட தில்லியிலுள்ள அனைத்துத் தோட்டங்கள், பூங்காக்களையும் அந்தக் குழு ஆய்வுசெய்து அவற்றின் அழகியல், சுற்றுச்சூழல் முதலியவற்றையும் கவனத்தில் கொண்டு செயல்திட்டம் ஒன்றினைச் சமர்ப்பிக்கச் செய்யலாம்.

மரங்களடர்ந்த இயற்கைப் பூங்காக்கள் சுத்தமான புத்தம்புதுக் காற்று நிரம்பியிருக்கும் நுரையீரல்களாகும். நம் நாட்டில் இதற்குச் சிறந்த உதாரணமாகத் திகழும் லோதி பூங்காவை நகராட்சியின் இதுபோன்ற திட்டங்கள் அழித்துவிடலாம் என்ற பேரச்சத்தைப் பிரதமர் குறிப்பிட்டிருந்த அந்தத் தினசரியின் தலையங்கம் பதிவு செய்திருந்தது. சுற்றுச்சூழல் தொடர்பான ஊடகச் செய்திகளுக்கு இந்திரா காந்தி அளிக்கும் முக்கியத்துவம் தனது அமைச்சருக்கு

அவர் எழுதியனுப்பிய குறிப்பிலிருந்து தெரிகிறது. இவ்விதம் ஊடகங்களில் வாசித்தவற்றை அடிப்படையாகக் கொண்டு தனது அமைச்சர்களுக்கு அதே நாளில் குறிப்புகள் எழுதியனுப்பும் பழக்கம் தொடர்ந்தது.[2]

ø

பாராளுமன்றத்தின் மீது அதுவரை நடந்திராத வன்முறைத் தாக்குதல் நவம்பர் 7ஆம் நாள் நிகழ்த்தப்பட்டது. பசுக் கொலையைத் தடைசெய்ய தேசிய அளவில் சட்டமியற்றக் கோரி ஆயிரக்கணக்கான சாமியார்கள் – பலர் காவி உடை தரித்தும், பிறர் நிர்வாணமாயும் – பாராளுமன்றத்தை முற்றுகையிட்டனர். போலீஸ் துப்பாக்கிச் சூடு நடத்த வேண்டிவந்தது. கிளர்ச்சியாளர்கள் சிலர் கொல்லப்பட்டனர். கிளர்ச்சியாளர்களின் அனுதாபியாகப் பரவலாக அறியப்பட்ட உள்துறை அமைச்சர் குல்சாரிலால் நந்தாவின் ராஜினாமாவை உடனடியாகப் பெற்றுக்கொண்டார் இந்திரா காந்தி.

பசுக்கொலைத் தடைச் சட்டத்தைத் தேசிய அளவில் கொண்டு வருவதுபற்றி விரிவாக ஆராய்வதற்கு ஓர் உயர்மட்டக் குழு ஜூன் 29இல் அமைக்கப்பட்டது. முன்னாள் இந்தியத் தலைமை நீதிபதியான ஏ.கே. சர்க்கார் அந்தக் குழுவின் தலைவராக நியமிக்கப்பட்டார். முதலமைச்சர்கள், அரசியல் தலைவர்கள், சமயப் பிரமுகர்கள், பசுக்காவல் தீவிரச் செயல்பாட்டாளர்கள், கால்நடை வளர்ப்பு வல்லுநரான *Dr. V. Kurien*[3], வேளாண்மை விலை நிர்ணய ஆணையத்தின் முன்னாள் தலைவரான அசோக்மித்ரா[4] ஆகியோர் குழுவின் உறுப்பினர்களாக நியமிக்கப்பட்டனர். அறிக்கை சமர்ப்பிக்க ஆறுமாத கால அவகாசம் அந்தக் குழுவிற்குத் தரப்பட்டது.

இதற்கிடையே சுற்றுச்சூழல் பாதுகாப்பாளர்கள் இந்த விவாதத்தில் (பசுக்கொலைத் தடை) ஈடுபட்டார்கள். ஸஃபர் ஃபதேஹ்அலியின் வேண்டுகோளின்படி தில்லோன் ரிப்ளே அக்டோபர் 3இல் இந்திரா காந்திக்குக் கடிதம் எழுதினார். பம்பாய் இயற்கை வரலாற்றுச் சங்கமும், ஸ்மித்சோனியன் நிறுவனமும் இந்தியக் கால்நடை பற்றிச் சுற்றுச்சூழல் கோணத்தில் ஆய்வு மேற்கொள்ள வேண்டுமென அந்தக் கடிதத்தில் பரிந்துரைத்திருந்தார்.

> இந்திய நிலங்கள் மீதான கால்நடைகளின் பாதிப்பு காலங்காலமாக இருந்துவரும் பிரச்சனை ஆகும். இதுபற்றி இயற்கையியல் கோணத்தில் ஆய்வு மேற்கொள்ளப்பட வேண்டும். இன்றைய சூழலில் இது முக்கியமானதென்பது தனிப்பட்ட முறையில் எனது கருத்தாகும். சமீபத்தில்

நடந்த சம்பவங்கள் காரணமாக இந்தியா முழுக்கவும் பசுக்கொலையைத் தடைசெய்யும் விசயத்தை ஆராய்ந்து அறிக்கை சமர்ப்பிக்க ஒரு குழு அமைக்கப்பட்டுள்ளதாக அறிகிறேன். இதனாலேயே இக்கடிதத்தை அவசரமாக எழுத நேர்ந்தது.

இந்தக் கடிதம் இந்திரா காந்தியின் தனிப்பட்ட கவனத்திற்குச் செல்ல வேண்டும் என்பதற்காக ரிப்ளே பின்குறிப்பு ஒன்றைச் சேர்த்திருந்தார்.

விரைவிலேயே தில்லி வருவேன். அப்போது தில்லி பறவை அவதானிப்புச் சங்கத்தில் உரையாற்றுவேன். இந்த இளவேனிற்காலத்தில் சலீம் அலி என்னை பூடானுக்கு அழைத்துச் சென்றிருந்தார். பறவை அவதானிப்பில் மிக அற்புதமாக நேரம் கழிந்தது.

ஒரு வாரத்திற்குப் பிறகு இக்கடிதம் கிடைக்கப்பெற்றதாகப் பிரதமர் அலுவலகம் அவருக்குத் தெரியப்படுத்தியது. ரிப்ளே இவ்விதம் இந்திரா காந்திக்கு நேரடியாகக் கடிதம் எழுதியதற்குக் கண்டனம் தெரிவித்திருந்தார் அமெரிக்கத் தூதுவரான செஸ்டர் பௌல்ஸ். அந்தக் கடிதத்தில் ரிப்ளே கண்டித்திருந்தா (நவம்பர் 7):

நான் கேட்டுக் கொண்டதன்படி, எனது துணைத் தூதுவரான திரு. கிரீன், திருமதி. காந்தியின் வலதுகரமாகச் செயல்படும் பி.என். ஹக்சரைச் சந்தித்து உங்களின் கடிதம் பற்றிக் குறிப்பிட்டார். அந்தக் கடிதம் கிடைக்கப்பெற்றதை ஹக்சர் உறுதிசெய்தார். பசு தொடர்பான சிக்கல்களை இந்திய அரசிடமே விட்டுவிடுவது நல்லதெனத் தான் நினைப்பதாக உரக்கத் தெரிவித்தாராம்; உங்கள் கடிதத்திற்குப் பிரதம மந்திரி பதில் எழுதினாரா என கிரீன் கேட்டதற்கு எழுதவில்லை என்றும் பதில் வந்ததாம். அனேகமாக அவர் எழுதமாட்டார் என்று நாங்கள் யூகிக்கிறோம். நீங்கள் ஆர்வத்துடன் ஈடுபாடு கொண்டிருக்கும் பணித் திட்டங்களை நேரடியாக அரசாங்கத்திடம் சமர்ப்பிக்கும் முன்னர் அவற்றை முதலில் எங்களுக்கு அனுப்பித் தரவும். அப்போதுதான் எங்களின் கருத்துக்களை முன்கூட்டியே ஒருங்கிணைத்து அவை பற்றி அரசாங்கத்திடம் விவாதித்துப் பணித்திட்டங்களை ஏற்றுக் கொள்ளும்படி செய்ய ஏதுவாக இருக்கும்.

இதன்பின் இந்திரா காந்திக்கு எழுதும் அனைத்துக் கடிதங்களையும் சலீம் அலிக்கு முதலில் அனுப்பி அவர் ஒப்புதல் பெற்ற பின்பே அனுப்புவதை வழக்கமாக்கிக்கொண்டார் ரிப்ளே. பசுக்கொலை

தடைச் சட்டத்தைத் தேசிய அளவில் கொண்டு வருவது பற்றி விரிவாக ஆராய்வதற்கு அமைக்கப்பட்ட உயர்மட்டக் குழு தொடர்ந்து 12 ஆண்டுகள் கூடியது; கலைந்தது. ஆய்வோ அறிக்கையோ சமர்ப்பிக்கப்படவில்லை.[5] இந்திரா காந்திக்கு அடுத்ததாக வந்த பிரதமர் அந்தக் குழுவைக் கலைக்க வேண்டியதானது.

~

ஐநாவில் சுவீடன் நாட்டுச் சுற்றுச்சூழல் தூதுக் குழுவின் துணைத்தலைவரான போர்ஜே பில்னெர் ஐநா பொதுச் சபையில் உரையாற்றியபோது மனிதச் சுற்றுச்சூழல் தொடர்பாக ஒரு ஐநா சபை மாநாடு நடத்தப்பட வேண்டுமென முன்மொழிந்தார். நச்சு வாயுக்களான சல்ஃபர் டை ஆக்சைடும் நைட்ரஜன் ஆக்சைடும் வெளியேற்றப்படுவதால் உருவாகும் அமில மழையால் சுற்றுச்சூழல் பாதிக்கப்படுவது பற்றிச் சுவீடன் கவலை கொண்டிருந்தது. இதன் காரணமாகவே இந்த மாநாட்டை சுவீடன் முன்மொழிந்ததாக நீண்டகாலமாக நம்பப்பட்டது. ஆனால் சுவீடனுக்கு வேறு அரசியல் நிர்ப்பந்தங்களும் இருந்தன என்ற உண்மை சில ஆண்டுகளுக்குப் பிறகே தெரியவந்தது. அணுசக்தி தொடர்பான எந்த நடவடிக்கைக்கும் சுவீடன் எதிரானது. ஆனால் அமைதியான வழிகளில் அணுசக்தி பயன்பாடு பற்றிய மாநாட்டை சுவீடன் பரிந்துரைத்தது. அமெரிக்காவும் சோவியத் ரஷ்யாவும் அதற்கு ஆதரவு தந்தன.[6]

சுவீடனின் இந்த முயற்சி ஒரு சுற்றுச்சூழலியலாளராக, இந்திரா காந்தியின் வாழ்வில் முக்கியப் பங்காற்றியது. ஏறத்தாழ ஒரு ஆண்டிற்குப் பிறகு ஐநா பொதுச்சபை சுவீடனின் இந்தப் பரிந்துரையை ஏற்றுக்கொண்டு ஒரு தீர்மானத்தை முறையாக நிறைவேற்றியது. இதனைத் தொடர்ந்து 1972இல் ஸ்டாக்ஹோமில் மனிதச் சுற்றுச்சூழல் தொடர்பாக ஐநா சபை மாநாடு நடத்துவதென முடிவு செய்யப்பட்டது. பிரேசில் போன்ற வளரும் நாடுகள் இதற்கு எதிர்ப்பு தெரிவித்தன. ஆனால் இந்தியா ஆதரவு தந்தது. அதற்குக் காரணம் இந்திரா காந்தியின் ஒப்புதல் இருந்ததே என்பதில் சந்தேகம் இல்லை.

அடிக்குறிப்புகள்

1. இந்திரா காந்தியும் பச்சேந்திரி பாலும் 1, அக்பர் சாலை, புது தில்லியிலுள்ள இந்திரா காந்தியின் அலுவலகத்தில் 1984 ஜூன் 10இல் சந்திக்க இருந்தனர்.

2. 1983 ஜூலை 13இல் *த கார்டியன்* இதழிலும் 1983 ஜூலை 4இல் *இந்தியன் எக்ஸ்பிரஸ்* நாளிதழிலும் இந்தியாவின் சமூக வனச் செயற்திட்டங்களை விமர்சித்துச் செய்திகள் வெளிவந்தன. அந்தச் செய்திக் குறிப்புகள் அடங்கிய பத்திரிகை நகல்களைப் பெற்று அவற்றை வேளாண் அமைச்சகச் செயலருக்கு அனுப்புமாறு அரவிந்த் பாண்டே என்ற தனது அதிகாரியைப் பணித்தார் இந்திரா. இதுபற்றிய கருத்துக்களைச் சமர்ப்பிக்க அவர்கள் கேட்டுக்கொள்ளப்பட்டனர். (ஒரு வாரம் என்ற காலக்கெடு இந்திரா காந்தியின் அறிவுறுத்தலின்படி அடிக்கோடிடப்பட்டது.)

3. இதுபற்றி விவாதிக்க 12 ஆண்டுகள் தொடர்ந்து குழு கூடியவாறிருந்தது. ஆனால் ஆய்வறிக்கை எதுவும் சமர்ப்பிக்கப் படவில்லை. 'அமுல் மனிதன்' எனப் புகழ்பெற்ற டாக்டர் வி. குரியன் குழுவில் கிடைத்த அனுபவங்களைத் தனது சுயசரிதையில் நகைச்சுவை உணர்வுடன் குறிப்பிட்டுள்ளார். தனது அமைச்சரவைச் சகாக்கள் சிலரின் எதிர்ப்பையும் மீறி இந்தியாவின் வெள்ளைப் புரட்சியை நிஜமாக்கக் கட்டுப்பாடுகள் எதுவுமற்று இந்திரா காந்தி வழங்கிய ஆதரவு பற்றியும் அதே நூலில் விவரித்துள்ளார்.

4. '*A Prattler's Tale*' என்ற தனது நூலில் அசோக் மித்ராவும் குழுவில் வேடிக்கையான தனது அனுபவத்தை பதிவு செய்துள்ளார்.

5. 2016 நவம்பர் 9இல் *இந்து* நாளிதழில் இதுபற்றி நான் எழுதியுள்ளேன்.

6. சுவீடனின் நோக்கங்கள் பற்றிய அதிகாரபூர்வ விபரங்கள் *Lars-Goran Engfeldt: From Stockholm & Johannesburg & Beyond* (2009) நூலில் உள்ளது.

1968

சிட்னியிலுள்ள டரோங்கா உயிரியல் பூங்காவில் கோலா கரடியுடன் இந்திரா காந்தி; 1968 மே

முந்தைய இரு வருடங்களில் பத்து நாடுகளுக்கு வெளிநாட்டுப் பயணம் மேற்கொண்டார் இந்திரா காந்தி. 1968ஆம் ஆண்டில ஆசியா, தென் அமெரிக்கா, மத்திய அமெரிக்காவிலுள்ள 12 நாடுகளுக்குச் சென்றார். பயணம் செய்த ஒரு நாட்டில் தனது நேசத்திற்குரிய விலங்குகளுடன் விளையாடி மகிழ்ந்தார். சிட்னியிலுள்ள டரோங்கா உயிரியல் பூங்காவைப் பார்வையிட்டார் (மே 22). இங்கே எடுக்கப்பட்ட இரண்டு புகைப்படங்கள் நினைவுச் சின்னங்களாய் இன்றுமுள்ளன. (மரங்களில் வாழ்வதும் சிறு கரடி போன்ற தோற்றமுடையதுமான அடர்ந்த சாம்பல்நிற விலங்கு வகையைச் சேர்ந்த) கோலா கரடியை இந்திரா காந்தி கட்டித் தழுவிக்கொண்டிருப்பதான புகைப் படம் ஒன்று. மற்றொன்றில் 'ஓம்பாட்' என்ற குட்டி விலங்கு அவரின் கால்களைக் கவ்விக்கொண்டிருக்கும்.

1968இல் அவரது வெளிநாட்டுப் பயணங்கள் நன்கறிந்ததே. ஆனால் 1968 பிப்ரவரியில் அந்தமான் நிகோபார் தீவுகளுக்குச் சென்றது பலரும் அறியாதது. இந்தத் தீவுகளைப் பார்வையிட்ட முதல் பிரதமர் இந்திரா காந்தியே. அத்தீவுகள் முன்வைக்கும் சூழலியல் சவால்களைப் பற்றிய கரிசனம் அவரது மரணத்திற்குச் சில மாதங்கள் முன்புவரையிலும் அவருக்கிருந்தது.[1]

காங்கிரஸ் கட்சி ஆட்சியிலில்லாத மாநில அரசாங்கங்களைச் சமாளிப்பது, அஸ்ஸாமிலிருந்து பிரிந்து மலைசார்ந்த தனி மாநிலம் ஒன்றுக்கான தொடர் போராட்டம், அமைச்சரவை மூத்த சகாவான நிதி அமைச்சருடன் தொடர்ந்துகொண்டிருந்த மோதல் என வழக்கமான அரசியல் பிரச்சனைகள் அவருக்கிருந்தன. கட்சித் தலைவர்களுடனான உறவு நலிவுற்று, கட்சியிலிருந்து அவரை வெளியேற்றும் நிலை வரைக்கும் சென்றது. ஆனால் கட்சிக்குள்ளேயே முற்போக்குப் பொருளாதார கொள்கையில் உறுதியுடனும், தங்கள் கருத்துக்களைச் சுதந்திரமாகவும் வெளிப்படுத்தும் தன்மை கொண்ட இளைஞர்கள் குழுவின் எழுச்சி அவருக்கு ஆதரவாகத் துணை நின்றது. அவர் எந்தத் தத்துவார்த்தப் போக்கிற்கும் முழுமையாகத் தன்னை ஒப்படைத்துக்கொண்டவர் அல்லர். கட்சியில் தனது நிலைக்கு வலுச்சேர்ப்பதற்காக இந்த இளைஞர்களை இந்திரா காந்தி ஊக்குவித்தார். நியூயார்க்கில் வசித்துவந்த லுசைல் கைல் என்ற தனது தோழிக்கு இந்திரா காந்தி எழுதிய கடிதம் (ஜூலை 23):

> சலிப்பூட்டும் பேச்சுக்களிடையே' பாராளுமன்றத்திலிருந்து எழுதுகிறேன். எதிர்க்கட்சிகள் ஒருமித்த குரலில் சண்டமாருதமாக முழங்கப்போகின்றன எனப் பயந்துகொண்டிருந்தேன். ஆனால் அது எலிகளின் கீச்சொலியாய் ஒடுங்கிப் போய்விட்டது. பொதுவாக நான் களைப்படைவதில்லை. ஆனால் இப்போது சோர்வாக இருக்கிறது. வேகம் – கடும் உழைப்பு – விடுமுறையே இல்லை. ஸ்ரீநகரில் கழித்த சில தினங்களும் எனக்கு ஆசுவாசம் தரவில்லை. பார்வையாளர்கள் வந்த வண்ணமிருந்தனர். வீட்டில் அனைவரும் ஒன்றாகச் சேர்ந்திருக்கிறோம். கார் சம்பந்தமான தனது தொழில் முயற்சிகளில் சஞ்சய் சுறுசுறுப்பாக இருக்கிறான்.

இங்கிலாந்தில் ரோல்ஸ் ராய்ஸ் மோட்டார்ஸ் நிறுவனத்தில் சிறப்பு மாணவனாக சில காலம் பயிற்சிபெற்ற பிறகு 1967இன் இறுதியில் சஞ்சய் காந்தி நாடு திரும்பினார். பொது ஜனங்களுக்கான குறைந்த விலைக் கார்களை உற்பத்தி செய்யும் லட்சியம் சஞ்சய்க்கு இருந்தது. அந்தக் கார்களை உற்பத்தி செய்ய உரிமம்

கோரி டிசம்பர் 11இல் முறையாக விண்ணப்பித்திருந்தார். சாகசமும் துணிவும் கொண்ட எழுச்சி மிகுந்த இளைஞனாக ஊடகங்கள் சஞ்சய் பற்றி எழுதின. அவர் பற்றிய சர்ச்சை உருவாக இன்னும் இரண்டாண்டுகள் இருந்தன.

ௐ

பிரதமராக இருந்த தொடக்க காலத்தில் பீகாரிலுள்ள மூங்கேர் நகரில் பெரும் சுற்றுச்சூழல் பிரச்சனை ஒன்றை இந்திரா காந்தி எதிர்கொண்டார். பரௌனியிலுள்ள அரசுசார் பெட்ரோலியச் சுத்திகரிப்பு ஆலையிலிருந்து சுத்திகரிக்கப்படாத கழிவுகள் வெளியேற்றப்பட்டுக் கங்கையில் கலப்பதாகவும் இதன் விளைவாக நகரத்துக்கு விநியோகிக்கப்படும் நீர் கலப்படமுற்றிருப்பதாகவும் பாராளுமன்றமே கொந்தளித்தது. இந்திரா காந்தி சுகாதார அமைச்சர் சத்யநாராயண சிங்கிற்கு ஓர் அலுவலகக் குறிப்பை உடனடியாக எழுதி அனுப்பினார் (பிப்ரவரி 20):

> (பெட்ரோலிய சுத்திகரிப்பு ஆலையிலிருந்து வெளியேற்றப்படும் கழிவுகளால்) கங்கை நீர் அசுத்தமாகி அதனால் மூங்கேர் நகரத்துக்கு நீர் விநியோகம் செய்வதில் சிரமங்கள் ஏற்பட்டுள்ளன. தொழிற்சாலைக் கழிவுகளும் ரசாயனக் கழிவுகளும் ஆறுகளிலும் நீர் நிலைகளிலும் வெளியேற்றப் படுவதைக் கட்டுப்படுத்தும் ஒழுங்குமுறை நடவடிக்கைகளின் அவசியத்தை இது நமக்கு வெளிச்சமிட்டுக் காட்டுகிறது.

இது தொடர்பாகச் சட்டம் இயற்றப்பட வேண்டுமென விரும்பிய இந்திரா காந்தி அமைச்சரைக் கலந்தாலோசித்தார். ஆறுகள், ஏரிகள் முதலானவை மாநிலங்களின் அதிகாரத்திற்குட்பட்டவை. அதனால் நீர் மாசுபாட்டைத் தடுப்பதற்கான சட்டம் இயற்ற முடியாதவாறு இது மத்திய அரசை முடக்கிப் போட்டுவிட்டது. எனினும் அரசமைப்புச் சட்டத்தில் இதற்கு வழியிருந்தது. இரண்டிற்கு மேற்பட்ட மாநிலங்கள் ஒப்புதல் தருமேயானால் மத்திய அரசு சட்டம் இயற்றலாம். இந்த விசயத்திலோ ஒரு மாநிலம் (குஜராத்) மட்டுமே ஒப்புதல் தந்திருந்தது. இது விசயமாக பிற மாநில அமைச்சர்களையும் தொடர்புகொண்டு அவர்களும் (குஜராத்தைப் போல) ஒப்புதல் தர ஏற்பாடு செய்யும்படி தனது அமைச்சரை இந்திரா காந்தி கேட்டுக்கொண்டார். பீகார்காரரா யிருந்தும் மூங்கேரில் நடந்ததுபற்றி அந்த அமைச்சரிடம் எந்தக் கலக்கமும் இல்லாதது போல் தெரிந்தது.

இதற்கான சட்டம் பாராளுமன்றத்தில் நிறைவேற மேலும் ஆறு ஆண்டுகளாயின என்பதில் ஆச்சரியம் ஏதுமில்லை.

ௐ

பரத்பூர் பறவைச் சரணாலயத்தின் நிலைமை இந்திரா காந்திக்குத் தொடர்ந்து கவலையளித்து வந்தது.

இந்தச் சரணாலயத்தைப் பாதுகாக்கும்படி பதினைந்து ஆண்டுகளுக்கு முன்பே ஹோரேஸ் அலெக்சாந்தர் ஜவகர்லால் நேருவை அணுக, நேருவும் இதில் தலையிட்டார். அலெக்சாந்தரின் முயற்சிகளில் நெருங்கிய ஈடுபாடு கொண்ட சலீம் அலி இந்த விசயத்தை இப்போது இந்திரா காந்தியின் கவனத்திற்குக் கொண்டுவந்தார் (மார்ச் 4):

> உங்களைத் தொந்தரவு செய்யத் தயங்குகிறேன். ஆனால் இந்த விசயத்தில் வேறு யாரும் எதுவும் செய்வதற்கில்லை. முன்னர் ஒரு சந்தர்ப்பத்தில் இதே கோரிக்கையை உங்கள் தந்தையிடம் முன்வைத்தேன். இங்குள்ள நீரை வற்றச் செய்து பறவைகள் சரணாலயத்தைச் சாகுபடிக்கு ஏற்ற நிலமாக மாற்றும் அல்லது சரணாலயமே இல்லாது செய்யும் திட்டங்கள் இருப்பதாக மோசமான வதந்திகள் கடந்த சில மாதங்களாகப் பரவியவாறு உள்ளன. (…) தனித்துவமிக்க இந்த இயற்கை நினைவுச் சின்னத்தைப் பாதுகாப்பதில் உங்களுக்குத் தனிப்பட்ட அக்கறையும் ஈடுபாடும் இருப்பதை ராஜஸ்தான் அரசாங்கத்திற்குத் தெரிவிக்க வேண்டுகிறேன். சரணாலயத்தின் தலைவிதி தற்போது ராஜஸ்தான் அரசின் கைகளில்தான் உள்ளது.'

இந்திரா காந்தி உடனடியாக இதற்குப் பதில் எழுதினார் (மார்ச் 12):

> பரத்பூர் பறவைகள் சரணாலயம் பற்றி நீங்கள் எழுதிய மார்ச் 4ஆம் தேதி கடிதம் கிடைத்தது. நன்றி. இதுபற்றி உடனே அறிக்கை தரும்படி ராஜஸ்தான் அரசாங்கத்தைக் கேட்டுக்கொண்டுள்ளேன். இதுகுறித்து நட்வர் சிங் ராஜஸ்தான் அரசாங்க முதன்மைச் செயலாளருடன் தொலைபேசியில் பேசினார். நீங்கள் கேள்வியுற்ற வதந்தியில் உண்மையல்லை என்பதாகத் தலைமைச் செயலாளர் நட்வர் சிங்கிடம் உறுதி கூறினார்.

பரத்பூர் பறவைகள் சரணாலயம் ஓர் இயற்கைப் பூங்காவாக மாற்றப்பட்டு, மத்திய அரசின் நேரடிக் கட்டுப்பாட்டின் கீழ் கொண்டுவரப்பட வேண்டுமெனவும் சலீம் அலி பிரதமருக்கு எழுதிய கடிதத்தில் தெரிவித்திருந்தார். அதனை ஆதரித்து ஓர் அலுவலகக் குறிப்பைச் சில நாட்களுக்குப் பிறகு நட்வர் சிங் இந்திரா காந்திக்கு அனுப்பியிருந்தார். அதற்குப் பதிலாக இந்திரா காந்தி பதிவு செய்திருந்த சிறுகுறிப்பு நட்வர் சிங்கின் பேரார்வத்தைச் சற்றுத் தணித்தது.

‘ஒத்துக்கொள்கிறேன். ஆனால் சாதூரியமும் எச்சரிக்கையும் தேவை.’

நான்கு மாதங்களுக்குப் பிறகு ‘இந்தியாவிலும் பாகிஸ்தானிலுமுள்ள பறவைகள் கையேடு’ என்ற நூல் தொகுப்பின் முதல் தொகுதியின் பிரதி ஒன்றை சலீம் அலி இந்திரா காந்திக்கு அனுப்பியிருந்தார். அது தில்லோன் ரிப்ளேயுடன் சேர்ந்து சலீம் அலி எழுதிய நூலாகும். அதனைப் பெற்றுக்கொண்டு சலீம் அலிக்கு இந்திரா காந்தி எழுதிய கடிதம் (ஆகஸ்ட் 3).

> பறவை அவதானிப்பு மீதான எனது ஆர்வத்தை நான் இன்னும் விட்டுவிடவில்லை. உங்களின் புத்தகம் கிடைத்தது. மிகவும் மகிழ்ச்சி. ஆஸ்திரேலியாவுக்கும் நியூசிலாந்திற்கும் நான் செல்லும் முன்பே பறவைகள் மீதான எனது ஆர்வம் பற்றிய செய்தி அங்கே பரவி விட்டது. அங்கும் (அந்த இரு நாடுகளிலும்) அற்புதமான இரண்டு நூல்களைப் பரிசாகப் பெற்றேன்.

சலீம் அலி எழுதிய மேலும் ஒன்பது தொகுதிகள் அடுத்த ஏழாண்டுகளில் வெளிவர இருந்தன.

ஞ

மலையேறுதலில் பிரதமர் தொடர்ந்து ஆர்வம் கொண்டிருந்தார். 1965இல் உலகிலேயே மிக உயரமான எவரெஸ்ட் மலையுச்சியை அடைந்து சாதனை புரிந்த முதல் இந்திய மலை ஏறும் குழுவை வெற்றிகரமாக வழிநடத்தியவர் கேப்டன் எம்.எஸ். கோலி. அவர் எழுதிய எவரெஸ்ட் மலையுச்சியில் ஒன்பது பேர் என்ற நூலுக்கு எழுதிய (மார்ச் 21) முகவுரையில் இந்திரா காந்தி இவ்வாறு குறிப்பிட்டார்:[2]

> இமயமலைகளின் கம்பீரமும் பேரழகும், மனதில் அவை எழுப்பும் புனித நினைவுகளும் இந்தியச் சிந்தனையாளர்களின் ஆதர்சமாகக் காலம்காலமாக இருந்து வந்திருக்கின்றன. ஆனால் மலையேறுதல் சாகசமாகவும் விளையாட்டாகவும் உருவானது சமீப காலத்தில்தான். இந்தியாவில் விருப்பத்துடன் ஈடுபாடு கொள்ளும் ஒரு வாழ்க்கை முறையாக, குறிப்பாக இளைஞர்களிடம் மலை ஏறுதல் மிக வேகமாக வளர்ந்து வருகிறது. நம்மைப் பீதியடையச் செய்யும் உலகின் மிகப் பெரிய மலைகளின் சிகரங்களிலும் ஏறி சில வருடங்களிலேயே நாம் சாதனை புரிந்திருக்கிறோம். எவரெஸ்ட் மலையுச்சியின் மீதேறி நின்றவர்கள் உலகின் பிரத்தியேகமான மனிதர்களடங்கிய ஒரு குழுவாகவே நிச்சயம் இருக்க முடியும். இதில் பாதிப்பேர்

நமது நாட்டைச் சேர்ந்தவர்கள். நமது இளைஞர்களின் துணிவிற்கும் ஆற்றலுக்கும் ஒரு பாராட்டுரைதானே இது? (...)

'சிறப்பான திட்டமிடல், ஒருங்கிணைத்தல், தனிமனித முயற்சி, ஓரணியாக இணைந்து செயல்படுதல், தலைமை ஆகிய குணங்களின் தலைசிறந்த வெளிப்பாடாகவே' கோலி தலைமையிலான மலையேறும் பயணத்தை இந்திரா காந்தி குறிப்பிட்டார். இந்திய இளஞர்களின் ஆதர்சமாக இது அமையும் என அவர் கருதினார்.

மே 15இல் இந்திய மலையேறுதல் நிறுவனத்தின் பத்தாம் ஆண்டு நிறைவு விழாவை இந்திரா காந்தி தொடங்கிவைத்தார். 1966இல் ரூபாய் மதிப்பு குறைக்கப்பட்டபோது சர்வதேச நாணய நிதியத்தின்மீது அவருக்கிருந்த ஒவ்வாமை இப்போதில்லை. அவர் நட்புணர்வுடன் நடந்துகொண்டார். அந்த ஆண்டு விழாவில் இந்திய மலையேற்றத்தின் வரலாறு பற்றி இந்திரா காந்தி உரையாற்றினார்.

இமயமலை நமது வரலாற்றை வடிவமைத்தது; நமது தத்துவத்தை உருவாக்கியது; நமது ஞானியர், கவிஞர்களுக்கு ஆதர்சமாக இருந்தது. நமது பருவ நிலையில் அதன் தாக்கம் உண்டு. இமயமலை நம்மைப் பாதுகாத்து வந்துள்ளது. இப்போது நாம் அதைப் பாதுகாக்க வேண்டும்.

பல ஆண்டுகளுக்குப் பிறகு, பருவநிலை மாற்றமடைந்து கொண்டிருக்கும் இன்றைய நிலையில், சுற்றுச்சூழலுக்கு இமயமலை ஆற்றிவரும் முக்கியப் பங்களிப்பை இந்தியா உணரத் தொடங்கியிருக்கிறது. அது மிகவும் வலிமைகுன்றியதாகிவிட்டது. அது மீண்டும் வலிமையுறச் செய்ய வேண்டிய அவசரத்தேவை உள்ளது.

நவம்பர் 2இல் பால்மரிலும் ஜெய்சால்மரிலும் வறட்சியால் பாதிக்கப்பட்ட பகுதிகளை இந்திரா காந்தி பார்வையிட்டார். கட்டடக் கலை மற்றும் வரலாற்றுச் சிறப்புமிக்க ராஜஸ்தானின் பாலைவனச் சிறுநகரான ஜெய்சால்மருக்கு அவர் பயணிப்பது இது இரண்டாவது முறையாகும். 1965இல் ராஜஸ்தான் மாநில எல்லைப்புற மாவட்டங்களில் சுற்றுப் பயணம் மேற்கொண்டபோது முதன்முறையாக ஜெய்சால்மருக்கு அவர் வந்திருந்தார். இப்போது தலைநகர் திரும்பியதும் தனது அமைச்சர்கள் இருவருக்கு நவம்பர் 14இல் கடிதம் எழுதினார் இந்திரா காந்தி. ஒருவர் சுற்றுலா மற்றும் உள்நாட்டு விமானப்

போக்குவரத்துத் துறை அமைச்சரான டாக்டர் கரண் சிங். மற்றவர் கல்வி கலாச்சாரத் துறையைக் கவனித்துக்கொண்டிருந்த அமைச்சரான டாக்டர் திரிகுண ஸென்:

> சில தினங்களுக்கு முன்னர் ஜெய்சால்மர் சென்றிருந்த போது அந்த நகரின் ஒரு பகுதி மிக மோசமாகச் சேதமடைந்திருப்பதாக என்னிடம் தெரிவித்தனர். எனவே தொல்லியல் துறை சார்ந்த ஒரு குழுவை ஒன்றிரண்டு வாரத்திற்குள் ஜெய்சால்மருக்கு அனுப்பி, மிகத் துரிதமாக ஆய்வுசெய்து அதன் தொடக்கநிலை ஆய்வறிக்கையை டிசம்பர் மத்தியில் எனக்குக் கிடைக்கும்படி ஏற்பாடு செய்யவும். அதற்குப் பிறகே ஜெய்சால்மர் நகரின் சில பகுதிகளை 'பாதுகாக்கப்பட்ட நினைவுச் சின்னம்' என அறிவிப்பதற்கான அனைத்து விபரங்களையும் ஆலோசித்து முடிவு செய்யலாம். நகராட்சியின் நீதிநெறி சிறிய நகரான ஜெய்சால்மரை அழிப்பதற்கு முன்னர் பழைமையான இந்த நகரின் தன்மை காப்பற்றப்பட வேண்டும் என்பதில் எனக்கு அக்கறையுண்டு. ஜெய்சால்மர் நகரைப் புதிதாக வடிவமைக்க நுட்பமான விவரங்களும் பரிமாணங்களும் அடங்கிய ஒரு திட்ட வரைவை உருவாக்க வேண்டும். இது பற்றி அவசரமாக ஆலோசித்து நகரின் பழைமையான – சிலபகுதிகளை – குறிப்பாகக் கோட்டைப் பகுதியை – அழியவிடாது காக்க முயலலாம்.

இந்திரா காந்தியின் உத்தரவின்படி தொடக்கநிலைத் திட்ட அறிக்கையை டாக்டர் ஸென் அனுப்பிவைத்தார். டிசம்பர் 20இல் இந்திரா காந்தி அவருக்கு எழுதிய பதிலில் அந்த அறிக்கையை அவர் கவனமாக வாசித்திருந்தார் என்பது தெரியவந்தது.

> ஜெய்சால்மர் கோட்டை பழுதடைந்து மிக மோசமான நிலையில் உள்ளது என்ற எனது கருத்தையே உங்கள் திட்ட அறிக்கை உறுதிப்படுத்துகிறது. வியாபாரிகளும் வேறு சிலரும் சட்டத்திற்குப் புறம்பாக அத்துமீறி அங்கே குடியேறி உள்ளனர். வரலாற்றுச் சிறப்புமிக்க புராதன நினைவுச் சின்னங்களை நன்கு பராமரிப்பதில் மகரவாலுக்கும் இந்தியத் தொல்லியல் ஆய்வுத் துறைக்குமிடையே பொருத்த மான ஒப்பந்தம் ஏற்படுவதில் சிரமங்கள் இருப்பதாக அறிகிறேன் (...)
>
> உங்கள் அறிக்கையின்படி இந்த வரலாற்றுச் சிறப்புமிக்க புராதன நினைவுச் சின்னங்கள் (அவற்றின் சில பகுதிகள், அவை அமைந்துள்ள இடம், அவற்றை ஒட்டியுள்ள இடம் ஆகியவை) நூறு ஆண்டுகளுக்கு மேலான பழமை

வாய்ந்தவை என்பது உறுதியானால் மட்டுமே இந்தியத் தொல்லியல் துறை நடவடிக்கை எடுக்கும். சில நினைவுச் சின்னங்கள் தொல்லியல் துறையின் விதிமுறைகளுக்கு உட்பட்டதாக இல்லையெனில், அவற்றைப் பராமரிக்க வேறு வழிமுறைகள் காணப்பட வேண்டும். (...) தொல்லியல் துறையின் தற்போதுள்ள தகுதி வரம்பான 'நூறு ஆண்டு' விதிமுறையை மாற்றவேண்டியதன் அவசியம் பற்றியும் பரிசீலிக்கவும்' (...)

ஜெய்சால்மருக்காக உடனடியாக ஒரு திட்டம் உருவாக்கப்பட வேண்டும்' (...)

03

விவசாயம் – குடும்பக் கட்டுப்பாடு அல்லது இந்திரா காந்தியே குறிப்பிடுவதுபோல 'விவசாயியும் பெற்றோரும்' என்ற இந்த இரண்டு விசயங்களும் முன்னுரிமை தந்து உடனடியாகக் கவனிக்கப்பட வேண்டியவை என அவர் கருதினார். பிரதமராகப் பொறுப்பேற்றுக்கொண்ட துவக்க காலகட்டத்து அவரது உரைகளிலிருந்து இது தெளிவாகப் புலனாகிறது. சண்டிகரில் நவம்பர் 30இல் நடந்த அகில இந்தியக் குடும்பக் கட்டுப்பாடு மாநாட்டில் உரையாற்றிய இந்திரா காந்தி இந்த இரண்டிற்கும் இடையேயான தொடர்பை விவரித்தார்.

'குடும்பக் கட்டுப்பாடு' இந்திய அரசால் ஏற்றுக்கொள்ளப்பட்ட கொள்கையாகும். ஆனால் அரசின் கொள்கையாக மட்டுமே நமது திட்டங்கள் இருக்குமேயானால், அவை வெற்றி பெறாது. (...) விவசாயத்தில் புதிய முறைகளைக் கையாளுவதில் அலுவலகரீதியாகப் பல முயற்சிகளைச் சமீபத்தில் மேற்கொண்டோம். இம்முயற்சிகளுக்கும் மேலாக அந்தப் புதிய வழிமுறைகளை மக்களும் விருப்பத்துடன் ஏற்றுக்கொண்டனர். அதனால் அவை மிக விரைவில் வெற்றி பெற்றன. இதுபோலவே விருப்பத்துடன் மக்கள் ஏற்றுக்கொண்டால் மட்டுமே குடும்பக் கட்டுப்பாடு செயல்திட்டம் பெருமளவு வெற்றி பெறும். கச்சிதமான சிறிய அளவான குடும்பமே மகிழ்ச்சியையும் நல்ல ஆரோக்கியத்தையும் அந்தக் குடும்பத்திற்குத் தரும். அதனால் அந்த ஊரும் வளம் பெறும். ஒவ்வொரு கிராமத்திற்கும் ஒவ்வொரு குடும்பத்திற்கும் இதனை எடுத்துக்கூறி நிரூபிக்க வேண்டும் (...) தீவிர விவசாயம் மற்றும் குடும்பக் கட்டுப்பாடு செயல்முறைத் திட்டங்களில் ஒரே சமயத்தில் முன்னேற்றம் நிகழ்ந்தால்தான் கிராமங்களில் வறுமையை ஒழிக்க முடியும்.

'நமது மக்களின் அக்கறையின்மைதான் குடும்பக்கட்டுப்பாட்டிற்கு மிகப்பெரிய எதிரி' என்று ஒப்புக்கொள்ளும் நேர்மை இந்திரா காந்திக்கு இருந்தது. குடும்பக் கட்டுப்பாட்டுத் திட்டத்தை நடைமுறைப்படுத்த இலக்குகளை நிர்ணயிப்பதிலுள்ள ஆபத்துக்கள்பற்றியும் அவர் பேசினார். 1975இன் பிற்பகுதியிலும் 1976இலும் நெருக்கடி நிலைமை உச்சத்திலிருந்தபோது இதை அவரே மறந்துவிட்டார் போலிருக்கிறது.

அடிக்குறிப்புகள்

1. சென்னையிலிருந்து போர்ட் ப்ளேர் செல்லும் வழியில் மைசூரியிலுள்ள இந்தியக் கடற்படை மையத்தில் இந்திரா காந்தி இரண்டு இரவுகள் தங்கினார். இரண்டாம் நாள் இரவில் கடற்படை வீரர்களிடம் மனந்திறந்து பேசினார். அவரது ஆளுமையின் ஒருபகுதி அபூர்வமாய் அப்போது வெளிப்பட்டது. ஒருவரும் அறிய முடியாத ஒன்றாகவே அது இன்றுமுள்ளது. வீரர்களின் வேண்டுகோளுக்கிணங்க அமெரிக்காவின் மிகவும் பிரசித்தி பெற்ற 'ஓ சுசன்னா...' என்ற பாடலை இந்திரா காந்தி பாடினார். இது லெஃப்டினென்ட் பிரேம்வீர் தாஸிடம் ஆழமான தாக்கத்தை ஏற்படுத்தியது. பிரதமரைச் சந்திக்க வரும் பார்வையாளர்களை ஒழுங்குபடுத்துதல், உணவு, பிரதமர் உணவு உண்ணும் வரை அங்கே காத்திருந்து கவனித்தல், தோட்டக்காரர்கள் சமையல் செய்வோர் ஆகியோரை மேற்பார்வையிடல் முதலான கடமைகளைப் பிரதமருக்குச் செய்ய நியமிக்கப்பட்டவர் லெஃப்டினென்ட் பிரேம்வீர் தாஸ். இந்தப் பணி புரிந்ததற்காக அவருக்குக் கிடைத்த பரிசு, தனது மூத்த மகன் திருமணத்திற்குத் தன் கைப்பட எழுதிய அழைப்பிதழை அவருக்கு இந்திரா காந்தி அனுப்பியதுதான். மறக்க முடியாத இந்த அனுபவத்தைப் பல ஆண்டுகளுக்குப் பிறகு 1998 ஜூன் 5இல் டைம்ஸ் ஆஃப் இந்தியா பத்திரிகையில் தாஸ் எழுதினார்.

2. M.S. Kohli, *Nine Atop Everest* (1969).

1969

மாற்றியமைக்கப்பட்ட இந்தியக் கானுயிர்க் கழகத்தின் முதல் கூட்டத்தில் இந்திரா காந்தி; கரண் சிங் (இடது புறம்), ஜகஜீவன் ராம் (வலது புறம்); 1969 ஜூலை

முக்கியமான பல நிகழ்வுகள் நடந்ததால், 1969ஆம் ஆண்டைத் திருப்புமுனை ஆண்டு எனலாம். இந்திரா காந்தி முற்றிலும் புதிதாய் உருவானார். முந்தைய இரு ஆண்டுகளில் அலுவலகச் செயல்பாடுள் அவருக்கிருந்த எச்சரிக்கை உணர்வும் உறுதியின்மையும் இப்போது இல்லை. முற்றிலும் மாற்றமடைந்து மேம்பட்டதோர் இந்திரா காந்தி உருவானார். ஆந்திராவிலிருந்து பிரித்து தெலுங்கானா என்ற தனி மாநிலம் உருவாக நடந்துகொண்டிருந்த போராட்டம் உச்சத்தையடைந்திருந்தது.[1] இந்தப் போராட்டத்தைக் கையாள அவரது அரசியல் திறன் அனைத்தும் தேவைப்பட்டது. ஜூலை மாதத்தில் வங்கிகள் தேசிய உடைமையாக்கப்பட்டன. பொருளாதாரத்தில் மட்டுமல்லாது சமூக, அரசியல் தளங்களிலும் விரிவான மாற்றங்கள் நிகழ்ந்தன. வரலாற்று முக்கியத்துவம் வாய்ந்த வங்கி தேசியமயமாக்கலைச் செயல்படுத்த ஹக்சருடன் நெருக்கமாக இருந்து பணிபுரிந்தவர் டி.என். கோஷ். இது பற்றி (வங்கிகள் தேசியமயமாக்கல்) நிறையவே எழுதப்பட்டிந்த போதிலும், விசயங்களை நெருக்கமாக அறிந்திருந்த கோஷ் எழுதிய No

Regrets' என்ற புத்தகமே இந்திரா காந்தியின் பங்களிப்பைத் தெளிவாக வெளிப்படுத்தியது. 1969 ஆகஸ்டில் நடந்த ஜனாதிபதி தேர்தலில் கடுமையான போட்டி நிலவிற்று. 'மனச்சாட்சியின்படி வாக்களியுங்கள்' என்ற முழக்க வாசகத்துடன் ஒரு சுயேட்சை வேட்பாளரை ஆதரித்து அவருக்காக வாக்குச் சேகரித்தார் இந்திரா. அவர் வெற்றி பெற்றார்; அதிகாரபூர்வ காங்கிரஸ் வேட்பாளர் தோல்வியடைந்தார். இது கட்சியில் கொந்தளிப்பை ஏற்படுத்தியது. பிரதமர் பதவியிலிருந்து அவரை வெளியேற்றியே தீருவது என்ற தீவிர முனைப்புடன் கட்சித் தலைவர்கள் இருந்தனர். இதனை இந்திரா காந்தி அறிந்தேயிருந்தார்.

குல்மார்க்கில் விடுமுறை தினங்களைக் கழித்த பிறகு ஸ்ரீநகரிலிருந்து டெல்லி திரும்பும் பயணத்தில் விமானத்திலிருந்தே டோரதி நார்மனுக்கு இந்திரா காந்தி எழுதினார் (செப்டம்பர் 3):

> கம்யூனிஸ்டுகளுடனோ அல்லது எந்தவகை சர்வாதிகாரத் துடனோ நான் நெருக்கமாக இருந்ததில்லை என்பதை உன்னிடம் உறுதி கூறவும் வேண்டுமோ? (...) துரதிருஷ்டவச மாக அதிகாரப் போக்குடைய நிறுவனமாகிவிட்ட கட்சித் தலைமை ஒரு மோதலை உருவாக்கிவிட்டது. மாநிலக் கட்சித் தலைவர் ஒவ்வொருவரும் 'மாநிலமே நான்தான்' என்பதாகவே நம்பிக்கொண்டிருக்கின்றனர் (. . .) நான் இணக்கமாக இருக்க முயல்வதாலோ என்னவோ என்னைப் பலவீனமானவள் என நினைக்கின்றனர். கடந்த இரண்டு ஆண்டுகளாக பயங்கரமான நெருக்கடிகளுக்கும் சிக்கல்களுக்கும் ஆளாகி வருகிறேன். நானா அல்லது எனது பதவியா என்பதாக இருந்தால், பதவி எனக்கு ஒரு பொருட்டே அல்ல. ஆனால் பதவியிலிருந்து வெளியே தள்ளும் ஒரே நோக்கத்துடன் அங்குமிங்கும் அலைக்கழித்து என்னை அவர்கள் நடத்திய விதம், கட்சியை உடைத்தது மட்டுமல்லாது அதனைப் பலவீனப்படுத்தியும்விட்டது (. . .)

ஆனால் கட்சிப் பிளவு நிகழ்ந்தேவிட்டது. நவம்பர் 12இல் கட்சித் தலைவர்கள் இந்திரா காந்தியைக் கட்சியிலிருந்து நீக்கினார்கள். இது நடந்து நான்கு நாட்களுக்குப் பிறகு காங்கிரஸ் இரண்டு தனிக்கட்சிகளாக உடைந்தது. விரைவில் கூடவிருந்த பாராளுமன்றத்தில் கம்யூனிஸ்டுகளின், மாநிலக்கட்சிகளின் ஆதரவு இந்திரா காந்திக்குத் தேவையாக இருந்தது. அக்கட்சிகள் ஆதரவு தந்தன.

அரசியலிலும் பொருளாதாரத்திலும் அனைவராலும் ஏற்றுக்கொள்ளப்பட்ட நாட்டின் தலைவராக இந்திரா காந்தி இறுதியாகத் தன்னை நிறுவிக்கொண்டது இந்த ஆண்டில்தான்

என்பதில் ஐயமில்லை. இதற்குப் பிறகு திரும்பிப்பார்த்தல் என்ற பேச்சுக்கே இடமில்லாது போயிற்று. அவருள் இருந்த இயற்கையை நேசிக்கும் இந்திரா காந்தி தாமாக வெளிப்பட்டதும் இந்த ஆண்டில்தான். பவளப் பாறைகளும் உப்பங்கழி வளையங்களுமாய் வெகுதூரம் தள்ளி இருக்கும் லச்சதீவும், கேரளக் கடற்கரைப் பரப்பிற்கு அப்பால் அமினி மற்றும் மினிகாய் தீவுக் கூட்டங்களும் நமது நாட்டின் இன்னொரு பகுதியாகும். (நான்கு ஆண்டுகளுக்கு பிறகு இத்தீவுகளின் பெயர் 'லட்சத்தீவு' என மாறிற்று.) இந்தியாவின் சூழலிய பன்முகத்தன்மைக்கு அடையாளமாக இப்பகுதி விளங்குகிறது. இத்தனை அரசியல் குழப்பங்களுக்குமிடையில் அக்டோபரில் இந்திரா காந்தி அங்கு சென்றார். எல்லா அரசியல் குழப்பங்களுக்கு மத்தியிலும் இப்பகுதியை பார்வையிட்ட முதல் பிரதமர் இந்திரா காந்திதான்.[2]

ஒ

இயற்கைப் பூங்காக்களிலும் அவற்றின் பாதுகாப்பிலும் இந்திரா காந்தி தொடர்ந்து அக்கறை காட்டிவந்தார். அவற்றுள் பரத்பூர் பறவைகள் சரணாலயமும் ஒன்று. இதுபற்றிய அடிப்படைத் தகவல்களை இந்திரா காந்திக்கு கொடுத்து வந்தவர் சலீம் அலி.

அவரது அமைச்சரவைச் செயலாளராக இருந்த பி. சிவராமனுக்கு – வேளாண்மைச் செயலாளராக இருந்தபோது பசுமைப் புரட்சியில் முக்கியப் பங்கு வகித்தவர் இவர் – அலுவலகக் குறிப்பு ஒன்றை பிப்ரவரி 7இல் அனுப்பினார்:

> பரத்பூர் பறவைகள் சரணாலயம் நிர்வகிக்கப்படும் விதம் திருப்திகரமாக இல்லை என அவ்வப்போது புகார்கள் வந்தவாறுள்ளன. இதைப்பற்றி எனது அலுவகப் பணியாளர் ராஜஸ்தான் அரசைத் தொடர்புகொண்டார். பரத்பூர் மகாராஜாவுடன் நானும் ஒன்றிரண்டுமுறை பேசினேன்.
>
> இந்தப் பறவைகள் சரணாலயத்தைத் தேசியப் பூங்காவாக மாற்றி அதனை மத்திய அரசின் கட்டுப்பாட்டின் கீழ் கொண்டுவரலாமென சலீம் அலி சில மாதங்களுக்கு முன்பு யோசனை தெரிவித்தார். இந்த யோசனை ராஜஸ்தான் அரசுக்கு அனுப்பப்பட்டது. முதல் தவணையாகப் பத்து ஆண்டுகள் இந்தச் சரணாலயம் மத்திய அரசின் கட்டுப்பாட்டில் இருப்பதற்கு அவர்கள் ஒத்துக் கொண்டுள்ளனர். ராஜஸ்தான் அரசின் இந்தத் திட்டத்தை அமைச்சரவைச் செயலர் பரிசீலித்து உடனடியாக எனக்குத் தெரிவிக்க முடியுமா?

சலீம் அலியின் யோசனை புதுமையானது. மாநில அரசு இதனை ஏற்றுக்கொண்டது ஆச்சரியத்திலும் ஆச்சரியம். முதலமைச்சர்

மோகன்லால் சுகாடியாவின் விருப்பத்தின்படியே இது நடந்திருக்க வேண்டும். அந்த யோசனை அரசியலமைப்பிற்கு எதிரானது என்பதால் அதனைச் செயல்படுத்த முடியாதென இரண்டு வாரங்களுக்குப் பிறகு அமைச்சரவைச் செயலர் இந்திரா காந்தியிடம் தெரிவித்தார். அதுமட்டுமல்லாது மத்திய அரசின் கட்டுப்பாட்டுக்குள் பூங்காக்கள் வராததாகையால் பரத்பூரிலுள்ள பூங்காவைத் தேசியப் பூங்கா என அறிவிக்க வேண்டியது மாநில அரசு என்பதையும் தெரிவித்தார். இவ்விதமாக சலீம் அலியின் ஆலோசனை தற்காலிகமாய்ச் செயல்வடிவம் பெறாமலேயே போயிற்று. நான்கு ஆண்டுகளுக்குப் பிறகு மீண்டும் அது புதுப்பிக்கப்பட்டு நடைமுறைக்கு வந்தது.

இதற்கிடையே ராஜஸ்தான் – அல்வார் மாவட்டத்திலுள்ள சரிஸ்கா புலிகள் காப்பகமும் இந்திரா காந்தியின் கவனத்திற்கு வந்தது. சரிஸ்கா காப்பகத்தில் 2005ஆம் ஆண்டு ஒரு புலி கூட இல்லை என்பது நம்மில் பெரும்பாலோர் அறிந்ததே. நன்கு ஒருங்கிணைக்கப்பட்ட ஒரு கும்பலால் புலிகள் அனைத்தும் வேட்டையாடப்பட்டிருந்தன. அப்போதைய பிரதமர் மன்மோகன் சிங் இந்தப் பேரழிவு குறித்து சிபிஐ விசாரணைக்கு உத்தரவிட்டார். அது மட்டுமில்லாது இந்தியாவின் தேசிய விலங்கான புலியைப் பாதுகாக்கும் விசயத்தை முழுவதுமாக மீள் ஆய்வு செய்ய வல்லுநர் குழு ஒன்றையும் நியமித்தார். காப்பகத்தில் புலிகளைக் குடியேறச் செய்ய 'புலிகள் இடம் மாறுதல் திட்டம்' சில ஆண்டு களுக்குப் பின் தொடங்கப்பட்டபோது சரிஸ்கா பற்றிய செய்தி மீண்டும் தலை காட்டியது. நடைமுறையில் இந்தத் திட்டம் மேலும் தொடர்ந்தது; இறுதியில் வெற்றியும் பெற்றது.

பல ஆண்டுகளுக்கு முன்பு பிரதமர் இந்திரா காந்தியின் காலகட்டத்திலேயே இது போன்றதொரு அச்சுறுத்தலை சரிஸ்கா எதிர்கொண்டது என்ற உண்மை பலரும் அறியாதது. ஆனால் இந்திரா காந்தி புலிகளைக் காக்கும் நடவடிக்கைகளை உடனடியாக மேற்கொண்டார்; இவ்விதம் முன்கூட்டியே அறிந்துகொள்ளத் தேவையான தரவுகளைப் பெறுவதற்கு அலுவலகரீதியில் அல்லாமல் வேறு வழிகள் அவருக்கு இருந்தன என்பது இதன் மூலம் தெரியவருகிறது. சரிஸ்கா விசயத்தில் இந்திரா காந்தியின் இந்தச் செயல்பாடு கானுயிர் மேலாண்மை யில் அவரது அணுகுமுறையைக் காட்டுகிறது.

நடந்தது இதுதான். மத்திய ரிசர்வ் போலீஸ் படையின் பெரிய ராணுவப் பிரிவு ஒன்று சரிஸ்கா காப்பகத்திலுள்ள பழமையான பங்களாவில் குடிபுக இருப்பதான செய்தி உள்ளூர் வனக் காப்பாளரான ஜெய் சிங் மூலம் பிப்ரவரி 14இல் இந்திராகாந்தி யின் தனிச் செயலாளர் என்.கே. சேஷனுக்குத் தெரிந்தது.

சிறிதும் தாமதிக்காமல் பிரதமரிடம் இதனைத் தெரிவித்தார் சேஷன். மாநில அரசை உடனே தொடர்புகொண்டு இதனை விசாரித்தறிந்த இந்திரா, உள்துறைச் செயலர் ஐ.பி. சிங்கிற்கு அலுவலகக் குறிப்பு ஒன்றினை அனுப்பும்படி தனது உதவியாளர் நட்வர் சிங்கைப் பணித்தார். அதன்படி நட்வர்சிங் உள்துறைச் செயலருக்கு அனுப்பிய குறிப்பு (மார்ச் 1):

> சரிஸ்கா விலங்குக் காப்பகத்திலுள்ள மாளிகையில் மத்திய ரிசர்வ் போலிஸுக்கான ஒரு பயிற்சி மையம் நிறுவப்பட்டுள்ளதாகச் சில நாட்களுக்கு முன்பு பிரதமரிடம் தெரிவிக்கப்பட்டது. இந்தப் பயிற்சிக்காக 1200 பேர் தங்க வேண்டியது வரும். துப்பாக்கி சுடும் தளமும் அமையும். உள்துறைச் செயலர் இந்த விசயத்தை உடனே கவனிக்க வேண்டுமென்பதும், சரிஸ்கா காப்பகத்திற்கு வெளியே வேறொரு வீட்டில் பயிற்சிக்காக மத்திய ரிசர்வ் போலிஸைத் தங்கச் செய்யும் சாத்தியக் கூறுகளைப் பரிசீலிக்க வேண்டு மென்பதும் பிரதமரின் விருப்பம்.

பிரதமரின் இந்தக் குறிப்பினால் தேவையான தாக்கம் ஏற்பட்டது. சரிஸ்கா அப்போதைக்கு பாதுகாப்பாக்கப்பட்டது.

ஃ

பிப்ரவரி 20இல் இந்திரா காந்திக்கு இரண்டு பக்கக் கடிதமொன்று வந்தது. 'ஆல்வின் பி. ஆடம்ஸ், பேன் ஆம் பில்டிங் நியூயார்க்' என்ற முகவரி மட்டும் கடிதத் தலைப்பில் இருந்தது. அவர் யாரென இந்திரா காந்திக்குத் தெரியாது. கூகுள் தேடல் மூலமாக அவர்பற்றி இப்போது அறிந்துகொண்டது: ஆடம்பரம், குடி, உணவு என இன்ப வாழ்வைச் சுகிப்பதில் நாட்டம் கொண்டவர்; விமான நிர்வாகி; பெரிய வேட்டையாடி. 1996இல் அவர் இறந்த போது நீண்ட இரங்கற்செய்தி *நியூயார்க் டைம்ஸ்* இதழில் வெளிவருமளவுக்குப் புகழ்பெற்றவராக இருந்தார்.[3] இந்தத் தகவல்கள் எதுவும் 1969 பிப்ரவரியில் இந்திரா காந்திக்கோ அவரது உதவியாளர்களுக்கோ தெரியாது. உண்மையில் இந்திரா காந்தியின் நட்பு வட்டத்திலும் இவர்பற்றி யாரும் அறிந்திருக்க வில்லை. ஆடம்ஸ் கடிதத்தில் தெரிவித்திருந்ததாவது:

> (...) காடுகளைச் சுற்றிப்பார்க்கவும் வேட்டையாடவும் மேற்கொண்ட பத்து வெவ்வேறு பயணங்களில் இந்தியாவை யும் அதன் அண்டை நாடுகளான நேபாள், பூட்டான் எல்லைப் பகுதிகளையும் பார்வையிட்டேன். பெரிய விலங்கு களின் எண்ணிக்கை மிகவேகமாகக் குறைந்து வருவது மிகுந்த துயரம் தந்தது. சென்ற மாதம் இந்தியாவின் சிறந்த

> வேட்டைப் பகுதிகளைப் பார்வையிட்டபோது புலிகள் இருந்த அறிகுறிகள் தெரிந்ததே தவிர ஒரு புலிகூடக் கண்ணில் படவில்லை. சென்ற வருடத்தைத் தொடர்ந்து இந்த ஆண்டும் இவ்விதம் நிகழ்கிறது. கம்பீரமான இந்தப் புலிகளும் சிறுத்தைகளும் இருக்கும் பகுதியில் வாழும் உள்ளூர்வாசிகள் வரைமுறையற்று இந்த விலங்குகளைக் கொன்றழிப்பதே இதற்கான முக்கியக் காரணம் என்பது உறுதி. கொல்லப்பட்ட புலி, சிறுத்தை ஆகியவற்றின் தோல் களை உள்ளூர் வியாபாரிகளிடம் விற்றுவிடுவர். புலித்தோல் ஒன்றிற்கு 200 டாலர்களும் சிறுத்தையின் தோலுக்கு 150 டாலர்களும் வியாபாரிகள் அவர்களுக்குக் கொடுக்கிறார்கள். புலிகளையும் சிறுத்தைகளையும் விஷம்வைத்துக் கொல்லும் முறையே வழக்கமாகப் பின்பற்றப்பட்டு வருகிறது.
>
> புலி, சிறுத்தை ஆகியவற்றின் தோல்களை விற்பதும் வாங்குவதும் கூடாதெனவும் அதில் ஈடுபடுவோருக்கு சிறைத் தண்டனையும் கடும் அபராதமும் விதிக்கப்படும் எனவும் சம்பத்தப்பட்ட நாடுகள் சட்டம் இயற்ற வேண்டும். துயரம் நிறைந்த இந்தப் பிரச்சனைக்கு இது ஒன்றே தீர்வாகும் என உறுதியாக நம்புகிறேன் (...)

இவ்விதமாகத் தொடர்ந்த ஆடம்ஸின் கடிதம் இந்த விசயத்தில் பிரதமர் அக்கறை செலுத்துவார் என நம்புவதாக முடிவுற்றது. இந்த விசயத்தில் நடவடிக்கை எடுக்கும்படி இந்திரா காந்தியை நினைவூட்ட வேண்டிய தேவையே இல்லை. ஆடம்ஸின் கடித்தில் இந்திரா காந்தியின் குறிப்பு இவ்விதம் இருந்தது.

> இது மிகவும் கவலை அளிக்கிறது. இதற்கென மிகப் பெரிய அளவில் நடவடிக்கை எடுக்க வேண்டும்.

'நாட்டின் விலைமதிப்பற்ற கானுயிர் கண்மூடித்தனமாகக் கொல்லப் படுவதைக் கட்டுப்படுத்தும் சாத்தியக் கூறுகளைப் பரிசீலனை செய்வதாக' உறுதியளித்து ஆல்வின் ஆடம்ஸிற்குப் பதில் எழுதும் பொறுப்பை நட்வர் சிங்கிடம் இந்திரா காந்தி ஒப்படைத்தார். அதன்படி நட்வர் சிங் பிப்ரவரி 18இல் கடிதம் எழுதினார்:

அடுத்தடுத்து நிகழ்ந்த பல நிகழ்வுகளுக்கு ஆடம்ஸின் இந்தக் கடிதம் தூண்டுதலாக அமைந்தது. வனங்கள் மற்றும் கானுயிர் துறைப் பொறுப்பைக் கவனித்துக்கொண்டிருந்த வேளாண் அமைச்சர் ஜகஜீவன் ராமிற்கு இந்திரா காந்தி எழுதிய கடிதம் (ஏப்ரல் 30):

> கானுயிர்கள் அழிந்துவரும் விகிதம் அதிகரித்து வருவது மிகுந்த கவலையளிக்கிறது. இதுபற்றிக் கேட்டும் வாசித்தும் அறிந்ததிலிருந்து நிலைமை மிகவும் தீவிரமானது என்பது

> தெரிகிறது. நமது அலுவலகங்களில் பணிபுரிவோர் இதனை ஒத்துக்கொள்வதில்லை.
>
> சில தினங்களுக்கு முன்பு ஆல்வின் பி ஆடம்ஸ் என்பவர் எனக்கு எழுதிய கடிதத்தின் நகலை இத்துடன் இணைத்துள்ளேன். 'அழிவின் விளிம்பில் உயிருக்குப் போராடிக் கொண்டிருக்கும் விலங்குகள்' பட்டியலில் நமது நாட்டின் விலங்குகள் பெருமளவு இருப்பதாக இயற்கை மற்றும் இயற்கை வளங்களைப் பராமரிக்கும் சர்வதேசச் சங்கம் அதன் சமீபத்திய பிரசுரத்தில் குறிப்பிட்டுள்ளது. மனதை நிலைகுலையச் செய்யும் இந்த நிலை தொடர்ந்தால் ஏற்படும் இழப்பு ஈடுசெய்ய முடியாததாக இருக்கும். இத்துடன் இணைக்கப்பட்டுள்ள கடிதத்தில் பரிந்துரைக்கப்பட்டுள்ள சில வழிமுறைகள் இதனைச் சீர் செய்ய உதவலாம். இவற்றை உடனடியாகப் பரிசீலிக்க முடியுமேயானால் நான் நன்றி உடையவளாக இருப்பேன். (...) நமது பற்பல வேலை நெருக்கடிகளுக்கு இடையில் விலைமதிப்பற்ற ஆனால் நலிவுற்றுவரும் பாரம்பரியத்தை இழந்துபோவது சோகம்.

1947லிருந்து கேபினட் அமைச்சராக இருந்துவரும் ஜகஜீவன் ராம் எத்தனையோ தேர்தல் களம்கண்ட அனுபவம் மிக்க பழம்பெரும் அரசியல்வாதி. அவரது பதிலால் (மே 19) மிகவும் விரக்தியடைந்த பிரதமர் அவரது கடிதத்தில் எழுதிய குறிப்பு:

> அமைச்சகத்திலிருந்து வரும் ஒரு வழக்கமான பதில்தான் இது. பிரச்சனை இன்னும் ஆழமாகப் பரிசீலிக்கப்பட வேண்டும்.

நான்கு வருடங்களாகியும் இந்தியக் கானுயிர்க் கழகத்தின் கூட்டம் ஒருமுறைகூட நடக்கவில்லை. இதுபற்றி இந்திரா காந்தி தீவிரமாக யோசித்தார். கழகத்தின் தலைவரான மைசூர் மகராஜா தேர்ந்த இசையியலாளராக உலகப் புகழ்பெற்றவர். ஆனால் பல வருடங்களாக அவர் உடல்நலம் குன்றியிருந்தார்.

அவருக்கு மாற்றாகத் தலைவர் பதவியில் யாரை நியமிப்பது என்பதில் இந்திரா காந்தியின் கவனம் சென்றது. அந்தச் சமயத்தில் கழகத்தின் நிர்வாகப் பொறுப்பைக் கவனித்துவந்த ஜகஜீவன் ராம்தான் சம்பிரதாயமான தேர்வாக இருக்க முடியும். ஆனால் அவரின் முழுக்கவனமும் வேலையில் இராது என்பதை இந்திரா காந்தி உள்ளூர உணர்ந்திருந்தார். தனது நெருங்கிய தோழியும் தன்னைப் போலவே இயற்கையின்மீது ஈடுபாடு கொண்டவருமான பத்மஜா நாயுடுவின் அறிவுரையின்படி சுற்றுலா மற்றும் உள்நாட்டு விமானப் போக்குவரத்து அமைச்சர், 39 வயதான டாக்டர் கரண் சிங்கை கழகத்தின் தலைவராக நியமிப்பது என முடிவு செய்தார். டாக்டர் கரண் சிங்கை இந்திரா

காந்தி நன்கறிவார். 18 வயதிலிருந்தே நேருவின் வழிகாட்டுதலிலும் ஆதரவிலும் வளர்ந்தவர் அவர். இந்தியக் கானுயிர்க் கழகத்தின் தலைவராக கரண் சிங் ஜூன் 8இல் நியமிக்கப்பட்டார்.

கரண் சிங் உடனடியாகச் செயலில் இறங்கினார். வங்கிகளைத் தேசிய உடைமையாக்குவதென்ற வரலாற்றுச் சிறப்புமிக்க முடிவை அறிவிப்பதற்கு 11 நாட்களுக்கு முன் 1969 ஜூலையில் இந்தியக் கானுயிர்க் கழகத்தின் முதல் கூட்டத்திற்கான அழைப்பு விடுக்கப்பட்டது. இந்தக் கூட்டத்தை இந்திரா காந்தி தொடங்கி வைப்பாரெனக் கரண் சிங்கிடம் தெரிவிக்கப்பட்டது.

இந்திரா காந்தியின் தொடக்க உரை (ஜூலை 8) விரிவான தளத்தில் அமைந்திருந்தது. வளர்ச்சியின் பெயரால் கண்மூடித்தனமாக மரங்கள் வெட்டப்படுவதற்கு அவர் கண்டனம் தெரிவித்தார். மரங்கள் அழிக்கப்படுவதன் நேரடி விளைவாகச் சில இடங்களில் நிலச் சரிவுகள் ஏற்பட்டுவருவதைச் சுட்டிக்காட்டினார். விலங்குகளைக் கொல்வதற்கான தடை விரைவில் வர இருப்பதை சூசகமாகத் தெரிவித்த இந்திரா காந்தி அந்நியச் செலாவணி தேவை கருதி புலி, சிறுத்தை, பிற விலங்குகளை அந்த இனமே அழிந்துபோகும் நிலைவரை கொல்வது நியாயமல்ல எனத் தைரியமாக அறிவித்தார். பொறியாளர்கள், நிர்வாகிகள், அணை கட்டுவோர் ஆகியோருக்கு இயற்கையின்மீது மரியாதை இல்லை எனக் கண்டித்தார்.

கானுயிர்க் கழகத்தின் அந்தக் கூட்டம் வரலாற்றுச் சிறப்பு மிக்கதாகும். அதற்குக் காரணம் கூட்டத்தில் நிறைவேற்றப்பட்ட இரண்டு தீர்மானங்கள். தெளிவான ஒரே சீரான நாடு தழுவிய கானுயிர்ச் சட்டத்தை உறுதிசெய்து தேசிய அளவில் சட்டமியற்ற வேண்டும் என்பது முதல் தீர்மானம். அச்சமயம் ஒவ்வொரு மாநிலத்திலும் தனித்தனியே நடைமுறையில் இருந்து வந்த கானுயிர்ச் சட்டம் திருப்திகரமாக இல்லை என்பதை காடுயிர்க் கழகம் உணர்ந்துள்ளது என்பது அந்தத் தீர்மானத்தால் புலனாகிறது. நாட்டின் அடையாளச் சின்னமாக அதுவரை இருந்துவரும் சிங்கத்தை 'தேசிய விலங்காக' அறிவிக்க வேண்டும் என்பது இரண்டாவது தீர்மானம்.[4] சிங்கத்தைத் தேசிய விலங்காக அறிவிப்பதற்கான காரணங்கள் மூன்று:

1. ஆண்டாண்டு காலமாக நமது புராணங்கள், கலாச்சாரம், வரலாற்றுடன் தொடர்புகொண்டதாகச் சிங்கம் இருந்துவருகிறது.

2. நமது நாட்டின் அடையாளச் சின்னத்தை சிங்கம் அலங்கரிக்கிறது.

3. அபூர்வமான இந்த விலங்கின் இருப்பே இப்போது அச்சுறுத்தலுக்கு உள்ளாகியுள்ளது.

இந்தியக் கானுயிர்க் கழகத்தின் இந்தக் கூட்டம் இந்திரா காந்திக்கு மிகவும் மகிழ்ச்சி தந்தது. கரண் சிங்கிற்கு அவர் ஜூலை 22இல் எழுதிய கடிதம் இது:

> இந்தியக் கானுயிர்க் கழகத்தின் சமீபத்திய கூட்டம் முன்பு எப்போதை விடவும் எல்லாவிதத்திலும் நம்பிக்கை தருவதாகவும் உற்சாகமளிப்பதாகவும் இருந்தது. நீங்கள் கூட்டத்தை நடத்திய விதத்தைப் பலரும் பாராட்டினர். கானுயிர் பற்றி ஆய்வுசெய்ய அகில இந்திய அளவில் ஒரு செயற்குழுவையும் ஓர் இடைக்காலக் குழுவையும் கழகம் நியமித்திருப்பதாக அறிகிறேன். களப்பணியில் தீவிர ஈடுபாடுகொண்ட ஃபதேஹ்அலி, ஹரிடாங், கிருஷ்ணன், சங்கலா போன்ற சில இளைஞர்களாவது இந்த இரண்டு குழுக்களிலும் இருக்கும்படி பார்த்துக்கொள்வீர்கள் என நம்புகிறேன். தற்சமயம் வெளி மான்களுக்கென காப்பகம் எதுவுமில்லை. இந்த மான்கள் பற்றிய கவலை எனக்குண்டு. கடந்த சில வருடங்களாக அவற்றின் எண்ணிக்கை பெருமளவு குறைந்துவருகிறது. இதுபற்றி எதுவும் செய்ய முடியாதா? இந்தியக் கானுயிர் பற்றிய ஆய்விதழ் ஒன்றினைக் கழகம் கொண்டுவருமென நம்புகிறேன் இந்தியக் கானுயிர் பற்றிய ஒரு திரைப்படத்தையும் வெளியிடலாம்.

கரண் சிங்கிற்கு இந்தக் கடிதத்தை அனுப்பியபோதே அவர் அனைத்து மாநில முதல்வர்களுக்கும் எழுதினார். இது விசயமாக பிரதமர் இவ்விதம் தொடர்புகொள்வது இதுவே முதல்முறையாகும். அடுத்த 15 ஆண்டுகளில் சுற்றுச்சூழல் தொடர்பான இதுபோன்ற பல கடிதங்களை அவர் எழுதினார்.

'காட்டுயிரினம் அழிந்துவரும் விகிதம் அதிகரித்து வருவது எனக்கு மிகுந்த கவலை அளிக்கிறது' என்றே அவரின் அனைத்துக் கடிதங்களும் தொடங்கின. சமீபத்திய இந்தியக் கானுயிர்க் கழகக் கூட்டத்தின் விவாதங்களைக் கடிதங்களில் அவர் நினைவூட்டினார். கானுயிர்களையும் வனங்களையும் பராமரிப்பது மாநிலங்களின் பொறுப்பாகும். எனினும் அவை இந்தியாவின் தேசியப் பராம்பரியம் என்பதைக் கடிதத்தில் சுட்டிக்காட்டினார். அவர் கூறியதாவது:

> உங்களின் ஒத்துழைப்பை வேண்டி இந்தக் கடிதத்தை எழுதுகிறேன். ஏனெனில் தலைவர்களின் தனிப்பட்ட ஆர்வத்தினால்தான் காரியங்கள் நிகழ்கின்றன (...) கானகப் பறவைகள், விலங்குகள் பாதுகாப்புச் சட்டம் மகாராஷ்டிரா வில் நிறைவேற்றப்பட்டுள்ளது. இதுபோன்ற ஒரு சட்டத்தை ஒவ்வொரு மாநிலமும் நிறைவேற்றினால் மட்டுமே சமீபகாலமாக நிகழ்ந்துவரும் கானுயிர்ப் படுகொலையை

முடிவுக்குக் கொண்டுவர முடியும். இந்தச் சட்டத்தை அமல்படுத்தப்பட வேண்டும்; குறிப்பிட்ட பகுதிகளில் அது கட்டாயமாக நடைமுறையிலிருக்க வேண்டும். இதனை வலியுறுத்த காட்டுயிரைப் பாதுகாக்கவெனத் தனியே ஒரு இலாகா ஒவ்வொரு மாநில வனத்துறையின் கீழ் அமைக்கப்பட வேண்டும். (...) கானுயிர் தொடர்பான விசயங் களில் வல்லுநர்களுக்கு மேலும் பயிற்சி தந்து அவர்களை அந்த இலாகாவிலேயே தொடர்ந்து பணிபுரியும்படி செய்ய வேண்டும். (. . .)

(இது தொடர்பாக) இந்தியக் கானுயிர்க் கழகத்தைப் போல கானுயிர் (ஆலோசனைக்) குழு ஒன்றும் ஒவ்வொரு மாநிலத்திலும் அமைக்கப்பட்டால் பயனளிக்கும் என நினைக்கிறேன். (. . .)

'வேட்டையாடுதல் ஒரு லாபகரமான தொழிலாகப் பல மாநிலங்களில் நடைபெற்று வருகிறது. வர்த்தகப் பரிவர்த்தனைக்காக வேட்டை விலங்குகளின் இறைச்சி, பறவைகளைப் பிடித்தல் ஆகியவற்றில் ஈடுபடுவதும், மென் உரோமம், தோல், இறைச்சி ஆகியவற்றிற்காக விலங்குகளை வேட்டையாடுவதும் முடிவுக்குக் கொண்டுவரப்பட வேண்டும். (. . .)

மேலும் பல்வேறு ஆலோசனைகளை வழங்கிய அவர் கடிதத்தை இவ்விதம் முடிக்கிறார்:

நீண்ட கடிதத்தை நான் எழுதியுள்ளது, நான் விலங்குகளை நேசிப்பவள் என்பதனால் மட்டுமல்ல பூங்காக்களையும் சரணாலயங்களையும் பேணிப் பாதுகாப்பதற்காகச் செய்யும் செலவு ஒரு முதலீடாகும்; பின்னர் சுற்றுலாத் தலங்களாக இவை உருவாகி, செய்த முதலீட்டிற்கும் அதிகமாகவே பலன் கிடைக்கும். என்பதனாலும் தான்.

இதில் (பூங்காக்களையும் சரணாலயங்களையும் பேணிப் பாதுகாப்பதில்) நம்பிக்கையில்லாத மாநில முதல்வர்களைச் சம்மதிக்க வைப்பதற்காகவே இவ்விதம் பொருளாதாரக் காரணங் களை முன்வைத்ததாகவும் அரசியல் ரீதியாகச் செலாவணியா வதற்கு இதுவே திறவுகோல் எனவும் தனது உதவியாளர்களிடம் இந்திரா காந்தி தெரிவித்தார்.

ௐ

1969இல் பக்மின்ஸ்டர் ஃபுல்லர் (Buckminster Fuller) இந்தியாவிற்கு இருமுறை வந்தார். அவர் முதல்முறையாக வந்தபின், டோரதி நார்மனுக்கு இந்திரா காந்தி மே 26இல் கடிதம் எழுதினார்:

ஒருநாள் இங்கு ஒருவர் வந்திருந்தார். அவர் யாரென உன்னால் யூகிக்க முடிகிறதா? நமது பழைய நண்பர் பக்கி ஃபுல்லர்தான். எனக்கு மிகப்பெரும் புகழுரை வழங்கினார். அதனை உன்னிடம் பகிர்ந்துகொள்ள வேண்டும். அவரது வரைபடம் ஒன்றில் இவ்விதம் பொறித்துவைத்துள்ளார்.

'இந்திரா காந்திக்கு: மனிதகுலத்தின் பரிணாம வெற்றியின் பெரும் பகுதியையும் இவரின் நாணயத்திலும் நீதி நேர்மையிலும் கடவுள் ஒப்படைத்துள்ளார்.'

மிகவும் நெகிழ்ந்து போனேன். ஒருவகையில் சிறிது சங்கடமாயும் உணர்ந்தேன்.'

ஜவர்கர்லால் நேருவின் மூன்றாம் ஆண்டு நினைவு நாளான நவம்பர் 12 அன்று (காங்கிரஸ் கட்சி பிளவுபட்டு இரண்டு நாட்களாகியிருந்தன) உரையாற்ற வருமாறு தனது பழைய நண்பர் பக் ஃபுல்லரை இந்திரா காந்தி அழைத்தார். அந்த நினைவு நாள் சொற்பொழிவில் பக் ஃபுல்லரை அவர் மனதாரப் பாராட்டினார்:

'கட்டடக் கலைஞர் என பக் ஃபுல்லரை விவரிக்கின்றனர். அவர் அவ்விதம் இருப்பதற்கான காரணம் வாழுமிடத்தின் மீதான அவரின் ஆழ்ந்த அக்கறையே. பிரபஞ்சத்தின் வடிவமைப்பு முழுக்கவனமும் அவரை ஆட்கொண்டிருப்பதால் அவர் கட்டடக் கலைஞர் என்பதற்கும் மேலாக இருக்கிறார். ஃபுல்லரின் கண்டுபிடிப்பான *Geodestic Dome* பற்றி நாம் கேள்விப்பட்டிருக்கிறோம். ஒளியும் மூலப் பொருளும் மிகச்சிறப்பாக அதில் பயன்படுத்தப்பட்டிருக்கின்றன. அது மட்டுமல்லாமல் உலக வரைபடமும் பிற பொருட் களும். பூமியின் வளங்களை புத்திசாலித்தனமாகப் பயன்படுத்துவதன் மூலம் குறைந்த அளவேயான பொருளிலிருந்து மிக அதிகமாகப் பலன் பெறுவது எவ்விதம் என்பதை நிரூபித்துக் காட்டினார்.

'கிரகங்கள் இயங்குமுறை திட்டம்' பற்றி ஃபுல்லர் இரண்டு மணி நேரத்திற்கும் மேலாக உரையாற்றினார். அங்கு பேசிய பிறரின் உரையைவிடப் பத்து மடங்கு அதிகமாக அவரின் (அச்சடிக்கப்பட்ட) உரை இருந்தது. 'தெளிவான சிந்தனையுடைய மனித இனத்தின் பாதுகாவலர்' என இந்திரா காந்தியை விவரித்த ஃபுல்லர், அவருக்கு நன்றி கூறி உரையை முடித்தார். இதன்பின் தில்லி, பம்பாய், மெட்ராஸ் ஆகிய நகரங்களின் பன்னாட்டு விமான நிலையங்களை வடிவமைக்கும் பணிக்கு உடனே அமர்த்தப்பட்டார்.[5] ஃபுல்லரிடம் ஒப்படைக்கப்பட்ட பணி ஆபத்தில்தான் முடியும் என்பதை இந்திரா காந்தி உணர்ந்தே

இருந்தார். 1970 ஆகஸ்ட் 12இல் கரண் சிங்கிற்கு எழுதிய கடிதத்தில் இது பற்றிக் குறிப்பிடவும் செய்தார். ஆனால் 1972இல் ஃபுல்லரிடம் ஒப்படைக்கப்பட்ட பணித்திட்டப் பட்டியலில் (தில்லி, பம்பாய், மெட்ராஸ் மட்டுமல்லாது) ஸ்ரீநகர் விமான நிலையமும் சேர்க்கப்பட வேண்டும் என்ற கரண் சிங்கின் பரிந்துரை இருந்தது.

எதிர்பார்த்தபடியே விசயங்கள் தோல்வியில் முடிந்தன. விமான நிலையங்களைப் புதிய கோணத்தில் வடிவமைக்கும் ஃபுல்லரின் பரிசோதனை முழுவதுமாக வெற்றி பெறவில்லை எனவும் பெரிய தொழில்நுட்ப ஆலோசனை எதையும் அவர் முன்வைக்கவில்லை எனவும் மத்தியப் பொதுப் பணித்துறையின் முதன்மைக் கட்டடக் கலைஞரான ஹபீப் ரஹ்மானும், மல்ஹோத்ராவும் இந்திரா காந்தியிடம் விளக்கமாக எடுத்துக் கூறினர். அவரும் அதனை ஒத்துக்கொண்டார். இதனால் 1973 மார்ச் 1இல் கரண் சிங்கிற்கு இந்திரா காந்தி இந்தக் கடிதத்தை எழுத வேண்டியதிருந்தது:

> நமது புதிய விமான நிலையங்களின் கட்டட வடிவமைப்பில் ஃபுல்லரின் அடிப்படைக் கருத்தாக்கம் ஏமாற்றமளிப்பதாக இந்தியப் பன்னாட்டு விமான நிலைய ஆணைக் குழுவின் தலைவருக்கு ஹபீப் ரஹ்மான் கடிதம் எழுதியுள்ளார். அந்தக் கடிதத்தை நீங்கள் நிச்சயம் பார்த்திருப்பீர்கள். இதில் தனிப்பட்ட கவனம் செலுத்திப் பரிசீலிக்கவும். அந்தக் கடிதத்தில் ரஹ்மானின் கருத்துக்களைக் கவனமாக ஆய்வு செய்யாமல் மாற்றவியலாத செயல்திட்டம் எதையும் ஃபுல்லரிடம் ஒப்படைக்கமாட்டீர்கள் என நம்புகிறேன். இதுபற்றிய தற்போதைய நிலையைத் தெரிவிக்கவும் ஸ்ரீநகர் விமானநிலையக் கட்டடத்தை ஃபுல்லர் வடிவமைக்க வேண்டும் என்ற உங்களின் பரிந்துரையைத் தற்காலிகமாக நிறுத்திவைக்கவும்.

இவ்விதம் விமான நிலையங்களைப் புதிய கோணத்தில் வடிவமைக்கும் ஃபுல்லரின் பரிசோதனை வருந்தத்தக்கவிதமாக முடிவுக்கு வந்தது.⁶ எனினும் வடிவமைப்புக் கலையின் வல்லுநர் எனத் தனது சொற்பொழிவுகளில் ஃபுல்லரைத் தொடர்ந்து மேற்கோள் காட்டியவாறிருந்தார் இந்திரா காந்தி.

'சர்ச்சைக்குரிய புலி: அதன், சூழலியல், நடத்தை. நிலைமை பற்றிய ஓர் ஆய்வு' என்ற திட்டத்திற்காக அப்போதைய டெல்லி உயிரியல் பூங்காவின் இயக்குநரான கைலாஷ் சங்கலாவிற்கு ஜவகர்லால் நேருவின் நிதியத்திலிருந்து கவுரவம் மிக்க ஜவகர்லால் நேரு ஃபெல்லோஷிப் வழங்கப்பட்டது. இவ்விதம் சுற்றுச்சூழல்

பாதுகாவலர் ஒருவர் அங்கீகரிக்கப்படுவது இது இரண்டாவது முறையாகும். முதலாம் ஆண்டிற்கான விருது 'தீபகற்பப் பகுதி பாலூட்டிகள், ஒரு சூழலிய ஆய்வு' என்ற திட்டத்திற்காக திரு. கிருஷ்ணனுக்கு 1968 மே 27 அன்று வழங்கப்பட்டது. புலிப் பாதுகாப்புத் திட்டத்தின் முதல் இயக்குநராக சங்கலா நியமிக்கப்பட்டார். கிருஷ்ணன் இந்தியக் கானுயிர்க் கழக உறுப்பினராகத் தொடர்ந்தார். தனியரான அவரது கருத்துக்கள் மிகவும் மதிப்பு வாய்ந்தவை ஆகும்.[7]

ஒ

நவம்பர் 19இல் இந்திரா காந்தியின் வயது 52. ஐந்து நாட்களுக்குப் பிறகு பன்னாட்டு இயற்கை வளப் பாதுகாப்பு நிறுவனத்தின் பத்தாவது பொதுக்குழுவை அவர் தொடங்கிவைத்தார். அன்றைய டைம்ஸ் ஆஃப் இந்தியா நாளிதழ் அவரின் சிறப்புச் செய்தியுடன் இதற்கென ஒரு தனி இணைப்பை வெளியிட்டது.

இயற்கையையும் அதன் வளங்களையும் பயன்படுத்துவதில் தடையற்ற உரிமம் தனக்கிருப்பதான எண்ணத்துடன் மனிதன் வாழ்ந்து வந்திருக்கிறான். மனிதன் நிலத்தைப் பராமரிப்பதால் மட்டுமே நிலம் அவனைப் பாதுகாக் கிறது என்பதை விவசாயம், கால்நடை வளர்ப்பு மூலமாக வரலாற்றின் தொடக்கத்திலேயே அவன் கற்றுக்கொண் டுள்ளான். இவ்விதமிருந்தும் வனங்கள், மேய்ச்சல் நிலங்கள் மீதான அவனது மதிப்பும் மரியாதையும் அவன் பேராசைக்குட்பட்டதாகவே எப்போதும் இருந்து வந்திருக் கின்றன. தொழில் யுகத்தின் வருகையால் சுரண்டல் புது வடிவமெடுத்துள்ளது. காற்று, நீர் மாசுபாட்டினால் உருவான பிரச்சனைகளும் பூமியின் கனிம வளங்கள் அற்றுப் போய்விடுமோ என்ற அச்சமும் இந்தக் கிரகத்தின் பாதுகாவலர்களாக இருக்க வேண்டுமே தவிர அழிப்போராக அல்ல என்ற நியாயமான உணர்வினை மனிதனிடம் தாமதமாகவே கொண்டுசேர்த்துள்ளன. மக்கள் தொகை அதிகரித்து வருவதால் உருவாகும் பிரச்சனைகள் பற்றியும் முதன்முதலாக நாம் உணரத் தொடங்கியிருக்கிறோம். பூமியின் வளங்களை நியாயமாகப் பயன்படுத்துவதன் மூலமாகவே மனிதகுலத்தின் வருங்கால நலனை உறுதி செய்ய முடியும் என்பதை அரசுகளும் நிர்வாகிகளும் இப்போது உணர்கின்றனர். இவ்விதமாகச் சிலரிடமே முளைவிடத் தொடங்கியிருக்கும் சுற்றுச்சூழல் பராமரிப்பு பற்றிய உணர்வைப் பரவலாக்கவும் தீவிரப்படுத்தவுமான போராட்டத்தில் சுற்றுச்சூழல் பாதுகாவலர்கள் தொடக்கப்

புள்ளியிலேயே இன்னும் உள்ளனர். மனித சுற்றுச்சூழல் குறித்த தொலைநோக்குப் பார்வையின் அவசியம் பற்றி மக்களுக்கு மீண்டும் கற்றுத்தர வேண்டும்.

பன்னாட்டு இயற்கை வளப் பாதுகாப்பு நிறுவனத்தின் மாநாடு முதன்முறையாக ஆசியாவில் நடந்தது. இந்தியச் சூழலியலின் சமகால வரலாற்றில் இது ஒரு திருப்புமுனையாகும். மட்டுமல்லாது பிரதமரானபின் முதல்முறையாய் சுற்றுச்சூழல் பற்றி உரையாற்றும் வாய்ப்பாகவும் இந்திரா காந்திக்கு இது அமைந்தது. நவம்பர் 24இல் அவர் உரையாற்றினார். அது மிகுந்த பாராட்டுக்களைப் பெற்றது. சொந்த வாழ்வின் சில சம்பவக் குறிப்புகளுடன் தனது உரையைத் தொடங்கினார் அவர். இதுபோன்ற கூட்டங்களில் இவ்விதமாகவே அவர் உரை அமைவதுண்டு:

என் வீட்டின் ஒரே குழந்தை நான். பெரும் தேசிய எழுச்சி யின் காரணமாக என் குழந்தைப் பருவம் கொந்தளிப்பு நிறைந்ததாக இருந்தது. அந்தச் சூழலில் இயற்கையுடன் நான் கொண்ட தோழமை என் மனதிற்கு அமைதியைத் தந்தது. குன்றுகளோடும் மரங்களோடும் அனைத்துவகை விலங்குகளோடும் நேசம் கொண்டவளாக நான் வளர்ந்தேன். இயற்கையுடனான நெருக்கம் ஒருவர் ஒருங்கிணைந்த ஆளுமையாக உருவாகத் துணைபுரிகிறது என்பதை எப்போதும் நான் உணர்கிறேன்.

பருவ நிலைமாற்றம் குறித்த உலகளாவிய விவாதங்கள் உருவாவ தற்குப் பல காலங்கள் முன்பே அவர் 'மரங்களைப் பொறுப்பற்ற முறையில் அழித்துவருவதால் இயற்கை வனப்புமிக்க நமது நிலப்பரப்பு எவ்விதம் மாறுதலுக்கு உள்ளாகிறது, அதனால் பருவ நிலை எவ்விதம் பாதிக்கப்படுகிறது' என்பதையும் 'காடுகளை அழிப்பதால் மண் அரிப்பு என்ற பெரும் பிரச்சனை எவ்விதம் உருவாகிறது' என்பதையும் தனது உரையில் குறிப்பிட்டார். 'இயற்கை வளங்களைச் சுரண்டுவது' பற்றியே இன்னும் நாம் நினைத்துக்கொண்டிருக்கிறோம். 'இயற்கை மீதான நமது இந்த அணுகுமுறை மிகவும் துயரமானது' என்பதை தன்னைக் கவனித்துக் கேட்கும் உலக சபையோருக்கு நினைவூட்டினார் இந்திரா காந்தி.

இந்திரா காந்தி தீவிரமாகப் புத்தகங்கள் வாசிக்கும் வழக்கம் உடையவர். இதில் அவர் தந்தை அவருக்கு உறுதுணையாக இருந்தார். இந்த உரையில் ராச்சேல் கர்ஸனையும் அவரின் சிறந்த நூலான *Silent Spring* ஐயும் நினைவூட்டிய இந்திரா காந்தி தனக்குப் பிடித்தமான புத்தகங்கள் பற்றிக் குறிப்பிட்டார்.

அடுத்து வரும் மாதங்களில் தனது அரசு மேற்கொள்ளவிருக்கும் நடவடிக்கைகள் பற்றியும் கோடிட்டுக் காட்டினார்:

> நமது ஆர்வத்தைத் தூண்டும் மிக அழகிய சில உயிரினங்கள் அழிந்துவிட்டன. வேட்டையாடுவதும் சுட்டு வீழ்த்துவதும் ரகசியமாக நடந்துவருகின்றன. இந்த வீதத்தில் இவை தொடருமேயானால் காண்டாமிருகம், பிரசித்திபெற்ற வங்காளப் புலி, யானைகள் முதலான விலங்குகளும் காணாமலேயே போய்விடலாம். விழிப்புடன் இருந்து கடுமையான நடவடிக்கைகளை மேற்கொண்டு இந்த விலங்குகளை நாம் பாதுகாக்க வேண்டும். (...) புலிகள், சிறுத்தைகள் முதலான விலங்குகளின் தோல் ஏற்றுமதிக்கு நமது கானுயிர்க் கழகம் தடை விதித்துள்ளது. நமக்கு அந்நியச் செலாவணி வேண்டும்தான். ஆனால் அதற்காக இந்தக் கண்டத்தில் வாழும் மிக அழகிய கானுயிர்களின் வாழ்வை யும் அவற்றின் சுதந்திரத்தையும் விலை கொடுக்க முடியாது.

பன்னாட்டு இயற்கை வளப் பாதுகாப்பு நிறுவனத்தின் பொதுக்குழுவில் கலந்துகொள்ள சுமார் 300 சுற்றுச்சூழல் பாதுகாவலர்கள் உலகெங்கிலுமிருந்து வந்திருந்தனர். இந்தியாவைப் பொறுத்தவரை இது மிகவும் முக்கியத்துவம் வாய்ந்ததாகும். பொதுக்குழுவில் இந்திரா காந்தி எழுச்சியுடன் உரையாற்றினார் என்பதனால் மட்டுமல்ல. நமது நாட்டை எதிர்கொண்டுள்ள சூழலியல் பிரச்சனைகளை இந்தப் பொதுக்குழு விவாதங்கள் தெளிவாக எடுத்துக்காட்டின. அழிவின் அபாயத்திலுள்ள தெற்காசிய பெரிய வகைப் பாலூட்டிகள் பற்றிய பொதுவான கண்ணோட்டத்தை ஜார்ஜ் ஷெல்லரும், நோயல் சைமனும் முன்வைத்தனர். கனடா நாட்டுச் சுற்றுச்சூழலியலாளர் பால் ஜோஸ்லினும் இந்தியாவின் கைலாஷ் சங்கலாவும் முன்வைத்த ஆய்வறிக்கைகள் உடனடியாக நடவடிக்கைகள் மேற்கொள்ள இந்திரா காந்தியைத் தூண்டின. அந்த ஆய்வறிக்கைகள் வருமாறு:

1. 'கிர் வனவியல் பூங்காவிலுள்ள இந்தியச் சிங்கங்கள் தற்சமயம் ஓரளவு பாதுகாப்பான நிலையில் உள்ளன' என்ற பால் ஜோஸ்லினின் ஆய்வு. 2. 'மறைந்து வரும் இந்தியப் புலிகள்' என்ற கைலாஸ் சங்கலாவின் ஆய்வு... 'இந்தியத் துணைக்கண்டம் முழுவதிலுமுள்ள புலிகளின் சூழ்நிலையைச் சர்வே செய்து அவற்றின் மொத்த எண்ணிக்கை உத்தேசமாக 2500' என்பதாக இந்த ஆய்வு கணக்கிட்டது. அதிர்ச்சி தரும் அளவுக்கு குறைவான இந்த எண்ணிக்கை, அழிவின் அபாயத்தில் புலிகள் இருப்பதைச் சுட்டிக்காட்டியது.

மாநாடு தொடங்கப்படுவதற்கு முன் பற்பல காப்பகங்களை ஆய்வுசெய்து வல்லுநர்களால் சமர்ப்பிக்கப்பட்ட விலங்குகள் பற்றிய ஆய்வறிக்கைகளும் விவாதிக்கப்பட்டன. அவை வருமாறு: காஷ்மீரில் டேச்சிகாம் பகுதியிலுள்ள ஆண் கலைமான், மத்தியப் பிரதேசத்தின் கான்கா பூங்காவிலுள்ள புலிகளும் சதுப்புநில மான்களும், மெட்ராஸிலுள்ள கிண்டி மான்கள் பூங்கா, சரிஸ்கா காப்பகத்திலுள்ள புலிகள், கேரளத்தின் பெரியாறு காப்பகத்தின் யானைகள். கல்கத்தாவின் சதுப்புநிலம் பற்றி விவாதிக்கப்பட்டது.

டிசம்பர் 1இல் பன்னாட்டு இயற்கை வளப் பாதுகாப்பு நிறுவனத்தின் பொதுக்குழு நிறைவுற்றது. அதில் நிறைவேற்றப்பட்ட முப்பது தீர்மானங்களில் ஆறு இந்தியாவைப் பற்றியதாகும். இவற்றில் சிங்கம், புலி பற்றிய இரண்டு தீர்மானங்கள் சுற்றுச்சூழலியலில் இந்திராகாந்தியின் மகத்தான சாதனைகளாக அடுத்துவந்த ஆண்டுகளில் செயல்வடிவம் பெற இருந்தன. இந்தியா பற்றிய பிரத்தியேகமான மீதி நான்கு தீர்மானங்கள்:

1. இந்தியப் பள்ளிக் கல்வியில் சுற்றுச்சூழலுக்கான இடம்.
2. பெரியாறு காப்பகத்தைத் திறம்பட நிருவகித்தல்.
3. கானுயிர்ப் காப்பகங்களில் மேய்ச்சலைத் தடை செய்ய வேண்டியதின் அவசியம்.
4. கல்கத்தா சால்ட் லேக் பகுதியில் பறவைச் சரணாலயம் நிறுவுவதன் முக்கியத்துவம்.

நிறைவேற்றப்பட்ட மொத்த முப்பது தீர்மானங்களில் மிகவும் நீளமானது – ‘இந்தியப் பள்ளிக் கல்வியில் சுற்றுச்சூழலுக்கான இடம்’. பன்னாட்டு இயற்கைவளப் பாதுகாப்பு நிறுவனக் கல்வி ஆணையத்தின் ஒரு பகுதியாக இந்தியக் குழு ஒன்று தனியே நிறுவப்பட வேண்டுமென (பள்ளிக் கல்வி குறித்த தீர்மானம்) பரிந்துரை செய்ததது. தீர்மானங்கள் செயல்வடிவம் பெறும் முயற்சிகளை மேற்பார்வையிடுவதும், மாநிலங்களின் தொடர் நடவடிக்கைகளைத் தனித்தனியே கண்காணிப்பதும் இக்குழுவின் வேலையாகும்.

பன்னாட்டு இயற்கை வளப் பாதுகாப்பு நிறுவனத்தை இந்திரா காந்தி தீவிரமாக எடுத்துக்கொண்டார். நிறுவனத்தின் தீர்மானங்கள் செயல்வடிவம் பெறுகையில் அவை நீண்டகாலத் தாக்கம் கொண்டவையாக இருக்கும்படி பார்த்துக்கொண்டார். பன்னாட்டு உதவியுடன் சுற்றுச்சூழல் பாதுகாப்பு முயற்சிகளின் தொடக்கம் இவ்விதம் இருந்தது. இந்த (பன்னாட்டு) உதவியில் நிதியாகப் பெற்றுக்கொண்டது மிகக் குறைவாகும். பெரும்பகுதி

அறிவியல் (ஆலோசனை) தொடர்பானவை. அரசியல் பொருளாதாரரீதியில் மிகப்பெரும் பிரச்சனைகளைத் தலையில் சுமந்துகொண்டிருந்த போதிலும் சுற்றுச்சூழல் பாதுகாப்பு விசயமாகத் தனிப்பட்ட முறையில் செயற்பொறுப்பை ஏற்றுக் கொண்டு, அதில் மேலும் சிறப்பாக முயற்சிகள் மேற்கொள்ளத் தயாராக இருந்த இந்திரா காந்தியின் இந்தச் செயல்பாடுகள், '(சுற்றுச் சூழலுக்கென) இதோ ஒரு பிரதமர்' என்பதாக உலகிற்கு அடையாளம் காட்டின. பன்னாட்டு இயற்கை வளப் பாதுகாப்பு நிறுவனத்திற்கும் இந்திரா காந்திக்குமிடையே தனிப்பட்டதோர் உறவு உருவாகத் தொடங்கியது. பதினான்கு ஆண்டுகளுக்குப் பிறகு நிறுவனத்தின் கல்வி ஆணையத் தலைவர் பொறுப்பை ஏற்றுக்கொள்ள வேண்டுமெனப் பன்னாட்டு இயற்கை வளப் பாதுகாப்பு நிறுவனம் வேண்டிக்கொண்டது.

ஃ

பன்னாட்டு இயற்கை வளப் பாதுகாப்பு நிறுவனத்தின் பொதுக்குழு தொடங்கி இரண்டு நாட்களுக்குப் பிறகு பம்பாய் இயற்கை வரலாற்றுச் சங்கத்தின் பொறுப்பாளரான ஜே.சி. டேனியல் மேற்கொண்ட கணக்கெடுப்பைச் சுட்டிக்காட்டி கரண் சிங்கிற்கு இந்திரா காந்தி கடிதம் எழுதினார். அந்த கணக்கெடுப்பின்படி நாட்டில் மீதமிருக்கும் புலிகளின் எண்ணிக்கை 1,531 ஆகும். இது சங்கலா மதிப்பிட்ட எண்ணிக்கையைவிட மிகவும் குறைவு. பெரிய வகைப் பூனை இனத்தைச் சார்ந்த சிங்கம், புலி, சிறுத்தை முதலான விலங்குகளின் தோல் வர்த்தகத்தை ஒழுங்குபடுத்தும் விசயமாக மாநிலங்கள் மேற்கொண்டுவரும் நடவடிக்கைகளை அறிய விரும்புவதாகவும் சிறுத்தையின் தோல்போலத் தெரிந்த ஒன்று விற்பனைக்காக வைக்கப்பட்டிருந்ததை க்ளாரிட்ஜ் ஓட்டலில் தான் பார்த்ததாகவும் அந்தக் கடிதத்தில் இந்திரா காந்தி குறிப்பிட்டிருந்தார். புலிகள் 'பாதுகாக்கப்பட்ட விலங்கு' என நாடு முழுவதும் அறிவிக்கப்பட வேண்டும் எனவும் குறைந்தது ஐந்தாண்டுகளாவது அது அமலில் இருக்க வேண்டுமெனவும் அவர் விரும்பினார். ஆபத்திற்குள்ளாகிவரும் கானுயிர் பற்றி நீண்டகாலமாகத் தான் உன்னிப்பாகக் கவனித்து அறிந்த உண்மைகளை அந்தக் கடிதத்தில் வெளிப்படுத்தியிருந்தார்.

> கானுயிர்ப் பராமரிப்பிற்காக நாம் மேற்கொண்டுவரும் முயற்சிகள் சீராக இல்லை என்பது வேதனையளிக்கிறது. *Upper India Motorist, 1969* அக்டோபர் இதழில் 'தில்லியிலுள்ள பறவைகள், வன விலங்குகளின் பாதுகாப்பு விதிகள்' வெளியாகியுள்ளன. அந்த விதிகளின்படி ஆண்டிற்கு மூன்று வெளிமான்களைக் கொல்லவும் அல்லது பிடிப்பதற்கும் அனுமதித்து அதற்கான உரிமம் வழங்கப்படலாம்.

வெளிமான்கள் பாதுகாக்கப்பட்ட விலங்கு என்ற சட்டம் இந்தியா முழுவதும் அமலில் உள்ளது. ஒருநாளில் ஒரு நீல மயிலைச் சுட்டுக்கொல்லலாம் என ஹரியானா மாநில வனத்துறையே அதிகாரபூர்வமான விளம்பரத்தை வெளியிட்டுள்ளது. நீல மயிலும், மயிலும் 'பாதுகாக்கப்பட்ட பறவைகள்' பட்டியலில் உள்ளன என்பதை ஹரியானா மாநில அரசு இவ்விதம் புறக்கணித்துள்ளது.

மத்திய அரசின் துறைகளுக்கிடையே ஒருங்கிணைவு என்பதே இல்லை. வெடிமருந்துகளின் (பெரியதோ சிறியதோ – அவற்றின் நீள, அகல, கன அளவுகள் எவ்வளவு இருந்தாலும்) இறக்குமதியைத் தடைசெய்ய வெளிநாட்டு வர்த்தக அமைச்சகம் ஒத்துக்கொண்டுள்ளது. எனினும் தேசிய துப்பாக்கி (உடைமையாளர்கள்) இந்தியச் சங்கம் அந்த வெடிகுண்டுகளை மாநில வர்த்தக நிறுவனத்தின் மூலம் இறக்குமதி செய்துவருகிறது.

நீங்கள் உடனடியாக நடவடிக்கை எடுக்க வேண்டிய மற்றொரு முக்கிய விசயத்தை உங்கள் கவனத்திற்குக் கொண்டுவர விரும்புகிறேன். ராமகங்கா ஆற்றில் எழுப்பப்பட இருக்கும் கலாகர் அணையில் மீன் ஏணிகள் (மீன் ஏணிகள் – தணிவான படிக்கட்டுகளில் எம்பி மேலேறி அணைகளைத் தாண்டி, மீன்கள் ஆற்றில் குதிக்க வழிவகை செய்யும் ஏணி) எதுவும் இல்லை என அறிகிறேன். பற்பல கானுயிர் ஆர்வலர்கள் இதற்கு எதிர்ப்புத் தெரிவித்து வருகின்றனர். இதுகுறித்து நடவடிக்கை எடுக்கும்படி நீர்ப்பாசனம் மற்றும் மின்சார அமைச்சகம் அதிகாரபூர்வமாக இன்னும் கேட்டுக்கொள்ளப்படவில்லை. (...)

அசாம் தேயிலைத் தோட்டத்தில் குடியிருக்கும் வெளிநாட்டவர்களுக்கு இலகுவாக வழங்கப்பட்டு வரும் யானை வைத்துக்கொள்ளும் உரிமம் தவறாகப் பயன்படுத்தப்பட்டு வருவதாக அறிகிறேன் (...)

இவற்றையெல்லாம் எண்ணிப் பார்க்கையில் கானுயிர்மீது அதிகரித்துவரும் அட்டூழியங்களைக் கையாளும் சரியான அமைப்பு நம்மிடம் உள்ளதா என்ற கேள்வி எழுகிறது. கானுயிர் பராமரிப்பு விசயத்தில் போதிய அக்கறை காட்டாமலேயே இதுவரை இருந்துவந்துள்ளோம். இந்த நமது அணுகுமுறை தொடருமேயானால் கானுயிர் முற்றாக அழிந்துவிடும் குரூர உண்மையை எதிர்கொள்ள வேண்டியது வரும். அந்த நேரம் வந்துவிட்டதாகவே தெரிகிறது. மாநிலங் களிலும் மத்தியிலும் இதற்கெனத் தனியான ஒரு நிர்வாக அமைப்பு அவசியமாகும். கானுயிர்ப் பராமரிப்புத்

தொடர்பான பிரச்சனைகளுக்கு மட்டும் முழுநேரமும் ஒதுக்கி நிபுணத்துவம் வாய்ந்த ஆலோசனைகளை இந்த அமைப்பு வழங்கும். (...) அழிந்துபோகும் நிலையிலுள்ள பலவகை உயிரினங்களை இனவிருத்தி செய்வதற்கான வழிமுறைகளை உருவாக்குவது பற்றி உடனடி நடவடிக்கை களை மேற்கொள்ள வேண்டும்.

இந்தக் கடிதத்தின் நகலை இணைத்து ஜகஜீவன் ராமிற்கு இந்திரா காந்தி ஒரு கடிதம் எழுதினார். இந்தியக் கானுயிர் கழகத்தின் பரிந்துரைகளை மாநிலங்கள் தீவிரமாக எடுத்துக்கொள்ளாதிருப்பது தனக்கு மிகுந்த ஏமாற்றமளிப்பதாகவும் நிலைமை கைமீறிப் போய்க்கொண்டிருப்பதாகவும் அந்தக் கடிதத்தில் இந்திரா காந்தி குறிப்பிட்டிருந்தார். கானுயிர்ப் காப்பகங்களிலும் தேசியப் பூங்காங்களிலும் மேய்ச்சல் மற்றும் பிற வனம் சார்ந்த செயல்பாடுகளைத் தடுத்து நிறுத்தும் நடவடிக்கைகளை மாநில முதலமைச்சர்கள் மேற்கொள்ள வேண்டும். தனிப்பட்ட முறையில் அவர்களைத் தொடர்புகொண்டு இதனைத் தொடர்ந்து வலியுறுத்த வேண்டுமெனத் தான் விரும்புவதாக ஜகஜீவன் ராமை அந்தக் கடிதத்தில் இந்திரா காந்தி கேட்டுக்கொண்டார். உலகு தழுவிய நிபுணத்துவம் நாம் பெறவேண்டுமானால் பன்னாட்டு இயற்கைவளப் பாதுகாப்பு நிறுவனத்தில் இந்தியா நிரந்தர உறுப்பினராக வேண்டும் எனவும் இதற்கான அறிவிப்பு தற்சமயம் நடைபெற்றுவரும் பன்னாட்டு இயற்கைவளப் பாதுகாப்பு நிறுவனத்தின் பொதுக்குழுக் கூட்டத்தின் அமர்விலேயே வெளிவர வேண்டும் எனவும் அக்கடிதத்தில் அவர் தெரிவித்திருந்தார்.

இயற்கைப் பாதுகாப்புபற்றி மூன்றாவது முறையாக இந்திரா காந்தி கடிதம் எழுதினார். இம்முறை அவர் எழுதியது நீர்ப்பாசனம் மற்றும் மின்சக்தி அமைச்சரான டாக்டர். கே.எல். ராவிற்கு. (நவம்பர் 26):

ராமகங்கா ஆற்றின் குறுக்கே எழுப்பப்படவிருக்கும் காலகர் அணை வடிவமைப்புத் திட்ட வரைவில் மீன் ஏணிகள் அமைப்பதற்கான குறிப்புகள் எதுவும் இல்லை என்பது என் கவனத்திற்கு வந்தது. இந்தியாவிலேயே மாசீர் மீன்கள் உள்ள மிகச்சிறந்த ஆறுகளில் ராம கங்காவும் ஒன்று என்பது உங்களுக்குத் தெரியும். மீன் பாதைகள் இல்லையெனில் மாசீர் மீன்களின் இனப்பெருக்கச் சுழற்சி வெகுவாகக் குறைந்துவிடும். இதனால் மாசீர் மீன்கள் படிப்படியாக இறந்துவிடும் நிலை உருவாகும். இறுதிக் கட்டமான இப்போதாவது இதுபற்றி ஏதேனும் செய்ய முடியாதா?

ஜெயராம் ரமேஷ்

1980–90களின் மத்தியில் நர்மதை ஆற்றின் குறுக்கே அணைகள் கட்டுவது தொடர்பாக – குறிப்பாக குஜராத்தில் மிகப்பெரும் சர்தார் சரோவர் அணை குறித்து உலகு தழுவிய சுற்றுச்சூழல் சார்ந்த அக்கறை உருவாக இருந்தது. ஆயிரக்கணக்கான மக்கள் – இதில் பெருமளவு பழங்குடியினர் – வீடு வாசல் இழந்து இடம்பெயரும் நிலை உருவானது. இடம்பெயர்ந்தோர் எண்ணிக்கை மத்தியப் பிரதேசத்தில் அதிகம். இவர்களின் மீள்குடியேற்றம் பற்றிய பிரச்சனை இன்றும் தொடர்கிறது.

நர்மதை ஆற்றின் நீர்ப்பாசனம் மற்றும் மின்சக்தி மேம்பாட்டிற்கெனச் சிறப்புத் திட்டம் ஒன்று 1965 செப்டம்பரில் அறிவிக்கப்பட்டது. இத்திட்டத்திற்கு ஆகும் செலவின் சுமையை மத்தியப் பிரதேசம் ஏற்றுக்கொள்ள, பெரும்பகுதி அனுகூலங்கள் குஜராத் மாநிலத்திற்குச் செல்வதாகப் பொறியியல் தொழில்நுட்ப வரைவு நிலையிலேயே இந்தச் சிறப்புத் திட்டத்திற்கு மத்தியப் பிரதேசம் எதிர்ப்புத் தெரிவித்தது. பிற இரண்டு மாநிலங்களும் ஒன்று இன்னொன்றுடன் – மகாராஷ்ட்ரம் மத்தியப் பிரதேசத்துடனும், ராஜஸ்தான் குஜராத்துடனும் சேர்ந்துகொண்டன. குஜராத், மத்தியப்பிரதேச மாநிலங்களின் முக்கிய கட்சிகளின் அரசியல் நிலைப்பாடு காரணமாக அரசியல் தீர்வு சாத்தியமில்லை என்பது கண்கூடாகத் தெரிந்தது. நான்கு மாநிலங்களும் சமாதானமாகப் பேசித் தீர்வு காண வேண்டும் என மத்தியப் பிரதேச முதல்வர் ஷியமளா சரண் சுக்லா தனக்கு முன்பிருந்த முதல்வர்களைப் போலவே வலியுறுத்தினார். ஆனால் ஆறுவருட சமாதானப் பேச்சுவார்த்தைக்குப் பின்னும் ஒரு பலனும் விளையவில்லை என குஜராத் முதல்வர் சுட்டிக்காட்டினார்.

இதுகுறித்துத் தனது அலுவலர்களையும் டாக்டர் கே.எல். ராவையும் கலந்தாலோசித்த பிறகு, ‘மாநிலங்களுக்கிடையேயான நதி நீர்ப் பிரச்சனை சட்டம் 1956’இன் (சட்ட) விதிகளின்படி நர்மதை ஆற்றுநீர்ப் பிரச்சனையை நீதித்துறைத் தீர்ப்பாயத்திற்குக் கொண்டுசெல்வதென மார்ச் மாதம் இந்திரா காந்தி முடிவு செய்தார். தீர்ப்பாயத்திடம் இந்தப் பிரச்சனையைக் கொண்டு செல்ல அனுமதி கோரி அவருக்கு கே.எல். ராவ் கடிதம் எழுதினார் (மார்ச் 6). இதனால் கடுங்கோபம் கொண்ட இந்திரா காந்தி அந்தக் கடிதத்திலேயே இவ்விதம் குறித்தார்.

> தீர்ப்பாயத்தை அறிவிக்கும்படி நானே அமைச்சரை வலியுறுத்தி வருகையில் இப்படி ஒரு கடிதம் அவரிடமிருந்து வருவது அசாதரணமான ஒன்று. இந்த விசயத்தில் மழுப்பிக்கொண்டிருப்பது அவர்தான். இந்த நிலையில் எனது அனுமதியைக் கோருவதன் பொருள் என்ன?

ஆறு நாட்களுக்குப் பிறகு நர்மதை ஆற்றுநீர்ப் பிரச்சனை ஒரு தீர்ப்பாயத்திற்குக் கொண்டுசெல்லப்படுவதாகப் பாராளுமன்றத் தில் டாக்டர் ராவ் அறிவித்தார். அக்டோபர் 6இல் தீர்ப்பாயம் இறுதியாக அமைக்கப்பட்டது.

அடிக்குறிப்புகள்

1. Jairam Ramesh, *Old History New Geography: Bifurcating Andhra Pradesh (2016)*

2. 1952 டிசம்பர் இறுதி வாரத்தில் இரண்டாம் முறையாக அங்கே செல்ல இருந்தார்.

3. Alvin P Adams, 'Flashy Aviation Executive Dies at 90'; New York Times 13 October 1996.

4. 1952 நவம்பர் – டிசம்பரில் முஸோரியில் நடந்த இந்தியக் கானுயிர்க் கழகத்தின் முதல் கூட்டத்தில் இந்தியாவின் தேசிய விலங்காகச் சிங்கம் அறிவிக்கப்பட்டதென்ற கருத்து நிலவுகிறது. இது உண்மையல்ல. கூட்டத்தில் தேசியச் சின்னம் பற்றிய விவாதத்தின்போது சிங்கம் கவனத்திற்கு வந்தது என்பதைத் தவிர வேறில்லை. 1935இல் இந்திய ரிசர்வ் வங்கியின் சின்னத்தை வடிவமைக்கும் ஆலோசனைக் கூட்டம் நடந்தது. அந்தக்கூட்டத்தில் வங்கியின் சின்னமாகச் சிங்கத்தைப் பொறிக்கலாம் என முதல்முதலாய் முன்மொழியப்பட்ட ஆலோசனை கைவிடப்பட்டது. பின்னர் இந்தியாவைப் பெருமளவு பிரதிநிதித்துவப்படுத்துவதன் காரணத்தால் புலி சின்னமாக ஏற்றுக்கொள்ளப்பட்டது.

5. Buckminster Fuller to Indira Gandhi, 4 January 1970, Stanford University Archieves.

6. For example, in the Science Policy Foundation Lecture in London on 26 March 1982 and the RaulPrebisch Lecture in Blegrade on 8 June 1983

7. கிருஷ்ணனுக்கும் சங்கலாவிற்கும் நேரு ஃபெல்லோஷிப் கிடைக்க முக்கியமாக முன்னெடுப்புச் செய்தவர் பத்மஜா நாயுடு. அதிகாரபூர்வமாக அவர் எந்தப் பதவியையும் வகிக்கவில்லையெனினும் 1969 நவம்பர் 24இல் தில்லியில் நடந்த பன்னாட்டு இயற்கை வளப் பாதுகாப்பு நிறுவனப் பொதுக்குழுவின் தொடக்க அமர்வின்போது மேடையில் அமர்ந்திருந்தார்.

1970

இயற்கையை நேசிக்கும் இருவர்: அலகாபாத்தில் இந்திரா காந்தியுடன் பத்மஜா நாயுடு; 1970 நவம்பர்

1969 நவம்பரில் காங்கிரஸ் கட்சி இரண்டாகப் பிளவுபட்டபின் இந்திரா காந்தி ஆட்சியைத் தக்கவைத்துக்கொள்ள இடதுசாரி களையும் திமுக போன்ற மாநிலக் கட்சிகளையும் சார்ந்திருக்க வேண்டியதிருந்தது. அவர்கள் ஆதரவுடன் இந்திரா காந்தியின் ஆட்சி எந்தத் தொந்தரவுமில்லாமல் தொடர்ந்தது. ஆனால் அதற்கு விலையாகப் பொருளாதாரக் கொள்கையை இடதுசாரிகளின் பொருளாதாரக் கொள்கையின் திசையில் திரும்ப வேண்டியதானது. 1966இன் மத்தியிலிருந்து நாட்டின் பொருளாதாரம் குறிப்பிட்ட அளவு தாராளமயமாக்கப்பட்டு வெளிநாட்டு மற்றும் தனியார் முதலீட்டிற்கான கதவு திறக்கப்பட்ட சூழலில், இப்போது அதற்கு எதிரான நிலைப்பாட்டை (இடதுசாரிகளின் ஆதரவிற்காக) எடுக்க வேண்டியதிருப்பது உண்மை யில் முரண். ஆனால் கட்சிக்கு உள்ளேயும்

வெளியேயும் உள்ள தீவிர இடதுசாரி ஆதரவாளர்களின் கோரிக்கைகளுக்கு முழுவதும் இணங்கி விடாதிருப்பதில் அவர் கவனமாக இருந்தார். உதாரணமாக வெளிநாட்டு வர்த்தகத்தை தேசியமயமாக்க வேண்டும், வெளிநாட்டு முதலீட்டாளர்களுக்கு வழங்கப்படும் சலுகைகளை ரத்துச் செய்ய வேண்டும் முதலான கோரிக்கைகளுக்கு அவர் உடன்படவில்லை.

செப்டம்பர் பாராளுமன்றத்தில் மன்னர் மானிய ஒழிப்பு மசோதா தாக்கல் செய்யப்பட்டது. இந்தியா சுதந்திரம் பெற்றதும் தங்கள் சமஸ்தானப் பகுதியை இந்தியாவுடன் இணைத்துக்கொள்ள சமஸ்தான மன்னர்கள் சம்மதம் தெரிவித்திருந்தனர். அதற்காக மானியம் மற்றும் பிற சலுகைகளை அவர்களுக்கு வழங்க அரசமைப்புச் சட்டத்தில் உத்தரவாதம் தரப்பட்டிருந்தது. இந்தச் சலுகைகளையும் மானியங்களையும் ஒழிப்பதென இந்திரா காந்தி முடிவுசெய்தார். உள்துறை அமைச்சர் ஒய். பி. சவானும் பிறரும் ஆரம்பத்தில் (1967) இதற்குத் தூண்டுதலாக இருந்தனர். ஆனால் இந்திரா காந்தியை இறுதியாகச் சம்மதிக்கவைத்தவர் ஹக்சர். சமஸ்தான மகாராஜாக்கள் பலர் இந்திரா காந்தியின் நெருங்கிய நண்பர்கள். அவர்களில் பலரும் வேட்டையாடிகளாக இருந்து பின்னர் சுற்றுச்சூழல் பாதுகாவலர்களாக மாறியவர்கள். இந்திரா காந்தியின் நெருங்கிய உதவியாளர் நட்வர் சிங், பாட்டியாலா மகாராணியின் மருமகனாவார். புத்திசாலியான தரங்கத்ரா மகாராஜாவின் தோழமை இந்திரா காந்திக்கு மிகவும் பிடிக்கும். சமஸ்தான இளவரசர்களின் சார்பாக அவர் சமாதானப் பேச்சுவார்த்தை நடத்தியவர். இந்தியக் கானுயிர்க் கழகத்தின் தலைவராக இருந்த மைசூர் மகாராஜாவின் இடத்தில் காஷ்மீரின் கடைசி மகாராஜாவின் மகனைத் தலைவராக இந்திரா காந்தி நியமித்தார். அரச குடும்பத்தைச் சேர்ந்த முக்கியப் பிரமுகர்கள் சிலர் கானுயிர்க் கழகத்தின் உறுப்பினர்களாக இருந்தனர். உதாரணமாக: பில்லி அர்ஜன் சிங் கபுர்தலா அரச குடும்பத்தைச் சேர்ந்தவர்; ஆர்.எஸ். தர்மகுமார் சிங்ஜி பாவ்நகர் குலத்தைச் சேர்ந்தவர்.

சமஸ்தான மன்னர்களுக்கு மானியம் மற்றும் பிற சலுகைகளை நிறுத்தும் மசோதா மக்களவையில் நிறைவேறியது. ஆனால் மிகக் குறைவான வாக்கு வித்தியாசத்தில் மாநிலங்களவையில் தோல்வியுற்றது. முக்கியமான அரசியல் விளைவுகளுக்கு இது வழி வகுத்தது. வங்கிகள் தேசிய உடைமைச் சட்டம் செல்லாதெனவும், மன்னர்கள் மானியத்தையும் சலுகைகளையும் ரத்துச் செய்த ஜனாபதியின் அறிவிப்பும் செல்லாதெனவும் உச்சநீதிமன்றம் தீர்ப்பு வழங்கிற்று. கடுங்கோபம் கொண்ட இந்திரா காந்தி, 1972இல் நடக்கவிருந்த தேர்தல் (ஒரு வருடத்திற்கு முன்பாகவே)

1971ஆம் ஆண்டு தொடக்கத்திலேயே நடக்குமென வானொலியில் நாட்டிற்கு அறிவித்தார் (டிசம்பர் 27):

சில மாதங்களுக்கு முன் தொழில் வளர்ச்சி அமைச்சகம் ஒரு தீர்மானத்தை நிறைவேற்றியது. (செப்டம்பர் 30) அதன் அமைச்சராக இருந்தவர் தினேஷ் சிங். அதனால் (அந்தத் தீர்மானத்தால்) கடுமையான துன்பங்களையும் நெருக்கடிகளையும் இந்திரா காந்தி எதிர்கொள்ள வேண்டியதிருந்தது. ஆண்டிற்கு 50000 சிறிய கார்களை உற்பத்திசெய்ய சஞ்சய் காந்திக்கு அந்த அமைச்சகம் நிபந்தனைகளுடன் கூடிய இடைக்கால உடன்பாட்டுக் கடிதத்தை வழங்கிற்று. கார் உற்பத்தியில் வெளிநாட்டு ஒத்துழைப்பு இருக்கக் கூடாது; கார் உற்பத்தியில் மூலப்பொருட்கள், உபகரணங்கள், உதிரிப்பாகங்கள் எதுவும் இறக்குமதி செய்யப்படக்கூடாது போன்ற நிபந்தனைகள் அந்தக் கடிதத்தில் இருந்தன. இந்தக் கடிதம் ஆறு மாதத்திற்குள் உரிமமாக மாற்றப்படும். இந்தக் காலட்டத்திற்குள் காரின் முன்மாதிரி ஒன்று உருவாக்கப்பட வேண்டும். அது பரிசோதிக்கப்பட்டு அதன்பின் ஒப்புதல் தரப்படும். இந்தப் பிரச்சனையால் 1971 தேர்தல் முடிவுகளில் எந்த மாற்றமும் ஏற்படவில்லையெனினும் இந்திரா காந்தியின் இளைய மகன் சஞ்சய் காந்திக்குச் சாதகமான இந்தத் தீர்மானம் (கார் உற்பத்தி) பெரும் பரபரப்பை ஏற்படுத்தி அவரது தனிப்பட்ட மற்றும் அரசியல் உலகைத் தலைகீழாக மாற்றவிருந்தது. 1974 ஜூலை 25இல்தான் இந்த உரிமம் வழங்கப்பட்டது. அப்போது ஒரு கார்கூட உற்பத்தி செய்யப்பட்டிருக்கவில்லை.

ஞ

புத்தாண்டு பிறப்பதற்குச் சில நாட்களுக்கு முன், 1969 டிசம்பர் 13இல், சலீம் அலி இந்திரா காந்திக்கு ஒரு கடிதம் எழுதியிருந்தார். அதில் பரத்பூர் பறவைகள் சரணாலயம் எதிர்கொள்ளும் நெருக்கடியை இந்திரா காந்தியின் கவனத்திற்குக் கொண்டு வந்திருந்தார்:

> பன்னாட்டு பறவைகள் பராமரிப்பு மன்றம் (International council for Bird Preservation) மாநாடு பரத்பூரில் (டிசம்பர் 3–6) நடந்துகொண்டிருந்தபோதே மகாராஜாவும், அவரது மகள் திருமணத்திற்காக வந்திருந்த அரண்மனை விருந்தினர்களும் ஏரியிலிருந்த வாத்துக்களை யும் குள்ள வாத்துக்களையும் கைத் துப்பாக்கிகளால் சுடத் தொடங்கினர். மாநாட்டுப் பிரதிநிதிகள் அதிர்ச்சியுற்றோம். மாநாட்டு அமர்வில் விலங்குகள், பறவைகள் பாதுகாப்பு குறித்த ஆலோசனை நடந்துகொண்டிருந்தபோதே இது நடந்தது! (...)

அபூர்வ நீர்ப்பறவைகள் வந்து தங்கிச்செல்லும் இந்த பரத்பூர் பறவைச் சரணாலயம் உலகிலேயே அற்புதமான பறவைகள் சரணாலயங்களில் ஒன்று எனப் பறவைகள் பராமரிப்புப் பன்னாட்டு மன்ற மாநாட்டுக்கு வந்திருந்த சுமார் 50 பிரதிநிதிகள் அனைவரும் வியந்து போற்றுகின்றனர். பாதுகாக்கப்பட்ட சரணாலயம் எனப் பிரகடனப்படுத்தப் பட்ட இதனுள் பறவைகள் சுட்டுக் கொல்லப்படுவதைக் கண்ட மாநாட்டுப் பிரதிநிதிகள் பீதியால் நடுங்கினர். இந்த நிலை தொடர்வதைப் பொறுத்துக்கொள்ளத்தான் வேண்டுமாவெனத் திகைத்து நின்றனர்.

பறவைகள்மீது தனிப்பட்ட முறையில் உங்களுக்கு ஆழ்ந்த ஈடுபாடு உண்டு என்பதை நான் நன்கறிவேன். எனவேதான் பிற வேலை நெருக்கடிகள் சுமையாக அழுத்திக்கொண் டிருக்கும் சூழலிலும் உங்களிடம் இந்தக் கோரிக்கையை முன்வைக்கிறேன். பறவைகளைக் கொல்ல வேண்டாமென மகாராஜாவை வற்புறுத்தி வேண்டினோம். ஆனால் எங்கள் முயற்சிகள் பலனளிக்கவில்லை. எனவே கானா பறவைகள் சரணாலயத்தில் 'ராஜரீகமாகப்' பறவைகள் சுட்டுக்கொல்லப்படுவதை உடனடியாகத் தடுத்து நிறுத்தும் நடவடிக்கைகள் குறித்து பரிசீலனை செய்வீர்கள் என நம்புகிறேன்.

சலீம் அலிக்கு இந்திரா காந்தி எழுதிய பதில் (ஜனவரி 8):

உங்களின் 1969 டிசம்பர் 13 தேதி கடிதம் என்னை வேதனை கொள்ளவைத்தது. உங்களின் அச்சத்தையும் சங்கடத்தையும் என்னால் புரிந்துகொள்ள முடிகிறது. சில நாட்களுக்கு முன் பரத்பூர் மகாராஜாவுடன் பேசினேன். அவ்வப்போது அவருக்குச் செய்தி தெரிவித்தும் வருகிறேன். துரதிருஷ்டவசமாக இதனால் எந்தப் பலனும் இல்லை. அவர் ஒரு விசித்திரமான மனிதர்.

துப்பாக்கியைப் பயன்படுத்திக்கொள்ளும் சலுகையை ஒரே ஒரு மகாராஜாவிடமிருந்து மட்டும் பறிப்பது மிகவும் கடினம். அவர்களுக்கு வழங்கப்படும் சலுகைகளையும் மானியங்களையும் நிறுத்திவிடுவதுபற்றி ஆலோசனை செய்துவருகிறோம் என்பது உங்களுக்குத் தெரியும்.

இந்திரா காந்தி எழுதிய அந்தக் கடிதத்தின் கடைசிப் பத்திக்குச் சிறிது விளக்கம் தேவை. 1948இல் தனது சமஸ்தானத்தை இந்திய யூனியனுடன் இணைத்துக்கொள்ள பரத்பூர் மகாராஜா ஒப்புக்கொண்டபோது இந்திய யூனியனுடன் செய்துகொண்ட உடன்படிக்கை விதிகளின்படி ஏரியிலும் கானுயிர்க் காப்பகத்தைச்

சுற்றியுள்ள பகுதியிலும் துப்பாக்கியால் சுடுவதற்கு அவருக்கும் அவரது விருந்தினருக்கும் முழு உரிமை உண்டு. சட்டபூர்வமாக மகாராஜா அனுபவித்துவரும் சலுகை இது. பரத்பூர் மகாராஜா தனது முடியாட்சியைக் கலைத்துப் புதிதாக உருவான ஜனநாயக சுதந்திர இந்தியாவுடன் தனது சமஸ்தானத்தை இணைத்துக் கொள்வதற்காக சர்தார் பட்டேலும் வி.பி. மேனனும் இந்தச் சலுகை நிபந்தனையை ஏற்றுக்கொண்டனர். இந்த சலுகைகள் அனைத்தும் 1971இல் பாராளுமன்றத்தால் ரத்து செய்யப்பட்டது. இவ்விதமாகப் பிரச்சனை தானாகவே ஒரு முடிவுக்கு வந்தது.

ௐ

படகோட்டுதல், மோட்டார் படகுகள் வேலை, படகு இழுத்தல், கடலில் கப்பல், படகு முதலியவற்றைக் கையாளும் திறன் ஆகியவற்றில் இளைஞர்களுக்கு வழிகாட்டுவதற்கு இளையோர் பயிற்சி மையத்தை ஒரிசாவிலுள்ள சில்கா ஏரியில் அமைக்க ஒப்புதல் தருமாறு 1969 டிசம்பரில் கடற்படைத் தளபதி ஏ.கே. பானர்ஜி இந்திரா காந்தியை அணுகினார். ஒப்புதலைத் தெரிவிக்கும் முன்னர் இந்தியக் கடற்படையின் இந்த வேண்டுகோளை ஏற்றுக்கொண்டால் பறவையினம் பாதிக்கப்படுமா என்பது குறித்து சலீம் அலியைக் கலந்தாலோசிக்குமாறு மோனி மல்ஹோத்ராவை இந்திரா காந்தி கேட்டுக்கொண்டார்.

இந்த விசயம் மிகவும் நுட்பமாக அணுகப்பட்டது. கடற் படையின் திட்டம் எதையும் குறிப்பாகத் தெரிவிக்காமல் சலீம் அலியிடம் சில்கா ஏரி பற்றிப் பொதுவாகக் கேட்கப்பட்டது. ஒரு பறவையியலாளரின் கண்ணோட்டத்தில் சில்கா ஏரியிலுள்ள நளபான் தீவு குளிர்கால நீர்ப்பறவைகளின் முதல் தர சரணாலயமாகும் எனத் தனது பதிலில் சலீம் அலி குறிப்பிட்டார். இதுபற்றி ஒரிசா அரசினை அணுகியபோது பயிற்சி மையத்தைத் தனது மாநிலத்திலேயே நிறுவ விருப்பம் தெரிவித்ததோடு அதற்கான (பயிற்சி மையத்திற்கான) கடற்கரைத் தளம் மட்டுமல்லாது நளபான் உள்ளிட்ட ஒன்றிரண்டு பிற தீவுகளையும் கடற்படைத் தளமாக உபயோகித்துக்கொள்ளவும் ஒரிசா அரசு வழங்க முன்வந்தது.

இவ்விதம் ஒரிசா அரசு பயிற்சி மையத்திற்கான இடத்தையும் தீவுகளையும் வழங்க முன்வந்தமைக்காக அதிக உற்சாகமடைந்த மல்ஹோத்ரா 'ஒரே கல்லில் இரு பறவைகளைக் கொல்லும் வாய்ப்பு' எனப் பிரதமருக்கு உடனே ஒரு குறிப்பினை எழுதினார். அதாவது பயிற்சி மையத்திற்கான தளத்தை மட்டுமல்லாது மிக வசீகரமான பறவைத் தீவையும் செலவே இல்லாமல்

ஒரிசா அரசாங்கத்திடமிருந்து பெற்றுக்கொள்ளலாம். இதனை ஒரு பழமொழியில் தெரிவிக்க விரும்பிய மல்ஹோத்ராவின் வார்த்தைகள் தேர்வு (ஒரு கல்லில் இரண்டு பறவைகளைக் கொல்லும்) இந்திரா காந்தி காந்தியின் பார்வைக்குத் தப்பவில்லை. மல்ஹோத்ராவின் குறிப்பில் இந்திரா காந்தி இவ்விதம் பதிவு செய்தார்:

> நமது நோக்கமோ பறவைகளைப் பாதுகாப்பது. ஆனால் உங்கள் வார்த்தைப் பிரயோகமோ துரதிருஷ்ட வசமானது. பறவைச் சரணாலயத்தைக் கவனமாகப் பேணிக்கொள்வதாகவும் அது தனது தன்மையை இழந்துவிடாது பாதுகாப்பதாகவும் கடற்படைத் தலைவர் என்னிடம் உறுதி அளித்துள்ளார்.

இது தொடர்பாகப் பாதுகாப்பு அமைச்சருக்கு இந்திரா காந்தி கடிதம் எழுதினார் (ஜனவரி 6):

> சில்கா ஏரியை இளையோர் பயிற்சி மையத்திற்காக ஒதுக்கலாம் என்ற கோரிக்கை ஏற்றுக்கொள்ளப்பட்டது.
>
> எனினும் கடற்படைத் தலைமையகம் சில்கா ஏரியின் பறவை வளத்தைப் பாதுகாக்கவேண்டுமென விரும்புகிறேன். பயிற்சி மையத்திலிருந்து 10 – 12 மைல் தொலைவிலுள்ள ஒன்றிரண்டு தீவுகளையும் ஒரிசா அரசு வழங்கத் தயாராக இருப்பதாகப் பயிற்சி மையம் சமர்ப்பித்த ஆவணங்களிலிருந்து அறிந்துகொண்டேன். பல்வேறு புலம்பெயர் பறவைகள் மிகப் பெருமளவில் தங்கும் சரணாலயமாக நளபான் தீவு உள்ளது என்பது பம்பாய் இயற்கை வரலாற்றுச் சங்கத்தின் மூலமாகத் தெரியவந்தது. எனவே ஒரிசா அரசு ஏற்றுக்கொண்டபடி நளபான் தீவை இளையோர் பயிற்சி மையத்தின் பகுதியாக எடுத்துக் கொள்ளலாம்.
>
> நளபான் தீவைச் சுற்றி மூன்று மைல் தூரம் மோட்டார் படகுகளுக்கு அனுமதி இல்லை. துப்பாக்கியால் சுடுவது கண்டிப்பாகத் தடைசெய்யப்பட்டுள்ளது நளபானில் சுற்றுலா செல்லலாமே தவிர, மையத்தின் வழக்கமான வேறு பயிற்சிகளுக்கும் அனுமதி இல்லை. இவ்விதம் இயற்கையான, முதல் தரப் பறவைகள் காப்பகமாக நளபான் தீவை நீடித்திருக்கும்படி செய்ய வேண்டும்.

பயிற்சி மையம் அமைக்கும் கடற்படையின் முயற்சிகள் (சில்கா) இத்துடன் முடிந்துவிடவில்லை. இரு ஆண்டுகளுக்குப் பின் மீண்டும் அது பிரதமரின் கவனத்திற்கு வந்தது.

ෆ

உலகிலேயே முதன்முதலாய் எவரெஸ்ட் சிகரம் தொட்டவர்கள் (29.05.1953) எட்மண்ட் ஹிலாரியும், டென்சிங் நார்வேயும். இந்தச் செய்தியை உலகிற்கு முதன்முதலில் அறிவித்தவர் என்ற புகழுக்குரியவர் பீட்டர் ஜாக்சன். 1953இல் இந்தியா வந்த அவர் ஒரு வருடத்திற்குப் பின் சர்வதேச செய்தி நிறுவனமான *ராய்ட்டர்ஸில்* பணியில் சேர்ந்து இந்தியாவிலேயே தங்கினார். 1970இல் இந்தியாவிலிருந்து சென்ற பிறகு அவர் இயற்கைக்கான உலக நிதியத்தில் இணைந்து பணியாற்றினார்.

மார்ச் 29இல் இந்திரா காந்திக்கு பீட்டர் ஜாக்சன் ஒரு கடிதம் எழுதினார்:

> பன்னாட்டு இயற்கைவளப் பாதுகாப்பு நிறுவனத்தின் மாநாடு நடந்தபோது புகழ்பெற்ற பல கானுயிர் வல்லுநர்களையும் பறவையியலாளர்களையும் தில்லியிலிருந்து சுமார் 25 மைல் தொலைவிலுள்ள குர்காவ் மாவட்டத்திலுள்ள சுல்தான்பூர் ஏரிகளுக்கு அழைத்துச் சென்றேன். அங்கு கானுயிர் வளம் செழித்திருப்பதைக் கண்டு வியந்த அவர்கள் அந்த ஏரிகள் பாதுகாக்கப்பட வேண்டுமென மிகவும் விரும்பினர். (...)
>
> சுல்தான்பூர் ஏரி இயற்கையான பறவைகள் சரணாலயமாக உருவாக உங்களின் ஈடுபாடு மிகவும் தூண்டுதலாக அமையுமென இதில் ஆர்வம்கொண்ட நாங்கள் கருதுகிறோம். அவ்விதம் அமையுமேயானால் தலைநகருக்கு மிக அருகிலுள்ள உலகின் வெகுசில சரணாலயங்களில் இதுவுமொன்று என்ற பெருமை கிட்டும். சுல்தான்பூர் ஏரியை நீங்கள் பார்வையிட வேண்டும் அதற்கென ஒருநாள் காலையில் மூன்றுமணி நேரம் உங்களால் ஒதுக்க இயலுமா? உங்களுக்கிருக்கும் வேலைச் சுமையில் இதற்காக நேரம் ஒதுக்குமாறு கேட்டுச் சிரமம் தருகிறோம். எனினும் தில்லி பறவை அவதானிப்புச் சங்கத்தின் அடிப்படை உறுப்பினர் என்பதால் சுல்தான்பூர் ஏரியை நீங்கள் பார்வையிடக்கூடும் என நாங்கள் நினைக்கிறோம் (...)

இரண்டு நாட்களுக்குப் பிறகு பீட்டர் ஜாக்சனின் இந்தக் கடிதத்தில் இந்திரா காந்தி இவ்விதம் குறித்தார்.

> என்னால் முடியும். பறவைகள் இன்னும் எவ்வளவு நாட்கள் அங்கிருக்கும்?

இதுபற்றி பீட்டர் ஜாக்சனிடம் விசாரித்தபின் செந்நாரைகளும் கூழைக்கடாக்களும் இன்னும் சில வாரங்கள் அங்கு இருக்கும் எனவும் வாத்துகள் ஏற்கனவே புலம்பெயரத் தொடங்கிவிட்ட தாகவும் இந்திரா காந்தியிடம் மல்ஹோத்ரா தெரிவித்தார் (ஏப்ரல் 1). சுல்தான்பூர் ஏரியைப் பார்வையிட ஏப்ரல் 5 ஞாயிற்றுக்

கிழமையைப் பிரதமருக்குச் மல்ஹோத்ரா சிபாரிசு செய்தார். அன்று இந்திரா காந்தி இவ்விதம் தெரிவித்தார்.

> பாதுகாப்பு ஏற்பாடு பற்றித் துணைச்செயலர் ஏதும் அறியாதவராக இருக்கிறார். (பிரதமர் வருகையால் மேற்கொள்ளப்படும் ஏற்பாடுகள், பலத்த போலீஸ் பாதுகாப்பு, கெடுபிடிகள் ஆகியவற்றால்) சரணாலயப் பறவைகள், ஏரி ஆகியவை பாதிக்கப்படுமோ என அஞ்சுகிறேன்.

சுல்தான்பூர் சென்று விபரம் அறிந்துவருமாறு மல்ஹோத்ராவை அனுப்பினார் இந்திரா காந்தி. பீட்டர் ஜாக்சனின் கடிதம், பிற விபரங்களை ஹரியானா முதல்வர் பன்சிலாலிடம் சேர்க்கப் பட்டது. ஏரியைப் பறவைச் சரணாலயமாக மேம்படுத்தும் நடவடிக்கைகளை மேற்கொள்ளத் தொடங்கிவிட்டதாகச் சிலமாதங்களுக்குப் பிறகு முதலமைச்சர் பன்சிலால் இந்திரா காந்திக்கு எழுதினார் (செப்டம்பர் 25). இதற்காக முதல்வருக்குப் பாராட்டுத் தெரிவித்த இந்திரா காந்தி:

> ஆரவாரம் ஏதுமில்லாமல் அமைதியாக ஏரியைப் பார்வையிட நானே ஒருநாள் வருவேன் என நம்புகிறேன்.

என்பதையும் குறிப்பிட்டார்.

1971 ஏப்ரல் 2இல் ஏரி சரணாலயமாக மாற்றப்பட்ட அறிவிப்பு வெளியிடப்பட்டது. 1972 பிப்ரவரி 6இல் சரணாலயம் முறையாகத் திறக்கப்பட்டபோது இந்திரா காந்தி அனுப்பிய செய்தி:

> காட்டுயிரை நேசிக்கும் அனைவரும், சுற்றுச்சூழல் பாதுகாவலர்களும் சுல்தான்பூர் ஏரி சரணாலயமாக வளர்ந்து உருவாகியதை ஒருசேர வரவேற்பர். பல்வேறு வகைப் பறவைகளை வசீகரிக்கும் உள்ளார்ந்த தன்மை இந்த ஏரிக்கு உண்டு என்பது தில்லியில் நடந்த பன்னாட்டு இயற்கைவளப் பாதுகாப்பு நிறுவனத்தின் மிகப்பெரிய மாநாட்டில் தெரியவந்தது. இந்த இயற்கைப் பொக்கிஷத்தை உருவாக்கி வளர்க்க இவ்வளவு விரைவாக நடவடிக்கை எடுத்த ஹரியானா அரசைப் பாராட்டுகிறேன். நமது இயற்கைப் பாரம்பரியம்மீது ஈடுபாடுகொண்ட அனைவருக்கும் தலைநகருக்கு அருகேயுள்ள இந்தச் சரணாலயம் ஒரு சுற்றுலாத் தலமாக இருக்கும். சலிப்பூட்டும் வழக்கமான தினசரி நகர வாழ்விலிருந்து தப்பிப்பதற்கும், வாழுமிடத்திலேயே இயற்கையின் அதிஅற்புத அழகிய உயிரினங்களைக் கண்டுகளிப்பதற்குமான வாய்ப்பையும் இது தரும்.

பன்சிலாலின் சலியாத முயற்சியால் இரண்டு வருடங்களுக்குள்ளாகவே சரணாலயம் உருவானது. இது பிரதமருடனும் அவரது இளைய மகனுடனும் சிறப்பான நிலையில் தொடர்பு கொள்ளும் நிலைக்கு பன்சிலாலை உயர்த்திற்று.

ௐ

சில நாள் விடுமுறையில் சென்றுவர இந்திரா காந்திக்கு மிகப் பிடித்தமான இடம் ஸ்ரீநகருக்கு அருகேயுள்ள டேச்சிகாம் சரணாலயம். எண்ணற்ற தடவைகள் அங்கே அவர் சென்றிருக்கிறார். சரணாலயத்திலுள்ள காஷ்மீர் மான்களின் எண்ணிக்கை மிகவும் குறைந்து வருவதாகப் பிரதமரான பின் இந்திரா காந்திக்குத் தொடர்ந்து புகார்கள் வந்துகொண்டிருந்தன. இது தொடர்பாக ஜம்மு – காஷ்மீர் முதல்வரான ஜி.எம். சாதிக்கிற்கு பிப்ரவரி 11இல் இந்திரா காந்தி கடிதம் எழுதினார்:

> பல தடவை டேச்சிகாமில் தங்கியுள்ளேன். சரணாலயத்திலுள்ள விலங்குகளைப் பெருகச் செய்து அவை நன்கு பராமரிக்கப்பட்டால் அனைவரையும் ஈர்க்கும் சரணாலயமாக அது விளங்கும். விலங்குகள் வேட்டை, சட்டத்திற்குப் புறம்பாகக் கால்நடையை மேய்ச்சலுக்கு விடுவது ஆகியவற்றில் பன்னாட்டு இயற்கை வளப் பாதுகாப்பு நிறுவனத்தின் பரிந்துரைகளை ஏற்று, அவற்றைக் கண்டிப்புடன் அமல்படுத்த முடியும் என நம்புகிறேன் (...)
>
> காஷ்மீரைப் போல் இயற்கை வளம்கொண்ட பகுதிகள் உலகில் மிகக் குறைவாகவே உள்ளன. ஈடுசெய்ய முடியாத அதன் இயற்கை வளத்தை வீண் விரயமாக்கிவிடக் கூடாதென்பதில் நாம் கவனமாக இருக்க வேண்டும். சுற்றுலாவில் இங்குவரும் பயணிகளுக்குத் தேவையான ஏற்பாடுகள் செய்துதரும் மற்றும் சேவைகள் வழங்கும் தொழிலையே இந்த மாநிலத்தின் பொருளாதாரம் பெருமளவு சார்ந்திருக்கிறது. சர்வதேசப் புகழ்மிக்க மிகப்பெரும் காப்பகமாக டேச்சிகாமை உருவாக்கினால் அது இரட்டிப்பு மகிழ்ச்சியைத் தரும்.

இந்தக் கடிதம் எழுதியது மட்டுமல்லாது இந்தப் பிரச்சனை குறித்து அடுத்தடுத்து வந்த காஷ்மீர் மாநில முதல்வர்களைத் தொடர்ந்து வலியுறுத்தியவாறிருந்தார் இந்திரா காந்தி. தனது தொடர் முயற்சிகள் ஓரளவு தாக்கத்தை ஏற்படுத்தியுள்ளதென 1980களின் தொடக்கத்தில் அறிந்துகொண்டார். அது அவருக்கு ஓரளவு திருப்தியைத் தந்தது.

ௐ

ஜனவரி மாதத் தொடக்கத்தில் மோனி மல்ஹோத்ரா மத்தியப் பிரதேசத்திலுள்ள கான்ஹா தேசியப் பூங்காவிற்குச் சென்று அங்கே இரண்டொரு நாள் விடுமுறையைக் கழித்தார். திரும்பி வந்ததும் கான்ஹாவில் தான் கண்டவற்றை விவரித்து அதனை நான்கு பக்க அளவில் ஒரு குறிப்பாக இந்திரா காந்தியிடம் அளித்தார். இவ்விதம் மிக நீண்ட குறிப்பினை அளித்ததற்காக வருத்தம் தெரிவித்து அதற்கான காரணத்தையும் எடுத்துக் கூறினார். 'கான்ஹா பூங்கா என்னை உண்மையிலேயே உற்சாகமடையச் செய்தது. இந்தப் பூங்காவும் இங்கு வாழும் காட்டுயிரினமும் சுற்றுலாப் பயணிகளைப் பெருமளவு ஈர்க்கும் தன்மையைத் தன்னகத்தே கொண்டுள்ளதென்ற உணர்வு திடீரெனத் தோன்றியது. தாமதமாகவேனும் தேவையான நடவடிக்கையை எடுத்துவருகிறோம்'. கான்ஹா பூங்கா பராமரிப்பில் சிறப்பாகப் பணியாற்றிவரும் மண்ட்லா மாவட்ட ஆட்சியரான எம்.கே. ரஞ்சித் சிங்கை மனதாரப் பாராட்டினார். அவரும் மோனி மல்ஹோத்ராவும் ஐஏஎஸ்ஸில் ஒரே காலத்தில் தேர்ச்சிபெற்றவர்கள். 'இந்திய விலங்குகள் பற்றி – குறிப்பாகப் புலிகள் பற்றி மிக அற்புதமான அழகிய திரைபடங்களை ரஞ்சித் சிங் இயக்கியுள்ளார். 45 நிமிடங்கள் பிரதமரால் ஒதுக்க முடியுமேயானால் ரஞ்சித் சிங்கை தில்லிக்கு வரவழைத்து அந்தப் படங்களைப் பிரதமர் பார்க்க ஏற்பாடு செய்வேன். பிரதமருக்கு நேரம் கிடைக்குமா?' எனக் கேட்டுக்கொண்டார் மல்ஹோத்ரா. அது மட்டுமல்லாது. 'இதுவரை கான்ஹா பூங்காவைப் பிரதமர் பார்வையிடாதிருந்தால் அங்கு செல்ல வேண்டுமென வேண்டிக்கொள்கிறேன்' எனவும் அந்தக் குறிப்பில் எழுதியிருந்தார்.

இதனை வாசித்த சில மணி நேரத்திலேயே திரைப்படத்தைப் பார்க்க விரும்புவதாகக் குறிப்பிட்டு, அந்தக் குறிப்பை மல்ஹோத்ராவுக்கே திருப்பி அனுப்பினார் இந்திரா. அதில் அவர் எழுதியது.

கான்ஹாவுக்குச் செல்ல விருப்பம்தான். ஆனால் முடியுமா? இதுபோன்ற இடங்களுக்குச் செல்வதற்கு முன்னரும் அங்கு தங்கியிருக்கும்போதும் பாதுகாப்பு நடவடிக்கை என்ற பெயரில் மெய்க்காப்பாளர்களுடன் எனது அனுபவம் மிகுந்த வேதனை தருவதாகும்.

ஆனால் கான்ஹா பூங்காவைப் பற்றி மல்ஹோத்ரா எழுதியவற்றை இந்திரா காந்தி மறந்துவிடவில்லை. மத்தியப் பிரதேச முதல்வர் ஷ்யாம் சரண் சுக்லாவிற்கு அவர் கடிதம் எழுதினார் (பிப்ரவரி 11):

கான்ஹா தேசியப் பூங்காவைப் பலரும் போற்றிப் புகழ்கின்றனர். சமீபத்தில் பூங்காவைப் பார்வையிட்ட பன்னாட்டு இயற்கைவளப் பாதுகாப்பு நிறுவனத்தின் பிரதிநிதிகள் சிலரும் வெகுவாக ஈர்க்கப்பட்டனர்; வியந்து பாராட்டினர். நாட்டின் மிக நேர்த்தியான தேசியப் பூங்காவைத் தன்னகத்தே கொண்டிருக்கும் மத்தியப் பிரதேசம் இதனால் பெருமையும் நிறைவும் கொள்ளலாம். கணிசமான சுற்றுலாப் பயணிகள் ஏற்கனவே இங்கு வந்திருப்பர் என நம்புகிறேன். நாட்டின் மிகப்பெரும் சுற்றுலாத் தலங்களில் ஒன்றாக விரைவிலேயே இது உருவாக முடியும்.

இந்தக் கடிதத்தில் நான் அவசரமாகத் தெரிவிக்க விரும்புவது என்னவெனில் பூங்காவின் தெற்கு எல்லையிலிருந்து பாலகாட் மாவட்டம் தொடங்குகிறது. பூங்காவை இந்தப் பாலகாட் பகுதிக்குள் 45 சதுர மைல் நீட்டித்து விரிவாக்கும் திட்டத்தை மத்தியப் பிரதேச அரசு பரிசீலித்து வருவதாக அறிகிறேன். இந்தப் பகுதிக்குள் விலங்குகள், குறிப்பாக காட்டெருதுகள் சுற்றித் திரிவதாகக் கூறுகின்றனர். இதனைத் தடுத்து நிறுத்தும் நடவடிக்கைகளை உடனடியாக மேற்கொள்வீர்கள் என நம்புகிறேன். காட்டுயிரினத்தின் எதிர்காலம் இதனால் பாதுகாப்பாக இருக்கும். அது மட்டுமின்றிச் சிறந்த சுற்றுச்சூழலியத் தலத்திற்கு எடுத்துக் காட்டாகவும் இந்தப் பூங்கா விளங்கும்.

பிரதமரின் அறிவுறுத்தலின்படி பூங்கா விரிவாக்கம் விரைவிலேயே தொடங்கப்படும் எனச் சில நாட்களிலேயே முதலமைச்சர் அவருக்கு எழுதினார். ஆனால் ஒரு சில மாதங்களிலேயே அவர் இந்திரா காந்தியின் கோபத்திற்கு ஆளானார்.

*1970*ஆம் ஆண்டு ஜனவரி மாதத் தொடக்கத்தில் லூசியா ஸ்டீபன்ஸ் ஹோல்ம்பெர்க் என்ற பெண்மணியிடமிருந்து (மாண்ட்ரியல் நகரிலிருந்து) வழக்கத்திற்கு மாறாக இந்திரா காந்திக்கு ஒரு கடிதம் வந்திருந்தது. (ஜனவரி 4).

இந்தியாவில் 600 புலிகளே எஞ்சியுள்ளன என்ற துயரமான செய்தியைத் தொலைக்காட்சி மூலம் அறிந்தேன். (...) புலிகள் இல்லாத இந்தியாவை நினைத்துப் பார்க்கவே முடியவில்லை. புலிகளும் இந்தியாவும் ஒன்றிலிருந்து ஒன்று பிரிக்கப்பட முடியாதவை. பரந்துவிரிந்த உங்கள் நாட்டின் மிகப்பெரும் தேவைகளுக்காக முன்னுரிமை தந்து பிரதமராகிய நீங்கள் ஆற்றவேண்டிய பணிகள் பட்டியலில், புலிகள் பற்றிய

விசயம் கடைசியில் இருக்கலாம். ஆனால் எங்களுக்காக இதில் நீங்கள் கவனம் செலுத்த வேண்டும். இந்தியா மட்டுமின்றி உலகம் முழுவதுமே இதனால் பயனடையும்.

லூசியா ஸ்டீபன்ஸ் ஹோல்ம்பெர்க்கின் இந்தக் கடிதம் இந்திரா காந்தியின் மனதின் பின்னணியில் இருந்திருக்கலாம்; சுற்றுச்சூழல் மீதான இந்திரா காந்தியின் பொறுப்புணர்வு நாளுக்குநாள் வளர்ந்தவாறிருந்தது.

இந்திரா காந்தியின் உத்திரவின்படி புலிகளைச் சுடுவதற்கு ஐந்தாண்டுகாலத் தற்காலிகத் தடை விதிக்க வேண்டுமென இந்தியக் கானுயிர்க் கழகம் 1970 ஜூலை 1இல் பரிந்துரைத்தது. கழகம் தொடங்கப்பட்ட 1952ஆம் ஆண்டிலிருந்து இந்தியாவின் கானுயிர்க் கொள்கைத் திட்டத்தில் குறிப்பிடத்தக்க பெரிய மாற்றத்திற்கான பரிந்துரை இதுவே ஆகும். ஆனால் '14 உயிரினங்கள் அழிவின் விளிம்பில் உயிருக்குப் போராடிக்கொண்டிருப்பவை. அதனால் அவை சிறப்புப் பராமரிப்பிற்குரியவை' எனக் கழகம் அடையாளம் கண்ட பட்டியலில் புலிகள் இடம்பெறவில்லை. முந்தைய சமஸ்தான மன்னர்கள் இந்தியக் கானுயிர்க் கழகத்தின் செயற்குழுவிலிருந்ததும் இதற்குக் காரணமாக இருக்கலாம்.

ஆட்கொல்லி வேங்கை என அடையாளம் காணப்பட்டு, அறிவிக்கப்பட்ட புலிகளை மட்டும் சுட்டுக்கொல்ல அனுமதிக்கலாம் – பிற விலங்குகளைச் சுடக் கூடாதென்ற ஐந்தாண்டு காலத் தற்காலிகத் தடை (1970 ஜூலை) கண்டிப்பாக அமல்படுத்தப் படவேண்டும் என கரண் சிங்கிற்கு அவர் மேலும் தெளிவுபடுத்தினார். அதிகாரிகள், அரசியல்வாதிகளிடையே மிகப்பெரும் செல்வாக்குடைய 'வேங்கைகள் மற்றும் கானகச் சுற்றுலா ஏற்பாடு செய்வோர் குழுவை' எதிர்கொள்ளத் தயார் என்ற வலிமைமிக்க செய்தியை இந்தத் தற்காலிகத் தடை மூலம் மறைமுகமாய் அவர்களுக்கு இந்திரா காந்தி உணர்த்தினார். இரண்டு ஆண்டு களுக்குப் பிறகு 'கானுயிர்ப் பரமாரிப்புச் சட்டம்' என்ற புதிய சட்டம் நிறைவேற்றப்பட்டது. அதன்படி ஐந்தாண்டுகாலத் தற்காலிகத் தடை, நிரந்தரத் தடையாக மாற்றப்பட்டது. புதிய இந்தத் தடைச் சட்டத்திலிருந்து வெளிநாட்டுத் தூதுவர்களுக்கு அளிக்கப்பட்டிருந்த விலக்கு இந்திரா காந்தியின் உத்திரவுப்படி 1974 அக்டோபரில் திரும்பப்பெறப்பட்டது.

இந்தத் தடைச்சட்டவிதிகள் முழுமையாகவும் சரியாகவும் பின்பற்றப்படவேண்டுமென்பதில் இந்திரா காந்தி தீவிரமாக இருந்தார் என்பது அமைச்சரவைச் செயலர் பி. சிவராமனுக்கு அவர் எழுதி அனுப்பிய குறிப்பிலிருந்து (செப்டம்பர் 1) புலனாகிறது:

(புலித்தோல் வெளிநாட்டு விற்பனை போன்ற) விசயங்கள் பற்றியும்கூட பிரதமரிடமிருந்து குறிப்பு வருவது அமைச்சரவைச் செயலரை நிச்சயம் குழப்பத்தில் ஆழ்த்தியிருக்கும்.

> புலிகள், சிறுத்தை ஆகிய விலங்குகளின் தோல் வெளிநாடுகளில் மிக அதிக விலைக்குப் போகிறது. வெளிநாட்டுச் சந்தையில் இவற்றை விற்பனை செய்வதால் ஒருவருக்குக் கிடைக்கும் பணத்தைவிட மிக அதிகமாக அபராதம் விதிக்க வேண்டும். தங்களுடன் கொண்டுசெல்லும் வேட்டைச் சாகச விருது ஒவ்வொன்றுக்கும் குறைந்த அளவு ரூபாய் பத்தாயிரம் என்பதாக அபராதம் இருக்க வேண்டும். தடைச்சட்டம் உள்ளபோதும் தோல் ஏற்றுமதி தொடர்ந்து நடைபெற்றுவருகிறது. சட்டம் நடைமுறையில் சரியாக அமல்படுத்தப்படவில்லை என்பது நன்கறிந்ததே. இந்தச் சட்டமீறலுக்காக இதுவரை ஒரு நபர் கூடச் சிறைபிடிக்கப்படவில்லை அல்லது தண்டனை பெறவில்லை என்பதாக அறிகிறேன். அமைச்சரவைச் செயலர் இதனையும் கவனிக்க வேண்டும்:

இரண்டு நாட்களுக்குப் பிறகு அமைச்சரவைச் செயலருக்குப் பிரதமரிடமிருந்து மற்றுமோர் உத்தரவு வந்தது. ஒரு வெளிநாட்டுச் சுற்றுலாப் பயணி இந்தியாவில் தங்கியிருக்கையில் முறையான அனுமதி பெற்று வேட்டையாடலாம். ஆனால் அவர் இந்தியாவை விட்டு வெளியேறிச் செல்கையில் புலி, சிறுத்தை ஆகிய விலங்குகளின் தோலைத் தனது உடமைகளின் ஒரு பகுதியாகச் சில நிபந்தனைகளுக்குட்பட்டு வெளிநாடுகளுக்கு எடுத்துச்செல்ல நமது ஏற்றுமதி கட்டுப்பாட்டு ஒழுங்குமுறை விதிகள் அனுமதிக்கிறது. புலி, சிறுத்தை ஆகிய விலங்குகளின் தோல் ஏற்றுமதிக்குச் சட்டரீதியான தடையிருந்தும், தோல்கள் இவ்விதம் எடுத்துச்செல்லப்படுகின்றன. தடை முழுமையாக இருக்க வேண்டும். சுற்றுலாப் பயணிகளுக்கான தனிச் சலுகை நீக்கப்பட வேண்டும். இந்த மாற்றம் (தனிச் சலுகை நீக்கப்படும் மாற்றம்) சட்டப்பூர்வமாக நிறைவேறிய பிறகு, அதுபற்றி இந்தியாவிலும் வெளிநாடுகளிலும் விளம்பரம் செய்யப்பட வேண்டும். இந்த மாற்றத்தை உள்ளடக்கிய சட்டபூர்வமான தடை நடைமுறைக்கு வந்தபின் வேட்டை விற்பனை நிறுவனங்களின் செயல்பாடுகளில் மத்தியப் புலனாய்வுத் துறை தனிக் கவனம் செலுத்த வேண்டும். (வேட்டை விற்பனை நிறுவனங்கள் = காட்டுயுயிர்ப் பாதுகாப்புச் சட்டம் – 1972இல் நடைமுறைக்கு வருவதற்கு முன்பு வேட்டையாட வசதிசெய்து கொடுக்கும் நிறுவனங்கள் நமது நாட்டில் இயங்கிக்கொண்டிருந்தன. இவை

இப்போது மூடப்பட்டுவிட்டன.) இதனால் எந்த வெளிநாட்டவரும் வேட்டைச் சாகச விருது எதனையும் கடத்திச் செல்லாதிருப்பர்.

பிரதமரின் இந்தக் குறிப்புகளால் உடனடித் தாக்கம் விளைந்தது. அதிகார வர்க்கம் அபூர்வ வேகத்துடன் செயலாற்றியது. புலி, சிறுத்தை ஆகிய விலங்குகளின் தோல் இந்தியாவிலிருந்து ஏற்றுமதி செய்யப்படக்கூடாதென்ற அறிவிப்பு செப்டம்பர் 8இல் வெளியிடப்பட்டது. அதன்படி மாநில அரசின் முறையான அனுமதியுடன் விலங்குகள் சுடப்பட்டிருந்தாலும் அவற்றின் தோல் ஏற்றுமதிச் சட்டப்படி குற்றம். இந்தியர்களுக்கும் வெளிநாட்டுச் சுற்றுலாப் பயணிகளுக்கும் இந்தத் தடைச் சட்டம் பொருந்தும். வெளிநாட்டுச் சுற்றுலாப் பயணிகளும் இந்தியரும் தமது உடைமைகளின் ஒரு பகுதியாகத் தம்முடனோ, தனியாகவோ விலங்குளின் தோலை எடுத்துச் செல்லக்கூடாது. வேட்டைச் சாகச விருதுகளும் இந்தத் தடைக்கு உட்பட்டவை.

இந்தியக் கானுயிர்க் கழகத்தின் பரிந்துரைகளை அதிகார வர்க்கம் ஏற்றுக்கொண்டது. ஆனால் புலிகள் சுடப்படக்கூடாதென்ற ஐந்தாண்டுகாலத் தற்காலிகத் தடையை நடைமுறையில் அமல்படுத்த வேண்டியது மாநில அரசுகள்தாம். முக்கியமாக மத்தியப் பிரதேசம் இந்தத் தடையை அமல்படுத்தத் தயங்கிற்று. எனவே அவர் மத்தியப் பிரதேச முதல்வருக்கு உடனடியாகக் கடிதம் எழுதியதில் வியப்பேதுமில்லை. மத்தியப் பிரதேச முதல்வர் ஷ்யாமா சரண் சுக்லா இந்திரா காந்தியின் கட்சியைதான் சார்ந்தவர். அந்தக் கடிதம் *(செப்டம்பர் 3)*:

> கானுயிர்க் கழகம் புலிகள் சுடப்படக்கூடாதென்ற தற்காலிகத் தடையைப் பரிந்துரை செய்துள்ளது. இதனை அமல்படுத்தாத வெகு சில மாநிலங்களில் மத்தியப் பிரதேசமும் ஒன்று. *(...)* இந்தியாவில் புலிகள் பெருமளவு வாழும் பகுதிகளின் முக்கியக் கோட்டையாக மத்தியப் பிரதேச மாநிலம் விளங்குகிறது. அதனால் மத்தியப் பிரதேச மாநிலத்திற்கு இந்த விசயத்தில் சிறப்பான பொறுப்புகள் உண்டு. இந்திய வனங்களின் பிரசித்தி பெற்ற தனித்தன்மை வாய்ந்த இந்த வனவாசியைப் (புலி) பாதுகாப்பதற்காக இந்தியக் கானுயிர்க் கழகத்தின் பரிந்துரைகளை ஏற்றுக்கொண்டு அமல்படுத்தும்படி உங்களை வேண்டிக்கொள்கிறேன். *(...)* சட்டத்திற்குப் புறம்பான விலங்குகள் வேட்டை – அது எந்த விதத்தில் வெளிப்பட்டாலும் – அவை அனைத்தையும் தடுத்து நிறுத்தும் கண்டிப்பான நடவடிக்கைகள் மேற்கொள்ளப்பட வேண்டும். ஒருநாள் கான்ஹாவிற்கு வருவேன் என நம்புகிறேன் *(...)*

இந்திரா காந்தியின் இந்த நம்பிக்கை (கான்ஹாவிற்குச் செல்வது) நிறைவேற 14 ஆண்டுகள் ஆயின.

ஓ

புலிகளைக் காப்பாற்ற மேற்கொண்ட நடவடிக்கைகளுக்காக இந்திரா காந்தி போற்றிப் புகழப்படுகிறார். ஆனால் சிங்கங்களைப் பாதுகாப்பதற்காக அவர் மேற்கொண்ட அதிகாரபூர்வமான செயல்பாடுகள் புலிகள் பராமரிப்பிற்கும் மிக முந்தையது. இது பலரும் அறியாதது. பன்னாட்டு தலைப்புச் செய்தியாக வெளிவராதது இதற்குக் காரணமாக இருக்கலாம்.

1969 நவம்பர் – டிசம்பரில் பன்னாட்டு இயற்கை வளப் பாதுகாப்பு நிறுவனத்தின் கூட்டம் முடிந்ததும் சுற்றுச்சூழல் பராமரிப்பாளரான கை மவுண்ட்ஃபோர்ட் இந்திரா காந்திக்கு கடிதம் எழுதினார். (ஜனவரி 27)

> பன்னாட்டு இயற்கை வளப் பாதுகாப்பு நிறுவனத்தின் கூட்டம் சமீபத்தில் தில்லியில் நடந்தது. அப்போது தங்களைச் சந்திக்கும் பெருமை எனக்குக் கிடைத்தது. இயற்கைக்கான உலக நிதியத்தின் அறங்காவலர்களின் சார்பில் குஜராத்திலுள்ள கிர் கானுயிர் சரணாலயத்தின் ஆய்வறிக்கையைத் தங்களுக்கு அனுப்பிவைக்கும் சுதந்திரத்தை எடுத்துக்கொள்கிறேன். இந்த சரணாலயத்தை இந்திய, ஆங்கிலேயே, அமெரிக்க முன்னணி வல்லுநர்கள் டிசம்பர் மாதத்தில் ஏற்கனவே ஆய்வு செய்திருந்தனர். அவர்களைக் கலந்தோசித்த பிறகே (இப்போது அனுப்பி வைத்திருக்கும்) இந்த ஆய்வறிக்கை தயார் செய்யப்பட்டது.
>
> உலகிலுள்ள ஆசியாட்டிக் சிங்கங்கள் மொத்தமும் இப்போது கிர் சரணாலயத்தில்தான் உள்ளன. (...) இந்த சிங்கங்கள் தொடர்ந்து உயிர் வாழ்வதற்குப் பெரும் அச்சுறுத்தல் நிகழ்ந்து வருவது பற்றிப் பன்னாட்டு இயற்கை வளப் பாதுகாப்பு நிறுவனத்தின் பொதுக்குழு விவாதித்தது. அழிந்துவிடும் அபாயத்திலுள்ள இந்தியக் கானுயிர் இனத்தைப் பாதுகாக்க இந்தியா மேற்கொண்டுவரும் உறுதி யான நடவடிக்கைகள் பற்றி (பன்னாட்டு இயற்கை வளப் பாதுகாப்பு நிறுவன) பொதுக்குழுவின் தொடக்க உரையில் எழுச்சியூட்டும் விதமாக நீங்கள் உரையாற்றினீர்கள். இத்துடன் இணைத்துள்ள அறிக்கையில் குறிப்பிட்டுள்ள பரிந்துரைகள் உங்களின் தனிப்பட்ட கவனத்திற்குரிய தகுதி கொண்டவை என்பதை இயற்கைக்கான உலக நிதியத்தின் அறங்காவலர்களாகிய நாங்கள் நம்புகிறோம்.

உடனடியாக இந்திரா காந்தி இதற்கு எழுதிய பதில் (பிப்ரவரி 8):

> குஜராத் கிர் சரணாலயம் பற்றிய அறிக்கை அனுப்பியதற்கு நன்றி. உங்களின் பரிந்துரைகள்மீது நடவடிக்கை எடுக்குமாறு குஜராத் அரசைத் தொடர்ந்து வலியுறுத்துவோம்.

இந்திரா காந்தியின் விருப்பப்படி, தேசியப் பூங்காக்கள் மற்றும் கானுயிர்ச் சரணாலயங்களுக்கான வல்லுநர் குழு கிர் சரணாலயத்தை இரண்டு மாதங்களுக்குப் பிறகு பார்வையிட்டது. இறுதியில் சிங்கங்களையும் அவற்றின் வாழிடங்களையும் நிலையாகப் பாதுகாக்க 1972 ஜனவரி 17இல் கிர் சிங்கங்கள் சரணாலயத் திட்டம் தொடங்கப்பட்டது. இந்திரா காந்தியின் சளைக்காத ஆர்வமும் விடாப்பிடியான முயற்சியும் மாநில முதல்வரைத் தொடர்ந்து நடவடிக்கைகள் எடுக்கத் தூண்டின. இதன் விளைவாக குஜராத்தின் கிர் சரணாலயம் 1975 மே 1இல் தேசியப் பூங்காவாக அதிகாரபூர்வமாக அறிவிக்கப்பட்டது.

ஃ

30 வயதான அசோக் பார்த்தசாரதி ஜூன் 15இல் அறிவியல் தொழில்நுட்ப சிறப்பு உதவியாளராக இந்திரா காந்தியிடம் சேர்ந்தார். இதற்குக் காரணம் ஹக்சர். இந்திரா காந்திக்கு முன்போ அவருக்குப் பிறகோ வந்த பிரதமர்கள் யாரும் இதுபோன்ற ஒரு பதவியில் எவரையும் நியமித்ததில்லை. அசோக் பார்த்தசாரதியின் தாத்தா நேருவின் அமைச்சரவையில் அமைச்சராகப் பணியாற்றியவர். பார்த்தசாரதியின் தந்தையோ இந்திரா காந்திக்கும் ஹக்சருக்கும் நெருக்கமானவர். பல முக்கியத் தூதரகப் பதவிகள் வகித்தவர். அசோக் பார்த்தசாரதி கேம்பிரிட்ஜில் வானொலி வானியல் பயின்றவர். மட்டுமல்லாது சூழலியல் மாசுபாடு முதலான விசயங்களில் ஆழ்ந்த அக்கறை கொண்டிருந்தார். இந்திரா காந்தியின் சூழலியல் பற்றிய சிந்தனைகளைப் புரிந்துகொண்டிருந்தவரான அவர் இந்திரா காந்தியை ஆராதித்தார். அவர் தனது நினைவுக்குறிப்புகளில் இந்திரா காந்தியைப் பற்றி இவ்விதம் குறிப்பிடுகிறார்:[1]

> சுற்றுச்சூழல் பாதுகாப்பு மீதான இந்திரா காந்தியின் அக்கறையும் பொறுப்பும் ஆழமானதும் நிலைத்து நிற்பதுமாகும். இதற்கும் மேலாக அவரது ஈடுபாடு சுற்றுச்சூழல் குறித்த அனைத்தையும் உள்ளடக்கியதும் விரிவானதுமாகும். (...) சுற்றுச்சூழல் பராமரிப்பு மட்டுமின்றி அதன் தன்மையை மேம்படுத்தும் பொறுப்பையும் இந்திரா காந்தி ஏற்றுக்கொண்டிருந்தார்.

1970 ஜூன் மாத மத்தியில் பீதாம்பர் பந்த் தலைமையில் 'மனித சுற்றுச் சூழல் குழு' ஒன்றை அமைத்தார் இந்திரா காந்தி. ஐநா சபையின் ஸ்டாக்ஹோம் மாநாட்டிற்கு இந்தியாவைத் தயார்படுத்துவது தொடர்பான ஒருங்கிணைப்புப் பணியில் அந்தக் குழு ஈடுபட்டிருந்தது. 1971ஆம் ஆண்டு மத்தியில் ஐநா சபையில் இந்தியா சமர்ப்பிக்க வேண்டிய அறிக்கைகளை அந்தக் குழு தயார் செய்ய வேண்டும். ஐநா சபை மாநாட்டை ஸ்டாக்ஹோமில் நடத்த வேண்டுமென 1967இல் சுவீடனே முதன்முதலாக முன்மொழிந்தது. எனவே மாநாடு நடக்கும் நகர் ஸ்டாக்ஹோம் என்பதில் ஐயமில்லை. மாநாடு 1972 ஜூனில் நிகழுமென்பதும் உறுதியாகிவிட்டது.

இந்திய விஞ்ஞானிகள் ஸ்டாக்ஹோம் ஐநா சபை மாநாட்டிற்கு முக்கியக் கவனம் தர வேண்டும் என்பதில் அணுசக்தி தலைவரான விக்ரம் சாராபாய் கவனமாக இருந்தார். ஸ்டாக்ஹோம் மாநாட்டு நிகழ்ச்சி நிரல் பற்றி விவாதிக்க 1968ஆம் ஆண்டு இறுதியில் ஐநா அறிவியல் ஆலோசனைக் குழு கூடி ஸ்டாக்ஹோம் மாநாட்டில் பேச வேண்டிய விஷயங்கள் பற்றி விரிவாக விவாதித்தது. இந்தியாவின் சார்பாக அந்தக் கூட்டத்தில் விக்ரம் சாராபாய் கலந்துகொண்டார். அதன் பிறகு ஸ்டாக்ஹோம் மாநாடு பற்றி இந்திரா காந்தியிடமும் ஹக்சருடனும் அடிக்கடி கலந்துரையாடினார். 'மாசுபாடும் மனித சுற்றுச்சூழலும்' என்பது பற்றிய கருத்தரங்கை முதன்முதலாக ஆகஸ்ட் 26ஆம் நாள் பம்பாயில் ஏற்பாடு செய்தார். 1972இல் ஸ்டாக்ஹோமில் நிகழவிருந்த ஐநா சபை மாநாட்டில் 'மனித சுற்றுச்சூழல் மாசுபாடு தொடர்பான பிரச்சனைகளை வளரும் சமூகங்கள் சமாளிக்கும் விதம் பற்றிய அசலான கருத்துப் பங்களிப்பை இந்தியாவால் அளிக்க முடியும்' என அந்தக் கருத்தரங்கில் விக்ரம் சாராபாய் நம்பிக்கை தெரிவித்தார்.

෴

அதற்கு முந்தைய ஆண்டு புது தில்லியில் நடந்த பன்னாட்டு இயற்கை வளப் பாதுகாப்பு நிறுவனத்தின் பொதுக்குழுவிற்குப் பிறகு ஆசிரியர்கள், மாணவர்கள், பிற தொழில்சார் கல்வி, பயிற்சி, அனுபவம் கொண்டோர் அனைவரும் ஒன்று சேர்ந்து இயற்கைப் பாதுகாப்புக்கான இந்தியச் சங்கம் என்ற அமைப்பை உருவாக்கினர். சுற்றுச்சூழல் கல்வியை மேம்படுத்துவதும், அதனைப் பள்ளிக்கூடங்களிலும் கல்லூரிகளிலும் பரப்புவதும் அதன் நோக்கமாகும். விமானப் படை மத்தியப் பள்ளி முதல்வரும் பிரசித்திபெற்ற சுற்றுச்சூழலியலாளருமான ஹரி டேங், சங்கத்தின் சார்பில் இந்திரா காந்திக்கு எழுதிய கடிதத்தில்

(1970 அக்டோபர் 31) சங்கத்தின் புரவலராக அவர் இருக்க இயலுமா எனக் கேட்டிருந்தார். கடிதம் சாரதா பிரசாத்திடம் கொடுக்கப்பட்டது. அந்தக் கடிதத்தில் அவர் எழுதிய குறிப்பு:

> பிரதமர் எந்த அமைப்பிற்கும் புரவலராக இருக்க விரும்புவதில்லை.

இதுபற்றி இந்திரா காந்தியிடம் பேசும்படி அவர் மோனி மல்ஹோத்ராவுக்கு அந்தக் கடிதத்தை அனுப்பினார்.

16 நாட்களுக்குப் பிறகு டேங்கின் வேண்டுகோளை ஏற்றுப் புரவலராக இருக்க இந்திரா காந்தி ஒத்துக்கொண்டதும் அலுவலகப் பணியாளர்கள் ஆச்சரியமடைந்தனர். பிரதமராக இருந்த பதவிக் காலம் முழுவதும் இதுபோன்ற எண்ணற்ற வேண்டுகோள்கள் அரசுசாரா அமைப்புகளிடமிருந்து அவருக்கு வந்துகொண்டிருந்தன. ஆனால் இரண்டே இரண்டு அமைப்புக் களில் மட்டும் புரவலராக இருப்பதற்கு அவர் சம்மதம் தெரிவித்திருந்தார். புரவலராக இருப்பதற்கு இப்போது சம்மதம் தெரிவித்திருக்கும் 'இயற்கைப் பாதுகாப்புக்கான இந்தியச் சங்கம்' முதலாவது அமைப்பாகும். மூன்று ஆண்டுகளுக்கு பிறகு 'பம்பாய் இயற்கை வரலாற்றுச் சங்கம்' என்ற மற்றொரு அமைப்பிற்குப் புரவலராக இருக்க ஒப்புதல் தந்தார். இயற்கையின்மீது முழு ஈடுபாடு கொண்டிருந்த அவரின் வாழ்வை இது பிரதிபலிக்கிறது.

அடிக்குறிப்புகள்

1. Ashok Parthasarathi. *Technology at the Core; Science and Technology With Indira Gandhi (2007).*

1971

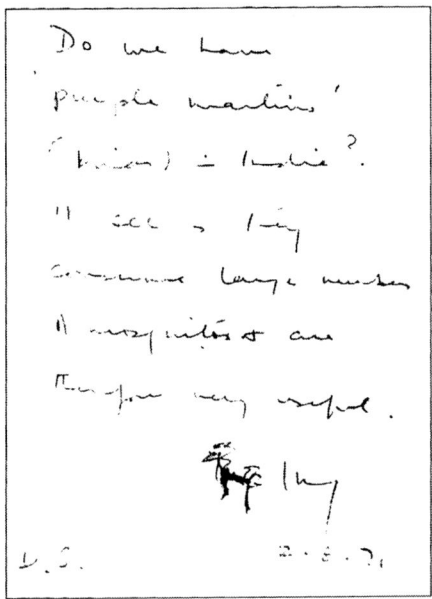

மோனி மல்ஹோத்ராவுக்கு இந்திரா காந்தி
எழுதிய குறிப்பு; 1971 ஆகஸ்ட்

1971 – இந்திரா காந்திக்கு இது ஓர் அற்புத
மான வருடம். ஆனால் இன்னும் எவ்வளவு காலம்
வாழப் போகிறோம் என்ற பெரும் அச்ச உணர்வு
ஆண்டின் தொடக்கத்தில் அவரிடமிருந்தது.
தேர்தல் பிரச்சாரத்தின்போது ஹக்சருக்கு எழுதிய
கடிதத்தில் அது வெளிப்பட்டது. அந்த நாட்களில்
அவர்களுக்கிடையேயான உறவின் தன்மையை
அந்தக் கடிதம் வெளிப்படுத்துகிறது (பிப்ரவரி 2):

'நான் மூட நம்பிக்கை கொண்டவளோ அல்லது
துக்க உணர்வு பீடித்தவளோ அல்ல என்பது
உங்களுக்குத் தெரியும். ஆனால் ஒருவர்
எதற்கும் தன்னைத் தயார்படுத்திக்கொள்ள
வேண்டுமென நினைக்கிறேன். எனக்கு

ஏதோ நேர்ந்துகொண்டிருக்கிறது என்ற எண்ணம் சென்ற தேர்தல் பிரச்சாரத்தின்போது என்னைப் பேயாய்ப் பிடித்தாட்டியது. ஆனால் இப்போது அவ்வளவாக இல்லை. உண்மையில் என் கவலையெல்லாம் குழந்தைகள் பற்றியே. அவர்களுக்கென விட்டுச்செல்ல என்னிடமிருப்பது சில பங்குச் சந்தை முதலீடுகள்தாம். அவையும் மிகக் குறைவான பெறுமதியுடைவை. கொஞ்சம் நகை இருக்கிறது. (பிள்ளைகளுக்குத் திருமணமாகி வீட்டிற்கு வரும்) இரு மருகள்களுக்கும் இரண்டு பகுதிகளாக அதனைப் பிரித்து வைத்துள்ளேன். (ராஜீவ் காந்தியின் திருமணத்திற்கு முன்பு இது நடந்தது.) கொஞ்சம் வீட்டுச் சாமான்கள், கம்பளங்கள், படங்கள் ஆகியவை உள்ளன. இவற்றைப்பற்றி பிள்ளைகள் முடிவெடுத்துக் கொள்ளட்டும். முடிந்தவரை ஒவ்வொன்றும் சமமாகப் பிரிக்கப்பட வேண்டுமென்பதே என் தனிப்பட்ட விருப்பம். ஆனால் ராஜீவிற்கு ஒரு வேலை இருக்கிறது என்பது கணக்கில் எடுத்துக்கொள்ளப்பட வேண்டிய விசயம். சஞ்சய்க்கு இல்லை. துணிகரமான ஒரு காரியத்தில் அவன் இறங்கியிருக்கிறான். அவன் வயதில் நான் எவ்விதமிருந்தேனோ பெரும்பாலும் அவ்வித மாகவே சின்னச் சின்னக் குறைபாடுகளுடன் அவன் இருக்கிறான். அவன் எதிர்கொள்ளவிருக்கும் பிரச்சனை களை நினைத்தாலே மனம் பதறுகிறது. என் பிள்ளை களின் வாழ்க்கை எங்கே... எவ்விதமிருக்கும் ...? நல்லதே நடக்குமென உறுதியாக நம்புகிறேன். ஆனால் அவர்கள் ஒன்றும் தனியே இல்லை. ஆதரவாய்த் தோள்சாய நிச்சயம் அவர்களுக்கு மனிதர்கள் உண்டு. இதனை அவர்கள் உணர வேண்டுமென விரும்புகிறேன்.

மார்ச் 1இலிருந்து 10வரை தேர்தல் நடந்தது. இந்திரா காந்தியைப்போல் தேர்தல் பிரச்சாரத்தில் மிகத் தீவிரமாக ஈடுபட்டவர்கள் யாருமில்லை. 55 நாட்களில் 400 கூட்டங்களுக்கு மேலாகத் தொடர்ச்சியாகத் தேர்தல் பிரச்சாரம் செய்தார். 1971ஆம் ஆண்டு நடந்த தேர்தல் 'இந்திரா காந்தியை முக்கிய வாதப்பொருளாக வைத்து நடந்ததென' தேர்தல் வரலாற்றில் பதிவானது. 'வறுமையை ஒழிப்போம்' என்ற புகழ்பெற்ற முழக்கத்துடன் இந்திரா காந்தி தேர்தலைச் சந்தித்தது இந்தச் சமயத்தில்தான். இந்த முழக்கம் 'இந்திரா காந்தியை ஒழிப்போம்' என்ற எதிர்கட்சிகளின் ஒற்றைத் திட்டத்திற்கு வலுவான எதிர்வினையாக அமைந்தது. இதன் விளைவு: இந்திராவிற்கும் அவர் கட்சிக்கும் மகத்தான தேர்தல் வெற்றி கிடைத்தது.

'இந்திரா காந்தி அலை' என்பதாக அது விவரிக்கப்பட்டது. உண்மையில் அது அலை அல்ல – சூறாவளி.

ஐந்து ஆண்டுகளில் மார்ச் 17இல் மூன்றாவது முறையாக இந்திரா காந்தி பிரதமராகப் பொறுப்பேற்றார். அசைக்கவே முடியாத சக்தியாக அவர் உருவானார். ஆனால் இந்தியாவின் கிழக்கு எல்லையில் பாகிஸ்தானுடன் ஏற்பட்ட நெருக்கடி அவரைத் திணறச் செய்தது. வருடத்தின் மீதிப் பகுதியும் இந்தப் பிரச்சனையிலேயே கழிந்தது. பாகிஸ்தானின் கொடூரமான ராணுவ நடவடிக்கையால் கிழக்குப் பாகிஸ்தானிலிருந்து (கிழக்குப் பாகிஸ்தான் என்பதாகவே அப்போது அதிகாரப்பூர்வமாக அது அறியப்பட்டது) 10 லட்சம்பேர் அகதிகளாக இந்தியாவிற்கு வந்து குவிந்தனர். மிகப்பெரும் மனிதாபிமான நெருக்கடி இது. உடனடியாக ராணுவ நடவடிக்கை மேற்கொள்ளப்பட வேண்டும் என்றுதான் இந்தியாவின் அரசியல் கருத்து அப்போது இருந்தது. ஆனால் உறுதியுடனும் அமைதியாகவும் இருந்தார் இந்திரா காந்தி. ராஜதந்திரச் செயல்பாடுகளில் அவர் மனம் குவிந்திருந்தது. இந்தச் சூழ்நிலையில் இந்திரா, ஹக்சர், இந்திய வெளியுறவுப் புலனாய்வுத் துறைத் தலைவர் ஆர்.என். ராவ் ஆகிய மூவரும் சந்தித்தனர். நீண்ட ஆலோசனைக்குப் பிறகு, வங்க தேசம் என்ற சுதந்திர நாட்டிற்காகப் போராடிக்கொண்டிருந்த உள்ளூர்த் தலைவர்களுக்கும் களப் போராளிகளுக்கும் ஆயுதம் வழங்கிப் பயிற்சி தருவது என முடிவு செய்யப்பட்டது. நீண்ட கால விளைவுகளைத் தருவதாக அந்த முடிவு இருந்தது. இறுதியில் இந்தியாவுக்கும் பாகிஸ்தானுக்கும் இடையே டிசம்பர் 3 அன்று மாலை போர் மூண்டது. பதிமூன்று நாட்கள் நடந்த போரில் இந்தியா வெற்றிபெற்றது. சோவியத் ரஷ்யாவின் உதவியைச் சாதுரியமாகப் பயன்படுத்தி பிராந்தியத்திலும், சர்வதேச அளவிலும் இந்தியாவின் நிலையைப் பலப்படுத்திக்கொண்டது, அமெரிக்காவின் வல்லமையை தைரியமாக எதிர்கொண்டது, இந்தியாவுக்குச் சாதகமாகச் சர்வதேசக் கருத்தை ஒன்று திரட்டியது, நமது நாட்டின் படை வீரர்களுக்கு ஆதர்சமாக இருந்து ஓர் அரசியல் தலைமை வழங்கியது என 1971 மார்ச்சிலிருந்து டிசம்பர் வரையிலான காலகட்டத்தில் மிகச்சிறந்த திறமைமிக்க ஓர் இந்திரா காந்தியை உலகம் கண்டது.

வெள்ளை மாளிகையில் அமெரிக்க ஜனாதிபதி நிக்சனுடனான சந்திப்புகளைப் போலவே (நவம்பர் 4 & 5) அவருக்கு உணர்வுப்பூர்வமாகக் கடிதம் எழுதியதும் (டிசம்பர் 15) இந்திய ராஜதந்திர வரலாற்றில் மதிப்பு மிக்கதாக இப்போதும் கருதப்படுகிறது. இந்த அனைத்து அரசியல் நடவடிக்கைகளுக்கு மத்தியிலும்,

தனது தோழி லூசைல் கைலுக்குக் கடிதம் (அக்டோபர் 3) எழுத இந்திரா காந்திக்கு நேரம் கிடைத்தது:

> *'(. . .) இங்கு யாரும் 'அமெரிக்காவுக்கு எதிரானவர்கள் அல்ல' என்பதை உனக்கு நிச்சயமாக உறுதிகூற முடியும். அமெரிக்காவின் கொள்கைகளுக்கு எதிராக இருக்கும் பல இந்திய இளைஞர்களும் அமெரிக்காவுக்கு எதிரானவர்கள் அல்லர். முக்கியமான தருணங்களில் உங்கள் அரசாங்கம் இங்கு நடப்பவை பற்றிச் சிறிதும் அக்கறை காட்டுவதில்லை என்பதாலும், இந்தியாவுக்கு எதிரான அணுகுமுறையை அது அப்பட்டமாக மேற்கொண்டுவருவதாலும் நாங்கள் வேதனையடைந்துள்ளோம் என்பதே உண்மை. அமெரிக்கா இதுவரை எதற்கு ஆதரவாக இருந்ததோ, அதற்கு நேர் எதிராகவே இந்த அணுகுமுறை உள்ளது. இது அமெரிக்காவின் உள்நாட்டு மற்றும் பிற தேவைகளைத் திருப்திப் படுத்தலாம். ஆனால் இது மிகக் குறுகலான பார்வை என எங்களால் உணராதிருக்க முடியவில்லை.*

ஞ

வங்கதேசப் பிரச்சனை தொடர்பாக சர்வதேச ராஜதந்திர நடவடிக்கைகள் மும்முரமாக இருந்த நிலையிலும் சுற்றுச்சூழலியல் மீதான இந்திரா காந்தியின் ஈடுபாடு உயிரோட்டத்துடன் இருந்தது. ஆகஸ்ட் 2இல் பிரதமரிடமிருந்து வந்த வழக்கத்திற்கு மாறான ஒரு துண்டுக் காகிதம் மோனி மல்ஹோத்ராவை வியப்பில் ஆழ்த்தியது அதில் பறவைப் படமொன்றைக் கிறுக்கி, இவ்விதம் எழுதியிருந்தார்:

> *Purple Martins* என்ற குருவி இனத்தைச் சேர்ந்த பறவைகள் இந்தியாவில் உள்ளனவா? அவை கொசுக்களைப் பெருமளவு விழுங்குகின்றனவாம். அவற்றால் உபயோகம் உண்டா?

(அவை கொசுக்களை விழுங்கும் என) பிரதமரிடம் தவறான தகவல் தெரிவிக்கப்பட்டிருந்தது. அந்தப் பறவைகள் பெரும்பாலும் வடஅமெரிக்காவில் காணப்படுகின்றன. அவை கொசுக்களைத் தின்று வாழ்வதாகப் பொதுவாக நம்பப்படு கிறது. அந்தப் பறவைகள் உயரத்தில் பறப்பவை என்பதால் கொசுக்கள் அந்தப் பறவைகளின் உணவல்ல, சில பூச்சிகள்தாம் அப்பறவைகளுக்கு பகுதி உணவாக உள்ளன என விஞ்ஞானம் கூறுகிறது. பறவையியலில் மல்ஹோத்ராவுக்கு இது ஒரு துரிதக் கல்வி. ஆனால் பிரச்சனைகளின் சுமையினால் சதா அழுத்தப்பட்டுக்கொண்டிருந்த நிலையிலும் பறவைகள்மீதான பிரதமரின் ஆர்வம் ஓர் உதாரணமாக மல்ஹோத்ராவின் நெஞ்சில் நிலைத்திருக்கும் என்பது நிச்சயம்.

சுற்றுச்சூழல்மீது இந்திரா காந்தி கொண்டிருந்த ஆழ்ந்த அக்கறையை எடுத்துக்காட்டும் ஏதோ ஒரு சந்தர்ப்பத்தில் நிகழ்ந்த ஒரு நிகழ்வு அல்ல இது. புலிகளைச் சுடுவதற்கு விதிக்கப்பட்ட தடை நடைமுறையில் எவ்விதம் அமல்படுத்தப்படுகிறது என கரண் சிங்கிற்கு முந்தைய வருடத் தொடக்கத்தில் எழுதிக் கேட்பதற்கும் இந்திரா காந்திக்கு நேரம் இருந்தது. சில மாநிலங்கள், முக்கியமாக மத்தியப் பிரதேசம் தடையை அமல்படுத்தத் தயக்கம் காட்டுவதாக கரண் சிங் தெரிவித்ததும் கடும் கோபம் கொண்ட அவர் மத்தியப் பிரதேச முதல்வர் ஷியாம சரண் சுக்லாவுக்கு உடனே ஒரு கடிதம் எழுதினார் (மே 5):

> *29 புலிகளைச் சுடுவதற்கான அனுமதியை இந்த ஆண்டு மத்தியப் பிரதேச அரசாங்கம் வழங்கியிருப்பதாக கரண் சிங்கிற்கு நீங்கள் எழுதிய கடிதம் மூலம் அறிந்தேன். புலிகளைப் பாதுகாக்கும் முக்கியமான நோக்கத்தைவிடவும் வேட்டை விற்பனை நிறுவனங்களுக்கும் வெளிநாட்டு வாடிக்கையாளர்களின் நலனுக்கும் மதிப்பளிக்கும் உங்களின் நடவடிக்கைகள் மிகுந்த வேதனை தருகின்றன. இந்தியா மட்டுமின்றிப் பிற உலக நாடுகளும் கானுயிர்ப் பராமரிப்பு பற்றி ஆழ்ந்த கவலை கொண்டுள்ளன. இந்தச் சமயத்தில், மத்தியப் பிரதேச அரசின் இந்த நடவடிக்கை கானுயிர் நோக்கத்திற்குச் செய்யும் மிகப்பெரும் தீங்காகும்.*
>
> *வேட்டைச் சாகச நினைவுப்பொருள் எதனையும் இந்தியாவிலிருந்து வெளிநாட்டிற்கு எடுத்துச்செல்லக் கூடாதென்ற தடை உள்ளதென வேட்டை விற்பனை நிறுவனங்கள் வெளிநாட்டு வாடிக்கையாளர்களிடம் தெரிவித்தனவா? உங்கள் அரசு வழங்கிய (29) அனுமதிகளில் ஏற்கனவே சுடப்பட்ட புலிகளின் எண்ணிக்கை எவ்வளவு? அந்தப் புலித் தோல்கள் எவ்விதம் அகற்றப்பட்டன? அவை என்ன செய்யப்பட்டன? (விற்கப்பட்டனவா? வெளியே வீசியெறியப்பட்டனவா?) முதலிய விபரங்களை அறிய விரும்புகிறேன். ஏற்கனவே வழங்கப்பட்ட அனுமதிகள் இன்னும் பயன்படுத்தப்படாதிருந்தால் அவற்றை ரத்து செய்வீர்கள் என நம்புகிறேன்.*

ஒரு மாதத்திற்கு பிறகு மத்தியப் பிரதேச முதல்வர் இந்திரா காந்திக்கு எழுதியது (ஜூன் 9):

> *(...) புலிகள் சுடப்படக் கூடாதெனத் திடீரென விதிக்கப்பட்ட தடையினால் வேட்டை விற்பனை நிறுவனங்களுடனும் வெளிநாட்டு வாடிக்கையாளர்களுடனும் ஏற்கனவே செய்து கொள்ளப்பட்ட ஒப்பந்தங்களில் கணிசமான இடையூறு*

ஏற்பட்டது. அதனால் தடையைச் சிறிது தளர்த்துவதென அரசு முடிவு செய்தது. அதன்படி அனுமதி வழங்கப்படும் அதிகப்பட்ச எண்ணிக்கை சென்ற ஆண்டு சுடப்பட்ட புலிகள் எண்ணிக்கையைக் காட்டிலும் அதிகமாகிவிடாமல், ஒரு வரம்பை அரசு நிர்ணயித்தது. எனவே இந்த ஆண்டு சுட்டுக்கொல்ல அனுமதி அளிக்கலாம் என முடிவு செய்யப்பட்ட புலிகள் எண்ணிக்கை 29. சென்ற ஆண்டு இந்த எண்ணிக்கை 184 ஆக இருந்தது. இந்த ஆண்டிற்கான 29 அனுமதிகளில், இதுவரை (இந்த மாதம் வரை) 11 அனுமதிகளே வழங்கப்பட்டுள்ளன. இதில் சுடப்பட்ட புலிகள் எண்ணிக்கை 3.

பிரதமருக்கு இந்தப் பதில் திருப்தி அளிக்கவில்லை. எனவே மத்தியப் பிரதேச முதல்வருக்கு மற்றொரு கடிதம் (ஜூன் 26) எழுதினார்:

புலிகளைக் கொல்வதற்கான அனுமதி வழங்குவது பற்றிய உங்கள் கடிதம் (ஜூன் 9) கிடைத்தது. புலிகளைக் கொல்வதற்கான தடையை மாநில அரசு திடீரெனத் தளர்த்தியதை நியாயப்படுத்த முடியாது, இதனால் மகிழ்ச்சியற்ற உணர்வே என் மனதில் இன்னுமுள்ளது. வேட்டை விற்பனை நிறுவனங்கள் எத்தகைய வாதங்களை முன்வைத்தாலும் இனிவரும் ஆண்டுகளில் தடையைத் தளர்த்துவதோ விதிவிலக்களிப்பதோ நடைபெறாதென நம்புகிறேன்.

புலிகள் சுடப்படுவதற்குத் தடை விதித்தால் மட்டும் போதாது. புலிகளை வேட்டையாடுவது, அவற்றின் வாழிடங்களை அழிப்பது, பூச்சிக்கொல்லி மருந்துகளால் புலிகளுக்கு விஷமிடுவது ஆகியவற்றுக்கு எதிராகக் கடுமையான தொடர் நடவடிக்கைகள் கட்டாயம் மேற்கொள்ளப்பட வேண்டும். பயிர் பாதுகாப்புக்கான உரிமங்களைத் தவறாகப் பயன்படுத்துவதில் கவனம் செலுத்தப்பட வேண்டும். கானுயிர்ப் காப்பகங்கள், விலங்குப் பூங்காக்களைச் சுற்றிலும் 15 மைல் பரப்பளவிலுள்ள பகுதிகளில் ஏற்கனவே வழங்கப்பட்ட அனைத்துப் பயிர் பாதுகாப்புக்கான உரிமங்களையும் திரும்பப் பெற்றுக்கொள்ளும் மிகச் சிறந்த நடவடிக்கையைத் தமிழ்நாடு அரசு சமீபத்தில் மேற்கொண்டுள்ளது. உங்களின் மாநில அரசும் இதுபோன்ற நடவடிக்கையை மேற்கொள்ளும் என நம்புகிறேன். இதனால் தற்சமயம் நடைமுறையிலுள்ள தடையிலிருந்து அதிகபட்ச அனுகூலங்களைப் பெறமுடியும்.

(கூட்டங்கள், மாநாடுகள், பிற தனிப்பட்ட நிகழ்ச்சிகள் ஆகியவற்றுக்கான) அனைத்து அழைப்புக்களையும் இந்த ஆண்டு (1971) இந்திரா காந்தி தவிர்த்தார். இயற்கைக்கான உலக நிதியத்தின் (இந்தியப் பிரிவு) பத்தாம் ஆண்டு விழாவில் உரையாற்ற வருமாறு அந்த அமைப்பின் செயலாளர் ஸஃபர் ஃபதேஹ்அலி இந்திரா காந்தியை அழைத்தார். அதற்கு இந்திரா காந்தி எழுதிய பதில் (ஜூன் 25):

> நீங்கள் செய்துவரும் பணி மிக முக்கியமானதெனக் கருதுகிறேன். நான் (விழாவுக்கு) வருகிறேனோ இல்லையோ எனது நல்வாழ்த்துக்கள் அதற்கு உண்டு. (கானுயிர்ப் பராமரிப்பு, சுற்றுச்சூழல் ஆகிய விசயங்களில்) மாநிலங்கள் மேற்கொண்டுவரும் நடவடிக்கைகளில் சிறிது முன்னேற்றம் தெரிகிறது. ஆனால் இதில் பொதுமக்களைப் பயிற்றுவிக்கும் மிக முக்கியமான கடின பணி இன்னுமுள்ளது.

நெதர்லாந்தின் இளவரசரும் இயற்கைக்கான உலக நிதியத்தின் தலைவருமான பெர்ன் ஹார்டு அந்த நிதியத்தின் பத்தாம் ஆண்டு விழாவில் கலந்துகொள்ள சுவிட்சர்லாந்திற்கு வருகை தருமாறு இந்திரா காந்திக்கு அழைப்புவிடுத்தார் (ஜூலை 12). முன்பு தெரிவித்த பதிலையே இந்திரா காந்தி கூறினார் (ஜூலை 29):

> இந்தியாவில் நிதியத்தின் செயல்பாடுகளில் எனக்கு மிகுந்த ஆர்வமுண்டு. எனினும் இப்போது இங்குள்ள மிக நெருக்கடியான நிலைமை காரணமாக வெளிநாட்டுப் பயணத்திற்கான சாத்தியம் இருப்பதாகத் தெரியவில்லை.

பாகிஸ்தானுடனான 'மிக நெருக்கடியான நிலைமையை' சமாளிக்க வேண்டிய நிலையிலிருந்தார் இந்திரா. இந்தச் சூழ்நிலையை 'மிக நெருக்கடியான நிலைமை' என்ற வார்த்தை மிகக்குறைவாகவே வெளிப்படுத்த முடியும்.

ஈரானிலுள்ள ராம்சாரில் உலக நாடுகளின் அரசாங்கங்களுக்கு இடையேயான மாநாடு பிப்ரவரி 2, 3 தேதிகளில் நடக்கவிருந்தது. சதுப்பு நிலங்களைப் பாதுகாக்க உலக நாடுகள் ஓர் உடன்பாட்டிற்கு வர வேண்டும் என்பதே அந்த மாநாட்டின் நோக்கமாகும். அந்த உடன்பாட்டிற்கு வருவதற்கான சமாதானப் பேச்சுவார்த்தைகள் எட்டு ஆண்டுகளாகத் தொடர்ந்து நடைபெற்று வந்திருந்தன. சுற்றுச்சூழல் தொடர்பான அனைத்துப் பிரச்சனைகளுக்கும் உலக அளவிலான ஒரு நேச உடன்படிக்கை ஏற்பட இருப்பது இதுவே முதல்முறையாகும்.

ராம்சார் மாநாட்டிற்குப் பிரதிநிதிகள் குழு ஒன்றை அனுப்புமாறு மாநாட்டு ஒருங்கிணைப்பாளர்கள் இந்தியாவைக் கேட்டுக்கொண்டனர். அப்போது வெளியுறவுத்துறை அமைச்சகத்தில் உதவிச் செயலாளராக இருந்த ஜே.என். தீக்ஷித் (வெளியுறவுச் செயலாளராகவும் தேசியப் பாதுகாப்பு ஆலோசகராகவும் பின்னர் பணிபுரிந்தவர்) சர்வதேச நீர்ப் பறவைகள் ஆய்வுத்துறை இயக்குநர் ஜி.வி.டி. மேத்யூஸிற்கு ஒரு கடிதம் எழுதினார் (1970 மே 18). மாநாட்டிற்கான ஒருங்கிணைப்புப் பணியில் இந்த ஆய்வுத்துறை ஈடுபட்டிருந்தது. தீக்ஷித் எழுதிய கடிதம் அரசு அதிகாரி ஒருவரின் தொனியில் இருந்தது:

> பொருள்: சதுப்புநில நீர்ப்பறவைகள் பற்றிய சர்வதேச மாநாடு – ஈரான் 1971.
>
> இந்திய அரசு வெளியுறவுத் துறை அமைச்சருக்கு மேற்குறிப்பிடப்பட்ட விஷயம் குறித்துத் தாங்கள் எழுதிய கடித எண் ஜிவிடிம்/எல்விஆர் 1970 மே 4 கிடைக்கப்பெற்றது என்பதை உங்களுக்குத் தெரிவிக்கும்படி பணிக்கப்பட்டுள்ளேன். உங்கள் கடிதம் பரிசீலிக்கப்பட்டு வருகிறது.

சர் ஹம்ப்ரே அப்லெபியே[1] நேரடியாகப் பேசுவது போன்ற பாணியில் அமைந்த இந்தக் கடிதத்தைப் படித்த மேத்யூஸ் புன்னகை செய்திருப்பார் என்பதில் ஐயமில்லை. (சர் ஹம்ப்ரே அப்லெபி புகழ்பெற்ற *பிபிசி* தொடரான 'எஸ் மினிஸ்டர்'ரில் நடித்தவர். ஆக்ஸ்ஃபோர்டு பல்கலைக்கழகத்தில் ஆங்கிலத்தில் முதுகலைப் பட்டம்பெற்ற கல்விமான். கேட்போரைக் குழப்பிச் சலிப்பை ஏற்படுத்துமளவு சுற்றிவளைத்துப் பேசுபவர்). கடிதம் எழுதி பல மாதங்களாகியும் இந்திய அரசாங்கத்திடமிருந்து பதில் எதுவும் வராததால் விரக்தியடைந்த மேத்யூஸ் தனது நல்ல நண்பரான சலீம் அலிக்குக் கடிதம் எழுதினார் (1970 அக்டோபர் 12). ராம்சார் மாநாட்டில் இந்தியா கலந்துகொள்ளத் தீர்மானித்துள்ளதா என்பது பற்றி அரசாங்கத்திடமிருந்து பதிலைக் கேட்டுப்பெற்றுத் தனக்கு விபரம் தெரிவிக்க சலீம் அலியைக் கேட்டுக்கொண்டார்.

இது விசயமாக உணவு மற்றும் வேளாண் அமைச்சக அலுவலர்களை சலீம் அலி தொடர்புகொண்டார். கடிதப் போக்குவரத்து நடந்தது. இறுதியில் இந்தியாவின் பிரதிநிதியாக இருவர் கொண்ட குழு ராம்சார் மாநாட்டில் கலந்து கொள்ளுமென அனுமதி வழங்கப்பட்டது (ஜனவரி 22). இந்த இருவரில் ஒருவர் சலீம் அலி. இந்திரா காந்தியின் விருப்பத்தின்படி இவ்விதம் முடிவு செய்யப்பட்டது.

ராம்சார் மாநாட்டில் ‘சர்வதேச முக்கியத்துவம் வாய்ந்த சதுப்பு நிலங்கள் மீதான – குறிப்பாக நீர்வாழ் பறவைகளின் வாழ்நிலங்கள் பற்றிய’ உடன்படிக்கைக்கு எதிராகச் சில நாடுகள் கையொப்பமிட்டன. 1975 டிசம்பரில் இந்த உடன்படிக்கை அமலுக்கு வந்தது. 1976 நவம்பரில் இந்த உடன்படிக்கையில் பாகிஸ்தான் கையொப்பமிட்டது. ஆறு வருடங்களுக்குப் பிறகு 1982 பிப்ரவரியில்தான் இந்தியா கையொப்பமிட்டு உடன்படிக்கையை உறுதி செய்தது.

ශ

1972 ஜூனில் ஸ்டாக்ஹோமில் நடைபெறவிருந்த மனிதச் சுற்றுச்சூழல் பற்றிய ஐநா சபை மாநாட்டில் இந்தியா பங்கேற்குமென மே மாத மத்தியில் இந்திரா காந்தி அதிகாரப்பூர்வ ஒப்புதல் அளித்தார். சுற்றுச்சூழல் சீர்கேடு, மக்கள் குடியேற்றம், இயற்கை வளங்கள் என மூன்று ஆய்வறிக்கைகளை மாநாட்டில் இந்தியா சமர்ப்பிக்க இருந்தது. இந்த அறிக்கைகளும் அவற்றின் பேசுபொருளும் அனைவரும் அறிந்த சாதாரண விசயமாக இன்று தோன்றலாம். ஆனால் ஆய்வறிக்கைகள் வெளிவந்த 1971ஆம் ஆண்டு காலகட்டத்தில் இந்தியாவின் சுற்றுச்சூழல், இயற்கை வளங்கள் தொடர்பான விசயங்களை அறிந்துகொள்வதற்கும் கையாள்வதற்கும் அவசியமான வரலாற்று நூற்கள் மிகமிகக் குறைவாகவே இருந்தன அல்லது இல்லாதிருந்தன; பயிற்சிபெற்ற நிர்வாகிகளுமில்லை; சுற்றுச்சூழல் விஞ்ஞானிகளோ பிற வல்லுநர்களோ மிகக் குறைவாகவே இருந்தனர். இவ்விதக் குறைபாடுகளுக்கு மத்தியிலும், 1971ஆம் ஆண்டில் தயார் செய்யப்பட்ட அந்த அறிக்கைகளின் ஆழமும் உயர்ந்த அறிவார்த்தச் செறிவும் வியப்பூட்டுபவை. இவற்றை உருவாகியவர்கள் பீதாம்பர் பந்தும் அவரது அலுவலகச் சகாக்களும்தான்.

அந்த மாநாட்டில் கலந்துகொள்வது இந்திரா காந்தியே எதிர்பார்த்திராத ஒன்று. பின்னர் நிலைமை மாறிற்று. இந்தியாவும் பிரேசிலும் மாநாட்டில் கலந்துகொண்டால் அது வளரும் நாடுகளைப் பிரதிநிதித்துவப்படுத்தும் என்பதை மாநாட்டின் செயல் மேலாளராக நியமிக்கப்படவிருந்த கனடா நாட்டைச் சேர்ந்த மாரீஸ் ஸ்ட்ராங் அறிந்திருந்தார். (1971 அக்டோபரில்தான் ஐநா சபையில் சீனா அனுமதிக்கப்பட்டது) எனவே இந்த இரு நாடுகளையும் (பிரேசில், இந்தியா) தொடக்கத்திலேயே ஒரே அணியில் கொண்டுவரும் முக்கியத்துவத்தை அவர் நன்கு அறிந்திருந்தார். மாநாட்டில் கலந்துகொள்ளுமாறு தனிப்பட்ட முறையில் இந்திரா காந்தியை வேண்டிக்கொள்ள ஸ்ட்ராங்கே

புதுதில்லிக்கு வந்தார். 1971 ஜூன் மாத மத்தியில் இந்தச் சந்திப்பு நிகழ்ந்தது. தனது வாழ்க்கைச் சரிதத்தில் இதனை ஸ்ட்ராங் நினைவு கூர்கிறார்.

> சுற்றுச்சூழலியலில் மிகுந்த ஆர்வமும் அறிவும் நிரம்பியவராக இந்திரா இருந்தார் என்பதை உடனே தெரிந்துகொண்டேன். அவர் கவனத்தை ஈர்ப்பதற்காக அவரிடம் இவ்விதம் கூறினேன்:
>
> ‘வளரும் நாடுகள் மாநாட்டில் பங்கேற்காவிட்டால், தொழில்மயமான நாடுகளிடமே பிரச்சனையை விட்டுவிட வேண்டியது வரும் (. . .) வளரும் நாடுகளின் ஆர்வத்தையும் அக்கறைகளையும் மிகத் தெளிவாகவும் சிறப்பாகவும் உங்களால்தான் எடுத்துரைக்க முடியும். எனவே நீங்கள் ஏன் மாநாட்டில் கலந்துகொள்ளக் கூடாது? மாநாட்டு நிகழ்ச்சியில் உங்களுக்குச் சிறப்பான இடம் உண்டு என்பதை உறுதி கூறுகிறேன்,’ என்றேன். மாநாட்டில் கலந்து கொள்வதாக உடனே சம்மதம் தெரிவித்தார். அலுவலகப் பணியாளர்கள் சிலர் வியந்தனர்; சிலர் திடுக்கிட்டனர் (. . .)

இந்திரா காந்தி – மாரீஸ் ஸ்ட்ராங் சந்திப்பின்போது மோனி மல்ஹோத்ராவும் உடனிருந்தார். அந்த சந்திப்பைச் சற்றுத் தணிவான தொனியில் மோனி மல்ஹோத்ரா இவ்விதம் பதிவு செய்கிறார்.

> ஸ்டாக்ஹோம் மாநாட்டில் கலந்துகொள்ள விருப்பம் இருப்பதாகவும் அங்கு வருவதற்கு முடிந்தவரை முயல்வதாகவும் இந்திரா காந்தி தெளிவாக ஸ்ட்ராங்கிடம் தெரிவித்தார். அப்போது (1971 ஜூன்) வங்கதேசப் பிரச்சனை மிகத் தீவிரமாக இருந்தது. அதனால் ஒரு ஆண்டுக்குப் பின்னர் நிகழவிருந்த அந்த மாநாட்டில் கலந்துகொள்ளும் உறுதியான உத்தரவாதம் எதனையும் இந்திரா காந்தியால் தர முடியவில்லை.

ஜ

செப்டம்பர் மாதத்திற்குள் வங்கதேச அகதிகளின் பிரச்சனை பேரழிவின் பரிமாணங்களைத் தொட்டது. அதன் சுமையை மேற்கு வங்கம் தாங்கிக்கொள்ள வேண்டியதானது. அகதிகள், அதன் தாக்கம் ஆகியவற்றை உலக நாடுகளுக்கு விளங்கச் செய்வதிலேயே இந்திரா காந்தியின் கவனமும் நேரமும் கழிந்தன. மிக மோசமாகிக்கொண்டிருந்த அகதிகள் பிரச்சனையை மறுபரிசீலனை செய்வதற்காக செப்டம்பர் முதல் நாளில் இந்திரா காந்தி கல்கத்தா சென்றார். அப்போது ஆர்க்கிடெக்ச்சரல்

ஃபோரம் என்ற அமெரிக்க இதழ் பக்மின்ஸ்டர் ஃபுல்லெருக்காக சிறப்பிதழைக் கொண்டுவரவிருந்தது. அந்தச் சூழ்நிலையிலும் அந்த இதழுக்காகச் செய்தி எழுதி அனுப்பினார் இந்திரா:

> பக்மின்ஸ்டர் ஃபுல்லெரால் கட்டடக் கலை புது அர்த்தம் கொண்டது. இந்தத் தொழிலில் ஈடுபட்டுள்ள பிறரைப் போலவே வாழுமிடத்தையும், தொழில் புரியுமிடத்தையும் அவர் கையாள்கிறார். ஆனால் பிரபஞ்ச உருவாக்கத்தின் கலைதான் அவரை முழுவதும் ஆட்டிப்படைத்துக் கொண்டிருக்கிறது. இதில் புதுப்பாதை கண்டவர் அவர். பொருட்களையும் வடிவங்களையும் பயன்படுத்தும் விதங்களில் அவரது கண்டுபிடிப்பு மனிதன் விஞ்ஞானத்திற்கும், விஞ்ஞானம் மனிதனுக்கும் என்ன செய்ய முடியும் என்பதை விளங்கிக்கொண்ட முயற்சியின் விளைவாகும்.
>
> பக்மின்ஸ்டெர் ஃபுல்லெருடான உரையாடல் மிகவும் உற்சாகம் தரும் அனுபவமாகும். தனித்தனியாகத் துறைகளை ஒருங்கிணைக்க முடியும் என்று அவர் தெளிவாக உணர்கிறார். எனவே தொழில்நுட்பத்தை அழிவுக்கான கருவி என்ற பரவலான கருத்தைப் புறந்தள்ளிவிடுகிறார்.

நகரங்களை வடிவமைக்கையில் சுற்றுச்சூழலை முக்கியக் கூறாக கணக்கிலெடுத்துக்கொள்ள வேண்டும் என இந்திரா காந்தி கருதினார் என்பதைக் கூறவேண்டிய அவசியமே இல்லை. இதற்கு எடுத்துக்காட்டு: மனை, வீடு, விற்பனை, மேம்பாடு முதலானவற்றில் இந்தியாவிலேயே மிகப்பெரிய நிறுவனம் தில்லி ஹவுசிங் அண்ட் பைனான்ஸ் ஆகும் (டிஎல்எஃப் என இது குறிப்பிடப்படும்). அது ஷெரட்டான் இன்டெர்நேஷனலுடன் இணைந்து நானூறு அறைகள்கொண்ட ஒரு புதிய சொகுசு ஹோட்டலைக் கட்ட விரும்பியது. விரிவான சாலைகளும் பச்சைப்பசேலென அடர்ந்த மரங்களும் கொண்ட தில்லியின் மையப்பகுதியான அவுரங்கசீப் சாலை எண் 14–16இல், இந்தப் புதிய ஹோட்டலைக் கட்டுவதற்கு அனுமதி கோரி டிஎல்எஃபின் இயக்குநர் கே.பி. சிங் விண்ணப்பித்திருந்தார் (டிசம்பர் 18). அதற்கு இந்திரா காந்தி எழுதிய பதில் சுற்றுச்சூழலுக்கு அவர் அளித்த முக்கியத்துவத்திற்கு மேலும் ஒரு சான்றாக விளங்குகிறது.

> (. . .) கனாட் ப்ளேஸ் காம்ப்ளெக்ஸை மீண்டும் மேம்படுத்தத் திட்டமிடுகையில், அந்தப் பகுதி மட்டுமின்றி, புதுதில்லியின் மீதிப் பகுதிகளையும் மேம்படுத்தும் விதமாகவும் அந்தத் திட்டம் இருக்கும்படி நமது அணுகுமுறை இருக்க வேண்டும்.

புதுதில்லியின் பங்களாக்கள் பகுதியில் அடுக்குமாடிக் கட்டடங்களுக்கான ஒப்புதல் தருவதற்கு முன்னர் இத்தகைய ஒட்டுமொத்த பார்வையுடன் திட்டங்கள் பரிசீலிக்கப்பட வேண்டும்.

டிஎல்எஃப். ஹோட்டல் திட்டத்தால் ஆபத்து விளையுமென இந்திரா காந்தி கருதினார் என்பது இதன்மூலம் தெரியவருகிறது. 'புதுதில்லிப் பகுதியின் எதிர்காலமும் அதன் தன்மையும்' இதனால் (பாதிக்கப்படும்) என்பதாக மோனி மல்ஹோத்ரா குறிப்பிட்டார். ஆனால் இந்த நிலைப்பாட்டை ஐந்து ஆண்டுகளுக்குப் பிறகு இந்திரா காந்தி மாற்றிக்கொண்டார். டிஎல்எஃபிற்குச் சொந்தமான மனையிலிருந்து சற்று அப்பால் அதே சாலையிருக்கும் நான்கு ஏக்கர் நிலத்தில் ஐந்து நட்சத்திர ஹோட்டல் ஒன்றைக் கட்டும் கோரிக்கையை (1976 மார்ச் 31) டாட்டாவுக்குச் சொந்தமான 'இந்தியன் ஹோட்டல்ஸ் கம்பெனி லிமிடட்' புதுதில்லி நகராட்சி மன்றத்திடம் சமர்ப்பித்தது. வழக்கத்திற்கு மாறான வேகத்துடன் இரண்டு நாட்களுக்குள் இந்தக் கோரிக்கையை ஏற்றுக்கொண்ட நகராட்சி மன்றம் 1976 டிசம்பர் 18இல் முறையான உடன்படிக்கையில் கையொப்பமிட்டது. 1978 அக்டோபரில் ஹோட்டல் திறக்கப்பட்டது.

இவ்விதம் இந்திரா காந்தி தனது நிலைப்பாட்டை மாற்றிக் கொண்டதற்கு எழுத்துப்பூர்வமான எந்த விளக்கமும் இல்லை. 'இந்தியன் ஹோட்டல்ஸ்' முதன்மை நிர்வாகியான அஜித் கெர்க்கரோடான சஞ்சய் காந்தியின் சந்திப்பிற்குப் பிறகு இந்த மாற்றம் நிகழ்ந்ததென்ற யூகம் அப்போது நிலவிற்று (இது யூகம் தான்). உறுதியாகக் கூறமுடிவது இதுதான்: 1975 ஆகஸ்டிலேயே நகராட்சி மன்றத்திற்கு உட்பட்ட பகுதிகளிலும் நகரத்தின் எஞ்சிய பகுதிகளிலுமுள்ள அடுக்குமாடிக் கட்டடங்களை எழுப்பக் கூடாதென்ற தடையை நீக்குவதற்கு இந்திரா காந்தி ஒப்புதல் அளித்திருந்தார். 29.08.1976இல் அலுவலக் கோப்பு ஒன்றில் அவர் பதிவு செய்திருந்த குறிப்பு இதற்கான காரணத்தை அறிந்துகொள்ளும் சிறு வாய்ப்பைத் தருகிறது. உதவியாளர் சல்மான் ஹைதர் இந்திரா காந்திக்குச் சமர்ப்பித்த அலுவலக் கோப்பில் சில கட்டடங்களின் தளப்பகுதி விகிதம் நான்காக அனுமதிக்கப்படுவதாகவும் இது வழக்கமாக அனுமதிக்கப்படும் 2.5 விகிதத்திற்கு மாறானது என்பதாகவும் சுட்டிக்காட்டியிருந்தார். அந்தக் கோப்பில் இந்திரா காந்தி பதிவு செய்திருந்த குறிப்பு இது (1976 ஆகஸ்ட் 29):

(...) கட்டிடத்தை உயரே மேல்நோக்கி எழுப்புவதா அல்லது கீழே அதிக விவசாய நிலத்தை ஆக்கிரமிப்பு செய்வதா? தேர்வு

இந்த இரண்டிற்கிடையேதான். (தளப்பகுதி விகிதம் அதிக அளவு உள்ள) கோரிக்கை ஏற்றுக்கொள்ளப்பட வேண்டும்.

இந்தியாவின் கிழக்கு எல்லைப் பகுதிகளின் பிரச்சனைகள் உச்சகட்டத்தில் இருந்த நிலையிலும் சுற்றுச்சூழல் பாதுகாவலர்களான கரண் சிங், பில்லி அர்ஜன் சிங், கைலாஸ் சங்கலா, ஸஃபர் ஃபதேஹ்அலி, ஆன் ரைட் ஆகியோர் அடங்கிய சிறிய குழுவை இந்திரா காந்தி சந்தித்தார் (செப்டம்பர் 10). இவர்கள் இந்திரா காந்தியின் வாழ்வில் பின்னர் முக்கியப் பங்காற்ற இருந்தனர்.

இந்தக் குழுவிலுள்ளோர் மட்டுமின்றி எம்.கே. ரஞ்சித் சின்கா, வனத்துறைக் கண்காணிப்பாளர் ஆர்.சி. சோனி ஆகியோரையும் அழைப்பாளர்களாகக் கூட்டத்தில் கலந்துகொள்ளும்படி மோனி மல்ஹோத்ரா பரிந்துரைத்தார். இந்த இருவரையும் தனிப்பட்ட முறையில் இந்திரா காந்தி நன்கறிவார். கூட்டத்தில் இரு கருத்துக்கள் முன்வைக்கப்பட்டன. தேசிய அளவில் கானுயிர்ப் பாதுகாப்புச் சட்டம் ஒன்று இந்தியாவுக்குத் தேவை என்பது முதலாவது கருத்தாகும். ஏற்கனவே மாநில அரசுகளால் நிறைவேற்றப்பட்டு நடைமுறையிலுள்ள சட்டங்கள் இன்னும் தீவிரமாக அமல்படுத்தப்பட வேண்டும் என்பது மற்றொன்று. இதனை முன்வைத்தவர் சோனி.

நாடு முழுவதும் கானுயிர்கள் கொன்றழிக்கப்படுவதாகவும் இந்திரா காந்தியின் செயல்பட்டியலில் இதற்கு முன்னுரிமை இல்லை எனவும் பில்லி அர்ஜன் சிங் இந்திரா காந்தியையும் அவரது அலுவலர்களையும் கடுமையாகச் சாடினார். ‘இந்திரா காந்தி சிறிது பின்வாங்கினார்; தற்காப்புணர்வுடன் ஆழ்ந்த சிந்தனையில் ஆழ்ந்தார்’[2] அடுத்ததாகப் பேசிய ஆன் ரைட் விலங்குகளின் தோல், மென் உரோமம் முதலானவற்றைச் சட்ட விரோதமாக வர்த்தகம் செய்வதில் கல்கத்தா முக்கிய மையமாகிவிட்டதைக் குறித்தும் 1960களின் பிற்பகுதியில் ஏற்பட்ட பஞ்சத்தின் காரணமாக நாட்டின் சரணாலயங்கள் ஒவ்வொன்றாய் வேட்டைக்கு இரையாகி வருவது பற்றியும் குறிப்பிட்டார்.

கூட்டத்தில் இந்திரா காந்தி குறைவாகவே பேசினாலும் சுற்றுச்சூழல் பற்றிய அப்போதைய சூழ்நிலை ஏற்றுக்கொள்ளும்படியாக இல்லை எனவும் மத்திய அரசாங்கத்திடம் அதனது பங்கிற்கு ஏதாவது புதிய முயற்சி தேவை எனவும் தெளிவாகச் சுருக்கமாகக் கூறினார்.

இந்தக் கூட்டத்திற்குப் பிறகு பில்லி அர்ஜன் சிங் இந்திரா காந்திக்குக் கடிதம் எழுதினார் (செப்டம்பர் 15):

இந்திய விலங்குகள் சிலவற்றைக் காணவேண்டுமெனில் தூதுவா சரணாலயத்தைப் பார்வையிடும்படி உங்களை வேண்டுகிறேன். விரைவிலேயே தேசியப் பூங்காவென அது அறிவிக்கப்படும் என நம்புகிறேன். இந்திய – நேபாள் உப கண்டத்தில் மிகச்சிறந்த சதுப்புநில மான்கள் உள்ளன. அவை அங்குள்ள புலிகளுக்குத் தொடர்ந்து இரையாகி வருகின்றன.

மூன்று நாட்களுக்குப் பிறகு இந்தக் கடிதத்தில் இந்திரா காந்தி இவ்வாறு குறித்தார்:

அங்கு வர மிகவும் விரும்புகிறேன். ஆனால் பாதுகாப்பு என்ற பெயரில் பொறுப்பற்ற முறையில் குழப்பமாகச் செயல்படும் எனது மெய்க்காவலர்களின் நடத்தை அந்தச் சூழ்நிலையைச் சேதப்படுத்திவிடுமென அஞ்சுகிறேன்.

ஆ

இந்திரா காந்தியின் அலுவலக வட்டத்திற்குள் இரண்டு இளைஞர்கள் இந்த ஆண்டு புதிதாக வந்துசேர்ந்திருந்தனர். ஒருவர் 32 வயதான எம்.கே. ரஞ்சித் சிங். இந்திய ஆட்சிப்பணிப் பயிற்சியில் மல்ஹோத்ராவுடன் சேர்ந்து பயின்றவரான இவர் வான்கானர் ராஜ குடும்பத்தைச் சேர்ந்தவர். மத்தியப் பிரதேச மாநிலத்தில் சில வருடங்கள் பணியாற்றினார். பின்னர் உணவு மற்றும் விவசாய அமைச்சகத்தின் உதவிச் செயலாளராகப் பண்ணை இயந்திரமாக்கல் தொடர்பான பணியில் மே மாதம் புதுதில்லி வந்தார். செப்டம்பர் 10இல் நடந்த பிரதமர் – சுற்றுச்சூழல் பாதுகாவலர்கள் கூட்டத்தில் கலந்துகொள்ளுமாறு இவரை மல்ஹோத்ரா அழைத்தார். இந்தியக் கானுயிர் பற்றிய ரஞ்சித் சிங்கின் 30 நிமிடத் திரைப்படத்தை இந்திரா காந்தி முந்தைய ஆண்டு ஏற்கனவே பார்த்திருந்தார். கான்ஹா பூங்காவில் ஒரு புலி மரத்தின் மீதேறும் அபூர்வக் காட்சி இந்தப் படத்தில் வரும். தனது நண்பர் சிங் பண்ணை இயந்திரமாக்கல் தொடர்பான பணியில் தனது நேரத்தை வீணடித்துக்கொண்டிருப்பதாகவும் இந்தியாவின் சுற்றுச்சூழல் செயற்திட்டத்தை முன்னெடுத்துச் செல்லும் பணிக்கு அவர் மிகவும் பொருத்தமானவர் என்றும் இந்திரா காந்தியிடம் எடுத்துக்கூறி அவரை நம்பவைப்பது மல்ஹோத்ராவுக்குச் சிரமமாக இல்லை. வனங்கள் மற்றும் கானுயிர்ப் பராமரிப்பு பணியில் உதவிச் செயலாளராக மிக விரைவிலேயே சிங் நியமிக்கப்பட்டார். இவ்விதம் வனங்கள் கானுயிர்ப் பராமரிப்பிற்கெனத் தனியே உதவிச் செயலாளர் ஒருவர் நியமிக்கப்படுவது இதுவே முதன்முறையாகும்.

(இந்திரா காந்தியின் அலுவலக வட்டத்திற்குள் வந்துசேர்ந்த) மற்றொரு இளைஞர் 31 வயது நிரம்பிய அசோக் கோஸ்லா. அரசு வட்டத்தில் பலரும் அவர் பெயரை அறிந்திருந்தனர். அதற்குக் காரணம் ஹார்வார்ட் பல்கலைக்கழகத்தில் நன்கறியப்பட்ட விஞ்ஞானியான பேராசிரியர் ரோகர் ரேவெல் ஆவார். அவர்தான் கோஸ்லாவை சிபாரிசு செய்து இந்திரா காந்தி, விக்ரம் சாராபாய் மற்றும் சிலருக்குக் கடிதம் எழுதினார். ஹார்வார்ட் பல்கலைக்கழகத்தில் இயற்பியலில் முனைவர் பட்டம் முடித்திருந்த புத்திக்கூர்மை மிக்க இளைஞரான கோஸ்லா தன்னுடன் பணிபுரிந்தவர் எனவும் அவர் தனது நாட்டிற்குத் திரும்பிவர விரும்புதாகவும் ரேவெல் அந்தக் கடிதத்தில் குறிப்பிட்டிருந்தார். நேர்காணலுக்குப் பிறகு தன் அலுவலகத்திலேயே பணியில் சேரும்படி கோஸ்லாவை சாராபாய் கேட்டுக்கொண்டார். ஆனால் டிசம்பரில் சாராபாய் மறைந்தார். அதன் பிறகு இது (பணியில் கோஸ்லா சேருதல்) நடக்கவில்லை. பின்னர் பீதாம்பர் பந்த் கோஸ்லாவைத் தொடர்ந்து வலியுறுத்தியதன் காரணத்தால், 1972ஆம் ஆண்டு மத்தியில் இந்திரா காந்தியின் ஒப்புதலுக்குப் பிறகு புதிதாக உருவாக்கப்பட்ட அறிவியல் தொழில்நுட்பத் துறையில் கோஸ்லா சேர்ந்தார். சுற்றுச்சூழல் ஆய்விற்கான அடிப்படைகளை நிறுவியதிலும் நீர்ப்பாசனம், மின்சாரம், உரம், சுத்திகரிப்பு போன்ற பிற மேம்பாட்டுப் பணித்திட்டங்களை முறையான விதத்தில் மதிப்பீடு செய்ததிலும் வேறு எவரைவிடவும் கோஸ்லாவின் பங்களிப்பே முதன்மையாக இருந்தது.

அடிக்குறிப்புகள்

1. *BBC* யின் மிகப்புகழ்பெற்ற தொலைக்காட்சித் தொடரான *'Yes Minister'.*
2. Diff Hart Davis, *Honorarzy Tigers: The Life of Billy Arjan Singh (2005),* Bittu Sahgal (edi); *Lest We Forget: Kailash Sankhala's India (2008)*

1972

ஸ்டாக்ஹோமில் நடந்த ஐநா சபை மாநாட்டில் மனித சுற்றுச்சூழல் குறித்து இந்திரா காந்தி உரையாற்றுகிறார்; 1972 ஜூன்

1971ஆம் ஆண்டில் இந்திரா காந்திக்கு அரசியல் ரீதியாகப் பல நல்ல விசயங்கள் நடந்தன. அது இந்த ஆண்டும் சிறிது தொடர்ந்தது. மாநிலங்களின் சட்டசபைத் தேர்தல் மார்ச் மாதத்தில் திட்டமிட்ட படியே நடந்தது. வங்கதேச விவகாரத்தில் இந்திரா காந்தியின் செயற்பாடுகளுக்குக் கிடைத்த வெற்றியின் மகிமையில் திளைத்திருந்த காங்கிரஸ் கட்சி 70 சதவீத இடங்களைத் தேர்தலில் கைப்பற்றியது. 1967இல் ஆறு மாநிலங்களில் படுதோல்வி அடைந்ததை அது மறந்து விட்டது. 1971ஆம் ஆண்டு தேர்தல் வெற்றிக்குப் பிறகு காங்கிரஸ் கட்சியைச் சேர்ந்தவர்களே ஒவ்வொரு மாநிலத்திலும் முதலமைச்சர்களாக இருந்தனர். தமிழ்நாட்டில் காங்கிரஸ் கூட்டணிக் கட்சியைச் சேர்ந்தவரே முதலமைச்சரானார். தேர்தல் முடிந்ததும் பாகிஸ்தானுடனான சமாதானப் பேச்சுவார்த்தை யில் உடன்பாடு காணத் தனது நேரத்தை இந்திரா காந்தி அர்ப்பணித்தார். நீண்ட இழுபறிக்குப் பிறகு இரு நாடுகளும் சமாதான உடன்படிக்கையில்

ஜூலை 2இல் கையொப்பமிட்டன. இரு நாடுகளிலுமுள்ள விமர்சகர்களில் சிலர் இந்த உடன்படிக்கையைப் போற்றினர்; சிலர் குறைகூறினர். 1971ஆம் ஆண்டின் சில மாதங்களில் அவரிடம் வெளிப்பட்ட அசைக்க முடியாத தைரியத்திற்கு ஒப்பானது சிம்லாவில் அவர் காட்டிய மிகப்பெரும் ராஜதந்திரம் என்பது மட்டும் உண்மை.

ஆனால் சிம்லா உடன்படிக்கைக்கு முன்னரே பிரச்சனைகளின் அறிகுறிகள் ஐயத்திற்கு இடமின்றித் தெளிவாகத் தெரிந்தன. இந்திரா காந்தி இவற்றை ஆழமாக உணர்ந்திருந்தார். டோரதி நார்மனுக்குக் கொச்சியிலிருந்து இந்திரா காந்தி எழுதிய கடிதம் (ஏப்ரல் 29):

> நமது தலைவிதியை நிர்ணயிக்கும் கடவுள் என ஒருவர் இருப்பாரேயானால் இந்தியாவின் பிரச்சனைகளைப் பற்றி யோசிப்பதிலும் தீர்வு காண்பதிலுமே அவர் மிக அதிகமாகக் கவலையுற்றுக் கொண்டிருப்பார். ஒரு நெருக்கடி முடிவுக்கு வந்ததும் வேறொரு பிரச்சனை மேலெழுந்து அச்சுறுத்துகிறது. வெற்றி, அதன் பொறுப்புகளுடனேயே வருகிறது; பொறாமை எண்ணங்களையும் எழுப்புகிறது. நமது தைரியத்திற்குச் சவாலாகவே இந்த ஆண்டு இருக்கும்.

இந்திரா காந்தியின் மகன் சஞ்சய் காந்தியின் மாருதி கார் திட்டம் பாராளுமன்றத்திலும் வெளியேயும் கடும் கொந்தளிப்பை உருவாக்கிற்று. ஆனால் இந்திரா காந்தி அதனை இறுதிவரை ஆதரித்து வந்தார். கம்யூனிஸ்ட் கட்சியின் பாராளுமன்ற உறுப்பினரும், மாருதி கார் விசயத்தில் கடுமையான விமர்சகருமான நிரன் போஸிற்கு இந்திரா காந்தி கடிதம் எழுதினார் (மே 1):

> (...) சஞ்சய் காந்தியின் மாருதி கார் திட்டத்தைப் பொறுத்த வரை அனைத்து இயந்திரங்களும் இந்தியாவிலேயே வாங்கப்பட்டிருக்கின்றன. இயந்திர சாதனங்கள், உதிரிப்பாகங்கள், வரைபடம், வடிவமைப்பு, தொழில்நுட்ப உதவி ஆகிய எவற்றுக்குமே அன்னியச் செலவாணிக்கான கோரிக்கை எதுவும் முன்வைக்கப்படவுமில்லை; ஒப்புதலும் தரப்படவில்லை. (கார் உற்பத்திச்) சந்தையில் மாருதி கார் பற்றி உலவிவரும் அறிக்கைகளை நீங்கள் குறிப்பிட்டுள்ளீர்கள். இதுபற்றி என்னால் கூறமுடிவது இதுதான்: சரிபார்க்கப்படாத செய்திகளை அரசியல் பிரச்சாரத்திற்காகப் பயன்படுத்துபவர்களுக்கும், புழுதி வாரித் தூற்றுவதில் ஆர்வத்துடன் ஈடுபடுவோருக்கும் நாட்டில் பஞ்சமே இல்லை. உங்கள் கடிதம் கிடைத்த

பின்னரே நீங்கள் குறிப்பிட்டுள்ள செய்தி சில பத்திரிகைகளில் வெளிவந்துள்ளதை அறிந்தேன்.

குடும்ப விசயங்களையும், டார்ஜிலிங், பூட்டானுக்குச் சென்ற பயணம் பற்றியும் தனது தோழியான லூசைல் கைலிடம் பகிர்ந்து கொண்ட இந்திரா காந்தியின் கடிதத்தில் (அக்டோபர் 22) இந்தக் குறிப்பும் இருந்தது:

வழக்கமான நெருக்கடிகளும் இடையூறுகளும்தாம் இப்போதுமுள்ளன. இவை அனைத்திலுமிருந்தும் விடுபடுவது எப்படி என்றுதான் தெரியவில்லை.

பணியிலிருந்து விலகுவதென டிசம்பர் மாத மத்தியில் ஹக்சர் தீர்மானித்தார். அவரைப் பணியிலேயே இருக்கச் செய்ய இந்திரா காந்தி எந்த முயற்சியும் மேற்கொள்ளவில்லை. ஆனால் டிசம்பர் 25இல் அவருக்கு குறிப்பிடத்தக்க கடிதம் ஒன்றை எழுதினார்:

அன்புள்ள ஹக்சர் சாகேப்,

எழுதவோ பேசவோ தயக்கமாக இருக்கிறது. சொற்களால் வெளிப்படுத்த முடியாத அளவு சில விசயங்கள் ஆழமானவை. அல்லது சரியான சொற்களைத் தேர்வுசெய்து எழுதும் அளவுக்கு எழுத்தாளரும் அல்ல நான். நெருக்கடிகள் மிகுந்திருந்த காலகட்டத்தில் நீங்கள் பாறைபோல் உறுதியாக இருந்தீர்கள். (...) உங்கள் வழிகாட்டுதல்கள் விலைமதிப்பற்றவை. (...) உங்கள் பணி ஓய்வினால் பிரதமர் அலுவலகத்தின் செயல்திறன் மிகவும் குறைந்துவிடும் என்பதில் சந்தேகமில்லை. இது எனக்கு மிகப்பெரும் இழப்பாகும்.

இதன் பிறகு 1973இல் ஈரானின் சிறப்புத் தூதராக ஹக்சர் இருந்தார். பாகிஸ்தான், வங்கதேசம் ஆகிய நாடுகளுடன் பேச்சு வார்த்தை நடத்த சிறப்புச் செய்தித் தூதுவராகப் பணிபுரிந்தார். அதன்பின் 1975ஆம் ஆண்டு ஜனவரியிலிருந்து திட்டக் கமிஷன் துணைத்தலைவராகப் பணியாற்றினார். இவ்விதம் பற்பல வழிகளில் ஹக்சரின் சேவைகளை இந்திரா காந்தி பயன்படுத்திக்கொண்டார். ஆனால் பணி ஓய்விற்குப் பிறகு தார்மீக, கொள்கைரீதியான தினசரி வழிகாட்டியாக ஹக்சர் இல்லை. சில ஆண்டுகளுக்குப் பிறகு ஹக்சர் காலமானார். அவருடன் ஒரு காலகட்டத்தில் பணியாற்றிய ஹெச்.ஒய். சாரதா பிரசாத் பல ஆண்டுகளுக்கு பிறகு எழுதிய இரங்கல் செய்தியில் 'பதிற்றாண்டுகளாக நெருங்கிப் பழகிய இந்திரா காந்தியும் ஹக்சரும் பின்னர் விலகிப் பிரிந்தனர். இதற்குக் காரணம், இளவரசனைப் பற்றி ஆட்சியாளருக்கும் அரசவைப்

பணியாளருக்குமிடையே வளர்ந்தவாறிருந்த மோதல் போக்கு' எனக் குறிப்பிட்டார்..!

ஞ

1971 டிசம்பரில் பாகிஸ்தானுடன் நடந்த போரில் ராணுவம் இந்தியாவிற்கு மகத்தான வெற்றியை ஈட்டித் தந்தது. ராணுவ வீரர்கள் இந்திரா காந்தி மீது கொண்ட மதிப்பிற்கும் வியப்பிற்கும் ஈடு இணையே இல்லை. போரில் ராணுவத்தின் நாயகனான ஜெனரல் சாம் மானெக்‌ஷா தனிப்பட்ட முறையில் இந்திரா காந்தியின் நண்பர். மே 30இல் எதிர்பாராதவிதமாக இந்திரா காந்தியிடமிருந்து மானெக்‌ஷாவிற்குக் கடிதம் வந்திருந்தது:

> சுற்றுச்சூழல் மீதான அக்கறை உலகம் முழுவதிலும் வேகமாகப் பரவி வருகிறது. இந்தியாவிலுள்ள நம் அனைவருக்கும் இந்த இயக்கத்தில் அக்கறையும் ஈடுபாடும் உண்டு. நமது கானுயிர் மற்றும் வனவளம் பெருமளவு குறைந்துவருவதால் எஞ்சியிருக்கும் கானுயிர் இனத்தைப் பாதுகாக்க நாம் அனைவரும் தீவிரமான முயற்சி மேற்கொள்ள வேண்டும்.
>
> நாட்டின் பல்வேறு பகுதிகளில், குறிப்பாக இமயமலைப் பகுதியிலுள்ள விலங்குகளை ராணுவ வீரர்கள் வரன்முறையற்றுக் கொன்றழிப்பதான செய்திகள் வேதனையளிக்கின்றன. உலகில் அழிந்துவரும் விலங்குகளில் ஒன்றான காஷ்மீர் மானையும் அவர்கள் விட்டுவைக்கவில்லை. டேச்சிகம் அருகேயுள்ள பகுதிகளில் இவை சுட்டுக்கொல்லப்படும் சம்பவங்கள் நிகழ்ந்தவாறுள்ளன. வெடிமருந்துகள் மூலம் மீன்களும் கொல்லப்படுவதான செய்திகளும் உண்டு.
>
> போர்க் காலத்திலும் அமைதியின்போதும் நமது தேசிய நலனைப் பாதுகாப்பவர்கள் ராணுவ வீரர்கள்தாம். நம் நாட்டின் அழகிற்கும் மக்களின் நலனிற்கும் மிக அவசியமான விலங்கினத்தையும் தாவரங்களையும் பேணிப் பாதுகாக்கவும் அவர்கள் உதவி தேவை.
>
> எனவே விலங்குகளை இதுபோல் கொன்றழிப்பது நாட்டின் நலனுக்குக் கேடுவிளைவிக்கும் என உங்கள் அதிகாரிகளுக்கும் வீரர்களுக்கும் எடுத்துக் கூறுவதில் நீங்கள் தனிப்பட்ட முறையில் கவனம் தர வேண்டுகிறேன். அவர்கள் விலங்குகளைச் சுட்டுக் கொல்லக்கூடாது; அது மட்டுமல்லாது அவைகளை பிறர் வேட்டையாடுவதையும் அவர்கள் தடுத்து நிறுத்த வேண்டும்.

> வேட்டையாடுதல் தொடர்பான சட்டதிட்டங்களைக் கண்டிப்புடன் பின்பற்ற வேண்டுமென உங்கள் ராணுவ அதிகாரிகளுக்கும் வீரர்களுக்கும் உத்தரவு பிறப்பிக்க வேண்டும். அந்தந்த ராணுவப் பிரிவுகளில் நிகழும் கானக விதிமீறல்களுக்கு அந்தந்தப் பிரிவின் அதிகாரிகளே பொறுப்பேற்க வேண்டும். விதிகளை மீறுவோர்கள் ராணுவ நீதிமன்றங்களில் தண்டிக்கப்பட வேண்டும்.

இதேபோன்ற கடிதங்கள் நாட்டின் மற்ற இரு படைத் தளபதிகளுக்கும், எல்லைப் பாதுகாப்புப் படை போன்ற மற்ற துணைப்படை அமைப்புகளுக்கும் அனுப்பப்பட்டன. ஜெனரல் மானெக்ஷா உட்பட அனைவரும் இந்திரா காந்திக்கு உடனடியாகப் பதில் எழுதினர். பிரதமரின் உத்தரவுகள் கண்டிப்புடன் உடனடியாகப் பின்பற்றப்படுமெனவும் அதில் உறுதி கூறியிருந்தனர். சட்டத்தை மீறுவோருக்கு மன்னிப்பு வழங்குதல் என்ற பேச்சுக்கே இடமில்லை எனவும் கடிதத்தில் குறிப்பிட்டிருந்தனர். கானுயிர்ப் பாதுகாப்புத் தொடர்பான கறாரான புதிய சட்டம் இன்னும் நான்கு மாதங்களில் பிறப்பிக்கப்பட இருந்தது. சுற்றுச்சூழல் அக்கறைகளை வலியுறுத்தி நாட்டின் படைத் தளபதிகளுக்கும், மத்திய துணைப்படை அமைப்புகளுக்கும் இவ்விதம் கடிதம் எழுதுவதை இன்னும் ஓராண்டு காலம் தொடர்ந்தார் இந்திரா காந்தி.

ஃ

உலக கானுயிர் நிதியத்தின் – இந்தியப் பிரிவின் செயலாளர் ஸஃபர் ஃபதேஹ்அலி இந்திரா காந்திக்கு ஒரு கடிதம் எழுதினார். (மார்ச் 15):

> இந்தியப் புலிகளைப் பாதுகாக்க மிகப்பெரும் நிதி திரட்டும் நடவடிக்கையை உலக கானுயிர் நிதியம் (சர்வ தேசம்) மேற்கொள்ளத் தீர்மானித்துள்ளது. (. . .) அடிப்படையில் இந்தத் திட்டத்தின் நோக்கம்: புலிகளுக்கான மிகப்பெரிய சரணாலயங்களை அமைப்பதும் அவற்றின் வாழிடங்களைப் பாதுகாப்பதுமாகும்.
>
> (. . .) இந்த முயற்சியை நீங்களே நிச்சயமாக வரவேற்பீர்கள். ஆனால் முக்கியமான இந்த விசயத்தில் முடிவெடுப்பதற்கு முன்னர் உங்கள் ஆசீர்வாதம் அவசியமென கை மவுண்ட்ஃபோர்ட் நினைக்கிறார். அவர் ஏப்ரல் 16 அல்லது 17ஆம் தேதி இந்தியா வர இருக்கிறார். இந்த இரு நாட்களில் ஏதாவது ஒருநாள் ஒருசில நிமிடங்கள் உங்களை அவர் சந்திக்கலாமா? அதற்கு அனுமதி தர இயலுமா?

இந்தக் கடிதத்தைத் தொடர்ந்து உலக கானுயிர் நிதியத்தின் (சர்வதேசம்) தலைவரும் நெதர்லாந்தின் இளவரசருமான பெர்னார்ட் இந்திரா காந்திக்குக் கடிதம் எழுதினார் (மார்ச் 23):

> புலிகளை அழிவிலிருந்து காக்கும் உலக நிதியத்தின் முயற்சிகளுக்கு ஆதரவு தருவதாக 1969ஆம் ஆண்டு புதுதில்லியில் நடந்த பன்னாட்டு இயற்கை வளப் பாதுகாப்பு நிறுவனத்தின் கூட்டத்தில் நீங்கள் கூறியிருந்தீர்கள் (. . .) அதனால் பத்து லட்சம் டாலர்களுக்குச் சமமான தொகையைத் திரட்டும் பெரிய நடவடிக்கையைச் சர்வதேச அளவில் மேற்கொள்ள உலக கானுயிர் நிதியம் தயாராகிக் கொண்டுவருகிறது. இந்த நிதியின் உதவியால் மூன்று நாடுகளில் இன்னும் எஞ்சியிருக்கும் புலிகளைக் காக்கும் முயற்சிகளில் வெற்றிபெறும் வாய்ப்புகள் உள்ளன (. . .)
>
> நிதியத்தின் அறங்காவலர்களுள் ஒருவரும் இந்தத் திட்டத்தின் இயக்குனருமான திரு. கை மவுண்ட்ஃபோர்டை ஏப்ரல் மாத மத்தியில் உங்களைச் சந்திக்கும்படி கேட்டுள்ளேன். அவர் உங்களிடம் திட்டத்தைப்பற்றிச் சுருக்கமாக எடுத்துக் கூறுவார். தில்லியில் அவர் உங்களைச் சந்திக்க அனுமதி வழங்கினால் நன்றியுடையவனாக இருப்பேன்.

நெதர்லாந்த் இளவரசரின் வேண்டுகோளின்படி மவுண்ட் ஃபோர்ட் ‘தன்னைச் சந்திக்க அனுமதி வழங்கினார்’ இந்திரா காந்தி. ஃபதேஹ்அலி கேட்டுக்கொண்டபடி அவருக்குத் தனது ‘ஆசீர்வாதங்களையும்’ வழங்கினார்.

ஏப்ரல் 18ஆம் நாள் பிரதமர் கடுமையான வேலை நெருக்கடியிலிருந்தார். பாராளுமன்றக் கூட்டத்தொடர் நடந்துகொண்டிருந்தது; பாகிஸ்தானுடன் இரு தரப்புப் பேச்சுவார்த்தைக்கான முன்னேற்பாடுகள் நடந்துகொண்டிருந்தன; நேபாள் பிரதமர் வருகை தர இருந்தார். எனினும் மவுண்ட் ஃபோர்ட், ஃபதேஹ்அலி, சார்ல்ஸ் டி ஹேஸ் ஆகியோரைச் சந்தித்துப் பேச ஒரு மணிநேரம் ஒதுக்கினார் இந்திரா காந்தி. வரலாற்றுச் சிறப்புமிக்க இந்தச் சந்திப்பை மவுண்ட்ஃபோர்ட் தனது சுயசரிதையிலும் ஒன்றிரண்டு பிற புத்தகங்களிலும் பதிவு செய்துள்ளார். இந்திரா காந்தியைச் சந்தித்த விவரங்களைப் பற்றித் தனது சக அறங்காவலர்களுக்குக் குறிப்பு எழுதி அனுப்பினார். பிரசுரமாகாத அந்தக் குறிப்பின் ஒரு பகுதி (ஏப்ரல் 30):

> கானுயிர்மீதும் அவற்றின் பாதுகாப்பிலும் ஆத்மார்த்தமான ஈடுபாடு கொண்ட அற்புதமான பெண்மணி இந்திரா காந்தி (. . .)

விவாதத்தின்போது பெண்மகளின் வசீகரமும் ஆண் ஒருவனின் தீர்மான உறுதியுமாய் அவரது நடத்தை மாறிக் கொண்டிருந்தது. புலிகளைப் பாதுகாக்கச் சாத்தியமான நடவடிக்கைகள் அனைத்தையும் மேற்கொள்வதில் இந்திரா காந்தி உறுதியாக இருந்தார். புலிகள் பாதுக்காப்புத் திட்டத்தில் தனிப்பட்ட முறையில் அவரை ஈடுபடும்படி செய்துவிட்டால் வெற்றி உறுதி என்பது தெரிந்தது. அனைத்து விபரங்களையும் கேட்டறிந்த பிறகே இந்திரா காந்தி தனது முழுச் சம்மதத்தையும் குறிப்பாகத் தெரிவித்தார். ஒருங்கிணைப்புக் குழு பற்றிக் குறிப்பிட்டபோது, சிறப்புப் பணிப்பிரிவு ஒன்றை அமைக்க இருப்பதாகவும் அது தனது நேரடிக் கண்காணிப்பில் செயல்படுமெனவும் கூறினார். அன்று மாலை நடக்கவிருந்த செய்தியாளர் சந்திப்பில் இதனைத் தெரிவிக்க அவரின் அனுமதியைப் பெற்றுக்கொண்டேன். ஆச்சரியப்படும்படியாக மறுநாளே சிறப்புப் பணிப் பிரிவு அமைக்கப்பட்டது. அடுத்த நாள் அதன் முதல் கூட்டம் நடைபெற்றது.

ஏப்ரல் 18ஆம் தேதி மாலை சிறப்புப் பணிப்பிரிவு அமைக்கப்பட்டது என்ற அறிவிப்பைச் செய்தியாளர் சந்திப்பில் மவுண்ட்ஃபோர்ட் தெரிவித்தார். புலிகள் பாதுகாப்புத் திட்டத்திற்காக அமைக்கப் பட்ட சிறப்புப் பணிப்பிரிவின் செயல்பாடுகள் பற்றிய விவரங்களை இறுதி செய்வதற்காக இந்தியக் கானுயிர் கழகத்தின் செயற்குழு ஏப்ரல் 19இல் கூடியது. கூட்டத்தில் கலந்துகொண்ட ஸாஃபர் ஃபதேஹ்அலி சுவிட்சர்லாந்திலுள்ள உலக கானுயிர் நிதியத்தின் (சர்வதேசம்) சக உறுப்பினர்களுக்கு மறுநாள் இவ்விதம் தெரிவித்தார்:

> புலிகள் பாதுகாப்புத் திட்டத்தில் கரண் சிங் மிகுந்த ஆர்வம் கொண்டுள்ளார். இது மிகவும் மகிழ்ச்சியளிக்கிறது. நமது அலுவலகத்தின் சர்வதேச மையத்தில் நடந்த கூட்டத்திற்குப் பிறகு அவர் இந்திரா காந்தியைச் சந்தித்தார். தனது ஆர்வத்தை பிரதமர் அவருக்கும் சிறிது தந்திருப்பார் என்பது வெளிப்படை.

புலிகள் பாதுகாப்புத் திட்டம் தொடர்பான சிறப்புப் பணிப்பிரிவின் இறுதி அறிக்கையை கரண் சிங் இந்திரா காந்தியிடம் சமர்ப்பித்தார் (செப்டம்பர் 7). ஆன் ரைட்டையும் சுற்றுச்சூழலியலாளரான துலீப் மத்தாயையும் சிறப்புப் பணிப்பிரிவில் இந்திரா காந்தியே சேர்த்துக்கொண்டார். புலிகளைப் பாதுகாப்பது, புலிகளின் வாழிடங்களை மீட்டெடுப்பது ஆகியவை அடங்கிய திட்ட அறிக்கையை உருவாக்க நான்கு மாதகாலக் கடும் உழைப்பு தேவைப்பட்டது. அறிக்கை முழுவதையும் ஆழமாக வாசித்த

இந்திரா காந்தி ஒன்பது நாட்களுக்குப் பிறகு கரண் சிங்கிற்கு எழுதிய கடிதம்:

> புலிகளைப் பாதுகாக்க மதிப்பீடு செய்யப்பட்டிருக்கும் தொகை எதிர்பார்த்தை விடவும் மிக அதிகம். தற்போதைய சூழ்நிலையில் மிகவும் சிக்கனமாக இருக்க வேண்டியது அவசியம். எனவே மதிப்பீட்டில் குறித்துள்ள ஒவ்வொரு செலவினத்தையும் கவனமாக மீண்டும் பரிசோதித்துச் சரிபார்க்கவும். (. . .)
>
> தலைமை அலுவலகத்தில் அல்லாது சரணாலயத்தின் உள்ளேயே இணை இயக்குநர்கள் தங்கிப் பணிபுரிவர் என நம்புகிறேன். தங்கள் ஆளுகைக்குட்பட்ட சரணாலயத்தின் பகுதிகளிலேயே முழுநேரமும் தங்கியிருந்து முழுமனதோடு அவர்கள் பணிபுரிய வேண்டும். அதுவே திட்டம் வெற்றி பெறுவதற்கான முக்கிய காரணியாகும். அவர்களையும் அவர்களுக்குக் கீழ் பணிபுரியும் அலுவலர்களையும் கவனமாகத் தேர்வுசெய்து சரியாக வேலை செய்யும்படி ஊக்குவிக்க வேண்டும். (. . .)
>
> அறிக்கையின் பரிந்துரைகளை அமல்படுத்தும்போது சம்பந்தப்பட்ட ஒவ்வொரு மாநில அரசாங்கத்தையும் அதில் ஈடுபாடுகொள்ளச் செய்யவேண்டியது அவசியம். விருப்பத்தோடு முழுமனதுடன் அவர்கள் ஒத்துழைத்தால் மட்டுமே திட்டம் வெற்றிபெறும். அதனால் மிகவும் சாதுரியமாக அவர்களிடம் நடந்துகொள்ள வேண்டும்.
>
> புலிகள் பாதுகாப்புத் திட்டத்திற்காகத் திரட்டப்பட வேண்டுமெனத் தற்காலிகமாக நிர்ணயிக்கப்பட்டுள்ள தொகை பத்து லட்சம் டாலர்கள் என கை மவுண்ட்ஃபோர்டும் சார்லஸ் டே ஹேசும் என்னிடம் கூறினர். எனினும் திட்ட அறிக்கையின் மதிப்பீட்டின்படி இந்தத் தொகை மேலும் அதிகமாகலாம் எனவும் தெரிவித்தனர். புலிகள் பாதுகாப்புத் திட்டம், அடிப்படையில் இந்திய முயற்சிதான். எனினும் முடிந்த அளவு சர்வதேச உதவி பெறுவதில் நாம் தயங்கக் கூடாது. (. . .) இந்தத் திட்டத்திற்கு மிக அதிகமாக நிதி ஒதுக்கியுள்ளதால் இதற்கு எதிரான விமர்சனங்கள் நமது நாட்டிலேயே எழக்கூடும். எனவே இதனை (சர்வதேச உதவி) அழுத்தமாகக் கூறவேண்டியதுள்ளது. (. . .)
>
> அறிக்கையில் குறிப்பிடப்பட்டுள்ள சரணாலயங்கள் அதிகமும் மனிதர்களும் கால்நடைகளும் தங்குமளவு மிகப் பெரியவை. வளர்ப்புக் கால்நடைகளையும் மனிதர்களையும் சரணாலயதிற்குள்ளேயே சேர்ந்திருக்குபடி விட்டுவிட்டால்

நிர்வகிப்பதில் சிரமம் ஏற்படும். அதனால் சரணாலயத்திற்கு வெளியே கிராமங்களில் மனிதர்களையும் கால்நடையையும் தங்கச் செய்யலாம். கிராமங்கள் இல்லையெனில், ஒத்துப்போகும் தன்மைக்கேற்ப மனிதர்களையும் கால்நடைகளையும் சிறுசிறு குழுக்களாகச் சேர்த்துச் சரணாலயங்களுக்கு உள்ளேயே தங்கச் செய்யலாம். அதனால் விலங்குகள் உலவித் திரிய குறுக்கீடுகள் இல்லாத விரிவான வனப்பகுதிகள் ஒவ்வொரு சரணாலயத்திலும் நிறையவே இருக்கும். மேய்ச்சலுக்கான மாற்று ஏற்பாடுகள் சாத்தியமில்லாவிடில் கால்நடைகளுக்குத் தொழுவங்கள் அமைத்து உணவு தரும் முறையை அறிமுகம் செய்வது குறித்து யோசிக்கலாம்.

சிறப்புப் பணிப் பிரிவுக்குப் பதிலாக வழிகாட்டும் குழுவை இடம்பெறச் செய்ய வேண்டும் என்பதை ஏற்றுக் கொள்கிறேன்.

இவ்விதம் நடைமுறையில் செயல்படுத்துவதற்கான ஒவ்வொரு விசயத்திலும் ஈடுபாடுகொண்டு புலிகள் பாதுகாப்புத் திட்ட வடிவமைப்பில் இந்திரா காந்தி காட்டிய ஆர்வம் அசாதாரணமானது. இந்திராகாந்தியும் கை மவுண்ட்ஃபோர்டும் சந்தித்து முழுதாக ஒரு வருடங்கூட முடிந்திராத நிலையிலும் புலிகள் பாதுகாப்புத் திட்டம் 1973 ஏப்ரல் 1இல் முறையாகத் தொடங்கப்பட இருந்தது என்பதே திட்டத்தின் வெற்றியாகும். இதன் ஒவ்வொரு கட்டத்திலும் தனிப்பட்ட முறையில் இந்திரா காந்தி ஆர்வம் காட்டினார். திட்டத்தின் வெற்றிக்கு இதுவே முக்கியக் காரணமாகும். உலக கானுயிர் நிதியம் இந்தத் திட்டத்திற்கு உதவியது உண்மையே. திட்டத்தின் முதற்கட்ட ஆறாண்டுகால மொத்தச் செலவில் பதிமூன்று விழுக்காடு தொகையை மட்டுமே உலகக் கானுயிர் நிதியம் நன்கொடையாக வழங்கியது. பெருமளவு நிதி வழங்கியது இந்திரா காந்தியின் அரசே. கடுமையான நிதிப் பற்றாக்குறையும் தேவைகளும் நிலவிய நெருக்கடியான சூழ்நிலையில் புலிகளைப் பாதுகாப்பதற்காக ஆறு ஆண்டுகளில் ஏறத்தாழ ஆறு கோடி ரூபாய் செலவிடுவது கணிசமான தொகை என்பதை இந்திரா காந்தி உணர்ந்தே இருந்தார்.

இந்தியாவின் தேசிய விலங்காகப் புலியை அறிவிக்கும் இந்தியக் கானுயிர்க் கழகத்தின் பரிந்துரைக்கு ஆதரவு தருவதென நவம்பர் 18இல் இந்திரா காந்தி முடிவு செய்தார். 1969 ஜூலையில் சிங்கத்தைத் தேசிய விலங்காக அறிவிக்கும் தீர்மானத்தை நிறைவேற்றிய இந்தியக் கானுயிர்க் கழகத்தின் கூட்டத்திற்குத் தலைமை வகித்தவர் டாக்டர் கரண்சிங். மூன்றரை ஆண்டுகள்

கழிந்து அதே கரண் சிங் இப்போது சிங்கத்திற்குப் பதிலாகப் புலியைத் தேசிய விலங்காகப் பரிந்துரை செய்ததற்கான முக்கியக் காரணமாக, நாட்டின் பல்வேறு பகுதிகளில்–ஏறத்தாழ 16 மாநிலங்களில்–புலிகள் காணப்படுவதையும், சிங்கமோ ஒரேயொரு மாநிலத்தில் இருப்பதையும் எடுத்துக்கூறினார். புலிகளைப் பாதுகாக்கும் விசயம் சர்வதேச முக்கியத்துவம் பெற்றதும் இந்த மாற்றத்திற்கான காரணம் என்பது உண்மை.

ର

1971 செப்டம்பர் 10இல் நடந்த கூட்டத்திற்குப் பிறகு இந்திரா காந்தியின் ஆணையின்படி 'இந்தியக் கானுயிர் பாதுகாப்பு மற்றும் மேலாண்மை மசோதாவின் (1972) வரைவைத் தயார் செய்து பிப்ரவரி மாத மத்தியில் ரஞ்சித் சிங் சமர்ப்பித்தார். மார்ச் மாத மத்தியில் அது அமைச்சரவையின் ஒப்புதலுக்கு அனுப்பப்பட இருந்தது. ஆனால் அதற்குச் சட்டரீதியான சிக்கல் இருந்தது. இந்திய அரசமைப்புச் சட்டத்தின் படி 'கானுயிர் பாதுகாப்பும் பேணுதலும்' மாநிலங்களின் அதிகாரத்திற்குட்பட்டவை ஆகும். ஆனால் இந்தச் சிக்கலிலிருந்து விடுபடுவதற்கான வழியை அதே அரசமைப்புச் சட்டம் வழங்கியுள்ளது. அதன்படி அந்தச் சட்டத்தை (தில்லி) பாராளுமன்றமே நிறைவேற்றிக்கொள்ள முடியும். இரண்டு அல்லது அதற்கு மேற்பட்ட மாநிலங்கள் அதற்கு ஒப்புதல் தந்து அதனைத் தங்கள் சட்டசபைகளில் தீர்மானமாக நிறைவேற்றி அதனைப் பாராளுமன்றத்திற்கு அனுப்ப வேண்டும்.

இவ்விதம் பாராளுமன்றத்தில் தேசிய அளவிலான சட்டமியற்ற மாநிலங்களின் ஆதரவைக் கோரி அனைத்து மாநில முதலமைச்சர்களுக்கும் இந்திரா காந்தியே கடிதம் எழுதினார் (ஏப்ரல் 12):

> கானுயிர் பாதுகாப்பு மற்றும் மேலாண்மை குறித்து ஏற்கெனவே உங்களுக்குக் கடிதம் எழுதியுள்ளேன். சில வருடங்களுக்கு முன்பு இருந்ததைவிடவும் இந்தப் பிரச்சனை பற்றிய விழிப்புணர்வு மக்களிடம் இப்போது அதிகரித்துள்ளது. எனினும் நமது விலங்குகளின் எண்ணிக்கை – அழிவின் அபாயத்திலிருக்கும் விலங்குகள் உட்பட – தொடர்ந்து குறைந்து வருகிறது. குறிப்பிடும்படியாக இதனை நம்மால் தடுக்க முடியவில்லை. சட்டத்திற்குப் புறம்பாக விலங்குகள் வேட்டையாடப்படுவது அதிகரித்துவருகிறது. புலிகளைச் சுடுவதற்கு நாடு முழுவதும் தடையுள்ளது. எனினும் இந்த விலங்குகளின் மென் ரோமம், தோல் முதலியவற்றின் வர்த்தகம் லாபகரமாக நடந்துவருகிறது.

நாடு முழுவதும் பொருந்தும்படியான ஒரே சீரான சட்டம் மத்தியில் இல்லாத நிலையில் இந்த வர்த்தகம், தோற்பாவைக் கூத்து ஆகியவற்றைக் கட்டுப்படுத்துவதில் உள்ள சிரமங்கள் பற்றி எனது சக அமைச்சரும் விவசாயத் துறை அமைச்சருமான ஜகஜீவன் ராம் ஏற்கனவே உங்களுக்குக் கடிதம் எழுதியுள்ளார். கானுயிர் பராமரிப்பு மேலாண்மையில் நாடு தழுவிய ஒருங்கிணைந்த ஒரு கொள்கைத் திட்டம் அமல்படுத்தப்பட்டால் மட்டுமே விலங்குகள் இவ்விதம் அழிவிற்குள்ளாகி வருவதைத் தடுக்க முடியும் என்பது வல்லுநர்களின் ஒருமித்த கருத்தாகும். இதற்காகவே கானுயிர் பாதுகாப்பு மற்றும் மேலாண்மைக் காக மத்திய அரசு ஒரு சட்டம் இயற்றுவதற்கு உங்கள் ஆதரவைக் கோருகிறோம் (...)

இது அரசியல் பிரச்சனை அல்ல. புகழ்பெற்ற நமது இயற்கைப் பாரம்பரியத்தைப் பாதுகாப்பது பற்றியதாகும். இந்த விஷயத்தை மாநிலங்களே கையாளுவதில் சில வரம்புகள் உள்ளன என்பதைக் கடந்தகால அனுபவம் காட்டுகிறது. (...) நடைமுறையில் கண்டிப்புடன் அமல்படுத்த வேண்டிய பொதுவான ஒரு சட்டத்தை நிறைவேற்ற மத்திய அரசும் மாநிலங்களும் இப்போது ஒன்றிணைந்து செயலாற்ற வேண்டும்.

இந்தக் கடிதம் உடனடியாக ஒரு தாக்கத்தை ஏற்படுத்திற்று. கானுயிர் பாதுகாப்புச் சட்டத்தைப் பாராளுமன்றத்தில் நிறைவேற்றும்படி பதினோரு மாநிலங்கள் தங்கள் சட்டசபையில் தீர்மானம் நிறைவேற்றின (ஜூலை). இதனால் தேசிய அளவில் பாராளுமன்றத்தில் சட்டம் இயற்றுவதற்கு ஏற்ற நிலை உருவானது. மூன்றுமணி நேர விவாதத்திற்குப் பிறகு கானுயிர் (பாதுகாப்பு) மசோதா – 1972 ஆகஸ்ட் 21இல் பாராளுமன்றத்தில் நிறைவேற்றப்பட்டது. ஐந்து நாட்களுக்குப் பின் ஒருமணி நேர விவாதத்திற்குப் பிறகு மாநிலங்களவை இந்த மசோதாவுக்கு ஒப்புதல் தந்தது. இறுதியில் கானுயிர் (பாதுகாப்பு) சட்டம் – 1972இன் அதிகாரப்பூர்வ அறிவிப்பு செப்டம்பர் 9இல் வெளியிடப்பட்டது. பின்னர் அந்தந்த மாநில சட்டசபை தீர்மானித்தபடி, வெவ்வேறு தேதிகளில் இந்தச்சட்டம் நடைமுறைக்கு வந்தது. அனேக மாநிலங்கள் கானுயிர் பாதுகாப்பு–1972 சட்டத்தை 1973ஆம் ஆண்டு இறுதிக்குள் அமல்படுத்தின.

மாநில முதல்வர்களுக்கு முன்பு எழுதிய கடிதத்துடன் 'இந்திய கானுயிர் பாதுகாப்பு மற்றும் மேலாண்மை சட்டம் 1972' நகலையும் இந்திரா காந்தி அனுப்பிவைத்திருந்தார். ஆனால் பாராளுமன்றத்தில் இறுதியாக நிறைவேறிய சட்டத்தின் பெயர்

'காணுயிர் (பாதுகாப்பு) சட்டம் 1972' என்பதாகும். இவ்விதப் பெயர் மாற்றத்திற்கான காரணம் இந்திரா காந்தியாவார். சட்டத்தின் பெயர் 'பாதுகாப்பு மற்றும் மேலாண்மை' என இருக்க வேண்டும் என்பது ரஞ்சித் சிங்கின் விருப்பம். ஆனால் இந்திரா காந்தியோ 'பாதுகாப்பு' என்ற சொல் மட்டுமிருந்தால் போதும்; அதுவே எளிதாகப் புரிந்துகொள்ளக்கூடிய நேரடியான பொருள் தரும் சொல் எனக் கருதினார். 'பாதுகாக்கும்போது உங்களால் கொல்ல முடியாது' என மோனி மல்ஹோத்ராவிடம் இந்திரா காந்தி குறிப்பிட்டார். 'பாதுகாப்பு மற்றும் மேலாண்மை' என்ற சொற்றொடர் இவ்விதம் தவறாகப் பொருள் கொள்ள ஏதுவாக இருக்கும் என்பதும் சட்டத்தின் நோக்கத்தை அழுத்தமாக வெளிப்படுத்தாது என்பதும் இந்திரா காந்தியின் கருத்தாகும்.

இந்தியக் காணுயிர் பாதுகாப்பு வரலாற்றில் இந்தச் சட்டம் ஒரு திருப்புமுனையாக அமைந்தது. தேசியப் பூங்காக்கள், சரணாலயங்கள் உட்பட பாதுகாக்கப்பட்ட பகுதிகள் அனைத்தையும் உள்ளடக்கிய விரிவான ஓர் அமைப்பிற்கு இந்தச் சட்டம் இடம் தந்தது.

ෂ

சுற்றுச்சூழல் திட்டமிடல் மற்றும் ஒருங்கிணைப்பிற்கான தேசியக் குழுவை ஏப்ரல் 12இல் இந்திரா காந்தி தொடங்கி வைத்தார். இந்தக் குழுவின் தலைவர் பீதாம்பர் பந்த். அடுத்துவந்த எட்டு ஆண்டுகள் இந்தக் குழு மிக முக்கியமான பங்களிப்பைத் தர இருந்தது. 1972 ஸ்டாக்ஹோம் ஐநா சபை மாநாட்டிற்கு இந்தியாவைத் தயார் செய்யும் பணியை மேற்கொள்வதற்காக (மனித சுற்றுச்சூழல் மீதான) ஒரு குழு திட்டக் கமிஷனின் ஒரு பகுதியாக ஏற்கனவே இயங்கிவந்தது.[2] இதனைச் சுற்றுச்சூழல் திட்டமிடுதல் மற்றும் ஒருங்கிணைப்பிற்கான தேசியக் குழுவின் ஒரு பகுதியாக இந்திரா காந்தி இப்போது மாற்றியமைத்தார். தேசியக் குழுவைத் தொடங்கிவைத்துப் பேசுகையில் இந்திரா காந்தி குறிப்பிட்டதாவது:

'சூழலியல்' என்ற சொல் என் காதில் விழுவதற்கு வெகுகாலத்திற்கு முன்பே அந்த விசயத்தில் ஆழ்ந்த ஈடுபாடு கொண்டவள் நான். சூழலியலைப் புறக்கணிப்பதால் உலகு எதிர்கொள்ள வேண்டிய அபாயங்களை மக்கள் இப்போது உணரத் தொடங்கியுள்ளனர் என்பதையறிந்து இயல்பாகவே மகிழ்வடைகிறேன். அவையில் நீங்கள் அனைவரும் அறிந்த விசயங்களையே நான் பேசுகிறேன் என்பது எனக்குத் தெரியும். ஆனால் இந்த நாட்டில் சுற்றுச்சூழலுக்குப் போதிய அங்கீகாரம் இல்லை என்பதால், பெருமளவு

> மக்கள் கூடியுள்ள இந்தச் சபையில் இதனை எடுத்துரைக்க வேண்டும் என உணர்ந்தேன்.

இந்திரா காந்தியின் உரைகள் முக்கியமாகக் கானுயிர் பற்றிய தாகவே இதுவரைஇருந்து வந்துள்ளன; முதன்முறையாக 'சுற்றுச்சூழல் மற்றும் வளர்ச்சி' என்ற விரிவான தளத்தில் இப்போது அவர் உரையாற்றினார்:

> தொழில்மயமான நாடுகளில் சுற்றுச்சூழல் பிரச்சனைகளுக்கான முக்கிய காரணம் சுயநலத்திற்காக இயற்கை வளங்களை அந்த நாடுகள் முன்பு சுரண்டி வந்திருந்ததும், அந்த நாடுகளின் தற்போதைய செல்வச் செழிப்பும். ஆனால் வளரும் நாடுகளில் சுற்றுச்சூழல் பிரச்சனைகள் உருவாவது அந்த நாடுகள் இயந்திரங்களைப் பயன்படுத்துவது சரியான முறையிலா அல்லது தவறான முறையிலா என்பதில்தான் இருக்கிறது. வறிய சமூகங்களில் சுற்றுச்சூழல் பிரச்சனைகளை உருவாக்கும் காரணங்களில் போதிய வளர்ச்சியின்மை, தொடரும் வறுமை, பாதுகாப்பான குடிநீர் இன்மை, ஊட்டச்சத்துக் குறைபாடு, போதிய குடியிருப்பு வசதியின்மை, நோய்நொடிகள், சுகாதாரக் குறைபாடு ஆகியவற்றை முக்கியமாகக் கூறலாம் (...)
>
> அதிக ஜி.என்.பி.யே வளர்ச்சி என்பதான ஒற்றைப் பரிமாண மாதிரியிலிருந்து நாம் விடுபட வேண்டும். (...) நம் மக்களுக்கு அடிப்படை வசதிகளை அளிப்பதும், சுற்றுச்சூழல் மற்றும் இயற்கையிலிருந்து அந்நியமாகிவிடாத நல்ல வாழ்க்கைச் சூழ்நிலையை அவர்களுக்கு உருவாக்குவதுமே நம் முன் உள்ள முக்கியப் பிரச்சனை. நம் கவனம் இதிலிருந்து ஒருபோதும் விலகிவிடக் கூடாது.
>
> சமூக, பொருளாதார வளர்ச்சிக்கான நமது அக்கறை வறுமைக்கும் மாசுபாட்டிற்கும் இடையேயான தேர்வாக இருக்க வேண்டிய அவசியமில்லை.

மசாசுசெட்ஸ் தொழில்நுட்ப நிறுவனத்திலுள்ள (MIT) கல்விப்புலம் சார்ந்த ஒரு குழு வாஷிங்டன் ஸ்மித்சோனியன் நிறுவனத்தில் ஆய்வறிக்கை ஒன்றை மார்ச் மாதம் வெளியிட்டது. கணினியை மாதிரிகளைக்கொண்டு 'வளர்ச்சியின் வரம்புகள் (Limits to Growth)' என்ற பொருளில் வெளியிடப்பட்ட அந்த ஆய்வு அறிக்கை சர்வதேச அளவில் தலைப்புச் செய்தியானது. அதற்கு காரணம், ஸ்டாக்ஹோம் மாநாடு தொடங்க மூன்று மாதங்களே இருந்த கட்டத்தில் அந்த அறிக்கை வெளிவந்தது மட்டுமல்ல; தடுத்து நிறுத்த முடியாதபடி அதிகரித்துவரும் மக்கள்தொகை,

அதிக மாசுபாடுகளால் உருவாகிவரும் நெருக்கடி, பெட்ரோல் போன்ற இயற்கை வளங்கள் சுருங்குதல் ஆகிய காரணங்களால் இந்த உலகம் அழிந்துவிடும் என அந்த ஆய்வறிக்கை முன்னதாக அறிவிப்புச் செய்ததும் முக்கியக் காரணமாகும்.

இந்த அறிக்கையை ('வளச்சியின் வரம்புகள்') ஆய்வு செய்யும்படி பீதாம்பர் பந்த்தை இந்திரா காந்தி கேட்டுக் கொண்டார். பொருளாதார நிபுணரும், பந்த்துடன் பணியாற்றி வருபவருமான டி.என். ஸ்ரீநிவாசன் இரண்டு பக்க அளவேயான கடுமையான விமர்சனத்தை இந்த அறிக்கையின்மீது முன்வைத்தார். ஒரு வாரத்திற்கு முன் சுற்றுச்சூழல் மற்றும் ஒருங்கிணைப்பிற்கான தேசியக் குழுவைத் தொடங்கிவைத்துப் பேசிய இந்திரா காந்தியின் உரையில், இந்த விமர்சனம் தெளிவாக வெளிப்பட்டது. இந்திரா காந்தியின் ஸ்டாக்ஹோம் மாநாட்டு உரையிலும் இந்த விமர்சனம் முக்கியப் பகுதியாக அமைந்தது. (ஸ்ரீநிவாசன்) தனது விமர்சனத்தில் முக்கியமான இரண்டு கேள்விகளை எழுப்பியிருந்தார். இந்தக் கேள்விகளுக்கான பதில் 'வளர்ச்சியின் வரம்புகள்' ஆய்வறிக்கையில் இல்லை என்பது அவரது முடிவு. அந்தக் கேள்விகள் வருமாறு:

> அ) அறிக்கையில் குறிப்பிடப்பட்டுள்ள விரும்பத்தக்க வாழ்க்கைத் தரத்திற்கான நியாயமான நிபந்தனை என்ன?
>
> ஆ) உலக மக்கள் தொகையில் மிகக்குறைந்தளவு மக்கள் மிக உயர்ந்த வாழ்க்கைத் தரம் கொண்டுள்ளனர். பெரும்பாலான மக்களின் வாழ்க்கைத் தரம் மிகத்தாழ்வாக உள்ளது. நாடுகளுக்கிடையேயும், நாடுகளிலுள்ள சமூகங்களுக் கிடையேயும் இருக்கும் ஏற்றத்தாழ்வை நியாயமான காலகட்டத்திற்குள் குறைப்பதற்கு மேற்கொள்ள வேண்டிய கொள்கைத் திட்டங்கள் எவை? இதன் மூலமே ஏற்றத்தாழ்வு இல்லாத ஒரு நிலையை நீடித்திருக்கச் செய்வது பற்றி ஆலோசிக்க முடியும்.'

(ஸ்ரீநிவாசனின்) இந்த விமர்சனத்தின்மீதான கருத்துக்களை இந்திரா காந்திக்கு பந்த் அனுப்பிவைத்தார். அவை வருமாறு:

> 'வளர்ச்சியின் வரம்புகள்' ஆய்வறிக்கையின் ஆசிரியர்கள் இரு முக்கிய விளைவுகள் பற்றி அறியாதவர்களாக உள்ளனர்.
>
> பொருளாதாரத்தில் சமன்நிலை எய்துவதற்கு ஏழை நாடுகள் தங்களின் பொருளாதாரத்தை விரைவாக மேம்படுத்திக்கொள்ள வேண்டியது அவசியம். அதே நேரம் பணக்கார நாடுகள் அதே சமன்நிலையை நோக்கிய தங்களின் பொருளாதார வளர்ச்சியின் வேகத்தை மட்டுப்படுத்திக்

> கொள்ள வேண்டும். இவ்விதம் பணக்கார நாடுகளும் ஏழை நாடுகளும் ஒரே நிலையை அடைய முடியும்.

இரண்டு மாதங்களுக்குப் பிறகு நடந்த ஸ்டாக்ஹோம் மாநாட்டில் இந்திரா காந்தி உரையின் மையக் கருத்தும் இதுவாகவே இருந்தது. இந்த மாநாட்டில் மட்டுமல்லாது உலக அரங்கின் பல்வேறு அவைகளிலும் அவரின் பேச்சு இந்த விதமாக அமைந்திருந்தது; இன்றும் இது ஒரு விவாதப் பொருளாக இந்தியாவில் உள்ளது.

௸

கானுயிர் பாதுகாப்பில் தளராது செயலாற்றி வந்தார் இந்திரா காந்தி. பறவைகள்மீதான அவரது பேரார்வமும் உயிரோட்டத்துடன் இருந்தது. சலீம் அலி தான் எழுதிய 'இந்தியாவிலும் பாகிஸ்தானிலும் உள்ள பறவைகள் கையேடு' என்ற புத்தகத்தை (நான்கு தொகுதிகள்) ஏற்கெனவே இந்திரா காந்திக்கு அனுப்பிவைத்திருந்தார். (பறவைகளின் அற்புதமான படங்கள் கொண்ட தொகுப்புகள் அவை). இப்போது புதிதாக எழுதிய ஐந்தாவது தொகுதியை அவர் இந்திராவிற்கு அனுப்பி வைத்தார் (மே 12). ஐந்து நாட்களுக்குப் பிறகு சலீம் அலிக்கு இந்திரா காந்தி எழுதிய பதில்:

> உங்களின் 'பறவைகள் கையேடு' புத்தகங்கள் கிடைக்கப் பெற்றேன். மிக்க மகிழ்ச்சி. பறவை அவதானிப்புக்காகப் பயணங்கள் மேற்கொள்வது இனிமேல் எனக்குச் சாத்திய மில்லை என்பது துரதிருஷ்டவசமானது. சரணாலயங்களில் – காவலர்கள் உட்பட – எத்தனையோ பேரிடம் இருக்கும் பறவை அவதானிப்புமீதான ஆர்வம் என்னிடமும் பெருமளவு உள்ளது. தில்லியிலுள்ள எனது தோட்டத்தில் இருக்கும்போதும், சுற்றுப் பயணங்களின்போதும் பறவைகள் தென்படுகிறதாவென வெளியே பார்த்தவாறிருக்கிறேன். சில சமயங்களில் திறந்த ஜீப்பிலிருந்து பார்க்க முடிந்த பறவைகள் என்னை வியப்பில் ஆழ்த்துகின்றன.

பறவை அவதானிப்பாளரான இந்திரா காந்தி சதுப்பு நிலங்களின் முக்கியத்துவத்தை உணர்ந்திருந்தார். பரத்பூர் பறவைச் சரணாலயம் பற்றி சலீம் அலி இந்திரா காந்திக்குத் தொடர்ந்து கடிதம் எழுதியவாறிருந்தார். அந்தச் சரணாலயம் இந்திரா காந்திக்குத் தொடர்ந்து கவலை அளித்து வந்தது. இந்திரா காந்தியின் அறிவுறுத்தலின்படி சுற்றுச்சூழல் திட்டமிடுதல் மற்றும் ஒருங்கிணைப்பிற்கான தேசியக் குழு சதுப்பு நிலங்களின் பிரச்சனைகள்மீது கவனம் செலுத்தத் தொடங்கிற்று. இது தொடர் பாக சலீம் அலிக்கு பீதாம்பர் பந்த் எழுதிய கடிதம் (10ஜூலை):

சென்ற ஆண்டு பிப்ரவரியில் ஈரானில் உள்ள ராம்சாரில் நடந்த சதுப்பு நிலங்கள் பாதுகாப்பு மற்றும் நீர்ப்பறவை வளங்கள் மீதான பன்னாட்டு மாநாட்டில் இந்தியாவின் சார்பாக நீங்கள் கலந்துகொண்டீர்கள். உடன்பாட்டில் கையொப்பமிடுமாறு மாநாட்டுப் பொறுப்பாளர்கள் இந்திய அரசை விரைவிலேயே அணுகலாம்.

(. . .) இந்த உடன்பாடு தொடர்பான பல்வேறு விஷயங்களை ஆய்வு செய்யவும் சதுப்பு நிலங்களின் சூழலிய அமைப்பைப் பாதுகாக்கவும் ஒரு செயல்திட்டத்தை உருவாக்க உங்கள் தலைமையிலான வல்லுநர் குழு ஒன்றைச் சுற்றுச்சூழல் திட்டமிடுதல் மற்றும் ஒருங்கிணைப்பிற்கான தேசிய குழு சார்பில் அமைப்பது பயனுள்ளதாக இருக்கும் என நாங்கள் நினைக்கிறோம்.

இவ்விதம் சதுப்பு நிலங்களை அடையாளம் காணவும், அவற்றைப் பாதுகாக்கும் நடவடிக்கைகளை மேற்கொள்ளவும் முறையான முயற்சிகள் தொடங்கின.

1972ஆம் ஆண்டு இறுதியில் மற்றொரு பிரச்சனையை சலீம் அலி எழுப்பியதால் பம்பாய் இயற்கை வரலாற்றுச் சங்கத்தின்மீது மக்கள் கவனம் திரும்பிற்று. அந்தப் பிரச்சனை பாராளுமன்றக் குழு விசாரணைக்கும் உட்படுத்தப்பட்டது. இதுபற்றி சலீம் அலி இந்திரா காந்திக்கு எழுதிய கடிதம் (அக்டோபர் 6):

இதன் பின்னணி பற்றிச் சுருக்கமாகக் கூறுகிறேன். வலசை போகும் பறவைகளை அடையாளம் காண்பதற்காக அவற்றின் காலிலோ இறக்கையிலோ எண் குறிக்கப்பட்ட சீட்டைக் கட்டி, அவை வலசை போகும் திசை, இடம் முதலான விவரங்களை ஆய்வு செய்யும் நீண்டகாலத் திட்டத்தை மேற்கொள்ள 1960களிலிருந்தே பம்பாய் இயற்கை வரலாற்றுக் சங்கம் முயற்சிசெய்து வருகிறது. வலசை போகும் பறவைகள் பற்றிய நம்பத்தகுந்த தகவல்களைப் பெறுவதற்கு உலகம் முழுவதும் பின்பற்றப்படும் உத்தியாக இது இப்போது அங்கீகரிக்கப்பட்டுள்ளது. இந்தியத் துணைக் கண்டத்தில் உள்ள மொத்தம் 2,100 பறவையினங்கள் மற்றும் அவற்றின் உட்கிளைகளில் ஏறத்தாழ 300 பறவைகள் வலசை போகின்றன. இவை எங்கிருந்து எப்போது எங்கே செல்கின்றன, எப்போது திரும்புகின்றன முதலிய விவரங்கள் எதுவும் நம்மிடம் இல்லை. வலசை போகும் பறவைகள் பற்றிய ஆய்வை மீண்டும் தொடர்வதற்கான மற்றொரு வாய்ப்பு 1960இல் தற்செயலாய் பம்பாய் இயற்கை வரலாற்றுச் சங்கத்திற்குக் கிடைத்தது. அந்தச் சமயத்தில்

மர்மமான மனித வைரஸ் ஒன்று மைசூரிலுள்ள கியாசனூர் வனப் பகுதியில் திடீரெனப் பரவியது. இதுபற்றி உலக சுகாதார அமைப்பு மிகவும் கவலைகொண்டது. (...) மேற்கு சைபீரியாவின் வைரஸ் குழுவுடன் மர்மமான இந்த மனித வைரஸ் நெருங்கிய தொடர்புடையது என்பது தெரியவந்தது. அப்படியானால் மூவாயிரம் கிலோமீட்டர் தூரத்தை இந்த வைரஸ் எவ்விதம் கடந்து இங்கே வந்தது என்பது பற்றிய விசாரணை தேவை.

சலீம் அலி அந்தக் கடிதத்தில் மேலும் தெரிவித்திருந்ததாவது:

ரஷ்ய நாட்டு வைரஸ் விஞ்ஞானிகளின் ஒத்துழைப்புடன் உலக சுகாதார அமைப்பு பம்பாய் இயற்கை வரலாற்றுச் சங்கத்தின் இந்த ஆய்விற்கு நிதி உதவி செய்தது. இரண்டு மூன்று வருடங்களுக்குப் பிறகு நிதி அளிப்பதை அந்த அமைப்பு நிறுத்தியது. அதன்பின் தென்கிழக்காசியாவில் இதுபோன்ற ஆய்வுகளை மேற்கொண்டுவந்த ஓர் அமெரிக்க ராணுவ ஆராய்ச்சித் துறையிடம் இந்தப் பொறுப்பு ஒப்படைக்கப்பட்டது. இந்த ஆய்வை மேலும் தொடர வேண்டாம் என தீர்மானித்த அமெரிக்க ராணுவம், நிதியளிக்கும் பொறுப்பினை ஸ்மித்ஸோனியன் நிறுவனத்திடம் ஒப்படைத்தது. 1968 – 69இலிருந்து இந்த நிறுவனம் பம்பாய் இயற்கை வரலாற்றுச் சங்கத்திற்கு நிதி அளிக்கத் தொடங்கிற்று. பல்கலைக்கழக மானியக் குழுவினால் பரிசீலிக்கப்பட்டு, வழிகாட்டும் குழுவால் முறையாக ஒப்புதல் பெறப்பட்ட நிகழாண்டிற்கான (ஜூலை 1972 – ஜூன் 1973) மானியத் தொகையான ரூபாய் 1,44,440ஐ நிதி அமைச்சகம் தற்காலிகமாய் இப்போது நிறுத்திவைத்துள்ளது. நிதியில்லாமல் பறவைகள் வலசை போவது பற்றிய ஆய்வை இடையிலேயே நிறுத்த வேண்டிய நிலை உருவாகியுள்ளது. உடனடியாகச் சுமுகமான தீர்வு இதில் காணப்பட வேண்டும். இல்லையெனில் இந்தத் திட்டத்தையே முழுவதுமாகக் கைவிட வேண்டியது வரலாம்.

நிலைமையைச் சுருக்கமாகவே உங்களிடம் தெரிவிக்க நினைத்திருந்தேன். ஆனால் நீளமாகவும் கோர்வை இல்லாமலும் இந்தக் கடிதம் அமைந்துவிட்டது.

இவ்விதம் கூறி சலீம் அலி கடிதத்தை முடித்திருந்தார். சலீம் அலியின் இந்தக் கடிதம் இந்திரா காந்திக்குக் கிடைப்பதற்கு முன்பே அனைத்து விவரங்களையும் சலீம் அலியின் கவலையையும் செப்டம்பர் 28இல் மல்ஹோத்ரா ஏற்கெனவே இந்திரா

காந்தியிடம் தெரிவித்திருந்தார். இரண்டு நாட்களிலேயே மோனி மல்ஹோத்ராவிற்கு இந்திரா காந்தி இவ்விதம் அறிவுறுத்தினார்:

> இந்தத் திட்டத்திற்காக சலீம் அலிக்குக் கட்டாயம் நாம் உதவ வேண்டும்.

இதன் விளைவாக 1974 மார்ச் மாத இறுதிவரை சலீம் அலியின் திட்டத்திற்கான நிதி உதவி வழங்குவது உறுதி செய்யப்பட்டது. 1974இல் இது தொடர்பாக ஒரு புதிய சிக்கல் உருவானது. ஆனால் பிரதமரோ இதுபற்றிச் சிறிதும் கலக்கமடையவில்லை.

ஒ

கடற்படை இளையோர் பயிற்சி நிலையத்திற்கு அடிக்கல் நாட்ட சில்காவிற்கு வருகை தரும்படி ஒரிசா முதல்வர் பிஸ்வநாத் இந்திரா காந்திக்கு வேண்டுகோள் விடுத்திருந்தார். இந்தப் பயிற்சி நிலையத்தை அமைக்க இரண்டு ஆண்டுகளுக்கு முன்பாகவே சில நிபந்தனைகளுடன் இந்திரா காந்தி ஒப்புதல் அளித்திருந்தார். எனினும் இந்தத் திட்டத்தில் புதிய சிக்கல்கள் எழலாம் என அவர் இப்போது கருதினார். இதற்கு காரணம் ஒவ்வொரு கட்டத்திலும் பறவைகள் நலம் பேணுவதில் இந்திரா காந்திக்கு இருந்த அக்கறையே. ஒரிசா முதல்வருக்கு இந்திரா எழுதிய கடிதத்தில் *(மே 4)* இது பிரதிபலித்தது:

> அடிக்கல் நாட்டு விழாவிற்கு வருவதற்கு விருப்பம்தான். ஆனால் பயிற்சி நிலையம் அமைக்கப்படவிருக்கும் இடம் பற்றிய அடிப்படையான சில கேள்விகளைச் சுற்றுச்சூழல் திட்டமிடுதல் மற்றும் ஒருங்கிணைப்பிற்கான தேசியக் குழு எழுப்பியுள்ளது. சில்காவைவிடவும் பயிற்சி நிலையத்திற்குப் பொருத்தமான இடம் ஒரிசாவின் ஜகத்சிங்பூர் மாவட்டத்திலுள்ள துறைமுகமான பாரதீப் என்பதாகக் குழு கருதுகிறது. பாதுகாப்பு அமைச்சகம் இதுபற்றிப் பரிசீலனை செய்துவருகிறது.

கடற்படையின் பயிற்சி நிலையத்தை சில்காவிலிருந்து பாரதீப்பிற்கு மாற்றும் விஷயத்தில் பாதுகாப்புத் துறை அமைச்சர் அவ்வளவாக அக்கறை காட்டவில்லை. அதனால் அவருக்கு இந்தக் கடிதத்தை இந்திரா எழுத வேண்டியிருந்தது *(ஜூலை 19)*:

> கடற்படையின் பயிற்சி நிலையத்தை சில்கா ஏரியில் அமைக்க ஏற்கனவே ஒப்புதல் தந்திருந்தேன் என்பது உண்மைதான். எனினும் பயிற்சி நிலையத்தை நிறுவுவது தொடர்பான எந்த வேலையும் சில்காவில் இன்னும் தொடங்கப்பட வில்லை என்பதாலும் சுற்றுச்சூழல் திட்டமிடல் மற்றும்

ஒருங்கிணைப்பிற்கான தேசியக் குழு இந்த விஷயத்தில் மேலும் சில தகவல்களை இப்போது தந்திருப்பதாலும் எனது முந்தைய தீர்மானம் புனிதமானது என்பதாகக் கருதப்பட வேண்டிய தேவை இல்லை.

சர்வதேச முக்கியத்துவம் வாய்ந்த தனித்தன்மை மிக்க சில்காவின் சூழலியல் அமைப்பு அந்தப் பகுதியிலுள்ள பறவைகளின் வாழ்வை மட்டுமல்லாது அதற்கும் மேலாகப் பலவற்றையும் உள்ளடக்கியுள்ளது. கடற்படையின் பயிற்சி நிலையத்திற்காக மிகப்பெரிய அளவில் கட்டுமானப் பணி மேற்கொள்ள வேண்டியது வரும். அதனால் பறவைகளின் வாழ்வு கடுமையான பாதிப்பிற்குள்ளாகும். காலப்போக்கில் பயிற்சி நிலையத்தைச் சுற்றிலும் மேற்கொள்ளப்படும் வர்த்தக நடவடிக்கைகளால் கூட்டம் கூட்டமாக மக்கள் அங்கே வரத் தொடங்குவர். அதன் காரணமாக சில்கா இன்று எவ்விதம் இருக்கிறதோ அதற்கு அச்சுறுத்தல் ஏற்படும். எனவே கடற்படையின் பயிற்சி நிலையத்திற்குப் பொருத்த மான வேறு நல்ல இடங்கள் இருக்கையில் இவ்வித அபாயத்தை நாம் ஏன் எதிர்கொள்ள வேண்டும் என்ற கேள்வி எழுகிறது.

உங்கள் கடிதத்துடன் இணைக்கப்பட்டுள்ள பிற்சேர்க்கை 2இல் உள்ள குறிப்பே நீங்கள் பரிந்துரைசெய்த இடம் பொருத்தமானதுதானா என்ற சந்தேகத்தை எழுப்புகிறது. அந்த இடத்தைத் தேர்வு செய்ததற்கான வேறு முக்கிய காரணங்கள் எதுவும் அதில் குறிப்பிடப்படவில்லை. எனவே பயிற்சி நிலையத்திற்கான தேர்வில் பத்திற்கு நான்கு மதிப்பெண்கள் பெறும் சில்காவைவிடவும், 5 மதிப்பெண்கள் பெறும் பாரதீப் மிகவும் ஏற்ற இடமாகும் என நான் கருதுகிறேன். சில்கா ஏரியில் ஆழம் குறைவு என்பதால் படகோட்டுதல் முதலான பயிற்சிகளை மாணவர்கள் மேற்கொள்வது கடினம். மேலும் பாரதீப்பிலிருந்து கடலுக்குச் செல்வது எளிது.

எனவே கடற்படையின் இளையோர் பயிற்சி நிலையத்தை சில்காவிற்குப் பதிலாக பாரதீப்பில் நிறுவலாம் எனப் பரிந்துரை செய்கிறேன். இது தொடர்பாக ஒரிசா முதல்வரைத் தொடர்புகொண்டேன். அவரும் இந்த மாற்றத்திற்கு (அதாவது சில்காவிலிருது பாரதீப்பிற்கு மாற்றுவதற்கு) சம்மதம் தெரிவித்துள்ளார்.

இவ்விதம் இரண்டு ஆண்டுகளில் ஏற்கெனவே முடிவு செய்ததி லிருந்து முற்றிலும் வேறொரு தீர்மானத்திற்கு இந்திரா காந்தி

வந்திருந்தார். இதற்கு முழுக் காரணம் பீதாம்பர் பந்த். சில்காவில் கடற்படையின் பயிற்சி நிலையம் அமைக்கப்பட்டால் அது சூழலியல் அமைப்பிற்கு அழிவைத் தரும் குறிப்பென பந்த் கருதினார். சரிசமமான சிந்தனையோட்டம் கொண்டிருந்த காரணத்தால் அவரின் இந்த யோசனை மிக முக்கியத்துவம் வாய்ந்ததாக இந்திரா காந்தி எண்ணினார்.

சில்காவின் பிரச்சனை இத்துடன் முடிந்துவிடவில்லை. ஒரு வருடத்திற்குப் பிறகு மீண்டும் அது எழுந்தது. அந்தச் சமயத்தில் 1970ஆம் ஆண்டில் தீர்மானித்தபடியே கடற்படையின் இளையோர் பயிற்சி நிலையத்தை சில்காவிலேயே அமைக்கும் கோரிக்கைக்கு இந்திரா காந்தி ஒப்புதல் தர வேண்டியதிருந்தது.

ௐ

மீரா பென் மகாத்மா காந்தியின் நெருங்கிய சீடர். இங்கிலாந்தில் பிறந்த அவரது இயற்பெயர் மேடலின் ஸ்லேட். 1950களில் வியன்னாவிற்குக் குடிபெயர்ந்தார். எனினும் இந்திரா காந்தியுடன் அவர் தொடர்பிலேயே இருந்தார். மகாத்மா காந்தியைப் பற்றிய ஒரு திரைப்படத்திற்கு ராபர்ட் போல்ட் எழுதிய திரைக்கதை குறித்து ஏற்கனவே இந்திரா காந்திக்கு அவர் எழுதியிருந்தார் (1966 டிசம்பர்). 'அன்புள்ள இந்திரா' கடிதங்களில் மற்றொன்றாக 1972 மே மாதத்தில் மீராபென் எழுதினார்:

> மாசுபாடு பிரச்சனை பற்றி வியன்னாவில் 1971இல் நாம் பேசிக்கொண்டது உங்களுக்கு நினைவிருக்கும். இதுதொடர்பான விஷயங்களை ஆர்வத்துடன் கவனித்து வருகிறேன். இவை பற்றிய புத்தகங்கள், வெளியீடுகளை அனுப்பித்தரும்படி உங்கள் செயலரிடம் நினைவூட்டினால் நான் மிகவும் நன்றி உடையவளாக இருப்பேன். மாநாட்டில் இந்தியாவின் பிரதிநிதித்துவம் சிறப்பாக இருக்கும் என நம்புகிறேன்.

மாசுக் கட்டுப்பாடு பற்றி மீராபென் கவலைப்பட வேண்டிய தேவையே இல்லை. இந்திரா காந்தியின் செயல்திட்டத்தில் அதற்கு முக்கிய இடம் இருந்தது. மீராவின் கடிதம் கிடைக்கும் முன்பே, மே 17இல் பிரதமர் தொழில்துறை அமைச்சர் மொய்னுல் ஹக் சவுதரிக்கு இதுபற்றி கடிதம் எழுதியிருந்தார்:

> 'தொழிற்சாலை நடவடிக்கைகளால் உருவாகும் காற்று, நீர், நில மாசுபாடுகள் பற்றியே பற்பல நாடுகளின் கவனமும் இப்போது குவிந்துள்ளது. நமது நாட்டிலும் மாசுபாடுகள் குறித்த கணிசமான பிரச்சனைகளைச் சந்தித்துவருகிறோம் என்பதற்குச் சான்றுகள் உள்ளன. இப்போது இதனைப்

புறக்கணித்து மேலும் வளர விடுவோமேயானால் பிரச்சனை பூதாகரமாகிவிடும். அப்போது அதனைச் சமாளிக்க நம்மிட முள்ள ஆகக் குறைவான வளங்கள் போதவே போதாது என்ற நிலை ஏற்பட்டுவிடும். எனவே மாசுபாடுகள் தடுப்பு நடவடிக்கைகளை இப்போதிருந்தே மேற்கொள்ள வேண்டியது மிகவும் அவசியம்.

நீர் மாசுபாட்டுத் தடுப்பு மசோதா ஏற்கெனவே நிறைவேற்றப் பட்டிருக்கிறது. காற்று மாசுபாட்டுத் தடுப்பு மசோதா ஏன் தாமதமாகி வருகிறது எனத் தெரியவில்லை. இதில் துரிதமான நடவடிக்கைகள் தேவை. இதற்கிடையே புதிய திட்டங்களால் உருவாகும் மாசுபாடுகளைக் குறைப்பதற்கான நடவடிக்கைகளையும் உடனடியாக மேற்கொள்ள வேண்டும். தனியார் திட்டங்களால் உருவாகும் மாசுபாடுகளை 'தொழில் முன்னேற்றம் மற்றும் ஒழுங்காற்றுச் சட்ட' விதிகளின்படியும், பொதுத்துறை சார்ந்த திட்டங்களால் விளையும் மாசுபாடுகளை, துறை சார்ந்த நிர்வாக ஆணைகள் மூலமாகவும் (மாசுபாடுகளைக் குறைக்கும் நடவடிக்கைகளை) மேற்கொள்ளலாம். எடுத்துக்காட்டாக: தொழில் தொடங்குவதற்காக வழங்கப்படும் உரிமங்களில் ஒரு நிபந்தனை விதிக்கப்பட வேண்டும். அந்த நிபந்தனையின்படி, 'நிறுவப்படவிருக்கும் தொழிற்சாலைகளில் மாசுக்கட்டுப்பாடுகளைத் தடுப்ப தற்குப் போதிய முன்னேற்பாடுகள் செய்யப்பட்டுள்ளன என்பதை அரசாங்கத்தால் நியமிக்கப்பட்ட நிறுவனம் பரிசோதித்து உறுதிசெய்துள்ளது' என தொழில் முனைவோர் சான்றளிக்க வேண்டும். இத்தகைய ஏற்பாட்டினை நாம் ஏன் மேற்கொள்ளக் கூடாது?

இதனை உங்கள் அமைச்சகம் விரிவாகவும் ஆழமாகவும் பரிசீலிக்கும்படி கேட்டுக்கொள்கிறேன். இதன்மூலம் அலுவலகரீதியான திட்டவட்டமான நடவடிக்கைகளை ஆராய்ந்து ஒரு மாதத்திற்குள் முடிவெடுக்க முடியும்.

நீர், மாசுபாட்டுத் தடுப்பு மசோதா ஏற்கனவே நிறைவேற்றப்பட் டிருக்கிறது என்ற தவறான தகவலைப் பிரதமரின் உதவியாளர்கள் அவரிடம் தெரிவித்திருக்கக் கூடும். அந்த மசோதா இரண்டாண்டுகளுக்குப் பிறகே நிறைவேறிற்று. காற்று மாசுபாட்டிற்கு எதிரான சட்டத்தை இந்திரா காந்தி மிகவும் துரிதமாக நிறைவேற்ற விரும்பினார். ஆனால் அதுவும் 1981இல்தான் நடைமுறைக்கு வந்தது.

மாசுபாடுகள் தடுப்பிற்கு மிகுந்த பொறுப்புணர்வுடன் இந்திரா காந்தி செயலாற்றினார் என்ற மறுக்க முடியாத உண்மையை இந்தக் கடிதம் புலப்படுத்துகிறது. தொழில் தொடங்குவதற்கான உரிமங்கள் வழங்கும்போதே சுற்றுச்சூழலுக்கு உகந்ததாக அந்தத் தொழில் இருக்க வேண்டும்; மாசுகளைக் கட்டுப்படுத்துவதற்கான உயர் தொழில்நுட்பங்களைப் புதிய தொழில் தொடங்குவதற்கான திட்டங்கள் கொண்டிருக்குமேயானால் அவற்றுக்குச் சலுகைகள் வழங்கப்பட வேண்டும்.[3] தொழில் தொடங்குவதற்கான உரிமம் வழங்குதல் மிகவும் உச்சத்திலிருந்த காலகட்டத்தின்போதே இவ்விதமான ஒருமித்த கருத்து உருவானது.

செப்டம்பர் மாதத்தில் சி. சுப்பிரமணியம் தொழில் வளர்ச்சித் துறை அமைச்சராக பொறுப்பேற்றுக் கொண்டதும் அவருக்கு முந்தைய அமைச்சருக்குப் பிரதமர் எழுதியிருந்த கடிதத்திற்கு நீண்ட பதில் எழுதினார். (செப்டம்பர் 14). பிரதமரின் அறிவுறுத்தல்கள் பின்பற்றப்படுமென அதில் விரிவாகத் தெரிவித்திருந்தார். அந்தக் கடிதத்தில் இந்திரா காந்தி எழுதிய குறிப்பு:

> மாசுபாட்டிற்கு எதிரான துறை சார்ந்த உத்தரவுகள் பிறப்பிக்கப்பட வேண்டும். மாநில (மாசுக்கட்டுப்பாட்டு) வாரியங்கள் அமைக்கப்பட வேண்டும். இந்த இரண்டு விசயங்கள் தொடர்பாக மாநில அரசுகளுக்கு அறிவுறுத்தவும்.

ೞ

ஸ்டாக்ஹோம் ஐநா சபை மாநாட்டில் உரையாற்றவிருக்கும் பொருள் பற்றி, சுற்றுச்சூழல் திட்டமிடுதல் மற்றும் ஒருங்கிணைப்பிற்கான தேசியக் குழு தொடங்கப்பட்ட சமயத்தில் சூசகமாகத் தெரிவித்திருந்தார் இந்திரா. ஜூன் 14இல் ஸ்டாக்ஹோம் மாநாட்டில் இந்திரா காந்தி உரையாற்ற இருந்தார். அந்த உரைக்கான தயாரிப்பு வேலைகள் ஏப்ரல் மாதப் பிற்பகுதியிலேயே தொடங்கப்பட்டன. இந்திரா காந்தியின் அலுவலகப் பணியாளர்களைப் போலவே இந்த உரைக்கான வரைவுகளை சுற்றுச்சூழல் திட்டமிடுதல் மற்றும் ஒருங்கிணைப்பிற்கான தேசியக் குழுவும் அனுப்பியிருந்தது. இவை அனைத்தையும் கணக்கிலெடுத்துக்கொண்டு பந்த், மல்ஹோத்ரா, கோஸ்லா இவர்களின் கருத்துக்களோடு மற்றும் தனது சிந்தனைகளையும் உள்ளடக்கிய ஓர் அடிப்படை வரைவைத் தயார்செய்தார் சாரதா பிரசாத் (எந்தவொரு விஷயத்திலும் நடவடிக்கை எடுக்கும் முன்பு சாரதா பிரசாதின் கருத்துகளை இந்திரா காந்தி கேட்டறிவதுண்டு. அந்தளவு இந்திரா காந்திக்கு நெருக்கமானவர் சாரதா பிரசாத்). இந்த வரைவை மேலும்

ஆய்வுசெய்து இந்திரா காந்தியின் ஸ்டாக்ஹோம் உரைக்கான விரிவாகத் திருத்தப்பட்ட வரைவை இறுதி செய்தவர் ஹக்ஸர். அதனை ஜூன் 9ஆம் நாள் இந்திரா காந்திக்கும் சாரதா பிரசாதிற்கும் கீழ்க்கண்ட குறிப்புடன் அனுப்பிவைத்தார்:

> ஸ்டாக்ஹோமில் சுற்றுச்சூழலுக்கான ஐநா சபை மாநாட்டில் நிகழ்த்த வேண்டிய உரையின் விரிவான திருத்தப்பட்ட வரைவை இத்துடன் இணைத்துள்ளேன்.

திருத்தப்பட்ட இந்த வரைவில் ஹக்சர் தனது சிந்தனைகளையும் சேர்த்திருந்தார். இந்தச் சிந்தனைகளை மட்டும் தனியே அறிந்து கொள்வது சாத்தியம் இல்லை. ஆனால் அவரின் பங்களிப்பு கணிசமானது என்பது மட்டும் உறுதி. (ஆவணக் காப்பகத்தில் இதனை – நான் நூலாசிரியர் – கண்டுகொண்டது சுவராசியமான விசயமாகும்.)

மாநாட்டில் இந்திரா காந்தி நிகழ்த்திய உரையுடன் ஹக்சர் இறுதி செய்த வரைவை ஒப்பிட்டுப் பார்த்தேன். 75 விழுக்காடு ஒரே மாதிரியாக இருந்தது. உரையின் சில பகுதிகள் வேறுபட்டிருந்தன. அதற்குக் காரணம் அந்த வரைவில் சேர்த்துக்கொள்ளப்பட்ட முக்கியமான புதிய கருத்தோட்டங்கள் ஆகும். எடுத்துக்காட்டாக: போர், அமைதி குறித்த ஒரு முழுப் பத்தியே புதிதாகச் சேர்க்கப்பட்டிருந்தது. அப்போது நிகழ்ந்துகொண்டிருந்த வியட்நாம் போர் பற்றியும், அவசர காலத்திற்காக அணு ஆயுதங்களைப் பெருமளவு சேர்த்துவைத்திருப்பது பற்றியும் அந்தப் பத்தியில் கூறப்பட்டிருந்தது.

இந்திரா காந்தியின் ஸ்டாக்ஹோம் உரையை இறவாப் புகழ்கொண்டதாக நிலைத்து நிற்கச்செய்த ஒரு வரி வரைவில் இல்லை. உரை அச்சுக்குச் செல்வதற்கு முன்னர், அதாவது ஜூன் 9ல் இருந்து 13ம் தேதிக்குள், இந்திரா காந்தி இந்த வரியை சேர்த்திருந்தார்.

> வறுமையும் தேவையும்தானே சுற்றுச்சூழலைப் பெருமளவு மாசுபடுத்துகின்றன?

இது இந்திரா காந்தி எழுப்பிய வினா என்பது கவனிக்கப்பட வேண்டியது. ஆனால் உலகம் இதனை வேறுவிதமாகப் புரிந்து கொண்டது. வரலாறு இந்திரா காந்தியின் இந்த ஒற்றை வரி வினாவைக் கீழ்க்கண்டவாறு பதிவுசெய்துள்ளது.

மிகப் பெரிய மாசுபாடு வறுமையே.

மற்றொரு விதம்:

ஜெயராம் ரமேஷ்

வறுமையே மாசுபாட்டின் மிக மோசமான வடிவம்.

இந்திரா காந்தி உரை நிகழ்த்தியபோது மாநாட்டுச் செயலாளரான மாரிஸ் ஸ்ட்ராங் மேடையில் அமர்ந்திருந்தார். இந்திரா காந்தியின் உரை பற்றிய தனது நினைவுகளை அவர் பதிவு செய்துள்ளார் (2001):

"தொடக்க அமர்வில் 'எல்லாவற்றையும்விட மிக அதிக அளவு மாசுபாடு வறுமையால் உருவாகிறது' என்ற பொருளில் இந்திரா காந்தி பேசினார். மாநாட்டிலேயே அதிகத் தாக்கம் கொண்டதாக இந்திரா காந்தியின் உரை இருந்தது." ஆங்கிலேயத் தூதுக் குழுவில் ஒருவரும் அறிவியல் வல்லுநருமான மார்ட்டின் கோல்ட் கேட் 2013இல் எழுதியது: 'வறுமையால் விளையும் மாசுபாடு என்ற இந்திரா காந்தியின் கருத்தாக்கம் முக்கிய விளைவை ஏற்படுத்தியது. மாநாட்டிலேயே நினைவுகூரத்தக்க உரையாக அது இருந்தது.'

இவ்விதம் மாநாட்டில் அவர் பேசியதாக அனைவராலும் ஏற்றுக்கொள்ளப்பட்ட உரையும் அச்சிடப்பட்ட உரையும் ஒரேவிதமாக இல்லை என்பது தெளிவு. உரையாற்றும்போதே சிலவற்றை அவர் மாற்றிப் பேசியுமிருக்கலாம். இவ்விதம் அவர் செய்வதும் உண்டு. ஆனால் அச்சிடப்பட்ட உரையில் இந்திரா காந்தி எந்த மாற்றமும் செய்யவில்லை என அவருடனிருந்த மல்ஹோத்ரா உறுதியாகக் கூறுகிறார்.

சிறிது காலத்திற்குப் பிறகே இந்திரா காந்தியின் உரைக்குப் பாராட்டுக்கள் குவியத் தொடங்கின. ஆனால் உரை நிகழ்த்திய சமயத்தில் அமெரிக்க ஊடகங்கள் இந்திரா காந்தியின் உரையைக் கண்டுகொள்ளவில்லை. அமெரிக்க தூதுக் குழுவின் தலைவரான ரஸ்ஸல் ட்ரெய்னர், வாஷிங்டனுக்கு அனுப்பிய அறிக்கையில் உரை பற்றி எதுவும் குறிப்பிடவில்லை. சில நாட்களுக்குப் பிறகு ராபர்ட் பெண்ட்லினர் *நியூயார்க் டைம்ஸில்* (ஜூன் 26) உரையைப் பற்றி எழுதியிருந்தார். ஆனால் அதில் 'வறுமை மாசுபாடு' என்ற இந்திரா காந்தியின் முக்கியமான வரி பற்றிய குறிப்பு எதுவுமில்லை என்பது வியப்பிற்குரியது.

> உலகிலுள்ள ஏழைகளுக்காக மிகுந்த சொல் திறத்துடன் இந்திரா காந்தி உரையாற்றினார். அவர்களின் வாழ்வே அடிப்படையில் மாசுபாடு கொண்டதாக இருக்கையில் கிராமங்களிலும் சேரிகளிலும் வாழும் ஏழைகளிடம் காற்று, கடல், நீர் ஆகியவற்றைத் தூய்மையாக வைத்திருப்பது பற்றி எப்படிப் பேசுவது? (...)

நமது வாழ்விற்கு மிகவும் அவசியமான இயற்கை, அதன் அழகு, புத்துணர்வு, தூய்மை நிர்மூலமாகிவிடாமல் பாதுகாப்பது பற்றியும், தங்கள் பாரம்பரியத்திலிருந்து அந்நியமாகிவிடாமல் இந்தப் பூமியிலுள்ள ஏழைகளுக்கு உயர்ந்த வாழ்க்கைத் தரம் கிடைக்கச்செய்வது பற்றியும் அவையோரிடம் உணர்வுப்பூர்வமாக எடுத்துக் கூறினார் திருமதி இந்திரா காந்தி. சுற்றுச்சூழல் பற்றிய அக்கறை அவர்களின் நலனுக்கு எதிரானது அல்ல எனவும் அதற்கு மாறாக அவர்கள் வாழ்வை அது வளம்பெறச் செய்யுமெனவும் அந்த ஏழைகளிடம் உறுதி கூறினார்.

இந்திரா காந்தியின் ஸ்டாக்ஹோம் உரையை இந்தியப் பத்திரிகைகள் வெளியிட்டன. ஆனால் அதற்குக் குறைந்த அளவு முக்கியத்துவமே தந்திருந்தன. வருங்கால சந்ததியினருக்குப் பிரதமரை அடையாளம் காட்டும்விதமாக அமைந்த இந்திரா காந்தி உரையின் ‘வாசகம்’, பத்திரிகைகளில் வெளிவந்த செய்தியில் இல்லை என்பது வெளிப்படையாகவே தெரிந்தது. இந்தியாவின் அதிகாரப்பூர்வ நாளிதழாக அனைவராலும் அறியப்பட்ட *இந்து* நாளிதழ் இந்திரா காந்தியின் உரையை இவ்விதம் வெளியிட்டிருந்தது.

சுற்றுச்சூழல்மீதான அணுகுமுறையில் ஓத்துழைப்பு வேண்டும்: பிரதமரின் வேண்டுகோள்.

ஸ்டாக்ஹோம், ஜூன் 14:

சுற்றுச்சூழல் பற்றிய ஐநா சபை மாநாடு ஸ்டாக்ஹோமில் நடந்தது. அதில் உரையாற்றிய பிரதமர் இந்திரா காந்தி பணக்கார நாடுகள் தங்களின் அரசியல், வர்த்தக கொள்கைத் திட்டங்களில் புதிய உள்ளீடுகளை அறிமுகம் செய்வதால் உருவாகும் சூழலியல் நெருக்கடிகள் ஏழை நாடுகளைப் பாரமாய் அழுத்துகின்றன (. . .) என எச்சரித்தார்.

சுற்றுச்சூழல் பிரச்சனைகளின் பல்வேறு அம்சங்களைத் தனது உரையில் குறிப்பிட்ட திருமதி இந்திரா காந்தி, அவை அனைத்தும் ஒன்றுடன் ஒன்று தொடர்புடையவை எனவும் அதனால் உலக நாடுகள் இந்தப் பிரச்சனையை ஒத்துழைப்புடன் அணுக வேண்டும் எனவும் இது தவிர மாற்று எதுவும் இல்லை எனவும் தெரிவித்தார்.

மக்கள் தொகை பற்றிப் பேசுகையில் உலகின் அனைத்துப் பிரச்சனைகளுக்கும் அதிக மக்கள் தொகையைக் குற்றம் சாட்டுவது சிக்கலான பிரச்சனையை எளிமைப்படுத்துவதாகும் என்றார். மிகக் குறைவான மக்கள் தொகை கொண்ட நாடுகள் பெருமளவு இயற்கை வளங்களை நுகர்வதாகக் குறிப்பிட்டார்.

மற்றொரு முன்னணி நாளிதழான *ஹிந்துஸ்தான் டைம்ஸ்* முதல் பக்கத்திலேயே கட்டச் செய்தியாக இவ்விதம் வெளியிட்டிருந்தது:

அதர்வண வேதத்திலிருந்து மேற்கோள்:

ஸ்டாக்ஹோம், ஜூன் 14

சூழலியல் சமன்நிலை மீதான அக்கறை இந்தியாவில் இருந்து வருவதை அதர்வண வேத மந்திரத்தை மேற்கோள் காட்டி திருமதி இந்திரா காந்தி வலியுறுத்தினார்.

மனிதச் சுற்றுச்சூழல் பற்றிய ஐநா சபை மாநாட்டில் பேசியபோது இந்திரா காந்தி குறிப்பிட்டதாவது:

இயற்கையுடனும் வாழ்க்கையுடனுமான இடையறாத தொடர்பை நவீன மனிதன் மீண்டும் நிறுவிக்கொள்ள வேண்டும். எந்த அளவு திருப்பித் தர முடியுமா, அந்த அளவே பூமியிலிருந்தும் சூழலிலிருந்தும் அவன் எடுத்துக்கொள்ள வேண்டும் என்பதைப் பல நூறு ஆண்டுகளுக்கு முன்னர் இந்தியாவில் வாழ்ந்த முன்னோர்களிடமிருந்து நவீன மனிதன் உணர்ந்துகொள்ள வேண்டும்.

இது தொடர்பாக அதர்வண வேதத்திலிருந்து இந்திரா காந்தி மேற்கோள் காட்டினார்:

நீர் நிலம் நெருப்பு காற்றாகிய இயற்கையே
உன்னிடமிருந்து எதை எடுத்துக்கொண்டேனோ
விரைவிலேயே அது மீண்டும் பெருகுவதாக.
உனது இதயத்தையோ அல்லது ஆதாரங்களையோ
நான் சூறையாடி விடலாகாது

டைம்ஸ் ஆப் இந்தியா நாளிதழ் இந்திரா காந்தியின் ஜூன் 14 ஸ்டாக்ஹோம் உரையை மறுநாள் விரிவாகவே வெளியிட்டிருந்தது. 'ஏழை நாடுகளும் நம் கவனத்திற்கு உரியவைதாம்: இந்திரா.' என முதற்பக்கத் தலைப்புச் செய்தியாக இந்திரா காந்தியின் ஸ்டாக்ஹோம் உரை வெளிவந்திருந்தது. இந்தியாவின் அடிப்படைக் கொள்கைகளாக இந்திரா காந்தி பொதுவாகக் கூறியவை பத்திரிகையின் உட்பக்கத்தில் விரிவாகவே வெளிவந்திருந்தது. அவர் உரையின் சில பகுதிகளும் அப்படியே வெளியாகியிருந்தன. அவர் பேசி முடித்ததும் அவையோர் எழுந்துநின்று ஆரவாரத்துடன் கைதட்டிப் பாராட்டினர். ஆரம்பத்தில் சிறிது தயங்கிய பாகிஸ்தான் தூதுவர்களும் பின்னர் எழுந்து கையொலி எழுப்பி அவையோருடன் சேர்ந்துகொண்டனர். சீனத் தூதுவர் ஒருவர் மட்டும் எதுவும் செய்யாமல் வாளாவிருந்தார். இந்திரா காந்தியின் உரையை மகத்தானதாக்கிய அந்த ஒரு வரிமட்டும் போகிற போக்கிலும்

குறிப்பிடப்படவில்லை. ஆனால் பத்திரிகையின் ஜூன் 16 தலையங்கத்தில் இது ஓரளவு ஈடு செய்யப்பட்டது:

> (...) மூன்றாம் உலக நாடுகளையும் தமது சொந்த நாட்டிலேயே உள்ள ஏழை மக்களையும் சுரண்டிய காலனிய ஆதிக்க சக்திகள் தற்போதுள்ள மிகச் செழிப்பான நிலைக்குத் தங்களை வளர்த்திருக்கின்றன – மாசுபாட்டையும்தான். மாசுபாடு உற்பத்தியாகும் ஆரம்ப இடமே வறுமைதான் என்பதை இந்திரா காந்தி தனது உரையில் வலியுறுத்தினார் (. . .)

சுவீடன் நாட்டு ஊடகங்கள் இந்திரா காந்தியின் உரைக்குக் குறிப்பிடத்தக்க விதத்தில் முக்கியத்துவம் தந்து தங்கள் பத்திரிகைகளில் வெளியிட்டன. ஆனால் அதற்கு வேறு காரணம் இருந்தது. வியட்நாமின் இயற்கைச் சுற்றுச்சூழலை வேண்டுமென்றே சீரழித்ததென அமெரிக்காவை சுவீடன் பிரதமர் குற்றம்சாட்டினார். இந்திரா காந்தி தனது உரையில் இதுபற்றிக் குறிப்பிட்டார்:

> கவனம் தந்து உடனடியாகத் தீர்மானிக்கப்பட வேண்டிய மிக அடிப்படையான விசயம் 'அமைதி'யாகும். நவீன காலத்தில் அர்த்தமற்ற செயல் ஒன்று இருக்குமேயானால் அது போர் செய்வதுதான். மிகக் கொடூரமான போர்ப் படைக்கலங்கள்போல அந்தக் கணத்திலேயே அனைத்தையும் அழித்துவிடுபவை வேறெதுவும் இல்லை. அவை வாழும் உயிர்களையும், இன்னும் பிறவாத சீவன்களையும் கொல்வது மட்டுமின்றி, அவற்றின் உடலுறுப்புகளை உருக்குலைத்தும் முடமாக்கியும் விடுகின்றன; பூமியை நச்சுப்படுத்தி வறளச் செய்து பாழ்படுத்திவிடுகின்றன. போரினால் வரும் இத்தகைய விளைவுகளைச் சூழலியல் திட்டங்கள் தாங்குமா?

ஸ்டாக்ஹோம் மாநாட்டு உரையின் ஒரு பத்திக்காக இந்திரா காந்தி பரபரப்பாகப் பேசப்பட்டார். (ஏற்கனவே தயாரிக்கப்பட்டிருந்த உரையுடன்) இந்தப் பத்தியைப் புதிதாக எழுதிச் சேர்த்தவர் இந்திரா காந்தி. ஜூன் 9ஆம் தேதியிலிருந்து 13ஆம் தேதிக்குமிடையே ஏதோ ஒருநாளில் இது சேர்க்கப்பட்டது. இந்திரா காந்தியின் ஸ்டாக்ஹோம் உரைபற்றி ஆனி நார்லின் (*Anne Norlin*) என்பவர் எழுதிய கட்டுரையை *Aftenbladet* (நார்வேயின் ஓஸ்லோவிலிருந்து வெளிவரும்) என்ற மாலை நாளிதழ் ஜூன் 18 அன்று வெளியிட்டிருந்தது. இந்தியத் தூதரகத்திலிருந்து டெலக்ஸ் மூலம் வந்த அந்தக் கட்டுரையின் ஆங்கில மொழிபெயர்ப்பு ஹக்சர் ஆவணக் காப்பகத்தில் உள்ளது.

> இந்தியாவின் பிரதமரான 54 வயது இந்திரா காந்தி, தனது உரையால் ஸ்டாக்ஹோமை வென்றார். அவர்

போகுமிடமெல்லாம் சுவீடன் மக்கள் தன்னிச்சையாக நீண்ட நேரம் கரவொலி எழுப்பித் தங்கள் மகிழ்ச்சியை வெளிப்படுத்தினர். இந்திரா காந்தி ஆட்டோகிராஃப்களில் கையொப்பமிட்டார்; அவர்களுடன் கைகுலுக்க நேரம் எடுத்துக்கொண்டார். பத்து ஆண்டுகளுக்கு முன்னர் குருச்சேவ் இங்கு வந்திருந்தார். நூற்றுக்கணக்கான போலீஸ் அவருக்குக் காவலாக நின்றிருந்தனர். இந்தச் சூழ்நிலையில் அமெரிக்க ஜனாதிபதி நிக்சன் இருந்திருப்பாரேயானால் அர்லாண்டா விமான நிலையத்தில் இடை நிறுத்தமாகவும் இறங்கியிருக்கமாட்டார்.

உலகின் மிகச் சக்தி வாய்ந்த பெண்மணி; உலகிலேயே அதிக மக்கள் தொகை கொண்ட ஒரு நாட்டை ஆள்பவர், ஆறு மாதத்திற்கு முன்னர் ஒரு கொடிய போரை எதிர்கொண்ட ஒருவர் ஏறத்தாழ எந்தப் பாதுகாப்புமின்றி ஸ்டாக்ஹோமில் நடந்து செல்ல முடிகிறது.

சுற்றுச்சூழல் மாநாட்டை வென்ற இந்திரா காந்தி Folkets House Wednesday அரங்கத்தில் (உழைப்பாளர் சங்கக் கட்டடம்) உரையாற்றினார். கூடியிருந்த மக்கள் ஆனந்தத்தில் பேரார்வத்துடன் கரவொலி எழுப்பினர்.

இந்திரா காந்தியின் ஸ்டாக்ஹோம் உரையின்போது எந்தக் கணம் அல்லது சம்பவம் ஓர் அடையாளச் சின்னமாகப் போற்றிப் புகழும் நிலைக்கு அவரை உயர்த்திற்று என்பதைத் துல்லியமாகக் கூறுவது கடினம். 1970களிலும் 80களிலும் ஸ்டாக்ஹோம் பற்றிய பேச்சு வரும்போதெல்லாம் சர்வதேச சமுதாயம் இந்திரா காந்தியின் உரையைக் குறிப்பிடுவதுண்டு. இந்தத் தாக்கம் ஒரு சிறிய வட்டத்துக்குள்ளேயே சிறிது காலம் இருந்தது. 1992ஆம் ஆண்டில் புகழ்பெற்ற *Rio Earth Summit* மாநாட்டிற்கான முன்னேற்பாடுகள் நடந்த கட்டத்தில் அந்த உரையின் தாக்கம் அதே உயிரோட்டத்துடன் மீண்டும் நினைவுகூரப்பட்டது. 42 ஆண்டுகளுக்குப் பிறகு, *த கார்டியன் – 06.05.2014* இதழில் கார்ல் மத்தீஸென் எழுதிய ‘தட்பவெட்ப நிலை மாற்றமும் ஏழ்மையும்: இந்திரா காந்தியின் உரை ஏன் முக்கியமானது?’ என்ற கட்டுரை வெளிவந்தது. இதிலிருந்து இந்திரா காந்தியின் ஸ்டாக்ஹோம் உரையின் தாக்கம் நாற்பது ஆண்டுகளுக்கும் மேலாகத் தொடர்ந்து இருந்துவந்துள்ளது புலனாகிறது. உலகச் சுற்றுச்சூழல் உரையாடலில் திருப்புமுனையாகக் கருதப்படும் 1962இல் வெளிவந்த ராச்செல் கர்சன் எழுதிய புத்தகம், 1968இல் பால் ஹெரிச் எழுதிய புத்தகம், 1972இன் ஆய்வு நூலான *‘Limits to Growth’* ஆகிய ஆக்கங்களின் வரிசையில் இந்திரா காந்தியின் ஸ்டாக்ஹோம் உரையும் வைக்கத் தகுதியானது என பாகிஸ்தான்

பொருளாதார நிபுணரான தாரிக் பனூரி 2009 செப்டம்பரில் என்னிடம் கூறினார்.

மாநாட்டில் 113 நாடுகளிலிருந்து பிரதிநிதிக்கள் குழு கலந்துகொண்டன. இந்தக் குழுக்கள் யாவற்றைவிடவும் இந்தியப் பிரதிநிதிகள் அடங்கிய உயர்மட்டக் குழுவிற்கு அதிகாரம், செல்வாக்கு, பொறுப்பு அதிகமிருந்தது. காபினெட் அமைச்சர்கள் மூவர் இந்திராவுடன் சென்றிருந்தனர். கரண் சிங்; திட்டம், அறிவியல் மற்றும் தொழில்நுட்ப அமைச்சரான சி. சுப்பிரமணியம்; வீட்டு வசதி அமைச்சரான ஐ.கே. குஜரால். சுற்றுச்சூழல் தொடர்பான விசயங்களையும், ஸ்டாக்ஹோம் மாநாட்டையும் இந்திரா காந்தி தீவிரமாக எடுத்துக்கொண்டதை இது புலப்படுத்துகிறது.

ஸ்டாக்ஹோம் மாநாட்டுப் பிரகடனத்தின் (ஜூன் 16) நான்காவது பத்தி ஏறத்தாழ முழுவதுமே பிரதமர் உரையிலிருந்து அப்படியே எடுத்தாளப்பட்டுள்ளது:

> வளரும் நாடுகளில் பெரும்பாலான சுற்றுச்சூழல் பிரச்சனைகளுக்குக் காரணம் வளர்ச்சியின்மையே. லட்சக்கணக்கான மக்கள் கண்ணியமாக வாழ்வதற்கான குறைந்தபட்ச வழிகளுமின்றி மிகக் கீழான நிலையிலேயே தொடர்ந்து வாழ்ந்துவருகின்றனர். போதுமான உணவு, உறைவிடம், உடை, கல்வி, ஆரோக்கியம், சுகாதாரம் ஆகிய அனைத்துமே பறிக்கப்பட்ட நிலையில் அவர்கள் உள்ளனர். எனவே வளரும் நாடுகள் தங்களின் அனைத்து முயற்சிகளையும் வளர்ச்சியின் பாதையிலேயே மேற்கொள்ள வேண்டியது மிகவும் அவசியம். இவ்விதம் முயற்சிகள் மேற்கொள்கையில் சுற்றுச்சூழல் பாதுகாப்பிற்கும் அவற்றின் மேம்பாட்டிற்கும் முன்னுரிமை தருவதைக் கருத்தில்கொள்ள வேண்டும். இதே காரணத்திற்காகவே தொழில்மயமான நாடுகள் தமக்கும் வளரும் நாடுகளுக்கும் இடையேயான இடைவெளியைக் குறைப்பதற்கு முயல வேண்டும். தொழில்மயமான நாடுகளின் சுற்றுச்சூழல் பிரச்சனைகள் தொழிற்சாலைகள், தொழில்நுட்பம் தொடர்புடையவையாகும்.

சுற்றுச்சூழல் மேலாண்மை, திட்டமிடுதலில் தேசிய அளவிலும் சர்வதேச அளவிலும் கடைப்பிடிக்க வேண்டிய 26 கொள்கைகள் மாநாட்டுப் பிரகடனத்தில் குறிப்பிடப்பட்டுள்ளன. இவற்றில் நான்காவது கொள்கையை கரண் சிங் முன்வைத்தார். இந்திரா காந்தியிடம் கலந்தாலோசித்த பிறகே அவர் இதனை அறிவித்தார். இந்தக் கொள்கை முழுவதும் அப்படியே பிரகடனத்தில் சேர்க்கப்பட்டுள்ளது.

> பாதகமான பல காரணிகளால் காட்டுயிரும் அவற்றின் வாழிடங்களும் கடுமையான அபாயத்தில் உள்ளன. அவற்றைப் பாதுகாப்பதிலும் விவேகத்துடன் நிர்வகிப்பதிலும் மனிதனுக்குச் சிறப்பான பொறுப்புகள் உள்ளன. எனவே பொருளாதார வளர்ச்சிக்காகத் திட்டமிடும்போது கானுயிர், இயற்கைப் பாதுகாப்பிற்கு முக்கியத்துவம் தரப்பட வேண்டும்.

ര

இந்திரா காந்தியின் ஸ்டாக்ஹோம் உரையின் தாக்கம் குறித்துப் பலரும் பலவித அர்த்தங்களைக் கூறுகின்றனர். நோபல் விருது பெற்ற நார்மன் போர்லாக் இந்திரா காந்திக்கு ஒரு கடிதம் (ஜூன் 30) எழுதினார். அவர் இந்தியாவிற்குப் புதியவரல்லர். நமது நாட்டின் வேளாண்மை விஞ்ஞானிகளுடன் அவருக்கு நீண்டகாலத் தொடர்பிருந்தது. இந்தியாவின் பசுமைப் புரட்சிக்குத் தூண்டுதலாக இருந்து அதில் முக்கிய பங்காற்றியவர். அவர் இந்திரா காந்திக்கு எழுதிய கடிதத்தில் எழுப்பிய விவாதங்களின் தாக்கம் இன்றும் தொடர்கிறது:

> வளரும் நாடுகள் தங்கள் மக்களின் வாழ்க்கைத் தரத்தை உயர்த்துவதற்கு விஞ்ஞானத்தையும் தொழில்நுட்பத்தையும் பயன்படுத்திக்கொள்ளும் உரிமையை ஆதரித்து ஸ்டாக்ஹோமில் நீங்கள் எடுத்த உறுதியான நிலைப்பாட்டிற்காக உங்களுக்கு வாழ்த்துத் தெரிவித்துக்கொள்கிறேன். நன்கு ஒருங்கிணைக்கப்பட்ட சுற்றுச்சூழல் பித்தர்கள் அடங்கிய சிறிய குழுவிற்குச் செழிப்பு மிகுந்த நாடுகளிலிருக்கும் செல்வாக்கும் அதிகாரமும் பீதியுறச் செய்கிறது. (...) DDT பூச்சிகொல்லியை உதாரணமாகக் கூறலாம். DDT பூச்சிகொல்லியைப் பயன்படுத்தக்கூடாதென இரண்டு வாரங்களுக்கு முன்பு அமெரிக்கா தடை செய்துள்ளது. (...) இந்த முடிவு பாதகமான விளைவுகளை மறைமுகமாக ஏற்படுத்தும்.
>
> மக்கள் அனைவரின் வாழ்வாதாரம் உயரவும், மனிதனின் துயரங்களும் துன்பங்களும் தணியவும் வேண்டுமானால் உற்பத்தி பெருக வேண்டும். (...) அதற்குத் தேவையான ரசாயனப் பொருட்களையும் தொழில்நுட்பத்தையும் பயன்படுத்திக்கொள்வதற்கு வளரும் நாடுகளுக்கு இருக்கும் உரிமைக்காகத் தொடர்ந்து குரல் எழுப்ப வேண்டும் என இந்திய நாட்டுத் தலைவியும், வளரும் நாடுகளின் செயல்திறன் மிக்க பிரதிநிதியுமான உங்களை வற்புறுத்திக் கேட்டுக்கொள்கிறேன்.

> சுற்றுச்சூழல் பித்தர்களுக்கு எதிரான இந்தப் போராட்டத்தில் எனது முழு ஆதரவும் உங்களுக்கு உண்டு என்றும் இவர்களின் உணர்ச்சிகரமான தீவிரப் பிரச்சாரத்தால் வெளிப்படையாகப் பேசமுடியாத ஆயிரக்கணக்கான விஞ்ஞானிகள் சார்பாகவும் பேசுகிறேன் என்றும் நான் உறுதியளிக்கிறேன்.

போர்லாக் இவ்விதம் இந்திரா காந்திக்குக் கடிதம் எழுதுவது முதல்முறை அல்ல. இந்திய வேளாண்மை ஆய்வு குறித்த தனது கருத்துக்களை அவர் அவ்வப்போது இந்திராவுடன் பகிர்ந்து கொள்வதுண்டு. 1971 மார்சில் அவர் இந்தியா வந்திருந்தபோது 'அரசு விருந்தினராக' நடத்தப்பட்டார். அத்தகைய கவுரவமும் சலுகையும் அளிக்கப்படுவது அபூர்வம்.

போர்லாக்கின் கடிதம் மிகையான பொதுமைப்படுத்தல்கள் நிரம்பியதாக இருந்தது. அவற்றை மறுத்து அளவான தொனியில் இந்திரா காந்தி அவருக்குப் பதில் எழுதினார். (செப்டம்பர் 9) இயற்கைச் சுற்றுச்சூழல் ஆதரவாளர்களைச் 'சுற்றுச்சூழல் பித்தர்கள்' என அழைப்பதைத் தான் ஏற்றுக்கொள்ளவில்லை என்பதைத் தெளிவாகவும் உறுதியாகவும் அந்தக் கடிதத்தில் அவருக்குத் தெரிவித்தார். வாழ்க்கைத் தரத்தை மேம்படுத்துவதிலும் சுற்றுச்சூழலைப் பாதுகாப்பதிலும் அவர் கொண்டிருந்த ஆழ்ந்த அக்கறையை வெளிப்படுத்துவதால் இந்திரா காந்தியின் நீண்ட கடிதம் இங்கே மேற்கோளாகத் தரப்பட்டிருக்கிறது:

> சுற்றுச்சூழலும் அதன் பாதுகாப்பும் மக்கள் வாழ்வை மேம்படுத்துவதையே குறிக்கோளாகக் கொண்டிருக்க வேண்டும். வளரும் நாடுகளில் வாழும் நம் அனைவருக்கும் இது முக்கியமானது. நமது வேளாண்மை மற்றும் பொது சுகாதாரத் திட்டங்களில் உரங்கள், பூச்சிக்கொல்லி ஆகியவற்றால் சாதகமான பலன்கள் நிச்சயமாக உண்டு. இந்தியக் கிராமப்புறங்களில் நடந்துவரும் பசுமைப் புரட்சியின் வெற்றிக்குப் பெருமளவு காரணம் ரசாயன உரங்களை அதிகளவு பயன்படுத்தியதும், உரிய காலத்தில் பயிர்ப் பாதுகாப்பு நடவடிக்கைகளை மேற்கொண்டதுமே; இதில் எவ்வித ஐயமுமில்லை.
>
> ஒருகாலத்தில் இந்தியாவின் பல்வேறு பகுதிகளில் மலேரியாவால் மக்கள் கடுமையான துன்பத்தை அனுபவித்தனர். DDTயைப் பயன்படுத்தி இந்த நோய் பெருமளவு கட்டுப்படுத்தப்பட்டது. எனினும் இவைபோன்ற சில ரசாயனப் பொருட்களைக் கண்மூடித்தனமாகப் பயன்படுத்துவதால் சில பாதகமான பக்க விளைவுகளும்

நீண்ட காலத் துன்பங்களும் ஏற்படுகின்றன. இதற்கான சான்றுகள் சமீபத்தில் வெளியாகியுள்ளன.

DDT போன்ற பூச்சிகொல்லிகளைத் தொடர்ந்து பயன்படுத்துவது பற்றிய உலகளாவிய விவாதம் நடைபெற வேண்டுமென விரும்புகிறோம். (...) பூச்சிகொல்லி மருந்துகளையும் வேதிப் பொருட்களையும் பயன்படுத்துவதில் நமது கொள்கைகள் அறிவியல்ரீதியாக நிறுவப்பட்ட உண்மைகளை அடிப்படையாகக் கொண்டிருக்க வேண்டும். அது மட்டுமல்லாமல் பொருளாதாரத் தேவைகள், லாபம், சமூகத்தில் ஏற்படும் தீய விளைவுகள் ஆகியவற்றையும் அவை (கொள்கைகள்) கணக்கில் எடுத்துக்கொள்ள வேண்டும்.

இயற்கை வளங்கள் அழிக்கப்பட்டு வருவதும் இயற்கையழகு நிறைந்த பகுதிகளைச் சுயநலத்திற்காக அபகரிப்பதும் உலகு முழுவதும் வேகமாக நடைபெற்று வருகிறது. இதுபற்றிய ஆழ்ந்த கவலை எங்களுக்கு உண்டு. துரிதப் பொருளாதார வளர்ச்சிக்காகச் சூழலியல் முக்கியத்துவத்தைக் கவனத்தில் கொள்ளாதிருந்து விடலாகாது.

இரசாயனப் பொருட்களை விவேகமான முறையில் பயன்படுத்தி விளைச்சலைப் பெருக்க வேண்டும். இயற்கைச் சமன்நிலை அதிகம் சேதமடைந்துவிடாமல் பயிர்களை நாசம் செய்யும் பூச்சிகளின் கெடுதியைத் தடுக்கவும் வேண்டும். இதற்காக வேளாண், உயிரியல் இரண்டும் ஒருங்கிணைந்த முறைகளை உங்கள் தலைமையில் இயங்கும் அறிவியல் சமுதாயம் உருவாக்கும் என நம்புகிறேன். உலகியல் ரீதியில் கண்ணியமான வாழ்க்கையை மக்களுக்கு வழங்குவதும் அதே நேரம் சுற்றுச்சூழல் தரத்தை உயர்த்தி, தொடர்ந்து அதனைப் பேணிக்காப்பதும் இவற்றின் நோக்கமாக இருக்க வேண்டும்.

புகழ்பெற்ற அந்த விஞ்ஞானியின் கடிதத்தில் – தெரிந்தோ தெரியாமலோ – அகந்தையின் நெடி இருந்தது. பிரதமரின் பதில், தத்துவத்தின் கனவுகளை விடவும் அதிக விசயங்கள் உலகில் உள்ளன என்பதை மென்மையாகவும் உறுதியாகவும் அவருக்கு உணர்த்திற்று. இந்தியப் பசுமைப் புரட்சி ஏற்பட முக்கிய காரணமாக இருந்த ஒருவர், அது வெற்றிபெற கணிசமான பங்களிப்பு செய்த ஒரு விஞ்ஞானிக்கு எழுதிய இந்தக் கடிதத்தில் மெல்லிய முரண் இருந்தது.

உண்மையில் இந்திரா காந்தி மீது போர்லாக் பாராட்டுணர்வு கொண்டிருந்தார்; இந்திரா காந்தியும் அவர்மீது பெரு மதிப்புக் கொண்டிருந்தார். அவர் இந்திராவிற்குக் கடிதம் எழுதுவது

தொடர்ந்தது. எடுத்துக்காட்டாக: பிரதமராக இல்லாதபோதும் அவர் இந்திரா காந்திக்கு எழுதினார். 1977 ஏப்ரல் 25 அன்று அவர் எழுதிய கடிதத்தில் பசுமைப் புரட்சி வெற்றிபெற இந்திரா காந்தியின் தலைமையைப் புகழ்ந்திருந்தார். 1980 ஏப்ரலில் இந்திரா காந்தி மீண்டும் பிரதமரானபோது அதை வரவேற்றுக் கடிதம் எழுதினார்.

ೞ

ஸ்டாக்ஹோம் மாநாட்டில் முடிவு செய்தபடி 'ஐநா சுற்றுச்சூழல் செயல்திட்டம்' என்ற ஒரு புதிய அமைப்பு தொடங்கப்பட்டது. இந்த அமைப்பைப் புதுதில்லியில் நிறுவுவதா அல்லது நைரோபியிலா என்பது பற்றிய விவாதத்தில் சில மாதங்கள் கழிந்தன. இதில் இந்தியா பெரிதாக ஆர்வம் காட்டவில்லை; இந்த அமைப்பு நைரோபியில் நிறுவப்பட வேண்டுமென்பதில் கென்யா அதிக ஆர்வம் கொண்டிருந்தது. ஐரோப்பாவிற்கும் வட அமெரிக்காவுக்கும் வெளியே வளரும் நாடுகள் ஒன்றில் முதல்முதலாக ஒரு ஐநா சபை அமைப்பு ஏற்படவிருந்ததே இதற்குக் காரணம். எனினும் இந்த அமைப்பை இந்தியாவில் நிறுவுவதா அல்லது கென்யாவிலா என்ற விவாதம் 1972 நவம்பர்வரை தொடர்ந்தது. இறுதியில் கென்யாவுடன் கொண்ட நட்புணர்வைக் காரணம் காட்டி இந்தியா கவுரமாக விலகிக் கொண்டது.

இவ்விதம் கென்யாவுக்குச் சாதகமாக முடிவு செய்ததற்கு இரண்டு இந்தியர்கள் காரணமாவர். ஒருவர் ஹக்சர். இவர் கென்யாவின் முதல் ஜனாதிபதியான ஜோமோ கென்யாட்டா வுடன் 1930களின் இறுதியில் லண்டன் பொருளாதாரப் பள்ளியில் பயின்றவர். ஐநா அமைப்பின்மீது ஹக்சருக்குப் பெரிதாக எந்த அபிப்பிராயமும் இல்லை. மற்றொருவர் இந்திரா காந்தி. கென்யாட்டாவின் நெருங்கிய நண்பரான இந்திரா காந்தி இருமுறை கென்யா சென்றுள்ளார். கென்யாட்டாவும் நேருவை வியந்து பாராட்டுபவர்.

அரசியல்வாதிகளையும் அதிகாரிகளையும் திறமையாகக் கையாண்டு இந்த விசயத்தில் கென்யா வெற்றிபெற்றது என்ற கருத்தும் இந்தியாவில் நிலவியது. இதுமட்டுமல்லாமல் அமெரிக்காவுடனான இந்திய உறவு – குறிப்பாக நிக்சனுடன் – நேசமாக இல்லை. இந்தியாவிற்குப் பாடம் புகட்ட வேண்டும் என்ற கோபம் கிஸிங்கரிடம் இருந்தது.

இந்தியா விலகிக்கொண்டதற்கு மற்றொரு காரணமும் முன்வைக்கப்படுகிறது. ஐநா சபை அமைப்பை புதுதில்லியில் நிறுவ

வேண்டுமென்ற கோரிக்கையை இந்திரா காந்தி திரும்பப்பெற வேண்டும். இல்லையெனில் கென்யாவிலுள்ள அனைத்து இந்தியர்களும் வெளியேற்றப்படுவர் என கென்யாட்டா இந்திரா காந்தியை அச்சுறுத்தினாராம். இவ்விதம் லார்ஸ் கோரான் எங்க்ஃபெல்ட் என்ற சுவீடன் நாட்டுத் தூதுவர் பின்னர் எழுதினார். ஆனால் எழுத்துப்பூர்வமான ஆதாரம் எதுவும் இதற்கில்லை. எனவே இதனை நம்புவது கடினம் என நான் நினைக்கிறேன். (ஆதாரமற்ற) யூகம் என்பதாக இதனை எடுத்துக்கொள்ளலாம்.

ஸ்டாக்ஹோம் மாநாட்டு நிகழ்ச்சிகள் முடிந்து இரண்டு நாட்களுக்குப் பின் இந்தியாவுக்குத் திரும்பினார் இந்திரா. பாகிஸ்தான் பிரதமர் சுல்ஃபிகர் அலி பூட்டோவுடன் பேச்சு வார்த்தை நடத்த சிம்லா உச்சி மாநாடு ஜூன் 28இல் தொடங்கிற்று. இரு நாடுகளுக்குமிடையே ஒப்பந்தம் கையெழுத்தானது. (ஜூலை 2) சிலநாள் விடுமுறையில் சிம்லாவில் தங்குவதென இந்திரா காந்தி முடிவுசெய்தார். தில்லி திரும்பும் முன்னர் பீகார் முதல்வர் கேதார் பாண்ட்டேக்கு கடிதம் எழுதினார் (ஜூலை 5):

> பீகாரில் கானுயிர் பாதுகாப்புப் பற்றிச் சட்டசபை உறுப்பினரான திரு. உமேஷ் பிரசாத் வர்மா எனக்கு எழுதிய கடிதத்தின் நகலை இத்துடன் இணைத்துள்ளேன். இந்த விசயத்தில் ஆர்வமும் அக்கறையும் எனக்கு உண்டு என்பது உங்களுக்கு நன்கு தெரியும். கானுயிர்ப் பாதுகாப்புச் சட்டத்தைப் பாராளுமன்றத்தில் நிறைவேற்றுவதற்காக மாநிலங்களின் ஆதரவைக் கோரி 1972 ஏப்ரல் 12இல் உங்களுக்கு எழுதியிருந்தேன். இந்த ஆதரவுக்கான தீர்மானத்தை பீகார் சட்டசபை இன்னும் நிறைவேற்றவில்லை. இந்த விசயத்தில் துரித நடவடிக்கை எடுப்பீர்கள் என நம்புகிறேன். காடுகள் என அதிகாரப்பூர்வமாக அறிவிக்கப்பட்ட நிலங்கள் வேறு விசயங்களுக்காக ஒதுக்கப்படுவதாக இணைக்கப்பட்டுள்ள கடிதத்தில் திரு. வர்மா தெரிவிக்கிறார். இது மிகவும் வேதனை தருகிறது. தனிப்பட்ட முறையில் கவனம் தந்து இதனை உடனே தடுத்து நிறுத்தும்படி வேண்டிக்கொள்கிறேன்.

எம்.எல்.ஏ உமேஷ் பிரசாத், இந்திரா காந்தியின் கட்சியைச் சேர்ந்தவர்; மாநிலக் கானுயிர்க் கழக உறுப்பினருமாவார். கைமூர் பீடபூமியிலுள்ள பெருமளவு காட்டு நிலங்களை வேறு காரணங்களுக்காக ஒதுக்க மாநில அரசு முயற்சிகள் மேற்கொண்டு வருவதாக அவர் புகார் அளித்திருந்தார். பீகார்

முதல்வருக்கு இந்திரா காந்தி எழுதிய கடிதத்தால் அந்த முயற்சிகள் நிறுத்தப்பட்டன.

ஞ

வனப்பரப்பையும் மரங்களையும் பாதுகாக்க இவ்விதம் கடிதம் எழுதுவது இது முதல்முறை அல்ல.

ஜூன் மாத முற்பகுதியில் ஸ்டாக்ஹோம் மாநாட்டிற்குப் புறப்படும் முன்னர் தலைநகரில் மரம் நடும் செயற்திட்டத்தை விரிவுபடுத்துவதுபற்றிப் புதுதில்லி நகராட்சி மன்றத்தை மல்ஹோத்ரா தொடர்புகொண்டார். நகராட்சி மன்றத்தின் தலைவரான M.W.K. யூசுஃப்சாய் மே 31இல் மல்ஹோத்ராவின் கடிதத்திற்குப் பதில் எழுதியிருந்தார். அந்தக் கடிதத்திலும் இந்திரா காந்தி இவ்விதம் குறித்திருந்தார்:

> மரம் நடும் செயல்திட்டத்தைப் புதிய சாலைகளில் நாம் ஏன் தொடங்கக்கூடாது? ஒரு சாலையின் இருபுறமும் குல்மொகர் மரங்கள் நட வேண்டும். மற்றொரு சாலையில் ஜகரண்டா மரங்கள். இவ்விதமாக ஒவ்வொரு சாலையிலும் மரங்கள் நட வேண்டும். உறுதியான மரங்களைத் தேர்வுசெய்ய வேண்டும். பூப்பூக்கும் மரங்கள் நல்லது.

இவ்விதம் குறிப்பு எழுதும்படி அவரைத் தூண்டியது முனைவர் பி.ஆர். பால் என்பவரிடமிருந்து இந்திரா காந்திக்கு வந்திருந்த கடிதம்தான். முனைவர் பால், ரோஜா மலர்களில் உலகப் புகழ்பெற்ற நிபுணர்; இந்திய வேளாண் துறையில் மிகச் சிறந்த விஞ்ஞானிகளில் ஒருவர்; இந்தியாவின் பசுமைப் புரட்சிக்கு அடித்தளமிட்டதில் இவரின் பங்கு முழுவதும் இன்னும் உணரப்படவில்லை. இந்திரா காந்திக்கு முனைவர் பால் எழுதியிருந்த கடிதம்:

> கான்க்ரீட் தளங்கள் மேவியதன் விளைவாகத் தோட்டங்களின் நகரமான புதுதில்லியும் அதன் சுற்றுப்புறங்களும் மாறி வருகின்றன. இந்த வேகத்தில் கட்டுமான வேலைகள் தொடர்ந்து நடைபெறுமேயானால் புதுதில்லியிலும் அதன் சுற்றுப்புறங்களிலும் உள்ள கட்டடங்களின் நெரிசலால் மரங்களால் சுவாசிக்கவோ வேர்கொள்ளவோ முடியாத நிலை ஏற்படும்.

புதுதில்லியின் பெரும்பாலான சாலைகளிலுள்ள அநேக மரங்களின் ஆயுட் காலம் அடுத்த ஏழு ஆண்டுகளுக்குள் முடிவுக்கு வந்துவிடுமென இந்திரா காந்தியிடம் முனைவர் பால் தெரிவித்திருந்தார். அதுமட்டுமல்லாது பல்வேறு பகுதிகளிலுமுள்ள குடியிருப்போர் சங்கங்களை ஈடுபடுத்தி மரங்களைக் காப்பதற்கான

ஒரு செயல்திட்டத்தைத் தொடங்க தனக்கு விருப்பமிருப்ப தாகவும் அதில் கூறியிருந்தார்.

ஐந்து நாட்களுக்குப் பிறகு முனைவர் பாலுக்குப் பிரதமர் எழுதிய பதில்:

> மரங்களைப் பாதுகாப்பதற்கென அர்ப்பணிப்புடன் செயல்படும் குழுவை உருவாக்குவது மிகச்சிறந்த யோசனையாகும். நான் மனங்கொண்ட சிந்தனை அது. உங்கள் முயற்சி வெற்றிபெற வாழ்த்துகிறேன். (...) உதவி தேவைப்படுமெனில் எனக்குத் தெரியப்படுத்தவும்.

இந்திரா காந்தியின் அடுத்தடுத்த அறிவுறுத்தல்களால் உதவியாளர் களும் பிற அலுவலகர்களும் மரம் நடுவதில் பேரார்வத்துடன் ஈடுபட்டனர். மேம்பாட்டு ஆணையத்தின் உப தலைவரான ஜகன்மோகன் (மூன்று ஆண்டுகளுக்குப் பின் நெருக்கடி நிலை அமலில் இருந்தபோது முக்கிய நபராகச் செயல்பட்டவர்) மரம் நடுவதில் ஆத்மார்த்தமாக ஈடுபாடு கொண்டார். புது தில்லியில் உள்ள அனைத்து அரசுத்துறைகளும் ஒன்று சேர்ந்து ஒன்றரை அடி உயரமுள்ள இரண்டு லட்சம் செடிகள் நடுவார்கள் என்ற செய்தி சிம்லாவிலிருந்து திரும்பிய பிரதமரிடம் தெரிவிக்கப்பட்டது.

தில்லியின் பசுமையை உயிரோட்டத்துடன் வைத்திருக்க இந்திரா காந்தி மிகச்சிறந்த முயற்சிகளை மேற்கொண்டார். எனினும் சுற்றுச்சூழல், பசுமைக்கு மட்டுமே முன்னுரிமை தருவது சில சமயங்களில் மிகக் கடினமாக இருந்தது; இது தொடர்பாகக் குற்றச்சாட்டுகளையும் எதிர்கொள்ள வேண்டியிருந்தது. எடுத்துக் காட்டாக: விக்ரம் சாராபாயின் சகோதரியும் அரசியல் செயல்பாட்டாளருமான மிருதுளா சாராபாய் கடுங்கோபத்துடன் இந்திரா காந்திக்கு (அக்டோபர் 12) ஒரு கடிதம் எழுதியிருந்தார். 1950களில் காஷ்மீரின் தலைவரான ஷேக் அப்துல்லாவை நேரு கையாண்டவிதம் குறித்த விமர்சனம் மிருதுளாவுக்கு இருந்தது. எனினும் நேருவின் மகள்மீது தனிப்பட்ட முறையில் அவருக்குப் பிணைப்பு இருந்தது. மிருதுளாவின் கடிதம்:

> உங்கள் நேரத்தை எடுத்துக்கொள்வதற்கு மன்னிக்கவும். விசயம் அற்பமாகத் தோன்றலாம். ஆனால் அப்படி அல்ல. இயற்கையையும் மரங்களையும் நேசிப்பவர் என்பதால் உங்களுக்கு எழுதுகிறேன். முடிந்தவரை மரங்கள் பாதுகாக்கப்பட வேண்டும் என்பதிலும் அவை அழிந்து போகாதவாறு நாம் திட்டமிட வேண்டும் என்பதிலும் உங்களுக்கு உடன்பாடு உண்டு என எண்ணுகிறேன். தில்லியில் தேவையேயில்லாமல் மரங்கள் இப்போது அழிக்கப்படுகின்றன.

முன்னணி நாளிதழ்கள் இது பற்றிய கவலையைப் பதிவு செய்துள்ளன. (. . .) ஏதேதோ பொய்யான காரணங்களால் மரங்கள் இரக்கமற்று வெட்டப்பட்டு வருகின்றன. ஆசிய நாடுகளின் பொருட்காட்சிக்காகச் சாலைகளை விரிவுபடுத்தும் நோக்கத்துடன் மரங்களை அகற்றுவதாக இப்போது காரணம் கூறுகின்றனர். பொருட்காட்சி சில வாரங்களே நீடித்திருக்கும். அதன் பிறகு மரங்களே இல்லாமல் எத்தனை ஆண்டுகள் தில்லி வாட வேண்டும்?

மறு நாளே இதற்குப் பதில் எழுதினார் இந்திரா காந்தி:

மரங்கள் வெட்டப்படக்கூடாதென்பதில் உண்மையான அக்கறை எனக்குண்டு. எனினும் சாலைகளை விரிவுபடுத்தி யாக வேண்டும், பொருட்காட்சிக்காக மட்டுமல்ல; மக்களின் பாதுகாப்பிற்கும் ஆரோக்கியத்திற்கும். கட்டாயத் தேவையிருந்தால் மட்டுமே மரங்கள் வெட்டப்பட வேண்டு மென சம்பந்தப்பட்ட அதிகாரிகளைத் தொடர்ந்து அறிவுறுத்தி வருகிறேன். இப்போது நீங்கள் நினைவூட்டியதால் அவர்களுக்கு மீண்டும் எழுதுகிறேன்.

சுற்றுச்சூழல் பற்றிய ஒரே கவலையே சூழலியலாளர்களுக்கு உண்டு. அரசியல் தலைவர்களுக்கோ முரண்பட்ட பற்பல கோரிக்கைகள் இருக்கும். அவற்றில் ஒன்றைத் தேர்வுசெய்து சமன்செய்ய வேண்டிய பொறுப்பும் அவர்களுக்கு உள்ளது. தேர்வுசெய்வது மிகவும் பயனுடைய கோரிக்கைகளாக இல்லாதிருக்கலாம்; ஆனால் குறைந்த அளவேனும் பயன் தரும் கோரிக்கையை தேர்வுசெய்ய வேண்டும். எடுத்துக்காட்டாக: மிருதுளா சாராபாய் குறிப்பிட்ட விசயம். தில்லி விமான நிலையத்திற்கு செல்லும் சாலையை விரிவுபடுத்துவதற்கு இந்திரா காந்தி ஏற்கனவே ஒப்புதல் அளித்திருந்தார். இதுபற்றி அவரே கூறியது 'ஒப்புக்கொள்வதைத் தவிர வேறு வழி இல்லை'. ஆனால் மிருதுளாவின் கோபம் ஏற்கனவே ஒப்புதல் அளித்திருந்த விசயத்தை மீண்டும் பரிசீலனை செய்யத் தூண்டியது. இப்போது அந்த முடிவை மாற்ற முடியாது. குறைந்தபட்சம் அதனால் விளையும் சேதத்தை மட்டுப்படுத்தவாவது முடியும்

ஒரு வருடத்திற்குப் பிறகு தில்லி நகராட்சியின் முதன்மை நிர்வாகியான ராதா ராமனுடன் இது விசயமாகத் தொடர்பு கொண்டார். அவருக்கு இந்திரா காந்தி எழுதிய கடிதம் (டிசம்பர் 30):

தில்லியில் உள்ள சில பகுதிகளுக்குத் தனித்த அழகு தருவது அங்குள்ள மரங்களே. பல பகுதிகளில் மரங்களே இல்லை. மரங்கள் நடவேண்டியதன் முக்கியத்துவத்தை நீண்டகாலமாக நான் வலியுறுத்தி வருகிறேன். தில்லி

மேம்பாட்டு ஆணையமும் நகராட்சியும் இந்த விசயத்தில் போதிய அளவு அக்கறை காட்டி வருகின்றன. எனினும் புதிய மரங்கள் அழிக்கப்படுவது குறைந்தபாடில்லை. தன் வீட்டருகே ஒரு மரக்கன்று நட்டு, நீரூற்றி அதனைப் பேணிக்காக்கும்படி அந்த வீட்டில் வாழும் ஒவ்வொரு வரையும் கேட்டுக்கொள்ள வேண்டும். அவ்விதம் செய்தால் செடிகள் வளர்ந்து சில வருடங்களில் அந்த நகரமே புதுத் தோற்றம் கொண்டுவிடும். சிறிய வேலையேயானாலும் அதைத் தொடர்ந்து செய்யும்படி அவர்களைத் தூண்ட வேண்டும்.

ஃ

இயற்கைப் பாதுகாப்பில் அக்கறையுள்ள மக்களவை உறுப்பினர்கள் பிரதமருக்கு அவ்வப்போது கடிதம் எழுதுவதுண்டு. அந்தக் கடிதங்களை இந்திரா காந்தி தீவிரமாக எடுத்துக்கொள்வார்; சம்பந்தப்பட்ட மாநில முதல்வர்களைத் தொடர்புகொண்டு அதுபற்றி அவர்களை வினவுவார்.

இவ்விதம் பிரதமருக்குக் கடிதம் எழுதியவர்களில் டாக்டர் கார்னி சிங்கும் ஒருவர். ராஜஸ்தானிலுள்ள பிகானீர் மக்களவைத் தொகுதி உறுப்பினரான அவர் டிசம்பர் 4இல் இந்திரா காந்திக்கு ஒரு கடிதம் எழுதினார். சமீபத்தில் தான் உதய்ப்பூர் சென்றிருந்ததாகவும் 'ஒரு காலத்தில் புலிகளும் வனவிலங்குகளுமாய் நிறைந்திருந்த அழகிய அந்த மலைச் சரடுகள் இப்போது வெறும் பாறைகளாய்க் கிடப்பதாகவும் அந்த வனப் பகுதியிலுள்ள அழகிய மரங்கள் தொடர்ந்து வெட்டப்படும் காரணத்தால்தான் அதிர்ச்சியடைந்ததாகவும்' அதில் குறிப்பிட்டிருந்தார். நான்கு நாட்களுக்குப் பின் இந்திரா காந்தி டாக்டர் கார்னி சிங்கிற்குப் பதில் எழுதினார். அவர் எழுதியிருந்த செய்தி தனக்கு மிகுந்த வேதனையளித்ததாகவும் அந்த விசயத்தில் உடனே நடவடிக்கை எடுக்குமாறு ராஜஸ்தான் முதல்வருக்கு எழுதியிருப்பதாகவும் அதில் இந்திரா காந்தி தெரிவித்தார்.

குறிப்பிடும்படியான நிகழ்வுகள் எதுவுமின்றிச் சில மாதங்கள் கழிந்தன. 1973 மார்ச் 22இல் ராஜஸ்தான் ஜலவாரிலுள்ள வனத்துறையைச் சார்ந்த மத்திய நிலை ஊழியர் ஒருவரிடமிருந்து இந்திரா காந்திக்கு ஒரு கடிதம் வந்திருந்தது. வரலாற்றுச் சிறப்புமிக்க பண்டி நகரைச் சுற்றிலுமுள்ள மலைப்பகுதிகள் முழுக்கவும் ஒருகாலத்தில் வனப்பரப்பாக இருந்ததெனவும் இப்போது அவை ஏறத்தாழ மொட்டையாகக் கிடப்பதாகவும் அவர் குறிப்பிட்டிருந்தார். மிகுந்த வேதனையுடன் அந்தக்

கடிதத்தை அவர் எழுதியிருந்தது தெரிந்தது. கடிதம் கிடைத்ததும் பிரதமர் அதற்கு உடனடியாகக் கவனம் தந்து நடவடிக்கை எடுத்தது குறிப்பிடத்தக்கது.

ராஜஸ்தான் முதல்வர் பரக்கத்துல்லாவிற்கு மீண்டும் இந்திரா காந்தி எழுதினார் (1973 ஏப்ரல் 6). அதில் டாக்டர் கார்னி சிங் தெரிவித்திருந்த செய்தி தன்னைக் கவலையுறச் செய்ததாகத் தான் ஏற்கெனவே எழுதிய தனது கடிதத்திற்கு இன்னும் பதில் வரவில்லை எனவும் அதுபோல பண்டி நகர் பற்றித் தற்போது வந்திருக்கும் விசயம் பற்றியும் அக்கடிதத்தில் குறிப்பிட்டிருந்தார்:

> அனைத்து மாநிலங்களைவிடவும் வனங்களைப் பேணிப் பாதுகாக்க வேண்டிய தேவை அதிகமாக இருப்பது ராஜஸ்தானில்தான்.
>
> 1947இல் செயல்பட்டுவந்த வனப் பிரிவுகள் நான்கும் இப்போது காணாமல் போய்விட்டன. (. . .) ராஜஸ்தானில் போதிய அளவு வனப்பரப்பு இருக்க வேண்டும். அதன் நீண்டகாலப் பொருளாதார மேம்பாட்டிற்கு அது மிக முக்கியமானது. எனவே இந்த விசயத்தில் தனிப்பட்ட கவனம் தரும்படி வேண்டுகிறேன்.

ஃ

பி.பி. வோரா இந்திய ஆட்சிப் பணி அதிகாரி. இந்திய ஆட்சிப் பணிக்காக முதன்முறையாக நடந்த போட்டித் தேர்வில் (1948) வெற்றிபெற்றுப் பணியில் சேர்ந்தார். பின்னர் இந்திய அரசின் வேளாண் அமைச்சகத்தில் உதவிச் செயலாளராக 1967இல் பணியில் சேர்ந்தார். நிலம், நீர் தொடர்பான விசயங்களில் பேரார்வம் கொண்ட அவர் 1972 செப்டம்பரில் *'A Charter for Land'* என்ற புகழ்பெற்ற நீண்ட ஆய்வுக் கட்டுரையை எழுதினார். தனது ஆய்வுக்கட்டுரை கொள்கைரீதியாக எந்தத் தாக்கத்தையும் விளைவிக்காது என்பதை நன்கு அறிந்திருந்தும் அதனை மோனி மல்ஹோத்ராவின் கவனத்திற்குக் கொண்டுசென்றார். அந்த ஆய்வுக் கட்டுரையைக் கவனமாக வாசித்த இந்திரா காந்தி அதில் தொடர் நடவடிக்கை எடுப்பதற்காகத் திட்டக் கமிஷனுக்கும் வேளாண் அமைச்சகத்திற்கும் அதனை அனுப்பிவைத்தார். வோராவின் கட்டுரையிலுள்ள பரிந்துரைகள் மீதான தனது கருத்துக்களைத் தனியே ஓர் அலுவலகக் குறிப்பில் (டிசம்பர் 29) எழுதியனுப்பினார்:

> மண் அரிப்பு, வறட்சி, வெள்ளப்பெருக்கு ஆகிய பேரிடர்களால் ஏற்படும் சுமையின் பெரும்பகுதியை

மத்திய அரசே ஏற்றுக்கொள்ள வேண்டியதிருக்கிறது. இது தொடர்பாக மத்திய நில ஆணைக் குழு அல்லது நிலப் பயன்பாட்டு ஆணையம் அமைக்கும்படி இந்த ஆய்வு பரிந்துரைக்கிறது. இந்த அணுகுமுறையில் நான் உடன்படு கிறேன். மிக முக்கியமான இயற்கை வளங்களை இனியும் புறக்கணிக்கும் நிலையில் நாம் இல்லை. இது வெறும் சுற்றுச்சூழல் பிரச்சனை மட்டுமல்ல. நமது நாட்டின் எதிர்காலத்திற்கான அடித்தளமுமாகும். இந்த நூற்றாண்டு முடிவில் மக்கள் தொகை நூறு கோடியைத் தாண்டிவிடும். மிகப்பெரும் இந்த மக்கள் தொகை வாழ்வதற்கும் தற்போது இருப்பதைக் காட்டிலும் மேம்பட்ட வாழ்க்கைத் தரம் அவர்களுக்குக் கிடைக்கவும் போதுமான அளவு உற்பத்தித் திறன் கொண்டதாக நமது விவசாய நிலம் இருக்குமா என்பது நம் முன்னுள்ள கேள்வி. இந்த நெருக்கடியை எதிர்கொள்ள நீண்டகாலத் திட்டம் நமக்கு வேண்டும். இது குறித்து மேலும் ஆராய்வதற்கு வேளாண் அமைச்சகத்தின் ஆலோசனையுடன் குழு ஒன்றை அமைக்கும்படி பி. சிவராமனை வேண்டிக்கொள்ளவும். இதுபோன்ற நிலப் பயன்பாட்டு ஆணையத்தை எவ்விதம் அமைப்பது, செயல்படும் முறை, நிதி நிலையில் அதற்கு எந்த அளவு தன்னாட்சி வழங்குவது முதலியவை பற்றி அந்தக் குழு இரண்டு மாதங்களில் அறிக்கை சமர்ப்பிக்கவும்.

இந்திரா காந்தியின் இந்தக் கருத்துக்கள் இன்றும் பொருத்த முடையவை. ஆனால் இந்திய அரசமைப்புச் சட்டத்தின்படி நிலம், மாநில அரசின் அதிகாரத்திற்கு உட்பட்டது. அதனால் இந்திரா காந்தியும் வோராவும் மிகவும் விரும்பிய அர்த்தமுடைய செயல்பாடுகளை அமல்படுத்த இந்த அரசமைப்புச் சட்டம் தடையாக இருந்தது சோகம்.

ஃ

1970களில் மனிதக் குடியிருப்பும் சுற்றுச்சூழலும் ஒரே நாணயத்தின் இரு பக்கங்களாகவே இருந்தன. உண்மையில் 1972ஆம் ஆண்டு ஜூன் மாதம் ஸ்டாக்ஹோமில் நடந்த ஐநா சபை மாநாடு மனிதச் சுற்றுச்சூழல் பற்றியதே. அதைத் தொடர்ந்து மனிதக் குடியேற்றம் பற்றிய ஐநா சபை மாநாடு மே – ஜூன் 1976இல் வேங்கூவரில் (கனடா) நடந்தது. ஸ்டாக்ஹோமில் நடந்த ஐநா சபை மாநாட்டில் இந்தியா சமர்ப்பித்த மூன்று அறிக்கைகளில் ‘இந்தியாவில் மனிதக் குடியேற்றத்தின் சில தன்மைகள்’ என்பதும் ஒன்று.

செப்டம்பர் 17இல் இந்திரா காந்தி மூன்று கடிதங்கள் எழுதினார். திட்டக் கமிஷன் உதவித் தலைவரான டி. பி. தர்ருக்கு

எழுதிய முதல் கடிதத்தில் பம்பாய் இன்னும் பெருநகர நிலையை அடையாதிருப்பது வியப்பளிப்பதாகக் குறிப்பிட்டார். பேக் பே *(backbay)* நில மீட்புத் திட்டத்தைத் துரிதமாக நிறைவேற்ற மாநில அரசு நடவடிக்கை எடுத்துவருவதாகவும் அது இரட்டை நகரத் திட்டத்திற்கு (ஒரு புதிய பம்பாய் உருவாக்குவதற்கான திட்டம்) முற்றிலும் முரணானது எனவும் தெரிவித்திருந்தார். (பேக் பே நிலமீட்புத் திட்டம்: அரபிக் கடலின் கொலாபா, *Old woman's Island*, பம்பாய், மஸ்காவ்ன், பரேல், மாகிம், வொர்லி ஆகிய ஏழு தீவுகளையும் ஒன்றாக இணைத்துத் தற்போதுள்ள பம்பாயாக உருவாக்கும் பெரும்பணி 18ஆம் நூற்றாண்டின் பிற்பகுதியில் தொடங்கப்பட்டது. இதற்காகத் தீவுகளின் குன்றுகள், பாறைகள், பெரும் மேடுகள் ஆகியவை உடைக்கப்பட்டு நொறுங்கிய கற்கள், மணல் ஆகியவற்றால் கடல்பகுதி மூடி சமதளமாக்கப்பட்டது; இவ்விதம் அரபிக் கடல்சூழ் தீவுகள் கடலிலிருந்து மீட்கப்பட்டு, வாழ்வதற்கேற்ற ஆயிரக்கணக்கான ஏக்கர் நிலப்பகுதியாக உருவாக்கும் சவலான வேலை மேற்கொள்ளப்பட்டது. இதன் கடைசிக் கட்டமாக 70களில் உருவான பகுதி நாரிமன் பாயிண்ட் ஆகும்.)

அடுத்து மகாராஷ்டிர முதல்வர் வி.பி. நாயக்கிற்கு கடிதம் எழுதினார்:

> ஆரவாரத்துடன் தொடங்கப்பட்ட இரட்டை நகரத் திட்டம் (நிறைவேற்றப்படாமல்) ஏறத்தாழ நின்றுவிட்ட செய்தி கவலை அளிக்கிறது. வளங்களை நியாயமான முறையில் ஒதுக்கீடு செய்வதற்காகத் திட்டமிடவும் வழிகாட்டவும் ஒருங்கிணைந்த பெருநகர அதிகார அமைப்பு எதுவும் பம்பாய் பெருநகரில் இன்னும் இல்லை என்பதும் கவலை தருகிறது. பேக் பே நில மீட்புத் திட்டம், இரட்டை நகரத் திட்டத்திற்கு முற்றிலும் முரணானது; இரட்டை நகரத் திட்டத்தையே அது பொருளற்றதாகச் செய்துவிடும் (. . .) எனது அக்கறை நகர்ப்புற சுற்றுச்சூழல் தரத்தைக் கருத்தில்கொண்டு எழுந்ததல்ல. மிகப்பெரும் பாரம்பரியமுள்ள அருமையான நகரம் தொலைநோக்குப் பார்வை இல்லாததாலும், தீர்மானத்தில் போதிய உறுதியின்மையாலும் கல்கத்தா நகரச் சூழ்நிலைக்கு இறங்கிவிடக்கூடாதென்ற அச்சத்தினால் உருவானது (. . .)
>
> பம்பாய் பெருநகர் – புதிய பம்பாய் பம்பாயில் அதிகரித்து வரும் மக்கள் தொகை காரணமாக மாநிலத்தின் தானே, ராஜகாட் மாவட்டங்களிலுள்ள பெரும்பகுதிகளை இணைத்து பம்பாய் நகரின் புறநகராக 'புதிய பம்பாய்' உருவாக்க மகாராஷ்டிர மாநில அரசு தீர்மானித்தது)

பகுதியில் வர்த்தகம் தொழில் ஆகியவற்றை பெருமளவு நிறுவதால் எதிர்காலத்தில் நாட்டிற்கே தீங்கு நேரலாம். இந்த நகர்ப்புறக் குளறுபடியால் ஒட்டுமொத்த சமூகமும் தனியே விலகி துண்டிக்கப்பட்டுவிடக்கூடாது.'

மகாராஷ்டிர ஆளுநர் அலி யாவார் ஜங்கிற்கு எழுதிய மூன்றாவது கடிதத்தில் 'பம்பாய் நகர்ப்புறப் பிரச்சனைகளைக் கையாளும் விதம் பற்றிய செய்திகள் கவலை தருவதாகவும் அதனால் விரும்பத்தகாத குற்றச்சாட்டுகள் எழுவதாகவும்' குறிப்பிட்டிருந்தார். இதனை உடனடியாகக் கவனிக்கும்படி தனிப்பட்ட முறையில் ஆளுநருக்குக் குறிப்பு எழுதினார்.

பிரதமரின் கடிதத்தால் கவலைகொண்ட முதல்வர் தன் கொள்கைகளையும் செயல்பாடுகளையும் நியாயப்படுத்தி நான்கு பக்கக் கடிதம் ஒன்றை இந்திரா காந்திக்கு எழுதினார். இந்திரா காந்தியின் அச்சம் தேவையற்றது என்பதான தொனி அந்தக் கடிதத்தில் இருந்தது:

> (. . .) இரட்டை நகரத்தில் புதிய தொழில்களைத் தொடங்குவதிலும் ஏற்கெனவே இருக்கும் தொழில்களை விரிவாக்குவதிலுமே நகரம் மற்றும் தொழில் மேம்பாட்டு நிறுவனம் கவனம் செலுத்தும். எனவே பேக் பேயில் வர்த்தக வளர்ச்சிக்காகவென தனியே ஒரு பகுதியை உருவாக்குவது எந்த விதத்திலும் நிறுவனத்தின் செயல்பாடுகளைப் பாதிக்காது.

எனவே பேக்பே பகுதியை மேம்படுத்துவது இரட்டை நகரத்தின் வளர்ச்சிக்கு எந்த விதத்திலும் பாதகமாக இராது எனவும் அப்பகுதியின் செயல்பாடுகளுக்கு எதிராகவும் இராது எனவும் மகாராஷ்டிர முதல்வர் பிரதமருக்கு உறுதி கூறினார்.

ஆனால் இந்திரா காந்தியை உதாசீனம் செய்வது அவ்வளவு எளிதல்ல. பம்பாய் சீரமைப்புத் திட்டம் இன்னும் மறுமதிப்பீடு செய்யப்படவில்லை. ஆனால் 1975 ஜனவரி 26 அன்று பம்பாய் பெருநகர மண்டல மேம்பாட்டு நிறுவனம் உருவானது.

புதிய பம்பாய் உருவாக்கத்தில் இந்திரா காந்தி தொடர்ந்து ஆர்வம் காட்டி வந்தார். 1973 ஜூன் 10இல் புதிய பம்பாய் குறித்த இரண்டு கட்டுரைகள் இரு வெவ்வேறு நாளிதழ்களில் வெளிவந்திருந்தன. கட்டடக் கலையிலும் திட்டமிடலிலும் குறிப்பிடத்தக்க திறமை வாய்ந்த சிரிஷ் பட்டேல் புதிய பம்பாய் பற்றி *இந்துஸ்தான் டைம்ஸ்ஸில்* எழுதியிருந்தார். மற்றொன்று அஜித் பட்டாச்சாரியா எழுதியது. இரண்டு கட்டுரைகளும் இந்திரா காந்திக்கு மிகவும் பிடித்திருந்தன. மகாராஷ்டிரா

மாநில நகர்ப்புற மேம்பாட்டுத் துறை அமைச்சரான ரஃபிக் சக்கரியாவுக்கு இந்தக் கட்டுரைகளைக் குறிப்பிட்டு இந்திரா காந்தி எழுதியதாவது:

> இந்தச் சிந்தனைகளைப் பரிசீலித்துத் தொடர் நடவடிக்கை களை மேற்கொள்ள வேண்டும். அதனால் இரட்டை நகரம் இந்தியாவிற்கு ஓர் எடுத்துக்காட்டாக விளங்கும்.

1960களின் தொடக்கத்தில் லாஹால், ஸ்பிட்டி மாவட்டங்கள் பிரிக்கப்படாத பஞ்சாபின் பகுதிகளாக இருந்தன. அப்போது துணை ஆணையராகப் பணிபுரிந்தவர் மனோகர் சிங் கில். (பின்னர் முதன்மை தேர்தல் ஆணையராகவும் மக்களவை உறுப்பினராகவும் இருந்தார்.) இந்தப் பகுதிகளில் தனது அனுபவங்களை அவர் புத்தகமாக எழுதினார். இந்திரா காந்தியின் நேசத்திற்குரிய மலைகளையும் இயற்கையும் பற்றிப் பேசும் அந்தப் புத்தகத்திற்கு அவரிடம் இருந்து முன்னுரை பெற்றுத்தர முடியுமாவென *ஸ்டேஸ்மேன்* (சண்டிகர்) பத்திரிகையில் பணிபுரியும் தனது நண்பரான கே.கே. சர்மாவிடம் கில் கேட்டார்.

சர்மாவுக்கோ கில்லுக்கோ பிரதமரைத் தெரியாது. ஆனால் சர்மா, சாரதா பிரசாதைச் சந்தித்துப் புத்தகத்தின் கையெழுத்துப் பிரதியை அவரிடம் தந்திருக்கலாம். புத்தகத்தை எழுதியவரை இந்திரா காந்திக்குத் தெரியாது. அவர் பற்றிக் கேள்விப்பட்டிருக்கவு மில்லை. இவ்விதம் இருக்கையில் அந்தப் புத்தகத்திற்கு இந்திரா காந்தி முன்னுரை எழுதுவார் என யாரும் எதிர்பார்க்கவில்லை.[4] ஆனால், நூலாசிரியரே ஆச்சரியப்படும்படி, ஜூலை 17இல் இந்திரா காந்தி முன்னுரை எழுதிக் கொடுத்தார். தன் சொந்த வாழ்வின் ஞாபகங்களுடன் சுருக்கமான அந்த முன்னுரை இந்திரா காந்தியினுடைய ஆளுமையின் முக்கியப் பகுதியை வெளிப்படுத்தியது:

> மலைகளையும் பாறைகளையும் நேசிக்கும் எனக்கு மலைவாழ் மக்கள்மீது ஆழ்ந்த அக்கறை உண்டு. உயிர் வாழ்வதற்கான நம்பிக்கையும் தைரியமும் அவர்களிடமுண்டு; கடும் உழைப்பாளிகள்; வலிமை மிக்கவர்கள். சிரித்தவாறு எதையும் லேசாக எடுத்துக்கொள்ளும் தன்மை கொண்டவர்கள். எத்தனையோ ஆண்டுகளுக்கு முன்பு இமாசல பிரதேசத்தி லுள்ள இந்த ரோத்தாங் கணவாயை என் தந்தையுடன் கடந்துசென்ற பழைய ஞாபகங்களை திரு. மனோகர் சிங் கில் எழுதிய இந்த நூல் என்னுள் எழுப்பிற்று. நேரமில்லாத காரணத்தால் லாஹாலுக்கும் ஸ்பிட்டிக்கும் அப்போது

எங்களால் போக முடியவில்லை. நமது நாட்டின் பேரழகு மிக்க இந்தப் பகுதிக்குச் செல்லும் ஆவல் அப்போதிருந்தே என்னுள் வளர்ந்து வருகிறது. இந்தப் பகுதியின் கம்பீரமான அழகைத் திரு. கில் இந்தப் புத்தகத்தில் படம் பிடித்துள்ளார்.

லாஹால், ஸ்பிட்டி பகுதிகளுக்குச் செல்லும் இந்திரா காந்தியின் ஆவல் இரண்டு மாதங்களுக்குப் பிறகு நிறைவேறிற்று. இரண்டாவது முறையாக அங்கு சென்றார் இந்திரா காந்தி சுடப்பட்டு மரணத்தைத் தழுவிய சுமார் மூன்று மாதங்களுக்கு முன்னர்.

அடிக்குறிப்புகள்

1. H.Y. Sharada prasad, *The Book I Won't Be Writing and Other Essays* (2003)

2. 1971 டிசம்பர் 2இல் திட்டக் கமிஷன் உறுப்பினர் பணியிலிருந்து பீதாம்பர் பந்த் விலகினார். வங்கிகள் தேசிய உடைமை மற்றும் பிற முயற்சிகளை அவர் எதிர்த்தார். அதனால் அவரை இந்திரா காந்திக்குப் பிடிக்கவில்லை என்ற பேச்சு அப்போது நிலவிற்று. அந்த சமயத்தில் அவர் மிகவும் நோய்வாய்ப்பட்டிருந்தார். எனினும் 1972 பிப்ரவரி மத்தியில் திட்டமிடுதல் மற்றும் ஒருங்கிணைப்பிற்கான தேசியக் குழுவின் தலைவராக அவர் நியமிக்கப்பட்டார். அவரது அறிவுத்திறன்மீது இந்திரா காந்திக்கு மிகுந்த மரியாதை இருந்தது. அவர்மீது அன்பு கொண்டிருந்தார். இல்லையெனில் திட்டமிடுதல் மற்றும் ஒருங்கிணைப்பிற்கான தேசியக் குழுவின் தலைவர் நியமனம் நிகழ்ந்திருக்காது.

3. Jairam Ramesh, *To the Brink and Back: India's 1991 story* (2015).

4. Manohar Singh Gill, *Himalayan Wonderland* (1972).

1973

கனடா நாட்டின் விக்டோரியாவிலுள்ள புட்சார்ட் தோட்டத்தில் இந்திரா காந்தி; 1973 மே

இந்திரா காந்திக்கு 1973ஆம் ஆண்டு மிக மோசமாக இருந்தது. பருவமழை பொய்த்தது. இதைத் தொடர்ந்து பெட்ரோல் விலை மூன்று மடங்காக உயர்ந்தது. இந்த இரண்டும் சேர்ந்து மிகக் கொடிய நிலையை உருவாக்கின. இதனால் இந்திய வரலாற்றிலேயே முதன்முறையாகப் பணவீக்கம் 20 விழுக்காடாக அதிகரித்தது. ஒவ்வொரு நாளும் ஆலோசனை கூறிவந்த ஹக்சர் இல்லை. நெருங்கிய நண்பரும், சக அமைச்சரும், ஹக்சர் குழுவில் ஒருவருமான மோகன் குமாரமங்கலம் விமான விபத்தில் மே மாதம் காலமானார்.

தனது தோழியான டோரதி நார்மனுக்கு இந்திரா காந்தி எழுதிய இரண்டு கடிதங்களில்

1973ஆம் ஆண்டு பற்றிய அவரின் மதிப்பீடு வெளிப்படுகிறது. முதல் கடிதத்தில் (ஏப்ரல் 24) அவர் எழுதியது:

> இந்த ஆண்டில் இந்தியாவிலுள்ள எங்களுக்கு அளவுக்கு மீறிய துன்பங்கள் வரவிருப்பதாகத் தெரிகிறது. பகுதித் துன்பங்கள் வளர்ச்சியின் தவிர்க்கமுடியாத கூறு ஆகும். ஆனால் போர் காரணமாகவும், பத்து லட்சம் அகதிகள் வருகையாலும் இந்த நிலைமை மேலும் மோசமாகியுள்ளது; வறட்சி நீடித்து வருகிறது. உணவு, குடிநீர் பற்றாக்குறையால் மக்கள் பரிதவிக்கின்றனர்; கடும் மின்வெட்டினால் தொழில் உற்பத்தி பாதிப்படைந்துள்ளது. எதிர்க்கட்சிகளுக்கு இது கொண்டாடி மகிழும் வாய்ப்பாக அமைந்துவிட்டது.

ஜூன் 3இல் எழுதிய இரண்டாவது கடிதம் முதலில் எழுதியதை விடவும் சற்றுப் பெரியது. அவரின் மனச் சோர்வும் துயரமும் அதில் வெளிப்படுகின்றன. வழக்கமாக நாம் காணும் இந்திரா காந்திக்கு மாறான ஒருவர் அதில் தெரிகிறார்:

> இப்போதெல்லாம் சிடுசிடுப்பான மனநிலையிலேயே இருக்கிறேன்(...) எனது பாதுகாவலர்களால் சிறைபிடிக்கப் பட்டதாய் உணர்கிறேன் (...) துன்பங்கள் மேலும் வளர வழியில்லை முடிவின் எல்லைக்கு வந்து விட்டோம் என்ற உணர்வு எனக்கு வந்து விட்டதும் இதற்குக் காரணமாக இருக்கலாம். பதற்றமும் பைத்தியம் பிடிக்கச்செய்யும் கடினமான சூழ்நிலையுமே இதற்குக் காரணம். பிரச்சனைகள் குறித்து ஆலோசிக்கவும் நடவடிக்கை எடுக்கவும், பரஸ்பர நம்பிக்கையும் ஒத்திசைவும் கொண்ட சிறிய குழு எதுவும் என்னுடன் இல்லை. இருந்திருந்தால் பிரச்சனைகள் முடிவுக்கு வந்திருக்கும். அதுபோன்ற நம்பிக்கையான சிலருக்குப் பதிலாகத் தங்கள் நலனை மட்டுமே நினைத்துக்கொண்டிருக்கும், சிறிய தவறு நேர்ந்தாலும் கேலியாகச் சிரிக்கும் பலர் உள்ளனர். இவர்களின் ஒப்புதலுடன்தான் பிரச்சனைகளைத் தீர்க்கும் நடவடிக்கைகளை மேற்கொள்ள வேண்டியுள்ளது. அற்பத்தனம், பேராசை, சின்னத்தனன் இவற்றில் உழலும் இவர்களை நினைத்தாலே ஏற்படும் கடும் கோபமும் என்னைத் தடுமாறச் செய்கிறது.

கனடாவில் விக்டோரியாவுக்கு அருகிலுள்ள புகழ்பெற்ற புச்சார்ட் தோட்டத்தில் சிறிதுநேரம் கழித்தபின் அவருக்கு மீண்டும் புத்துணர்வு திரும்பியது. நியூயார்க்கிற்கு அருகேயுள்ள Lake Placid என்ற கிராமத்தில் வசிக்கும் தனது தோழியான லுசைல் கைலைச் சந்திக்க விமானத்தில் சென்றார்.

கொந்தளிப்புகள் நிறைந்ததாக இந்த ஆண்டு இருந்ததெனினும் அவரது துணிவு அவரைக் கைவிட்டுவிடவில்லை. நிதி அமைச்சகத்தில் புதிதாகப் பொறுப்பேற்றுக்கொண்ட முதன்மைப் பொருளாதார ஆலோசகர் பணவீக்கத்திற்கு எதிரான கடுமை யான நடவடிக்கைகளைப் பரிந்துரை செய்தார். அத்தகைய நடவடிக்கைகள் அவசியமென அவர் கருதினார். ஆனால் நடைமுறையில் அவை சாத்தியமா என்பதில் அவருக்கு உறுதியில்லை. பொருளாதாரத்தைப் பற்றி மட்டும் அவர் சிந்தித்தால் போதுமெனவும் அரசியலைத் தான் கவனித்துக்கொள்வதாகவும் இந்திரா காந்தி அவரிடம் தெரிவித்தார். அந்தப் பொருளாதார ஆலோசகர் டாக்டர் மன்மோகன்சிங். 2004 மே மாதத்தில் பிரதமராக அவர் வர இருந்தார்.

ஃ

கார்பெட் தேசியப் பூங்காவில் புலிகள் பாதுகாப்புத் திட்டம் ஏப்ரல் முதல் நாள் முறையாகத் தொடங்கிவைக்கப்பட்டது. வனப் பகுதிகளில் பெரிய கூட்டங்கள் நடத்துவதற்கு இந்திரா காந்தி எப்போதுமே எதிரானவர். எனினும் புலிகள் பாதுகாப்புத் திட்டத் தொடக்க விழா தீர்மானித்தபடியே நடைபெறலாம் என கரண் சிங்கிற்கு அனுமதி வழங்கினார். புலிகள் பாதுகாப்புத் திட்டத்தை விரிவான தளத்தில் வைத்து விழாவிற்கு இந்திரா காந்தி அனுப்பிய செய்தி:

> சுற்றுச்சூழலை நீண்டகாலமாகவே நாம் புறக்கணித்து வந்திருக்கிறோம் என்பதன் விமர்சனம்தான் புலிகள் பாதுகாப்புத் திட்டம். எதிர்காலத் தலைமுறைக்கான இயற்கையின் மிகச்சிறந்த கொடை புலிகளாகும். குறிப்பிட்ட சூழலியல் தன்மைகொண்ட அவற்றின் வாழிட அமைப்பு மிகவும் சிக்கலானது. அதனால் இந்த விலங்கினத்தைத் தனிமைப்படுத்திப் பாதுகாப்பது என்பது முடியாத காரியம். மனிதர்களின் தலையீடு, வர்த்தக ரீதியாக வனங்களைப் பயன்படுத்துவது, கால்நடைகளை மேய்ச்சலுக்கு விடுவது முதலியவற்றால் புலிகளின் வாழிடங்களைச் சேதமுறாமல் பாதுகாக்க வேண்டும். கடைசி ஒரு ரூபாயையும் விட்டுவைக்காமல் வனங்களைச் சுரண்டும் விதமாக நமது செயல்பாடுகள் அமைந்துள்ளன. நமது தேசிய பூங்காக்கள், சரணாலயங்கள் – முக்கியமாக புலிகள் சரணாலயங்களுக்கு உள்ளேயாவது – இத்தகைய செயல்பாடுகள் நடைபெறலாகாது. அந்த விதத்தில் அவற்றை (பூங்காக்கள், சரணாலயங்கள்) முழுவதுமாக மாற்றியமைக்க வேண்டும். வனங்களைப் பொறுத்தவரை

சரணாலயங்களுக்குள் இருக்கும் விலங்குகள், பறவைகளின் எண்ணிக்கையைக் கணக்கிடும் கணக்காயரின் குறுகிய மனோபாவத்திற்குப் பதிலாக, எந்தத் தலையீடுகளுமற்ற அமைதியான வனப்பகுதிகள் அளிக்கும் மனமகிழ்ச்சி, கல்வி, சுற்றுச்சூழல் சார்ந்த விசாலமான மதிப்பீடுகளைக் கொண்டிருக்க வேண்டும்.

வனத்துறை அதிகாரியாக கைலாஷ் சங்கலாவிற்கு நல்ல பெயர் இல்லை. அவர் வேலை செய்யும் விதத்தை அலுவலகத்தில் உள்ள பலர் வெறுத்தனர். எனினும் இந்திராகாந்தி அவரையே புலிகள் பாதுகாப்புத் திட்டத்தின் முதல் இயக்குநராகத் தேர்வு செய்தார். விடாப்பிடியாக இந்தப் பணியில் அவரே தொடர்ந்து இருக்கும்படி பார்த்துக்கொண்டார். அதற்குக் காரணம் இயற்கை, சுற்றுச்சூழல் தொடர்பான விசயங்களில் சங்கலா பேரார்வம் கொண்டிருந்ததே. பத்மஜா நாயுடுவின் முழு ஆதரவு அவருக்கு இருந்தது தற்செயலான ஒன்று.

ஜவகர்லால் நேரு ஃபெல்லோஷிப்பின் கீழ் ஆராய்ச்சி மேற்கொண்டு சங்கலா எழுதிய 'புலிகளின் பூமி' என்ற புத்தகத் திற்கு இந்திராகாந்தி முன்னுரை எழுதினார் (ஏப்ரல் 23). பல ஆண்டுகாலச் சொந்த அனுபவங்களை அடிப்படையாகக் கொண்டு எழுதப்பட்ட அந்த முன்னுரை உள்ளடக்கத்திலும் வெளிப்பாட்டிலும் நினைவில் நிற்கக்கூடியது:[1]

கானுயிர், விலங்குகள்மீதான எனது நேசம் உடன்பிறந்த உணர்வாகும். எனது பெற்றோர் அதனை ஊக்குவித்தனர். கிப்ளிங்கின் காட்டின் கதைகளும், குமாயுன் மலைக் குன்றுகளிலுள்ள புலிகள் பற்றிய ஜிம் கார்ப்பெட்டின் மயங்கச் செய்யும் விவரணைகளும் அந்த நேசத்தை வளர்த்தன. (. . .)

ஒருமுறை கர்நாடகத்தில் மரங்கள் அடர்ந்த காடுகள் வழியாக காரில் சென்றுகொண்டிருந்தோம். பல்வேறு வகைக் கானுயிர்கள் பெருமளவு அங்கிருந்தன. எனினும் அப்போதிருந்த தட்பவெப்பநிலையும், பகல் பொழுதின் அந்த நேரமும் புலிகளைக் காண்பதற்கு ஏற்றதாக இராது எனவும் அதனால் புலிகளைச் சந்திப்பதைத் தவிர்ப்பது நல்லது எனவும் என்னை அழைத்துச்சென்ற பெண்மணி கூறினார். அவர் இதனைக் கூறி முடிப்பதற்குள் எங்கள் காருக்கு நேரெதிரே ஒரு புலி சாலையில் அடி வைத்து வந்ததைப் பார்த்தேன். அதுவரை பார்த்ததிலேயே மிகப்பெரிய புலி அது. கார்ச் சத்தம் கேட்டதும் சிறிது தயங்கி நின்று மேலும் கீழும் பார்த்தது. நாங்களும்தான்.

பிறகு சாலையைக் கடந்து அருகிலுள்ள புதருக்குப் பின்னால் அமர்ந்தது. புலியை நன்றாகப் பார்ப்பதற்காக ஓசையின்றி காரை நகர்த்திப் பாதையோரம் நிறுத்தினோம். அதன் வசீகரம்! அற்புதமான தோலுக்குக் கீழ் அலையலையாய்ப் புரளும் வலுவான தசை நார்கள்! அதன் அழகில் என்னை மறந்தேன். அங்கேயே மகிழ்ச்சியுடன் இருந்திருப்பேன். ஆனால் ஏற்கெனவே திட்டமிட்டபடி முடிக்க வேண்டிய பணிகள் தாமதமானதால் என்னுடன் வந்தவர்கள் பொறுமை இழந்தனர்.

இப்போது பார்த்ததைவிடவும் புலியை மிக அருகே காணும் வாய்ப்பு பின்னொரு நாள் கிடைத்தது. எங்களிடமிருந்த புலிக்குட்டிகளில் 'பீம்' என்ற குட்டி கடுமையான காய்ச்சலில் படுத்திருந்தது. இரவு முழுக்கக் கண்விழித்து மருத்துவர் ஆலோசனையின்படி சிகிச்சை அளிக்க வேண்டியதிருந்தது. மூன்றாவது நாள் அது தலையைச் சிறிது மேலே தூக்கியது. அப்போதிருந்து நாங்கள் நண்பர்கள் ஆனோம். (...)

ஒரு புலியின் அழகிய தோலை முன்பு எப்போதோ என் தந்தை எனக்குப் பரிசாகத் தந்திருந்தார். வேறு நல்ல இடம் இல்லாததால் வரவேற்பறையிலேயே அந்தத் தோலை வைத்தேன். காட்டின் ராஜாவான அது தனது கம்பீரத்தையிழந்து இங்கே இவ்விதம் தாழ்ந்து கிடக்கிறதே என்ற எண்ணம் அதனைப் பார்க்கும்போதெல்லாம் மனதை வதைத்தது. ஏழுவாரத்தில் அதை ஒரு அமெரிக்க விருந்தாளிக்கு அளித்துவிட்டேன்.

1973ஆம் ஆண்டு மே மாத மத்தியில் புலிகள் பாதுகாப்புத் திட்டம் சிறு நெருக்கடியை எதிர்கொண்டது. இயற்கைக்கான உலக நிதியம் அளித்த இருபது லட்ச ரூபாயில் புலிகள் பாதுகாப்புத் திட்டத்தின் கீழ் பணிபுரியும் அலுவலர்களுக்கு ஒரு விமானம் வாங்கவிருந்த விசயத்தை மல்ஹோத்ரா கண்டுபிடித்தார். இது கரண் சிங்கின் யோசனை என்பது பின்னர் தெரியவந்தது. கடுங்கோபத்துடன் சிங்கிற்கு உடனே கடிதம் எழுதினார் இந்திரா காந்தி (மே 25):

இயற்கைக்கான உலக நிதியம் இதுவரை திரட்டிய பணத்தில் புலிகள் பாதுகாப்புத் திட்டத்தின் கீழ் பணிபுரியும் அலுவலகர்களுக்குச் சிறிய விமானம் வாங்க இருப்பதான செய்தி அறிந்தேன்.

எதற்கு முன்னுரிமை தர வேண்டும் என்பதில் நாம் தவறிழைத்துவிட்டோமா? பெருந்தொகை செலவழித்து விமானம் வாங்குவதால் நமது பூங்காக்களுக்கோ

> அவற்றிலுள்ள விலங்குகளுக்கோ நேரடியாக எந்தப் பயனும் விளைந்துவிடப் போவதில்லை. விமானத்தைவிடவும் திட்டத்தின் செயல்பாடுகள் சரணாலயத்தில் சரியாக நிகழ்வதே மிக முக்கியமானது. விமானம் வாங்குவது ஆடம்பரம்; வீண் செலவு.

இத்துடன் இந்த விசயம் முடிவுக்கு வந்துவிடவில்லை. கடிதத்தில் இந்திரா காந்தி குறிப்பிட்டதை கரண் சிங் உள்வாங்கிக் கொள்ளாமல் தனது நிலைப்பாட்டை நியாயப்படுத்த முயன்றார். அதனால் மீண்டும் இந்திரா காந்தி அவருக்குக் கடிதம் எழுத வேண்டியதிருந்தது (ஜுன் 28):

> புலிகள் பாதுகாப்புத் திட்டத்திற்கு விமானம் வாங்குவது தொடர்பாக மே 28இலும் ஜுன் 22இலும் எனக்குக் கடிதம் எழுதியிருந்தீர்கள். விமானம் வாங்க வேண்டியதன் காரணங்களை அவற்றில் நீங்கள் குறிப்பிட்டிருந்தீர்கள். இந்தச் சமயத்தில் விமானம் வாங்கும் நடவடிக்கைகளை மேற்கொள்ள வேண்டாமெனக் கருதுகிறேன். இதனை இயற்கைக்கான உலக நிதியத்திற்கு எழுதவும்.

இவ்விதம் இந்த விசயம் முடிவுக்கு வந்தது. புலிகள் பாதுகாப்புத் திட்டத்திற்கு நிதி திரட்டுவதற்காக 'புலியின் இரவு' என்ற நிகழ்ச்சியை லண்டனில் ஏர் இந்தியா ஏற்பாடு செய்திருந்தது. லார்ட் மவுண்ட்பேட்டன் தலைமையில் அக்டோபர் 29 அன்று நடந்த இந்த நிகழ்ச்சி மூலம் சில மணி நேரத்திலேயே 5500 பவுண்டுகளை நன்கொடையாகத் திரட்ட முடிந்தது. நிகழ்ச்சிக்குப் பிரதமர் அனுப்பிய செய்தி முக்கியமானது. அதில் வில்லியம் பிளேக்கின் புகழ்பெற்ற கவிதை ஒன்றை மேற்கோள் காட்டியிருந்தார்.

> 'எந்த அழியாக்கரம் இறவாக் கண்கொண்டு இவ்வளவு பொருத்தமான ஒத்திசைவுகொண்ட உடல் அவயங்களைப் படைக்க முடிந்தது?' அழகிய இந்த விலங்குடன் நெருங்கிப் பழகும் வாய்ப்புபெற்றிருக்கும் நமக்கு புலி அச்சத்தின் அடையாளமல்ல; வலிமையும் கம்பீரமுமே அதன் அடையாளம் என்பது தெரியும். இந்தியாவின் காட்டு ராஜா அது.
>
> பொழுதுபோக்கிற்காக வேட்டையாடுதல், வர்த்தக நோக்கத்திற்காக விலங்குகளைக் கொல்வது மற்றும் கால்நடைகள், மனிதர்களால் காடுகளுக்கு நேரும் நெருக்கடிகள் முதலியவை புலிகளின் எண்ணிக்கையை ஆபத்தான இந்த நிலைக்குக் குறைத்துள்ளது. நிதி மற்றும் பிற வளங்களுக்காக முன்னுரிமை தரவேண்டிய எத்தனையோ

> கோரிக்கைகளுக்கு மத்தியிலும் இந்த நிலையை (புலிகள் குறைவு) மாற்ற உறுதிபூண்டுள்ளோம். இருபத்தைந்து ஆண்டுகளுக்கு முன்பு இந்தியா முழுவதிலும் புலி சுற்றித் திரிய முடிந்தது. அந்த நிலை இப்போது இல்லை. நமது எட்டு தேசியப் பூங்காக்களில் புலியின் சந்ததி அழிந்துவிடாமல் காக்கும் முயற்சியில் ஈடுபட்டுள்ளோம். அழகிய இந்த உயிரினம் அழிந்துவிடுமேயானால், இந்தியா மட்டுமல்ல உலகமே வளம் குன்றிவிடும்.

இந்திரா காந்தி அனுப்பிய இந்தச் செய்தியில் சிறு பிழை உள்ளது. புலி இனத்தைப் பாதுகாக்கும் நமது தேசியப் பூங்காக்களின் எண்ணிக்கை ஒன்பது ஆகும். எட்டு அல்ல; ஒன்பதாவது சுந்தரவனம் உலகிலேயே மிகப்பெரிய அலையாற்றிக் காடுகளைக் கொண்ட இந்தியாவிலும் வங்கதேசத்திலும் பரவிக் கிடக்கும் இந்தச் சுற்றுச்சூழலிய அமைப்பைப் பார்வையிட ஜனவரி 24இல் இந்திரா காந்தி சென்றார். சிற்றோடைகளும் ஆறுகளும் நிரம்பியிருக்கும் சுந்தரவனத்தினூடே நீராவிக் கப்பலில் பயணித்த பிரதமர் புலிகளின் வாழிடமான லோதியான், ப்ரென்டைஸ் தீவுகளுக்கு மிக அருகே சென்றார். தேசிய விலங்கான புலி அவர் கண்ணில் தென்படவில்லை. இந்தப் பயணத்தினால் தேசிய அளவில் ஒன்பதாவது புலிகள் சரணாலயமாகச் சுந்தரவனம் சேர்த்துக்கொள்ளப்பட்டுப் புலிகள் பாதுகாப்புத் திட்டச் சிறப்புப் பணிப்பிரிவின் பராமரிப்பு வட்டத்திற்குள் வந்தது.

புலிகள் பாதுகாப்புத் திட்ட உருவாக்கத்தில் இயற்கைக்கான உலக நிதியம் (இந்தியா) முக்கியப் பங்கு வகித்தது. அது மட்டுமல்லாமல் கானுயிர்ப் பாதுகாப்பிற்குத் தொடர்ந்து இடையூறாக இருந்துவருபவை பற்றிய விலைமதிப்பற்ற தகவல் களஞ்சியமாகவும் அந்த நிதியம் திகழ்ந்தது. 1973ஆம் ஆண்டு இறுதியில் வழக்கத்திற்கு மாறாக இந்த நிதியத்திற்கு உதவிக்கரம் நீட்ட இந்திரா காந்தி முன்வந்தார். இயற்கைக்கான உலக நிதியத்தின் (இந்தியா) நிறுவன அறங்காவலரான ஆன் ரைட் இந்திரா காந்தியின் பிரியத்திற்குரியவர். தனது அமைப்பிற்கு நிதி திரட்டுவதற்காக ஏற்பாடு செய்யப்பட்டிருந்த திரைப்பட முன் வெளியீட்டு நிகழ்ச்சிக்கு செய்திதர இந்திரா காந்தியை அவர் வேண்டிக்கொண்டார். இதனை ஏற்றுக்கொண்ட பிரதமர் உடனடியாக ஆன் ரைட்டுக்கு எழுதியது (டிசம்பர் 19):

> விலங்குகளைப் பராமரிப்பதற்காக உலக மக்களை ஒன்று திரட்டுவதில் இயற்கைக்கான உலக நிதியம் (இந்தியா) முக்கியப் பங்காற்றி வருகிறது. அது தனது செயல்பாடுகளை இந்தியாவில் வளர்த்து வருவதறிந்து மிகவும் மகிழ்கிறேன்.

கானுயிர்ப் பராமரிப்புப் பிரச்சனைகளை இந்திய மக்கள் முழுவதுமாக இன்னும் அறிந்துகொள்ளவில்லை. எனினும் இதுகுறித்த விழிப்புணர்வு மெல்லப் பரவி வருகிறது. கானுயிர்ப் பராமரிப்புச் செயல்பாடுகளில் மக்கள் அதிகமாக ஈடுபாடு கொண்டு வருகின்றனர். தனித்துவமிக்க நமது விலங்கினத்தைப் பேணிப் பாதுகாப்பதில் ஆழ்ந்த பொறுப்பும் அக்கறையும் கொண்டவள் நான். குறைந்து கொண்டே வரும் நமது கானுயிர்ப் பாதுகாப்புச் செயற்திட்டங்களில் பங்கேற்கவும் அது தொடர்பான நிகழ்ச்சிகளுக்குத் தாராளமாய் உதவி செய்யவும் இந்திய மக்கள் முன்வருவர் என நம்புகிறேன்.

பில்லி அர்ஜன் சிங் பஞ்சாபில் கபுர்தலா அரச குடும்பத்தைச் சேர்ந்தவர். இவருக்கு இந்திராவுடன் நீண்டகாலத் தொடர்பு உண்டு. 1930களின் தொடக்கத்தில் இந்திரா காந்தியின் தாயார் காசநோய்க்காக சுவிட்சர்லாந்தில் சிகிச்சை பெற்றுக்கொண் டிருந்தபோது அர்ஜன் சிங்கின் உறவினர் ஒருவரும் சக நோயாளி யாக இருந்தார். அர்ஜன் சிங்கின் தந்தை வழி அத்தை ஒருவர் நேருவின் அமைச்சரவையில் சுகாதார அமைச்சராக இருந்தார். அவரின் தாயாருக்குச் சொந்தமான லக்னோவிலுள்ள வீட்டில் இந்திரா காந்தி தனது கணவருடன் 1940களின் பிற்பகுதியில் வாடகைக்கு இருந்தார்.

உத்தரப்பிரதேசத்தில் தெராய் பகுதியிலுள்ள கேரியில் பில்லி அர்ஜன் சிங் குடியேறினார். 1971 செப்டம்பரில் இந்திரா காந்தி ஏற்பாடு செய்திருந்த சுற்றுச்சூழலியலாளர் கூட்டத்தில் கானுயிர் பாதுகாப்புப் பற்றி பில்லி அர்ஜன் சிங் நீண்ட உரை நிகழ்த்தினார். அப்போதிருந்து அவரும் இந்திரா காந்தியும் கடிதம் மூலம் தொடர்பிலிருந்தனர். அரசு அதிகாரிகளிடம் மோதும் அற்புதத் திறன் படைத்தவர் பில்லி அர்ஜன் சிங் என்பது இந்திரா காந்திக்குத் தெரியும். எனினும் இந்திரா காந்தியை அவருக்குப் பிடித்திருந்தது. ஜூலை 16இல் அவருக்கு இந்திரா காந்தி ஒரு கடிதம் எழுதியிருந்தார்:

> நீங்கள் எழுதிய ‘புலியின் புகலிடம்’ புத்தகம் கிடைத்தது; மிக்க மகிழ்ச்சி. நமது புலிகளைக் காப்பதில் எனக்கு மிகுந்த அக்கறையுண்டு. கானுயிர்ப் பாதுகாப்புத் தொடர்பாகக் கற்பனையும் சிருஷ்டித் திறனும்கொண்ட திட்டங்களுக்கு நிபந்தனை ஏதுமற்ற என் ஆதரவு உண்டு. மக்களிடம் (கானுயிர்ப் பாதுகாப்பு குறித்த) விழிப்புணர்வையும் ஒத்திசைவையும் உருவாக்குவதே நமது முக்கியப்

பிரச்சனையாகும். இதில் உங்கள் புத்தகம் உதவுமென நம்புகிறேன்.

இளவரசன் என்ற பெயருடைய ஆண் சிறுத்தைக் குட்டியை சிங் வளர்த்துவந்தார். அதனைத் தனக்குப் பிடித்தமான தூதுவா சரணாலயத்தில் விட்டுவிட்டார். இப்போது ஒரு பெண் சிறுத்தைக் குட்டியை அவர் தேடிக்கொண்டிருந்தார். அதனையும் வளர்த்து மீண்டும் அந்தச் சரணாலயத்திலேயே (ஏற்கெனவே அங்குள்ள ஆண் சிறுத்தைக்கு) இணையாக விட்டுவிட விரும்பினார். செப்டம்பரில் இதுபற்றி இந்திரா காந்திக்குக் கடிதம் எழுதினார். அந்தச் சமயத்தில் பீகாரிலிருந்து இரண்டு சிறுத்தைக் குட்டிகளை இந்திரா காந்தி பரிசாகப் பெற்றிருந்தார். அந்தக் குட்டிகளை தில்லி உயிரியல் பூங்காவிற்கு வழங்க இந்திரா காந்தி எண்ணியிருந்தார். அந்தச் சமயத்தில் அர்ஜன் சிங் வேண்டுகோள் நினைவுக்கு வரவே குட்டிகளை சிங்கிற்கே பரிசளித்துவிட்டார். குட்டிகளைப் பெற்றுக்கொண்ட சிங், தான் அப்போது சந்தித்த ஹேரியட், ஜூலியட் என்ற இரண்டு ஆங்கிலேயே இளம்பெண்களின் பெயரையே அந்தக் குட்டிகளுக்குச் சூட்டினார். அதன் பின் இளவரசன், ஹேரியட், ஜூலியட் என்ற மூன்று சிறுத்தைக் குட்டிகளின் வாழ்வைப் பேணிப் பாதுக்காக்க வேண்டியவரானார்.

பிரதமர் அலுவலகத்தில் இந்திரா காந்தியின் உதவியாளராக ஏழு ஆண்டுகள் பணிபுரிந்த மல்ஹோத்ரா டிசம்பர் 31இல் ஓய்வுபெற இருந்தார். ஓய்வுபெறும் முன் மல்ஹோத்ராவின் கடைசிக் கடிதம் பில்லி அர்ஜன் சிங்கிற்கு எழுதியதாகும்:

> இன்று பணியிலிருந்து ஓய்வுபெறுகிறேன். இந்தப் பொறுப்பை ஒப்படைப்பதற்கு முன்னர் ஒரு நல்ல செய்தியை உங்களுக்குத் தெரிவிக்க விரும்புகிறேன். வடக்குக் கேரி வனப்பகுதி முழுவதையும் தேசியப் பூங்காவென அதிகாரப்பூர்வமாக அறிவிக்கும்படி உத்திரப்பிரதேச முதல்வருக்குப் பிரதமர் கடிதம் எழுதியுள்ளார். தற்போதிருக்கும் தூதுவா சரணாலயம் அதன் முதன்மைச் சரணாலயமாக விளங்கும். வியாபார ரீதியான சுரண்டல் எதுவும் இங்கே நடைபெறாது. ஒவ்வொரு விதத்திலும் உங்களுக்கு ஊக்கம் தரவேண்டுமென உத்திரப் பிரதேச முதல்வருக்குப் பிரதமர் எழுதியுள்ளார். நீங்கள் செய்துவரும் பணிக்கான அங்கீகாரம் இது, இதற்கும் மேலான புத்தாண்டுப் பரிசு ஒன்றை உங்களால் நினைத்துப் பார்க்க முடியுமா?

அதே நாளில் உத்திரப்பிரதேச முதல்வர் ஹெச்.என். பகுகுணாவிற்கு எழுதிய இந்திரா காந்தியின் கடிதத்தில் அர்ஜன் சிங் மீதான

அன்பும் பாராட்டுணர்வும் நிரம்பியிருந்தது. வழக்கத்திற்கு மாறாக நீண்ட கடிதம் எழுதியிருந்தார்:

வடக்குக் கேரி வனப்பிரிவிலுள்ள தூதுவா சரணாலயத்துடன் உங்களுக்குப் பழக்கம் இருக்கிறதா என்பது தெரியாது. அர்ஜன் சிங் என்ற மனிதன் தன்னந்தனியே மேற்கொண்ட விடாப்பிடியான முயற்சிகளுக்கும் உறுதியான தீர்மானத் திற்கும் அந்தச் சரணாலயம் கடன்பட்டுள்ளது. அவரின் 'புலியின் புகலிடம்' என்ற புத்தகத்தை சமீபத்தில் வாசித்தேன். அடைப்பிற்குள் வளர்க்கப்பட்ட சிறுத்தைகளை மீண்டும் வனங்களுக்கே திரும்பச் செய்து அங்கேயே அவை வாழ அர்ஜன் சிங் மேற்கொண்ட முயற்சிகள் சர்வதேசக் கவனம் பெற்றவை.

சரியாகப் பராமரிக்கப்படுமேயானால் வடநாட்டிலேயே மிகச் சிறந்த கானுயிர்ச் சரணாலயமாக தூதுவா விளங்கும். அது மேம்படுத்தப்படுமேயானால் கார்பெட் தேசியப் பூங்காவையும் விஞ்சிவிடும் வசீகரமும் அதற்குண்டு. கார்பெட் தேசியப் பூங்காவின் சில பகுதிகள் ராமகங்கா நீர்த் தேக்கத்தினால் மூழ்கிவிடும் அபாயத்திலுள்ளன. வடக்குக் கேரி வனப் பகுதியில் இன்னும் பத்து, பதினைந்து புலிகள் இருப்பதாக என்னிடம் தெரிவித்தனர். புலிகளின் வளர்ச்சிக்குச் சாத்தியமான உறைவிடமாக இப்பகுதி விளங்கும். உபகண்டத்திலேயே பெருமளவு மான் கூட்டமும் (1500) சதுப்புநில முதலைகள் உட்பட பல்வேறு விலங்குகளும் இங்குள்ளன. விலைமதிப்பற்ற இந்தச் சொத்து மாநில அரசால் பாதுகாக்கப்பட வேண்டும். பொழுதுபோக்கு, கல்விசார் மதிப்பீடுகளை தூதுவா சரணாலயம் கொண்டுள்ளது, அது மட்டுமல்லாது சுற்றுலாப் பயணிகளிடமிருந்து கணிசமான வருவாயையும் அரசு பெற முடியும்.

துரதிருஷ்டவசமாக தற்போது இந்தப் பகுதியில் நிகழ்ந்து வரும் வனச் செயல்பாடுகளால் இவை (மதிப்பீடுகள், வருவாய் முதலியவை) சாத்தியமில்லை. எனவே இதற்குத் தனிப்பட்ட முறையில் கவனம் தந்து சரணாலயத்தைப் பாதுகாக்கும் நடவடிக்கைகளை மேற்கொள்வதில் நீங்கள் ஒரு வழிகாட்டி யாக விளங்க வேண்டும். ஒரு தேசியப் பூங்காவிற்குரிய அதிகாரப்பூர்வ அங்கீகாரம் வடக்குக் கேரி வனப்பிரிவு (220 சதுர மைல்) முழுவதற்கும் அளிக்கப்பட வேண்டும்.

தற்போதுள்ள தூதுவா சரணாலயம் (32 சதுர மைல்) தேசியப் பூங்காவின் மையப் பகுதியாக விளங்கும். விலங்குகளைப் பராமரிக்கும் செயல்பாடு மட்டுமே இங்கு நடைபெறும்.

‘புனிதமானதாகக்’ கருதப்படும் இந்த மையப்பகுதியில் வர்த்தக நோக்கம்கொண்ட வனச் செயல்பாடுகள் நடைபெற அனுமதிக்கக் கூடாது. எஞ்சியிருக்கும் மூன்றில் இரண்டு பங்கு பரப்புள்ள வனம் ‘இடைப்பட்ட’ பகுதியாகும். இங்கே தேக்கு மரங்கள் வெட்டி அறுப்பது, அவற்றை வண்டிகளில் ஏற்றிச்செல்வது முதலிய உரிமம் பெற்ற செயல்பாடுகள் அளவுடன் நிகழ அனுமதிக்கலாம். கால்நடை மேய்ச்சல், பட்டுப்போன மரங்களை வெளியே எடுத்துச்செல்லுதல் ஆகியவையும் இங்கே நிகழலாம். கானுயிர் வாழிடங்களுக்குச் சேதம் விளைவதால், வனத்தின் விளைபொருட்களை ஏலம் விடுவது முழுவதும் தடை செய்யப்பட வேண்டும். வெளியே சுற்றித் திரியும் விலங்குகள் கொல்லப்படும் அபாயமுள்ளதால் பூங்காவைச் சுற்றிலுமுள்ள ஐந்து மைல் இடப்பரப்பில் துப்பாக்கிச் சூடு தடைசெய்யப்பட வேண்டும். இந்தத் தீர்மானங்களை அமல்படுத்தினால் பாதிக்கப்படுவர்கள் வெகு சிலர்தாம். கான்ஹா, கிர் போன்ற சரணாலயங்களில் உருவான இதுபோன்ற பிரச்சனைகளைச் சமாளித்ததைப்போல இந்தச் சிலரின் பிரச்சனைகளுக்கும் சுமூகமாகத் தீர்வு காணமுடியும்.

திரு. அர்ஜன் சிங்கிற்கு ஒவ்வொரு விதத்திலும் நீங்கள் ஊக்கம் தர வேண்டும். கானுயிர்ப் பாதுகாப்புத் தொடர்பான விசயங்களில் அவருக்குப் பல ஆண்டுகால அனுபவமுண்டு. இருக்கையில் சொகுசாக அமர்ந்து விவாதிக்கும் சுற்றுச் சூழலியலாளர்களைக் காண்பது எளிது. ஆத்மார்த்தமாய் நேசிக்கும் ஒரு குறிக்கோளுக்காக அர்ப்பணிப்புடனும் விடாமுயற்சியுடனும் செயலாற்றும் மனிதர்களைக் காண்பது அரிது.

இந்திரா காந்தியின் இந்தக் கடிதத்தில் நெகிழ்ந்துபோனார் அர்ஜன் சிங். சில வாரங்களுக்குப் பிறகு இந்திரா காந்திக்கு எழுதிய கடிதத்தில் புலிகள் புகலிடம் மற்றும் கானுயிர் அறக்கட்டளையின் புரவலராக இருக்கும்படி அவரை வேண்டிக்கொண்டார். அதனை இந்திரா காந்தி கண்ணியமாக மறுத்துவிட்டார். இந்திரா காந்தியின் ஆட்சி அதிகாரம் உச்சத்திலிருந்த காலகட்டத்திலும், தேசியப் பூங்காவாக நடைமுறையில் தூதுவா உருவாக மேலும் மூன்று ஆண்டுகள் பிடித்தன. 1977 பிப்ரவரி முதல்நாள்தான் அது சாத்தியமானது.

டிசம்பர் மூன்றாம் நாள் கரண் சிங்கிற்கு வழக்கம்போல ஒரு துண்டுச் சீட்டை எழுதியனுப்பினார் இந்திரா:

வெளிமான்கள் சுடப்படக் கூடாதென்ற தடையுள்ளது. ஆனால் தில்லிக்கு மிக அருகேயுள்ள தாத்ரியிலும் பிற பகுதிகளிலும்கூட இந்த மான்கள் கண்மூடித்தனமாகச் சுட்டுக் கொல்லப்படுவதான செய்தியை அறிந்தேன். இதனைச் சரிபார்த்துத் தீவிரமாகக் கண்காணிக்கவும். அழகிய இந்த விலங்கினம் அழிந்துவிடாமல் பாதுகாக்க மேற்கொள்ள வேண்டிய நடவடிக்கைகளையும் எழுதவும்.

பின்னர் டிசம்பர் மாதத்தின் பிற்பகுதியில் மாநில முதல்வர்களுக்கு இந்திரா காந்தி எழுதிய கடிதம் (டிசம்பர் 27):

(...) நமது பூங்காக்களையும் சரணாலயங்களையும் நிர்வகிக்க மேலாண்மையில் அறிவும் பயிற்சியும்கொண்ட அதிகாரிகளை நியமிப்பதற்கான நேரம் வந்துவிட்டதென நினைக்கிறேன் (...) சிறப்பான பயிற்சியும் அறிவாற்றலும் கொண்டு நிர்வகிக்கப் படும் துறையாக 'கானுயிர் மேலாண்மை' உலகு முழுவதும் உருவாகி வருகிறது. சுற்றுச்சூழல் தொடர்பான நமது செயல்பாடுகளும் முயற்சிகளும் தனிச் சிறப்புக்கொண்ட மேலாண்மையால் இவ்விதம் நிர்வகிக்கப்பட்டால்தான் பயனுள்ள விளைவுகளைப் பெற முடியும் (...)

தேசிய அளவில் கானுயிர்ப் பாதுகாப்புச் சட்டம் – 1972 நிறைவேற்றப்பட்டுள்ளது. எனினும் களத்தில் அதனை நடைமுறைப்படுத்தும் செயல்பாடுகள் சிறிதும் திருப்திகரமாக இல்லை. (...) இந்தச் சட்டத்தின் இணைப்பு–1இல் அழியும் அபாயத்திலுள்ள விலங்குகள் பட்டியலிடப்பட்டுள்ளன. இந்த விலங்குகளும் சட்டத்திற்குப் புறம்பாகக் கொல்லப்படுவ தாகப் புகார்கள் வந்தவாறுள்ளன. புலிகளும் சிறுத்தைகளும் கொல்லப்படக் கூடாதென விளம்பரங்கள் மூலமாக மக்கள் பரவலாக அறிந்துள்ளனர். இதுபோன்ற நடவடிக்கைகளும் கண்காணிப்பும் வெளிமான்கள் விசயத்திலும் அவசியமாகும். அழகிய அரிதான இந்த மான்கள் எங்கெங்கு போதிய அளவு உள்ளனவோ அங்கெல்லாம் அவைகளுக்கெனத் தனியே சரணாலயங்கள் அமைப்பது நல்லது.

புலிகளைப் பாதுகாப்பதில் இந்திரா காந்தியின் செயல்பாடு அனைவரும் அறிந்ததே. வெளிமான்களைப் பாதுகாப்பதில் இந்திரா காந்தியின் முக்கியமான பங்களிப்பு பற்றிப் பரவலாக அறியப்படவில்லை. ராஜஸ்தானிலுள்ள தால் சாப்பர் வெளிமான்கள் சரணாலயமாக 1971இலேயே அதிகாரப்பூர்வமாக அறிவிக்கப்பட்டது. இந்திரா காந்தியின் கடிதத்திற்குப் பிறகு வெளிமான்களைப் பாதுகாப்பதன் முக்கியத்துவத்தைப் பிற மாநிலங்களும் உணரத் தொடங்கின. எடுத்துக்காட்டாக,

வெளிமான்களின் சரணாலயமாக ரானெபென்னூரை 1974இல் கர்நாடக மாநிலம் அறிவித்தது. குஜராத் ஒரு படி மேலே சென்று 'வேலவதார் தேசியப் பூங்காவை' 1976இல் அறிவித்தது. இது மட்டுமல்லாது கானுயிர்ப் பராமரிப்பிற்கெனத் தனித்தனித் துறையும் இலாகாக்களையும் பல மாநிலங்கள் அமைத்தன.

ஒ

சர்வ அதிகாரமும்கொண்ட ஒரு பிரதமர் கானுயிர் பாதுகாப்பிற்காகத் தனது அமைச்சரவைச் சகாவிடம் ஒன்றரை கோடி ரூபாய் கெஞ்சிப் பெறுவது அபத்தமாகத் தெரியலாம். கானுயிர்ப் பாதுகாப்புத் தொடர்பான ஒரு குறிப்பிட்ட திட்டத்திற்காக ஒதுக்கப்பட்ட நிதியை இரண்டரை கோடியிலிருந்து ஒரு கோடியாகத் திட்டக்கமிஷன் குறைத்தபோது இதுதான் உண்மையிலேயே நடந்தது. 'டிபி' என அவரால் அழைக்கப்பட்ட டி.பி. தர்க்கு உடனடியாக ஒரு கடிதம் எழுதினார். டி.பி. தர், ஹக்சரின் அலுவலக அதிகாரிகள் வட்டத்தில் இருந்தவர். இந்திரா காந்திக்கு மிக நெருக்கமான ஆலோசகரான இவர் 1971 வங்கதேச பிரச்சனையில் முக்கியப் பங்காற்றியவர். அந்தக் கடிதத்தில் இந்திரா காந்தி விரிவாக ஓர் உரையே நிகழ்த்தினார்:

> நமது விலங்கினம் ஏற்கனவே மிகவும் குறைந்துவிட்டது. நமது நேசத்திற்குரிய அது பாதுகாக்கப்பட வேண்டிய சொத்தாகும். இது தொடர்பாக சமீபத்தில் மாநில முதல்வர்களுடன் ஓரிரு முறை பேசித் தலையிட வேண்டியதிருந்தது. இந்த விசயத்தில் மத்திய அரசு வழிகாட்டியாக இருக்க வேண்டியது அவசியம் என நினைக்கிறேன்.
>
> திட்டமிடுதல் நமது எதிர்காலம் பற்றியதாகவே எப்போதுமிருக்கும் என்பதைத் தவிர்க்க முடியாது. ஆனால் நமது பாரம்பரியத்தைப் பாதுகாப்பதில் அது சற்றுத் தாராளமான பார்வைகொண்டிருக்க வேண்டும். சரித்திரப் புகழ்மிக்க புராதன நினைவுச் சின்னங்கள் பல பழுதடைந்துள்ளன. அவை சரிசெய்யப்பட்டு முன்பிருந்த நிலைக்கு மீட்கப்பட்டுப் பாதுகாக்கப்பட வேண்டும்.
>
> வரலாற்றுச் சிறப்புமிக்க இடங்களை நிலத் தரகர்கள் விழுங்கிவிடும் முன்னரே அகழ்வாராய்ச்சிக்காக நில அகழ்வுப் பணி மேற்கொள்ளப்பட வேண்டும்.
>
> இந்தியா சுதந்திரம் பெற்ற காலத்திலிருந்து நாம் நிறுவியுள்ள அருங்காட்சியகங்கள் மிகவும் குறைவு. நினைவுச் சின்னங்களையும் தொடர்புடைய பிற பொருட்களையும் அருங்காட்சியகங்களில் சேகரித்து வைப்பதற்காக

ஒதுக்கப்படும் குறைவான நிதி நகைப்பிற்குரியது. (...) அருங்காட்சியகங்களுக்குப் போதிய நிதி ஒதுக்கப்பட வேண்டும். (...) அதிக அருங்காட்சியங்கள் அமைக்க நடவடிக்கை மேற்கொள்ள வேண்டும். இல்லையெனில் கலைநயம் மிக்க நமது நாட்டின் பாரம்பரியம் அற்றுப் போய்விடும் நிலை வரலாம்.

நமது விலங்கினம், வரலாற்றுச் சிறப்புமிக்க தொன்மையான நினைவுச் சின்னங்கள், கலைப் பொக்கிஷங்கள் ஆகியவை நமது தேச வாழ்வின் தனித்தன்மைக்குக் கொடையாக விளங்குபவை. அவை நமது பெருமிதத்தின் ஆதாரமாய் இருப்பவை. ஐந்தாண்டுத் திட்டத்திற்கான நிதி ஒதுக்கீட்டில், முக்கியமான இந்த விசயங்களைத் திட்டக் கமிஷன் கருத்தில் கொள்ளுமென நம்புகிறேன்.

கானுயிர்ப் பாதுகாப்பிற்காக ஒன்றரைக் கோடி ரூபாய் அதிக நிதி ஒதுக்க வேண்டுமென்ற இந்திரா காந்தியின் கோரிக்கையை ஏற்றுக்கொள்வதைத் தவிர டி.பி. தருக்கு வேறு வழியில்லை. அரசின் கொள்கைபற்றி மனதிற்குப் பிடிக்காத சில உண்மைகளை சில வாரங்களுக்குப் பிறகு இந்திரா காந்தி அவருக்கு எழுதினார் (டிசம்பர் 7):

(...) காடுகளும் சரணாலயங்களும் படிப்படியாக அழிந்து வருகின்றன. தொழில்சார் வனவியலுக்கு இயல்பாகவே முன்னுரிமை தரப்பட வேண்டும். (தொழில்சார் வனவியல் – தொழிற்சாலைகளுக்குத் தேவையான மரங்கள் முதலியவற்றை உற்பத்தி செய்தல், குறிப்பிட்ட சில வனப் பகுதிகளில் அயல்நாட்டு மரவகைகளை வளர்க்காமல் அந்தப் பகுதிகளை அப்படியே இருக்கும்படி விட்டுவிட வேண்டும். நமது விலங்குகளைப் பேணிப் பாதுகாக்கும் செயல்பாடு மட்டுமே இந்தப் பகுதிகளில் நடைபெற வேண்டும். வருவாய் ஈட்டுவதற்காகத் தொழில்சார் நடவடிக்கைகளை இந்தப் பகுதிகளில் மேற்கொள்ளக் கூடாது. மாநிலங்கள் தமது மொத்த வனப்பரப்பில் இரண்டு அல்லது மூன்று சதவீதப் பகுதியைக் கவனமாகத் தேர்வுசெய்து இதற்காக (விலங்குகள் பராமரிப்பு) மட்டுமே ஒதுக்கினால் மிகவும் பலனளிக்கும்.

இவ்விதமாகக் குறிப்பிட்ட சில பகுதிகளை அவற்றின் தூய்மை கெடாமல் 'புனிதமானதென' – இந்தச் சொல்லை அவர் வெளிப்படையாகக் குறிப்பிடவில்லை எனினும் – விலங்குகளுக் காகவே ஒதுக்கிவைக்கும் கொள்கையை இந்திரா காந்தி பரிந்துரைக்கத் தொடங்கினார். அவரது இந்தச் சிந்தனை பல

வருடங்களுக்குப் பிறகு புலிகள் சரணாலயச் செயல்பாடுகளில் பிரதிபலித்தது. இப்போது ஒவ்வொரு சரணாலயத்திலும் ஒரு 'மையப் பகுதியும்' மிக விரிவான இடைப்பட்ட பகுதியும் உள்ளன. மையப் பகுதி புனிதமானதெனக் கொள்ளப்படுகிறது. கால்நடை மேய்த்தல் மற்றும் பிற வனச்செயல்பாடுகள் விரிவான இடைப்பட்ட பகுதியில் நடந்துவருகின்றன. (புலிகளைப் பேணிப் பாதுகாக்கும் செயல்பாடு மட்டுமே மையப்பகுதியில் நடைபெறுகிறது. மொத்த வனப்பரப்பில் இரண்டு அல்லது மூன்று சதவீதப் பகுதி கவனமாகத் தேர்வுசெய்து இதற்காக ஒதுக்கப்படுகிறது.)

ௐ

பாராளுமன்றத்தில் நிறைவேற்றப்படும் சில சட்டங்கள் ஜம்மு காஷ்மீர் மாநிலத்திற்குத் தானாகவே பொருந்தாது. மாநிலத்திற்கெனத் தனியே சட்டம் இயற்றிக்கொள்ளும் அதிகாரம் ஜம்மு காஷ்மீர் சட்டசபைக்கு உண்டு. இவ்விதமாகக் கானுயிர்ப் பாதுகாப்புச் சட்டத்தை அங்கே அமல்படுத்த முடியவில்ல.

சுட்டுக்கொல்லக்கூடாதெனத் தடை செய்யப்பட்ட விலங்குகளின் தோல், மென் உரோமம் முதலியவை காஷ்மீரில் விற்பனை செய்யப்படுவதாகப் புகார்கள் இந்திரா காந்திக்கு அவ்வப்போது வந்துகொண்டிருந்தன. 'காஷ்மீரிலுள்ள விலங்குகள் மட்டுமல்லாது நாடு முழுவதுமுள்ள விலங்குகள் அனைத்தும் சுற்றுலாப் பயணிகள், வர்த்தகர்கள் ஆகியோரின் கட்டற்ற பேராசையால் பாதிக்கப்பட்டு வருகின்றன' என டிசம்பர் 16இல் காஷ்மீர் முதல்வர் செய்யது மீர் காசீமிற்கு எழுதிய கடிதத்தில் இந்திரா காந்தி தெரிவித்திருந்தார். மேலும் 'கானுயிர்ப் பாதுகாப்புச் சட்டம் 1972–ஐ ஜம்மு காஷ்மீர் மாநிலம் இன்னும் அமல்படுத்தவில்லை. அதனால் அழிவின் அபாயத்திலுள்ள உயிரினங்களும் காஷ்மீரை வாழிடமாகக் கொண்ட உயிரினங் களும் சட்டத்திற்குப் புறம்பாகக் கொல்லப்படுவதை மாநிலம் ஊக்குவித்து வருவதாகவும்' அந்தக் கடிதத்தில் குறிப்பிட்டிருந்தார். அதுமட்டுமல்லாது காஷ்மீர்மீதான அவரின் அக்கறையும் அறிவும் அதில் வெளிப்பட்டிருந்தன:

> விலங்குகளின் தோல், மென் உரோம வர்த்தகத்தில் கணிசமான காஷ்மீரிகள் ஈடுபட்டுள்ளனர் என்பதை நன்கறிவேன். மத்திய அரசு நிறைவேற்றியுள்ள 1972 கானுயிர் பாதுகாப்புச் சட்டத்தை காஷ்மீர் அமல்படுத்தினால் தமது வாழ்வாதாரம் பறிக்கப்பட்டுவிடுமோ என காஷ்மீரிகள் அஞ்சுகின்றனர். ஆனால் இது உண்மையல்ல.

புலி, சிறுத்தை முதலிய விலங்குகளின் தோல், மென் உரோமம் ஆகியவை சமூக கவுரத்திற்கான பெருமதிப்புக் கொண்டவை என்பதும் அவை மிக அதிக விலையில் விற்கப்படுகின்றன என்பதும் உண்மை. அதிர்ஷ்டவசமாக உள்ளூர் வர்த்தகத்தின் மொத்த வருவாயில் இது மிகக்குறை வான சதவீதம்தான். மரநாய், எலிகள், முயல்கள், (கொறி விலங்குக் குடும்பத்தைச் சேர்ந்தவை) நீர்நாய், அணில்கள் முதலிய உள்ளூர் விலங்குகளின் தோல் மற்றும் மிருதுவான உரோமத்தைப் பயன்படுத்தி கையுறை, தொப்பி, மேற்சட்டை (ஜேக்கட்) முதலிய பொருட்கள் மொத்த விற்பனை செய்யப் பட்டு வருகிறது. (வர்த்தக வருவாயின் பெரும்பகுதி உள்ளூர் விலங்குகளைப் இவ்விதம் பயன்படுத்துவதன் மூலம் கிடைக்கிறது) மத்திய அரசின் 1972 – கானுயிர்ப் பாதுகாப்புச் சட்டத்தை ஜம்மு காஷ்மீர் மாநிலம் அமல்படுத்தினாலும் இந்த விலங்குகள் உள்ளூர்ப் பகுதிகளிலேயே தொடர்ந்து கிடைக்கும். ஆனால் வித்தியாசம் என்னவெனில் உள்ளூர் விலங்குகளைப் பிடிப்பதற்குக் காட்டு இலாகாவிலிருந்து உரிமம் பெற வேண்டும்; அவற்றை மிக அதிகமாகப் பிடித்து அந்த விலங்கினமே அழிந்துபோகும் நிலை ஏற்பட்டு விடாத விதத்தில் கட்டுப்படுத்தப்பட்டு உரிமங்களைக் காட்டு இலாகா வழங்கும். செம்மறியாடு, வெள்ளாடு, குழி முயல்கள் ஆகிய விலங்குகளையும், வளர்ப்புப் பிராணிகளை யும் மென் உரோமம், தோல் வியாபாரம் செய்வோர் பயன்படுத்துகின்றனர். (. . .) இந்த விலங்குகளுக்கோ நரிகளுக்கோ உரிமம்/அனுமதி எதுவும் தேவை இல்லை.

மத்திய அரசின் 1972 – கானுயிர்ப் பாதுகாப்புச் சட்டம் மாநிலச் சட்டசபையில் நிறைவேற்றி அமல்படுத்தப்படுமேயானால் அது இயற்கை சுற்றுச்சூழல் பாதுகாப்பு நோக்கத்திற்குக் கிடைத்த குறிப்பிடத்தக்க வெற்றியாகும்.'

சர்வாதிகாரி என்பதாகவே இந்திரா காந்தி வழக்கமாகச் சித்தரிக்கப்படுகிறார். அவ்விதம் அவர் இருந்திருப்பாரேயானால் தனது கட்சியைச் சார்ந்த காஷ்மீர் முதல்வரை இந்த விசயத்தில் அவர் வற்புறுத்தியிருக்கலாம். அரசியல்ரீதியாக உச்சத்திலிருந்த அந்தச் சமயத்திலும் காஷ்மீர் முதல்வருக்கு அளவுக்கு மீறி அவர் நெருக்கடி தரவில்லை. அமைப்பிலும் நோக்கத்திலும் தேசிய அளவில் நடைமுறையிலிருந்த 1972 – கானுயிர்ப் பாதுகாப்புச் சட்டத்தைப் போன்ற ஒரு சட்டம் ஜம்மு காஷ்மீர் சட்டசபையில் ஐந்தாண்டுகளுக்குப் பிறகே நிறைவேறிற்று.

இந்திரா காந்தி விரும்பியவையே அவருக்கு எப்போதும் கிடைத்தன எனவும் அவரின் உத்தரவுகளும், பிரகடனங்களும் அப்படியே நிகழ்ந்தன என்பதாகவுமே இந்திரா காந்தியைப்பற்றிப் பொதுவான கருத்து நிலவுகிறது. ஆனால் இது உண்மையல்ல. எடுத்துக்காட்டாக: அவராலேயே தேர்வு செய்யப்பட்ட ராஜஸ்தான் மாநிலத்தின் அடுத்தடுத்து வந்த முதல்வர்களோடு இந்திரா காந்தியின் கடிதப் பரிமாற்றத்தைக் கூறலாம். அரசியலில் கொடிகட்டிப் பறந்த காலத்தில் பரக்கத்துல்லா கானை ராஜஸ்தான் மாநில முதல்வராக இந்திரா காந்தி தேர்வுசெய்தார். மே 14இல் இந்திரா காந்தி அவருக்கு எழுதிய கடிதம்:

> பரத்பூர் பறவைச் சரணாலயத்தைத் தேசியப் பூங்காவாக மாற்றுவதற்காக, சரணாலயத்தை மத்திய அரசுக்கு குத்தகைக்குத் தர 1968இல் சுகாதியாஜி முன்வந்தார். இந்த யோசனைக்கு நீங்கள் ஆதரவாக இல்லை என்பதாக அறிகிறேன். (. . .) பரத்பூர் பறவைச் சரணாலயத்தை மாநில அரசே தேசியப் பூங்காவாக மாற்றிக்கொள்ள நீங்கள் விரும்புவதாக அறிந்து மிகவும் மகிழ்கிறேன். (. . .)
>
> ராஜஸ்தான் வனங்களின் பிரச்சனைகள்பற்றி உங்களுக்குப் பலமுறை எழுதியுள்ளேன். தனிப்பட்ட முறையில் நீங்கள் இவற்றுக்குக் கவனம் தருகிறீர்கள் என்பது மகிழ்ச்சியளிக்கிறது. பரத்பூர், சரிஸ்கா போன்ற சரணாலயங்கள் முன்னுரிமை தரப்பட வேண்டியவை. (. . .) மாநிலங்களின் நடவடிக்கைகள் விவேகமானதாகவும் உறுதியாகவும் இருக்குமேயானால் உரிய நிதி உதவியையும் தொழில்நுட்ப உதவியையும் மத்திய அரசு வழங்கும். ஏதோசில காரணங்களால் கால்நடை மேய்ச்சலையும், சுரண்டலையும் மாநில அரசால் தடுத்து நிறுத்த முடியாது போனால் அந்தச் சமயத்தில் சரணாலயத்தைப் பத்தாண்டு காலக் குத்தகையில் மத்திய அரசுக்குவிடும் யோசனையை நீங்கள் பரிசீலிக்கலாம்.

'மாநில அரசின் கட்டுப்பாட்டில் சரணாலயங்கள் இருக்க வேண்டுமென்ற எந்த விருப்பமும் தனக்கு இல்லை', எனவும் 'மத்திய அரசின் கட்டுப்பாட்டிற்குள் வருவதனாலேயே சரணாலயம் சிறந்த முறையில் நிர்வகிக்கப்பட்டு நன்கு பராமரிக்கப்படும்' எனில் சரணாலயத்தை மத்திய அரசாங்கத்திற்குக் குத்தகைக்கு விடுவதில் தான் மகிழ்வே'னெனவும் இந்திரா காந்திக்கு முதல்வர் பதில் எழுதினார் (ஜூலை 31). மத்திய அரசுடன் இது குறித்து மேலும் விவாதிப்பதற்காகத் தனது அலுவலர்களை அனுப்ப ஏற்பாடு செய்வதாகவும் அதில் தெரிவித்திருந்தார். சரணாலயத்தை மத்திய அரசு நிர்வகிப்பதில் அவருக்கு விருப்பமில்லை என்பது அவரின் நிலைப்பாடு என இதிலிருந்து புலனாகிறது.

பரக்கத்துல்லாவுக்குப் பதிலாக ராஜஸ்தான் முதல்வராக ஹரிதியோ ஜோஷி ஆகஸ்டில் பொறுப்பேற்றுக்கொண்டார். புதிய முதல்வர் பிரதமருக்கு விளக்கமாக ஒருகடிதம் எழுதினார் (டிசம்பர் 14):

> (...) மத்திய அரசு நிர்வகித்தால் சரணாலயங்களுக்கு உட்பட்ட பகுதிகளில் கால்நடைகளை அளவுக்கு மீறி மேயவிடுவது, சுயநலத்திற்காகச் சரணாலயங்களைப் பயன்படுத்துவது முதலிய பிரச்சனைகள் தீர்ந்துவிடும் என்பதற்குச் சரியான காரணம் இருப்பதாகத் தெரியவில்லை. சரணாலயத்தைச் சுரண்டுவோரைக் கையாள்வதற்கான நிர்வாக அமைப்பு மத்திய அரசிடம் இல்லை என்பதால் அதற்காக மாநில அரசின் அலுவலர்களையே அது நாட வேண்டியது வரும்.

பிரதமர் இதனை இலேசில் விட்டுவிடுவதாக இல்லை. பத்து நாட்களுக்குப் பிறகு ராஜஸ்தான் மாநில முதல்வருக்கு மீண்டும் எழுதினார்:

> சரணாலயத்தை மத்திய அரசாங்கத்திற்குக் குத்தகைக்குவிடும் யோசனை கொள்கைரீதியானது அல்ல எனவும் மேம்பட்ட நிர்வாகத்திற்கான யோசனை எனவும் பரகத்துல்லா சாகிபிடம் தெளிவுபடுத்தியிருந்தேன். இதனைக் குறிப்பிடுவதற்குக் காரணம் பரத்பூர், சரிஸ்கா சரணாலயங்களில் மேற்கொள்ளப்பட வேண்டிய நடவடிக்கைகளை வேளாண் அமைச்சகத்தின் கானுயிர்த் துறை ஒரு வருடத்திற்கு முன்பே தெரிவித்திருந்தது. துரதிருஷ்டவசமாக இவற்றை மாநில அரசு அமல்படுத்தவில்லை.

பரத்பூர், சரிஸ்கா சரணாலயங்களைப் பீடித்திருக்கும் பிரச்சனைகள் பற்றி அந்தக் கடிதத்தில் விரிவாக விவாதித்திருந்தார் இந்திரா. நுண்ணுணர்வுடன் துல்லியமாக அவர் விவரித்திருந்த விதம் முதல்வரையும் அவரது அலுவலகர்களையும் நிச்சயம் வியப்பில் ஆழ்த்தியிருக்கும். முதல்வருக்கு இதனை நினைவூட்டிக் கடிதத்தை இறுதியாக இவ்வாறு முடித்திருந்தார்: 'பூங்காக்கள், சரணாலயங்களை நிர்வகிப்பதற்கு துறைசார்ந்த சிறப்பான அறிவாற்றலும் பயிற்சியும் வேண்டும். அத்தகைய அறிவும் பயிற்சியும்கொண்ட அர்ப்பணிப்புடன் முழுநேரமும் உழைக்கும் பணியாளர்கள் அதற்குத் தேவை.' பரத்பூரிலும் சரிஸ்காவிலும் இத்தகைய பணியாளர்கள் இல்லை. ஆனால் இந்திரா காந்தியின் வேண்டுகோள் அனைத்தும் புறக்கணிக்கப்பட்டன.

குறிப்பிடத்தக்க நடனக் கலைஞரும் கலாசார ஆளுமையுமான ருக்மிணி தேவி அருண்டேல் 1952ஆம் ஆண்டு மாநிலங்களவை உறுப்பினராக நியமிக்கப்பட்டார். அவர் விலங்குகளை நேசிப்பவர். அது தொடர்பான செயல்பாடுகளில் பேரார்வம் கொண்டவர். 1960இல் விலங்குகள் வன்கொடுமைச் சட்டம் பாராளுமன்றத்தில் நிறைவேறியதில் அவரின் பங்களிப்பு முக்கியமானதாகும். கரண்சிங்கிற்கு ஜனவரி 11இல் ருக்மிணி எழுதிய கடிதம்:

> நீலகிரியில் மோயார் நீர் மின்சக்தித் திட்டத்திற்கான யோசனையைத் தமிழக அரசு பரிசீலித்து வருகிறது. இது நிறுவப்படுமேயானால் முதுமலை விலங்குகள் சரணாலயமும் அதனைச் சுற்றியுள்ள இடங்களும் நீரில் மூழ்கிவிடும் அபாயம் உள்ளது. இவை மூழ்கிவிட அனுமதிக்கக்கூடாது. இதற்கு ஆவண செய்ய வேண்டுகிறேன். இது தொடர்பாகப் பத்திரிகையில் செய்தி வெளிவந்துள்ளது. அதன் நறுக்கையும் இணைத்துள்ளேன். மைசூர் கபினி திட்டத்தால் கானுயிர்களுக்கும் வனங்களுக்கும் நேர்ந்த சேதத்தை உங்களுக்கு நினைவூட்டுகிறேன்.

நீர் மின் திட்டத்திற்காக அணைகள் எழுப்புவது பற்றி தமிழ்நாடு அரசு முடிவு செய்திருந்தது. அந்த விவரங்களை இந்தியக் கானுயிர்க் கழகம் வெளியிட்டிருந்தது. கரண் சிங்கிற்கு எழுதிய கடிதத்தில் ருக்மிணி தேவி இந்த விபரங்களைக் குறிப்பிட்டுள்ளார். அவை வருமாறு:

நீர் மின்சக்தித் திட்டத்திற்காக மோயார் ஆற்றின் குறுக்கே நான்கு அணைகள் கட்டப்படும். தமிழ்நாட்டிலுள்ள முதுமலை சரணாலயத்தையும் கர்நாடக மாநில மைசூரிலுள்ள பந்திப்பூர் சரணாலயத்தையும் இந்த அணை பிரிக்கிறது. நான்கு அணைகளில் ஒன்றான தெப்பக்காடு முதுமலை சரணாலயத்தின் மத்தியில் வருவதாகச் செயற்திட்டத்தில் குறிப்பிடப்பட்டுள்ளது. இரு சரணாலயங்களிலும் மான்கள், யானைக் கூட்டங்கள், கடம்பை மான்கள் உள்ளன. நீலகிரி காட்டெருதுகளின் முக்கிய வாழிடம், முதுமலையாகும். இது சுற்றுச்சூழலியலாளர்களைக் கலக்கமுறச் செய்துள்ளது. ருக்மிணி எழுதிச் சில நாட்களுக்குப் பிறகு இயற்கையியலாளரான எம். கிருஷ்ணனும் கரண் சிங்கிற்கு எழுதிய கடிதத்தில் நீர் மின்சக்தித் திட்டத்தால் விளையும் பாதிப்பு பற்றிய அச்சத்தை வெளிப்படுத்தினார். அதனால் எச்சரிக்கையடைந்த பிரதமர் சுற்றுச்சூழல் திட்டமிடுதல் மற்றும் ஒருங்கிணைப்பிற்கான தேசியக் குழுவை இந்த நீர் மின்சக்தித் திட்டம் குறித்து ஆய்வு மேற்கொள்ளக் கேட்டுக்கொண்டார்.

இந்திரா காந்தியின் வேண்டுகோளின்படி மே மாதத்தில் இரு நபர் குழு ஒன்றை சரணாலயங்களைப் பார்வையிடவும் இரு மாநிலங்களின் கருத்துக்களைக் கேட்டறியவும் அனுப்பியது. அனல் அல்லது மின்சக்தி (திட்டமிடல்) நிபுணரான கிரிட் பாரேக்கும் அந்தக் குழுவில் ஒருவர். பின்னாளில் இவர் திட்டக் கமிஷனின் உறுப்பினராக நியமிக்கப்பட்டார். சரணாலயங்களைப் பார்வையிட்ட குழு, தமிழ்நாட்டின் நீர் மின்சக்தித் திட்டத்தால் ஒட்டுமொத்தக் கானுயிர் இனத்திற்கும் கணிசமான அளவு இடையூறு ஏற்படும் எனவும் வளமான வனப்பகுதிகள் நீரில் மூழ்கிவிடும் அபாயம் உருவாகும் எனவும் திட்டத்தால் விளையும் அதன் சேதம் பயன்களை விடவும் அதிகம் எனவும் முடிவு தெரிவித்தது. குழுவின் இந்த முடிவிற்குப் பின் இந்தத் திட்டத்தை நிராகரிப்பதற்கு இந்திரா காந்தி ஆதரவு தெரிவித்தார்.

ஆனால் இதுபற்றிய மாறுபாடான கருத்து தமிழ்நாட்டு முதல்வர் கருணாநிதியிடம் இருந்தது. இது விசயமாக மல்ஹோத்ரா விற்கு அலுவலகக் குறிப்பு (டிசம்பர் 9) ஒன்றினை பிரதமர் எழுதி அனுப்பினார்:

> முதுமலை சரணாலயம் தொடர்பாக (ஜூனியர் ஸ்டேட்ஸ்மேனில்) வெளிவந்த கட்டுரையை திரு. கருணாநிதி யிடம் கொடுத்திருக்கிறேன்.
>
> மின்சக்தி திட்டத்திற்காக வேறொரு இடத்தைத் தேர்வுசெய்ய நமது நீர்ப்பாசன அமைச்சகம் தமிழ்நாடு அரசுக்கு உதவ முடியுமா?

இதனைத் தொடர்ந்து தமிழ்நாட்டு முதல்வர் கருணாநிதிக்கு 1974 ஜனவரி 1இல் இந்திரா காந்தி எழுதிய கடிதத்தில், 'வனப்பு மிகுந்த புல்பரப்பும் அடர்ந்து வளர்ந்த மூங்கில் பகுதிகளும் சரணாலயத்தில் உள்ளன. இவை நமது நாட்டின் மிகச் சிறந்த கானுயிர்ப் பகுதிகளாகும். (நீர் மின்திட்டத்தால் எழுப்பப்பட இருக்கும்) தெப்பக்காடு நீர்த்தேக்கத்தால் இதன் பெரும்பகுதியும் நீரில் மூழ்கிவிடும் என சுற்றுச்சூழல் திட்டமிடுதல் மற்றும் ஒருங்கிணைப்பிற்கான தேசியக்குழு தனது அறிக்கையில் உறுதிசெய்துள்ளது, தமிழ்நாட்டின் மின் உற்பத்தித் திறனை அதிகரிக்கும் அனைத்து நடவடிக்கைகளுக்கும் முழு ஆதரவு தருவதாகவும் இப்போது முன்மொழியப்பட்டிருக்கும் இந்தத் திட்டத்தால் 'பெரிய அளவு' நீர்மின் உற்பத்தியோ பாசன வசதியோ இராது எனவும் இந்திரா காந்தி அதில் குறிப்பிட்டிருந்தார். தமிழக முதல்வர் இந்தத் திட்டத்தைக் கொண்டு மற்றொரு முறையும் முயற்சி மேற்கொண்டார். ஆனால் இந்திரா காந்தி

அசைந்து கொடுக்கவில்லை. பந்திப்பூர், முதுமலை இரண்டும் காப்பாற்றப்பட்டன.

ஃ

தமிழ்நாட்டின் அழகிய மான்கள் சரணாலயத்தையும் இந்திரா காந்தியால் காப்பாற்ற முடிந்தது. 1958இல், பரந்து விரிந்திருந்த மதராஸ் ஆளுநரின் தோட்டத்தின் 555 ஏக்கர் பரப்பளவு நிலம் மான்கள் பூங்காவிற்கென ஒதுக்கப்பட்டது. ஆனால் மான் பூங்காவிற்கென ஒதுக்கப்பட்ட இந்த நிலத்தைக் கூறுபோட்டுப் பல்வேறு நிறுவனங்களுக்கு மாநில அரசு உற்சாகமாக ஒதுக்கிக் கொண்டிருந்ததால் உற்சாகமாக 1973இல் பூங்காவிற்கென எஞ்சியிருந்தது 330 ஏக்கர் நிலம் மட்டுமே.

இயற்கைக்கான உலக நிதியத்தின் (இந்தியப் பிரிவு) தலைவரும் காங்கிரஸ் பாராளுமன்ற உறுப்பினருமான ஃபதேசிங் ராவ் கெய்க்வாட் நவம்பர் 24இல் தமிழ்நாட்டு முதல்வருக்கு ஒரு கடிதம் எழுதினார். அதில் மான் சரணாலயத்தை நிரந்தரமாக நிறுவ எஞ்சிய 330 ஏக்கர் நிலத்தையும் கையகப்படுத்துமாறு அவரை வலியுறுத்திக் கேட்டுக்கொண்டார். இதனால் ‘அழகிய மதராஸ் நகரின் நுரையீரலாகவும்’ சரணாலயத்தின் திறந்தவெளி பயன்படும் எனவும் கடிதத்தில் அவர் குறிப்பிட்டிருந்தார். கடிதத்தின் நகலைப் பிரதமருக்கும் அனுப்பி இந்த விசயத்தில் அவர் தலையிட வேண்டிக்கொண்டார். டிசம்பர் 4இல் அவருக்கு எழுதிய இந்திரா காந்தியின் பதில்:

> அந்த நிலம் மேலும் கூறுகளாகப் பிரிக்கப்படக்கூடாது. கிண்டி மான் பூங்காவிற்காக மட்டுமே அந்தப் பகுதி முழுவதும் பாதுகாப்பாக இருக்க வேண்டும் என்பதை ஒத்துக்கொள்கிறேன். மாநில ஆளுநரிடம் இதுகுறித்துப் பேசியுள்ளேன். ஆனால் மாநில முதல்வருக்கு இந்த விசயத்தில் வேறு எண்ணம் உள்ளது. எனினும் ஆளுநருக்கு மீண்டும் எழுதுவேன்.

கடிதத்தில் தெரிவித்திருந்தபடி ஆளுநர் கே கே ஷாவுக்கு இந்திரா காந்தி அன்றே கடிதம் எழுதினார். கெய்க்வாடின் கடித நகலையும் அதனுடன் இணைத்திருந்தார்.

> (...) இந்த விசயம் குறித்து ஏற்கனவே உங்களிடம் பேசியது நினைவிருக்கலாம். முதல்வரிடமிருந்து சாதகமான பதிலைப் பெற்றுத் தருவீர்கள் என நம்புகிறேன்.

இதுபற்றி மாநில முதல்வரிடம் பேசியிருப்பதாகவும் மான் சரணாலயத்திற்குச் சொந்தமான இடத்தில் மேலும் ஆக்கிரமிப்பு

எதுவும் இனி இராது எனவும் இந்திரா காந்தியிடம் ஆளுநர் தெரிவித்தார். பிரச்சனை தற்காலிகமாக முடிவுக்கு வந்தது, மூன்றாண்டுகளுக்குப் பிறகு மீண்டும் அது தலைதூக்கியது.

ஞ

கட்டடங்கள் இயற்கைச் சூழலுடன் ஒத்திசைவு கொண்டதாக இருக்க வேண்டும் என்பதில் பிரதமர் நம்பிக்கை கொண்டிருந்தார். எடுத்துக்காட்டாக, வன விடுதிகளின் வடிவமைப்பில் அவர் கவனம் செலுத்தினார். பரத்பூர், கார்பெட், கிர் சரணாலயங்களுக்கு அருகேயுள்ள கட்டடங்கள் 'அருவருப்பாக' இருப்பதாக அவருக்குப் புகார்கள் வந்தன. இது தொடர்பாகச் சுற்றுலா மற்றும் உள்நாட்டு விமானப் போக்குவரத்து அமைச்சராகப் புதிதாகப் பெறுப்பேற்றுக்கொண்ட ராஜ்பகதூருக்கு இந்திரா காந்தி எழுதினார் (டிசம்பர் 11):

> சுற்றுப்புறங்களுக்கு இசைவில்லாமல் நமது வனப்பகுதிகளில் கட்டடங்கள் எழுப்ப வேண்டாமெனத் தொடர்ந்து வலியுறுத்தி வருகிறேன். ஆனால் நாம் புதிதாக எழுப்பி வரும் கட்டடங்கள் சுற்றுப்புறங்களுக்கு ஒத்திசைவு கொண்டதாக இல்லை. அவை நகர்ப்புறக் கட்டடங்களின் சாயலைக் கொண்டுள்ளன என்பது கவலை தருகிறது. வளமான கற்பனையும் சிருஷ்டித்திறனும் நம்மிடமுள்ளன. கட்டடக்கலையைக் கற்றுவர ஆப்பிரிக்காவுக்கு இங்கிருந்து ஆட்களை அனுப்புவது எளிதல்ல. வன விடுதி எவ்விதமிருக்க வேண்டும் என்பதற்கு எடுத்துக்காட்டாக நமது நாட்டிற்கு அருகிலேயே டைகர் டாப்ஸ் என்ற விடுதி நேபாளில் உள்ளது. ஆப்பிரிக்கக் வடிவமைப்பில் ரானா துப்பாக்கி சுடும் பயிற்சி முகாமை ஏத்த விதத்தில் உள்ளூர் கட்டுமானப் பொருட்களைக் கொண்டு இது கட்டப்பட்டுள்ளது. விடுதியின் ஒவ்வொரு அறையும் ஓலைக் கூரை வேய்ந்த தனித்தனிக் கட்டடமாக ஆங்காங்கே உள்ளது. இந்தக் கட்டடங்களைச் சால் மரத்தாலான பொய்க் கால்கள் தாங்கி நிற்கின்றன. காட்டிற்குள் இருப்பதான தோற்றம் கொண்டிருந்தாலும் ஒவ்வொரு அறையும் மிக வசதியாகவும் சுகமாகவும் இருப்பதை ஒருவர் உணர முடியும். ஒரு புது அனுபவத்தை அறையில் தங்கும் சுற்றுலாப் பயணி உணர்வார். நமது கட்டடக் கலை வல்லுநர் சிலரை நேபாளிலுள்ள டைகர் டாப்ஸிற்கு அனுப்பி அதன் கட்டட அமைப்பை நுணுக்கமாக ஆய்வுசெய்து கற்றுவரச் செய்யலாம். நமது விடுதிகளை அவர்கள் மீண்டும் புதிதாக வடிவமைக்கலாம்.

சுற்றுலாப் பயணிகள் தங்கும் விடுதிகளுக்கான இடத்தேர்வும் முக்கியமானது. தங்கும் விடுதி ஒவ்வொன்றிலும் நிரந்தரப் பணியாளர்கள் கணிசமாக இருக்க வேண்டும். அவர்கள் தங்கள் குடும்பத்துடன் அருகேயுள்ள வீடுகளில் வாழ்வர். சரணாலயங்களுக்கு உள்ளே இருக்கும் குடியிருப்புக்களில் பணியாளர்களைத் தங்கவைக்கக் கூடாது, தங்கினால் அவர்கள் குடும்பத்தினர் சரணாலயத்துக்குள் அடிக்கடி வரவேண்டியது வரும். விரும்பத்தகாத பிரச்சனைகளை அது உருவாக்கும். எனவே சுற்றுலாப் பயணிகளுக்கு விடுதிகள் கட்டும் முன்பாக உள்ளூர் நகராட்சி அதிகாரிகளை மட்டுமின்றி வேளாண் துறையில் கானுயிர் இலாகாவைச் சேர்ந்த பணியாளர்களையும் கலந்தாலோசிக்க வேண்டுமென நான் நினைக்கிறேன்.

இந்த விசயங்களில் இந்திரா காந்தியைத் திருப்திப்படுத்துவது அவ்வளவு எளிதல்ல. மனிதன் எழுப்பிய கட்டடங்கள் இயற்கை ஒழுங்கில் தலையிடுவது பொறுத்துக்கொள்ள முடியாததாக இந்திரா காந்திக்கு இருந்தது.

ஃ

இந்தியாவின் வர்த்தக மையமாக பம்பாயை மேம்படுத்தும் பொறுப்பு தனக்கு இருப்பதாக ஓராண்டிற்கு முன்பு இந்திரா காந்தி தெரிவித்திருந்தார். தனது தோழியும் மகாராஷ்டிரா ஆளுநரின் மனைவியுமான பேகர் அலி கேட்டுக்கொண்டதன்படி நாட்டைக் – குறிப்பாக நகரங்களைத் – தூய்மையாக வைத்திருப்பது பற்றி எல்லா மாநில முதல்வர்களுக்கும் இந்திரா காந்தி கடிதம் எழுதினார். (1972 ஜூலை 14). 'தாங்கள் வாழும் நகரங்களைப் பற்றிய அடிப்படை உணர்வுகொண்ட ஒரு மக்கள் இயக்கம் எதுவும் இங்கே உருவாகியிருப்பதாகத் தெரியவில்லை' என அவர்களுக்கு இந்திரா காந்தி மீண்டும் எழுதினார், (டிசம்பர் 24). பம்பாய் நகரைத் தூய்மையாக வைப்பதற்கு பேகம் மேற்கொண்ட முயற்சிகளை இந்தக் கடிதத்தில் அவர் குறிப்பிட்டிருந்தார். 'ஒவ்வொரு ஆண்டும் தூய்மை நகர வாரமாக' ஏழு நாட்கள் ஜனவரி மாதத்தில் அனுசரிக்கப்பட வேண்டும்; உங்கள் மாநிலத்தின் முக்கிய நரங்களில் ஓர் இயக்கமாக இதனை முன்னெடுத்துச் செல்வதற்கு நீங்கள் உத்வேகம் தர வேண்டும்' என மாநில முதல்வர்களை இந்திரா காந்தி ஊக்கப்படுத்தினார். இதில் தன்னார்வ அமைப்புகளைப் பெருமளவு ஈடுபாடுகொள்ளச் செய்யும்படியும் அவர்களைக் கேட்டுக்கொண்டார்.

இந்தக் கடிதத்திற்கு வேடிக்கையான தொடர் நிகழ்வு ஒன்று உள்ளது. காஷ்மீர் பள்ளத்தாக்கிலும் லடாக்கிலும்

குளிர் காலமென்பதால் தூய்மை நகர வாரத்தை ஜனவரி மாதத்தில் அனுசரிக்க முடியாதெனவும் அதனைக் கோடை காலத்திலோ அல்லது இலையுதிர்காலத் தொடக்கத்திலோ ஏற்பாடு செய்வதாகவும் ஜம்மு காஷ்மீர் முதல்வர் மீர் காசிம் 1974 ஜனவரி 19இல் இந்திரா காந்திக்கு உறுதியளித்தார். மூன்று நாட்களுக்குப் பிறகு தன்னையே கண்டித்துக்கொள்ளும் விதமாக இந்திரா காந்தி அவருக்கு எழுதிய கடிதம்:

> கடிதத்தில் இதனைக் குறிப்பிடாதிருந்தது என் முட்டாள்த்தனம்.

ஞ

நாட்டின் தலைநகரை மேம்படுத்துவதிலும் பிரதமர் பேரார்வம் கொண்டிருந்தார். தில்லித் தூதரக வளாகத்தில் நேரு பூங்காவை வடிவமைப்பதில் இந்திரா காந்தியும் பத்மஜா நாயுடுவும் உதவியாக இருந்தனர். புத்தர் ஞானமடைந்த 2500வது ஆண்டு விழா 1956இல் கொண்டாடப்பட்டது. இதனைக் குறிக்கும் விதமாக தில்லி ரிட்ஜ் பகுதியின் தெற்கு ஓரத்தில் விரிவான புத்த ஜெயந்தி பூங்கா உருவாக்கப்பட்டது. இதனை உருவாக்கும் குழுவில் இந்திரா காந்தியும் உறுப்பினராக இருந்தார். 1959இல் தில்லி உயிரியல் பூங்கா திறக்கப்பட்டது. இந்த பூங்காவைத் திட்டமிட்ட குழுவிலும் இந்திரா காந்தி இருந்தார்.

இந்தியாவின் பிற நகரங்களுக்கு முன்மாதிரியாக விளங்கும் விதமாகத் தலைநகர் தில்லியை உருவாக்க இந்திரா காந்தி பேரார்வம் கொண்டிருந்தார். தில்லியின் சுற்றுச்சூழல் வடிவமைப்பைத் திட்டமிடுவதற்கும் அதன் அழகியல் தன்மையை மேம்படுத்திப் பேணிக்காப்பதற்கும் தனியே ஓர் அமைப்பை உருவாக்க வேண்டுமென 1973ஆம் ஆண்டு மத்தியில் இந்திரா காந்தி தெரிவித்தார். இவ்விதமாக 'தில்லி நகர்ப்புறக் கலை ஆணையம்' (Delhi Urban Art Commission) அமைப்பதற்கான சட்ட மசோதா மக்களவையில் டிசம்பர் மாதம் தாக்கல் செய்யப்பட்டது. விவாதம் ஏதுமின்றி டிசம்பர் 21இல் இந்த மசோதா நிறைவேறிற்று. மூன்று நாட்களுக்குப் பிறகு மாநிலங்களவையில் ஒரு மணி நேர விவாதத்திற்குப் பிறகு சட்டம் நிறைவேறிற்று. 1974 மே 1இலிருந்து சட்டம் நடைமுறைக்கு வந்தது.

தில்லி நகப்புறக் கலை ஆணையத்தின் முதல் தலைவராக பணிபுரிய பகவான் சகாயை இந்திரா காந்தியே தேர்வு செய்தார். இவர் 1950களில் தில்லி முதன்மை ஆணையராகப் பணியாற்றிவர். தில்லி நகரை வடிவமைக்கும் முதல் திட்ட வரைவில் நேருவுடன் இணைந்து பணியாற்றினார். எனவே கலை ஆணையத்தின்

தலைவராக இவரை இந்திரா காந்தி தேர்வு செய்ததில் வியப்பில்லை. சகாய் ஓர் ஓவியரும் சிற்பியும்கூட. இந்திரா காந்தி சகாயை நன்கறிவார். குறிப்பிடத்தக்க கட்டட வடிவயியலாளரான அச்யுத் கான்விண்டேயும் நாடகத்துறை மேதை இப்ராகீம் அல்காசியும் கலை ஆணையத்தின் உறுப்பினர்களானார்கள். இவர்களைத் தேர்வு செய்ததும் இந்திரா காந்தியே.

ೞ

தில்லியில் கட்டடங்கள் எழுப்பப்படும் முன்னர் மக்களின் தேவைகளையும் சூழ்நிலையையும் கணக்கில் எடுத்துக்கொண்டு திட்டமிட வேண்டும்; அது மட்டுமின்றிப் புதுமை, அழகியல் மதிப்பீட்டிற்கு உட்பட்டதாகவும் அந்தத் திட்டம் இருக்க வேண்டும் என்பது தில்லி நகர்ப்புறக் கலை ஆணையத்தின் பரிந்துரையாகும். பம்பாய் நகரை வடிவமைப்பதிலும் இந்தப் பரிந்துரை பின்பற்றப்பட வேண்டுமென மகாராஷ்டிர முதல்வருக்கு கடிதம் எழுதினார் இந்திரா காந்தி (1974 ஜூலை 27). இந்தியக் கானுயிர்க் கழகத்தின் தலைவர் என்ற முறையில் கரண் சிங்கிற்கு ஒருநாள் விட்டு ஒருநாள் இந்திரா காந்தி கடிதம் எழுதுவதுண்டு. கரண் சிங் சுற்றுச்சூழல் மற்றும் உள்ளூர் விமானப் போக்குவரத்து அமைச்சர் என்பதையும் இந்திரா காந்தி மறந்துவிடவில்லை. பிப்ரவரி 17இல் அவருக்கு இந்திரா காந்தி எழுதிய கடிதம்:

> சுற்றுலாப் பயணிகளுக்கான உணவகங்கள், ஓய்வகங்கள் அமைப்பதற்கான இடங்களைத் தேர்வு செய்கையில் தொல்லியல் துறையின் விருப்பங்களுக்குச் சுற்றுலாத் துறையோ அதன் மாநிலக் கிளைகளோ போதிய கவனம் தருவதில்லை என்பதாக அறிகிறேன்.
>
> சில ஆண்டுகளுக்கு முன்னர் தாஜ் மகால் வளாகத்தைச் சுற்றிலுமுள்ள சுவருக்கு உள்ளேயே உணவகம் கட்ட அனுமதியளித்ததற்காகத் தொல்லியல் துறைக்குக் கண்டனம் தெரிவிக்கப்பட்டது. ஹம்பியில் ஹசாரா ராமர் கோயிலுக்கு 50 கஜ தூரத்திலேயே சுற்றுலாப் பயணிகளுக்கான பங்களாவும் உணவகமும் கட்டப்பட்டிருக்கின்றன. இவை போன்ற பயணிகளுக்கான வசதிகள் எல்லோரா குகைகளுக்கு அருகே கைலாசா கோயிலுக்கு எதிரிலும் அஜந்தா குகைகளுக்கு அருகிலும் கட்டப்பட்டுள்ளன. இந்தக் கட்டடங்கள் கலையம்சம்களைக் கொண்டவையாகக்கூட இல்லை என்பது அதைவிட மோசம்.
>
> இதுபோன்ற கூருணர்வற்ற செயல்பாடுகள் மீதான எனது கவலையை நீங்கள் புரிந்து கொள்வீர்கள் என நம்புகிறேன் (...)

(சுற்றுலாப் பயணிகளுக்கு உணவகங்கள் மற்றும் விடுதிகளுக் கான) கட்டடங்கள் எழுப்பப்படும் முன்னர் தொல்லியல் துறையைக் கலந்தாலோசிக்க வேண்டும். இதில் மாநில அரசுகளைத் தொடர்புகொள்ள வேண்டிக்கொள்கிறேன். கோனார்க்கில் புதிய உணவகங்கள் கட்டப்படுவதற்கான திட்டம் ஏதேனும் உள்ளதா? (...)'

வரலாற்றுச் சிறப்புமிக்க புராதன நினைவுச் சின்னங்களைப் பாதுகாக்க அதிக நிதி ஒதுக்கீடு செய்யும்படி நிதி அமைச்சர் ஒய்.பி. சவானுக்கு நீண்ட கடிதம் ஒன்றை அதே நாளில் எழுதினார் இந்திரா:

(பாதுகாக்கப்பட்டதாக) அறிவிக்கப்பட்ட வரலாற்றுச் சிறப்புமிக்க நினைவுச் சின்னங்களைப் பராமரிப்பதில் நாம் போதிய கவனம் செலுத்துவதில்லை என்பதை எனது பயணங்களிலிருந்தும் இந்திய வெளிநாட்டுச் சுற்றுப் பயணிகளிடமிருந்தும் அறிந்துகொண்டேன். வரலாற்றுச் சிறப்புமிக்க புராதன நினைவுச் சின்னங்களைப் பராமரிப்பதில் அதிக அக்கறை எனக்கு உண்டு. நினைவுச் சின்னங்கள் வரலாற்று ரீதியான மதிப்பீடுகள் கொண்டவை மட்டுமல்லாது எதிர்காலத்திற்கான பத்திரமான முதலீடும்கூட.

சென்ற வருடம் லாஹாலுக்கும் ஸ்பிட்டிக்கும் சென்றிருந் தேன். அங்கே பழுதுபார்த்துச் சரி செய்யவும் முடியாத மோசமான நிலையிலிருந்த தபோ மடாலயத்தைக் கண்டு வேதனையடைந்தேன். (...) தீக்கில் (Deegh) உள்ள ஓர் இடம் அழியும் அபாயத்திலிருக்கிறது. வரலாற்றுச் சிறப்புமிக்கப் புராதன நினைவுச் சின்னங்களின் சீரமைப்பிற்காகத் தொல்லியல் துறைக்கு ஒதுக்கப்பட்ட நிதி முப்பத்து நான்கு லட்சம் மட்டுமே. அடுத்து வரும் ஆண்டில் இதற்கென எழுபது லட்ச ரூபாய் நிதி ஒதுக்க வேண்டுமென்பது தொல்லியல் துறையின் கோரிக்கையாகும். பட்ஜெட்டைச் சமாளிப்பது மிகக் கடினமானதென எனக்குத் தெரியும். எனினும் இதனை மறுபரிசீலனை செய்து தொல்லியல் துறையின் வேண்டுகோளை முழுவதுமாக ஏற்றுக்கொள்வீர்களென நம்புகிறேன். வரலாற்றுச் சிறப்புமிக்க நமது புராதன நினைவுச் சின்னங்கள் முக்கியமானதும் விலைமதிப்பற்றதும் ஆகும். இந்த விசயத்தில் பாராமுகமாக இருப்பது ஆபத்தில் முடியும்.

வரலாற்றுச் சிறப்புமிக்கப் புராதன நினைவுச் சின்னங்களின் பாதுகாப்பு மட்டுமின்றி அவற்றின் சுற்றுச்சூழலும் நன்கு பேணப்படுவதற்குச் சமமான முக்கியத்துவம் தரப்பட வேண்டும். தோட்டங்களைப் பராமரிக்க கூடுதல்

பணியாளர்களை நியமிக்க வேண்டும். தில்லி உட்பட பல இடங்களில் நினைவுச் சின்னங்களைச் சுற்றியுள்ள பகுதி களை ஆக்கிரமித்துக் கட்டுமானப் பணிகளைத் தனிநபர்கள் மேற்கொண்டு வருகின்றனர். இதனைத் தடுத்து நிறுத்துவதற் காகச் சுற்றியுள்ள நிலங்களையும் தொல்லியல் துறை கையகப்படுத்திக்கொள்ள விரும்புகிறது. முக்கியமாக இந்த விசயத்திற்கும் நிதி ஒதுக்கீடு செய்ய வேண்டும். (...) ஒவ்வொரு வருடத்திலும் நினைவுச் சின்னங்களுக்கு அருகே அருங்காட்சி யகங்கள் நிறுவப்பட வேண்டும். ஏற்கனவே இருக்கும் அருங்காட்சியகங்களை மேலும் மேம்படுத்த வேண்டும் (...)

போதிய நிதி இல்லாத காரணத்தால் நமது தொல்லியல்துறை அதிகாரிகளும் சிறப்புக் கண்காணிப்பாளர்களும் அவசிய மான பயணங்கள் மேற்கொள்ள முடியாத நிலையில் உள்ளனர். (. . .) தொன்மையான நமது பாரம்பரியத்தைக் காக்கும் ஓர் அமைப்பிற்காகத் தாரளமாக நிதி ஒதுக்கித் தவறிழைப்பது நல்லதுதான்.

நாட்டின் ஒட்டுமொத்த நிதிநிலை மிக மோசமாக இருந்தபோதிலும் பிரதமரே பரிந்துரைக்கையில் நிதி அமைச்சர் அதனை ஏற்றுக் கொள்ளத்தானே வேண்டும்.

நிதி அமைச்சருக்கு எழுதிய இந்தக் கடிதத்திற்குப் பிறகு கல்வி கலாச்சாரத் துறை அமைச்சரான பேராசிரியர் எஸ். நூருல் ஹசனுக்கு இந்திரா காந்தி எழுதினார் (டிசம்பர் 23). பிரதமராக இருந்த காலகட்டத்தில் எழுதிய குறிப்புகளிலேயே மிக நீண்ட (நான்கரைப் பக்க அளவு) அலுவலகக் குறிப்பு இதுவாகும். அதன் சாராம்சம் வருமாறு:

தொல்பொருள் ஆய்விலும் தேசிய அருங்காட்சியகத்திலும் நான் ஆழமான ஈடுபாடு கொண்டவள் என்பது உங்களுக்குத் தெரியும். இதுபற்றித் தொடர்ந்து உங்களுக்கு எழுதி வந்திருக்கிறேன். தொல்லியல் துறை பற்றித் தற்போது எனக்குக் கிடைக்கும் செய்திகள் மகிழ்ச்சி தருவதாக இல்லை. அதன் செயல்பாடுகள் திருப்திகரமாக இல்லை. அவற்றின் பிரச்சனைகளுக்கு உரிய கவனம் தரப்படவில்லை.

ஃபிடல் கேஸ்ட்ரோவைச் சில மாதங்களுக்கு முன்பு சுற்றிக் காட்டுவதற்காக அழைத்துச் சென்றபோது செங்கோட்டை சரியாகப் பராமரிக்கப்படாமல் புறக்கணிக்கப்பட்டதன் தடயங்களை நானே பார்த்தேன். தாஜ் மகாலில் நீரோடையை ஒட்டிப் பதிக்கப்பட்ட மணற்கற்கள் மோசமாகப் பழுது பார்க்கப்பட்டிருப்பதாகச் சமீபத்தில் ஒரு சுற்றுலாப் பயணி என்னிடம் கூறினார்.

நிதி குறைவாகவே உள்ளது என்பது உண்மைதான். எனினும் இருப்பதைக்கொண்டு இன்னும் எவ்வளவோ செய்யலாம். (. . .)'

தொல்லியல் துறையிலும் தேசிய அருங்காட்சியகத்திலும் தான் நேரில் கண்ட நடைமுறைப் பிரச்சனைகளைக் கடிதத்தில் விவரித்திருந்தார். அவர் தெரிந்துவைத்திருக்கும் தகவல்கள் அவரின் ஆழமான ஈடுபாட்டைப் புலப்படுத்துகின்றன. அலுவலக ரீதியாக அல்லாது பல்வேறு வழிகளிலிருந்தும் பெரும்பாலான தகவல்கள் அவருக்குக் கிடைத்தன. அவர் மேற்கொண்ட பற்பல பயணங்களிலிருந்து நேரடியாகவே அறிந்துகொண்டதும் உண்டு. இந்த இரு அமைப்புகளும் (தொல்துறை தேசிய அருங்காட்சியகம்) எதிர்கொள்ளும் பிரச்சனைகள் பற்றி நுண்ணுர்வு கொண்டவராக அவர் இருந்தார்.

ఠ

அக்டோபர் 2ஆம் நாள் மகாத்மா காந்தியின் ஆண்டு விழாவில் ராஜ்காட்டில் மலர் மாலை மரியாதை செலுத்தினார். அதன்பின் இந்தியாவின் அப்போதைய மிகப்பெரிய முதல் பெட்ரோலியச் சுத்திகரிப்பு ஆலையின் அடிக்கல் நாட்டு விழாவில் கலந்துகொள்ள தலைநகரிலிருந்து சுமார் 100 கி.மீ தொலைவிலுள்ள மதுராவுக்குப் புறப்பட்டார். இந்தப் பெட்ரோலியச் சுத்திகரிப்பு ஆலை அமைக்கப்பட்டிருந்த இடம் தொடர்பாகப் பெரும் சர்ச்சை உருவானது. அடுத்த சில ஆண்டுகள் – 1990கள்வரை – சர்ச்சை தொடர்ந்தது.[2]

1960களின் பின்பகுதியில் இதன் வரலாறு தொடங்கியது. இந்தியன் ஆயில் கார்ப்பரேசன் (சுத்திகரிப்பு ஆலைக்கான) இடத்தைத் தேர்வுசெய்ய ஒரு குழுவை நியமித்தது. பெட்ரோலியப் பொருட்களுக்கான தேவை அதிகமாக வளர்ந்துவரும் இந்தியாவின் வடமேற்குப் பகுதியை இந்திரா காந்தியின் அரசு தீர்மானித்தது.

தங்கள் மாநிலத்திலேயே பெட்ரோலியச் சுத்திகரிப்பு ஆலை நிறுவப்பட வேண்டுமென்ற கோரிக்கையுடன் பல மாநில முதல்வர்கள் பிரதமரை அணுகினர். இந்த வரிசையில் முதலில் வந்தவர் உத்தரப்பிரதேச மாநில முதல்வராவார். 1971 ஏப்ரல் 8இல் இவர் தனது கோரிக்கையைக் கொடுத்தார். அடுத்து வந்த ராஜஸ்தான் முதல்வரின் விண்ணப்பத் தேதி – 1971 ஜூலை 15; பின்னர் வந்தவர் ஹரியானா முதல்வர். அவரது கடிதம் 1971 ஜூலை 20 அன்று அனுப்பப்பட்டது. வடமேற்குப் பகுதியில் சுத்திகரிப்பு ஆலை நிறுவப்பட இருக்கும் தீர்மானத்தைப்

பொருட்படுத்தாது தனது மாநிலத்திலேயே நிறுவப்பட வேண்டும் என்ற கோரிக்கையுடன் கர்நாடக முதல்வர் 1973 ஜனவரி 8இல் களமிறங்கினார்.

'சுத்திகரிப்பு ஆலைக்கான இடம் பற்றி முடிவு செய்கையில் உங்கள் கடிதத்திலுள்ள விவரங்கள் கவனத்துடன் பரிசீலிக்கப்படும்' என்பதாக மட்டும் தெரிவித்து முதல் மூன்று மாநில முதல்வர்களுக்கும் இந்திரா காந்தியே தனிப்பட்ட முறையில் பதில் (1971 செப்டம்பர் 2) எழுதினார். கடிதம் கிடைக்கப்பெற்றதாகப் பிரதமரின் உதவியாளர் கர்நாடக மாநில முதல்வரின் உதவியாளருக்கு எழுதினார்.

பெட்ரோலியச் சுத்திகரிப்பு ஆலையை நிறுவுவதற்கான இடத்தைத் தேர்வுசெய்யும் குழு ஹரியானா, மத்தியப் பிரதேசம், உத்தரப் பிரதேசம், ராஜஸ்தான் ஆகிய மாநிலங்களுக்குச் சென்று இடங்களை ஆய்வு செய்தது. ஆலைக்காக ஆய்வு செய்யப்படும் இடங்கள் பட்டியலில் தில்லி பெயரும் இருந்தது வினோதம்! அந்தப் பட்டியலில் ஆக்ராவும் இருந்தது அதிர்ச்சிதரும் விசயமாகும். இறுதியாகத் தேர்வு செய்யப்பட்ட இடம் மதுரா. தேசிய நெடுஞ்சாலையில் மதுரா இருந்தது; மிகத் துரிதமாகவும் எளிதாகவும் செல்லமுடியுமளவு சாலை – ரயில் இணைப்பை மதுரா கொண்டிருந்தது. அது மட்டுமல்லாது ஆலை அமைக்கத் தேவையான இடமும் உடனே கிடைக்குமென எதிர்பார்க்கப் பட்டது.

எனினும் மதுராவிலிருந்து 40 கிலோ மீட்டர் தூரத்தில்தான் தாஜ்மகால் இருந்தது. பரத்பூர் பறவைச் சரணாலயமோ 60 கிலோ மீட்டர் தொலைவில் இருந்தது. எனவே இவற்றின் மீதான சுத்திகரிப்பு ஆலையின் பாதிப்பை இந்திரா காந்தி நிச்சயம் மறந்திருக்கமாட்டார். 1974ஆம் ஆண்டு இறுதியில் இந்தியன் ஆயில் கார்ப்பரேசன் அலுவலக உட்சுற்றுக்கான குறிப்பும் இதையே சுட்டிக்காட்டியிருந்தது:

> 'மதுராவில் சுத்திகரிப்பு ஆலை நிறுவப்படும் என்ற தீர்மானத்திற்குப் பிறகு ஆலையிலிருந்து வெளியாகும் வாயுக்களால் தாஜ்மகாலுக்கு அபாயம் நேருமோ என்ற சந்தேகம் எழுந்துள்ளது. சுத்திகரிப்பு ஆலையால் தாஜ்மகாலுக்கு ஏற்படும் விளைவுகள் குறித்துப் பிரதமர் மிகுந்த கவலை கொண்டுள்ளார். பெட்ரோலியம் மற்றும் வேதிப்பொருட்கள் துறையின் அன்றைய அமைச்சரான டி.சி. பரூவா 1973 செப்டம்பர் 13 அன்று கூட்டம் ஒன்றை ஏற்பாடு செய்திருந்தார். சுற்றுச்சூழல் திட்டமிடுதல் மற்றும் ஒருங்கிணைப்பிற்கான தேசியக் குழு, திட்டக் கமிஷன்,

பாபா அணுமின் ஆய்வு மையம் ஆகிய அமைப்புகளின் பிரதிநிதிகள், பெட்ரோலிய வேதிப்பொருள் அமைச்சக உயர் அதிகாரிகள் மற்றும் பிற வல்லுநர்கள் அந்தக் கூட்டத்தில் கலந்துகொண்டனர். கூட்டத்தில் நடந்த விவாதத்தின் அடிப்படையில் டி.சி. பரூவா சுத்திகரிப்பு ஆலையால் ஏற்படும் வளிமண்டல மாசுபாடு வரம்புக்குள் இருக்குமெனவும் அதனால் சின்னங்களுக்குப் (தாஜ்மஹாலுக்கு) பாதிப்பு ஏற்படாதெனவும் உறுதிமொழி அளித்தார். சுத்திகரிப்பு ஆலையிலிருந்து வெளிவரும் வாயு மற்றும் திரவக் கழிவு களால் உருவாகும் மாசுபாட்டுப் பிரச்சனைகள் குறித்து ஆழமான ஆய்வு மேற்கொள்ளப்படுமெனவும் அவற்றைக் களையப் போதுமான நடவடிக்கைகள் எடுக்கப்படும் எனவும் தீர்மானிக்கப்பட்டது.'

மதுரா சுத்திகரிப்பு ஆலையால் விளையும் மாசுபாடுகளின் தாக்கம் குறித்து ஜூலை 1973இலியே தொல்லியல் துறை கவலைகொண்டிருந்தது என்பதை அந்த அலுவலகத்தின் உட்சுற்றுக்கான குறிப்புகள் புலப்படுத்துகின்றன. அந்த நாட்களில் பத்திரிகைகளில் வெளிவந்த அறிக்கைகளே இதற்குக் காரணம் என்பதில் ஐயமில்லை. இதுபோன்ற செய்திகள் வெளிவருவது தொடர்ந்தது. செப்டம்பர் 20, *டைம்ஸ் ஆஃப் இந்தியா* நாளிதழில் 'ஆசிரியருக்குக் கடிதம்' பகுதியில் நாடறிந்த சுற்றுச்சூழலியலாளரான டாக்டர் பி.ஜே. தேவராஸின் நீண்ட கடிதம் வெளிவந்திருந்தது. சுத்திகரிப்பு ஆலையால் தாஜ்மகாலுக்கும் பரத்பூர் பறவை சரணாலயத்திற்கும் ஏற்படும் பாதிப்புகளை அதில் முக்கியமாகக் குறிப்பிட்டிருந்தார். பத்திரிகைகளில் வெளியாகும் இதுபோன்ற கவலை தரும் செய்திகளை இந்திரா காந்தி வாசிக்கத் தவறினார் என்பதை நம்புவது சிரமம். எனினும் மதுரா எண்ணெய் சுத்திகரிப்பு ஆலைக்கு அடிக்கல் நாட்டினார். இதில் உறுதியான கொள்கைத் திட்டத்தை இந்திரா காந்தி ஏன் பின்பற்றவில்லை என்பது விளங்கிக்கொள்ள முடியாததாகவே உள்ளது.

சுத்திகரிப்பு ஆலைக்கு அடிக்கல் நாட்டிய பிறகும் மாசுபாடு பற்றிய கவலைகள் குறைந்தபாடில்லை. சர்வதேச ஊடகங்களிலும் செய்திகள் வெளியாயின். இதுபோன்ற செய்திகளில் கூருணர்வு கொண்டவர் இந்திரா; ஸ்டாக்ஹோம் மாநாட்டிற்குப் பிறகு சுற்றுச்சூழல் சாம்பியன் என தனக்கிருந்த நற்பெயரையும் அவர் அறிந்தே இருந்தார். சுத்திகரிப்பு ஆலை சம்பந்தமான வேலைகள் ஆரம்பித்துத் தொடர்ந்து நடந்துகொண்டிருந்த சமயத்திலும் இந்தியன் ஆயில் கார்ப்பரேசனால் தாஜ்மகாலுக்கு எந்த சேதமும் விளைந்துவிடக்கூடாது என்பதை உறுதிசெய்யும்படி தனது

அலுவலகர்களுக்கு உத்தரவிட்டவாறே இருந்தார் இந்திரா. அவரின் வற்புறுத்தலால், தாமதமாகவேனும் இந்தியாவின் தொழில்நுட்ப வல்லுநரான டாக்டர் எஸ். வரதராஜன் தலைமையில் ஒரு குழு அமைக்கப்பட்டது; 1974 ஜூலை 16இல். வரதராஜன் இந்தியப் பெட்ரோலிய நிறுவனத்தின் தலைவராக இருந்தார். எவ்வளவு செலவானாலும் மாசுக் கட்டுப்பாட்டிற்கு உச்ச அளவு முன்னுரிமை தரப்பட வேண்டும் எனவும் உலகின் மிகச்சிறந்த நிபுணர்களின் ஆலோசனையை இதில் பெற வேண்டுமெனவும் இந்திரா காந்தியின் சார்பில் அவரின் அலுவலகர்கள் அந்தக் குழுவில் தெரிவித்தனர். 1975 அக்டோபர் 27 அன்று பெட்ரோலிய அமைச்சகத்தில் நடைபெற்ற முக்கியச் சீராய்வுக் கூட்டத்தின் பதிவுகள் வருமாறு:

'மதுரா சுத்திகரிப்பு ஆலையால் வரலாற்றுச் சிறப்புமிக்க நினைவுச் சின்னங்களுக்குச் சிறிதேனும் தீங்கு ஏற்பட்டு விடக் கூடாதென்பதில் பிரதமர் மிகவும் அக்கறை கொண்டிருப்பதாகப் பிரதமர் செயலகத்தின் வி. ராமச் சந்திரன் தெரிவித்தார். நினைவுச் சின்னங்களைப் பாதுகாக்க அனைத்து நடவடிக்கைகளையும் துரிதமாக மேற்கொள்ள வேண்டியது அவசியம் என்பதை அவர் வலியுறுத்தினார். மேற்கொண்டுவரும் நடவடிக்கைகளைத் தன்னிடம் தெரிவிக்கும்படியும் அமல்படுத்துவதில் ஏதேனும் இடையூறோ அல்லது பிரச்சனைகளோ வந்தால் அவை ஆய்வு செய்யப்பட்டுத் தீர்விற்கான வழிகாட்டுதல்கள் தரப்படும் எனவும் கூறினார். மதுரா சுத்திகரிப்பு ஆலையால் நினைவுச் சின்னத்திற்கு (தாஜ் மகால்) எந்தப் பாதிப்பும் விளையக்கூடாது என்பது ஐயத்திற்கு இடமின்றி உறுதிசெய்யப்பட வேண்டும்' என்றார்.

(இந்தப் பிரச்சனையில்) தவறிழைத்துவிட்டதால், பாதகமான விளைவுகள் ஏற்பட்டுவிடக் கூடாதென்பதில் இந்திரா காந்தி உறுதியாக இருந்தார். வரதராஜன் குழு 1977 டிசம்பரில் தனது அறிக்கையைச் சமர்ப்பித்தது. ஆனால் அப்போது பிரதமர் பதவியில் இந்திரா காந்தி இல்லை. அந்த அறிக்கை சமர்ப்பிக்கும் முன்னர் சலீம் அலியை மட்டுமல்லாது இங்கிலாந்தின் இயற்கைப் பாதுகாப்பு மன்றத்தை (Nature Conservancy Council)யும் பறவைகள் பாதுகாப்பு ராயல் சொசைட்டி (Royal Society for Preservation of Birds)யையும் வரதராஜன் கலந்தாலோசித்திருந்தார்.

இந்தியன் ஆயில் கார்ப்பரேசன் தனது பங்கிற்கு வல்லுநர் களின் ஆலோசனையை இத்தாலி நாட்டிலிருந்து பெற்றுக் கொண்டது. அதில் கீழ்கண்ட பதிவு உள்ளது:

> '(. . .) இந்தியாவில் சில பகுதிகளில் உள்ள பற்பல வரலாற்றுச் சிறப்புமிக்க புராதன நினைவுச் சின்னங்களில் மார்பிள் மற்றும் பிற கற்கள் பயன்படுத்தப்பட்டுள்ளன. இப்பகுதிகளில் வளிமண்டல மாசுபாடு பிரச்சனைகள் கடுமையாக உள்ளன.'

தாஜ்மகால், சரணாலயம் ஆகியவற்றைப் பாதுகாக்கும் இந்திரா காந்தியின் உறுதியால் செயற்திட்டத்திற்கான மொத்தச் செலவில் நான்கு சதவீதம் உயர்ந்தது மட்டுமின்றிச் சுத்திகரிப்பு ஆலை செயல்படுவற்கு மேலும் தாமதமானது. மதுரா சுத்திகரிப்பு ஆலை 1978இல் செயல்படத் தொடங்கும் என பரூவா அறிவித்திருந்தார். ஆனால் மேலும் ஐந்தாண்டுகள் தாமதமாயின. தாஜ்மகாலுக்கும் பரத்பூர் பறவைகள் சரணாலயத்திற்கும் சுத்திகரிப்பு ஆலையால் விளையும் மாசுபாடுகளின் தாக்கம் குறித்த அக்கறையே இந்தத் தாமதத்திற்கான முழுக் காரணமாகும். ஆனால் ஒரு கேள்வி எஞ்சியுள்ளது; ஆபத்துகள் உள்ளதெனத் தெரிந்திருந்தும் அந்த இடத்தின் தேர்வுக்கு இந்திரா காந்தி ஒப்புதல் அளித்தது ஏன்?[3] கடற்படையின் இளையோர் பயிற்சி நிலையத்தை சில்காவில் அமைத்த விசயத்திலும் இதுபோன்ற ஒரு கேள்வி எழுகிறது.

☙

சில்காவில் கடற்படையின் இளையோர் பயிற்சி நிலையத்தை நிறுவும் விஷயத்தில் இந்திரா காந்திக்கு தனது முடிவை மாற்றிக்கொண்டபிறகு சுற்றுச்சூழல் திட்டமிடுதல் மற்றும் ஒருங்கிணைப்பிற்கான தேசியக் குழு மிகுந்த ஆர்வத்துடன் செயலில் இறங்கியது. மோனி மல்ஹோத்ரா, அசோக் கோஸ்லா, சி.கே. வார்ஷ்னே, கடற்படைத் தலைமைத் தளபதி எச்.எம். நந்தா ஆகியோர் அடங்கிய நால்வர் குழு 1973ஆம் ஆண்டு பிப்ரவரி 2இலிருந்து 4வரை பாராதீப்பிலும் சில்காவிலும் தங்கியிருந்து ஆய்வு செய்தது. கைப்பட எழுதிய நான்கு பக்க அறிக்கையில் கோஸ்லாவும் வார்ஷ்னேயும் கையோப்பமிட்டிருந்தனர். மல்ஹோத்ரா அறிக்கையை ஒத்துக்கொண்டதாகக் கூறினார். கடற்படை தலைவர் நந்தாவுக்கு இதில் (அறிக்கை) உடன்பாடில்லை. அறிக்கை இவ்விதம் தெரிவித்தது:

> ஏரியின் தனித்தன்மையை கணக்கில் எடுத்துக்கொண்டு ஆய்வு செய்ததில் சில்காவைத் தவிர்த்து வேறோர் பொருத்த மான இடத்தில் கடற்படையின் இளையோர் பயிற்சி நிலையத்தை அமைப்பதற்கு அனைத்து முயற்சிகளும் மேற்கொள்ளப்பட வேண்டும். சில்கா ஏரிக்கு எந்தத் தொந்தரவும் ஏற்படக்கூடாது.

எனினும் இந்த அறிக்கையில் தென்பட்ட விடுபடும் வழியை இந்திரா காந்தி பயன்படுத்திக்கொண்டார்:

> சில்கா ஏரியில் பயிற்சி நிலையத்தை அமைப்பதென முடிவு செய்தால் சுற்றுச்சூழல் கோணத்திலும் அது கவனமாகப் பரிசீலிக்கப்பட்டு கீழ்க்கண்ட குறைந்தபட்ச நிபந்தனை களைக் கடற்படை பின்பற்ற வேண்டும்:

1. அப்பகுதியின் இயற்கை அழகிற்குக் கெடுதல் நேரக்கூடாது.
2. ஏரி அசுத்தமாகிவிடக் கூடாது.
3. பறவைகளுக்கு எந்தத் தொந்தரவும் ஏற்பட்டுவிடக் கூடாது.

கோஸ்லா, வார்ஷ்னே ஆகியோரின் 1973 பிப்ரவரி 24 அறிக்கையில் உள்ள பிற அம்சங்கள்:

- சுற்றுச் சூழல் தாக்கம் குறித்த மதிப்பீடு.
- சில்கா ஏரி ஒதுக்கப்பட வேண்டுமெனில் கடற்படை கட்டாய மாகப் பின்பற்ற வேண்டிய ஒன்பது வழிகாட்டுதல்கள்.
- சில்காவைச் சரணாலயமாக உருவாக்குதல், அதன் சில பகுதிகளைத் தேசியப் பூங்காவாக அறிவித்தல் உட்பட மாநில அரசு மேற்கொள்ள வேண்டிய நான்கு நடவடிக்கைகள்.

பயிற்சி நிலையம் சில்காவில்தான் அமைக்கப்பட வேண்டு மென்பதில் கடற்படைத் தலைவர் நந்தா உறுதியாக இருந்தாலும் பயிற்சி நிலையத்திற்காக சில்காவைத் தவிர வேறு இடங்கள் பரிசீலிக்கப்பட்டு ஆய்வு செய்யப்பட வேண்டுமெனவும் ஆய்வு செய்யாமலேயே நிராகரிக்கப்பட்ட சில இடங்களை மீண்டும் பரிசீலிக்க வேண்டுமெனவும் பீதாம்பர் பந்த் இந்திரா காந்திக்குக் கடிதம் எழுதினார். கடிதம் எழுதிய இரண்டு நாட்களிலேயே அவர் இறந்து போனதால் சூழ்நிலை மாறிற்று.

சுற்றுச்சூழல் திட்டமிடுதல் மற்றும் ஒருங்கிணைப்பிற்கான தேசியக் குழுவின் அறிக்கை காரணமாகவும் சில்காவில்[4] சூழலியல் பாதுகாப்பு ஏற்பாடுகளைச் செய்ய கடற்படை ஒத்துக்கொண்டதாலும் இறுதி முடிவு எடுக்கும்படி ஏப்ரல் 9இல் பாதுகாப்பு அமைச்சர் பிரதமரைக் கேட்டுக்கொண்டார். அவருக்குப் பதில் அளிப்பதற்கு முன்பு ஆளுநர் பி.டி. ஜட்டிக்குப் பிரதமர் கடிதம் எழுதினார். கடற்படைப் பயிற்சி நிலையம் அமைக்க சில்கா தேர்வு செய்யப்படுமேயானால் மாநில அரசும் சில நிபந்தனைகளை[5] ஏற்று அவற்றைக் கடைப்பிடிக்க வேண்டும் என்பதை அதில் குறிப்பிடிருந்தார். ஆளுநர் இந்த நிபந்தனைகளை ஒத்துக்கொண்டு பதில் எழுதியதும் இந்திரா காந்தி தனது

அலுவலகர்களுடன் இதுபற்றி விரிவாக விவாதித்தார். அதன் பிறகே ஜூன் 12இல் பாதுகாப்புத் துறை அமைச்சருக்கு பிரதமர் கடிதம் எழுதினார்:

> சுற்றுச்சூழல் திட்டமிடல் மற்றும் ஒருங்கிணைப்பிற்கான தேசியக் குழுவிலிருந்து இரு வல்லுநர்கள் கடற்படைத் தலைவர் நந்தாவுடன் சில்காவைப் பார்வையிட்டனர். (கடற்படையால் ஏற்கனவே ஏற்றுக்கொள்ளப்பட்ட) பாதுகாப்பு ஏற்பாடுகளில் சிறுமாற்றங்களை வல்லுநர்கள் குறிப்பிட்டனர். மாற்றியமைக்கப்பட்ட இந்தப் பாதுகாப்பு ஏற்பாடுகளை ஒத்துக்கொள்கிறேன். இதன் நகலை இணைத்துள்ளேன்.
>
> இந்தப் பாதுகாப்பு ஏற்பாடுகளை அமல்படுத்த ஒப்புக் கொண்டதால் மட்டுமே கடற்படையின் இளையோர் பயிற்சி நிலையத்திற்காக சில்கா ஒதுக்கப்பட்டுள்ளது. (இதனை உறுதி செய்தபின்) இறுதியாக இப்போது நாம் அறிவிக்கலாம்.

பாதுகாப்பு ஏற்பாடுகள் வருமாறு:

- பயிற்சி நிலையத்திற்கான இடத்தின் எல்லை சில்காவின் வரையறுக்கப்பட்ட ஒருபிரிவிற்கு உட்பட்டதாக இருக்க வேண்டும்.
- நிலையத்திற்கென வரையறுக்கப்பட்ட பகுதிக்கு வெளியே துப்பாக்கிச் சூடு நடைபெறக்கூடாது.
- பயிற்சி, பொழுதுபோக்குச் செயல்பாடுகள் குறிப்பிட்டுள்ள பகுதிகளிலேயே நடைபெற வேண்டும்.
- சுத்திகரிக்கப்படாத கழிவுநீர் ஏரியில் கலப்பது தடுக்கப்பட வேண்டும்.
- ஹெலிகாப்டர்கள் பயன்படுத்தப்படக் கூடாது.
- அவசரமான சூழ்நிலைகளில் மட்டுமே மோட்டார் படகுகள் பயன்படுத்தப்பட வேண்டும்.
- அப்பகுதியின் சூழலியல் தொடர்பான ஆய்வுகளை மேற்கொள்வதற்கு அறிவியல் நிலையம் நிறுவப்பட வேண்டும்.
- (பயிற்சி நிலையத்தின் செயல்பாடுகள்) முக்கிய கானுயிர் வாழிடங்களின் எல்லைக்கு வெளியே நடைபெற வேண்டும்.
- பறவைகளைச் சுடுதல் கூடாது.[6]

ஏற்கனவே முடிவு செய்யப்பட்ட பிறகு அதனை முற்றாகப் பிரதமர் மாற்றியது இது இரண்டாவது தடவையாகும். ஆனால் இந்திரா காந்தியும் சுற்றுச்சூழல் திட்டமிடுதல் மற்றும் ஒருங்கிணைப்பிற்கான தேசியக் குழுவும் சூழலியல் தொடர்பான முக்கிய அம்சங்களைக் கடற்படை கட்டாயமாக ஏற்றுக்கொள்ளும்படி செய்திருந்தனர். (அவற்றை ஏற்றுக்கொண்டு) கடற்படை விரும்பியதைப் பெற்றுக்கொண்டது. பயிற்சி நிலையம் அமைப்பதில் கடற்படை விடாப்பிடியாக இருந்தது. அவ்விதம் இல்லாது இருந்திருக்குமேயானால் சுற்றுச்சூழல் திட்டமிடுதல் மற்றும் ஒருங்கிணைப்பிற்கான தேசியக் குழுவும் இந்திரா காந்தியும் மகிழ்ச்சியாக இருந்திருப்பர் என்பது எனது எண்ணம்.

நீண்டகாலமாகத் தாமதிக்கப்பட்ட கடற்படை இளையோர் பயிற்சி நிலையத்திற்கு அக்டோபர் 16இல் இந்திரா காந்தி அடிக்கல் நாட்டினார். சில்காவின் சூழலியலுக்குக் கெடுதி விளைந்து விடுமென்ற கவலை அவ்வளவு எளிதாக இந்திராவிடமிருந்து விலகிச் செல்வதாக இல்லை. 1972 மே 30 கடிதத்தில் ஏற்கெனவே எழுதியிருந்த விசயங்களை மீண்டும் வலியுறுத்தி நாட்டின் முப்படைத் தளபதிகளுக்கும் பொதுவாக ஒரு கடிதத்தை டிசம்பர் 30இல் இந்திரா காந்தி எழுதினார்.

கடற்படைத் தளபதி கோலிக்கு மட்டும் தனியே ஒரு வரி சேர்ந்திருந்தார்:

> கடற்படையின் பயிற்சி நிலையம் தொடர்பாக சில்காவிற்கு உளவறியச் சென்ற கடற்படையின் ஒரு பிரிவு பறவைகளைத் துப்பாக்கியால் சுடுவதாகக் கேள்வியுற்றேன். அந்தப் பகுதி இருப்பதோ சரணாலயத்திற்குள்.

முப்பது படுக்கைகொண்ட மருத்துவமனையை கடற்படை சில்காவில் நிறுவி இருப்பதாக இந்திரா காந்தியின் அலுவலகப் பணியாளர்கள் அவரிடம் தெரிவித்திருந்தனர். அலுவலகக் குறிப்பு மூலம் இந்திரா காந்தி வினவியது:

> சூழலியல் மற்றும் பறவைகள் தொடர்பாக சில்காவில் தற்போதுள்ள நிலை என்ன?

☙

பம்பாய் இயற்கை வரலாற்றுச் சங்கத்தின் கவுரவத் தலைவரான ஸஃபர் ஃபதேஹ்அலி[7] இந்திரா காந்திக்கு ஜூலை 13இல் கடிதம் எழுதினார். பறவைகளை நேசிப்பவரான பிரதமருக்கும் அவர் இவ்விதம் கடிதம் எழுதியதில் ஆச்சரியம் எதுவுமில்லை:

> பம்பாய் இயற்கை வரலாற்றுச் சங்கத்தின் புரவலராக நீங்கள் இருந்து கௌரவிக்கும்படி தங்களை வேண்டிக்கொள்வதென இன்று நடந்த சங்கத்தின் செயற்குழு தீர்மானித்துள்ளது. இயற்கை வரலாற்றிலும் பாதுகாப்பிலும் உங்களுக்கு இருக்கும் ஆர்வம் காரணமாக இந்த வேண்டுகோளை உங்கள் முன் வைக்கிறோம். மேலும், உங்கள் ஆதரவு இயற்கை வரலாற்றுச் சங்கத்தினோடு தொடர்புடைய எங்கள் அனைவருக்கும் மிகுந்த ஊக்கம் அளிக்கும்.
>
> வைஸ்ராய்கள் புரவலர்களாக இருக்கும் வழக்கம் முன்பு இருந்தது. கவர்னர் ஜெனரல் ராஜகோபாலாச்சாரியும் இந்த மரபைக் கடைபிடித்தார். தங்கள் பதிலை எதிர்நோக்குகிறேன்.
>
> நவம்பர் மாதத் தொடக்கத்தில் நீங்கள் இங்கு வரவிருப்பதாக அறிந்தேன். அந்தச் சமயத்தில் பம்பாய் இயற்கை வரலாற்றுச் சங்கத்திற்கு வருகை தந்து சுற்றுச்சூழல் பாதுகாப்பு பற்றியோ அல்லது இயற்கை வரலாறு குறித்தோ அல்லது உங்களுக்கு எது பொருத்தமாகப் படுகிறதோ அது பற்றியோ உரை நிகழ்த்த இயலுமா?

மோனி மல்ஹோத்ரா ஃபதேஹ்அலிக்கு பதில் கடிதம் எழுதினார் (ஆகஸ்ட் 10):

> பிரதமருக்கு நீங்கள் எழுதிய 1973 ஜூலை 13 தேதியிட்ட கடிதம் கிடைத்தது... பிரதமர் அதற்கு நன்றி தெரிவிக்கும்படி கேட்டுக்கொண்டார். பம்பாய் இயற்கை வரலாற்றுச் சங்கத்தின் புரவலராக இருக்கும்படி பிரதமரை அந்தக் கடிதத்தில் நீங்கள் கேட்டுள்ளீர்கள். பிரதமர் மகிழ்ச்சியுடன் அதற்கு ஒத்துக்கொண்டுள்ளார். பம்பாய் இயற்கை வரலாற்றுச் சங்கத்திற்கு அவர் வருவதுபற்றி உறுதியாக எதனையும் இப்போது கூற முடியாது. பம்பாய் வரும்போது சங்கத்திற்கு வர நிச்சயம் முயற்சி செய்வார். உரை நிகழ்த்துவது அவ்வளவு முக்கியமல்ல. சங்க உறுப்பினர்களைச் சந்தித்து அதன் செயல்பாடுகள் பற்றி அறிந்துகொள்வதற்காக வருவார்.

17 மாதங்களுக்கு பிறகு பம்பாய் இயற்கை வரலாற்றுச் சங்கத்திற்கு இந்திரா காந்தி வந்தார். இதுபற்றிப் பின்னர் விவரிக்கப்படும். அமெரிக்க உளவுத் துறையுடன் (சி.ஐ.ஏ) தொடர்பு இருப்பதாகக் குற்றம்சாட்டப்பட்டு பம்பாய் வரலாற்றுச் சங்கம் அப்போது ஊடகங்களின் தாக்குதலுக்கு உள்ளாகியிருந்தது. அமெரிக்க உளவுத்துறையின் செல்வாக்கு ஆக்டோபஸ் தும்பிக்கைகளைப்போல இந்தியாவில் நீண்டிருப்பதாக இந்திரா காந்தியே தொடர்ந்து பேசிவந்ததும், சலீம் அலியுடன் தில்லோன்

ரிப்ளே கொண்டிருந்த நெருங்கிய தொடர்பும் ஊடகங்களின் குற்றச்சாட்டிற்கு மேலதிகக் காரணங்களாக இருந்தன.

(சோவியத்திற்கும் அமெரிக்காவுக்கும் இடையேயான) பனிப்போர் உச்சத்திலிருந்தபோது புதுதில்லியிலிருந்த ஒரு அமெரிக்கத் தூதுவர் இந்திய–சோவியத் கூட்டு முயற்சிகளுக்கு ஆதரவு தருமாறு பிரதமரின் செயலருக்கு எழுதுவதை நினைத்துப் பார்க்கவே முடியாது. எனினும் அதுதான் நடந்தது. தில்லோன் ரிப்ளே இந்திரா காந்திக்கு ஒரு கடிதம் எழுதியிருந்தார். அதனைப் பிரதமரின் செயலரான பி.என். தருக்கு அனுப்பியவர் அமெரிக்கத் தூதுவரான டேனியல் மொய்னிஹான். அந்தக் கடிதத்திற்கு டேனியலின் ஆதரவும் இருந்தது. கடிதத்தின் செய்தி:

> ரஷ்ய ஜனாதிபதியான ப்ரெஷ்னேவ் இந்த வாரம் இந்தியா வரவிருக்கிறார். அவரைச் சந்திக்கையில் வலசை போகும் பறவைகள் தொடர்பான உடன்பாடு பற்றிப் பேச இயலுமா? (. . .) இதுகுறித்துப் பரிசீலிக்கும்படி சலீம் அலியும் நானும் உங்களிடம் பணிவுடன் வேண்டிக்கொள்கிறோம்.

மூன்று நாட்களுக்குப் பிறகு சலீம் அலிக்கு இந்திரா காந்தி எழுதியது:

> என் செயலாளர் பேராசிரியர் பி.என். தருக்கு அமெரிக்கத் தூதுவர் டேனியலிடமிருந்து ஒரு கடிதம் வந்திருந்தது. அதன் நகலை அனுப்பியிருக்கிறேன்.
>
> பறவைகள் பற்றி மிகுந்த ஈடுபாடு கொண்டவள் நான் என்பது உங்களுக்குத் தெரியும். அந்தக் கடிதம் கிடைக்கும் முன்பே ப்ரெஷ்னேவிற்கு ஜனாதிபதி அளித்த விருந்தின்போது வலசை போகும் பறவைகள் பற்றித் தற்செயலாக அவரிடம் குறிப்பிட்டேன். உங்களின் கடிதத்தைப் பார்த்தபின் ப்ரெஷ்னேவுடன் வந்த அதிகாரிகள், ரஷ்யத் தூதுவர்களிடம் இதுபற்றித் தெரிவிக்கப்பட்டது. இந்த விசயத்தில் நடவடிக்கை எடுக்கும் முன்னர் உங்கள் கருத்தை அறிய விரும்புகிறேன்.

சலீம் அலி டிசம்பர் 6இல் வலசை போகும் பறவைகளைப் பாதுகாப்பதன் அவசியம் குறித்தும் அதனால் இந்தியாவிற்குக் கிடைக்கும் பலன்கள் பற்றியும் விரிவான கடிதத்தை இந்திரா காந்திக்கு எழுதினார்.

இதுபோன்ற ஒப்பந்தங்கள் அமெரிக்கா – கனடா, ஜப்பான் – அமெரிக்கா, சமீபத்தில் ஜப்பான் – ரஷ்யா ஆகிய நாடுகளுக் கிடையே கையெழுத்தாகியுள்ளதை இந்திரா காந்திக்கு அதில் சுட்டிக் காட்டியிருந்தார்.

நான்கு நாட்களுக்குப் பிறகு சலீம் அலியின் கடிதத்திலேயே இந்திரா காந்தி இவ்விதம் குறிப்பிட்டார்:

> இதுபோன்ற ஒப்பந்தத்தை வரவேற்கிறேன். அமெரிக்கத் தூதரகத்தின் மூலம் சலீம் அலி நம்மை அணுகியதே எனது ஆட்சேபணை.

முதன்முறையாக – ஒரே ஒரு தடவை சலீம் அலியின் மீதான சினம் இந்தக் கடிதக் குறிப்பில் வெளிப்பட்டிருந்தது.

இதனைத் தொடர்ந்து இந்தியாவிலும் ரஷ்யாவிலுமுள்ள அரசு அதிகாரிகள் பேச்சுவார்த்தையை முன்னெடுத்துச் சென்றனர். (பேச்சுவார்த்தைக்குப் பிறகு) ஒப்பந்ததின் வரைவு இந்திய அலுவலர்களால் தயார் செய்யப்பட்டது; 1974ஆம் ஆண்டு மத்தியில் சலீம் அலி அதற்கு ஒப்புதல் தந்தார். 11 ஆண்டுகளுக்குப் பிறகு இந்திரா காந்தி சுட்டுக்கொல்லப்பட்ட சில நாட்களுக்கு முன்பு வரை இந்த விசயம் முடிவாகாமல் அப்படியே இருந்தது.

ஜ

1965 மே மாதத்தில் முதன்முதலாக எவரெஸ்ட் சிகரம் தொட்ட இந்தியப் பயணக் குழுவில் இடம்பெற்றவர்களில் மேஜர் அலுவாலியாவும் ஒருவர். உலகிலேயே மிக உயரமான சிகரத்தைத் தொட்ட அவர் 1965 – இந்தியா – பாகிஸ்தான் போரில் நிரந்தரமாக ஊனமுற்றார். தான் எழுதிய 'எவரெஸ்டுக்கும் மேலே *(Higher than Everest)*' என்ற புத்தகத்திற்கு முன்னுரை தரும்படி அவர் இந்திரா காந்தியை வேண்டிக்கொண்டார்.

மார்ச் 12இல் அலுவாலியாவின் புத்தகத்திற்கு எழுதிய முன்னுரையில்[8] அவரது 'விடாமுயற்சியையும் மனஉறுதியையும்' மிகவும் பாராட்டினார் இந்திரா. இமய மலை ஏறும்போதும் நோய் வாய்ப்பட்டிருந்தபோதும், நோய் நீங்கப்பெற்றுப் படிப்படியாக உடல் தேறிவந்த கட்டத்திலும் அவரின் தைரியத்தை அந்த முகவுரையில் பதிவு செய்திருந்தார். அதுமட்டுமல்லாது தனது தனிப்பட்ட வாழ்வையும் அதில் பதிவு செய்திருந்தார்:

> உலகிலேயே மிக விரிவான சமவெளியில் பிறந்திருந்தாலும் மலைகளின் குழந்தையாகவே என்னைக் கருதி வந்திருக்கிறேன். எனது மூதாதையர் அங்கே பிறந்து வளர்ந்தனர் என்பதல்ல காரணம்; ஒய்வையும் அமைதியையும் அங்கே நான் உணர்கிறேன் என்பதால்; எனது உணர்வுலகின் தேவைகள் அங்கே நிறைவடைகின்றன. (...)
>
> மலைகளில் நான் காண்பதென்ன? இயற்கை நிலக்காட்சி களின் பேரழகு, தூய காற்று, தனிமை, துன்பங்களைச்

சகித்து அவற்றை வெல்வதற்கான மிகப்பெரும் சவால்? இவை அனைத்தும் – அதற்கு மேலும் இருக்கலாம் (...) இயற்கையின் அசுர வலிமைக்கு முன் மனிதன் வெறும் தூசு என உயரமான மலைகள் அவன் தன்னை வேறு கோணத்தில் காணச் செய்கின்றன.

(...) அனைத்து மலைகளும் என் நேசத்திற்கு உரியவை. மலைக் குன்றுகளில் மேலும் கீழும் ஓடுவதுதான் எவ்வளவு வேடிக்கையான அனுபவம்! போதையூட்டும் நறுமணத்துடன் பைன் மரங்கள், எண்ணற்ற செடிகொடிகள்; பசுமையான காடுகள் ஆடையாய் மூடியிருக்கும் உயரமான மலைகள். அவைதாம் கண்களுக்கு என்ன குளுமை! அங்கே தனது பாதையை ஒருவர் அவராகவே தேடிக் கண்டுகொள்ள வேண்டும். மரங்கள் ஏதுமற்று வெளிப்படையாய் ஆங்காங்கே தென்படும் வலிமையான மலைகளும், பாறைகளும்; அவற்றின் வண்ணங்கள் மாறும் பேரழகு மரங்களடர்ந்த மலைகளுக்குச் சற்றும் குறைந்ததல்ல. பனி மூடிய கம்பீரமான சிகரங்கள் தங்கமும் வெள்ளியுமாய் சூரிய ஒளிக்கதிர் வீச்சில் மாறி மாறி ஜொலிக்கின்றன. குட்டிப் புகைத் திரட்டுக்களாய் நாணத்துடன் விலகும் மேகங்கள். உயரமான மலைகளில் ஒருபோதும் மனதை விட்டு அகலாத காட்டுப் பூக்களின் காட்சியில் வியந்தவாறே நிற்கிறேன். நட்போ இணக்கமோ சிறிதுமற்ற சூழலையும் விடாப்பிடியாய் மீறி, பாறைகளின் சந்துபொந்துகளிலிருந்து அந்தக் காட்டுப் பூக்களின் வண்ணச் சிறு தலைகள் எட்டிப் பார்க்கின்றன.

அடிக்குறிப்புகள்

1. சங்கலாவின் மற்றொரு புத்தகத்திற்கு 1974 செப்டம்பர் 1இல் இந்திரா காந்தி முகவுரை எழுத வேண்டியிருந்தது. இந்தத் தடவை பிரெஞ்சு மொழியில் 'Tigre' என்ற பெயரில் வெளியான நூலுக்கு. சங்கலாவைப் பாராட்டிய இந்திரா காந்தி, புலிகள் பாதுகாப்புத் திட்டம், இயற்கைக்கான உலக நிதியம் குறித்தும் அந்த முகவுரையில் குறிப்பிட்டிருந்தார். 'அழியும் அபாயத்திலுள்ள தாவர, விலங்கினத்தின் மீது தாமதமாகவேனும் உலகம் அக்கறை காட்டத் தொடங்கி யுள்ளது. அதற்குக் காரணம் அவற்றின் அழகும் அவற்றால் புலன்கள் அடையும் ஆனந்தமும் மட்டுமல்ல. அவை (தாவரங்கள், விலங்கினம்) குறைவதால் உருவாகும் பாதகமான சூழலியல் விளைவுகளும், இயற்கை சமன்நிலை

பாதிக்கப்படுவதும்தான் காரணம். உலகை அச்சுறுத்திக் கொண்டிருக்கும் அபாயங்களில் இயற்கை சமன்நிலை குறைவதும் ஒன்றாகும்.' இந்திரா காந்தியின் பேச்சிலும் எழுத்திலும் அடிக்கடி வெளிப்படும் வார்த்தை சூழலியல் சமன்நிலையின்மை. அவரைப் பொறுத்தவரை அந்த வார்த்தைக்கு ஆழமான பொருளுண்டு.

2. இது Darryl D'Monte இன் *Temples or Tombs? Industry Versus Environment: Three Controversies (1985)* நூலில் மிகச் சிறப்பாக விவரிக்கப்பட்டுள்ளது.

3. சி.கே. வர்ஷனே அப்போது சுற்றுச்சூழல் திட்டமிடுதல் மற்றும் ஒருங்கிணைப்புத் தேசியக் குழுவில் இருந்தார். மாசுபாடு தொடர்பான ஆய்வில் அவரும் ஈடுபாடு கொண்டிருந்தார். சுற்றுச்சூழல் கண்ணோட்டத்தில் மத்தியப்பிரதேசத்திலுள்ள குவாலியர்தான் மிகச்சிறந்த இடம் என்பது அவர் கருத்து. ஆனால் இந்திரா காந்தியின் தேர்வு உத்தரப் பிரதேசம்.

4. *(அ)* சில்காவை சரணாலயமாகப் பிரகடனம் செய்ய வேண்டும். சரணாலயத்திற்குள் கானுயிர் தொடர்பான பகுதிகளைத் தேசியப் பூங்காவென அறிவிக்க வேண்டும். *(ஆ)* ஏரி முழுவதையும் பொருத்தமாகப் பயன்படுத்துவதற்கான ஒட்டுமொத்தத் திட்டம். *(இ)* கடற்படை இளையோர் பயிற்சி நிலையத்தைச் சுற்றிலும் தனியே ஓர் இடைப்பட்ட பகுதி ஒதுக்கப்பட வேண்டும். அங்கே தனியார் கட்டடங்கள் எதுவும் எழுப்பப்படக் கூடாது.

5. அப்போது ஒரிசாவில் ஜனாதிபதி ஆட்சி அமலில் இருந்தது.

6. ஒரு வருடத்திற்குப் பிறகு இதுபோன்ற ஓர் அனுபவத்தை எதிர்கொள்ள வேண்டியதிருந்தது. அது உயர்மின் கோபுரங்களையும் துணைக் கருவிகளையும் கொண்ட விமானப் பாதுகாப்பு அமைப்பைத் தலைநகரில் எந்த இடத்தில் நிறுவுவது என்பது பற்றியதாகும். அமைப்பு முழுவதும் தில்லி ரிட்ஜ் பகுதியில் அமைக்கப்பட வேண்டும் என்பது பாதுகாப்பு அமைச்சகத்தின் யோசனையாகும். சூழலியல் பாதிக்கப்படக்கூடாது என்பதற்காக மின்கோபுரத்தை மட்டும் ரிட்ஜ் பகுதியிலும் பிற துணைக் கருவிகளை வேறு இடங்களிலும் மாற்றியமைக்க ஏற்பாடு செய்தார் இந்திரா. இதற்கு அதிகச் செலவானது. ஆனால் சுற்றுச்சூழல் காரணங்களுக்காக இந்தச் செலவு நியாயமானது என்பது இந்திரா காந்தியின் நிலைப்பாடாகும். இது தொடர்பான விபரங்கள் பார்த்தசாரதி நூலில் (2007) உள்ளன.

7. நாற்பது ஆண்டுகளுக்கு பிறகு 'The song of the Magpie Robin' (2014) என்ற சுயசரிதையில் ஃபதேஹ்அலி இவ்விதம் எழுதுகிறார்:

'அவரின் அரசியல் செயல்பாடுகளையும் பாணியையும் நான் புகழ்பவனல்ல. எனினும் அனைத்துச் சுற்றுச்சூழல் பாதுகாப்புத் திட்டங்களையும் ஆதரித்தும் ஊக்குவித்தும் வந்தார் என்பது உண்மை. அஸ்ஸாமில் காங்கிரஸ் கட்சி பந்தல் அமைப்பதற்காக மிகப் பழமைவாய்ந்த அற்புதமான மரங்கள் அதிகமும் வெட்டப்பட இருப்பதாக 1978ஆம் ஆண்டு எனக்கு ஓர் அவசரச் செய்தி வந்தது. திருமதி இந்திரா காந்தியைத் தொலைபேசியில் ஒரே ஒருமுறை அழைத்து விவரம் கூறினேன். அனைத்து மரங்களும் பாதுகாக்கப்பட்டன. இயற்கையைப் பாதுகாப்பதில் உண்மையான அக்கறை கொண்டிருந்தார். சலீம் அலியின்மீதும் அவரது உதவியாளரான என்மீதும் அன்பும் பரிவும் கொண்டிருந்தார். இதனால் சில சமயங்களில் நான் அச்சமடைந்ததும் உண்டு.'

8. H.P.S Ahluwalia, *Higher than Everest* (1973).

1974

இந்திரா காந்தி தனது இல்லத்தில் சலீம் அலியுடன்;
1974 செப்டம்பர்

இந்திரா காந்திக்கு 1973 மோசமான வருட மெனில் 1974ஆம் ஆண்டு அதைவிட மோசமாக இருந்தது. இரண்டு இலக்கத்தைத் தொட்ட பணவீக்கம் அப்படியே தொடர்ந்தது. தொழில் முடக்கம் பெருமளவு அச்சுறுத்திக்கொண்டிருந்தது. வெகுமக்கள் இயக்கங்கள் தொடங்கப்பட்டு மாணவர்கள் அவற்றை முன்னெடுத்துச் சென்றனர். முதலில் குஜராத்திலும் விரைவிலேயே பீகாரிலும் அவை எழுச்சியுற்றன. அந்தந்தப் பகுதிகளின் பிரச்சனைகளும் அதற்குக் காரணமாக இருந்தன. எனினும் வெகுமக்கள் இயக்கங்களின் கிளர்ச்சிக்கான பொதுவான முக்கியக் காரணங்கள் இரண்டு.
1. அத்தியாவசியப் பொருட்களின் விலையேற்றம்.
2. அவரது கட்சியைச் சேர்ந்த மாநிலத் தலைவர்கள்

ஊழல்வாதிகள் என்ற கண்ணோட்டமும் அவர்களின் திறமையின்மையும். ஜெயப்பிரகாஷ் நாராயணன் தலைமையால் இவை தேசிய அளவில் முக்கியத்துவம் பெற்றன.

மே 18இல் இந்தியா அணுகுண்டு சோதனை நிகழ்த்தியபோது நாட்டில் கொண்டாட்டமும் ஆரவாரமும் கொஞ்ச காலம் இருந்தது. இந்திரா காந்தி இதனை அமைதியான நோக்கத்திற்காக மேற்கொள்ளப்பட்ட அணுகுண்டு சோதனை என்றார். ஆனால் உலகோ இந்தியா அணுகுண்டு வெடித்தது என்பதாகக் கருதியது. ஏறத்தாழ இரண்டாண்டுகள் இந்த முக்கிய நிகழ்விற்கான (அணுகுண்டு சோதனை) ஆயத்த வேலைகள் நிச்சயம் நடந்திருக்கும். 'அமைதியான நோக்கத்திற்காக நிகழ்த்தப்பட்ட அணுகுண்டு சோதனை' எனவும் அதன் பின்னணியையும் நியாயங்களையும் விவரித்து நான்கு பக்கக் கடிதம் ஒன்றை ஓலஃப் பால்மேக்கு இந்திரா காந்தி எழுதினார். அனைத்து அணு ஆயுதங்களையும் முற்றிலும் அழித்தல், அமைதியான வழிகளில் அணுசக்திப் பயன்பாடு ஆகியவற்றின் மீதான தனது அர்ப்பணிப்பினை அந்தக் கடிதத்தில் இந்திரா காந்தி வலியுறுத்தியிருந்தார்.

'அமைதியான நோக்கத்திற்காக நிகழ்த்தப்பட்ட எங்களின் அணுகுண்டு சோதனையில் (..) மறைமுக ராணுவ நடவடிக்கையோ அல்லது அரசியல் நோக்கங்களோ இல்லை' என தனது சுவீடன் சகாவிடம் உறுதியளித்தார். அணுகுண்டு சோதனை நடந்து முடிந்ததும் 'எங்கள் அணுக்குண்டு சோதனை அணு ஆயுதங்கள் உருவாக்குவதற்கு அல்ல என்பதை ஐயத்திற்கிடமின்றி உறுதியாக' பாகிஸ்தான் பிரதமர் பூட்டோவிற்கு உடனடியாக எழுதியதாகவும் அந்தக் கடிதத்தில் குறிப்பிட்டிருந்தார்.

அணுகுண்டு சோதனை நடந்துகொண்டிருந்த சமயத்தில் நாட்டின் உயிர்நாடியான ரயில் துறையில் பணிபுரிவோரின் வேலை நிறுத்தத்தால் நாடே முடங்கிற்று. மே 8இல் தொடங்கி 20 நாட்கள் நீடித்த வேலைநிறுத்தம் 'கொடுமையான முறையில்' அடக்கப்பட்டதாக விவரிக்கப்பட்டது. இந்திரா காந்தியின் மிகக் கடுமையான அரசியல் எதிரிகள் அந்த வேலை நிறுத்தத்தை கையில் எடுத்துக்கொண்டனர். அரசியல் உரையாடலுக்கான சூழ்நிலையே அவர்களால் பாழ்படுத்தப்பட்டிருக்கையில் அமைதியான சமாதானப் பேச்சுவார்த்தை சாத்தியமில்லை. இரண்டு வாரங்களுக்குப் பின்னர் நடக்கவிருந்த சஞ்சய் காந்தி திருமணம் பற்றி செப்டம்பர் 15இல் இந்திரா காந்தி தனது தோழி லூசி கைலுக்குக் கடிதம் எழுதினார். தனது குடும்பத்தைப் பற்றிய விவரங்களையும் அதில் கூறியிருந்தார். கடிதத்தில் இதனையும் தனது கைப்பட எழுதிச் சேர்த்திருந்தார்:

என் தலைவிதியைத் தீர்மானிப்பதில் நூற்றாண்டு கால இந்திய மரபு செயல்படுவதாக நினைக்கிறேன். எங்கேனும் அமைதியாகவும் கண்ணியமாகவும் ஓய்வுபெற ஏங்குகிறேன். மறுபிறவியில் நம்பிக்கை இல்லாதவளாகவே எப்போதும் நான் இருந்துவந்திருக்கிறேன். ஆனால் அந்த நம்பிக்கைக்கு அருகே வந்திருப்பதாக உணர்கிறேன். காரணம், இப்போது இந்த அளவு கடின உழைப்பைத் தண்டனையாகப் பெறுவதற்குச் சென்ற பிறவியில் கொடூரமாக ஏதேனும் நான் தவறிழைத்திருக்க வேண்டும்.

ఠ

இந்திரா காந்தி கனவு கண்ட 'அமைதியான ஓய்விடம்' இமாசல பிரதேசமாக இருக்கலாம். ஏனெனில் எப்போதும் அவர் சென்றுவருவது மணாலி, மஷோப்ரா, சிம்லா ஆகிய மலைப் பிரதேசங்களாகும்.

இமாசலப் பிரதேச மாநிலத்தின் முதலாவது முதலமைச்சரான ஒய்.எஸ். பார்மருக்கு ஜூன் 25இல் இந்திரா காந்தி ஒரு கடிதம் எழுதினார். இன்று அனைவராலும் அடிக்கடி பேசப்படும், பொதுவான விவாதப் பொருளாகிவிட்ட பருவநிலை மாற்றம் குறித்து அப்போதே – அதாவது 20ஆம் நூற்றாண்டின் முற்பகுதி யிலேயே (1974 ஜூன்) – மிகத் தெளிவான பார்வையை அந்தக் கடிதத்தில் இந்திரா காந்தி வெளிப்படுத்தியிருந்தார்:

இமாசல பிரதேசத்தில் காடுகள் பெருமளவு அழிக்கப்பட்டு வருவதாக வேளாண் அமைச்சகம் தெரிவிக்கிறது. இது மிகவும் கவலை தரும் விசயமாகும். மரங்களை வெட்டுவது நமது பருவநிலை மழைப் பொழிவிற்குப் பாதகமான விளைவுகளை ஏற்படுத்துகிறது; வெள்ளப் பெருக்கிற்கும் நிலச் சரிவிற்கும் வழிவகுக்கிறது. இந்த விசயத்திற்குத் தனிப்பட்ட முறையில் கவனம் தருவீர்கள் என நம்புகிறேன். ஒரு மரத்தை வெட்டும் முன்னர் ஒரு மரக் கன்றைக் கட்டாயமாக நட வேண்டும் என்ற சட்டம் சுவிட்சர்லாந்திலும் வேறு சில நாடுகளிலும் உள்ளது என்பது உங்களுக்கு நிச்சயம் தெரிந்திருக்கும்.

இமாசல பிரதேசம் தனி மாநிலமாக உருவாக வேண்டுமென்பதில் இந்திரா காந்தி தனிப்பட்ட ஆர்வம் காட்டினார். அதனால் 1971 ஜனவரி 25இல் அது தனி மாநிலமானது. அந்த மாநில முதல்வர் இந்திரா காந்தியின் மீது பெருமதிப்பு கொண்டவர். அது அவரை இந்திரா காந்தியின் இந்தக் கடிதத்தின்மீது தீவிர நடவடிக்கை எடுக்கத் தூண்டியது. இதற்காக மாநில

முதல்வரைப் பாராட்டும் சந்தர்ப்பம் இரண்டாண்டுகளுக்குப் பிறகு வாய்த்தது.

 ✂

நீண்ட ஏழாண்டு பதவிக் காலத்திற்குப் பிறகு சுற்றுச்சூழல் விசயங்களில் இந்திரா காந்தியின் முக்கிய ஆலோசகராக இருந்த மோனி மல்ஹோத்ரா அந்தப் பொறுப்பிலிருந்து மாறிச்சென்றார். அயல்துறைப் பணியில் அதிகாரியாகப் பணியாற்றிக்கொண்டிருந்த சல்மான் ஹைதர், மல்ஹோத்ரா அதுவரை மேற்கொண்டிருந்த பொறுப்பை ஏற்றுக்கொண்டார். 1960களில் லண்டன் தூதரகத்தில் ஹக்சரின் கீழ் பணிபுரிந்தவர் சல்மான் ஹைதர். எனவே மல்ஹோத்ராவிற்குப் பிறகு அந்தப் பொறுப்பை ஏற்கப் பொருத்தமானவராக ஹைதரை அப்போதே ஹக்சர் அடையாளம் கண்டிருக்கக்கூடும். மல்ஹோத்ராவைப் போலவே ஹைதரும் பிரதமர் அலுவலகத்தின் பல பிரிவுகளை – சூழலியல் உட்பட – மேற்பார்வை செய்து கொண்டிருந்தார். (சூழலியல் என அழைப்பது இந்திரா காந்திக்குப் பிடிக்கும்) சலீம் அலியை அவருக்குத் தெரியும்; இயற்கையை நேசிப்பவராகவும் அவர் இருந்தார். பிரதமர் அலுவகத்தில் பணிபுரிய இவை அவருக்கு உதவிற்று.

ஜூலை 2இல் சலீம் அலி இந்திரா காந்திக்குக் கடிதம் எழுதிய கடிதம்:

உங்களைத் தொந்தரவு செய்வதற்கு வருந்துகிறேன், நான் எழுதப்போகும் விசயம் ஏற்கெனவே நடைமுறையிலுள்ள ஒரு கொள்கைத் திட்டத்தை ரத்துசெய்வது தொடர்பானது என்பதால் உங்களுக்குக் கட்டாயமாக எழுத வேண்டியநிலை உருவாகியுள்ளது.

அந்தமான் நிகோபார் தீவுகளிலுள்ள பெரும்பாலான காடுகள் அகதிகள் மீள் குடியேற்றத்திற்காக ஒதுக்கப்படுவதாக எங்கள் குழுவைச் சேர்ந்த விஷயமறிந்த உறுப்பினர் ஒருவர் என்னிடம் தெரிவித்தார். துயருற்ற இந்த மக்களுக்கு நிலம் அளிப்பது அவசியம்தான். ஆனால் அதற்கான விலை சுற்றுச்சூழலை அழிப்பது அல்ல. வீடற்றவர்களுக்கு வீடுகள் தரும் நோக்கத்திற்காக வனங்களை அழித்தோமெனில் காலப்போக்கில் அந்த நோக்கத்தையே அது தோல்வி அடையச் செய்துவிடும்.

இதனால் கலக்கமடைந்த இந்திரா காந்தி இதனைப் பரிசீலித்துச் சரியான விவரங்களைத் தரும்படி ஹைதரை வேண்டிக்கொண்டார். கூட்டங்களும் விவாதங்களும் அமைச்சர்களுக்கிடையே

நடந்தன; சம்பந்தப்பட்டவர்களுடன் கடிதப் போக்குவரத்து மேற்கொள்ளப்பட்டது. இந்தத் தகவல்களின் அடிப்படையில் வேளாண் மற்றும் நீர்ப்பாசன அமைச்சருக்கும், விநியோகம் மற்றும் மறுவாழ்வு நலத்துறை அமைச்சருக்கும் தெளிவான அறிவுறுத்தல்களுடன் ஓர் அலுவலகக் குறிப்பினை இந்திரா காந்தி எழுதியனுப்பினார்:

அந்தமான் நிகோபார் தீவுகளில் அகதிகள் மீள் குடியேற்றத்திற்காக நிலம் ஒதுக்குதல் மற்றும் வர்த்தகத்திற்கான மரங்கள் நடுவதற்காக நாம் மேற்கொண்டுவரும் திட்டங்களால் எதிர்பாராத சுற்றுச்சூழல் விளைவுகள் ஏற்படுமென அறிகிறேன். இந்தத் திட்டங்களுக்காகக் கணிசமான இயற்கைக் காடுகளை நாம் அழிக்க வேண்டியது வரும். இவ்விதம் வனப்பரப்பை அழிப்பதால் தீவுகள் பாழ்நிலமாகிவிடும் அபாயம் எழலாம் என்பதைத் திட்டமிடும்போது உணரத் தவறிவிட்டோம். இந்த வன அழிப்பால் பாசனத்திற்கென ஒதுக்கப்பட்ட நிலங்களைக் கைவிட வேண்டிய நிலை ஏற்கனவே ஏற்பட்டுள்ளதெனவும் அறிகிறேன்.

இந்தத் திட்டத்தின் நடைமுறைச் சாத்தியம் பற்றி – குறிப்பாக தீவுகளில் காடுகள் அழிவது தொடர்பாக – மறுசீராய்வு செய்யப்பட வேண்டும். சாதகமான நீண்டகாலப் பலன்கள் கிடைக்குமென உறுதியாகத் தெரிந்தாலொழிய காடுகள் அழிக்கச் செலவு செய்வதில் பயனில்லை. அவசியமானால் பிரச்சனைகளை ஆராய்வதற்கு வேளாண் துறையும் மறுவாழ்வு நலத் துறையும் இணைந்த ஒரு குழு நிறுவப்பட வேண்டும். தேவைப்பட்டால் சர்வதேச வல்லுநர்களின் உதவியையும் பெற வேண்டும். பன்னாட்டு இயற்கை வளப் பாதுகாப்பு நிறுவனம் வெப்ப மண்டல மழைக் காடுகள் குறித்துச் சிறப்பு ஆய்வு மேற்கொண்டு வருகிறது. நிபுணத்துவம் வாய்ந்த ஆலோசனையை அந்த நிறுவனம் வழங்க முடியும்

இந்த மறுசீராய்வு முடியும்வரை புதிதாகக் குடியேறுபவர்களுக்கோ அல்லது வர்த்தக நோக்கத்துடன் காடுகளில் பயிரிடுவதற்கோ மரங்களை அழித்து நிலங்களை உருவாக்கும் வனச் செயல்பாடுகள் எதுவும் அந்தமான் நிகோபார் தீவுகளில் நடைபெறக்கூடாது.

சலீம் அலியின் கடிதம் தந்த தூண்டுதலால் இந்திரா காந்தி தலையிட்டார். அதன் விளைவாகத் தீவுகளின் சூழலியல் அமைப்பைப் பாதுகாப்பது தொடர்பாக ஆய்வு செய்ய இரு குழுக்கள் அமைக்கப்பட்டன. இந்திய அலுவலகர்களின்

குழு ஒரு ஆய்வை மேற்கொண்டது. பன்னாட்டு இயற்கை வளப் பாதுகாப்பு நிறுவனத்தின் டி.என். மெக்வீன் தனியே ஒரு ஆய்வில் ஈடுபட்டார். அவர் 1976 மார்ச் 12இல் இந்திரா காந்தியைச் சந்தித்தார். மூன்று மாதங்களுக்குப் பிறகு 'அந்தமான் நிகோபார் தீவுகளின் நிலப் பயன்பாடு' என்ற ஆய்வறிக்கையைச் சமர்ப்பித்தார். நுட்பமான விவரங்களும் விரிவான நோக்கமும் கொண்ட அந்த அறிக்கை அனைத்தையும் உள்ளடக்கியதாக அமைந்திருந்தது. 'இந்த ஆய்வுப் பொருளில் ஆழமான அறிவும் ஈடுபாடும்கொண்ட பிரதமர் திருமதி இந்திராகாந்திக்கு' என நன்றியைப் பதிவுசெய்து அந்த அறிக்கை முடிவடைந்திருந்தது. தனது வாழ்வின் இறுதி ஆண்டுகளில் அந்த ஆய்வின்மீது கவனத்துடன் மீண்டும் ஈடுபட வேண்டியது வரும் என்பதை அப்போது இந்திரா காந்தி அறிந்திருக்கவில்லை.

ௐ

பறவைகள் வலசை போவது குறித்த ஆய்விற்காகப் பல தரப்புகளிலிருந்தும் கடுமையான விமர்சனங்களை சலீம் அலி எதிர்கொள்ள வேண்டியதிருந்தது. தில்லோன் ரிப்ளேயைக் கூட்டாளியாகக்கொண்டு அமெரிக்க உளவுத் துறையுடன் தொடர்பிருப்பதாக சலீம் அலி குற்றம்சாட்டப்பட்டார். சலீம் அலியின் பறவைகள் வலசை போதல் ஆய்வே அமெரிக்க ராணுவத்தின் உயிரியல் போர்த் தந்திரத்தின் பகுதி என மறைமுகமாகச் சுட்டிக்காட்டப்பட்டது. பெரும்பாலான கம்யூனிஸ்ட் பாராளுமன்ற உறுப்பினர்கள் இதுபற்றிக் கேள்விக்கணைகள் தொடுத்தனர். இந்தக் குற்றச்சாட்டுகளை விசாரிப்பதற்கு இரண்டு விசாரணைக் குழுக்களை அமைக்கும்படி இந்திரா காந்தி அரசு நிர்ப்பந்திக்கப்பட்டது.[1]

அனைத்துக் குற்றச்சாட்டுக்களிலிருந்தும் சலீம் அலியை விசாரணை குழுக்கள் விடுவித்தன. பறவைகள் வலசை போதல் ஆய்வுத் திட்டத்தில் தேசவிரோதமாக எதுவுமில்லை எனவும் உறுதிகூறின. எனினும் பாராளுமன்றத்தின் மிக முக்கியக் குழுவான பொதுக் கணக்குக் குழு இந்த விசயத்தில் விசாரணை மேற்கொள்ளலாம் எனவும் அந்தக் குழு தெரிவித்தது. 1975 ஏப்ரலில் தனது அறிக்கையைச் சமர்ப்பித்த பொதுக் கணக்குக் குழு சலீம் அலியையும் பம்பாய் வரலாற்றுச் சங்கத்தையும் குற்றவாளிக் கூண்டில் நிறுத்தியது. சலீம் அலியோ தனது கண்டனத்தைத் தெரிவித்தார். பாராளுமன்ற உறுப்பினர்களுக்குத் தெரிவிக்கப்பட்ட தவறான தகவல்களால் முழுக்கப் பொய்க் குற்றச்சாட்டுக்கள் சுமத்துவதாக சலீம் அலி எதிர்த்தாக்குதல் தொடுத்தார். *டைம்ஸ் ஆஃப் இந்தியா* (ஆகஸ்ட் 6) நாளிதழ்

ஆசிரியருக்கு சலீம் அலி நீண்ட கடிதம் எழுதினார். இந்திரா காந்தியிடம் ஏற்கனவே கூறியிருந்த தனது தரப்பு நியாங்களை அந்தப் பத்திரிகையில் மீண்டும் குறிப்பிட்டிருந்தார்.

அதீத உணர்ச்சியும் இரைச்சலும்கொண்ட இந்த எதிர்வினையால் கொஞ்சமும் கலக்கமடையாமல் அமைதியாக இருந்தார் இந்திரா காந்தி. சலீம் அலி, தில்லோன் ரிப்ளே இருவரும் சேர்ந்து எழுதிய பறவைகள் கையேட்டின் பத்தாவது இறுதித் தொகுதியைத் தனது வீட்டில் நவம்பர் 16இல் இந்திரா காந்தி வெளியிட்டார். இந்தப் புத்தக வெளியீடு சலீம் அலியின் விமர்சகர்களுக்கு இந்திரா காந்தி 'நீங்கள் உங்கள் விருப்பப்படி எப்படி வேண்டுமானாலும் கத்திக்கொள்ளுங்கள். ஆனால் என்னைப் பொறுத்தவரை சலீம் அலி மிகச் சரியாகவே இருக்கிறார். எனது தோழமை அவருடன் தொடரும்' என்று தெரிவிப்பது போல இருந்தது:

நவம்பர் 22இல் இந்திரா காந்திக்கு ரிப்ளே எழுதியது:

> நாங்கள் எழுதிய 'இந்தியப் பறவைகள் கையேடு' புத்தகத்தின் பத்தாவது தொகுதியை நவம்பர் 16இல் தாங்கள் வெளியிட்டீர்கள் என சலீம் மூலம் அறிய வந்ததும் பேரானந்தம் கொண்டேன். பறவைகளை நேசிக்கும் உங்களின் பல்லாண்டு கால நண்பர்களுக்கு எத்தகைய மகத்தான கவுரவம் இது! சென்ற கோடை காலத்தில் பம்பாய் இயற்கை வரலாற்றுச் சங்கம் பற்றிய விமர்சனங்களை இந்தியப் பத்திரிகைகளில் காண நேர்ந்தது. இந்தியப் பத்திரிகைகள் பம்பாய் இயற்கை வரலாற்றுச் சங்கத்தின் செயல்பாடுகளுக்கு எதிரான நிலைப்பாடு கொண்டுள்ளதாகத் தெரிகிறது. இந்த வகை ஆய்வுகளை மேற்கொண்டுவரும் உலகின் மிகச்சிறந்த அமைப்புகளில் பம்பாய் இயற்கை வரலாற்றுச் சங்கமும் ஒன்று. (...)
>
> பறவைகளை ஆய்வு செய்வதும் உலகில் அவை உள்ளன என்பதை உணர்வதும் வாழ்வின் பண்பட்ட ஆனந்தங்களில் ஒன்று. பிரதமர் அவர்களே நீங்கள் எப்படியாயினும் ஒன்றிரண்டு கணங்கள் அலுவலகக் கவலைகளினின்றும் விடுபட்டுக் களத்தில் (பறவைகள் அவதானிப்பில்) எங்களோடு இணைய விரும்புகிறோம்.'

பம்பாய் இயற்கை வரலாற்றுச் சங்கத்திற்கு இந்திரா காந்தி ஆதரவு அளிப்பதான செய்தி வெகுதூரம் பரவிற்று. அமெரிக்காவின் மேரிலேண்ட் மாநில குடியரசுக் கட்சி செனெட்டர் சார்ல்ஸ் மெக் மேத்தியாஸ் பேரார்வமிக்க இயற்கையியலாளர். அவர் டிசம்பர் 18இல் இந்திரா காந்திக்கு எழுதியது:

> பல வருடங்களுக்கு முன்பு இந்தியா வந்தபோது சலீம் அலியை நான் பம்பாயில் சந்திக்க ஏற்பாடு செய்திருந்தீர்கள். அதன் விளைவாக ஓர் அற்புதமான நாளை அவருடன் மிக மகிழ்ச்சியாகக் கழித்தேன். இந்தியக் கானுயிர் பற்றியும் அவரிடமிருந்து கற்றறிந்து கொண்டேன். அந்தச் சமயத்தில் இந்தியாவுக்கும் அமெரிக்காவுக்குமிடையே மானியத் திட்டங்கள் அனைத்தும் நிறுத்திவைக்கப்பட்டிருந்தன. அதனால் அதுவரை கிடைத்துவந்த குறைவான நிதி உதவியும் பம்பாய் இயற்கை வரலாற்றுச் சங்கத்திற்குக் கிடைக்கவில்லை. மானியத் திட்டங்கள் இப்போது மீண்டும் தொடரவிருப்பதால் பம்பாய் இயற்கை வரலாற்றுச் சங்கம் தனது செயல்பாடுகளைத் தொடர முடியும் என நம்புகிறேன். இதற்கான உதவியைச் செய்ய விரும்புகிறேன்.

புத்தாண்டுத் தொடக்கத்திலேயே 1975 ஜனவரி 2இல் செனட்டருக்கு இந்திரா காந்தி எழுதிய பதில்:

> பம்பாய் இயற்கை வரலாற்றுச் சங்கம் தொடர்பாக நீங்கள் எழுதிய கடிதம் (டிசம்பர் 18) கிடைக்கப்பெற்றேன்.
>
> சங்கத்தின் செயல்பாடுகளுக்கு நீங்கள் உதவிசெய்ய முன்வந்துள்ளது மிகவும் நல்லது. சிலநாட்களுக்கு முன்னர் பம்பாயிலுள்ள சங்கத்தைப் பார்வையிட்டேன். அது செய்துவரும் அற்புதமான வேலையைக் காட்சித் துணுக்காக என்னால் காணமுடிந்தது. எதிர்காலத்தில் அதன் அனைத்துச் செயல்பாடுகளுக்கும் உதவிசெய்யும் எண்ணம் எங்களுக்குண்டு.

செனட்டரிடம் குறிப்பிட்டிருந்ததுபோல டிசம்பர் 28இல் இந்திரா காந்தி சங்கத்திற்கு வருகை தந்திருந்தார். சலீம் அலியும் பிறரும் அவரை வரவேற்று சுமார் 45 நிமிடங்கள் அவருடன் இருந்தனர். சங்கத்தின் புரவலரானதற்குப் பிறகு அங்கு இந்திரா காந்தி செல்வது இதுவே முதன்முறையாகும்.

அங்கே கூட்டங்களில் உரையாற்றுவது என எதுவுமில்லை. அரிய புத்தகங்களையும் வகை மாதிரிகளையும் பார்வையிடுவதில் இந்திரா காந்தி நேரத்தைச் செலவிட்டார். பறவை அவதானிப்பாளராக அவரின் கவனத்தை மூன்று பறவைகள் சிறப்பாக ஈர்த்தன. அவை: இந்தியாவின் மிகச்சிறிய பறவையான டிக்கல் மலர்கொத்திப் பறவை; இமய மலைகளில் காணப்படும் மிக அழகிய பறவையான மயில் போன்ற மோனல் பறவை; சிறிய கிரிஃபோன் கழுகு.

ஒன்பது ஆண்டுகளுக்குப் பிறகு அதன் நூற்றாண்டு தினத்தையொட்டி பம்பாய் இயற்கை வரலாற்றுச் சங்கத்திற்கு இந்திரா காந்தி வந்தார்.

ஞ

உத்தரப்பிரதேசத்தின் ராம்பூரிலுள்ள பாதுகாக்கப்பட்ட பிப்லி காட்டில் (வேட்டையாடுதல் கால்நடைகள் மேயவிடுதல் ஆகியவை இங்கே தடுக்கப்பட்டுள்ளன). ஒரு புலி வேட்டையாடிக் கொல்லப்பட்டதென மாலேர்கோட்லாவின் முன்னாள் நவாப் மார்ச் 8இல் இந்திரா காந்தியிடம் தெரிவித்தார்.

இதனை விசாரித்து வருமாறு கைலாஷ் சங்கலாவை அனுப்பினார் இந்திரா காந்தி. சங்கலா, புலி வேண்டுமென்றே சுட்டுக்கொல்லப்பட்டதை உறுதிப்படுத்தினார். இத்துடன் மனங்கலங்கச் செய்யும் ஒரு உண்மையையும் கொண்டு வந்திருந்தார்: புலிகளின் வாழிடமாக பிபிலி இனியும் இருக்க வாய்ப்பில்லை – ஏனெனில் அடர்ந்த அந்த இயற்கை காடுகளின் மொத்தப்பரப்பு பத்து சதவிதமாகக் குறைந்துவிட்டது. தற்சமயம் அங்கே உயிர் வாழும் மொத்தப் புலிகளின் எண்ணிக்கை பத்து இருக்கலாம் எனவும் அவற்றை வேறு காடுகளுக்கோ அல்லது உயிரியல் பூங்காக்களுக்கோ அனுப்பலாம் எனவும் இந்திரா காந்தியிடம் கூறினார். ஆழ்ந்த யோனைக்குப் பின் ஓர் அலுவலகக் குறிப்பை இந்திரா காந்தி எழுதி அனுப்பினார்:

> புலிகளுக்கு எந்தச் சேதமும் விளைந்துவிடாமல் அவற்றைப் பிடிக்கத் தேவையான அனுபவமும் திறமையும் கொண்டோர் நம்மிடம் இருக்கிறார்களா என்பது தெரியாது. புலிகளைப் பாதுகாக்க தேவையான அனைத்து நடவடிக்கைகளையும் மேற்கொள்ள வேண்டும். பாதுகாப்பான இடங்களுக்கு அவற்றைக்கொண்டு செல்வது நடைமுறையில் சாத்தியமா என்பதை ஆலோசித்து திட்டமிட வேண்டும்.

ஒரு வாரம் சென்றபின் இந்திரா காந்தி எழுதிய மற்றொரு குறிப்பு:

> உடனடியாகத் திட்டம் தயாராக வேண்டும். இதுபற்றி யாரை அணுகி என்ன செய்ய வேண்டும், இதற்காகும் செலவு முதலிய விவரங்களையும் சமர்ப்பிக்கவும்.

பாதுகாப்பான வேறு இடங்களுக்கு புலிகளை மாற்றும் சங்கலாவின் யோசனை நிறைவேறவில்லை. முயற்சிகள் மட்டுமே மேற்கொள்ளப்பட்டன. அப்போது அதுவே சாத்தியமாக இருந்தது.

நிறைவேறாத இந்தத் திட்டம் புத்தாயிரத்தில் நடைமுறைக்கு வந்தது. (புத்தாயிரத்தின்) முதல் பத்தாண்டுகளில் வெவ்வேறு சூழ்நிலைகளில் ஒன்றிரண்டு சந்தர்ப்பங்களில் பாதுகாப்பான வேறு இடங்களுக்கு புலிகள் மாற்றப்பட்டன. (அப்போது அமைச்சராக இருந்த) எனக்கும் இந்த நடவடிக்கைகளில் பங்கு பெறும் கவுரவம் கிடைத்தது.

ஆ

செப்டம்பர் 17ஆம் நாள் காலை பிரதமரின் அலுவலக் குறிப்புடன் *டைம்ஸ் ஆஃப் இந்தியா* நாளிதழின் நறுக்கு ஒன்று தனது மேசையில் இருந்ததை சல்மான் ஹைதர் கவனித்தார். 'பறிமுதல் செய்யப்பட்ட சிறுத்தையின் தோல் ஏலம் விடப்பட்டிருக்கிறது' என்ற தலைப்பில் அந்த நாளிதழில் கட்டுரை வெளியாகியிருந்தது. ஏலம் விடுவதற்காக சிறுத்தை, புலிகளின் பதனப்படுத்தப்படாத தோல்கள் மத்தியப்பிரதேசத்திலுள்ள சாத்னாவிலிருந்து தில்லியிலுள்ள ஒருவருக்கு அனுப்பப்பட்டுள்ளதாக அந்தக் கட்டுரை தெரிவித்தது. விலங்குகளின் தோல் விற்பனை தடை செய்யப்பட்டுள்ளபோது அது எவ்விதம் ஏலம் விடப்படலாம் என இந்திரா காந்தி அந்த அலுவலகக் குறிப்பில் வினவியிருந்தார்.

இதுபற்றி விசாரித்த ஹைதர், காட்டு விலங்குகளை வேட்டையாடும் மிகப்பெரிய கூட்டு மோசடி மத்தியப் பிரதேசத்தில் வழக்கமாக நடைபெற்றுவருவதாக இந்திரா காந்தியிடம் தெரிவித்தார். அந்த மாநில முதல்வர் பி.சி. சேத்திற்குப் பிரதமர் கடிதம் எழுதலாமென யோசனையும் தெரிவித்திருந்தார். அதற்குப் பிரதமர் எழுதிய குறிப்பு (செப்டம்பர் 18):

> மத்தியப் பிரதேச முதல்வர் இதில் பெரிதாக எதுவும் செய்ய முடியும் என்பது சந்தேகமே. சுக்லா சகோதரர்களே ஒரு சமயம் விலங்குகள் வேட்டைக்கு ஏற்பாடு செய்தவர்கள்தாம். அப்போதே தோல் வர்த்தகம் பற்றிய சூசகமான குறிப்புகள் வெளிவந்திருந்தன.

இது சக அமைச்சர்கள் மீதான மிகப்பெரும் குற்றச்சாட்டாகும். எனினும் ஹைதரின் யோசனை பலனளிக்குமென உணர்ந்த இந்திரா காந்தி மத்தியப் பிரதேச முதல்வருக்கு மறுநாள் கடிதம் எழுதினார்:

> விலங்குகளின் தோல் வர்த்தகம் சட்டத்திற்குப் புறம்பானது. ஆனால் மத்தியப் பிரதேசத்திலுள்ள சாத்னாவை மையமாகக் கொண்டு இது நடைபெற்று வருவதான செய்தியைப் பத்திரிகைகளில் நீங்கள் பார்த்திருப்பீர்கள். விலங்குத் தோல்கள் கணிசமான அளவில் சாத்னாவிலிருந்து தில்லிக்கு

அனுப்பப்படுவதாகவும் அங்கே அவை பதனப்படுத்தப்பட்டு விற்பனை செய்யப்படுவதாகவும் தெரிகிறது (...)

வனவிலங்குகளைச் சுடக்கூடாதென்ற சட்டத்தை வேண்டுமென்றே மீறும் இவ்விதச் செயல்பாடுகளைத் தண்டிக்காமல் விட்டுவிடக்கூடாது. (...) இந்த விசயத்தில் குற்றவாளிகளைக் கண்டுபிடிக்க அனைத்து நடவடிக்கை களையும் மேற்கொள்ளும்படி வேண்டிக்கொள்கிறேன். தனிப்பட்ட முறையில் இதில் கவனம் செலுத்துவீர்கள் என நம்புகிறேன்.

அரசியலில் இந்திரா காந்தியின் எதிரிகள் எத்தனையோ விசயங்களுக்காக அவரைக் குற்றம்சாட்டலாம். ஆனால் காட்டுயிரைப் பாதுகாக்கத் தவறினார் என ஒருபோதும் அவரைக் குறை கூறமுடியாது. ஆனால் ஒரே ஒரு சந்தர்ப்பத்தில் கானுயிர் மீதான அவரின் அர்ப்பணிப்பு பற்றிய சந்தேகம் எழுந்தது. ஆனால் எந்த எதிர்வலையையும் அது பெரிதாக ஏற்படுத்தவில்லை. எனினும் அது (சந்தேகம்) அவரை உறுத்தியது. பிரச்சனையைத் தைரியமாக இந்திரா காந்தி எதிர்கொண்டார். இந்தியத் துணை ஜனாதிபதிக்கும் மாநிலங்களவைத் தலைவருக்கும் உடனே எழுதினார் (ஏப்ரல் 2). கடிதத்தின் தொனியில் ஒருவிதப் பதற்றமிருந்தது:

பொருளாதாரக் குற்றத் தடுப்பு மசோதா – 1974 பற்றிய விவாதம் மாநிலங்களவையில் மார்ச் 20இல் நடந்தபோது மார்க்சிஸ்ட் கம்யூனிஸ்ட் கட்சியின் உறுப்பினரான திரு. மேத்யூ குரியன் மத்திய கலால் மற்றும் சுங்க வரி வாரியத்தின் உயர் அதிகாரி பற்றிய ஒரு குற்றச்சாட்டை முன்வைத்தார். சிறுத்தையின் தோல் ஏற்றுமதி தடை செய்யப்பட்டுள்ள நிலையில் எட்டு லட்சம் பெறுமானமுள்ள தோலை ஏற்றுமதி செய்ததில் அந்த உயர் அதிகாரிக்குத் தொடர்பிருப்பதாகவும் பிரதமர் செயலகத்தின் சில உயர் அதிகாரிகளின் நேரடியான அறிதலுடனேயே இது நடந்தது எனவும் அந்தக் குற்றச்சாட்டில் கூறினார்.

கானுயிர்ப் பாதுகாப்பில் நான் கொண்டுள்ள ஆழ்ந்த அக்கறை நமது நாடு மட்டுமின்றி உலகு முழுவதும் அறிந்த ஒன்றாகும். விலங்குகள் தோல் ஏற்றுமதித் தடை, அதனைத் தீவிரமாக அமல்படுத்துதல், அபராதத் தொகையை அதிகரித்தல் ஆகியவை தொடர்பான சட்டங்களை இயற்றுவதிலும் அவற்றைக் கடுமையாக அமல்படுத்துவதிலும் எனது தனிப் பட்ட முயற்சிகள் பற்பல நடவடிக்கைகளை மேற்கொள்ள அரசாங்கங்களைத் தூண்டின. என் அலுவலகத்தில்

பணிபுரிவோர் இதில் தொடர் நடவடிக்கைகள் மேற்கொள்வதில் எச்சரிக்கையுடன் செயல்பட்டு வந்திருக்கின்றனர். இந்த விசயத்தை விசாரித்ததில், பிரதமர் செயலகத்தைப் பொறுத்தவரை திரு. சூரியனின் குற்றச்சாட்டு முழுக்கவும் பொய் ஆகும்.

நிதி அமைச்சகத்திலுள்ள உயர் அதிகாரிமீதான குற்றச்சாட்டை அந்த அமைச்சகம் பரிசீலித்து வருகிறது. அலுவலகரீதியாக உங்கள் கவனத்திற்குக் கொண்டு வருவதற்காக இதனை எழுதினேன்.

ௐ

தில்லியில் தங்கியுள்ள வெளிநாட்டுத் தூதர்கள் ‘வன விலங்குகள், பறவைகள் வேட்டையாடுதல் தொடர்பான நமது சட்டங்களை மீறுவதாகவும் தண்டனையிலிருந்து அவர்களுக்கு விலக்களிக்கப் படுவதாகவும்’ தனக்குத் தகவல் கிடைத்துள்ளதாக செப்டம்பர் மாதத்தில் ஒருநாள் ஹைதரிடம் இந்திரா காந்தி தெரிவித்தார். இதனை விசாரித்த ஹைதர் செப்டம்பர் 25 இந்தத் தகவல் சரியானது என உறுதி செய்தார். வியாபாரிகள், முன்னாள் மகராஜாக்கள், பிற முகவர்களும் இதற்கான ஏற்பாடுகளைச் செய்வதாகவும் தூதர்களை அழைத்துச் செல்வதாகவும் இந்திரா காந்தியிடம் தெரிவித்தார். வன விலங்குகள் மற்றும் பறவைகள் வேட்டையாடுதல் தொடர்பான சட்டங்களிலிருந்து தூதர்களுக்கு விலக்களிக்கப்பட்டுள்ளது. இதனையும் கைத் துப்பாக்கிகளுக்கான வெடிமருந்துகள், துப்பாக்கிகளை இறக்குமதி செய்ய அவர்களுக்கு அளிக்கப்பட்டுள்ள அனுமதியையும் ரத்துச் செய்ய வேண்டும் எனவும் ஹைதர் யோசனை தெரிவித்தார். இதனை ஏற்றுக்கொண்ட இந்திரா காந்தி எழுதியது:

வனவிலங்குகள் மற்றும் பறவைகள் வேட்டையாடுதல் தொடர்பான சட்டமீறலை நாம் தீவிரமாக எடுத்துக் கொண்டுள்ளோம் என்பதைத் தூதர்களிடம் தெரிவித்த பிறகே எந்த நடவடிக்கைகளையும் மேற்கொள்ள வேண்டும்.

நவம்பர் 8இல் இந்தியாவிலுள்ள அனைத்துத் தூதரங்கங்களுக்கும் கடுமையான தொனியில் சுற்றறிக்கை அனுப்பப்பட்டது. இது மட்டுமின்றி ஓராண்டிற்குப் பிறகு (1975 செப்டம்பர் 14) இந்திரா காந்தி தனது உயர் அதிகாரிகளுக்கு ஓர் உத்தரவைப் பிறப்பித்தார்:

தூதர்கள் சிலரால் நமது சரணாலயங்களிலுள்ள விலங்குகள், பறவைகள் வேட்டையாடப்படுவது பற்றி ஏற்கனவே நான் எழுதியுள்ள அலுவலக் குறிப்பை உங்கள் கவனத்திற்குக் கொண்டுவர விரும்புகிறேன். வேட்டையாடுவது இன்னும்

தொடர்ந்து நடைபெறுவதாக அறிகிறேன். இந்த விசயத்தில் தீவிரமான நடவடிக்கை மேற்கொள்ளப்பட வேண்டும். தூதரகத் தலைமை அதிகாரிகளுக்குத் தகுந்த எச்சரிக்கை தரப்பட வேண்டும். இதையும் மீறி வேட்டையாடுவது தொடருமேயானால் நமது சரணாலயங்களைப் பார்வையிட அவர்கள் அனுமதிக்கப்படமாட்டார்கள்.

இந்த விசயத்தில் போதிய கவனம் தந்து. உங்களுக்குச் சரியெனத் தோன்றும் நடவடிக்கைகளை உடனடியாக மேற்கொள்ளும்படி வேண்டிக்கொள்கிறேன்.'

சில நாட்களுக்குப் பிறகு 1975 செப்டம்பர் 20 அன்று தில்லியிலுள்ள அனைத்துத் தூதர் குழுவிற்கும் கடுமையான சுற்றறிக்கை ஒன்று வெளியுறவுத் துறையால் அனுப்பப்பட்டது. இதன் நகல் இந்திரா காந்தியின் பார்வைக்குச் சமர்ப்பிக்கப்பட்டது. நவம்பர் 23 அன்று அது இந்திரா காந்தியின் பார்வைக்கு வந்தபோது அதில் அவர் எழுதியது:

அதிகக் கவனம் இதற்குத் தரவும். வனவிலங்குகள் மற்றும் பறவைகளைச் சுடுதல், வேட்டையாடுதல் (சிலைகள், சிற்பங்கள், ஓவியங்கள், பிற கலைப் பொருட்கள் முதலான) புராதனப் பொருட்களை ஏற்றுமதி செய்தல் ஆகிய செயல்களில் ஈடுபட்டுக்கொண்டிருக்கையிலேயே ஒரு தூதர் பிடிபட்டால் அவருக்கு விதிக்கப்படும் அபராதம் எவ்வளவு? புராதனப் பொருட்கள் ஏற்றுமதி பெரும் கும்பல் வர்த்தகமாக உருவாகியிருக்கிறது.

ஞ

கானுயிர் மீதான இந்திரா காந்தியின் பேரார்வம் இதற்குள் பரவலாகத் தெரியவந்திருந்தது. கிர், பரத்பூர் சரணாலயங்களை நிர்வகிப்பதில் எதிர்கொள்ளும் பிரச்சனைகள் பற்றி இந்திரா காந்தியின் மிகக் கடுமையான அரசியல் எதிரிகளில் ஒருவரான மதுலிமாயி கடிதம் எழுதியிருந்தார். ஒன்பது நாட்களுக்குப் பிறகு இந்திரா காந்தி அவருக்கு எழுதிய பதில்:

(. . .) காட்டுயிரைப் பாதுகாப்பதில் நீங்கள் ஆர்வம் கொண்டுள்ளீர்கள் என்பது மகிழ்ச்சி தருகிறது. நீண்டகாலமாக எனக்கும் இதில் ஆர்வம் உண்டு.

கிர், பரத்பூர் சரணாலயங்களின் பராமரிப்பில் கவனம் தேவை என்பதை ஏற்றுக்கொள்கிறேன். இந்த இரு சரணாலயங்களுக்குள்ளும் வளர்ப்புக் கால்நடைகள் மிக அதிகமாக வருவதே அடிப்படைப் பிரச்சனையாகும்.

கிர் சரணாலயத்தில் மக்கள் குடியேறி வருவது மற்றொரு பிரச்சனை (...)

இதுபற்றி மாநில அரசுகளுடன் அடிக்கடி தொடர்புகொண்டு வருகிறோம். மாநிலங்களுக்குப் போதிய உதவிகளை செய்ய மத்திய அரசு தயாராக உள்ளது.

'கானுயிர்ப் பாதுகாப்பில் அதிக ஆர்வம் கொண்டுள்ளதாக வெளிப்படையாகவே நீங்கள் அறிவித்து வருவதால் இந்தக் கடிதத்தை எழுத முற்பட்டேன்' என்ற வாசகத்துடன் முடியும் மற்றொரு மூன்று பக்கக் கடிதம் ஒன்றை மதுலிமாயி இந்திரா காந்திக்கு ஜூலை 23இல் எழுதினார். சமீபத்தில் பரத்பூர் சென்றிருந்த அவர் சரணாலயத்திலுள்ள நிலைமைகளைக் கடிதத்தில் விவரித்திருந்தார். சோசலிசக் கட்சியின் மாநிலங்களவை உறுப்பினரான அவர் பரத்பூர் நிலவரம் பற்றிப் பிரதமருக்கு ஒன்றுமே தெரியாதென நினைத்தார்போலும். மறுநாளே பிரதமர் அவர் கடிதத்தில் இவ்விதம் குறித்திருந்தார் என்பதில் ஆச்சரியமில்லை:

> பறவைகளை எனக்குப் பிடிக்கும் என்ற கவுரவத்தைக்கூட அவரால் எனக்குத் தரமுடியவில்லை. எனினும் கடிதத்தில் அவர் சில நல்ல ஆலோசனைகளைத் தந்துள்ளார்.

ෂ

பரத்பூர் பறவைகள் சரணாலயத்தில் இந்திரா காந்தி அதிகம் ஆர்வம் கொண்டிருந்ததற்கான காரணம் அது ஒரு பிரசித்தி பெற்ற பறவைச் சரணாலயம் என்பது மட்டுமல்ல, அங்கே வரலாற்றுச் சிறப்புமிக்க ஒரு கோட்டை இருந்ததுமாகும். பரத்பூரில் வடிகால் அமைக்கவும் வெள்ளக் கட்டுப்பாட்டுத் திட்டத்தை அமல்படுத்தவும் மாநில அரசின் நீர்ப்பாசனத் துறை ஏற்பாடு செய்துவருவதாகவும் அதனால் கோட்டையின் களிமண் சுவர்களுக்கு அபாயம் நேருமெனவும் வினோத போக்குக் கொண்ட அதன் முன்னாள் மகராஜா, இந்திரா காந்தியிடம் தெரிவித்தார். அதனால் ராஜஸ்தான் மாநில முதல்வர் ஹரிதியோ ஜோசிக்குப் புத்தாண்டு நாளில் இந்திரா காந்தி கடிதம் எழுதினார்:

> பரத்பூரில் அங்கு வாழும் பறவைகள், விலங்குகளின் பாதுகாப்பிற்கும் நலனிற்குமே முன்னுரிமை தரப்படும் என்பது இயற்கையே. அங்கே ஒரு மண் கோட்டை உள்ளது. அது தொல்லியல் துறையின் அடிப்படை விதி களுக்கு முரண்பட்டதாக இல்லை. அந்தக் காலத்தில் கோட்டை நன்கு பராமரிக்கப்பட்டு வந்த காரணத்தால்

வெள்ளத்தால் பாதிக்கப்படாத அரணாக அது விளங்கிற்று. நீண்ட காலமாகிவிட்டதால் கோட்டை இப்போது சேதமடைந்துள்ளது. இது கட்டாயம் பழுது பார்க்கப்பட வேண்டும். ஆனால் பிரசித்திபெற்ற மைல் கல்லாக விளங்கும் அந்தக் கோட்டையை அடையாளமே தெரியாத அளவு முற்றாக மாற்றுவதோ கண்கவரும் விதமாக அழகுபடுத்துவதோ கூடாது. (. . .) கோட்டையை மீள் கட்டமைப்புச் செய்வதும் சேதங்களைப் பழுது பார்த்து இடிபாடுகளை நிரப்புவதும் அவசியம்தான். ஆனால் அதற்காகக் கோட்டை வளாகத்தில் யூக்லிப்டஸ் அழகுச் செடிகளை வளர்த்தும் வாகனங்களுக்காகச் சாலை அமைத்தும் நவீன வசதிகள் கொண்ட ஓர் காட்சிப் பொருளாகக் கோட்டையை உருவாக்கிவிடக் கூடாது.

பறவைகள் சரணாலயத்தைப் பொறுத்தவரை இந்திரா காந்தியின் மனவேதனைக்கு மூலகாரணமாக இருந்தவர் முன்னாள் மகாராஜாதான். ஆனால் மண் கோட்டை விசயத்திலோ முன்னாள் மகாராஜா விரும்பியதுபோல இந்திரா காந்தியே தலையிட்டு மாநில அரசை நடவடிக்கை எடுக்கச் செய்தார். ஒரு வருடத்திற்குப் பிறகு கோட்டையைச் சுற்றியுள்ள அகழி அசுத்தமாக இருப்பதாக இந்திரா காந்தியிடம் தெரிவிக்கப்பட்டது. அப்போது தனது அலுவலத்திலுள்ளோரை மாநில அரசைத் தொடர்புகொள்ளச் செய்து அகழியைச் சுத்தம் செய்ய ஏற்பாடு செய்தார்.

ஏ

இயற்கையும் கலாச்சாரமும் இந்திய வரலாற்றுப் பாரம்பரியத்தின் ஊடுபாவாக விளங்குகின்றன என்பதில் ஆழமான நம்பிக்கைக் கொண்டிருந்தவர் இந்திரா காந்தி. இந்த நம்பிக்கை மீதான உறுதியைக் கேள்விக்குள்ளாக்கிய உணர்ச்சியைத் தூண்டும் ஒரு பிரச்சனையை அவர் ஆகஸ்ட் மாதம் எதிர்கொள்ள வேண்டி யிருந்தது.

பீதர் கோட்டையிலுள்ள பதினாறு தூண் பள்ளிவாசலில் மீண்டும் தொழுகை நடத்துவதற்கு அனுமதி தரலாமாவென இந்திரா காந்திக்கு மே மாதம் 28இல் ஒரு கடிதம் எழுதினார் தேவராஜ் அர்ஸ். 1951லிருந்தே பள்ளிவாசல் பயன்படுத்தப்படாமல் இருந்து வருவதைக் காரணம் காட்டி தேவராஜ் அர்சின் வேண்டு கோளை இந்திரா காந்தி நிராகரித்தார். கர்நாடக முதல்வரான தேவராஜ் அர்சுக்கு எழுதிய கடிதத்தில் (ஆகஸ்ட் 28) தனது நம்பிக்கை பற்றி ஒரு குட்டிப் பிரசங்கமே நிகழ்த்தினார் இந்திரா:

உடனடிப் பிரச்சனையை ஒருபக்கம் விட்டுவிடலாம். வரலாற்றுச் சிறப்புமிக்க புராதன நினைவுச் சின்னங்களைப்

பாதுகாக்கும் விசயத்தில் நமது அணுகுமுறை விரிவான கண்ணோட்டம் கொண்டதாக இருக்க வேண்டும். புராதன நினைவுச் சின்னங்களைப் பாதுகாக்கும் தேவை குறித்தும் அதன் வரலாற்று மதிப்பீடு பற்றியும் மக்களிடம் எடுத்துக்கூறிப் புரியவைக்கும் முயற்சிகள் மேற்கொள்ளப்பட வேண்டும் (...)

அழகியல் மதிப்பீடுகள் கொண்ட காலம்காலமாய் நிலையாக இருக்கும் நினைவுச் சின்னங்கள் சென்ற தலைமுறையின் கடுமையான உழைப்பில் உருவானவை. அவற்றைப் பேணிப் பாதுகாக்க வேண்டியது நமது கடமை. அவை நமது தேசியப் பாரம்பரியத்தின் ஒரு பகுதியாகும். ஒரு சமுதாயத்திற்கோ மற்றொன்றிற்கோ சொந்தனமானவை அல்ல (...)

பதினாறு தூண் பள்ளிவாசலும் அதுபோன்ற வரலாற்றுச் சிறப்பும் கட்டடக் கலை ரீதியான மதிப்பும் கொண்டது. **எனவே அனைவருக்கும் பொதுவான பாரம்பரிய நினைவுச் சின்னமாகப் பாதுகாக்கப்பட வேண்டுமே அல்லாது குறிப்பிட்ட ஒரு சிலருக்கான வழிபாட்டுத்தலமாக ஆக்கப்படக் கூடாது** (அழுத்தம் ஆசிரியருடையது)

பாரம்பரியத்தைப் பாதுகாக்கும் விசயம் 1974ஆம் ஆண்டு இறுதியில் மீண்டும் தலைதூக்கிற்று. டிசம்பர் 28இல் ஒருநாள் பயணமாக அந்தச் சமயத்தில் இந்திரா காந்தி பம்பாய் வந்திருந்தார். மீண்டும் ஒருநாள் தங்கியிருந்து அருகிலுள்ள எலிஃபண்டா குகைகளைப் பார்வையிட்டார். தில்லி திரும்பும் முன்னர் டிசம்பர் 29இல் மகாராஷ்டிர முதல்வர் வி.பி. நாயக்கிற்கு இந்திரா காந்தி எழுதியது:

எலிஃபண்டா குகைகளை மகிழ்வுடன் பார்வையிடச் சென்றேன். ஆனால் சுற்றுப்புறம் மிக அசுத்தமாக இருந்ததைக் கண்டு அதிர்ச்சியடைந்தேன். காலி தேங்காய் ஓடுகள், பழைய காகிதங்கள், குப்பைகூளங்கள், தகரக் குவளைகள், அழுக்கடைந்த பொருட்கள் ஆகியவை அங்கங்கே கிடந்தன. கழிப்பறைகள் அசிங்கமாக இருந்தன; அங்குள்ள கழிவுக் கோப்பை இருக்கைகள் உடைந்திருந்தன; தண்ணீர்க் குழாய் வேலை செய்யவில்லை. எங்களுடன் வந்த ஒருவரிடம் இது பற்றி விசாரித்தபோது எனது வருகையையொட்டி அதனைச் சுத்தம் செய்திருக்க வேண்டும் என நினைத்தாராம். எனது வருகையின்போது நன்றாக இருக்க வேண்டும் என்பது முக்கியமில்லை. இங்கு வருகை தருவோர் குறிப்பாக வெளிநாட்டவர் இந்த இடத்தைப் பற்றித் தங்களுடன் கொண்டுசெல்லும் அபிப்பிராயம்தான் முக்கியமானது. இதுபோன்ற இடங்களை நம்மால் தூய்மையாக வைத்திருக்க

முடியாவிட்டால் சுற்றுலாப் பயணிகள் பார்வையிட வேண்டாம் என அறிவித்து மூடிவிடுவது நல்லதென்பது என் உறுதியான எண்ணம்.

சுற்றுலா மற்றும் உள்நாட்டு விமானப் போக்குவரத்து அமைச்சரான ராஜ் பகதூருக்கும் 1975 ஜனவரி 1இல் இந்திரா காந்தி ஒரு கடிதம் எழுதினார்:

மகாராஷ்டிர முதல்வர் திரு வி.பி. நாயக்கிற்கு எழுதிய கடிதத்தை இத்துடன் இணைத்துள்ளேன். தெளிவான அந்தக் கடிதத்திற்கு மேலதிகமாக வேறு சான்றுகள் தேவையில்லை. வரலாற்றுச் சிறப்புமிக்க புராதன நினைவுச் சின்னங்கள் தொல்பொருள் ஆராய்ச்சித் துறையின் அதிகாரத்திற்கு உட்பட்டவையெனினும் ஒரு சுற்றுலாப் பயணியின் பார்வையில் அந்த நினைவுச் சின்னங்களும் அவற்றை ஒட்டிய பகுதிகளும் எவ்விதம் இருக்க வேண்டும் என்பதைக் கவனிக்கும் பொறுப்பு நிச்சயமாகச் சுற்றுலாத்துறை இயக்குநரையே சாரும். முக்கியமான பார்வையாளர்கள் வருகைதரும் சமயங்களில் மட்டுமல்லாது மற்ற நேரங்களிலும் சுற்றுலாத் தலங்களின் சுற்றுப்புறத் தூய்மை, கழிப்பறைகளின் சுத்தம் ஆகியவற்றைக் குறித்த அறிக்கையை முக்கியமான சுற்றுலாத் தலங்களின் பொறுப்பாளர்களிடமிருந்து பெற்று நடவடிக்கை எடுக்க வேண்டும். அது மட்டுமல்லாமல் சுற்றுலாத் தலங்களுக்கு எவ்விதம் சென்றடைவது என்பது பற்றிய துண்டு வெளியீடுகளைப் பயணிகளுக்குக் கிடைக்கும்படி ஏற்பாடு செய்ய வேண்டும்.

எலிஃபண்டா குகைகள் அமைந்துள்ள தீவின் எல்லைகளை விரிவுபடுத்தி வசீகரமான வெளிநாட்டுச் செடிகொடிகள், மரங்களை நடுதல், பொழுதுபோக்கு வசதிகள் ஏற்படுத்துதல் ஆகியவற்றைத் தீவில் அறிமுகம் செய்ய மாநில அரசு ஏற்கனவே திட்டமிட்டிருந்தது. ஆனால் எந்த மாற்றமும் செய்யாமல் அந்தத் தீவை அதன் இயற்கைத் தன்மைகளுடன் தொடர்ந்து இருக்கும்படி விட்டுவிட வேண்டுமெனவும் அதனால் அதன் சூழலியல் சமன்நிலை பேணப்படுமெனவும் மாநில அரசாங்கத்தை இந்திரா காந்தி தொடர்ந்து வலியுறுத்தி வந்தார். இந்திரா காந்தியின் விருப்பப்படியே அந்தத் தீவை இயற்கைச் சரணாலயமாகப் பாதுகாக்க மாநில அரசு தீர்மானித்தது. 'பாதுகாக்கப் பட்ட தீவு' என எலிஃஃபண்டா 1985இல் அதிகாரப்பூர்வமாய் அறிவிக்கப்பட்டது. தீவைச் சுற்றியுள்ள இடைநிலைப் பகுதியும் பாதுகாக்கப்பட்ட பகுதிக்குள் அடக்கம். இது மட்டுமல்லாது தீவிலிருந்து கடற்கரை வரையிலுள்ள ஒரு கிலோ மீட்டர்

தூர இடமும் (துப்பாக்கி சூடு முதலானவை நடைபெற) தடைசெய்யப்பட்ட பகுதியாகும்.

ஒ

முதுமலையில் முதன்முதலாக நிறுவப்படவிருந்த பாசன மற்றும் நீர் மின்திட்டம் (அது சுற்றுச்சூழல் ஆய்விற்கு உட்படுத்தப்பட விருந்தது) பிரதமரை மிகவும் கவலையுறச் செய்தது. சுற்றுச்சூழல் தணிக்கைக்கென முறையான அமைப்பு தேவை என்பதை 1973ஆண்டு அனுபவங்களிலிருந்து இந்திரா காந்தி அறிந்து கொண்டிருந்தார்.

இது தொடர்பாக அப்போது நீர்ப் பாசனம் மற்றும் மின்சக்தி அமைச்சராக இருந்த கே.சி. பந்திற்கு நீண்ட மூன்றுபக்கக் கடிதம் ஒன்றினை இந்திரா காந்தி எழுதினார். 1970களின் தொடக்கத்தில் தனித் தெலுங்கானா மாநிலத்திற்கான போராட்டத்தில் ஆந்திரத்தின் பதற்றத்தைத் தணிப்பதில் இந்திராவுடன் சேர்ந்து பணியாற்றிவர் பந்த்.[2] அவர்மீது கொண்டிருந்த நம்பிக்கையின் அடையாளமாகப் பிரதமர் தனது அமைச்சரவையில் அவரைப் புதிதாகச் சேர்த்துக்கொண்டார்.

தமிழ்நாட்டு முதல்வருடன் தான் பேசியதையும் சுற்றுச்சூழல் மற்றும் ஒருங்கிணைப்பிற்கான தேசியக் குழுவின் அறிக்கையையும் கடிதத்தில் இந்திரா காந்தி குறிப்பிட்டிருந்தார். பீகாரில் ஏற்கனவே ஒரு அணை கட்டப்பட்டுக்கொண்டிருக்கும் நிலையில், மற்றொரு அணைக்கட்டு பலமாவு பூங்காவிலுள்ள பேட்லா சரணாலயத்தில் கட்டுவது தொடர்பாக ஆய்வு நடந்துவருவது பற்றிக் குறிப்பிட்டார். இவ்விதம் அணைகள் எழுப்புவது பாதுகாக்கப்பட்ட சரணாலயமாக அதிகாரப்பூர்வமாக அறிவிக்கப்பட்ட தேசியப் பூங்காவான பலமாவு தேசியப் பூங்காவிற்குச் சாவுமணி அடிப்பது போன்றதாகும் எனக் கடுமை யான தொனியில் எழுதியிருந்தார். உத்திரப் பிரதேசத்தில் உள்ள கார்பெட் தேசியப் பூங்காவின் சில பகுதிகள் ராமகங்கா நீர்த்தேக்கத்தில் மூழ்கிவிடும் அபாயம் பற்றி அழுத்தமாகக் கூறியிருந்தார். எனவே இதில் தனிப்பட்ட முறையில் கவனம் தந்து நடவடிக்கைகள் மேற்கொண்டு அவைபற்றித் தெரிவிக்கும்படியும் கேட்டுக்கொண்டார். ஒரு பொறியாளரான அந்த அமைச்சருக்குக் கடிதத்தின் இறுதியில் அவர் இவ்விதம் தெரிவித்திருந்தார்:

> நீர்ப் பாசனம் மற்றும் மின்திட்டங்கள் கானுயிர் வாழும் இயற்கையான பகுதிகளின் சூழலியலுடன் முரண்படுவ தாக உறுதிசெய்யப்படாத எண்ணம் நிலவி வருகிறது. இதனால் நீர்ப்பாசன மின்திட்டங்கள் அமைப்பதற்கு

வழிகாட்டுதல்கள் வழங்க வேண்டிய தேவை உள்ளது. அணைக் கட்டுகளுக்கான இடங்களை ஆய்வு செய்யும் போது நமது பொறியாளர்களுக்கும் தொழில்நுட்ப வல்லுநர் களுக்கும் இதுபற்றிய (சூழலியல் – முரண்பாடு) கூருணர்வு இருக்க வேண்டும். இதில் நம்மால் ஏதேனும் செய்ய முடியுமா?

ଔ

1974ஆம் ஆண்டிலிருந்து மாசுபாடுகளைக் கட்டுப்படுத்த தொழில்நுட்பத்தையே அதிகம் சார்ந்திருந்தார் இந்திரா. 1956இல் நாக்பூரில் நிறுவப்பட்ட மத்தியப் பொதுச் சுகாதாரப் பொறியியல் ஆராய்ச்சி நிறுவனத்தில் ஜனவரி 3இல் இந்திரா காந்தி உரையாற்றினார். அந்தச் சமயத்தில் இந்திரா காந்தியின் ஆலோசனையின்படி அந்த நிறுவனத்தின் பெயர் மாற்றப்பட்டது. தனது ஸ்டாக்ஹோம் உரையை மேற்கோள் காட்டி இந்திரா காந்தி வழங்கிய கருத்துரை இது:

> ‘இந்தியாவைப் பொறுத்தவரை இரண்டுவகை மாசுபாடுகள் உள்ளன. வறுமையின் விளைவாக உருவாகும் குப்பைகூளம், துப்புரவற்ற வாழ்க்கைமுறை, நோய்நொடிகள் முதலானவை முதல் வகை. அடுத்தது, தொழிற்சாலைகளாலும் அதுபோன்ற பிற திட்டங்களாலும் இப்போது உருவாகி வரும் மாசுபாடுகள். இந்த இரண்டு வகை மாசுபாடுகளும் சமமான ஆபத்துக்களை விளைவிப்பன (...)
>
> வறுமையினாலோ அல்லது தொழிற்சாலைகளாலோ உருவாகும் அனைத்து மாசுபாடுகளின் அபாயங்கள் குறித்த விழிப்புணர்வை உண்டாக்கத் தேசிய அளவிலான பெரிய இயக்கம் உருவாக வேண்டும். மனிதகுல இருப்பிற்கு ஆதாரமான (காற்று, நீர், மண், வளி முதலிய) இயற்கை குறித்த உணர்வையும், மரங்கள் பாதுகாப்பு பற்றியும் இந்த இயக்கம் மக்களிடம் எடுத்துக் கூற வேண்டும். நேரடியாகத் தொடர்பு கொண்டிராவிடினும் நமது பாரம்பரியம், தொல்பொருள் பற்றியும் மக்களிடம் விழிப்புணர்வு ஏற்படுத்த வேண்டும்.
>
> எனவே இந்த ஆராய்ச்சி நிறுவனத்திலும், நாட்டின் பிற அமைப்புகளிலுமுள்ள அனைத்து விஞ்ஞானிகளும் தொழில்நுட்பவியலாளர்களும் இதுபற்றி மக்களிடம் எடுத்துக் கூறவும் அரசுக்கு ஆலோசனை வழங்கவும் முன்வர வேண்டும். (...) இந்த நிறுவனம் அரிய செயல் புரிந்துவருகிறது. ஆனால் இப்போதிருக்கும் இதன் பெயர் வரையறைக்கு உட்பட்ட பொருள் தருவதாக உள்ளது.

> அதனால் இதன் பெயரை மாற்றி விரிவான பொருள் தரும் வேறொரு பெயர் இதற்குத்தர வேண்டும் என நினைக்கிறேன். (...)
>
> 'தேசியச் சுற்றுச்சூழல் பொறியியல் ஆராய்ச்சி நிறுவனம்' என்ற பெயரில் இனி இது அறியப்படும்.

புதிய அறிவியல் தொழில்நுட்பத்தின் பயன்பாட்டில்தான் இயற்கை, கானுயிர் பாதுகாப்பின் திறவுகோல் உள்ளது என்ற தனது நம்பிக்கையில் இந்திரா காந்தி உறுதியாக இருந்தார்.

ரு

நாக்பூரில் உரை நிகழ்த்திய ஓரிரு மாதங்களில் நீர் மாசுபாடு (தடுப்பு மற்றும் கட்டுப்பாடு) சட்டம் – 1974, மார்ச் 23ஆம் நாள் அமலுக்கு வந்தது. இந்தச் சட்டம் நிறைவேற ஐந்து ஆண்டுகள் ஆயின.

ஜூன் 1972 – ஸ்டாக்ஹோம் மாநாட்டிற்கு முன்பே நீர் மாசுபாடு (தடுப்பு மற்றும் கட்டுப்பாடு) மசோதா, 1969 டிசம்பர் 22இல் பாராளுமன்றத்தில் அறிமுகம் செய்யப்பட்டது. மாநாட்டில் அதிக ஈடுபாடு கொண்டவரான இந்திரா காந்தி அதன் தீர்மானங் களை அமல்படுத்துவதில் அர்ப்பணிப்புணர்வுடன்[2] செயல்படத் தொடங்கினார். நீர் மாசுபாடு (தடுப்பு மற்றும் கட்டுப்பாடு) மசோதா பாராளுமன்றத்தில் துரிதமாக நிறைவேற பிரதமரின் இந்த அர்ப்பணிப்பும் முக்கியக் காரணமாகும்.

எனினும் மசோதா சட்டமாக நிறைவேற மிகவும் தாமதமானது. தேசிய அளவில் மத்திய அரசாங்கமே மசோதாவை நிறைவேற்றுவதா அல்லது அரசமைப்புச் சட்டத்தின்படி நீர் மாசுபாடு மாநிலங்களின் அதிகாரத்திற்குட்பட்டதாகையால் மாநில அரசே நடவடிக்கை எடுக்க வேண்டுமா என்பதில் சச்சரவு நீடித்ததுதான் தாமதத்திற்கு முக்கியக் காரணமாகும். மகாராஷ்டிர மாநிலம் மட்டுமே நீர் மாசுபாடு சட்டத்தைத் தனது மாநிலத்திலேயே நிறைவேற்றி இந்திரா காந்தியின் முயற்சிகளை எதிர்த்துத் தடுத்தது.

இரண்டு ஆண்டுகளுக்கு முன்பு கானுயிர்ப் பாதுகாப்புச் சட்டமும் ஆறு ஆண்டுகளுக்குப் பிறகு வனப் பராமரிப்புச் சட்டமும் நிறைவேறின. இவை உடனடியாக நிறைவேற தனது அதிகாரத்தைப் பயன்படுத்தியதுபோல, இப்போது நீர் மாசுபாடு சட்டம் நிறைவேற அதிகாரத்தைப் பயன்படுத்த வேண்டா மென்பதில் இந்திரா காந்தி உறுதியாக இருந்தார். அதனால் நீர் மாசுபாடு சட்டம் நிறைவேறத் தாமதமானது.

நீர் மாசுபாடு (தடுப்பு மற்றும் கட்டுப்பாடு) சட்டம் – 1974, நடைமுறைக்கு வந்ததும் மாநிலங்களில் உள்ளது போலவே மத்திய மாசுக் கட்டுப்பாட்டு வாரியம் அமைக்கப்பட்டது. அவ்வப் போது பிரகடனப்படுத்தப்பட்டுவரும் நாட்டின் சுற்றுச்சூழல் நிர்வாகம் தொடர்பான திட்டங்களையும் சுற்றுச்சூழல் தர மதிப்பீடுகளையும் அமல்படுத்துவதில் இந்த வாரியங்கள் முக்கியப் பங்காற்றின.

ଊ

பம்பாய் பெருநகரத்தின் எதிர்கால வளர்ச்சித் திட்டங்கள் குறித்து நடைபெற்ற கூட்டத்தில் மகாராஷ்டிர முதல்வருடனும் அவரின் சகஅமைச்சர்களுடனும் ஏற்கனவே இந்திரா காந்தி விவாதித்திருந்தார். இதைத் தொடர்ந்து மகாராஷ்டிர முதல்வருக்கு ஜூலை 5இல் இந்திரா காந்தி கடிதம் எழுதினார். அதில் பம்பாய் பெருநகர வளர்ச்சி நிறுவனத்தை அமைப்பதில் தான் உறுதிகொண்டுள்ளதாக வலியுறுத்திக் கூறினார். பேக் பே நில மீட்புத் திட்டத்தை ஏற்பதில் தனது தயக்கங்களைப் பதிவுசெய்த இந்திரா காந்தி, புதிய பம்பாய் உருவாக்கும் திட்டத்திற்குத் தனது முழு ஆதரவையும் மீண்டும் வலியுறுத்தினார்.

சுற்றுச்சூழல், சூழலியல் தொடர்பான பிரச்சனைகளில் உடனடியாகக் கவனம் செலுத்துவது மிக அவசியமாகும். தற்போது மகாராஷ்டிரத்தின் மாநில நீர் மாசுபாடு சட்டம் போதிய அளவு கடுமை வாய்ந்ததாக இல்லை. நீர் மாசுபாடு தொடர்பான மத்திய அரசின் சட்டம் மாநிலத்திற்கு ஏற்புடையதே என மாநிலச் சட்டசபை தீர்மானம் நிறைவேற்ற வேண்டும். அதனை மகாராஷ்டிர மாநிலம் இன்னும் நிறைவேற்றவில்லை. இதனைச் சமீபத்திய நமது சந்திப்பில் உங்களிடம் கூறியிருந்தேன். இதில் உடனே நடவடிக்கை எடுக்கும்படி வேண்டிக்கொள்கிறேன்.

மாசுக்கட்டுப்பாடு தவிர, எஞ்சியுள்ள நகரின் பசுமைப் பரப்புகள், பொழுதுபோக்குப் பகுதிகளைப் பராமரிப்பதற்கு ஆக்கப்பூர்வமான முயற்சிகளை மேற்கொள்ள வேண்டும். நகர மக்களின் நலனிற்கும் ஆரோக்கியத்திற்கும் இது மிகவும் அவசியமாகும்.

சில விசயங்களில் தனிப்பட்ட கருத்துக்கள் கொண்டிருந்தார் இந்திரா காந்தி. சில சமயங்களில் தனது அலுவலகர்களிடமே சிலவற்றை விட்டுவிடுவார். அதனால் முடிவெடுப்பது தாமதமாகி விடும். பம்பாய் செம்பூரிலுள்ள உரத் தொழிற்சாலை விரிவாக்கம் இதற்கு உதாரணமாகும். இந்த விசயத்தில் இந்திரா காந்தியின்

நிலைப்பாடு அவரைக் கடுமையாக விமர்சிக்கும் மகாராஷ்டிர முதல்வரிடமிருந்து வேறுபட்டது.

ஜூலை 9ஆம் தேதி மகாராஷ்டிர முதல்வர் இந்திரா காந்திக்குக் கடிதம் எழுதியிருந்தார். ட்ரோம்பேயில் உரத்தொழிற் சாலையை விரிவுபடுத்தும் திட்டத்தை இந்திய உர நிறுவனம் முன்வைத்துள்ளது. அதனால் பாதகமான சுற்றுச்சூழல் விளைவுகள் ஏற்படுமென அந்தக் கடிதத்தில் அவர் குறிப்பிட்டிருந்தார். அதற்கு பிரதமரின் கருத்துக்களையே முதல்வர் மேற்கோள் காட்டியிருந்தார்:

> (...) தனியாருக்குச் சொந்தமானதோ அல்லது அரசுடைமை ஆக்கப்பட்டதோ எந்தத் தொழிற்சாலையானாலும் காற்று, நீர் மாசுபாடு தொடர்பான சட்டத் திட்டங்களைத் கண்டிப்புடன் அமல்படுத்துவது முக்கியமானதாகும். பொருளாதார வளர்ச்சி தவிர்க்க முடியாத உடனடித் தேவைதான். ஆனால் நமது தேசியச் சுற்றுச்சூழலை புறக்கணிப்பதற்குக் காரணமாகிவிடக்கூடாது. (...)

மகாராஷ்டிர முதல்வரின் இந்தக் கடிதத்தை ஒரு வகையில் மரியாதைக் குறைவானதாக எடுத்துக்கொள்ள முடியும். பிரதமர் எவ்விதம் நடந்துகொண்டாரோ அதுபோலவே தானுமிருந்து அவருக்குப் பதிலடி தந்தார். அந்தக் கடிதத்தில் அவர் மேலும் கூறியதாவது:

> (. . .) சுற்றுச்சூழல் பிரச்சனைக்கான தீர்வு அதனைத் தடுப்பதற்காகும் செலவைக் காட்டிலும் அதிகமென நீங்கள் எப்போதும் கூறுவதுண்டு. (...) உங்களின் இந்தக் கூற்றின்படியே, இந்திய உர நிறுவனத் தொழிற்சாலை விரிவாக்க பிரச்சனையின் தீர்வுக்கும் அதிக செலவு செய்ய வேண்டியுள்ளது. தற்போதிருக்கும் இடத்திற்கு அருகிலேயே தொழிற்சாலைக்கு மாற்று இடம் கண்டுபிடிப்பது கடினமானதல்ல.

புதிய தொழிற்சாலை அமைப்பதால் உருவாகும் மாசுபாடுகள் குறித்தும் பழைய ஆலைகளால் விளையும் மாசுபாடுகளைக் கட்டுப்படுத்தும் வழிமுறைகளைப் பற்றியும் ஆய்வுசெய்து ஓர் அறிக்கை சமர்ப்பிக்கும்படி சுற்றுச்சூழல் மற்றும் ஒருங்கிணைப்பிற் கான தேசியக் குழு கேட்டுக்கொள்ளப்பட்டது. மகாராஷ்டிர முதல்வரின் கடிதம் இதற்குத் தூண்டுகோலாக அமைந்தது. சல்ஃபூரிக் அமிலம் வெளியிடும் வாயு பெருமளவு குறைந்தாலும், சல்ஃபர் டை ஆக்சைடு வாயு அதிகரிக்கும் எனவும் அந்த அறிக்கை தெரிவித்தது. இவ்விதம் உருவாகும் மாசுபாட்டினை

'வளர்ச்சிக்காகக் கொடுக்கப்படவேண்டிய விலை எனக் கொள்ள வேண்டும்' எனவும் அந்த அறிக்கை குறிப்பிட்டிருந்தது.

ஏற்கனவே இருக்கும் ஆலைகளின் திறனை அதிகரிப்பது என இறுதியாக முடிவு செய்யப்பட்டது. அதனால் புதிதாக ஆலை அமைப்பதற்காகத் தேவைப்படும் அந்நியச் செலாவணி மீதமாகும்; மட்டுமின்றி புதிய ஆலை நிறுவதற்காகும் கால விரயமும் தவிர்க்கப்படும். உலக வங்கியிடமிருந்து நிதி உதவி பெற ஏற்கனவே ஏற்பாடுகள் செய்யப்பட்டுவிட்டதென்ற விவரமும் பிரதமருக்குத் தெரிவிக்கப்பட்டது. ஆகஸ்ட் 7இல் முதல்வருக்கு இந்திரா காந்தி எழுதிய பதில் கடிதம்:

> விரிவுபடுத்தப்பட்ட ட்ரோம்பே உரத் தொழிற்சாலையை வேறு இடத்தில் அமைப்பது பற்றிய உங்கள் கடிதம் (ஜூலை 3) கிடைத்தது. மாசுபாடு பற்றி நான் அதிக அக்கறை கொண்டவள் என்பது உங்களுக்குத் தெரியும். பொருளாதார நிர்ப்பந்தங்களா அல்லது சுற்றுச்சூழல் தூய்மையா என்ற வழக்கமான சிக்கல் இங்கே எழுகிறது. எனது மனம் இயல்பாகவே சுற்றுச்சூழல் பக்கமே சாயும். ஆனால் இன்றைய கடுமையான நெருக்கடி நிலையில் பொருளாதாரத்தைப் புறக்கணித்துவிட முடியுமா?'

மறு பரிசீலனைக்குப் பிறகு இந்திய உர நிறுவனமும் பெட்ரோலியம் மற்றும் ரசாயன அமைச்சகமும் கீழ்க்கண்ட முடிவுக்கு வந்தன.

> ட்ரோம்பே IV & V தொழிற்சாலைப் பிரிவுகளை வேறு இடத்திற்கு மாற்றியமைக்கும் திட்டம் தொழிற்சாலை நிறுவுவதையே மறுபரிசீலனை செய்ய வேண்டிய கட்டாயத்திற்குத் தள்ளிவிடும். அது மட்டுமின்றி உலக வங்கியிடமிருந்து கடன் வாங்குவதென ஏற்கனவே முடிவு செய்யப்பட்ட ஒப்பந்தத்தில் திருத்தங்கள் மேற்கொள்ள மீண்டும் பேச்சுவார்த்தை நடத்த வேண்டியது வரும். (...)

பேக் பே நில மீட்புத் திட்டத்தைத் தொடர்ந்து வலியுறுத்தி வந்தமைக்காக இந்திரா காந்தியின் கோபத்திற்கு ஆளாகி யிருந்தார் மகாராஷ்டிர முதல்வர். அதனால் பிரதமரைச் சுற்றுச்சூழல் மாசுபாடு என்னும் அவரின் கருவியாலேயே தன்னைத் தானே அவர் காயப்படுத்திக்கொள்ளச் செய்து, அதன் மூலம் ட்ரோம்பே விசயத்தில் அரசியல் ரீதியான புகழில் திளைக்க மகாராஷ்டிர முதல்வர் விரும்பியிருக்கலாம். ஆனால் மகாராஷ்டிர முதல்வரின் நிலைப்பாடே சரி என்று வரலாறு நிரூபித்தது என்பதைக் கூறியேஆக வேண்டும். சிறிது காலத்திற்குப் பிறகு 'விஷவாயுக் கூடம்' (Gas Chamber)

என செம்பூர் அழைக்கப்பட்டது. (இதனைப் பெரியவனாக வளர்ந்த பிறகு நான் அறிந்துகொண்டேன்.) சுற்றுச்சூழல் மற்றும் வனத்துறை அமைச்சராக நான் பொறுப்பேற்றுக்கொண்ட பிறகு சுற்றுச்சூழலை மாசுபடுத்தும் தொழிற்சாலைகளால் மிக மோசமாகப் பாதிப்பிற்குள்ளான பகுதிகளை அடையாளம் காணுமாறு தில்லியின் இந்தியத் தொழில்நுட்ப நிறுவனத்தைக் (ஐ.ஐ.டி. தில்லி) கேட்டுக்கொண்டேன். அந்தப் பட்டியலில் முதல் பத்தில் ஓர் இடமாகச் செம்பூர் இருந்தது.

ஆனால் மகாராஷ்டிர முதல்வரின் (ஜூலை 9) கடிதத்தால் சாதகமான பலன் விளைந்தது. அதற்குப் பிறகு நடந்த அமைச்சரவைக் கூட்டத்தில் 'சுற்றுச்சூழல் மாசுத் தடுப்பு நடவடிக்கைகளைத் தீவிரமாக அமல்படுத்த வேண்டிய தேவையை இந்திரா காந்தி வலியுறுத்தினார்.' அப்போது இந்திரா காந்தி தெரிவித்திருந்த குறிப்பிட்ட சில யோசனைகளை அமைச்சரவைக் கூட்டத்தின் நடவடிக்கை குறிப்புகளில் அமைச்சரவைச் செயலர் பி.டி. பாண்டே பதிவு செய்திருந்தார்.

1. மாசுத் தடுப்புக் கருவிகள் பொருத்துவதற்கான ஏற்பாடுகள் செய்யப்பட்டிருக்கின்றன என்ற நிபந்தனைக்குட்பட்டே புதிய தொழிற்கூடங்கள், எந்திர சாதனங்கள் நிறுவப்படுவதற்கான உரிமம் வழங்கப்பட வேண்டும்.
2. புதிய கருவிகளை அறிமுகம் செய்வதற்கும் ஏற்கனவே இருக்கும் கருவிகளின் திறனை மேம்படுத்தச் செய்வதற்கும் ஆராய்ச்சி மேற்கொள்ளப்பட வேண்டும்.

அடிக்குறிப்புகள்

1. லீவிஸ் *(Michael Lewis)* தனது *Inventing Global Ecology: Tracking The Bio Diversity Ideal in India 1945-1997 (2003)* நூலில் விரிவாக விவாதித்துள்ளார்.
2. இதனை நான் எனது *Old History New Geography, Bifurcating Andhara Pradesh (2016)* நூலில் விவரித்துள்ளேன்.

1975

இமாசல பிரதேச மலைப் பகுதியில்
இந்திரா காந்தி நடந்து செல்கிறார்; 1975

துன்பங்கள் வரவிருப்பதன் முன்னறிகுறி களுடன் இந்த ஆண்டு தொடங்கியது. தனது அமைச்சரவைச் சகாவும், கட்சி நிதி திரட்டுவதில் முக்கியமான வருமான எல்.என். மிஸ்ரா ஜனவரி 2இல் குண்டுவெடிப்பில் கொல்லப்பட்டார். குஜராத்திலும் பீகாரிலும் மாணவர்கள் முன்னெடுத்துச் சென்ற 'ஊழலுக்கு எதிரான இயக்கங்கள்' வேகமாய்ப் பரவின. இந்திய யூனியனுடன் சிக்கிமை இணைக்கும் மிகச் சிக்கலான பிரச்சனைக்கான தீர்வைத் திட்டமிடலிலும் செயல்படுத்தலிலும் இந்திரா காந்தி கூர்மையான அரசியல் திறனையும் தனக்கே உரித்தான உறுதியையும் வெளிப்படுத்தினார்.

அவரது நெருங்கிய நண்பரான டி.பி. தர் ஜூன் 12 காலையில் மாரடைப்பால் காலமானார். நான்காண்டுகளுக்கு முன்னர் 1971ஆம் ஆண்டு நடைபெற்ற தேர்தலில் இந்திரா காந்திக்கு எதிராகப் போட்டியிட்டுத் தோல்வியுற்ற ராஜ் நாராயணன், தேர்தலில் ஊழல் நடைபெற்றதாக அலகாபாத் நீதிமன்றத்தில் வழக்குத் தொடர்ந்தார். ஊழல்

என அவர் குறிப்பிட்டவை கணக்கீடு செய்வதில் ஏற்பட்ட கோளாறு தொடர்பானவை என்பதை இந்திரா காந்திக்கு எதிரானவர்கள்கூட ஏற்றுக்கொண்டிருந்தனர். 12 நாட்களுக்குப் பிறகு வழக்கை விசாரித்த உச்சநீதிமன்ற ஒரு நீதிபதி கொண்ட அமர்வு இந்திரா காந்தி பதவி விலக வேண்டியதில்லை எனத் தீர்ப்பு வழங்கிற்று. தீர்ப்பு வெளிவந்த 24 மணி நேரத்திற்குள்ளாகவே இந்திரா காந்தியின் எதிரியான ஜெயப்பிரகாஷ் நாராயணன் 'சட்டத்திற்கு புறம்பான அரசாங்கம்' எனக் கூறி, உச்சநீதிமன்ற ஆணையைப் பொருட்படுத்த வேண்டாமென ராணுவத்தையும் போலீசையும் வலியுறுத்தினார். பெரும் பீதியை ஏற்படுத்திய நெருக்கடி நிலைப் பிரகடனம் செய்யுமளவு இந்திரா காந்தியை இது கோபமூட்டியது. அரசமைப்புச் சட்டம் 352(1) விதியின் கீழ் ஜூன் 26 அதிகாலையிலிருந்து நெருக்கடி நிலை அமலுக்கு வந்தது. அந்நிய நாட்டுத் தாக்குதலைத் தொடர்ந்து 1962ஆம் ஆண்டிலும் 1971லும் இருமுறை நெருக்கடி நிலை பிரகடனப்படுத்தப்பட்டிருக்கிறது. உள்நாட்டுப் பாதுகாப்பு அச்சுறுத்தலைச் சமாளிக்க நெருக்கடி நிலை பிரகடனப்படுத்தப்படுவது இதுவே முதல்முறையாகும். இந்திரா காந்திக்கும் ஜெயப்பிரகாஷ் நாராயணனுக்குமிடையே சமாதான உடன்பாடு ஏற்பட இந்திரா காந்தியின் உதவியாளர் பி.என். தர் முயற்சி செய்தார். தனது அந்த முயற்சிகள் குறித்துக் கால் நூற்றாண்டுக்குப் பிறகு அவர் எழுதினார். நெருக்கடி நிலை கொண்டுவரப்பட்டதற்கு இந்திரா, ஜெயப்பிரகாஷ் இருவருக்குமே சம பங்கு இருந்ததென அவர் அதில் கூறியிருந்தார். இந்திரா காந்தியின் மற்றொரு நெருங்கிய உதவியாளரான சாரதா பிரசாத், ஜெயப்பிரகாஷ் நாராயணனுக்கும் நெருக்கமானவர். நெருக்கடி நிலைபற்றி ஜூலை 20ஆம் தேதி நட்வர் சிங்கிற்கு அவர் எழுதியது:

> இந்த நாடு எதேச்சதிகாரத் தன்மை கொண்டதல்ல; இந்திரா காந்தியும் எதேச்சதிகாரியாக ஒருபோதும் இருக்க முடியாது. இதுவே நீங்கள், நான், இந்தியாவின் நண்பர்கள் அனைவரின் உணர்வாகும். நமது அரசமைப்பைக் காப்பதற்காக இந்த முழு நடவடிக்கையும் தேவையாக இருந்தது. இந்திய ஜனநாயகத்தின் அடித்தளம் மதச்சார்பின்மை. ராஷ்டிரிய சுயம் சேவக்கிடம் (ஆர்.எஸ்.எஸ்) கட்டுப்பாட்டினை ஒப்படைத்ததே ஜெயப்பிராகாஷ் நாராயணனும் அவர் கூட்டாளிகளும் செய்த அடிப்படைத் தவறு. ஆர்.எஸ்.எஸ்ஸால் வழிநடத்தப்படும் இந்த எதிர் அணியானது மதச் சகிப்புத்தன்மையையும் சமத்துவத்தையும் அடிப்படையாகக் கொண்ட ஓர் அமைப்பை நீடித்திருக்கச் செய்யும் என சுய அறிவுடைய எந்த ஒருமனிதனும் கூறமாட்டான்.

வங்கதேசப் பிரதமரும் அவரின் குடும்பத்தினரும் கொல்லப் பட்டனர் என்ற செய்தி இந்தியாவின் 28ஆம் ஆண்டு சுதந்திர நாள் காலை இந்திரா காந்திக்குக் கிடைத்தது. நெருக்கடி நிலை விரைவில் அகற்றப்படும் என்ற கொஞ்சநஞ்ச நம்பிக்கையையும் இது தகர்த்தது. ஆனால் இந்திரா காந்தி தனது நகைச்சுவை உணர்வை இழந்துவிடவில்லை என்பது அவர் டோரதி நார்மனுக்கு செப்டம்பர் 19இல் எழுதிய கடித்ததில் வெளிப்பட்டது.

> *'பெரிய சர்வாதிகாரியிடமிருந்து' ஓர் அன்பளிப்பு பெறும் சுமையை உன்னால் தாங்கிக்கொள்ள முடியுமா? உனக்காக அதை சில வருடங்களாக வைத்திருக்கிறேன் – பூட்டானிலிருந்து கொண்டுவந்தேன். இந்தக் கடிதத்தை எழுதிக்கொண்டிருக்கையில் கேரள முதல்வர் பொறுமையாக பார்த்துக்கொண்டிருக்கிறார். அதனால்...*

தன் வாழ்வில் அப்போது நடந்துகொண்டிருப்பவை பற்றி லூசி கைலுக்கு எழுதிய இந்திரா காந்தியின் கடிதம் (நவம்பர் 25):

> *பிறந்த நாளன்று முடிந்த அளவு கூச்சலிட்டு ஒருவரைக் களைப்படையச் செய்ய வேண்டும்; அந்த நாளை அவர் சுமையாக உணர வேண்டும். பிறந்த நாளில் ஒருவரைக் கவுரவிக்கும் இந்திய வழி இதுதான்! எனவே பிறந்த நாளன்று வெளியே சென்றுவிடவே விரும்புகிறேன். (...) இந்த ஆண்டு நான்கு நாட்கள் சிக்கிம், டார்ஜிலிங் சென்று ந்தேன். இரண்டு நாட்கள் சிக்கிம்; இரு நாட்கள் டார்ஜிலிங். மலைகளும் பனிக்காட்சிகளும் உயிர்ப்பூட்டும் அனுபவமாக நிலைத்து நிற்பவை.*

ம

சுற்றுச்சூழல் உயர் குழுவின் தலைவரும் பிரபல இயற்கை யியலாளருமான ஈரான் இளவரசர் அப்துரேஸா பாக்ரவியிட மிருந்து இந்திரா காந்திக்கு அபூர்வமாக ஒரு கடிதம் ஏப்ரல் 3இல் வந்தது. இந்திய சதுப்புநில மானையும் இந்திய ஹாக் மானையும் (சிறிய கால்களும் பெருத்த உருவமும் கொண்ட மான்) வகை மாதிரிக்காக தெஹரானின் இயற்கை வரலாற்று அருங்காட்சியகத்திற்கு அனுப்பித் தரும்படி அதில் கேட்டிருந்தார். இந்திரா காந்தி அவருக்கு மே 14இல் பதில் எழுதினார்.

> வகை மாதிரிக்காக இந்திய ஹாக் மானைத் தாராளமாக எடுத்துச் செல்லலாம். அதற்கான ஏற்பாடுகளை மகிழ்ச்சி யுடன் செய்வோம். இங்கு பொதுவாக எல்லா இடங்களிலும் இந்த மான்கள் உள்ளன. அறிவியல் நோக்கத்திற்காக அதனை எடுத்துச் செல்வதில் தடையில்லை.

ஆனால் சதுப்புநில மான்களோ இந்தியாவில் மிக அரிதாகவே உள்ளன. கண்டிப்பான பாதுகாப்பு வளையத்தில் அவை பராமரிக்கப்பட்டு வருகின்றன. வகை மாதிரிக்காகவும் இந்த மானை எங்கள் உயிரியல் பூங்காக்களுக்கும் எடுத்துச்செல்ல அனுமதிப்பதில்லை. தில்லியிலுள்ள எங்களின் உயிரியல் பூங்காவிலும் வெகுசில சதுப்புநில மான்களே உள்ளன. இந்தியாவில் கூண்டில் அடைத்துப் பாதுகாக்கப்படும் விலங்கு இதுவாக மட்டுமே இருக்கமுடியும். எங்கள் பாதுகாப்பு நடவடிக்கைகளால் இவற்றின் எண்ணிக்கை குறிப்பிட்ட அளவு அதிகரித்தாலொழிய அறிவியல் காரணங்களுக்காகக் கூட இந்தச் சதுப்புநில மான்களை உங்களுக்குத் தரமுடியாத நிலையில் உள்ளோம். எங்களின் எச்சரிக்கை உணர்வை நீங்கள் நிச்சயமாகப் புரிந்துகொள்வீர்கள்.

உங்கள் சுற்றுச்சூழல் துறை விரும்பினால் எங்கள் காடுகளிலோ அல்லது உயிரியல் பூங்காவிலோ இயற்கையாக மரணமுற்ற ஒரு சதுப்புமானை டெக்ராடூனுக்கு அனுப்பித்தர முயல்வோம்.

இந்தியாவில் சிவிங்கிப்புலி *(Cheetah)* அற்றுப்போனதால் சில சிறுத்தைகளை ஈரானாலிருந்து இந்தியாவுக்குக் கொண்டுவர அங்குள்ள அதிகாரிகளுடன் பேச்சுவார்த்தை நடத்த ரஞ்சித் சிங்கிற்கு இந்திரா காந்தி அனுமதி அளித்தார். மூன்று ஆண்டுகளுக்கு முன்னர் எதேச்சையாக இது நடந்தது. (இந்தியாவில் அழிந்துபோன ஒரே பாலூட்டி சிவிங்கிப்புலியாகும். இன்றைய நிலையும் இதுதான். சீத்தா என்ற சொல் சமஸ்கிருதத்திலிருந்து வந்தது என்பது முரண்.) ஆனால் அந்தப் பேச்சுவார்த்தையால் பலன் எதுவும் விளையவில்லை. 2010ஆம் ஆண்டில் நான் அமைச்சராக இருந்தபோது ஈரானுடன் மேற்கொண்ட எனது முயற்சிகளும் பலன் தரவில்லை. அந்த விலங்கு அப்போது அங்கேயே அழியும் நிலையில் இருந்தது.

ஐநா சபை சுற்றுச்சூழல் செயல்திட்டப் பணியில் சேர்வதென 1975ஆம் ஆண்டு ஆகஸ்ட் மத்தியில் ரஞ்சித் சிங் முடிவு செய்தார். அவரது முக்கிய வெற்றி கானுயிர்ப் பாதுகாப்புச் சட்டம்–1972தான். அவருக்கு அடுத்துப் பதவியேற்றவர் நிர்வாகியும் சுற்றுச்சூழலில் பேரார்வமும் கொண்டவருமான நலனி ஜயால். சுற்றுச்சூழல் அமைச்சகத்தில் பணிபுரியும் வாய்ப்பு இவருக்குக் கிடைத்ததில் சலீம் அலிக்குப் பங்கு உண்டு. டெக்ராடூன் பள்ளிக்கூடத்தில் படித்த காலத்திலிருந்தே ஜயாலும் சலீம் அலியும் ஒருவரையொருவர் நன்கறிவர். சலீம் அலியின் ஆவணக் காப்பகத்தில் ‘சலீம் சாச்சாக்கும்’ ‘நலனிக்கும்’ இடையேயான பல கடிதங்கள் உள்ளன.

புலிகள் பாதுகாப்புத் திட்டம் தொடங்கப்பட்டு இரண்டு வருடங்களுக்கு மேல் ஆகியிருந்தது. திட்டத்தின் முன்னேற்ற அறிக்கையை 1975ஆம் ஆண்டு மத்தியில் பிரதமருக்குச் சமர்ப்பித்திருந்தார் கரண்சிங். அதற்கு ஜூலை 4இல் இந்திரா காந்தி எழுதிய பதில்:

> (...) புலிகள் பாதுகாப்புத் திட்டத்தை விரிவாக்கும் விசயத்தில் நாம் அவசரப்பட்டுவிடவில்லை என நினைக்கிறேன். தேர்ந்தெடுக்கப்பட்ட சில வாழிடங்களில் புலிகள் நன்றாக வாழ்வதற்கான வாய்ப்பை உருவாக்க வேண்டும். மனிதனா – புலியா என முக்கியத்துவத்தில் மனிதர்களோடு போட்டியிடும் நிலைக்கு அவைகள் தள்ளப்பட்டுவிடக் கூடாது. புலிகள் சரணாலயங்களிலிருந்து வேறு இடங்களுக்குச் கிராமங்களை மாற்ற வேண்டியது அவசியம். இது மிகவும் கவனமாகக் கையாள வேண்டிய நீண்டகாலத் தொடர் நடவடிக்கை என நினைக்கிறேன். ஆனால் இந்தப் பிரச்சனையைக் கையாள உறுதியான முயற்சிகள் மேற்கொள்ளப்பட வேண்டும். இல்லையெனில் புலிகள் பாதுகாப்புத் திட்டம் முழுவதும் தோல்வியில் முடிந்து விடும். (...)
>
> ஆராய்ச்சிக்குச் சிறப்பான முக்கியத்துவம் தரப்பட வேண்டும் என்பதில் மிகவும் மகிழ்ச்சி. விலங்கினத்தைச் சரியாகப் பேணிப் பாதுக்காக்க வேண்டுமெனில், அவற்றின் பழக்க வழக்கங்களையும் வாழும் முறையையும் அறிந்துகொள்வது அவசியம். (...) நீங்கள் தெரிவித்துள்ள ஆராய்ச்சித் திட்டம் டெக்ராடூனிலுள்ள வன ஆராய்ச்சி நிறுவனத்திற்குள் செயல்படுவது நல்லது. அதனால் இந்திய வனப் பணிக்காகத் தேர்வு செய்யப்பட்ட பயிற்சி மாணவர்களின் விலங்குகள் தொடர்பான ஆராய்ச்சிக்கு அது உதவியாக இருக்கும்.

இதுபோன்ற கடிதங்களால் புலிகள் மற்றும் பெரிய விலங்கினங்கள் மீது மட்டுமே இந்திராவிற்கு அக்கறை இருந்ததெனப் பலர் நினைக்கலாம். ஆனால் அது தவறு. அனைத்து உயிரினங்கள்மீதும் அவர் அக்கறை கொண்டிருந்தார். மணிப்பூர் முதல்வர் ஆர்.கே. தோரேந்திர சிங்கிற்கு மார்ச் 25இல் இந்திரா காந்தி எழுதிய கடிதம் இதற்குச் சிறந்த எடுத்துக்காட்டாகும்:

> மணிப்பூர் பழுப்புநிற மான்களின் எண்ணிக்கை அதன் இயற்கை வாழிடங்களிலேயே பதினான்காகக் குறைந்துள்ளது மிகவும் அதிர்ச்சியளிக்கிறது. உயிருக்குப் போராடிக் கொண்டிருக்கும் அழிவின் விளிம்பில் இந்த மானினம் உள்ளது. இவற்றைப் பாதுகாப்பதற்காக லோக் தக் ஏரியின் தென்கிழக்கு மூலையில் கெய்புல் லாம்ஜாவ் சரணாலயம்

அமைக்கப்பட்டிருந்தும், மான்களின் எண்ணிக்கை தொடர்ந்து குறைந்து வருகிறது.

அழகிய இந்த மானினம் மணிப்பூரைத் தவிர உலகில் வேறெங்கும் இல்லை. இந்தியாவில் இன்று அழியும் நிலையில் இந்த விலங்கினம் உள்ளது. உலகிலேயே உயிருக்காகப் போராடிக்கொண்டிருக்கும் அரை டஜன் உயிரினங்களில் இதுவும் ஒன்று. உயிர் வாழ்வதற்கான வாய்ப்பினை இந்த மானினம் பெற வேண்டும். அதற்கு கெய்புல் லாம்ஜாவ் சரணாலயம் ஊக்கத்துடன் செயல்பட முடுக்கிவிடப்பட வேண்டும். கால்நடை மேயவிடுதலும் மீன்பிடித்தலும் கட்டாயம் தடுத்து நிறுத்தப்பட வேண்டும். சரணாலயத்திற்கு வருவோர் கட்டுப்படுத்தப்பட்டு சரணாலயத்தைப் பராமரிக்க அதிகப் பணியாளர்களை நியமிக்க வேண்டும். (...)

சரணாலயத்தைத் தேசியப் பூங்காவாக மேம்படுத்துவதற்கான சாத்தியம் பரிசீலிக்கப்பட வேண்டும். சரணாலயத்தை நிர்வகிப்பது தொடர்பாக யோசனை தெரிவிக்கும்படி கானுயிர் ஆர்வலர்களைக் கேட்டுள்ளேன். அவர்களின் யோசனைகளில் நீங்கள் தனிப்பட்ட கவனம் தருவீர்கள் என நம்புகிறேன்.

தனது வேண்டுகோளை முதலமைச்சர் தீவிரமாக எடுத்துக் கொள்வார் என்பதில் இந்திரா காந்திக்கு நம்பிக்கை இல்லை. அதனால் அதேபோன்ற ஒரு கடிதத்தைத் திறமை மிகுந்த நிர்வாகியான மாநில ஆளுநர் எல்.பி. சிங்கிற்கு அனுப்பி, அந்த விசயத்தில் சிறப்புக் கவனம் தந்து நடவடிக்கை எடுக்கக் கேட்டுக்கொண்டார். இந்திரா காந்தியின் கடிதங்கள் தாக்கத்தை ஏற்படுத்தின. இந்திரா காந்தியின் விருப்பப்படியே சரணாலயம் தேசிய பூங்காவாக அறிவிக்கப்பட்டதாக முதலமைச்சர் நவம்பர் 15இல் இந்திரா காந்திக்கு தெரிவித்தார். ஆனால் இந்த அறிவிப்பு இரண்டு ஆண்டுகளுக்குப் பிறகே வெளியிடப்பட்டது என்பதுதான் உண்மை.

('சாங்காய்' என பொதுவாக அழைக்கப்படும்) இந்தப் பழுப்புநிற மான்களின் நிலைமை இந்திரா காந்திக்குத் தொடர்ந்து கவலை தந்துகொண்டிருந்தது. ஐந்து ஆண்டுகளுக்குப் பிறகு 1980 ஆகஸ்ட் 6இல் முதலமைச்சருக்குப் பிரதமர் மீண்டும் கடிதம் எழுதினார். 'அபூர்வமான சாங்காய் மானினத்தைச் சிறப்பாகப் பாதுகாப்பதற்காகவே சரணாலயம் 1977இல் தேசியப் பூங்காவாகத் தரம் உயர்த்தப்பட்டது.' எனினும் அந்த மானினம் தொடர்ந்து அச்சுறுத்தலுக்கு உள்ளாகி வருகிறது. 'அந்தப் பகுதியின் சூழலியலமைப்பு முழுவதுமே முறையாக நிர்வகிக்கப்பட வேண்டும்' எனவும் 'இந்த விசயத்தில் உடனடியாக உறுதியான

நடவடிக்கை மேற்கொள்ளப்பட வேண்டும்' எனவும் முதல்வர் தோரேந்திர சிங்கிற்கு அறிவுறுத்தினார்.

சு

புலிகள் பாதுகாப்புத் திட்டத்தைத் தொடங்கி இரண்டு ஆண்டுகளுக்குப் பின் ஏப்ரல் முதல் நாள் முதலைகள் பாதுகாப்புத் திட்டம் தொடங்கப்பட்டது. அனைத்து உயிரினங்களின் மீதான இந்திரா காந்தியின் அக்கறை இதிலிருந்து தெரிகிறது.

முதலைகள் அழிவின் அபாயத்திலிருப்பதான அச்சுறுத்தும் செய்தி இரண்டாண்டுகளாகவே உலவி வந்தன. கரியால் முதலைகள், முகத்துவார முதலைகள், சீங்கண்ணி முதலைகள் ஆகிய மூன்று இனங்களுமே அபாயத்திலிருந்தன. குறிப்பாகக் கரியால் முதலைகள் அதிக அபாயத்திலிருந்தன.

ஸ்காட்லாந்து நாட்டைச் சேர்ந்த ராபர் பஸ்டார்ட் 1974ஆம் ஆண்டு மே மாதம் முதன்முறையாக இந்தியா வந்தார். அவரது வருகை முதலைகள், கடலாமைகள் பாதுகாப்பில் ஒரு திருப்புமுனையாக அமைந்தது. அவர் முதலில் படித்தது இயற்பியல். பின்னர் உயிரியல் கற்றார். முதலைகள் பற்றிய அறிவிலும் ஆராய்ச்சியிலும் ஆஸ்திரேலியாவிலேயே முன்னணி நிபுணர்களில் ஒருவர் எனப் பெயர் பெற்றவர். உணவு, வேளாண் அமைப்பு/ ஐக்கிய நாட்டுச் சபையின் வளர்ச்சித் திட்டம் (Food and Agriculture Organization / United Nations Development Programme) முதலியவற்றின் ஆலோசகராக இந்தியாவுக்கு வந்தார். நாற்பதாண்டுகளுக்குப் பிறகு தனது அனுபவங்களையும் நிகழ்வுகளையும் என்னிடம் கால வரிசைப்படி நினைவுகூர்ந்தார். அவர் கூறிய விதத்தில் அழகும் நுட்பமும் கலந்திருந்தன:

> செய்ய வேண்டிய பணிகள் ஆஸ்திரேலியாவிலேயே நிறைய இருந்த சமயம் அது. முதலில் வேறு இரண்டு வல்லுநர்களை இந்தியாவிற்கு அனுப்ப உணவு வேளாண்மை அமைப்பு பரிந்துரைத்திருந்தது. ஆனால் திருமதி இந்திரா காந்தியோ நான்தான் வர வேண்டும் என்பதில் உறுதியாக இருந்தார். 1974ஆம் ஆண்டுத் தொடக்கத்தில் முதன்முதலில் இந்தியா வந்தேன். அப்போது மிகத் திறமைவாய்ந்த வனத்துறைப் பொதுமேலாளராக கே.சி. லாகிரி இருந்தார். (...) நான் ஒரு அறிக்கை தயார் செய்தேன். (...) இந்தியக் காடுகளிலேயே கரியால் முதலைகள் பாதுகாக்கப்பட முடியும். அழியும் நிலையிலுள்ள முகத்துவார முதலைகளின் எண்ணிக்கையைப் பாதுகாக்க உடனடி நடவடிக்கை தேவை எனவும், சீங்கண்ணி முதலைகள் மிகவும் குறைந்துவிட்டன எனவும் அந்த

அறிக்கையில் குறிப்பிட்டிருந்தேன். இந்தியாவுக்கு வந்து, வேலையை நானே மேற்பார்வை செய்வதாக இருந்தால் அந்த அறிக்கையை ஏற்றுக்கொள்வதாக இந்திரா காந்தி என்னிடம் கூறினார்.

பிரதமரின் தனிப்பட்ட வேண்டுகோளை பஸ்டார்டால் மறுக்க முடியவில்லை. தொடர்ச்சியாகக் கள ஆய்வுகளை மேற்கொண்டு ஆறு மாதங்களுக்குப் பிறகு அறிக்கை சமர்ப்பித்தார். முதலைகள் பாதுகாப்புத் திட்டத்திற்கான அடிப்படையாக அந்த அறிக்கை அமைந்தது. முதலைகள் விசயத்தில் பஸ்டார்டின் செயல்பாடு சாதகமான பலன்களைத் தந்தது. (1982, 1983ஆம் ஆண்டுகளில் கடல் ஆமைகள் விசயத்தில் இந்திரா காந்தியின் கவனம் திரும்பிற்று.) ஒரிசாவின் பிட்டார்கனிகா கானுயிர்ச் சரணாலயத்தில் பஸ்டார்டின் பணி நல்ல பலன்களைத் தந்தது. ஏப்ரல் 22 சரணாலயமென அறிவிக்கப்பட்ட பிட்டார்கனிகா கானுயிர்ச் சரணாலயம் மிக விரைவிலேயே அச்சுறுத்தலுக்கு உள்ளானது; ஆயிரக்கணக்கான வங்கதேச அகதிகள் சதுப்புநிலக் காடுகளை வெட்டி, வரப்புகள் அமைத்து அந்த நிலப்பகுதிகளைத் தனியே பிரித்து அதிலுள்ள உப்பை நீக்கி, நெற்பயிர் பயிரிடுவதற்கேற்றபடி அந்த நிலத்தை உருவாக்க முனைந்தனர். தடுக்க முயன்ற பாதுகாப்புக் காவலர்களை அடக்கிவிட்டனர். பஸ்டார்ட் இதனை இந்திரா காந்தியிடம் தெரிவித்த பின்பு பாதுகாப்பிற்காக சி.ஆர்.பி.எஃப். படையை அங்கே நிறுத்த இந்திரா காந்தி ஏற்பாடு செய்தார்.

முதலைகளின் பாதுகாப்புத் திட்டத்திற்கு வழிகாட்டுவது; அழிவின் அபாயத்திலிருக்கும் கரியால் முதலைகளைப் பாதுகாப்பது; மாணவர்களுக்குப் பயிற்சி தருவது ஆகிய பணிகளில் எட்டு ஆண்டுகள் பஸ்டார்ட் இந்தியாவி லேயே கழித்தார். சி.எஸ். கார், சுதாகர் கார், பி.சி. சவுத்தரி, எல்.ஏ.கே. சிங் ஆகியோர் அவரிடம் பயிற்சிபெற்ற மாணவர்களாவர். அவர்களில் சிலர் முன்னணிச் சுற்றுச்சூழலியலாளர்களாக – குறிப்பாக ஒரிசாவில் திகழ்ந்தனர். இந்தியாவில் விலங்குகள் பாதுகாப்புத் திட்டங்களி லேயே மிகவும் பிரபலமானது புலிகள் பாதுகாப்புத் திட்டம் என்பதில் ஐயமில்லை. முதலைகள் பாதுகாப்புத் திட்டமும் இதற்குச் சற்றும் குறைந்தல்ல.

தனக்குப் பிடித்தமான விலங்குகளின் வாழிடங்கள் குறித்து இந்திரா காந்தி அக்கறை கொண்டிருந்தார். ஜனவரி 17இல் ஜகஜீவன் ராமிற்கு அவர் மீண்டும் எழுதினார்:

காசிரங்கா, மனஸ், பெரியார் சரணாலயங்களில் விலங்குகள் மிகக் குறைவாகவே உள்ளதெனக் கேள்வியுறுகிறேன். இதனால் காட்டுயிரைக் காணச் செல்லும் சுற்றுலாப் பயணிகள் ஏமாற்றத்துடன் திரும்புகின்றனர். (...) இதுகுறித்து ஆழமாகப் பரிசீலனை செய்ய வேண்டும். கானுயிர்கள் இங்கே கூட்டம் கூட்டமாக சேர்ந்திருக்கும் காரணத்தால் இப்பகுதிகள் தேசியப் பூங்காவெனத் தரம் உயர்த்தப் பட்டுள்ளன. இந்தப் பூங்காக்களில் வேட்டையாடுதல் பெருமளவு நிகழ்ந்துகொண்டிருக்க வேண்டும் அல்லது மனித ஆக்கிரமிப்பு அதிகமாக இருக்க வேண்டும் அல்லது சரணாலயங்களில் சுற்றிப்பார்க்கப் போக்குவரத்து வசதிகள் இல்லாதிருக்க வேண்டும். சரணாலயத்தைப் பார்வையிடாது சுற்றுலாப் பயணிகள் ஏமாந்து திரும்பிச்செல்வதற்கு இவை காரணமாக இருக்கலாம்.

கானுயிர்ச் சரணாலயங்களை நிர்வகிக்கத் துறை சார்ந்த அறிவும் பயிற்சியுமுடைய மேலாண்மை தேவைப்படும் நிலை இப்போது உருவாகியுள்ளது. இதனைப் புதிய கண்ணோட்டத் துடன் அணுகுவது நல்லதெனநினைக்கிறேன். தற்போதைய நமது செயல்பாடுகளை மேம்படுத்த நம்மாலான அனைத்து முயற்சிகளையும் மேற்கொள்ள வேண்டும். அவசியமானால் துறை சார்ந்த அறிவும் அனுபவமும் கொண்ட வெளிநாட்டு வல்லுநர்களின் உதவியைப் பெற வேண்டும். (...)

மனஸ் சரணாலயத்தின் பிரச்சனையோ வேறு. ‘அரசு விதைப் பண்ணை’ அமைப்பதற்குச் சரணாலயத்தில் சில பகுதிகள் அளிக்கப்பட்டிருப்பதாக அறிகிறேன். இது வருத்தத்திற்குரியது. மரங்களை வெட்டிச் சரணாலயத்தை மேலும் விரிவுபடுத்தும் திட்டம் ஏதேனும் இருப்பின் அதனை மறுபரிசீலனை செய்யவும்.

காசிரங்கா சரணாலயம் மோசமான நிலையிலுள்ளது என்ற பிரதமரின் வாதத்தை ஜகஜீவன் ராம் மறுத்தார். எனினும் அஸ்ஸாமில் உள்ள இரண்டு சரணாலயங்கள், கேரளாவில் ஒன்று என மூன்று சரணாலயங்களை மிகுந்த அக்கறையுடன் கவனிக்கவும் அவற்றின்மீது நடவடிக்கைகளை மேற்கொள்ளவும் இந்திரா காந்தியின் கடிதம் வழிவகுத்தது. கானுயிர் மேலாண்மையில் துறைசார்ந்த அறிவும் பயிற்சியும் அவசியமானது என இந்திரா காந்தி தனது கடிதத்தில் வலியுறுத்தியது குறிப்பிடத்தக்கதாகும். வெளிநாட்டிலிருந்து வருபவற்றைச் சந்தேகத்துடன் பார்த்தவர் எனப் பெயர் பெற்றிருந்த ஒருவர் கானுயிர் மேலாண்மையில் வெளிநாட்டு வல்லுநர்களை அழைக்கலாம் எனத் திறந்த

மனதுடன் இருந்தார். இதனை அவ்வப்போது வெளிப்படையாகத் தெரிவிக்கவும் செய்தார்.

ஓ

இந்தியரோ வெளிநாட்டவரோ இயற்கையியலாளர்களோடு உரையாடுவதிலும் அவர்களின் ஆலோசனைகளைப் பெறுவதிலும் இந்திரா காந்தி மிகுந்த ஆர்வம் கொண்டிருந்தார். உயர் விலங்கினங்கள் பற்றிய (மனிதன் – குரங்கு உள்ளிட்ட உயிரினத் தொகுதி) கல்வியில் தேர்ச்சியும் பயிற்சியும்பெற்ற ஸ்டீவன் கிரீனும் கரேன் மின்கோவ்ஸ்கியும் தமிழ்நாட்டில் பணிபுரிய விசா வழங்கியதை எடுத்துக்காட்டாகக் கூறலாம். எழுபதுகளில் அமெரிக்கக் கல்வியாளர்கள் ஆய்வு மேற்கொள்ள இந்தியா வருவது மிகக் கடினமானதாக இருந்த சூழலில் இந்தச் சம்பவம் முக்கியத்துவம் பெறுகிறது

தற்போது மியாமி பல்கலைக்கழகத்தின் கௌரவ பேராசிரியராகப் பணிபுரியும் கிரீன் என்னிடம் கூறியது:

> இந்தியா – பாகிஸ்தான் போருக்குப்பின் இந்தியாவில் ஆராய்ச்சி மேற்கொள்ள அனுமதியும், நீண்டகால விசாவும் கிடைக்கப்பெற்ற முதல் அமெரிக்கர்கள் நாங்கள். இதில் எங்களுக்கு உதவியதில் இந்திரா காந்திக்கு நேரடியான பங்கிருந்தது. 'காப்பு காட்டுப் பகுதியாக' களக்காடு உருவாகவும் பின்னர் இந்திரா காந்தி துணைபுரிந்தார். (பாதுகாக்கப்பட்ட பகுதிகளில் வேட்டைக்காக விலங்குகளைக் கொல்லுதல், மீன் பிடித்தல் ஆகியவை தடுக்கப்பட்டுள்ளன. சரணாலயமாகவும் தேசியப் பூங்காவாகவும் தரம் உயர்த்தப்படும் வாய்ப்புகள் இந்தப் பகுதிகளுக்கு அதிகமுண்டு) எங்களுக்கு மிக அவசியமான இந்த நடவடிக்கைகளைத் (அனுமதி, விசா) தவிர்த்து மீதி விசயங்கள் (...) சல்மான் ஹைதர் (...) மூலமாகவே நடந்தன. ஹைதரின் அறிமுகமும் அவருடன் பணிபுரியும் வாய்ப்பும் பம்பாய் இயற்கை வரலாற்றுச் சங்கத்தின் புகழ்பெற்ற பறவையிலாளரான சலீம் அலியின் மூலமாகக் கிடைத்தன. (...)

மார்ச் மாதத்தில் கிரீன், மின்கோவ்ஸ்கி ஆகிய இருவருடனும் ஜான் ஓட்சும் இணைந்துகொண்டார். மேற்குத் தொடர்ச்சி மலையின் தென்கோடிப் பகுதிகளிலுள்ள 'களக்காடு காப்புக் காடுகளின்' வரையறைக்குட்பட்டதாக அவர்களின் ஆய்வு இருந்தது. பசுமை நிறைந்த மழைக் காடுகளைக் கொண்டிருப்பது மட்டுமல்லாது, பெருமளவு எண்ணிக்கையில் இன்னும் உயிர் வாழ்ந்துகொண்டிருக்கும் சிங்கவால் குரங்கினத்திற்கும் அந்தப்

பகுதி குறிப்பிடத்தக்கது. 1975இல் அந்தக் குரங்குகளின் மொத்த எண்ணிக்கை 195 என கிரீனும், மின்கோஸ்கியும் மதிப்பிட்டுள்ளனர்.

ஓட்ஸ் தனது களப்பணியைத் தொடர்ந்தார். கிரீனோ தனது ஆய்வறிக்கையைச் சல்மான் ஹைதரிடம் சமர்ப்பித்த பின் ஏப்ரலில் இந்தியாவைவிட்டுப் புறப்பட்டார். ஹைதர் அந்த அறிக்கையைப் பிரதமரிடம் அக்டோபர் 21இல் சமர்ப்பித்தார். அறிக்கையைப் படித்தபின் பிரதமர், ‘கிரீன் இன்னும் இந்தியாவில் இருக்கிறாரா? இருந்தால் அவரைச் சந்திக்க விரும்புகிறேன்’ என்று கூறினார்.

கிரீனின் ஆய்வறிக்கை இந்திரா காந்திக்கு மிகவும் பிடித்திருந்தது. ஜவர்கர்லால் நேரு பல்கலைக்கழகத்தின் துணைவேந்தர் பி.டி. நாக் சவுதரிக்கும், பன்னாட்டு இயற்கைவளப் பாதுகாப்பு நிறுவனத் தலைவருக்கும் நவம்பர் 4இல் இந்திரா காந்தி எழுதிய கடிதம் இது:

> தென்னிந்திய சிங்கவால் குரங்குபற்றிய அறிக்கையின் நகலை இத்துடன் இணைத்துள்ளேன். (...) இந்த விலங்குகள் அழிவின் அபாயத்தில் இருப்பதாகவும் அதனைப் பாதுகாக்கும் விதம் பற்றியும் இந்த அறிக்கை விவரிக்கிறது. (...)
>
> நமது ஆய்வாளர்களும் இதுபோல ஆய்வு மேற்கொள்ள வேண்டும். இவ்விதமான களப்பணி நமது பல்கலைக் கழங்களில் நடைபெறுகின்றனவா என்பது எனக்குத் தெரியாது. அங்கே இதுபோன்ற களப்பணியை உடனடியாகத் தொடங்க வேண்டும்.

அதே நாளில் அமைச்சரவையின் மூத்த சகாவான ஜகஜீவன் ராமிற்கு இந்திரா காந்தி எழுதினார்:

> தென்னிந்தியாவிலுள்ள சிங்கவால் குரங்குகள் பற்றி இத்துடன் இணைக்கப்பட்டுள்ள அறிக்கை அதிர்ச்சி தருவதாக உள்ளது. இந்தியாவில் மட்டுமே உள்ள அழகிய இந்த விலங்கினம் அழிவின் நிலையில் உள்ளது. இவற்றின் வாழிடங்கள் பெருமளவு அழிக்கப்பட்டுவிட்டன. வகை தொகையின்றி அவை வேட்டையாடப்பட்டு வருகின்றன. இந்தக் காரணங்களால் அவற்றின் எண்ணிக்கை அபாயகரமாகக் குறைந்துவிட்டது. நமது வனவளம் குன்றிவிட்ட நிலையையும் இந்த அறிக்கை தெளிவாகச் சுட்டிக்காட்டுகிறது. விவசாய நிலங்களாக மாற்றுவதற்கு இயற்கைக் காடுகளை நாம் அழித்து வருவதாலும், வருவாய் ஈட்டுவதற்காக அளவிற்கதிகமாகச் வனங்களைச் சுரண்டி

வருவதாலும், பேரழிவிற்கு இட்டுச்செல்லும் சூழலிய மாற்றங்கள் நிகழ்ந்துவருகின்றன. இந்தப் பிரச்சனைக்குத் தீர்வு காண உடனடியாக நடவடிக்கை மேற்கொள்ளவும். அசம்பு மலைக்குன்றுகள் பாதுகாக்கப்பட வேண்டிய முக்கியமான பகுதியென அறிக்கை குறிப்பிட்டுள்ளது. (...) இதுபற்றித் தமிழ்நாடு கேரள முதலமைச்சர்களைத் தொடர்புகொண்டு நடைமுறைச் சாத்தியமான யோசனைகளை முன்வைக்கும்படி கேட்டுக்கொள்ளவும். இந்த விசயத்தில் தாமதம் ஏதுமின்றி உடனடியாக நடவடிக்கை எடுக்க வேண்டுகிறேன்.

நியூயார்க்கிலுள்ள ராக்ஃபெல்லெர் பல்கலைக் கழகத்தில் பணியிலிருந்த கிரீனுக்கு கடிதம் எழுதுமாறு ஹைதரிடம் இந்திரா காந்தி மறுநாள் கூறினார்:

> சிங்கவால் குரங்குகள் பற்றிய உங்கள் அறிக்கையின் உதவியால் தாமதமாகவேனும் (அறிக்கையிலுள்ள) சில பரிந்துரைகளை எங்களால் செயல்படுத்த முடிந்தது. உங்களின் அறிக்கையே மிகச் சிறந்ததாகும். பிரச்சனை பற்றிய விவரங்களைத் தெளிவாகவும் அதனைச் சமாளிப்பது பற்றி முழுமையாகவும் அந்த அறிக்கை எடுத்துக் கூறுகிறது. அந்த அறிக்கையைவிடவும் மேலான இன்னொன்றை எதிர்பார்க்க முடியாது. அதில் குறிப்பிட்டுள்ளபடி அசம்பு குன்றுகளில் ஒரு சரணாலயத்தை உடனடியாக அமைக்க பிரதமர் உத்தரவிட்டுள்ளார். இந்தத் திட்டத்தில் இரு மாநிலங்களும் கூட்டாகச் செயல்படும் (...)
>
> சுற்றுச்சூழல் பாதுகாப்பு முயற்சிகளில் கல்விப் புலம்சார்ந்த செயல்பாடுகள் பொருத்தமுடையதாக இருக்கும். இதுபோன்ற செயல்பாடுகளை மேற்கொள்ள எங்கள் பல்கலைக் கழங்கங்களை ஊக்குவித்து வருகிறோம். (...) உங்கள் அறிக்கை அனைவரும் அறிந்துகொள்ள வேண்டிய ஒன்று. ஆர்வமுடைய அனைவருக்கும் அறிக்கையிலுள்ள விசயங்கள் சென்று சேரும்படி செய்வோம்.

விசயம் இத்துடன் முடிந்துவிடவில்லை. உயர் விலங்கினங்கள் (மனிதன் – குரங்கு உள்ளிட்ட உயிரினத் தொகுதி) மீதான ஆய்வை இந்தியாவில் மேற்கொள்ளக் கல்வி அமைச்சகத்திடமிருந்து அனுமதி பெறுவதில் சில பிரச்சனைகளை அவர்கள் எதிர்கொள்வதாகக் கேள்வியுற்றதும் அதனைக் கவனிக்கும்படி சல்மான் ஹைதரை இந்திரா காந்தி கேட்டுக்கொண்டார். இதற்கான ஏற்பாடுகளைச் செய்து முடித்தபின் களப்பணிக்கான அனைத்து அனுமதிகளும் வழங்கப்பட்டுவிட்டதென ஓட்ஸிடம்

ஹைதர் தெரிவித்தார். அதுமட்டுமல்லாது பிரதமருடன் ஓட்ஸ் தொடர்பில் இருக்க வேண்டுமெனவும் அது பிரதமரின் விருப்பம் எனவும் அவரிடம் தெரிவித்தார்.

சரணாலயம் நிறுவுவது பற்றிய பிரச்சனை பிரதமர் நினைத்ததைவிடவும் சிக்கலாக இருந்தது. அந்த வனப்பகுதியை ஒரு தனியார் நிறுவனம் (பம்பாய் பர்மா வர்த்தக நிறுவனம்) ஏற்கனவே குத்தகைக்கு எடுத்திருந்தது. அதுமட்டுமல்லாது இரண்டு பெரிய வனப் பகுதிகளை இணைக்கும் முக்கிய பாதையிலிருந்த மரங்களை வெட்டுவதற்கு அந்த நிறுவனம் தயாராக இருந்தது. அதிர்ஷ்டவசமாக அப்போது (1976 பிப்ரவரி 15இல்) இந்திரா காந்தி சென்னையில் இருந்தார். தமிழ்நாடு அந்தச் சமயத்தில் ஆளுநர் ஆட்சியின் கீழ் இருந்தது. ஆளுநரிடமும் அவரின் ஆலோசகரிடமும் இதுபற்றி நேரடியாகப் பேசுவதற்கான வாய்ப்பாக இந்திரா காந்தி இதனைப் பயன்படுத்திக்கொண்டார். மூன்று வாரங்களுக்குள் காப்புக்காடுகள் களக்காட்டின் வனம் சிங்கவால் குரங்கினத்தின் சரணாலயமாக அதிகாரபூர்வமாக அறிவிக்கப்பட்டது. மரங்களை வெட்டக்கூடாதென்ற நிபந்தனையும் நிறுவனத்தின் குத்தகை ஒப்பந்தத்தில் புதிதாகச் சேர்த்துக்கொள்ளப்பட்டது.

இரண்டு ஆண்டுகளுக்கு முன்னர் 1973இல் தூதுவா சரணாலயத்தின் மோசமான நிலைமை குறித்து பில்லி அர்ஜன் சிங் இந்திரா காந்தியிடம் தெரிவித்திருந்தார். உ.பி. முதல்வருக்கு அதுபற்றிக் கடிதம் இந்திரா காந்தி எழுதியிருந்தார். சரணாலயத்தை விரிவாக்கி அதனைத் தேசியப் பூங்காவாக மாற்றுவதாகவும் வர்த்தக ரீதியான வனச் செயல்பாடுகளைத் தடுத்து நிறுத்துவதாகவும் முதல்வர் உறுதி கூறியிருந்தார். முதல்வரின் இந்த உறுதிகள் எதுவும் காப்பாற்றப்படவில்லை என பில்லி அர்ஜன் தெரிவித்ததால் முதல்வரைக் கண்டித்து 1995 ஏப்ரல் 8இல் இந்திரா காந்தி எழுதிய கடிதம்:

> சரணாலயத்தை விரிவாக்கி அதனைத் தேசியப் பூங்காவாக மாற்றும் சட்டத்தை நிறைவேற்றுவது பற்றி உங்களிடமிருந்து எந்தத் தகவலுமில்லை. இதற்குப் பதிலாகச் சரணாலயம் முழுவதிலும் – விலங்குகள் மிகுதியாக உள்ள பகுதிகள் உட்பட – குறிப்பிட்ட மரங்களைத் தேர்வுசெய்து அவற்றை வெட்டுவதென உ.பி. அரசு முடிவுசெய்துள்ளது. (...) இது மட்டுமல்லாது சிறிய வன உற்பத்திப் பொருட்களை ஏலம்விடும் வர்த்தகச் செயல்பாடும் வழக்கம் போல் தொடர்ந்து நடைபெற்று வருவதாகவும் அறிகிறேன். (...)

ஏற்கெனவே முடிவு செய்ததற்கு முற்றிலும் மாறாக உங்கள் தீர்மானங்கள் உள்ளன. உங்களுக்குக் கடிதம் எழுதிய போதிருந்த சரணாலயத்தின் நிலையில் இதுவரை எந்த முன்னேற்றமும் இல்லை. எதிர்காலத்தில் தூதுவா சரணாலயத்தின் பாதுகாப்பு பற்றிய நம்பிக்கை குறைந்து வருகிறது. தூதுவா சரணாலயம் பற்றிய மாநில அரசின் திட்டங்கள் உடனடியாக மறுபரிசீலனை செய்யப்பட வேண்டும். இதில் முதற்கட்ட நடவடிக்கையாகக் கௌரவக் கானுயிர்க் காப்பாளராக அர்ஜன் சிங் நியமிக்கப்பட வேண்டுமென நினைக்கிறேன். இந்த வருடம் பத்மஸ்ரீ விருது கிடைக்கப்பெற்ற பெருமையும் அவருக்கு உண்டு. (...)

ஏற்கெனவே தெரிவித்திருந்த எனது யோசனையின்படி தூதுவா சரணாலயத்தை விரிவாக்கும் திட்ட விவரங்கள் தயார் செய்யப்பட வேண்டும். இப்போதிருக்கும் சரணாலயம் ஒரு விரிவான பூங்காவின் 'புனிதமான' மையப் பகுதியாக இருக்க வேண்டும். மையப் பகுதிக்குள் வன நடவடிக்கைகள் எதனையும் அனுமதிக்கக் கூடாது.

தெராய் பகுதியின் மிகச்சிறந்த சரணாலயமாக தூதுவா உருவாகும் வாய்ப்புள்ளது.

கடிதத்தில் பிரதமர் குறிப்பிட்டிருந்த செய்தி எந்தக் குழப்பமுமில்லாமல் தெளிவாகவே முதல்வருக்குப் புரிந்தது. தவறான புரிதலைக் குறைக்கும்விதமாக முதல்வர் உடனடியாக எழுதிய பதில் இருந்தது. பிரதமரை இனியும் ஏமாற்றத்திற்கு உட்படுத்தமாட்டேன் என்ற உறுதியையும் அவர் அளித்தார். ஏழு மாதங்களுக்குப் பிறகு முதல்வரைப் பதவி விலகச் செய்தார் இந்திரா. இந்த நடவடிக்கைக்கு வலுவான அரசியல் காரணங்கள் இருந்தன. உடனடியாக நடவடிக்கை எடுக்கக் கேட்டுக்கொண்டதன் பின்னரும் தூதுவா சரணாலயத்தைப் புறக்கணித்தது இந்திராவிற்கு உவப்பாக இல்லை. முதல்வர் பதவியிலிருந்து அவரை நீக்கியதில் இந்தக் கோபத்திற்கும் சிறிதளவு பங்கு இருந்திருக்கும்.

ஞ

பரத்பூர் பறவைகள் சரணாலயத்தையும், சரிஸ்கா புலிகள் சரணாலயத்தையும் மத்திய அரசு குத்தகைக்கு எடுத்துக்கொள்ளும் விசயம் பற்றி ராஜஸ்தான் முதல்வர் ஹரிதியோ ஜோசியிடம் சில மாதங்கள் பிரதமர் விவாதித்திருந்தார். பிரதமரை மரியாதையுடன் மட்டந்தட்டிப் பேசிய முதல்வர் மாநில அரசின் கட்டுப்பாட்டிலேயே இரண்டு சரணாலயங்களையும் வைத்துக் கொண்டார்.

தன்னை இலேசாக எடுத்துக்கொள்ள அனுமதிப்பவரல்லர் இந்திரா காந்தி. மார்ச் 6இல் அவருக்கு மீண்டும் ஒரு கடிதம் எழுதினார். அனுமதியில்லாமல் மரங்களை வெட்டுதல், வரைமுறையின்றிக் கால்நடைகளை மேயவிடுதல் ஆகிய காரணங்களால் சரணாலயத்தின் நிலைமை கடுமையாகச் சீர்குலைந்து வருவதைக் குறிப்பிட்ட இந்திரா காந்தி அதற்கு நிவாரணமாகச் சரணாலயத்தைச் சுற்றிலும் சுவர் எழுப்பலாம் அல்லது முள் வேலியிடலாம் என்ற ஆலோசனையும் வழங்கினார். சரணாலாயத்தைப் பாதுகாப்பதற்கான யோசனையைத் தெரிவிக்கும்படியும் அந்தக் கடிதத்தில் முதல்வரைக் கேட்டுக் கொண்டார். அருகேயுள்ள கிராமவாசிகளின் நியாயமான தேவைகளான விறகுகள், கால்நடைத் தீவனங்கள் முதலியவற்றையும் கணக்கிலெடுத்துக் கொள்ளும்படியும் கூறியிருந்தார். அதுவரை சுற்றுச்சூழலியலாளர்களை மட்டுமே கவனித்துக் கேட்டுக்கொண்டிருந்த இந்திரா காந்தி இப்போது சரணாலயத்தைச் சுற்றி வாழும் கிராமவாசிகளின் தேவைகளுக்கும் சமமான அக்கறைகாட்டத் தொடங்கினார். இது இந்திரா காந்தியின் தன்மையில் இப்போது உருவான புதிய மாறுதலாகும். 'சுற்றிலும் சுவர் எழுப்பும் ஸ்தூலமான தடையைக் காட்டிலும் கிராம மக்களின் ஒத்துழைப்பே பாதுகாப்பாகும்' என்பதை இந்திரா காந்தி உணர்ந்திருந்தார்.

சரணாலயத்தைச் சுற்றிலும் முள்வேலி எழுப்பினால் வேலியை வெட்டி அகற்றிவிடும் நிலை வரலாம். எனவே சுவர் எழுப்புவதே சரியான தீர்வு என சில மாதங்களுக்குப் பிறகு இந்திரா காந்தி முடிவு செய்தார். டிசம்பர் 14இல் ஜகஜீவன் ராமிடம் இதுபற்றிய தனது கருத்துக்களைத் தெரிவித்தார்.

'சுற்றுச் சுவர் எழுப்பினால் சரணாலயத்திற்கும் அது பூங்காவாக மேம்படுத்தப்பட்டபின் பரத்பூரைச் சுற்றிலும் வாழும் மக்களுக்கும் நீண்டகாலம் பலனளிக்கும். எனவே சரணாலயம் நல்ல முறையில் தொடர்ந்து இயங்குவதை உறுதி செய்ய விரிவான ஒரு நிர்வாகத் திட்டத்தை மாநில அரசுடன் விவாதிக்கும்படி' ஜகஜீவன் ராமைக் கேட்டுக்கொண்டார். 'சுவர் எழுப்பும் பணி உடனடியாக மேற்கொள்ளப்பட வேண்டுமென விரும்புகிறேன்' எனக் கூறிக் கடிதத்தை முடித்திருந்தார்.

'தான் விரும்பியதைச் செய்யும்படி பிறரை வற்புறுத்துவார்' என்ற இந்திரா காந்தியைப் பற்றிய பொதுவான கருத்து உண்மையல்ல என்பதற்கு எடுத்துக்காட்டாக இதனை மீண்டும் கூறலாம். நிதிப் பற்றாக்குறையால் சிரமப்பட்டுக்கொண்டிருக்கும் இந்தச் சமயத்தில் அதிகச் செலவு செய்து சுவர் எழுப்புவதைக்

காட்டிலும் குறைந்த செலவில் வேலி அமைப்பதைத் தேர்வு செய்ய வேண்டுமென ஜகஜீவன் ராம் டிசம்பர் 23இல் இந்திரா காந்திக்கு எழுதினார். அந்த விசயம் அப்படியே அப்போதைக்கு விடப்பட்டது. 1976 பிப்ரவரியில் முதன்முறையாகப் பிரதமர் சரணாலயத்தைப் பார்வையிட்ட பிறகே இந்த விசயம் முடிவுக்கு வந்தது.

ஏப்ரல் 4இல் சலீம் அலி, நெடுஞ்சாலை அமைக்கும் திட்டத்தை மகாராஷ்டிர அரசு மீண்டும் பரிசீலித்து வருகிறது எனவும் போரிவில்லி தேசியப் பூங்காவின் குறுக்கே சாலை செல்லும் விதமாக அந்தத் திட்டம் அமைந்துள்ளது எனவும் அதனால் பூங்காவின் பெரிய வனப்பரப்பிலுள்ள மரங்களை நெடுஞ் சாலைத்துறை அகற்ற வேண்டி வருமெனவும் இந்திரா காந்திக்கு எழுதினார். இந்தத் திட்டத்தைக் கைவிடும்படி மாநில அரசாங்கத்தில் சம்பந்தப்பட்ட அதிகாரிகளை இணங்கச் செய்யும் தனது முயற்சிகள் தோல்வியில் முடிந்ததால், தனது ஒரே நம்பிக்கையான அவரை அணுக வேண்டியிருப்பதாக அந்தக் கடிதத்தில் தெரிவித்திருந்தார்.

எட்டு நாட்களுக்குப் பிறகு சலீம் அலியின் 'ஒரே நம்பிக்கையான' இந்திரா காந்தி மகாராஷ்டிர முதல்வர் எஸ்.பி. சவானுக்கு இதுபற்றி எழுதினார். பம்பாய் போன்ற ஒரு நகரத்தில் இதுபோன்ற திட்டத்தின் தேவையைப் புரிந்துகொள்வதாக அவர் அந்தக் கடிதத்தில் தெரிவித்திருந்தார். அதேசமயம் நெரிசல் மிகுந்த நகரத்தின் திறந்த வெளிகளைப் பத்திரமாகப் பாதுகாக்க வேண்டியதன் முக்கியத்துவத்தையும் சுட்டிக்காட்டினார். அதுமட்டுமின்றிக் காட்டுயிரையும் இயற்கையையும் நாம் நேசிப்பது உண்மையென்றால் பூங்காக்களையும் சரணாலயங்களையும் பேணிப் பாதுகாக்க வேண்டும். தேசியப் பூங்காவின் குறுக்காகச் செல்லும் தற்போதைய நெடுஞ்சாலைத் திட்டத்தைத் தற்காலிக மாக நிறுத்திவைத்து நெடுஞ்சாலை இணைப்பிற்கான மாற்றுப் பாதையைக் காண்பது அவசியம் என்ற தனது கருத்தை அதில் வெளிப்படுத்தியிருந்தார்

இந்திரா காந்தியின் ஆணையின்படி நடவடிக்கை எடுக்கப் பட்டதாக ஏப்ரல் 30இல் முதல்வர் தெரிவித்தார். போரிவில்லி தேசியப் பூங்கா இவ்விதம் காப்பாற்றப்பட்டது. அதிக சிறுத்தைகள் கொண்ட சரணாலயமாகப் பின்வந்த வருடங்களில் அது தலைப்புச் செய்தியானது.

கல்கத்தா உயிரியல் தோட்டம் தனது நூற்றாண்டு விழாவைச் செப்டம்பர் 24 அன்று கொண்டாடியது. இந்த விழாவிற்குப் பிரதமர் வருகை தர வேண்டும் என்ற கோரிக்கை எழுந்தது. அது சாத்தியமில்லையாதலால் பிரதமர் விழாவிற்குச் செய்தி அனுப்பினார் (செப்டம்பர் 12):

> குழந்தையாக இருந்தபோதே உயிரியல் தோட்டங்களை நேசித்து வந்திருக்கிறேன். காட்டில் சுதந்திரமாகவும் பெருமிதமாகவும் உலவித் திரிந்துகொண்டிருந்த இந்த உயிரினங்கள் குறுகிய கூண்டுகளுக்குள் அடைந்து கிடக்க நிர்ப்பந்திக்கப்பட்டிருப்பது எப்போதும் எனக்கு கவலை தந்து வந்திருக்கிறது. இந்தியாவில் குழந்தைகளும் பெரியவர்களும்கூடச் சிலசமயம் உயிரியல் தோட்டங்களிலும் பிற இடங்களிலுமுள்ள விலங்குகளுக்குத் தொடர்ந்து தொல்லை கொடுத்தும் துன்புறுத்தியும் வருகின்றனர். நவீன உயிரியல் தோட்டங்கள் விலங்குகள் மீது அன்பும் மதிப்பும் கொண்டவை. விலங்குகளை, அவற்றின் இயற்கையான வாழிடங்களை ஒத்த சுற்றுப்புறங்களிலேயே வாழும்படி கூடுமானவரை இந்தத் தோட்டங்கள் முயல்கின்றன.
>
> முன்பு ஏராளமாக இருந்த விலங்கினங்கள் மிகவும் குறைந்து இப்போது அழிந்துவிடும் நிலையிலுள்ளன. மக்கள் தொகைப் பெருக்கம் மட்டுமல்ல இதற்குக் காரணம். விலங்குகள் மீதான மனிதர்களின் உதாசீனமும் மக்களின் பேராசையுமே முக்கியக் காரணம். இதுதான் மனிதர்கள் விரிவான பார்வை கொள்ளத் தடையாக உள்ளது. தாவரங்கள் மற்றும் விலங்கினங்களின் பாதுகாப்பு ஆடம்பரமோ திடீர்ப் பிரமையோ அல்ல. மனித இனத்தின் உயிர் வாழ்விற்கு அது மிக அவசியமானது. விலங்குகளை அறியவும் நேசிக்கவும் உயிரியல் தோட்டங்கள் மனிதர்களுக்குக் கற்றுத்தர வேண்டும். விலங்குகளை அழிக்கும் மனிதர்களின் போக்கை மாற்றி, நமது கானுயிர் வாழ்வதற்கான வாய்ப்பைப் பெறும்படி மனிதர்களுக்கு அது கற்றுத்தர வேண்டும்.

ு

கானுயிர்ப் பாதுகாப்பில் சாம்பியன் என இந்திரா காந்தியின் புகழ் உலகெங்கும் பரவிற்று. இந்தியாவிலுள்ள சரணாலயங்கள் பற்றிய திரைப்படங்களை ஜெர்மன் ஐரோப்பியத் தொலைக்காட்சி ஊடகங்கள் ஒளிபரப்ப இருந்தன. இவ் வகைத் திரைப்படங்களில் குறிப்பிடத்தக்க இயக்குனரான கார்ல் – ஹெய்ன் கிராமமெர் தனது திரைப்படத்தின் வெளியீட்டிற்குச் செய்தி தரும்படி

இந்திரா காந்தியை அணுகினார். அதற்கு மார்ச் 5இல் இந்திரா காந்தி தந்த செய்தி:

> எண்ணிலடங்காத பல்வேறு வகைக் காட்டுயிர்களும், அவற்றின் அழகும் எப்போதும் என்னை வசீகரித்தவாறே இருந்து வந்திருக்கின்றன. விலைமதிப்பற்ற இந்தப் பாரம்பரியத்தைப் பேணிக் காப்பதில் ஒவ்வொரு மனிதனும் அக்கறைகொள்ள வேண்டும். கானுயிரினம் ஒன்று அழிந்துபோகுமேயானால் சூழலியல் சமன்நிலை பாதிப்பிற்குள்ளாகும்; அதன் விளைவாக மனித இனம் அச்சுறுத்தலுக்கு ஆளாகலாம். விலங்குகளும் பறவைகளும் வியப்பும் ஆனந்தமும் தருபவை. இந்த உணர்வை மக்களுக்கு இந்தத் திரைப்படம் சேர்ப்பிக்கும்; விலங்குகள், பறவைகளைப் பாதுகாக்கும் இயக்கத்தில் மக்களை ஈடுபாடுகொள்ளச் செய்ய இந்தத் திரைப்படம் உதவும் எனவும் நம்புகிறேன்.

இந்தச் செய்தியிலும் இதுபோன்ற பல செய்திகளிலும் சூழலியல் சமன்நிலை என்ற தனக்குப் பிடித்தமான வார்த்தையை இந்திரா காந்தி பயன்படுத்தியிருந்தார். முன்னர் பிப்ரவரி 26இல் தனது பாராளுமன்ற உரையிலும் இந்த வார்த்தையைப் பயன்படுத்தினார். பாராளுமன்றத்தில் முக்கியமான விவாதங்களின்போது தயாரிக்கப்பட்ட உரை அவரிடம் இருக்கும். அதை அப்படியே வாசிக்கமாட்டார். மேலும் திருத்தங்களையும் தனது கருத்துக்களையும் அதில் சேர்த்துக்கொள்வது வழக்கம். ஆனால் இயற்கைப் பராமரிப்பு, கானுயிர்ப் பாதுகாப்பு தொடர்பான விசயங்களில் முன்தயாரிப்புக் குறிப்புகளோ துண்டுச் சீட்டுக்களோ எதுவுமில்லாமல் உரையாற்றுவார். அவர் உரை:

> சரித்திரப் புகழ்பெற்ற பழங்கால நினைவுச் சின்னங்களும், கட்டடக் கலைக்கு எடுத்துக்காட்டாக விளங்கும் அற்புதச் சிற்பங்களும் மட்டும் நமது கருவூலங்கள் அல்ல. அந்தந்தப் பகுதிகளின் கானுயிர், காடுகளையும் நமது கருவூலங்களாகச் சேர்த்துக்கொள்வேன். காகித ஆலைகள், தொழிற்சாலைகள் அமைக்க வேண்டும் என்பதில் பாராளுமன்ற உறுப்பினர்கள் அக்கறை கொண்டுள்ளனர். அதில் எனக்கும் ஆர்வம் உண்டு. காகித ஆலைக்கான எந்த உரிமத்தையும் நான் ரத்துசெய்வதாகத் தயவுசெய்து நீங்கள் எண்ணிவிட வேண்டாம். நமது மலையடிவாரங்களிலும் கிராமப்புறங்களிலும் உள்ள மரங்களை அற்றுப்போகச் செய்துவிடக்கூடாது. மழை, பருவ நிலையில் பாதகமான விளைவுகளை அது ஏற்படுத்தும். துரதிருஷ்டவசமாக மரங்கள் அழிக்கப்பட்டுவரும் இந்த நாச வேலைகளின் விளைவுகள்

உடனே தெரிவதில்லை; அதனை அறிய வருகையில் மிகவும் தாமதமாகிவிட்டிருக்கும்; கானுயிர் விசயத்திற்கும் இது மிகவும் பொருந்தும். (...) எந்த உயிரினம் அழிக்கப்பட்டாலும் அதனால் சூழலியல் சமன்நிலை பாதிப்பிற்குள்ளாகும். அதனால் மனித இனமும் பாதிக்கப்படும்.

தொழிலதிபர் எஸ்.பி. கோத்ரேஜ் இந்திரா காந்தியைப் போலவே இயற்கையின்மீது பேரார்வம் கொண்டவர். இயற்கைக்கான உலக நிதியத்தின் ஒரு நிகழ்ச்சிக்குச் செய்தி தரும்படி இந்திரா காந்தியை அவர் கேட்டுக்கொண்டார். ஏப்ரல் முதல்நாள் அன்று இந்திரா காந்தி அனுப்பிய செய்தி:

'அழகும் அதிசயமும் நிறைந்துள்ள இந்த பூமியின் ஒரு பகுதியே நான்' என்பதை மனிதன் மறந்துவிடுகிறான். தான் உயிர் வாழ்வது இயற்கைச் சமன்நிலையைப் பேணிப் பாதுகாப்பதையே சார்ந்துள்ளது என்பதையும் அவன் நினைத்துப் பார்ப்பதில்லை. இயற்கை வளங்களின் பயன்பாடும் அவற்றின் பாதுகாப்பும் ஒன்றோடொன்று கைகோர்த்துச் செல்வது மிக அவசியம். இயற்கை வளங்களை மட்டுமீறிப் பயன்படுத்துவதும் வீணடிப்பதும் பயங்கரமான பிரச்சனைகளை உருவாக்கியுள்ளன.

பெருமளவு தொழில்மயமான நாடாக இந்தியா இன்னும் உருவாகவில்லை. அதனால் கனிமங்கள் மெல்லக் குறைந்து வருகிறது. ஆகவே மிகப்பெரும் அபாயம் உடனடியாக எதுவுமில்லை. ஆனால் மக்களின் தேவைகள் அதிகரித்து வருவதால் வனங்களையும் மேய்ச்சல் நிலங்களையும் மனிதன் வேகமாக ஆக்கிரமித்து வருகிறான். நமது காடுகளால் பல்வேறு பயன்கள் விளைகின்றன. பருவநிலையில் அதன் தாக்கம் மிக முக்கியமானது. நமது காட்டுயிரின் முதன்மை வாழ்விடமாகக் காடுகளே இருப்பதால் பிற வளங்களைப் போலவே காடுகளும் பாதுகாப்பிற்குரியவை. நிலம், அதன் கனிம வளங்கள், தாவர வளங்கள், விலங்குகளின் வாழ்வு ஆகியவற்றை பாதுகாப்பதைத் தேவையை மக்களிடம் எடுத்துக் கூறி விரிவான பரப்புரை மேற்கொள்ள வேண்டும்.

நமது நாட்டில் இயற்கைக்கான உலக நிதியம் காடுகள் மற்றும் கானுயிர் இயற்கையைப் பாதுகாப்பதில் தீவிரமாகப் பரப்பி வருகிறது என்பது மகிழ்சி தருகிறது.

ஓ

இந்திராகாந்தி முதன்மையாக மரங்கள் வளர்ப்பவரும் அவற்றைப் பாதுகாப்பவருமாவார். நெருக்கடி நிலை பிரகடனம் செய்யப்பட்டு

இரண்டு மாதங்களுக்குப் பிறகு அனைத்து மாநில முதன்மைச் செயலாளர்களிடம் இந்திரா காந்தி உரையாற்றினார். நாட்டை எதிர்கொள்ளும் சவால்கள்; நல்லாட்சி செலுத்துவதற்குத் தாமாக வரும் வாய்ப்புகள்; பொருளாதாரக் கொள்கைகள், சமூக நலத் திட்டங்களை அமல்படுத்துவதில் நிர்வாகத்திடமிருந்து தான் எதிர்பார்ப்பது; மிக முக்கியமான சுற்றுச்சூழல் பிரச்சனைகள் முதலியவற்றை அந்த உரையில் இந்திரா காந்தி குறிப்பிட்டார்.

> (...) காடுகளுக்கான குறைந்தபட்சத் தேவைகளை நிறைவேற்ற வழிகள் காணப்பட வேண்டும். அவற்றில் எந்தத் தலையீடும் இருக்கக் கூடாது. மரங்கள் ஈவிரக்கமின்றி வெட்டிச் சாய்க்கப் படுகின்றன. அதிக மரங்களை நட வேண்டும்; அவை வளர்ந்து பல்கிப் பெருக வேண்டும். காற்று, நீர் மாசுபாடு பற்றிய கவலை சிறிதும் இன்றித் தொழிற்சாலைகளை நிறுவி வருகிறோம். இதனால் நோய்நொடிகள் பெருகுகின்றன.'

வனப் பரப்புகள் பாதுகாக்கப்படுவதில் மிகுந்த விழிப்புடன் இருந்தார் இந்திரா. அவை பாதிப்புக்குள்ளாவது குறித்த விதிமீறல் களை அறியவரும் ஒவ்வொரு முறையும் வேதனையுடன் கடிதங்கள் எழுதினார். ஜுலை 8இல் சல்மான் ஹைதருக்கு அவர் அவசரமாக எழுதி அனுப்பிய ஒரு குறிப்பு:

> 'சமீபத்தில் இமாசலப் பிரதேசத்திலுள்ள மணாலிக்குச் சென்று திரும்பிய ஒருவர், அங்கே பொறுப்பற்ற முறையில் மரங்கள் வெட்டப்படுவதாக என்னிடம் கூறினார்.

இதனைத் தொடர்ந்து, 15 நாட்களுக்குப் பிறகு இமாசலப் பிரதேச மாநில முதல்வருக்கு இந்திரா காந்தி எழுதிய கடிதம்:

> காடுகளை வளர்த்துப் பேணிப் பாதுகாக்க வேண்டும் என்பதில் எனக்கு மிகுந்த அக்கறை உண்டு என்பது உங்களுக்குத் தெரியும். சரியாக நிர்வகிக்கப்படுமேயானால் பெருமளவு வளங்களைக் காடுகளிலிருந்து நாம் பெற முடியும். நமது கவனத்தைச் சிறப்பாக வேண்டி நிற்கும் முக்கியமான வனப் பகுதி இமாசலப் பிரதேசமாகும்.
>
> மணாலியைச் சுற்றியுள்ள காடுகள் கண்மூடித்தனமாக வெட்டப்பட்டு வருவது மிகுந்த வேதனை தருகிறது. மலைவாழிடமாக அதன் தன்மைக்கும் வசீகரத்திற்கும் அந்தப் பகுதியின் அற்புத வனப்பகுதியே முக்கியமான காரணமாகும். அது பாதுகாக்கப்பட வேண்டும். சுற்றியுள்ள பகுதிகளில் வனச் செயல்பாடுகள் பற்றிய திட்டங்களைப் பரிசீலித்து அவை கட்டுக்குள் இருப்பதை உறுதிசெய்யும்படி

வேண்டுகிறேன். இதுபற்றி மேற்கொள்ளப்பட்ட நடவடிக்கை களை எனக்குத் தெரிவிக்கவும்.

இரண்டு மாதங்களுக்குப் பிறகு செப்டம்பர் 14இல் இரண்டாவது முறையாக இமாசலப் பிரதேச முதல்வருக்கு இதுபற்றி இந்திரா காந்தி மீண்டும் கடிதம் எழுதினார்.

(அதே நாளில் உத்திரப் பிரதேச மாநில முதல்வருக்கும் அதே போன்ற கடிதத்தை எழுதினார் பிரதமர். ஒப்பந்ததாரர்களின் அதிகாரம் அங்கே கோலோச்சுவதாக அதில் குறிப்பிட்டிருந்தார்):

இமாசல பிரதேசத்தில் மரங்கள் வெட்டப்படுவது பற்றி ஏற்கனவே உங்களுக்குக் கடிதம் எழுதியிருக்கிறேன். கட்டுப்படுத்தப்படாமல் இது தொடர்ந்து நடைபெற்று வருவதாகக் கேள்வியுற்றேன். இந்த விசயத்தில் மாநில அரசின் சட்டமும் விதிகளும் குறைபாடுடையவை என்பதாக அறிகிறேன். ஒரு குறிப்பிட்ட வனப் பகுதியிலேயே ஏராள மான மரங்களை ஒப்பந்ததாரர்கள் பல ஆண்டுகளாக வெட்டிவருகின்றனர் எனவும் மாநில அரசு இதனை அனுமதிப்பதாகவும் எனக்குத் தெரிவிக்கப்பட்டது. இதன் விளைவாக அந்தப் பகுதியில் மரங்களே அற்றுப்போகும் நிலை ஏற்படும். ஒரே பகுதியிலேயே மரங்களை வெட்டாமல் இடைவெளிவிட்டு ஆங்காங்கே உள்ள மரங்களை வெட்ட லாம். அதே நேரம் வெட்டப்பட்ட மரங்களுக்குப் பதிலாக அங்கே புதிதாக மரங்கள் நடுவதும் தொடர வேண்டும்.

உங்கள் மாநிலத்தில் எந்த விதிகளின்படி இதுபோன்ற ஒப்பந்தங்கள் அளிக்கப்பட்டன என்பதை உடனே தெரிவிக்கவும்.

இவ்விதம் அடுத்தடுத்துத் தொடர்ந்து வந்துகொண்டிருந்த பிரதமரின் கடிதங்களால் மாநில முதல்வர் வனத்துறையையும் தனது பொறுப்பிலேயே எடுத்துக்கொண்டார்!

ஃ

இதே விசயம் பற்றி அசாம் மாநில முதல்வர் சரத்சந்திர சின்கா விற்கு இந்திரா காந்தி எழுதிய கடிதம், (மே 15):

நவ்காங் மாவட்டத்தின் டிஜூ காடுகளில் ஒப்பந்ததாரர்களால் மரங்கள் வெட்டப்படுவதாகவும் அவர்கள் அதில் கணிச மாக லாபம் சம்பாதிப்பதாகவும் அறிகிறேன். மீண்டும் மரங்கள் நடும் திட்டம் இருக்கலாம்; ஆனால் அதே நேரம் காடுகளில் மரங்களே அற்றுப்போய்விடும் நிலை உருவாகி வருகிறது. அதனால் அந்தப் பகுதியிலுள்ள கானுயிர்கள்

அபாயத்தில் உள்ளன. சரி செய்ய முடியாத சேதங்கள் விளையும் அச்சுறுத்தல் உள்ளது.

இந்தச் செய்தி மிகவும் சங்கடம் தருகிறது. இதுகுறித்து அறிக்கை சமர்ப்பிக்கவும். காட்டுவளம் கவனமாக ஒழுங்கு படுத்தப்பட வேண்டும் என்பதை வலியுறுத்த வேண்டிய தேவையில்லை. அற்புதமான நீண்ட மலைத் தொடர்கள் – நாட்டிலேயே மிகச்சிறந்த மலைத்தொடர்கள் உட்பட – அசாம் மாநிலத்தில் உள்ளன. அதனால் இதனைச் சிறப்பாகக் கண்காணிக்கும் தேவை உள்ளது.

(...) நீண்டகாலமாகக் கவலை தந்துகொண்டிருக்கும் மற்றொரு விசயத்தை உங்கள் கவனத்திற்குக் கொண்டுவர விரும்புகிறேன். கானுயிர் பாதுகாப்பு சட்டம் – 1972ஐ இதுவரை ஏற்றுக்கொள்ளாத ஒரு சில மாநிலங்களில் அஸ்ஸாமும் ஒன்று என்பது உங்களுக்குத் தெரியும். ஆனால் தாமதமான இந்தக் கட்டத்தில் முழுமையாக அமல்படுத்த முடியாது போனாலும்கூட மத்திய அரசின் இந்தச் சட்டத்தை ஏற்றுக்கொள்ள வேண்டும் என நினைக்கிறேன். கானுயிர்ப் பாதுகாப்பில் மிக முக்கியமான மாநிலம் அசாம். (...)

காடுகள் அழிக்கப்பட்டு வருவதாகப் பிரதமருக்குத் தெரிவிக்கப் பட்ட செய்தி உண்மையல்ல எனத் தனது பதிலில் (25 ஜூலை) அசாம் முதல்வர் சுட்டிக்காட்டினார். சராசரியாக ஒன்றிலிருந்து ஒன்றரை சதவீத மரங்களே வெட்டப்படுகின்றன. இது வருடத்திற்கு இருபத்தைந்து ஹெக்டேருக்கும் அதிகமில்லை. அதனால் பிரதமருக்குத் தெரிவிக்கப்பட்டதுபோல இது அபாயகரமான நிலை அல்ல என்பதைத் தனது கருத்தாக முதல்வர் முன்வைத்தார். கானுயிர் பாதுகாப்பு சட்டம் – 1972ஐ ஏற்றுக்கொள்ளும் விசயத்தில் விரைவாக நடவடிக்கை எடுப்பதாக முதல்வர் உறுதி கூறினார். மத்திய அரசிடமிருந்து நிதி கிடைப்பது நிச்சயமில்லாதிருந்ததே தாமதத்திற்குக் காரணம் என விளக்கிக் கூறினார். ஆனால் இரண்டு ஆண்டுகளுக்குப் பிறகே (1977 ஜனவரி 27) மத்திய அரசின் கானுயிர் பாதுகாப்பு சட்டம் 1972ஐ அசாம் அமல்படுத்தியது. எதேச்சதிகாரப் போக்குடையவர் என இந்திரா காந்தியைச் சில சமயங்களில் சித்தரிப்பது உண்டு. எனினும் முதல்வர்கள் தாங்கள் விரும்பியபடியே – அதுவும் பிரதமர் பேரார்வம் கொண்டுள்ள விசயங்களிலும் – நடந்துகொள்ள முடிந்தது என்பதற்குச் சான்றாகப் பல நிகழ்வுகள் உள்ளன. அவற்றில் இதுவும் ஒன்று. இயற்கையைப் பாதுகாப்பதில் இந்திரா காந்திக்கிருந்த அக்கறை இந்தியாவின் வரலாற்றுப் பாரம்பரியத்தைப் பாதுகாப்பதிலும் இருந்தது. அவரைப்

பொறுத்தவரை இயற்கை, கலாச்சாரம் இரண்டும் ஒன்றுக்கொன்று தொடர்புடையவை. ஜனவரி மாதத் தொடக்கத்தில் அவர் எழுதிய கடிதங்களே இதற்குச் சான்றாகும்.

௸

ஜெய்சால்மர் குறித்து ராஜஸ்தான் மாநில முதல்வர் ஹரிதியோ ஜோசிக்கு ஜனவரி 5இல் இந்திரா காந்தி கடிதம் எழுதினார். ஏழு ஆண்டுகளுக்கு முன்பும் அப்போது முதல்வராக இருந்த மோகன் சுகாதியாவுக்கு இதுபற்றி இந்திரா காந்தி கடிதம் எழுதியிருந்தார். சுகாதியா பின்னர் பதவி நீக்கம் செய்யப்பட்டார்:

> அணுகுண்டு பரிசோதனை[1] நிகழ்த்திய இடத்தைப் பார்வையிட்ட பின் பிரசித்திபெற்ற ஹேவலிஸின் அழகைக் காண ஜெய்சால்மருக்கு ஒரு விரைவுப் பயணம் மேற்கொண்டேன். வரலாற்றுச் சிறப்புமிக்க இந்த நகரம் இந்தளவு சிதைவுற்ற நிலையிலிருந்ததைக் கண்டு மிகவும் துயருற்றேன். ராஜஸ்தான் பாரம்பரியக் கட்டடக் கலைத் திறனுக்கு உருவகமாக விளங்கும் பழமையான ஹேவலிஸ் இப்போது ஆட்டு மந்தைகளின் தற்காலிக ஓய்விடமாக உள்ளது. நகரின் சிறப்புத் தன்மைகளின் பாதுகாப்பு பற்றிக் கிஞ்சித்தும் பொருட்படுத்தாமல் புதுப்புதுக் கட்டடங்கள் எழுப்பப்பட்டுள்ளன. இந்த விதத்தில் இது தொடருமேயானால் ஜெய்சால்மரிலுள்ள வளம் மிக்க நமது பாரம்பரியம் மீட்டெடுக்க முடியாமலேயே தொலைந்து போக நீண்டகாலம் காத்திருக்க வேண்டியதில்லை.
>
> ஆற்றலும் வலுவும் கொண்டதாய் ஜெய்சால்மரை மீண்டும் உயிர்ப்பூட்டிக் காப்பதற்கான உறுதியான முயற்சிகளை நாம் கட்டாயம் மேற்கொள்ள வேண்டும் (...)
>
> ஜெய்சால்மரின் எதிர்காலம் பற்றிய தொலைநோக்குப் பார்வை நமக்கு வேண்டும், கலை நயமிக்க நகர்ப்புற அதிசயமாக ஜெய்சால்மரைக் கண்டு அதனை ஆய்வு செய்வதில் தில்லியிலுள்ள திட்டமிடல் மற்றும் கட்டடக் கலைக் கல்வி நிலையம் தீவிரமாகச் செயல்பட்டு வருகிறது (...) ஜெய்சால்மர் நகரின் வடிவமைப்பைத் திட்டமிடுவது பற்றி ஆய்வுசெய்ய அந்தக் கல்வி நிலையத்தின் முதல்வர் திரு. ஜாப்வாலாவை கேட்டுக்கொள்ளலாம். (...) நகருக்கான விரிவான திட்ட அறிக்கை இறுதி செய்யப்படும்வரை புதிய கட்டடங்கள் கட்டத் தடைவிதிப்பது பற்றிப் பரிசீலிக்கவும். எந்தத் திட்டமுமில்லாமல் ஒழுங்கற்றுக் கட்டடங்கள் எழுப்பப்பட்டு வருவதால் நமது நகர்ப்புறங்கள்

உருக்குலைந்துவிட்டன. இந்த நிலையிலிருந்து ஜெய்சால்மரை விடுவிக்க வேண்டும்.

தனிப்பட்ட முறையில் இந்திரா காந்தியின் நீண்டகால மருத்துவரான டாக்டர் கே.பி. மாத்தூர் இந்திரா காந்தியின் ஜெய்சால்மார் பயணம் குறித்துத் தனது வாழ்க்கை வரலாற்றில் நகைச்சுவையுணர்வுடன் பதிவுசெய்துள்ளார்.[2] போக்ரானைப் பார்வையிட்ட பிறகு இந்திரா காந்தியின் இந்தப் பயணம் கடைசி நிமிடத்தில் திட்டமிடப்பட்டு மிக ரகசியமாக வைக்கப்பட்டது:

> அதிகாலை நேரமானதால் தெருக்களில் வெகுசிலரே காணப்பட்டனர். தெருக்களில் கார் சுற்றிவளைந்து சென்றுகொண்டிருந்தது. காரில் இருந்தவரைச் சிலர் கண்டுகொண்டனர். செய்தி பரவிற்று. மக்களுக்கு ஒரே ஆச்சரியம். நாங்கள் ஹேவலிஸ் சென்றடைந்தோம். அங்குள்ள அதிகாரி இந்திரா காந்தியின் கேள்விகளுக்குப் பதில் அளித்துக்கொண்டிருந்தபோதே பெண்கள் அதிகம் அடங்கிய சிறிய கும்பல் சேர்ந்துவிட்டது. ஒரு குட்டிப் பெண் கூட்டத்திலிருந்து ஓடிவந்து 'நீங்கள் இந்திரா காந்திதானே?' எனச் சவாலான தொனியில் வினவினார். 'ஆம்' என்பதாகத் தலையசைத்தார் இந்திரா. அந்தச் சிறுமி விடவில்லை. அதனையே மீண்டும் கேட்டாள். அவள் ஏதோ பெரிய கண்டுபிடிப்பை நிகழ்த்தினாற்போல் 'உங்களை அடையாளம் கண்டுகொண்டேன். நீங்கள் இந்திரா காந்திதான்' என ஆச்சரியத்தில் கூவினாள். சத்தமாகச் சிரித்த இந்திரா காந்தி அவள் ஆவலைத் தணிக்கும்விதமாக 'வா... தொட்டுப்பார்' என அவளிடம் கூறினார். அங்கிருந்த அனைவரும் மனதாரச் சிரித்தனர்.

கல்வி கலாச்சாரத் துறை அமைச்சரான பேராசிரியர் நூருல் ஹசனுக்கு எழுதிய கடிதம் இந்திராகாந்தி ஜனவரி 15இல் இந்திரா காந்தியின் இயற்கை – கலாச்சார நிலைப்பாட்டைக் குறிப்பிடும் முக்கிய எடுத்துக்காட்டாய்த் திகழ்கிறது:

> இந்தியத் தொல்லியல் ஆய்வுத் துறையின் செயல்பாடுகள் கவலை தருவதாக உள்ளன. கடந்த சில வருடங்களாகக் கூடுதல் பொறுப்புகளை இந்தத் துறை ஏற்றுக்கொண்டுள்ளது. புராதனப் பொருட்கள், பழைமை வாய்ந்த சிலைகள், சிற்பங்கள், கலைப் பொருட்கள் முதலியவற்றை உடைமையாக வைத்துக்கொள்வது, திருடி விற்பது, ஏற்றுமதி செய்வது முதலான செயல்பாடுகளைக் கண்காணித்துக் கட்டுப்பாடு விதிப்பது ஆகியவை இந்தக் கூடுதல் பொறுப்புகளில் முக்கியமானவையாகும். இது மட்டுமல்லாது வரலாற்றுச்

சிறப்புமிக்கப் புராதன நினைவுச் சின்னங்கள் இருக்கும் முக்கியமான சுற்றுலாத் தலங்களின் தேவைகளையும் தொல்லியல் துறை கணக்கிலெடுத்துக்கொள்ள வேண்டும். இவ்விதக் கூடுதல் பொறுப்புகளால் தொடக்கத்திலிருந்தே தொல்லியல் துறை மேற்கொண்டுவரும் செயல்பாடுகளிலும் அதன் போக்கிலும் மாற்றங்கள் தேவைப்பட்டன. அவற்றைத் தொல்லியல் துறையால் வெற்றிகரமாகச் சமாளிக்க முடியவில்லை. அதனால் அந்தத் துறையின் கட்டமைப்பிலேயே மாற்றங்கள் செய்யப்பட வேண்டும் என்ற கோரிக்கைகள் எழத் தொடங்கியுள்ளன.

புராதனப் பொருட்களைப் பாதுகாப்பது தொடர்பான சட்டத்தை அமல்படுத்துவது மிகமுக்கியமானது. இதற்காகவே தனியாகப்பணியாட்களை நியமித்தால் என்ன? தனியார்களிடமிருக்கும் புராதனப் பொருட்களைக் கணக்கிலெடுக்கும் பணி எந்த நிலையிலுள்ளது? முன்னேற்றமுண்டா? வெகுதொலைவிலுள்ள கட்டடக்கலைத் தலங்களைப் பாதுகாப்பதில் அர்த்தமுடைய செயல்பாடுகளை மேற்கொண்டு வருகிறோமா? ஆங்காங்கே தனித்தனியாக இருக்கும் சிற்பங்களைச் சேகரித்துச் பாதுகாப்பான ஓர் இடத்திற்குக் கொண்டுவந்துள்ளோமா? இந்த விசயங்களில் தொடர் நடவடிக்கைகளைக் கவனமாகவும் உடனடியாகவும் மேற்கொள்ள வேண்டும்.

சுற்றுலாபற்றி விவாதிக்கையிலேயே தொல்லியல் ஆய்வுத் துறைமீதான கவனமும் வருகிறது. சுற்றுலாப் பயணிகளை நமது நாட்டிற்கு ஈர்ப்பதில் மிக முக்கியமானவை வரலாற்றுச் சிறப்புமிக்க புராதன நினைவுச் சின்னங்கள்தாம். பயணிகளுக்குத் தேவையான வசதிகள் செய்து தரப்பட வேண்டும். இதற்குத் தொல்லியல் ஆய்வுத்துறையும் சுற்றுலாத் துறையும் ஒருங்கிணைந்து செயல்பட வேண்டும். ஆனால் இந்த இரு துறைகளுக்கிடையே போதுமான ஒருங்கிணைவு இல்லை என நினைக்கிறேன். பயணிகளை முதன்மையாக ஈர்க்கும் வரலாற்றுச் சிறப்புமிக்கப் புராதன நினைவுச் சின்னங்களைப் பட்டியலிடும் பணியை நீங்கள் மேற்கொள்ள வேண்டும். இதில் சுற்றுலாத் துறையைக் கலந்தாலோசிப்பது அவசியம். பின்னர் இந்த நினைவுச் சின்னங்கள் அமைந்துள்ள தலங்களுக்கு வரும் பயணிகளின் தேவைகளைச் சிறப்பாகக் கவனிப்பதற்காகவே ஒரு தனிப் பிரிவைத் தொல்லியல் ஆய்வுத்துறையில் உருவாக்க நீங்கள் ஏற்பாடு செய்ய வேண்டும். பாதுகாத்துப் பேணப்படுவதில் முக்கியமானவை வரலாற்றுச் சிறப்புமிக்க நினைவுச்

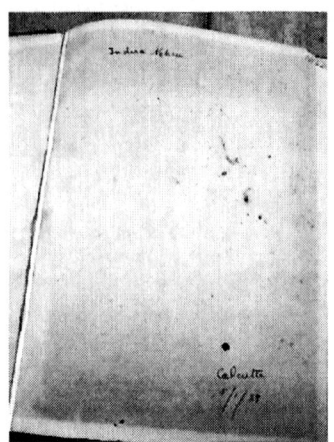

இந்திரா காந்தியின் தனிப்பட்ட நூலகத்திலுள்ள *'The Book of Baby Birds'* என்ற நூலில் கல்கத்தாவில் வைத்து அவர் எழுதியுள்ள வாசகம்.

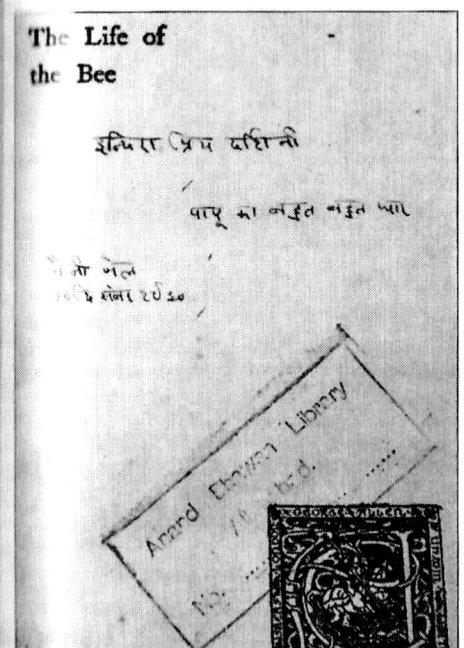

ஜவர்கர்லால் நேரு இந்திரா பிரியதர்ஷினிக்குப் பரிசாக வழங்கிய புத்தகம். நேரு இந்தியில் எழுதியுள்ளார். நைனி சிறைச்சாலை; 1930 டிசம்பர் 10.

சிங்கங்களைக் காண்பதற்காக ஜவர்கர்லால் நேருவும் இந்திரா காந்தியும்;
கிர் காப்பகம் குஜராத், 1955 நவம்பர்.

26.2.56

Darling Rajiv,

I am far far away on the border of Bhutan. It is pitch dark, so I cannot see anything except two huge rather frightening forest fires. And I can hear the lovely sound of a waterfall, or maybe it is a rushing torrent.

Tomorrow we start at

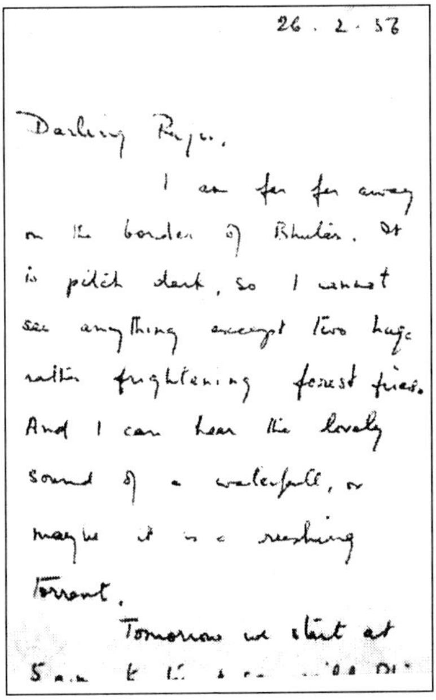

அஸ்ஸாமிலுள்ள மனஸ்
சரணாலயத்திலிருந்து
இந்திரா காந்தி ராஜீவ்
காந்திக்கு எழுதிய கடிதம்;
1956 பிப்ரவரி 26

இமாசலப் பிரதேசத்தில் இந்திரா காந்தி; குளிர்ப் பருவம் 1956.

இமயமலை பாண்டாக் கரடிகளுடன் ஜவகர்லால் நேரு,
தீன் மூர்த்தி இல்லம்; 1957.

பூடான் பயணம் – காட்டெருதுவின் மீது இந்திரா காந்தி அமர்ந்திருக்கிறார்; 1958.

ஜெயராம் ரமேஷ்

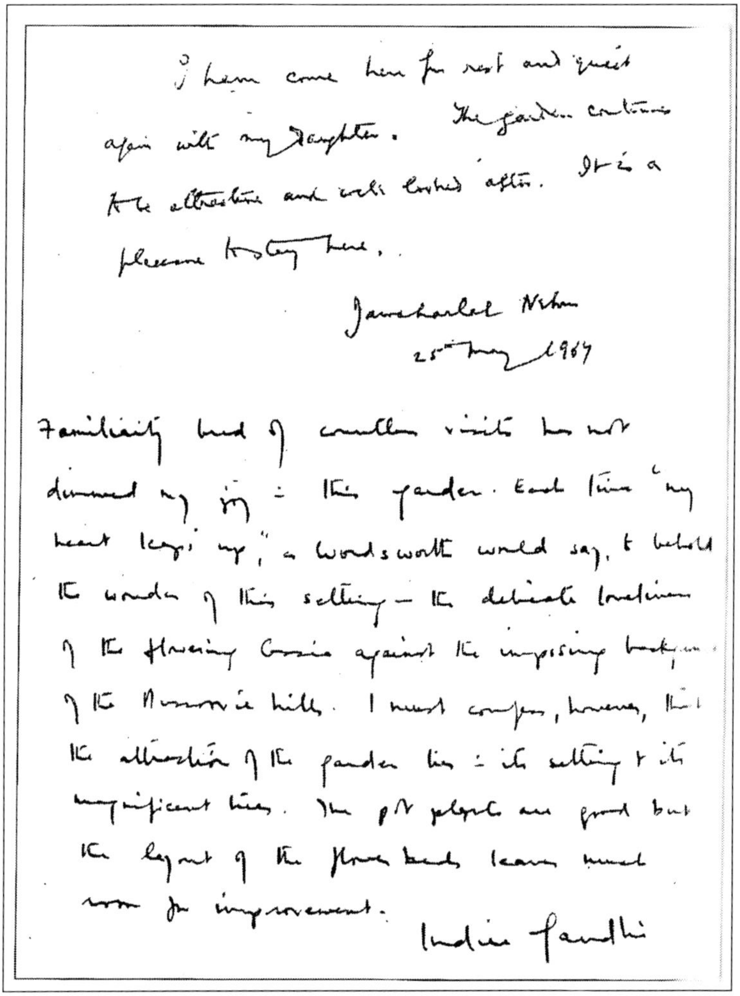

I have come here for rest and quiet again with my daughter. The garden continues to be attractive and well looked after. It is a pleasure to stay here..

Jawaharlal Nehru
25th May 1964

Familiarity bred of countless visits has not dimmed my joy in this garden. Each time "my heart leaps up," as Wordsworth would say, to behold the wonder of this setting – the delicate loveliness of the flowering Cassia against the imposing background of the Mussoorie hills. I must confess, however, that the attraction of the garden lies in its setting & its magnificent trees. The pot plants are good but the layout of the flower beds leaves much room for improvement.

Indira Gandhi

வருகையாளர் பதிவேட்டில் ஜவர்கர்லால் நேருவும் இந்திரா காந்தியும் எழுதியுள்ள குறிப்பு; டெக்ராடூன்; 1964 மே.

உத்ரகாசியிலுள்ள நேரு மலையேறும் பயிற்சி நிலையத்தில் இந்திரா காந்தி; 1966 ஜூன்.

प्रधान मन्त्री भारत
ME MINISTER,
INDIA.

Raj Bhawan,
Jaipur.

February 10,

Dear Major Kumar,

Thank you for your message of congratulation.

I do not know how much can be done in these few months when people seem to be more concerned with the coming general elections, but I shall certainly try.

With good wishes,

Yours sincerely,

(Indira Gandhi)

Major N. Kumar,
Indian Everest Expedition,
55, Kotah House,
New Delhi.

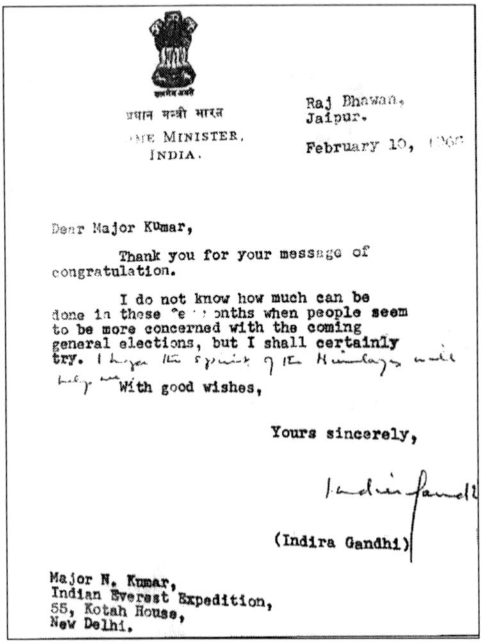

மேஜர் குமாருக்கு இந்திரா காந்தியின் கடிதம்; 1966 பிப்ரவரி.

புதுதில்லியில் நடந்த பன்னாட்டு இயற்கைவளப் பாதுகாப்பு நிறுவனத்தின் பத்தாம் ஆண்டுப் பொதுக்குழுவில் இந்திரா காந்தி உரையாற்றுகிறார்; 1969 நவம்பர்.

12. There are one or two wider questions which arise. We have made a provision of Rs.50 lakhs for wild life tourism. This will be spent on the creatio[n] of tourist facilities in our Parks and sanctuaries. Could not GOI put aside an equal sum for the welfare of the animals in the Parks? This could be used to train specialised staff; to grow scattered patches of crops to prevent animals from straying outside in search of food; to build fences or dig trenches to keep cattle out; to provide more water holes and salt licks; and to establish special veterinary units etc. None of our Parks has a development plan with emphasis on wild life rather than creature comforts for human beings. With a little bit of money such a scheme could be initiated, and easily fitted in to the larger programme of rural works.

13. PM is the last hope for our vanishing animals If she does not succeed, no one else can.

M. Malhoutra
(M. Malhoutra)
20.1.70

[Yes] to 'A' & 'B'. But alas [mu]ch as I would love to [go] to Kanha, I don't think I [shou]ld. My experience of what the security [m]en do before & during my stay in such places is heartbreaking.

PM

DS

[initials] 20-1-70

காான்கா பற்றிய மோனி மல்ஹோத்ராவின் அலுவலகக் குறிப்பில் இந்திரா காந்தி எழுதியுள்ள குறிப்பு; 1970 ஜனவரி.

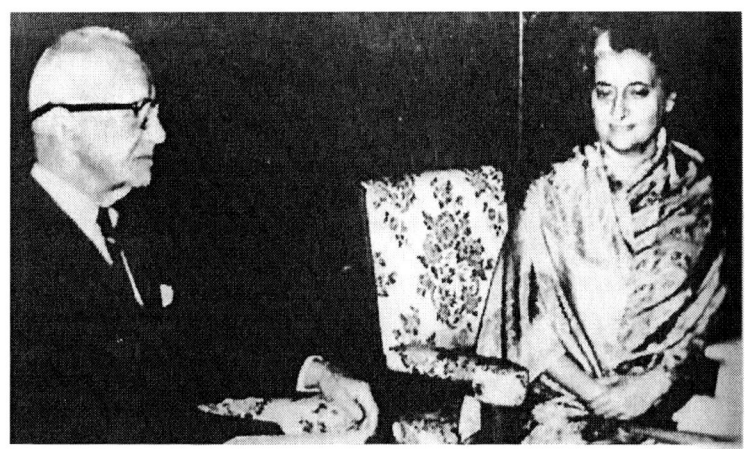

கட்டடக் கலை மன்றத்தில் பக்மின்ஸ்டர் ஃபுல்லருடன் இந்திரா காந்தி; 1971 செப்டம்பர்.

சுற்றுச்சூழலுக்கான திட்டமிடுதல் மற்றும் ஒருங்கிணைப்பின் தேசியக் குழு தொடக்க விழாவில் இந்திரா காந்தி; இடதுபுறம் இருப்பவர் சி சுப்பிரமணியம்; வலதுபுறம் பீதாம்பர் பந்த். 1972 ஏப்ரல்.

The armed forces are the guardians of our whole interest in peace as well as in war. Hence we need their help in preserving the our fauna & flora. So essential not only for the beauty of our country but also for the well being of the people.

மோனி மல்ஹோத்ராவுக்கு இந்திரா காந்தியின் அலுவலகக் குறிப்பு; 1972 மே.

நான்கு முதல்வர்களுடன் இந்திரா காந்தி– (இடமிருந்து வலம்) வி பி நாயக், மகாராஷ்டிர முதல்வர்; கன்ஷியாம் ஓசா, குஜராத் முதல்வர்; பரகதுல்லா கான், ராஜஸ்தான் முதல்வர்; பி சி சேத்தி, மத்தியப்பிரதேச முதல்வர்– நர்மதா பணித்திட்டம் குறித்த ஒப்பந்தத்தில் கையொப்பமிடல்; 1972 ஆகஸ்ட்.

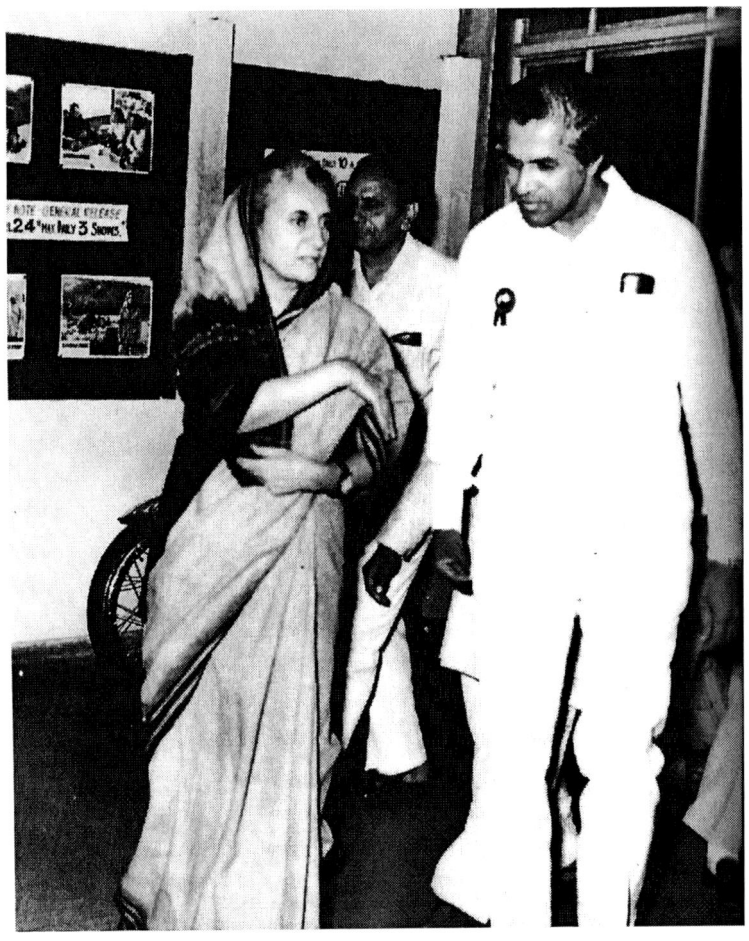

'லிவிங் ஃப்ரீ' என்ற திரைப்படத்தின் சிறப்புக் காட்சியின்போது துலிப் மத்தாயுடன் இந்திரா காந்தி, 1972 ஏப்ரல்/மே.

ஹக்சரின் பிரிவு விழா; பி.என். ஹக்சர் (இடது புறம்) பி.என். தர் (வலது புறம்) 1973 ஜனவரி.

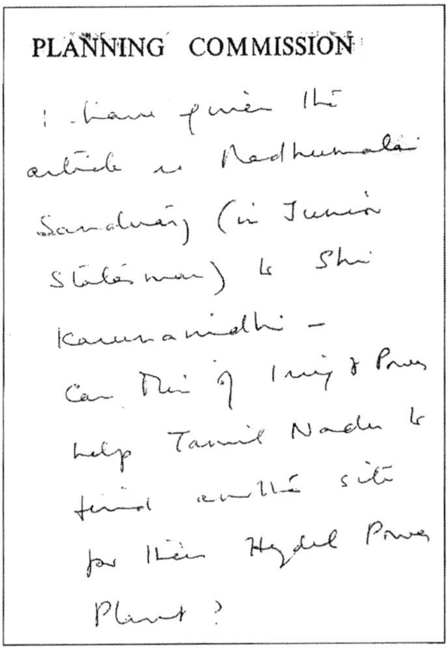

PLANNING COMMISSION

I have given the article on Mudhumalai Sanctuary (in Junior Statesman) to Shri Karunanidhi – Can Min. of Irrig & Power help Tamil Nadu to find another site for their Hydel Power Plant?

முதுமலை சரணாலயம் பற்றி மோனி மல்ஹோத்ராவுக்கு இந்திரா காந்தி எழுதிய அலுவலகக் குறிப்பு; 1973 ஜனவரி.

மேஜர் ஹெச். பி. எஸ். அலுவாலியாவுடன் இந்திரா காந்தி; 1973 மே.

மதுரா எண்ணெய் சுத்திகரிப்பு ஆலைக்கு அடிக்கல் நாட்டுகிறார் இந்திரா காந்தி; 1973 அக்டோபர்.

ஒரிசாவிலுள்ள சில்காவில் இந்தியக் கடற்படையின் இளையோர் பயிற்சி நிலையத்திற்கு இந்திரா காந்தி அடிக்கல் நாட்டுகிறார்; 1973 அக்டோபர்.

பம்பாய் இயற்கை வரலாற்றுச் சங்கத்தில் இந்திரா காந்தி; 1974 செப்டம்பர்.

-1-

Someone who has recently returned from Manali (H.P.) tells me that trees are being cut recklessly.

T.S.

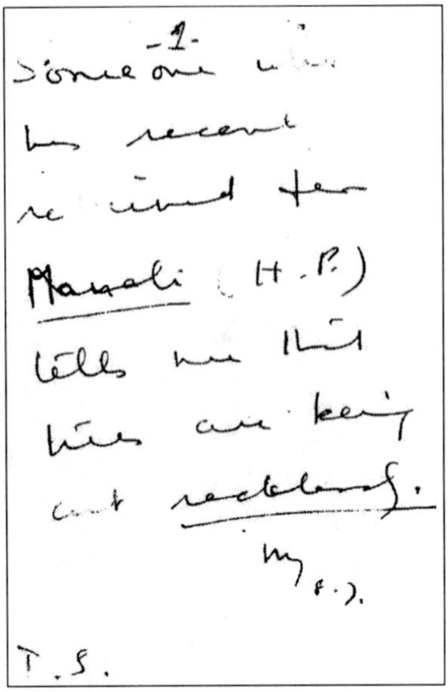

மணாலி பற்றி சல்மான் ஹைதருக்கு இந்திரா காந்தியின் அலுவலகக் குறிப்பு; 1975 ஜூலை.

S.No.1

Subject:- Sesbania Grandiflora, a high protein leguminous fodder tree.

You have been asking people to plant more trees. I am therefore sending you a few seeds of Sesbania Grandiflora, a very quick growing leguminous, nutritious high protein fodder tree containing 30% protein and 9000 International Units of Vitamin A as well as all essential amino acids.

I request you to plant the seeds in your own garden to convince yourself of its rapid growth. The seeds planted at my suggestion at Modern School, Barakhamba Road, have already grown to a height of more than 10 feet in 11 months, and your representative can go and have a look at them. I had given the seeds to Mrs. Kapur, the Principal's wife.

All parts of the tree are useful, as the leaves, fruits and flowers are edible to human beings as well as animals, the wood can be used to replace bamboo poles as supports or used as fuel, and the roots fix atmospheric nitrogen in the soil thus improving it.

According to K.M. Nadkarni, Indian Materia Medica, the fruits are used in colic, jaundice poisoning, and ripened fruit for sinus and tumorous growth. The bark contains tannin. The tender leaves fruits and flowers are cooked and eaten in South India and in Bengal. The leaves of Sesbania Grandiflora are so rich in Vitamin A that they are fed to cattle in South India to prevent and cure night blindness. Jagadguru Shri Shankaracharya of Kamakoti peetam has asked every Hindu to feed their cows with the leaves everyday particularly on Fridays. As blindness in human beings is also caused in India to a large extent due to lack of Vitamin A, this tree could be a source of cheap Vitamin A and protein for our poor masses.

Even though the tree sometimes dies in winter in the cold northern regions, the wood if used as fuel would save cowdung which is now being burnt and wasted instead of being used as organic manure in our fields. This would also prevent the cutting of more valuable trees needed for manufacture of paper and rayon. As the planting season is March to June and the leaves are ready for cutting within two months, of planting, there will be plenty of green fodder during the summer months when no other fodder is available.

As there is no dense undergrowth as in the case of other fodders, this tree can be grown even near houses and on field bunds as a useful wind belt. In Andhra Pradesh, it is grown as a hedge and the clippings fed to cattle and goats. Vegetables and other fodder crops or even cotton, wheat and rice can be grown between the rows of trees. In Tamil Nadu, it is grown as a support for betel vines and can replace bamboo poles in the vineyards of India.

In Indonesia, these trees are planted along all rice field bunds and even along roads 4 or 5 abreast like a miniature ribbon forest. The leaves are ploughed in as green manure to the rice crop.

.....2

செஸ்பானியா க்ராண்டிஃப்ளோரா பற்றிய அலுவலகக் குறிப்பில் இந்திரா காந்தி எழுதிய குறிப்புகள்; 1976 மார்ச்.

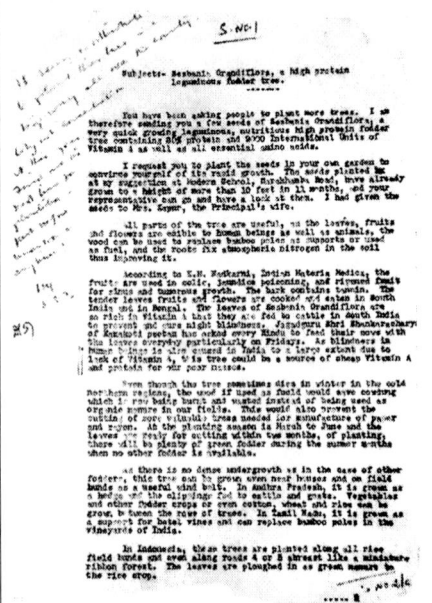

Some time ago it was brought to P.M's attention that Sesbania Grandiflora, a high protein leguminous fodder tree, could profitably be grown on a large scale. PM had thought that this might be useful and had asked whether the best time for planting would be before the monsoon or any other time.

IG Forests has now told us that a number of field investigations have already been carried out at the Forest Research Institute about Sesbania grandiflora. The species is useful for paper manufacture and for various other purposes, though it does not have much value as fuel wood. In rural areas this provides a useful hedge plant; it is used for browsing and its flowers are used as a vegetable.

Instructions are being issued to Forest Departments to raise the plant under the Farm Forestry Programmes during the ensuing monsoon. The best time for planting seems to be just before the rains.

Submitted for information.

S. Haidar.
(S. Haidar)
9.4.1976

I looked it up
~~P.M.~~ myself last evening in my tree book

D(S)

14.4.76

செஸ்பானியா க்ராண்டிஃப்ளோரா பற்றிய சல்மான் ஹைதரின் அலுவலகக் குறிப்பில் இந்திரா காந்தியின் குறிப்புகள்; 1976 ஏப்ரல்.

சாம்பியாவிலுள்ள தேசியப் பூங்காவில் இந்திரா காந்தி; 1976 அக்டோபர்.

இந்திரா காந்தியுடன் பில்லி அர்ஜன் சிங் (நடுவில்) ; 1978 ஜூன்

ஆன் ரைட்டுடன் இந்திரா காந்தி; 1980 இறுதியில்.

To be in a game sanctuary is one of the most rewarding of experiences. The Gir is very special. The lions now are much tamer, having got used to many visitors! Last time I was here with my father, it was more exciting. However, it is good to see how well looked after the place is and the growth of ecology consciousness. We have much to do to catch up with the depletion of centuries.

Indira Gandhi
24.1.81

(INDIRA GANDHI)
PRIME MINISTER OF INDIA

கிர் தேசியப் பூங்காவின் வருகையாளர் பதிவேட்டில்
இந்திரா காந்தியின் குறிப்பு; 1981 ஜனவரி

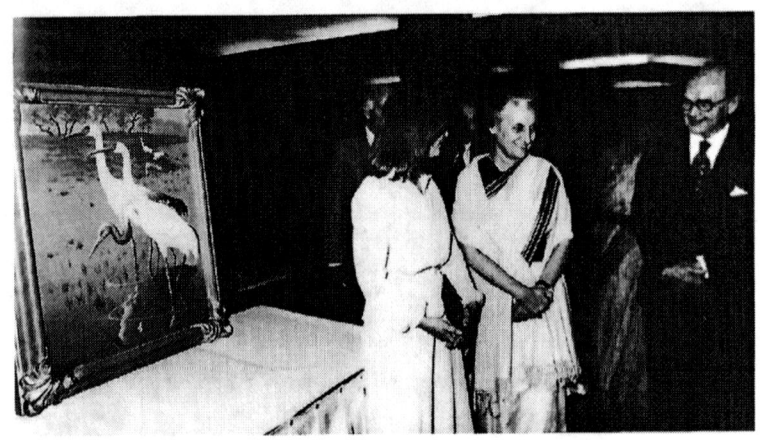

சைபீரிய பெருங்கொக்குகள் ஓவியம் வழங்குதல்; பீட்டர் ஸ்காட், தியானே பியர்சுடன் இந்திரா காந்தி; 1981 பிப்ரவரி.

காமன்வெல்த் உச்சி மாநாடு நடைபெற்றபோது ஓய்விற்காக ஏற்பாடு செய்யப்பட்டிருந்த இடத்தில் கங்காருவுக்கு உணவளிக்கிறார் இந்திரா காந்தி; மெல்போர்ன், ஆஸ்திரேலியா; 1981 மே.

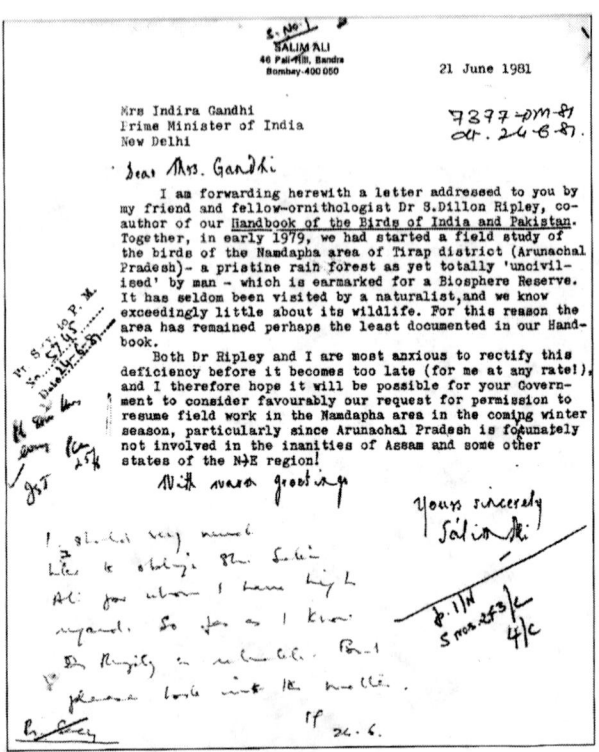

SALIM ALI
46 Pali Hill, Bandra
Bombay-400 050

21 June 1981

Mrs Indira Gandhi
Prime Minister of India
New Delhi

Dear Mrs. Gandhi

I am forwarding herewith a letter addressed to you by my friend and fellow-ornithologist Dr S.Dillon Ripley, co-author of our Handbook of the Birds of India and Pakistan. Together, in early 1979, we had started a field study of the birds of the Namdapha area of Tirap district (Arunachal Pradesh)- a pristine rain forest as yet totally 'uncivilised' by man - which is earmarked for a Biosphere Reserve. It has seldom been visited by a naturalist, and we know exceedingly little about its wildlife. For this reason the area has remained perhaps the least documented in our Handbook.

Both Dr Ripley and I are most anxious to rectify this deficiency before it becomes too late (for me at any rate!), and I therefore hope it will be possible for your Government to consider favourably our request for permission to resume field work in the Namdapha area in the coming winter season, particularly since Arunachal Pradesh is fortunately not involved in the inanities of Assam and some other states of the N-E region!

With warm greetings

Yours sincerely
Salim Ali

சலீம் அலியின் கடிதத்தில் இந்திரா காந்தி எழுதிய குறிப்புகள்; 1981 ஜூன்.

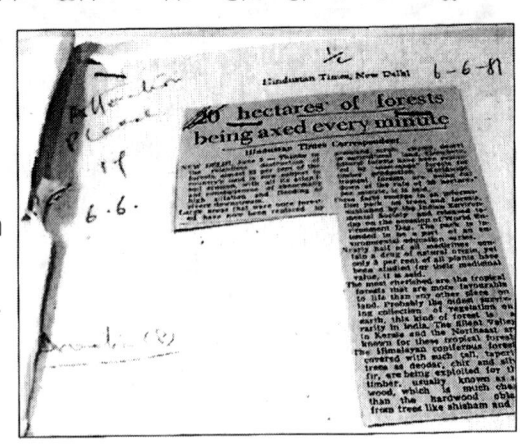

Hindustan Times, New Delhi 6-6-81

20 hectares of forests being axed every minute

Hindustan Times Correspondent

... Nearly half of all medicines contain a drug of natural origin, yet only 5 per cent of all plants have been studied for their medicinal value, it is said.

The most cherished are the tropical forests that are more favourable to life than any other place on land. Probably the oldest surviving collection of vegetation on earth, this kind of forest is a rarity in India. The Silent Valley in Kerala and the Northeast are known for these tropical forests.

The Himalayan coniferous forests covered with such tall, taper... trees as deodar, chir and silv... fir, are being exploited for th... timber, usually known as s... wood, which is much chea... than the hardwood obta... from trees like shisham and

காடுகள் அழிக்கப்படுவது பற்றிய ஒரு பத்திரிகைச் செய்தி நறுக்கில் இந்திரா காந்தியின் குறிப்புகள்; 1981 ஜூன்.

சுவிட்சர்லாந்தின் பெக்ஸ் நகரிலுள்ள தனது பழைய பள்ளிக்கூடத்தில் மரக்கன்று நடுகிறார் இந்திரா காந்தி; 1981 அக்டோபர்.

It is truly distressing to find that majority of all the shrines we are laying on the generation of the environment & our heritage, this degradation of forests is not only continuing but at a much faster pace. Our priceless monuments are being destroyed. Please see the note & photographs of ... the same is ... are what happening in Khajuraho. ... Bose told me the other day about the old Alchi monastery in Ladakh. ~~Dept~~ Director of immediate action is called. Perhaps a high level, dedicated & effective official should be put in charge.

IG 18.8.

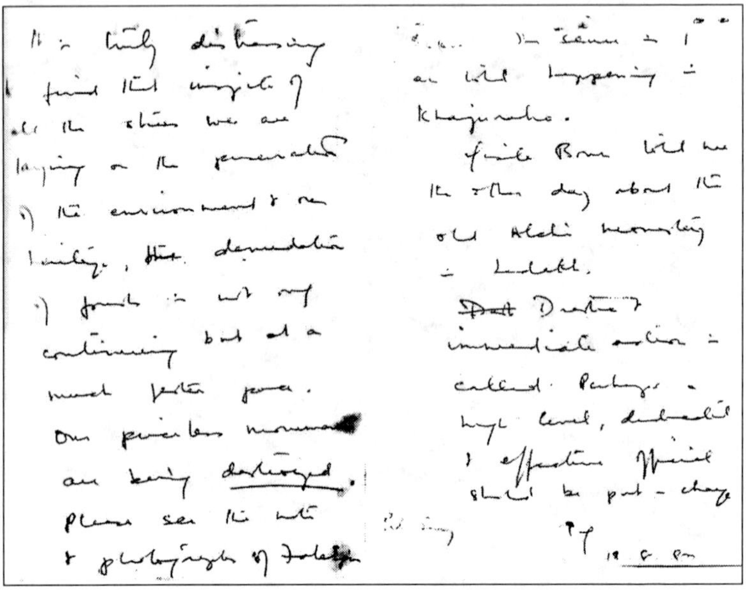

பி.சி. அலெக்சாந்தருக்கு இந்திரா காந்தியின் அலுவலகக் குறிப்பு;
1982 ஆகஸ்ட்.

இந்திரா காந்தியின் வருகையைக் கவுரவிக்கும் விதமாக
ஹொனாலுலு உயிரியல் பூங்காவில் வைக்கப்பட்டுள்ள பட்டயம்;
1982 ஆகஸ்ட்.

நெதர்லாந்து இளவரசர் பெர்ன்ஹார்ட் *'Order of the Golden Ark'* ஐ இந்திரா காந்திக்கு வழங்குகிறார்; புதுதில்லி, 1982 ஆகஸ்ட்

In the circumstances, Home Ministry feel the permission should be declined politely. However, if it is decided to clear the visit, an alternative could be that a senior offi from the Department of Environment is instructed to accomp Dr. Ripley.

Secretary, Environment, in his note on the matter, points out that he had written to Dr. Ripley on 23rd Novemb requesting him to send the report about the survey and stu already completed for the area covered also indicating wha remains to be done. This was considered necessary as Dr.Ri has visited Arunachal Pradesh twice in the company of Dr. Salim Ali, but no report has been received about the work accomplished and what remains to be done. Instead of reply to the Secretary, Environment, Dr. Ripley has chosen to wr to P.M. on 26th January,1983, without giving any report of the type required. Secretary, Environment, also referred t the fact that Dr. Ripley did fire at an animal from a vehi at dusk time. This was violation of the provisions of the Wildlife(Protection)Act of 1972, but presumably the Union Territory administration did not go beyond lodging the pro because the visit of the team has the clearance and suppor of the Government of India. Keeping all the factors in vie Secretary, Environment, has expressed that the Department of Environment cannot possibly give clearance for another visit of Arunachal Pradesh by Dr. Ripley unless his report is received and studied and until such a visit has the ful concurrence and support of the U.T.Administration and Mini of Home Affairs. (Secretary, Environment, is looking at th possibilities of taking up the work done by Dr. Ripley on own with the help of BNHS, ZSI and eminent orinthologists the country).

சலீம் அலி மற்றும் தில்லோன் ரிப்ளேயின்
அருணாசலப் பிரதேசப் பயணம்பற்றி எழுதி அனுப்பிய குறிப்பில்
இந்திரா காந்தியின் குறிப்புகள்; 1983 ஏப்ரல்.

ஜம்மு காஷ்மீர் டேச்சிகாம் தேசியப் பூங்காவிலுள்ள இந்திரா காந்திக்குப் பிடித்தமான தங்குமிடம்.

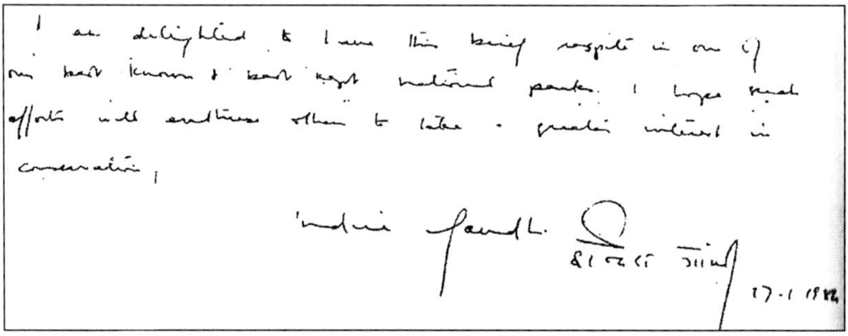

I am delighted to have this brief respite in one of our best known & best kept national parks. I hope such efforts will encourage others to take a greater interest in conservation.

Indira Gandhi
इन्दिरा गांधी
17.1.1984

கன்கா தேசியப் பூங்கா வருகையாளர் பதிவேட்டில் இந்திரா காந்தியின் குறிப்பு; 1984 ஜனவரி

A baby elephant has been promised to the Japanese PM for the children of Japan. Please locate one quickly.

IG
8.5 –

I thought we could name it MOTI — which could suit a male or female & also easily pronounceable

சமர் சிங்கிற்கு இந்திரா காந்தியின் குறிப்பு; 1984 மே

கடற்கரையொன்றில் அமைதியைச் சற்று அனுபவிக்கும் இந்திரா காந்தி; லட்சத்தீவாக இருக்கலாம்; 1976.

இந்திரா காந்தியின் நினைவிடம் – சக்தி ஸ்தல்.

சின்னங்கள்தாம். அது மட்டுமல்லாது சுற்றுலாத் தலங்களை மேம்படுத்துவதில் அளவுக்கு மீறிய பழைமை வாய்ந்த அணுகுமுறையைக் கைவிட வேண்டும். இதன் மூலம் அதிக அளவு சுற்றுலாப் பயணிகளை ஈர்க்க முடியும்.

ൽ

மே மாத மத்தியில் குதிரைமுகத் திட்டத்திற்கு அமைச்சரவை ஒப்புதல் தந்தது. மதுரா பெட்ரோலியச் சுத்திகரிப்பு ஆலை விசயத்தைப் போலவே இந்திரா காந்தியின் சுற்றுச்சூழல் சாதனைப் பதிவேட்டில் இதுவும் ஒரு கறையாகப் படிந்துவிட்டது.

பொதுவாக இதுபோன்ற திட்டங்களுக்குப் பிரதமர் ஒப்புதல் தருவதில்லை. ஆனால் அசாதாரணமான சூழல் அப்போது நிலவிற்று. அன்னியச் செலாவணிப் பற்றாக்குறை காரணமாகக் கடுமையான நெருக்கடியில் இந்தியா இருந்தது. அதனால் பெட்ரோலிய எண்ணெய் ஏற்றுமதி செய்யும் நாடுகளுடன் – குறிப்பாக ஈரானுடன் – உறவை மேம்படுத்திக்கொள்ள அனைத்து முயற்சிகளையும் இந்தியா மேற்கொண்டது. எனவே குதிரைமுகத் திட்டத்திற்கு மிகத் துரிதமாக இந்திரா காந்தி ஒப்புதல் அளித்தார்.

இதற்கென இந்திரா காந்தியே ஈரான் சென்றார். (28 ஏப்ரலிலிருந்து மே 2 வரை). பயணத்தின் இறுதி நாளில் இரு நாடுகளின் வெளியுறவுத் துறை அமைச்சர்களும் புரிந்துணர்வு ஒப்பந்தத்தில் கையொப்பமிட்டனர். கர்நாடக மாநிலத்தின் தென் பகுதியில் உள்ள மேற்குத் தொடர்ச்சி மலையில் குறைந்த தர இரும்புத் தாதுச் சுரங்கங்கள் அமைக்கப்படவிருக்கும் குதிரைமுகத் திட்டம் ஒப்பந்தத்தில் முக்கிய இடம்பெற்றிருந்தது.

குதிரைமுகத் திட்டம் 1980ஆம் ஆண்டு செயல்பட இருந்தது. புரிந்துணர்வு ஒப்பந்தத்தின்படி இந்தத் திட்டத்திற்கான கால வரம்பு 20 ஆண்டுகள். ஆண்டிற்கு 7.5 மில்லியன் டன் இரும்புத்தாது உற்பத்தி செய்யப்படுமென எதிர்பார்க்கப்பட்டது. இதனை ஈரான் தனது நாட்டிலுள்ள எஃகு ஆலைகளுக்காகப் பெற்றுக்கொள்ளும். இந்தத் திட்டத்திற்காக மதிப்பிடப்பட்ட மொத்தத் தொகை 630 லட்சம் அமெரிக்க டாலர்கள். இந்தத் தொகையைக் குறைந்த வட்டியில் (ஆண்டிற்கு 2.5 விழுக்காடு) ஈரான் கடனாக வழங்கும். இதில் 100 லட்சம் அமெரிக்க டாலர்களை முன்பணமாக வழங்கும். 250 லட்சம் டாலர்களைப் பின்னர் தரும். கடனைத் திருப்பித் தரும் காலகட்டத்திலேயே ஆண்டிற்கு 100 லட்சம் அமெரிக்க டாலர் அன்னியச் செலாவணி வருவாய் நிகரத் தொகையாக இந்தியாவுக்குக் கிடைக்கும் என இந்தியா மதிப்பிட்டது. இந்தியாவின் மொத்த அன்னியச்

செலாவணிக் கையிருப்பு 350 பில்லியனுக்கு அதிகமாக இருக்கும் இந்தக் காலகட்டத்தில் இந்தத் தொகை குறைவாகத் தெரியலாம். ஆனால் கையிருப்பு 2 பில்லியன் டாலராக இருந்த அந்தக் காலகட்டத்தில் இலேசாக ஒதுக்கித் தள்ளக்கூடிய தொகை அல்ல இது.

இந்த ஒப்பந்தத்திற்கான பேச்சுவார்த்தை நடந்துகொண்டிருந்த காலகட்டம் முழுவதும் சுற்றுச்சூழல் பாதிப்பு என்ற வார்த்தையே குறிப்பிடப்படவில்லை. இந்தத் திட்டம் உடனடியாகத் தொடங்கப்பட வேண்டும் என்பதே கருத்தில் கொள்ளப்பட்டது. இதற்கெல்லாம் காத்திருக்கும் நிலையிலும் ஈரான் இல்லை. இந்தியாவிலும் மிகக்குறைவான அன்னியச் செலாவணியே கையிருப்பாக இருந்தது.

1979 பிப்ரவரியில் ஈரான் புரட்சி நிகழ்வதற்கு முன்பாகவே ஒப்பந்தம் தொடர்பான அனைத்துத் திட்டங்களும் முடிவுக்கு வரத் தொடங்கின. எதிர்பார்த்ததைவிட இரும்புத் தாதுவிற்காக அதிக விலை கொடுக்க வேண்டியது வருமோ என ஈரான் அஞ்சியது. ஒப்பந்த நிபந்தனைகள் ஈரானுக்குப் பிடிக்கவில்லை. அதனால் கடன் வழங்குவதை 1978 அக்டோபரில் தற்காலிகமாக நிறுத்திவைத்தது. 630 மில்லியன் டாலர் தருவதாக ஈரான் வாக்களித்திருந்தது. இதில் இதுவரை வழங்கப்பட்ட தொகை 250 மில்லியன் அமெரிக்க டாலர்கள்தாம். இதனால் 375 மில்லியன் அமெரிக்க டாலர் தொகையை அதிகமாக இந்தியா சுமக்க வேண்டியதிருந்தது முரண்.

ஈரான் இப்போது பின்வாங்கிக்கொண்டிருக்கலாம். ஆனால் குதிரைமுகத் திட்டம் ஆகஸ்டில் செயல்படத் தொடங்கி இரும்புத்தாது உற்பத்தியும் தொடங்கப்பட்டிருந்தது. அதனால் உற்பத்திப் பொருட்களுக்கான சந்தையை உடனே தேட வேண்டியதிருந்தது. அவையும் கிடைத்தன. எனினும் சூழலியல் எளிதாக ஊறுபாடடையும் நிலையிலுள்ள அந்தப் பகுதியில் சுற்றுச்சுழல் பாதிப்புகள் தென்படத் தொடங்கின. இரும்புத்தாது வெறும் 30 சதவீதமே; ஆனால் 70 சதவீத சகதி கழிவாக வெளியேறியது. அது மட்டுமல்லாது இரும்புத் தாதுவை ஈரானுக்குக் கொண்டு செல்ல சாலைகளையும் குழாய்களையும் அமைக்க வேண்டியதிருந்தது. அதற்காகக் காடுகள் அழிக்கப்பட்டு அதன் வளங்கள் பாழ்பட்டன. இதற்கு எதிராகக் கர்நாடகத்தில் சுற்றுச்சூழல் பாதுகாப்பில் ஆர்வம்கொண்ட அரசு சாரா அமைப்பு ஒன்று உச்சநீதிமன்றத்தில் வழக்குத் தொடுத்தது. இரும்புத் தாதுவிற்காகத் சுரங்கம் தோண்டும் அனைத்துச் செயல்பாடுகளும் 2005 டிசம்பர் 31ற்குள் நிறுத்தப்பட வேண்டும்

என உச்சநீதிமன்றம் தீர்ப்பு வழங்கியது. அதற்குள் பெருமளவு சேதங்கள் ஏற்கனவே நிகழ்ந்துவிட்டிருந்தன.

ஆ

அரசியலில் உச்ச அதிகாரத்தில் இருந்தபோது 1972 ஜூலை 22ஆம் தேதி நர்மதை நதி சர்ச்சைக்கு ஓர் அரசியல்ரீதியான தீர்வு காண்பதற்காகக் குஜராத், ராஜஸ்தான், மத்தியப்பிரதேச, மகாராஷ்டிர மாநில முதல்வர்களை (அனைவரும் அவர் கட்சியைச் சார்ந்தவர்கள்) பேச்சுவார்த்தைக்கு அழைத்தார் இந்திரா. ஆனால் மத்தியப் பிரதேச முதல்வரான பி.சி. சேத்தியோ தனது நிலைப்பாட்டில் உறுதியாக இருந்தார். இறுதியில் 'குஜராத்திலுள்ள நவகாம் அணைக்கட்டின் உயரம் தொடர்பாகப் பல்வேறு கோணத்திலும் பரிசீலிக்கப்பட்டு அதன் பொருத்தமான உயரம் இந்தியப் பிரதமரால் முடிவு செய்யப்படும்' என்ற ஒருமித்த கருத்து உருவானது. ஒளிவுமறைவற்ற நேர்மையான அடுத்தகட்ட நடவடிக்கையை மேற்கொள்ள வேண்டிய பொறுப்பு இந்திரா காந்தியிடம் ஒப்படைக்கப்பட்டது. அதனால் குஜராத், மத்தியப் பிரதேச மாநில முதல்வர்கள் இருவருமே ஏற்றுக்கொள்ளும் விதமாக சமரசம் காண்பது எளிதாக இல்லை.

1974 ஜூலை 12இல் நான்கு முதல்வர்களையும் பிரதமர் மீண்டும் பேச்சுவார்த்தைக்கு அழைத்தார். அப்போது குஜராத்தில் ஜனாதிபதி ஆட்சி நடந்தது. அதனால் ஆளுநரின் ஆலோசகர் பி.சி. ஷாரின் அவரின் பிரதிநிதியாக வந்திருந்தார். ஷாரின் மலை ஏறும் குழுவில் இந்திரா காந்தியின் நண்பராவார். ஆனால் இந்தப் பேச்சுவார்த்தையிலும் எந்தப் பயனுமில்லை. 'அனைத்துத் தரப்பு வாதங்களையும் தொடர்புடைய பல்வேறு ஆவணங்களையும் விண்ணப்பங்களையும் பரிசீலித்த பிறகு நவகாம் அணைக்கட்டின் உயரத்தைத் தீர்ப்பாயம் முடிவு செய்யும்' என்ற உடன்பாட்டிற்கு வரமுடிந்ததே வெற்றியாகக் கருதப்பட்டது.

எனவே இந்திரா காந்தியின் அதிகாரத்திற்கு வரம்புகள் இருந்தன என்பது வெளிப்படை. அது மட்டுமல்லாமல் எல்லையை மீறித் தனது அதிகாரத்தைப் பயன்படுத்தத் தயங்கிய சில விசயங்களும் குறிப்பாக – சர்ச்சைக்குரிய – அரசியல் விசயங்களும் இருந்தன. ஏற்கனவே 1969 அக்டோபரில் அமைக்கப்பட்டிருந்த நீதிமன்றத் தீர்ப்பாயத்திடம் இந்த விசயத்தை மீண்டும் விட்டுவிடுவதே பாதுகாப்பான வழி என்பதையும் பிரதமர் உணர்ந்திருந்தார். நவகாம் அணையை உயர்த்துவதற்கு ஆகும் செலவு, அதனால் விளையும் பலன்கள் ஆகியவற்றை நான்கு மாநிலங்களும் எவ்விதம் பகிர்ந்துகொள்ள வேண்டும் என்பதைத்

தீர்ப்பாயம் முடிவு செய்யும். அதிர்ஷ்டவசமாக இதனை மாநிலங்கள் ஏற்றுக்கொள்ளும்படி செய்தார்.

நர்மதை விவகாரத்தை முடிவுக்குக் கொண்டுவர 1975இல் இந்திரா காந்தி இறுதி முயற்சி மேற்கொண்டார். ஆனால் இந்த முறை அவர் நேரடியாகத் தலையிடவில்லை. மார்ச் 8இல் வேளாண்மை மற்றும் நீர்ப்பாசன அமைச்சரான ஜகஜீவன்ராமை மூன்று மாநில முதல்வர்களையும் குஜராத் மாநில ஆளுநரின் ஆலோசகரையும் தொடர்புகொண்டு பிரச்சனையைச் சமரசமாக முடிவுக்குக் கொண்டுவருவது சாத்தியமா என்பதைப் பரிசீலிக்கும்படி கேட்டுக்கொண்டார். மத்தியப் பிரதேச மாநில முதல்வரின் உறுதியான நிலைப்பாட்டினால் உடன்படிக்கை சாத்தியமில்லாத நிலையில் குஜராத்தும் மத்திய பிரதேசமும் தத்தமது மாநிலங்களில் நான்கு சிறிய திட்டங்களை (மொத்தம் 8) தொடங்க அனுமதி தரலாம் என இந்திரா காந்தியின் உதவியாளர் பா. ராமச்சந்திரன் இந்திரா காநதியிடம் தெரிவித்தார். 'இது தீர்வை நோக்கி ஒரு தப்படி முன்னால் செல்வதாகும்' எனவும் இந்திரா காந்தியிடம் தெரிவிக்கப்பட்டது.

ஆகஸ்ட் 10இல் தீர்ப்பாயம் தனது அறிக்கையைச் சமர்ப்பித்தது. ஆனால் தொடர்புடைய மாநிலங்கள் அதன் பரிந்துரைக்கு எதிர்ப்புத் தெரிவித்தன. தீர்ப்பாயம், (எதிர்ப்புத் தெரிவித்த) மாநிலங்களின் விளக்கத்தை ஆய்வுசெய்து தனது இறுதித் தீர்ப்பை நான்கு மாதங்களுக்குப் பிறகு வழங்கியது. நர்மதை ஆற்றின் குறுக்கே மத்தியப் பிரதேசமும் குஜராத்தும் அணைகள் கட்டுவதற்கு இந்தத் தீர்ப்பே அடிப்படையாக அமைந்தது. புதிய சர்ச்சைகள் எழும் முன்னர் தீர்ப்பாயத்தின் முடிவை அமல்படுத்த 1980 டிசம்பர் 23இல் 'நர்மதை ஆற்று நீர் கட்டுப்பாட்டு வாரியத்தை' அமைத்து உடனே அதனைச் செயல்படச் செய்தார்.

ஆனால் இது எந்த நிவாரணத்தையும் வழங்கவில்லை. அணைகள் கட்டுவதற்கு அனுமதி வழங்கியதால் பெரும் சர்ச்சைகள் உருவாயின. 'நர்மதா பச்சோவ் அந்தோலன்' என்ற நாடறிந்த சூழலியல் இயக்கம் தோன்ற இது வழிவகுத்தது. இந்திரா காந்தியின் மறைவுக்குப் பிறகு பெரும் கிளர்ச்சிகள் நடந்தன. அணைகள் கட்டுவதால் மத்தியப் பிரதேசத்திலுள்ள பெருமளவு வனப்பகுதிகள் நீரில் மூழ்கிவிடும் என்பதும் மத்தியப் பிரதேசம், குஜராத் இரு மாநிலங்களிலுமுள்ள ஆயிரக்கணக்கான குடும்பங்கள் புலம்பெயரும் நிலை உருவாகும் என்பதும் 1980களின் தொடக்கத்தில் மிகத்தெளிவாகப் புலப்படத் தொடங்கிற்று.[3] சர்தார் வல்லபாய் படேல் அவர்களைக் கவுரவிக்கும் விதமாக

நவகாம் அணைக்கு 'சர்தார் சரோவர்' எனப் பெயரிடப்பட்டது. 1987 ஏப்ரல் 13 அன்று பிரதமர் ராஜீவ் காந்தியின் தலைமையில் நடந்த கூட்டத்தில் நவகாம் அணைக்குச் சுற்றுச்சூழல் அனுமதி வழங்கப்பட்டது. அதே நாளில் சலீம் ஏற்பாடு செய்திருந்த சுற்றுச்சூழல் பாதுகாப்பு குறித்த கூட்டத்தில் ராஜீவ் காந்தி பேசினார் என்பது முரண்நகை.

அடிக்குறிப்புகள்

1. 1974 மே 18 அன்று 'அமைதி வழியிலான அணு சோதனை' நடத்தப்பட்ட பொக்ரானுக்கு 1974 டிசம்பர் 22இல் இந்திரா காந்தி வந்தார்.

2. Dr. K.P. Mathur, *The Unseen Indira Gandhi through Her Physician's Eyes (2011)*.

3. நர்மதா பிரச்சனை பற்றிய தகவல்கள் பெருமளவு உள்ளன. Sanjeev Khagram, *Dams and Developement: Transnational Struggles for Water and Power (2004)* நன்கு ஆய்வு செய்யப்பட்ட புத்தகமாகும்.

1976

Rajiv:

You missed a beautiful picture. This morning in Akbar Road, two parakeets posed for quite a long time on the side of a tree trunk.

There were also a couple of lovely woodpeckers but flitting about restlessly.

Love
Ma.

9.9.76

ராஜீவ் காந்திக்கு இந்திரா காந்தி எழுதிய குறிப்பு;
1976 செப்டம்பர்.

1976ஆம் ஆண்டில் நெருக்கடி நிலை உறுதியாக அமல்படுத்தப்பட்டது. இந்தியாவின் ஹென்ரி ஃபோர்டாக உருவாகும் லட்சியத்தில் தோல்வியுற்ற சஞ்சய் காந்தி ஓர் அரசியல்வாதியாக வெளியே தெரியவந்ததும் இந்த ஆண்டில்தான். எழுத்தறிவு மேம்பாடு, வரதட்சிணை ஒழிப்பு, சாதியை வேரோடு அழித்தல், மரங்கள் நடுதல், குடும்பக் கட்டுப்பாடு

ஆகிய குற்றங்குறை காணமுடியாத ஐந்து அம்சத் திட்டத்தைத் தேசிய அளவில் தெளிவாக முன்வைத்தார். அமைச்சர்களைப் போலவே முதலமைச்சர்களும் அவரைக் குனிந்து வணங்கலாயினர். 1952லிருந்து ஒவ்வொரு அமைச்சரவையிலும் பணிபுரிந்து வந்த பாதுகாப்பு அமைச்சர் சுவரண் சிங் போன்றோருக்கு சஞ்சய்மீது மிகச் சிறிதான விமர்சனமிருந்தது. அவர்கள் பதவிநீக்கம் செய்யப்பட்டனர். ஒருகாலத்தில் இந்திரா காந்தியின் நெருங்கிய வட்டத்தில் ஒருவராக இருந்த ஐ.கே. குஜரால் போன்றவர்களும் அரசியலிலிருந்தே ஓய்வுபெறும் நிலைக்குத் தள்ளப்பட்டனர். கட்டாயக் கருத்தடை, இந்தியக் குடும்பக் கட்டுப்பாட்டுத் திட்டத்தின் நங்கூரமானது. எனினும் தொடர்ச்சியாக மூன்று ஆண்டுகளாய் மிக மோசமாக இருந்த பொருளாதாரம் முன்னேற்றமடையத் தொடங்கிற்று. பொருளாதார வளர்ச்சியை ஊக்குவிக்கும் முக்கியச் சக்தியான பொது முதலீட்டுத் திட்டத்தில் மறுமலர்ச்சியின் அடையாளங்கள் தென்படத் தொடங்கின.

ஒரு எட்டுப் பக்கக் கடிதத்தை ஓலஃப் பால்மேக்கு செப்டம்பர் மாதத்தில் இந்திரா காந்தி எழுதினார். அவர் எழுதிய கடிதங்களிலேயே இதுவே மிக நீளமானது. அந்தக் கடிதம் இந்திரா காந்திக்குச் சமமான நிலையிலிருந்த வேறு சிலருக்கும் அனுப்பப்பட்டிருக்கலாம் என்ற சந்தேகம் எனக்குண்டு. நெருக்கடி நிலைக்கு ஆதரவாய் விளக்கமான தற்காப்பாக அந்தக் கடிதம் இருந்தது. பதினைந்து மாத நெருக்கடி நிலைக் காலகட்டத்தில் பொருளாதார வளர்ச்சி, சமூக சீர்த்திருத்தம் ஆகியவற்றில் நிகழ்ந்த சாதனையை அது விரிவாக எடுத்துரைத்தது. நெருக்கடி நிலைக் காலகட்டத்தில் (1975–76) பொருளாதார வளர்ச்சி 6–6.5 சதவீதத்தைத் தொட்டது. 1973–74ஆம் ஆண்டில் 23 சதவீதமாகவும், 1974–75இல் 30 சதவீதமாகவும் உச்சத்திலிருந்த பண வீக்கம் மிகக் கணிசமாகக் குறைந்தது; உணவு தானிய உற்பத்தியும் நிலக்கரி, மின்சாரம், உரம் ஆகியவற்றின் உற்பத்தியும் முன்பு எப்போதைவிடவும் அதிகமாக இருந்தது. கொத்தடிமை முறை ஒழிக்கப்பட்டது; நில உச்ச வரம்புச் சட்டங்கள், வாடகை வீட்டில் குடியிருப்போர் உரிமைகள் கண்டிப்புடன் அமல்படுத்தப்பட்டன; நிலமற்ற ஏழைகளுக்கு 6.8 லட்சம் வீடுகள் கட்டித்தரப்பட்டன; இவற்றை (நெருக்கடி நிலை அமலில் இருந்த) 1975–76 ஆண்டுகளின் சாதனைகளாக இந்திரா காந்தி பெருமிதம் கொண்டார். வேறுபட்ட அரசியல் கட்சிகள், அவற்றின் தன்மை, சில கட்சிகளின் நிலப் பிரபுத்துவப் போக்கு, முழுக்கவும் போராட்டக் குணமுடைய சில கட்சிகள், மதவாதமும் மட்டுமீறிய நாட்டுப் பற்றும் கொண்ட சில கட்சிகள் என எதிர்கட்சிகளை அந்தக் கடிதத்தில் இந்திரா காந்தி சுட்டிக்காட்டியிருந்தார். தான் சந்தித்த

பிரச்சனைகள், எதிர்கொண்ட சவால்கள், உலக வங்கியே போற்றிப் புகழ்ந்த தனது செயல்பாடுகள் ஆகியவற்றை ஒரு சோசலிச ஜனநாயகவாதியாக பால்மே புரிந்துகொள்வாரெனத் தான் நம்புவதாக அந்தக் கடிதத்தில் தெரிவித்திருந்தார் இந்திரா காந்தி.

அக்டோபரில் மூன்று நாடுகள் சுற்றுப் பயணமாக நீண்ட இடை வெளிக்குப் பிறகு இந்திரா காந்தி ஆப்பிரிக்கா சென்றார். சாம்பியாவில் இருந்தபோது ஆப்பிரிக்காவின் மிகச்சிறந்த இயற்கைத் தலங்களையும் தெற்கு லாங்வா தேசியப் பூங்காவையும் பார்வையிடும்படி இந்திரா காந்தியை வேண்டிக்கொண்டனர். ஆப்பிரிக்காவிலுள்ள விலங்குக் காப்பகங்கள் முன்மாதிரியாகக் கொள்ளத்தக்கவை என சுற்றுச்சூழலில் ஆர்வம்கொண்ட இந்திரா காந்தியின் நண்பர்கள் புகழ்வதுண்டு. பூங்காவின் மிகப்பெரிய பகுதியில் பல்வேறு விலங்குகள் சுதந்திரமாகச் சுற்றித் திரிவதைக் கண்டு இந்திரா காந்தி மிகவும் மகிழ்ந்தார். எனினும் இதுபோல் விலங்குகள் சுதந்திரமாகச் சுற்றித் திரிவதை இந்தியாவில் காண்பது கற்பனையே செய்ய முடியாத ஒன்றாகும் எண்ணினார் இந்திரா காந்தி.

ఌ

புலிகள் பாதுகாப்புத் திட்டம் 1973 ஏப்ரலில் தொடங்கப்பட்டது. இந்தத் திட்டம் உருவாக முக்கியப் பங்காற்றிய கை மவுண்ட்ஃபோர்ட் 1975 டிசம்பர் 18இல் பிரதமருக்குக் கடிதம் எழுதினார். அந்தக் கடிதத்தில் புலிகள் பாதுகாப்புத் திட்டத்தின் ஆண்டு விழாவை நடத்தலாம் என அவர் பரிந்துரை செய்திருந்தார். அது (விழா) திட்டத்தின் சாதனைகளை உலக அளவில் மதிப்பீடு செய்வதற்குச் சிறந்த வாய்ப்பாக அமையுமெனவும் அதனால் திட்டத்தின் எதிர்கால வளர்ச்சிக்கான வழிமுறையைத் தெளிவாக உருவாக்கிக்கொள்ள முடியுமெனவும் அந்தக் கடிதத்தில் குறிப்பிட் டிருந்தார்.

அந்தக் கடிதத்தை கரண் சிங்கிற்கு அனுப்பினார் இந்திரா காந்தி. கரண் சிங்கின் பதில் சாதகமாக இல்லை. இந்திரா காந்தி இதனை எதிர்பார்க்கவில்லை. சற்றுக் கோபத்துடன் அவருக்கு ஜனவரி 20இல் எழுதிய கடிதம்:

புலிகள் பாதுகாப்புத் திட்டத்தின் செயல்பாடுகளை இடைக்கால மதிப்பீடு செய்வதற்காக இயற்கைக்கான உலக நிதியமும், பன்னாட்டு இயற்கை வளப் பாதுகாப்பு நிறுவனமும் ஒரு குழுவை அனுப்பியிருக்கிறது. அதனை நாம் ஏன் தடுக்க வேண்டும்? கானுயிர்ப் பாதுகாப்பு என்பது நமக்குப் புதிய துறையாகும். வெளியேயிருந்து வரும்

கருத்துக்கள் பயனுடைவையாக இருக்கும். (...) அந்தக் குழுவை மகிழ்ச்சியுடன் வரவேற்போம் என அவர்களுக்கு எழுதவும். அந்தக் குழுவிலுள்ள உயர்நிலை வல்லுநர்களின் பெயரையும் கை மவுண்ட்ஃபோர்ட் குறிப்பிட்டுள்ளார். இவர்களை ஏற்றுக்கொள்ள எந்தத் தயக்கமும் நம்மிடம் இருக்கக்கூடாது. புலிகள் பாதுக்காப்புத் திட்டச் செயல்பாடுகளில் ரஞ்சித் சிங்கிற்கு அனுபவமுண்டு. அவரை இந்தியப் பிரதிநிதியாக அந்தக் குழுவில் நியமிப்பது பயனளிக்கும். இந்தப் பணிக்காக அவரை விடுவிக்க முடியுமாவென ஐநா சபை சுற்றுச் சூழல் செயற்திட்ட அலுவலகத்திற்கு எழுதவும். இது சாத்தியமில்லையெனில் பணி ஓய்வுபெற்ற வனத்துறை முதன்மைப் பாதுகாப்பாளரான எஸ்.பி. சகாயைக் கேட்க லாம். இந்தியப் பிரதிநிதி, 'ஒருங்கிணைப்பாளர்' என அழைக்கப்படுவார். தலைவர் என்பதாக அல்ல.

(...) நமது சரணாலயங்களைப் பார்வையிட அனைத்து வசதிகளையும் மதிப்பீட்டுக் குழுவிற்குச் செய்துதருவதும், தொடர்புடைய அனைத்துத் தகவல்களையும் கிடைக்கும்படி செய்வதும் முக்கியமானது.

'இடைக்கால மதிப்பீடு' என அழைப்பதைக் கரண் சிங் எதிர்த்தார். ஆனால் அந்த வார்த்தையில் பாதகம் எதுவும் இருப்பதாக இந்திரா காந்தி உணரவில்லை. இறுதியில் 'மதிப்பீடு', 'ஆய்வு' என்பதாகப் பெயர் மாற்றம் செய்யப்பட்டுச் சமரசத்தில் முடிந்தது. காலின் ஹாலோவே, பால் லேஹவுஸகன், ரஞ்சித் சிங் என மூவர் அடங்கிய குழு 12 புலிகள் சரணாயங்களை ஏப்ரல், மே மாதங்களில் பார்வையிட்டு விரிவான அறிக்கையை நவம்பரில் சமர்ப்பித்தது. இந்த அறிக்கையில் கண்டுள்ள பரிந்துரைகளுக்கும் ஆய்விற்கும் புலிகள் பாதுகாப்புத்திட்ட விரிவாக்கம் பெரிதும் கடன்பட்டுள்ளது.

ஃ

பிப்ரவரி 12ஆம் நாள் மாலையில் வழக்கமான 'தில்லிக் குளிர்' நிலவியது. அமைச்சரவைக் கூட்டத்திற்குப் பிறகு குறிப்பிடத்தக்க திரைப்பட இயக்குநரான டெய்டர் ப்ளாகெ (Dieter Plage) இயக்கிய மனிதக் குரங்குகள் பற்றிய திரைப்படமொன்றை அன்று இந்திரா காந்தி பார்த்தார். அது அவருக்கு மிகவும் பிடித்திருந்தது. இந்தப் படத்தைப் பார்த்த சாய்ரெயின் (ஆப்பிரிக்கா) ஜனாதிபதியான மொபுட்டு, மனிதக் குரங்குகளுக்காக மிகப்பெரிய வனப் பகுதியையே ஒதுக்கி அதனைப் 'பாதுகாக்கப்பட்ட இடமாக' அறிவித்தார் என ப்ளாகெ இந்திரா காந்தியிடம் தெரிவித்தார்.

அதற்கு இந்திரா அளித்த பதிலை அப்போது அங்கிருந்த ஆஷிஸ் சந்திரோலா நினைவுகூர்கிறார்.

'நமது நாட்டில் இதுபோன்ற விசயங்களைச் செய்ய முடியாது,' என்ற இந்திரா காந்தி இதுபோன்ற படங்களை இந்தியாவில் ஏன் தயாரிக்க முடியாதெனக் கேட்க, புலிகள் பற்றிய திரைப்படம் எடுப்பதற்கான அனுமதிக்காகக் காத்திருப்பதாக ப்ளாகெ பதிலளித்தார். சில நாட்களிலேயே அவருக்கு அனுமதி கிடைத்தது.

ப்ளாகெயுடன் பேசிக்கொண்டிருந்தபோது இந்திரா காந்தியின் நண்பரான பில்லி அர்ஜன் சிங்கின் வேண்டுகோள் நினைவுக்கு வந்தது. ஒரு புலிக்குட்டியை வளர்த்து அதனைத் தூதுவா சரணாலயத்தில் விட்டுவிட விரும்பினார் பில்லி. இதில் உதவி செய்ய முடியுமாவென ப்ளாகெயைக் கேட்டார் இந்திரா காந்தி.

விரைவில் லண்டனுக்கு அருகிலுள்ள ட்விக்ராஸ் உயிரியல் பூங்காவிற்குச் செல்ல இருப்பதாகவும் பில்லி ஆசைப்பட்ட புலிக்குட்டியை அங்கிருந்து பெற்றுத் தருவதாகவும் பில்லியிடம் தெரிவித்தார் ப்ளாகெ. ஆகஸ்ட் 31இல் ட்விக்ராஸ் உயிரியல் பூங்காவிலிருந்து தூதுவா சரணாலயத்திற்கு அந்தப் புலிக்குட்டி நீண்ட பயணம் மேற்கொண்டது. சைபீரியப் புலிக்குட்டியான அது தூதுவாவில் 'தாரா' என அழைக்கப்பட்டது. அங்கே சுதந்திரமாகத் திரிந்த அது, நான்கு குடும்பங்களுக்குத் தாயானது. 'தாரா பெண்புலி' என்ற நூலில் பில்லி அர்ஜன் சிங் இந்தச் சம்பவத்தை எழுதியுள்ளார்:

> புலிகள் மீள் அறிமுக செயல்திட்டத்தில் முயற்சிகள் மேற்கொள்ள அனுமதி தந்த திருமதி இந்திரா காந்திக்கு நான் நன்றிக்கடன் பட்டுள்ளேன். அவரது தார்மீக ஆதரவு இல்லாதிருந்திருக்குமேயானால் அதிகார வர்க்கம் மற்றும் அரசியல் தடைகளின் நீரோட்டத்தில் எனது திட்டம் மூழ்கியிருக்கும்.

மற்றொரு விசயத்திலும் ப்ளாகெயின் முக்கியப் பங்களிப்பிருந்தது. இந்திரா காந்தியைச் சந்தித்த சில மாதங்களுக்குப் பிறகு சல்மான் ஹைதருடன் ப்ளாகெ பேசினார். அதன் அடிப்படையில் ஹைதர் இந்திரா காந்திக்கு ஒரு அலுவலக் குறிப்பினை ஜூன் 11இல் எழுதியனுப்பினார்:

> அந்தமான் நிகோபார் தீவுகளின் பவளப் பாறைகளை ஐரோப்பிய ஈட்டி மீனவர்கள் அழித்துவருவதாக ப்ளாகெ என்னிடம் கூறினார். இத்தாலி நாட்டைச் சார்ந்தவர்கள்

தாம் மிக மோசமான குற்றவாளிகள். மடகாஸ்கர், எரிட்ரியா ஆகிய பிற இடங்களிலுள்ள பவளப் பாறைகளில் கணிசமான அளவு மீன்களை அவர்கள் துப்பாக்கியால் சுட்டுக்கொன்றுள்ளனர். மத்தியதரைக் கடல் இதனால் சேதமடைந்துள்ளது. Big Groupers எனப்படும் பெரிய கடல் மீன்கள்தாம் ஈட்டி மீன்பிடிப்போரின் இலக்கு. எனவே பவளப் பாறைகளின் சூழலியலையே மீன் பிடிப்போரின் செயல்பாடு நாசம் செய்துவிடுமென ப்ளாகெ கூறினார். இந்த Big Groupers கடல் மீன்கள் சுட்டுக்கொல்லப் பட்டதும் நட்சத்திர மீன்கள் பாறைத் திட்டுகளைச் சேதப் படுத்தத் தொடங்குகின்றன. அவை பவளங்களை உண்டு வாழ்பவையாகும்.

ஈட்டி மீன்பிடிக்குத் தடை விதிக்க வேண்டுமென்ற ஹைதரின் பரிந்துரைக்கு மறுநாளே பிரதமர் தன் கைப்பட எழுதிய பதில்:

ஆம் உடனே நடவடிக்கை எடுக்க வேண்டும்.

பிரதமரின் இந்த ஆணை அந்தமான் நிக்கோபார் தீவுகளின் முதன்மைக் கண்காணிப்பாளர் எஸ்.எம். கிருஷ்ணாவிற்குத் தந்தி மூலம் தெரிவிக்கப்பட்டது. முதன்மைக் கண்காணிப்பாளர் சில தினங்களிலேயே ஹைதருக்கு கடிதம் எழுதினார்:

உள்ளூரில் வடிவமைக்கப்பட்ட மண்டாக்களை (மண்டாக்கள் – திமிங்கலம், பெரிய மீன்கள், ஆமைகள் முதலிவற்றைப் பிடிப்பதற்காக கயிறு கட்டப்பட்ட ஈட்டி போன்ற கருவி) பயன்படுத்தி அந்தமான்வாசிகளும் ‘ஓங்கி’ என்ற பழங்குடியினரும் கடலிலிருந்து மீன்கள், ஆமைகளை உணவிற்காகப் பிடிக்கின்றனர். இதனையும் அனுமதிக்கக் கூடாது என்பது உங்களின் உத்தேசமாக நிச்சயம் இருக்க முடியாது. எனவே இவர்கள் இவ்விதம் மீன் பிடிப்பதில் நான் தலையிடவில்லை.

அவர் செய்தது சரியே என அவருக்கு இந்திரா காந்தி உறுதி யளித்தார்.

ஐ

புலிகள் பாதுகாப்புத் திட்டத்திற்கு ஒரு வருடத்திற்கு முன்னர், 1972 ஜனவரியில் சிங்கங்கள் பாதுகாப்புத் திட்டம் தொடங்கப்பட்டது. கிர் தேசியப் பூங்காவிலுள்ள சிங்கங்கள் பற்றி அமெரிக்க விஞ்ஞானி ஸ்டீஃபன் பெர்விக்[1] எழுதிய கட்டுரையை சல்மான் ஹைதர் ஏப்ரல் மாத மத்தியில் இந்திரா காந்தியின் கவனத்திற்குக் கொண்டுவந்தார். முனைவர் பட்டத்திற்காக மேற்கொண்ட

தனது ஆய்வை அடிப்படையாகக்கொண்டு அந்தக் கட்டுரையை ஸ்டீஃபன் எழுதியிருந்தார். கட்டுரையின் பரிந்துரைகள்மீது உடனடியாக நடவடிக்கை எடுக்கும்படி மாநில அரசையும் கிர் தேசியப் பூங்கா நிர்வாக அதிகாரிகளையும் நேரடியாகத் தொடர்புகொண்டு ஆவன செய்யும்படி தனது உதவியாளருக்கு இந்திரா காந்தி உத்தரவு பிறப்பித்தார்.

கட்டுரை ஆசிரியரின் கல்விசார் ஆராய்ச்சி முறையும், மிக உன்னிப்பாகக் கவனித்து அவர் மேற்கொண்டிருந்த கள ஆய்வும் இந்திரா காந்தியின் கவனத்தை ஈர்த்தன. பல்கலைக்கழக மானிய ஆணையத்தின் இயக்குநருக்கு இந்த அலுவலக் குறிப்பை ஏப்ரல் 30இல் எழுதியனுப்பினார்:

> கிர் சரணாலயம் பற்றி அமெரிக்கப் பேராசிரியரின் கட்டுரையை இத்துடன் இணைத்துள்ளேன். கிர் வனப் பகுதியின் சூழலிய அமைப்பு பற்றிப் பல ஆண்டுகால ஆராய்ச்சிக்குப் பிறகு அந்தப் பேராசிரியர் இதனை எழுதியுள்ளார். பயனுள்ள நடைமுறைக் குறிப்புகள் இதில் உள்ளன. இதுபோன்ற அணுகுமுறையைப் பின்பற்றிப் பிற சரணாலயங்களையும் நாம் ஆய்வு செய்ய முடியாதா? இப்போது வடிவமைக்கப்பட்டு வரும் பல்கலைக்கழகப் படிப்பிற்கான செயல்முறைத் திட்டத்தின் பகுதியாக இந்தக் கட்டுரையின் பரிந்துரைகளை சேர்த்துக்கொள்ள முடியுமா என்பதை பரிசீலிக்கவும்.

இந்திரா விரும்பியபடி பல்வித சூழலியல் அமைப்புகளைப் பகுப்பாய்வு செய்து அது இந்தியக் கல்விசார் அமைப்பின் (பாடத்திட்டத்தின்) பகுதியாக உருவாகப் பதினைந்து ஆண்டு களாயின.

ఞ

முந்தைய ஆண்டு ஏப்ரல் முதல்நாளில் பேரார்வத்துடன் தொடங்கப் பட்ட முதலைகள் பாதுகாப்புச் செயல்திட்டம் தொடக்கத்தில் பல பிரச்சனைகளைச் சந்தித்தது. கரியால் முதலைகள் தொடர்ந்து அச்சுறுத்தலுக்கு ஆளாகிக்கொண்டிருந்தன. அகமதாபாதில் பிறந்த இங்கிலாந்தின் குறிப்பிடத்தக்க நகைச்சுவை நடிகரான ஸ்பைக் மில்லிகன் இந்த முதலை இனம் பற்றி இந்திரா காந்திக்கு ஜனவரி 6இல் எழுதிய கடிதம்:

> மிக வேகமாகக் குறைந்து வரும் உங்கள் நாட்டின் கரியால் முதலைகள் சார்பில் இந்தியாவின் பிரதமராகிய உங்களை அணுகுகிறேன். (...) இந்தியாவில் வசீகரமான எனது

பிள்ளைப் பருவத்தை நினைவுகூர்கையில் இந்த முதலைகள் நினைவுக்கு வருகின்றன. அதனால் உங்களிடம் இதனைச் சமர்ப்பிக்கிறேன். (...) துரித செயல்திட்டத்தை அமல்படுத்தி இந்தப் பிராணியைப் பாதுகாக்க வேண்டுகிறேன்.

இந்தக் கடிதத்தில் குறியிட்டு சல்மான் ஹைதரின் கவனத்திற்காக அவரிடம் அனுப்பினார் இந்திரா. ஹைதர் இந்திரா காந்திக்கு ஜனவரி 12இல் எழுதிய அலுவலகக் குறிப்பு:

> ஸ்பைக் மில்லிகன் கானுயிர்ப் பாதுகாப்பில் பேரார்வம் கொண்டவர். ஒருமுறை ஏர் இந்தியா விமானத்தில் ஏற்பட்ட கோளாறினால் குவைத் விமான நிலையத்தில்[2] விமானம் கீழிறக்கப்பட்டது. விமானத்தினுள் இருந்த 2000 பறவைகள் மாண்டு போயின. இந்தச் சம்பவம் குறித்து அப்போது அவர் பிரதமருக்குக் கடிதம் எழுதியிருந்தார்.

கானுயிர்ப் பாதுகாப்பில் ஆர்வமுடைய ஸ்பைக் மில்லிகனின் கடிதம் கிடைப்பதற்கு முன்பே இந்த விசயத்தில் நடவடிக்கை எடுத்திருந்தார் இந்திரா. மூன்று நாட்களுக்குப் பிறகு ஸ்பைக்கிற்கு இந்திரா எழுதிய பதில்:

> கானுயிர்ப் பாதுகாப்பு விரிவான ஓர் இயக்கமாக இப்போது பரவியுள்ளது. இதற்கு வெகு காலத்திற்கு முன்னரே இதில் எனக்கு ஆர்வம் இருந்து வந்துள்ளது. இந்த அக்கறையை நீங்கள் பகிர்ந்துகொள்வது மகிழ்ச்சி தருகிறது.

மூன்று வகை முதலைகளையும் – கரியால் முதலைகள் உட்பட – பாதுகாப்பதற்காக முதலைகள் பாதுகாப்புச் செயல்திட்டத்தை முந்தைய ஆண்டு டாக்டர் பஸ்டார்டின் உதவியுடன் ஒரிசாவில் தொடங்கப்பட்ட விவரங்களையும் அந்தக் கடிதத்தில் இந்திரா காந்தி (ஸ்பைக்கிற்கு) தெரிவித்திருந்தார். ஆறுகள், நீர் நிலைகளுக்கு அருகே வாழ்ந்துவரும் முதலைகள் மீனவர்களாலும் பழங்குடியினராலும் தாக்குதலுக்குள்ளாகின்றன; முதலைகள் பாதுகாப்புச் செயல் திட்டத்தின் மூலம் அவர்களுக்கு எடுத்துக் கூறித் தொடர்ந்து அறிவுறுத்தி வருகிறோம், இதனால் பயனுள்ள விளைவுகள் ஏற்படுமென நம்புவதாக அந்தக் கடிதத்தை முடித்திருந்தார்.

புது உத்வேகத்துடன் முதலைகள் பாதுகாப்பு விசயத்தை இந்திரா கையாளத் தொடங்கினார் என்பது ஒரிசா முதலமைச்சர் நந்தினி சத்பதிக்கு ஏப்ரல் 25இல் அவர் எழுதிய கடிதத்திலிருந்து புலனாகிறது:

> ஐநா சபை உதவியுடன் முதலைகள் மற்றும் கடல் ஆமைகள் பாதுகாப்புச் செயல்திட்டம் உங்கள் மாநிலத்தில்

செயல்பட்டு வருகிறது. இந்தத் திட்டத்தின் செயல்பாடு களுக்கு மேலும் கெடுதி நேராத வகையில் கானுயிர்ப் பாதுகாப்பில் ஒரு முன்னோடி மாநிலமாக ஒரிசா திகழ முடியும். இந்தத் திட்டத்தால் சாதகமும் பாதகமுமான விளைவுகள் ஏற்படுமென எனக்குத் தெரிவிக்கப்பட்டது. தொழில்நுட்பத்தைப் பொறுத்தவரை திட்டத்தின் செயல் பாடுகள் நன்றாகவே உள்ளன. ஆனால் உறுதியளித்தபடி மாநில அரசு இந்தத் திட்டத்திற்குப் போதிய ஆதரவு தரவில்லை எனத் தெரிகிறது.

திட்டத்திற்குப் பல்முனை நடவடிக்கைகள் தேவைப்படு கின்றன. முதலில் சத்கோசியா நதிப்பள்ளத்தாக்கிலுள்ள கரியால் முதலைகள் சரணாலயத்தைப் பாதுகாக்க உறுதியான நடவடிக்கைகள் மேற்கொள்ளப்பட வேண்டும். மீன்களை வளர்க்கும் இடத்திற்கும் கரியால் முதலைகளுக்கும் தீங்கு விளைவிக்கும் நைலான் ஜவ்வு வலை சரணாலயத்தில் இன்னும் பயன்படுத்தப்படுவதாக அறிகிறேன். உடனே இது நிறுத்தப்பட வேண்டும். வேட்டையாடுவது அடியோடு ஒழிக்கப்பட வேண்டும்.'

பொருத்தமான அதிகாரிகளை நியமிக்க வேண்டுமென முதல்வரைக் கேட்டுக்கொண்ட இந்திரா பாதுகாப்புச் செயல் திட்டம் வெற்றிபெற நிர்வாகம் போதிய ஆதரவு தர வேண்டும் எனவும் கூறினார். இதுபற்றி மிகவும் கவலைகொண்டுள்ளதாகவும் இன்னும் சில தினங்களில் ஜயாலை புவனேஸ்வருக்கு அனுப்பயிருப்பதாகவும், அவருக்கு வேண்டிய உதவிகளைச் செய்யும்படியும் முதல்வரைக் கேட்டுக்கொண்டார். இந்தக் கடிதத்தால் உத்வேகம் பெற்ற முதல்வர், பிரதமர் புகார்செய்த இடத்தைப் பார்க்க நேரடியாகவே சென்றார். அவர் பார்வையிட்ட மறுநாள் சத்கோசியா நதிப்பள்ளத்தாக்கு ஒரு சரணாலயம் என அதிகாரபூர்வமான அறிவிப்பு மே 19இல் வெளியிடப்பட்டது.

முதல்நாள் மாலை புகழ்பெற்ற பல்லவ மன்னர்களின் மாமல்லபுரச் சிற்பங்களைக் குடும்பத்துடன் பார்வையிட்ட இந்திரா காந்தி மறுநாள் பிப்ரவரி 14இல் கே. காமராஜின் நினைவிடத்தை திறந்துவைத்தார். 1966 ஜனவரியிலும் 1967 மார்ச்சிலும் இந்திரா காந்தி பிரதமரானார். அதற்கு முழுமுதற் காரணம் காமராஜர். பின்னர் காமராஜரும் இந்திரா காந்தியும் தனிப்பட்ட தொடர்பேதுமின்றி விலகியிருந்தனர். காலப்போக்கில் இருவருக்குமிடையே பரஸ்பர அன்பும் மரியாதையும் இயற்கையாகவே உருவானது. அதில் இணைப்புக் கண்ணியாக

இருந்தது நேரு. 1973ஆம் ஆண்டு காமராஜ் – இந்திரா காந்தி இருவருக்குமிடையே மீண்டும் நல்லுறவு உருவானது.

பிப்ரவரி 15 மாலையில் பிரதமர் சென்னையில் பொதுக்கூட்டத்தில் உரையாற்றினார். இந்திய அரசியல் வரலாற்றிலேயே மாபெரும் பொதுக்கூட்டமாகக் கருதப்படும் அந்த நிகழ்வில் காமராஜரின் தொண்டர்கள் இந்திரா காந்தியின் காங்கிரஸுக்குத் திரும்பினர்.

மறுநாள் தனக்கெனச் சிலமணிநேரம் ஒதுக்கிக்கொண்டார் இந்திரா காந்தி. ருக்மிணிதேவியால் நிறுவப்பட்ட கலாக்ஷேத்ரா கலாச்சார வளாகத்தில் 90 நிமிடங்கள் கழித்தார். ஊர்வனபற்றிய புகழ்பெற்ற அறிஞரான ரோமுலஸ் விட்டாக்கர் தொடங்கிவைத்த சென்னைப் பாம்புப் பூங்காவில் நாற்பது நிமிடங்கள் கழித்தார். பிரதமரைச் சந்தித்த சம்பவத்தை விட்டாக்கர் என்னிடம் நினைவுகூர்ந்தார்:[3]

> மெட்ராஸ் பாம்புப் பூங்காவை 1976 பிப்ரவரியில் இந்திரா காந்தி பார்வையிட்டார். அப்போதுதான் ஒரே ஒருமுறை அவரைச் சந்தித்தேன். பாம்புகளின் மீதான அவரின் ஆர்வம் ஒரு வகையில் என்னைத் திகைக்கச் செய்தது. தொட்டுப் பார்ப்பதற்காக மலைப் பாம்பை அவரிடம் காட்டியபோது அதை விரும்பிப் பார்த்தார்.

பாம்புப் பூங்காவிலிருந்தபோது நகரின் சுற்றுச்சூழல் செயல் பாட்டாளரான ஹேரி மில்லர் கிண்டி மான்கள் சரணாலயம் குறித்து இந்திரா காந்தியிடம் பேசினார். சரணாலயத்திற்குச் சொந்த மான நிலத்தைத் துண்டுத்துண்டுகளாகக் கூறுபோடாதிருக்கும் விஷயத்தில் 1976 டிசம்பரில் இந்திரா காந்தி ஏற்கனவே தலையிட்டிருந்தார். இப்போது மாநில அரசு சரணாலயத்திற்குச் சொந்தமான நிலத்தைச் சில நிறுவனங்களுக்கு ஒதுக்கப் போகிறது என்ற பேச்சு அடிபடுவதாக மில்லர் தெரிவித்தார். மான்கள் சரணாலயத்தைத் தேசியப் பூங்காவென அதிகாரபூர்வமாக அறிவிப்புச் செய்வதே இதற்கு நிரந்தரமான தீர்வாக இருக்க முடியும் எனவும் கூறினார்.

இதுபற்றி ஒரு குறிப்பை எழுதி அனுப்பும்படி மில்லரை இந்திரா காந்தி கேட்டுக்கொண்டார். மூன்று நாட்களில் மில்லரும் எழுதியனுப்பினார். இதுபற்றிச் சல்மான் ஹைதரிடம் இந்திரா காந்தி தெரிவித்திருக்கக்கூடும். தமிழ்நாடு ஆளுநரின் ஆலோசகரான பி.கே. தாவேயிடமிருந்து ஹைதருக்கு மே 26இல் வந்த கடிதம்:

கிண்டி பூங்காவைப் பற்றிய உங்களின் பிப்ரவரி 26ஆம் தேதியிட்ட கடிதம் கிடைத்தது. ராஜ்பவனின் தேவைகளுக்காக ஆளுநர் அவசியமெனக் கருதும் பகுதி நீங்கலாகக் கிண்டி பூங்கா முழுவதையும் தேசியப் பூங்காவென ஏற்கனவே அறிவிப்புச் செய்துள்ளோம். (...)

பாம்புப் பூங்காவின் குத்தகை புதுப்பிக்கப்பட மாட்டாதெனச் சுற்றுச்சூழல் ஆர்வலர்கள் அச்சமுறுவதாக உங்கள் கடிதத்தில் குறிப்பிட்டுள்ளீர்கள். இது உண்மையல்ல. (...)'

இதன் பின்பு பாம்புப் பூங்கா பாதுகாக்கப்பட்ட பகுதியாக நீடித்தது.

ஞ

குள்ளப் பன்றிகள் தொடர்பான சம்பவத்திற்கும் அதில் இந்திரா காந்தியின் ஈடுபாட்டிற்காகவும் 1976ஆம் ஆண்டு நினைவு கூரப்படும். இது தொடர்பான விபரங்களை *'The Ark's Anniversary'*[4] என்ற தனது சுயசரிதையில் ஜெரால்ட் டர்ரல் எழுதியுள்ளார். இயற்கை மீதான இவரின் புத்தகங்கள் பெருமளவு விற்பனையானவை. சுற்றுச்சூழல் பாதுகாப்பு மையத்தை ஜெர்சி தீவுகளில் இவர் நிறுவினார். ஜாம்செட்பூரில் பிறந்த அவர் தனது மூன்றாம் வயதில் இங்கிலாந்து சென்றார். அஸ்ஸாமில் உள்ள மிகச்சிறிய இந்தக் குள்ளப் பன்றி இனம் அழிவின் அபாயத்தில் இருப்பது பற்றி ஜெரால்ட் மிகவும் கவலை கொண்டிருந்தார்.

புகழ்பெற்ற சுற்றுச்சூழல் ஆர்வலரான சர் பீட்டர் ஸ்காட்டை மார்ச் 6இல் சந்தித்த டர்ரல் 'குள்ளப் பன்றிகளின் தகவல்கள் அடங்கிய எனது கோப்பு குள்ளப் பன்றியைக் காட்டிலும் பெரிது' என மிகுந்த துயரத்துடன் அவரிடம் கூறினார். இனப்பெருக்கம் செய்வதற்காகக் குள்ளப் பன்றிகளை ஒரு காலனியில் குடியேறச் செய்து அவற்றைப் பாதுகாப்பதற்கு ஏழு ஆண்டுகளாக முயற்சி மேற்கொண்டு வந்திருந்தார். இந்தப் பன்றி இனத்தைப் பாதுகாப்பதற்கு அர்ப்பணிப்பு உணர்வுடன் செயலாற்றிவரும் புத்தக ஆசிரியரும் சுற்றுச்சூழல் ஆர்வலருமான டர்ரல் பற்றி இந்திரா காந்திக்கு மார்ச் 15இல் ஸ்காட் எழுதிய கடிதம்:

பன்னாட்டு இயற்கைவளப் பாதுகாப்பு நிறுவனத்தின் உயிர்மீட்புச் சேவைக் குழுவின் தலைவர் பொறுப்பில் உள்ளேன். அழியும் அபாயத்திலுள்ள உயிரினங்களைப் பற்றி இந்த நிறுவனத்திற்கு அக்கறை உண்டு. குள்ளப் பன்றி இனம் பற்றி இந்த நிறுவனம் பெருமளவு ஆர்வம் கொண்டுள்ளது. அபூர்வமான இந்த விலங்குகளின் இனப்பெருக்கம்

> இந்தியாவில் இப்போது வெற்றிபெற்றுள்ளது. இந்த விலங்கினத்தின் இனப்பெருக்கத்திற்காக ஐரோப்பாவில் ஒரு காலனியை உருவாக்கினால் அதற்கு உயிரியல் மற்றும் பாதுகாப்பு மதிப்பு உண்டு என நாங்கள் நம்புகிறோம். ஜெர்சி கானுயிர்ப் பாதுகாப்பு அறக்கட்டளையை ஜெரால்ட் டர்ரல் நிறுவியுள்ளார். குள்ளப் பன்றிகளின் இனப்பெருக்கத் திட்டத்தைச் செயல்படுத்துவதற்கு இது ஏற்ற இடம் என நம்புகிறேன்.
>
> அசாம் தேயிலைத் தோட்டத்திலுள்ள இரண்டு மூன்று குள்ளப் பன்றி இணைகளின் வளர்ப்புக் கருக்களை ஜெர்சிக்கு எடுத்துச் செல்ல அனுமதிக்குமாறு அஸ்ஸாமிலுள்ள வனத்துறை முதன்மைப் பாதுகாப்பாளரையும் அசாம் பள்ளத்தாக்குக் கானுயிர்ச் செயல்திட்டத்தின் பொறுப்பாளரையும் அறக்கட்டளை கேட்டுக்கொண்டுள்ளது. இந்த யோசனைக்கு அவர்கள் ஒப்புக்கொண்டுள்ளனர். எனினும் முக்கியமான இந்த விசயத்திற்கு உங்கள் அனுமதி அவசியமென இரு தரப்பும் கருதுகின்றன.

குள்ளப் பன்றி இனத்தைப் பாதுகாக்கும் இந்தியாவின் முயற்சிகள் உலக அளவில் பாராட்டிற்குரியன என்பதுபற்றி டர்ரல் புத்தகங்கள், கட்டுரைகள் எழுத இருப்பதாகவும் இந்த முயற்சிக்குப் பன்னாட்டு இயற்கைவளப் பாதுகாப்பு நிறுவனத்தின் ஆதரவு இருப்பதாகவும் ஸ்காட் கடிதத்தில் குறிப்பிட்டிருந்தார். வழக்கத்திற்கு மாறாக இரண்டு மாதங்கள் தாமதித்தே இந்திரா காந்தி மே 25இல் பதில் எழுதினார்:

> ஜெர்சி பாதுகாப்பு அறக்கட்டளைக்கு அஸ்ஸாமிலிருந்து இரண்டு மூன்று குள்ளப் பன்றி இணைகள் வேண்டுமென உங்கள் மார்ச் 15ஆம் தேதி கடிதத்தில் கேட்டிருந்தீர்கள்.
>
> அழிவின் அபாயத்திலிருந்த இந்த விலங்குகள் எங்களின் கவனமான பராமரிப்பால் முன்னேற்றமடைந்து இப்போது நலமாக உள்ளன. இன விருத்திக்காகச் சில விலங்குகளை ஜெர்சி காப்பகத்திற்கு எங்களால் தரமுடியும். ஜெர்சியில் நல்லதே நடக்குமென நம்புகிறேன்.

துரதிருஷ்டவசமாகப் பிரதமரின் இந்த நம்பிக்கை நிறைவேறவில்லை. ஒரே ஒரு இணையை மட்டுமே பெறமுடிந்தது. அதுவும் ஜூரிச் உயிரியல் பூங்காவிற்குக் கொண்டுசெல்லப்பட்டதெனவும் டர்ரல் கடிதத்தில் தெரிவித்திருந்தார். அங்கே அவை நான்கு ஆண் ஒரு பெண் என ஐந்து குட்டிகளை ஈன்றதாகவும் பெண்குட்டி பிறப்பிலேயே இறந்துபோய்விட்டதெனவும் அவர் மேலும் கூறியிருந்தார்.

இவ்விதமாக ஜெர்சி கானுயிர்க் காப்பகத்திற்குக் குள்ளப் பன்றிகளை அனுப்பும் திட்டம் முடிவுக்கு வந்தது. ஆனால் இந்தியாவில் குள்ளப் பன்றிகளைப் பாதுகாக்கும் செயல்பாடுகள் தொடர்ந்து நடந்துவந்ததால் நூற்றுக்கும் அதிகமான குள்ளப் பன்றிகள் கவுகாத்திக்கு அருகே இனவிருத்தி செய்யப்பட்டுப் பின்னர் மனஸ் தேசியப் பூங்காவுக்கு அனுப்பப்பட்டன.

ଓ

டெக்ராடூனிலுள்ள இந்தியக் கானுயிர் நிறுவனம் 1990களிலும் அதன் பின்பும் சர்வதேச அளவில் நற்பெயர் பெற்ற ஒன்று. இந்த நிறுவனத்தை உருவாக்க வேண்டும் என்ற யோசனையை முதன்முதலாய் 1976 டிசம்பர் 16 லேயே இந்திரா காந்தி முன்வைத்தார். இது யாரும் அறிந்திராத ஒன்று. காடுகள், கானுயிர் ஆகியவற்றைக் கையாளும் தனது சக அமைச்சர்களுக்கு அப்போது இந்திரா காந்தி எழுதிய அலுவலகக் குறிப்பு:

டெக்ராடூனிலுள்ள வன ஆராய்ச்சி நிறுவனம் கானுயிர்மீதான கல்வியையையோ, பாடத் திட்டங்களையோ பல ஆண்டுகளாய்த் தொடங்காதிருப்பது துரதிருஷ்டவசமானது. இதற்கான சரியான காரணத்தைச் சொல்ல முடியாததால் இந்த விசயத்தில் மாநிலங்களை வலியுறுத்த இயலாத பலவீன மான நிலையிலுள்ளோம். வன ஆராய்ச்சி நிறுவனத்தில் மாணவர்களுக்குப் பயிற்சி தருகையில் 'வனங்கள் மேலாண்மைக்கு' முன்னுரிமை தரப்பட வேண்டும். கானுயிர் அதற்கு அடுத்த நிலையிலேயே இடம்பெற வேண்டும். கானுயிர் மேலாண்மையில் திறமையும் ஆர்வமும் உடைய அதிகாரிகளுக்குக் கானுயிர் சிறப்புப் பயிற்சி தருவதற்கென தனியே ஒரு பயிற்சி மையம் அமைப்பது நல்லது.

கானுயிர்ப் பராமரிப்பில் வனத்துறை அதிகாரிகளின் அணுகுமுறை பற்றி இந்திரா காந்தி மிகுந்த கவலை கொண்டிருந்தார். விலங்குகள் மேலாண்மைக்குத் தனித்த அறிவும் பயிற்சியும் அவசியம் என்பதை வலியுறுத்தி மாநில முதலமைச்சர்களுக்கு 1973 டிசம்பர் 23இல் இந்திரா காந்தி கடிதம் எழுதினார். மூன்று நாட்களுக்குப் பிறகு 1973ஆம் ஆண்டு முடிவில் இந்த நிலைப்பாட்டை மீண்டும் எடுத்துக்கூறி மற்றொரு கடிதம் அவர்களுக்கு எழுதினார்:

கானுயிருக்கு முக்கியத்துவம் தராமல் அவற்றை ஓரத்தில் தள்ளிவைக்கும் விதமாகவே வன இலாகாக்களின் செயல் பாடுகள் தொடர்ந்து இருந்துவருகின்றன. இவ்விதமான அக்கறையின்மை தொடருமேயானால் நமது பாதுகாப்பு

முயற்சிகள் வெற்றி பெறாது (...) இந்த உதாசீனத்தையும் எதிர்ப்புப் போக்கையும் வன இலாகாக்கள் கைவிட வேண்டும். இல்லையெனில் வனத்துறையின் செயல்பாடுகள் எதுவும் பலனளிக்காது. இலாகாக்களின் அக்கறையின்மை தொடராதிருப்பதை உறுதி செய்யவும். இதுகுறித்த நடவடிக்கைகளையும் அவற்றின் முன்னேற்றத்தையும் தெரிவிக்கவும்.

ஆ

நாட்டின் உயரிய பெருமைக்குரிய பத்மவிபூஷண் விருது சலீம் அலிக்கு வழங்கப்பட்ட செய்தி 26ஆம் ஆண்டு குடியரசு தினத்தில் நாளிதழ்களில் வெளிவந்தது. மிக அரிதாகவே வழங்கப்படும் 'பாரத ரத்னா'வுக்கு அடுத்ததான உயரிய விருது இது.[5] 18 ஆண்டுகளுக்கு முன்பு பத்மபூஷண் விருது பெற்றிருந்தார் சலீம் அலி. 1975 ஏப்ரலில் மக்களவைப் பொதுக்கணக்குக் குழு சலீம் அலியையும் பம்பாய் இயற்கை வரலாற்றுச் சங்கத்தையும் கடுமையாக விமர்சனம் செய்து அரசாங்கத்திற்கு அறிக்கை சமர்ப்பித்திருந்தது. சலீம் அலியையும் சங்கத்தையும் சி.ஐ.ஏ. கைக்கூலி எனக் குறிப்பிடுமளவு அந்த விமர்சனம் இருந்தது. அவற்றில் எதனையும் இந்திரா காந்தி சற்றும் பொருட்படுத்தவில்லை. அன்பையும், எளிதாகத் தன்னை அணுகும் சுதந்திரத்தையும் இறக்கும்வரை சலீம் அலிக்குத் தந்தது போக, மக்கள் அங்கீகாரத்தின் உச்சகட்ட முத்திரையான பத்ம விபூஷணையும் இந்திரா காந்தி அவருக்கு வழங்கினார்.

சில நாட்களுக்குப் பின் தனது பிள்ளைகள், மருமகள்கள், பேரன்மார் எனக் குடும்பத்துடன் பிப்ரவரி 7இல் பரத்பூர் சென்றார் இந்திரா காந்தி. அதற்குச் சில நாட்களுக்கு முன்பே சலீம் அலி அங்கிருந்தார்.

பரத்பூர் புறப்படுவதற்கு முன்பு பறவைகள் சரணாலயத்தின் மத்தியிலே அவருக்கான முகாம் அமைக்கப்பட இருப்பதான செய்தி இந்திரா காந்தியிடம் தெரிவிக்கப்பட்டது. அதுவும் அவரது அரசின் சுற்றுலாத் துறையே இதனைச் செய்ய இருந்தது. கோபத்தில் இந்திரா காந்திக்கு வார்த்தையே வரவில்லை; தனது கருத்துக்களைச் சுற்றுலா மற்றும் உள்நாட்டு விமானப் போக்குவரத்துத் துறை அமைச்சரான ராஜ்பகதூருக்கு ஜனவரி 21இல் எழுதிய அலுவலகக் குறிப்பில் தெளிவாகவே குறிப்பிட்டிருந்தார். ராஜ்பகதூர் பரத்பூர் தொகுதியின் பாராளுமன்ற உறுப்பினர் என்பதுதான் இதிலுள்ள வேடிக்கை:

பரத்பூர் பறவைகள் சரணாலயத்தின் மத்தியிலேயே முகாம் அமைப்பதற்கான வேலையைச் சுற்றுலாத்துறை

தொடங்கியிருப்பதான செய்தி அறிந்தேன். இது மிகவும் துரதிருஷ்டவசமானது. (...) பறவைகள் சரணாலயத்திற்கு வெளியே மாற்று இடத்தில் சுற்றுலாப் பயணிகள் தங்குவதற் கான முகாம் அமைக்க ஏற்பாடு செய்யவும். முகாமிற்கான கட்டுமான வேலையோ அல்லது நிலத்தைச் சமதளப்படுத்தும் வேலையோ ஏற்கனவே தொடங்கப்பட்டிருக்குமேயானால் அதனால் பாதிக்கப்பட்ட பகுதிகளை முன்பிருந்த நிலையி லேயே இருக்கும்படியான ஏற்பாடுகளைச் செய்யவும்.'

தனது குடும்பத்துடன் அதிகாலையிலேயே பரத்பூர் வந்து சேர்ந்திருந்தார் இந்திரா. பின்னர் சலீம் அலியும், பரத்பூரை நன்கறிந்த வி.எஸ். சக்சேனாவும் உடன்வர ஜீப்பில் சரணாலயத்தின் ஏரிக்குச் சென்றார் இந்திரா காந்தி. சுமார் ஒருமணி நேரம் ஏரியைச் சுற்றிவந்தபின் காலைச் சிற்றுண்டிக்கு விடுதி திரும்பினர். மீண்டும் வெளியே சென்று மதிய வேளைக்குச் சற்றுமுன் விடுதிக்கு வந்தனர்.

பரத்பூரில் பறவைகளைப் பார்த்த இந்திரா காந்தியின் அனுபவத்தை சக்சேனாவிடமிருந்து நேரடியாகவே தெரிந்து கொண்ட பத்திரிகையாளரான ஹர்ஷத் வர்தன் அதுபற்றி *அமர்ஜாலா* பத்திரிகையில் எழுதினார். சக்சேனா கூறியதை அப்படியே காகிதத்தில் குறித்துவைத்திருந்தார் வர்தன். எனது வேண்டுகோளுக்கிணங்க அதனைத் தேடி எடுத்து என்னிடம் தந்தார்.

'பரத்பூர் பறவைகள் சரணாலயத்தில் ஏறத்தாழ அறுபது வகைப் பறவைகளைக் கவனித்துப் பார்த்தார் இந்திரா. தனது தொலைநோக்கியின் உதவியால் பறவைகளில் பெரும்பாலானவற்றை அவரால் அடையாளம் காண முடிந்தது. அதுபோன்ற பறவைகளை, குறிப்பாக Dabchik பறவையை (நீரில் இரை தேடித் தின்னும் சிறிய நீந்தும் பறவை), காஷ்மீரில் கண்டதாகக் கூறினார். ஏரியில் நீர் இருப்புப்பற்றிப் பேச்சு திரும்பியது. சென்ற ஆண்டு ஏரியில் நீர் குறைவாக இருந்ததெனெவும் இந்த வருடம் (1975–76) நிறைய இருப்பதாகவும் சக்சேனா தெரிவித்தார்.

சரணாலயத்தில் 75 சைபீரியப் பெருங்கொக்குகள் இருந்தன. ஏரியில் படகில் சென்றுகொண்டிருந்தபோது பறந்துசென்ற பெருங்கொக்குகளை வியந்து பாராட்டினார். இந்தப் பெருங்கொக்குகள், அவற்றின் சூழலியல் ஆகியவற்றைப்பற்றி சலீம் அலி விளக்கம் தந்தார். இந்தக் கொக்குகள் முழுக்கவும் வெள்ளைநிறம் கொண்டவை; அலகுகள் மட்டும் சிவப்பு. இருபதாம் நூற்றாண்டின் முதல் பதிற்றாண்டுகளில்

பீகார்வரை பறந்து திரிந்துகொண்டிருந்த ஏராளமான இந்த பெருங்கொக்குகளின் எண்ணிக்கை இப்போது பெருமளவு குறைந்துவிட்டது. இதற்கான காரணத்தை இந்திரா காந்தி வினவினார். (நீர்நிலைகள் வற்றிப்போனதாலோ அல்லது சேறு படிந்ததாலோ) ஈர நிலங்கள் குறைந்துவிட்டதே காரணம் என்றார் சலீம் அலி.

பரத்பூரில் நடக்கவிருந்த பொதுக்கூட்டத்தில் உரையாற்றுவதற்காக விடுதியிலிருந்து புறப்பட்ட இந்திரா காந்தி பார்வையாளர் பதிவேட்டில் எழுதிய குறிப்பு:

மகிழ்ச்சி நிறைந்த அமைதியான அனுபவம். எங்களுடன் சலீம் அலி இருந்ததால் மகிழ்ச்சி இரட்டிப்பானது. சரணாலயத்துக்கு அருகேயுள்ள சாலையில் செல்லும் பேருந்துகளின் சத்தத்தால் சரணாலயத்தின் அமைதி குறை கிறது. இந்தச் சாலையை மூடுவதற்கு ஏதாவது நடவடிக்கை எடுப்பீர்கள் என நம்புகிறேன்.

மறுநாளே இந்திரா காந்தியின் முன்னாள் உதவியாளரும் சாம்பியாவின் இந்திய மேல்நிலை அரசுத் தூதுவருமான நட்வர்சிங்கிற்கு இதுபற்றிப் பிப்ரவரி 9இல் இந்திரா காந்தி கடிதம் எழுதினார்:

சலீம் அலி பரத்பூரில் இருந்தார். எங்களுடனேயே அவர் சரணாலயத்திற்கு வந்தார். அதனால் பயணம் மிக மகிழ்ச்சி யாக இருந்தது. சலீம் அலி தவிர வேறு யாரும் எங்களுடன் வர வேண்டாமென நான் முன்பே கூறியிருந்தது நல்லதாய்ப் போயிற்று.

சுவர் எழுப்புவது குறித்து: சரணாலயத்திற்கு அருகிலுள்ள கிராமங்களை ஒட்டிய பகுதிகளைச் சுற்றிலும் முதலில் சுவர் எழுப்ப வேண்டும். சுவரை மேலும் நீட்டுவது குறித்துப் பிறகு யோசிக்கலாம்.

வேளாண் அமைச்சருக்கும் ராஜஸ்தான் முதல்வருக்கும் சரணாலயத்தைச் சுற்றிலும் சுவர் எழுப்புவதுபற்றி அடுத்துவந்த வாரத்தில் பல கடிதங்கள் எழுதினார் பிரதமர். சுற்றியுள்ள கிராமங்களிலிருந்து கால்நடைகள் சரணாலயத்திற்குள் நுழைவதைத் தடுப்பதற்குச் சரணாலயத்தைச் சுற்றிலும் ஒரு தடுப்புச் சுவரை நிரந்தரமாக எழுப்ப வேண்டுமென வேளாண் அமைச்சருக்குக் கடிதம் சென்றது. இந்தப் பாதுகாப்புச் சுவர் எழுப்பும் வேலை உடனடியாகத் தொடங்கப்பட வேண்டு மெனவும் அதற்கான நிதியை எப்படியாவது ஏற்பாடு செய்து

கொள்ள வேண்டுமெனவும் முதலமைச்சருக்கு அடுத்த கடிதம் அனுப்பப்பட்டது.

பரத்பூர் சென்று அந்தப் பகுதியைப் பாதுகாப்பதற்கு மேற்கொள்ள வேண்டிய நடவடிக்கைகள் குறித்து விவரமான அறிக்கை சமர்ப்பிக்கும்படி நலனி ஜயால் கேட்டுக்கொள்ளப் பட்டார். அதன்படி அங்கு சென்று அந்தப் பகுதியைப் பாதுகாக்கத் தேவையான நடவடிக்கைகள் பற்றிய விரிவான அறிக்கையைத் தயார் செய்தார் ஜயால். ஜூலை 12, 13 தேதிகளில் பம்பாய் வரலாற்றுச் சங்கம், இயற்கைக்கான உலக நிதியம், வனத்துறை ஆகிய மூன்று அமைப்புகளும் இணைந்து நாட்டின் முதல் நீர்வாழ் உயிரியல் ஆராய்ச்சி நிலையத்தைச் சரணாலயத்தில் நிறுவின. இதற்குக் காரணம் இந்திரா காந்தியின் விடாப்பிடியான முயற்சியே. பெருமளவு பறவைகள் சரணாலயத்துக்கு வருவதில் இந்தச் சுவர் எவ்விதம் அர்த்தமுடையதாக விளங்கிற்று என்பது பற்றிய அறிக்கைகள் 1977 நவம்பரில்[6] வெளிவரத் தொடங்கின.

அமெரிக்காவிலுள்ள சுற்றுசூழல் அமைப்பான National Audubon Societyயின் உதவித் தலைவரும் சலீம் அலியின் நண்பருமான ஜோசஃப் லிண்டுஸ்காவைப் பிரதமர் பிப்ரவரி 17இல் சந்தித்துப் பரத்பூர் சரணாலயத்தை நிர்வகிப்பது குறித்து விவாதித்தார். குறிப்பாகப் பறவைகள் மீதான இந்திரா காந்தியின் பேரார்வம் அவரை வியப்பில் ஆழ்த்திற்று. இதனையே இந்திரா காந்திக்கு எழுதிய ஆகஸ்ட் 11 கடிதத்திலும் குறிப்பிட்டிருந்தார். அதுமட்டுமல்லாமல் கடிதத்துடன் சில புத்தகங்களையும் இந்திராவிற்கு அனுப்பியிருந்தார்.

'கடமைகளின் பெரும் சுமையிலிருந்து உங்கள் மனதிற்கு வரவேற்கத்தக்க மாறுதலை இப்புத்தகங்கள் தருமென நம்புவதாக வும்' அக்கடிதத்தில் குறிப்பிட்டிருந்தார்.

அதற்கு ஆகஸ்ட் 30இல் இந்திரா காந்தி எழுதிய பதில்.

> பறவைகள் குறித்த புத்தகங்களை அனுப்பியதற்கு மிக்க நன்றி. மிகவும் அழகிய அந்தப் புத்தகங்களைப் பெற்றுக்கொள்வதில் மனம் மகிழ்கிறேன். சரணாலயங்களை நிர்வகிப்பதில் எங்களுக்குப் போதிய அனுபவமில்லை. கானுயிர், பறவைகள் மீது எங்கள் நாட்டு மக்களை அன்பு கொள்ளும்படி செய்ய இன்னும் எவ்வளவோ முயற்சிகள் செய்ய வேண்டியதுள்ளன.

ௐ

மிகவும் பாதுகாக்கப்பட வேண்டிய ஓர் உயிரினத்தைப் பொதுமக்கள் கவனத்திற்குக் கொண்டுவர 'தேசியப் பறவை'

என்ற கருத்தாக்கம் உருவானது. 1960ஆம் ஆண்டு மே மாதம் டோக்கியோவில் நடந்த பன்னாட்டுப் பறவைகள் பாதுகாப்பு மன்றத்தின் ‘International Council for Bird Preservation’ மாநாட்டில் இந்தக் கருத்தாக்கம் உருவாகியிருக்கலாம். 1961 பிப்ரவரியில் நடந்த கூட்டத்தில் இந்தியக் கானுயிர் கழகம் தேசியப் பறவையாக ‘மயிலை’ தேர்வு செய்தது. இதனை நிராகரித்த சலீம் அலி 1961 மார்ச் மாத ‘Newsletters for Birds Watchers’இல் இவ்விதம் எழுதினார்:

> இந்தியக் கானுயிர்க் கழகத்தின் இந்தத் தேர்வு தவறான மதிப்பீடு கொண்டது; பொருளற்றது. தேசியப் பறவையாக ஒன்றினை ஏற்றுக்கொள்ள வேண்டுமென்ற கடப்பாடு எதுவும் இந்தியாவுக்கு இல்லை (...) அவ்விதம் ஏற்றுக்கொள்ளப்பட வேண்டுமேயானால் அந்த உயரிய தகுதி மிகப்பெரிய கண்கவர் இந்தியப் பறவையான கான மயிலுக்கு உண்டு. அந்தப் பறவையைக் கொல்வது சட்டப்பூர்வமாகத் தடுக்கப்பட்டுள்ளதெனினும் அவை வேட்டையாடிகளால் வேண்டுமென்றே சுட்டுக் கொல்லப்படுகின்றன; அது மட்டுமல்லாது அவற்றின் இயற்கை வாழிடங்கள் சுயநலத்திற்காக அபகரிக்கப்படுகின்றன. இந்தக் காரணங்களால் அவற்றின் எண்ணிக்கை அச்சம் தருமளவு குறைந்துவருகிறது. அந்தப் பறவை இனத்தை அழிவிலிருந்து பாதுகாக்க நாடு தழுவிய முயற்சிகள் உடனடியாக மேற்கொள்ளப்பட வேண்டும்.

தேசியப் பறவையாக எதைத் தேர்வு செய்யலாம் என்பதில் சலீம் அலியின் யோசனை புறக்கணிக்கப்பட்டது. இதுகுறித்த விவாதம் இரண்டாண்டுகள் நீடித்தது. வரலாறு, புராணம், மதம், கலாச்சாரம் ஆகிய காரணங்களால் இந்தியாவின் தேசியப் பறவையாக கான மயிலை ஏற்றுக்கொள்ளலாம் என 1963 டிசம்பர் இந்தியக் கானுயிர்க் கழகக் கூட்டத்தில் இறுதியாக முடிவு செய்யப்பட்டது. அதே நேரம் ஏற்கனவே அழிவின் அபாயத்திலிருந்த[7] கான மயில் ஏறத்தாழ முற்றிலும் அழிந்துவிடும் நிலைக்கு வந்திருந்தது.

ஜூன் மாதத்தில் இந்த விஷயம் இந்திரா காந்தியின் கவனத்திற்கு வந்தது.

மொகலாயப் பேரரசர் அக்பரைத் துணிவுடன் எதிர்த்துச் சண்டையிட்டவர் ராஜபுத்திர நாயகனான ராணா பிரதாப். அந்த யுத்தத்தின் 400ஆம் ஆண்டு நினைவு நாள் 21 ஜூன் அன்று ராஜஸ்தானில் உதயப்பூர் அருகேயுள்ள ஹால்ட்டிகாட்டியில் கொண்டாடப்பட்டது. அதில் கலந்துகொள்ள இந்திரா

காந்தி விமானத்தில் சென்றுகொண்டிருந்தபோது கானமயில் பறவையினம் எதிர்கொள்ளும் அபாயம் குறித்து இந்துஸ்தான் டைம்ஸ் நாளிதழில் வெளிவந்த செய்தியை வாசிக்க நேர்ந்தது. நாளிதழின் முன்பக்கத்தில் பறவையின் படத்தையும் அந்தப் பத்திரிகை வெளியிட்டிருந்தது.

ராஜஸ்தான் கானுயிர்க் கழகத்தில் உறுப்பினராக ஹர்ஷவர்தன் ஹால்டிகட்டியில் இந்திரா காந்தியைச் சந்தித்தார். தனது கட்டுரைகளை ஹர்ஷவர்தன் அவரிடம் அளித்தபோது, 'ராஜஸ்தானில் கான மயிலுக்கு என்ன நேர்ந்துகொண்டிருக்கிறது, என அவரிடம் கூர்மையாக வினவிய இந்திரா, அதுபற்றிய ஒரு குறிப்பை[8] உடனே அனுப்பித் தரும்படி கூறினார். ஹர்ஷவர்தனின் குறிப்பு அவரைச் சென்றடைந்தது. அந்தப் பறவையினத்தைப் பாதுகாக்க இந்திரா காந்தி நடவடிக்கை தொடங்கும் முன்னரே தேர்தல் அறிவிக்கப்பட்டு அவர் பதவி விலகும் நிலை ஏற்பட்டது.

அதன் பிறகு அரசியலில் எத்தனையோ மேடுபள்ளங்களை இந்திரா காந்தி கடக்க வேண்டியிருந்தது. எனினும் பறவைகள் மீதான நேசமும் ஈடுபாடும் கடைசிவரை அவரிடம் நீடித்திருந்தன. அப்போது இந்தியன் ஏர்லைன்ஸ் விமானத்தில் விமான ஓட்டியாகப் பணிபுரிந்துகொண்டிருந்த ராஜீவ் காந்தி புகைப்படம் எடுப்பதில் தீவிர ஆர்வம் கொண்டிருந்தார். செப்டம்பர் முதல்நாள் இரவு பணி முடிந்து வீடு திரும்புகையில் தன் தாயார் கைப்பட எழுதிய குறிப்பு ஒன்று அவருக்காகக் காத்திருந்தது.

> ஒரு அழகான காட்சியை நீ தவறவிட்டுவிட்டாய். இன்று காலை அக்பர் சாலையிலுள்ள ஒரு மரத்தில் கிளையின் ஒரு சோடி கிளிகள் ரொம்ப நேரமாக காட்சிதந்து கொண்டிருந்தன. இரண்டு மரங்கொத்திகளும் இருந்தன; என்றாலும் அவை ஓயாமல அங்கிருக்கும் அலைந்து கொண்டிருந்தன.

௸

தென் கேரளத்திலுள்ள மேற்குத் தொடர்ச்சி மலையில் 65000 ஹெக்டேர் காடுகளைத் திருத்தி நிலமாக்கும் திட்டத்தைச் சிறிது காலத்துக்கு முன் உருவாக்கப்பட்ட கேரளமாநில வன நிறுவனம் பரிசீலித்து வருவதான தகவலை மார்ச் 10இல் நலனி ஜயாலிடம் சலீம் அலி தெரிவித்தார். வனத்துறையில் பணிபுரியும் திருவனந்தபுரத்தைச் சேர்ந்த விசில் ப்ளோவரான திரு. N. சுதிர் இந்தச் செய்தியை சலீம் அலியிடம் தெரிவித்திருந்தார். இதுபோன்ற விசயங்களில் இந்திரா காந்தி எவ்விதம் செயல்படுவார் என்பதை

அதன் பிறகு நிகழ்ந்தவை தெளிவாகக் காட்டுகின்றன. பதினேழு நாட்களுக்குப் பிறகு ஜயால், சலீம் அலிக்குப் பதில் எழுதினார்:

> உங்கள் கடிதம் கிடைத்தது. அதிலுள்ள தகவல்கள் உண்மையானவையா என்பதை அறிய உடனடியாக முயற்சிகள் மேற்கொண்டோம். நீங்கள் எனக்கு எழுதிய கடிதத்தின் நகலை இந்திரா காந்தியின் உதவியாளர் சல்மான் ஹைதருக்கும் அனுப்பியிருந்தீர்கள். அந்த நகல் பிரதமர் கவனத்திற்கு வந்ததும் தாமதமின்றிச் செயல்படத் தொடங்கினார். காட்டு மரங்களை வெட்டியகற்றும் வேலையை உடனே நிறுத்துமாறும், இந்தத் திட்டத்தில் மேலும் நடவடிக்கை எடுப்பதற்கு முன்னர் வனக் கண்காணிப்பாளர் போன்ற சுயேச்சையான ஓர் அதிகாரியிடம் இதனை மதிப்பீடு செய்ய விடுமாறு கேரள முதல்வருக்கு உறுதியான தொனியில் இந்திரா காந்தி கடிதம் எழுதினார். இவ்விதம் இந்த விசயத்தில் முதல் அடி எடுத்துவைக்கப்பட்டுள்ளது.

ஜயாலுக்கு எழுதிய கடிதத்தை ‘இது உங்களுக்கு வைக்கப்பட்ட முதல் பரீட்சை’ – என்ற வரியுடன் சலீம் அலி தொடங்கியிருந்தார். முதல் பரீட்சையிலேயே மிகச்சிறப்பாகத் தேறியிருந்தார் ஜயால். அதற்குக் காரணம் பிரதமர். கேரள முதல்வர் சி. அச்சுதமேனனுக்கு மார்ச் 10இல் இந்திரா காந்தி எழுதிய கடிதம் பெரிய மாற்றத்தை ஏற்படுத்தியிருந்தது.

> கேரளத்தில் மேற்குத்தொடர்ச்சி மலையில் 65,000 ஹெக்டேர் பசுமைக் காடுகளின் மரங்களை அகற்றும் செயல்திட்டத்தை மாநில அரசு தொடங்கவிருப்பதான செய்தி என் கவனத்திற்கு வந்தது. உடனடியாக நிறைய லாபம் ஈட்ட முடியும் என்ற நம்பிக்கையில் மரங்களை வெட்டி அந்த இடத்தில் கலப்பு யூக்லிப்டஸ் மரங்களை நடுவதற்காக இந்தச் செயல் திட்டம் தொடங்கப்பட்டுள்ளதாகத் தெரிகிறது. இதனால் பெரும் அதிர்ச்சிக்கு உள்ளானேன். (இதுபோன்ற) தவறான யோசனைகளால் தொடக்கத்திலிருந்தே இருந்துவந்த பசுமையான இயற்கை வனப்பரப்பை அகற்றியதன் காரணமாகக் கேரளம் மிக மோசமாகப் பாதிப்படைந்துள்ளது. சென்ற ஆண்டு வெள்ளப்பெருக்கினாலும் நிலச்சரிவினாலும் பேரழிவு ஏற்பட்டது. மரங்களை வெட்டிப் பசுமையான வனப்பரப்பை அழித்ததே இதற்குக் காரணமாகும். எனவே இதுபோன்ற திட்டங்களை அமல்படுத்தப்படுவதற்கு முன்னர் தகுதியான ஒரு சுயேச்சை அமைப்பினால் அது மதிப்பீடு செய்யப்பட வேண்டும். எனவே மரங்களை

அகற்றும் நடவடிக்கையை உடனே நிறுத்தவும். இதுவரை அதிக அளவு சேதம் விளைந்திராது என நம்புகிறேன்.

1969ஆம் ஆண்டு நவம்பர் – டிசம்பரில் பன்னாட்டு இயற்கை வளப் பாதுகாப்பு நிறுவனத்தின் பத்தாவது பொதுக்குழு புதுதில்லியில் நடைபெறுவதற்கு முக்கிய பங்காற்றியவர் ஸஃபர் ஃபதேஹ்அலி ஆவார். 1971 ஜனவரியில் அவருக்கு பத்மஸ்ரீ விருது வழங்கப்பட்டிருந்தது. (அதற்கு முந்தைய ஆண்டு கிருஷ்ணனுக்கு அந்த விருது வழங்கப்பட்டது) அதன்பின் புலிகள் பாதுகாப்புத் திட்டத்தைச் செயல்படுத்துவதில் ஃபதேஹ்அலி மிகுந்த ஈடுபாடு கொண்டிருந்தார். இயற்கைக்கான உலக நிதியத்தின் இந்தியப் பிரிவு இவரின் முயற்சிகளுக்காகப் பெரிதும் கடமைப்பட்டுள்ளது.

சுற்றுச்சூழல் திட்டமிடுதல் மற்றும் ஒருங்கிணைப்புக்கான தேசியக் குழுவின் இறுதி வாரங்களில் தன்னுடனிருந்த அசோக் கோஸ்லாவிற்கு ஃபதேஹ்அலி பிப்ரவரி 2இல் எழுதிய கடிதம்:

> தென் மாநில முதல்வர்களுக்குப் பிரதமர் கடிதம் எழுதி இருப்பதாகத் தில்லியில் இருந்தபோது நீங்கள் என்னிடம் கூறியிருந்தீர்கள். மேற்கு தொடர்ச்சி மலைக்கான ஒட்டுமொத்தத் திட்டத்தைத் தயார்செய்வதற்காக ஒரு குழு நியமிக்கப்பட இருப்பதாகவும் அதில் இடம்பெற வேண்டிய நபர்கள்பற்றி யோசனை செய்யும்படியும் என்னை நீங்கள் கேட்டுக்கொண்டீர்கள். இன்னும் ஒரு வாரத்தில் இதுகுறித்து உங்களுக்கு எழுதுவேன்.

மேற்குத் தொடர்ச்சி மலை பற்றிய கவலை இந்திரா காந்தியிடம் தொடர்ந்து இருந்துவந்திருந்தது. அப்பகுதி எதிர்கொள்ளும் அச்சுறுத்தல்கள்பற்றி இந்திரா காந்தியின் சூழலியல் நண்பர்கள் – சலீம் அலி, ஃபதேஹ்அலி உட்பட – அவரிடம் தெரிவித்தது மட்டுமல்ல அதற்குக் காரணம்; சூழலியலுக்கு எளிதாக ஊறு நேர்ந்துவிடும் தன்மைகொண்ட அந்தப் பகுதியில் பெரிய நீர் மின் திட்டங்களையும் ரயில்வே திட்டங்களையும் அமல்படுத்த அந்த மாநிலங்கள் முயன்றுவருவதாக அவர்கள் கூறியதும் காரணமாகும்.

இந்திரா காந்தியைச் சந்தித்தது பற்றித் தனது சுயசரிதையில் ஃபதேஹ்அலி குறிப்பிட்டுள்ளார். 1975 டிசம்பரிலோ அல்லது 1978 ஜனவரியிலோ சந்திப்பு நடந்திருக்கும். 1975 டிசம்பரில் நிகழ்ந்திருக்க அதிக வாய்ப்புள்ளது.

மேற்குத் தொடர்ச்சி மலையில் குறிப்பிட்ட ஒரு திட்டம் பற்றி முடிவு செய்வதற்கு முன்னர் மக்கள் கருத்தையும் கேட்கலாமே என இந்திரா காந்தியிடம் அவர் கூற, கவனமாக கேட்டுக்கொண்டிருந்த இந்திரா காந்தி இவ்வாறு கூறியதாக ஃபதேஹ்அலி குறிப்பிட்டுள்ளார்: 'மக்கள் கருத்தை கேட்க ஏற்பாடு செய்தால் அவர்கள் கூறுவதை நாம் கவனமாக கேட்கவும் வேண்டும்.'

ஃபதேஹ்அலியுடனான இந்த உரையாடல் இந்திரா காந்தியின் மனதில் பதிந்திருக்கும். 'சுற்றுச்சூழலுக்கு எளிதில் ஊறு நேர்ந்துவிடும் தன்மைகொண்ட மேற்குத் தொடர்ச்சி மலையின் சில பகுதிகளைப் பாதுகாக்க தகுந்த நடவடிக்கைகளை எடுக்கும்படி' மாநில முதல்வர்களுக்குப் பின்னர் இந்திரா காந்தி எழுதினார். அந்தப் பகுதியின் சூழலியப் பாதுகாப்பைத் திட்டமிடுவதற்காக ஃபதேஹ்அலியைத் தலைவராகக் கொண்ட 19 உறுப்பினர்கள் அடங்கிய ஒரு சிறப்புக் குழு ஒன்றை இந்திரா காந்தி நியமித்தார்.

துரதிஷ்டவசமாக இந்தச் செயல்பாடுகளால் பெரிதாக எதுவும் நிகழ்ந்துவிடவில்லை. ஃபதேஹ்அலியே இதுபற்றிக் இவ்விதம் குறிப்பிடுகிறார்: 'அறிக்கை நறுக்குத் தெறிக்கும் விதமாகக் கூர்மையாக இல்லை. சுற்றுச்சூழல் பற்றிப் பொதுவான விசயங்களே அந்த அறிக்கையில் பெரும்பகுதியும் இருந்தன.' கேரள அரசு அமைதிப் பள்ளத்தாக்கு நீர் மின்சக்தித் திட்டத்தைத் தொடங்க இந்த அறிக்கை வழிவகுத்தது என்பது மிக மோசமான விசயமாகும். சில வருடங்களுக்குப் பிறகு இந்தத் திட்டம் நீதிமன்ற வழக்கிற்களாகி மக்கள் கவனத்தைக் கிளறிவிடுவதில் முடிந்தது.

கைையொப்பமிடாத இரண்டுப் பக்கக் குறிப்பு ஒன்று மார்ச் தொடக்கத்தில் இந்திரா காந்திக்குக் கிடைத்தது. இந்திரா காந்தியை நன்கறிந்த ஒருவரிடமிருந்துதான் அது வந்திருக்க வேண்டும். துரதிருஷ்டவசமாக அது யார் என அப்போது உறுதியாகத் தெரியவில்லை. *Sesbania Grandiflora* என்ற (பயறு வகைத் தாவரக் குடும்பம் சார்ந்த) புரதச்சத்து அதிகமுள்ள மரம் பற்றியதாக அந்தக் குறிப்பு இருந்தது. தமிழ்நாடு, மேற்கு வங்கம் போன்ற இந்தியாவின் பற்பல பகுதிகளில் அந்த மரங்கள் காணப்படுகின்றன. அகஸ்தி என்ற சமஸ்கிருதப் பெயர் உட்பட பல்வேறு பெயர்களில் அது அழைக்கப்படுகிறது.

மனிதர்கள், விலங்குகளின் ஆரோக்கியத்திற்கு மரத்தின் ஒவ்வொரு பகுதியும் மிகவும் பயனுடையது என அதன் தன்மைகள் பற்றித் திறம்பட விவரித்திருந்தார் அந்தக் குறிப்பை எழுதியவர்,

மரத்தின் சில விதைகளையும் பிரதமருக்கு அனுப்பியிருந்தார். அது மட்டுமல்லாது தலைநகரின் 'மாடர்ன் ஸ்கூலுக்கு' அந்த விதைகளை முன்னரே அனுப்பியிருந்ததாகவும் பத்து அல்லது பதினொரு மாதங்களிலேயே அவை அபரிமிதமாகச் செழித்து வளர்ந்ததாகவும் மேலும் தெரிவித்திருந்தார்.

அந்தக் குறிப்பில் மார்ச் 5இல் இந்திரா காந்தி எழுதியது

> நமது நாடு முழுவதும் இந்தச் செடியைப் பெருமளவு நடுவது பயனுள்ளதாக இருக்குமெனத் தெரிகிறது. இந்த ஆண்டிலேயே இதில் கவனம் செலுத்தினால் என்ன? இதனை நடுவதற்கு ஏற்ற காலம் எது? மழைக்காலத்திலா? அல்லது எல்லாக் காலத்திலும் இந்தச் செடியை நடலாமா? இவைபோன்ற விபரங்களைச் சேகரிக்கவும்.

கானக வல்லுநர்கள் இந்த மர இனங்கள் வீட்டைச் சுற்றியுள்ள வெளிகளில் புதர்ச் செடியாக வளர்ப்பதற்கு ஏற்றவை என்றும் இவை மிகவும் பயனுடயவை என்றும் கருதுவதாக ஹைதர் இந்திரா காந்தியிடம் அலுவலகக் குறிப்பு மூலமாக ஏப்ரல் 9இல் தெரிவித்தார். ஐந்து நாட்களுக்குப் பிறகு அந்தக் குறிப்பில் இவ்விதம் இந்திரா காந்தி எழுதினார்:

> மரங்களைப் பற்றிய எனது புத்தகத்தில் இதைப்பற்றி நேற்று மாலை நானே பார்த்தேன்.

*1966*ஆம் ஆண்டு முனைவர் ஹெச் சாண்டா பாவ் எழுதிய மிகச்சிறந்த நூலான 'காமன் டீரீஸ் *(Common Trees)*' நூலையே இந்திரா காந்தி குறிப்பிடுகிறார் என்பது வெளிப்படை. வரவிருக்கும் மழைக் காலங்களில் இந்தச் செடியை வளர்க்க வேண்டுமென அனைத்து மாநிலங்களின் வன இலாகாக்களுக்கும் அறிவுரை வழங்கப்பட்டது.

மாநிலங்களின் முதன்மைச் செயலாளர்களுக்கான ஒரு கூட்டத்தை மே 7இல் இந்திரா காந்தி ஏற்பாடு செய்திருந்தார். நிர்வாகிகளான அவர்களிடமிருந்து தனது எதிர்பார்ப்பு என்ன என்பதுபற்றி முந்தைய வருடத்தைப் போலவே நீண்ட உரை நிகழ்த்தினார். மக்கள் குறை தீர்ப்பது, உழவர்கள், பட்டியல் சாதியிலுள்ள மக்களின் தேவைகளைக் கூருணர்வுடன் அணுகுவது போன்ற பல்வேறு விசயங்கள்பற்றி ஒரு பள்ளிக்கூடத் தலைமை ஆசிரியை தனது பள்ளிக் குழந்தைகளிடம் பேசுவதுபோல அது இருந்தது. உரையை அவர் இவ்விதம் முடித்தார்:

> நீங்கள் கவனம் செலுத்தியே ஆகவேண்டிய பல்வேறு விசயங்கள் எதனையும் குறிப்பிட விரும்பவில்லை. (. . .) மழைக்காலம் விரைவிலேயே வரவிருக்கிறது. அதனால் காடுகளை – குறிப்பாக மலைப்பகுதிகளில் – வளர்ப்பது பற்றி மிக அவசரமாகப் பரிசீலிக்கப்பட வேண்டிய தேவை எழுந்துள்ளது. இந்த மலைப்பகுதிகளிலிருந்தே மழைநீர் கீழே வடிகிறது. கொடுமையான முறையில் மரங்களைத் தொடர்ந்து வெட்டிவருவதால் மழைநீருடன் பெருமளவு வண்டலும் சேறும் பனிக்கட்டிகளும் சேர்ந்தே வருகின்றன. இதனால் 'ஆற்றின்' கரையோரங்களிலும் அதன் அடியிலுள்ள நிலத்திலும் வண்டலும் சேறும் படிந்து ஆற்றுப் படுகை மேடாகி உயர்ந்துவிடுகிறது. இதனால் ஆற்றுநீர் குறைந்து விடுகிறது. ஆனால் வெள்ளப்பெருக்கின்போது நீண்டகாலம் ஆற்றிலேயே நீர் தேங்கி நிற்கும். எனவே மரம் நடுகையில் அந்தந்த நிலப்பகுதிகளுக்குப் பொருத்தமான மரங்களை நடுவதில் திட்டமிடுதலும் முன் யோசனையும் தேவை. நிலச்சரிவுகள் நிகழும் பகுதிகளில் துரிதமாக வளரும் மரங்களை நட வேண்டும். அவை பயன் தரும் மரங்களாக இல்லாவிட்டாலும் சரி.

பேசுவது பிரதமரா அல்லது தாவரவியல்/நீரியல் ஆசிரியர் ஒருவர் பாடமெடுக்கும் எண்ணத்துடன் பேசிக்கொண்டிருக்கிறாரா எனக் கூட்டத்திலிருந்த பார்வையாளர்கள் வாயடைத்துப் போயினர்.

(புலிகள் பாதுகாப்பிற்காக) இயற்கைக்கான உலக நிதியம் (இந்தியப் பிரிவு) நிதி திரட்டிய சமயத்தில், ஆன் ரைட்டும் எஸ்.பி. கோத்ரேஜூம் வேண்டிக்கொண்டதன் காரணமாக இந்திரா காந்தி அதற்குச் செய்தி தந்திருந்தார். இயற்கைக்கான உலக நிதியத்தின் (இந்தியப் பிரிவு) தலைவரும் காங்கிரஸ் கட்சியின் உறுப்பினருமான ஃபதேசிங்ராவ் கெய்க்வாட் நிதியத்தின் வேறொரு நிகழ்விற்காக இப்போது வாழ்த்துச் செய்தி தரும்படி கேட்டார். அதற்கு மே 27இல் இந்திரா காந்தி அளித்த வாழ்த்துச் செய்தியில் கானுயிருக்குப் பதிலாகக் காடுகள் முக்கியத்துவம் பெற்றிருந்தன.

> 'இந்தியாவின் தாவரயினமும் விலங்கினமும் கடுமையான அச்சுறுத்தலுக்கு உள்ளாகியிருக்கின்றன. வன அழிப்பின் காரணமாகப் பாதகமான விளைவுகள் பரவலாக ஏற்பட்டிருக் கின்றன; பருவநிலை பாதிக்கப்பட்டிருக்கிறது; நிலச்சரிவுகள்

நிகழ்ந்துகொண்டிருக்கின்றன; ஆற்றுப்படுகைகளில் மேலும் சேறு படிந்து வருகிறது; இதுமட்டுமல்லாது பற்பல காட்டுயிரினங்களும் அரிய செடிகளும் அழிந்துவருகின்றன. இது மிகவும் கவலைக்குரியதாகும்.

வருவாய் வருவதே மரங்களை வெட்டுவதற்கு முக்கியக் காரணம். மக்கள் தொகை பெருகிவருவதும் தொழிற்சாலை களுக்காக நிலங்களை விரிவுபடுத்த வேண்டிய தேவை இருப்பதும் காடுகளை அழிப்பதற்கான காரணங்களாகும்.

தேக்கு மட்டுமல்லாது பிற எத்தனையோ மரங்களிலிருந்து காய்கறிகள், கனிகள் ஆகிய உணவுப் பொருட்களும், எண்ணெய் மற்றும் முக்கியப் பிற பொருட்களும் கிடைக்கின்றன. காடுகளை அழித்தால் இவ்விதப் பயன்பாடு இல்லாமல் போய்விடுகிறது. இந்த அம்சங்கள் அனைத்தையும் பற்றிய தகவல்கள் சேகரிக்கப்பட்டு அவை மக்களிடையே பரப்பப்பட வேண்டும். காட்டு விளைபொருட்களை நம்பியே கானகங்களிலும் அவற்றைச் சுற்றியுள்ள பகுதிகளிலுமுள்ள மக்கள் உயிர் வாழ்கின்றனர். இந்த மக்கள் காப்பாற்றப்பட வேண்டுமானால் காடுகள் அழிக்கப்படாமல் இருக்க வேண்டியது அவசியம். நீரில்லாமலேயே நிலத்தில் உறுதியாக வேர்கொள்ளும் குத்துச் செடிகளையோ அல்லது மரங்களையோ பாலைவன ஓரங்களில் நடுவது அவசிய மாகும். இதனை முறைப்படியாகத் தொடர்ந்து செய்து வருவோமேயானால் பாலைவனங்கள் மேலும் பரவாமல் தடுக்க முடியும்.

இந்தப் பிரச்சனைகளைத் தீர்ப்பதிலும் வனப்பகுதிகள் சுருங்கிவருவதைக் கட்டுப்படுத்துவதிலும் அரசாங்கம் இயன்றவரை முயன்றுவருகிறது. அரசாங்கம் மட்டுமே செய்யவேண்டிய ஒன்றல்ல இது. கானகப் பாதுகாப்பும் பிற நடவடிக்கைகளும் பயனுடையதாக இருக்க வேண்டுமெனில் மக்கள் விழிப்புணர்வு கொள்வது மிக அவசியம். நமது சுற்றுச்சூழல் பாதுகாப்புப்பற்றிப் பள்ளிகளிலும் கல்லூரிகளிலு முள்ள இளையோரை உணரச்செய்ய அனைத்து முயற்சிகளையும் உடனே மேற்கொள்ள வேண்டும்.

சுற்றுச்சூழல் பாதுகாப்புப் பற்றிய முயற்சிகளிலும் செயல்பாடுகளிலும் மக்களை ஈடுபடுத்தும் பண்பை இயற்கைக்கான உலக நிதியம் ஏற்கனவே துவங்கிவிட்டது. இந்த அமைப்பு இப்போது இளையோருக்கான இயற்கை மன்றங்களைத் தொடங்கியுள்ளது. இந்தப் புதிய முயற்சி வெற்றிபெற எனது வாழ்த்துக்கள்.

இந்திரா காந்தி

இன்று அரசியல் விவாதத்தின் பகுதியாக இருக்கும் விஷயங்களை 1976லேயே அவர் பேசியிருக்கிறார். வன அழிப்பினால் பருவநிலை மாற்றம் எவ்விதம் ஏற்படுகிறது; அதனால் வளமான நிலங்கள் பாலைவனங்களாக எவ்விதம் உருவாகின்றன, பரவுகின்றன; இவை நிகழாமல் தடுத்து நிறுத்த வேண்டியதன் தேவை; வாழ்வாதாரத்திற்கும் பாதுகாப்பிற்கும் கானக விளைபொருட்களையே நம்பி வாழும் குடும்பங்கள்; இத்தனை பெரிய விசயங்களை உள்ளடக்கிய இந்திரா காந்தியின் இந்தச் செய்தியுரை குறிப்பிடத்தக்கதாகும்.

வனங்களுக்குத் தொடர்பில்லாத விசயங்களுக்காகக் – அவை நியாயமான சமூகக் காரணங்களுக்காகவெனினும் – காட்டு நிலங்கள் ஒதுக்கப்படுவதுபற்றி இந்திரா காந்தி மிகுந்த கவலை கொண்டிருந்தார். நீர்மின் திட்டங்களால் இடம்பெயர்ந்த மக்களை மீள்குடியேற்றம் செய்யும் நோக்கத்திற்காகக் காட்டு நிலங்களை மாநிலங்கள் பயன்படுத்திக்கொள்வதுண்டு. இவ்விதமான நோக்கங்களுக்கிடையே அடிக்கடி மோதல் வருவதுண்டு.

மகாராஷ்டிர முதல்வரான எஸ்.பி. சவானுக்கு பிரதமர் எழுதிய கடிதம் மே 18:

> பல்வேறு திட்டங்களால் பாதிக்கப்பட்டு இடம்பெயர்ந்த மக்களை மீள்குடியேற்றம் செய்வதற்குச் சந்திராப்பூர், யவத்மால் மாவட்டங்களிலிலுள்ள பாதுகாக்கப்பட்ட துலியா இயற்கைக் காடுகளில் 17000 ஏக்கர் நிலங்களை ஒதுக்கி மகாராஷ்டிர மாநிலம் மாற்றல் ஆணை பிறப்பித்ததாக அறிகிறேன். இதனைத் தவிர்க்க முடியாதா? இடம்பெயர்ந்த மக்களைப் பேணிப் பாதுகாக்க வேண்டும்தான். ஆனால் சுருங்கிவரும் நமது காடுகளைச் சேதமுறச் செய்து இது நிகழுமேயானால் விளையும் நன்மையைக் காட்டிலும் தீமைகளே அதிகம். இடம்பெயர்ந்தவர்களை வேறு இடத்தில் குடியமர்த்துவது பற்றிய மாற்று மீள் குடியேற்றத் திட்டத்தைப் பரிசீலிக்கவும். 17 ஆயிரம் ஏக்கர் பரப்பளவுள்ள இயற்கைக் காடுகள் அகற்றப்படுவது மிக அபாயகரமான விளைவுகளை ஏற்படுத்தும் எனவே இதனை அனுமதிக்கக் கூடாது.

இந்திரா காந்தியின் யோசனையைத் தீவிரமாக எடுத்துக்கொண்ட முதல்வர் மீள்குடியேற்றத்திற்கான மாற்று நிலத்தை ஏற்பாடு செய்தார். இப்போதும் சில நூறு ஏக்கர் கானக நிலங்கள் தேவைப்பட்டன. எனினும் முதலில் திட்டமிட்டிருந்த (17 ஆயிரம் ஏக்கர்) நிலத்தைப்போல இது மிகப்பெரியது அல்ல.

கானக நிலங்கள் ஒதுக்கப்படும் விசயம் மீண்டும் தலை தூக்கியது – இந்த முறை உத்தரப்பிரதேசத்தில். அங்கே காடுகள் பெருமளவு அழிக்கப்பட்டு வருவதாகச் சென்ற ஆண்டுதான் உ.பி. முதல்வருக்குக் கண்டிப்புடன் ஒரு கடிதம் எழுதியிருந்தார் பிரதமர். ஹெ.என். பகுகுணாவிற்குப் பிறகு உ.பி. முதல்வராக என்.டி. திவாரி பொறுப்பேற்றுக்கொண்டார். அவருக்கு இந்திரா காந்தி எழுதிய கடிதத்தில் ஜூலை 17இல் முதல் முறையாக 'வனச் சொத்து' என்ற வார்த்தையை 'வனப்பகுதிகள்' என்பதற்குப் பதிலாகப் பயன்படுத்தினார்:

> நமது எல்லா முயற்சிகளுக்கும் மாறாக உத்தரப்பிரதேச மாநில வனச் சொத்தைச் சுயநலத்திற்காக அபகரிக்கும் போக்கு தொடர்ந்து கொண்டிருப்பது மிகுந்த வேதனை தருகிறது (...) இவ்விதம் நம் வனச் சொத்து சிறிதுசிறிதாகக் குறைந்து வருவதை அனுமதிக்க முடியாது. வனப்பகுதிகளை விவசாயிகள் எடுத்துக்கொள்ள அனுமதிப்பது குறுகிய பார்வையாகும். போதுமான வனப்பரப்பு இல்லாமல் பெரிய நிலப் பகுதிகளில் விவசாயம் செய்வது போதிய பலன் தராது என்பது நன்கறிந்த ஒன்று. பல்கலைக்கழக வளாகங்கள் அல்லது பிற வளர்ச்சித் திட்டங்களுக்காகக் கானகத்தின் எந்தப் பகுதியையும் ஒதுக்கீடு செய்வதில் எச்சரிக்கையாக இருக்க வேண்டியது மிக அவசியம். வனங்களைச் சேதப்படுத்தாமல் தீர்வுக்கான மாற்றுவழிகள் காண்பது சாத்தியம்தான்.
>
> இந்த விஷயத்தில் தனிப்பட்ட முறையில் கவனம் செலுத்த வேண்டுகிறேன். இந்தக் கட்டத்தில் தீர்மானங்களில் திருத்தங்கள் செய்ய முடியுமா? எதிர்காலத்தில் சுற்றுச்சூழல் பாதுகாப்பு சம்பந்தமான விஷயங்களில் உறுதியான கொள்கைத் திட்டத்தைப் பின்பற்ற வேண்டும். இதனை உறுதிசெய்ய வேண்டுகிறேன். இதனால் மாநிலத்திற்கு நீண்டகால நலன் விளையும்.

மிகப்பெரும் வனப்பகுதிகள் காட்டு இலாகாவிடமே இருந்த காரணத்தால் இந்தப் பிரச்சனை எழுந்தது. எனவே மீள்குடியேற்றத்திற்காக இடம் தேவைப்பட்டால் மாநிலங்கள் இயல்பாகவே வனப்பகுதிகளை எதிர்நோக்கின.

(வனப்பகுதிகளை வேறு காரணங்களுக்காக ஒதுக்காமல்) சாமர்த்தியமாகப் பிரச்சனைகளைக் கையாளுமாறு மாநிலங் களிடம் கூறுவதற்கும் அப்போதிருந்த அரசியல் பொருளாதாரச் சூழலில் இடமில்லாதிருந்தது. எனினும் இந்திரா காந்தி இந்தப் பிரச்சனையை எழுப்பினார், சரியாகவே. இந்திரா

காந்தியின் கடிதம் தாக்கத்தை ஏற்படுத்தியது. வனங்களுக்குத் தொடர்பில்லாத நோக்கத்திற்காக ஆகக்குறைவான காட்டு நிலங்கள்தாம் ஒதுக்கப்பட வேண்டுமென உத்தரப்பிரதேச முதல்வர் அறிவுறுத்தப்பட்டார்.

ௐ

எனினும் மக்கள் தொகைப் பெருக்கத்தினால் விளையும் நெருக்கடியையும், வளர்ச்சிக்காக அவசரமாக மேற்கொள்ள வேண்டிய முக்கிய நடவடிக்கைகளையும் மாநிலங்கள் எதிர்கொண்டிருந்த சூழ்நிலையில் இந்த அறிவுறுத்தல்கள் பெறுமதியான விளைவுகளை ஏற்படுத்தும் என எதிர்பார்க்க முடியாது. இதுபோன்ற நிலைமையைச் சமாளிக்க வனப் பாதுகாப்பு தொடர்பான கடுமையான மத்திய அரசுச் சட்டத்தை நான்கு ஆண்டுகளுக்குப் பிறகு பிரதமர் கொண்டுவந்தார். ஆனால் இதற்கு முன்பே 1976ஆம் ஆண்டு வனங்களைப் பொதுப் பட்டியலில் இணைத்து அரசியலமைப்புச் சட்டத்திருத்தம் கொண்டுவந்தார் இந்திரா. இதன்படி மாநிலங்களின் அதிகாரத்திற்குட்பட்ட விஷயங்கள் மீதும் நான்கு ஆண்டுகளுக்குப் பிறகு மத்திய அரசு சட்டம் இயற்ற அதிகாரம் உண்டு.

42வது அரசியலமைப்பு சட்டத் திருத்தத்தின்படி நெருக்கடி நிலைப் பிரகடனம் செய்யப்பட்டது. இது அனைவரும் அறிந்ததே. *'Working a Democration Constitution'* என்ற புத்தகத்தைப் புகழ்பெற்ற அறிஞரான க்ரான்வில் ஆஸ்டின் எழுதியுள்ளார். 42வது சட்டத்திருத்தம் ஏன், எவ்விதம் கொண்டுவரப்பட்டது என்பதை அந்தப் புத்தகத்தில் விவரித்துள்ளார்.[10]

சுவரண் சிங்கை தலைவராகக்கொண்டு, கட்சியின் மூத்த தலைவர்கள் அடங்கிய ஒரு குழுவை இந்திரா காந்தி அமைத்தார். அது சுவரண் சிங் குழு என அழைக்கப்பட்டது. சட்டத் திருத்த மசோதாவிற்கான யோசனைகளைப் பரிந்துரைக்க பிப்ரவரி 26இல் அது கூடியது. காங்கிரஸ் கட்சிக் கொள்கை உருவாக்கத்தின் உயர்நிலை அமைப்பான காங்கிரஸ் பொதுக் குழுவில் அந்த அறிக்கை விவாதிக்கப்பட்டது; மறுநாள் மே 28இல் நடந்த அகில இந்திய காங்கிரஸ் கமிட்டியிலும் அது விவாதிக்கப்பட்டது. அகில இந்திய காங்கிரஸ் கமிட்டி இரண்டு முக்கியத் திருத்தங்களை முன்வைத்தது. மாநிலப் பட்டியலில் மாநிலங்களின் அதிகாரத்திற்குட்பட்டதாக விவசாயம் இருக்க வேண்டும். குழுவின் பரிந்துரையின்படி விவசாயத்தைப் பொதுப் பட்டியலில் சேர்க்கக்கூடாது[11] என்பது முதலாவதாகும். ஒவ்வொரு குடிமகனும் நாட்டிற்கு ஆற்ற வேண்டிய அடிப்படைப்

பொறுப்புகள்பற்றித் தனியாக ஒரு பிரிவு நமது அரசியலமைப்புச் சட்டத்தில் இடம்பெற வேண்டும் என்பது இரண்டாவதாகும்.[12]

அதன் பிறகு செப்டம்பர் 1ஆம் தேதி விவாதத்திற்காக எடுத்துக்கொள்ளப்பட்டது. மக்களவையில் இதற்கான மசோதா கொண்டுவரப்பட்டது. பின்னர் பாராளுமன்றத்தின் இரு அவைகளிலும் டிசம்பர் 18இல் அது சட்டமாக நிறைவேறியது.

மேற்கூறிய நிகழ்வுகளைத் தொடர்ச்சியாக மீண்டும் குறிப்பிடலாம். வனங்கள், சுற்றுச்சூழல், கானுயிர்க் குறித்து அரசியலமைப்புச் சட்டத்தில் திருத்தங்கள் கொண்டுவருவது பற்றிச் சுவரண் சிங் குழு எதனையும் குறிப்பிடவில்லை. காங்கிரஸ் செயற்குழுவும் அகில இந்தியக் காங்கிரஸ் கமிட்டியும் இதுபற்றி எதனையும் தெரிவிக்கவில்லை. அகில இந்தியக் காங்கிரஸ் கமிட்டிக் கூட்டம் முடிவுற்ற மே 29ஆம் தேதிக்கும் அரசியலமைப்புச் சட்டத் திருத்த மசோதா மக்களவையில் விவாதத்திற்காக முன்வைக்கப்பட்ட தினத்திற்கும் இடையேதான் (வனங்கள் சுற்றுச்சூழல் கானுயிர்க் குறித்த, சட்டத் திருத்தங்கள் சேர்க்கப்பட்டிருக்க வேண்டும் என்பது வெளிப்படை.

அமைச்சரவையே இந்தத் திருத்தங்களைச் சேர்த்திருக்க வேண்டும். பிரதமரின் தனிப்பட்ட தலையீட்டினால் மட்டுமே இது நிகழ்ந்துள்ளது என்ற ஒரே முடிவிற்குத்தான் வரமுடியும். பிரதமரின் தலையீட்டினால் கீழ்க்கண்ட பிரிவுகள் 42ஆவது அரசியலமைப்புச் சட்டத்தின் (வரிசை எண் 17) பொதுப்பட்டியலில் சேர்த்துக்கொள்ளப்பட்டன. ‘விலங்குகள் வதைத் தடுப்புச் சட்டம்’ என்ற பெயரில் இது வழங்கப்படுகிறது.

17A – காடுகள்

17B – காட்டுவிலங்குகள், பறவைகள் பாதுகாப்பு

இவ்விதம் இந்திரா காந்தி தலையிட்டதற்குக் காரணம் சமீப காலத்திய அவரது அனுபவங்களே. 1972 ஆகஸ்டில் தேசிய அளவிலான கானுயிர்ப் பாதுகாப்புச் சட்டம் நிறைவேறும்படி செய்தார். இது அவருக்கு எளிதாக இருந்திருக்கவில்லை. கானுயிர்ப் பாதுகாப்பு மாநில அரசாங்கங்களின் அதிகாரத்திற்குட்பட்டதாக இருந்தது. மத்தியில் இந்தச் சட்டத்தை நிறைவேற்றுவதற்காக மாநிலங்களை அவர் வலியுறுத்த வேண்டியதிருந்தது. எனினும் இப்போது நிறைவேற்றப்பட்ட 42ஆவது சட்டத் திருத்தத்தால் (மாநிலங்களை வற்புறுத்த வேண்டியதிருந்த) நிலைமை மாறிச் சுலபமான தீர்வு வந்தது. குடும்பக்கட்டுப்பாடும் மக்கள்தொகைப் பிரச்சனையும் பொதுப்பட்டியலில் 42ஆவது சட்டத்திருத்தத்துடன் சேர்த்தே கொண்டுவரப்பட்டது எதேச்சையாக நிகழ்ந்த ஒன்று.

வனங்களை நிர்வகித்தல், கானுயிர்ப் பாதுகாப்பு முதலிய விசயங்களில் மத்திய அரசே முடிவெடுத்து நேரடியாகச் செயல்பட வேண்டுமென்பதில் இந்திரா காந்தி உறுதியாக இருந்தார். சுற்றுச்சூழல் பேணுதலில் ஆர்வம்கொண்ட நண்பர்களான சலீம் அலியும் பில்லி அர்ஜன் சிங்கும் இதனையே இந்திரா காந்தியிடம் மீண்டும்மீண்டும் கூறிவந்தனர். நெருக்கடி நிலை அமலிலிருந்த காலகட்டம் இதற்கான சந்தர்ப்பத்தை இந்திரா காந்திக்கு வழங்கிற்று. இந்திரா காந்தி அந்த வாய்ப்பை உறுதியாகப் பற்றிக்கொண்டார்.

1977ஆம் ஆண்டு மார்ச்சில் இந்திரா காந்தி பதவிநீக்கம் செய்யப்பட்டப் பிறகு 42ஆவது சட்டத்திருத்தத்தின் முக்கியப் பகுதிகள் நீக்கப்பட்டு அந்த இடத்தில் 43 & 44ஆவது சட்டத் திருத்தங்கள் இடம்பெற்றன. இதற்குக் காங்கிரஸ் கட்சியின் ஆதரவு இருந்தது. புதிதாகக் கொண்டுவரப்பட்ட (43 & 44) சட்டத் திருத்தங்கள் பொதுப்பட்டியல் வரிசை எண் 17A, 17Bயில் உள்ள விசயங்களில் எந்த மாறுதலையும் செய்யவில்லை. அதனால் அவை அவ்விதமாகவே நீடித்திருந்தன. ஓர் அரசியல் தலைவராக இந்திரா காந்தி வெற்றி பெறாதிருந்திருக்கலாம். ஆனால் ஓர் இயற்கையியலாளராக அவர் வெற்றிபெற்றார்.

ஞ

நவம்பர் 22இல் காங்கிரஸ் கட்சியின் மாநாடு கவுகாத்தியில் நடந்தது. சம்பிரதாயத் தலைமையுரைக்குப் பிறகு நெருக்கடி நிலையால் விளைந்த சாதனைகளை இந்திரா காந்தி பட்டியலிட்டார். மக்கள் நலனிற்காக இந்திய ஜனநாயகம் நெறிப்படுத்தப்பட்ட விதம் பற்றிய தெளிவான சித்திரத்தை முன்வைத்தார். பின்னர் அவர் உரை திடீரென வேறுபக்கம் திரும்பிற்று:

> இது (மரம் நடுவது) தொடக்கத்திலிருந்தே செயல்திட்டமாக இருந்துவந்திருக்கிறது. நாமும் இதற்கு அதிக முக்கியத்துவம் தந்துவருகிறோம். இதுபோல வேறு செயல்திட்டங்களும் உள்ளன. வெள்ளமோ அல்லது வறட்சியோ – இவற்றுக்குக் காரணம் காடுகளை அற்றுப்போகச் செய்ததே என்பதை இந்த அவையிலுள்ளோர் நன்கறிவர். தேக்கு மரங்கள் விற்பனை, காகித உற்பத்தி மூலம் வருவாய் ஈட்ட முடியும் என்பதைச் சமீபகாலத்தில்தான் அறிந்துகொண்டோம். ஆனால் காடு வளர்த்தல் காட்டைப் பெருக்குவதற்கான வழி என்பதோடு வருவாய் ஈட்டித்தருவதுமாகும். வேலைவாய்ப்புகள் பெரிய அளவில் உருவாகும். இந்த விசயத்திலும் நாம் கவனம் செலுத்தி வருகிறோம். இந்த செயல்திட்டம் மிகத் துரிதமாக வளர்ச்சியடையும் என்பதில்

> சந்தேகமில்லை. இதனைப் பெரிய அளவில் அமல்படுத்த இமாசலப் பிரதேசம் முன்வந்துள்ளது மகிழ்ச்சியளிக்கிறது. இந்தத் திட்டத்தால் பீகாரின் சில பகுதிகளிலும் ஒரிசா உத்தரப்பிரதேச மாநிலங்களிலுமுள்ள ஏழை மக்களுக்கு வேலைவாய்ப்புகள் உருவாகும். குறிப்பாக மலைப் பிரதேசங்கள் இந்தத் திட்டத்தைச் செயல்படுத்துவதில் கவனம் செலுத்த வேண்டும். இது முக்கியம்.[13]

வனவளர்ப்பு இந்திராகாந்தியின் புதிய கருத்தாக்கமாகும். தரிசு நிலங்களையும், சாகுபடி செய்ய முடியாத நிலங்களையும் மரங்கள் அடர்ந்த பரப்பிற்குள் கொண்டுவருவதே இதன் அடிப்படை யாகும். சில ஆண்டுகளுக்குப் பிறகு 'தரிசுநில மேம்பாடு' என அழைக்கப்பட்ட இந்தக் கருத்தாக்கம் அரசாங்கத்தின் முக்கியச் செயல்திட்டமாக உருவாக இருந்தது.

இமாசலப் பிரதேச முதல்வர் பேரானந்தம் கொண்டார். வன அழிப்பை மாநிலத்தில் அனுமதித்தற்காக இரண்டு ஆண்டு களுக்கு முன்னர் பிரதமரின் கோபத்திற்கு ஆளான அவரை இப்போது பிரதமரே பாராட்டுகிறார். பிரதமருக்கு மனம் நிறைந்த நன்றி தெரிவித்து முதல்வர் எழுதிய கடிதத்தில் சுற்றுச்சூழல் பராமரிப்பிற்கான திட்டங்களைத் தீவிரமாக அமல்படுத்துவதாக மீண்டும் உறுதியளித்தார்.

கட்டடங்கள் எழுப்புகையில் சுற்றிலுமுள்ள இயற்கை சூழலுக்கு கட்டடக் கலைஞர்களும் கட்டடம் கட்டுபவர்களும் போதிய கவனம் தருவதில்லை என்று இந்திரா காந்தி கவலை கொண்டிருந்தார். இந்த விசயத்தில் அரசு இலாகாக்கள்தாம் மிக மோசமான குற்றவாளி என்ற உண்மை அவருக்குத் தெரியும். வனவிருந்தினர் மாளிகைகள் பற்றி முன்பு அவர் தெரிவித்திருந்த விமர்சனத்திலிருந்தே இது புலனாகும். இப்போது தனது அரசின் கட்டுப்பாட்டிலுள்ள துறை மீதே அவரின் கோபம் திரும்பிற்று. அவர் பொதுப்பணி மற்றும் வீட்டு வசதி அமைச்சருக்கு ஆகஸ்ட் 28இல் எழுதிய அலுவலகக் குறிப்பில் இது தெரிந்தது:

> புதிய கட்டடம் எழுப்பும் ஒவ்வொரு முறையும் மத்தியப் பொதுப் பணித்துறை மேற்கொள்ளும் முதல் வேலை மரங்கள் அனைத்தையும் வெட்டித் தள்ளுவதே. இது கற்பனையின்மையையும் சுற்றுச்சூழல் மதிப்பீடுகள் மீதான உதாசீனத்தையும் காட்டுகிறது. ஒரு மரம்கூட வெட்டப்படாமல் மரங்களைச் சுற்றியே கட்டடங்களைத் துல்லியமாக வடிவமைக்க முடியும். இதற்குச் சிறந்த எடுத்துக்காட்டு

ட்ரோம்பே. அங்கே மரங்கள் வெட்டப்படாமல் பெரிய கட்டடங்கள் எழுப்பப்பட்டுள்ளன. ஹோமி பாபா இதில் உறுதியாக இருந்தார். பொதுப்பணித் துறையில் பணிபுரிவோரால் இதுபோல் ஏன் செய்ய முடிவதில்லை?

புதிய கட்டடங்கள் எழுப்பும் செயல்பாடுகளில் மரங்கள் வெட்டப்படுவது தவிர்க்கப்பட வேண்டும். மத்தியப் பொதுப் பணித்துறையிலும் மாநிலப் பொதுப்பணித் துறையிலும் பணிபுரியும் கட்டடக் கலைஞர்களுக்கும் வடிவமைப்பாளர்களுக்கும் இதுபற்றி உறுதியாக ஆணை பிறப்பிக்கப்பட வேண்டும். மரங்கள் வெட்டப்படுவதை முற்றிலும் தவிர்க்கவே முடியாது என்ற சூழ்நிலையில் மட்டுமே – எடுத்துக்காட்டாகச் சாலைகளை விரிவுபடுத்துதல் – மரங்கள் வெட்டப்படலாம். இந்தச் சமயங்களில் அகற்றப்பட வேண்டிய மரங்களுக்கு ஈடாக முதலில் செடிகளை நட வேண்டும்.

இதனைத் தெளிவாகச் சம்பந்தப்பட்டவர்களுக்கு எழுதி உடனடியாக நடவடிக்கை எடுக்கவும்.

விஞ்ஞானியான ஹோமிபாபா நேருவுக்கு மிக நெருக்கமானவர். அவரின் அழகுணர்வு, இசை, ஓவியம், சிற்பம், இயற்கைமீதான ஆழமான ஈடுபாடு ஆகியவற்றால் ஈர்க்கப்பட்டு அவர்மீது இந்திரா காந்தி பெருமதிப்புக் கொண்டிருந்தார்.

இந்த ஆண்டின் கடைசி மூன்று தினங்களை லட்சத்தீவில் கழித்தார் இந்திரா. 'விடுமுறை மற்றும் பணி' என்பதாக அது இருந்தது. ஏழு ஆண்டுகளுக்கு முன்னர் அங்கு அவசரமாகச் செல்ல நேர்ந்தது. அந்தப் பயணம் போலல்லாமல் இந்த முறை நிதானமாகக் கழிக்க முடிந்தது.

பொதுக்கூட்டங்கள், காங்கிரஸ் ஊழியர்களின் அரசியல் மாநாடுகள் என வழக்கமான செயல்பாடுகள் இருந்தபோதிலும் 'தேசியக் கடற்பூங்கா' அமைப்பதென்ற யோசனைபற்றி விவாதிக்கவும் நேரம் ஒதுக்கிக்கொண்டார் இந்திரா காந்தி. அன்றைய நாட்களில் அதுபோன்ற பூங்கா அமைப்பது புதுமையான ஒன்று. உள்ளூர் அலுவலர்களுடனான நீண்ட விவாதத்தில் என்ன நடந்தது என்பது லட்சத்தீவுகளின் நிர்வாகியான எம்.சி. வர்மா அறிவியல் தொழில்நுட்பத் துறைச் செயலாளரான டாக்டர் ஏ. ராமச்சந்திரனுக்கு 1977 ஜனவரி 11இல் எழுதிய கடிதத்தில் வெளிப்பட்டது:

> பிப்ரவரி முதல் வாரத்தில் தில்லி வரவிருக்கிறேன். அப்போது பல தீவுகளைப் பிரதமர் பார்வையிட்டது பற்றியும் தேசியக் கடற்பூங்கா உட்படப் பல திட்டங்கள் குறித்து அவருடன் (அலுவலகரீதியாக அல்லாது) பொதுவாக மேற்கொண்ட விவாதங்கள் பற்றியும் உங்களுக்குச் சுருக்கமாகத் தெரிவிக்கிறேன். நமது தீவுக் கூட்டங்களில் மிக அழகிய உப்பங்கழிகளில் ஒன்றான 'பங்காராமை' பார்வையிடவும் அவர் நேரம் ஒதுக்கினார். தேசியக் கடற்பூங்கா அமைப்பதற்கு ஏற்ற இடமாக பங்காராமைப் பரிந்துரைக்கலாம். (. . .) எனினும் தூண்டில் மீன் பிடிக்கவும், வெளிநாட்டுப் பயணிகளுக்கான பிற பொழுதுபோக்கு அம்சங்களுக்காகவும் பங்காராம் பயன்படுத்தப்பட்டு வருகிறது. எனவே தேசியக் கடற்பூங்கா அமைப்பதற்கு உரிய நல்ல தளமாக 'சுஹெலிபார்' எனது பரிந்துரையாக எப்போதும் இருந்து வருகிறது.

இந்தப் பயணம் பிரதமரிடம் ஆழமான தாக்கத்தை விட்டுச் சென்றிருந்தது. 'கடலின் பற்பல வண்ணங்கள், பவளக் கடற்கரைகள், உப்பங்கழிகளின் தெளிவான நீர் முதலியவை இந்திராவிடமிருந்த மிகச் சிறந்தவற்றை வெளிக்கொணர்ந்தன'[14] என *டைம்ஸ் ஆஃப் இந்தியா* குறிப்பிட்டிருந்தது.

அடிக்குறிப்புகள்

1. கானுயிர் மேம்பாட்டு ஆராய்ச்சி மற்றும் மேலாண்மையில் 19 ஆண்டுகளுக்குப் பிறகு 'சர்வதேச கொள்கைகளும் நடைமுறையும் ஆசிய அமெரிக்க அணுகுமுறைகள்' (ஆக்ஸ்ஃபோர்ட் பல்கலைக்கழகம் 1995) என்ற புத்தகத்தை வி.பி. சகாரியாவுடன் இணைந்து பெர்விக் எழுதினார். அதன் முன்னுரை இவ்விதம் முடிவுற்றது:

   நீண்ட காலத்திற்கு முன்பு ஃப்ரான்சிஸ் பேகன் கூறினார். 'உண்மைகளை ஒழிப்பது கடவுளர்களின் தனியுரிமை. அவைகளைக் கண்டுபிடிப்பது மன்னர்களின் தனி உரிமை. மனித நிலைமையை மேம்பாடடையச் செய்வதில் இந்தக் 'கண்டுபிடிப்புக்கு' முக்கியப் பங்குண்டு. இதன் முக்கியத்துவத்தைத் தெளிவாகப் புரிந்துகொண்ட பங்கேற்பாளர்கள் யாருமில்லை – ஒரு பெண்மணியைத் தவிர. இங்கே (புத்தகத்தில்) விவரித்துள்ள முயற்சிகளைப் பாராட்டியவர் அவர். இந்த முயற்சியை இந்திராகாந்தியின் நினைவுக்குச் சமர்ப்பிக்கிறோம்.'

2. 1975 செப்டம்பர் 30இல் 2120 பறவைகளுடன் (முக்கியமாக கிளிகளும் மைனாக்களும்) ஏர் இந்தியா விமானம் லண்டனுக்குச் சென்றது. தொழில்நுட்பக் கோளாறினால் அந்த விமானம் குவைத் விமான நிலையத்தில் கீழிறக்கப்பட்டு விமான ஓடுதளத்திலேயே 31 மணி நேரம் நிற்க வேண்டியதானது. இறுதியில் 1975 அக்டோபர் ஒன்றாம் நாள் லண்டன் ஹீத்ரோ விமான நிலையத்திலுள்ள விலங்குகள் வதைத் தடுப்பு ராயல் சொசைட்டியின் விடுதிக்கு வந்தபோது 89 பறவைகளே உயிருடன் இருந்தன. தொழில்நுட்பக் கோளாறினால் குவைத் விமான நிலையத்தில் தனித்துவிடப்பட்டபோது வெப்பத்தினாலும் போதிய காற்றோட்டமின்மையாலும் 2000 பறவைகள் இறந்திருந்தன. துரதிருஷ்டவசமாக இந்தத் துயர நிகழ்வுபற்றி இந்திரா காந்திக்கும் ஸ்பைக் மில்லிகனுக்குமிடையே நிகழ்ந்த கடிதங்களை என்னால் தேடிக் கண்டுபிடிக்க முடியவில்லை.

3. இ–மெயில் தொடர்பு 24 ஜூலை 2016.

4. Gerald Durrell, *The Ark's Anniversary (2007).*

5. முந்தைய வருடம் யூத வம்சாவளியைச் சேர்ந்த இந்தியரான ரியுபென் டேவிட்டிற்கு பத்மஸ்ரீ விருது வழங்கப்பட்டது. அகமதாபாதில் உயிரியல் பூங்காவையும் பிற முக்கிய இயற்கை அடையாளச் சின்னங்களையும் உருவாக்கிய அவர் அகமதாபாதில் மிகவும் புகழ்பெற்ற சுற்றுச்சூழல் பராமரிப்பாளராவார். 1975 மார்ச் அன்று அவருக்கு விருது வழங்கப்பட்டபோது அவரைத் தனிப்பட்ட முறையில் வாழ்த்த அந்த விழாவில் கலந்துகொண்டார் இந்திரா காந்தி.

6. *Promilla Kalhan: 'Ghana gets more Birds This Year' Hindustan Times 11 nov 1977.*

7. இந்தியக் கானுயிர்க் கழகத்தின் புதிய செயற்குழு 1969 ஜூலை 8இல் கூடியது. அந்தச் சமயத்தில் *டைம்ஸ் ஆஃப் இந்தியா* நாளிதழில் ஸஃபர் ஃபதேஹ்அலி ஒரு கட்டுரை எழுதியிருந்தார். அதில் 'சுற்றுச்சூழல் பாதுகாப்பாளர்களுக்கு அதிகாரத்தில் உயர்நிலையில் உள்ளோரின் ஆதரவு எப்போதும் இருந்துவந்திருக்கிறது. சில ஆண்டுகளுக்கு முன்பு 'பாதுகாப்பிற்கு உட்பட்ட பறவை' என குஜராத்தில் அறிவிக்கப்பட்ட கானமயில் பற்றிய அறிக்கையை அடிப்படையாகக் கொண்டு இந்தியக் கானுயிர்க் கழகப் பறவைகள் பிரிவின் தலைவர் அப்போது பிரதமராக இருந்த ஜவர்கலால் நேருவுக்கு பறவைகளைப் பாதுகாப்பதற்கு

நடவடிக்கை எடுக்குமாறு கேட்டிருந்தார். நூற்றுக்கணக்கான பிரச்சனைகளின் சுமையில் அவர் இருந்தார். எனினும் இந்த விசயத்தைக் கவனிக்கப் போதிய நேரம் ஒதுக்கி உடனடியாக நடவடிக்கை எடுத்தார்.'

8. *ஹிந்துஸ்தான் டைம்ஸில்* வெளிவந்திருந்த கட்டுரையை இந்திரா காந்தி வாசித்திருந்தார். அதனை எழுதியவர் பத்திரிகையின் ஜெய்ப்பூர் நிருபரான ஆர்.சி. மாத்தூர். அவரை எழுதும்படி தூண்டியவர் ஹர்ஷ் வர்தன். அந்த விசயம் பிரதமரின் கவனத்திற்குச் செல்ல வேண்டும் என்பதற்காக மாத்தூரைத் தூண்டி எழுதச் செய்தாராம் ஹர்ஷ் வர்தன். இதனை ஹர்ஷ் வர்தனே என்னிடம் தெரிவித்தார்.

9. H. Santapau: *Common Trees* (1966). இந்திராகாந்தியிடமிருந்த மரங்கள் பற்றிய மற்றொரு புத்தகம் – M.S. Randhawa, *Flowering Trees in India* (1957).

10. Granville Austine: *Working a Demogratic Constitution* (1999).

11. கல்வியும் பொதுப் பட்டியலில் சேர்த்துக்கொள்ளப்பட வேண்டும் எனக் குழு பரிந்துரைத்தது. மத்தியச் செயற்குழுவும் /அகில இந்தியக் காங்கிரஸ் கமிட்டியும் இதற்கு ஒப்புதல் அளித்திருந்தன.

12. சிறந்த சட்ட நிபுணரான வி.ஆர். கிருஷ்ண ஐயர் கிரான்வில் ஆஸ்டினுக்கு எழுதிய கடிதம் (1994 ஜூன் 17).

    '42ஆவது சட்டத் திருத்தத்தில் சுற்றுச்சூழல் மற்றும் அடிப்படைக் கடமைகளுக்கு வழிவகை செய்யப்பட்டுள்ளது. அவை முக்கியமானதும் பயனுள்ளதுமாகும். நிச்சயமாக இதற்கான யோசனை – பிரதமரிடமிருந்துதான் வந்திருக்க வேண்டும். ஸ்டாக்ஹோம் மாநாட்டிற்குப் பிறகு சுற்றுச் சூழலுக்கும் சூழலியலுக்கும் ஏற்படும் சேதத்தைத் தடுப்பது அவசியம் என்பதில் இந்திரா காந்தி உறுதியாக இருந்தார்' உண்மையில் ஸடாக் ஹோம் நிகழ்ச்சிக்கு முன்னரே இந்த நம்பிக்கையுறுதி அவரிடமிருந்தது.

13. இந்த உரை இந்தியில் நிகழ்த்தப்பட்டது.

14. 1977 ஜனவரி 1.

V. பதவியில் இல்லாத காலகட்டம்
(1977 – 79)

தேர்தல் படுதோல்விக்குப் பிறகு 1977 மார்ச் 22இல் இந்திரா காந்தி பிரதமர் பதவியிலிருந்து விலகினார். தோல்வி பலரையும் அதிர்ச்சியுறச் செய்ததாக இந்திரா காந்தி கூறினார்.

பிரதமராக இருந்த காலகட்டத்தைப் போலவே, அடுத்து வந்த 33 மாதங்களும் சுவாரசியமான பற்பல நிகழ்வுகளைக் கொண்டிருந்தன. தோல்வியிலிருந்து மீண்டெழும் ஆற்றலுக்கும் மனோபலத்துக்கும் மிகப்பெரிய சோதனையான காலகட்டமாக இது இருந்தபோதும் சவால்கள் ஒவ்வொன்றையும் அவர் நேரடியாக எதிர்கொண்டார். எதிர்ப்பு அவர் நெஞ்சில் உரம் சேர்த்தது. இந்தக் காலகட்டத்திலும் இயற்கைமீதான அவரின் நேசம் கண்கூடாகத் தெரிந்தது.

☙

1977

Pupul
do not know if it would be wise for you to talk to Morarjeebhai about me. Probably better not on your first visit.
But he mentions the subject or if you could convey to others so that it reaches him – that the stories appearing in the press about me or Sanjay or the rest of the family are incorrect.
I am gradually disengaging myself from politics – it was not possible to do so immediately. I am not in the running for any post.
My special interests have always been children's

2

welfare, environment, wild life etc and I shall try to take up some such work.
Articles have appeared saying that I have no intention of giving up the political battle, hence the above explanation. Also that I am an aspirant for the presidentship of the Congress or of India! Those who predict a political come-back for me are perhaps deliberately doing so to alarm both the govt & the Congress. As you know I [illegible] have no desire to remain in any sort of politics.

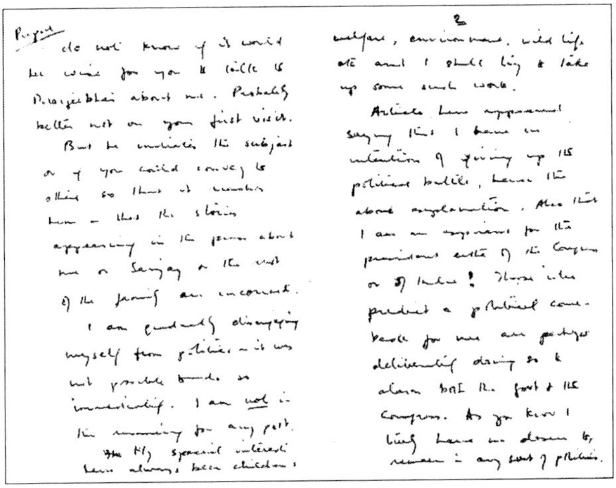

புபுல் ஜெய்கருக்கு இந்திரா காந்தி எழுதிய குறிப்பு;
1977 ஏப்ரல்.

அடுத்த இரண்டு மாதங்களில் பாராளு மன்றத் தேர்தல் நடைபெறுமென்ற அதிர்ச்சித் தகவலை ஜனவரி 18ஆம் தேதி இரவு இந்திரா காந்தி அறிவித்தார். யாரும் எதிர்பார்த்திராத திகைப்பூட்டும் செய்தி இது. ஏன் அதனைச் செய்தார் என்பதற்கான அதிகாரபூர்வமான விளக்கம் இன்றுவரை இல்லை. தேர்தலில் வெற்றி கிடைக்கு மென அவர் எதிர்பார்த்திருக்கலாம். அவ்விதம் வெற்றிபெற்றால் நெருக்கடி நிலையால் நன்மைகளே விளைந்ததெனவும் அதனால் தான் செய்தது சரியே என்பது நிரூபணமாகுமெனவும் அவர் நினைத்திருக்க லாம் அல்லது தனது ஆதார ஜனநாயகச் சான்று களைச் சர்வதேச அளவில் மீண்டும் நிறுவ அவர் விரும்பியிருக்கலாம். எல்லாவற்றுக்கும் மேலாக மார்ச் மாதத் தொடக்கத்தில் பாகிஸ்தானில் தேர்தல் நடைபெறுமென சுல்ஃபிகர் அலி பூட்டோ ஜனவரி 7இல் அறிவித்ததும் காரணமாக இருக்கலாம்.[1]

இரண்டு தினங்களுக்குப் பிறகு ஒரு பெருமிதமிக்கத் தாயாக இந்திரா காந்தி அவரது தோழி லூசைல் கைலுக்கு இல்லஸ்ரேட்டட் வீக்லி ஆஃப் இந்தியா இதழின் சமீபத்திய 'இண்டியன் ஆஃப் தி இயர்' வாக்கெடுப்பு பற்றிக் கடிதம் எழுதினார். வாக்கெடுப்பில் சஜ்சய் காந்தி அறுபது விழுக்காட்டிற்கு அதிகமாகவே வாக்குகள் பெற்றதையும், இதழின் வாசகர்களின் போற்றுதலுக்குரிய தேர்வு அது எனவும், ஏன் அவர் தேர்வாக இருந்தாரென்பதையும் அந்தக் கடிதத்தில் விரிவாகவே எழுதியிருந்தார்.

மார்ச் 16, 17, 18 மற்றும் 20 ஆகிய நான்கு நாட்கள் பாராளுமன்றத் தேர்தல் நடந்தது. மார்ச் 20ஆம் நாள் இரவு வெளிவந்த தேர்தல் முடிவில் இந்திரா காந்தியும் அவர் இளைய மகனும் அவமானகரமாகத் தோல்வியைத் தழுவியிருந்தனர். அடுத்த நாளிலேயே அனைத்துத் தேர்தல் முடிவுகளும் வெளியாயின. இந்திரா காந்தியின் கட்சி படுதோல்வி அடைந்திருந்தது. எனினும் நாடு முழுவதிலும் முப்பத்துநான்கு விழுக்காடு வாக்குகள் அந்தக் கட்சிக்குக் கிடைத்திருந்தது. தெற்கிலும் வடகிழக்கிலும் மேற்கு இந்தியாவிலும் கணிசமான அளவு வெற்றிபெற்றிருந்தது. வட இந்தியாவின் படுதோல்விக்கு இது ஓரளவே ஆறுதல் தந்தது. நெருக்கடி நிலையின்போதைய கட்டாயக் கருத்தடையை மக்கள் மறந்துவிடவில்லை. இந்திரா காந்தியின் தேர்தல் தோல்விக்கு அதுவே முக்கியக் காரணமானது. பிரதமராக இந்திரா காந்தி எடுத்த கடைசி முடிவு நெருக்கடி நிலையை நீக்கியதே (மார்ச் 21). அதனால் நெருக்கடி நிலையின் பகுதியாக இருந்த 'சுதந்திரங்களை ஒடுக்க மேற்கொள்ளப்பட்டத் தீவிர நடவடிக்கைகளும்' முடிவுக்கு வந்தன. மார்ச் 22ஆம் நாள் காலை இந்திரா காந்தியும் அவரது அரசும் பதவி விலகின.

இந்திரா காந்தியின் உலகே தலைகீழாக மாறிவிட்டது. தனது அமெரிக்கத் தோழி லூசைல் கைலுக்கு ஏப்ரல் 3இல் எழுதிய கடிதத்தில் அவரின் துயரம் வெளிப்பட்டிருந்தது:

> எனது சூழ்நிலைகள் நாடகரீதியில் தலைகீழாக மாறியிருக்கின்றன. இதற்குக் காரணம் சமீபத்திய நிகழ்வுகள் அல்ல. என்னைப் பற்றிய நீடித்த அவதூறுப் பிரச்சாரமே. இதில் வெளிநாட்டுச் சக்திகளுக்குப் பெரும்பங்கு உண்டு. அவர்கள் என்னை முழுவதுமாக அழித்துவிட விரும்புகின்றனர்; நான் எங்கு சென்றாலும் அவர்கள் என்னைத் துரத்திவருவதாக நினைக்கிறேன். என்னிடமிருந்து பெருமளவு உதவிபெற்றவர்கள் திரும்பியும் பாராமலேயே என்னைக் கைவிட்டதுதான் மிகக் கடுமையாய் என்னை வதைக்கிறது.

என்ன செய்வேன் நான்? (...) எனது கவலை எல்லாம் என்னைப்பற்றி அல்ல; எனது பிள்ளைகளையும் நாட்டின் எதிர்காலத்தையும் பற்றித் தான்.

அரசியலியலிருந்து விலகிவிட எண்ணினார் இந்திரா. தனது தோழி புபுல் ஜெயக்கருக்கு எழுதிய குறிப்பில் இது வெளிப்படுகிறது. தனக்காக இந்திரா காந்தி உருவாக்கிய பதவியிலிருந்து விலகுவதென முடிவுசெய்த புபுல் ஜெயக்கர் அதனைத் தெரிவிக்கப் புதிய பிரதமரைச் சந்திக்க இருந்தார். இதனை அறிந்த இந்திரா காந்தி ஏப்ரல் மாதத் தொடக்கத்தில் அல்லது மத்தியில் அவருக்கு எழுதியது:

'என்னைப்பற்றி மொரார்ஜி பாயிடம் நீ பேசுவது புத்திசாலித்தனமா என்பது தெரியவில்லை. அதுவும் முதல் சந்திப்பிலேயே பேசுவது நல்லதல்ல என நினைக்கிறேன்.

ஆனால் அவராகவே என்னைப்பற்றிப் பேசத் தொடங்கினால் அல்லது வேறு யாரிடமாவது என்னைப் பற்றி நீ தெரிவித்து அது அவருக்குப் போய்ச் சேர வாய்ப்பிருந்தால் நான் கூறவிரும்புவது இதுதான்:

என்னைப் பற்றியோ சஞ்சய் காந்தி மற்றும் என் குடும்பத்திலுள்ள பிறரைப் பற்றியோ பத்திரிகைகளில் வெளிவரும் செய்திகள் தவறானவை.

அரசியலிலிருந்து படிப்படியாக என்னை நான் விடுவித்துக் கொண்டுவருகிறேன். உடனடியாக இது சாத்தியமில்லை. எந்தப் பதவியையும் நான் தேடிச் செல்வதில்லை. (...) எந்தவித அரசியலிலும் உண்மையில் எனக்கு ஆசையில்லை.

ஆனால் இந்திரா காந்தியின் இந்தத் தோல்வி மனநிலை நீடித்திருக்கவில்லை. ஆகஸ்ட் மாதத்திலேயே அரசியல் தலைவராக இந்திரா காந்தி மக்களிடம் மீண்டும் செயல்படத் தொடங்கினார்.

ஆறு ஆண்டுகளுக்கு முன்பு தேர்தலில் யாரைப் படுதோல்வி அடையச் செய்தாரோ அவராலேயே இந்திரா காந்தி இப்போது தோற்கடிக்கப்பட்டார் என்ற செய்தி மார்ச் 20ஆம் தேதி இரவு வெளியாகியிருந்தது. எனினும் அன்று (மார்ச் 20ஆம் தேதி பகல்) இந்திரா காந்தியின் கடைசிக் கடிதம் அசாம் மாநில முதல்வர் சரத் சந்திர சின்காவிற்கு அனுப்பப்பட்டது. இயற்கைக் காடுகளின் முக்கியத்துவம் பற்றிய துரிதப் பாடத்தை அந்தக் கடிதத்தின் மூலம் அவர் கற்றுக்கொண்டார்:

அசாம் மாநிலத்தில் எஞ்சியிருக்கும் அனைத்து முதன்மைக் காடுகளையும் (மனித செயல்பாடுகளோ சூழலியல் தொந்தரவுகளோ குறிப்பிட்ட அளவு நிகழ்ந்திராத உள்ளூர் மரங்களைக்கொண்ட பழம்பெரும் காடுகள் முதன்மைக் காடுகளாகும்) அழித்து அந்த இடத்தில் வர்த்தகரீதியாக இலாபம் தரும் ஒற்றைப் பயிர் வளர்க்கும் திட்டம் மாநில அரசுக்கு இருப்பதான செய்தி அறிந்தேன். இந்தச் செய்தி சரியா என்பது தெரியாது. அது சரியாக இருக்கக் கூடாதென நம்புகிறேன். ஏனெனில் (காடுகளை அழிக்கும்) அந்தத் திட்டத்தால் மிகப்பெரும் சேதம் விளையும். அப்போது மேற்கு வங்கத்தின் சில பகுதிகளைப் போலவோ அல்லது வங்கதேசத்தைப் போலவோ அசாம் மாநிலமும் கடுமை யாகப் பாதிக்கப்படும்.

வருவாய் ஈட்டித் தரும் ஆதார வளமாக மட்டும் காடுகளை இனியும் நாம் கருத முடியாது. தட்பவெப்ப நிலைக்கும் நீர் மேலாண்மைக்கும் காடுகளின் பங்கு சம முக்கியத்துவம் வாய்ந்தது. நீரைத் தக்கவைத்து நீர்வரத்தை ஒழுங்கு படுத்தும் தன்மையைக் காலாகாலமாக முதன்மைக் காடுகள் கொண்டுள்ளன. ஒற்றைப் பயிர் வளர்க்கும் வனப் பகுதி களில் இது இருப்பதில்லை.

முதன்மைக் காடுகள் மேலும் அதிகமாக அழிக்கப்படும் முன்னர் சுற்றுச்சூழலுக்கு அவற்றால் விளையும் பலன் களைக் கணக்கில் எடுத்துக்கொள்ள வேண்டும். இது தொடர்பாக அசாம் மாநில அரசு தனது செயல்திட்டத்தை மறுபரிசீலனை செய்ய வேண்டும்.

புலிகள் பாதுகாப்புத் திட்டத்தின்மீதான இயற்கைக்கான உலக நிதியம், பன்னாட்டு இயற்கைவளப் பாதுகாப்பு நிறுவனம் ஆகிய அமைப்புகளின் இடைக்கால மதிப்பீட்டின் பகுதியாகச் சென்ற ஆண்டு சுந்தரவனக் காடுகளுக்குச் சென்ற பால் லெஹவுசன் அது பற்றிய அறிக்கையை இந்திரா காந்திக்கு ஏற்கனவே அனுப்பியிருந்தார். அதனை அடிப்படையாகக் கொண்டு தனது அமைச்சரவைச் சகாவான பெட்ரோலியத் துறை அமைச்சருக்கு அலுவலக் குறிப்பு ஒன்றை அன்றே இந்திரா காந்தி எழுதியனுப்பினார்:

சுந்தர வனக் காடுகளில் (பெட்ரோலிய) எண்ணெய் தோண்டும் திட்டத்தை அமல்படுத்தினால் அது சுற்றுச்சூழலுக்குப் பேராபத்தை விளைவிக்கும். அதனால் பெட்ரோல் கசியும் அபாயமுள்ளது. இவ்விதம் கசிந்த பெட்ரோலை அலைகள் மிக விரிவாகப் பரவச்செய்து கடுமையான

> சேதத்தை விளைவிக்கும். மேலும் புலிகள் பாதுகாப்புத் திட்டத்தின் கீழ்க் கானுயிர்ச் சரணாலயத்தின் பகுதியாகச் சுந்தரவனம் உள்ளது. எனவே கானுயிர் நலன்களும் கணக்கில் எடுத்துக்கொள்ளப்பட வேண்டும். பெட்ரோல் எண்ணெய்க்காகத் துளைபோடும் நடவடிக்கைகளை மேற்கொள்ளும் அதிகாரிகள் வனத்துறை அதிகாரிகளைத் தொடர்புகொண்டு பொருத்தமான வேறு இடங்களைத் தேர்வு செய்ய வேண்டும் (...) துரிதப் பயன்பாட்டிற்கான நமது தேவையால் சுற்றுச்சூழல்மீது பாராமுகமாக இருந்துவிடக் கூடாது. அது பாதகமான நீண்டகால விளைவுகளை அந்தப் பகுதிகளில் ஏற்படுத்திவிடும்.

பதவி விலக 42 மணிநேரமே இருந்த நிலையிலும் அசாம் காடுகள், சுந்தரவனங்களின் புலிகள் சரணாலயம் பற்றி இந்திரா காந்தியால் கவலைகொள்ளாதிருக்க முடியவில்லை. எதிர்காலத்தில் தனக்கும் தனது கட்சிக்கும் என்ன நடக்குமோ என்ற கவலையிலிருந்து மனதைத் திருப்பும் வழியாக இது இருந்திருக்கலாம்; அல்லது அரசியல் வெற்றியோ தோல்வியோ சுற்றுச்சூழல் மீதான இந்திரா காந்தியின் அர்ப்பணிப்பு ஒருபோதும் மறையாது என்பதை சுட்டுவதாகவும் இருக்கலாம்.

தோல்விக்குப் பிறகு ஜெய்க்கருக்கு எழுதிய குறிப்பில் இதனையே இந்திரா காந்தி தெரிவித்திருந்தார்:

> (...) அரசியலிலிருந்து படிப்படியாக விடுபட்டுவருகிறேன். எந்தப் பதவியையும் தேடிச் செல்பவள் அல்ல நான் (...) குழந்தைகள், பொதுநலம், சுற்றுச்சூழல், கானுயிர் ஆகியவை மனதிற்கு மிகவும் பிடித்த விசயங்களாக எப்போதும் இருந்து வந்திருக்கின்றன. அத்தகைய பணிகளில் ஈடுபட முயல்வேன்.

தேர்தல் முடிவுகள் அறிவிக்கப்பட்டுச் சில வாரங்களுக்குப் பிறகு பறவை அவதானிப்பாளரான தனது நண்பர் ஹொரேஸ் அலெக்சாந்தரிடமிருந்து இந்திரா காந்திக்கு ஏப்ரல் 8இல் ஒரு கடிதம் வந்திருந்தது. கொந்தளிப்பான இந்த நேரத்திலும் இயற்கை மீதான நேசமும் ஈடுபாடும் இந்திரா காந்திக்குப் பலமாகவும் ஆறுதலாகவும் இருக்க முடியும் என்ற குறிப்பை அந்தக் கடிதம் நினைவூட்டிற்று:

> கடந்த சில வாரங்களாகத் தினந்தோறும் உங்களை நினைத்துக்கொண்டிருக்கிறோம். தேர்தல் முடிவுகள் பற்றிய எங்கள் உணர்வுகள் கலவையானவை. (இந்தச் சூழ்நிலையிலும்) தேர்தல் நடந்துள்ளது என்பது அற்புதமானது; சுயேச்சையான முடிவுடன் இந்திய மக்கள்

வாக்களித்துள்ளனர் என்பது மற்றுமோர் அற்புதம். உங்களின் தேர்தல் முடிவு (தோல்வி) இயல்பாகவே எங்களைத் துயர்கொள்ள வைத்தது.

எனினும் இதற்கு ஈடாக எவ்வளவோ நீங்கள் பெறுவீர்கள் என நம்புகிறேன். அரசியலுக்கு அப்பால் உங்களை மகிழ்விக்கும் விசயங்கள் ஏராளமாக உள்ளன. (. . .) பறவைகளுடன் ஆனந்தமாய்ப் பொழுதுபோக்கலாம். இமயமலை ஏறலாம்; அதுமட்டுமல்லாது இருக்கவே இருக்கின்றன புத்தகங்கள் (...)

இந்தியாவிலிருந்து வரும் செய்திகளைத் தொடர்ந்து கவனித்து வருகிறோம். ஐந்து ஆண்டுகளில் ஒருபோதும் இல்லாத அளவு மிகப் பெரும்பெரும்பான்மையுடன் மீண்டும் பதவிக்கு வருவீர்கள். இதுதான் ஜனநாயகம்.

பல்வேறு செயல்களைச் செய்யும் திறன்கொண்டவர் ஹொரேஸ். அதிகாரத்தைக் மீண்டும் இந்திரா காந்தி கைப்பற்றுவார் என அவர் ஆருடம் உண்மையானது. அவர் எதிர்ப்பார்த்ததிற்கும் மிக விரைவிலேயே.

சர்வதேசச் சுற்றுச்சூழல் சமூகத்தினரிடையே இந்திரா காந்தியின் தேர்தல் தோல்வி எந்த வித்தியாசத்தையும் ஏற்படுத்தியதாகத் தோன்றவில்லை. சுற்றுச்சூழலின் எதிர்காலம் பற்றிய இரண்டாவது சர்வதேச மாநாடு ஐஸ்லாந்திலுள்ள ரெய்க்ஜாவிக் நகரில் ஜூன் 5லிருந்து 11வரை நடந்தது. அதில் கலந்துகொள்ள அழைக்கப்பட்ட விஞ்ஞானிகள், பொருளாதார வல்லுநர்கள், நிர்வாகிகள் அடங்கிய தேர்ந்தெடுக்கப்பட்ட குழுவில் இந்திரா காந்தியும் இருந்தார். சுவிட்சர்லாந்திலுள்ள சுற்றுச்சூழல் பாதுகாப்பு நிறுவனம் இந்த மாநாட்டினை ஏற்பாடு செய்திருந்தது, இந்த அமைப்பின் நிறுவனர் இங்கிலாந்தைச் சேர்ந்த சுற்றுச்சூழல் பாதுகாப்பு உயிரியலாளரான நிக்கோலஸ் போல்னின் ஆவார். சில ஆண்டுகளுக்கு முன்னர் *என்விரான்மெண்டல் கன்சர்வேஷன்* என்ற புகழ்பெற்ற இதழை அவர் துவங்கினார். மாநாட்டிற்கான அழைப்பிற்குப் பதிலாக இந்திரா காந்தி அனுப்பித் தந்த செய்தி இது:

மாநாட்டில் கலந்துகொள்ள முடியாமைக்கு மிகவும் வருந்துகிறேன். மாநாடு வெற்றிபெற வாழ்த்துக்கள். முன்னேற்றத்திற்கும் சுற்றுச்சூழல் பாதுகாப்பிற்குமிடையே மோதல் இருப்பதாகத் தவறான பரப்புரை மேற்கொள்ளப் பட்டு வருகிறது. முன்னேற்றம் என்பது உடனடியாகப் பெறும் இலாபம் எனச் சமன்படுத்த முடியாது. உயர்ந்த

வாழ்க்கைத் தரம், கடுமையான உழைப்பிலிருந்து நிவாரணம், வாழ்க்கைக்கு அழகு சேர்த்தல் ஆகியவற்றை முன்னேற்றத்தின் பலனாகக் கொள்ளமுடியும். சுற்றுச்சூழலைப் பாதுகாத்தல் மற்றும் இயற்கைச் சமன்நிலையைப் பேணுதல் ஆகியவற்றின் மீதான நமது திறனில்தான் முன்னேற்றமும் ஆரோக்கியமான வாழ்வும் சார்ந்திருக்கின்றன. நகரமயமாக்கலைக் கட்டுப்படுத்த வேண்டியது மிக அவசியம். கிராமப்புறங்களை ஒருங்கிணைத்து அவற்றின் நிலைமையை மேம்படச் செய்ய வேண்டும் என்பதே இதன் பொருள்.

மாநாட்டில் பங்கேற்ற மூன்று முக்கிய அரசியல் தலைவர்களில் இந்திரா காந்தி. தந்தி மூலம்செய்தி அனுப்பியிருந்தார். மீதி இருவரில் ஒருவர் மாநாட்டைத் தொடங்கிவைத்த ஐஸ்லாந்தின் பிரதமர்; மற்றொருவர் சுவீடன் கூட்டமைப்பின் தலைவர்.

ல

இந்திராகாந்தியின் அரசியல் தடுமாற்றங்களால் பாதிப்படையாத மற்றொரு வகுப்பினர் மலையேறும் குழுவினர். அவர்கள் இந்திரா காந்திமீது நன்மதிப்பும் நன்றியுணர்வும் கொண்டிருந்தனர்.

உலகின் மிக உயரமான மலைச் சிகரங்களில் மூன்றாவது கஞ்சன் ஜங்காவாகும். ஆனால் அதில் ஏறுவது மிகக்கடினமானது எனக் கருதப்படுகிறது. மே 31இல் இந்தியக் குழு ஒன்று சிக்கிமில் உள்ள இந்த மலைச் சிகரத்தை அடைந்தது. குழுவின் தலைவர் கர்னல் நரிந்தர் குமார். மலை ஏறும் இந்தப் பயணத்தின் புரவலராக இந்திரா காந்தி இருந்தார். அது நன்மைக்கே.

1960களின் இறுதியில் டார்ஜிலிங்கிலுள்ள இமயமலை ஏறும் நிறுவனத்தின் முதல்வராக இருந்த கர்னல் குமார், கஞ்சன் ஜங்கா மலைச் சிகரம் தொடப் பேராவல் கொண்டிருந்தார். உள்ளூர்வாசிகளுக்குக் கஞ்சன்ஜங்கா புனிதமானது. மலையேறும் குழுவினரால் அதன் புனிதம் களங்கப்பட்டுவிடலாகாது என்ற நல்ல எண்ணத்துடன் முன்னாள் சிக்கிம் மன்னரான சோக்கியாலும் அவர் மனைவியும் மலை ஏற வேண்டாமெனக் குமாரை அறிவுறுத்தினர்.

தன் தந்தை நேருவுடன் சோக்கியால் நெருங்கிப் பழகியவர் என்பதால் இந்திரா காந்திக்கு அவரைப் பிடிக்கும். ஆனால் 1975 ஏப்ரலில் அவரை மன்னர் பதவியிலிருந்து இறக்க அது அவருக்கு தடையாக இருக்கவில்லை. (மன்னர் பதவியில் சோக்கியால் இல்லாத காரணத்தால்) கஞ்சன்ஜங்கா சிகரம் ஏறுவதற்காக கர்னல் குமார் இப்போது திட்டமிடத் தொடங்கினார். அவர் சிகரம் அடைந்ததும் முன்னாள் மன்னர் சோக்கியாலின் உணர்வுக்கு

மதிப்பளிக்கும் விதமாக (புனிதம் களங்கப்பட்டுவிடும்) மலை உச்சியிலிருந்து சில நூறு அடிகளுக்குக் கீழேயே இந்தியாவின் மூவர்ணக் கொடியை நாட்டினார்.

கர்னல் குமார் இந்திரா காந்தியைப் பாராட்டிப் புகழ்ந்ததில் வியப்பேதும் இல்லை. 1966 ஜனவரியில் இந்திரா காந்தி முதன்முதலாய் பிரதமராகப் பொறுப்பேற்றுக்கொண்டதும் அவருக்கு வாழ்த்துத் தெரிவித்தார். அதற்குப் பிப்ரவரி 10இல் கைப்பட எழுதிய பதிலில்: 'இமய மலைகளின் உணர்வு எனக்கு உதவுமென நம்புகிறேன்.' தேர்தலில் பெரும்பான்மை பெற்று வெற்றி பெற்றதும் மீண்டும் அவருக்கு 1971 பிப்ரவரியில் வாழ்த்துத் தெரிவித்தார் கர்னல் குமார். அதற்கு ஏப்ரல் 5இல் இந்திரா காந்தி எழுதிய பதில்:

> நான் மலை ஏறுபவள் அல்லள். இந்தியாவின் வளர்ச்சிப் பாதையை மலை ஏறுவதற்கு உவமையாக்கி எனது உரையில் குறிப்பிடுவதை நீங்கள் கவனித்திருக்கக் கூடும். (மலை ஏறுதலில்) நீங்கள் உயரம் செல்லச்செல்லப் பாதை குறுகியும் செங்குத்தாகவும் இருக்கும். சவாலும் மிகப் பெரிதாக இருக்கும்.

சவால்கள் நிறைந்த 1977ஆம் ஆண்டில்அவரின் இந்தச் சொற்கள் பொருத்தமாக இருந்தன.

ௐ

அமெரிக்கரான ஜெர்ட்ரூட் எமர்சன் ஸென், தாவரவியலாளரான போஷி ஸென் என்ற இந்தியரை 1932இல் திருமணம் செய்தார். தம்பதியர் அல்மோராவில் குடியேறினர். அங்கே அவர் ஆய்வகம் ஒன்றை அமைத்தார். அவர்கள் நேருவுடனும் அவர் மகள் இந்திராவுடனும் நெருங்கிப் பழகினர். திருமதி இந்திரா காந்தி 'ஜெர்ட்ரூட் மாமி' என அவரை அழைக்கத் தொடங்கினார். புத்தகங்களையும் கட்டுரைகளையும் அவர்கள் பகிர்ந்துகொண்டனர்; தொடர்ந்து கடிதங்கள் எழுதிக் கொண்டனர். 1968லிருந்து 1981வரை நேருவின் மகளும் ஜெர்ட்ரூட் மாமியும் எழுதிய கடிதங்களில் பதினான்கு கடிதங்கள் இன்றும் உள்ளன.[2]

அந்தக் கடிதங்களில் பல்வேறு விசயங்கள்பற்றி விரிவாக எழுதப்பட்டிருந்தன. தனிப்பட்ட சொந்த விசயங்களும் அவற்றில் உண்டு. அவசர நிலை அத்துமீறல்களுக்கு எதிராக வலிமை முழுவதையும் திரட்டி இந்தியத் தேசமே இந்திரா காந்திக்கு எதிராக நின்றபோது செப்டம்பர் 10 அன்று இந்திரா காந்தி எழுதியது:

அன்புள்ள ஜெர்ட்ரூட் மாமிக்கு...

கனிவுடன் எனக்குக் கடிதம் எழுதியுள்ளீர்கள். (...) நான் மலைகளை மிகவும் நேசிப்பவள். அல்மோராவுக்கு வர மிகவும் விருப்பம்தான். ஆனால் வர முடியுமாவெனத் தெரியவில்லை (...)

நாங்கள் நலமே. உளவுத்துறை நபர்கள் முழங்கைக்கு அருகே எப்போதும் இருக்கின்றனர். இந்தச் சூழ்நிலையிலேயே வாழக் கற்றுக்கொண்டிருக்கிறோம். எங்களிடமிருந்து எதைக் கண்டுபிடிகக முயல்கிறார்கள் என்பது கடவுளுக்கே வெளிச்சம் (...). என்னுடன் மிகச் சிறிதளவு தொடர்புடையவர் களையும் துன்புறுத்தி அலைக்கழிக்கின்றனர். நான் உதவிய மனிதர்களே எனக்கெதிராக மிகப் பெரிதாய்க் கூக்குரல் எழுப்புகின்றனர். இதுதான் வாழ்க்கை.'

1982 ஜனவரியில் அல்மோரா சென்ற இந்திரா, தனது பிரியத்திற் குரிய மாமியுடன் சிலமணி நேரம் கழித்தார். பத்து மாதங்களில் அவர் காலமானார்.

அடிக்குறிப்புகள்

1. தத்துவவாதி ஜே. கிருஷ்ணமூர்த்தியின் வாழ்க்கை வரலாற்றை எழுதியவர் மேரி லூட்யன்ஸ். 1976 குளிர்ப் பருவத்தின் போது ஜே. கிருஷ்ணமூர்த்தி தனிப்பட்ட முறையில் இந்திர காந்தி யுடன் நீண்டநேரம் உரையாடினார். 1977இல் பொதுத்தேர்தல் நடத்துவதென இந்திரா காந்தி முடிவுசெய்ய இது வழிகோலி யிருக்கலாம் என கிருஷ்ணமூர்த்தி எண்ணினார்.
2. Girish Mehra, *Nearer Heaven than Earth: The Life and Times of Boshi Sen and Gertrude Emerson Sen* (2007).

1978

(P+II)

Shri Salim Ali

Thank you so much for sending the beautiful Nature calendar. I have it on my table & it will be a source of cheer in these difficult days.

With every good wish for 1978

Sincerely
Indira Gandhi

P.S. All my life I have wanted to go to the valley of flowers. So [illegible]

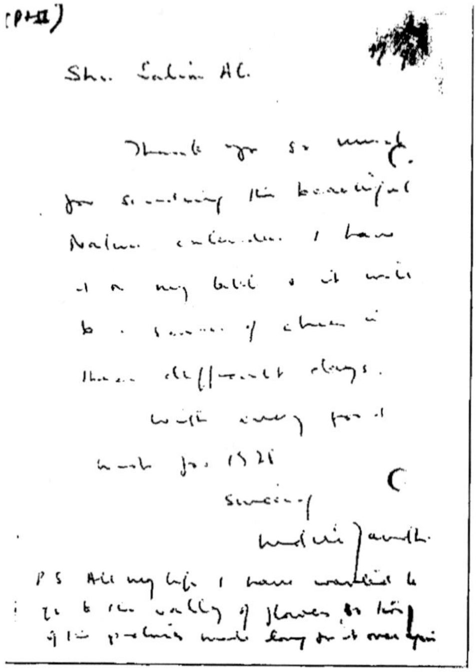

சலீம் அலிக்கு இந்திரா காந்தி எழுதிய கடிதம்; 1978 ஜனவரி.

1978ஆம் ஆண்டுத் தொடக்கத்தில் ஜனவரி 2ஆம் தேதி காங்கிரசில் மீண்டும் பிளவு ஏற்பட்டது. ஒன்பது ஆண்டுகளில் இரண்டாம் முறையாக ஏற்பட்ட பிளவு இது. கட்சித் தலைவர்கள் இந்திரா காந்தியைக் கட்சியிலிருந்து நீக்கியதால் 1969இல் முதல் பிளவு ஏற்பட்டது. அப்போது தலைவர்களுக்கிடையே ஆளுமை மோதல் இருந்தது என்பதில் சந்தேகம் இல்லை; ஆனால் கொள்கைரீதியான கோணமும் இருந்தது. முற்போக்கு நிலைப்பாட்டில் இந்திரா காந்திக்குச் சாய்வு இருந்தது. 1978இல் அவரே கட்சித் தலைவராக இருந்ததும், சஞ்சய் காந்தியின் தலைமையும் தவிர கொள்கைரீதியான எந்தப்

பிரச்சனைகளும் உண்மையில் இல்லை. கட்சிப் பிளவுக்குப் பிறகு இந்திரா காங்கிரஸ் என்ற பெயரில் காங்கிரஸ் அழைக்கப்பட்டது.

ஏப்ரல் 15இல் லுசைல் கைலுக்கு இந்திரா காந்தி கடிதம் எழுதினார். லுசைலிடமிருந்து வரும் கடிதம் எப்போதுமே தனக்கு மகிழ்ச்சி தருவதென அதில் இந்திரா காந்தி குறிப்பிட்டிருந்தார்:

> இந்தியாவைப் பற்றி உனக்குக் கிடைக்கும் செய்திகள் பெரும்பாலும் பொய்யாகவே இருக்கும். மத்தியிலும் சில மாநிலங்களிலும் ஜனதாக் கட்சி ஆட்சி செய்துவருகிறது. இங்குள்ள அரசு எந்திரத்தின் அனைத்து நடவடிக்கைகளும் எங்களுக்கு எதிராகவே உள்ளன. அவர்கள் எனக்குப் பயப்படுவதாக மக்கள் பேசிக்கொள்கிறார்கள். சாதுவான அப்பிராணியான என்னைப் போன்ற ஒருத்திக்கு அவர்கள் பயப்படுகின்றனராம்! இதனை உன்னால் கற்பனை செய்ய முடிகிறதா?

ஆளும் கூட்டணியில் விரிசல் விழத்தொடங்கியது. கட்சியின் முக்கிய ஆளுமைகளுக்கிடையே உருவான மோதல் அரசாங்கத்தை மிக மோசமானதென மக்களுக்குக் காட்டியது. நெருக்கடி நிலையின் அத்துமீறல்களுக்காக இந்திரா காந்தியைக் குற்றவாளிக் கூண்டில் நிறுத்தி உடனே அவரைச் சிறையில் அடைக்க வேண்டும் என்ற தனது கொள்கைக்குப் பிரதமர் ஆதரவு தரவில்லை என்பதால் உள்துறை அமைச்சர் சரண் சிங் ஆண்டு மத்தியிலேயே பதவி விலகினார். ஆனால் அவரை வற்புறுத்தியதால் ஆண்டு இறுதியில் மீண்டும் அமைச்சரவையில் சேர்ந்தார். இந்த முறை நிதியமைச்சராக.

சரண் சிங்கின் புலம்பல் ஒருபுறமிருக்க இந்திரா காந்தியைப் பழி வாங்குவதிலேயே ஆளும் கூட்டணி குறியாக இருந்தது. அக்டோபர் 11ஆம் நாள் ஊழல் குற்றச்சாட்டில் கைதுசெய்யப்பட்ட இந்திரா காந்தி 24 மணி நேரத்திலேயே காவலிலிருந்து விடுவிக்கப் பட்டார். அந்த நடவடிக்கை இவ்விதம் கேலிக்கூத்தானது. சில நாட்களுக்குப் பிறகு நடந்த இடைத்தேர்தலில் சிக்மகளூரில் போட்டியிட்டு வெற்றிபெற்றார்; நான் பிறந்த ஊரும் அதுதான். கர்நாடகம், ஆந்திரம் மாநிலச் சட்டசபைத் தேர்தலில் பெரும் வாக்கு வித்தியாசத்தில் வெற்றிபெற்றதும் உத்தரப்பிரதேச இடைத்தேர்தல் வெற்றியும் அவரின் அரசியல் புத்தெழுச்சியை ஐயத்திற்கிடமின்றிச் சுட்டிக்காட்டின. ஆனால் அதுவே அவர் இரண்டாம்முறையாகக் கைதுசெய்யப்படுவதற்கும் காரணமானது.

டிசம்பர் 19ஆம் நாள் மக்களவையிலிருந்து இந்திரா காந்தி வெளியேற்றப்பட்டு ஒருவாரம் சிறையிலடைக்கப்பட்டார்.

'மாருதி லிமிடட் தொடர்பாக ஐந்தாவது மக்களவையின் சில கேள்விகளுக்குப் பதில் சமர்ப்பிப்பதற்காகத் தகவல் சேகரிக்கச் சென்ற அலுவலர்களைத் தடுத்துநிறுத்தியது; அச்சுறுத்தியது; துன்புறுத்தியது; அவர்கள்மீது பொய் வழக்குத் தொடுத்தது' ஆகிய காரணங்களுக்காகப் பாராளுமன்ற உரிமைக் குழு இந்திரா காந்தியின் மீது குற்றம் சுமத்தி 'அதற்கான தண்டனையை முடிவு செய்யும் விசயத்தை அவையிடமே (மக்களவை) விடுவதாகக் கூறியது. இந்திராவிற்கு எதிராக நடவடிக்கை எடுக்க வேண்டுமென முதலில் கூறியது மதுலிமாயி என்பது முரண். கிர், பரத்பூர் தொடர்பாக முன்னர் இந்திரா காந்திக்குக் கடிதம் எழுதிய அதே மதுலிமாயி. 'நல்ல யோசனை' என இந்திரா காந்தி அந்தக் கடிதத்திற்குப் பதிலும் எழுதினார். மக்களவையிலிருந்து வெளியேற்றப்பட்டுச் சிறைக்குச் செல்கையில் பத்திரிகையாளர்கள் அவரிடம் செய்தி கேட்டனர். அதற்கு இந்திரா காந்தி:

> இங்கிலாந்தில் கல்வி பயின்றுகொண்டிருந்தபோது பிரபலமாக இருந்த பாடல் ஒன்றைப் பாட விரும்புகிறேன்.
>
> 'விடை பெறுகிறேன்
> எனக் கையசைக்கையில்
> நல்லதிர்ஷ்டம் பெறுகவென வாழ்த்துங்கள்
> துளிநீரற்ற கண்களுடன்
> புன்னகை தாருங்கள்
> அதனை
> வெளியே இருக்கையில்
> பத்திரமாக வைத்துக்கொள்வேன்'

ஐ

சலீம் அலிக்கு ஜனவரி 17இல் கைப்பட எழுதிய குறிப்புடன் இந்திரா காந்தியின் புத்தாண்டு தொடங்கிற்று. கிறுக்கலான அவர் கையெழுத்தைப் புரிந்துகொள்ள என்னைப்போல சலீம் அலியும் சிரமப்பட்டிருப்பார். இந்திரா காந்தியின் அந்தக் குறிப்பு:

> மிக அழகிய இயற்கைக் காட்சிப் படங்களுடன் நாள்காட்டியை (காலண்டர்) அனுப்பித் தந்தமைக்கு மிக்க நன்றி. அதனை என் மேசையில் வைத்திருக்கிறேன். கடினமான இந்த நாட்களில் என் மகிழ்ச்சிக்கு ஆதாரமாக அது விளங்கும்.
>
> 1978ஆம் ஆண்டு புதுவருட நல்வாழ்த்துகள்'
>
> பின் குறிப்பு:
>
> மலர்களின் பள்ளத்தாக்கைப் பார்வையிடுவது என் வாழ்நாள் விருப்பமாக இருந்துவந்திருக்கிறது. காலண்டரில்

உள்ள இரு படங்களால் அங்கு செல்லும் ஏக்கம் மீண்டும் வருகிறது.

ஆறு மாதங்களுக்குப் பின் கொந்தளிப்பான மனநிலையில் இந்திரா காந்தி இருந்தபோது மற்றொரு சுற்றுச்சூழலியலாளரான பில்லி அர்ஜன் சிங்கிடமிருந்து கடிதம் வந்திருந்து. 'சேதமடைந்த பொருளாக' இந்திரா காந்தி கருதப்பட்ட அந்த நாட்களிலும் இந்திராவுடன் தொடர்புகொண்டிருந்தவர் பில்லி அர்ஜன் சிங். டச் விருது தனக்கு அளிக்கப்பட இருப்பதாகத் தெரிவித்தபோது இந்திரா காந்தி ஜூன் 23இல் எழுதிய பதில்:

டச்சுத் தூதரகத்தின் விருது வழங்கும் விழாவிற்கு நான் வர வேண்டும் என்ற உங்களின் வேண்டுகோளுக்கு நன்றி. நீங்கள் கவுரவிக்கப்படுவதறிந்து மிகவும் மகிழ்கிறேன். விருதிற்கு நீங்கள் மிகவும் தகுதியானவர்.

பின் குறிப்பு:

நான் வர முயல்வேன். ஆனால் உறுதியாகக் கூற முடியாது. இதனைத் தூதரகத்துக்கு எழுதியிருக்கிறேன். அன்று பாராளுமன்ற உரிமைக் குழுவிற்கு முன் நான் ஆஜராக வேண்டியுள்ளது.'

நான்கு நாட்களுக்குப் பிறகு பில்லி அர்ஜன் சிங்கிற்கு அவர் மீண்டும் எழுதினார்:

விருது வழங்கும் விழா ஜூலை 13ஆம் தேதி தள்ளிவைக்கப் பட்டிருப்பதாக டச்சுத் தூதரிடமிருந்து தகவல் கிடைத்தது. விழாவிற்குக் கட்டாயம் வருவேன்.

நெதர்லாந்து இளவரசர் பெர்னார்டால் நிறுவப்பட்ட *'Order of the Golden Ark'* என்ற சிறப்புக் கவுரவ விருது சுற்றுச்சூழல் பாதுகாப்பில் சாதனை படைத்தவர்களை அங்கீகரிக்கும் விதமாக வழங்கப்படுகிறது. இந்த ஆண்டு பில்லி அர்ஜன் சிங்கிற்கு வழங்கப்பட்ட இந்த விருது, நான்கு ஆண்டுகளுக்குப் பிறகு இந்திரா காந்திக்கு வழங்கப்பட இருந்தது.

ơ3

கர்நாடகத்திலுள்ள ஜோக் அருவிக்குச் செல்லும் வழியில் 1975 அக்டோபர் 9இல் இந்திரா காந்தி முதன்முதலில் புலியைப் பார்த்தார். 1978இல் அதே பகுதியில் இரண்டாம் முறையாக புலியைக் காண நேர்ந்தது. இது தற்செயலாக நிகழ்ந்த ஒன்று.

காங்கிரஸ் கட்சி ஆட்சி புரிந்த வெகுசில மாநிலங்களில் கர்நாடகமும் ஒன்று. பிப்ரவரி மாதம் அங்கே மாநில சட்டசபைத்

தேர்தல் நடக்கவிருந்தது. முதலமைச்சர் தேவராஜ் அர்ஸின் தேர்தல் பிரச்சாரத்தில் இந்திரா காந்தி ஈடுபட்டார். சிமோகா மாவட்டத்திள்ள சாகர் தொகுதியில் பேரணியில் கலந்து கொண்டார். இரவு வெகுநேரத்திற்குப் பிறகு விருந்தினர் மாளிகைக்கு ஜீப்பில் திரும்பிக்கொண்டிருந்தபோது ஒரு புலியைத் திடீரெனச் சாலையின் மத்தியில் சந்திக்க நேர்ந்தது. ஜீப்பின் முன்விளக்குகளை அணைத்துவிடும்படி ஓட்டுநரிடம் இந்திரா காந்தி கூறினார். ஒரு நிமிடம் வரை அங்கேயே நின்றிருந்த புலி பின்பு காட்டிற்குள் ஓடி மறைந்தது.

சில மாதங்களுக்குப் பிறகு கர்நாடகத்திலுள்ள நாகர் ஹொலெ சரணாலயத்தை இந்திரா காந்தி பார்வையிட்டார். அங்கிருந்து தன் பேரக்குழந்தைகளுக்கு மே 28இல் இந்திரா காந்தி எழுதிய கடிதம்:

> தில்லியிலிருந்தும் உங்களிடமிருந்தும் வெகு தூரத்திலிருக்கிறார் பாட்டி. (...) நாகர்ஹொலெயிலுள்ள சரணாலயத்தில் ஓர் இரவைக் கழித்தோம். இருள் சூழ்ந்திருந்ததால் நிறைய விலங்குகளைப் பார்க்க முடியவில்லை. எனினும் ஏராள மான கடம்பை மான்கள், எருதுகளைப் பார்த்தோம். இரவில் மான்கள் கனைத்தன. (...)

சில நாட்களுக்குப் பின் பில்லி அர்ஜன் சிங் மே 16இல் எழுதிய[1] கடிதத்திற்குப் பதில் எழுதினார் இந்திரா. அதில் நாகர்ஹொலெ யில் தனது அனுபவகளை நினைவுகூர்ந்தார்.

> கர்நாடக மாநிலத்திலுள்ள நாகர்ஹொலெ சரணாலயத்திற்குச் சென்றிருந்தேன். பலவித மான்களையும் எருதுகளையும் பார்த்தேன். துரதிருஷ்டவசமாக அது மாலை நேரம். இருள் பரவத் தொடங்கியிருந்தது. மறுநாள் காலையில் திரும்பிச்செல்ல வேண்டியதிருந்தது.

நாகர்ஹொலெக்கு இந்திரா காந்தி சென்றது கர்நாடக மாநிலத்தில் அவரின் ஏழுநாள் சுற்றுப் பயணத்தின் ஒரு பகுதியாகும். ‘Eternal India’ என்ற புத்தகத்திற்கு முன்னுரை எழுதுவதில் அவரது நேரத்தின் பெரும்பகுதி கழிந்தது. இந்தியாவைப் பற்றிய பல புகைப்படங்களைக்கொண்ட அந்தப் புத்தகம் காஃபி மேசைப் புத்தகமாகும்.[2] புகைப்படங்களை எடுத்தவர் பிரான்சு நாட்டைச் சேர்ந்தவர். இந்தியாவின் பன்முகத் தன்மையையும் அதன் அடிப்படை ஒருமையையும் பற்றிய இந்திரா காந்தியின் வியப்பு அந்த புத்தக முன்னுரையின் பகுதியாகப் பதிவாகியிருந்தது. பின்னர் அவருக்குப் பிடித்தமான விசயங்களில் அந்த முன்னுரை விரிந்தது

'இருவகை மாசுபாடுகள் உள்ளன. வறுமை, வளர்ச்சியின்மை காரணமாக உருவாகும் மாசுபாடு ஒருவகை; சுவாசத்திற்குக் கேடு விளைவிக்கும் தொழிற்சாலைகளின் நச்சுப் புகையால் விளையும் மாசுபாடு மற்றொன்று. இந்த இரண்டில் அதிகத் தீங்கு விளைவிப்பது எது? அரசியல், சமூகப் பொருளாதாரச் சூழ்நிலைகள் அனைத்தையும் கணக்கில் எடுத்துக்கொண்டே மக்கள்தொகை மற்றும் மாசுபாடு பற்றிய பிரச்சனைகளை அணுக வேண்டும் (...)

சுற்றுச்சூழல் பாதுகாப்பிற்கும் வளச்சிக்குமிடையே இயல்பான மோதல் என எதுவுமில்லை; இலாபத்திற்காகப் பூமியைப் பொறுப்பற்ற முறையில் மனிதன் சுரண்டுவதற்கும் சுற்றுச்சூழலுக்குமிடையேதான் மோதல் உருவாகிறது. (...) சூழலியலும் சுற்றுச்சூழல் பாதுகாப்பும் மனிதனின் நலனுக்கு எதிராகச் செயல்படாது. மாறாக அவை மனித வாழ்வை மேம்படச் செய்யும். இதனை உலகிலுள்ள பெரும்பாலோருக்கு நாம் எடுத்துக்கூறி நிரூபிக்க வேண்டும். வளரும் நாடுகளின் சுற்றுச்சூழல் பிரச்சனைகள் அதீத தொழில்மயமாதலின் பக்கவிளைவுகளால் உருவாவதில்லை; போதிய வளர்ச்சியின்மையால் உருவாகின்றன. நமது முன்னோர்கள் சூழலியல்மீது ஆழமான அக்கறை கொண்டிருந்தனர். நம்மால் எவ்வளவு திருப்பித் தர முடியுமோ அதே அளவுதான் பூமியிலிருந்தும் நாம் எடுத்துக் கொள்ள வேண்டுமென அறிவுறுத்தினர். அத்தகைய சூழலிய மனிதர்தாம் தாகூர்.

இவற்றில் சில விசயங்கள் ஆறு ஆண்டுகளுக்கு முன்னரே ஸ்டாக்ஹோம் மாநாட்டில் தெரிவித்திருந்தவைதாம். ரவீந்தரநாத் தாகூரை சூழலியல் மனிதர் எனக் குறிப்பிட்டது புதிது. சாந்திநிகேதனில் இருந்த காலகட்டம் எந்த அளவு ஆழமான தாக்கத்தை இந்திரா காந்தியிடம் ஏற்படுத்தியுள்ளது என்பதை இது புலப்படுத்துகிறது.

அடிக்குறிப்புகள்

1. *East Angila Television* தயாரித்த *'The leopard who changed his spots' (about Prince)* மற்றும் *'Tiger, Tiger' (about Tara)* என்ற இரு படங்களை இந்திரா காந்திக்குக் காட்ட விரும்பியதாகக் கடிதத்தில் அவர் தெரிவித்திருந்தார்.

2. Indira Gandhi: *Eternal India (1980).*

1979

தெகிரி அணைக்கட்டிற்கு எதிரான செயல்பாட்டாளர்களுடன் இந்திரா காந்தி; இடது ஓரத்தில் சுந்தர்லால் பகுகுணா; 1979 செப்டம்பர்.

1979இல் வியக்கத்தக்க பல அரசியல் திருப்பங்களும் மாற்றங்களும் நிகழ்ந்தன. மெல்ல ஆனால் உறுதியாக இந்திரா காந்தியின் அதிகாரம் வலுப்பட்டது. சொந்த முரண்பாடுகளாலேயே ஆளும் கூட்டணி மோதிப் பிளவுபட்டது. பிரதமர் தனது மகனின் செயல்பாடுகளால் சக அமைச்சர்களின் தாக்குதலுக்கு ஆளானார். அது மட்டுமல்லாது பிறரை அரவணைத்துச் செல்ல இயலாதவராக அவர் இருந்ததும் கோபத்திற்குக் காரணம். ஆளும் கூட்டணியின் சில அமைச்சர்களும் பல மக்களவை உறுப்பினர்களும் ஆர்.எஸ்.எஸ். அமைப்பின் உறுப்பினர்களாகத் தொடர்ந்து இருந்து வந்தனர். இந்தப் பிரச்சனை கோபத்தைக் கிளறியது. இந்த 'இரட்டை உறுப்பினர்' நிலைக்கு எதிராகப் போர்க்கொடி உயர்த்தி வழிநடத்தியவர் மதுலிமாயி. இந்திரா காந்திக்குப் பின் மொரார்ஜி தேசாயைப்

பிரதமர் பதவியில் அமர்த்தியவர், ஆளும் கூட்டணியின் மனச்சாட்சியான ஜெயப்பிரகாஷ் நாராயணன். மொரார்ஜியின் செயல்பாடுகள் ஜே.பி.க்கு உகந்ததாக இல்லை. அதனால் பாட்னாவிற்கு ஓய்வெடுக்கச் சென்றுவிட்டார்.

வருடத்தின் மத்தியில் சிந்தனைவயப்பட்ட மனநிலையில், தனது மாமி ஜெர்ட்ரூட்டிற்கு ஜூன் 13இல் இந்திரா காந்தி எழுதிய கடிதம்:

> '(. . .) மனந்திறந்து எண்ணங்களைப் பகிர்ந்துகொள்ள மனிதர்கள் குறைந்துவருகின்றனர். வயதாகும்போது வரும் சுமைகளில் இதுவுமொன்று. அதிகப் பணமும் மேலதிகச் சாமர்த்தியமும் சூழ்ச்சியுமே இந்நாளைய அரசியலாகி விட்டது. நான் இந்தவிதமாக அதிகாரத்தை நினைத்துப் பார்த்ததோ அல்லது பயன்படுத்தியதோ இல்லை என்பதல்ல இதன் பொருள். சொல்லப்போனால் பணமோ அதிகாரமோ அற்ற நிலையில் எனது கட்சியிலேயே மிக மோசமாகத் தனிமைப்படுத்தப்பட்டதாக உணர்கிறேன். ஒரு சாதாரணச் சுற்றுலாப் பயணி தவிர வேறு யாரும் அச்சமின்றி என்னைச் சந்திக்க முடியாது என்ற நிலையை ஜனதா கட்சி (எனக்கு) உருவாக்கியுள்ளது.

ஆனால் ஒரு மாதத்திற்குள்ளேயே மொரார்ஜி தேசாய் அரசாங்கத்தைக் கவிழ்க்க நண்பர் ஒருவரைக் கண்டுகொண்டார் இந்திரா காந்தி. மொரார்ஜி தேசாய் அரசாங்கத்தின் நிதி அமைச்சர் சரண்சிங்தான் அவர். பிரதமராக வேண்டுமென்ற ரகசிய நோக்கமும் அவருக்கிருந்தது. அதற்கான வழி வாய்க்கால்களை அவருக்குத் திறந்துவிட்டார் இந்திரா காந்தி. இது வினோதமான ஒன்றாகும். ஏனெனில் உள்துறை அமைச்சராக இருந்த காலகட்டம் வரை (1978ஆம் ஆண்டின் ஜூன் தொடக்கம் வரை) சட்டபூர்வமான செயல்முறை பற்றிச் சிறிதும் கவலைப்படாமல் இந்திரா காந்தியைக் கைதுசெய்து சிறையில் அடைப்பது ஒன்றையே தனது ஓரம்சத் திட்டமாகக்கொண்டிருந்தவர் சரண் சிங். ஜனதா அரசு நம்பிக்கை வாக்கெடுப்பில் தோல்வியுற்றதால் மொரார்ஜி தேசாய் ஜூலை மாத மத்தியில் பதவி விலகினார். இந்திரா காந்தியின் ஆதரவுடன் ஜூலை 28இல் சரண் சிங் பிரதமராகப் பொறுப்பேற்றார். தனது கட்சியின் கோரிக்கைகள் சிலவற்றை அவர் ஏற்றுக்கொள்ளாத காரணத்தால் அவருக்கு அளித்து வந்த ஆதரவை ஒரு மாதத்திற்குள் திரும்பப் பெற்றுக்கொண்டார் இந்திரா காந்தி. பாராளுமன்றத்தை ஒரு தடவைகூடச் சந்தித்திராத ஒரே பிரதமராக வரலாறு சரண்சிங்கைப் பதிவு

செய்தது. 1980ஆம் ஆண்டு ஜனவரி தொடக்கத்தில் புதிதாகத் தேர்தல் அறிவிக்கப்பட்டது. அதுவரை இடைக்காலப் பிரதமராக நீடித்தார் சரண் சிங்.

ஃ

'புலிகள் மீதான பன்னாட்டுக் கருத்தரங்கு' புதுதில்லியில் பிப்ரவரி மாதம் நடந்தது. இந்திரா காந்தி பதவி விலகும் முன்பு (1977 மார்ச்) இந்திய அரசாங்கத்தால் கண்கவர் காட்சியாக நடத்தப்பட்ட இந்தக் கருத்தரங்கிற்கு இந்திரா காந்தியின் ஆதரவு இருந்தது.

எனினும் கருத்தரங்கு நடந்தபோது இந்திரா காந்திக்கு எந்த முக்கியத்துவமும் தரப்படவில்லை. புலிகள் பாதுகாப்பில் இந்திரா காந்தியின் பங்களிப்புப்பற்றி *சுவராஜ்யா* பத்திரிகையில் எழுதி அவருக்கு அங்கீகாரம் தந்தவர் ஆர்.எஸ். தர்மகுமார் சிங். 1950களின் மத்தியில் காங்கிரஸ் கட்சியின் கடுமையான எதிரியான சி. ராஜகோபாலாசாரியுடன் தொடர்புடையது இந்தப் பத்திரிகை. இந்திரா காந்தியைப் பற்றி தர்மகுமார் எழுதிய 'The Tiger "Lionised"' என்ற கட்டுரை இந்தப் பத்திரிகையில் வெளிவந்தது ஒரு முரண் நகை. கருத்தரங்கை ஏற்பாடு செய்தோர் இந்திரா காந்தியை உதாசீனம் செய்திருந்தனர். எனினும் இந்திரா காந்தியின் வேடிக்கை உணர்வு அவரைவிட்டுப் போகவில்லை. சலீம் அலிக்கு மார்ச் 14இல் அவர் எழுதிய கடிதத்தில் இது தெளிவாகப் புலப்படுகிறது. அந்தக் கடிதம் மகிழ்ச்சியான பேச்சுத் தொனியைக் கொண்டிருந்தது:

> ஆசாத் நினைவு தினச் சொற்பொழிவில் நீங்கள் ஆற்றிய உரையின் தட்டச்சு செய்யப்பட்ட நகல் எனது மேசையில் இருந்ததைக் கண்டேன். அதனை யார் அனுப்பினார் என்பது எனக்குத் தெரியாது. ஆனால் அதனை வாசித்து மகிழ்ந்தேன். மவுலான சாகிப் குருவிகளுடன் கொண்டிருந்த நட்பின் கதை பல்வேறு சிறைச்சாலைகளிலிருந்த என் தந்தையின் அனுபவங்களை நினைவூட்டின. இப்போது 80 வயதான எனது மாமி திடீரெனத் தொழிற்சங்கத் தலைவராக மலர்ந்துள்ளார். ஆனால் ஒரு ஐசிஎஸ் அதிகாரியின் மனைவியான அவர் தன் வாழ்வின் பெரும்பகுதியைப் பல மாவட்டங்களில் கழித்தவர். மணிப்பூரிலோ அல்லது வேறு எங்கேயோ மாமி இருந்தபோது, தன் அறைக்குள் நுழைந்து முகம் பார்க்கும் கண்ணாடியைக் கொத்துவதை வழக்கமாகக் கொண்டிருந்த ஒரு குருவியின் மீது கடுங்கோபம் கொண்டு, அதற்குத் தண்டனையாக அந்தக் குருவியை ஒரு வார காலம் கூண்டிலடைத்தார். இந்தத் தண்டனை அந்தக் குருவியை (அறைக்குள் வந்து கண்ணாடியைக்

கொத்தும் நோயை) குணப்படுத்தியதா என்பது இப்போது ஞாபகத்தில் இல்லை.[1]

> இங்கு எங்களுக்கு ஒரு பிரச்சனை. அதிகாலை வேளையில் கம்பு தானியங்களை சஞ்சய் பறவைகளுக்குப் போடுவதுண்டு. படிப்படியாக மேலும் பல உயிரினங்கள் வரத் தொடங்கின. அதிகரித்தவாறிருக்கும் கவுதாரிகளின் குடும்பத்தை எங்களுக்கு மிகவும் பிடிக்கும். எனினும் கடந்த இரண்டு மாதங்களாக காக்கைகள் இங்கு வரத் தீர்மானித்தன. சாப்பிட அல்ல – பிற பறவைகளை (சாப்பிடவிடாமல்) தடுப்பதற்காக. சிறிய புறாக்கள் கவுதாரிகளிடம் ஓடிச்சென்று அவற்றின் வால்களைப் பற்றிப் பிடித்துக்கொள்ளும். இதனால் மிகத் துணிச்சலான பறவைகளே இப்போது இங்கு வருகின்றன. எச்சரிக்கை மிகுந்த பயந்த சுபாவமுடைய கவுதாரிகள் இங்கு வருவதையே விட்டுவிட்டன. எத்தனையோ உயிரினங்கள் வருவதும் குறைந்துவிட்டது.

சலீம் அலி மட்டுமல்லாது பில்லி அர்ஜன் சிங்கும் இந்திரா காந்திக்கு ஆதரவாகப் பாறைபோல் உறுதியாக இருந்தார். வழக்கம் போல் இந்திரா காந்தியின் பிறந்த நாளில் வாழ்த்துத் தெரிவித்த பில்லி அர்ஜன் சிங் அவரைத் தனது வீட்டிற்கு அழைத்தார். அதற்கு நவம்பர் 23இல் இந்திரா காந்தி எழுதிய பதில்:

> புலிகள் சரணாலயம் உடனே வருமாறு ஆசையூட்டித் தூண்டுகிறது, ஆனால் எப்போது வரமுடியுமெனத் தெரியவில்லை.

இதற்கு முன்பு அக்டோபர் 12இல் இந்திரா காந்தி அவருக்குக் கடிதம் எழுதியிருந்தார்:

> இல்லை காட்டுயிரை நான் மறந்துவிடவில்லை. ஆனால் இப்போது என்னால் என்ன செய்ய முடியும்?

அடுத்துவந்த மூன்று மாதங்களில் அனைத்தும் திடீரென முற்றிலும் மாறின.

ଓ

கேரளத்தின் பாலக்காடு மாவட்டத்திலுள்ள பசுமைக் காடான அமைதிப் பள்ளத்தாக்கு பிரச்சனைக்குள்ளானதும் இந்த ஆண்டுதான். அங்கே நீர்மின் திட்டத்தை அமல்படுத்தும் நடவடிக்கைகள் மேற்கொள்ளப்பட்டு வந்தன. அவற்றைத் தடுத்து அமைதிப் பள்ளத்தாக்கைக் காப்பாற்றியதில் இந்திரா காந்தி நடத்திய போராட்டம், ஒரு சுற்றுச்சூழலியலாளராக

அவர் வாழ்வின் வெற்றி மகுடமாகும். அக்டோபர் 2இல் சலீம் அலிக்கு அவர் எழுதியது:

உங்களின் செப்டம்பர் 27ஆம் தேதி கடிதம் கிடைக்கப் பெற்றேன். அமைதிப் பள்ளத்தாக்குக் குறித்த உங்களின் கவலை எனக்கும் உண்டு. அதனைக் காப்பாற்றப் பத்திரிகை ஊடகங்கள் மேற்கொண்டுவரும் பிரச்சாரத்தைத் தொடர்ந்து கவனித்து வருகிறேன். இது பற்றிய உங்களின் கருத்தைக் கட்சி உறுப்பினர்களிடம் தெரிவிக்க முயல்வேன். ஆனால் சுற்றுச்சூழல் பாதுகாப்பு பொருளாதார வளர்ச்சிக்கு இடையூறாக இருக்குமேயானால் அரசியல், பொருளாதார ரீதியில் கிடைக்கும் சாதகமான பலன்களை விட்டுவிடும்படி அவர்களைச் சம்மதிக்கச் செய்வது எளிதல்ல.

உங்களைச் சந்திப்பது மகிழ்ச்சி தருவதாகும். ஆனால் இன்று இரவு தில்லியிலிருந்து புறப்பட்டு அக்டோபர் 7இல்தான் திரும்புவேன். நான் இல்லாத சமயத்தில் எனக்குத் தெரிவிக்க ஏதேனும் செய்தி சிறப்பாக இருக்குமேயானால் அதனை நீங்கள் என் பிள்ளைகள் எவரிடமேனும் தயவுசெய்து தெரிவிக்கவும். ராஜீவ், சஞ்சய் இருவருக்குமே விலங்குகள் மீது நேசமுண்டு. சுற்றுச்சூழல் பாதுகாப்பில் அவர்களுக்கு ஆழ்ந்த ஈடுபாடு உண்டு. தற்சமயம் பணியின் நிமித்தம் ராஜீவ் விமானத்தில் இருக்கிறான். சஞ்சயிடம் இதுபற்றிக் கூறியுள்ளேன்.

அமைதிப் பள்ளத்தாக்கு நீர்மின் திட்டத்திற்குப் பதிலாக மாற்று யோசனைகளைத் தெரிவித்து உதவ இயற்கை மற்றும் இயற்கை வளங்களின் பாதுகாப்பிற்கான பன்னாட்டுச் சங்கத்தை அணுகமுடியுமா.? இதனால் வட கேரளத்திற்கு நாம் உதவ முடியும்.

சில நாட்களுக்குப் பிறகு அக்டோபர் 14இல் சலீம் அலிக்கு மீண்டும் கடிதம் எழுதினார் இந்திரா காந்தி:

'எங்கள் தேர்தல் அறிக்கையில் சூழலியல் பற்றிக் குறிப்பிட வேண்டுமெனச் சென்ற முறை நமது சந்திப்பின்போது நீங்கள் தெரிவித்திருந்தீர்கள். தேர்தல் அறிக்கையில் அதுபற்றிச் சில வார்த்தைகள் எழுதியுள்ளோம். ஆனால் வரைவை இறுதிசெய்யும் முன்னர் நீங்களே அது எவ்வாறு எழுதப்பட வேண்டும் என்று தெரிவித்து உதவினால் நல்லது. அது முழுவதுமாக ஏற்றுக்கொள்ளப்படுமா என்பது பற்றி உறுதியாகக் கூறமுடியாது. எனினும் என்னாலான அனைத்து முயற்சிகளையும் செய்வேன். எவ்வளவு விரைவாக

முடியுமோ அவ்வளவு விரைவாக அதை நீங்கள் எனக்குத் தெரிவிக்க முடியுமா?

அக்டோபர் 26இல் தனது கருத்துக்களைத் முழுப்பக்க அளவில் எழுதி இந்திரா காந்திக்கு அனுப்பிவைத்தார் சலீம் அலி. ஆனால் டிசம்பர் 1இல் வெளியிடப்பட்ட தேர்தல் அறிக்கையில் சலீம் அலி தெரிவித்திருந்த கருத்துக்களின் சாயலே இல்லை. சூழலியல் குறித்த பரிவு இருந்தது. அதன் பெரும்பகுதியும் பி.வி. நரசிம்ம ராவாலும், பிரணாப் முகர்ஜியாலும் எழுதப்பட்டிருந்தது. இந்திரா காந்தியின் சிந்தனைகளும் அதில் இருந்தன:

> பொறுப்பற்ற முறையில் கணக்கற்ற மரங்களை வெட்டிக் காடுகள், கானுயிர்கள் அற்றுப்போகச் செய்வதும் சூழலியல் சமன்நிலையைக் குலைத்துவிடும். அதனால் மக்கள் தொடர்ந்து துன்பத்திற்குள்ளாவார்கள். எதிர்காலத்தில் பேரழிவின் விளைவுகளை நாடு சந்திக்கும். இவற்றின் மீதான ஆழ்ந்த கவலை காங்கிரஸ் (இ) கட்சிக்கு உண்டு. நமது இயற்கை வளம், தாவரங்கள், விலங்கினத்தைப் பேணிக்காத்து அவை பெருகும்விதமாக நமது பொருளாதாரத் திட்டங்கள் அமைக்கப்பட வேண்டும்.
>
> தொழில்நுட்ப அறிவு, பயிற்சி, செயல்திறன் மிக்க ஒரு குழுவைப் போதிய அதிகாரத்துடன் அரசாங்கமே நியமிக்கும். நமது நிலம், கடல் வளங்களை விவேகத்துடன் பயன்படுத்துவதை அந்தக் குழு உறுதி செய்யும். அதற்கான தெளிவான கொள்கைத் திட்டங்கள் வகுக்கப்பட்டு அவற்றைக் கண்டிப்புடன் அமல்படுத்துவதில் காங்கிரஸ் (இ) திறம்பட நடவடிக்கைகள் மேற்கொள்ளும்.

சுற்றுச்சூழலுக்கெனத் தனியே ஒரு இலாகாவை உருவாக்குவது பற்றி மற்றொரு சுற்றுச்சூழலியலாளர் துலீப் மத்தாயுடன் சலீம் அலி ஏற்கனவே விவாதித்திருந்தார். அதன்படி தனி இலாகா உருவாக்கும் யோசனையையும் காங்கிரஸ் (இ) தேர்தல் அறிக்கையில் சேர்த்துக்கொள்ளும்படி யோசனை தெரிவித்திருந்தார் சலீம் அலி. அவர் முன்வைத்த பல யோசனைகளில் இது ஒன்றே தேர்தல் அறிக்கையில் இடம்பெற்றிருந்தது. இந்திரா காந்தி இந்த யோசனையைத் தேர்தல் அறிக்கையில் வெளிப்படையாகவும் தெளிவாகவும் குறிப்பிடவில்லைதான். ஆனால் 'தொழில்நுட்ப அறிவு பயிற்சி, செயல்திறன்மிக்க நிர்வாகம் இயந்திரம் ஒன்றைப் போதிய அதிகாரத்துடன்' அமைப்பதுபற்றி அறிக்கையில் சுட்டிக்காட்டியிருந்தார். 1980இல் இது நடைமுறைக்கு வந்தது. இந்திரா காந்தியின் தனி விருப்பத்திற்குரிய 'சூழலியல்' என்னும் சொல் தேர்தல் அறிக்கையில் முதலும் கடைசியுமாக

இடம்பெற்றிருந்தது. 1984ஆம் ஆண்டிலிருந்து சூழலியல் இருந்த இடத்தைச் 'சுற்றுச்சூழல்' என்னும் சொல் பிடித்துக்கொண்டது.

அடிக்குறிப்புகள்

1. ராஜ்துலாரி நேருவை இந்திரா காந்தி குறிப்பிடுகிறார். இவர் ஜவர்கர்லால் நேருவின் நெருங்கிய உறவினரான ஸ்ரீதர நேருவின் மனைவியாவார்.

2. ஸ்ரீலங்காவில் பிறந்து நியூயார்க் பல்கலைக்கழகத்தில் அரசியல் விஞ்ஞானியாகப் பணிபுரியும் ரால்ஃப் பூல்ட்ஜென்ஸ் என்னிடம் நகைச்சுவை நிகழ்ச்சி ஒன்றைக் கூறினார். அவருக்கு இந்திரா காந்தியை நன்கு தெரியும். 1978 அல்லது 79ஆம் ஆண்டு கோடைக்காலத்தில் இந்திரா காந்தி, நரசிம்ம ராவ், பூல்ட்ஜென்ஸ் ஆகிய மூவரும் பெங்களூரிலிருந்து மைசூருக்குக் காரில் பயணம் மேற்கொண்டனர். வழியில் இந்திரா காந்தி மரங்களைச் சுட்டிக்காட்டி அவற்றின் பெயர்களைத் தெரிவித்தவாறே வந்தார். வழியில் ஓரிடத்தில் காரை நிறுத்தி அங்கிருந்த மக்களுடன் இந்திரா காந்தி சேர்ந்து கொண்டார். அப்போது நரசிம்ம ராவ் பூல்ட்ஜென்ஸிடம் திரும்பி, 'தாவரவியல் ஆசிரியராக இருந்திருக்க வேண்டியவர். அரசியல்வாதியாக அல்ல' என்று கூறினார். இதனை ரகசியமாக வைத்துக்கொள்ளும்படி அவர் பூல்ட்ஜென்ஸிடம் வாக்குறுதி பெற்றுக்கொண்டார். பல ஆண்டுகளுக்குப் பிறகு நரசிம்ம ராவ் பிரதமரானார். அப்போது பூல்ட்ஜென்ஸ் இந்தச் சம்பவத்தை அவருக்கு நினைவூட்டினார். மனதாரச் சிரித்த நரசிம்ம ராவ் ரகசியத்தைக் காப்பாற்றியதற்காக அவருக்கு நன்றி கூறினார். இந்திரா காந்தியே இந்தத் தமாஷை ரசித்திருக்கக்கூடும் என்பது என் யூகம். இந்தப் பயணம் மேற்கொள்ளப்பட்டதா என்பதை உறுதி செய்யும் எனது முயற்சிகள் பயனளிக்கவில்லை என்பது துரதிருஷ்டம். ஆனால் இந்தச் சம்பவம் நடந்தது என்பதில் பூல்ட்ஜென்ஸிற்கு எந்தச் சந்தேகமும் இல்லை.

VI. இயற்கையியலாளராக – பிரதமர் – II
(1980 – 1984)

ಬ

1980

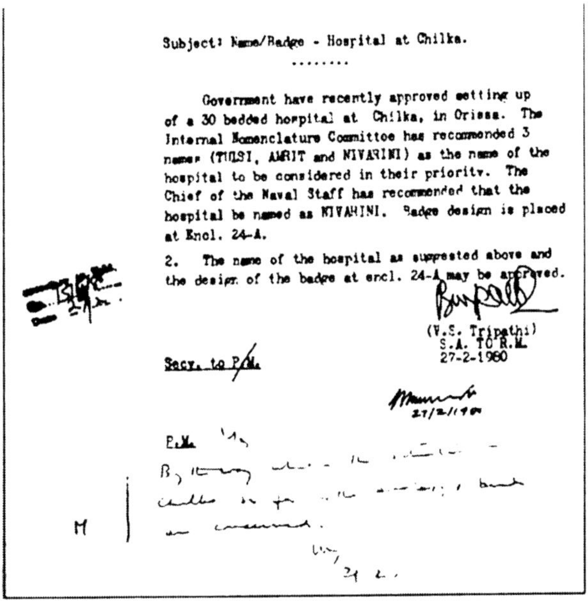

Subject: Name/Badge - Hospital at Chilka.

....

Government have recently approved setting up of a 30 bedded hospital at Chilka, in Orissa. The Internal Nomenclature Committee has recommended 3 names (TULSI, AMRIT and NIVARINI) as the name of the hospital to be considered in their priority. The Chief of the Naval Staff has recommended that the hospital be named as NIVARINI. Badge design is placed at Encl. 24-A.

2. The name of the hospital as suggested above and the design of the badge at encl. 24-A may be approved.

(V.S. Tripathi)
S.A. TO R.M.
27-2-1980

Secy. to P.M.

27/2/1980

P.M.

இந்திரா காந்தியின் சில்கா பற்றிய குறிப்பு; 1980 பிப்ரவரி

இந்திரா காந்தி ஜனவரி 14இல் மீண்டும் பிரதமரானார். 1977 மார்ச்சில் பதவியிலிருந்து நாடக ரீதியில் வெளியேற்றப்பட்ட பிரதமர் ஏறத்தாழ மூன்றில் இரண்டு பங்குப் பெரும்பான்மையுடன் அதே நாடகபாணியில் மீண்டும் இப்போது ஆட்சிக்கு வந்தார். அவருக்குப் பாடம் புகட்டிய அதே மக்கள்தாம், அதிக காலம் தொடர்ந்து ஆட்சி புரியும் சந்தர்ப்பத்தை இப்போது அவருக்குத் தந்திருந்தனர். அயராது பிரச்சாரம் மேற்கொண்ட இந்திரா காந்தி நாடு முழுவதும் வெற்றிபெற்றிருந்தார். நெருக்கடி நிலைக்காக மக்கள் அவரை ஏறத்தாழ மன்னித்துவிட்டதாகக் கூறலாம்.

ஆனால் இந்த மகிழ்வும் மனநிறைவும் நீடித்திருக்கவில்லை. ஆறு மாதத்திற்குள்ளாகவே இந்திரா காந்தியின் அரசியல் வாரிசாகப் பரவலாகக் கருதப்பட்டவரும் அவரின் இளைய மகனுமான சஞ்சய் காந்தி ஜூன் 23இல் அவர் வாழ்ந்த இடத்திற்கருகே விமான விபத்தில் காலமானார். தனிப்பட்ட முறையில் சஞ்சயின் மரணம் அவரை நொறுங்கச் செய்துவிட்டது. அப்போது ஜூரிச்சில் வாழ்ந்துவந்த நெருங்கிய குடும்ப நண்பரான ஏ.சி.என். நம்பியாருக்கு ஜூலை 7இல் எழுதிய கடிதத்தில் தனது மனதை வெளிப்படையாகத் தெரிவித்திருந்தார்.

> ஓ… நானு… என்னதான் எழுதுவது….? நோயின் கடுமையில் குடும்பத்தில் சிலர் மாண்டனர். ஆனால் சஞ்சய் உயிர்த் துடிப்புடன் உற்சாகமாகவும் மிக ஆரோக்கியமாகவும் இருந்தான். பிரகாசமாக ஒளிரும் ஆளுமை கொண்டவன் அவன். (…) என்னை ஆதரவாகத் தாங்கி நின்றான் – ஒரு மகனிடமிருந்து வருவதல்ல அது; ஒரு மூத்த சகோதரனிடமிருந்து பெறுவதாகும்.

11 நாட்களுக்குப் பிறகு இந்தியா செயற்கைக்கோளை வெற்றிகரமாக விண்ணில் செலுத்திற்று. இந்தியாவின் விண்வெளித் திறன் நிறுவப்பட்டு மிக வேகமாய் வளர்ந்தது. ஹக்சரின் ஆலோசனையின்படி 1972ஆம் ஆண்டுத் தொடக்கத்தில் சதீஷ் தவானை இந்தச் செயல்திட்டத்தின் பொறுப்பாளராக நியமித்தார் இந்திரா காந்தி. தனிப்பட்ட முறையில் அவர்மீது வைத்திருந்த இந்திரா காந்தியின் நம்பிக்கையும் புரிதலும் இந்த வெற்றியில் முக்கியப் பங்கு வகித்தது.

1980இல் இந்திரா காந்தியின் செயல்பாடுகளில் ஒரு சில நிகழ்வுகள் நினைவுகூரத் தக்கவை. முதல் நிகழ்வு: எப்போதும் அரசியல் சாசனத்தின்மீதே இந்திரா காந்தி பதவிப் பிரமாணம் செய்வார். ஆனால் இந்தமுறை கடவுள் பெயரால் பதவிப் பிரமாணம் செய்தார். இரண்டாவது: 1966 ஜனவரியிலிருந்து 1967 மே வரை இந்திரா காந்தியிடம் செயலாளராக இருந்த எல்.கே. ஜாவைப் பொருளாதார நிர்வாக சீர்திருத்தங்களில் நேரடியாக ஆலோசனை தருவதில் ஈடுபடச் செய்தார். அடுத்துவந்த நான்கரை ஆண்டுகளில் உள்நாட்டுப் பொருளாதாரத்தில் தாராளமயமாக்கல் எச்சரிக்கையுடன் மேற்கொள்ளப்பட்டது. 1982ஆம் ஆண்டு பிப்ரவரியில் தாராளமயமாக்கல் நடவடிக்கை சிமெண்ட் தொழிலிலிருந்து தொடங்கியது.1 அவரது நெருங்கிய உறவினர் பி.கே. நேரு நியூயார்க் பயணம் மேற்கொண்டார். அமெரிக்க ஜனாதிபதி ரொனால்டு ரீகனுடன் அவர் தொடர்பு ஏற்படுத்திக்கொள்ளும்படி செய்தார் இந்திரா காந்தி.[2]

இந்திரா காந்தியும் டோரதி நார்மனும் தங்களுக்குள் கடைசியாகக் கடிதம் எழுதிக்கொண்டது 1976 டிசம்பரில். சஞ்சய் காந்தி இறந்தபோது தனது இரங்கலைத் தெரிவித்து மீண்டும் எழுதத் தொடங்கினார் டோரதி நார்மன். ஆகஸ்ட் 3இல் அதற்குப் பதில் எழுதிய இந்திரா காந்தி அக்கடிதத்தைத் தொடர்ந்து செப்டம்பர் 14இல் மீண்டும் எழுதினார்:

> (...) நான் எதேச்சதிகாரம் கொண்டவள் அல்ல; நட்பில் ஆர்வமற்றவளும் அல்ல. இதனைப் புரிந்துகொள்ளுமளவு என்னை நீ நன்கறிவாய். உணர்ச்சியை வெளிப்படுத்தும் தன்மை என்னிடம் அவ்வளவாக இல்லையாதலால் இவ்விதம் தவறாகப் புரிந்துகொள்ளப்பட்டிருக்கலாம். (...) பொருளாதார, அரசியல்ரீதியாக மிகக் கடுமையான சூழ்நிலையில் நாங்கள் இப்போது இருக்கிறோம். (...) பற்பல போராட்டங்களும் குழப்பங்களும் இங்கே நிகழ்ந்தவாறுள்ளன.

பஞ்சாபிலும் அஸ்ஸாமிலும் நிகழ்ந்துகொண்டிருந்த போராட்டங் களையே இங்கு இந்திரா காந்தி குறிப்பிடுகிறார். அடுத்துவந்த ஆண்டுகளில் இவற்றுக்காக இந்திரா காந்தி தனது நேரத்தையும் சக்தியையும் செலவிட வேண்டியிருந்தது.

அமைதிப் பள்ளத்தாக்கு, தெகிரி, லால்பூர் என மூன்று பெரிய அணைக்கட்டுக்கள் தொடர்பான பிரச்சனைகளை 1980இல் இந்திரா காந்தி சந்திக்க வேண்டியிருந்தது. ஒவ்வொன்றும் பெரும் சர்ச்சைக்குரிய விவகாரங்களாயின. ஆதரிப்போரும் எதிர்ப்போரும் பெரிய அளவில் இருந்தனர்.

ஜனவரி 12இல் கேரள மாநில சட்டசபைத் தேர்தலுக்கான பிரச்சாரத்தில் இந்திரா காந்தி ஈடுபட்டிருந்தார். ஸ்ரீ பத்மநாப சுவாமி கோவில்[3] வழிபாடு முடிந்தபின் பத்திரிகையாளர் சந்திப்பு நிகழ்ந்தது. கடந்த சில மாதங்களாகத் தலைப்புச் செய்தியாகப் பத்திரிகைகளில் வெளிவந்துகொண்டிருந்த அமைதிப் பள்ளத்தாக்கு பற்றி இந்திரா காந்தியிடம் கேட்கப்பட்டது. அதற்கு இந்திரா காந்தியின் பதில்:

> (...) கேரளாவில் பொருளாதார வளர்ச்சி, மின் உற்பத்தி ஆகியவற்றில் எல்லோருமே ஆழ்ந்த அக்கறை கொண்டுள் ளோம். இதனை மேம்படுத்தக் குறிப்பாக அதிக வேலை வாய்ப்புக்களை உருவாக்கவும் உள்கட்டமைப்பை ஏற்படுத்த வும் அனைத்து நடவடிக்கைகளும் மேற்கொள்ளப்பட வேண்டும். அதே நேரம் இதுபோன்ற வளர்ச்சித் திட்டங்களை

அமல்படுத்துகையில் சூழலியல் அமைப்பு அல்லது சூழலியலையும் கணக்கில் எடுத்துக்கொள்ள வேண்டும் என்ற உணர்வு நாளுக்கு நாள் உலகில் அதிகரித்து வருகிறது. சூழலியல் அமைப்பு அல்லது சூழலியலை அழித்தாலோ சேதமுறச் செய்தாலோ நீண்டகாலப் பாதகமான விளைவுகளை அது ஏற்படுத்தும். அமைதிப் பள்ளத்தாக்குக் குறித்து இன்று உலகமே கவலை கொண்டுள்ளது. அதுமட்டு மல்லாது இந்தத் திட்டத்திற்கு ஆகும் செலவு, வருவாயைவிட அதிகமென அறிகிறேன். எனவே காடுகளை அழிக்காமல் பலன்கள் பெறுவது பற்றிப் பரிசீலிக்க வேண்டும்.

அமைதிப் பள்ளத்தாக்கு நீர்மின்சக்தித் திட்டத்தால் 10,000 ஹெக்டேர் நிலங்கள் பாசன வசதி பெறும் எனவும், குறைந்த செலவில் 240 மெகாவாட் நீர் மின்சக்தியைப் பெறமுடியும் எனவும் நம்பிக்கையுடன் எதிர்பார்க்கப்பட்டது; அது மட்டுமல்லாமல் கேரளத்தில் காங்கிரஸின் முக்கிய எதிர்க்கட்சியான இடதுசாரிக் கட்சியும், உள்ளூர் காங்கிரஸ் தலைவர்களும்கூட இந்தத் திட்டத் திற்கு ஆதரவு தந்தனர்; மாநிலச் சட்டசபைத் தேர்தலுக்கு இன்னும் சில நாட்களே இருந்த சூழ்நிலையில் செய்தியாளர்களின் கேள்விகளுக்கு இந்திரா காந்தி இவ்விதம் பதில் அளித்தது மிகத் துணிச்சலானது.

நாடு முழுவதும் நடந்த பாராளுமன்றத் தேர்தலில் வெற்றி பெற்று இரண்டு நாட்களாகியிருந்தன. கேரள மாநில ஆளுநர் ஜோதி வெங்கடாசலத்தை[4] திருவனந்தபுரத்தில் ஜனவரி 17 அன்று சந்தித்த இந்திரா காந்தி தனிப்பட்ட முறையில் அவரிடம் ஒரு கடிதம் தந்தார்:

அமைதிப் பள்ளத்தாக்கு நீர்மின் திட்டத்தை அமல்படுத்துவது குறித்து ஏற்கனவே கடிதப் போக்குவரத்து நிகழ்ந்துள்ளன. திட்டத்தை அமல்படுத்துவதற்கான தடை உத்தரவை கேரள உயர்நீதிமன்றம் நீக்கிவிட்டதன் காரணமாகக் கேரள மாநில மின்வாரியம் திட்டத்தை அமல்படுத்தத் தயாராக இருப்பதாகப் பத்திரிகை வாயிலாக அறிந்தேன்.

இது சட்டம் தொடர்பான விசயமல்ல. உலகில் எஞ்சியிருக்கும் வெப்பமண்டல மழைக் காடுகள் கொண்ட ஒரு வனப்பகுதியின் சுற்றுச்சூழலைப் பாதுகாத்துப் பேணுவ தாகும். உலகம் முழுவதிலுள்ள வல்லுநர்கள் இந்தத் திட்டம் குறித்துக் கவலை தெரிவித்துள்ளனர்.

(தேர்தல் முடிந்து) ஆட்சிப் பொறுப்பை ஏற்கும் அரசுடன் விவாதிக்கும் வரை திட்டத்தை அமல்படுத்தும் நடவடிக்கைகள் நிறுத்தப்பட வேண்டும்.

மாநிலத் தேர்தலில் இந்திரா காந்தியின் காங்கிரஸ் கட்சி தோல்வியுற்றது. ஈ.கே. நாயனாரை முதலமைச்சராகக் கொண்டு 'இடதுசாரி ஜனநாயக முன்னணி' ஆட்சிக்கு வந்தது. அமைதிப் பள்ளத்தாக்கின் காடுகளைப் பாதுகாக்கக் கோரிப் பன்னாட்டு இயற்கை வளப் பாதுகாப்பு நிறுவனத்தின் பொது இயக்குநர் டேவிட் மன்ரோ ஜனவரி 25இல் இந்திரா காந்திக்குக் கடிதம் எழுதியிருந்தார்[5]

அதற்கு இந்திரா காந்தி பிப்ரவரி 8இல் எழுதிய பதில்:

> கேரளத்தின் அமைதிப் பள்ளத்தாக்குப் பற்றிய உங்களின் கவலை எனக்கும் உண்டு.
>
> இந்த விசயத்தில் நடவடிக்கை எடுப்பதைத் தற்காலிமாக நிறுத்திவைக்கும்படி தேர்தலுக்கு முன்பே ஆளுநரைக் கேட்டிருந்தேன். கேரளாவில் இப்போது ஆட்சியிலிருக்கும் மார்க்சிஸ்ட் அரசு மின்திட்டத்தைச் செயல்படுத்துவதில் முனைப்பாக உள்ளது. அந்த மாநிலத்திற்கு மின்சாரம் கிடைப்பதற்கான வழிகள் உடனடியாகக் காணப்பட வேண்டும். இல்லையெனில் பள்ளத்தாக்கை நம்மால் காப்பாற்ற முடியாது.

இந்த விசயத்தில் இந்திரா காந்தி மும்முரமாகச் செயல்படத் தொடங்கினார். கேரள முதல்வர் ஈ.கே. நாயனாருக்கு இந்திரா காந்தி மார்ச் 6இல் கடிதம் எழுதினார்:

> அமைதிப் பள்ளத்தாக்கு நீர்மின் திட்டம் தொடர்பாகக் கேரள ஆளுநருக்குப் பிப்ரவரி 16இல் கடிதம் எழுதியிருந்தேன். உலகில் எஞ்சியிருக்கும் வெப்ப மண்டல மழைக் காடுகள் கொண்ட ஒரு வனப்பகுதியின் சுற்றுச்சூழலைப் பாதுகாத்துப் பேணுவது குறித்த விசயத்தை அதில் சுட்டிக்காட்டியிருந்தேன். (. . .) இந்தியத் தாவரவியல் ஆராய்ச்சி நிறுவனத்தால் நியமிக்கப்பட்ட ஒரு குழு 'அமைதிப் பள்ளத்தாக்கின் தாவரவியல்' பற்றி ஆராய்ந்து முதல்நிலை அறிக்கையைச் சமர்ப்பித்தது. மருத்துவக் குணம் கொண்ட பயனுள்ள எண்ணற்ற செடிகள் அங்கே இருப்பதாகவும் அவை நமது மருத்துவ விஞ்ஞானிகளுக்கு மிகவும் பயனுடைவை எனவும் அந்த அறிக்கை சுட்டிக்காட்டியிருந்தது. தேர்தலுக்குப் பின் கேரளத்தில் புதிதாக ஆட்சிப் பொறுப்பை ஏற்கவிருக்கும் அரசாங்கத்துடன் இதுபற்றி விவாதிக்கப்பட வேண்டும். அதுவரை திட்டத்தின்மீது எந்த நடவடிக்கையும் மேற்கொள்ளக் கூடாதென யோசனை தெரிவித்துள்ளேன்.

இதுபற்றிக் கேரள அரசிடமிருந்து எந்தத் தகவலும் இல்லை. மத்திய அரசைச் கலந்தாலோசித்து இறுதி முடிவு எடுக்கும் வரை அமைதிப் பள்ளத்தாக்குத் திட்டம் பற்றி ஆதரவாகவும் எதிராகவுமுள்ள கருத்துக்களை மாநில அரசு பரிசீலித்து வருவதாகவும் மத்திய அரசைக் கலந்தாலோசித்த பிறகு இறுதி முடிவு எடுக்கப்பட இருப்பதாகவும் பத்திரிகைகளில் செய்தி வந்துள்ளது. இது உண்மையானால் இந்த விசயத்தில் நியாயமான கண்ணோட்டமுடைய உங்களுக்கு எனது பாராட்டுகள். முதலில் மாநில அரசின் அதிகாரிகளுக்கும் மத்திய அரசின் சம்பந்தப்பட்ட அதிகாரிகளுக்கும் இடையே பூர்வாங்க கலந்தாலோசனை நடைபெற வேண்டுமென நினைக்கிறேன். அதன் பிறகு நாம் இதுபற்றி பேசி முடிவுக்கு வரலாம்.

பிரதமரின் இந்தக் கடிதத்திற்கு மாநில முதல்வரிடமிருந்து எந்தப் பதிலும் இல்லை. ஆனால் பிரதமரோ இதில் பிடிவாதமாக இருந்தார். இரண்டு மாதங்களுக்குப் பிறகு மே 5இல் மாநில முதல்வருக்கு மீண்டும் கடிதம் எழுதினார்:

> அமைதிப் பள்ளாத்தாக்கு திட்டம் பற்றிய எனது மார்ச் 6 கடிதத்திற்கு இதுவரை பதில் இல்லை. காடுகள் பாதுகாப்புக் குறித்து டாக்டர் சுவாமிநாதன், பேராசிரியர் மேனன் மற்றும் சில மூத்த அதிகாரிகள் உங்களுடனும் உங்களின் சக அமைச்சர்கள், அதிகாரிகளுடனும் விரிவாக விவாதித்ததாக டாக்டர் சுவாமிநாதன் என்னிடம் தெரிவித்தார். விலைமதிப்பற்ற இந்த இயற்கை வளம் அதிகாரபூர்வமாக அனுமதிபெறாத நபர்களால் சேதப்படுத்தப்படக் கூடாது என்பதை நீங்கள் ஏற்றுக்கொள்வீர்கள். அதுமட்டுமின்றிக் குண்டாறு, அட்டப்பாடி, புதிய அமரம்பலம் மற்றும் அமைதிப் பள்ளத்தாக்கு காப்புக் காடுகள் ஆகியவை சேர்ந்த (மொத்தம் 38952 ஹெக்டேர் பரப்பளவு) பகுதிகளை ஒன்றிணைத்துக் கானுயிர்ப் பாதுகாப்புச் சட்டம் – 1972 பிரிவு எண் 35 (1) கீழ் 'அமைதிப் பள்ளத்தாக்குத் தேசியப் பூங்காவை' மத்திய அரசு உதவியுடன் உருவாக்க நடவடிக்கை மேற்கொள்ளப்பட வேண்டும். காடுகளை ஆக்கிரமித்தல், மரங்களை வெட்டுதல் ஆகியவை நிறுத்தப்பட வேண்டும்.

> அமைதிப் பள்ளத்தாக்குப் பகுதியை அறிவியல் சார்ந்த குழு இப்போது ஆய்வுசெய்து வருகிறது. தகவல்கள், புள்ளிவிபரங்கள் அடங்கிய அறிக்கையை அந்தக் குழு ஒரு மாதத்திற்குள் சமர்ப்பிக்கும் என அறிகிறேன். இந்திய அரசும் மாநில அரசும் ஒன்றிணைந்த ஒரு குழு அந்த

அறிக்கையை ஆராய்ந்த பின் அனைவரின் நலனையும் கருத்தில்கொண்டு ஒரு முடிவிற்கு வரலாம்.

மாநிலச் சட்டசபையில் 1979ஆம் ஆண்டு நிறைவேற்றப்பட்ட சட்டமே அமைதிப் பள்ளத்தாக்கைப் பாதுகாக்கப் போதுமானது எனவும் மேலதிகப் பாதுகாப்பு ஏற்பாடுகள் குறித்துப் பின்னர் பரிசீலிக்கத் தயாராக இருப்பதாகவும் கேரள முதல்வர் பிரதமருக்கு மே 20இல் பதில் எழுதினார். இந்தத் திட்டத்திற்கு விரைவாக ஒப்புதல் தரும்படி அந்தக் கடிதத்தில் வலியுறுத்தியிருந்தார். அந்தக் கடிதத்திலேயே அதே நாளில் கீழ்க்கண்ட குறிப்பைப் பதிவு செய்தார் இந்திரா காந்தி:

> மாற்றுச் செயல்திட்டம் ஒன்றை உடனடியாக வழங்க வேண்டும்.

அமைதிப் பள்ளத்தாக்குப் பிரச்சனை குறித்த எண்ணற்ற பத்திரிகை அறிக்கைகளால் பொறுமையிழந்திருந்தார் இந்திரா காந்தி. வெளிநாடுகளிலிருந்தும் சலீம் அலியைப் போன்ற இந்தியாவிலுள்ள சுற்றுச்சூழலியலாளர்களிடருந்தும் இந்தச் சூழலியப் பேரழிவைத் தடுத்து நிறுத்துமாறு அவருக்குக் கடிதங்கள் வந்துகுவிந்திருந்தன. இதுபற்றி சலீம் அலியும் ஜூன் 2இல் இந்திரா காந்திக்குக் கடிதம் எழுதினார். இதில் இந்திரா காந்தி எழுதிய குறிப்பு:

> இதுபற்றி நிறையவே பேசியாகிவிட்டது. இப்போதைய உடனடித் தேவை, செயல்.

அமைதிப் பள்ளத்தாக்குத் திட்டத்திற்கு ஒப்புதல் தர முடியாதென ஏற்கனவே இந்திரா காந்தி முடிவுக்கு வந்திருந்தார். எனவே கேரளத்தின் மின் தேவையைச் சமாளிக்க உடனடியாக ஒரு மாற்றுத் திட்டம் அடையாளம் காணப்பட வேண்டுமென்பதே இந்திரா காந்தி குறிப்பிட்ட ‘செயல்’. மூன்றாவது முறையாகக் கேரள முதல்வர் நாயனாருக்குத் தனது உணர்வுகளை ஜூலை 17இல் இந்திரா காந்தி எழுதினார்:

> அமைதிப் பள்ளத்தாக்கு நீர்மின் திட்டம் தொடர்பாக உங்களின் மே 20 கடிதம் கிடைக்கப்பெற்றேன். திட்டத்தை உடனடியாகச் செயல்படுத்த வேண்டியதன் அவசியம் பற்றி உங்களின் கவலையையும் உங்கள் மாநிலப் பகுதிகளிலேயே ஏற்கனவே இருக்கும் மின் ஆற்றல் வளத்தை மேம்படுத்த வேண்டியதன் தேவை பற்றிய அக்கறையையும் என்னால் புரிந்துகொள்ள முடிகிறது. சுற்றுச்சூழலுக்குப் பாதிப்பு ஏற்படா வண்ணம் ஏற்கனவே இருக்கும் மின் ஆற்றல் வளத்தைப் பயன்படுத்திப் பிரச்சனைக்கு விரைவாகத்

தீர்வு காணப்பட வேண்டும் என்பதை நிச்சயமாக நீங்கள் ஏற்றுக்கொள்வீர்கள். அப்படியானால் அதற்கான சிறந்த நடவடிக்கைகளை நாம் மேற்கொள்ள வேண்டும். *Botanical survey of India, Birbal Sahani Institute of Paleobotany, National bureau of Plant Genetic resources, Centre of Advanced Study of Botany, University Botany laboratory of Madras* ஆகிய கல்வி ஆராய்ச்சி நிறுவனங்களின் விஞ்ஞானிகள் குழு இந்த விசயம்பற்றி ஆராய்ந்து தமது முதல் நிலை அறிக்கையைச் சமர்ப்பித்துள்ளது. சூழலியல் மற்றும் தாவரங்களும் விலங்குகளும் உயிர் வாழ்வதற்குரிய நிலம் மற்றும் வளிமண்டலப் பகுதிகளின் முக்கியத்துவம் ஆகியவற்றைக் கணக்கில் எடுத்துக்கொண்டு ஆய்வு மேற்கொண்ட அந்தக் குழு, அமைதிப் பள்ளத்தாக்கு நீர்மின் திட்டத்திற்கு ஒப்புதல் தருவது ஏற்புடையது அல்ல என அந்த அறிக்கையில் சுட்டிக்காட்டியுள்ளது. எனினும் மாநில அரசு சம்மதம் தருமேயானால் மாநிலத்தில் ஏற்கனவே இருக்கும் உள்ளார்ந்த மின் ஆற்றல் வளத்தை மேம்படுத்தி மாற்று மின் திட்டத்தை உருவாக்க முடியும் என நினைக்கிறேன். இதுபற்றி விரைவிலேயே நாம் விவாதிக்க வேண்டும். அதே நேரம் 'அமைதிப் பள்ளத்தாக்குத் தேசியப் பூங்கா' தொடர்பான பணியை உடனடியாகத் தொடங்க நடவடிக்கை மேற்கொள்வீர்கள் என நம்புகிறேன். நீங்கள் தில்லிக்கு வரும் தேதியைத் தெரிவிக்கவும். அந்தச் சமயத்தில் இதுபற்றி விவாதிக்கலாம்.

பிரதமரின் இந்த யோசனையை ஏற்றுக்கொண்டு கேரள முதல்வர் தனது மாநில மின்துறை அமைச்சர் மற்றும் பிற அதிகாரி களுடன் பிரதமரையும், சம்பந்தப்பட்ட பிற அமைச்சர்கள், அதிகாரிகளையும் ஆகஸ்ட் 7இல் சந்தித்தார். கேரள மாநில மின்சார வாரியத்தின் தலைவரான கே.ஸி. கொச்சுகோஷி இந்தச் சந்திப்பின்போது உடனிருந்தார். சில ஆண்டுகளுக்குப் பிறகு தனது நினைவுக் குறிப்புகளில் இதுபற்றி அவர் எழுதினார்:[6]

இதுபற்றி நீண்ட நேரம் விவாதித்தோம். இந்தத் திட்டத்திற்காகப் பிரதமர் அதிகக் கவனத்தையும் நேரத்தையும் அர்ப்பணித்தது ஆச்சரியம் தந்தது. (...) விஞ்ஞானிகளும் அதிகாரிகள் சிலரும் அடங்கிய குழு இதுபற்றிச் சிறந்த முறையில் ஆய்வுசெய்து மூன்று மாதங்களில் அறிக்கை சமர்ப்பிக்கும் என இந்திரா காந்தி கூறினார். அந்தக் குழு எம்.ஜி.கே. மேனனின் தலைமையில் செயல்பட வேண்டுமென்ற எங்களின் கோரிக்கை ஏற்றுக்கொள்ளப்பட்டது.

தற்போதைக்கு இந்தத் திட்டம் காப்பாற்றப்பட்டுள்ளது என்ற நம்பிக்கையில் திருவனந்தபுரம் திரும்பினோம்.

அறிவியல் தொழில்நுட்பத் துறையின் செயலாளராக அப்போது எம்.ஜி.கே. மேனன் பணியாற்றிக்கொண்டிருந்தார். சுற்றுச்சூழல் துறையின் முதலாவது செயலாளராக விரைவிலேயே அவர் நியமிக்கப்படவிருந்தார். அவர் ஹோமி பாபாவின் மாணவர். 1970இல் அறிவியல் நிர்வாகியாகத் தில்லிக்கு வரும் முன்னர் அடிப்படை ஆராய்ச்சிக்கான டாட்டா நிறுவனத்தின் விஞ்ஞானத் துறையில் மிகச்சிறப்பாகப் பணியாற்றினார். இந்திரா காந்தி அவரைப் பல்வேறு முக்கியப் பொறுப்புகளில் நியமித்தார்.

'சூழலியலுக்குக் குறிப்பிடத்தக்க தீங்கு நேரா வண்ணம் அமைதிப் பள்ளத்தாக்குத் திட்டத்தை செயல்படுத்துவதைத் தீர்மானிப்பதற்காக' எம்.ஜி.கே. மேனன் குழு அமைக்கப்பட்டது. கேரள மாநிலத்திலிருந்து மூன்று அதிகாரிகள், சென்னை, திருச்சூர், கல்கத்தாவிலிருந்து மூன்று கல்வியாளர்கள், இந்திய வேளாண்மை ஆராய்ச்சி இயக்குநர் மற்றும் டாக்டர் மாதவ் காட்கில் ஆகியோர் அந்தக் குழுவில் இடம்பெற்றிருந்தனர். காட்கிலை இந்திரா காந்தியின் கவனத்திற்குக் கொண்டுவந்தவர் சலீம் அலி. 'மூன்று மாத காலத்திற்குள் அறிக்கை சமர்ப்பிக்க வேண்டுமென' அந்தக் குழு கேட்டுக்கொள்ளப்பட்டது. அதன் முதல் கூட்டம் நவம்பர் 26ஆம் தேதி நடந்தது. சூழலியலுக்குக் குறிப்பிடத்தக்க தீங்கு நேராவண்ணம் அமைதிப் பள்ளத்தாக்குத் திட்டத்தை அமல்படுத்துவதைத் தீர்மானிப்பதற்காக ஆய்வு மேற்கொள்வது இந்தக் குழுவின் பொறுப்பாகும் என அந்தக் கூட்டத்தில் தலைவர் குறிப்பிட்டார். ஆனால் சக்கரம் மெல்லவே நகர்ந்தது. ஆய்வை முடிக்க இரண்டு வருடங்களுக்கும் மேலாக எடுத்துக்கொண்ட அந்தக் குழு 1982 டிசம்பர் மத்தியில்தான் இறுதி அறிக்கையை இந்திரா காந்தியிடம் சமர்ப்பித்தது.

ல

1000 மெகாவாட் தெகிரி அணைக்கட்டுத் திட்டத்திற்காகப் பாகீரதி ஆற்றின் குறுக்கே 260.5 மீட்டர் உயரத்தில் அணை எழுப்பும் திட்டத்தை முன்மொழிந்த உத்தரப் பிரதேச அரசு அதற்கான ஒப்புதலையும் 1972லேயே பெற்றிருந்தது. ஆனால் அதற்கான வேலை ஆரம்பித்ததோ 1977இல்தான். இந்தத் திட்டம் நிறைவேற்றப்பட்டால் அதன் நேரடி விளைவாகத் தொன்மையான தெகிரி நகரமும், 96 கிராமங்களும் முழுவதுமாகவோ அல்லது பகுதியாகவோ மூழ்கிவிடும். 14,500 குடும்பங்கள் அதனால் பாதிப்பிற்குள்ளாகும். அதனால் உடனடியாக எதிர்ப்பு எழுந்தது.

அணைக்கட்டுக்கு எதிரான செயல்பாட்டாளர்கள் 1978 ஆகஸ்ட் 14இல் நாடாளுமன்ற முறையீட்டுக் குழுவில் கோரிக்கை சமர்ப்பித்தனர். எதிர்ப்புக் குழுவில் முதன்மையானவர் மதிப்பிற்குரிய காந்தியவாதியான சுந்தர்லால் பகுகுணா ஆவார். 1979 பிப்ரவரியில் நாடாளுமன்ற முறையீட்டுக் குழு அணைக்கட்டுக்கு எதிரான போராட்டக்காரர்களைச் சந்தித்தது. அறிக்கையை இறுதி செய்யும் முன்பாகக் குழுவிற்கு விதிக்கப் பட்ட காலக்கெடு முடிவுற்றதால் அது கலைக்கப்பட்டது. போராட்டக்காரர்களின் கோரிக்கையை ஏற்றுக்கொள்ளும் நிலையிலேயே அந்தக் குழு இருந்தது. எனினும் அது கலைக்கப் பட்டதால் அணை எழுப்பும் திட்டத்தை முன்னெடுத்துச் செல்ல மாநில அரசு தீர்மானித்தது.

இந்திரா காந்திக்கு ஆதரவாக இருந்த முன்னாள் உத்திரப் பிரதேச முதல்வரான ஹெச்.என். பகுகுணா கட்சியிலிருந்து விலகி மீண்டும் கட்சியில் இணைந்து 1979ஆம் ஆண்டு இறுதியில் காங்கிரஸ் கட்சியின் பொதுச்செயலாளராக நியமிக்கப்பட்டார். அவர் பிரதமருக்கு எழுதிய கடிதம் (பிப்ரவரி 1):

> கடந்த சில வருடங்களாகத் தெகிரி அணைக்கட்டு விசயமாக மிகப்பெரும் சர்ச்சை உருவாகியுள்ளது என்பது உங்களுக்குத் தெரியும். புவியியல் வல்லுநர்களும் சூழலியலாளர்களும் இதற்குப் பற்பல ஆட்சேபணைகளை எழுப்பிவருகின்றனர். (...) சமீபத்தில் அந்தப் பகுதிக்குச் சென்றிருந்தேன். 1979 செப்டம்பரில் நீங்கள் சென்றிருந்தபோது அந்தப் பகுதி மக்கள் உங்களிடம் இதுபற்றிக் கேட்டதாக என்னிடம் தெரிவித்தனர்.
>
> (...) இதுகுறித்துச் சம்பந்தப்பட்ட அமைச்சகம் புவியியல், சூழலியல் வல்லுநர்களைக் கலந்தாலோசித்து துறைசார்ந்த விசாரணை மேற்கொள்ள ஏற்பாடு செய்ய உங்களை அன்புடன் வேண்டிக்கொள்கிறேன்.

இந்தக் கடிதத்திற்கு பிப்ரவரி 15இல் சுருக்கமாகப் பதில் அளித்த இந்திரா காந்தி தனது நிலைப்பாட்டில் உறுதியாக இருந்தார்:

> நான் தெகிரிக்குச் சென்றிருந்தபோது இந்த விசயம் எனக்குத் தெரிவிக்கப்பட்டது. கடந்தகாலத்தில் நாம் சற்றுக் கவனமாக இருந்திருக்கலாம். நமது அணுகுமுறையை மாற்றிக்கொள்ளும் தருணம் வந்திருக்கிறது. இந்த விசயத்தை மீண்டும் பரிசீலிக்கும்படி கேட்டுக்கொண்டுள்ளேன்.

இந்திரா காந்தியின் தந்தைக்கு நெருங்கிய சகா கே.டி. மாளவியா ஆவார். இந்திரா காந்தியின் கணவருக்கு ஒருவகையில்

வழிகாட்டியாகவும் இருந்தவர். இந்திரா காந்திக்கு அவர் எழுதிய கடிதத்தில், தெகிரி அணையைக் கட்டுவதற்கான தீர்மானம் 'கேள்விக்குரியது'; இமாலயப் பகுதிகளில் இதுபோன்ற திட்டம் முழுக்கவும் பொருத்தமற்றது; பக்ராநங்கல் அணை கட்டப்பட்ட பிறகு உத்தரப்பிரதேசத்தின் நிலைமையே மாறிவிட்டது என விவரமாகத் தெரிவித்திருந்தார். பகுகுணாவிற்கு எழுதியதைப் போலவே மாளவிகாவுக்கு இந்திரா காந்தி எழுதிய பதிலும் இருந்தது. அதாவது தெகிரிக்கு அவர் சென்றிருந்தபோது இதுகுறித்துப் பேசியதாகவும் திட்டத்தின் சாதக பாதகங்களைப் பரிசீலித்து வருவதாகவும் அதில் தெரிவித்திருந்தார்.

இந்திரா காந்திக்கு முன்பு பிரதமராக இருந்த சரண் சிங் போராட்டக்காரர்களை அப்போது சந்தித்துப் பேசியிருந்தார். அவரின் வேண்டுகோளின்படி தெகிரி அணைக்கட்டுத் திட்டத்தினால் விளையும் சுற்றுச்சூழல் தாக்கம் குறித்து ஆய்வு செய்ய வல்லுநர் குழு ஒன்றை அறிவியல் மற்றும் தொழில்நுட்பத் துறை 1979 டிசம்பர் 12இல் அமைத்தது. ஆனால் இந்திரா காந்தி பிரதமராகப் பொறுப்பேற்றுக்கொண்ட பிறகு வல்லுநர் குழு புதிய முக்கியத்துவம் பெற்றது. பணி ஓய்வுபெற்ற தூதரும் புகழ்பெற்ற சுற்றுச்சூழலியலாளருமான சுனில் ராய், பிப்ரவரி மாத மத்தியில் வல்லுநர் குழுவின் தலைவரானார். அந்தக்குழு தனது இடைக்கால அறிக்கையை மே 31இல் சமர்ப்பித்தது.

தெகிரி அணைக்கட்டுத் திட்டம் நிராகரிக்கப்பட வேண்டு மென்றோ அல்லது தொடர வேண்டுமென்றோ திட்டவட்டமாக எதனையும் குறிப்பிடாது அறிக்கையின் முடிவு எச்சரிக்கையுடன் இருந்தது. அதற்குப் பதிலாக மேலும் ஆய்வு செய்யப்பட வேண்டுமெனவும் அணைக்கட்டு வேலை சிறிதளவு ஏற்கனவே தொடங்கப்பட்டிருந்தால், நீர்ப்பாசனப் பகுதிகளை சீர்படுத்தும் நடவடிக்கைகளை மேற்கொள்ள வேண்டுமெனவும் தெரிவித்தது. அதனால் இந்திரா காந்தி குழப்பமடைந்தார்.

தெகிரி – கார்வாலிலுள்ள சிவானந்தா ஆசிரமத்திலிருந்து சுந்தர்லால் பகுகுணா[7] இந்திரா காந்திக்கு ஆகஸ்ட் 30இல் கைப்பட ஒரு கடிதம் எழுதியிருந்தார்:

'மரங்களின் முதுபெரும் கிழவர்' என அறியப்படும் டாக்டர். ரிச்சர்ட் பார்பே பேக்கர் ஆகஸ்ட் மாதம் 26ஆம் தேதி அன்று உங்களைச் சந்தித்த பின் சுற்றுச்சூழல் பாதுகாப்பு குறித்த உங்களின் கருத்துகள்மீதும் உங்கள்மீதும் மிகுந்த பாராட்டுணர்வும் மதிப்பும் கொண்டுள்ளார். இப்போது அவர் இங்குதான் உள்ளார். இன்னும் மூன்று நாட்களில் முஸோரி, டெக்ராடூன் ஆகிய இடங்களுக்குப் புறப்படுவார்.

தெகிரியிலுள்ள பாகீரதி ஆற்றின் குறுக்கே கட்டப்படவிருக்கும் உயரமான அணை பற்றிய அவரின் கவலை உங்களுக்குத் தெரியும். இதுபற்றிச் சரளா பென்னும் உங்களுக்கு எழுதிய கடிதத்தில் குறிப்பிட்டிருந்தார். இதில் ஆழ்ந்த அக்கறை கொண்டுள்ள நீங்களும் இந்த விசயத்தைப் பரிசீலிப்பதாக உறுதி கூறியிருந்தீர்கள். (...)

கனடா நாட்டைச் சேர்ந்த பார்பே பேக்கர், பகாய் நம்பிக்கையைத் தழுவியவர். (பகாய் நம்பிக்கை – ஓரிறைக் கொள்கை கொண்ட மதம்; 19ஆம் நூற்றாண்டில் நிறுவப்பட்டது. அனைத்து மதங்களும் மனித குலமும் அடிப்படையில் ஒன்று. அதன் நோக்கம் உலக அமைதி) 'மரங்களின் முதுபெரும் கிழவர்' என உலகம் முழுவதும் அறியப்படும் அவர் செப்டம்பர் 5இல் இந்திரா காந்திக்கு எழுதிய கடிதம்:

நேற்று சிப்கோ, அத்ரானி, தெகிரி கார்வால் ஆகிய பகுதிகளுக்கு வனப் பாதுகாப்பு அதிகாரியுடன் சென்றிருந்தேன். அந்த இடங்களை அறிமுகம்செய்து விளக்கிக் கூறியவர் சுந்தர்லால் பகுகுணா. அப்போது முரசு அடித்தும் பாட்டுப் பாடியும் கூட்டமாக வந்துகொண்டிருந்த கிராமவாசிகளை எதேச்சையாகச் சந்தித்தோம். அவர்களின் பாடல்:

இமாலயக் காடுகளில் போராட்டம் தொடங்கிவிட்டது
சகோதரிகளே வாருங்கள், ஜீவனுடன் வாழும் மரங்களைத்
தழுவிக்கொள்ளுங்கள். அவற்றைப் பாதுகாக்கலாம் வாருங்கள்.
கனிகள் கொட்டைகள் தரும் மரங்களை மேலும் மேலும்
நடலாம் வாருங்கள் (...)

உங்களின் ஆதரவும் வழிகாட்டுதலும் தங்களுக்கு உண்டு என இந்த மலைவாழ் மக்கள் முழுவதும் உணர்ந்துள்ளனர். பசுமை நிறைந்த மரங்களை வெட்டுவதற்கான தடையை அமல்படுத்த வேண்டுமென ஆவலுடன் காத்திருக்கின்றனர். கொட்டைகள், கனிகள், கால்நடைகளுக்கு உணவு இவற்றைத் தரும் பல்வேறு மரங்களை நடுவதற்கும் வன நிர்வாகத்தில் பங்கு பெறவும் ஆர்வமாக உள்ளனர். எனது நிகழ்ச்சியை ஏற்பாடு செய்ய ஆர்வம் காட்டிய உங்களுக்கு மனமார்ந்த நன்றி.

'மரங்கள் வெட்டப்படுவதுதான் மிகப்பெரும் பிரச்சனையாக உருவாகியுள்ளது' என ஐந்து நாட்களுக்குப் பிறகு பார்பே பேக்கருக்கு இந்திரா காந்தி எழுதினார். தெகிரியைப் பற்றி இந்திரா காந்தி குறிப்பிட்டது:

தெகிரி அணைக்கு ஆதரவாகவும் எதிராகவும் கருத்துகள் உள்ளன. அதுபற்றி முழுவதுமாகப் பரிசீலித்துவருகிறோம்.

> இந்தியாவிலிருந்த நாட்கள் உங்களுக்கு இனிதாக அமைந்திருக்கும் என நம்புகிறேன்.

தெகிரி அணைக்கட்டுப் பகுதியில் கட்டுமானப் பணி மேலும் தொடராமல் தடுப்பதில் இந்திரா காந்தி வெற்றிபெற்றார். அணைக்கட்டு பற்றிய ஆய்வுகள் தொடர்ந்து மேற்கொள்ளப்பட்டு வந்தன. புதிதாக உருவாக்கப்பட்டச் சுற்றுச்சூழல் துறைக்கும் நீர்ப்பாசன அமைச்சகத்திற்குமிடையே இந்திரா காந்தியின் அக்கறைகள் குறித்து கடிதப் போக்குவரத்து நடந்தது. ஆனால் ‘வேண்டும் – வேண்டாம்’ என திட்டவட்டமாக எந்த முடிவும் இதனால் விளையவில்லை. அணைக்கட்டுத் திட்டம் பற்றிய விவாதங்கள் 1987இல் மீண்டும் எழுந்தன. ஆனால் அணைக்கட்டுத் திட்டத்தால் சுற்றுச்சூழலுக்கு ஏற்படும் தாக்கமே அனைத்து விவாதங்களின் மையப்பொருளாக இருந்தது.

ஆ

குஜராத்திலுள்ள ஹெரான் ஆற்றின் குறுக்கே லால்பூர் அணைக்கட்டுத் திட்டத்திற்கு எதிராக இந்திரா காந்தியிடமே நேரடியாக மக்கள் மனு அளித்தனர். மார்ச் 9இல் அவர்கள் கூறியதைப் பொறுமையுடன் கேட்டார் இந்திரா காந்தி. அணைக்கட்டுத் திட்டத்தால் பழங்குடியினர் வாழும் பகுதிகள் நீரில் மூழ்கிவிடும், திட்டத்தின் பலன்கள் பணக்கார விவசாயி களைப் போய்ச்சேரும், என்பதே அவர்களின் முக்கியப் புகாராக இருந்தது.

சமனற்ற இந்த நிலைமையை உடனடியாகக் கவனிக்கும்படி தனது பணியாளர்களுக்கு உத்தரவிட்டார் இந்திரா காந்தி. பெரிய நீர்ப்பாசனத் திட்டங்கள்பற்றி அவரிடம் சமர்ப்பிக்கப்பட்ட ஒரு அலுவலக் குறிப்பில் அவர் எழுதியது:

> அணைக்கட்டும் திட்டத்தால் – பயனடைந்தவர்களுக்கும் நிலங்கள் நீரில் மூழ்கி தங்கள் உடைமைகளை இழந்தோருக்கு மிடையே பிரச்சனைகள் இருந்தே தீரும். சமச்சீரற்ற இந்த நிலையைப் போக்குவதற்கான யோசனைகள் அரிதாகவே அமல்படுத்தப்படுகின்றன. இதுபோன்ற அணைக்கட்டுத் திட்டங்களை ஆழ்ந்து பரிசீலிப்பது அவசியமாகும். திட்டங்களுக்கு இறுதி ஒப்புதல் அளிக்கும் முன்னர் மிகப் பலவீனமான மக்களின் பாதுகாப்பு உறுதிசெய்யப்படுவது முக்கியமாகும்.

அடுத்துவந்த இரண்டு ஆண்டுகள் இந்திரா காந்தியின் கவனம் லால்பூர் அணைக்கட்டுப் பற்றியதாக இருந்தது. அணைகட்டுத் திட்டத்திற்கு எதிரானவர்கள் ஏமாற்றத்திற்கு ஆளாகும் வகையில்

இறுதி முடிவு எடுக்க வேண்டிய கட்டாயத்திற்கு இந்திரா காந்தி தள்ளப்பட்டார்.

அணைக்கட்டுகள் விவகாரங்களில் அவர் எடுக்கநேர்ந்த முடிவு எதுவாக இருந்தபோதும், தனது கடைசிப் பத்து ஆண்டுகளில் பெரிய அணைக் கட்டுக்கள் எழுப்புவதுபற்றி இந்திரா காந்தியின் கருத்துக்கள் உறுதியானவை என்பது மறுக்கப்பட முடியாதவை. இந்திரா காந்திக்கு உறுதியான இந்தக் கருத்துக்கள் பிரதமர் அலுவலகத்திலிருந்து அறிவியல் தொழில்நுட்பத் துறைக்கு மார்ச் 13ஆம் தேதி எழுதப்பட்ட குறிப்பில் மிகஅழுத்தமாக வெளிப்படுகின்றன:

> ஏற்கனவே ஒப்புதல் தரப்பட்டிருந்தாலும் பல திட்டங்களை மறுபரிசீலனைக்கு உட்படுத்தப்பட வேண்டிய தேவை உள்ளது. அவற்றுள் அமைதிப் பள்ளத்தாக்கு, தெகிரி அணைக்கட்டு, குஜராத்திலுள்ள லால்பூர் அணைக்கட்டு ஆகியவையும் அடங்கும். இந்தத் திட்டங்களால் பெருமளவு விளைநிலங்கள் நீரில் மூழ்கிவிடும் நிலை உருவாகுமெனத் தெரிகிறது. இந்த இழப்பிற்குப் ஈடாகப் போதிய ஆதாயமும் இராது. இது போல வேறு திட்டங்களும் இருக்கலாம். திட்டங்களுக்கான முடிவுகள் பல்வேறு காலகட்டங்களில் எடுக்கப்பட்டிருக்கும் என்பது உண்மை. ஆனால் திட்டங்களால் முக்கியமாகப் பயனடைவோர் ஒப்பந்ததாரர்களும் அவர்களைப் போன்ற பிற வியாபாரிகளும்தானென உள்ளூர்வாசிகள் வேதனை கொண்டுள்ளனர். எனவே இவற்றை ஆழமாக மறுபரிசீலனைக்கு உட்படுத்த வேண்டிய அவசியம் உள்ளது.

ஓ

அடுத்து வந்த நாலரை ஆண்டுகளில் இந்திரா காந்திக்குச் சளைக்காமல் நீண்ட கடிதங்கள் எழுதியவாறிருந்தார் சலீம் அலி. அவர் எழுதியவற்றில் மிகவும் சிறியது அவர் அனுப்பிய அவசரத் தந்தியாகும். தேர்தல் முடிவுகள் அறிவிக்கப்பட்டதும் அவர் அனுப்பிய தந்தி இந்திரா காந்தியை நிச்சயம் புன்னகைக்க வைத்திருக்கும்:

> சபாஷ் (...) மிக மகிழ்ந்தேன்.

கேரள அமைதிப் பள்ளத்தாக்குப் பற்றிய அறிக்கைக்காக இந்திரா காந்திக்கு வாழ்த்துத் தெரிவித்த சலீம் அலி ஜனவரி 15இல், அதே நாளில் அவருக்கு மற்றொரு கடிதம் எழுதினார். நாளுக்கு நாள் அதிகரித்து வரும் தனது புகார்க் கடிதங்களுக்காக அந்தக் கடிதத்தில் மன்னிப்புக் கோரியிருந்த சலீம் அலி பம்பாய் பெருநகரப் பகுதிக்குள் பம்பாயைச் சுற்றியுள்ள திறந்த வெளிப்

பகுதியில் ஓர் இடம் 'தால் உரத் தொழிற்சாலை' அமைக்கத் தேர்வு செய்யப்பட்டிருப்பது பெரும் வேதனையளிப்பதாக அதில் அவர் குறிப்பிட்டிருந்தார்

இந்தியாவிலேயே முதன்முதலாக எரிவாயுவால் இயங்கும் மிகப்பெரிய உரத் தொழிற்சாலை அமைக்கப்படுமென 1977ஆம் ஆண்டில் அறிவிக்கப்பட்டது. அப்போதிருந்தே அதுபற்றிய சர்ச்சை எழுந்தது. பம்பாய் கடலோரப் பகுதியில் எங்கேனும் ஓர் இடம் உரத் தொழிற்சாலைக்காகத் தேர்வு செய்யப்பட்டிருக்குமே யானால் சர்ச்சை எதுவும் உருவாகியிராது. தொடக்கத்தில் 1977ஆம் ஆண்டு மத்தியில் ரிவாஸ் / மாண்ட்வா பகுதி தேர்வு செய்யப்பட்டதால் சுற்றுச்சூழலியலாளர்களும் அந்தப் பகுதியின் அரசியல்வாதிகளும் அதற்கு எதிர்ப்புத் தெரிவித்தனர். அதனால் வல்லுநர் குழுவின் பரிந்துரையின்படித் தொழிற்சாலைக்கான இடம் தாராப்பூருக்கு 1978ஆம் ஆண்டு ஏப்ரலில் மாற்றப்பட்டது.

அதனால் சுற்றுச்சூழலியலாளர்கள் மகிழ்ந்தனர்; ஆனால் திடீரென அரசியல்சூழல் விவாதம், இரைச்சல், வன்முறை என மாறிற்று. மகாராஷ்டிரத்தின் வலிமை மிகுந்த தலைவர் களான வசந்த்தாதா பாட்டீலும், சரத் பவாரும் உரத் தொழிற்சாலையைத் தாராப்பூரில் அமைப்பதை உறுதியுடன் நிராகரித்தனர். பரிந்துரைகளை மறுமதிப்பீடு செய்யும்படி வல்லுநர் குழு கேட்டுக்கொள்ளப்பட்டது. மறு ஆய்வு செய்த குழு இரண்டாம் முறையாகவும் தாராப்பூரையே தெரிவுசெய்தது. இதனால் மேலும் உணர்ச்சி கிளர்ந்தெழுந்தது; அரசியல்வாதிகள், அதிகாரிகளின் ஆதரவிற்காகத் தலைநகரில் மும்முரமான செயல்பாட்டிற்கு இது வழிகோலிற்று. உரம் மற்றும் ரசாயன அமைச்சரான பகுகுணா உரத் தொழிற்சாலை தால் – வைஷத் என்ற இடத்தில் அமைக்கப்படும் என 1978 ஜூலை 28இல் இறுதியாக அறிவித்தார். கடற்கரையிலுள்ள அலிபாக்கிலிருந்து வடக்கே ஐந்து கி.மீ தூரத்திலும் பம்பாயிலிருந்து தெற்கே 21 கி.மீ தூரத்திலும் தால் – வைஷத் இருந்தது.

பிரச்சனை நடந்துகொண்டிருந்த காலகட்டம் முழுவதும் இந்திரா காந்தி பதவியில் இல்லையாதலால் இந்தச் சர்ச்சையில் அவர் எந்த விதத்திலும் பங்குபெறவில்லை. ஆனால் மீண்டும் பிரதமரானதும் சுற்றுச்சூழலில் தனது நேசத்திற்குரிய தோழி கிடைத்துவிட்டாரென சலீம் அலி நிச்சயம் கருதியிருப்பார். ஆனால் அவ்விதமாக இல்லை என்பது வினோதம். ஒரு வருடத்திற்கு மேலாக உரத் தொழிற்சாலை தொடர்பான வேலை அந்த இடத்தில் ஏற்கெனவே நடந்து முடிந்திருந்தது. அதனால் மீண்டும் பிரச்சனையை எழுப்ப அவர் தயங்கியிருக்கலாம். எனவே சலீம் அலியின் ஜனவரி 15இல் கடிதத்தை அமைச்சகத்திற்கே இந்திரா

காந்தி அனுப்பினார். தால் – வைஷத் இடத் தேர்வு பொருத்த மானது என அமைச்சகத்திலிருந்து சலீம் அலிக்குப் பதில் தெரிவிக்கப்பட்டது. ஆனால் சலீம் அலியோ விடாப்பிடியாக இருந்தார்.

அந்த இடத்தில் ஆலை அமைத்தால் சுற்றுச்சூழலுக்குத் தீங்கு விளையுமென்பதை வலியுறுத்தித் தனிப்பட்ட முறையில் இதில் கவனம் தரவேண்டுமென இந்திரா காந்திக்கு மீண்டும் கடிதம் எழுதினார் சலீம் அலி. இந்திரா காந்தி அமைதியாக இருந்தார். அடுத்து நிகழ்ந்தது: இந்திரா காந்தியின் அரசாங்கம் 'தால் – வைஷத் உரத் தொழிற்சாலை மீதான வெள்ளை அறிக்கையை' மாநிலங்களவையில் ஜூலை 9இல் சமர்ப்பித்தது. அனைத்து நடைமுறைகளையும் முறையாகப் பின்பற்றி உரிய அனுமதி பெறப்பட்டிருப்பதாகவும் தேவையான பாதுகாப்பு ஏற்பாடுகள் செய்யப்பட்டிருப்பதாகவும் அந்த இடத்தைத் தேர்வு செய்தது நியாயமானதே எனவும் அந்த அறிக்கை சுட்டிக்காட்டியது.

ଔ

நான்கு ஆண்டுகள் பத்து மாத காலம் இரண்டாவது முறையாக இந்திரா காந்தி பிரதமராக இருந்தார். சுற்றுச்சூழலில் முன்னோடி இயக்கங்களில் ஒன்றான பம்பாய் சுற்றுச்சூழல் செயற்பாட்டுக் குழு என்ற அரசு சாரா அமைப்பு ஏறத்தாழ ஒவ்வொரு நாளும் இந்திரா காந்திக்குக் கடிதம் எழுதிக்கொண்டிருந்தது. அந்த அரசுசாரா அமைப்பைத் தலைமை தாங்கி வழி நடத்தியவர் சியாம் சைனானி ஆவார். எம்.ஐ.டி.யில் கல்வி பயின்ற அவர் டாட்டா குழுமத்தில் பணி புரிந்துகொண்டிருந்தார். அவர் இந்திரா காந்தியைச் சந்தித்ததில்லை. எனினும் சலீம் அலியின் ஆதரவு அவருக்கு இருந்ததால் இந்திரா காந்தியுடன் தொடர்புகொள்ளவும், இந்திரா காந்தி அவர்மீது நம்பிக்கை கொள்ளவுமான வாய்ப்பை அது அவருக்கு வழங்கியிருக்கலாம். சைனானி ஏராளமாகக் கடிதம் எழுதுபவர்; எடுத்துக்கொண்ட பிரச்சனைகளுக்காகச் சோர்வடையாமல் ஊக்கத்துடன் செயல்படுபவர். இந்திரா காந்தி சைனானிக்கு நேரடியாகப் பதில் எழுதவில்லை. எனினும் கடிதங்களில் அவர் சுட்டி காட்டியிருந்த பிரச்சனைகளில் கவனம் செலுத்தி அவற்றில் நடவடிக்கை எடுக்கும்படிச் சம்பந்தப்பட்ட அதிகாரிகளுக்கு உத்தரவு பிறப்பித்து வந்தார். இந்திரா காந்தியின் உதவியாளர்களும் சைனானியுடன் தொடர்பிலிருந்தனர்.

பம்பாய்க்கு அருகிலுள்ள நவா, சேவா ஆகிய இரு தீவுகளைப் பாதுகாக்க சைனானியும் பம்பாய் சுற்றுச்சூழல் செயற்பாட்டுக் குழுவிலிருந்த பிறரும் 1970களின் மத்தியிலிருந்தே

போராடியவாறிருந்தனர். நவா தீவில் ஒரு (பெட்ரோலிய) எண்ணெய் சேமிப்புக் கிடங்கை நிறுவவும் சேவா தீவில் புதிதாக ஒரு துறைமுகம் அமைக்கவும் 1970ஆம் ஆண்டின் பிற்பகுதியில் இந்திரா காந்தி பிரதமராக இருந்த காலகட்டத்திலேயே எண்ணெய் மற்றும் இயற்கை எரிவாயு நிறுவனத்திற்கு அனுமதி வழங்கப்பட்டிருந்தது. ஏராளமான மக்களும் வாகனங்களும் பிற செயல்பாடுகளுமாக நிரம்பியிருக்கும் பம்பாய்த் துறைமுகத்தின் நெரிசலைக் குறைப்பதற்காக புதிய துறைமுகம் சேவா தீவில் திட்டமிடப்பட்டிருந்தது.

இந்திரா காந்தி பிரதமராக மீண்டும் பதவியேற்றதும் நவா தீவில் (பெட்ரோலிய) எண்ணெய் சேமிப்புக்கிடங்கு பற்றிய திட்டத்தின் விவரங்களைச் சேகரிக்குமாறு தனது மூத்த உதவியாளர்களுள் ஒருவரான ராஜாமணிக்கு உத்தரவிட்டார்.

ஆர். ராஜாமணி ஆந்திரப் பிரதேசப் பணிநிலைப் பிரிவைச் சேர்ந்த இந்திய ஆட்சிப் பணி அதிகாரி ஆவார். 1978இல் மொரார்ஜி தேசாயால் பிரதமர் அலுவலகத்தில் பணிபுரிய நியமிக்கப்பட்டார். மோனி மல்ஹோத்ரா, சல்மான் ஹைதர் ஆகியோரைப் போலவே ராஜாமணியும் சுற்றுச்சூழல் நோக்கத்திற்கான தனது பேரார்வத்தின் வேர்களை இந்திரா காந்தியிடம் பணிபுரிகையில் மீண்டும் கண்டுணர்ந்துகொண்டார். ராஜாமணி இறப்பதற்கு முன்னர் இந்திரா காந்தியுடனான தனது தொடர்பை – குறிப்பாக இயற்கைப் பாதுகாப்பு விசயங்களில் – நினைவு கூர்ந்தார்:[8]

(...) நாங்கள் முகாமிட்டிருந்த ஆய்வு மாளிகையிலிருந்து வெளியே வந்தபோது இளஞ்சிவப்பும் வெள்ளை நிறமும் கொண்ட பூக்கள் நிறைந்திருந்த சிறிய செடியைச் சுட்டிக் காட்டி அது என்ன (செடி)வெனத் தெரியுமா என்று என்னைக் கேட்டார். எனது அறியாமையை நான் மறைக்க வில்லை. எனக்குத் தெரியாதெனவும் எங்கள் ஊரில் அதனைச் சுடுகாட்டில் வளரும் மசான மலர் எனக் கூறுவர் எனவும் தெரிவித்தேன். அந்தச் செடி வின்கா ரோசியா (கேதாரான்தஸ் ரோசியா என இப்போது பெயர்மாற்றம் பெற்றுள்ளது) எனவும் அதன் பொதுவான பெயர் 'பெரிவின்கிள்' எனவும் புன்னகைத்தவாறு எனக்குக் கற்பித்தார். அந்த மலரின் ரசாயனச் சாறு ஒருவகை கான்சர் நோயைக் குணப்படுத்தப் பயன்படுகிறது எனவும் கூறினார்.'

இரண்டாம் முறையாக இந்திரா காந்தி பிரதமராகப் பதவியேற்று 19 நாட்களுக்குப் பிறகு பெட்ரோலியம் செயலருக்கு ராஜாமணி ஜனவரி 2இல் எழுதிய கடிதம்:

எண்ணெய் மற்றும் இயற்கை எரிவாயு நிறுவனம் தனது திட்டங்கள் அனைத்திற்கும் எந்தெந்த இடங்களைத் தேர்வுசெய்துள்ளது என்பது பற்றிய முழு விவரங்களைப் பிரதமர் அறிய விரும்புகிறார். தேர்வுசெய்யப்பட்ட இடங்களால் சுற்றுச்சூழலுக்கு மாசுபாடுகள் அல்லது சேதங்கள் விளையுமெனப் புகார்கள் ஏதேனும் வந்துள்ளதா என்பது பற்றியும் பிரதமர் அறிய விரும்புகிறார். பம்பாய் துறைமுகத்தில் வேறு எங்காயினும் இயற்கை எரிவாயு நிறுவனத்தின் திட்டங்களுக்கான இடங்களை மாற்றுவது பொருத்தமாக இருக்கும் என சுற்றுலா மற்றும் உள்நாட்டு விமானப் போக்குவரத்து அமைச்சகம் கருதுகிறது. இந்த அனைத்து அம்சங்களையும் உள்ளடக்கிய விரிவான குறிப்பு ஒன்றினைப் பிரதமருக்குச் சமர்ப்பிக்க வேண்டும். உடனடியாக அனுப்பிவைக்கவும்.

நவா தீவில் எண்ணெய் சேமிப்புக் கிடங்கு அமைப்பது, சேவாவில் துறைமுகம் நிறுவுதல், தெற்கு பம்பாயிலுள்ள கொலாபாவில் சஸ்ஸூன் மீன்பிடி துறைமுகப் பகுதியை விரிவாக்கம் செய்வது ஆகியவை இயற்கை எரிவாயு நிறுவனத்தின் திட்டங்களாகும். இந்தத் திட்டங்களால் சுற்றுச்சூழலுக்குக் கடுமையான பாதிப்புகள் ஏற்படுமெனப் பம்பாய் சுற்றுச்சூழல் செயற்பாட்டுக் குழு மற்றும் பிற சூழலியலாளர்களிடமிருந்து புகார்கள் வந்துகொண்டிருந்தன. அப்போது பாதுகாப்புத் துறை இணை அமைச்சராக இருந்த சி.பி.என். சிங்கை பம்பாய்க்கு அனுப்பி இதுபற்றி ஆராய்ந்து விரிவான அறிக்கை சமர்ப்பிக்கும்படி இந்திரா காந்தி கேட்டுக்கொண்டார். அதன்படி பம்பாய் சென்ற சிங் ஏப்ரல் 8, 9 ஆகிய இரண்டு நாட்கள் திட்டங்களுக்காகத் தேர்வுசெய்யப்பட்ட இடங்களைப் பார்வையிட்டு அறிக்கை சமர்ப்பித்தார். மூன்று மாதங்களுக்குப் பின் சம்பந்தப்பட்ட அமைச்சகங்களுக்கு எழுதும்படி ராஜாமணியை இந்திரா காந்தி கேட்டுக்கொண்டார். அதன்படி ராஜாமணி ஜூலை 4இல் கடிதம் எழுதினார்:

> முதல் பிரச்சனையான கொலாபாவிலுள்ள சஸ்ஸூன் மீன்பிடித் துறைமுகப் பகுதியின் வசதிகளைப் பெருக்கி அதனை விரிவாக்கம் செய்வதுபற்றிப் பிரதமரின் உத்தரவு:
>
> சுற்றுச்சூழலுக்குத் தீங்கு விளைவிக்காத மாற்று இடம் ஒன்றை வேளாண் அமைச்சகம் தேர்வுசெய்ய வேண்டும். அதற்கான நிலம் ஏற்கனவே கையகப்படுத்தப்பட்டிருந்தால் அதனைத் தாவரவியல் பூங்காவாக மாற்றுவது பற்றிப் பரிசீலிக்கலாம்.

இரண்டாவது பிரச்சனையான எண்ணெய் மற்றும் இயற்கை எரிவாயு நிறுவனத்தின் விநியோகத் தளத்திலும், நவா, சேவா தீவுகளிலுள்ள (கப்பல் வந்தொதுங்கி நின்று சரக்குகள் ஏற்றவும் இறக்கவும் பழுதுபார்க்கவும் வாய்ப்பாக அமைந்த) மஸ்கோன் துறைமுகப் பகுதியில் வசதிகள் ஏற்படுத்தித் தருவது தொடர்பாகப் பிரதமரின் உத்தரவு வருமாறு:

தற்போது தீர்மானிக்கப்பட்டுள்ள நிலப் பரப்பிற்குள் பெட்ரோலிய அமைச்சகம் இந்தத் திட்டத்தை முன்னெடுத்துச் செல்லலாம். மத்திய அரசின் வேறு எந்த இலாகாக் களும் தங்கள் செயல்பாடுகளை இங்கே விரிவாக்கம் செய்வதை அனுமதிக்கக் கூடாது. மரங்கள் நடுவதற்காகவும் அவற்றின் பாதுகாப்பிற்காகவும் தேவையான அனைத்து நடவடிக்கை களும் மேற்கொள்வதை உறுதிசெய்ய ஒரு குழு நியமிக்கப்பட வேண்டும்.

எலிஃபண்டா தீவு நீடித்துப் பாதுகாக்கப்பட வேண்டும். அங்கே மரங்கள் வெட்டப்படுவதை அனுமதிக்கக் கூடாது. அந்த மண்டலத் திட்டத்தின் ஒரு பகுதியாக எலிஃபண்டா தீவினை மேம்படுத்துவதும் அமைய வேண்டும். இவற்றுக்குப் பிரதமர் இசைவு தெரிவித்துள்ளார்.

சுற்றுச்சூழல் தொடர்பாக மத்திய அரசின் அனுமதி பெறாமலேயே டாட்டா அனல்மின் நிலையம் நிறுவப்பட ஒப்புதல் வழங்கப்பட்டுள்ளது எனவும் இந்த மின் நிலையத் தால் பம்பாய் பகுதிகள் மாசுபாடு அடைந்து வருகின்றன எனவும் பாதுகாப்பு அமைச்சர் கூறியுள்ளார். இதனைச் சரிபார்த்துத் தனியே ஒரு குறிப்பைப் பிரதமருக்கு அனுப்பவும்.

பிரதமரின் உத்தரவு பல்வேறு அமைச்சகங்களில் எச்சரிக்கை மணியை ஒலிக்கச் செய்தது. இதுபற்றி விவாதிக்க ஒரு கூட்டத்தை ஆகஸ்ட் 4ஆம் தேதி ஏற்பாடு செய்யும்படியான நிர்ப்பந்தம் பிரதமருக்கு உருவானது. இந்த விசயத்தில் சலீம் அலி மற்றும் ஷ்யாம் ஷைனானி இருவரின் கருத்தை அறிவதற்காகப் பிரதமரின் அலுவலர்கள் கூட்டத்திற்கு முன் தினம் இருவரையும் ஏற்கனவே சந்தித்திருந்தனர். கூட்டத்தில் அனைவரின் கருத்துக்களையும் பொறுமையாகக் கேட்டார் பிரதமர். ஏற்கனவே தீர்மானித்திருந்த வற்றை வலியுறுத்தியும் புதிய சில முடிவுகளைச் சேர்த்தும் வேறு உத்தரவு ஒன்றினை ஆகஸ்ட் 4இல் பிறப்பித்தார். அதன் சுருக்கமான விவரம் வருமாறு:

அ. எண்ணெய் மற்றும் இயற்கை எரிவாயு நிறுவனத்தின் விநியோகத் தளத்திலும் மஸ்கோன் துறைமுகப் பகுதியிலும்

வசதிகள் ஏற்படுத்தித் தருவது தவிர பிற விரிவாக்கம் எதனையும் நவா, சேவா தீவுகளில் மேற்கொள்ளக்கூடாது. கிராமங்கள், சுற்றுலாத்தலங்கள், கப்பல்துறை நிறுவனம், அருங்காட்சியகம் ஆகியவற்றில் எந்த மாற்றமும் செய்யாமல் அவை அப்படியே இருக்கும்படி விட்டுவிட வேண்டும். சுற்றுச்சூழல் பாதுகாப்பு ஏற்பாடுகளைக் கவனமாகக் கண்காணிக்க வேண்டும்.

ஆ. சேவா தீவில் புதிய துறைமுகம் அமைப்பதற்கான சாத்தியக்கூறு அறிக்கையிலேயே (சாத்தியக்கூறு அறிக்கை – பல்வேறு அம்சங்களைப் பரிசீலித்து ஒரு திட்டத்தின் நடைமுறைச் சாத்தியம் குறித்துச் சமர்ப்பிக்கப்படும் அறிக்கை) 'சுற்றுச்சூழல் பாதுகாப்பு ஏற்பாடுகள் செய்யப்பட்டிருக்கின்றனவா என்பது பற்றியது' என்ற தகவல் குறிப்பிடப்பட்டிருக்க வேண்டும். கப்பல்களில் சரக்கு ஏற்றுதல் மற்றும் பழுதுபார்த்தல் முதலியவற்றுக்கான துறைமுகப் பகுதிக்கும், பூங்காக்களுக்கும் தற்போதுள்ள பம்பாய் துறைமுகப் பகுதியிலேயே நிலம் ஒதுக்கப்பட வேண்டும். சேவா தீவில் அமையவிருக்கும் புதிய துறைமுகத்தைச் சுற்றியுள்ள பகுதிகள் திறந்த வெளியாக இருக்கும்படித் திட்டமிடப்பட வேண்டும்.

இ. சஸ்ஸூன் துறைமுகப் பகுதியில் தற்போதுள்ள வசதிகளை மேலும் அதிகரிக்கக்கூடாது. அதற்கான மாற்று இடம் காணப்பட வேண்டும்.

ஈ. தால் – வைஷக் உரத் தொழிற்சாலை அமைக்கும் பணி தொடரலாம். ஆனால் ஆலை அமையவுள்ள அந்த நகர் சுற்றுச்சூழல் கண்ணோட்டத்தில் மறுசீராய்வு செய்யப்பட வேண்டும்.

சுற்றுச்சூழல் பாதுகாப்பில் உறுதியுடன் செயல்படும் ஷியாம் சைனானியின் கருத்துக்களை இந்திரா காந்தி தீவிரமாக எடுத்திருந்தார் என்பது நவா எலிஃப்பண்டா தீவுகளை ஆய்வு செய்ய ராஜாமணியை அனுப்பியதிலிருந்தே புலனாகும். நவா தீவின் இயற்கைச் சூழல்பற்றி மட்டுமல்லாது இந்தியாவின் கலாச்சாரப் பாரம்பரியத்தை வெளிப்படுத்தும் எலிஃப்பண்டா குகைமீதும் இந்திரா காந்தி சமமான அக்கறைகொண்டிருந்தார். இந்தத் தீவுகளைப் பார்வையிட்ட பிறகு சம்பந்தப்பட்ட அமைச்சர்களுக்குப் பிரதமரின் உத்தரவை 1982 ஆகஸ்ட் 10இல் ராஜாமணி வலியுறுத்தி எழுதினார்.

೫

பிப்ரவரி 19ஆம் தேதி *ஹிந்துஸ்தான்* நாளிதழில் 'ஒரு பவளத்தீவு இறந்துகொண்டிருக்கிறது' என்ற கட்டுரையைப் பிரதமர் வாசித்தார். கட்ச் வளைகுடாவில் (குஜராத்தில் மேற்கு கடற்கரையில் அரபிக் கடலில் கட்ச் – கத்தியவார் தீபகற்பங்களுக்கு இடையேயுள்ள கடற்பகுதி) இருக்கும் பிரோட்டான் தீவின் கடல் உயிரினங்களுக்குச் சுண்ணாம்புச் சுரங்கத்தினால் ஏற்படும் அழிவின் தாக்கம்பற்றி அந்தக் கட்டுரை விவரித்திருந்தது. அங்குள்ள நிலைமை பற்றித் தகவல் அறிந்து அறிக்கை சமர்ப்பிக்கும்படித் தனது அலுவலகர்களை வழக்கம் போல் பணித்தார் இந்திரா காந்தி.

அவர்களிடமிருந்து அறிக்கை கிடைப்பதற்கு முன்னரே குஜராத் ஆளுநர் சாரதா முகர்ஜியிடமிருந்து[9] இந்திரா காந்திக்கு மே 24இல் கடிதம் வந்திருந்தது. அதில் ஆளுநர் குறிப்பிட்டிருந்த இரண்டு விசயங்கள் பிரதமரைக் கலக்கமுறச் செய்தன:

> ஜாம்நகர் கடற்கரைக்கு அப்பால் புகழ்பெற்ற பிரோட்டான் தீவுகளில் பவளப்பாறைகள் உள்ளன. இதற்கு அருகிலுள்ள தீவுகளிலிருந்து சிமிண்ட் உற்பத்திக்காகச் சுண்ணாம்பு நிரை தூர்வாரி அள்ளிச்செல்லப்படுவதால் பவளப்பாறைகள் ஆபத்திற்குள்ளாகி வருகின்றன. சுண்ணாம்பு நிரை தூர்வாரப் பட்டு எடுத்துச்செல்ல திக்விஜய் சிமெண்ட் நிறுவனத்திற்குக் குத்தகைக்கு விடப்பட்டுள்ளது. 1978இல் குத்தைகைக் காலம் மேலும் 20 ஆண்டுகள் நீட்டிக்கப்பட்டுள்ளது.

> ஆளுநர் குறிப்பிட்டிருந்த மற்றொரு விசயம்:

> அகமதாபாத் மாவட்டத்திலுள்ள பறவைகளின் இயற்கைச் சரணாலயமான நல் சரோவர் சுற்றுலாத்துறையின் பராமரிப்பில் ஒப்படைக்கப்பட்டதிலிருந்து கொடூரமான முறையில் தவறாகப் பயன்படுத்தப்பட்டு வருகிறது. பறவைகள் மிகக் குறைவாகவே அங்கு வருவதாகச் சுற்றுலாத்துறை தெரிவிக்கிறது.

கடுங்கோபம் கொண்ட இந்திரா காந்தி இந்த விசயத்தில் உடனே தலையிட்டுத் தடுத்து நிறுத்துமாறு அலுவகர்களுக்கு உத்தரவிட்டார். மாநில நிர்வாகத்திற்கும் இந்திரா காந்தியின் அலுவலகர்களுக்குமிடையே எட்டு மாதங்கள் இழுபறி நடந்தது. பிரதமர் அலுவலகத்தில் பணிபுரியும் என்.எஸ். ஸ்ரீராமன் குஜராத் மாநில முதலமைச்சருக்கு இதுகுறித்துக் கடிதம் ஜூன் 7இல் எழுதினார்.

குஜராத் மாநில ஆளுநர் தெரிவித்திருந்த தகவலையே முக்கியமாகக் குறிப்பிட்டு இந்த இரு பிரச்சனைகள் தொடர்பாக

மாநில நிர்வாகத்தின் நடவடிக்கைகளைத் தெரிவிக்கும்படி அதில் கேட்டிருந்தார். கடிதம் அனுப்பப்பட்ட அதே நாளில் மாநிலத் தேர்தல் முடிந்து புதிய முதல்வர் பதவியேற்றிருந்தார். சுற்றுச்சூழல் பாதுகாப்பில் பிரதமரின் ஈடுபாடுபற்றி நன்கறிந்த முதல்வரான மாதவ் சிங் சோலங்கி கட்ச் வளைகுடா கடல்சார் சரணாலயமாக அதிகாரபூர்வமாக ஆகஸ்ட் 12இல் அறிவித்தார். ஆனால் இந்த விசயம் இத்துடன் முடிவுக்கு வந்துவிடவில்லை.

✦

ஆறு ஆண்டுகளுக்கு முன்னர் சலீம் அலியிடமிருந்து வந்த கடிதத்தால் அந்தமான் நிகோபார் தீவுகளின் சூழலியல் சமன்நிலையைப் பேணிப் பாதுகாக்கத் தொடர்ந்து சில முடிவுகள் எடுத்திருந்தார் இந்திரா காந்தி. தற்போது வனப்பரப்பாக இருக்கும் பெருமளவு பகுதிகளை அழித்து அவற்றை மேம்படுத்தும் திட்டம் இருப்பதாக அந்தமான் நிக்கோபார் தீவுகளின் பாராளுமன்ற உறுப்பினரான மனோரஞ்சன் பக்தா ஏப்ரல் தொடக்கத்தில் இந்திரா காந்திக்குக் கடிதம் எழுதியிருந்தார்.

நிலைமையை ஆராய்ந்து மதிப்பீடு செய்யும்படி அலுவலர்களை இந்திரா காந்தி கேட்டுக்கொண்டார். இதன் விளைவாக அந்தமான் நிக்கோபார் தீவுகளின் சூழலிய அமைப்பை ஆய்வுசெய்ய ஓர் ஆய்வுக் குழுவை அங்கு அனுப்ப உள்துறை அமைச்சகம் தீர்மானித்தது. 'தீவுகளின் வனவளம், மேம்பாடு, பயன்பாடு பற்றியும், முடிந்தால் இந்தத் தீவுகளைச் சுற்றிலுமுள்ள கடல்சார் வளங்கள் முதலியவற்றையும் ஆய்வுசெய்து அவற்றின் மீதான எதிர்காலச் செயல்திட்டத்தை அந்தக் குழு பரிந்துரை செய்யும்'. இது பிரதமரின் பார்வைக்கு கொண்டுவரப்பட்டதும் ஏப்ரல் 30இல் அவர் எழுதிய குறிப்பு:

> அலுவலகத்தில் பணிபுரியாத வெளிஆட்களையும் இதில் சேர்த்துக்கொள்ள முடியாதா? சமீபத்தில் சலீம் அலி அந்தமான் சென்றார். அங்கே போதுமான ஏற்பாடுகள் இல்லாததால் அவர் திரும்பி வரவேண்டியதாகி விட்டது என அறிய வந்தேன்.

அந்தமான் நிகோபார் சென்ற ஆய்வுக் குழு தன் அறிக்கையைச் சமர்ப்பிக்க முழுவதுமாக ஒரு வருடம் எடுத்துக்கொண்டது இந்திரா காந்திக்கு உவப்பாக இல்லை. இடைக்கால அறிக்கை யாவது சமர்ப்பிக்கப்பட்டால் உடனே முடிவுகள் எடுக்க முடியுமென அவர் எண்ணினார். பன்னோக்கு ஒழுங்காற்றுக் குழு அமைக்கப்பட்டு அது ஆறு மாதங்களில் ஓர் அறிக்கை தயார் செய்தது. இதன் அடிப்படையில் தீவுகளின் சுற்றுச்சூழல்

குறித்த கொள்கைத் திட்டங்களின் முக்கியக் கட்டமைப்பு உருவாக்கப்பட்டது. அடுத்துவந்த ஆண்டுகளில் 1981 மார்ச்சிலும் 1984 பிப்ரவரியிலும் இந்தத் தீவுகளுக்குச் சென்றபோது இந்திரா காந்தி இதுபற்றி விவாதித்தார்.

மின் ஆலைகள், நீர்ப்பாசனத் திட்டங்கள், உரத் தொழிற்சாலைகள், சுரங்கங்கள், சுத்திகரிப்பு ஆலைகள் என மிகப்பெரிய வளர்ச்சித் திட்டங்களைப் பொருத்தவரை, முதலில் திட்டங்கள் வடிமைக்கப்படும், சுற்றுச்சூழல் தொடர்பான ஆட்சேபணைகள் எழுப்பப்படும், பின்னர் அதற்காகும் அதிகச் செலவு பற்றிச் சர்ச்சை தொடங்கும் என்ற வழக்கமான பாதையிலேயே விசயங்கள் நடந்துகொண்டிருப்பதைப் பிரதமர் தனது அனுபவத்தில் அறிந்துகொண்டிருப்பார். இந்த நிகழ்முறையை மாற்றுவதற்காக அலுவலக் குறிப்பு ஒன்றை இந்திரா காந்தி கேட்டுக்கொண்டதன்படி ராஜாமணி ஜூன் 10 அன்று சமர்ப்பித்தார்:

> சுற்றுச்சூழல் பாதுகாப்பிற்காக மேற்கொள்ளப்படும் மாசுத் தடுப்பு நடவடிக்கைகளுக்கான அனைத்துச் செலவினங்களும் திட்டத்தின் மொத்தச் செலவின் ஒருங்கிணைந்த பகுதியாகக் கணக்கிடப்பட வேண்டும் என்பதும் தற்போது பரிசீலனையில் இருக்கும் அனைத்துத் திட்டங்களிலும் இது பின்பற்றப்பட வேண்டும் என்பதும் பிரதமரின் யோசனையாகும். இதன்மூலம் சுற்றுச்சூழல் பாதுகாப்பு, மாசுத் தடுப்பு நடவடிக்கைகள்பற்றி முன்கூட்டியே கணித்து அதற்கான செலவையும் தொடக்க நிலையிலேயே ஒதுக்க முடியும். இது தொடர்பாகச் செலவுக் கணக்கீட்டுத் துறையும் நிதி அமைச்சகமும் சம்பந்தப்பட்ட அமைச்சகங்களுக்கு அறிவுறுத்தியுள்ளது.

இந்த நடைமுறை இப்போது பரவலாகப் பின்பற்றப்படுகிறது. ஆனால் அந்தக் காலகட்டத்தில் இந்த நிலைப்பாடு புதுமையானது. இயற்கையின்மீது கூருணர்வுடைய பிரதமரால் அப்போதே இவ்விதம் சிந்தித்து வெளிப்படுத்த முடிந்திருக்கிறது. சர்ச்சைகள் மறைவதில்லை. எனினும் பணித்திட்டத்தின் பகுதியாகச் சுற்றுச்சூழலுக்கான இடம் மறுக்கப்படுவதற்கு நிதிநிலை இனியும் காரணமாக இராது.

ஒருமாதத்திற்குப் பிறகு தலைநகர் தில்லியில் நடந்த 'இந்திர பிரஸ்தா' நிகழ்வின்போதான காற்று மாசுபாடு அளவு இந்திரா காந்தியைக் கவலையுறச் செய்தது. அடுத்துவந்த 18 மாதங்களில்

புதிய மாசுத் தடுப்புக் கருவிகளை நகரில் அமைக்க இது வழிவகுத்தது. கருவிகள் அமைக்கப்பட்ட பின் மாசுபாடுகளிலிருந்து பெருமளவு நிவாரணம் நகரத்திற்கு அப்போது கிடைத்தது. ஆனால் பின்னர் வந்த ஆண்டுகளின் இந்த நடவடிகையால் போதிய அளவு பலன் கிடைக்கவில்லை.

ଓ

1972ஆம் ஆண்டு தொடக்கத்தில் 'சிங்கங்கள் பாதுகாப்புத் திட்டம்' தொடங்க பன்னாட்டு இயற்கைவளப் பாதுகாப்பு நிறுவனம் பெருமளவு உதவியது. அது மட்டுமல்லாமல் 1973ஆம் ஆண்டு ஏப்ரலில் புலிகள் பாதுகாப்புத் திட்டத்திற்காக நிதி திரட்டித் தருவதிலும் அது முக்கியப் பங்காற்றியது. அந்த நிறுவனத்துடன் பரஸ்பர நேச உணர்வு கொண்டிருந்தார் இந்திரா காந்தி. நிறுவனத்தின் முக்கிய செயல்பாட்டாளர்களான பீட்டர் ஸ்காட், பீட்டர் ஜாக்சன் ஆகியோருடன் இந்திரா காந்தியின் தொடர்பு சீராக இருந்து வந்தது. இயற்கைச் சுற்றுச்சூழல் பாதுகாப்பு மீதான அவரின் பொறுப்புணர்வு, அர்ப்பணிப்பு காரணமாகச் சர்வதேச அளவில் நற்பெயர் பெற்றிருந்தார் இந்திரா காந்தி.

பன்னாட்டு இயற்கைவளப் பாதுகாப்பு நிறுவனம் தனது முதல் 'உலக சுற்றுச்சூழல் செயல்திட்டத்தின்' மாநாட்டை நடத்த தில்லியை முக்கிய மையமாகத் தேர்வுசெய்ததில் வியப்பொன்று மில்லை. இதற்கான ஏற்பாடுகளில் அசோக் கோஸ்லா முக்கியப் பங்காற்றினார். 'நிலைத்து நீடிக்கும் வளர்ச்சி' என்ற வார்த்தையை முதன்முதலாக அச்சில் பதிவுசெய்தது உலகச் சுற்றுச்சூழல் செயல்திட்டம் எனலாம். மார்ச் 6இல் இந்திரா காந்தி நிகழ்த்திய வெளிப்படையான தெளிவான உரை பார்வையாளர்களை மலைக்கச் செய்தது:

> தொழில்மயமான நாடுகள் பின்பற்றிவரும் செயல் முறை களில் எனக்கு விமர்சனம் உண்டு. நாம் அவர்களைக் காட்டிலும் விவேகமானவர்கள் என்பதல்ல இதன் பொருள். வளரும் நாடு என நம்மைப்பற்றி எண்ணிக் கொண்டிருக்கும் நாம் செய்வது வளர்ந்த நாடுகளை நகல் செய்ய முனைவதுதான். வளர்ச்சிக்கான சுரண்டலற்ற செயல்திட்டத்தை நாம் இன்னும் உருவாக்கவில்லை. உயிர் வாழ்வதற்கான ஏழைகளின் தேவை, துரித இலாபத்திற்காக இடைத்தரகர்களின் பேராசை, தொழிற்சாலைகளுக்கான தேவைகள், நிர்வாகத்தின் குறுகிய பார்வை ஆகியவை சூழலியல் பிரச்சனைகளை உருவாக்கியுள்ளன. நமது விஞ்ஞானிகள் தங்கள் பரிசோதனைக்காக இமயமலை அடிவாரத்திலுள்ள பற்பல ஆர்கிட் மலரினங்களையும்

பிற செடிகளையும் தொடர்ந்து சேகரித்துவந்ததால் அந்த மலரினம், செடிகள் ஆகியவை காணாமல் போய்விட்டன. இது பெரும் சோகம். காடுகளும் மலைகளும் ஆக்கிரமிக்கப் பட்டு வருவது கவலையடையச் செய்கிறது. (...) இதனால் மணல் அரிப்பு, வெள்ளப் பெருக்கு, ஆறுகளிலும் நீர்த்தேக்கங்களிலும் சேறு படிதல் ஆகியவை நிகழ்ந்து வருகின்றன. மட்டுமல்லாமல் பெரும்பகுதி நிலங்கள் களர் நிலங்களாக மாறிவருகின்றன. (...)

1870களில் பங்கிம் சந்திர சட்டோபாத்யாயா முதன்முதலாக எழுதிய இந்திய தேசிய கீதமான 'வந்தே மாதரம்' பாடலை நினைவூட்டித் தனது உரையை முடித்தார் இந்திரா காந்தி. சுதந்திரப் போராட்டத்தின் ஆதர்சமாக இந்தப் பாடல் விளங்கிற்று 'நீர், கனிகள், பசுமை வளம்கொண்ட வளர்செடிகளால் சீதனமாக வழங்கப்பட்ட நமது பூமியை' விவரிப்பதாக இந்தப் பாடலை இந்திரா காந்தி அப்போது நினைவுகூர்ந்தார். இப்போது அரசியல் சாயம் பூசப்பட்டுவிட்ட இந்த தேசிய கீதத்தின்மீது சண்டையிடுவோரில் எத்தனை பேர் அதன் சூழலியல் அஸ்திவாரத்தைப்[10] புரிந்துகொண்டிருப்பார்கள்?

'நோயைக் குணப்படுத்தவும் ஆரோக்கியத்திற்காகவும் ஒருகாலத்தில் நூற்றுக்கணக்காகப் பயன்படுத்தப்பட்ட புகழ்பெற்ற இந்திய வேப்ப மரம்' பற்றி இந்திரா காந்தி தனது உரையில் குறிப்பிட்டார். நைஜீரியப் பாலைவனப் பகுதிகளைப் பசுமையுறச் செய்யப் பயன்படும் அந்த மரம் இந்தியாவில் உதாசீனப்படுத்தப்படுவது பற்றி வேதனையை வெளிப்படுத்தித் தனது உரையை முடித்தார்.' பொருத்தமான இடங்களில் வேப்பமரக் கன்றுகள் நடுவதற்கான தீவிரமான ஏற்பாடுகள் மேற்கொள்ளப்பட வேண்டுமென வனத்துறை அதிகாரிகளுக்கு உடனே உத்தரவு பிறப்பிக்கப்பட்டது. பன்னாட்டு இயற்கைவளப் பாதுக்காப்பு நிறுவனத்தின் இந்தக் கூட்டம் இந்திரா காந்தியிடம் அதன் தாக்கத்தைவிட்டுச் சென்றிருக்க வேண்டும். தனது மாமி ஜெர்ட்ரூட்டிற்கு மே 11ஆம் தேதி இந்திரா காந்தி எழுதிய கடிதத்திலிருந்து இது வெளிப்படுகிறது:

(...) யாருக்காக நாம் போராடுகிறோம்? சுற்றுசூழல் பாதுகாப்புப் பற்றிய சமீபத்தியக் கூட்டத்திலும், பற்பல விவாதங்களிலும் மனிதன் தொடர்ந்து உயிர்வாழப் பல்வேறு உயிரினங்களைப் பேணிப் பாதுகாப்பதன் அவசியம் பற்றி சுட்டிக்காட்டப்பட்டு வருகிறது. (இயற்கைச் சுற்றுச்சூழலைப் புறக்கணித்து) மனித இனம் இன்று முன்னேறி வரும் விதத்தைப் பார்க்கையில் அது தொடர்ந்து வாழ்வதற்குப்

பெறுமதி உடையதுதானா என்ற கேள்வி எனக்குள் எழுவதைத் தவிர்க்க முடியவில்லை. வெளிப்படையாக மக்களிடம் இதனைக் கூறியும் வருகிறேன்.

ௐ

பன்னாட்டு இயற்கைவளப் பாதுகாப்பு நிறுவனக் கூட்டத்தில் உரையாற்றிய பிறகு சுற்றுச்சூழல் குறித்த விவாதத்திற்கு ஏற்பாடு செய்தார் இந்திரா காந்தி. அலுவலக ரீதியாக அல்லாத பொதுவான அந்தக் கூட்டத்தில் சுற்றுச்சூழலியலாளர்களும் பிறரும் கலந்துகொண்டனர். அதில் கலந்துகொண்டவர்களில் சூழலியலாளர்களான ஆர்.எஸ். தர்மகுமார் சிங், பில்லி அர்ஜன் சிங், ஸஃபர் ஃபதேஹ்அலி, சுந்தர்லால் பகுகுணா, மாதவ் காட்கில், டாக்டர் பீ.பி. பால் ஆகியோரும் அடங்குவர். காடுகள், கானுயிர்ப் பற்றிய சுதந்திரமான விவாதம் அங்கே நடைபெற்றது. சூழலியல் அழிவு பற்றி மிகுந்த வேதனையுடன் பேசிய பிரதமர் உத்திரப் பிரதேசத்தின் கார்வால் மாவட்டத்திலுள்ள மலர்கள் நிறைந்த பள்ளத்தாக்கை எடுத்துக்காட்டாகக் குறிப்பிட்டார். சமையலுக்காக மக்களுக்கு விறகுகள் தேவைப்படுகின்றன. இந்தத் தேவையை நிறைவேற்ற வேறுவழிகள் காணப்பட வேண்டும். இல்லையெனில் நமது நாட்டில் சுற்றுச்சூழல் பாதுகாப்புத் திட்டங்கள் எவ்வாறு வெற்றிபெறும் எனத் தனது சந்தேகத்தை உரையில் சுட்டிக்காட்டினார். இதன் முக்கியத்துவத்தைச் சில மாதங்கள் தொடர்ந்து வலியுறுத்திவந்தார். காடுகளைப் பேணிப் பாதுகாக்கும் பிரச்சனைகளைக் கையாளுவதற்காக ஒரு புதிய தேசிய ஆணையத்தை நிறுவுவதற்கான நேரம் வந்துவிட்டதென சூழலியலாளர்கள் உறுதியாகத் தெரிவித்தனர். எதிர்பார்த்தபடியே மாநிலக் காடுகள் மற்றும் கானுயிர் இலாக்காக்களின் செயல்பாடுகள் கடுமையான விமர்சனத்திற்குள்ளாயின.

இந்த விவாதத்திற்குப் பிறகு அனைத்து முதன்மைச் செயலாளர்களுக்கும் ஏப்ரல் 20 அன்று நீண்ட கடிதம் எழுதினார் இந்திரா காந்தி:

> சுற்றுச்சூழலைப் பேணிப் பாதுகாப்பது நம் அனைவரின் பொறுப்பும் அக்கறையுமாகும் (...) நமது அரசு ஆட்சிப் பொறுப்பை ஏற்றுக்கொண்ட பிறகும், அதற்கு முன்பும் மரங்கள் அற்றுப்போய்க்கொண்டிருக்கும் நமது காடுகள் பற்றியும் நமது கானுயிர்கள் தாக்குதலுக்கு உள்ளாகி வருவது பற்றியும் எண்ணற்ற புகார்களும் அறிக்கைகளும் வந்த வண்ணமுள்ளன. மரங்களை வெட்டுவது, விலங்குகளைக் கண்மூடித்தனமாகச் சுட்டுக்கொல்வது, வேட்டையாடுதல்,

விலைமதிப்பற்ற மரங்களையும் விலங்குத் தோல்களையும் கடத்துதல் மற்றும் இவைபோன்ற அழிவுச் செயல்பாடுகள் கட்டுப்படுத்தப்படாமல் தொடர்ந்து நடைபெற்று வருகின்றன. இனியேனும் இவற்றை நாம் அமைதியாகப் பார்த்துக்கொண்டிருக்கவோ அல்லது வளர்ச்சியின் தவிர்க்கமுடியாத பகுதியென நியாயப்படுத்தவோ கூடாது.

'சூழலியல் சமன்நிலையைப் பேணுவது வளர்ச்சியின் பகுதியாக இருக்க வேண்டும்' என்பதை வரையறுத்துக் கூறிய பிரதமர் 'சுற்றுச்சூழலைப் பாதுகாப்பதும், புதுப்பிப்பதும் அவசரத் தேவையாகும்' என்றும் குறிப்பிட்டார். 'காடுகளையும், மரங்கள் செடிகொடிகள் அடர்ந்துள்ள பகுதிகளையும் மேலும் விரிவுபடுத்த வேண்டும் எனவும் ஒப்பந்ததாரர் வேட்டையாடி களின் நடவடிக்கைகளைக் கட்டுப்படுத்தத் திட்டவட்டமான நடவடிக்கைகளை உடனடியாக மேற்கொள்ள வேண்டுமெனவும்' மாநில அரசுகளைக் கேட்டுக்கொண்டு பிரதமர் தனது உரையை முடித்தார். ஒன்பது அம்சச் செயல்திட்டத்தை மாநில முதல்வர்களிடம் அளித்த இந்திரா காந்தி 'இந்தச் செயல் திட்டத்தின் மீதான நடவடிக்கைகளைத் தனிப்பட்ட முறையிலோ அல்லது மூத்த அமைச்சரைக் கொண்டோ ஒவ்வொரு வாரமும் மதிப்பீடு செய்து கண்காணித்து வரவேண்டுமெனக்' கேட்டுக் கொண்டார்.

கானுயிர்ப் பற்றியும் மரங்கள் நடுவது குறித்தும் மாநில முதலமைச்சர்களுக்கு இந்திரா காந்தி இரண்டு கடிதங்கள் எழுதினார், (மே 2 & செப்டம்பர் 21):

> மத்தியப் பிரதேசத்திலுள்ள ஒரு மாவட்டத்தில் சிறார்களைச் சமூகக் காடுகள் திட்டத்தில் பங்குபெறச் செய்யும் முயற்சி மேற்கொள்ளப்பட்டுள்ளது. இந்தத் திட்டத்தின்படி மாவட்டத்திலுள்ள ஒவ்வொரு சிறாரும் கனி தரும் மரமொன்றை ஒன்றை நட வேண்டும். அதனைப் பேணிப் பாதுகாக்க வேண்டியது அந்தச் சிறுமி/சிறுவனின் பொறுப்பு. அந்தச் சிறுவன் / சிறுமியின் பெயர் தாங்கிய பலகை அந்தக் மரக்கன்றில் பொருத்தப்பட வேண்டும். அந்த மரம் அந்தச் சிறுவன் / சிறுமியின் சொத்து. அதற்கான பட்டா சிறுவன் / சிறுமிக்கு வழங்கப்பட வேண்டும்.
>
> (...) ஒரு மரக்கன்றை நட்டு அது மரமாக வளரும்வரை அதனைப் பேணிப் பாதுகாக்கும் பொறுப்பை ஒவ்வொரு குழந்தையிடமும் – குறிப்பாகக் கிராமப்புறங்களிலுள்ள குழந்தையிடம் – ஒப்படைத்து, அதனை அவர்கள் செய்துமுடிக்க ஊக்குவிக்க வேண்டும். இதன்மூலம்

மரங்கள் நடும் மாபெரும் செயற்திட்டத்தை நாம் அமல்படுத்தியவர்களாவோம். மட்டுமின்றி மரங்களைப் பாதுகாத்துப் பேணும் ஒரு புதிய தலைமுறையையும் உருவாக்கியவர்களாவோம். இந்தத் திட்டத்தின் கீழ் வளர்க்கப்படும் மரங்களிலிருந்து பெறும் கனிகள், கால்நடைத் தீனி, விறகுகளால் கிராம சமுதாயத்தின் ஊட்டச்சத்து, எரிபொருளின் தேவை ஓரளவு பூர்த்தியாகும். (...) இதில் தனிப்பட்ட முறையில் கவனம் தந்து இதுபோன்ற திட்டங்களைத் தொடங்கிச் சிறார்களை மரங்கள் நடும் செயலில் ஈடுபடச் செய்வீர்கள் என உறுதியாக நம்புகிறேன். (...) நமது ஒட்டுமொத்த முயற்சியால் பயனுள்ள வனப்பரப்பு (நாட்டின் மொத்த நிலப்பரப்பில்) குறைந்தது பத்து சதவீதமாவது பத்தாண்டுகளில் அதிகரிக்க வேண்டும்.

கடிதத்தின் இறுதியில் இந்திரா காந்தியின் பரிந்துரைத்துள்ள வனப்பரப்பின் அளவை நாற்பது ஆண்டுகளுக்குப் பிறகும் நாம் எட்டவில்லை என்பது துரதிருஷ்டம்.

ஆ

பஸ்தார் தொகுதி மக்களவை உறுப்பினரான அரவிந்த் நேத்தம் பழங்குடியினரின் மதிப்பிற்குரிய தலைவராவார். 1970களிலும் 80களின் தொடக்கத்திலும் அவர் இந்திரா காந்தியின் விசுவாசி யாக இருந்தார். அடுத்துவந்த ஆண்டுகளில் கட்சி தாவும் அரசியல் போக்கு அவரிடமிருந்தது. துயர் நிறைந்த ஒரு நீண்ட கடிதத்தை அக்டோபர் 3இல் இந்திரா காந்திக்கு அவர் எழுதினார். ‘மிக அழகிய செழிப்பான சால் மரக்காட்டை வெப்பமண்டலப் பைன் மரக்காடாக’ மாற்றும் திட்டத்தை மத்தியப் பிரதேச அரசு மேற்கொண்டுள்ளதாக அந்தக் கடிதத்தில் அவர் குறிப்பிட்டிருந்தார். ‘பழங்குடியினரின் பண்பாட்டுக்கு எதிரான’ மத்தியப் பிரதேச மாநிலக் காட்டு இலாகாவின் கொள்கைகள், நடைமுறைகளை மிகக் கடுமையாகச் சாடியிருந்தார். காடுகளின் பசுமை நிறைந்த சால் மரங்கள் உள்ளூர் மக்களின் வாழ்வாதாரமாக உள்ளன. அவற்றை அழித்து அந்த இடத்தில் தொலைதூரச் சந்தைகளில் விற்பதற்காக யூக்லிப்டஸ், தேக்கு மரங்களை நடுவது உள்ளூர் மக்களைப் பாதிக்குமெனத் தெரிவித்திருந்தார்.

நேத்தமின் கடிதத்தில் குறிப்பிடப்பட்டுள்ள விசயங்களை கவனிக்குமாறு தனது அலுவலர்களைக் கேட்டுகொண்ட இந்திரா காந்தி, மத்தியப் பிரதேச முதல்வர் அர்ஜன் சிங்கிற்கும் அக்டோபர் 25இல் ஒரு கடிதம் எழுதினார்:

> உலக வங்கியின் உதவியுடன் உங்கள் மாநிலத்தின் வன வளர்ச்சி நிறுவனம் தொடங்கியுள்ள திட்டங்களில் இதுவும் ஒன்று என அறிகிறேன். இந்தத் திட்டத்தால் அங்கு வாழும் பழங்குடியினருக்குப் பாதகமான விளைவுகள் ஏற்படுமா? இதுபற்றிப் பரிசீலிக்கப்பட்டதா? சால் மரங்களுக்குப் பதிலாக யூக்லிப்டஸ் போன்ற வெப்பமண்டலப் பைன் மரங்களை நடுவது நாட்டின் நலன் கருதியா என்பதும் எனக்குப் புரியவில்லை. இந்த விசயத்தை உடனடியாக ஆழ்ந்து பரிசீலிக்கும்படிக் கேட்டுக்கொள்கிறேன்.

இந்திரா காந்தியைப் பின்பற்றுபவராக முதல்வர் தன்னைக் கருதிக் கொள்பவர். எனினும் அரவிந்த் நேத்தமின் புகார்களை ஏற்க மறுத்து ஆறுபக்க மறுப்புக் கடிதத்தை இந்திரா காந்திக்கு நவம்பர் 11இல் எழுதினார். இந்தத் திட்டத்தின் நோக்கம்பற்றி நேத்தமின் கருத்துத் தவறாக இருக்கலாம் அல்லது அதுபற்றிய புரிதல் போதிய அளவு இல்லாதிருக்கலாம் என அதில் குறிப்பிட்டிருந்த அவர் தனது அரசியல் நிலைப்பாடுபற்றி மேலும் இவ்விதம் எழுதினார்:

> இந்தத் திட்டத்தால் பஸ்தார் மாவட்டம் மேலும் வளம்பெற்று அதன் அமைப்பே மாறிவிடும் என்பது உண்மை. எனினும் சில எதிர்க்கட்சிகள் குழம்பிய குட்டையில் மீன் பிடிக்கின்றன. சில சுயநல சக்திகளோடு கைகோர்த்து மாநில அரசுக்கு எதிராக அரசியல் செய்கின்றன.
>
> இந்தத் திட்டத்தினால் வேலைவாய்ப்புகள் பெருமளவு உருவாகும். மட்டுமல்லாது வனவியல் திறன்களைப் பழங்குடியினர் கற்றுக்கொள்ளவும் இது உதவும்.

எனக்கூறிக் கடிதத்தை முடித்திருந்தார். உண்மையில் காகித உற்பத்திச் தொழிற்சாலையின் சார்பில் முதல்வர் தனது விவாதங் களை முன்வைத்தார். இத்திட்டத்தைச் செயல்படுத்த அவரை இயக்கியது அதுவே என்பது தெளிவாகத் தெரிந்தது. உலக வங்கியின் ஆதரவும் அதற்கு இருந்தது.

வி.சி. சுக்லா இந்திரா காந்தியின் அமைச்சரவையிலிருந்தார்; அர்ஜுன் சிங்கின் கடும் விமர்சகர் அவர். இந்தத் திட்டத்திற்கு எதிராக டிசம்பர் 8இல் இந்திரா காந்திக்கு அவர் கடிதம் எழுதினார் 'மாறாப் பசுமை கொண்ட சால் மரக்காடுகளின் பெரும் பகுதியை அழித்து அங்கே வெப்பமண்டலப் பைன் மரங்கள் நடும்' மாநில அரசின் முடிவு குறித்துத் தனது ஆழ்ந்த கவலையை அதில் வெளிப்படுத்தியிருந்தார். தனது மக்களவைத் தொகுதியிலும் 'சத்தீஸ்கர் பகுதியிலும் காடுகள் அழிக்கப்படுவது' பற்றியும் பிரதமரின் கவனத்திற்குக் கொண்டுவந்தார்.

மறுநாளே அர்ஜன் சிங்கிற்கு மிகக் கடுமையான தொனியில் கடிதம் ஒன்றை இந்திரா காந்தி எழுதினார்.

> பஸ்தார் மாவட்டத்தில் பசுமை மாறா சால் மரங்கள் அழிக்கப்பட்டு அவற்றுக்குப் பதிலாக வெப்பமண்டலப் பைன் மரங்களை நடும் மாநில அரசின் திட்டம்பற்றி அக்டோபர் மாதத்தில் உங்களுக்குக் கடிதம் எழுதியிருந்தேன். அந்தத் திட்டத்திற்கு எதிர்ப்பு இருப்பதோடு, அது பழங்குடியினர் கலாச்சாரத்தைப் பாதிப்பதாக உள்ளது.எனினும் அந்தத் திட்டத்தை மாநில அரசு முன்னெடுத்துச் செல்வதாக உங்கள் நவம்பர் 12 கடிதத்தின் மூலம் அறிகிறேன். இந்தத் திட்டத்திற்கு ஏற்கனவே ஒப்புதல் அளிக்கப்பட்டிருந்தாலும் அது மறுமதிப்பீடு செய்யப்பட வேண்டும். பொருளாதார ரீதியிலும் பிற அம்சங்களிலும் சால் மரத்தின் மதிப்பு பைன் மரத்தைவிடவும் மிகச் சிறப்பானது. ஜகதல்பூர் பகுதியிலும் குறிப்பாக மெய்ன்பூரிலும் காடுகள் சேதப்படுத்தப்பட்டு வருவதாகவும் பல புகார்கள் வந்துள்ளன. இவற்றைப் புறந்தள்ளிவிட முடியாது. இவை ஆழமாகப் பரிசீலிக்கப்பட வேண்டும். அதேநேரம் மரங்களை வெட்டும் நடவடிக்கைகளும் நிறுத்தப்பட வேண்டும்.

இத்துடன் இந்த விசயம் முடிந்துவிடவில்லை. புத்தாண்டில் மாநில முதல்வரிடமிருந்து வந்த பதில், வனக் கொள்கையில் முக்கியமான சம்பவங்கள் தொடர்ச்சியாக நிகழத் தூண்டுதலாக அமைந்தது.

ஓ

டிவைன் லைஃப் சொசைட்டியின் தலைவரான சுவாமி சித்தானந்தா பிரதமருக்கு மார்ச் 17இல் ஒரு கடிதம் எழுதியிருந்தார்:

> நமது இமய மலைகளின் சூழலியல் பாழ்படுத்தப்பட்டு வருவது மதிப்பிற்குரிய தாங்கள் நன்கறிந்ததே. எனது பிரியத்திற்குரியவரும் மதிப்பிற்குரிய நண்பருமான சுந்தர்லால் பகுகுணா இது தொடர்பாக இந்தக் கடிதத்துடன் தங்களைச் சந்திப்பார்.

மலைப் பகுதிகளில் பெண்களின் கடுமையான துன்பங்களை அவர் கடிதத்தில் விவரித்திருந்தார். அவர்களின் நிலையை மேம்படுத்தத் தனிப்பட்ட முறையில் இந்திரா காந்தி தலையிட வேண்டிக்கொண்டார். துறவியான சுவாமி சித்தானந்தாவை பிரதமருக்கு நன்கு தெரியும். ஆனால், சுந்தர்லால் பகுணா இந்திரா காந்தியைச் சந்திக்க எவரது சிபாரிசும் தேவையில்லை.

ஆறு நாட்களுக்கு முன்பு சூழலியலாளர் கூட்டமொன்றை ஏற்பாடு செய்திருந்தார் இந்திரா காந்தி. அதில் பகுகுணாவும் கலந்து கொண்டார். அவரைச் சந்தித்த பின் சுவாமி சித்தானந்தாவிற்கு இந்திரா காந்தி ஏப்ரல் 8இல் பதில் எழுதினார்:

> நமது மிகப்பெரிய சொத்து இமய மலைகளே. அவைதாம் நமக்குப் பாதுகாப்பாக இருக்கின்றன. தர்மத்தைப் பேணினால் அது நம்மைக் காக்கும் என மூதாதையர் நமக்கு விட்டுச்சென்ற படிப்பினையை மறந்துவிட்டோம். இயற்கை விசயத்திலும் இது உண்மை. இமயமலைக் காடுகளின் வளம் பொறுப்பற்ற முறையில் சுயநலத்திற்காகப் பயன்படுத்தப்பட்டு வருவது பெரும் கலக்கத்தை ஏற்படுத்தி உள்ளது. மலைப் பகுதிகளில் வாழும் பெண்களின் ஒத்துழைப்புடன் சுந்தர்லால் பகுகுணா தொடங்கியுள்ள இயக்கம் அவருக்குப் பரவலானப் புகழை ஈட்டித் தந்துள்ளது. நமது வனவளம் சுயநலத்திற்காகத் தவறாகப் பயன்படுத்தப்பட்டு வருவதை முடிவுக்குக் கொண்டுவர உறுதி பூண்டுள்ளோம் என்பதை அரசாங்கத்தின் *சார்பில் உங்களுக்குத் தெரிவித்துக்கொள்கிறேன்.*[9] இதனைச் செய்யத் தவறுவோமானால் தேசத்தின் வாழ்வினையே அழித்தவர்களாவோம்.
>
> சுற்றுச்சூழல் நோக்கத்திற்காகத் தீவிரமாக இயங்கிவரும் சிலருடன் சமீபத்தில் விவாதித்தேன். இந்தக் கூட்டத்தில் கலந்துகொண்ட சுந்தர்லால் பகுகுணா மதிப்பு மிகுந்த சில யோசனைகளை வழங்கினார். இவற்றைச் செயல்படுத்தத் திட்டமிட்டுள்ளோம்.
>
> அரசின் எந்தத் திட்டமும் மக்களின் செயல்திட்டமாக இருக்க வேண்டும், அப்போதுதான் அது வெற்றிபெறும். மக்களை அவர்களுக்கும் தேசத்திற்குமான கடமைகளைச் செய்ய விழிப்புணர்வு உருவாக்குவதில் ஆன்மீகத் தலைவர்கள் பெரும் பங்காற்ற முடியும்.

இந்தக் கடிதத்தில் விவரித்துள்ள கொள்கையானது 'யார் இயற்கையைப் பாதுகாக்கின்றனரோ அவர்களை இயற்கை காக்கும்' என்ற வாசகம் தில்லியுள்ள சுற்றுச்சூழல், வனம் மற்றும் பருவநிலை மாற்றத்திற்கான அமைச்சகத்தின் நுழைவாயில் முகப்பில் பொறிக்கப்பட்டுள்ளது. 'இந்திரா காந்தி பரியாவரன் பவன்' என இது பொருத்தமாகவே அழைக்கப்படுகிறது.

எளிதில் சேதமுறும் நிலையிலுள்ள இமய மலைகளின் சூழலியலமைப்பு அச்சுறுத்தலுக்கு உள்ளாகியிருந்தது. இது

மேலும் அழிந்துவிடாமல் பாதுகாக்கப்பட வேண்டுமெனவும் கடல் மட்டத்திற்கு ஆயிரம் மீட்டர் உயரத்திலிருக்கும் காடுகளிலுள்ள மரங்கள் – வர்த்தகரீதியான காரணங்களுக்காக வெட்டப்படுவது தடுக்கப்பட வேண்டுமெனவும் சுந்தர்லால் பகுகுணா விண்ணப்பித்திருந்தார் (செப்டம்பர் மாதம்). அவர் கோரிக்கையைப் பரிவுடன் அணுகிய இந்திரா காந்தி உடனே செய்த இரண்டு விசயங்கள்: 1. பகுகுணாவிற்கு ஒரு செய்தி அனுப்பியது. 2. இதுகுறித்து நடவடிக்கை எடுக்க உத்திரப் பிரதேச அரசைத் தொடர்ந்து வலியுறுத்தும்படித் தனது அலுவலகப் பணியாளர்களுக்கு உத்தரவிட்டது.

காடுகள் மிகப்பெரும் சூழலியல் மதிப்புக்கொண்டவை எனவும் வளர்ச்சி மேம்பாடு என்ற பெயரில் காடுகளிலுள்ள மரங்களை அற்றுப்போகச் செய்வது வறட்சிக்கும் வெள்ளப் பெருக்குக்குமே இட்டுச்செல்லும் எனவும் சிறிது காலமாக அவர் கூறிவந்தவற்றையே செப்டம்பர் 19இல் இந்திரா காந்தி அனுப்பிய செய்தி முதன்மைப்படுத்திற்று. இப்போது ராஜஸ்தானாக அறியப்படும் பகுதியில் 250 ஆண்டு காலத்திற்கு முந்தியிருந்த ஓர் அரசன் காடுகளிலுள்ள மரங்களை வெட்டும்படி ஆணை பிறப்பித்த வரலாற்று நிகழ்வை இந்திரா காந்தி நினைவுகூர்ந்தார். அப்போது பிஷ்னோய் சமுதாயத்தைச் சேர்ந்த முந்நூறுக்கும் மேற்பட்ட பெண்களும் பிறரும் அந்த அரசாணையை எதிர்த்துத் தங்கள் உயிரையே அர்ப்பணித்தனர் எனக் குறிப்பிட்ட இந்திரா காந்தி இந்த எடுத்துக்காட்டு ஓர் ஆதர்சமாகும் என்றார். இதே உணர்வுடன் உத்தரப் பிரதேசப் பெண்களும் பிறரும் சமீபத்தில் ஒரு போராட்டத்தைத் தொடங்கியுள்ளதாகக் கூறினார். மாநில முதல்வர்களுக்கு முன்பு எழுதியிருந்ததைப்போல் மரங்களைக் காக்க நாடு தழுவிய ஓர் இயக்கத்திற்குக் குரல் கொடுத்திருந்த இந்திரா காந்தி ஒவ்வொரு குழந்தைக்கும் ஒரு மரம் என்ற முழக்கத்துடன் மக்களிடம் பரப்புரை மேற்கொள்ள வேண்டிய தேவையையும் முன்வைத்தார்.

முதல்வர்களுக்கு மிகத் தெளிவான அறிவுறுத்தல்கள் தந்தார் இந்திரா காந்தி. அதனால் 1981 மார்ச் மாதத்திலேயே மரம் வெட்டுவதற்கானத் தற்காலிகத் தடை ஆணையை மாநில அரசு பிறப்பித்தது; அடுத்த மாதத்தில் அது கைலாஷ் நாத் கவுல் தலைமையில் ஒரு வல்லுநர் குழு அமைத்து இந்தப் பிரச்சனையை விரிவாக ஆராயும்படி கேட்டுக்கொண்டது.

1982 மார்ச்சில் வல்லுநர் குழு தனது அறிக்கையைச் சமர்ப்பிக்க இருந்தது. எனினும் அறிக்கை பற்றி மாதவ் காட்கில் போன்ற மிகச்சிறந்த வனச் சூழலியலாளர் சிலரின் கருத்துக்களையும்

கேட்டறிய விரும்பினார் இந்திரா காந்தி. அவர்களின் ஆலோசனைகளுடன் கூடிய அந்த அறிக்கை முழுமை அடைய ஓராண்டு காலம் பிடித்தது. 1983 ஜூனில்தான் இந்திய அரசு தனது கருத்துக்களை வேளாண் செயலாளர் எஸ்.பி. முகர்ஜி மூலம் மாநில அரசுக்கு தெரிவித்தது. அந்த ஆணையின் மிக முக்கியப் பகுதி வருமாறு:

> மலைகள் உயரமாகவோ சரிவாகவோ எப்படி இருப்பினும் உத்தரப் பிரதேச இமயமலைக் காடுகளின் கீழுள்ள சிவாலிக் மலை அடிவாரம்வரை வர்த்தகரீதியாக மரம் வெட்டுவதற்குத் தற்காலிகத் தடை விதிக்கப்பட வேண்டும். இந்தத் தடை எல்லாக் காடுகளுக்கும் பொருந்தும். மேலும் பதினைந்து ஆண்டுகள் (...) தடை நீட்டிக்கப்படலாம்.

இறுதியில் ஒரு எச்சரிக்கை சேர்த்துக்கொள்ளப்பட்டது:

> விறகுகள் பற்றாக்குறையால் ஏழைகளின் துன்பம்பற்றிப் பல பாராளுமன்ற உறுப்பினர்கள் கவலை தெரிவித்துள்ளனர். பிரதமர் இதனைக் கணக்கில் எடுத்துள்ளார். எனவே உத்தரப் பிரதேசத்தின் அனைத்துக் காடுகளிலும் மரங்கள் வெட்டப்படக்கூடாதென்ற முழுத் தடை ஆணையை மறுசீராய்வு செய்து உத்திரப் பிரதேசத்திலுள்ள உள்ளூர் மக்களுக்கு விறகு கிடைக்குமளவு ஆணையின் நிபந்தனைகளைத் தளர்த்த வேண்டும். 30 டிகிரிக்கும் கீழுள்ள மலைச்சரிவுகளில் இருக்கும் பட்டுப்போன மரங்கள் அல்லது அதற்குத் தயார் நிலையுள்ள மரங்களைத் தேர்வுசெய்து அவற்றை மட்டுமே வெட்ட அனுமதிக்க வேண்டும்.

இவ்விதம் அடிமேல் அடிவைத்துக் கம்பிமேல் நடப்பது போலவே இந்திரா காந்தியின் செயல்பாடுகள் இருந்தன. ஒவ்வொரு தப்படியிலும் தனது சூழலிய மனச்சாட்சியின் குரலைக் கேட்டார் அவர். அதேநேரம் சமூகப் பொருளாதார எதார்த்தத்தையும் கணக்கில் எடுத்துக்கொண்டார்.

ൽ

உத்தரப் பிரதேசத்தில் மலையோர மாவட்டங்களில் 1970களில் நிகழ்ந்த சிப்கோ இயக்கம் தேசத்தின் சுற்றுச்சூழல் வரலாற்றில் ஒரு திருப்புமுனையாக அமைந்தது. அப்போதுதான் இந்தியா திரும்பியிருந்தார் அனில் அகர்வால். அறிவியல் மற்றும் சுற்றுச்சூழல் மையத்தைத் தொடங்கும் நடவடிக்கைகளில் அவர் ஈடுபட்டிருந்தார். சுற்றுச்சூழலுக்கு ஆதரவுதரும் முக்கிய அமைப்பாக இது பின்னர் விளங்கிற்று. மே மாதம் அனில் அகர்வாலுக்கு நேர்காணல் தந்தார் இந்திரா காந்தி. நீண்ட

உரையாடல் வடிவத்திலிருந்த அந்த நேர்காணல் ஆங்கில அறிவியல் இதழான *The Nature*இல் வெளிவந்தது. அதில் அனில் அகர்வால் இவ்விதம் பதிவுசெய்திருந்தார்.

மிகப் பெரும் வனப் பகுதிகளை ஏலமிடும் மாநில அரசின் நடவடிக்கைக்கு எதிராக உத்தரப் பிரதேச மாநிலத்தின் இமயமலைப் பகுதியில் வாழும் கிராமவாசிகள் பிரத்தியேகமான ஓர் இயக்கத்தைத் தொடங்கினர். காடுகளிலுள்ள மரங்களைக் கட்டி அணைத்து வெட்டப்படுவதினின்றும் அவற்றைத் தடுத்துக் காத்தனர். இவ்விதம் பல ஆண்டுகள் நடந்துகொண்டிருந்த இந்த மக்கள் செயல்பாடு பின்னர் ஓர் இயக்கமானது. அதனால் அது சிப்கோ அந்தோலன் என்று அழைக்கப்பட்டது. இதுபோன்ற மக்கள் இயக்கத்தை எந்த அளவு திருமதி காந்தி அங்கீகரிக்கிறார் என்ற கேள்விக்கு ‘உண்மையில் இந்த இயக்கத்தின் நோக்கங்கள் எனக்குத் தெரியாது’, எனச் சாதூரியமாகப் பதிலளித்த இந்திரா காந்தி மேலும் கூறியதாவது:

> ஆனால் மரங்கள் வெட்டப்படக்கூடாது என்பது அதன் நோக்கமெனில் நான் அதனை முழுக்கவும் ஆதரிக்கிறேன், (. . .) மரங்கள் வெட்டுவது உடனடியாகப் பேரழிவுக்கு இட்டுச்செல்லும். ஏனெனில் வறட்சியும் வெள்ளப்பெருக்கும் அதனால் அதிகரித்துள்ளன. பெரும்பகுதி இடங்களை வாழக் கடினமானதாக அது உருவாக்கியுள்ளது.

சூரியசக்தி, அணுசக்தி, அறிவியல், தொழில்நுட்பம், வடக்குத் தெற்கு உறவுகள் மற்றும் சுற்றுச்சூழல் எனப் பல விசயங்களைப் பற்றிய விரிவான நேர்காணலாக அது இருந்தது. இந்திரா காந்தியின் உள் உலகு சிறிது திறந்ததை அந்த நேர்காணல் வெளிப்படுத்திற்று. அவரது சொற்கள்:

> பூமியின் மீதான எனது காதல் ஆழமானது. பிள்ளைப் பருவத்தில் இருந்தே மரங்களை வெட்டுவது எனக்குக் கவலை அளிப்பதாக இருந்துவந்திருக்கிறது. “நீங்கள் ஏன் மலர்கள் வைத்துக்கொள்வதில்லை?” என பெர்னார்ட்ஷாவிடம் கேட்க, அவர் “நான் குழந்தைகளை நேசிக்கிறேன். ஆனால் அவர்களின் தலையைக் கொய்து எனது வரவேற்பறையில் வைத்துக்கொள்வதில்லை” என்றாராம். அவரை என்னால் புரிந்துகொள்ள முடிகிறது. இதுபோன்ற ஒரு வாழ்க்கைக் கண்ணோட்டத்தைத்தான் நான் கொண்டுள்ளேன். அழகியல் உணர்வு எப்போதுமுள்ளது. நமது நகர்ப்புற வாழ்க்கை அருவருப்பு நிரம்பியதாக உள்ளது. தனிப்பட்ட முறையில் இதுவே எனக்கு மிக அபாயகரமான விசயமாகும். வளர்ச்சியும் அறிவியல் தொழில்நுட்பப் பயன்பாடும்

அதனதன் மாசுபாட்டினை உருவாக்குகின்றன. இதுவும் மிகவும் மோசமானது.

இந்த நேர்காணல் இந்தியாவில் அதிகக் கவனம் பெறாதிருந்திருக்கலாம். ஆனால் இந்திரா காந்தியின் பழைய நண்பரான பார்பரா வார்டு அல்லது லேடி ஜாக்சன்[11] மே 10இல் எழுதிய பதில்:

> உங்களின் வேலை நெருக்கடிக்கு இடையேயும் அனில் அகர்வாலை சந்திக்க அனுமதி வழங்கியதற்கு எனது மனமார்ந்த நன்றியைத் தெரிவித்துக்கொள்கிறேன். தனக்காக நேரம் ஒதுக்கிச் சந்தித்ததற்காக அனில் அகர்வால் உங்கள்மீது மிகுந்த நன்றியுணர்வு கொண்டுள்ளார். இந்தியாவின் ஒருங்கிணைந்த சுற்றுச்சூழல் செயல்பாடுகள் மீதான உங்களின் ஆர்வமும் அர்ப்பணிப்பும் அகர்வாலை மிகவும் கவர்ந்துவிட்டது. பெரிய செயல்திட்டங்களை அமல்படுத்துவதிலிருந்து கிராமங்களில் மரங்கள் நடுவதுவரை உங்களின் பிடிவாதம்பற்றி அவர் என்னிடம் குறிப்பிட்டார். பிற தலைவர்களையும் அரசுகளையும் தூண்டி ஆர்வத்துடன் செயலாற்ற எடுத்துக்காட்டாக உங்கள் செயல்பாடுகள் அமையும் என உறுதியாக நம்புகிறேன்.

Nature இதழின் நேர்காணலுக்குப் பிறகு சிப்கோ இயக்கம்பற்றி இந்திரா காந்தி குறிப்பிட்டது ஆகஸ்ட் 11இல் நடந்த பாராளுமன்ற விவாதத்தின் போதுதான். வழக்கத்திற்கு மாறாகச் சுற்றுச்சூழல் பிரச்சனைகளைப்பற்றி மட்டுமே பிரத்தியேகமாகப் பாராளுமன்ற விவாதம் நடந்தது இதுவே முதன்முறையாக இருக்கும். இதனை முன்மொழிந்தவர் குஜராத்திலிருந்து தேர்ந்தெடுக்கப்பட்ட புதிய பாராளுமன்ற உறுப்பினரான திக்விஜய் சிங். அவர் புகழ்பெற்ற சுற்றுச்சூழலியலாளர். புதிதாக உருவாக்கப்பட்ட சுற்றுச்சூழல் துறையில் உதவி அமைச்சராக நியமிக்கப்படுமளவுக்கு ஒருசில மாதங்களிலேயே அவர் இந்திரா காந்தியின் மனதைக் கவர்ந்தார். அமைச்சராக நியமிக்கப்படும் விசயத்தில் கரண் சிங்கும் இந்திரா காந்தியிடம் பேசினார்.

தன் தந்தையைப் போலவோ அல்லது எதிர்க்கட்சியிலுள்ள சிலரைப் போலவோ இந்திரா காந்தி சிறந்த பாராளுமன்ற உறுப்பினரல்லர். மக்களவையில் பேசுவது என்பது செய்ய வேண்டிய கடமையாகவே அவருக்கு இருந்தது. ஆனால் இந்தமுறை அவரின் பாராளுமன்ற உரை வித்தியாசமாக இருந்தது. உரையாற்றுவதற்காக முன்னரே தயாரிக்கப்பட்ட பிரதியோ குறிப்புகளோ எதுவுமில்லை; கிறுக்கலைப்போலக் குறிக்கப்பட்ட முக்கியச் சொற்கள் அடங்கிய சிறிய காகிதத் துண்டுதான் அவரிடமிருந்தது.

இந்திரா காந்தி

எனினும் உணர்வெழுச்சியுடனும் உறுதியான நம்பிக்கையுடனும் உரையாற்றினார்:

> மரங்களை வெட்டவிடாமல் இடைத்தரகர்களைத் தடுத்து ஓர் இயக்கத்தைத் தொடங்கியவர்களுக்கு வந்தனம், குறிப்பாக உத்தரப் பிரதேசத்தில். அதுவே சிப்கோ இயக்கம். சில திட்டங்களின் விளைவாகக் காடுகள் அற்றுப்போய்விட்டன. அதனால் ஆறுகள் சேறு படிந்துவிட்டன. வெள்ளப்பெருக்கு, வறட்சி ஆகியவற்றால் ஆண்டுதோறும் மக்களுக்குக் கடுமை யான சேதம் ஏற்பட்டு வருகிறது.

ஒவ்வொரு வளர்ச்சித் திட்டமும் சுற்றுச்சூழல் மற்றும் சமூகப் பொருளாதார மதிப்பீட்டிற்கு உட்படுத்திப் பரிசீலிக்கப்பட வேண்டும் என்பதுபற்றிப் பேசினார். சுற்றுச்சூழல் விழிப்புணர்வு பரவவும் அதுகுறித்தக் கல்வி வளர்வதற்குமான தேவைபற்றி கரண் சிங்கின் கருத்துகளுடன் உடன்படுவதாக இந்திரா காந்தி தெரிவித்தார். அவரின் இந்தப் பாராளுமன்ற உரை நீண்ட குறுக்கீடாக இருக்கவில்லை. இருபது நிமிடங்கள் இருக்கலாம், அவ்வளவே. ஆனால் அவர் இதயத்தின் ஆழத்திலிருந்து பேசினார்.

ஒ

புதுதில்லியில் உள்ள இளம் இயற்கை ஆர்வலர்களுக்கென *Echoes from the Wild* என்ற இதழ் வெளிவந்துகொண்டிருந்தது. அவர்களில் சிலர் பின்னாளில் குறிப்பிட்ட ஒரு துறையில் – வரலாற்றியலாளரான மகேஷ் ரங்கராஜன், சுற்றுச்சூழல் செயல் பாட்டாளரான ஆஷிஸ் கோத்தாரி போல – புகழ்பெற்றனர். இந்த இளைஞர்கள் பிப்ரவரி 17இல் 'ஜனதா தர்பாரில்' இந்திரா காந்தியைச் சந்தித்தனர், இரண்டு நிமிடங்கள்தாம். 'நீங்கள் செய்துவரும் நல்ல பணி தொடரட்டும்' என இந்திரா காந்தி அவர்களிடம் கூறியபோது அவர்கள் *Echoes from the Wild* – 1979 டிசம்பர் இதழின் ஒரு பிரதியை இந்திரா காந்தியிடம் தந்தனர். தில்லி ரிட்ஜ் பகுதியில் தண்டனை பற்றிய பயம் எதுவுமின்றிப் பாதுகாப்பு விதிகள் மீறப்படுவதாகவும் துணைநிலை ஆளுநரின் அனுமதியின்றி மரங்கள் வெட்டப்படுவதாகவும் அந்த இதழில் தலையங்கம் எழுதப்பட்டிருந்தது.

அந்தத் தலையங்கத்தை ஏற்கெனவே வாசித்திருந்த பிரதமர் அதுகுறித்துத் தனது செயலாளர் சி.ஆர். கிருஷ்ணசுவாமி ராவ் சாகிபை துணைநிலை ஆளுநர் ஜக் மோகனுக்குக் கடிதம் எழுதும்படிச் செய்திருந்தார். இந்த விசயத்தில் தீவிரக் கவனம் செலுத்த வேண்டுமெனவும் நகரத்தின் ரிட்ஜ் ஏரியா, அதனைச் சுற்றியுள்ள திறந்த வெளியின் சுற்றுச்சூழலைப் பேணிப் பாதுகாக்க

வேண்டுமெனவும் பிரதமர் விரும்புவதாக மார்ச் 21 கடிதத்தில் குறிப்பிட்டிருந்தார். கடிதத்தின் நகல் வேளாண் அமைச்சகத்திலும் பொதுப்பணி மற்றும் வீட்டுவசதி அமைச்சகத்திலுமுள்ள சக செயலாளர்களுக்கும் அனுப்பப்பட்டிருந்தது. அந்த நகலில் ‘தில்லியின் பழைய, புதிய பகுதிகளில் சூழலியலைப் பேணிப்பாதுகாக்கும் அவசியத்தை நகர்ப்புற வளர்ச்சி கணக்கில் எடுத்துக்கொண்டு உடனடி நடவடிக்கை எடுக்க வேண்டும் என்பது பிரதமரின் விருப்பமாகும்’ எனவும் குறிப்பிட்டிருந்தார்.

இந்திரா காந்தி இந்த நிலைப்பாட்டை எடுத்தபோது மகேஷ் ரங்கராஜன் பள்ளிக்கூடத்தில் படித்துக்கொண்டிருந்தார். பின்நாட்களில் தனது புத்தகங்களில் எழுதிய கட்டுரைகளில் இந்திரா காந்தியின் சுற்றுச்சூழல் மீதான அக்கறையை வெளிப்படுத்துவதற்காக இந்தச் சம்பவங்களைப் பயன்படுத்திக் கொண்டார்.

ஃ

வனவியல் மத்திய வாரியத்தின் 18ஆம் ஆண்டு மாநாட்டில் ஆகஸ்ட் 25 அன்று இந்திரா காந்தி உரையாற்றினார். வன நிர்வாகத்தில் புதிய அணுகுமுறையின் தேவை பற்றிய இந்திரா காந்தியின் அக்கறை அதில் வெளிப்பட்டது. “இந்தியாவின் மொத்த நிலப்பரப்பில் வனங்களும் மரங்களும் மூன்றில் ஒரு பங்கு இருக்க வேண்டும் என்பது நமது லட்சியமாகும். ஆனால் 23 விழுக்காடுதான் உள்ளது. இதில் 10 விழுக்காடுதாம் தரமானவை என்பது மிகமோசமானது. இவ்விதம் (காடுகள் இழப்பு, தரக்குறைவு) என இரட்டைப் பிரச்சனைகளை இந்தியா எதிர்கொண்டுள்ளது” எனவும் தனது உரையில் இந்திரா காந்தி குறிப்பிட்டார். இதற்கு முன்பும் இதுபோல இந்திரா காந்தி எழுச்சியுடன் உரையாற்றியதுண்டு. ஆனால் புள்ளி விவரங்களுடன் உண்மை நிலவரத்தை இதுபோல் தனது விவாதத்திற்கு ஆதரவாக ஒருபோதும் முன்வைத்ததில்லை.

வனங்களை நிர்வகிப்பதில் மக்களின் பங்களிப்பு இருக்க வேண்டும் என்பதே இந்திரா காந்தியின் உரையின் மையக்கருத்தாக இருந்தது. அடுத்த நான்கு ஆண்டுகளில் மக்களின் பங்களிப்புத் தொடர்பான இந்தக் கருத்து வலுப்பெற்றது. மிகுந்த நம்பிக்கையுடன் தொடங்கப்பட்ட வன மேம்பாட்டு நிறுவனங்கள் ‘வன அழிவு நிறுவனங்களாக’ மாறிவிட்டதென இந்திரா காந்தியிடம் சலீம் அலி தெரிவித்தார். இதனை வன நிர்வாக அதிகாரிகளிடம் குறிப்பிட்ட இந்திரா காந்தி காடுகளின் பாதுகாவலர்களாக அவர்கள் தங்களைக் கருத வேண்டுமென்பதை உறுதிபடக் கூறினார்.

காடுகளின் பாதுகாவலர்களாக இருப்பது ஒன்று; காடுகள் பற்றிய அறிவும் ஞானமும் தங்களுக்கே உண்டு என உரிமை கொண்டாடுவது வேறு. இதுபற்றி எச்சரித்த பிரதமர், 'தொழில்ரீதியான அறிவும் திறனும் இங்கே கூடியுள்ள உங்களிடம் இருக்கலாம். ஆனால் இன்னும் எத்தனையோ பேரிடம் குறிப்பாக – பழங்குடியினரிடமும் அவர்களிடையே பணியாற்றும் தன்னார்வக் குழுவின் தொண்டர்களிடமும் காடுகள் தொடர்பான குறிப்பிடத்தக்க ஞானம் உண்டு. அவற்றை ஆக்கபூர்வமாக ஒன்றிணைத்துக் கடிவாளமிட்டு வழிநடத்த வேண்டிய தேவை உள்ளது', என்றார்.

கடுமையான புதிய வனப் பாதுகாப்பு சட்டம் அறிவிக்கப்பட இருந்ததை இந்திரா காந்தி அறிந்திருந்தார். எனினும் ஆணை களைப் பிரகடனம் செய்வது மட்டும் போதாது எனவும் வனப் பாதுகாப்பு, அவற்றை மீளுருவாக்கம் செய்வதுபற்றி மக்களிடம் விழிப்புணர்வு ஏற்படுத்துவதே – குறிப்பாக இளைய தலைமுறை யிடம் – மிக முக்கியமானது எனவும் குறிப்பிட்டார்.

மாநாட்டு நடவடிக்கைகள் தீவிரமாக நடந்து கொண்டிருக்கை யில் சிறிது நகைச்சுவை உணர்வையும் பார்வையாளர்களுக்குத் தரவிரும்பிய இந்திரா காந்தி ஏட்டளவில் உயிருடனிருந்த சட்ட விதிகள் நடைமுறையில் காணாமல் போய்விட்ட கதையை எடுத்துக்காட்டாகக் குறிப்பிட்டார். யானைகளைப் பாதுகாப்பதற்காக முன்பு 1873இல் மதராஸ் மாகாணத்தில் ஒரு சட்டம் நிறைவேற்றப்பட்டது. 1953 அக்டோபரில் மதராஸிலிருந்து பிரிந்து ஆந்திரம் தனிமாநிலமாக உருவாக்கப்பட்டது. 1956இல் விரிவாக்கப்பட்ட புதிய ஆந்திர மாநிலம் உருவானது. இதனையே இந்திரா காந்தி 'ஆந்திராவில் சட்டம் பாதுகாக்கப்பட்டது – யானைகள் காணாமல் போயின' என்றார்.

கூட்டம் முடிந்ததும் அலுவலகத்திற்குத் திரும்பிய இந்திரா காந்தி ஓர் அலுவலக் குறிப்பைச் சாரதா பிரசாதிற்கு அனுப்பினார்:

> யானைகள் கதை ஆந்திரத்திற்குப் பொருந்தாது என மாநாட்டில் சிலர் புகார் செய்தனர். இதனைச் சரி பார்க்கவும்.

தன்னுடன் பணிபுரியும் ராஜாமணியுடன் இதுபற்றிப் பேசினார் சாரதா பிரசாத். ராஜாமணி இந்திரா காந்திக்கு உடனடியாக அலுவலக் குறிப்பு ஒன்றை விவரமாக எழுதியனுப்பினார்:

> (...) தற்போதைய ஆந்திரப் பகுதி உட்பட மொத்த மதராஸ் மாகாணத்தின் அனைத்துப் பகுதிகளிலும் இருந்த காட்டு யானைகளைப் பாதுகாப்பதற்காக அந்தச் சட்டம் வடிவமைக்கப்பட்டது. யானைகள் ஆந்திரப்

பகுதியிலிருந்து மட்டும் மெல்ல மறையத் தொடங்கின. இப்போதும் கேரளம், கர்நாடகம், தமிழ்நாட்டில் யானைகள் உள்ளன. ஆந்திரம் தனி மாநிலமாக உருவாகிய பின்பு யானைகள் இல்லாத ஆந்திரத்தில் இந்தச் சட்டம் மேலும் பல ஆண்டுகளாக இருந்துவருவது விசித்திரமான கற்பனை என எடுத்துக்கொள்ள முடியாது. ஏனெனில் ஸ்ரீகாக்குளம் போன்ற மாவட்டப் பகுதிகளில் யானைகளின் வாழிடங்கள் இருக்கும் வாய்ப்புகள் உள்ளன. இப்போது ஒரிசாவிலிருந்தும் அவ்வப்போது யானைகள் வழிதவறி இங்கே வந்துவிடுவதுண்டு. (...) எனினும் நகைச்சுவையாகத் தெரிவித்த பிரதமரின் குறிப்புகள் யானைகள் காப்பகம் ஒன்றை அமைக்கும்படி ஆந்திர அரசைத் தூண்டலாம்.'

பிரதமர் சமாதானமடைந்தார். ஆனால் இந்தச் சம்பவத்தால் இந்திரா காந்தியை நம்மால் விளங்கிக்கொள்ள முடிகிறது. யாரோ ஒருவர் அவரிடம் சென்று பேசமுடிகிறது; அவரது நகைச்சுவை உண்மையில் தவறானது என அவரிடமே தெரிவிக்க முடிகிறது; அவரும் தனது இயல்பின்படி அலுவலர்கள் உதவியால் அதனைச் சரிபார்ப்பதுண்டு.

ஜ

மாதவ் காட்கில், ராமசந்திர குஹா இருவரும் இந்திய சூழலியல் வரலாற்றை விரிவாக எழுதியவர்கள். இந்திரா காந்தி எதேச்சதிகாரத் தன்மைகொண்ட சூழலியலாளர் என்ற எண்ணம் கொண்டவர்கள். சலீம் அலியைப் பற்றியும் அவர்களின் கருத்து அவ்விதமாகவே இருந்தது. என்னைப் பொறுத்தவரை இது மிகையான கருத்தாகத் தெரிகிறது. ஆனால் காடுகள் பாதுகாப்புத் தொடர்பான கொள்கைத் திட்டத்தை வகுக்கும் ஒரே ஒரு சந்தர்ப்பத்தில் மட்டும் இந்திரா காந்தியின் அணுகுமுறை எதேச்சதிகாரத் தன்மை கொண்டிருந்தது என்பது உண்மை. அது 'வனப் பாதுகாப்புச் சட்டம் – 1980' நிறைவேற்றியது தொடர்பானதாகும். இந்த விசயத்தில் இந்திரா காந்தியின் அணுகுமுறை எதேச்சதிகாரத் தன்மை கொண்டிருந்ததற்குக் காரணம் அவரது முந்தைய அனுபவங்களே. எடுத்துக்காட்டாக நீர் மாசுபாட்டுத் தடுப்பு மசோதா சட்டமாக நிறைவேற்றப்பட நான்கு ஆண்டுகள் ஆயின. 1974இல்தான் அது சட்டமானது. 1973இல் முன்மொழியப்பட்ட காற்று மாசுபாட்டுத் தடுப்பு மசோதா எட்டு ஆண்டுகளுக்குப் பிறகே சட்டமானது.

மார்ச் மாத மத்தியில் சூழலியலாளர் கூட்டம் ஒன்றினை ஏற்பாடு செய்திருந்தார் இந்திரா காந்தி. முக்கியமான அனைத்துச் சூழலியலாளர்களும் அந்தக் கூட்டத்திற்கு வருகை தந்திருந்தனர்.

மத்தியப்பிரதேசத்தில் வனத்துறைச் செயலராக இருந்த ஐஏஎஸ் அதிகாரியான சமர் சிங்கும் அவர்களில் ஒருவர். பின்னாட்களில் மத்திய அரசில் காடுகள், கானுயிர்த் தொடர்பான பதவியில் பொறுப்பேற்க இருந்தார் அவர். கூட்டத்திற்கு வந்திருந்த ஏறத்தாழ அனைவரும் இந்தியாவிலுள்ள காடுகளின் நிலைமை பற்றிக் கவலை தெரிவித்தனர். காடுகள் பாதுகாப்பையும் அவற்றின் மீளுருவாக்கத்தையும் மாநில அரசுகள் தீவிரமாக எடுத்துக் கொள்வதில்லை என்பது அவர்களின் கருத்தாகும். இந்திரா காந்தியோ தனது இயல்பின்படி ஒரு வார்த்தையும் பேசவில்லை. அனைவரின் கருத்துக்களையும் கவனமாகக் கேட்டார்.

நலனி ஜயாலிற்குப் பிறகு சமர் சிங் ஜூன் மாதத்தில் பொறுப்பேற்றுக்கொண்டதும் அவரிடம் வேளாண்துறை அமைச்சர் ராவ் பீரேந்திர சிங் காடுகள் பாதுகாப்புத் தொடர்பாக ஒரு புதிய சட்டத்தை மத்தியில் கொண்டுவரப் பிரதமர் விரும்புவதாகத் தெரிவித்தார். மார்ச் மாதம் நடந்த சூழலியலாளர் கூட்டத்தில் இதுபற்றி விவாதிக்கப்படவில்லை. எனினும் அரசமைப்புச் சட்டத்தின் பொதுப் பட்டியலின் கீழ் 1976இல் வனங்கள் கொண்டுவரப்பட்ட பிறகு இந்த விசயத்தில் – எட்டு ஆண்டுகளுக்கு முன்னர் கானுயிர்ப் பாதுகாப்பில் ஏற்கனவே முடிவு எடுத்ததைப்போலத் துணிவுடன் – மத்திய அரசு முடிவு செய்யும் தருணம் வந்துவிட்டதாக இந்திரா காந்தி எண்ணியிருக்கலாம். காடுகள் பாதுகாப்புத் தொடர்பான மத்திய அரசின் சட்ட வரைவைத் தயார்செய்யும் பணியில் உடனே ஈடுபட்டார் சமர் சிங். அந்த முக்கியமான விசயத்தின் சட்ட வரைவை ஒரு பக்கத்திற்கும் குறைவான அளவில் முடித்துவிட்டார். இந்திய அரசியல் சட்ட வரலாற்றில் ஒரு பக்கத்திற்குக் குறைவான அளவு ஒரு சட்ட வரைவு இருப்பது அதுவரை நிகழ்ந்திராத ஒன்று:

> எந்த மாநில அரசும் அல்லது வேறு அதிகார அமைப்பும் கீழ்க் கண்ட விசயங்களில் மத்திய அரசின் ஒப்புதல் இன்றி எந்த ஆணையையும் பிறப்பிக்கக் கூடாது. இது சம்பந்தமாக அந்த மாநிலத்தில் தற்காலிகமாக வேறு சட்டம் அமலில் இருந்தாலும்:
>
> 1. வேறு எந்தச் சட்டத்தின் அல்லது சட்டப் பிரிவின்படிப் பாதுகாக்கப்பட்ட காடுகள் எனப் பொருள்தரும் வாசகத்தின்படி ஒரு மாநிலம் சில வனப் பகுதிகளைப் 'பாதுகாக்கப்பட்டதென' நடைமுறையில் பின்பற்றி வரலாம். வனங்கள் 'பாதுகாக்கப்பட்டதென்ற' வரையறைக்குள் இனியும் வராது.
>
> 2. மாநில அரசோ (அல்லது) வேறு அதிகார அமைப்போ வன நிலத்தையோ அல்லது அதன் பகுதியையோ வனங்களுக்குத் தொடர்பில்லாத காரணங்களுக்காக ஒதுக்கக்கூடாது.

விளக்கம்: வனங்களுக்குத் தொடர்பில்லாத என்பதன் பொருள்: வனநிலத்திலோ அல்லது அதன் பகுதியிலோ உள்ள மரங்களை (மீண்டும் மரங்களை நடும் நோக்கம் தவிர பிற காரணங்களுக்காக) அழிக்கக்கூடாது.

சட்ட வரைவின் சுருக்கம் மலைக்கச் செய்வது. ஆனால் அதன்பின் நிகழ்ந்தவையோ அதற்கு மேலாக அதிர்ச்சியூட்டுவது. காடுகள் பாதுகாப்பில் தேசிய அளவில் சட்டம் இயற்றுவதற்கு மாநிலங்களின் ஒத்திசைவைப் பெறமுடியும் என்பதில் இந்திரா காந்தி நிச்சயமில்லாதிருந்தார். அது மட்டுமல்லாது காடுகளைப் பாதுகாப்பதில் மாநிலங்கள் தீவிரமாகச் செயல்படும் என்பதிலும் – நியாயமாகவே – இந்திரா காந்திக்கு நம்பிக்கை இல்லை. அதனால் அவர் அரசமைப்புச் சட்டத்தின் விதி 123 (1) ஐத் தஞ்சமடைந்தார். அதன்படி அமைச்சரவையின் பரிந்துரையுடன் ஜனாதிபதி சட்டத்தை அக்டோபர் 25இல் பிரகடனம் செய்தார். பில்லி அர்ஜன் சிங், சலீம் அலி மற்றும் பிற சுற்றுச்சூழலியலாளர்கள் இந்த நடவடிக்கையை வரவேற்று வாழ்த்தினர். காட்டு இலாகா அலுவலர்களும் இவர்களுடன் சேர்ந்துகொண்டனர்.

இந்தச் சட்டம் குறித்து நவம்பர் மாதத்தில் மக்களவையில் விவாதம் நடந்தது. சட்டத்தை நிறைவேற்ற வழக்கத்திற்கு மாறான நடவடிக்கை மேற்கொண்டமைக்காக மக்களவை உறுப்பினர் பலர் இந்திரா காந்தியைக் கடுமையாக விமர்சித்தனர். எனினும் இந்தச் சட்டத்திற்கு அதிகாரபூர்வமான அறிக்கை டிசம்பர் 27இல் வெளியிடப்பட்டது. இவ்விதம் மிகக்குறுகிய காலத்திலேயே அந்தச் சட்டம் நடைமுறைக்கு வந்தது. சட்டத்தின் அமைப்பு இன்றுவரை தொடர்ந்து நீடித்துவருகிறது. இந்தச் சட்டத்தால் காடுகளுக்குச் சம்பந்தமில்லாத காரணங்களுக்காக வன நிலங்கள் ஒதுக்கப்படுவது பெருமளவு குறைந்துவிட்டது என்பது பொதுவாக ஏற்றுக்கொள்ளப்பட்ட உண்மையாகும். 1950லிருந்து 1980 வரையிலான 30 ஆண்டு காலத்தில் 40 லட்சம் ஹெக்டேர் வனநிலங்கள் வேறு காரணங்களுக்காக ஒதுக்கப்பட்டது. அடுத்துவந்த முப்பது ஆண்டுகளில் இது பத்து லட்சமாகச் சுருங்கியது. சுற்றுச்சூழல் அமைச்சராக இருந்தபோது இதனை நான் அறிந்துகொண்டேன்.

ଓ

இரண்டாவது முறை பிரதமராகப் பொறுப்பேற்றுக்கொண்ட ஒன்பது நாட்களில் இரு அவைகளிலும் வழக்கமான வருடாந்திர ஜனாதிபதி உரையில்[12] சூழலியல் பற்றிய ஒரு பத்தியைச் சேர்த்துக்கொள்ளச் செய்தார் இந்திரா காந்தி. 'வளர்ச்சி தொடர்பான அனைத்து நடவடிக்கைகள், திட்டங்களின் ஒரு

பகுதியாகச் சூழலியல் சமன்நிலையையும் உட்படுத்திக்கொள்ளும் அதிகாரம்கொண்ட சிறப்புக் குழு ஒன்றை அமைப்பதற்கானத் தேவை' பற்றி ஜனாதிபதி சஞ்சீவ ரெட்டி பாராளுமன்ற உறுப்பினர்களிடம் ஜனவரி 23இல் தெரிவித்தார்.

'சுற்றுச்சூழல் பாதுகாப்பிற்காகச் சட்டமியற்ற மேற்கொள்ள வேண்டிய நடவடிக்கைகள் மற்றும் நிர்வாக அமைப்புப்பற்றிப் பரிந்துரை செய்வதற்காக ஒரு குழுவைப் பிப்ரவரி 28இல் இந்திரா காந்தி அமைத்தார். அலுவலக அதிகாரிகளும் அலுவலகம் சாராத வல்லுநர்களான எம். கிருஷ்ணன், ஸஃபர் ஃபதேஹ்அலி, பில்லி அர்ஜன் சிங், மாதவ் காட்கில் ஆகியோரும் குழுவில் இடம்பெற்றிருந்தனர். குழுவின் தலைவராகத் திட்டக் கமிஷனின் உதவித் தலைவரான என்.டி. திவாரி நியமிக்கப்பட்டார். அதனால் அது திவாரி குழு எனப் பின்னர் அழைக்கப்பட்டது.

செப்டம்பர் 15இல் குழுவின் அறிக்கை தயாரானது. அறிக்கை சமர்ப்பிக்க ஒரு குழு எடுத்துக்கொள்ளும் பொதுவான அளவுகோலின்படி இந்தக் குழு எடுத்துக்கொண்ட கால அவகாசம் மிகக் குறைவானதுதான். இரு நாட்களுக்குப் பிறகு அந்த அறிக்கை பிரதமரிடம் சமர்ப்பிக்கப்பட்டது. அதன் பல பரிந்துரைகளில் முக்கியமானது 'ஒரு புதிய சுற்றுச்சூழல் இலாகாவைப் பிரதமரின் நேரடிப் பொறுப்பில் உருவாக்குவது'.

இந்தியாவின் முதல் சுற்றுச்சூழல் அமைச்சராகப் பொறுப்பேற்றுக்கொண்ட இந்திரா காந்தி இறுதிவரை அந்தப் பொறுப்பில் நீடித்தார். சுற்றுச்சூழல் இலாகாவின் முதல் மூன்று செயலாளர்களாக மூன்று விஞ்ஞானிகளை இந்திரா காந்தியே தனிப்பட்ட முறையில் தேர்வுசெய்தார் – இயற்பியலாளர் எம்.ஜி.கே. மேனன், கடல் உயிரியல் நிபுணர் எஸ். இஸட். காசிம், தாவரவியலாளர் டி.என். கோஷூ. 1985களின் தொடக்கத்தில் கோஷூ பணி ஓய்வுபெற்றபின் அந்தப் பொறுப்பிற்கு விஞ்ஞானிகள் யாரும் நியமிக்கப்படவில்லை.

இந்த விஞ்ஞானிகளின் பணி இந்திரா காந்திக்கு மகிழ்ச்சியைத் தந்தது உண்மைதாம். ஆனால் பெரும்பாலும் இந்திரா காந்தி சுற்றுச்சூழல் விசயங்களை விஞ்ஞான, தொழில்நுட்பப் பட்டகங்களின் வழியாகவே பார்த்தார் என்பது எனது எண்ணமாகும். அதாவது சூழலியல் பற்றிய பிரச்சனைகளை நிலக்கரி, கச்சா எண்ணெய் முதலிய புதுப்பிக்க முடியாத வளங்கள் குறைவாகவே தேவைப்படும் தொழில்நுட்பத்தால் கையாள முடியும் எனவும் அதற்கு ஆராய்ச்சியும் மேம்பாடும் மிக அவசியம் எனவும் இந்திரா காந்தி நம்பினார். அவர் உயிருடன் இருந்திருப்பாரேயானால் இந்த 'தொழில்நுட்பத் தீர்வு' பற்றிய தனது கருத்துக்களை

மாற்றியிருக்கக் கூடும். அக்கண்ணோட்டம் குறுகலானது என்பதை ஏற்றுக் கொண்டுமிருப்பார்.

சுற்றுச்சூழல் (பாதுகாப்பு) சட்டம் 1986, நிறைவேறிய பிறகு சுற்றுச்சூழல் துறையின் செயல்பாடுகள் அடிப்படை மாற்றம் கொண்டன. 1984 டிசம்பரில் ஏற்பட்ட கொடூரமான போபால் விஷவாயுப் பேரழிவுக்குச் சட்டரீதியான எதிர்வினையாக அந்தச் சட்டம் அமைந்தது. சுற்றுச்சூழல் தாக்கத்தை ஆய்வுசெய்த பின் திட்டத்தை ஏற்கவோ நிராகரிக்கவோ அதிகாரம்கொண்ட அரசு அமைப்பு ஒன்று நியமக்கப்பட வேண்டும் என்பது சலீம் அலி போன்ற சூழலியலாளர்களின் கோரிக்கையாக இருந்தது. எனினும் இந்திரா காந்தி சுற்றுச்சூழல் துறையைத் தனது பொறுப்பிலேயே வைத்துக்கொண்டார். அந்தத் துறை ஒரு ஒழுங்காற்றுப் பிரிவாக அல்லாது ஆலோசனை மற்றும் கொள்கை அமைப்பாகச் செயல்பட்டது. அறிவியல்ரீதியான வலுவான அடிப்படை அந்தத் துறைக்கு இருந்தது.

திவாரி குழு அறிக்கையின் பெரும்பகுதியையும் எழுதியவர் ஜயால். சலீம் அலியின் தலையீட்டால் ஜயாலின் பதவிக் காலம் ஓராண்டு நீட்டிக்கப்பட்டது. திவாரி குழுவில் பணிபுரிவதற்காக அறிவியல் தொழில்நுட்பத் துறைக்கு ஜூன் 5ஆம் தேதி அவர் மாற்றப்பட்டார். நவம்பரில் புதிதாகத் தொடங்கப்படவிருந்த சுற்றுச்சூழல் துறைக்குப் பணிமாற்றத்தில் செல்ல இருந்தார். 1983 மே மாதம் வரை அந்தத் துறையிலேயே தொடர்ந்து பணிபுரிந்தார். பிரதமரின் ஆதரவு இருந்ததால் அவரின் பங்களிப்புக் கணிசமாக இருந்தது. எடுத்துக்காட்டாக, சுற்றுச்சூழல் பராமரிப்பில் ஆராய்ச்சி மற்றும் பயிற்சி தருவதற்குச் சில அறிவியல் அமைப்புகள் 1980களின் தொடக்கத்தில் நிறுவப்பட்டன; லடாக்கிலிருந்து அருணாசலப் பிரதேசம்வரையுள்ள இமய மலைத் தொடரில் தேசியப் பூங்காக்கள் அமைக்கப்பட்டன; தனிப்பட்ட முறையில் மலர்களின் பள்ளத்தாக்கில் பேரார்வம் கொண்டிருந்தார் இந்திரா காந்தி. 1982 செப்டம்பர் 6இல் அது தேசியப் பூங்காவாக அதிகாரப்பூர்வமாக அறிவிக்கப்பட்டது.

முன்பே குறிப்பிட்டிருப்பதுபோல, (காடுகள் மற்றும் கானுயிர்) துறையின் இணைச்செயலாளராக ஜயாலுக்குப் பதிலாகச் சமர்சிங் பொறுப்பேற்றுக்கொண்டார். இந்திய ஆட்சிப்பணி அதிகாரியான அவர் ரஞ்சித்சிங்கைப்போல மத்திய பிரதேசத்தில் பணிபுரிந்த பின் வனவியலில் தனக்கென ஒரு நற்பெயரைச் சம்பாதித்திருந்தார். அவர் ரஞ்சித் சிங்கின் நெருங்கிய உறவினராவார். ராஜஸ்தானின் துங்காபூர் முன்னாள் அரச குடும்பத்தைச் சேர்ந்தவர் அவர். இந்திராவுடன் பணிபுரிந்த அனுபவங்களைப் பின்னர் எழுத இருந்தார். காடுகள், கானுயிர்

மீதான இந்திரா காந்தியின் ஆழ்ந்த ஈடுபாட்டை பல எடுத்துக் காட்டுகளுடன் அதில் குறிப்பிட்டிருந்தார்.[13]

ஞ

புதுப்பிக்கத்தக்க எரிசக்திக் கொள்கைத் திட்டம் பற்றியும், பெட்ரோல் நிலக்கரி என மரபார்ந்த புதைபடிவ எரிபொருள் பயன்பாட்டிலிருந்து உலகை எவ்விதம் விடுபடச் செய்வது என்பது பற்றியும் கடந்த சில வருடங்களாகவே விவாதம் நிகழ்ந்து வருகிறது. இந்த விவாதத்தின் முன்னோடி இந்திரா காந்தி.

1980 ஜனவரியில் மீண்டும் ஆட்சிக்கு வந்ததும், எரிசக்தி சம்பந்தமாக உடனடியாக ஏதேனும் செய்ய வேண்டியது அவசியம் எனத் தனது அதிகாரிகளிடம் இந்திரா காந்தி கூறியவாறிருந் தார். 1973இல் முதல் (பெட்ரோலிய) எண்ணெய் நெருக்கடியைப் போலவே 1979 பிப்ரவரியில் ஈரானியப் புரட்சிக்குப்பின் ஏற்பட்ட இரண்டாவது எண்ணெய் நெருக்கடி இந்திரா காந்தியின் மனதில் மறையாதிருந்தது. 1970களில் உணவு உற்பத்தியில் தன்னிறைவு அடைவதென்ற இந்தியாவின் உறுதி வெற்றிபெற்றதைப் போலவே 1980களில் எரிசக்தியில் தன்னிறைவு என்ற இலக்கை அடையத் தொடர்ந்து செயலாற்றி வெற்றி பெறவேண்டிய தேவை உள்ளதென்பது இந்திரா காந்தியின் நம்பிக்கையாகும்.

அக்டோபர் 29இல் இந்திரா காந்தியின் அலுவலக அதிகாரி ஒருவர் கேபினட் செயலருக்கு இந்தக் குறிப்பை அனுப்பினார்:

> எரிசக்திக் கொள்கைத் திட்டக் குழுவின் செயலாளர்கள் அறிவியல் மற்றும் தொழில்நுட்பத் துறையின் கீழ் ஒரு மாற்று எரிசக்தி ஆணையத்தை உருவாக்கும் ஏற்பாடுகளை மேற்கொள்ள வேண்டும். இந்த ஆணையம் சூரிய, காற்று, ஆலைக்கழிவு, எரிசக்தி மற்றும் மீதேன் எரிவாயு முதலியவற்றில் கவனம் செலுத்தும். இது பிரதமரின் விருப்பமாகும்.[14]

கேபினட் செயலாளர் தலைமையில் இந்திய அரசின் உயர் அதிகாரிகள் நவம்பர் 18இல் கூடினர். கூட்டத்தில் பதிவானவை:

> விவாதத்தைத் தொடங்கிவைத்த கேபினட் செயலாளர், 1980களில் எரிசக்தியில் நாடு தன்னிறைவு பெற வேண்டும் என்ற குறிக்கோளை அடைய உறுதியுடன் செயல்பட வேண்டும் என்பது பிரதமரின் கருத்து எனக் குறிப்பிட்டார். (பெட்ரோல்) எண்ணெயின் கடும் விலையேற்றமும் புதைபடிவ எரிபொருட்களின் (எண்ணெய் நிலக்கரி முதலிய மூல வளங்கள்) தட்டுப்பாடும் சூரியன், காற்று முதலிய என்றுமிருக்கும் வளங்களை எரிசக்தியாக மேம்படுத்திப் பயன்

படுத்த வேண்டிய கடினமான பணியை உருவாக்கியுள்ளது. சூரியன், காற்று, மீத்தேன், எரிவாயு முதலிய மாற்று எரிசக்தி மூல வளங்களில் ஆராய்ச்சி மற்றும் மேம்பாட்டு முயற்சிகள் தீவிரமாக மேற்கொள்ளப்பட வேண்டும். அது மட்டுமின்றி ஆய்வுக் கூடங்களிலிருந்து விரிவான தளத்திற்கு இவை வருவதற்கு நடவடிக்கை எடுக்கப்பட வேண்டும்.

அணுசக்தி, விண்வெளி முதலியவற்றுக்கான நிறுவன அமைப்புக்கள் போல இதற்கும் (மாற்று எரிசக்தி) நிறுவன அமைப்பை உருவாக்க இந்திரா காந்தி விரும்பினார் என்பதும் அதனால் புதிய எரிசக்தி மூல வளங்களுக்கு உரிய முக்கியத்துவம் தரப்பட வேண்டும் என்பதும் தெளிவாகிறது.

*1969*லிருந்து *1977* வரை கரண்சிங் கானுயிர்க் கழகத்தின் தலைவராக இருந்தார். 1974இல் சுற்றுலாத்துறை அமைச்சகத்திலிருந்து நல்வாழ்வு மற்றும் குடும்ப நலத்துறைக்கு மாற்றப்பட்ட பின்பும் இந்திரா காந்தி அவரை இந்தியக் கானுயிர்க் கழகத்தில் தொடர்ந்து பணிபுரிய வேண்டிக்கொண்டார்.

எனினும் காங்கிரஸ் கட்சியில் பிளவு ஏற்பட்டபோது அவர் இந்திராவிடமிருந்து விலகி எதிரணியில் *1978* ஜனவரியில் சேர்ந்தார். *1980* பாராளுமன்றத் தேர்தலில் இந்திரா காந்தியை எதிர்த்துப் போட்டியிடும் எல்லைவரை சென்றார். இந்திரா காந்தி மீண்டும் பிரதமராக ஜனவரியில் பதவி ஏற்றுக்கொண்டதும் இந்தியக் கானுயிர்க் கழகத்தின் நிலைகுறித்துச் சுற்றுச்சூழலியலாளர்கள் கவலைகொண்டனர்.

இந்தச் சமயத்தில்தான் ஆன் ரைட் துணிச்சலான யோசனையை முன்வைத்தார். அவர் பிரிட்டிஷ் பெற்றோர்க்குப் பிறந்தபோதிலும் இந்தியராக வாழ்ந்தவர். தனது வாழ்க்கை முழுவதையும் இந்த நாட்டிலேயே கழித்தவர். இந்திரா காந்திக்கு அவரை மிகவும் பிடிக்கும். மார்ச் *10*இல் பிரதமருக்கு ஆன் ரைட் எழுதிய கடிதம்:

> இந்தியக் கானுயிர்க்கழகத்தின் தலைவராக நீங்கள் வர வேண்டும். இந்தப் பொறுப்பை நீங்கள் ஏற்றுக்கொள்ள வேண்டும். நான் இந்தக் கௌரவத்தை எங்களுக்குத் தரவேண்டுமெனத் தங்களை மிகப் பணிவுடன் வேண்டிக் கொள்கிறேன். நமது காடுகளையும் காட்டுயிரையும் அழிவி லிருந்துக் காக்கும் முயற்சிகளைத் தொடர்ந்து மேற்கொள்ள நாட்டிற்கு ஓர் உந்துசக்தியாக நீங்கள் இருக்க வேண்டும். இதற்காக உங்கள் உதவியைக் கோருகிறோம்.

இந்தக் கடிதத்தில் அன்றே இவ்விதம் எழுதினார்:

> இதனை மிகுந்த மகிழ்ச்சியுடன் ஏற்றுக்கொள்வேன்.

காங்கிரஸ் கட்சியின் மக்களவை உறுப்பினராகிவிட்டிருந்த, இயற்கைக்கான உலக நிதியத்தின் இந்தியப் பிரிவின் தலைவரான ஃபதேசிங் ராவ் கெய்க்வாட்டிற்கு மூன்று நாட்களுக்குப் பிறகு ஆன் ரைட் கடிதம் எழுதினார்:

> நான் தில்லியிலிருந்தபோது இந்தியக் கானுயிர்க் கழகத்தின் தலைவர் பொறுப்பைப் பிரதமர் ஏற்றுக்கொள்வாரா என யூனுஸ் அவர்களைக் கேட்டேன். அவரும் பிரதமரைக் கேட்டார். கானுயிர்க் கழகத்தின் ஆறு உறுப்பினர்களாகிய நாம் இந்திரா காந்தியிடம் தலைவர் பொறுப்பை ஏற்றுக்கொள்ளும்படிக் கேட்டால் அவர் அதனை ஏற்றுக்கொள்ளலாம் என்ற செய்தி கிடைத்திருக்கிறது. நீங்களும் அந்த ஆறுபேரில் ஒருவராக இருப்பீர்கள் என நம்புகிறேன்.

எல்லைக் காந்தியான கான் அப்துல் கஃபார் கானின் மருமகன் முகம்மது யூனுஸ். ஆன் ரைட்டிற்கு ஏமாற்றமளிக்க கெய்க்வாட் விரும்பவில்லை. மார்ச் 16இல் இந்திரா காந்திக்கு அவர் எழுதிய கடிதம்:

> இந்தியக் கானுயிர்க் கழகம் திருத்தி அமைக்கப்படவுள்ளது என்பது உங்களுக்குத் தெரியும். இந்த அமைப்பின் தலைமைப் பொறுப்பை நீங்கள் ஏற்றுக்கொள்ள வேண்டுமென்பது என் வேண்டுகோளாகும். சுற்றுச்சூழல் பாதுகாப்பின் முன்னணி ஆதரவாளர்களுள் நீங்களும் ஒருவர். எனது வேண்டுகோளை நீங்கள் ஏற்றுக்கொண்டால் சுற்றுச்சூழல் இயக்கத்திற்குப் – குறிப்பாக இந்த நாட்டிலுள்ள இயக்கத்துக்குப் – பேராதரவாக இருக்கும்.

இந்திரா காந்தி அந்தக் கடிதத்திலேயே தன் மனதில் உள்ளதை இவ்விதம் பதிவு செய்திருந்தார்:

> தலைவர் பொறுப்பை ஏற்றுக்கொள்ள விரும்புகிறேன். அது (கானுயிர்ப் பாதுக்காப்பு) நான் மனதார விரும்பும் ஒன்று.

எம்.ஓய். கோர்படே, ஹரி டேங், பில்லி அர்ஜன் சிங், திக்விஜய் சிங், டாக்டர் எல்.எம். நாத் ஆகியோரையும் இந்திரா காந்திக்கு இவ்விதம் கடிதம் எழுதும்படிச் செய்தார் ஆன் ரைட். அவரின் முயற்சி வெற்றிபெற்றது என்பது பிரதமருக்கு அவர் ஏப்ரல் 21இல் எழுதிய கடிதத்திலிருந்து புலனாகிறது:

அற்புதமான அந்த மாலைப் பொழுதிற்காக மிக்க நன்றி; என்னை இரவு உணவிற்கு அழைத்தது உங்கள் அன்பைக் காட்டுகிறது. இந்தியக் கானுயிர்க் கழகத்தின் தலைவர் பொறுப்பினை ஏற்க நீங்கள் ஒத்துக்கொள்ளக்கூடும் என்ற நல்ல செய்தி மிக மகிழ்ச்சியைத் தருகிறது. கிழக்குப் பகுதியில் சுற்றுச்சூழல் தொடர்பான சில பிரச்சனைகள் பற்றிய குறிப்பு இணைக்கப்பட்டுள்ளது.

இந்திரா காந்தி மே 4இல் எழுதிய பதில்:

எங்களுடன் நீங்கள் சேர்ந்துகொண்டதில் மிகவும் மகிழ்ச்சி. ஆனால் நீங்கள் மிகக்குறைவாகவே உணவு உட்கொண்டீர்கள். பசியோடுதான் நீங்கள் வீடு திரும்பியிருப்பீர்கள் என எனக்குத் தோன்றியது.

(. . .) நான் மிகவும் அவசரமாக வெளியே போகவிருந்த காரணத்தால் கடிதத்துடன் நீங்கள் இணைத்திருந்த குறிப்பை அலுவலகத்திற்கு அனுப்ப மட்டுமே முடிந்தது. அவர்கள் அதன்மீது தொடர் நடவடிக்கை எடுப்பார்கள். இது விசயமாக சம்பந்தப்பட்ட மாநில முதல்வர்களுக்குக் கடிதம் எழுதியுள்ளேன்.

மே 23ஆம் நாள் இந்திரா காந்தியைத் தலைவராகக் கொண்டு இந்தியக் கானுயிர்க் கழகம் மாற்றியமைக்கப்பட்டது. சுற்றுச்சூழல் பாதுகாப்பு இந்தியாவில் வளர்ச்சியடைந்திருந்த நிலையில் அதன் செயல்பாடுகள் இப்போது கூடுமானவரை உச்சவேகத்தில் இருந்தன. இந்தியக் கானுயிர்க் கழகத்தின் தலைவராக இந்திரா காந்தி நியமிக்கப்பட்டிருப்பது பெரிய விசயம்தான். ஆனால் இதற்கு இந்திரா காந்தியால் எவ்வளவு நேரம் ஒதுக்க முடியுமென்பதுதான் கேள்வி.

கழகத்தின் அனைத்து உறுப்பினர்களும் அடங்கிய கூட்டம் ஆண்டிற்கு ஒருமுறை கூடும் என்பதால் அடிக்கடிச் சந்தித்து விவாதிப்பதற்கு ஒரு நிலைக்குழு அமைக்கப்படலாம் எனவும் அது கழகத்தின் செயல் பிரிவாக இயங்கும் எனவும் சமர் சிங் யோசனை தெரிவித்தார். அதற்கான திட்டம் இந்திரா காந்தியிடம் சமர்ப்பிக்கப்பட்டது. சம்பந்தப்பட்ட அமைச்சரான ராவ் பிரேந்திர சிங்கைத் தொலைபேசியில் உடனடியாகத் தொடர்புகொண்ட இந்திரா காந்தி இந்த நிலைக் குழுவையும் தானே (இந்திரா காந்தியே) ஏன் கையாளக்கூடாதெனக் கேட்டார். இதற்கு ஒத்துக்கொள்வதைத் தவிர அமைச்சருக்கு வேறு வழி இல்லை. பின்னர் அமைச்சரைத் தலைவராகக்கொண்ட புலிகள் பாதுகாப்புத் திட்டத்திற்கான ஒரு புதிய வழிகாட்டும்

குழுவை முன்மொழிந்து கோப்பு ஒன்றை அமைச்சர் ராவ் பிரேந்திர சிங்கிற்கு சமர்சிங் சமர்ப்பித்தார். ஏற்கனவே மோசமான அனுபவம் பெற்றிருந்ததால் எச்சரிக்கையடைந்த ராவ் பிரேந்திர சிங் அதனைப் பிரதமருக்கு அனுப்பினார். அமைச்சர் அதில் பிரதமரே இந்தக் குழுவிற்கும் தலைவராக இருக்கலாம் என யோசனை தெரிவித்திருந்தார். இதனை உடனே ஏற்றுக்கொண்டார் இந்திரா காந்தி. இவ்விதம் மூன்று முக்கிய கானுயிர் அமைப்புகளுக்கும் இந்திரா காந்தி தலைவரானார். மூன்று பொறுப்புகளை ஏற்றுச் செயல்பட்டது முதலும் முடிவுமாக இருந்தது அப்போதுதான்.

அனைத்துவித அரசியல் பிரச்சனைகளால் இந்திரா காந்தி அலைக்கழிக்கப்பட்டுக்கொண்டிருந்த சமயங்களிலும் இந்தியக் கானுயிர்க் கழகம் மட்டுமின்றி அதன் நிலைக்குழு, புலிகள் பாதுகாப்புத் திட்டத்திற்கான வழிகாட்டும் குழு ஆகியவற்றின் குறிப்பிட்ட நோக்கத்திற்காகக் கூடும் அனைத்துக் கூட்டங்களிலும் கலந்துகொள்ள இந்திரா காந்தி நேரம் ஒதுக்கினார். கூட்டங்கள் தில்லியிலேயே நடக்கும்படிப் பார்த்துக்கொண்டார். சரணாலயங்களிலும் பூங்காக்களிலும் கூட்டங்கள் நடத்தலாம் என உறுப்பினர்கள் யோசனை தெரிவிப்பதுண்டு. ஆனால் முக்கியப் பிரமுகர்களின் வருகையால் விலங்குகளின் அமைதி கெடுமெனவும் அவை தொந்தரவுக்குள்ளாகுமெனவும் கூறி (உறுப்பினர் வேண்டுகோளை) நிராகரிப்பார்.

ஃ

பல்வேறு விசயங்கள் குறித்த நூற்றுக்கணக்கான கடிதங்கள் பிரதமருக்கு வருவதுண்டு. கானுயிர், இயற்கைப் பற்றியதாக அவை இருந்தால் அவற்றுக்கு இந்திரா காந்தியே பெரும்பாலும் பதில் எழுதுவார்.

அக்டோபர் 4இல் ஸ்டாக்ஹோமிலிருந்து எஷா லிட்ண்பெர்க், ஓலா லிண்ட்பெர்க் ஆகியோரிடமிருந்து இந்திரா காந்திக்குக் கடிதம் வந்தது. புலிகள் பாதுகாப்புத் திட்டத்திற்காக இந்திரா காந்தியைப் பாராட்டிய அவர்கள், புலிகள் பாதுகாப்பு முழு உலகிற்குமே மிக முக்கியமானது எனவும் தனிச் சிறப்புமிக்கதெனவும் குறிப்பிட்டிருந்தனர். இதுபோன்ற கடிதங்களுக்காக 'கடிதம் கிடைக்கப்பெற்றது' என்ற சம்பிரதாயமான பதில் எப்போதும் தயாராக இருக்கும். ஆனால் இந்திரா காந்திக்கோ வேறு எண்ணம் இருந்தது. லிண்ட்பெர்க் யாரென்றே தெரியாத நிலையிலும் அவருக்கு இந்திரா காந்தி பதில் எழுதினார் (நவம்பர் 4):

> ஓர் உயிரினத்தைப் பாதுகாப்பதற்காக இதுவரை வேறு எந்த நாட்டிலும் மேற்கொள்ளப்படாத மிகப்பெரும்

செயற்திட்டம் ஒன்று இருக்குமேயானால் அது புலிகள் பாதுகாப்புத் திட்டம்தான். இந்தத் திட்டத்தின் கீழ் மேற்கொள்ளப்பட்டப் பாதுகாப்பு நடவடிக்கைகளால் எங்கள் விலங்குகள் சரணாலயங்களிலுள்ள புலிகளின் எண்ணிக்கை 1972லிருந்து 1979வரையான காலகட்டத்தில் குறிப்பிட்ட அளவு அதிகரித்துள்ளது. புலிகளைப் பாதுகாக்கும் எங்கள் முயற்சிகளை மேலும் தொடர்வோம்.

பரத்பூர் சரணாலயம் பற்றிய கடிதங்கள் இந்திரா காந்திக்கு வழக்கமாக வந்துகொண்டிருந்தன – குறிப்பாக சலீம் அலியிட மிருந்து. எனினும் ஒரேயொருமுறை 1976 பிப்ரவரியில் அங்கு சென்றிருந்தார். இந்தமுறை அங்குள்ள நிலவரம் பற்றிப் பீட்டர் ஸ்காட் புகார் கூறியிருந்தார். அவருக்கு பிப்ரவரி 7இல் இந்திரா காந்தி எழுதிய கடிதம்:

இந்த ஆண்டு பருவமழை பொய்த்துவிட்டது. எங்கள் விவசாயிகளுக்கும் கானுயிர் பறவைகளுக்கும் கடும் துன்பம் நேர்ந்துள்ளது. பரத்பூர் சரணாலயத்தின் தேவைகள் பற்றி – குறிப்பாக சைபீரியப் பெருங்கொக்குகளுக்கு – எனக்குத் தெரிவித்ததற்கு நன்றி. இது குறித்து உடனடியாக அறிக்கை சமர்ப்பிக்கும்படி கேட்டுள்ளேன். எவ்விதம் உதவ முடியுமென்பதுபற்றி ஆலோசிப்போம்.

பரத்பூர் பறவைச் சரணாலயத்தின்மீது இந்திரா காந்தி பிரத்தியேக அக்கறைகொண்டிருந்தார். பீட்டர் ஸ்காட்மீதும் பெருமதிப்பு வைத்திருந்தார். அவருக்கு இந்திரா காந்தி எழுதிய பதிலில் (24 மார்ச்) குறிப்பிட்டிருந்த விவரங்கள் வியப்புக்குரியவை:

மேற்கு இந்தியாவின் வறட்சி பரத்பூர் பறவைகள் சரணாலயப் பகுதியிலும் பிரச்சனைகளை உருவாக்கியுள்ளது என்பதை நீங்கள் சரியாகவே அவதானித்துள்ளீர்கள். ஆஜான் அணையில் நீர்ப்பற்றாக்குறை காரணமாக அங்கிருந்து சரணாலயத்திற்கு வழக்கமாக வந்துகொண்டிருந்த நீர்வரத்தும் குறைந்துவிட்டது. அதனால் எப்போதும் நீரில் மூழ்கியிருக்கும் சரணாலயப் பகுதியின் மேற்பரப்பு வறட்சியின் காரணமாக வற்றிப்போயிருந்தது. அதனால் பொங்கு ஊற்றுக் கிணற்றிலிருந்து நீர் பெற்று அந்தப் பகுதியின் மேற்பரப்பு நீரில் மூழ்கியிருக்கும் படியான முயற்சிகள் மேற்கொள்ளப்பட்டன. இதனால் பலன் விளைந்தது. டிசம்பர் மாத இறுதியில் அதிகபட்ச நீர் அங்கிருந்தது. பறவைகள் வழக்கமாக அந்த இடத்திற்கு வந்திறங்கும் சமயம் அது. துரதிருஷ்டவசமாகச் சைபீரியப் பெருங்கொக்குகள் உண்டு உயிர் வாழும் கோரைப் புற்களும்

கிழங்குகளும் செழித்துவளரும் பருவமும் கடந்திருந்தது. வழக்கமாகத் தென்படும் பெருங்கொக்குகளின் எண்ணிக்கை குறைந்ததற்கு இது ஒரு காரணமாகும். பரவலாக நீர் உள்ள அருகாமைப் பகுதிகளுக்கு அந்த பெருங்கொக்குகள் கலைந்துசென்று அங்கிருந்து நீண்டதூரம் பறந்து சைபீரியா திரும்பியிருக்கலாம் என எங்கள் வல்லுநர்கள் யூகிக்கின்றனர்.

இந்தப் பகுதியின் வறண்ட சூழ்நிலை மீண்டும் மரங்கள் நட உதவியாக உள்ளது. பல ஆண்டுகளாக மரங்களற்று வெறுமையாகிக் கிடந்த இந்த இடங்களில் இப்போது வளர்ந்து வரும் மரங்கள், பறவைகள் அடையும் கூடுகளாகிவிட்டன. மண் மேடுகளில் மரக்கன்றுகள் பயிரிடும் வேலை விரிவாக நடந்துவருகின்றது. சரணாலயத்திற்கு வேண்டிய நிதி உதவியும் வழங்கப்பட்டிருக்கிறது.

அழகிய இந்தப் பறவைகள் சரணாலயத்தைப் பாதுகாப்பதில் நாங்கள் ஆர்வம் கொண்டுள்ளோம். பறவைகளைப் பேணிக்காக்கத் தேவையான நீர் கிடைக்க அனைத்து முயற்சிகளையும் மேற்கொள்வோம்.

தனது நீண்ட குறிப்பிடத்தக்க அலுவலக வாழ்வில் இதுபோன்ற கடிதத்தை வேறு எந்த ஒரு பிரதமரிடமிருந்தோ அல்லது ஜனாதிபதியிடமிருந்தோ பீட்டர் ஸ்காட் பெற்றிருப்பார் என்பது சந்தேகம் என நினைக்கிறேன்.

ல

நான்காண்டுகளுக்கு முன்னர் ஹல்டிகாட்டியில் இந்திரா காந்தியைச் சந்தித்த ஹர்ஷ் வர்தன் கான மயில்கள்மீது தனிப்பட்ட முறையில் கவனம் தருமாறு அவரை வலியுறுத்தி வேண்டிக்கொண்டார். அதன்பின் இந்திரா காந்தி ஆட்சிப் பொறுப்பில் இல்லை. அதனால் இந்த விசயத்தில் பெரிதாக எதுவும் நிகழவில்லை. இந்திரா காந்தி மீண்டும் பிரதமரானதும் ஹர்ஷ் வர்தன் இந்த வாய்ப்பைப் பயன்படுத்திக்கொண்டார். நவம்பர் மாதத் தொடக்கத்தில் கான மயில்களுக்கானப் பன்னாட்டுக் கருத்தரங்கு ஒன்றினை ஜெய்பூரில் ஏற்பாடு செய்தார். கருத்தரங்கு வழக்கமான மற்றொரு நிகழ்வாக இருந்திருக்கும். இரண்டு விசயங்களால் அது முக்கியத்துவம் பெற்றது. முதலாவது கருத்தரங்கின்போது இந்திய அரசு நினைவுத் தபால்தலை வெளியிட்டது. பிரதமர் இந்திரா காந்தி கருத்தரங்கிற் காகச் செய்தி அனுப்பியது மற்றொன்று:

விலங்கினத்தின் வாழ்வுக்கும் தாவர இனத்திற்கும் ஏற்படும் அச்சுறுத்தல் எதுவாயினும் அது மனிதனுக்கு நேர்வதே.

மனித இனம் உயிர்வாழ வேண்டுமானால் மனிதன் தனது பேராசையைக் கட்டுப்படுத்திக்கொள்ள வேண்டும்; சக உயிரினங்களுடன் அமைதியாகவும் இசைவுடனும் வாழ நம் முன்னோர் விட்டுச்சென்றப் படிப்பினையை மீண்டும் கற்றுக்கொள்ள வேண்டும். கானமயிலைப் பாதுகாக்க முன் வந்துள்ள தனிமனிதர்கள், அலுவலக அமைப்புகள், அலுவலகப் பணிவட்டத்தைச் சாராதவர்கள் ஆகியோரின் அனைத்து முயற்சிகளுக்கும் எனது நல்வாழ்த்துக்கள்.

பிரதமராகி இப்போது வந்து விட்டதால், குறிப்பிட்ட சில சரணாலயங்களை அமைப்பதற்கும் உயிரினங்களுக்காகத் தனித்த பகுதியை ஒதுக்குவதற்கும் ராஜஸ்தான், மத்தியப் பிரதேசம், குஜராத், மகாராஷ்டிரம், கர்நாடகம், ஆந்திரம் போன்ற பல்வேறு மாநிலங்களுக்கும் வழிகாட்டுதல்கள் அனுப்பப்பட்டன. ஆனால் கானமயில்களை வேட்டையாடுவது சுட்டுக்கொல்வது பற்றிய அச்சம் நீடித்தது. 'நாட்டில் எந்தப் பகுதியிலும் கானமயில்களை வேட்டையாட அனுமதிக்கும் எந்த உத்தேசமும் அரசுக்கு இல்லை. இந்த விசயத்தில் எந்த சந்தேகமும் வேண்டாம்' எனச் சமர் சிங் ஹர்ஷ்வர்தனிடம் 1982 ஆகஸ்ட் 6இல் உறுதி கூறியதால் இதுபற்றிய பயம் நீங்கியது.

*

1971 பிப்ரவரியில் சதுப்பு நிலங்களைப் பாதுகாப்பது தொடர்பான ராம்சார் உடன்பாட்டில் இந்தியா கையொப்பமிட்டிருந்தது. இந்தியாவின் இரு பிரதிநிதிகளில் ஒருவராகச் சலீம் அலியை மாநாட்டிற்கு இந்திரா காந்தி அனுப்பியிருந்தார். ஆனால் ஏதோ காரணத்தால் அதிகாரப்பூர்வமாக உடன்பாட்டை இந்தியா உறுதி செய்யாதிருந்தது. சலீம் அலியும் இதுகுறித்து இந்திரா காந்தியை நினைவூட்டவில்லை. அதனால் புகழ்பெற்ற சூழலியலாளரும் சிறந்த குடிமைப்பணி அதிகாரியுமான நாகேந்திர சிங்[15] இந்திரா காந்திக்கு இதனை நினைவூட்டிக் கடிதம் எழுதினார் (செப்டம்பர் 8): 'சுந்தரவனம், ராஜஸ்தானிலுள்ள ரான் உப்பு சதுப்பு நிலங்கள முதலிய மிக முக்கியமான சதுப்பு நிலங்கள் இந்தியாவில் உள்ளன. அதனால் ராம்சார் உடன்பாட்டை அதிகாரப்பூர்வமாக இந்தியா இன்னும் உறுதி செய்யாதிருப்பதற்கான காரணங்கள் எதுவும் இருப்பதாகத் தெரியவில்லை.'

நாகேந்திர சிங்கின் கருத்துகள் உண்மையில் வலுவானவை. சிறந்த சூழலியல் நோக்கம்கொண்ட அனைத்து நாடுகளுக்குமான உடன்பாடு ராம்சார் உடன்பாடாகும். அனைத்து நாடுகளாலும் 1976இலேயே ஏற்றுக்கொள்ளப்பட்ட அந்த உடன்படிக்கையில், பாகிஸ்தானும் முன்பே இணைந்துவிட்டது. இந்த நிலையில்,

இந்தியா மட்டும் உடன்பாட்டை இன்னும் உறுதி செய்யாததால், அது பின்னிலைக்கு விடப்பட்டது. இது வருந்துதற்குரியது. ஒரு வாரம் சென்றபிறகு நாகேந்திர ராவின் கடிதத்தில் இந்திரா காந்தி எழுதியது:

> நாம் கட்டாயம் சேர வேண்டும். இதில் எந்த சர்ச்சைக்கும் இடமில்லை. பாகிஸ்தானும் இதில் சேர்ந்துள்ளது.

இதனைத் தொடர்ந்து வேளாண் துறைச் செயலாளரான எஸ்.எஸ். பூரிக்கு அலுவலகக் குறிப்பு ஒன்றினை ராஜாமணி அக்டோபர் 25இல் அனுப்பினார்:

> ராம்சார் உடன்படிக்கையில் இந்தியாவும் இணைந்துகொள்ள வேளாண் அமைச்சகம் உடனடியாக நடவடிக்கை எடுக்க வேண்டுமெனப் பிரதமர் விரும்புகிறார். இதுபற்றி இந்த அலுவகத்திற்கு உடனே எழுதவும்.

ஒரு சில மாதங்களில் இந்தியா ராம்சார் ஒப்பந்தத்தில் அதிகாரபூர்வமாகச் சேர்ந்துகொண்டது.

ௐ

டார்ஜிலிங்கில் இமயமலை ஏறும் பயிற்சி நிலையத்திற்கு 1954 நவம்பர் 4இல் நேரு அடிக்கல் நாட்டினார். அப்போது இந்திரா காந்தியும் உடனிருந்தார். தந்தையும் மகளும் 1957ஆம் ஆண்டு கிறிஸ்துமஸ் தினத்தில் பயிற்சி நிலையத்திற்கு மீண்டும் வந்தனர். பயிற்சி நிலையத்தைக் கட்டுவதற்கு டென்சிங் நார்கே, ப்ரிகேடியர் கியான் சிங் ஆகிய இருவரையும் நேரு நியமித்தார்.

பயிற்சி நிலையத்தின் வெள்ளி விழாவில் கலந்துகொள்ள மூன்றாவது முறையாக அக்டோபர் 3இல் இந்திரா காந்தி வந்தார். இருமுறை எவரெஸ்ட் சிகரம் தொட்ட இன்றும் நம்மிடையே வாழும் நவாங் கோம்புவை இந்திரா காந்தி கவுரவித்தார். டென்சிங்கின் பங்களிப்பையும் நினைவு கூர்ந்தார். சுருக்கமான அவர் உரை தத்துவத்தின் சாயல் கொண்டிருந்தது:

> வாழ்வில் கிடைத்ததற்கரிய மிக அருமையான எத்தனையோ விசயங்கள் இமயமலையின் முன்னால் மிக அற்பமானவையாகத் தோன்றுகின்றன. (...) அதனால் மலைகளை – குறிப்பாக இமயமலையை – பணிவுடனும் மதிப்புடனும் அணுக வேண்டும். (...) மலைகள் நமக்குக் கற்றுத்தரும் ஆசான். மலைகளில் மேலே ஏறும்போது மிக அபாயமான பாதைகளை எதிர்கொள்ள வேண்டியது வரும்; சுவாசிப்பது கடினமாக இருக்கும். வாழ்விலும் முன்னேறும்போது சிக்கல்கள் அதிகரிக்கின்றன; ஆயிரக்கணக்கில் பிரச்சனை

களை எதிர்கொள்கிறோம். வாழ்விலிருந்துத் தப்ப முடியாது. வாழ்வின் உச்சம் தொட மலை ஏறுதல் நமக்குக் கற்றுத் தருகிறது.

குறிப்புகள்

1. *டைம்ஸ் ஆஃப் இந்தியா* பத்திரிகையில் 1982 ஆகஸ்ட் 18இல் 'சிமிண்ட் கட்டுப்பாடு எவ்விதம் நீக்கப்பட்டது' என்ற தலைப்பில் இந்த சம்பவம்பற்றி எழுதியுள்ளேன்.

2. அமெரிக்க ஜனாதிபதி ரொனால்ட் ரீகனைச் சந்தித்த அமெரிக்கர் அல்லாத ஒருவர் பி.கே.நேரு ஆவார். இதனை அவரே நினைவுகூர்ந்து எழுதியுள்ளார்.

3. சரணாலயத்தின் மையப்பகுதிக்கு அருகிலுள்ள ஒத்தக்கல் மண்டபத்தில் இருக்கும் தனித்த ஒரு கிரானைட் பலகையை திருவிதாங்கூர் மகாராஜாக்களே வணங்குவதுண்டு. அன்று இந்திரா காந்திக்கு இந்த அரிய சலுகை வழங்கப்பட்டது.

4. கேரளத்தில் அப்போது ஜனாதிபதி ஆட்சி அமலில் இருந்தது.

5. பன்னாட்டு இயற்கைவளப் பாதுகாப்பு நிறுவனமும், சலீம் அலி, சஃபர் ஃபதேஹ்அலியும் சேர்ந்து பிரதமரை அணுகினர் என நினைக்கிறேன். அமைதிப் பள்ளத்தாக்குப் பற்றிச் சலீம் அலி இந்திரா காந்திக்கு எழுதிய கடிதத்தை (2 ஜூன் 1980) பன்னாட்டு இயற்கை வளப்பாதுகாப்பு நிறுவன ஆவணக்காப்பகத்தில் நான் பார்த்தேன்.

6. C.K. Kochukoshy, *Into an Hour Glass* (1982).

7. 15 ஆண்டுகளுக்குப் பிறகு பகுகுணாவின் நேர்காணல் 1995 ஜூன் 18இல் *இந்து* பத்திரிகையில் வெளிவந்தது. அதில் அவர் கூறியது: அமைதிப் பள்ளத்தாக்குத் திட்டத்தைத் தடுத்து நிறுத்த இந்திரா காந்தி தலையிட்டார் என்பது நினைவுக்கு வருகிறது. நைனிடாலில் சிறிய குன்றின் மேல் நின்றிருந்த பழைய கருவாலி மரத்தை வெட்ட ராணுவம் விரும்பியது. அது குன்றுக்குத் தீங்கு விளைவித்திருக்கும். இந்த அபாயம்பற்றி இந்திரா காந்திக்கு உடனே தெரிவிக்கப்பட்டது. இந்திரா காந்தி தலையிட்டதால் அந்தக் கருவாலி மரம் இன்னும் நிற்கிறது.

8. 'இந்திரா காந்தி: தேச நலனிற்காக அவரின் அச்சமின்மை' *Rediff.com*, 2009 அக்டோபர் 30. இந்தியக் கலாச்சாரத்தின்மீது இந்திரா காந்தியைப் போலவே ராஜாமணிக்கும் ஆழமான ஈடுபாடு இருந்தது. வராகிமித்ரரின் 'பிருகத் சம்ஹிதை'

என்ற நூலில் குறிப்பிடப்பட்டுள்ள அனைத்து மரங்களின் நவீனத் தாவரவியல் பெயர்களை அடையாளம் காணும் கடின வேலையில் அவர் ஈடுபட்டிருந்தார்.

9. குஜராத் அப்போது ஜனாதிபதி ஆட்சியின்கீழ் இருந்தது.

10. சுஜலாம் – தூய்மையான நீர், சுபலாம் – நல்ல உணவு, மலயஜ ஷீத்தலாம் – அற்புதக் காற்று, சஷ்ய ஷ்யாமலாம் – எங்கும் பசுமை.

11. ஆங்கில எழுத்தாளரும் சுற்றுச்சூழல் சிந்தனையாளரும் பிரமுகருமான பார்பரா வார்டு 1961ஆம் ஆண்டு ‘இந்தியாவும் மேற்கும்’ என்ற புகழ்பெற்ற புத்தகம் ஒன்றை எழுதியிருந்தார். அவர் ‘ஒரே ஒரு பூமி’ என்ற நூலின் இணை ஆசிரியரும் ஆவார். 1972 ஸ்டாக்ஹோம் மாநாடு நடக்கும் சூழலை அந்த நூல் சுட்டிக்காட்டியிருந்தது. அமைதிக்கான நோபல் விருது அன்னை தெரசாவிற்குக் கிடைக்க ஆதரவு தரும்படி இந்திரா காந்தியை வலியுறுத்தினார். இந்திரா காந்தி உடனடியாக அதற்கு ஏற்பாடு செய்தார். பாபா ஆம்தே பற்றி 1977 ஜனவரியில் இந்திரா காந்திக்கு எழுதினார். அதற்கு இந்திரா காந்தி 1977 பிப்ரவரி 2இல் எழுதிய பதில் இவ்விதம் முடிந்திருந்தது:

    இப்போது தோல் அழற்சி நோயினால் பாதிக்கப்பட்டிருக்கிறேன்.

12. பல்வேறு அமைச்சகங்களின் ஆலோசனையுடன் பிரதமர் அலுவலகமே உரை நிகழ்த்துவதற்கான முன்வரைவின் ஒவ்வொரு வார்த்தையையும் தயார் செய்கிறது.

13. *Samar Singh, Conserving India’s Natural Heritage* (1986).

14. சூரியசக்திப் பயன்பாடு பற்றி முதலிலேயே குறிப்பிட்டவர் இந்திரா காந்தி. 1976 ஜூலை 5இல் ஜே.ஆர்.டி. டாட்டாவின் கடிதத்திற்கு இந்திரா காந்தி எழுதியிருந்த பதில்:

    ‘உடனடியாகச் சூரிய சக்தியைப் பயன்படுத்துவது பற்றியும் முக்கியத்துவம் பற்றியும் நமது விஞ்ஞானிகளின் கவனத்தைக் கோரியவாறு இருந்து வந்திருக்கிறேன். இப்போதல்ல; எரிசக்தி நெருக்கடி வருவதற்குப் பல வருடங்களுக்கு முன்பே.’

15. சமர் சிங்கின் மாமா சர்வதேச நீதிமன்றத்தின் நீதிபதியாவார். பின்னர் 1980இல் *Brundtlard Commission* இன் உறுப்பினராகப் பணிபுரிந்தார்.

1981

அந்தமான் நிகோபார் தீவுகள்:
சங்குகள் சேகரிக்கிறார் இந்திரா காந்தி; 1981 ஜூன்

இந்த ஆண்டுத் தொடக்கத்தில் பிப்ரவரி 21இல் சிந்தனை வயப்பட்ட நிலையில் டோரதி நார்மனுக்கு இந்திரா காந்தி எழுதிய கடிதம்:

'என்மீது எனக்கு நம்பிக்கை உண்டு. பிறரின் கவலைகளுக்கும் துன்பங்களுக்கும் பொறுப் பேற்றுக்கொள்ளும் இயல்பு கொண்டவள் நான். துன்பங்கள் பல எனக்கு வந்து சேர இது காரணமாக இருக்கலாம். கடினமாக ஏதாவது செய்ய வேண்டி இருக்குமேயானால் அதற்கு என்னை நம்பலாம் என நீண்டகாலத் திற்கு முன்பு எனது குழந்தைப் பருவத்தின் தொடக்கத்தில் என் பாட்டனார் என்னைக் கேலி செய்வதுண்டு. மலைகளைத் தேடிக் கோடைக்காலப் பயணங்கள் மேற்கொண்ட சமயம் அது. மலைகளை அன்று நேசித்ததைப் போலவே இப்போதும் நேசிக்கிறேன். வழக்க மான சாலையில் செல்வதற்குப் பதிலாகச்

செங்குத்தான பாதையில் மேலேறிச் செல்ல விரும்பினேன். ஏறும்போது தளர்ந்த தரை மண், பாறைகள், வேர்கள் அனைத்தும் எதிர்பாராதவிதமாகச் சரிந்தன.

சஞ்சய் போய்விட்டான். அது ஆழமாக என்னைத் துன்புறுத்துகிறது. (...) உண்மையில் இறந்துபோனவர்களுக்காக அல்ல – நமக்காகவே அழுகிறோம்.

1981ஆம் ஆண்டில் அசாம், பஞ்சாப் மாநிலங்களில் கொந்தளிப்பான நிலை தொடர்ந்துகொண்டிருந்தது. பேச்சுவார்த்தைகள் பலன் தரவில்லை. இரு மாநிலங்களிலுமுள்ள கிளர்ச்சியாளர்கள் தங்கள் நிலைப்பாட்டில் பிடிவாதமாக இருந்தனர். அதிகமும் தன்ஆட்சிக்காகவே இரு மாநிலங்களிலும் இயக்கத்தை முன்னெடுத்துச் சென்றனர் என்பது தெளிவாகத் தெரிந்தது. ஆனால் சந்தேகத்திற்கிடமின்றிப் பிரிவினைக்கான அறிகுறிகளும் அதில் தென்பட்டன. இந்தப் போராட்டத்தால் நாட்டின் ஒற்றுமைக்கும், பிராந்திய ஒருமைப்பாட்டிற்கும் ஆபத்து வருமென உணர்ந்த இந்திரா காந்தி இதில் சமரசத்திற்கே இடமில்லை என்பதில் உறுதியாக இருந்தார். பொருளாதாரச் சுமை அழுத்திற்று. சர்வதேச நாணய நிதியத்திடமிருந்து கணிசமான உதவியை இந்தியா நாட வேண்டியதிருந்தது. இந்திரா காந்திக்கு இது பிடிக்கவில்லை. 1966ஆம் ஆண்டின் ஞாபகங்கள் அவரிடம் அந்த மனநிலையைத் தந்திருந்தன. எனினும் நிதி உதவிபெற வேண்டியதிருந்தது. எதிர்பார்த்தபடியே இதனால் பெரும் அமளி ஏற்பட்டது. ஆனால் பெருமளவு சேதமில்லாமல் கடினமான அந்தச் சூழ்நிலையைக் கடந்தார் இந்திரா காந்தி.

அந்தக் கடினமான நிலைமையிலும் ஆறுதலாகச் சில விசயங்கள் நடந்தன. பிப்ரவரி மாதத்தில் தனது இளைய மகனின் நிறைவேறாத லட்சியத்திற்கு இந்திரா காந்தி புதுவடிவம் தந்தார். மாருதி உத்தியோக் என்ற ஒரு பொதுத்துறை நிறுவனத்துடன் சஞ்சயின் கார் நிறுவனம் இணைத்துக்கொள்ளப்பட்டு வெளிநாட்டு ஒத்துழைப்புடன் சிறிய கார்கள் உற்பத்தி செய்யும் பணி அதற்குத் தரப்பட்டது. அந்த நிறுவனத்தின் பங்குதாரராக ஜப்பான் சுசுகி தேர்வு செய்யப்பட்டது. ஜூன் மாதத்தில் இந்திரா காந்தியின் மூத்த மகன் பாராளுமன்றத் தேர்தலில் போட்டியிட்டுப் பெரும்பான்மை வாக்கு வித்தியாசத்தில் வெற்றிபெற்றார். வெளிநாட்டுப் பயணங்கள் சிறிது மேற்கொண்டார் இந்திரா காந்தி. அவர் பயின்ற சுவிட்சர்லாந்திலுள்ள பழைய பள்ளிக்கூடத்திற்கு மே மாதம் சென்றார். தனது ஒன்பதாம் வயதில் இயற்கையுடனான நேச உணர்வை அந்தப் பள்ளிக்கூடம் அவருள் வளர்த்தது. ஆகஸ்ட் மாதத் தொடக்கத்தில் 'எரி சக்திக்கான புதுப்பிக்கத்

தக்க ஆதார வளங்கள்' பற்றிய ஐநா சபை மாநாட்டில் கலந்துகொள்ள நைரோபி சென்றார். அவருடன் சேர்ந்து ஐந்து அரசுத் தலைவர்கள் பங்கேற்ற அந்த மாநாட்டில் இந்திரா காந்தி சிறப்புரை ஆற்றினார். ஹைட்ரோ கார்பனையே சார்ந்திருக்கும் தற்போதைய நிலையிலிருந்து விடுபட்டுப் புதுப்பிக்கத்தக்க எரிசக்திக்கு மாறுவது பற்றித் திறம்பட உரையாற்றினார். இந்த இரண்டு கருதுகோள்களும் உலகச் சுற்றுச்சூழலில் இன்றைய உரையாடலின் பகுதியாக நிலைபெற்றுவிட்டது. தனது இரு பேரக்குழந்தைகளுடனும், கென்யா ஜனாதிபதியுடனும் புகழ்பெற்ற விலங்குகள் சரணாலயமான மசாய்மாராவிற்குச் சென்றார். அங்கே அவர்கள் கருவுற்றிருந்த காண்டாமிருகம் ஒன்றைப் பார்த்தனர். பற்பலக் காட்டு மான்களுடன் அது வேகமாக ஓடிற்று. அது பாட்டிக்கு வேடிக்கையாக இருந்தது என்பதையும் கென்ய ஜனாதிபதி தந்தத்தாலான செங்கோலை கையில் பற்றியவாறு தம்முடன் வந்து மகிழ்வித்ததையும் இந்திரா காந்தியின் பேத்தி நினைவுகூர்ந்தார்.

பன்னாட்டு வாசகர்களுக்காக லண்டனில் பதிப்பிக்கப்பட்ட இந்திரா காந்தியின் முக்கிய உரைகளடங்கிய தொகுப்பு[1] இந்த ஆண்டு வெளிவந்தது. உலகை அச்சுறுத்தும் மிகப்பெரிய அபாயங்களாக ராணுவ மோதல், ஏழை — பணக்கார நாடுகளுக்கு இடையேயான இடைவெளி பற்றி அந்தத் தொகுப்பின் முன்னுரையில் குறிப்பிட்டிருந்தார். இயற்கை, காடுகள் ஆகியவற்றைச் சுயநலத்திற்காகப் பயன்படுத்துவதில் மனிதனின் பேராசைக்கும் சேதங்களிலிருந்து மீண்டு தன்னைப் புதுப்பித்துக்கொள்ளும் இயற்கையின் வலிமைக்கும் இடையே தொடர்ந்து நிகழ்ந்துவரும் மோதலை மூன்றாவது அபாயமாக அவர் அந்த முன்னுரையில் பதிவுசெய்திருந்தார்.

இந்த ஆண்டு அமைதிப் பள்ளத்தாக்குப் பற்றிய கவலை அவர் மனதை ஆட்கொண்டிருந்தது. எம்.ஜி.கே. மேனன் குழு அறிக்கை தயார் செய்வதில் மும்முரமாக இருந்தது. அதனை சமர்ப்பிக்க மிகவும் தாமதமானது. இதற்கிடையே சுற்றுச்சூழல் மீதான தனது அக்கறையை நிரூபிக்கும் வகையில் அமைதிப் பள்ளத்தாக்கை தேசியப் பூங்காவென கேரள அரசு 1980 டிசம்பர் 26இல் அறிவித்தது.

கேரளத்தில் வசித்துவந்த முன்னாள் வெளியுறவுத் துறை செயலாளரான கே.பி.எஸ். மேனன் அமைதிப் பள்ளாத்தாக்கு விசயத்தில் மிகுந்த அக்கறைகொண்டவர். அணைக்கட்டுக்கு எதிரான செயல்பாட்டாளர்கள் தில்லியில் ஆட்சி அதிகாரத்தில்

இருந்தவர்களை தொடர்புகொள்வதற்காக மேனனை அடிக்கடி அணுகுவதுண்டு.² மேனன் பிரதமருக்கு ஜனவரி 10இல் எழுதிய கடிதம்:

> அனைத்துக் கட்சியின் ஒருமித்த எதிர்ப்பையும் மீறி அமைதிப் பள்ளத்தாக்கைப் பாதுகாத்ததற்காக இதயம் நிறைந்த நன்றியை உங்களுக்குத் தெரிவித்துக்கொள்கிறேன். ஜனநாயக நடைமுறைகள் குறுகிய பார்வைகொண்டவை என்பதையும் பெரும் பணம் எப்படி அபிப்ராயங்களை வழிநடத்துகிறது என்பதையும் இந்தச் சம்பவம் புலப்படுத்துகிறது. உங்களைத் தவிர வேறு எவராலும் இந்த அதிசயத்தை நிகழ்த்தியிருக்க முடியாது.

மூன்று நாட்களுக்குப் பிறகு மேனனின் கடிதத்தில் இந்தக் குறிப்பை எழுதினார் இந்திரா காந்தி:

> இந்த விசயத்தில் சில சந்தேகங்கள் இருப்பதாகத் தெரிகிறது.

இதற்குப் பின் 'அன்புள்ள கே.பி.எஸ்' எனத் தொடங்கும் கடிதத்தை ஜனவரி 17இல் இந்திரா காந்தி கேபிஎஸ் மேனனுக்கு எழுதினார். வெளியுறவுத் துறையில் கண்ணியத்துக்குரிய இந்த நிபுணர் மீதான முப்பதாண்டுக் கால நட்பு இவ்விதம் 'அன்புள்ள கே.பி.எஸ்' என கனிவுடன் வெளிப்பட்டது.

> அமைதிப் பள்ளத்தாக்கு நீர்மின் திட்டம் பற்றி விஞ்ஞானிகள் அடங்கிய குழு ஆராய்ந்துவருகிறது. அந்தப் பகுதியைத் தேசியப் பூங்காவென கேரள அரசு வெளியிட்டதை கடிதத்தில் நீங்கள் குறிப்பிட்டுள்ளீர்கள். அது பற்றிய விவரங்கள் எனக்கு இன்னும் கிடைக்கவில்லை. அனைவருக்கும் திருப்தி தரும் வகையில் இந்தப் பிரச்சனை தீர்க்கப்படும் என நம்புகிறேன்.

அமைதிப் பள்ளத்தாக்குப் பிரச்சனை தீர்ந்துவிட்டதாக மகிழ்ந்து கொண்டாடியதில் மேனன் அவசரப்பட்டுவிட்டார். இந்திரா காந்திக்கு ஜனவரி 13இல் எழுதிய கடிதத்தில் அவரே இதனைக் குறிப்பிட்டிருந்தார்:

> 'அமைதிப் பள்ளத்தாக்கைத் தேசியப்பூங்காவாக உருவாக்கும் யோசனை உள்ளது. இதன் பொருள் நீர்மின் திட்டம் கைவிடப்படும் என்பதல்ல' என்ற கேரள முதல்வரின் அறிவிப்பினை இன்று காலைப் பத்திரிகைகள் வெளியிட்டிருந்தன. அமைதிப் பள்ளத்தாக்குத் திட்டம் காப்பாற்றப்பட்டுவிட்டதென உற்சாகம்கொண்டு கொண்டாடியதில் நான் சிறிது அவசரப் பட்டுவிட்டதாக நினைக்கிறேன் (...)

> பள்ளத்தாக்குப் பிரச்சனை திருப்தி தரும் விதமாகத் தீர்க்கப்படுமென நம்புகிறேன்:

மேனனுக்கு பிரதமர் ஜனவரி 31இல் எழுதிய பதில்:

> (. . .) கேரள அரசின் (தேசியப் பூங்கா பற்றிய) அறிவிப்பின் நகல் கிடைத்தது. இதில் மேலும் சில விளக்கங்கள் தருமாறு கேரள அரசைக் கேட்டுள்ளோம். இந்தப் பிரச்சனை சுமூக மாகத் தீர்க்கப்படும் என நம்புகிறேன்.

துரதிருஷ்டவசமாகப் பிரச்சனை தீர்க்கப்படவில்லை. கே.பி.எஸ் மேனன் எது நடக்கக்கூடாதெனெ அஞ்சினாரோ அதுவே நிகழ்ந்தது. நீர்மின் திட்டத்திற்குத் தேவையான பகுதி பூங்காவிற் கான பகுதியிலிருந்து தனியே பிரித்துவைக்கப்படும் எனக் கேரள அரசு அதிகாரபூர்வமாய் பிப்ரவரி 4இல் அறிவித்தது. இதுபற்றி இந்திரா காந்தியிடம் தெரிவிக்கப்பட்டபோது அவர் உள்சுற்றுக்கான அலுவலக் குறிப்பு ஒன்றை எழுதினார்:

> இதனைத் தொடர்ந்து கண்காணித்து வர வேண்டும். இந்தப் பகுதிகளை இவ்விதம் தனியே பிரித்துவைத்தால் நாம் இதுவரை மேற்கொண்டுவந்த நடவடிக்கைகளின் நோக்கத்தையே அது பொருளற்றதாகச் செய்துவிடும்.

இதுபற்றி இந்திரா காந்தி முன்னரே கவலைகொண்டிருந்தார் என்பது பிப்ரவரி 9ஆம் தேதி நடந்த இந்தியக் கானுயிர்க் கழகக் கூட்டத்தில் அவர் தெரிவித்திருந்த குறிப்பிலேயே வெளிப்படு கிறது:

> அமைதிப் பள்ளத்தாக்கு நிலைமை கொஞ்சமும் திருப்திகர மாக இல்லை.

ஞ

அடுத்து லால்பூர் அணைக்கட்டுப் பிரச்சனை தலைதூக்கியது. அணைக்கட்டின் உயரத்தைக் குறைக்க குஜராத் அரசு ஒத்துக் கொண்டுள்ளது என்பதை ராஜாமணி இந்திரா காந்திக்கு ஜனவரி 2இல் எழுதிய அலுவலக் குறிப்பு உறுதிசெய்தது. எனினும் பிரதமரை ஏற்கனவே சந்தித்துப் பேசியிருந்த (அணைக்கட்டுக்கு எதிரான) போராட்டக்காரர்கள் இதற்கு எதிர்ப்புத் தெரிவித்தனர். இரண்டு நாட்களுக்குப் பிறகு ராஜாமணி எழுதியிருந்த அலுவலகக் குறிப்பில் இந்திரா காந்தி எழுதியது:

> ஆசிரமமும் ஆதிவாசிகள் வசிக்கும் பகுதிகளும் நீரில் மூழ்கி விடுமென எனக்குத் தெரிவிக்கப்பட்டது. அப்படியானால் எத்தனையோ ஆண்டுகளாக நாம் மேற்கொண்டுவரும்

பணி திடீரெனத் துடைத்தெறியப்பட்டுள்ளது என்பது பொருளாகும். நீரில் மூழ்கி அதனால் பாதிக்கப்பட்ட ஆதிவாசிகளை மீள்குடியேற்றம் செய்ய வேறு இடங்கள் ஏதேனும் தேர்வு செய்யப்பட்டுள்ளதா? முன்னர் ராஜஸ்தான் அணைக்கட்டுத் திட்டத்தால் வெளியேற்றப்பட்டவர்கள் குடியேறுவதற்கான மாற்று ஏற்பாடுகள் செய்யப்படவில்லை.

(ஆசிரமம் என) மேற்கண்ட அலுவலக் குறிப்பில் கூறியிருந்தது 'ஆனந்த நிகேதன் ஆசிரமம்' பற்றியாகும். ஹரிவல்லப பாரிக்கை தலைவராகக் கொண்டு பழங்குடியினர் சமுதாய நலனுக்காக அந்தப் பகுதியில் ஆசிரமம் தொண்டு செய்துவருகிறது. பெரிய அணைக்கட்டு எழுப்புவதால் விளையும் அதிகப் பாதிப்புகளைக் குறைப்பதற்காக லால்பூர் பகுதியில் சிறிய அணைக்கட்டுகள் கட்டலாமென பாரிக் விரும்பினார். அது மட்டுமல்லாது அணைகளால் பழங்குடியினர் வாழும் பகுதிகள் நீரில் மூழ்கிவிடும் ஆபத்துள்ளது. அவ்விதம் நேர்ந்தால் தங்கள் சொத்துக்களையும் உடைமைகளையும் இழந்த அவர்களுக்கு இழப்பீடாகப் பாசன நிலங்களை வழங்க வேண்டுமென்பது அவரின் கடைசிக் கோரிக்கையாகும். முக்கிய ஆறுகள், கிளை ஆறுகளின் குறுக்கே ஐந்து சிறிய அணைகள் எழுப்பப்பட வேண்டும் என்ற யோசனையையும் அவர் முன்வைத்தார்.

இதனைத் தொடர்ந்து குஜராத் அரசுக்கும் அணைக்கட்டுக்கு எதிரான போராட்டக்காரர்களுக்குமிடையே விவாதங்கள் நடந்தன. அதில் மத்திய நதிநீர் ஆணையமும் நீர்ப்பாசனத் துறை அமைச்சகமும் கலந்துகொண்டன. அடுத்து வரவிருக்கும் நர்மதா பள்ளத்தாக்கு அணைக்கட்டுத் திட்டத்திற்கு இது முன்னுதாரண மாக அமைந்துவிடுமாகையால் எந்தச் சமரசத்திற்கும் குஜராத் அரசு தயாராக இல்லை. ஆனால் லால்பூர் அணைக்கட்டின் உயரத்தைக் குறைக்கவும், இழப்பீடு, மீள் குடியேற்றம் ஆகியவற்றில் தாராளமாக நடந்துகொள்ளவும் குஜராத் அரசு தயாராக இருந்தது.

இந்த விவாதங்கள் ஏப்ரல் 4 அன்று இந்திரா காந்தியின் கவனத்துக்கு வந்தபோது குஜராத் அரசின் நிலைப்பாட்டை ஏற்றுக் கொண்ட இந்திரா காந்தி தானே கைப்பட எழுதிய அலுவலகக் குறிப்பு ஒன்றினை அலுவலர்களுக்கு அனுப்பிவைத்தார்:

நமது நடவடிக்கை குஜராத்தில் எந்தப் போராட்டத்திற்கும் வழிகோலிவிடக்கூடாது என்பதை உறுதி செய்யவும்.

இவ்விதம் குஜராத் அரசின் நிலைப்பாட்டை ஏற்றுக்கொண்ட இந்திரா காந்தி அதற்கு எதிரான திசையிலும் இழுக்கப்பட்டார்

என்பதைக் காந்திய வழிச் செயல்பாட்டளரான ஹரிவல்லப பாரிக் இந்திரா காந்திக்கு ஆகஸ்ட் 8 அன்று அனுப்பிய தந்தி புலப்படுத்துகிறது:

> லால்பூர் அணைக்கட்டுப் பிரச்சனை தீர்க்கப்படும் என மதிப்பிற்குரிய தாங்கள் என்னிடம் கூறியிருந்தீர்கள். இறுதி முடிவைப் பிரேந்திர சிங்ஜியிடமிருந்து எதிர்பார்த்துக் காத்திருப்பதாகத் தங்களிடம் தெரிவித்தேன். அதற்கு இதுபற்றிக் குஜராத் முதல்வருக்கு ஏற்கனவே அறிவுறுத்தி யிருப்பதாகவும் பிரச்சனை எதுவும் வராதெனவும் தாங்கள் என்னிடம் தெரிவித்திருந்தீர்கள். நான் குஜராத்திற்குத் திரும்பி வந்துவிட்டேன். இதுபற்றி எந்தத் தகவலும் குஜராத் அரசிடமிருந்து கிடைக்கவில்லை (...) ஆவன செய்யுமாறு குஜராத் அரசுக்கு அறிவுறுத்தவும்.

இதுபற்றிப் பிரதமருக்கு இரு கருத்துக்கள் இருந்தன. அணை கட்டுவதா, வேண்டாமா என்பதில் உறுதியான முடிவுக்கு வர முடியாத நிலையிலிருந்தார். காந்தியவழிச் செயல்பாட்டாளரான பாரிக்கின் உணர்வுக்கு மதிப்பளித்தார் பிரதமர். அதே நேரம் குஜராத் முதல்வரும் பிரதமரை வலியுறுத்தி வந்தார். இதற்கிடையே வால்சாத் பகுதிப் பழங்குடியினர் பாராளுமன்ற உறுப்பினரான உத்தம்பாய் படேல் லால்பூர் அணைக்கட்டுத் திட்டத்திற்கு எதிரான விவாதத்தை எழுப்பி நவம்பர் 26இல் இந்திரா காந்திக்குக் கடிதம் எழுதியிருந்தார்:

> (...) மிக மோசமான காலகட்டத்தில் நாம் இருந்தபோது திரு. ஹரிவல்லப் பாரிக்கும், இந்தப் பகுதியில் வசிக்கும் பழங்குடியினரும் நம்முடன் உறுதியாக இருந்தனர். இங்குள்ள பழங்குடி மக்களின் மேம்பாட்டிற்காகத் தனது வாழ்க்கை முழுவதையும் அர்ப்பணித்தவர் திரு. பாரிக். அவரை உங்களுக்கு நன்கு தெரியும். இந்த மாநிலத்தின் ஏழைப் பழங்குடி மக்களுக்காக இந்த விசயத்தில் நீங்கள் தலையிட்டு ஆவன செய்வீர்கள் என எனக்கு முழு நம்பிக்கையுண்டு.

இறுதியில் குஜராத் முதல்வர் மாதவ்சிங் சோலங்கி பிரதமரை வலியுறுத்தி இணங்கச் செய்திருக்க வேண்டும். இதனால் பிரதமர் உத்தம்பாய் படேலுக்கு டிசம்பர் 1இல் இவ்விதம் பதில் எழுதினார்

> மத்திய நதிநீர் ஆணையத்தின் தலைவர் ஹிரன் அணைக்கட்டு அமையவிருக்கும் இடத்தை ஜூலை மாதம் பார்வையிட்டார். அப்போது குஜராத் அரசு அதிகாரிகள், ஹரிவல்லப பாரிக், அவரின் ஆதரவாளர்கள் அனைவரும் அவருடன் இருந்தனர். அதன்பின் அனைத்து

அம்சங்களையும் – பழங்குடியினர் நலன் உட்பட – கருத்தில் கொண்டு பற்பல பரிந்துரைகளை ஆணையத்தின் தலைவர் முன்வைத்தார். இந்தப் பரிந்துரைகளைத் திரு. பாரிக் அவர்களுக்கு தெரிவிக்கும்படி குஜராத் அரசாங்கத்தை நீர்ப்பாசன அமைச்சகம் கேட்டுக்கொண்டுள்ளது.

லால்பூர் அணை எழுப்புவதைக் குஜராத் அரசு முன்னெடுத்துச் செல்ல வேண்டுமென இந்திரா காந்தி விரும்பினார். ஹரிவல்லப பாரிக்கிற்குத் தெரிவித்த பின்பே இந்த நடவடிக்கை மேற்கொள்ள வேண்டுமெனவும் குஜராத் அரசிற்குத் தெரிவிதார். பாரிக்கிற்கு இது எந்த ஆறுதலையும் தரவில்லை. பிரதமரின் இந்த இறுதி முடிவும் அவரின் (இந்திரா) நல்உணர்வுக்கு எதிராகவே இருந்தது. இத்துடன் பிரச்சனை ஓய்ந்துவிடவில்லை. லால்பூர் அணைக்கட்டுத் திட்டம் அடுத்த ஆண்டும் அவரது கவனத்தைக் கோரியது.

◊

ததார்டி ஆற்றின் குறுக்கே கட்டப்படவிருக்கும் ததார்டி அணையால் குஜராத்தின் முக்கியத் தேசியப் பூங்காவான கிர் சரணாலயமும் அதனைச் சுற்றியுள்ள பகுதிகளும் நீரில் மூழ்கிவிடலாம் எனப் பிரதமர் கவலையுற்றார். அவரின் மதிப்பிற்குரிய பலரும் – கே.டி. சாத்தாவரல்லா உட்பட – அந்த அணை கட்டுவதை நிறுத்த இந்திரா காந்தியை அணுகினர். முந்தைய ஆண்டு குஜராத்தில் ஜனாதிபதி ஆட்சி நடந்தபோது ஆளுநரின் ஆலோசகராக இருந்தவர் சத்தாவரல்லா.

கிர் சரணாலயத்தை இரண்டாம் முறையாக ஜனவரி 21இல் இந்திரா காந்தி பார்வையிட்டார். ததார்டி பிரச்சனையில் கவனம் செலுத்த அது உதவியது. குஜராத் சுற்றுச்சூழல் பராமரிப்புக் குறித்த கருத்தரங்கைத் தொடங்கிவைக்க அப்போது அங்கு சென்றிருந்தார். அவரின் உரை இவ்விதம் தொடங்கிற்று:

இன்று இங்கே உங்களுடன் இருப்பதில் மகிழ்கிறேன். சென்றமுறை இங்குள்ள விருந்தினர் விடுதிக்கும் கிர் காட்டிற்கும் வந்திருந்தபோது சிங்கங்களைக் காண்பதில் சாகச உணர்வு அதிகமிருந்தது. சிங்கங்கள் மனிதர்களுக்கு அதிகமும் பழக்கமில்லாதவை. அவற்றின் நடத்தை எவ்விதம் இருக்கும் என யாருக்கும் நிச்சயமாகத் தெரியாது. சிங்கங்கள் நம்மைத் தெளிவாகக் கண்டுகொள்ளாதிருக்கும் விதத்தில் நாம் உடையணிந்துகொள்ள வேண்டும். இதுவும் வளர்ச்சியின் ஒரு பகுதி போலிருக்கிறது: சிங்கங்களை அடக்கிவைப்பது!

ததார்டி அணைத்திட்டம்பற்றி குஜராத் முதல்வருடன் விவாதித்து அந்தத் திட்டத்தைக் கைவிடுமாறு அவரை வற்புறுத்தி இணங்கச் செய்திருந்தார் இந்திரா காந்தி. திட்டம் கைவிடப்பட்டதாக அவரும் இந்திரா காந்திக்கு ஜூன் 9இல் எழுதினார். அந்தக் கடிதத்தில் சில வாதங்களையும் அவர் முன்வைத்திருந்தார். அதாவது – கிர் சரணாலயத்தை ஒட்டியும் அல்லது அதைச் சிறிது ஆக்கிரமித்துமாய் நான்கு அணைகள் ஏற்கெனவே கட்டப்பட்டுள்ளன. அதனால் அங்கே ஓர் ஏரி இப்போது உருவாகியிருக்கும். இந்த ஏரி நீர் வறட்சிக் காலங்களில் காட்டுயிருக்கு மிகவும் உபயோகமாக இருந்திருக்கும். அதுமட்டுமல்லாது அணைகளால் தேக்கப்பட்டிருக்கும் நல்ல தண்ணீர் கடலுக்கு அருகேயிருக்கும் பகுதிகளிலுள்ள நீர்நிலைகளின் நீர்மட்டத்தை உயர்த்தியிருக்கும். அதனால் மழை இல்லாதிருக்கும் சவுராஷ்டிராவின் சில பகுதிகளிலுள்ள தண்ணீரில் கடல் நீரின் உப்பு கலந்துவிடாமல் தடுக்கப்பட்டிருக்கும்.

முதல்வரின் வாதங்கள் அர்த்தமுடையவை என இந்திரா காந்தி நிச்சயம் உணர்ந்திருப்பார். இது முதல்வரின் கடிதத்தில் இந்திரா காந்தி ஜூலை 2இல் எழுதிய குறிப்பிலிருந்தே புலப்படும்:

கத்தி முனையில் நடப்பதற்கு ஒப்பாகும் இது. முதல்வரின் கடிதத்தில் குறிப்பிடப்பட்ட விசயங்களுடன் உடன்படுகி றேன். எனினும் நீர்ப்பாசனம் மற்றும் மின் சக்தித் தேவை களுடன் சுற்றுச்சூழல் பாதுகாப்பு எப்போதும் முரண்பட்டு நிற்கும் என்ற எண்ணத்தை உருவாக்குவது நல்லதல்ல.

இந்திரா காந்தியின் கிர் பயணத்தால் தற்செயலான மற்றொரு விளைவு ஏற்பட்டது. கிர் தேசியக் கடற் பூங்காவைப் பிரதமர் பார்வையிடச் செல்வதற்கு ஒருநாள் முன்னர் குஜராத் முதன்மைச் செயலருக்கு ராஜாமணி கடிதம் எழுதினார்:

தேசியப்பூங்கா என அதிகாரப்பூர்வமாக அந்தப் பகுதி அறிவிக்கப்பட்ட பின்பும் ஜாம் நகரிலுள்ள பிரோட்டான் தீவுப் பகுதியிலுள்ள பவளப் பாறைகளுக்குச் சேதங்கள் விளைவிப்பது தொடர்ந்துவருவதாகப் பிரதமருக்குப் புகார்கள் வருகின்றன.[3] பிரோட்டான் தீவிற்குச் சிறிது தூரத்திலிருக்கும் எஞ்சியுள்ள கொஞ்சநஞ்சப் பவளப்பாறை களைச் சுற்றிலுமுள்ள கடற்படுகையிலிருந்து பெருமளவு மணலை (எந்திரங்களால் தோண்டி எடுத்து) ஒரு சிமெண்ட் நிறுவனம் அள்ளிச்செல்வதாகக் கூறப்படுகிறது. இதுவும் சட்ட விரோதமான நடவடிக்கையாகும். இந்தப் பகுதியிலுள்ள பவளப் பாறைகளுக்குச் சேதம் ஏற்படும் வகையில் எதனையும் செய்யக்கூடாதெனப் பிரதமர் விரும்புகிறார். சட்டத்திற்குப்

புறம்பான சுரங்க வேலைகள் நடைபெறுவதை நிறுத்தவும் பவளப்பாறைகளைச் சேதமடையாமல் காக்கவும் உடனடி நடவடிக்கை எடுக்க வேண்டுகிறேன்.

பவளப் பாறைகளுக்கு அழிவுநேரக்கூடாதென்பதில் முந்தைய ஆண்டு பிரதமர் காட்டிய தீவிர அக்கறையின் காரணமாகக் கட்ச் வளைகுடாவில் ஒரு கடல்சார் சரணாலயம் ஏற்படுத்தப்பட்டு அது 1980 ஆகஸ்ட் 12இல் அதிகாரப்பூர்வமாய் அறிவிக்கப்பட்டது. இதனால் போதிய பலன் விளையாதென்பதை இந்திரா காந்தி உணர்ந்திருந்தார். இதன் காரணமாக் 'கட்ச் வளைகுடா தேசியக் கடற்பூங்கா' அதிகாரப்பூர்வமாக 1982 ஜூலை 20இல் அறிவிக்கப்பட இருந்தது. அதனால் மிக உயர்நிலைப் பாதுகாப்பு இந்தப் பூங்காவிற்கு அளிக்கப்பட்டது.

ஜ

தூதுவா தேசியப் பூங்கா பற்றிய செய்தி பிரதமரின் கவனத்திற்குத் தொடர்ந்து வந்துகொண்டிருந்தது. அதற்குக் காரணம் பிரதமரின் நல்ல நண்பரான பில்லி அர்ஜன் சிங். இந்திரா காந்தியிடமிருந்து பரிசாகப் பெற்ற சிறுத்தைக் குட்டிகளை வளர்த்து அவற்றை 1973இல் தூதுவாவில் விட்டுவிட்டார் மூன்று ஆண்டுகளுக்குப் பிறகு லண்டனிலிருந்து புலிக்குட்டி ஒன்று அவருக்குக் கிடைக்க உதவினார் இந்திரா காந்தி. அதையும் வளர்த்த பின்பு காட்டில் விட்டுவிட்டார். இரு சம்பவங்களும் பெரும் சர்ச்சைக்கு உள்ளாயின. அவர்மீது பிரதமர் கொண்டிருந்த அன்பால் அந்தச் சர்ச்சையிலிருந்து மீண்டார்.

1981இல் தூதுவா மீண்டும் தலைப்புச் செய்தியானது. ஆனால் இம்முறை வேறு காரணங்களுக்காக. பிரதமர் தலைமையிலான இந்தியக் கானுயிர்க் கழகத்தின் நிலைக்குழு ஆகஸ்ட் 19ஆம் தேதி கூடியது. ஒற்றைக் கொம்பு காண்டாமிருகங்கள் சிலவற்றை அவற்றின் ஒரே வாழிடமான காசிரங்காவிலிருந்து (அசாம்) இடம் மாற்றுவதென அந்தக் கூட்டத்தில் முடிவு செய்யப்பட்டது.

1980களின் தொடக்கத்திலிருந்த அசாம் வேறு. கடந்தகாலத்தில் இந்திரா காந்தி அடிக்கடி சென்றுவந்துகொண்டிருந்த மாநிலமல்ல அது இப்போது. போராட்டங்களாலும் வன்முறையாலும் இப்போது அது கொந்தளித்துக்கொண்டிருந்தது. அதனால் அஸ்ஸாமின் பிரத்தியேக அடையாளமாகத் திகழும் காசிரங்காவின் ஒற்றைக் கொம்புக் காண்டாமிருகங்கள் சிலவற்றை இடம் மாற்றுவதென்ற இந்திரா காந்தியின் முடிவை, அவர் அஸ்ஸாமிற்கு எதிரானவர் என்பதற்கான இன்னொரு சான்றாக உள்ளூர்ப் பத்திரிகைகள்ச் சித்தரித்தன.

மக்களின் உணர்வுப்பூர்வமான இந்த மனநிலையை இந்திரா காந்தி அறிந்தேயிருந்தார். எனினும் இடம் மாற்றும் முடிவில் இந்திரா காந்தி ஆர்வம்கொண்டிருந்தார். அதற்குக் காரணம் காசிரங்காவில் மட்டுமே காண்டாமிருகங்களைக் கட்டுப்படுத்தி அடைத்து வைத்திருந்தால் அவற்றின் எண்ணிக்கை கணிசமாகக் குறைந்துவிடும் அபாயம் உள்ளதென பன்னாட்டு இயற்கைவளப் பாதுகாப்பு நிறுவனத்தின் இந்திய மற்றும் வெளிநாட்டு வல்லுநர்கள் விளக்கமாகத் தெரிவித்திருந்தனர். 1878ஆம் ஆண்டிலேயே காண்டாமிருகங்கள் தூதுவாவிலிருந்து வந்திருப்பதால் அவற்றின் இரண்டாவது வாழிடமாகத் தூதுவா தேர்வுசெய்யப்பட்டது.

பிரதமரின் இந்த முடிவிற்கு அசாம் மாநிலத்தில் தீவிர எதிர்ப்பு எழுந்தது. இடம் மாற்றும் இந்த முடிவை மறுஆய்வு செய்யும்படி ஆளுநரே இந்திரா காந்தியைக் கேட்டுக்கொண்டார். நீண்ட விவாதங்கள், பற்பல கூட்டங்கள், ஆய்வுகள் என ஏறத்தாழ இரண்டாண்டுக்காலத் தொடர் நடவடிக்கைகளுக்குப் பிறகு பிரதமரின் முடிவை ஏற்றுக்கொண்டு மாநில அரசு பச்சைக் கொடி காட்டிற்று. ஒரு நூற்றாண்டுக்குப் பிறகு தூதுவாவில் 1984 மார்ச் – ஏப்ரலில் காண்டா மிருகங்கள் மீண்டும் அறிமுகப்படுத்தப்பட்டன. அஸ்ஸாமில் அப்போதிருந்த தீவிர அரசியல் பிரச்சனைகளுக்கு நடுவே பிரதமரின் இந்த முடிவு மிகவும் தைரியமானது.

ௐ

'விலங்குகள் மீதான வேதனை மிகுந்த பரிசோதனைகளுக்கு எதிரான பன்னாட்டு சங்கம்' லண்டனை மையமாகக்கொண்டு இயங்கிவருகிறது. அதன் ஏழாவது பொதுக்குழு ஆகஸ்ட் மாத இறுதியில் மிலன் நகரில் நடத்தப்பட இருந்தது. 'உயிரியல் மருத்துவப் பரிசோதனைகளுக்காக ஆய்விற்கு உட்படுத்தப்படும் விலங்குகள் மீதான பயங்கரமான வலியையும் துன்பத்தையும் களைவதற்கான நடைமுறை வழிகளை' விவாதிப்பதே இந்த மாநாட்டின் நோக்கமாகும். இயக்கத்திற்குப் பெருமளவு உத்வேகம் தரும் என்பதால் மாநாட்டிற்குச் செய்தி தரும்படி இந்திரா காந்தியிடம் மாநாட்டுப் பொறுப்பாளர்கள் கேட்டுக்கொண்டனர். ஆகஸ்ட் 3இல் இந்திரா காந்தி அனுப்பிய பதில் இது:

சக மனிதர் மீதும் அனைத்து உயிரினங்கள் மீதும் கருணை, சகிப்புத் தன்மை, புரிதல்கொண்டு நடந்துகொள்பவரே நாகரிக மனிதர். நோய்கள் வாராது தடுப்பதற்கும் நோய் களுக்குப் பரிகாரம் காண்பதற்கும் விலங்குகளைப் பரிசோதனைக்கு உட்படுத்துவது தவிர்க்க முடியாததாக

இருக்கலாம். ஆனால் பயன்படுத்தப்படும் விலங்குகளுக்கு அதிகத் துன்பம் நேராமல் மனிதத் தன்மையுடன் அவற்றைப் பரிசோதனை செய்வது நிச்சயமாக முடியும். 'விலங்குகள் மீதான வேதனை மிகுந்த பரிசோதனைகளுக்கு எதிரான பன்னாட்டுச் சங்கத்திற்கு' ஆதரவு தருவதில் நான் மகிழ்கிறேன்.

நேரடியான எளிய செய்திதான் இது. ஒரு நாட்டின் தலைவர் என்ற நிலையில் இந்திரா காந்தி ஒருவரிடமிருந்து மட்டுமே செய்தி கேட்கப்படுவது சுற்றுச்சூழல் பாதுகாப்புச் சமுதாயத்தில் அவருக்கு இருந்த தகுதியைப் பிரதிபலிக்கிறது.

ஃ

1981இல் டெக்ராடூன் மற்றும் முஸோரிபற்றி இந்திரா காந்தி கவனம் கொண்டார். சுண்ணாம்புக் கல், மார்பிள் போன்ற கனிமங்கள் அரசு, தனியார் நிறுவனங்களால் வெட்டி எடுக்கப்பட்டு டூன் பள்ளத்தாக்குப் பேரழிவிற்குள்ளாவதை (ராணுவ நடவடிக்கை களை ரகசியமாகக் கண்காணிக்கும்) ஹெலிகாப்டர் உதவியுடன் கண்ட இந்திரா காந்தி அதிர்ச்சியடைந்தார். டூன் பள்ளிக்கூடத்தின் முன்னாள் தலைமையாசிரியரான மேடி மார்ட்டின், ராஜீவ் காந்தியின் நெருங்கிய நண்பரான அர்ஜன் சிங்கின் தாயார் சீதா தேவி ஆகியோரும் அந்தப் பகுதியில் வாழும் இந்திரா காந்தியின் பல நண்பர்களும் அங்கு நிலவும் மிக மோசமான நிலைமைக் குறித்து இந்திரா காந்தியிடம் புகார் தெரிவித்திருந்தனர். இந்திரா காந்தியின் அமைச்சரவைச் சகாவான தினேஷ் சிங்கும் ஏப்ரல் 28இல் அவருக்கு கடிதம் எழுதியிருந்தார். ஐந்து நாட்களுக்குப் பிறகு அந்த கடிதத்தில் இந்திரா காந்தி எழுதிய குறிப்பு:

முஸோரி அழிக்கப்பட்டுவருகிறது. ஒப்பந்ததாரர்களை ஒருவராலும் கட்டுப்படுத்த முடியவில்லை எனத் தெரிகிறது.

தனது தூரத்து உறவினரான ஜெய் கிஷோர் காண்டுவிடமிருந்து இந்திரா காந்திக்கு ஒரு கடிதம் வந்திருந்தது, (நவம்பர் 3):

முஸோரியில் நிச்சயம் நாம் கவனம் செலுத்த வேண்டும். அழகிய இந்த மலைவாழிடத்தை நமது உதாசீனத்தால் சீர்கெடச் செய்துவிடக்கூடாது.

இதுபோன்ற ஒவ்வொரு கோரிக்கையாலும் அந்தப் பகுதியைப் பாதுகாக்கும் பிரதமரின் உறுதி வலுவடைந்தது. அவரின் முதல் நடவடிக்கை டூன் பள்ளத்தாக்கு மற்றும் கங்கை, யமுனை ஆற்று நீர்ப்பரப்புப் பகுதிக்கான வாரியத்தைச் சுற்றுச்சூழல் துறையின் கீழ் ஆகஸ்ட் 4இல் அமைத்ததாகும். அந்த வாரியத்திற்குச் சட்டரீதியான அதிகாரம் எதுவுமில்லை. ஆனால் கணிசமான

அளவு உறுப்பினர்களை அது கொண்டிருந்ததாலும் அந்த அமைப்பிற்குப் பிரதமரின் ஆதரவு உண்டு என்ற நம்பிக்கையும் அதற்குப் பலம் தந்தது. அந்தப் பகுதியில் சுற்றுச்சூழல் தொடர்பான பயனுள்ள யோசனைகளை ஊக்குவித்தது. அரசின் செயல்பாடு களில் மாற்றத்தை உருவாக்கும் குழுவாக அது செயல்பட்டது.

டெக்ராடூனிலுள்ள வன ஆராய்ச்சி நிறுவனத்தின் நூற்றாண்டு விழா டிசம்பர் 19இல் நடந்தது. அந்தப் பகுதியில் மரங்கள் அற்றுப்போய்விட்ட நிலையை மிகுந்த வேதனயுடன் விழாவில் இந்திரா காந்தி குறிப்பிட்டார்:

> மலைகளின் ராணியாக ஒரு காலத்தில் முஸோரி விளங்கிற்று. செழுமையாகயிருந்த டெக்ராடூனுக்கு இந்தப் புகழுக்குத் தன் பங்கை அளித்தது.
>
> இப்போதோ அது தனது பசுமைப் பரப்பை இழந்துவிட்டது. அதன் பருவநிலை மாறிவிட்டது. அதன் அழகு காணாமல் போய்விட்டது.
>
> இந்தியாவின் அனைத்துப் பகுதிகளிலுமுள்ள மலைச் சரிவுகளும் வெற்றுத் தரிசாக ஆகிவருவது துயரம் தருகிறது.

தன் குழந்தைப் பருவத்திலிருந்தே மரங்கள் முக்கியமானவையாக இருந்துவந்திருந்ததை இந்த உரையில் நினைவுகூர்ந்தார் பிரதமர். பெரியவர்களிடமிருந்து தப்பித்து மரக்கிளைகளில் ஒளிந்து கொண்டது, வகுப்புப் பாடங்கள் படிப்பதற்கும் பிற புத்தகங்கள் வாசிப்பதற்கும் மரங்களைத் தஞ்சமடைந்தது ஆகியவற்றை உரையில் குறிப்பிட்டார். ஒப்பந்ததாரர்களின் கோடாரியாலும் மனிதனின் பேராசையாலும் காடுகள் அழிந்துவருவதால் சூழலியல் சேதம், மண் அரிப்பு மற்றும் வெள்ளப்பெருக்கு நிகழ்ந்து வருகின்றன. இதனால் காடுகளிலிருந்து காலகாலமாகக் கிடைத்துவந்த வாழ்வாதாரத்தை மக்கள் இழந்து நிற்கின்றனர் என்பதையும் குறிப்பிட்டார். இந்த உரை முக்கியமானது. ஏனெனில், ஒரு சிந்தனையாக இதனைத் தனது அலுவலகர்களுக்கு எழுதிய குறிப்பில் அவர் வெளிப்படுத்தினார்:

> பாதுகாக்கப்பட்ட காடுகளில் பணிபுரிவதுடன் தங்கள் கடமை முடிந்துவிட்டதென எண்ணாமல் தாங்களே விதித்துக்கொண்ட எல்லைக் கோடுகளைத் தாண்டி வனப் பொறுப்பாளர்கள் வெளியே வர வேண்டும். காடுகள் தொடர்பான செயல்பாடுகளில் மொத்தச் சமுதாயமும் ஈடுபடும் விதமாகச் சமூக வனவியல், சுற்றுச்சூழல், கிராமப்புற மேம்பாட்டிற்காகக் காடுகளைப் பாதுகாத்தல், மரங்கள் வளர்த்தல் ஆகியவற்றில் புதிய உத்திகளை

யோசிக்க வேண்டும். சமூக வனவியலுக்காக அரிய பழைய காடுகள் அழிந்து போகாதிருக்கும்படிப் பார்த்துக்கொள்ள வேண்டும். இரண்டிற்கும் மோதல் இருப்பதாக எனக்குப் படவில்லை. (...)

காடுகளுக்கு உள்ளேயும் வெளியேயுமாய்ப் பல தலைமுறைகளாய் வாழ்ந்துவரும் நாகரிகமடையாத எண்ணற்ற மக்களின் உணவு, மூலிகைகள், எரிபொருள் மற்றும் பிற அவசியமான பொருட்கள் ஆகியவற்றின் ஆதார வளங்களாகக் காடுகள் உள்ளன. வனப்பகுதிகள் சுருங்கி வருவது, கானக விளைப்பொருட்கள் குறைந்துவருவது, வன அலுவலர்கள் விதிக்கும் எண்ணற்றக் கட்டுப்பாடுகள் ஆகியவற்றால் இந்த மக்கள் திகிலடைந்துள்ளனர். வனப் பொறுப்பாளர்கள், அவர்களின் சகாக்கள் ஆகியோரின் கல்விப் பாடத்திட்டத்தில் ஒன்றான வன அறிவியல், வனத்தின் வாழும் இந்த மக்களின் சமூகப் பொருளாதாரத்தையும் உள்ளடக்கியதாக இருக்க வேண்டும். வனவியல் நடைமுறைகளால் காடுகளில் வசிக்கும் மனிதர்கள் அல்லது உயிரினங்களின் வாழ்வு மகிழ்ச்சியாக இருக்க வேண்டும். மோசமாகிவிடக் கூடாது. இந்த மக்கள் காடுகளிலிருந்தும் விரட்டப்படக்கூடாது.

காடுகள் இயல்பாகவே அவைக்கான மதிப்புக் கொண்டவை என்பதில் உறுதியான கருத்துடையவராகவே இருந்த இந்திரா காந்தி, அவை மக்களுக்காகவும் குறிப்பாக – வாழ்வாதாரத்திற்காக காடுகளையே சார்ந்திருக்கும் பழங்குடியினருக்காகவும் – இருக்க வேண்டுமென உணரத் தொடங்கினார். இதன் காரணமாகவே வனப் பொறுப்பாளர்கள் மக்களின் நண்பர்களாக இருக்க வேண்டுமெனவும், பழங்குடியினரைப் புரிந்து கொள்ளும் கூருணர்வு அவர்களுக்கு வேண்டுமெனவும் வலியுறுத்தினார். இவ்விதம் இந்திரா காந்தியின் இந்த உரை திருப்புமுனையாக அமைந்தது மட்டுமின்றி வனங்களின் விரிவான பங்கு குறித்த இந்தியச் சிந்தனையின் இடத்தை மீண்டும் கண்டடைவதாகவும் இருந்தது. நீண்டகாலமாகக் காடுகளில் தொடர்ந்து வசித்துவருவோரின் உரிமைகளைப் பாதுகாக்கப் பாராளுமன்றத்தில் நிறைவேற்றப்பட்ட வரலாற்றுச் சிறப்புமிக்க சட்டத்தின் சுவடுகளை இந்திரா காந்தியின் இந்த உரையில் தெளிவாகக் காணலாம். கானக அதிகார வர்க்கத்திற்கு இந்தச் சட்டம் உவப்பாக இல்லை. ஆனால் சமூகம் சம்பந்தப்படாத வெற்றிடத்தில் சூழலியலை நீடித்திருக்கச் செய்யமுடியாதென்பதை இந்திரா காந்தி நினைவூட்டியவாறிருந்தார்.

இந்திரா காந்தியைப் போலவே சுந்தர்லால் பகுகுணாவும் சுற்றுச்சூழல் பாதுகாப்புச் செயல்பாடுகளில் சளைத்தவர் அல்லர். மலைப் பகுதிகளின் சூழலியல் தரம் நல்ல நிலையில் இருக்க வேண்டுமென்பதில் கவலை கொண்டவராக அவர் இருந்தார். சுற்றுச்சூழலில் மக்களிடம் விழிப்புணர்வு ஏற்படுத்தக் காஷ்மீரிலிருந்து கோகிமாவுக்கு 4000 கி.மீ நடைப்பயணம் மேற்கொண்டார். ஜூன் மாதத்தில் தொடங்கிய நடைப்பயணம் 18 மாதங்களுக்குப் பிறகு முடிவுற்றது. எப்போதோ ஒரு சமயம் பயணத்தின் இடைவெளியில் அவர் வியன்னாவுக்குச் சென்றிருக்க வேண்டும். மீரா பென் அவரைச் சந்தித்ததாகச் செப்டம்பர் 4இல் இந்திரா காந்திக்குக் கடிதம் எழுதியிருந்தார்:

> இதைக்கொண்டுவரும் சுந்தர்லால் பகுகுணா, இமய மலையி லிருந்து நினைவுகளின் தென்றலாய் இங்கு வந்திருந்தார். (...)

செப்டம்பர் 13இல் பிரதமர் அவருக்கு எழுதிய பதில்:

> நீங்கள் எழுதியதற்கு நன்றி கூறவே இதனை எழுதுகிறேன். உங்களின் தற்போதைய உடல் நலம்பற்றிச் சுந்தர்லால் பகுகுணாவிடமிருந்து அறிந்துகொண்டேன்.

பின்னர் பகுகுணா பிரதமரைச் சந்தித்து எஞ்சியுள்ள தனது நடைப்பயணத்திற்காகச் செய்தி தரும்படிக் கேட்டிருக்க வேண்டும். இந்தியில் பேசி டேப் ரிக்கார்டரில் பதிவுசெய்த செய்தியை அக்டோபர் 17 அன்று பகுகுணாவிற்கு இந்திரா காந்தி அனுப்பினார்:

> ஆண், பெண், குழந்தைகள் என இந்தியாவில் வாழும் நம் அனைவரும் பிற உயிரினங்களுடன் இந்த நாட்டைப் பகிர்ந்துகொள்கிறோம். மரங்களும் விலங்குகளும்கூட நமது பூமியில் வாழ்பவைதாம். அவை முக்கியமான கடமைகளைச் செய்கின்றன; அவைகளுக்கும் உரிமை உண்டு. நமது உடனடித் தேவைகளுக்காக விளைவுகளைப்பற்றிக் கவலைப் படாமல் மரங்களை வெட்டியவாறிருக்கிறோம். நாடு முழுக்கவும் அபாயகரமான விளைவுகளை இது ஏற்படுத்தி வருகிறது. வெள்ளப்பெருக்கு அதிகரித்துவருவதும் ஆறுகளில் சேறு படிவதும் காடுகளை அற்றுப்போகச் செய்வதன் நேரடி விளைவாகும். இந்த அபாயத்தை மக்கள் உணர வேண்டும். இமயமலைப் பகுதிகளில் காடுகள் அதிகரிப்பதை உறுதிசெய்ய வேண்டும். காடுகளைப் பாதுகாக்க வேண்டும். மரங்கள் நட வேண்டும் என்ற செய்தியைப் பரப்புவதற்கு திரு. சுந்தர்லால் பகுகுணா தனது நடைப்பயணத்தை தொடர்ந்து மேற்கொண்டுவருகிறார். அவருக்கு எனது நல்வாழ்த்துக்கள்.

'மரங்கள் நட வேண்டும், அவற்றைப் பாதுகாக்க வேண்டும்' என்ற உங்களின் பதிவுசெய்யப்பட்ட செய்தியைத் தூரத்துக் கிராமங்களிலுள்ள ஆயிரக்கணக்கான மக்கள் மிகுந்த ஆர்வத்துடன் கவனித்துக் கேட்டனர்' எனச் சுந்தர்லால் பகுகுணா இந்திரா காந்திக்கு அக்டோபர் 27இல் எழுதிய கடிதத்தில் தெரிவித்திருந்தார்:

இமாசலப் பிரதேச மாநிலத்தில் தனது நடைப் பயணத்தை முடித்ததும் சிம்லாவிலிருந்து அந்தக் கடிதத்தை இந்திரா காந்திக்கு எழுதி அனுப்பியிருந்தார் சூழலியலாளர் பகுகுணா. பல பரிந்துரைகளை அந்தக் கடிதத்தில் தெரிவித்திருந்தார். கானக விளைபொருட்களைத் தனியார் மூலமாக விற்பனை செய்வதற்குத் தடைவிதிப்பது; மரங்கள் வெட்டப்படுவதை தடுப்பது; மரங்களில் ஆழமாய் துளையிட்டு மரப்பிசின் எடுக்கத் தடைவிதிப்பது; உள்ளூர் மக்களின் தேவைகளைப் பூர்த்தி செய்வதற்காக மலையோரப் பகுதிகளில் தாவரங்களைப் பயிரிட்டு வளர்ப்பவர்களுக்குப் பயிரிடும் திட்டங்களில் சலுகையும் முன்னுரிமையும் தரப்பட வேண்டும் என்ற கொள்கையை அமல்படுத்துவது.

பகுகுணாவின் இந்தக் கடிதத்தில் நவம்பர் 5இல் இந்திரா காந்தி இவ்விதம் குறிப்பிட்டார்:

நடைமுறையில் இந்தப் பரிந்துரைகள் எந்த அளவு சாத்தியம்? இவற்றைப் பரிசீலனை செய்து நடவடிக்கை எடுக்கவும். திரு. பகுகுணாவிற்கு என் சார்பாகப் பதில் எழுதவும். நான் அலுவலகப் பணி தொடர்பாக வெளியூர்ப் பயணம் மேற்கொள்ள இருப்பதால் என்னால் பதில் எழுத முடியவில்லை என்பதை அதில் தெரிவிக்கவும்.

ജ

மத்தியப்பிரதேசத்தின் வளமான பஸ்தார் காடுகளிலுள்ள சால் மரங்களுக்குப் பதிலாக யூக்லிப்டஸ் போன்ற வெப்ப மண்டல மரங்களை நடும் திட்டம் மத்தியப் பிரதேச மாநில அரசுக்கு இருந்தது. இதற்குக் கடுமையாக அதிருப்தி தெரிவித்து மத்தியப் பிரதேச முதல்வர் அர்ஜன் சிங்கிற்குப் பிரதமர் கடிதம் எழுதினார். இதற்கு முதல்வர் பதில் எழுதினார். ஆனால் பிரதமர் அவற்றைக் கவனிக்கும் மனநிலையில் இல்லை. மாநில முதல்வரோ தனது நிலைப்பாட்டில் விடாப்படியாக இருந்தார். கடைசியில் சால் மரங்களுக்குப் பதிலாக யூக்லிப்டஸ் வெப்ப மண்டல மரங்களை நடும் தனது திட்டத்தை நியாயப்படுத்தி நான்கு பக்கக் கடிதம் ஒன்றை ஜனவரி 14இல் பிரமருக்கு

எழுதினார். பிரதமரின் உணர்வுகளுக்கு மதிப்பளித்துத் திட்டத்தில் சிலவற்றை விட்டுக்கொடுத்துக் கடிதத்தை முதல்வர் இவ்விதம் முடித்திருந்தார்:

> வேகமாக அழிந்துவரும் வனப்பகுதிகள் குறித்தத் தங்களின் கவலையையும் பழங்குடியினர் மீதான தங்கள் அன்பையும் உணர்ந்துகொள்கிறோம். அந்தப் பகுதியில் வாழும் மக்கள் நலனுக்கு எந்தத் தீங்கும் விளையாது என்பதை உறுதிசெய்த பிறகே இந்தத் திட்டத்தின்மீது நடவடிக்கை எடுக்கப்படும். இந்தத் திட்டத்தால் சுற்றுச்சூழலுக்கோ அதன் பாதுகாப்பிற்கோ ஏற்படும் விளைவுகள் குறித்தும், புதிய கானுயிர்ப் பாதுகாப்புச் சட்டத்தின்படி அனுமதி வழங்குதல், நுண்ணாய்வு செய்தல் ஆகியவை பற்றியும் மேலும் ஆய்வுகள் மேற்கொள்ளப்படுவதை மாநில அரசு மிகவும் விரும்புகிறது.

இந்திரா காந்தி மிகவும் சக்திவாய்ந்த பிரதமர். ஆனால் 1974இல் பேக் பே நிலமீட்பு விசயத்திலும் இப்போதைய மத்தியப் பிரதேசச் சம்பவத்திலும் அவரின் அதிகாரத்திற்கு வரம்புகள் இருந்தன. மாநிலம் தொடர்பான விசயங்களில் முதல்வர் ஒரு முடிவுக்கு வந்துவிட்டால் அதுவே செயல்படுத்தப்படும்; கடிதங்கள் எழுதுவது தவிர இந்திரா காந்தி செய்யமுடிவது மிகவும் சொற்பம். இந்த விசயத்தில் மாநில முதல்வர் அர்ஜன் சிங்கிற்கு ஓரளவிற்காவது இணங்கிச்செல்ல வேண்டிய நிர்ப்பந்தத்தில் இந்திரா காந்தி இருந்தார். இந்திரா காந்தியின் உதவியாளர் ஆர். ராஜாமணி வனக் கண்காணிப்பாளர் தால்விக்கு மார்ச் 24 அன்று எழுதிய கடிதம்:

> 1980ஆம் ஆண்டிற்கு முன்பாகவே மரங்கள் வெட்டப்பட்டிருந்தால் அந்தப் பகுதிகளில் ஆராய்ச்சி மற்றும் முன்னோடித் திட்டங்களுக்கானப் பரிசோதனை முயற்சியாக மரங்கள் நடுவதில் எந்த ஆட்சேபணையும் இல்லை. அந்தப் பரிசோதனை முயற்சிகளிலும் ஒரேவகையான அல்லது ஒரே இனத்தைச் சார்ந்த வெப்பமண்டல மரங்களை மட்டுமே நடும் யோசனை இருந்தால், அதனால் ஏற்படும் நீண்டகால விளைவுகளைப்பற்றி முழுமையாக மதிப்பீடு செய்த பிறகே அவற்றை நட வேண்டும் எனப் பிரதமர் கருதுகிறார். பழங்குடியினர் பற்றிய ஆய்வினதும் வனக் கண்காணிப்பாளரின் கீழ் அமைக்கப்பட்ட குழுவின் ஆய்வினதும் அறிக்கைகளைப் பிரதமர் அலுவலகத்திற்கு அனுப்பிப் பிரதமரின் ஒப்புதல் பெற வேண்டும்; அதன் பிறகே புதிய பகுதிகளில் மரங்கள் வெட்டுவது பற்றியும் எதிர்காலத் திட்டம் குறித்தும் முடிவு செய்யப்பட வேண்டும்.

ராஜாமணிக்குப் பிறகு புதிதாகப் பொறுப்பேற்றுக்கொண்ட அரவிந்த் பாண்டே வனக் கண்காளிப்பாளருக்கு மே 14இல் எழுதிய இரண்டாவது கடிதம்:

> முப்பது ஹெக்டேர் வனப்பகுதி கொண்ட தொகுதிகளில் பைன் மரக்கன்றுகள் நடும் உங்களின் யோசனையைப் பிரதமர் ஏற்றுக்கொண்டுள்ளார். இரு தொகுதிகளுக்குமிடையேயுள்ள இடைவெளியில் இயற்கைக் காடுகள் வளர அனுமதிக்கலாம்; மூங்கில் மற்றும் உள்ளூர்த் தாவர வகைகளையும் நடலாம்.

இந்திரா காந்தியின் உத்தரவுப்படி வனக் கண்காணிப்பாளரின் தலைமையின் கீழ் ஒரு குழு அமைக்கப்பட்டது. மாதவ் காட்கில்; பம்பாய் இயற்கை வரலாற்றுச் சங்கத்தின் பொறுப்பாளரான ஜே.சி. டேனியல்; ஒரிசாப் பழங்குடியினத்தைச் சேர்ந்த காங்கிரஸ் மக்களவை உறுப்பினரான கிரிதர் கோமாங்கோ (இவர் பின்னர் ஒரிசா மாநில முதல்வரானார்) ஆகியோர் குழுவின் உறுப்பினர்களாவர். அந்தக் குழுவின் பரிந்துரைகள் வருமாறு: பைன் மரங்கள் நடுவதற்காகக் காடுகளை மேலும் அழிப்பது நிறுத்தப்பட வேண்டும்; அந்தப் பகுதியிலுள்ள காகித ஆலைகளில் மூங்கிலை மூலப்பொருளாகப் பயன்படுத்துவதைக் குழு ஒப்புக்கொண்டுள்ளது. பஸ்தாரின் வனப்பரப்பை மேம்படுத்தும் யோசனைகளையும் அந்தக் குழு தெரிவித்தது. பிரதமர் பரிந்துரைகளை ஏற்றுக்கொண்டார்.

இந்த பரிந்துரைகளை டிசம்பர் 7இல் பிரதமர் முறைப்படி ஏற்றுக்கொண்டதன் மூலம் 1980 அக்டோபர் 5இல் நேத்தம் எழுப்பிய பிரச்சனை முடிவுக்கு வந்தது.

மரங்கள் நடுவதிலும் வளர்ப்பதிலும் இந்திரா காந்தி மிகுந்த ஆர்வம்கொண்டவராக இருந்தார். அதனால் ஹவாய் பல்கலைக்கழகத்தின் தோட்டக்கலை மரபியல் பேராசிரியரான ஜேம்ஸ் பிருவ்பேக்கர் இந்திரா காந்தியின் மீது மிகுந்த அன்பும் பாராட்டுணர்வும் கொண்டிருந்தார். பிரதமரைப் பிப்ரவரியில் சந்தித்த அவர் ஆண்டு இறுதியில் ஹொனோலூலூவுக்கு வருகை தரும்படி அறக்கட்டளை சார்பில் வேண்டிக்கொண்டார். மரங்கள் பற்றிய பேச்சு வந்தபோது ஹவாயில் வேகமாய் வளரும் சிறிய குபாபுல் மரம்பற்றி இந்திரா காந்தியிடம் குறிப்பிட்டார். இதன்பின் பிரதமருக்கு மார்ச் 17இல் எழுதிய கடிதத்தில் விறகுக்காகவும் கால்நடைத் தீவனமாகவும் பயன்படும் குபாபுல் மரங்களை வீடுகட்டவும் காகிதத் தயாரிப்பில் மரக்கூழாகவும்

பயன்படுத்தலாம் எனக் குறிப்பிட்டிருந்தார். பிரதமர் அதற்கு ஏப்ரல் 1இல் எழுதிய பதில்:

> வறண்ட பகுதிகளில் வளரும் இந்த மரங்கள் பற்றியும் அவற்றின் பயன்பாடு பற்றியும் எங்கள் வேளாண் அமைச்சகம் தகவல் தெரிவித்துள்ளது. சில நாட்களுக்கு முன்பு ராஜஸ்தானின் வறண்ட பகுதிகளுக்குச் சென்றிருந்த போது குபாபுல் மரங்களின் விதைகளையும் எடுத்துச் சென்றிருந்தேன். உண்மையிலேயே இது மிகவும் பயனுள்ள மரம். இந்த மரங்களை நடுமாறு மக்களை ஊக்குவித்து வருகிறோம்.

மரங்கள் வளர்ப்பதில் உறுதியான அர்ப்பணிப்புணர்வு கொண்டிருந்தார் பிரதமர் என்பதைச் சக அமைச்சர்களும் அலுவலகர்களும் நன்கறிவர். வனத் திட்டங்களை அமல்படுத்துவதில் துரிதமாகச் செயல்படுமாறு அவர்களைத் தூண்டுவார். வேளாண் அமைச்சரான ராவ் பிரேந்திர சிங்கிற்கு பிப்ரவரி 15இல் இந்திரா காந்தி எழுதிய கடிதம்:

> நமது முயற்சிகளின் பலன்கள் குறிப்பாக சமூக வனவியலில் உடனடியாகக் கிடைக்க வேண்டும். அவை அர்த்தமுடையதாயும் இருக்க வேண்டும். சென்ற ஆண்டு மரங்கள் நடுவதை ஊக்குவிப்பதில் நாம் போதிய அளவு செயல்படவில்லை என நினைக்கிறேன். வறட்சி முதலியவை இதற்குக் காரணங்களாக இருந்திருக்கலாம். ஆனால் இந்த ஆண்டு அனைத்து ஏற்பாடுகளையும் முன்னரே செய்ய வேண்டும். ஏராளமான மரங்களை நடுவது நமது நோக்கமாக இருக்க வேண்டும். (...) இந்த ஆண்டு மழைக் காலம் முன்னரே வரவிருக்கிறது. புதிய மரங்களை ஏராளமாக வளர்க்க இதனை முழுவதும் பயன்படுத்திக்கொள்ள வேண்டும்.

இந்திரா காந்தியின் இந்தக் கடிதத்திற்கு மாநிலங்களிலிருந்து கிடைத்த பதில் உற்சாகம் தருவதாக இல்லை. குஜராத், மகாராஷ்டிரம், மத்தியப் பிரதேசம், தமிழ்நாடு ஆகிய மாநிலங்களின் மரங்கள் நடும் செயல்திட்டம் குறிப்பிடத்தக்க அதிக அளவு வெற்றிபெறுமென எதிர்பார்க்கப்பட்டது. ஆந்திரப் பிரதேசம், பீகார், உத்தரப் பிரதேசம், ஒரிசா, ராஜஸ்தான், மேற்கு வங்கம் ஆகிய மாநிலங்களில் மரங்கள் நடும் திட்டத்தின் பலன் அவ்வளவாக இல்லை. மரங்களை நடும் திட்டத்தில் ஒவ்வொரு மாநிலத்தின் செயல்பாட்டையும் மாறுபாடுகளையும் சுட்டிக்காட்டி ஒரு அலுவலக் குறிப்பினை ஏப்ரல் 29இல் இந்திரா காந்திக்கு ராஜாமணி அனுப்பினார். ‘பிரதமர் ஒப்புதல்

தந்தால் இந்த மாறுபாடுகளை வனக் கண்காணிப்பாளர்களுக்குத் தெரிவித்து அவற்றைச் சீராய்வு செய்யக் கேட்டு கொள்ளப்படுவர் (...)'

பிரதமரின் பதில் அதே நாளில் உடனே வந்தது:

'உடனடியாக இதனைச் **செய்தேயாக வேண்டும்**. (அழுத்தம் ஆசிரியருடையது) வேண்டுகோளாக அவர்களைக் கேட்பதென்றப் பேச்சுக்கே இடமில்லை. அவர்கள் இதனைச் செய்யத் தவறினால் (மத்திய அரசின் நிதி உதவியால் செயல்படுத்தப்படும்) வேறு சில திட்டங்களை ரத்துச் செய்வதுபற்றி யோசிக்க வேண்டும்.

காங்கிரஸ் இளைஞர் அணி சார்பில் மரம் நடும் மாபெரும் செயல்திட்டத்தை ஜூலை 1இல் இந்திரா காந்தி நாடுமுழுவதும் தொடங்கிவைத்தார். ஐந்து அம்சத் திட்டத்தின் பகுதியாக மரம் நடுவதில் தீவிரமாகச் செயல்பட்ட சஞ்சய் காந்தியை நினைவுகூரும் விதமாக இந்த முடிவு எடுக்கப்பட்டது.

மரங்களை இரக்கமின்றி வெட்டியதன் காரணமாகத் தட்பவெப்ப நிலையில் ஏற்கனவே ஏற்பட்டுள்ள மாற்றம், அதனால் விளைந்த மாசுபாடுகள், வறட்சி, வெள்ளப் பெருக்கு என தனக்குப் பிடித்த பொருள் பற்றிப் பேசுவதற்கான வாய்ப்பாக இதனைப் பயன்படுத்திக்கொண்டார் இந்திரா காந்தி. அரசாங்கத்தின் சார்பாக நடத்தப்படும் 'வன மகோத்சவம்' செயல்திட்டத்தின்மீது இந்திரா காந்திக்கு விமர்சனம் இருந்தது. நடப்பட்ட மரக்கன்றுகளை பேணிப் பாதுகாப்பதில் அரசு போதிய அக்கறை காட்டவில்லை எனவும் அது வெறும் சடங்காகி விட்டதெனவும் இந்திரா காந்தி கருதினார். பிறக்கும் ஒவ்வொரு குழந்தையின் பெயரிலும் பல்வேறு வகை மரங்களை நட வேண்டுமென இந்திரா காந்தி விரும்பினார்.

நாடு முழுவதும் சுமார் ஐந்து லட்சம் மரக்கன்றுகள் ஒரு வார காலத்தில் நடப்பட்டன. மிகப்பெரிய அளவில் மரங்கள் நடுவதை ஓர் அமைப்பாகக் காங்கிரஸ் தீவிரமாக எடுத்துக் கொள்வது இதுவே முதல்முறையாகும். காடுகள் வளர்ப்பு தொடர்பான அரசியல் நடவடிக்கைகளைப் பொறுத்தவரை இந்த உத்வேகம் நீண்டகாலம் நீடிக்கவில்லை என்பது சோகம்.

౮౩

சுற்றுச்சூழல் அமைச்சராக இந்திரா காந்தி பொறுப்பேற்றுக் கொண்ட முதலாம் ஆண்டு நவம்பர் 17இல் நிறைவுற்றது. அவர் தலைமையின் கீழ் புதிய சூழலில் முழு நம்பிக்கையுடன்

வெற்றிகரமாக அது செயல்பட இருந்தது; பற்பல ஆய்வுகளை அந்தத் துறை மேற்கொண்டது. ஆனால் சாதனை எனக் குறிப்பிடும்படியாக எதனையும் இன்னும் செய்யவில்லை. மக்களுக்குச் செய்தி தருவதன் மூலம் இந்தத் துறைக்கு உற்சாகம் அளிக்கத் தீர்மானித்தார் இந்திரா காந்தி:

> தேசியக் குழந்தைகள் தினத்தை மூன்று நாட்களுக்கு முன்பு கொண்டாடினோம். சீர்கெடாத சுற்றுச்சூழல் கொண்ட, சூழலியல் சமன்நிலை நன்கு பேணப்பட்ட, மரங்கள் வெட்டப்படாது காடுகள் நிறைந்துள்ள ஓர் உலகு குழந்தைகளுக்குத் கிடைப்பதை நாம் உறுதி செய்ய வேண்டும்.
>
> இதற்குக் குறுகியகால, நீண்டகால இலக்குத் தேவை. சுயநலத்திற்காகக் காடுகளை மட்டுமீறிப் பயன்படுத்துவதைத் தவிர்க்க வேண்டும். (...)
>
> இயற்கையின் விலைமதிப்பற்ற பரிசு காடுகள். காடுகளை வளர்ப்பதற்கும், சாத்தியமான இடங்களிலெல்லாம் மரங்கள் நடுவதற்கும் பெரும் முக்கியத்துவம் தரப்பட வேண்டும். மரங்கள் வாழ்வின் அடையாளம். குழந்தைகள் மீதான நமது பாசமும், மரங்கள் மீதான குழந்தைகளின் அக்கறையும் ஒன்றிணைந்தால் அது நமது வாழ்க்கைக் கண்ணோட்டத்தையே விரிவடையச் செய்துவிடும். 'ஒவ்வொரு குழந்தைக்கும் ஒரு மரம்' என்ற நோக்கத்திற்காக மேற்கொள்ளப்படும் செயல்பாடுகள் கற்றல் செயல்முறைகளில் ஒன்றாகும். குழந்தை பிறக்கும் ஒவ்வொரு சமயத்திலும் ஒரு மரக்கன்று நடப்பட்டு அது முழு வளர்ச்சி அடையும்வரைப் பேணிப் பாதுகாக்கப்படுமேயானால் அந்த மரம் நாட்டின் சொத்தாகும். அந்தக் குழந்தையும் நல்ல குடிமகனாக வளரும். ஒவ்வொரு பிறந்த நாளிலும் செடி ஒன்றை நடுவதற்கு நாம் ஏன் திட்டமிடலாகாது?
>
> சென்ற ஆண்டு நவம்பரில் சுற்றுச்சூழல் துறையைத் தொடங்கினோம். அரசாங்கமோ அல்லது அரசுசாரா அமைப்போ சுற்றுச்சூழல் நிர்வாகம் தொடர்பான செயற்திட்டங்களை ஏற்பாடு செய்தால் அதற்கு ஒத்துழைப்பு தரும்படி ஒவ்வொரு பெற்றோரையும் குழந்தையையும் சுற்றுச்சூழல் துறை வற்புறுத்தி இணங்கச் செய்யுமென நம்புகிறேன்.

சில நாட்களுக்குப் பிறகு ஓர் புதிய யோசனையைத் தனது அலுவலகர்களிடம் வெளிப்படுத்தினார் இந்திரா காந்தி. அதனை ஒருசிறிய அலுவலக் குறிப்பாகப் பதிவுசெய்து சமர் சிங்கிற்கு அனுப்பினார் ராஜாமணி:

நான் ஏற்கனவே தொலைபேசியில் கூறியபடிக் கணக்கற்று மரங்கள் வெட்டப்படுவதற்கு எதிராகச் சட்டம் இயற்ற வேண்டிய தேவை குறித்துப் பரிசீலிக்க வேண்டுமெனப் பிரதமர் விரும்புகிறார். சட்டரீதியாக இதனை நிறைவேற்று வதற்குத் தேவையான விபரங்களுடன் ஓர் அலுவலகக் குறிப்பை உடனடியாக அனுப்பித் தரும்படி அன்புடன் வேண்டிக்கொள்கிறேன்.

இந்திரா காந்தியின் இந்த யோசனை அடிப்படையானது. நகரங்களி லும் கிராமங்களிலும் மரங்கள் வேரோடு அழிக்கப்படுவதுபற்றிய புகார்கள் அவருக்குத் தொடர்ந்து வந்துகொண்டிருந்தன. 'வனப்பகுதிகள்' என அதிகாரப்பூர்வமாக அறிவிக்கப்பட்ட பகுதிகளுக்கு வெளியே உள்ள இடங்களில் மரங்கள் வெட்டப்படு வதைக் கட்டுப்படுத்தும் விதமாக தேசிய அளவில் சட்டம் இயற்றினால் அது சிறிதளாவது பலனளிக்குமென இந்திரா காந்தி கருதினார். அவரது அதிகாரிகள், அது அரசமைப்புச் சட்டத்திற்கு எதிரானது எனவும் ஒழுங்குபடுத்தும் விதிகளை மாநிலங்களிடம் விட்டுவிடுவதே சிறந்தது எனவும் தெரிவித்தனர். பிரதமருக்கு இது அவ்வளவாகப் பிடிக்கவில்லை. எனினும் அவர்கள் கூறியபடியே செய்வது தவிர வேறு வழியில்லை. இதுபோன்ற சட்டத்தை மாநிலங்களே நிறைவேற்றிக்கொள்ள வேண்டுமென இறுதியாகத் தீர்மானித்தார்.

ஆ

மரினா லோசேயின் பிரஞ்சுப் பத்திரிகையான *Madame Figarar* இல் பிரதமரின் நேர்காணல் அக்டோபர் 16இல் வெளிவந்தது. இந்திரா காந்தியின் அக உலகை அது வெளிப்படுத்திற்று. அரசியலைத் தவிர வாழ்வில் அவருக்குப் பிடித்தமான விசயங்கள் பற்றி வினவப்பட்டபோது பிரதமர் அளித்த பதில்:

மரங்கள், பசுஞ்செடி கொடிகள், மலர்கள் பிடிக்கும். மரங்களா பூக்களா என்றால், எனக்குப் பிடித்தவை மரங்களே என்பேன். அவை கண்களுக்கு ஆறுதலாக இருக்கின்றன. கண் கூசச் செய்யும் சூரிய ஒளி இங்கு இருப்பது இதற்குக் காரணமாக இருக்கலாம்.

விரும்பும் மலர்கள்பற்றி அவரிடம் வினவப்பட்டபோது அவர் சொன்னார்:

'தோட்டத்து மலர்களைவிடவும் காட்டுப் பூக்களை எனக்குப் பிடிக்கும். ஆனால் ஒரு மலர் மிகவும் அழகாக இருந்தால் ஒருவருக்கு அதைப் பிடிக்கும். நமக்கு எது பிடிக்குமெனக் குறிப்பாகக் கூறுவது கடினம். எந்தச்

சூழ்நிலையில் எந்த மாதிரி மலரை நீங்கள் பார்க்கிறீர்கள் என்பதைப் பொறுத்தது அது. எனக்கு காட்டுப் பூக்களைப் பிடிக்கும். ஏனெனில் மனிதர்களிடம் எனக்குப் பிடிக்கும் குணங்கள் காட்டுப் பூக்களிடம் உண்டு; அவை பாதகமான சூழ்நிலைகளில் வளர்கின்றன; கடுமையான காற்றிலும் எத்தனையோ பாதகங்களுக்கு மத்தியிலும் – குறிப்பாக மலைகளில் – காட்டுப் பூக்கள் தாமாகவே மலர்கின்றன.

தன்னைப்பற்றி 'எழுதுவதும் வாசிப்பதும் பேசுவதும்' அலுப்புத் தருவதாகும். எனவேதான் நினைவுக் குறிப்புகளை எழுதப் போவதில்லை என மனதில் உள்ளதை இந்த நேர்காணலில் வெளிப்படுத்தினார். கணநேர ஓய்வு கிடைக்குமேயானாலும் அதனை 'எனக்காகச் செலவிட விரும்பவில்லை' என்பதைத் தெளிவுபடுத்தினார்.

⊗

'புதிய பம்பாய்' மற்றும் 'பேக் பே நில மீட்புத்திட்ட' விசயத்தில் 1974 ஆம் ஆண்டு அப்போதிருந்த மகாராஷ்டிர மாநில முதல்வருடன் மல்யுத்தம் செய்ய வேண்டியதிருந்தது. இப்போது புதிய மகாராஷ்டிர முதல்வராக ஏ.ஆர். அந்துலேயுடனும் அதே நிலைதான் தொடர்ந்தது. 1978இல் கட்சி பிளவுற்றபோது இந்திரா காந்தியுடன் இருந்தவர் அந்துலே. எதிர்ப்புக்களுக்கு இடையேயும் அவரை மகாராஷ்டிர மாநில முதல்வராக இந்திரா காந்தியே தேர்வு செய்தார்.

பம்பாய் நகரைப் புதிய பம்பாயுடன் இணைக்கும் சாலை இணைப்புத் திட்டம் (சாலை இணைப்புத் திட்டம் – பம்பாய் பெருநகரைப் புதிய பம்பாயுடன் இணைக்கும் சாலையில் 22 கி.மீ தூர மேம்பாலம் கட்டும் திட்டம்) தொடர்பாக ஆகஸ்ட் 20இல் அந்துலே இந்திரா காந்திக்குக் கடிதம் எழுதினார். அப்போது ஜே.ஆர்.டி டாட்டா தலைமையிலான வழிகாட்டும் குழு அந்தத் திட்டம் பற்றி ஆய்வுசெய்துகொண்டிருந்தது. முந்தைய ஆண்டு நவசேவா புதிய துறைமுகத்திற்காக அனுமதி வழங்கியபோது இந்திரா காந்தி பிறப்பித்திருந்த உத்தரவை அந்தத் திட்டம் மீறுவதாக ஆட்சேபணை தெரிவித்து பம்பாய் சுற்றுச்சூழல் செயல்பாட்டுக் குழு டாட்டாவுக்கும் பிரதமருக்கும் தொடர்ந்து கடிதம் எழுதிக்கொண்டிருந்தது.

பம்பாய் நகர் – புதிய பம்பாய் சாலை இணைப்புத் திட்டத்திற்கு இந்திய அரசின் ஆதரவு கிடைக்குமென என மகாராஷ்டிர முதல்வர் நம்பிக்கை தெரிவித்திருந்தார். சாலை இணைப்புத் திட்டத்தின் மூலம் பாலம் கட்டுவது 'பம்பாயின்

நெரிசலைக் குறைக்கும் நோக்கத்தையே' முறியடித்துவிடும் என செப்டம்பர் 13 அன்று எழுதிய கடிதத்தில் தெரிவித்த இந்திரா காந்தி அதனை இவ்விதம் முடித்திருந்தார்:

> 'அலுவலகரீதியாகவும் அமைச்சர்கள் மட்டத்திலும் விவாதம் நடத்துவதென்ற உங்களின் யோசனையில் எனக்கு எந்த ஆட்சேபணையும் இல்லை. திறந்த மனதுடன் விவாதம் மேற்கொள்ளப்பட வேண்டும். இந்த விசயத்தில் சுற்றுச்சூழல் பாதுகாப்பையும் கருத்தில்கொள்ள வேண்டியது மிக முக்கியமாகும்.

பம்பாய் இயற்கைச் சுற்றுச்சூழல் குழுவின் கடிதங்களுக்குப் பதில் எழுதாவிடினும் அதன் கோரிக்கைகளை இந்திரா காந்தி தீவிரமாக எடுத்துக்கொண்டார் என்பது முதல்வருக்கு நவம்பர் 2 அன்று அவர் மீண்டும் கடிதம் எழுதியதிலிருந்து புலப்படுகிறது:

> (...) சுற்றுச்சூழல் பாதுகாப்பு தொடர்பான அனைத்து விசயங்கள், பழைய பம்பாய் நகரின் நெரிசலைக் குறைப்பது, பம்பாய் பெரு நகரத்தின் சமமான வளர்ச்சி, நவ-சேவா துறைமுகத்தைச் சுதந்திரமானத் தனித்துறைமுகமாக மேம்படுத்துவது ஆகியவைபற்றி ஆழமான ஆய்வு மேற்கொள்ளப்பட வேண்டிய தேவை உள்ளது.

ஆய்வு முடிவுற ஆறு மாதங்களாகும் என முதல்வரிடம் கடிதத்தில் இந்திரா காந்தி குறிப்பிட்டிருந்தார். ஒன்பது நாட்களுக்குப் பிறகு பிரதமரின் தீர்மானத்தை ஏற்றுக்கொள்வதாக முதல்வர் கடிதம் எழுதினார். இதைத் தவிர அவருக்கு வேறு வழியில்லை.

ଓଷ

இந்த ஆண்டு இறுதியில் இந்திரா காந்தி ஒரு முடிவிற்கு வந்தார். அது ஒரு திருப்புமுனையாகப் பின்னர் அமையவிருந்தது. ஓரிசாவுக்குச் சென்றபோது. அங்கிருந்த கடற்கரைகளின் நிலைமை அவர் மனதை ஆழமாகத் துன்புறுத்தியது. கடற்கரைகளின் சீரழிவு, அவை தவறாகப் பயன்படுத்தப்படுவது ஆகியவை குறித்துக் கடலோர மாநில முதலமைச்சர்களுக்கு இந்திரா காந்தி நவம்பர் 27இல் கடிதம் எழுதினார்:

> கட்டடங்கள் எழுப்பியும் பிற செயல்பாடுகளை மேற்கொண்டும் கடலோர மாநிலங்களின் கடற்கரைகள் சீரழிக்கப்பட்டும் தவறாகப் பயன்படுத்தப்பட்டும் வருவதாகப் பல அறிக்கைகள் சுட்டிக்காட்டுகின்றன. இது மிகவும் கவலை தருகிறது. கடற்கரைகளுக்கு அழகியல் தன்மையும் சுற்றுசூழல் மதிப்பீடும் உண்டு; பிற பயன்களும் உண்டு.

கடல் அலைகள் அதிக உயரத்தில் எழும் கடற்பகுதிக்கு அப்பால் 500 மீட்டர் தூரம் வரை எந்தச் செயல்பாடுகளும் நடைபெறக்கூடாது. மண் அரிப்பினால் பாதிப்பிற்குள்ளாகும் தன்மையைக் கடற்கரை கொண்டிருந்தால், அந்த மண்ணிற்குப் பொருத்தமான மரங்களையும் செடிகளையும் அங்கே நட வேண்டும். கடற்கரையின் அழகு கெட்டுவிடாமல் பார்த்துக்கொள்ள வேண்டும்.

செயற்கையான முறையில் கடற்கரைகளை மேம்படுத்தும் எந்த நடவடிக்கைகளையும் மேற்கொள்ளக்கூடாது. தொழிற்சாலைகள் மற்றும் நகரத்தின் கழிவுகளால் கடற்கரைகள் மாசுபாடடைவது தடுத்து நிறுத்தப்படவேண்டும்.

இந்த விசயத்தில் கவனம் செலுத்தி அழகிய இந்தக் கடற்கரைகளும் கடலோர எல்லைப் பகுதிகளும் அசுத்த மடையாதிருப்பதை உறுதி செய்யவும்.

கடல் அலை அதிக உயரத்தில் எழும் 500 மீட்டர் வரையறையை விதித்ததற்காக இந்திரா காந்தி விமர்சனத்திற்கு ஆளானார். இந்த முடிவுக்கு வர சூழலியல் காரணங்கள் அவருக்கு வழிகாட்டியாய் அமைந்தன. அதுமட்டுமல்லாது மீனவர்களின் வாழ்வாதாரம் பாதுகாக்கப்பட வேண்டும் என்ற உண்மையான அக்கறையும் அதில் இருந்தது. ஆனால் இந்த முடிவை அமல்படுத்துவதற்கு அப்போது வழியில்லாதிருந்தது. அதற்காகச் சுற்றுச்சூழல் (பாதுகாப்புச்) சட்டம் 1986 நிறைவேற்றப்படும்வரை நாடு காத்திருக்க வேண்டியதிருந்தது. இந்தச் சட்டத்தின் மூலம் ‘கடலோர ஒழுங்காற்று மண்டலம்–1991 விதிமுறைகள்’ பிரகடனப் படுத்தப்பட்டது. (கடற்கரைகள் பாதுகாக்கப்பட வேண்டும் என்பது தொடர்பாக) பத்து ஆண்டுகளுக்கு முந்தைய இந்திரா காந்தியின் கவலைகளைப்பற்றி இந்த விதிமுறைகள் பேசின.

ஜ

இந்திய அறிவியல் கூட்டத்தில் உரையாற்றுவதன் மூலம் புத்தாண்டு வருகையை வரவேற்கும் மரபைத் தொடங்கிவைத்தார் நேரு. இந்திரா காந்தி அதனைத் தொடர்ந்தார். இந்த ஆண்டு ஜனவரி 3இல் வாரணாசியில் கூட்டம் ஏற்பாடு செய்யப்பட்டிருந்தது. உரையின் தலைப்பு இந்திரா காந்தியின் மனதிற்கு மிகவும் நெருக்க மான ‘அறிவியலும் சுற்றுச்சூழலும்’. உரையின் தொடக்கத்தில் ‘கங்கையும் வாரணாசியும் இயற்கையின் தொடர்ச்சி என்பதான அடையாளமாக இருந்து வந்திருக்கின்றன’, என்பதை இந்திரா காந்தி குறிப்பிடத் தவறவில்லை.

அவரது உரை நினைவுகூருமளவு முக்கியத்துவம் கொண்டதாக இல்லாதிருக்கலாம். ஆனால் அந்தச் சமயத்தில் அவர் வெளியிட்ட அறிவிப்பு எரிபொருள் பயன்பாட்டில் மிகப்பெரும் மாற்றத்தை உருவாக்க இருந்தது. நீர் மின்சக்தி, சூரிய எரிசக்தி, மீத்தேன் ஆகியவையே இந்தியாவின் முதன்மை எரிபொருள் வடிவங்களாக இருக்கும் எனக் கூறிய இந்திரா காந்தி அது தொடர்பாக மாற்று எரிசக்திக்கான ஆணையம் அமைக்கப்பட இருப்பதாக அறிவித்தார். புதைபடிவ எரிபொருளுக்குப் பதிலாக மாற்று எரிபொருள் பற்றிப் பல வருடங்களுக்கு முன்பே தீவிரமாகக் கவனம் செலுத்திய நாடுகளில் இந்தியாவும் ஒன்று என்பதை இப்போது யாரும் நினைத்துப் பார்ப்பதில்லை. ஒருங்கிணைந்த எரிசக்திக் கொள்கைத் திட்டத்தை முன்னெடுத்துச் செல்லும் நோக்கத்தில் எரிசக்தி மீதான ஆலோசனைக் குழுவை[4] இரண்டு ஆண்டுகளுக்குப் பிறகு இந்திரா காந்தி அமைத்தார். எண்ணெய் விலை சரிந்ததால் அந்த முயற்சியை மேலும் தொடர முடியாத நிலை உருவானது. பல்வேறு வகைகளில் எரிபொருட் கலவையைப் பயன்படுத்தும் உடனடித் தேவையும் மறைந்தது. பருவநிலை மாற்றத்தால் சூரியசக்தியைப் பயன்படுத்தியாக வேண்டிய நெருக்கடி மீண்டும் உருவானது.

ஙே

1972இல் ஸ்டாக்ஹோம் மாநாடு நடப்பதற்கு முந்தைய கால கட்டத்திலேயே காற்று மாசுபாட்டுத் தடுப்புச் சட்டம் இயற்றுவது பற்றி இந்திரா காந்தி முதன்முதலில் பேசினார். ஆனால் அது நீண்டகாலம் சட்டமாக நிறைவேற்றப்படாதிருந்தது. இதற்குப் பல காரணங்கள் இருந்திருக்கக் கூடும். அவற்றில் சில வருமாறு: ஏற்கெனவே நடைமுறையிலிருக்கும் சட்டங்களே போதுமானவை என இந்திரா காந்தியின் ஆலோசகர்கள் எடுத்துக் கூறி அவரை ஏற்றுக்கொள்ளச் செய்திருக்கலாம். காற்று மாசுபாட்டினால் பொது சுகாதாரத்திற்குக் கேடு விளையும் என்ற கருத்து அப்போது தீவிரமாக உருவாகவில்லை. அது மட்டுமல்லாது 1972இல் கானுயிர்ப் பாதுகாப்பு, 1974இல் நீர் மாசுபாடு ஆகிய சட்டங்கள் நிறைவேற தனது அரசியல் செல்வாக்கை இந்திரா காந்தி ஏற்கனவே பயன்படுத்தியிருந்தார்.

எனினும் சுற்றுச்சூழல் உணர்வுள்ள இந்திரா காந்தி காற்று மாசுபாடு தொடர்பான சட்டத்தைத் தனது பிரதமர் பதவியின் முதல் காலகட்டத்திலேயே நிறைவேற்றத் தவறியது ஏன் என்பது விளங்கிக் கொள்ள முடியாத மர்மமாகவே உள்ளது. இந்திரா காந்திக்குப்பிறகு வந்த அரசாங்கம் காற்று மாசுபாடு கட்டுப்பாடு மற்றும் தடுப்புச் சட்ட மசோதாவை 1978 ஏப்ரல்

17இல் மக்களவையில் அறிமுகம் செய்தது. ஆனால் அந்த அரசின் பதவிக் காலத்தில் சட்டமாக அது நிறைவேற்றப்பட வில்லை. மீண்டும் பதவிக்கு வந்த இந்திரா காந்தியே அந்த மசோதாவைப் பாராளுமன்றத்தில் (1980 நவம்பர் 24இல்) மீண்டும் அறிமுகப்படுத்தும் பொறுப்பை ஏற்றுக்கொண்டார். மார்ச் 29ஆம் தேதி காற்று மாசுபாட்டுத் தடுப்புச் சட்டம் நிறைவேற்றப்பட்டது – நீர் மாசுபாடு கட்டுப்பாட்டுச் சட்டம் நிறைவேற்றப்பட்டு ஏறத்தாழ ஏழு ஆண்டுகளுக்குப் பிறகு.

ஔ

'அழிவின் அபாயத்திலுள்ள உயிரினங்களின் வர்த்தகத்திற்கு எதிரான உடன்படிக்கை'யின் மூன்றாவது கூட்டம் புதுதில்லியில் பிப்ரவரி 25ஆம் தேதி நடத்த இந்தியா பொறுப்பேற்றுக்கொண்டது. கூட்டம் முடிந்த இரண்டு நாட்களுக்குப் பிறகு அதன் பிரதிநிதிகளுக்காக ஒரு வரவேற்பு நிகழ்ச்சியை இந்திரா காந்தி ஏற்பாடு செய்திருந்தார். அதில் பீட்டர் ஸ்காட்டும் கலந்து கொண்டார். அவர் இந்திரா காந்திக்கு மார்ச் 20இல் எழுதிய கடிதம்:

> *(. . .) முதலை வேட்டைக்கு எதிரான பன்னாட்டு உடன்படிக்கையை ஏற்றுக்கொண்டதற்காக இந்தியாவின் பிரதமரான உங்களை வாழ்த்துகிறேன். நமது விவாதத்தின் பல்வேறு விசயங்கள்பற்றி உங்களுக்கு நினைவூட்டும்படி நீங்கள் என்னிடம் கூறினீர்கள். அவை வருமாறு:*

1. பாதுகாக்கப்பட வேண்டிய வாழிடங்கள் பற்றி பட்டியலையும், உயிர்மண்டலக் காப்பகங்கள், தேசியப்பூங்காக்கள், சரணாலயங்களை ஏற்படுத்துவது தொடர்பான திட்டங் களையும் இந்தியக் கானுயிர் வாரியத்திடமிருந்து பெறுவது தொடர்பானது. (...)

2. அழிவின் அபாயத்திலுள்ள உயிரினங்களின் வர்த்தகத்திற்கு எதிரான உடன்படிக்கை விதிகளை அமல்படுத்துவதுபற்றிச் சுருக்கமான கூறினேன். (...)

3. இறுதியாகக் கல்வி பற்றிக் குறிப்பிட்டேன். மனித செயல் பாடுகள் அனைத்திலும் கல்வியே மிக முக்கியமானது என இன்னும் நான் கருதுகிறேன். பன்னாட்டு இயற்கைவளப் பாதுகாப்பு நிறுவனக் கல்வி ஆணையத்தின் தற்போதையத் தலைவர் பேராசியர் பேயெஸின் தலைமையின் கீழ் ஆணையம் உத்வேகத்துடன் செயல்பட்டு வருகிறது. (...)'

பேராசிரியர் ஆல்பெர்ட் பேயெஸ் மெக்சிகோவில் பிறந்தவர். ஸ்டான்ஃபோர்ட் பல்கலைக்கழகத்தின் அணுசக்தி இயற்பியலில் சிறந்த விஞ்ஞானியான அவர் கல்விப் பயிற்சி அளிப்பதில் ஆழ்ந்த ஈடுபாடு கொண்டவர். எனினும் ஜோன் பேயெஸ் என்ற பாடகரின் தந்தை என்பதாகவே வரலாறு அவருக்குப் புகழ் தேடித்தந்தது. சுற்றுச்சூழல் பாதுகாப்புத் தொடர்பான கல்விபற்றி இந்திரா காந்தி அக்கறைகொண்டிருந்தார் என்பது பீட்டர் ஸ்காட்டின் கடிதம் கிடைத்ததும் மார்ச் 25இல் இந்திரா காந்தி பேராசிரியர் பேயெஸிற்கு உடனடியாகக் கடிதம் எழுதியதிலிருந்து புலனாகும். 'கல்வி ஆணையம் பற்றியும் அது எவ்விதம் இந்தியாவிலுள்ள எங்களுக்கு உதவியாக இருக்க முடியும் என்பது பற்றியும் தகவல் தந்தால் நான் மிகவும் நன்றியுடையவளாக இருப்பேன்' தேவையான தகவல்களைப் பேராசிரியர் பேயெஸ் ஏப்ரல் 14 அன்று இந்திரா காந்திக்கு அனுப்பினார். பன்னாட்டு இயற்கைவளப் பாதுகாப்பு நிறுவனத்தின் கல்வி ஆணையத்திற்கு 'இந்தியத் தேசியக் குழு' ஒன்றை அமைக்கும் சாத்தியம்பற்றி யோசிக்கும்படியும் இந்திரா காந்தியிடம் அந்தக் கடிதத்தில் தெரிவித்திருந்தார்.

ௐ

புதுதில்லியில் நடந்த அழியும் அபாயத்திலுள்ள உயிரினங்களின் வர்த்தகத்திற்கு எதிரான உடன்படிக்கை மாநாட்டில் 'இந்திய மழைக்காலத்துப் பறவைகள் – பரத்பூர்' என்ற 45 நிமிடத் திரைப்படம் முதற் காட்சியாகத் திரையிடப்பட்டது. இதனைத் தயாரித்து இயக்கியவர்கள் ஸ்டேன்லி பிரீடன் மற்றும் பிலிண்டா ரைட் என்ற தம்பதியராவர், (ஆன் ரைட்டின் மகள் பெலிண்டா ரைட்.)

பரத்பூர் சரணாலயம் எதிர்கொள்ளும் அச்சுறுத்தல்கள் பற்றி சிகாகோ அறிவியல் கழகத் தலைவரான ஜெஃப்ரி ஷார்ட் இந்திரா காந்திக்கு நவம்பர் 11இல் கடிதம் எழுதினார். இவ்விதம் பரத்பூர் சரணாலயம் பிரதமரின் கவனத்தை மீண்டும் கோரியது.

> மிகவும் அரிய இரண்டுவகைப் பெருங்கொக்குகளைப் பாதுகாக்கும் முயற்சியில் நமது இரு நாடுகளுக்கும் பொதுவான ஈடுபாடு உண்டு. எழுபது மில்லியன் ஆண்டுகளாகத் தொலை தூரம் பறக்கும் கொக்குகள் இவை. இந்தப் பெருங்கொக்குகளில் பல அழியும் அபாயத்தில் உள்ளன. (...)
>
> உலகின் மிகப்பெரும் பறவைகள் சரணாலயம் எனப் பரத்பூர் சரணாலயத்தைக் கூறலாம்.எண்ணற்றப் பெருங்கொக்குகளின் நம்பிக்கையாகப் பரத்பூர் சரணாலயம் பாதுகாக்கப்பட்டு

வருகிறது (...) சைபீரியப் பெருங்கொக்குகள் சோவியத் யூனியனிலுள்ள சைபீரிய வடக்குக் கடற்கரையிலிருந்து இந்துகுஷ் இமய மலைத்தொடருக்கு மேல் பறந்து, பின்னர் ஆஃப்கானிஸ்தான் வழியாகப் பரத்பூருக்கு வலசை வருகின்றன. குளிர்காலத்தைக் கழிப்பதற்காக நம்பவே முடியாத தூரத்திலிருந்து அவை பரத்பூர் வருகின்றன. இந்தப் பறவைகள் ஐம்பதுக்கும் குறைவாகவே இப்போது உள்ளதாக அறிக்கைகள் தெரிவிக்கின்றன. (...)

உலகிலுள்ள அனைத்துப் பறவைகள் சரணாலயங்களைக் காட்டிலும் பரத்பூர் சரணாலயம் மிகப் பெரியதாக இருக்கலாம் என ஏற்கெனவே குறிப்பிட்டுள்ளேன். ஆறு வகைக் கழுகுளைச் சில நிமிடங்களுக்குள் நானே அங்கே பார்த்தேன். அழகிய மஞ்சள் மூக்கு கொக்குகளின் மிகப்பெரும் வாழிடமாகப் பரத்பூர் சரணாலயம் உள்ளது. அழகிய இந்தப் பகுதியைப் பாதுகாக்கச் சில கட்டுப்பாடுகளை விதிக்க முடியும் என நம்புகிறேன்.

ஷார்ட்டுக்கு டிசம்பர் 23இல் எழுதிய இந்திரா காந்தியின் பதிலில் பரத்பூர் சரணாலயத்திற்கு இந்திரா காந்தியின் மனதில் சிறப்பான இடம் இருந்தது என்பது தெரிகிறது. அவர் எழுதியது:

எங்களின் இயற்கையான கருவூலமாகப் பரத்பூர் சரணாலயத்தை நாங்கள் கருதுகிறோம். பறவைகளை, குறிப்பாக அரியவகைப் பறவைகளை, இங்கு வரச்செய்ய நம்மாலான அனைத்து முயற்சிகளையும் மேற்கொள்ள வேண்டும். பறவைகளையும் காட்டுயிரையும் நேசிப்போர் அனைவரின் இந்த அக்கறையையும் தனிப்பட்ட முறையில் நான் பகிர்ந்துகொள்கிறேன். பரத்பூரின் பிரச்சனைகளில் மிகுந்த அளவு கவனம் செலுத்திவருகிறேன். நமது அனைத்துக் கானுயிர்ச் சரணாலயங்கள் மீதும் மனிதர்களின் நெருக்கடிகளும் நிர்ப்பந்தங்களும் இருக்கின்றன. அதே நேரம் சுற்றுச்சூழல் பாதுகாப்பின் முக்கியத்துவத்தை நமது இளம் நிர்வாகிகள் சிலர் உணரத் தொடங்கியுள்ளனர். கால்நடைகள் மேய்ச்சலும் எரிவிறகு சேகரித்தலும் பரத்பூர் சரணாலயத்தின் அமைதியைக் குலைக்காதிருக்க முயற்சி செய்துவருகிறோம்.

சைபீரியப் பெருங்கொக்குகளைப் பாதுகாப்பதில் அனைத்து நாடுகளும் ஒத்துழைக்க வேண்டும். இந்தியாவில் சென்ற ஆண்டு முப்பத்து மூன்று பெருங்கொக்குகள் தென்பட்டதாக என்னிடம் தெரிவித்தனர். நவம்பர் 12இல் முப்பத்தைந்து சைபீரியப் பெருங்கொக்குகள் கூட்டமாக இங்கு வந்தன.

அவற்றுள் ஐந்து, இந்த வருடம் பிறந்த குஞ்சுகளாகும். யாங்ட்ஸ் பகுதிக்குச் செல்லும் பிற பறவைக் கூட்டம் பற்றித் தெரிந்துகொள்வது அவசியமாகும்.

ஷார்ட் தனது கடிதத்தில் யாங்ட்ஸ் பகுதியைப்பற்றிக் குறிப்பிட்டிருந்ததால் அது இந்திரா காந்தியின் ஆர்வத்தை தூண்டியது. 'அந்தப் பறவைகளின் இரண்டாவது சிறிய கூட்டம் தூர கிழக்கு சைபீரியா வழியாகத் தென்புறம் திரும்பிச் சீனாவுக்கு வந்து யாங்ட்ஸ் ஆற்றில் குளிர்காலத்தைக் கழிக்கிறது' என ஷார்ட் அந்தக் கடிதத்தில் மேலும் குறிப்பிட்டிருந்தார். அனைத்து அரசியல் குழப்பங்களுக்கு மத்தியிலும் இந்திரா காந்தியின் மனத்துள் இருந்த பறவை அவதானிப்பாளர் உயிர்கொண்டெழுந்தார்.

ଔ

தில்லோன் ரிப்ளே அடிக்கடி சலீம் அலிக்குக் கடிதம் எழுதுவார். அதே விசயத்தைச் சலீம் அலி இந்திரா காந்திக்கு எழுதுவார். சில சமயங்களில் இந்திரா காந்திக்கு ரிப்ளேயே நேரடியாக எழுதுவதுண்டு. பின்னர் சலீம் அலியின் உதவியால் தனது கடிதத்தைப் பிரதமரே கவனிக்கும்படிச் செய்வார். இதற்கு எடுத்துக்காட்டாக ஒரு சம்பவத்தைக் கூறலாம். இந்த இரு பறவையிலாளர்களும் பூடான், மியன்மார், சீனா எல்லையிலுள்ள பகுதியிலுள்ள அருணாசலப் பிரதேசப் பகுதிக்குச் சென்றது தொடர்பானது.

அங்கே பயணம் மேற்கொள்ள இந்தியரான சலீம் அலியே அனுமதி பெற வேண்டும். தில்லோன் ரிப்ளேயோ அமெரிக்காவைச் சேர்ந்தவர். அமெரிக்க உளவுத் துறையுடன் (சிஐஏ) தொடர்பிருப்ப தாக முன்பு குற்றம் சாட்டப்பட்டவர். அவரது அருணாசலப் பிரதேசப் பயணம் உள்துறை அமைச்சகத்தின் உன்னிப்பான கண்காணிப்பிற்கு உட்படுத்தப்படும்.

அதுவரை 'எந்த இயற்கையியலாளரும் பார்வையிட்டிராத' திராப், லோகித் இரு மாவட்டங்களுக்கு இடையேயுள்ள மலைத்தொடருக்குத் தானும் சலீம் அலியும் பயணம் செய்ய விரும்புவதாக மே 27இல் தில்லோன் ரிப்ளே பிரதமருக்குக் கடிதம் எழுதினார். அந்தப் பகுதி 'இந்தியாவின் இயற்கை அதிசயப் பொக்கிஷம்' எனவும் அந்தக் கடிதத்தில் குறிப்பிட்டிருந்தார். சலீம் அலி தன்னுடன் வர ஆர்வமாக இருப்பதாகவும், 'தனது நண்பருக்கு ஏதாவது ஆகிவிடும் முன்பே அந்தப் பகுதியைப் பார்வையிட முடியும்' என நம்புவதாகவும், இவ்விதம் எழுதுவதை உணர்ச்சி மிரட்டலாக எடுத்துக்கொள்ள வேண்டாம் எனவும்

அதில் தெரிவித்திருந்தார். சலீம் அலிக்கு 85 வயது – ரிப்ளேக்கு 68 வயதாகியிருந்தது. இந்திரா காந்தியிடமிருந்து பதில் வரவில்லையாதலால் ரிப்ளே தனது கடிதத்தை சலீம் அலி இந்திரா காந்திக்கு அனுப்பும்படி' செய்தார்.

'டாக்டர் ரிப்ளேயும் நானும் அங்கு சென்றுவர மிகவும் ஆர்வமாக இருக்கிறோம். மிகவும் தாமதமானால் என்னால் அந்தப் பயணம் மேற்கொள்ள முடியாமலேயே போய்விடலாம்' என்ற கோரிக்கையை ரிப்ளேயின் கடிதத்திலேயே சலீம் அலி சேர்த்திருந்தார். ஐந்து நாட்களுக்குப்பின் சலீம் அலியின் கடிதத்தில் 'சலீம் அலிமீது பெருமதிப்புக் கொண்டவள் நான். அவருக்கு உதவக் கடமைப்பட்டுள்ளேன். நான் அறிந்தவரை ரிப்ளே நம்பத்தகுந்தவர்தான். இந்த விசயத்தைப் பரிசீலிக்கவும்' என இந்திரா காந்தி எழுதினார்.

உளவுத்துறை, உள்துறை அமைச்சகம், வனங்கள் மற்றும் கானுயிர் இலாகா, சுற்றுச்சூழல் துறை ஆகிய அரசு அலுவலகங்கள் அனைத்தும் இதில் பரபரப்பாய் ஈடுபட்டன; கடிதப் போக்குவரத்து மும்முரமாய் நடைபெற்றது. ரிப்ளேக்கு அனுமதி நிராகரிக்கப்பட வேண்டுமென அதிகார வர்க்கம் பரிந்துரைத்தது. ஆனால் இந்திரா காந்தி சலீம் அலிக்குக் கடிதம் எழுதினார் (ஜூலை 12). சில நாட்களில் அந்தக் கடிதம் ரிப்ளேக்கும் அனுப்பப்பட்டது:

> 'அருணாசலப் பிரதேசத்தின் திராப் மாவட்டத்திலுள்ள நாம்தாபா பகுதியில் பறவைகள் பற்றிய களஆய்வை மீண்டும் தொடர அனுமதி வேண்டி நீங்களும் டாக்டர் தில்லோன் ரிப்ளேயும் எனக்குக் கடிதம் எழுதியுள்ளீர்கள்.
>
> சம்பந்தப்பட்ட அனைத்து அமைச்சகங்களும் இதற்கு ஒப்புதல் அளித்துவிட்டன என்பதை மகிழ்ச்சியுடன் தெரிவித்துக்கொள்கிறேன். இந்தத் தகவலை அலுவலக ரீதியாக உள்துறை அமைச்சகம் உங்களுக்கும் அருணாசலப் பிரதேச அரசாங்கத்திற்கும் அனுப்பும்.

இதேபோன்ற வேண்டுகோளுடன் ஒரு சம்பவம் இரண்டு ஆண்டுகளுக்குப் பிறகு நடந்தது. அப்போதும் மோசமான குற்றச்சாட்டுகள் எழுந்தன. அப்போதும் அதிகார வர்க்கத்தை;ரீ பிரதமர் நிராகரித்தார்.

ಡ

நவீனச் சுற்றுச்சூழலின் புனிதப் புரவலரான மகாத்மா காந்தி பிறந்த இடம் போர்பந்தர். 1970களில் சுல்தான்பூர் ஏரிகளைப்

பாதுகாப்பதில் முக்கியப் பங்காற்றிய பீட்டர் ஜாக்சன், ஆண்டின் தொடக்கத்தில் சுல்தான்பூருக்குச் சென்றார். 'நாலாயிரம் பூங்கொக்குகள் கூடியிருந்த ஒரு சிறிய ஏரியைக் கண்டதாக' அப்போது அவரே கூறினார். ஆனால் அந்த ஏரி வெகுசில நாட்களில் காணாமல் போய்விடுமெனவும் ஏரி இருந்த இடத்தில் பூங்கா அமைக்கப்படவிருப்பதாகவும் அங்குள்ள சிலரிடமிருந்து அறிந்தவுடன், பீட்டர் ஜாக்சன் இந்திரா காந்திக்குக் கடிதம் எழுதினார். அதுபோன்ற கடிதம் இந்திரா காந்திக்கு அவர் எழுதுவது அதுவே கடைசியாகும். இந்தக் கடிதம் கிடைத்ததும் குஜராத் முதல்வர் மாதவ்சிங் சோலங்கியிடம் இந்திரா காந்தி பேசினார். இதன் விளைவாகப் பூங்கா அமைக்கப்படவிருந்த திட்டத்தைக் கைவிடுவதாகக் குஜராத் முதல்வர் உறுதி கூறினார். தில்லிக்கு அருகே சுல்தான்பூர் பறவைகள் சரணாலயம் உருவாக இது வழிகோலியது. இறுதியாக 1988 நவம்பரில் பறவைகள் சரணாலயம் அதிகாரபூர்வமாக அறிவிக்கப்பட்டது. சோலங்கி, பன்ஸிலால் அல்ல; இரண்டு ஆண்டுகளுக்குள் 1988 நவம்பரில் பறவைச் சரணாலயத்தை அதிகாரபூர்வமாக அறிவிக்கச் செய்தார் சோலங்கி. போர்பந்தரிலும் சுல்தான்பூரிலும் இன்றும் உள்ள பறவைச் சரணாலயங்கள் இரண்டும் இந்திரா காந்தி – பீட்டர் ஜாக்சன் நட்பிற்குக் காணிக்கையாக விளங்குகின்றன.

ೞ

மே 7ஆம் நாள் காலையில் சுவிட்சர்லாந்தின் பெக்ஸ் நகரத்திற்கு அருகேயுள்ள தனது பழைய பள்ளிக்கூடமான *Le Pelouse*க்கு இந்திரா காந்தி சென்றார். இயற்கை மீதான அவரின் நேசத்தை வளர்த்துச் செதுக்கிய அந்த இடத்திற்கு நாற்பத்தைந்து வருடங்களுக்குப் பிறகு இப்போது வருகிறார். பல ஆண்டுகளுக்கு முன்பு 1936 ஆகஸ்ட் 8இல் நேருவுக்கு எழுதிய கடிதத்தில் இந்த இடத்தைப்பற்றி நேர்த்தியாக விவரித்திருந்தார் இந்திரா காந்தி:

> (...) எத்தனையோ அழகிய காட்சிகளையும் இடங்களையும் பார்த்திருக்கிறேன். அவை யாவற்றைவிடவும் சுவிட்சர்லாந்தே பேரழகு மிக்கது. பரந்துவிரிந்த கஷ் கொட்டை மரத்தின் கீழ் அமர்ந்து இந்தக் கடிதத்தை எழுதுகையில் ஒரு புறம் எனது நேசத்திற்குரிய மலைச் சிகரமான தென் து மீதி *(Den du Midi)* மெலிதான மேகக்கூட்டத்திற்கு மேல் எட்டிப் பார்க்கிறது; (மேட்டர்ஹோர்ன் சிகரத்திற்குப் பிறகு எனக்கு மிகவும் பிடித்த சிகரம் இது) மறுபுறம் தொலை தூரத்தில் லெக் லிமொ *(Lac Leman)* ஏரி, சூரிய ஒளியில் அற்புதமாய் ஒளிர்கிறது. மலைக்கவைக்கும் மலைகளுக்கு அப்பால்,

ஒளியும் நிழலுமாய் விசித்திரமான வடிவங்களில் மேகங்கள் தோன்றுகின்றன.

இந்தியாவின் பிரதமராகப் பள்ளிக்கூடத்தைப் பார்வையிட்ட இந்திரா காந்தி, அங்கே ஒரு மரக் கன்றை நட்டார். காடுகளில் மரங்களை அற்றுப்போகச் செய்வதும் நீரை மாசுபடச் செய்வதும் எவ்விதம் வாழ்விற்கே அச்சுறுத்தலாக உள்ளது என்பதுபற்றி மாணவர்களிடம் பேசினார். இயற்கை அழகு சுவிட்சர்லாந்தில் பேணிப் பாதுகாக்கப்படும் விதத்தைப் பாராட்டியபோதும், இந்தியா முன்னெடுத்துச் செல்லும் செயல்பாடுகள் இயற்கையுடனான உறவைப் பலவீனப்படுத்தாதென நம்பிக்கை தெரிவித்தார். அவர் உரையில் நினைவேக்கத்தின் சாயல் படிந்திருந்தது. பெக்ஸைச் சுற்றிலுமுள்ள பகுதிகளின் மயங்கச் செய்யும் அழகுபற்றி விவரித்த இந்திரா காந்தி, 'கொந்தளிப்பான வாழ்வில் சிறிதுநேர அமைதியை' பெக்ஸ் தனக்கு வழங்கியதாகக் குறிப்பிட்டார்.

ௐ

டிசம்பர் 29இல் கல்கத்தாவிலுள்ள இந்தியப் புள்ளியியல் நிறுவனத்தின் ஐம்பதாம் ஆண்டு நிறைவு விழாவில் கலந்து கொண்டார் இந்திரா காந்தி. அதனை நிறுவியவரான பி.இ. மகாலானோபிஸ் இந்திரா காந்தியின் தந்தை நேருவுடன் 1950களில் பணியாற்றியவர்; அவருக்கு நெருக்கமானவர். இந்திரா காந்தி தனது உரையில் மகாலானோபிஸை நினைவுகூர்ந்தார். ஏறத்தாழ முப்பது ஆண்டுக்காலம் இந்தியத் திட்டமிடலுக்கு அறிவார்ந்த அஸ்திவாரத்தைப் புள்ளியியல் நிறுவனம் வழங்கியதாகத் தெரிவித்தார். புள்ளியியலாளர்கள், பொருளாதார நிபுணர்கள், கணித வல்லுநர்களை அவர் சந்தித்தார். அபூர்வமான மற்றொரு ஆளுமையையும் அவர் சந்திக்க நேர்ந்தது.

ஆர்.எல். பிரம்மச்சாரி, புள்ளியல் நிபுணர். அவர் விலங்குகள் நடத்தையிலும் ஆர்வம்கொண்டிருந்தார். அமெரிக்காவின் புகழ்பெற்ற உயிரியல் வல்லுநரான ஜார்ஜ் செல்லருடன் 60களில் கான்காவில் பணியாற்றியவர். அங்கே புலிகள், சதுப்புநில மான்கள் மீதான ஆய்வில் முன்னோடியாகத் திகழ்ந்தார். தனக்கு ஒரு புலிக்குட்டி வேண்டுமென அவர் தனது அலுவலக இயக்குநரான பி.பி. அதிகாரி மூலம் விண்ணப்பித்திருந்தார். அது தனது ஆய்வுக்கு உதவுமென அந்த விண்ணப்பத்தில் குறிப்பிட்டிருந்தார். உயிரினங்களின் உயிர் வேதியல் தடங்கள் பற்றிய ஆய்விற்காக வழக்கத்திற்கு மாறான இந்த வேண்டுகோள்பற்றி இந்திரா காந்தியிடம் தெரிவிக்கப்பட்டிருக்க வேண்டும். பிரம்மச்சாரியை இந்திரா காந்திக்கு அறிமுகம் செய்தபோது 'உங்களுக்குப் புலிக்குட்டி வேண்டும் இல்லையா?' எனப் புன்னகைத்தவாறு

அவரிடம் கேட்டார் இந்திரா காந்தி. புலிக்குட்டி கிடைக்க ஐந்து ஆண்டுகளாயின. ஆனால் பிரமச்சாரிக்கு உடனடியாகக் கிடைத்தது அவர் ஆய்வுத் திட்டத்திற்கான கணிசமான உதவித்தொகை. இந்திரா காந்தி அமைச்சராக இருந்த புதிதாக உருவாக்கப்பட்ட சுற்றுச்சூழல் இலாகா இதனை அவருக்கு வழங்கிற்று.

அடிக்குறிப்புகள்

1. Indira Gandhi, *Problems and Prospects* (1981).
2. அமைதிப் பள்ளத்தாக்கு நீர்மின் திட்டத்திற்கு எதிரான அந்தப் பகுதியின் செயல்பாட்டாளர்கள் சார்பாக கே.பி.எஸ். மேனன் பிரதமர் மொரார்ஜி தேசாய்க்கு 1978 டிசம்பர் 8இல் கடிதம் எழுதினார். தனது ஆதரவையும் அதில் சேர்த்திருந்தார். சூழலியப் பாதுகாப்புகளுடன் அந்தத் திட்டம் முன்னெடுத்துச் செல்லப்படும் என அவருக்குத் தேசாய் பதில் எழுதியிருந்தார்.
3. இயற்கைக்கான உலக நிதியம் இந்தியப் பிரிவின் தலைவரான ஃபதேசிங்ராவ் கெய்க்வாட் இந்தப் பிரச்சனை பற்றி 1981 ஜனவரி 14இல் பிரதமருக்குக் கடிதம் எழுதினார்.
4. இந்த அமைப்பில் சேர்ந்த முதல் இருவரில் ஒருவனாக நானும் இருக்க நேர்ந்தது.

1982

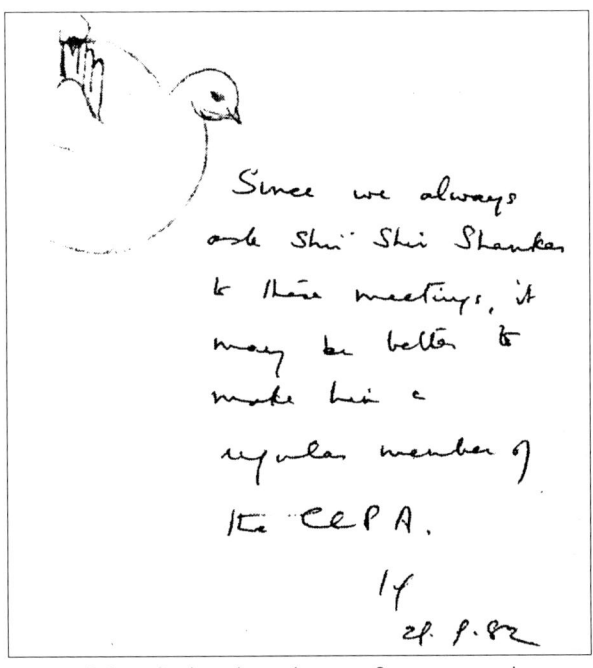

Since we always ask Shri Shiv Shankar to these meetings, it may be better to make him a regular member of the CCPA.

IG
21.8.82

பி.சி. அலெக்சாண்டருக்கு எழுதிய அலுவலகக் குறிப்பில் இந்திரா காந்தி வரைந்த பறவையின் கோட்டுச் சித்திரம்; 1982 ஆகஸ்ட்.

பஞ்சாப் அசாம் மாநிலங்களின் அரசியல் பிரச்சனைகள் இந்திரா காந்தியை முழுவதும் ஆட்கொண்டிருந்தன. இந்திரா காந்தியின் பிடிவாதத்தை விமர்சகர்கள் குற்றம் சாட்டினர். ஆனால் சமாதானத்திற்குச் சிறிதும் ஒத்துவராத அகாலி தளம், அனைத்து அசாம் மாணவர் சங்கத்தின் அழுத்தமான நிலைப்பாடு ஆகியவற்றை வசதியாக அவர்கள் மறந்திருந்தனர். இரு மாநிலங்களிலும் வன்முறைகள், கொலைகள் ஓய்வதற்கான அறிகுறிகள் எதுவும் தென்படவில்லை. குறிப்பாகப் பஞ்சாபில் நிலைமை மிக மோசமாக இருந்தது. தனது இரண்டு வயது மகனைத் தூக்கிக்கொண்டு

வீட்டை விட்டு வெளியேறினார் இந்திரா காந்தியின் இளைய மருமகள். இருவருக்குமிடையே மனக் கசப்பினால் வந்த பிரிவை நாடே அறிந்துகொண்டது. தனிப்பட்ட முறையில் இந்திரா காந்திக்கு அது கடும் வேதனையைத் தந்தது. அந்த ஆண்டு மத்தியில் துயரம் நிறைந்த மனநிலையில் டோரதி நார்மனுக்கு இந்திரா எழுதியது (ஆகஸ்ட் 2):

    ஆம். நான் துயரமும் மௌனமும் கொண்டவளாகியிருக்கிறேன். இதற்கு மேலும் எதிர்பார்ப்பது நியாயமா? வாழ்க்கை இன்பத்தையும் துன்பத்தையும் முழுமையாக எனக்குத் தந்துள்ளது. ஒன்றில்லாமல் மற்றொன்றை எவ்வாறு நாம் அறிந்துகொள்வோம்?

    (...) எல்லா இடங்களிலும் விசயங்கள் சீர் கெட்டுவிட்டதென நமக்குத் தோன்றுகிறது – அதுவும் விஷேசத் திறமையும் படைப்புத்திறனும் மக்களிடம் அபரிமிதமாகக் காணப்படும் இந்தக் காலகட்டத்தில். வயதாகிவிட்டதாலா இவ்விதம் தோன்றுகிறது? யேட்ஸ் கூறுவதுபோல, சிதறிக் கிடக்கின்றன, மையம் தாங்கிப் பிடிப்பதில்லை. மையம் என்பது எது? எங்கேயிருக்கிறது அது?

ஆனால் மகிழ்ச்சி தரும் சம்பவங்களும் நிகழ்ந்தன. செப்டம்பர் மாதத்தில் சீனாவின் முக்கிய ஆளுமையான டெங் ஜியோபிங்குடன் (DengXioping) முறையான நேர்காணலுக்காக ஜி. பார்த்தசாரதிக்கு அனுமதி வழங்கப்பட்டது. சீனாவின் வெளியுறவு அமைச்சரான யுவாங் யுவா (Huang Hua) முந்தைய ஆண்டு இந்தியா வந்திருந்தார். இரு நாடுகளுக்குமிடையே சுமுகமான உறவிற்கான பயணத்தில் முக்கியத் திருப்புமுனையாக இந்த இரு நிகழ்வுகளும் அமைந்தன. 1988 டிசம்பரில் வரலாற்றுச் சிறப்புமிக்க டெங் – ராஜீவ் காந்தி சந்திப்பில், சமாதானத்திற்காக நேசக்கரம் நீட்டும் நிலை இதனால் உருவானது. 11 ஆண்டுக்கால இடை வெளிக்குப் பிறகு அமெரிக்காவுக்குச் சென்ற இந்திரா, தற்போதைய மாறிய சூழ்நிலையில் உலகின் மிகப்பெரும் செல்வவளமிக்க நாடான அமெரிக்காவிற்கும் உலகின் மிகப்பெரும் ஜனநாயக நாடான இந்தியாவிற்கும் இடையேயான உறவைத் தகவமைத்துக்கொள்ளும் சூழலை உருவாக்கினார். இதனால் அமெரிக்க வெளியுறவுக் கொள்கையின் காரணமாக இரு நாடுகளுக்குமிடையே இருந்துவந்த 1970களின் விலகல் முடிவுக்கு வந்தது.

    ரிச்சர்ட் ஆட்டன் பரோவின் மிகவும் புகழ்பெற்ற 'காந்தி' திரைப்படம் இந்த ஆண்டு வெளிவந்தது. அதுபற்றி டிசம்பர் 2இல் டோரதி நார்மனுக்கு இந்திரா காந்தி எழுதிய கடிதம்:

மிகுந்த ஆரவாரத்துடன் தொடங்கும் திரைப்படம் மனதை வசீகரிக்கிறது. எந்தக் கொள்கையின் அடையாளமாகக் காந்தி இருந்தாரோ அதை உலகம் அறிந்துகொள்வது நல்லதுதான். பிரமாண்டமான காட்சிகளுடன் சக்தி வாய்ந்த அந்தப் படம் நம்மை மலைக்கச் செய்கிறது. எனினும் எது இந்தியாவாக இருக்கிறதோ அந்த ஆதார அம்சம் படத்தில் பதிவாகவில்லை என்பது அவர் காலகட்டத்தில் வாழ்ந்தவர்களின் கருத்தாகும். (. . .) நாடகரீதியான 'சூப்பர் ஸ்டார்' ரக மீட்பராகக் காந்தியை அந்தப் படம் சித்தரிக்கிறது. உண்மையில் அவரது ஆளுமை இதன்னும் மேல் என்றாலும் அவரது பிற அம்சங்கள் படத்தில் குறைந்த அளவே தெரிகின்றன1.

நமது ஆசிய விளையாட்டு நிகழ்வில் ராஜீவ் காந்தியின் பணி சிறப்பாக இருந்தது. ஏராளமானோரின் கடின உழைப்பு, அர்ப்பணிப்பு, ஒத்துழைப்பு இதிலிருந்தன. எனினும் ஒட்டுமொத்தமாகப் பார்க்கையில் ராஜீவ் காந்தியின் தேர்ந்த முயற்சி என்பதில் எனக்கு எவ்விதச் சந்தேகமும் இல்லை. ராஜீவ் காந்தியின் தனிப்பட்ட முயற்சி, ஒருங்கிணைக்கும் திறன், முதன்மை நிலை அடையும் நோக்கம், மிகச்சிறிய விபரங்களின் மீதும் அவரது கவனம் ஆகியவை வெளிப்படுகின்றன (...)

ௐ

பஞ்சாப், அசாம் மாநிலங்களின் பிரச்சனைகள்பற்றி அலுவலக ரீதியாக அல்லாத பேச்சுவார்த்தைகளுக்கு மத்தியில் ராஜாமணி அலுவலக் குறிப்பு ஒன்றைப் பிப்ரவரி 2இல் இந்திரா காந்திக்கு அனுப்பியிருந்தார்:

ஒரிசாவிலுள்ள கட்டக்கிலிருந்து 150 கி.மீ தொலைவிலிருக்கும் பீதார் கனிகா கானுயிர்ச் சரணாலயத்தில் பங்குனி ஆமைகள் களவு போவதாக ரகசியச் செய்தி கிடைத்தது. புகழ்பெற்றக் காகிர்மத்தா கடற்கரையில் ஆமைகள் இனவிருத்திக்காக முட்டையிட்டுக் குஞ்சு பொரிக்கும் மிகப்பெரிய பகுதி உள்ளது. ஒவ்வொரு ஆண்டும் பிப்ரவரி 4ஆம் தேதிக்குப் பிறகு ஏதாவது ஒருநாளில் இரண்டு அல்லது மூன்று தடவைகள் ஆமைகள் கூட்டமாக அங்கு வந்தடைகின்றன. ஒரு தடவை என்பது நான்கிலிருந்து ஆறு நாட்கள் வரை நீடிக்கும் காலப் பகுதியாகும். முட்டையிடுவதற்காகப் பெண் ஆமைகள் கூட்டம் கூட்டமாக இரவு 10இலிருந்து காலை 5 மணிவரை கடற்கரை வருகின்றன. மணலில்

குழிபறித்து முட்டையிட்டு (ஒவ்வொன்றும் நூறு முட்டைகள் இடும்) குழியை மண்ணால் நிரப்பிவிட்டுக் கடலுக்குள் சென்றுவிடுகின்றன. அவை கடல்நீரில் மிதக்கையில் மேற்கு வங்கத்தைச் சேர்ந்த ஆமை பிடிப்போர் தங்களின் இழுவைப் படகுகளில் ஆமைகளைப் பிடித்து துடுப்புப்போன்ற அவற்றின் பின்னங்கால்களைக் கட்டி திகாவுக்கு கொண்டு செல்கின்றனர். ஒவ்வொர் ஆமை பிடிப்பவரும் 500 – 600 ஆமைகள் பிடிக்கின்றனர். ஒவ்வொரு இரவும் பிடிக்கப் படும் ஆமைகள் ரூபாய் இருபத்து ஐந்தாயிரம் வரை விற்கப்படுகின்றன. இதற்கெனப் பெரிய சுயநலக் குழுக்களே இயங்கிவருகின்றன. உள்ளூர் மீனவர்கள் மற்றும் ஆமை முட்டைகள் திருடுவோரை (இவர்கள் விலையுயர்ந்த பொருட்களுக்காகக் கடற்கரைகளில் எப்போதும் சுற்றித் திரிகின்றனர்) மட்டுமே ஒரிசா காட்டு இலாகாவால் தடுக்க முடிந்துள்ளது. ஆனால் படகுகளில் ஆமை பிடிப்போரின் கொடுஞ்செயல் கட்டுப்படுத்தப்படாது தொடர்ந்து நடந்து வருகிறது. இயற்கையின் முக்கிய உயிரினம் ஒன்று இவ்விதம் அபாயத்திலுள்ளது. இந்தத் தகவலை எனக்குக் கடிதம் மூலமாக அனுப்பிவைத்தவர், படகுகளில் ஆமைகள் பறிபோவதை உடனடியாகத் தடுக்க நேரடி நடவடிக்கை மேற்கொள்ளுமாறு பிரதமருக்கும் எழுதியுள்ளார். (...)

அதேநாளில் இந்தக் குறிப்பில் பிரதமர் எழுதியது:

அவசரம்.

ராஜாமணிக்கு இந்திரா காந்தி மேலும் பிறப்பித்த உத்தரவு:

கடலோரக் காவல் படையை இந்தப் பணியில் ஈடுபடுத்துவது உட்பட உடனடியாக நடவடிக்கை எடுக்கப்பட வேண்டும்.

மறுநாள் பிரதமரின் இந்த உத்தரவைக் கடிதத்தின் மூலமும், தொலைபேசியிலும் சமர் சிங்கிடம் தெரிவித்தார் ராஜாமணி. 'இதன்மீதான நடவடிக்கைபற்றி 24 மணி நேரத்திற்குள் தெரிவிக்கவும்' எனப் பிரதமர் மேலும் குறிப்பிட்டிருந்தார். பிப்ரவரி 6இல் சமர் சிங்கிடமிருந்து வந்த பதில்:

கடிதத்தில் கேட்டுக்கொண்டபடி கடல் ஆமைகள் – குறிப்பாக பங்குனி ஆமைகள் – அனைத்தையும் பாதுகாக்க எல்லா நடவடிக்கைகளையும் மேற்கொள்ள வேண்டுமெனவும் தேவையானால் இந்தியக் கடலோரக் காவல் படையின் உதவியைப் பெற்றுக்கொள்ளும்படியும் மாநில அரசாங்கத் திடம் வலியுறுத்தித் தெரிவிக்கப்பட்டுள்ளது. இந்த விசயத்தில் மாநில அரசுக்குப் போதிய உதவி அளிக்கும்படி கடற்படை

அதிகாரியும் கேட்டுக்கொள்ளப்பட்டுள்ளார். அனைத்து உதவிகளையும் முடிந்தவரை அளிப்பதாகக் கடற்படை அதிகாரியும் உறுதிகூறியுள்ளார். இந்த விசயத்தில் ஏற்கனவே நடவடிக்கைகள் தொடங்கப்பட்டுவிட்டன.

இதற்காக 'ஆபரேஷன் கீதூர்' என்ற பாதுகாப்புச் செயல் திட்டம் மேற்கொள்ளப்பட்டது. கடலோரக் காவல் படை யின் பிரதிநிதிகளும் மாநில அரசின் சம்பந்தப்பட்ட அதிகாரிகளும் அந்தப் பாதுகாப்புச் செயல்திட்டக் குழுவில் இடம்பெற்றனர். பிரதமரின் உத்தரவுகள் ஒரிசா மாநிலத்தில் மட்டுமல்லாது பிற கடற்படை மாநிலங்களிலும் குறிப்பாக தமிழ்நாட்டிலும் மிகுந்த தாக்கத்தை ஏற்படுத்தியுள்ளதாக சமர்சிங் ராஜாமணியிடம் ஜூலை 20இல் தெரிவித்தார்.

ஊர்வன மற்றும் நிலம் நீரில் வாழும் உயிரினங்கள்பற்றி ஆராயும் விலங்கியலாளரான ஜே. விஜயா என்ற இளவயது ஆய்வாளரின் கள ஆய்வின் அடிப்படையாகக்கொண்டு 'திகாவில் படுகொலை' என்ற நான்கு பக்கக் கட்டுரை *இந்தியா டுடே* மார்ச் 31 இதழில் வெளியாகி இருந்தது. கட்டுரை பிரசுரமாவதற்கு ஏறத்தாழ ஆறு வாரங்களுக்கு முன்பே இந்தப் பிரச்சனை பிரதமரின் பார்வைக்கு கொண்டுவரப்பட்டுக் கடல் ஆமைகள் நிலைமை பற்றிய முன்னெச்சரிக்கையும் தரப்பட்டிருந்தது. இந்திரா காந்தி இதில் கடுமையான நடவடிக்கையை ஏற்கனவே மேற்கொள்ளத் தொடங்கியிருந்தார். கட்டுரை வெளிவந்த பிறகு உலகு நெடுகிலுமிருந்து ஏறத்தாழ இருநூறு கடிதங்கள் இந்திரா காந்தியின் அலுவலகத்தில் குவிந்தன. *கடல் ஆமைச் செய்தி மடல்* என்ற இதழின் ஆசிரியரான நிக்கோலஸ் ம்ரோசோவ்ஸ்கி இவ்விதம் கடிதங்கள் வர ஏற்பாடு செய்திருந்தார். பிரதமர் ஏற்கெனவே இதில் நடவடிக்கை எடுத்திருந்தார் என்பது அவருக்குத் தெரியாது.

ಛ

ஸ்ரீநகருக்கு அருகேயுள்ள டேச்சிகாம் சரணாலயம் இந்திரா காந்திக்கு மிகவும் பிடித்தமான இடம் என்பதை அவர் அங்கே அடிக்கடி சென்றுவந்ததிலிருந்தே புரிந்துகொள்ளலாம். 1981ஆம் ஆண்டு பிப்ரவரி மாதம் டேச்சிகாம் சரணாலயம் தேசியப் பூங்காவாக மேம்படுத்தப்பட்டது. இதற்கு உதவியவர் இந்திரா காந்தி. வாழ்விடங்கள் சுருங்கி வருவதாலும் வேட்டையாடப் படுவதாலும் காஷ்மீர் மான்களின் எண்ணிக்கை விரைவாகக் குறைந்துவருவதுபற்றி சூழலியலாளர்களும் பன்னாட்டு இயற்கைவளப் பாதுகாப்பு நிறுவனத்தின் உறுப்பினர்களும் ஆழ்ந்த கவலை தெரிவித்ததும் இதற்கு முக்கியக் காரணமாகும்.

புகழ்பெற்ற தாவரவியலாளரும் செயல்பாட்டாளருமான ஜி.எம். ஓஜாவும், ஃபதேசிங்ராவ் கெய்க்வாடும் இணைந்து பரோடவில் உருவாக்கிய இந்திய இயற்கையியலாளர்கள் சங்கம் *(Indian Society of Naturalists)* காஷ்மீர் மான்கள்பற்றி நீண்டகாலமாக ஆய்வு மேற்கொண்டு வந்தது. செப்டம்பர் 26ஆம் தேதி ஜி.எம். ஓஜா இந்திரா காந்திக்கு ஒரு கடிதம் எழுதினார். அதில் காஷ்மீர் மானைச் சித்தரித்துச் சிறப்பு தபால்தலை வெளியிடும்படி இந்திரா காந்தியை வேண்டிக்கொண்டார். இந்தியக் கானுயிர்க் கழகக் கூட்டத்தில் அக்டோபர் முதல்நாள் தபால்தலையை வெளியிட்டுப் பேசினார் இந்திரா. உரையில் அவர் குறிப்பிட்டதாவது:

> காஷ்மீர் மானைச் சித்தரித்து அஞ்சல்தலை வெளியிடுவதில் பெரும் மகிழ்ச்சியடைகிறேன். ஆனால் இது போதாது. காஷ்மீர் மான்கள், அவற்றின் வாழிடம், அந்த மானினத்திற்கு அவசியமான தாவர வகைகள் ஆகியவற்றின் மீதும் நாம் கவனம் செலுத்த வேண்டும்.

ஜம்மு காஷ்மீர் மாநில முதல்வராகப் புதிதாகப் பதவி ஏற்றுக் கொண்டார் ஃபரூக் அப்துல்லா. ஒரு வருடத்திற்குப் பின் இந்திரா காந்தி அவருடன் அரசியல்ரீதியாகக் கசப்பான அனுபவங்கள் ஏற்பட்டன. எனினும் காஷ்மீர் மான்கள் பாதுகாப்பை ஊக்குவிக்கும் விதமாக ஃபரூக் அப்துல்லா செய்தி அனுப்பி யிருந்தார்:

'காஷ்மீர் மான்கள் ஒருபோதும் சாகாது' என உறுதி கூறியிருந்த அவருக்கு நன்றிகூறி இந்திரா காந்தி பதில் (அக்டோபர் 7) எழுதியிருந்தார். அதில் அவர் குறிப்பிட்டிருந்ததாவது:

> கானுயிர் பாதுகாப்பில் ஷேக் சாகிபின் (ஷேக் அப்துல்லா) ஆர்வம் நமக்கு நன்கு தெரியும். இந்த முயற்சிகள் உங்கள் தலைமையில் மேலும் வலுப்பெறும் என நம்புகிறேன்.

ல

அக்டோபர் மாத இறுதியில் லண்டனிலிருந்து ஒரு பெண்மணி இந்திரா காந்திக்கு ஒரு கடிதம் எழுதியிருந்தார். திருமதி ஏ.கே. கமாண்டர் என அதில் தன்னை அறிமுகப்படுத்திக்கொண்டார். பிரதமருக்கு அவரைத் தெரியாது. ஆனால் கடிதத்தில் பில்லி அர்ஜன் சிங்கின் பெயர் குறிப்பிடப்பட்டிருந்தது. அவரின் பங்களிப்பை அங்கீகரிக்க வேண்டும் என்ற கோரிக்கையும் அந்தக் கடிதத்தில் இருந்தது. அதனால் இந்திரா காந்தி அந்தக் கடிதத்தைத் தீவிரமாக எடுத்துக் கொண்டிருக்கவேண்டும்.

பெரிய பூனை இனத்தைச் சார்ந்த சிங்கம், புலி, சிறுத்தை முதலிய விலங்குகளைக் காடுகளிலேயே மீண்டும் விட்டுவிடும் சாதனையை இந்தியாவிலேயே முதன்முதலாகப் பிரமிக்கத்தக்க விதமாகத் தூதுவாவில் நிகழ்த்தியவர் பில்லி அர்ஜன் சிங் எனவும் பிரதமரின் உதவி இதில் மிகக் குறைவாகவே இருந்தது எனவும் அந்தக் கடிதத்தில் திருமதி கமாண்டர் தெரிவித்திருந்தார். பில்லி அர்ஜன் சிங் எழுதிய *'Prince of Cats'* என்ற புத்தகத்தை வாசித்தப் பிறகு இந்தியாவின் தீர்க்கதரிசியான பில்லிக்கு இங்கே உரிய கவ்ரவம் இல்லை என்பது தனக்கு மிகுந்த வேதனை அளிப்பதாகவும் அவர் சார்பாகப் பிரதமருக்கு எழுதும் இந்தக் கடிதம்பற்றிப் பில்லி அர்ஜன் சிங்கிற்கு தெரியாதெனவும் அதில் கூறியிருந்தார். தான் பில்லி அர்ஜன் சிங்கின் சகோதரி என்பதைக் கடிதத்தில் அவர் குறிப்பிடவில்லை.

இந்திரா காந்தி அவருக்கு நவம்பர் 7 அன்று எழுதிய பதில்:

> எனக்கு பில்லி அர்ஜன் சிங்கைத் தெரியும். கானுயிர்ப் பாதுகாப்பில் அவரது முயற்சிகளுக்கு நான் ஆதரவாக இருக்கிறேன். துரதிருஷ்டவசமாக அவர் பலரைக் கோபமுறச் செய்துவிட்டார். சுற்றுச்சூழல் இயக்கத்திற்குள்ளேயே அவர் கருத்துக்களுக்குக் கடுமையான எதிர்ப்புள்ளது.'

ஆர்வமும் உற்சாகமும் கொண்ட பில்லி அர்ஜன் சிங் சர்ச்சைக் குரிய மனிதரும் ஆவார். எனினும் பதவியிலிருந்த காலம் முழுவதும் பிரதமர் அவரின் சுற்றுச்சூழல் முயற்சிகளுக்கு முழுஆதரவு தந்துகொண்டிருந்தார். அதற்குக் காரணம், ஒரு சுற்றுச்சூழலியலாளராக அர்ஜன் சிங்கின் செயற்பாடுகளில் பிரதமருக்கு இருந்த அர்ப்பணிப்பு உணர்வே.

ஐ

எம்.ஒய். கோர்படே கர்நாடகத்தில் பிரதமரின் கட்சியைச் சேர்ந்தவர். சாந்தூர் அரச குடும்பத்தை சேர்ந்த இவர் 1970களில் கர்நாடக மாநிலத்தில் நிதி அமைச்சராக இருந்தவர். புகழ்பெற்ற சூழலியலாளரும் இந்தியக் கானுயிர்க் கழகத்தின் உறுப்பினருமாவார்.

1982 ஆண்டின் தொடக்க மாதங்களில் அவர் இந்திரா காந்தியை அணுகித் தான் எழுதிய 'சன் லைட் அண்ட் ஷாடோஸ்'[3] என்ற புத்தகத்திற்கு முன்னுரை எழுதித் தருமாறு வேண்டினார். கடந்த இருபது வருடங்களில் கோர்படே எடுத்திருந்த 60–70 சிறந்த கானுயிர்ப் புகைப்படங்கள் அந்தப் புத்தகத்தில் இருந்தன. இந்திரா காந்தியால் மறுக்க முடியவில்லை. அவர் எழுதிய முகவுரையின் ஒருபகுதி:

காடுகளில் சுதந்திரமாக உலவித்திரிந்த விலங்குகளைக் கண்ட பொழுதுகளே எனது வாழ்வின் மகிழ்ச்சி நிறைந்த கணங்களாகும். மனதில் பதிந்துவிட்ட இரு சித்திரங்கள்:

> கர்நாடகத்தில் ஜோக் அருவிக்குச் செல்லும் நெடுஞ்சாலையில் பகல் ஒளியில் தசைகள் மேற்தோலில் அலையலையாய் அசைய கம்பீரமாக நின்றுகொண்டிருந்தது புலி. அந்தக் காட்சி என்னை மலைக்கச் செய்தது. இந்தியாவின் மற்றொரு பகுதியான காஷ்மீரிலுள்ள டேச்சிகாம் சாலையில் சோம்பல் முறித்தவாறு நின்றுகொண்டிருந்தது கறுப்புச் சிறுத்தை. மாலையின் மெலிதான ஒளியில் அதன் மேற்தோல் உரோமம் ஒளிர்ந்துகொண்டிருந்தது. சிங்கங்களின் பாதுகாப்பு அரசின் பொறுப்பில் வந்ததும் அவற்றை நன்கு பழக்கி அணுகக்கூடிய விதமாய்ச் சாதுவாக்கிச் சுவராசியமற்றுப்போகும்படிச் செய்வதற்கு முன்னர் கிர் சிங்கங்களை மனதாரக் கண்டு மகிழ்ந்தேன். பற்பல உயிரினங்கள் தொந்தரவுகளே இல்லாமல் கூட்டம் கூட்டமாய் உலவித் திரிந்துகொண்டிருக்கும் ஆப்பிரிக்க விலங்குப் பூங்காபோல் விரிந்த நிலப்பகுதிகள் இந்தியாவில் இல்லை.

இவ்விதம் முகவுரையில் எழுதிய இந்திரா காந்தியின் ஒவ்வொரு வார்த்தையும் கானுயிர் மீதான அவரின் நேசத்தை எதிரொலித்தது.

ঙ

அன்றைய புதிய கண்டுபிடிப்பான எரிவாயுவை அடிப்படையாகக் கொண்ட உரத் தொழிற்சாலைகளுக்கு அமோனியா தொழில்நுட்பத்தை வழங்குவதற்கு இத்தாலிய – டேனிஷ் நிறுவனத்தை தேர்வு செய்தமைக்காக 1980இல் இந்திரா காந்தி பெரும் சர்ச்சைக்குள்ளானார். அவற்றில் ஒரு தொழிற்சாலையை நிறுவ ராஜஸ்தான் மாநிலத்தில் ஓர் இடத்தைத் தேர்வு செய்தமைக்காக அவர்மீது மற்றுமொரு சர்ச்சை இப்போது எழுந்தது. ராந்த்தம்பூர் புலிகள் சரணாலயத்திலிருந்து 20 கிமீ தூரத்திலுள்ள சவாய் மாதோப்பூரைத் தொழிற்சாலைக்கான இடமாகத் வல்லுநர் குழு தேர்வு செய்தது. உரத் தொழிற்சாலை இங்கு அமைக்கப்பட்டால் பெரிய பூனை இனத்தைச் சார்ந்த சிங்கம், புலி போன்ற விலங்குகளுக்கு தொந்தரவு நேரும் என்பதால் இதற்குக் கடுமையான எதிர்ப்பு எழுந்தது. மிக முக்கிய ஆளுமையான கைலாஷ் சங்கலா ஜுன், ஜுலையில் வழிநடத்த சுற்றுச்சூழலியலாளர்கள் தங்கள் எதிர்ப்பைத் தெரிவித்தனர்.

சவாய் மாதோப்பூரில் உரத் தொழிற்சாலை நிறுவப்படுவதற்கு ஆதரவு தருவோர் தங்களின் நிலைப்பாட்டிற்கு ஆதரவாக வலுவான வாதங்களை முன்வைத்தனர். திட்டக் கமிஷன் இந்த இடத்திற்கு ஒப்புதல் தந்திருந்தது. ரசாயன மற்றும் உரங்கள் விநியோக அமைச்சகமும் இதற்கு இசைவு தெரிவித்திருந்தது. இந்த முடிவை மாநில அரசும் ஆதரித்தது. சவாய் மாதோப்பூரில் பல ஆண்டுகளுக்கு முன்பே நிறுவப்பட்ட ஆசியாவின் மிகப்பெரும் சிமெண்ட் ஆலையால் ராந்த்தம்பூருக்கு எந்தச் சேதமும் ஏற்படவில்லை எனக்கூறி ஆதரவாளர்கள் அங்கேயே தொழிற்சாலை அமைக்கும்படி அரசியல்வாதிகளையும் அதிகாரிகளையும் வலியுறுத்தினர்.

இரு தரப்பினரும் இந்திரா காந்தியை நேரடியாகவே அணுகி தங்கள் வாதங்களை முன்வைத்தனர். இந்திரா காந்தி உயிருடன் இருந்தவரை இந்த விவாதம் முடிவுறாமலேயே இருந்தது. இறுதியில் சம்பல் ஃபெர்டிலைசேர்ஸ் என்ற தனியார் நிறுவனம், சவாய் மாதோப்பூரைத் தொழிற்சாலை அமைக்கும் இடமாக இணைத்துக்கொண்டது.

ஆனால் விசயம் இத்துடன் முடிந்துவிடவில்லை. புதிய பிரதமரான ராஜீவ் காந்திக்கு ஆலை அமையவிருந்த இடத்தின் தேர்வில் முழுவதுமாக நம்பிக்கை ஏற்படவில்லை. அதனால் அதனை ஆய்வுசெய்ய வல்லுநர் குழுக்களை அமைத்தார். ராந்த்தம்பூருக்கு அருகில் ஆலை அமையவிருந்ததாலும், சுற்றுச்சூழலுக்குப் பாதிப்பு ஏற்படும் காரணத்தாலும் இரண்டு குழுக்கள் வல்லுநர் ஆலைக்காகத் தேர்வுசெய்யப்பட்ட இடத்தை நிராகரித்தன (1987 நவம்பர் – 1988 ஜூன்). இந்த குழு ஒன்றின் தலைவர் குறிப்பிடத்தக்கச் சுற்றுச்சூழலியலாளரான அனில் அகர்வால். குழுவின் பரிந்துரையின்படி ராந்த்தம்பூருக்கு அருகேயுள்ள கோட்டா மாவட்டத்திற்குத் தொழிற்சாலையை மாற்றும்படிச் சம்பல் நிறுவனத்திற்கு உத்தரவிடப்பட்டது. பதினைந்து ஆண்டுகளுக்கு முன்பு மதுரா எண்ணெய் சுத்திகரிப்பு ஆலைச் சம்பவத்திலிருந்து நாடு வெற்றிகரமாக (இவ்விதம்) முன்னேற்றம் கண்டிருந்தது.

ஜ

குஜராத் மாநிலத்திலுள்ள ஹெரான் ஆற்றின் குறுக்கே லால்பூர் அணை கட்டுவதற்கு விருப்பமின்றித் தயக்கத்துடன்தான் இந்திரா காந்தி முந்தைய ஆண்டு ஒப்புதல் தந்திருந்தார். ஹரிவல்லப பாரிக்கின் தலைமையில் அணை கட்டுவதற்கு எதிரான போராட்டம் தொடர்ந்தது. அதனால் அணை கட்டுவது நிறுத்தப்பட்டது.

ஆகஸ்ட் 18 அன்று இந்திரா காந்திக்கு எழுதி அனுப்பிய அலுவலகக் குறிப்பில் இதுபற்றி ராஜாமணி யோசனை தெரிவித்திருந்தார். அதன்படி பாரிக்கும் அவருடன் பணியாற்றும் சகாக்களும் முன்வைத்த நிபந்தனைகள் அனைத்தும் நிறைவேற்றப்பட வேண்டும். அதுவரை அணைக்கட்டுத் தொடர் பான வேலை தொடர்ந்து நடைபெறலாம். ஆனால் அணையின் உயரத்தை 122 மீட்டருக்கு மேல் அதிகரிக்கச் செய்யக்கூடாது என்ற தெளிவான அறிவுறுத்தலுடன் அனுமதிக்கலாம்.

ஒருநாள் சென்ற பிறகு இந்திரா காந்தி எழுதியது:

ஆனால் குஜராத் அரசு இதற்கு ஒத்துக்கொள்ளுமா?

பின்னர் நவம்பர் 17 உட்சுற்றுக்கான ஓர் அலுவலகக் குறிப்பில் இதனை இந்திரா காந்தி வினவியிருந்தார்:

> 'ஆசிரமம் மூழ்கிவிடும் நிலை வந்தால் அதற்கான மாற்று ஏற்பாடுகள் செய்யப்படுகின்றனவா?'

இதற்கிடையே ஹரிவல்லப பாரிக் அவசரமான ஒரு வேண்டுகோளை முன்வைத்து உணர்வுப்பூர்வமான நீண்ட ஆறு பக்கக் கடிதம் ஒன்றை இந்திரா காந்திக்கு எழுதியிருந்தார். நூற்றுக்கணக்கானப் பழங்குடியினரின் குடும்பங்கள் அழிந்து விடுமாகையால் அணை கட்டுவதைத் தடுத்து நிறுத்துமாறு அதில் இந்திரா காந்தியை இறைஞ்சிக் கேட்டுக்கொண்டார். குஜராத் மாநிலத்தை ஆளும் இந்திரா காந்தியின் கட்சி தரும் வாக்குறுதிகளால் எந்தப் பயனும் இல்லை எனவும் அதில் தெரிவித்திருந்தார்.

அந்த கடிதத்தில் இந்திரா காந்தி எழுதிய குறிப்பு:

> அந்தப் பகுதியைப் பாதுகாக்க என்னாலான அனைத்தையும் செய்தேன். ஆனால் வேறுவழி எதுவும் இருப்பதாகத் தெரியவில்லை.

பாரிக்கிற்கு பெரிய அளவு உதவ முடியாது என இந்திரா காந்தி கருதினார். எனினும் அணை கட்டும் திட்டத்தை எதிர்ப்பவர் களைச் சந்தித்து அவர்களின் கருத்தை நீர்ப்பாசனத் துறை அமைச்சகத்தைக் கேட்கும்படித் தனது அலுவலர்களிடம் இந்திரா காந்தி கூறினார். அவர்கள் முன்வைக்கும் யோசனையை மீண்டும் ஆய்வு செய்ய வேண்டும் என்பதையும் தெரிவித்தார்

பாராளுமன்ற உறுப்பினரான ராம் சிங் ரத்துவா, ஒரு காங்கிரஸ் கட்சி உறுப்பினர் மற்றும் மாநிலச் சட்டசபையின் இரு உறுப்பினர்கள் ஆகியோரிடமிருந்து பிரதமருக்கு டிசம்பர் 6இல்

ஒரு தந்தி வந்திருந்தது. மாநில அரசு லால்பூர் அணைகட்டும் வேலையைத் தொடங்க முயற்சிப்பதாகவும், ஹரி வல்லப பாரிக்கை வீணாகத் தொந்தரவு செய்வதாகவும் அந்தத் தந்தியில் குறிப்பிட்டிருந்தனர். மாநில முதல்வரிடம் இதுபற்றிப் பேசி அணைகட்டும் திட்டத்தை நிறுத்த ஏற்பாடு செய்யும்படியும் அவர்கள் அதில் வேண்டிக்கொண்டனர்.

அதேநாளில் அந்தத் தந்தியில் இந்திரா காந்தி எழுதியது:

'இதுபற்றிய கவலை எனக்கு உண்டு. இதில் ஏதாவது செய்யவும் முயன்றிருக்கிறேன்.

அடுத்துவந்த வருடம் முழுவதும் லால்பூர் அணைக்கட்டு விவகாரம் கடும் கொந்தளிப்பைத் தந்துகொண்டிருந்தது

ஆ

1969 நவம்பர் – டிசம்பரில் புதுதில்லியில் நடந்த வரலாற்றுச் சிறப்புமிக்க இயற்கைவளப் பாதுகாப்பு நிறுவனத்தின் பொதுக்குழுத் தீர்மானங்களில் ஒன்று – கல்கத்தாவின் சதுப்பு நிலங்களின் பாதுகாப்புப் பற்றியதாகும். சைபீரியப் பெருங்கொக்குகள் தொடர்பாக இந்திராவுடன் தொடர்புகொண்டிருந்தவர் ஜார்ஜ் ஆர்ச்சிபால்ட். அவர் ஜூலை 2இல் இந்திரா காந்திக்கு எழுதிய கடிதம்:

'கிழக்குக் கல்கத்தாவிலுள்ள உப்பு ஏரிகளும் சதுப்பு நிலங்களும் பறவைகளுக்கான இயற்கைச் சரணாலயமாகப் பாதுக்காக்கப்பட வேண்டும். அது மட்டுமல்லாமல் இந்தப் பகுதிக்கு வழக்கமாக வலசை வரும் பெருங்கொக்குகளும் பாதுகாக்கப்பட வேண்டும். அவை விரைவிலேயே இங்கு வரலாம்.

மேற்கு வங்கத்தின் முதலமைச்சர் ஜோதி பாசுவுடன் தனிப்பட்ட முறையில் இந்திரா காந்திக்கு அருமையான தொடர்பு இருந்தது. 1930களின் இறுதியில் இங்கிலாந்தில் இருந்தபோதே இருவருக்கும் பழக்கம் இருந்தது. ஆனால் அரசியல்ரீதியாக மத்திய மாநில அரசுகளுக்கிடையே விவாதங்களும் கோபமும் இருந்துகொண்டிருந்தன. பத்து நாட்களுக்குப் பிறகு இந்திரா காந்தி ஆர்ச்சிபால்டுக்கு எழுதிய கடிதம் இதனை விளக்கும்:

மேற்கு வங்கத்தில் மார்க்சிஸ்டு கட்சி ஆட்சி செலுத்துகிறது என்பது உங்களுக்குத் தெரியும். அவர்கள் என்னையும் எனது கட்சியையும் கடுமையாக எதிர்ப்பவர்கள். மக்களைக் கவருவதற்கான முதலாளிமார்களின் தந்திரமாகச்

சுற்றுச்சூழல் பாதுகாப்பைக் கருதுபவர்கள். உங்களின் கருத்துக்களை அவர்களிடம் நிச்சயம் தெரிவிப்பேன். ஆனால் பயன் விளையுமா என்பது சந்தேகம்தான்.

இந்திரா காந்தியின் எண்ணம் – சரியானதுதான். சதுப்பு நிலங்கள் பாதுகாப்புப் பற்றி ஜோதி பாசுக்கு எழுதிய கடிதத்தால் எந்தப் பயனும் விளையவில்லை.

ல

தனது நாம்தாபா பயணம் பற்றிய நேரடி அனுபவத்தை முதல் அறிக்கையாகச் சமர்ப்பிக்க இந்திரா காந்தியை ஜனவரியில் சந்தித்தார் தில்லோன் ரிப்ளே. அதன் பின் பிப்ரவரி 3இல் இந்திரா காந்திக்கு அவர் எழுதிய கடிதம்:

கடுமையான குளிரும் வெண்பனியும் கண்டிப்பான ஒழுங்குமுறையும் கொண்ட வாஷிங்டன் நகருக்குத் திரும்பினேன். இந்தியாவில் நாங்கள் தங்கியிருந்த நாட்கள் எவ்வளவு சுகமானவை, மகிழ்ச்சி நிரம்பியவை என்பதை நினைத்துக்கொள்கிறோம். தில்லியில் உங்களின் அன்பான வரவேற்பு மேலும் மகிழ்ச்சி தந்தது. பறவைகள், கடந்த காலம் என நாம் பேசிக்கொண்டவை மனதிற்கினியவை.'

நான்கு மாதங்களுக்குப்பிறகு தில்லோன் ரிப்ளே இந்திரா காந்திக்கு ஜூன் 15இல் மீண்டும் கடிதம் எழுதினார். அதில் அருணாசலப் பிரதேசத்திற்குப் பயணம் மேற்கொள்ள வாய்ப்பளித்தற்காக நன்றி தெரிவித்த அவர், நாம்தாபாவை உயிர்மண்டலக் காப்பகமாக அறிவிக்கும்படி வேண்டிக்கொண்டார். இந்த யோசனை அப்போது ஏற்கனவே விவாதிக்கப்பட்டது. ஆனால் உடனே நடைமுறைப்படுத்தப்படவில்லை. அதற்குப் பதிலாக நாம்தாபா தேசியப் பூங்காவாகவும் புலிகள் சரணாலயமாகவும் 1983 மார்ச்சில் அறிவிக்கப்பட இருந்தது.

அந்தக் கடிதத்தில் ரிப்ளே தெரிவித்திருந்த மற்றொரு யோசனை பயனுள்ளதாக இருந்தது. மின் திட்டத்தை நடைமுறைப் படுத்தினால் ஏராளமான மக்கள் அங்கே குடியேறுவர்; அதனால் நாம்தாபா பகுதிக்கு நீண்டகாலத் தீங்கு விளையும் அபாயமுள்ளது என்பதை இந்திரா காந்தியின் கவனத்திற்குக் கொண்டுவந்தார் அவர். இந்திரா காந்தி ரிப்ளேயின் கடிதத்திற்கு நேரடியாகப் பதில் அளிக்கவில்லை. ஆனால் அதில் அவர் நடவடிக்கை எடுத்தார் என்பது இந்திரா காந்தியின் ஒப்புதலுடன் ராஜாமணி மின் துறைச் செயலாளரான டி.ஆர். சதீஷ் சந்திரனுக்கு ராஜாமணி ஆகஸ்ட் 31இல் கடிதம் எழுதியதிலிருந்து தெரிகிறது.

‘சுற்றுச்சூழல் துறை நாம் தாபா பகுதியை உயிர்மண்டலக் காப்பகமாக மாற்றுவதற்குரிய நடவடிக்கைகளை எடுத்து வருகிறது. அந்தப் பகுதியில் மக்கள் குடியேற்றம் எதுவு மில்லை; ஒரு சிறிய நகரும் 28 மைல் தள்ளியே இருந்தது. இந்த நிலையில் பாதுகாப்பகத்திற்காக முன்மொழியப்பட்டுள்ள பகுதிக்குள் உள்ள பர்மா நளா ஆற்றில் மின் திட்டம் அமைப்பதற்கான அருணாசலப் பிரதேச அரசின் யோசனை யில் எந்த நியாயமும் இருப்பதாகத் தெரியவில்லை. இது மட்டுமல்லாமல் மூன்றிலிருந்து ஏழு மெகா வாட்டிற்குமேல் மின் உற்பத்தியும் இந்தத் திட்டத்தால் கிடைக்காது. நாம்தாபா வெப்பமண்டல மழைக்காடுகளின் வளத்தைச் சுரண்டிவரும் மரம் அறுக்கும் ஆலைகளுக்கு மின்சாரம் வழங்குவதற்காகவே இந்த மின்திட்டம் பயன்படும் என்பதாகத் தெரிகிறது.

ஞ

இந்திரா காந்தியின் வாஷிங்டன் பயணத்தின்போது அவரை ஸ்மித்சோனியனில் சந்திக்க முடியாமைக்கு வருந்துவதாக வருத்தம் தெரிவித்து தில்லோன் ரிப்ளே ஆகஸ்ட் 27இல் கடிதம் எழுதினார். எனினும் வெள்ளை மாளிகையில் இரவு விருந்தின்போது இந்திரா காந்தியைப் பார்த்ததாகத் தெரிவித்த அவர், ‘உங்கள் தோற்றம் நன்றாக இருந்தது; நீங்கள் தெரிவித்த கருத்துகள், உரை யாவும் நேர்மறையாகவும் நம்பிக்கையுடனும் இருந்ததாக மக்கள் எடுத்துகொண்டுள்ளனர்’ என்று பாராட்டு வழங்கினார். பத்திரிகைகள் இந்திரா பற்றிய நிகழ்வுகளை மிகச்சிறப்பாக வெளியிட்டுள்ளன என்பதைக் கூறிய அவர், தன்னுடன் நீண்டகாலமாகப் பணியாற்றிவரும் சலீம் அலிக்குத் தனது வணக்கத்தையும் பாராட்டுணர்வையும் வெளிப்படுத்தினார்:

இயற்கை, சுற்றுச்சூழல் குறித்த உணர்வை இந்திய மக்களிடம் உருவாக்கி வளர்ப்பதில் முன்னோடியாகப் பணியாற்றிய சலீம் அலிக்கு, அவருடன் தொடர்புகொண்ட அனைவரும் நன்றிக்கடன்பட்டுள்ளனர்.

அவருக்குச் செப்டம்பர் 9இல் பதில் எழுதிய இந்திரா, ‘தொடர்ச்சியான வேலை நெருக்கடியால் நிறைய விசயங்களைச் செய்யமுடியாமல் போய்விட்டது’ எனக் குறிப்பிட்டு, இருவருக்கும் பொதுவான நண்பரான சலீம் அலி பற்றிய அவரது உணர்வுகள் தனக்கும் உண்டு எனத் தெரிவித்தார்:

சலீம் அலி பற்றி நீங்கள் எழுதியவற்றுடன் நான் முற்றிலும் உடன்படுகிறேன். சுற்றுச்சூழல் பற்றிய விசயங்களில் ஆழ்ந்த

அறிவும் அர்ப்பணிப்பும் கொண்டவர் என்பதோடு அவர் ஓர் மகிழ்ச்சி நிரம்பிய மனிதர்.

இந்திரா காந்தி பிரதமராக இருந்தபோது அவரின் முழு நம்பிக்கைக்குரியவராகச் சலீம் அலி இருந்ததற்கான காரணத்தை விளங்கிக்கொள்ளும் திறவுகோலாக இந்தக் கடிதம் உள்ளது. தன்மீது கொண்டுள்ள நட்பைச் சலீம் அலி ஒருபோதும் தவறாகப் பயன்படுத்திக்கொள்ள மாட்டார் என்பது இந்திரா காந்திக்குத் தெரியும். சுற்றுச்சூழல் மீதான அவரது அக்கறைகள் உண்மையாவை என்பதும் சட்ட விதிமுறைகளுக்குட்பட்டவை என்பதும் தெரியும். எடுத்துக்காட்டாக: ஆந்திர, தமிழ்நாடு மாநில எல்லைப் பகுதிகளில் விரிவான பழவேற்காடு ஏரி பறவைகள் சரணாலயம் உள்ளது. உப்பு மற்றும் பிற கடல்சார் வேதிப் பொருட்களை உற்பத்தி செய்ய இந்தச் சரணாலயத்தின் நடுவே இருக்கும் ஒரு ஏரியைப் பயன்படுத்திகொள்ளலாம் என ஒரு தனியார் நிறுவனத்திற்கு ஆந்திர மாநில அரசு அனுமதி வழங்க இருப்பது பற்றிச் சலீம் அலி மிகவும் கவலையுற்றிருந்தார். சில தினங்களிலேயே சலீம் அலியின் கவலைகளுக்குத் தீர்வு காணப்பட்டது. அந்த வேதிப் பொருட்கள் உற்பத்தித் திட்டத்தைக் கைவிடுமாறு ஆந்திர அரசுக்கு 'உத்தரவு' பிறப்பிக்கப்பட்டதாகப் பிரதமரிடமிருந்து சலீம் அலிக்குத் தெரிவிக்கப்பட்டது.

இந்திரா காந்திக்குச் சலீம் அலி எழுதும் கடிதங்கள் முழுக்கவும் மனப்பூர்வமான அக்கறை கொண்டதாக இருக்கும். அவருக்கு இந்திரா காந்தி எழுதும் பதிலும் அவ்விதமே இருப்பதுண்டு. ஆனால் அவ்விதம் தீவிரமில்லாமல் சாதாரணமாகப் பகிர்ந்து கொள்ளும் கடிதங்களும் உண்டு. எடுத்துக்காட்டாக 'இயற்கையின் அழகிற்கு முழு உலகின் அஞ்சலி' என்ற *நியூயார்க் டைம்ஸ்*—இல் வெளிவந்த கட்டுரையை 'டாக்டர் சலீம் அலி அவர்களுக்கு இதில் ஈடுபாடு இருக்கும்' என அதில் எழுதி அவருக்கு அனுப்பினார் இந்திரா. நீலக் கசகசா பூ, அலங்காரி முல்லை, நாக அல்லி, பிரம்ம கமலம் ஆகிய இமயலையில் வளரும் அபூர்வமான நான்கு மலர்களைச் சித்தரித்து இந்திய அரசு வெளியிட்டிருந்த சமீபத்திய அஞ்சல் தலைகளைப் பற்றி அந்தக் கட்டுரையில் குறிப்பிடப்பட்டிருந்தது.

பிரதமரும் பறவையிலாளரும் கவலையற்று மகிழ்வான கணங்களைக் கடிதங்களில் அவ்வப்போது பகிர்ந்துகொள்வதும் உண்டு. எடுத்துக்காட்டாக ஜனவரி 15இல் சலீம் அலியிடமிருந்து இந்திரா காந்திக்குக் கடிதம் வந்திருந்தது. சலீம் அலியின் நேர்காணல் வெளிவந்த *த ஸ்டேஸ்மென்* இதழையும் அக்கடிதத்துடன் இணைத்திருந்தார். தன்னை நேர்காணல் கண்ட கோபால்

காந்தியை 'இருமுறை வடிகட்டப்பட்ட பேரன்' என புன்னகை வரவழைக்கும் சொற்றொடருடன் குறிப்பிட்டிருந்தார். கோபால் காந்தியின் தந்தை வழித் தாத்தா மகாத்மா காந்தி; தாய்வழித் தாத்தா சி. ராஜகோபாலாச்சாரி.

'சுயநலத்திற்காக நேருவைப் பயன்படுத்திக்கொள்வேன் எனச் சந்தேகம் ஏற்படலாம்' என்பதால் 1940களின் தொடக்கத்திலிருந்தே தனக்கு நன்கு தெரிந்த தலைவரான ஜவகர்லால் நேருவிடமிருந்து வேண்டுமென்றே தான் விலகியிருந்ததாக இந்த நேர்காணலில் சலீம் அலி தெரிவித்திருந்தார். 'நான் மாபெரும் தவறிழைத்துவிட்டேன். ஏனெனில் நேருவின் ஆதரவுடன் காடுகளையும் காட்டுயிரையும் பாதுகாப்பதில் எவ்வளவோ செய்திருக்க முடியும்' என அந்த நேர்காணலில் அவர் கூறியிருந்தார். அவ்விதம் தன்னைத் தவறாக மதிப்பிட்டதால் தன்னால் மேலும் அனுபவ அறிவுபெற முடிந்தது எனவும் இந்திரா காந்தியிடம் விசயம் தெரிந்த பறவை அவதானி ஒருவரைத் தான் கண்டுகொண்டதாயும் அவர் அந்த நேர்காணலில் மனம் திறந்து கூறியிருந்தார். இந்திரா காந்தியும் அவரது தந்தை நேருவைப்போலவே சுற்றுச்சூழலில் ஆழ்ந்த அக்கறை கொண்ட சூழலியலாளர் எனவும் கூறியிருந்தார்.

௸

1982இன் தொடக்கத்தில் இந்திரா காந்தியை மீண்டும் சந்தித்த ஜெஃப்ரி ஷார்ட் சைபீரியப் பெருங்கொக்குகளைப்பற்றி விவாதித்தார். சைபீரியப் பெருங்கொக்குகள் சீனாவிற்கு வலசை போவதுபற்றி அவரிடம் இந்திரா காந்தி வினவியிருந்தார். அதற்கு ஜெஃப்ரி ஷார்ட் ஜனவரி 11இல் எழுதிய பதில்:

> கிழக்கு ஆசியாவிலுள்ள சைபீரியப் பெருங்கொக்குகள் சோவியத் யூனியனிலுள்ள யாகூட்டியா (Yakutia) பகுதியில் இனப்பெருக்கம் செய்கின்றன. இவற்றில் சுமார் 100 பெருங்கொக்குகள் சீனாவிற்கு வலசை போகின்றன. சீனாவின் யாங்ட் ஆற்றுநீர் செல்லும் வழியே சென்று நான்சாங் (Nanchang) நகருக்கு வடக்கிலுள்ள (பரத்பூர் பறவைகள் சரணாலயத்தை போன்ற) பெரிய சதுப்பு நிலத்தை அடைகின்றன.

'கனடாவில் பிறந்த அமெரிக்கவாழ்' ஜார்ஜ் ஆர்ச்சிபால்ட் பெருங்கொக்குகள் குறித்த ஆய்வில் உலகின் தலைசிறந்த நிபுணர்களில் ஒருவர் என்று இந்திரா காந்தியிடம் கடிதம் மூலம் அறிமுகம் செய்துவைத்தார் ஷார்ட். விரைவிலேயே ஜார்ஜ் ஆர்ச்சிபால்ட் தில்லி வரவிருப்பதை குறிப்பிட்ட ஷார்ட் கடிதத்தில் மேலும் கூறியதாவது: '(...) சீனா அல்லது

ஈரானில் உள்ள பறவைகளின் படங்களைப் பார்க்கும் ஆர்வம் இருந்தால் அவற்றை உங்களுக்கு காண்பிப்பதில் அவர் பெருமிதம் கொள்வார்.' மேலும் கடிதத்தின் இறுதியில்:

> அமெரிக்கர்கள் தங்களின் தேசியப் பறவையான கழுகுகள் ஒரு சிறிய பகுதியில் இருப்பினும் அவற்றைப் பார்ப்பதற்காக நூற்றுக்கணக்கான மைல்கள் காரில் செல்வர். எனினும் பரத்பூருக்குச் சென்றபோது அங்கே ஏழுவகை கழுகுகளைப் பார்த்தோம்.

என்று குறிப்பிட்டிருந்தார்.

ஷார்டின் கடிதம் இந்திரா காந்திக்கு மிகவும் பிடித்திருந்தது என்பது அவருக்கு எழுதிய இந்தப் பதிலிலேயே தெரிந்தது (ஜனவரி 23):

> சைபீரியப் பெருங்கொக்குகளைப்பற்றி விவரமான உங்கள் கடிதம் (ஜனவரி 11) என் ஆர்வத்தை மிகவும் தூண்டியது. பறவைகள்தாம் என்ன பேரழகு! பரத்பூருக்கு அந்தப் பெருங்கொக்குகளை வரவேற்பதில் மிகவும் மகிழ்வோம். படங்களைப் பார்ப்பதில் மிகுந்த ஆனந்தமுண்டு. ஆனால் அது டாக்டர் ஜார்ஜ் ஆர்ச்சிபால்ட் தில்லியில் தங்கியிருக்கையில் எனக்கு கிடைக்கும் நேரத்தைப் பொருத்தது.

ஒரு நாட்டின் தலைவருக்கு இந்தவிதமாக மிக அரிதாகவே ஷார்ட் கடிதம் எழுதியிருக்கக்கூடும். சைபீரியப் பெருங்கொக்குகள் பற்றி மேலதிகத் தகவல்களுடன் மற்றொரு கடிதத்தை அவர் பிப்ரவரி 8இல் எழுதினார். பரத்பூரின் பிரத்தியேகத் தன்மையை நினைவுகூர்ந்த அவர் 'சரணாலயத்தை ஆக்கிரமிப்பிலிருந்து பாதுகாக்கும் மிகக் கடினமான பணியை மேற்கொண்டு வருவதற்காக இந்திரா காந்தியை மிகவும் பாராட்டுவதாகவும்' அந்தக் கடிதத்தில் அவர் குறிப்பிட்டிருந்தார்.

மார்ச் மாதத் தொடக்கத்தில் சைபீரியப் பெருங்கொக்குகளின் புகைப்படங்கள் அடங்கிய ஆல்பத்தை ஜார்ஜ் ஆர்ச்சிபோல்ட் இந்திரா காந்தியிடம் காண்பிக்கவே செய்தார். ஆனால் அந்த சந்திப்பின் போது மிகத் துயரகரமான சம்பவம் ஒன்று நிகழ்ந்தது எனக்கு (ஆசிரியர்) அவர் எழுதிய கடிதத்தில் இதனைத் தெரிவித்திருந்தார்:

> முதலில் வந்தவர் இந்திரா காந்தியின் மருமகளான மேனகா காந்தியே. திரை போன்ற வெளிறிய நீலநிறச் சேலையில் இந்திரா காந்தி பின்பு வந்தார் (...) ஆல்பத்திலுள்ள பறவைகள் படங்களைக் காண்பதில் எந்தத் தடங்கலும் இல்லை. வேறு

ஒருபணி இருப்பதாகக் கூறி அந்த இரவில் மறைந்தார் இந்திரா காந்தி (...) ஆனால் அந்தச் சந்திப்பு எனக்கு மகிழ்ச்சி தரவில்லை. இந்திரா காந்தியின் மனம் எங்கோ விலகியிருந்ததாகத் தெரிந்தது. மூன்று வாரங்களுக்குப் பின் இந்திரா காந்தியின் காங்கிரஸ் கட்சிக்கு எதிராக மேனகா காந்தி புதிய கட்சியைத் தொடங்க இருப்பதான பரபரப்பான செய்தி வெடித்தது. அதுவரை வசித்துவந்த பிரதமரின் இல்லத்திலிருந்து வெளியேறும்படி மேனகாவிடம் கூறினார் திருமதி. இந்திரா. நாங்கள் சந்தித்த அந்த மாலைப் பொழுதில் இருவரும் தனித்தனியாக வந்தது, அப்போது நாங்கள் உணர்ந்த பதற்றம் ஆகியவை இரு தலைவர்களுக் கிடையே இருந்த மோதலின் விளைவாக இருக்கலாம்.

ஜார்ஜ் ஆர்ச்சிபால்டின் பயம் ஒருபுறம் இருக்கத் தனக்குக் காண்பித்த படங்கள் மிகவும் பிடித்திருந்ததாக ஜெஃப்ரி ஷார்ட்டிடம் மார்ச் 8இல் இந்திரா காந்தி தெரிவித்தார்:

(...) டாக்டர் ஆர்ச்சிபால்ட் இங்கு வந்திருந்தார். புகைப்படங்களைக் காண்பித்தார். சைபீரியப் பெருங்கொக்கு களைப் பாதுகாப்பதிலுள்ள சிரமங்கள் பற்றி விவாதித்தோம். நமது சரணாலயங்களுக்குப் பழுது நேர்ந்துவிடாமல் அவற்றைப் பாதுகாப்பது எவ்வளவு கடினமானது என்பது உங்களுக்குத் தெரியும். மக்கள்தொகைப் பெருக்கம், வளர்ச்சித் திட்டங்களுக்கான கோரிக்கைகள் முதலியவை மிகப்பெரும் நெருக்கடியைத் தந்துகொண்டிருக்கின்றன. உள்ளூர்வாசி களிடம் விளக்கிக் கூறி அவர்களை இணங்கச்செய்வது எளிதான காரியம் அல்ல.

ஜூன் 2இல் ஜார்ஜ் ஆர்ச்சிபால்டுக்கு இந்திரா காந்தி எழுதினார்.

சைபீரியப் பெருங்கொக்குகளின் இனவிருத்தி வெற்றிகரமாக முடிந்தது என்பதையும் குஞ்சுகள் நன்றாக இருப்பதையும் அறிந்து மிகவும் மகிழ்ந்தேன். உங்கள் அற நிறுவனத்திற்கு வர விருப்பம்தான். மாநிலங்களைப் பார்வையிடும் வழக்கமான நடைமுறையிலிருந்து விடுபட்டு அங்குவருவது ஆசுவாசம் தரும் மாற்றமாக இருக்கும். ஆனால் உடனடியாகச் செய்ய வேண்டிய அவசர வேலைகள் பட்டியலில் புதிதாக ஒன்றைச் சேர்ப்பதோ அல்லது வேறொரு நகரத்திற்குச் செல்வதோ முடியாத காரியம்.

அமெரிக்காவின் விஸ்கான்சினில் உள்ள பாராபூ நகரில் மே 13 இரவில் (இனவிருத்திகாக) கூண்டுக்குள் அடைக்கப்பட்டிருந்த இரண்டாவது சைபீரியப் பெருங்கொக்கு குஞ்சு பொரித்த

செய்தியையே மேலேயுள்ள கடிதத்தில் இந்திரா காந்தி தெரிவித்திருந்தார். அந்தக் குஞ்சுக்கு அவர் பெயரையே வைத்துள்ளனர் என்பது தெரிந்திருக்குமேயானால் இந்திரா காந்தி இரட்டிப்பு சந்தோசமடைந்திருப்பார்.

பரத்பூரிலுள்ள தேசியப் பூங்காவில் நவம்பர் 7ஆம் நாள் ஏழு பேர் மரணமடைந்த துயரச் சம்பவம் நடந்தது. கால்நடை மேய்ச்சலைத் தடைசெய்து உத்தரவு பிறப்பித்ததற்கு எதிராகச் சுமார் 3000 கிராமவாசிகள் போராடத் தொடங்கினர். தடையுத்தரவைக் கடுமையான முறையில் அமல்படுத்த வேண்டுமென்ற அரசின் முடிவை இந்திரா காந்தியின் தலைமையின் கீழ் இயங்கும் இந்தியக் கானுயிர்க் கழகம் முந்தைய மாதம்தான் வலியுறுத்தியிருந்தது. அது மட்டுமல்லாது சரணாலயத்தின் எல்லையைச் சுற்றிலும் பாதுகாப்புச் சுவரும் எழுப்பப்பட்டிருந்தது. போராட்டத்தில் வன்முறை வெடித்ததால் போலீஸ் துப்பாக்கிச் சூடு நடத்த வேண்டியதிருந்தது. ஏழு கிராமவாசிகள் அதில் உயிரிழந்தனர்.

ஃ

அக்டோபர் 18இல் மாநில வனத்துறை அமைச்சர்கள் மாநாட்டிற்கு ஏற்பாடு செய்திருந்தார் இந்திரா காந்தி. பிரதமராக இவ்வித மாநாட்டைக் கூட்டுவது இதுவே முதல்முறையாகும். தெளிவாகவும் வெளிப்படையாகவும் பேசுவதற்கான வாய்ப்பாக மாநாட்டு உரையை இந்திரா காந்தி பயன்படுத்திக்கொண்டார். கிர் சிங்கங்கள் சரணாலயத்திற்கு இருமுறை சென்றுவந்தது இந்திரா காந்தியை இவ்விதம் பேசத் தூண்டிற்று:

> கானுயிர்கள் அவற்றின் இயற்கைத் தன்மையுடன் உயிர் வாழ வேண்டும். கிர் சிங்கங்கள் இப்போது நடத்தப்படும் விதம் மகிழ்ச்சி தருவதாக இல்லை. அடங்கி நடக்க வசப்படுத்தப்பட்டு அவ்விதமாகவே அவை பழகிவிட்டன. தமது இயல்பான தன்மையை அவை இழந்துவிட்டன. அவைகளுக்கு உணவு தரப்படுகிறது. அதனால் இரை தேடித் தாமாகவே வேட்டையாடும் திறனை இப்போது அவை இழந்துவிட்டன.

எல்லாவற்றுக்கும் மேலாக வனவியல் நடைமுறைகளைப் பிரதமர் தனது உரையில் முக்கியமாகக் குறிப்பிட்டார்:

> எனது கருத்துகளைக் கேட்பதற்காக இந்த மாநாடு கூட்டப்படவில்லை. அனைவருக்கும் அவை நன்கு தெரியும். வனவியலின் முக்கியத்துவத்தை வலியுறுத்துவதே மாநாட்டின் நோக்கமாகும். கடந்த மூன்று ஆண்டுகளாக வேறுபட்ட

வனவியல் கூறுகள்பற்றி மாநில முதல்வர்களுக்குத் தொடர்ந்து எழுதி வந்திருக்கிறேன். நமது காடுகள் வேகமாகக் குறைந்து வருகின்றன. இதனால் நமது தட்பவெப்ப நிலையில் ஏற்படும் பாதகமான விளைவுகள் நமது பொருளாதார வளர்ச்சியை – நமது எதிர்காலத்தையே பாதிக்கும். இவை அனைத்தையும் பற்றிய ஒட்டு மொத்தக் கவலையை நாம் உணர்ந்துகொள்ள வேண்டுமென்பதே இந்த மாநாட்டின் நோக்கமாகும். காடுகள் மற்றும் கானுயிர் மீட்பர் என இங்குள்ள அமைச்சர் ஒருவர் என்னைக் குறிப்பிட்டார். அவை உண்மையிலேயே பாதுகாக்கப்பட்டால்தான் நான் மீட்பர்.

முடிவுகள் எடுக்கையில் கடைநிலையிலுள்ள மனிதனையும் நினைத்துப் பார்க்க வேண்டுமென இந்தியர்களை வலியுறுத்திய வாறிருந்தார் மகாத்மா காந்தி. இதுவே தனது தாரக மந்திரம் எனவும் கூறிவந்தார். இதற்குக் குறிப்பிடத்தக்கச் சுற்றுச்சூழல் விளக்கம் ஒன்றை அளித்தார் இந்திரா காந்தி:

மரங்கள் வெட்டப்படுவது அல்லது எல்லைகள் தாண்டிக் கானுயிர் தப்பிச்செல்ல அனுமதிப்பது தொடர்பாக முடிவுகள் எடுக்கும்போது மரங்களின் வாழ்வு, வனவிலங்குகள் வாழ்க்கை ஆகியவை மனித வாழ்வுடன் எவ்விதம் நெருக்கமாகப் பிணைக்கப்பட்டுள்ளன என்பதையும் எண்ணிப்பார்க்க வேண்டும்.

ஒப்பந்த அடிப்படையில் காடுகளைக் குத்தகைக்கு விடுவது, மரங்களை வெட்டுவது, காடுகளில் ஒற்றைப் பயிர் நடுவது முதலியவற்றைக் கடுமையாக விமர்சனம் செய்தார்.

வனவியல் திட்டங்களாலும் நடைமுறைகளாலும் பழங்குடியினர் வாழ்க்கை முறை பாதிக்கப்படுவது மிகுந்த வேதனை தருகிறது (...) வன அதிகாரிகள் பழங்குடியினரின் நண்பர்களாக இருக்க வேண்டும் (...)

*1982*இல் மாநில முதல்வர்களுக்கு அடுத்தடுத்து இரண்டு கடிதங்கள் எழுதினார் இந்திரா. ‘உற்பத்திக் குறைவு, ஆறுகளில் சேறு படிதல் முதலியவற்றுக்குக் காரணம்: பருவமழை தவறுவதும் கடுமையான மண் அரிப்பும்தான். இவை காடுகளைப் பாதுகாக்கவேண்டியதன் முக்கியத்துவத்தை உணர்த்து கின்றன’ என்று ஆகஸ்ட் *30*இல் எழுதப்பட்ட முதல் கடிதம் கூறியது. காடுகளுக்கு உள்ளேயும் வெளியேயும் இருக்கும் நீர்ப்பிடிப்புப் பகுதிகள், மலைச் சரிவுகள், காலி நிலங்கள், நகர்ப்புறப் பகுதிகள் இவற்றில் காடுகளை வளர்க்க வேண்டும். இதில்

அதிகக் கவனம் அளிக்கும்படி முதலமைச்சர்களைக் கேட்டுக் கொண்டார். நீர்ப்பிடிப்புப் பகுதிகள், மலைச் சரிவுகள், குளக்கரைகள் ஆகிய அனைத்துப் பகுதிகளிலும் மரங்களை வெட்டுவதற்குத் தற்காலிகத் தடை விதிக்க வேண்டுமெனவும் காட்டு இலாகாவில் பல்வேறு படிநிலைகளில் பணிபுரியும் அலுவலர்கள் நேர்மையாகவும் உண்மையாகவும் இருக்க வேண்டும் என்பதை முதலமைச்சர்கள் உறுதிசெய்ய வேண்டுமெனவும் அந்தக் கடிதத்தில் குறிப்பிட்டிருந்தார். அதுமட்டுமல்லாது ஆறு அம்சச் செயல்திட்டத்தை முதல்வர்களுக்கு அளித்த இந்திரா காந்தி. 'இந்தச் செயல்திட்டத்தின்மீது தாமதமின்றி உடனடியாக நடவடிக்கை எடுக்க வேண்டுமெனவும்' நினைவூட்டினார்.

இதனைத் தொடர்ந்து மாநில முதல்வர்களுக்கு செப்டம்பர் 14இல் எழுதிய இரண்டாவது கடிதத்தில் கானுயிர்ப் பாதுகாப்பிலும், அதன் நிர்வாகத்திலும் சிறப்புத் தேர்ச்சியும் பயிற்சியும் பெற்ற நிபுணர்களை நியமனம் செய்வதிலும் மாநிலங்கள் போதிய அளவில் செயல்படுவதில்லை என்பது விரக்தியடையச் செய்வதாகக் குறிப்பிட்டிருந்தார். பல மாநிலங்களிலுள்ள வனப் பிரிவுகளின் செயல்பாடுகளில் காணப்படும் '13 குறைபாடுகளை' இந்தியக் கானுயிர்க் கழகம் பட்டியலிட்டிருந்தது. இவற்றைச் சுட்டிக்காட்டி ஒரு விரிவான ஆய்வாகவே அந்தக் கடிதம் அமைந்திருந்தது. ஒரு பதிற்றாண்டிற்குப் பிறகும் கானுயிர்ப் பாதுகாப்புத் தேசியச் சட்டம் அமல்படுத்தப்படும் விதம் தனக்கு மகிழ்ச்சி தருவதாக இல்லை எனவும் அதில் கூறியிருந்தார்.

இந்த இரு கடிதங்களும் இந்திரா காந்தியின் உணர்வை வெளிப்படுத்தின என்பது மட்டுமல்லாமல் மாநில முதல்வர்களிடம் பிரதமர் கொண்டிருந்த எதிர்பார்ப்புகள் பற்றியும் திட்டவட்டமாகக் கூறின. மாநில முதல்வர்கள் தவிர்க்க வேண்டியவை பற்றிப் பொத்தம்பொதுவாகக் கூறாமல் அவர்கள் மேற்கொள்ளவேண்டிய நடவடிக்கைகளைத் துல்லியமாகக் கடிதங்கள் சுட்டிக்காட்டியிருந்தன. அதனால் ஆழ்ந்த யோசனைக்குப் பிறகே அவை எழுதப்பட்டிருக்க வேண்டும்.

ஞ

கானுயிர்ப் பாதுகாப்பில் வனங்களை நிர்வகிக்கும் அதிகார வர்க்கத்தின் அணுகுமுறையும் நடத்தையும் தனக்கு மகிழ்ச்சி தருவதாக இல்லை என முதல்வர்களுக்கு எழுதும் கடிதங்களில் மீண்டும் மீண்டும் வலியுறுத்தியவாறிருந்தார் இந்திரா. கானுயிர் நிர்வாகம் அந்தத் துறையில் சிறப்புப் பயிற்சியும் தேர்ச்சியும்பெற்ற நிபுணர்களால் கையாளப்பட வேண்டிய தேவையையும் அழுத்தமாகக் கூறியிருந்தார். இந்த விசயத்தில் மாநிலங்களின்

செயல்பாடுகள் மீதான தனது கவலை விரக்தியையும்கூட, இந்தியக் கானுயிர்க் கழகக் கூட்டங்களில் அவர் வெளிப்படுத்தியதுண்டு. எடுத்துக்காட்டாக 1981 ஜனவரி 18இல் அவரே கைப்பட எழுதிய அலுவலகச் சுற்றுக்கான குறிப்பு:

> சுற்றுச்சூழல் தேவைகள்பற்றி ஒன்றுமே அறியாமல் வனத்துறை உள்ளது. தற்சமயம் நிலவிவரும் சுற்றுச்சூழல் பிரச்சனைகளுக்குக் காரணம் அலுவலர்களின் குறுகிய மனப்பான்மையாகும்.

இறுதியாக ஒரு புதிய அணுகுமுறையை மேற்கொண்டார் இந்திரா காந்தி. செப்டம்பரில் கானுயிர் நிர்வாகப் பொறுப்பை வேளாண் அமைச்சகத்திலிருந்து சுற்றுச்சூழல் துறைக்கு மாற்றினார். இதன் பொருள், கானுயிர் தொடர்பான விசயங்களும் செயல்பாடுகளும் கானுயிர் இலாகாவிற்கு மட்டுமே உரித்தானவை அல்ல என்பதாகும். ஆனால் காடுகள்; கானுயிர் தொடர்பான விசயங்களைக் கவனித்துவரும் வேளாண் அமைச்சகத்தில் பணிபுரியும் சமர் சிங்கிற்கு இது ஒரு இக்கட்டான சூழலை உருவாக்கிற்று. காடுகள் பற்றிய விசயங்களை வேளாண் அமைச்சரிடம் விவாதித்து நடவடிக்கை எடுக்க வேண்டும். கானுயிர் பற்றிய விசயங்களுக்குச் சுற்றுச்சூழல் அமைச்சரை அணுக வேண்டும். சுற்றுச்சூழல் துறையைப் பிரதமரே கவனிக்கிறார், அதனால் அலுவலப் படிநிலையில் சுற்றுச்சூழல் உதவி அமைச்சர் பொறுப்பிலுள்ள திக்விஜய் சிங்கை சமர் சிங் அணுக வேண்டும். இந்திரா காந்தியிடம் இதனைத் தெரிவித்த போது இது ஒன்றும் பெரிய விசயமில்லை என்பதுபோலச் சிரித்தார்.

1985 ஜனவரியில் இந்திரா காந்திக்கு அடுத்துவந்த பிரதமர் காடுகள், கானுயிர் தொடர்பான இரண்டு விசயங்களையும் மீண்டும் ஒன்றாக இணைத்து ஒரே இலாகாவாக ஒரே அமைச்சரின் கீழ் கொண்டுவந்தார். அதனால் காடுகள், கானுயிர் இரண்டும் சுற்றுச்சூழல் துறையிலிருந்து தனியே பிரிக்கப்பட்டன. 1985 செப்டம்பரில் இந்த இரண்டு இலாகாக்களும் ஒன்றாக இணைக்கப்பட்டு, சுற்றுச்சூழல் மற்றும் வனம் (கானுயிர் உட்பட) என்ற ஒருங்கிணைந்த அமைச்சகம் உருவாக்கப்பட்டது.

ஆ

பஸ்தாரில் பைன் மரங்கள் நடுவது பற்றிய பிரச்சனையை ஆய்வுசெய்ய தால்வி குழு அமைக்கப்பட்டது. வன நிர்வாகம் குறித்து விரிவாக ஆய்வு மேற்கொண்டு மற்றொரு அறிக்கை சமர்ப்பிக்க இது வழிவகுத்தது. நமது வன நிர்வாகத்தின்

நடைமுறைகள் பழங்குடியினரை அந்நியப்படுத்தி வருகிறதெனவும் தாவரங்களை இயற்கையாகவே மீண்டும் வளரச் செய்வதில் போதிய கவனம் செலுத்துவதில்லை எனவும் பிரதமர் தொடர்ந்து கவலை தெரிவித்துவந்த காரணத்தால், புதிய சுற்றுச்சூழல் துறை இந்த அறிக்கையைத் தயார்செய்யும் பொறுப்பை மூவர் குழுவிடம் ஒப்படைத்தது. ஒருவர் மாதவ் காட்கில்; மற்ற இருவரில் ஒருவர் ரவூஃப் அலி. இவர் சலீம் அலியின் நெருங்கிய உறவினராவார்.

காட்கில் அறிக்கை இந்திரா காந்திக்குக் கிடைத்தவிதம் பல விசயங்களை வெளிப்படுத்துகிறது. 'அன்புள்ள சலீம் பாய்' எனத் தொடங்கும் கைப்பட எழுதிய குறிப்பை ஸஃபர் ஃபதேஹ்அலி ஆகஸ்ட் 31இல் முதலில் சலீம் அலிக்கு எழுதி அனுப்பினார்:

> சுற்றுச்சூழல் திட்டமிடுதல் பற்றிய தேசியக் குழுவின் கூட்டத்தில் வனவியிலில் மாற்று அணுகுமுறைகள் என்ற காட்கிலின் ஆய்வு அறிக்கை விவாதிக்கப்பட்டு ஏற்கப்பட்டது. அதனை கேபினட் செயலகத்திற்கு அனுப்பும்படி தேசியக் குழுவின் தலைவர் பி.பி. வோரா கேட்டுக்கொள்ளப்பட்டுள்ளார். இந்தப் புதிய கொள்கைக்கு ஒப்புதல் தர ஆவன செய்யுமாறு பிரதமருக்கு நீங்கள் எழுத வேண்டுமெனவும் கூட்டத்தில் முடிவு செய்யப்பட்டது.

ஸஃபர் ஃபதேஹ்அலி கேட்டுக்கொண்டபடிச் சலீம் அலி செப்டம்பர் 4இல் இந்திரா காந்திக்கு கடிதம் எழுதினார். ஒன்பது நாட்களுக்குப் பிறகு மூன்றுபக்க அலுவலக் குறிப்பை ராஜாமணி இந்திரா காந்திக்கு எழுதியனுப்பினார். அந்தக் குறிப்பின் இறுதியில் முக்கிய அம்சங்களைச் சுருக்கமாகத் தொகுத்திருந்தார் ராஜாமணி.

'வருவாய் ஈட்டும் துறையாகக் காடுகளைக் கருதுவதும் நடத்துவதும் நிறுத்தப்பட வேண்டும். நிதி ஆதாரங்களைக் காடுகள் மூலமாக உருவாக்கிக்கொள்ள வேண்டுமெனத் திட்டக் கமிஷன் மாநிலங்களை வலியுறுத்தக்கூடாது' என்பது ராஜாமணி தொகுத்திருந்த அம்சங்களில் ஒன்று. இதனைச் சுட்டிக்காட்டி 'இது மிகமிக முக்கியமானது' என இந்திரா காந்தி குறித்திருந்தார். ராஜாமணியின் அலுவலக் குறிப்பின் இறுதியில் இந்திரா காந்தி மேலும் எழுதியது:

> காகிதம், அட்டை, பெட்டிகள் தயார்செய்வதற்கு ஆகாயத் தாமரை பயன்படுமென எனக்குத் தெரிவிக்கப்பட்டது. மரங்களுக்கு மாற்றாக ஒன்றைக் கண்டுபிடிக்க விஞ்ஞானிகள் முயல வேண்டும்.

அதே நாளில் சலீம் அலியின் கடிதத்திற்கு இந்திரா காந்தி எழுதிய பதில், (செப்டம்பர் 4):

> டாக்டர் காட்கிலின் பல பரிந்துரைகள் மிகச் சிறந்தவை. இவைகுறித்து நாம் யோசித்து வந்திருக்கிறோம். இவற்றை அமல்படுத்துவது பற்றியும் தீவிரமாகச் சிந்தித்து வருகிறோம்.'

இந்திரா காந்தி மிகவும் ஆர்வமுடன் இருந்த தேசிய வனக் கொள்கைக்குக் காட்கிலின் வன நிர்வாகம் குறித்த இந்த அறிக்கையே தொடக்கப் புள்ளியாக இருந்தது. காட்கிலும் ஜயாலும் தயார்செய்த தேசிய வனக் கொள்கையின் வரைவுக்கு இந்திரா காந்தியின் தொடக்க நிலை ஒப்புதல் இருந்தது. ஆனால் அதனை இறுதி செய்யும் முன் அது பற்றிய விரிவான விவாதமும் கலந்தாலோசனையும் தேவை என இந்திரா காந்தி விரும்பினார். இவை 1984 ஆகஸ்ட் – செப்டம்பரில் நிறைவுற்றது. இந்திரா காந்தி கொல்லப்படாது இருந்திருப்பாரேயானால் 'தேசிய வனக் கொள்கை – 1984' இந்தியாவுக்குக் கிடைத்திருக்கும். இதற்குப் பிறகு வனக்கொள்கை நிறைவேற்றம் அதன் வேகத்தை இழந்தது. சுயநலப் போட்டிக் குழுக்கள் மீண்டும் சுறுசுறுப்படைந்தன. அந்தக் கொள்கையின் சில அம்சங்கள் நீர்த்துப்போன நிலையில் நான்கு ஆண்டுகளுக்குப் பிறகு அந்த வனக்கொள்கை நிறைவேறிற்று.

ல

பதினான்கு மாதங்களுக்கு முன்பு காடுகள் பாதுகாப்பிற்கானக் கடுமையானப் புதிய சட்டம் பாராளுமன்றத்தில் நிறைவேற்றப் பட்டது. இது நிறைவேற்றப்பட முழுமுதற் காரணம் இந்திரா காந்தியே. காட்டுப் பகுதிகள் என அதிகாரபூர்வமாய் அறிவிக்கப் பட்ட காடுகளுக்கே இந்தச் சட்டம் பொருந்துமாகையால் இந்திரா காந்திக்கு இதில் திருப்தி இல்லை. வனப் பகுதிகளுக்கு வெளியேயுள்ள இடங்களிலிருந்து – எடுத்துக்காட்டாக, தில்லி, பம்பாய், கல்கத்தா, மணாலி போன்ற நகரங்களில் – தாறுமாறாக மரங்கள் வெட்டப்படுவதாக இந்திரா காந்திக்குப் புகார்கள் வந்துகொண்டிருந்தன. இதுபோன்ற பேரிடர்களைத் தவிர்க்கத் தேசிய அளவில் தனியே ஒரு சட்டம் இயற்றுவது சாத்தியமா என்பதைப் பரிசீலிக்கும்படித் தனது அலுவலகர்களிடம் இந்திரா காந்தி கூறினார். வனப் பகுதிகளுக்கு வெளியேயுள்ள மரங்கள் தொடர்பாகச் சட்டம் இயற்றப் பாராளுமன்றத்திற்கு அதிகார மில்லை எனவும் அவசியமானால் அதுபோன்ற சட்டத்தை மாநிலங்கள் இயற்றலாம் எனவும் அவர்கள் தெரிவித்தனர்.

1980ஆம் ஆண்டு நிறைவேற்றப்பட்ட காடுகள் (பாதுகாப்பு) சட்டத்தின் ஒரு பகுதியாக மேற்குறிப்பிட்ட ஒழுங்குமுறை

விதிகளை இணைக்கும் இந்திரா காந்தியின் யோசனையையும் சட்ட அமைச்சகம் நிராகரித்தது. அரசமைப்புச் சட்டத்தின்படிக் காடுகள் மாநிலங்களின் அதிகாரத்திற்குட்பட்டவை எனவும் இசைவு தெரிவிப்பது மத்திய அரசின் பொறுப்பாகும் எனவும் அதன் காரணமாகவே காடுகள் பாதுகாப்புச் சட்டம் (1980) நிறைவேற்றப்பட்டது எனவும் அந்த அமைச்சகம் மேலும் தெரிவித்தது. ஆனால் வனப் பகுதிக்கு வெளியேயுள்ள மரங்கள், மாநிலங்கள் மற்றும் நகரசபைகளின் அதிகாரத்தின் கீழ் வருவதாகத் தெரிவித்தனர்.

இதற்கு மேலும் இந்த விசயத்திற்குப் பிரதமர் அழுத்தம் தரவில்லை. நகர்ப்புறக் கிராமப்புறப் பகுதிகளில் மரங்கள் தாறுமாறாக வெட்டப்படுவதைக் கையாளச் சில ஒழுங்குமுறை விதிகள் பற்றியத் தீர்மானங்களை மாநிலங்கள் தங்கள் சட்டசபைகளில் நிறைவேற்றுவதை உறுதி செய்யும்படித் தனது அலுவலகர்களைக் கேட்டுக்கொண்டார். பல மாநிலங்கள் இந்த வேண்டுகோளைப் புறக்கணித்தன – இந்திரா காந்தியின் கட்சி ஆளும் மாநிலங்கள் உட்பட. இந்திரா காந்தி பெருமளவு அதிகாரம் கொண்டிருந்தார் என்ற பொதுவான கருத்தை விளக்க இதுபோதும்!

ஆ

இந்திரா காந்தியின் தோழியான மெஹ்ரு போகா பம்பாயிலிருந்து ஜூன் 13இல் அவருக்கு ஒரு கடிதம் எழுதியிருந்தார். வீட்டு மனை வியாபாரிகள், தரகர்களால் பஞ்ஜ்கனி மகாபலேஸ்வர் பீடபூமிப் பகுதிகள் சூறையாடப்பட்டு வருவதாக அதில் தெரிவித்திருந்த அவர் இந்த 'கொங்கன் பகுதியின் ரத்தினத்தை' (பஞ்ஜ்கனி மகாபலேஸ்வர் பீடபூமி பகுதியை) காக்கும்படி இந்திரா காந்தியை வேண்டிக்கொண்டார். முதன்முதலாய் 1932 மார்ச்சிலும் பின்னர் 1943 ஜூலையிலும் விடுமுறையைக் கழித்திருந்ததன் காரணமாக அந்தப் பகுதியை இந்திரா காந்திக்கு நன்கு தெரியும். மூன்று நாட்களுக்குப் பிறகு தனது தோழியின் கடிதத்தில் இந்திரா காந்தி இவ்விதம் குறிப்பிட்டார்:

> நமது அனைத்து முயற்சிகளுக்குப் பிறகும் இவ்விதம் நிகழ்வது சோகம். இதனைத் தயவுசெய்து கவனிக்கவும்.

பிரதமரின் இந்தக் குறிப்பினால் அலுவலகங்களுக்குகிடையே பரபரப்பாகக் கடிதப் பரிமாற்றம் நடந்தது. ஒரு புறம் பிரதமர் அலுவலகத்திற்கும் – சுற்றுச்சூழல் துறைக்குமிடையே, பின்னர் சுற்றுச்சூழல் துறையிடமிருந்து மகாராஷ்டிர மாநிலத்திற்கு. மலைவாழிடங்களைப் பார்வையிட்ட ஜயால் அங்கு நடந்து

வருவதை நேரில் கண்ட சாட்சி கூறியதன் அடிப்படையில் ஓர் அறிக்கை சமர்ப்பித்திருந்தார். அது இந்திரா காந்தியின் கவனத்திற்கு வந்தது. இறுதியில் இந்திரா காந்தியே மகாராஷ்டிர முதல்வர் பாபாசாகிப் போஸ்ஸேலுக்கு டிசம்பர் 7இல் கடிதம் எழுதினார்:

> மேற்குத் தொடர்ச்சி மலையிலுள்ள மலை வாழிடங்களில் குறிப்பாக – மாதேரான் பஞ்ஜ்கனி மகாபலேஸ்வர் பீடபூமி பகுதிகளின் சூழலியல் மற்றும் சுற்றுச்சூழலுக்குத் தீங்கு நேர்ந்து வருவதுபற்றிப் புகார்கள் தொடர்ந்து வந்துகொண்டிருக்கின்றன. வீட்டுமனை வியாபாரிகள், தரகர்கள் மலைவாழிடங்களின் அபூர்வ அழகிற்கு தீங்கு விளைவித்து வருவதாக அறிகிறேன். இந்த விசயங்கள் பற்றி சமீபத்தில் உங்கள் மாநில அதிகாரிகளைச் சந்தித்த எங்களின் சுற்றுச்சூழல் துறை அதிகாரிகள் கீழ்க்கண்ட யோசனைகளைத் தெரிவித்தனர்.
>
> 1. வர்த்தகரீதியான கட்டுமான நடவடிக்கைகளுக்குக் கடுமையான தடை விதிக்க வேண்டும்.
> 2. மண்டலச் சூழலியலை அடிப்படையாகக் கொண்ட ஒரு திட்டம் அந்தப் பகுதி முழுவதும் அமல்படுத்தப்படும் என அதிகாரப்பூர்வமாய் அறிக்கையை வெளியிட வேண்டும்.
> 3. இந்தத் திட்டம் தயாராகும்வரை அந்தப் பகுதியில் மனை வர்த்தகச் செயல்பாடுகள் நிறுத்தப்பட வேண்டும்.
> 4. அனுமதியின்றி அந்தப் பகுதியில் மரங்கள் வெட்டுவது கூடாதெனக் கட்டுப்பாடு விதிக்கப்பட வேண்டும் (...) பீடபூமியின் செங்குத்தான மலைச் சரிவுகளில் காடுகள் வளர்க்கப்பட வேண்டும்.
>
> முழுமையான கண்ணோட்டத்துடன் இந்த விசயத்தை அணுகினால் மேற்குறிப்பிட்ட நடவடிக்கைகளைப் பயன்தரும் முறையில் அமல்படுத்த முடியும். நிர்வாகிகள், திட்டமிடுவோர், விஞ்ஞானிகள், அலுவலகப் பணியில் ஈடுபடாதோர் ஆகியோர் அடங்கிய, மலைவாழிடங்களைப் பாதுகாப்பதில் உண்மையான அக்கறைகொண்டு அர்ப்பணிப்புடன் செயல்படும் குழுவிடம் இதனை ஒப்படைத்துத் தீர்வுகாண வேண்டுமென கேட்டுக்கொள்கிறேன்.

மகாபலேஸ்வர்–பஞ்ஜ்கனி மண்டலத் திட்டக் கழகத்தை மாநில அரசு 1983 ஏப்ரல் 23இல் அமைத்தது. இந்திரா காந்தியின் உத்திரவின்படி அந்தப் பகுதியில் குடியிருப்போர் சிலரும்

கழகத்தின் உறுப்பினர்களாகச் சேர்த்துக்கொள்ளப்பட்டனர். இரு நகர்களிலும் நடந்துவரும் கட்டுமான நடவடிக்கைகளை ஒழுங்குபடுத்துவதில் முதன்முதலாய் மேற்கொள்ளப்பட்ட முக்கியமான நடவடிக்கை மட்டுமல்லாது பிரதமரே வலியுறுத்திவந்த சுற்றுச்சூழல் பிரச்சனைகளையும் கவனத்தில் எடுத்துக்கொண்ட முயற்சியாகவும் அது அமைந்தது.

'அழகிய இந்த மலைவாழிடம் அழிந்துபோகாமல் பாதுகாப்பதில் இந்திரா காந்தி காட்டிய ஆர்வத்திற்கு' நன்றி தெரிவித்து மோலி வகாரியா என்ற ஒரு பெண்மணி (இந்திரா காந்தியின் ரசிகை) பம்பாயிலிருந்து எழுதிய கடிதம் இந்திரா காந்திக்குக் கிடைத்தது. அந்தக் கடிதத்தில் அவர் மேலும் கூறியிருந்ததாவது:

> திருமதி லூசைல் கைல் உங்களை வியந்து பாராட்டுபவர். அவர் எனது தோழியும்கூட. அதனால்தான் இந்த விசயத்தில் உங்களுக்கு நேரடியாக எழுதும் சுதந்திரத்தை எடுத்துக் கொண்டேன். மிகச்சிறிய விசயமேயானாலும் அதற்குக் கவனம் தந்து நடவடிக்கை எடுப்பீர்கள் எனவும் அந்த அளவு ஆர்வமும் அக்கறையும் (சுற்றுச்சூழல் தொடர்பாக) உங்களுக்கு உண்டு எனவும் லூசைல் கைல் என்னிடம் அடிக்கடிக் கூறுவதுண்டு.
>
> கனடா நாட்டைச் சேர்ந்த வயதான இந்த மூதாட்டியே எனது பிரதமரை நேசிக்கவும் பாராட்டவும் எனக்குக் கற்றுத் தந்தவர் என்பதை இங்கு கூறிக்கொள்கிறேன்.'

ஆ

இந்திரா காந்தியின் மீது மதிப்பும் பாராட்டுணர்வும் கொண்ட நிக்கோலஸ் போலுனின் சுற்றுச்சூழலின் எதிர்காலம் குறித்த மூன்றாவது பன்னாட்டு மாநாட்டை ஏற்பாடு செய்திருந்தார். அந்த மாநாட்டிற்காகச் சுற்றுச்சூழல் பற்றிய கட்டுரையை இந்திரா தயார்செய்திருந்தார். ஆனால் மாநாட்டின் இடமும் தேதியும் மாற்றப்பட்டு இறுதியாக 1987இல் ஈடன்பெர்க்கில் நடந்தது. அப்போது இந்திரா உயிருடனில்லை. அந்தக் கட்டுரையை *என்விரான்மெண்டல் கன்ஸர்வேஷன்* என்ற தொழில் சார் இதழ் 1995ஆம் ஆண்டு வெளியிட்டது. கட்டுரையின் தலைப்பு 'நமது உலகை நாம் ஏன் பாதுகாப்பதில்லை?' என்பதாகும். தலைப்பிற்குக் கீழ் 'எழுதியவர் இருமுறை பிரதமராக இருந்த இந்திரா காந்தி' என்றிருந்தது.

பல காரணங்களுக்காக அந்தக் கட்டுரை பெறுமதி உடையது. இன்று நிகழ்ந்துகொண்டிருக்கும் சுற்றுச்சூழல் பற்றிய விவாதத்தின்

பேசுபொருளை அப்போதே இந்திரா குறிப்பிட்டிருந்தது அவற்றில் ஒன்று:

> சூழலியல் மீதான அக்கறை என்பது நாட்டின் முன்னேற்றத்திலும் வளர்ச்சியிலும் குறுக்கீடு செய்யும் சில புரட்சியாளர்களின் சதியாகும் எனச் சுதந்திரச் சந்தையின் ஆதரவாளர்கள் கருதுகின்றனர். வளரும் நாடுகளிலோ வளர்ச்சியை நாசம் செய்ய விரும்பும் வெளிநாட்டு முதலாளிகளின் கற்பிதம் என்பதாகச் சூழலியல் விவரிக்கப்படுகிறது. எனது நாட்டிலோ வளர்ச்சித் திட்டங்கள் உணர்ச்சிக்கும் அரசியலுக்கும் தொடர்புடைய விசயங்களாகிவிட்டன. சுற்றுச்சூழல் பாதுகாப்புப் பற்றிய கருதுக்களைக் கேட்பதற்கும் எதிர்ப்பு உள்ளது; மரங்கள் அற்றுப்போவது, சுற்றுச்சூழல் மாசுபாடு ஆகியவை மக்களுக்கும் பொருளாதாரத்திற்கும் நிரந்தரமாகவே தீங்கு விளைவிக்கும் என்பது புறக்கணிக்கப்படுகிறது. பொருளாதார வளர்ச்சிக்கும் சுற்றுச்சூழல் பாதுகாப்பிற்கும் இடையே எந்த மோதலுமில்லை. ஆனால் இந்த இரண்டிற்குமிடையே ஒத்திசைவு ஏற்படக் கடுமையான முயற்சி, முழுமையாகச் செய்துமுடிக்கும் செயல்திறன், அதிக நிதிச்சுமை முதலியவை அவசியமாகும். (...)

சிப்கோ மற்றும் அமைதிப் பள்ளத்தாக்குப் பிரச்சனைகள்; வளர்ச்சி – சுற்றுச்சூழல் பாதுகாப்பு இரண்டிற்குமிடையே சமன்நிலையை எய்துவதற்கு இந்தியா மேற்கொண்டுவரும் முயற்சிகள்; மக்களின் தொழில் ஆர்வம் எதுவாக இருப்பினும், அமைதி, வறுமை, மாசுபாடு ஆகிய விசயங்களில் அவர்கள் (அக்கறையோ ஈடுபாடோ அற்று) இதுவரை இருந்து வந்தது போல் நிலைப்பாடு எதுவுமின்றி இனியும் இருக்கமுடியாத சூழ்நிலை முதலியவைபற்றி அந்தக் கட்டுரையில் இந்திரா காந்தி விவாதித்திருந்தார். கட்டுரையின் கருத்துக்கள் அவரின் ஸ்டாக்ஹோம் உரையைப் பலவழிகளில் ஒத்திருந்தன.

(...) இன்று நாம் வாழும் உலகின் விசயங்கள் அனைத்தும் ஒன்றுக்கொன்று தொடர்புடையவை' எனக் கட்டுரையை முடித்திருந்தார். பின்னர் (மாநாட்டு அமைப்பாளர்) போலுனினின் கடினமான கேள்விக்குப் பதிலாக:

> (...) அதிகரிக்கும் நமது அறிவு, அனுபவ ஞானம், நமது நல்ல நோக்கம் முதலியவற்றைப் பயன்படுத்திக்கொள்ளும் விதமாக எதிர்காலத்தை வார்க்கவேண்டிய பொறுப்பு அரசியல்வாதிகளுக்கு மட்டுமல்ல; விஞ்ஞானிகள், தொழில்நுட்ப வல்லுநர்கள், அமைப்புசார் தொழிலாளர்கள்,

ஊடகவியலாளர்கள், பெற்றோர், ஆசிரியர், சுருக்கமாகக் குடிமக்கள் அனைவருக்கும் உண்டு. அவர்களின் நிலை எதுவாயினும் அரசியல்வாதிகளிடம் மிகுதியும் செல்வாக்குச் செலுத்துபவை அந்த மக்களின் குரலும் வாக்குகளும்தான்.

ல

சுற்றுச்சூழல் பாதுகாப்பிற்காகத் தனிப்பட்ட முறையில் தான் செய்த பணிகளைப் பற்றி மிக அரிதாகவே இந்திரா பேசுவார். செயல்களையே பேசும்படி விட்டுவிடுவார். மார்ச் முதல்நாள் பாராளுமன்ற விவாதத்தின்போது சுற்றுச்சூழல் பிரச்சனை களுக்குப் போதிய கவனம் தருவதில்லை என அரசாங்கத்தை மிக மோசமாக விமர்சித்துப் பேசினார் ஒரு பாராளுமன்ற உறுப்பினர். விவாதத்திற்குப் பதிலளித்துப் பேசிய இந்திரா காந்தியின் உரையில் சுயபாராட்டின் அரிய கணம் வெளிப்பட்டது:

> எங்களை விமர்சனம் செய்யவே பேசினார் எனினும் சுற்றுச்சூழல் பற்றியும் காடுகள் பற்றியும் மாண்புமிகு உறுப்பினர் பேசியதே மகிழ்ச்சி அளிக்கிறது. நாட்டில் இப்போதிருக்கும் சுற்றுச்சூழல் விழிப்புணர்வுக்கான பெருமையை நியாயமாகவே நான் கொஞ்சம் எடுத்துக் கொள்ள முடியும். வளர்ச்சியின் ஒன்றிணைந்த பகுதியாகச் சுற்றுச்சூழல் பராமரிப்பு உருவாக வேண்டுமென்பதில் எனக்கு மிகுந்த ஆர்வம் உண்டு. உலகு முழுவதிலுமுள்ள சூழலியலாளர்கள் தங்களில் ஒருவராக என்னைக் கருதுகின்றனர். சுற்றுச்சூழல் பற்றிய பிரச்சனை எழுகையில் என்னிடம் ஆலோசனை கேட்கின்றனர். சுற்றுச்சூழல் தொடர்பான விசயங்களில் தனிப்பட்ட முறையில் நான் தலையிட்ட சந்தர்ப்பங்கள் ஏராளம். உடனடியாகக் கிடைக்கும் பலன்களுக்காக நாட்டின் நீண்டகால நன்மையை (நானாகவே) தியாகம் செய்ய மாட்டேன். ஆனால் இதனைப் பின்பற்ற மக்களின் ஒத்துழைப்பு மிகவும் அவசியம். மக்கள்தொகைப் பெருக்கமும் வளர்ச்சிப் பணி களைத் துரிதமாக நிறைவேற்ற வேண்டிய கட்டாயமும் மாநிலங்களுக்கும் மக்களுக்கும் ஏற்படுத்தும் நெருக்கடி மிகப்பெரியது. காடுகளையும் காட்டுயிரையும் இன்று மக்கள் பேணிப் பாதுகாக்காவிட்டால் இங்கு வாழும் இந்த மக்களே நாளை மிகவும் துன்புறுவர். இதனை அவர்களிடம் எடுத்துக்கூறி நம்பிக்கைக் கொள்ளச்செய்வது மிகவும் கடினமானது என்பதை உணர்கிறேன்.

இயற்கைப் பாதுகாப்பிற்காக மக்கள் ஆதரவைக் கட்டியெழுப்பு வதன் அவசியம் பற்றியே தனது இறுதி ஆண்டுகளில் இந்திரா

தொடர்ந்து பேசிவந்தார். மிகச் சிறிதாக இப்போதிருக்கும் பாதுகாப்பு இயக்கம் விரிவடைய வேண்டும்; இல்லையெனில் சூழலியல் பாதுகாப்பிற்கான போராட்டம் தோல்வியிலேயே முடியும் எனக் கவலை தெரிவித்துவந்தார். 1980இல் பாராளுமன்றத்தில் இந்திரா ஆற்றிய உரை மன்ற உறுப்பினகளிடமும் அதிக விழிப்புணர்வை ஏற்படுத்தியிருக்கும்.

சுற்றுச்சூழலைப் பாதுகாக்கும் நோக்கத்தையும் செயல்பாடு களையும் ஆதரிப்பதற்கான விரிவான தளத்தை ஏற்படுத்துமாறு தனது சக அமைச்சர்கள் சிலரை இந்திரா ஊக்குவித்தார். இவ்வித மாகப் பாராளுமன்ற உறுப்பினர்களின் தேசிய அளவிலான சுற்றுச்சூழல் மாநாடு முதன்முதலாக ஏப்ரல் 30ஆம் நாள் ஏற்பாடு செய்யப்பட்டது. அதில் உரையாற்றிய இந்திரா காந்தி நீர், காற்று மாசுபாட்டினால் ஏற்கனவே நாம் சந்தித்து வரும் பிரச்சனைகளைக் குறிப்பிட்டார். எளிதில் பாதிப்பிற்கு உள்ளாகும் நிலையிலுள்ள சூழலியல் பகுதிகளின் காடுகளை அழித்தல், பொருளாதார வளர்ச்சி என்ற பெயரில் பற்பல அரிய உயிரிங்களின் இழப்பு ஆகியவை பற்றிப் பேசினார். சுற்றுச்சூழல் பாதுகாப்பு எளிதாக விளங்கிக்கொள்ள முடியாத ஓர் அருவமான கோட்பாடு என விமர்சிக்கப்படுவதை இந்திரா உணர்ந்தே இருந்தார். அதனால் பேராசைக்குப் பதிலாக விவேகத்திற்கு முக்கியத்துவம் தரும் அணுகுமுறை என்பதாகச் சுற்றுச்சூழல் பாதுக்காப்பை மறுவரையறை செய்தார்.

இதன் தொடர்ச்சியாக மக்கள் பிரதிநிதிகளான பாராளு மன்றச் சட்டமன்ற உறுப்பினர்களுக்கு இந்திரா தெரிவித்த அரசியல் ரீதியான செய்தி வருமாறு:

சுற்றுச்சூழல் தொடர்பான விசயங்களில் அதிக ஈடுபாட்டுடன் செயலாற்ற வேண்டும். தாவரங்கள் மற்றும் விலங்கினத்தைப் பாதுகாக்கும் நோக்கத்தை மக்களிடையே பரிந்துரைக்கையில் பொறுப்புடன் நடந்துகொள்ள வேண்டும். சுற்றுச்சூழலில் அதிக அக்கைறையுடன் செயல்பட வேண்டுமென அரசுகளுக்கு அழுத்தம் தர வேண்டும். சூழலியல் மற்றும் பல்லுயிரின் இழப்பு ஆகியவற்றில் அக்கறையுடன் நடந்துகொள்ள வேண்டுமென அரசாங்கங்களை வலியுறுத்த வேண்டும். இவற்றை இந்திரா காந்தி இவ்விதம் குறிப்பிட்டார்:

> ‘இன்றைய தேவைகள்பற்றி மட்டுமல்லாமல் எதிர்காலம் குறித்த அக்கறைகளும் ஒரு நல்ல மக்கள் பிரதிநிதிக்குக் கட்டாயம் இருக்க வேண்டும். சுற்றுச்சூழல் பாதுகாப்பு நிகழ்காலத்தை எதிர்காலத்துடன் இணைக்கிறது. வளர்ச்சி மற்றும் உடனடித் தேவைகளை நீண்டகாலச் சமூக

நலன்களுடன் ஒத்திசைவுகொள்ளச் செய்ய வேண்டும். இதன் முக்கியத்துவத்தைச் சுற்றுச்சூழல் பாதுகாப்பு நமக்குக் கற்றுத் தருகிறது.

ை

சுற்றுலா மற்றும் உள்நாட்டு விமானப் போக்குவரத்து இணை அமைச்சரான குர்ஷித் ஆலம் கானிடமிருந்து ஆகஸ்ட் 17இல் இந்திரா காந்திக்குக் கடிதம் வந்திருந்தது. பாழடைந்த ஃபதேபூர் சிக்கிரியின் புகைப்படங்களையும் கடிதத்துடன் இணைத்திருந்தார். இரண்டு நாட்களுக்குப் பிறகு இந்திரா காந்தி கைப்பட எழுதிய அலுவலகக் குறிப்பு ஒன்றைத் தனது அலுவலகர்களுக்கு அனுப்பி வைத்தார்:

> நமது பாரம்பரியம், சுற்றுச்சூழல் ஆகியவற்றின் பாதுகாப்பைத் தொடர்ந்து வலியுறுத்தி வந்தபோதிலும் காடுகள் மிக வேகமாகத் தொடர்ந்து அழிக்கப்பட்டுவருவது வேதனை தருகிறது. விலைமதிப்பற்ற வரலாற்றுச் சிறப்பு மிகுந்த புராதன நினைவுச் சின்னங்கள் அழிக்கப்பட்டு வருகின்றன. இத்துடன் இணைக்கப்பட்டுள்ள குறிப்பையும் ஃபதேபூர் சிக்கிரியின் புகைப்படங்களையும் பார்க்கவும். கஜுராஹோவிலும் இவ்விதம் நடந்துவருவதாக எனக்குத் தெரிவிக்கப்பட்டது. லடாக்கிலுள்ள பழைய புத்த மடம் பற்றி ஜிசிலா போன் என்னிடம் கூறினார். இந்த விசயத்தில் உடனடியாக நடவடிக்கை எடுக்கப்பட வேண்டும்.

ஒரு மாதத்திற்குப் பிறகு செப்டம்பர் 18இல் சுற்றுச்சூழல் துறையின் புதிய இணைச் செயலாளரான ஐயால் பற்பல அமைச்சகங் களுக்குக் கடிதம் எழுதினார். இயற்கையும் கலாச்சாரமும் ஒரே நாணயத்தின் இரண்டு பக்கங்கள் என்ற இந்திரா காந்தியின் ஆழ்ந்த நம்பிக்கையை வெளிப்படுத்திய அந்தக் கடிதம் இப்படித் தொடங்கியது:

> சுற்றுச்சூழல் செயலாளரான டாக்டர் டி.என். கோஷு தலைமையின் கீழ் ஒரு குழு அமைக்கப்பட வேண்டுமென்பது பிரதமரின் விருப்பமாகும். ஃபதேபூர் சிக்கிரி, குஷிநகர், சிரவஸ்தி, பிராஜ்பூமி பரிகிராமா வளாகம், ஆக்ரா கோட்டை, தில்லியிலுள்ள செங்கோட்டை ஆகிய தேசியப் பாரம்பரியமிக்க பகுதிகளின் அழகியல் தன்மையை மேம்படுத்துவதற்கும், சுற்றுச்சூழலைப் பாதுகாப்பதற்கும் அவசியமான நடவடிக்கைகள் மேற்கொள்வது குறித்து அந்தக் குழு பரிசீலிக்கும். மத்திய சுற்றுலாத்துறை சமீபத்தில் பெருந்திட்டம் ஒன்றைத் தயார்செய்துள்ளது. (...) இந்தப்

பகுதிகளில் சுற்றுச்சூழல் தரம் குறைந்துவரும் விதம்பற்றி அந்தத் திட்டம் வெளிப்படுத்துகிறது.

> (. . .) ஏதேனும் உதவி தேவைப்பட்டால் அதனைச் செய்யத் தயாராக இருப்பதாக ஆஸ்திரேலியாவின் தேசிய அறக்கட்டளையின் முன்னாள் தலைவரிடமிருந்து பிரதமருக்கு ஒரு கடிதம் வந்திருந்தது. (...) டி.என். கோஷுவின் தலைமையின் கீழ் நிறுவப்பட்டுள்ள குழுவும் இங்கிலாந்து அல்லது ஆஸ்திரேலியாவிலுள்ள தேசிய அறக்கட்டளையை முன்மாதிரியாகக் கொண்டு இந்தியாவிலும் ஒரு தேசிய அறக்கட்டளையை உருவாக்கும் சாத்தியம் குறித்துப் பரிசீலிக்கலாம். அவ்விதம் உருவாக்கப்பட்ட அறக்கட்டளை ஜெய்சால்மர், கஜுராஹோ, மகாபலிபுரம், கோனார்க், புவனேஸ்வர் போன்ற பிற பகுதிகளின் ஒருங்கிணைந்த சுற்றுச்சூழல் பாதுகாப்பைக் கவனிக்கும் பொறுப்பை மேற்கொள்ளலாம்.

இங்கிலாந்திலுள்ள தேசிய அறக்கட்டளையின் சாயலில்[4] இந்தியாவிலும் ஓர் அறக்கட்டளையை நிறுவ இந்திரா காந்தி தீர்மானித்தார். அதற்காக இங்கிலாந்து சென்று ஆய்வு மேற்கொள்ளும்படி ஜயாலை அனுப்பினார் அவர். இதன் விளைவாக இங்கிலாந்து தேசிய அறக்கட்டளை இயக்குநரான சர் ஆங்கஸ் ஸ்டெர்லிங் (1983ஆம் ஆண்டு மே 6லிருந்து 17ஆம் தேதி வரை) இந்தியாவுக்கு வந்தார். இந்தியா முழுவதும் பயணம் செய்து பல்வேறு அலுவலகர்களிடம் கலந்துரையாடினார். பின்னர் இந்திரா காந்தியைச் சந்தித்து அறக்கட்டளையை இந்தியாவில் நிறுவ மேற்கொள்ள வேண்டிய பணிகள்பற்றி நீண்ட அறிக்கை ஒன்றைச் சமர்ப்பித்தார். இறுதியாக அரசாங்கத்தின் உயர்மட்ட அதிகாரிகளைக் கொண்ட குழு 1983 ஜூலை 25இல் அமைக்கப்பட்டது. பாராளுமன்றத்தில் சட்டம் இயற்றி 'தேசியப் பாரம்பரிய அறக்கட்டளையை' நிறுவலாம் என அந்தக் குழு பரிந்துரைத்தது. துணிச்சலான இந்த யோசனையால் எந்தப் பயனும் விளையவில்லை என்பது சோகம். ஆனால் இவ்வித அறக்கட்டளையிலிருந்து சிறிது மாறுபட்ட ஓர் அமைப்பு 1984ஆம் ஆண்டு தொடக்கத்தில் உருவாக்கப்பட்டது. 'கலை மற்றும் கலாச்சாரப் பாரம்பரியத்திற்கான இந்தியத் தேசிய அறக்கட்டளை' (Indian National Trust for Art and Culture Heritage (INTAC))என அறியப்பட்ட அது இந்திரா கற்பனை செய்திருந்த அமைப்பின் வெளிறிய நிழலாகவே இருந்தது என்பதை ஒத்துக் கொள்ளத்தான் வேண்டும்.

அறிவியலிலும் மறை ஞானத்திலும் புகழ்பெற்ற புத்தகங்களை எழுதிய ஃபிரிட்ஜ்யொஃப் காப்ரா (*Fritjof Capra*) முதன்முதலாய் 1982ஆம் ஆண்டு இந்தியாவுக்கு வந்தார். பிப்ரவரி 25ஆம் நாள் இந்திரா காந்தியைச் சந்தித்தார். ஒரு மணி நேர அந்தச் சந்திப்பினை '*Uncommon Wisdom*'[5] என்ற தனது புத்தகத்தில் விவரித்துள்ளார். இந்திரா காந்தி, தாவரங்களுடனும் விலங்குகளுடனும் அணுக்கமாக இருந்து வந்ததையும், 'பூமி, தாவரங்கள் உயிரினங்கள் இயற்கையுடன் உணர்வுப்பூர்வமாய் ஆழ்ந்த உறவுகொண்டு வளர்ந்து வந்ததையும்' அவரிடம் கூறினார். செடிகள், விலங்குகள், மரங்களே நிலைத்த துணை யாக இருந்துவந்த தனது குழந்தைப் பருவத்தை அவரிடம் நினைவுகூர்ந்தார். பண்டை காலத்திலிருந்தே சுற்றுச்சூழல் பாதுகாப்பு இந்தியாவின் மரபாகவே இருந்து வந்திருப்பதைச் சுட்டிக்காட்டிய இந்திரா குடிமக்களை மட்டுமின்றிக் காடுகள், காட்டுயிரைப் பேணிப் பாதுகாப்பதையும் தனது கடமையாகக் கொண்டு அரசாண்ட மன்னன் அசோகர் பற்றியும் பேசினார். '22 நூற்றாண்டுகளுக்கு முன்னரே பாறைகளிலும் கல் தூண்களிலும் செதுக்கிவைக்கப்பட்டுள்ள பிரகடனங்களை இந்தியாவில் இப்போதும் காணமுடியும். இன்றையச் சுற்றுச்சூழல் அக்கறைகளை முன்னரே அறிவிப்பதாக அவையுள்ளன.'

வரலாற்று ஆளுமைகளாக நேருவுக்குப் பிடித்த இருவர் அசோகரும் புத்தருமாவர். அவர்கள் மீதான தனது பாராட்டுணர்வையும் போற்றுதலையும் தனது கடிதங்கள் வாயிலாக இந்திரா காந்திக்கு நேரு தெரிவித்திருந்தார். 1950 ஜனவரி 26இல் இந்தியா குடியரசானது. நான்கு சிங்கங்கள், ஒரு குதிரை, ஒரு யானை, ஒரு காளை ஆகிய சிற்பங்கள் கொண்ட அசோகரின் சாரநாத் கல்தூண் நமது நாட்டின் தேசியச் சின்ன மாகத் தெரிவு செய்யப்பட்டதற்கு முக்கியக் காரணம் நேரு என்பதில் ஆச்சரியமில்லை.

அசோகரின் அரசியல் மதிப்பீடுகளைக் 'கண்டுணர்ந்த இந்தியா' என்ற தனது புத்தகத்தில் மனதை நெகிழச் செய்யும் விதமாக மிகத் தெளிவுடன் பதிவுசெய்திருந்தார் நேரு. அந்த மதிப்பீடுகள் நேருவுக்கு விலைமதிப்பற்றவையாக இருந்தன. இந்திரா காந்திக்கோ சுற்றுச்சூழல் பாதுகாப்பில் முன்னோடியாக விளங்கிய அசோகரின் செயல்பாடுகள் விலைமதிப்பற்றக் கருவூலமாக விளங்கின. அசோகரைத் தனிச் சிறப்பு மிக்கவராக உண்மையிலேயே உருவாக்கியவை இந்தச் செயல்பாடுகள்தாம் என்பது இந்திரா காந்தியின் எண்ணம். அசோகரின் கல் தூண்களில் உள்ள பிரகடனங்களை இந்திரா காந்தி ஏற்கனவே அறிந்திருந்தார் – குறிப்பாக ஐந்தாம் தூணில் உள்ளவற்றை. அந்தத் தூணில்

செதுக்கப்பட்ட பிரகடனங்கள் தில்லி, அலகாபாத், லாரியா ஆரராஜ், லாரியா நந்தன்கர், ராம்புரா ஆகிய இடங்கள் உட்படப் பல இடங்களில் காணப்படுகின்றன. உயிர்ப்பிராணிகளைத் துன்புறுத்துவதின் மீதான தனது கடுமையான வெறுப்பை வெளிப்படுத்துவதற்காக அவைகளுக்கு இழைக்கப்படும் ஒவ்வொரு வகை வதையையும் அந்த ஐந்தாம் தூணில் அசோக மன்னர் பட்டியலிட்டிருப்பார். காப்ராவுடனான உரையாடலில் சுற்றுச்சூழல் மீதான தனது அக்கறையை வெளிப்படுத்திய இந்திரா பண்டைய இந்தியாவின் ஞானத்தையும் அதற்குத் துணையாகப் பயன்படுத்திக்கொண்டார்.

ௐ

இந்திய அறிவியல் கழகத்தின் 60ஆம் ஆண்டு விழா ஜனவரி 3இல் மைசூரில் நடந்தது. அந்த விழாவில் வழக்கம்போல் உரையாற்றினார் இந்திரா காந்தி. நாட்டு மக்களிடம் ஆர்வத்தையும் கிளர்ச்சியையும் உருவாக்கும் பரபரப்பான ஒரு செய்தி ஏழு நாட்களுக்குப் பிறகு வர இருப்பதான அறிகுறி எதனையும் அந்த உரையில் அவர் வெளிப்படுத்தவில்லை.

ஜனவரி 9 அதிகாலை நேரத்தில் இந்தியாவின் முதல் அண்டார்ட்டிகா பயணம் அதன் இலக்கை அடைந்தது; தனது நீண்டகால விருப்பம் பூர்த்தியடைந்ததுவிட்டதெனவும் இந்தச் செய்தி சிலிர்ப்பூட்டுவதாகவும் இந்திரா காந்தி தெரிவித்தார்.

'ஆபரேஷன் கங்கோத்ரி' எனப் பெயரிடப்பட்ட இந்தப் பயணம் வெளியே தெரியாது சந்தடியின்றி நிகழ்த்தப்பட்டது. இரண்டாம் முறையாக இந்திரா பொறுப்பேற்றுக்கொண்டதும் இதற்கான திட்டமிடல் தொடங்கப்பட்டது. கடல்சார் உயிரியலாளரான எஸ்.இஸட். காசிம் சுற்றுச்சூழல் செயலாளராக 1981 ஏப்ரல் மாதம் பொறுப்பேற்றுக்கொண்டப் பிறகு இந்தத் திட்டம் உத்வேகம் பிடித்தது. பெருங்கடல் தொடர்பான விசயங்களைக் கவனிப்பதற்காகவே 'சமுத்திர மேம்பாட்டுத் துறை' என்ற புதிய துறை 1981 ஜூலையில் அமைக்கப்பட்டது.

அண்டார்ட்டிகா ஒப்பந்தத்தில் 1959 டிசம்பரில் இந்தியா கையொப்பமிடாததால் இதுபோன்ற பயணத்தில் விளையும் அரசியல் தாக்கம்பற்றி அறிந்தேயிருந்தார் இந்திரா காந்தி. எந்த ஆசிய தேசமும் – சீனா உட்பட– அண்டார்ட்டிகாவில் கால் பதிக்கவில்லை. இங்கிலாந்தின் புகழ்பெற்ற *New Scientists* என்ற அறிவியல் இதழ் 'அண்டார்டிகாவை இந்தியர்கள் சத்தமின்றி ஆக்கிரமிப்புச் செய்கின்றனர்' என அழுத்தத்துடன் குறிப்பிட்டிருந்தது.

அண்டார்டிகா பயணத்திற்கு அரசியல் தவிர வேறு நிர்ப்பந்தமும் இந்தியாவுக்கு இருந்தது. அண்டார்ட்டிகாவின் கனிம வளங்களைப் பற்றி இந்திரா காந்திக்கு நன்கு தெரியும். இதற்குச் சமமாக – இதற்கு மேலாக எனக் கூறுவேன் – ஆபரேஷன் கங்கோத்ரியின் சூழலியல் பரிமாணங்களை அவர் நன்கறிவார். இந்தியப் பெருங்கடல் பற்றிய பேரறிவும், பருவ மழை, பனி சூழ்ந்த பகுதிகளிலுள்ள உயிரினங்களின் வாழ்வு, கடல்வாழ் பல்லுயிர் பற்றிய ஆழ்ந்த அறிவும் இந்திரா காந்திக்கு உண்டு. எனவே குழுவின் தலைவராக காசிம்[6] இருந்ததும் 1965இல் எவரெஸ்ட் சிகரம் தொடும் இந்தியக் குழுவில் உறுப்பினராக இருந்த சி.பி. வோரா உதவித் தலைவராக அண்டார்டிகா குழுவில் இடம்பெற்றதும் தற்செயல் நிகழ்வு அல்ல.

இந்தியாவின் சிறந்த புவியியலாளரான வி.கே. ரைனா தலைமையில் இரண்டாவது அண்டார்டிகாப் பயணம் விரைவிலேயே தொடங்கிற்று. ஆண்டு இறுதியில் – டிசம்பர் 10இல் பயணக்குழு அண்டார்டிகா சென்றடைந்தது. 2009இலும் ரைனாவின் பெயர் தலைப்புச் செய்தியாய் வெளிவந்தது. (அந்தச் சமயத்தில் நான் சுற்றுச்சூழல் அமைச்சராக இருந்தேன்.) 2035ஆம் ஆண்டில் இமயமலைகளில் பனிப்பாறை அற்றுப்போய்விடும் என்ற 'அரசுகளுக்கிடையேயான பருவ நிலை மாற்றம் பற்றிய குழுவின்' உறுதியான கூற்றை ரைனா மறுத்தார். தட்பவெப்ப நிலை சார்ந்த அறிவியல் நூல்கள் வெளியிடும் தொழில்சார் மதிப்புரைகளின் தன்மையையே மறுசீராய்வு செய்ய ரைய்னாவின் விமர்சனங்கள் நிர்ப்பந்தித்தன.

அண்டார்டிகாப் பயணம் இருமுறை வெற்றிகரமாக முடிவுற்ற நிலையில் அண்டார்டிகா ஒப்பந்தத்தில் உறுப்பினராவதற்கு 1983 ஆகஸ்டில் இந்திரா அனுமதி தந்தார். மரணமடைவதற்குச் சில மாதங்களுக்கு முன்னரே ஆளில்லா அண்டார்டிகா ஆய்வுத்தளத்தை இந்தியா நிறுவிற்று என்ற செய்தி அவருக்கு மன நிறைவு தந்தது. அந்த ஆய்வுத் தளம் 'தட்சிண கங்கோத்ரி' என்ற பெயரில் அழைக்கப்பட்டது. இந்தியாவின் முதல் அண்டார்டிகா குழு 1984ஆம் ஆண்டு மார்ச் 1லிருந்து அங்குசென்று தங்கியது என்பதும் அவருக்கு மன நிறைவு தந்திருக்கும். 1981 ஜூலையில் 'ஆபரேஷன் கங்கோத்ரி' தொடங்கப்படும் என்பதைத் துணிச்சலாக முடிவு செய்ததை அங்கீகரிக்கும் வண்ணம் அண்டார்டிகா கடலடி நிலத்திலுள்ள மலைக்கு இந்திரா காந்தியின் பெயர் சூட்டப்பட்டது.

பெட்ரோலிய எண்ணெய் வியாபாரத்தில் பணம் ஈட்டிவந்த ஜே. பால் கெட்டி (*J Paul Getty*)யின் பெயரிலேயே 'ஜே பால் கெட்டி கட்டுயிர்ப் பாதுகாப்பு விருது' 1978ஆம் ஆண்டு நிறுவப் பட்டது. இந்தப் பரிசைப்பெற்ற இரண்டாவது நபர் சலீம் அலி. 1982இல் பரிசுத் தேர்வுக் குழுவில் இடம்பெறச் சம்மதம் தெரிவித்த சலீம் அலி, நவம்பர் 17இல் தில்லோன் ரிப்ளேக்கு எழுதிய கடிதம்:

> 'பால் கெட்டி விருதிற்கு' திருமதி இந்திரா காந்தி மிகவும் தகுதியானவர் என நினைத்துக்கொண்டிருக்கிறேன். சமீப காலத்தில் இயற்கைப் பாதுகாப்பிற்காக இந்தியாவில் (மறைமுகமாக சொல்வதானால் உலகில் வேறெங்கும்) அவரைவிடவும் சிறப்பாகச் செயலாற்றியவர்கள் யாரும் இல்லை என நினைக்கிறேன் (. . .) புலிகள் பாதுகாப்புத் திட்டம் இந்தியாவில் பெரிய அளவு வெற்றிபெற்றுள்ளது. அழிந்துபோகும் அபாயத்திலுள்ள ஓர் உயிரினத்தின் வாழிடத்திற்கு முழுப் பாதுகாப்புத் தருவதன் மூலம் சூழலிய அமைப்பிற்கும், அந்தப் பகுதியில் அந்தக் காலகட்டத்தில் வாழும் அனைத்துத் தாவரங்கள், விலங்கினங் களின் வாழ்விற்கும் புத்துயிர் தரமுடியுமென்பதை நிரூபித்துள்ளார். (. . .) காடுகள் பாதுகாப்புச் சட்டத்தைப் (1980) பாராளுமன்றத்தில் நிறைவேற்றிச் சுற்றுச்சூழலைப் பாதுகாக்கும் பிற நடவடிக்கைகளையும் மேற்கொண்டார். (...) சுற்றுச்சூழலுக்கெனத் தனியே ஒரு துறையை உருவாக்கியதே இயற்கைப் பாதுகாப்பில் அவருக்கிருந்த ஆழ்ந்த அக்கறையின் வெளிப்பாடாகும். மொத்தத்தில் பரிசு பெறும் தகுதிக்கு திருமதி இந்திரா காந்தி உரியவர் ஆவார்.

இது பிற துறைகளைப் போலவே சூழலியலிலும் இந்திரா காந்தியின் சாதனைகளின் சுருக்கமாகும். இந்திரா தேர்வு ஒரு மனதாக இல்லாவிடின் அவரைத் தேர்வு செய்யாமல் விட்டு விடுவதே கண்ணியமான அணுகுமுறையாகும் என ரிப்ளேயிடம் தெரிவித்தார் சலீம் அலி.

சில மாதங்களுக்குப் பிறகு துலீப் மத்தாயும் இதே போன்ற தொரு கோரிக்கையைத் தில்லோன் ரிப்ளேயிடம் முன்வைத்தார். வெகு விரைவிலேயே, முடிந்தால் 1984இல் இந்திரா காந்தியின் தேர்வுபற்றிப் பரிசீலிக்கப்படுமென ரிப்ளே சலீம் அலியிடம் தெரிவித்தார். இந்திரா காந்தியை ஒருமனதாக தேர்வு செய்வதை மதிப்பிடுவதற்குப் பிற தேர்வுக்குழு உறுப்பினர்களிடமும் பேசுவதாக நீண்டகாலமாகத் தன்னுடன் இணைந்து பணியாற்றிய சலீம் அலியிடம் ரிப்ளே உறுதி கூறியிருந்தார். எனினும் ரிப்ளே

இந்த விசயத்தைத் தாமதம் செய்ததற்கான காரணங்களை என்னால் விளங்கிக்கொள்ள முடியவில்லை. இறுதியில் இந்த விசயத்தில் ரிப்ளே எதுவும் செய்யவில்லை என்பது சோகம்.

ஓ

ஆனால் இந்திரா காந்திக்கு வேறு விருதுகள் கிடைத்தன. சுற்றுச்சூழல் நோக்கத்திற்காக இந்திரா காந்தியின் பங்களிப்பை அங்கீகரித்து 'Order of the Golden Ark' விருதை நெதர்லாந்து அரசு மே 18இல் அவருக்கு வழங்கியது. இயற்கைக்கான உலக நிதியத்தின் தலைவரும் புலிகள் பாதுகாப்புத் திட்டத்தைத் தொடங்குவதற்கு உதவியவருமான இளவரசர் பெர்னார்டு இந்தக் கவுரவத்தை இந்திரா காந்திக்கு வழங்குவதற்காக நெதர்லாந்திலிருந்து தில்லிக்கு வருகை தந்தார். பிரதமரின் ஏற்புரை சுருக்கமாக இருந்தது. அதில் டி.ஹெச். லாரன்சின் படைப்பிலிருந்து மேற்கோள் காட்டியிருந்தார் இந்திரா காந்தி:[8]

> தாவரங்கள் விலங்குகள் மீதான எனது ஈடுபாடு, சுற்றுச்சூழல் பாதுகாப்புப் பற்றிய கருத்தாக்கம் உருவாவதற்கும் முந்தையது. குழந்தையாக இருந்தபோது, புல்பூண்டு, தாவரங்கள், உயிரினங்கள் வாழும் பூமியின் மீதான நெருக்கத்தை உணர்ந்தேன். புத்தக வாசிப்புப் பழக்கம் தொடங்கியதும் டி.ஹெச். லாரன்ஸின் படைப்பிலுள்ள சொற்கள் இதனை எதிரொலிப்பதாகத் தெரிந்தன. 'என்னுடைய கண் எனது ஒரு பகுதியாக இருப்பதுபோலச் சூரியனின் ஒரு பகுதியாக நானிருக்கிறேன். நான் இந்தப் பூமியின் ஒரு பகுதி என்பதை என் கால்கள் அறியும்; எனது ரத்தம் கடலின் ஒரு பகுதி (...) எனது உயிர் தேசத்தின் ஒரு பகுதி என்பதுபோல் மாபெரும் மனித ஆன்மாவின் உயிர்ப்புள்ள ஒரு பகுதியே எனது ஆன்மா. (...) ஒருபோதும் தப்பித்துவிட முடியாத மிகப்பெரும் துளையின் ஒரு பகுதி நான்' (...) எனது உலகில் விலங்குகளும் தாவரங்களும் முக்கியப் பங்கு வகித்தன.

தனது சூழலியல் தத்துவத்தின் அடிப்படைபற்றி இந்திரா காந்தி மேலும் சுருக்கமாகக் கூறியதாவது:

> (...) பொருளாதார வளர்ச்சிக்கான நெருக்கடிகள், மக்கள் தொகைப் பெருக்கம், நீண்டகாலமாய்ச் சமத்துவம், நீதி மறுக்கப்பட்ட மக்களின் அதிகரித்துவரும் நியாயமான தேவைகள் ஆகியவை சுற்றுச்சூழலைப் பேணி அதனைப் பாதுகாக்க வேண்டிய தேவையுடன் முரண்பட்டு நிற்கின்றன. வேறுபட்ட இந்த அம்சங்களை ஒத்திசைவுகொள்ளச் செய்வதற்கான வழிமுறைகளைக் காண வேண்டும்.

தனக்கு வாழ்த்துச் செய்தி அனுப்பியிருந்த பழைய நண்பரான பில்லி அர்ஜன் சிங்கிற்கு இந்திரா காந்தியின் பதில், (மே 26):

> *இதுபோன்ற விருதுகளில் எனக்கு ஆர்வமெதுவும் இல்லை. ஆனால் இவை குறிப்பிட்ட துறைகள் மீது – இந்த விசயத்தில் சுற்றுச்சூழல் மற்றும் கானுயிர்மீது – முழுக் கவனம் செலுத்த உதவுகின்றன. சுற்றுச்சூழல், கானுயிர்ப் பாதுகாப்பு ஆடம்பரமல்ல; நமது எதிர்காலத்திற்கான கட்டாயத் தேவையாகும்.*

நான்கு ஆண்டுகளுக்கு முன்பு இந்த விருது பில்லி அர்ஜன் சிங்கிற்கு வழங்கப்பட்டது. எனினும் படிநிலையில் அந்த விருது 'போர் வீரனுக்கு' ஒப்பானது. அந்த கவுரவ வரிசையில் இந்திரா அவரைப் பின்தொடர்ந்தார் படிநிலையில் இந்திரா காந்திக்கு அளிக்கப்பட்ட இந்த விருது தனிச் சிறப்புடையது; படைத்தலைவனுக்கு ஒப்பானது. சலீம் அலிக்கும் 1973இல் தனிச் சிறப்புடைய இந்த விருதே வழங்கப்பட்டிருந்தது.

ஞ

ஆல்பர்ட் பேயஸுடன் (Albert Baez) தொடர்பில் இருந்துவந்த இந்திரா, அவரை டிசம்பர் 2இல் சந்தித்தார். சில தினங்களுக்குப் பிறகு அவர் எழுதிய 'உலக சுற்றுச்சூழல் பராமரிப்புச் செயல் திட்டம்' என்ற சிறிய நூலுக்கு முன்னுரை எழுதி அனுப்பினார்:

> வளர்ச்சிக்கும் சுற்றுச்சூழல் பராமரிப்பிற்கும் இடையே மோதல் எதுவும் இல்லை. சுற்றுச்சூழல் தூய்மை, புதுப்பிக்க இயலா வளங்களையும் புதுப்பிக்கத்தக்க வளங்களையும் சிக்கனமாகவும் கவனத்துடனும் பயன்படுத்துதல், தொழிற்சாலைகள் மற்றும் பிற பணித்திட்டங்களுக்காக இடங்களைத் தேர்வுசெய்வதிலும் திட்டமிடுதலிலும் அதிகக் கவனம் தருதல், ஏற்கனவே இருக்கும் உள்ளூர்ப் பொருட்கள் கருவிகளை மாற்றுவதற்குப் பதிலாக அவற்றையே மேம்படுத்துதல் ஆகியவை நிலையான வளர்ச்சிக்கு அவசிய மானவை ஆகும். (...)
>
> இயற்கையைப் பாதுகாக்கவும், மிக மோசமாகப் பாதிப்படைந்துவரும் இயற்கைச் சமன்நிலையைப் பேணுவதற்காகவும் செயல்பட்டுவரும் பல்வேறு இயக்கங்கள் நடைமுறைச் சாத்தியமற்ற கற்பனைகள் அல்ல. (...)
>
> எத்தனையோ இடர்களுக்கிடையே சுற்றுச்சூழல் இயக்கங்கள் செயல்பட்டு வருகின்றன; விமர்சனங்களை எதிர்கொண்டு வருகின்றன. சில சமயங்களில் அவை எள்ளி

நகையாடப்படுகின்றன. இந்த இயக்கங்களின் எண்ணிக்கை வளர்ந்துவருவது உண்மைதான் – ஆனால் போதுமான அளவு அல்ல.

பூமி தனது வளங்களைப் புதுப்பிக்கச் செய்வதற்கான முயற்சிகளை நாம் மேற்கொள்ள வேண்டும். வாழ்விலும் மரணத்திலும் உயிர்கள் அனைத்தும் ஒருமைகொண்டுள்ள தாக நம் முன்னோர் நம்பினர். இந்த அடையாளத்தை நமது சகமனிதர்கள் பிற உயிரினங்கள், எதிர்காலத் தலைமுறையினரிடமும் மீண்டும் கண்டடையும் பொறுப்பு நமக்கு உண்டு.

முகவுரையின் இந்தக் கருப்பொருள் அதிர்ச்சி தரும் புதிய விசயமல்ல. தனது உரைகளில் ஏற்கனவே அவர் கூறியவைதாம். ஆனால் இது சுவராசியமான சில நிகழ்வுகளுக்கு இட்டுச்சென்றன. இந்திரா காந்தியின் 1983 ஜனவரி 11இல் கடிதம் இதனைப் புலப்படுத்துகிறது:

உங்களின் (ஜனவரி 3) கடிதம் கிடைக்கப்பெற்றேன். நான் எழுதிய முகவுரை உங்களுக்குப் பிடித்திருந்தது என்பதை அறிந்து மிக்க மகிழ்ச்சி.(...)

பன்னாட்டு இயற்கைவளப் பாதுகாப்பு நிறுவனக் கல்வி ஆணையத்தின் கௌரவத் தலைவராக நான் வருவது சுற்றுச்சூழல் நோக்கத்திற்கு உதவும் என நீங்கள் நினைத்தால், அந்தப் பொறுப்பை ஏற்றுக்கொள்வதில் மகிழ்வேன்.

பன்னாட்டு இயற்கைவளப் பாதுகாப்பு நிறுவனம் இத்தகைய அங்கீகாரத்தை அதற்குமுன் எந்த அரசுத் தலைவருக்கும் தந்ததில்லை; இதற்குப் பிறகும் தந்தது இல்லை. அந்த நிறுவனம் அறிவித்த சில மாதங்களிலேயே, அதே வருடத்தில், இந்திரா காந்தி கொல்லப்பட்டார். சுற்றுச்சூழலில் ஆழ்ந்த ஈடுபாடு கொண்டிருந்தவர் இந்திரா. அவர் உயிருடன் இருந்திருப்பாரே யானால் சுற்றுச்சூழல் பாதுகாப்பு, வளர்ச்சி ஆகியவற்றில் கல்விச் செயற்திட்டத்தைத் தொடங்குவதற்குப் பன்னாட்டு இயற்கைவளப் பாதுகாப்பு நிறுவனத்தைப் பயன்படுத்தியிருப்பார்.

ஸ்டாஹோம் சுற்றுச்சூழல் மாநாட்டின் பத்தாம் ஆண்டு நிறைவு நாளையும், ஐநா சுற்றுச்சூழல் செயற்திட்டம் நிறுவப்பட்ட தினத்தையும் அனுசரிக்கும் விதமாக ஐநா சுற்றுச்சூழல் செயற்திட்டத்தின் ஆட்சிக்குழு நைரோபியில் பிரத்தியேகமான ஒரு அமர்வுக்கு மே மாதம் ஏற்பாடு செய்திருந்தது. இருபத்தைந்து

உலகத் தலைவர்களும் இந்திரா காந்தியும் அந்த அமர்வில் கலந்துகொள்ள அழைக்கப்பட்டிருந்தனர். அமர்வின் முக்கிய உரையை நிகழ்த்தும்படி இந்திரா கேட்டுக்கொள்ளப்படாத காரணத்தால் இந்த அழைப்பை ஏற்றுக்கொள்ள வேண்டாமெனப் பிரதமர் அலுவலகத்திலுள்ளோர் இந்திரா காந்தியிடம் தெரிவித்தனர். அதுமட்டுமல்லாது சென்ற ஆண்டுதான் அவர் நைரோபிக்குச் சென்றிருந்தார். அலுவலர்களின் யோசனையை ஏற்றுக்கொண்டு, 1981 டிசம்பர் 6இல் இந்திரா எழுதிய குறிப்பு:

> இதுபோன்ற மாநாடுகளில் கலந்துகொண்டது போதும்.

சூழலியல் தொடர்பான எட்டுநாள் மாநாட்டினைக் கென்யாவின் ஜனாதிபதி மே 10இல் ஏற்பாடு செய்திருந்தார். உலகப் பிரமுகர்கள் தலைவர்களின் செய்திகள் அந்த மாநாட்டில் வாசிக்கப்பட்டது. இரண்டு பிரதமர்கள் மட்டுமே செய்தி அனுப்பியிருந்தனர். சீன அதிபர் மற்றும் இந்திரா காந்தி. மாநாட்டிற்கான இந்தியப் பிரதமரின் செய்தி சுருக்கமாக இருந்தது. அவரின் ஸ்டாக்ஹோம் மாநாட்டு உரையின் மையக்கருத்தை அது நினைவூட்டியது; அமைதிக்கான இயக்கத்திற்கும் சூழலியல் இயக்கத்திற்கும் இடையேயான தொடர்பை அது வெளிப்படுத்திற்று:

> அமைதி, வளர்ச்சி, சுற்றுச்சூழல் பாதுகாப்பு ஆகியவை சந்திக்கும் பிரச்சனைகள் ஒன்றுடன் ஒன்று தொடர்புடையவை. இந்தப் பிரச்சனைகளைத் தீர்ப்பதற்கு மனித இனத்திடம் திறன் இல்லை என்ற சந்தேகத்தையும் அச்சத்தையும் ஒழிக்க வேண்டும். நம்பிக்கையும் லட்சிய நோக்கும் கொண்ட மக்கள் ஒன்றிணைந்து தங்கள் கருத்துக்களை உறுதியாகத் தெரிவிப்பதே இதற்கான ஒரே வழி. உலகு முழுவதிலிருந்தும் எண்ணற்ற மக்கள் அமைதிக்காக இப்போது குரல் கொடுத்துவருகின்றனர். ஆயுதப் போட்டியைத் தடுக்கவும் ஏற்றத்தாழ்வைக் குறைக்கவும் உலக நாடுகளுக்கிடையே ஒத்துழைப்பு மேம்பட இவர்கள் விரும்புகின்றனர். இந்த நோக்கங்களுடன் சுற்றுச்சூழல் இயக்கம் தன்னை இணைத்துக்கொண்டால் அது பயனடையும்.

1976ஆம் ஆண்டு ஜனவரி மாதம் சென்னையில் நடைபெற்ற அறிவியல் மற்றும் உலக விவகாரங்கள் பற்றிய மாநாட்டின்போதும் இந்திரா காந்தியின் உரையின் மையக்கருத்து இதுவாகவே இருந்தது. இந்த இயக்கத்தின் தலைவராக இருந்தவர் வேதியியலில் நோபல் விருதுபெற்ற டோரதி ஹோட்கின் ஆவார். ஆக்ஸ்போர்டில் ஒரே கல்லூரியில் பயின்ற மிகச்சிறந்த இரு

பெண்மணிகள் அந்த மாநாட்டு மேடையில் அமர்ந்திருந்தனர். ஒருவர் அந்தக் கல்லூரியில் படித்துப் பட்டம் பெற்றிருந்தார்; மற்றவர் அவருடன் சேர்ந்து பயின்றவர். 1967 பிப்ரவரியில் ஜனாதிபதி எஸ். ராதாகிருஷ்ணன், படித்துப் பட்டம்பெற்ற அந்தப் பெண்மணியிடம் – அவர் தன்னுடன் கல்லூரியில் பயின்ற, அப்போது பிரதமராக இருந்த பெண்மணியைச் சந்திக்கச் சென்றபோது – உயரத்திலிருந்து சிறிது இறங்கி அருள்பாலிக்கும் தொனியில் இவ்விதம் கூறினார்:

> அவர் நல்ல மாணவியாக இல்லாதிருந்திருக்கலாம் ஆனால் ஒரு நல்ல பிரதமராக உருவாகி வருபவர்.[9]

> சுற்றுச்சூழல் கண்ணோட்டத்தின்படி பார்த்தால், இது ஒரு சூசகமான வாசகம்.

ஜூலை கடைசி வாரத்தில் அமெரிக்காவுக்குப் பயணமானார் இந்திரா காந்தி. இந்திரா காந்தி – ரொனால்ட் ரீகன், இயல்பாக ஒன்றுசேர முடியாத அந்த இருவரின், சந்திப்பு நன்றாகவே அமைந்தது. சைபீரியப் பெருங்கொக்குகள் இனப்பெருக்க மையமான விஸ்கான்சினில் உள்ள பாராபூவிற்குச் செல்ல இந்திரா விரும்பினார். ஆனால் முடியவில்லை. ஆனால் தன்னுள் இருந்த இயற்கையியலாளரின் ஆவலை நிறைவுசெய்தார் என்பது ஹொரேஸ் அலெக்சாந்தருக்கு வாஷிங்டன் டி.சி.யிலிருந்து அவர் ஜூலை 29இல் எழுதிய கடிதத்திலிருந்துப் புலப்படுகிறது:

> பறவை அவதானிப்பில் ஈடுபட முடியவில்லை. ஆனால் சுவாரசியமான சில பறவைகளை அவ்வப்போது காண முடிகிறது. ஒருநாள் விமான நிலையத்திலிருந்து காரில் சென்று கொண்டிருந்தபோது அழகிய இரண்டு மாங்குயில்களைப் பார்த்தேன்.

வாஷிங்டனிலிருந்து ஆகஸ்ட் 4 அன்று திரும்பும் வழியில் ஹொனாலுலுவில் இறங்கி அங்குள்ள உயிரியல் பூங்காவுக்கு ஒரு இந்திய யானை ‘மாரி’யைப் பரிசாக அளித்தார். அது சரணாலயத்தில் பிறந்த பெண் யானையாகும் (ஹைதராபாதிலிருந்து வந்தது). அந்தச் சந்தர்ப்பத்தில் உரையாற்றியபோது இந்திரா குறிப்பிட்டது:

> யானைகள் வலிமை, கடின உழைப்பின் சின்னமாகும். இந்தியாவில் அவை நல் வளம், நல் அதிர்ஷ்டத்தின் அடையாளமாகும்.

பரிமாற்றமுறையில் ஒரு காட்டெருமையையும் ஒரு ஒட்டகச் சிவிங்கியையும் ஹைதராபாதிலுள்ள உயிரியல் பூங்கா பெற்றுக் கொள்ளும். ஒட்டகச்சிவிங்கியைப் பற்றி இந்திரா மேலும் குறிப்பிட்டதாவது:

> நல்ல நோக்கத்திற்காகத் தங்கள் தலையை நுழைக்கும் அனைவருக்காகவும்.

ஹொனாலூலூவுக்கு இந்திரா காந்தி வருகை தந்ததைக் குறிக்கும் விதமாக பெயர், தேதி பொறிக்கப்பட்ட நினைவுப் பட்டகத் தகடு அங்கு வைக்கப்பட்டுள்ளது.[10]

ஹொனாலூலூ உயிரியல் பூங்காவில் இந்திரா கூறியது நியூசிலாந்தில் வாழும் ஒருவரிடம் ஆழ்ந்த தாக்கத்தை ஏற்படுத்தியது. அவர் பிரதருமருக்குச் செப்டம்பர் 19இல் ஒரு கடிதம் எழுதினார்.

'நீங்கள் பெண் யானையைப் பரிசளித்தபோது நானும் என் கணவரும் அங்கிருந்தோம். பின்னர் ஆக்லாந்திற்குத் திரும்பியபோது, இங்குள்ள உயிரியல் பூங்காவிலிருந்த யானை மாரடைப்பால் மரணமடைந்த செய்தி அறிந்தோம். அதற்குப் பதிலாக வேறொரு யானையை பெறுவதில் பிரதமர் உதவ முடியுமா' என அந்தக் கடிதத்தில் அவர் கேட்டிருந்தார்.

ஒன்பது நாட்களுக்குப்பிறகு பிரதமர் எழுதிய பதில் கடிதம்:

> 'ஆக்லாந்து உயிரியல் பூங்காவில் யானை இறந்த செய்தி அறிந்து வருந்துகிறேன். எங்கள் நாட்டில் யானைகளின் எண்ணிக்கை குறைந்துவருகிறது. அதனால் யானைகளைத் தருவதில் இங்குள்ளோருக்கு விருப்பம் இல்லை. எனினும் யானையை பெற்றுத் தர ஏதேனும் செய்ய முடியுமாவென முயன்று பார்க்கிறேன்.

அடிக்குறிப்புகள்

1. ஹைதராபாதில் முதலைகள் இனப்பெருக்க நிர்வாக நிறுவனத்தில் அப்போது வனப்பணி அதிகாரியாக வேலை பார்த்துவந்தவர் திரு ஆர்.கே. ராவ். இவர்தான் ராஜாமணிக்கு ரகசியமாகச் செய்தி தந்தவர். ராஜாமணிக்கும் இந்திரா காந்திக்குமிடையே நடந்த கடிதப் பரிமாற்றத்தை ராஜாமணி யின் மகள் மூலமாக ராவிற்கு அனுப்பிவைத்தேன். மகிழ்ச்சியும் ஆச்சரியமும் அடைந்தார் அவர்.
2. இந்திய அலுவலக நூலகத்திலுள்ள திறமைமிக்க ஆவணக் காப்பாளர் அமர் காமாண்டர் ஆவார். ஆங்கிலேயர்

இந்தியாவை ஆட்சி செய்தபோது திபெத், சிக்கிம், பூடானுடன் இந்திய உறவுபற்றி ஆழ்ந்த ஆராய்ச்சி செய்து 'The Himalayan Triangle' என்ற புத்தகத்தை எழுதியவர்.

3. M.Y. Ghorpade, *Sunlight and Shadows* (1983).

4. 1966 பிப்ரவரியிலிருந்து 1986 டிசம்பர் வரை இந்திரா காந்தியின் செய்தி ஆலோசகராக இருந்தவர் பி.ஜி. வர்கீஸ். பணியிலிருந்து விடுபடுவதற்குச் சில மாதங்களுக்கு முன் ஜெய்சால்மாருக்குச் சென்றிருந்த அவர், அங்கு பார்த்தவற்றைப்பற்றியும் மீட்டெடுப்பதற்கு செய்ய வேண்டியவைப் பற்றியும் ஒரு நீண்ட அறிக்கை தயார் செய்து இந்திரா காந்திக்கு அனுப்பினார். 'இந்தியாவின் கலாச்சார பாரம்பரியத்தைப் பேணிப் பாதுக்காக்க ஒரு தேசிய அறக்கட்டளை அமைக்கப்பட வேண்டுமென்பது அந்த அறிக்கையில் சுட்டிக்காட்டப்பட்டிருந்த முக்கிய அம்சம். அதனைப் பரிசீலிக்கும்படிச் சக அமைச்சர்களைப் பிரதமர் கேட்டுக்கொண்டார். ஆனால் எதுவும் நிகழவில்லை.

5. Fritjof Capra, *Uncommon Wisdom: Conversations with Remarkable People* (1989).

6. கோவாவிலுள்ள கடலியல் தேசிய நிறுவனத்தின் இயக்குநராக முன்பு பணியாற்றினார்.

7. Satya S. Sharma தனது *Breaking the Ice in Antartica* (2001) நூலில் இதனை விவரித்துள்ளார்.

8. இந்தியாவின் முதல் அண்டார்டிகா பயணத்தை முன்னெடுத்துச் சென்றவர்.

9. டி.ஹெச். லாரன்ஸை மேற்கோள் காட்டுவது இந்திரா காந்திக்குப் பிடித்தமான ஒன்று. சுவிட்சர்லாந்திலிருந்து 1940 ஏப்ரல் 13இல் தன் தந்தைக்கு எழுதிய கடிதத்தில் அவர் லாரன்ஸை நினைவுகூர்ந்தார். 'மனித மனதிற்குத் தனியாக இருத்தல் என எதுவுமில்லை. நீரின் மேற்பரப்பில் சூரியனின் சுடரொளி வீச்சுதான் அது. பிரபஞ்சம், சூரியன், பூமி, மனித இனம், தேசம், குடும்பம் முதலான அனைத்துடனும் தமது பரிணாமத் தொடர்புகளை மீண்டும் நிறுவதே நமது விருப்பமாகும். ஆனால் எவ்விதம்? மதிப்பீடுகள் மீதான நமது உணர்வனைத்தும் கோணலாகியுள்ளன. உயிர் வாழ்பவையுடனான நமது பரிணாமத் தொடர்புகளின் செல்வாக்கு நம் வாழ்வில் இல்லை. மாறாகப் பொய்யான தொடர்புகளே ஆதிக்கம் செலுத்துகின்றன. சூரியனும் பூமியுமல்ல, பணமும்

அது போன்றவையும்தான் நம் வாழ்வில் தாக்கத்தை உண்டு பண்ணுகின்றன. ஏன் இப்படி?'

10. Dorathy Hodgkin in G Pathasaarthi and H Y sharada Prasad (eds.) *Indira Gandhi: States, Scholers, Scientists and Friends Remember* (1985).

11. இந்தப் பயணத்தை முடித்தவுடன் விமான நிலையத்திலிருந்தே உடனே பம்பாய் புறப்பட்டார். 'கூலி' படப்பிடிப்பின்போது மிக மோசமான விபத்திற்குள்ளான அமிதாப்பச்சனைப் பார்த்து ஆறுதல் கூறினார். (1942விலிருந்தே அவருக்கு நெருக்கமான நண்பர்களின் மகன் அவர்.)

1983

ஹெச்.ஓய். சாரதா பிரசாதுடன் இந்திரா காந்தி; ஆகஸ்ட் 1983.

இந்த ஆண்டில் இந்திரா காந்திக்கு எதுவும் சரியாக அமையவில்லை. பிப்ரவரி 18ஆம் நாள் காலை கொடூரமான இனப்படுகொலை அசாமில் நடந்தது. இந்தப் படுகொலை நிகழ்வதற்கு எட்டு நாட்களுக்கு முன்னர் தில்லியிலிருந்து அசாம் செல்லும் விமானப் பயணத்தின்போது தனது தோழியான டோரதி நார்மனுக்கு இந்திரா காந்தி எழுதிய கடிதத்தில் அசாம் பிரச்சனைபற்றிக் குறிப்பிட்டிருந்தார்.

> பனி மூடிய இமய மலைத் தொடர்களின் அற்புதக் காட்சியே இப்போது உனக்கு எழுதத் தூண்டியது. உலகிலேயே புகழ்பெற்ற மிகப்பெரிய மலைச் சிகரங்கள் பலவற்றை அடையாளம் காணுமளவுக்கு மிக அருகே பறந்தோம். மெய்சிலிர்க்க வைக்கும் இந்தக்

காட்சி மனதைவிட்டு ஒருபோதும் நீங்காது. டஃபோடில்ஸ் மலர்கள் பற்றி வேர்ட்ஸ்வொர்த் எழுதியதைப் போல எப்போதுமே புத்துணர்ச்சி தரும் நினைவுச் சித்திரம் இந்தக் காட்சி. (...) அஸ்ஸாமிற்குச் செல்லும் விமானத்தில் இருக்கிறேன். இந்தப் பயணம் மகிழ்ச்சி தருவதாக இராது. (...) எதிர்க்கட்சிகள் இந்தப் போராட்டத்தைத் தூண்டி விடாதிருக்குமேயானால், இதற்குள் இந்தப் பிரச்சனைக்குத் தீர்வு கிடைத்திருக்கும். ஏனெனில் எத்தனையோ முறை நடந்த சமாதானப் பேச்சுவார்த்தைகளில் உடன்பாடு எட்டும் நிலை வரும். ஆனால் பேச்சுவார்த்தை முடிந்து அசாம் திரும்பிய சில மணி நேரத்திற்குள் ஒப்புக்கொண்ட தீர்மானத்தை மாணவர்கள் ஏற்க மறுத்துவிடுவர்.

மிக மோசமாகிக் கொண்டுவரும் பஞ்சாப் நிலவரம் பற்றி ஏ.சி.என். நம்பியாருக்கு கடிதம் மே 9இல் எழுதினார் இந்திரா காந்தி:

நிலைமை மிக வேகமாக மாறிவருகிறது. இது நல்லதற்கல்ல. அமெரிக்க வெளிநாட்டுக் கொள்கையின் குறுகலான பார்வையின் விளைவாக மிகப்பெரும் தீங்கு நேர்ந்துகொண் டிருக்கிறது. இந்த முட்டுக்கட்டையின் காரணமாகத் தீர்வு கை நழுவிப் போய்க்கொண்டிருக்கிறது. இந்தியா பாதிப்படைய வேண்டும் என்பதை அமெரிக்கா தனது இலக்காகக் கொண்டிருப்பதாகத் தெரிகிறது. பல கட்சிகளைச் சேர்ந்த பெண் பிரதிநிதிகள் குழு சமாதானத்திற்காக அகாலிதளத் தலைமையை வேண்டிக்கொள்ள அமிர்தசரசில் உள்ள பொற்கோயிலுக்கு நேற்று சென்றனர். அமெரிக்கச் சீக்கியர்கள் அந்த இடம் முழுவதையும் மொய்த்துக்கொண்டிருப்பதாயும் கோயிலின் அனைத்துப் பால்கனிகளிலும் துப்பாக்கி ஏந்திய நபர்கள் நின்றுகொண்டிருந்தனரெனவும் அந்தப் பெண்கள் தெரிவித்தனர்.

ஜம்மு காஷ்மீரின் அரசியல் நிலைமை இருண்டிருந்தது. காங்கிரஸ் கட்சி ஆட்சியில் இல்லாத மாநில முதல்வர்கள், விரிந்த தளத்தில் முன்னணியை உருவாக்க ஒன்றுதிரண்டனர். காங்கிரஸ் கட்சியின் கோட்டையாகத் திகழ்ந்த கர்நாடக, ஆந்திர மாநிலங்களின் சட்டசபைத் தேர்தலில் காங்கிரஸ் படுதோல்வி அடைந்தது அதிர்ச்சியைத் தந்தது. மூன்றே வருடங்களில் 1970களின் தொடக்கத்தில் வெற்றிபெற்றதைப் போல மிகப்பெரும் வெற்றி சில சம்பவங்களால் இப்போது சாத்தியம் இல்லாது போனது. அவற்றை இந்திரா காந்திக் கட்டுக்குள் கொண்டுவந்திருக்கக் கூடும்.

இந்த ஆண்டில்தான் முதன்முறையாக அணிசேரா நாடுகளின் உச்சி மாநாட்டையும், காமன் வெல்த் நாடுகளின் அரசுத்

தலைவர்கள் மாநாட்டையும் இந்தியா நடத்தியது. பலரின் கவனத்தையும் ஈர்க்கும் இந்த இரு நிகழ்வுகளை நடத்தும் பொறுப்பை இந்திரா காந்தி ஏற்றுக்கொண்டார். மார்ச் மாதம் நிகழ்ந்த அணிசேரா நாடுகளின் உச்சி மாநாட்டுத் தொடக்க விழாவில் கியூபாவின் தலைவர் ஃபிடல் கேஸ்ட்ரோ இந்திரா காந்தியைச் சேர்த்தணைத்துக்கொண்டார். இது புகைப்படத்தில் பதிவுபெற்று நிரந்தரமானது. ஆனால் இந்திரா காந்தியே மதித்துப் போற்றும் கியூபாவின் மிகப்பெரும் எழுத்தாளர் ஒருவரைக் கியூபாவின் தலைவர் இந்திரா காந்திக்கு அறிமுகம் செய்துவைத்தது பலரும் அறியாதது. கியூபா நாட்டின் பிரதிநிதிகள் குழுவில் ஒருவராக அந்த எழுத்தாளரும் வந்திருந்தார். அவர் பெயர் காப்ரியல் கார்ஷியா மார்க்வெஸ். இந்திரா காந்தியைச் சந்தித்ததைக் காப்ரியல் தனது நினைவுக் குறிப்பில் பதிவு செய்துள்ளார். இந்த வருடத்தில் தனக்குள் நுணுகிக் காணும் மனநிலையை அடைந்திருந்தார் இந்திரா காந்தி. விசாகப்பட்டிணத்தில் இருந்து தில்லிக்குத் திரும்பிச் செல்லும் விமானப் பயணத்தின்போது டோரதி நார்மனுக்கு ஒரு கடிதம் எழுதினார், (இந்திரா காந்தி இறுதியாக எழுதிய கடிதங்களில் இதுவும் ஒன்று):

எனக்குள் அமைதியை உணர்கிறேன்; ஓய்வு, அமைதியிலிருந்து விலகி வித்தியாசமாக என் வாழ்வு இருந்து வந்திருப்பது காரணமாக இருக்கலாம். இந்தக் கடிதம் எழுதிக்கொண்டிருக்கையில் ஒரு பழைய இந்திய சினிமாப் பாடல் வரி நினைவுக்கு வருகிறது.

மலர்களை வைத்துக்கொண்டு அவன் என்ன செய்வான்?
முட்களுக்கு மத்தியிலன்றோ அவற்றின் விதி உள்ளது– ?–
ஆனால் முட்களற்ற மலர்கள் உள்ளனவா?

ஆண்டு இறுதியில் மாருதி – சுசுகி கார், சந்தையில் விற்பனைக்கு வந்தது. இந்தியப் பொறியல் தொழிலில் மட்டுமல்லாது நுகர்வோர் கலாச்சாரத்திற்குமான புரட்சியின் வருகையை அது முன்னறிவிப்புச் செய்தது.

ஞ

தன் தந்தையைப்போல் நீண்ட கடிதங்களோ அலுவலகக் குறிப்புகளோ ஒருபோதும் இந்திரா காந்தி எழுதியதில்லை. அவர் எழுதுவது பெரும்பாலும் சுருக்கமாகவே இருக்கும். அசாம் இனப்படுகொலை இந்திரா காந்தியை அதிர்ச்சியடையச் செய்தது. மூன்று நாட்களுக்குப் பிறகு பிப்ரவரி 21இல் சுற்றுச்சூழல் விசயமாக நீண்ட அலுவலகக் குறிப்பு ஒன்றைப் புதிய சுற்றுச்சூழல்

துறைச் செயலாளரான டி.என். கோஷுவிற்கு இந்திரா காந்தி எழுதியனுப்பினார்:

> காற்று நீர் மாசுபாட்டுத் தடுப்புச் சட்டம் நிறைவேற்றியுள்ளோம்; மாசுத் தடுப்பிற்காகத் தொடர்ந்து முயற்சிகள் மேற்கொண்டும் வருகிறோம். எனினும் பயணம் போகும்போதெல்லாம் தொழிற்சாலைகள், மின் ஆலைகள் ஆகியவற்றால் விளையும் மாசுபாடுகளையே சுவாசிக்கிறேன். மாநில அரசுகளோ அல்லது சுற்றுச்சூழல் பாதுகாப்பில் ஆர்வமுள்ள பிற குழுக்களோ இதனைத் தடுத்து நிறுத்த பயனுள்ள நடவடிக்கைகள் எதையும் மேற்கொண்டதான சான்றுகளைக் காண முடியவில்லை. ஆறுகள் விசயத்திலும் இதே நிலைதான் உள்ளது.
>
> கானுயிர் தொடர்பான விவாதம் நடைபெற்று வருகிறது. கானுயிர் இலாகாவிலிருந்து, காடுகள் தனியே பிரிக்கப்பட வேண்டும் என்பதைச் செயலாளர்கள் வலியுறுத்தி வருகின்றனர். இதுவரை நமது கானுயிர்க் கொள்கை நிதி நிலையைக் கருத்தில்கொண்டே முழுவதும் தீர்மானிக்கப் பட்டு வந்திருக்கிறது. துரதிருஷ்டவசமாக ஒப்பந்ததாரர்களே சாதகமான பலன்களை அடைகின்றனர். கட்டுப்படுத்தும் அதிகாரமும் அவர்களிடமே உள்ளது. இதன் விளைவாக காடுகள் மிக மோசமாகச் சுருங்கிவருகின்றன. நமது வனப் பரப்பு மிகவும் குறைவாக உள்ளது. மேலும் குறையுமேயானால் நமது பொருளாதாரத்திற்கு அது கேடாய் முடியும். இந்த உண்மையை வனப் பொறுப்பாளர்கள் ஏற்றுக்கொள்ள மறுக்கின்றனர். சென்ற ஆண்டு கானுயிர் தொடர்பான கூட்டத்தில் இது தெரியவந்தது. மக்கள் தொகைப் பெருக்கம், சாகுபடிக்கான அதிக நிலங்களின் தேவை முதலியவை காட்டுயிருக்கு ஏற்னவே அதிக நெருக்கடி தந்துகொண் டிருக்கின்றன. கானுயிர் தொடர்பான விசயங்களைக் காடுகளிலிருந்து பிரிப்பது நிர்வாகச் சாத்தியமாகாது என்ற செயலாளர்களின் கருத்தை என்னால் புரிந்துகொள்ள முடிகிறது. எனினும் இரண்டும் பிரிக்கப்படாமல் அப்படியே தொடருமேயானால் நமது செயல்திட்டங்கள் முடிவுக்கு வந்துவிடும். சுற்றுச்சூழல் பாதுகாப்பிற்கான நமது முயற்சி களும் வீணாகிவிடும்.
>
> இவை குறித்து உடனடியாகப் பரிசீலிக்கவும். துலிப் மத்தாயையோ அல்லது இந்த விசயத்தில் அக்றையுள்ள பிறரையோ கலந்தாலோசிக்கவும். தங்களின் கருத்தை விரைவில் அறிய விரும்புகிறேன்.

துலிப் மத்தாயின் தந்தை ஜான் மத்தாய் நேருவின் அமைச்சரவையில் நிதி அமைச்சராக இருந்தவர். திட்டக் கமிஷனை நிறுவும் நேருவின் முடிவுக்கு எதிராகத் தனது நிதியமைச்சர் பதவியிலிருந்து 1950 ஏப்ரலில் ஜான் மத்தாய் விலகினார். துலிப் மத்தாய் இயற்கைக்கான உலக நிதியத்தின் இந்தியப் பிரிவில் சூழலியலாளராகச் சுறுசுறுப்புடன் செயல்பட்டார். கானுயிர், காடுகள் முதலிய விசயங்களில் பதினைந்து ஆண்டுகளுக்கும் மேலாக இந்திரா காந்தி அவருடன் தொடர்புகொண்டிருந்தார். இந்திரா காந்தியின் மகன் பின்னர் பிரதமராக இருந்தபோது அரசாங்கத்தின் தரிசுநில மேம்பாட்டுத் திட்டத்தில் ஆர்வத்துடன் ஈடுபட்டார்.

பிரதமராக இருந்த மிகச்சிறந்த ஒரு காலகட்டத்தில் கோஷுவிற்கு அலுவலக் குறிப்பு ஒன்றை இந்திரா காந்தி எழுதினார். முப்பது ஆண்டுகளானபோதும் அந்தக் குறிப்பில் எழுதியவை இன்றும் பொருத்தமாக உள்ளன. எத்தனையோ வேலை நெருக்கடிகளுக்கிடையே இதை எழுத அவர் நேரம் ஒதுக்கிக்கொண்டார். சுற்றுச்சூழல் பற்றிய விசயங்களில் அரசு நிர்வாகம் உதாசீனமாக இருப்பது ஏமாற்றமளிப்பதாக அதில் குறிப்பிட்டிருந்தார். அவர் வாழ்வின் இறுதிவரை தோல்வியாகவே அது நீடித்திருந்தது.

ஓ

1983ஆம் ஆண்டு ஆன் ரைட்டிற்கும் இந்திரா காந்திக்குமிடையே கடிதப் பரிமாற்றம் தொடர்ந்து இருந்துவந்தது. நிதி திரட்டுவதற்காகப் பத்துநாள் பொருட்காட்சி, திரைப்பட விழா, கேளிக்கை நிகழ்ச்சி ஆகியவற்றை இயற்கைக்கான உலக நிதியம் (இந்தியா) ஏற்பாடு செய்திருந்தது. அதற்குச் செய்தி தருமாறு பிரதமருக்குப் பிப்ரவரி 21இல் கடிதம் கடிதம் எழுதினார் ஆன் ரைட். இந்திரா காந்தி மார்ச் 2இல் எழுதிய ஆக்கப்பூர்வமான விரைவுப் பதில்:

> வாழும் பல்வேறு உயிரினங்களை இந்த பூமி ஆதரித்துக் காக்கிறது. சென்ற நூற்றாண்டில் பூமியின் வளங்கள் சுயநலத்திற்காகச் சுரண்டப்பட்டதன் விளைவாகப் பற்பல உயிரினங்கள் பெருமளவு அழிந்துவிட்டன. இன்னும் அதிக உயிரினங்கள் அழியும் அபாயத்திலுள்ளன. மேலும் சேதம் ஏற்பட்டுவிடாமல் நாம் முயற்சிகள் மேற்கொள்ள வேண்டும். நமது கானுயிர்கள் அழிவது சுற்றுச்சூழலைச் சிதைத்துவிடும். இதன் விளைவாக மனித இனம் பாதிப்பிற்குள்ளாகும்.
>
> அழியும் அபாயத்திலுள்ள உயிரினங்களை அடையாளம் காணவும் பாதுகாக்கவும் இயற்கை உலக நிதியம் மிகப் பெரும் பணிகளைச் செய்திருக்கிறது.

சைபீரியப் பெருங்கொக்குகள் மீதான பன்னாட்டுப் பயிற்சி பட்டறையைப் பரத்பூரில் பிப்ரவரி 5, 6 தேதிகளில் ஆன் ரைட்டும், ஜார்ஜ் ஆர்ச்சிபால்டும் ஏற்பாடு செய்திருந்தனர். இந்திரா காந்தியால் நிகழ்ச்சியில் கலந்துகொள்ள முடியவில்லை. தனக்குப் பதிலாக திக்விஜய் சிங்கை அனுப்பி, நிகழ்ச்சியையொட்டி அஞ்சல் தலை வெளியிடச் செய்தார். அமெரிக்க ஓவியரான தியானெ பியெர்ஸ் (Diyane Pierce) இந்திரா காந்திக்குப் பரிசாக அளித்த ஓவியம் அந்த அஞ்சல்தலையில் இடம்பெற்றது. தில்லியில் நடந்த அழிவின் அபாயத்திலுள்ள உயிரினங்களின் வர்த்தகத்திற்கு எதிரான மாநாட்டிற்கு வருகை தந்த பிரதிநிதிகளுக்கு இந்திரா காந்தி 1981 பிப்ரவரி 27இல் தேநீர் விருந்தளித்து உபசரித்தார். இந்திரா காந்திக்கு ஓவியம் பரிசளிக்கப்பட்ட செய்தியைப் பன்னாட்டுக் கொக்குகள் ஃபௌண்டேஷனின் Brolga Bugle என்ற காலாண்டுச் செய்தி மடல் 1981 ஏப்ரல் 19 அன்று வெளி யிட்டது.

தியானெ பெயெர்ஸ் தனது ஓவியத்தைப் பரிசளிக்கும் விழாவில் உலகப் புகழ்பெற்ற சுற்றுச்சூழல் பாதுக்காப்பாளரான சர் பீட்டர் ஸ்காட்டும் உடனிருந்தார். விழாவில் பேசிய பீட்டர் ஸ்காட் கானுயிர் மீதான இந்திரா காந்தியின் ஆர்வத்தையும் அக்கறையையும் குறிப்பிட்டு அவரின் கடந்தகாலச் சாதனைகளைப் பாராட்டினார். தனக்கு விருது அளிக்கப்பட்டது இந்திரா காந்தியை முழுக்கவும் ஆச்சரியத்தில் ஆழ்த்தியது. வாழ்நாள் முழுவதும் விலங்குகள் மீதான தனது நேசத்தையும் கானுயிர் பாதுகாப்பிற்காகத் தொடர்ந்து ஆதரவளித்து வருவதையும் பற்றி முன் தயாரிப்பின்றியே உரையாற்றிப் பார்வையாளர்களை வசப்படுத்தினார் இந்திரர காந்தி.

சூழலியல் மீதான இந்திரா காந்தியின் அக்கறைகளுக்கு மறுக்க முடியாத சான்று தேவைப்படுமேயானால் அதற்கு 1983ஆம் ஆண்டு இந்திரா காந்தியின் செயல்பாடு ஒன்றே போதும். அணிசேரா நாடுகளின் ஏழாவது உச்சிமாநாடு தொடர்பான ஏற்பாடுகளில் மிகவும் மும்முரமாக இருந்த சமயத்திலும் இந்திரா காந்தி ஆன் ரைட்டிற்கு மார்ச் 5இல் கடிதம் எழுதினார்:

> ‘அணிசேரா நாடுகளின் மாநாடு தொடர்பாகப் பாகிஸ்தான் ஜனாதிபதிக்கும் ஆஃப்கான் பிரதமருக்கும் எழுதிய கடிதத்தில் சைபீரியப் பெருங்கொக்குகள் பற்றியும் வலசை வரும் மற்றப் பறவைகள் பற்றியும் நீங்கள் தெரிவித்த விசயங்களையும் குறிப்பிட்டுள்ளேன். ஆனால் ஒரு விசயத்தை உங்களுக்கு வெளிப்படையாகத் தெரிவித்தாக வேண்டும். தங்கள் சொந்த நாடுகளின் பிரச்சனைகளில் தீவிரமாகக் கவனம் செலுத்த வேண்டிய சூழ்நிலையிலிருக்கும் அவர்கள்

கானுயிர்களிலோ அவற்றின் பாதுகாப்பிலோ சிறப்பாக ஆர்வம் கொண்டிருப்பர் என எதிர்பார்க்க முடியாது. எனவே அவர்களிடமிருந்து நம்பிக்கை தரும் நேர்மறையான பதிலை நாம் பெறமுடியாது போகலாம்.

(பாகிஸ்தான் ஆஃப்கான் தலைவர்கள் சைபீரியப் பெருங்கொக்குகள் விசயமாக நடவடிக்கை எடுக்க முடியாது போகலாம் என்ற) இந்திரா காந்தியின் அச்சம் ஆதாரமற்றது என்பது பின்னர் தெரிந்தது. ஆன் ரைட்டுக்கு இந்திரா காந்தி எழுதிய கடிதம் (மே 7) இதனைப் புலப்படுத்தும். எந்த அளவுகோலின்படிப் பார்த்தாலும் இந்தக் கடிதம் மிக விசேஷமானதாகும்:

> சைபீரியப் பெருங்கொக்குகள் மற்றும் வலசை வரும் பிற பறவைகள் பற்றிய எனது கடிதத்திற்குப் பாகிஸ்தான் ஜனாதிபதியிடமிருந்தும், ஆஃப்கானிஸ்தான் பிரதமரிட மிருந்தும் வந்திருக்கும் பதில்கள் நம்பிக்கை தருவதாக உள்ளன.
>
> அபி–இ–எஸ்டோடா ஏரியும் பிற ஏரிகளுமுள்ள காஸ்னி மாகாணத்தையும் அதைச் சுற்றியுள்ள இடங்களையும் 'பாதுகாக்கப்பட்ட பகுதியாக' அதிகாரப்பூர்வமாக அறிவிக்கப்பட உள்ளதாக ஆஃப்கானிய அரசு முடிவு செய்துள்ளது. இதனால் வலசை போகையில் சைபீரியப் பெருங்கொக்குகளுக்கு தொந்தரவு ஏற்படாது. சைபீரியப் பெருங்கொக்குகள் வலசை போகையில் இடைத்தங்கலாக இந்த ஏரிகளிலிருக்கும் காலகட்டத்தில் கூடுதல் பாதுகாவலர்கள் நியமிக்கப்படுவர்; அது மட்டுமல்லாது பாதுகாக்கப்பட்ட இந்தப் பகுதியில் வேட்டையாடுவதோ பிற தலையீடுகளோ தடை செய்யப்பட்டுள்ளன.
>
> பாகிஸ்தான் ஜனாதிபதி எனக்கு எழுதிய கடிதத்தில் தெரிவித்திருப்பவை வருமாறு: 'சதுப்புநிலங்கள் மீதான பன்னாட்டு முக்கியத்துவம் வாய்ந்த ராம்சார் உடன்பாட்டில் பாகிஸ்தான் கையொப்பமிட்டுள்ளது. பல்வேறு வகை விலங்குகள், தாவரங்கள், பறவைகளைப் பாதுகாப்பதற்காகச் சர்வதேச முக்கியத்துவம் வாய்ந்த நீர்வாழ் பறவைகளுக்கான ஒன்பது வாழிடங்களைப் பாகிஸ்தான் உருவாக்கியுள்ளது. சைபீரியப் பெருங்கொக்குகளும் இந்த வாழிடங்களையே சார்ந்திருக்கின்றன. கொக்குகளைப் பிடிப்பதோ வேட்டையாடுவதோ கூடாது என்ற தடை பாகிஸ்தானில் ஏற்கெனவே அமலில் உள்ளது. வலசை போகும் சைபீரியப் பெருங்கொக்குகள் இடைத் தங்கலுக்காகப் பாகிஸ்தானுக்கு வந்ததற்கான சான்றுகள் இல்லை. எனினும் இந்தியாவைச்

> சென்றடையும் முன்னர் அவை இங்கு வருமேயானால் அவற்றைப் பராமரிக்கும் வழிகள் பரிசீலிக்கப்படும்.

மகிழ்ச்சி பொங்க ஆன் ரைட் இந்திரா காந்திக்கு எழுதிய பதில்:

> உங்களை வாழ்த்தவும் நன்றியை மனப்பூர்வமாக் தெரிவிக்கவுமான கடிதம் இது. தீஸ்தா ஆற்றுநீரை காலிபோங்கிற்குத் திருப்பிவிடுவதன் மூலம் நியோரா பள்ளத்தாக்கைப் பாதுகாக்கும் நடவடிக்கைளை நீங்கள் மேற்கொள்ள விரும்புவதான செய்தி உங்கள் அலுவலகத்திலிருந்து கிடைத்தது. அதனால்தான் மிகுந்த மகிழ்ச்சியுடன் இதை எழுதினேன்.

ஆன் ரைட் மீண்டும் இந்திரா காந்திக்கு அக்டோபர் 16இல் கடிதம் எழுதினார் (அந்தக் கடிதம் தேடியும் எனக்குக் கிடைக்கவில்லை). ஆனால் மறுநாளே அதற்கு இந்திரா காந்தி எழுதிய பதில்:

> உலகக் கானுயிர் நிதியம் (கிழக்கு மண்டலம்) சிறப்பாகச் செயல்பட்டுவருவது பற்றியும் நாட்டின் பாரம்பரியத்தைப் பாதுகாப்பதில் அர்ப்பணிப்புடன் செயலாற்றிவருவது பற்றியும் நன்கறிவேன். இதுபோன்ற செயல்பாடுகளுக்கு அரசாங்கமும் மக்களும் ஆதரவும் ஒத்துழைப்பும் தருவது அவசியமாகும். சுற்றுச்சூழலைப் பாதுகாப்பதால் விளையும் அனுகூலங்களையும் சுற்றுச்சூழல் சமன்நிலை பாதிக்கப்படுவதால் ஏற்படும் அபாயங்களையும் மக்களிடம் எடுத்துக்கூறி விழிப்புணர்வு ஏற்படச் செய்ய வேண்டும். இதுபோன்ற திட்டங்களுக்கான செயல்பாடுகளைத் தொடர்ந்து மேற்கொள்ளத் தன்னார்வ அமைப்புகளுக்குச் சிறப்பான பொறுப்பு உண்டு. இயற்கைக்கான உலக நிதியம் இந்தச் செயல்திட்டங்களில் கல்கத்தா இளையோர்களையும் ஈடுபாடுகொள்ளச் செய்வதறிந்து மிகவும் மகிழ்கிறேன். உங்களின் திட்டத்திற்கு எனது நல்வாழ்த்துக்கள்.

சுற்றுச்சூழல் அர்ப்பணிப்புடன் செயல்பட்ட இந்த இருவரும் கடைசியாக எழுதிக்கொண்ட கடிதங்கள் இவையாகும்.

ௐ

செப்டம்பர் மாதம் இந்திரா காந்தி நியூயார்க் வர இருப்பதை அறிந்த ஹொரேஸ் அலெக்சாந்தர் அங்கு இருக்கும்போது பறவைகள் பார்ப்பதற்காக ஓய்வாகக் கொஞ்ச நேரம் எடுத்துக் கொள்ளும்படி இந்திரா காந்திக்கு எழுதினார். சென்னையிலிருந்து அகமதாபாத்திற்குச் செல்லும் விமானப் பயணத்தின்போது

அவருக்கு இந்திரா காந்தி மே 26இல் பதில் எழுதினார். அவருள் வாழும் பறவை அவதானிப்பாளரான இந்திரா காந்தி அந்தக் கடிதத்தில் வெளிப்பட்டார்:

> *நியூயார்க் நகரிலிருந்து வெளியேறி அமெரிக்கப் பறவைகளைப் பார்ப்பது எத்தனை ஆனந்தம்! இந்த முறை எனது பயணம் அமெரிக்க அரசு வேலை சம்பந்தப்பட்டதல்ல. அணிசேரா இயக்கத்தின் தலைமைப் பொறுப்பிலிருக்கும் எனக்கு அலுவலக ரீதியாய் அமெரிக்க வருகையின் போதிருப்பதை விடவும் அதிக வேலைப் பளு இருக்கும். பச்சைக் கிளிகளுக்கு ராத்திரியில் என்ன வேலை? அவை அனைத்தும் ஒரே திசையில் சரியாக அதே நேரத்தில் மாலை 6:15லிருந்து 7:15 க்கு இடையே ஒட்டுமொத்தமாய்ப் பறந்துசெல்கின்றன. திரும்புவது மறுநாள் காலை. என்ன அற்புதக் காட்சி அது! கனடா நாட்டு ஹை கமிஷனர் அதனைப் பார்க்க அவர் வீட்டுத் தோட்டத்திற்கு ஒருநாள் மாலை வரும்படி என்னை அழைத்துள்ளார். இவ்விதமிருக்கையில் பெருந்திரளாக இன்று மாலை அவை பறந்து செல்வதை அகமதாபாதில் பார்த்தேன்.*

அணிசேரா நாடுகளின் உச்சிமாநாட்டின் தலைவி என்ற முறையில் இந்திரா காந்தி நியூயார்க் சென்றார். பயந்தபடியே அமெரிக்கப் பறவைகளைப் பார்க்க அவருக்கு நேரம் கிடைக்கவில்லை. எனினும் அவரது தோழி ரால்ஃப் பூல்ட்ஜென்ஸ் ஏற்பாடு செய்திருந்த இரவு விருந்தில் அறிவாளிகளின் சிறுகுழுவுடன் கலந்துகொண்டார். விருந்தினர் பட்டியலில், பொருளாதாரத்தில் நோபல் விருதுபெற்ற வெஸ்ஸிலி லியொன்ஜிஃப் *(Wassily Leontief)*, வழக்குரைஞரும் நூலாசிரியருமான லூயி நீய்ஸெர் *(Louis Nizer)*, புகழ்பெற்ற அறிவியல் புனைவு எழுத்தாளர் ஐசக் அசிமோவ் *(Isac Asimov)*, மாவோவின் விதவை மனைவி பற்றி எழுதிய நூலாசிரியரான ருக்சான் விட்கெம் *(Roxane Witkem)*, புகழ்பெற்ற வரலாற்றாசிரியரான புரூஸ் மாஸ்லிஷ் *(Bruce Mazlish)* ஆகியோரும் அடங்குவர். ஹெல்ம்ஸ்லீ அரண்மனையில் ஏற்பாடு செய்யப்பட்டிருந்த அந்த விருந்து நிகழ்ச்சிபற்றி *நியூயார்க் டைம்ஸ்* (அக்டோபர் 1) செய்தி வெளியிட்டிருந்தது. புகழ்பெற்ற சூழலியலாளர் பேரி காமனெரைச் *(Barry Commener)* சந்திப்பதில் இந்திரா காந்தி பேரார்வம் கொண்டிருந்தார் என்பது அந்தச் செய்தியில் இல்லை. 1971இல் பேரி காமனெர் எழுதிய 'க்ளோசிங் சர்க்கிள்' *(The Closing Circle)* என்ற புத்தகம் இந்திரா காந்திக்கு மிகவும் பிடித்திருந்தது.

இரவு விருந்து நிகழ்ச்சிக்கு காமனெரால் வர முடியவில்லை. ஆனால் நிகழ்ச்சிக்கு விருந்தினர் வருகைதரும் முன்னர் இந்திரா

காந்தி காமனெரைத் தொலைபேசியில் தொடர்புகொண்டு இந்தியாவுக்கு வருகை தரும்படிக் கேட்டுக்கொண்டார். காமனெரின் சூழலியலின் நான்கு விதிகள் பற்றித் தெரியுமாவென இந்திரா காந்தி பூல்ட்ஜென்ஸைக் கேட்டதாகவும் அவர் தெரியாதெனக் கூறியதையும் நினைவுகூர்ந்தார். இந்திரா காந்தி கடகடவென அந்த விதிகளைக் கூறினார். 1. ஒவ்வொன்றும் மற்றொன்றுடன் தொடர்புடையது. 2. ஒவ்வொன்றும் எங்காவது சென்றாக வேண்டும். 3. மிகச் சிறந்தது எதுவென இயற்கை நன்கறியும். 4. முயற்சியின்றி எதுவும் கிட்டாது.

ங

பம்பாய் இயற்கை வரலாற்றுச் சங்கத்திற்கு இந்திரா காந்தி கடைசியாக வந்தது 1978 டிசம்பர். அதற்குப் பிறகு அந்தச் சங்கத்தின் நூற்றாண்டு விழாவையொட்டி இப்போது செப்டம்பர் 15 அன்று வர இருக்கிறார். விழாவிற்கு வரும் முன்னர் இந்திரா காந்தி செய்த ஒரு செயலை வேறு எந்த தனி நபருக்கும் அவர் ஒருபோதும் செய்திருக்கமாட்டார். பாபா ஆம்தேவிற்கோ அல்லது அன்னை தெரசாவிற்கோ செய்திருக்கக் கூடும். இப்போது சலீம் அலிக்காக அதனைச் செய்தார். பம்பாய் இயற்கைக் வரலாற்றுச் சங்கத்திற்கு நில ஒதுக்கீடு செய்யும்படி மகாராஷ்ட்ர முதல்வர் வசந்த் தாதா பாட்டீலுக்கு இந்திரா காந்தி எழுதியதுதான் அது, (ஜூலை 5):

> பம்பாயிலுள்ள சஞ்சய் காந்தி தேசியப் பூங்காவிற்கு அப்பாலுள்ள புறநகர்ப் பகுதியில் கள ஆய்வு மையத்தை நிறுவுவதற்கு நிலம் ஒதுக்கும்படியும் சங்கத்தின் நூற்றாண்டு விழா நடைபெறும் சமயத்தில் (செப்டம்பர் 15) அதற்கான ஒப்புதல் ஆணை பிறப்பிக்க ஏற்பாடு செய்யும் படியும் 1983யில் பம்பாய் இயற்கை வரலாற்றுச் சங்கம் உங்களுக்கு எழுதியுள்ளதாகச் சலீம் அலி எனக்குத் தெரிவித்தார். இதற்காக முப்பது ஏக்கர் பரப்புள்ள நிலம் தெரிவுசெய்யப்பட்டதாகவும் அறிந்துகொண்டேன். பம்பாய் இயற்கை வரலாற்றுச் சங்கம் மிகச் சிறப்பாகப் பணியாற்றி வருகிறது. அவர்களின் வேண்டுகோளை நீங்கள் நிறைவேற்றி உதவுவீர்கள் என நம்புகிறேன்.

நூற்றாண்டு விழாவிற்கு இந்திரா காந்தி வருகை தருவதற்கு முந்தைய நாளில் கோப்புகள் சம்பந்தப்பட்ட அனைத்து வேலைகளையும் மகாராஷ்டிர அரசு மிகத் துரிதமாக செய்துமுடித்திருந்தது. 40 லட்சம் ரூபாய் பெறுமானமுள்ள நிலத்தை வருடத்திற்கு ஒரு ரூபாய் என்ற பெயரளவு விலை வீதத்தில் பம்பாய் இயற்கை வரலாற்றுச் சங்கத்திற்கு ஒதுக்கி அரசாணை பிறப்பித்தது. அந்த

ஒப்புதல் ஆணையை மறுநாள் சலீம் அலியிடம் அளித்தார் இந்திரா காந்தி.

நூற்றாண்டு விழாவில் இந்திரா காந்தி உரையாற்றினார். சுற்றுச்சூழல் பாதுகாப்பு மற்றும் வளர்ச்சி ஆகிய இரண்டும் வழக்கம்போல உரையின் மையக் கருத்தாக அமைந்தன.

'அடிப்படையில் சுற்றுச்சூழல் பாதுகாப்பிற்கும் பொருளாதார வளர்ச்சிக்கும் இடையே எந்த மோதலும் இல்லை. ஒன்றில்லாமல் மற்றது நீண்டகாலம் நீடித்திருக்க முடியாது. ஆனால் எதுவும் செய்யாமல் பிரச்சனை தீர்ந்துவிடும் என நம்பிக்கை கொள்ளவும் கூடாது.'

பூனா போன்ற நகரங்களில் உயரமான கட்டடங்களால் சுற்றுச்சூழலுக்கு ஏற்படும் தீங்குபற்றிப் பிரதமருக்குச் சலீம் அலி இந்த ஆண்டு மார்ச்சில் எழுதியிருந்தார். கட்டடம் கட்டுவோரின் நிர்ப்பந்தத்திற்கு மகாராஷ்டிர அரசு பணிந்துவிடக்கூடாது என்பதை உறுதி செய்யும்படியும் பிரதமர் இதில் தலையிட வேண்டுமெனவும் அந்தக் கடிதத்தில் அவர் கேட்டிருந்தார். பொதுவாகச் சலீம் அலியின் கடிதங்களுக்கு இந்திரா காந்தி உடனே பதில் எழுதிவிடுவது வழக்கம். இந்த முறை தாமதமாக எழுதிய பதிலில் (ஜூலை 1) சிறிது சலிப்புத் தெரிந்தது. இந்தியச் சூழலில் இந்திரா காந்தி போன்ற தலைவர்களுக்கும் அவற்றை நிறைவேற்றுவதில் வரம்பு உண்டு என்பதை அவர் உணரத் தொடங்கியிருக்கலாம். கடிதத்தை இந்திரா காந்தி இவ்விதம் முடித்திருந்தார்:

> சுற்றுச்சூழல் பாதுகாப்புத் தொடர்ச்சியான போராட்டம். சில விசயங்களைத் தலையீடு என்பதாக மாநிலங்கள் கருதுகின்றன; எதிர்க்கின்றன. (நகரை) அழகுபடுத்தும் திட்டங்களும் இயற்கைக்குச் சாதகமாக எப்போதும் இருக்கும் எனக் கூறவும் முடியாது.

ஆனால் இந்திரா காந்தியின் இந்தச் சோர்வு நிரந்தரமாக இருக்க வில்லை. செப்டம்பரில் நம்பிக்கையுடனும் உற்சாகத்துடனும் மீண்டும் செயல்படத் தொடங்கினார். பம்பாய் இயற்கை வரலாற்றுச் சங்க நூற்றாண்டு விழா அறிவுரீதியான புத்துணர்வை அவருக்கு தந்திருக்கலாம். நூற்றாண்டு விழா நிகழ்ச்சிக்காகப் பம்பாய் புறப்படுவதற்கு இரு நாட்களுக்கு முன்னர் இந்தியக் கானுயிர் பற்றிய ஒரு நூலுக்கு இந்திரா காந்தி முகவுரை எழுதினார். நன்கு அறியப்பட்ட இயற்கையியலாளர்களான ரமேஷ் பேடியும் ராஜேஷ் பேடியும் இணைந்து எழுதிய அந்தப் புத்தகம் அவருக்கு மிகவும் பிடித்திருந்தது.

> (...) முதன்முதலாய் ஏராளமான புகைப்படங்களுடன் இந்தப் புத்தகம் வெளிவந்துள்ளது. நமது கானகங்களில் வாழும் விலங்குகளான வனப்பும் கம்பீரமும் உயிர்த் துடிப்புடன் அந்தப் புகைப்படங்களில் பதிவாகியுள்ளன. பலரும் அறியாத விலங்குகள் எறும்புத் திண்ணி, மணிப்பூர்மான், சிவிங்கிப் பூனை, தேவாங்கு ஆகியவையும் பிற விலங்குகளும் அவற்றின் இயற்கையான சூழலிலேயே படம் பிடிக்கப்பட்டுள்ளன.

நகரங்கள் மற்றும் சாகுபடிக்கான நிலங்கள் அதிகரித்து வருவதால் உயிரினங்களுக்கு ஏற்படும் ஆபத்து, காடுகள் சுருங்கி வருதல் ஆகியவை பற்றிய தனது கவலையைப் பதிவுசெய்த இந்திரா காந்தி அந்த முகவுரையை நம்பிக்கையுடன் முடித்தார்:

> புலிகள், சிங்கங்கள், காண்டாமிருகங்கள், கானமயில்களை நாம் காப்பாற்றியுள்ளோம். (...) விலங்குகளை ஆபத்திலிருந்து காப்பாற்ற நாடு முழுவதிலிருந்தும் ஏராளமான மக்கள் முன்வந்தவாறுள்ளனர். (...) விலங்குகளை இயற்கையாக வாழவிட வேண்டும். இது முக்கியமானதாகும்; சுற்றுலாப் பயணிகள் கண்டுகளிக்கும் காட்சிப் பொருட்களாக அல்ல.

அழிவிலிருந்து காப்பாற்றப்பட்ட உயிரினங்களின் பட்டியலில் முதலைகளைக் குறிப்பிட இந்திரா காந்தி மறந்துவிட்டார். சுற்றுச்சூழல் பாதுகாப்பில் சாதனை ஒவ்வொன்றுக்கும் பொறுப்பானவராக ஒருவரைச் சுட்டிக்காட்ட முடியுமெனில் அது இந்திரா காந்தியே.

இரண்டாண்டுகளுக்கு முன்பு தனது தேசியப் பாதுகாப்பு அதிகார வர்க்கத்தின் ஆட்சேபணைகளை ஒதுக்கித் தள்ளி சலீம் அலி, ரிப்ளேயின் அருணாசலப் பிரதேசப் பயணத் திட்டத்திற்கு ஒப்புதல் தந்தார் இந்திரா காந்தி. அந்தப் பயணத்தின்போது அருணாசலப் பிரதேசத்தில் காற்று, மழை என ஒவ்வாத வானிலையின் காரணமாகப் பறவைகளைக் காண்பதில் இடையூறு ஏற்பட்டதெனவும் அதனால் இந்த ஆண்டு இறுதியில் அருணாசலப் பிரதேசத்திற்கு மீண்டும் பயணம் செய்யவிருப்பதாகவும் ஜனவரி 26இல் இந்திரா காந்திக்கு எழுதினார் ரிப்ளே.

கடிதத்தைப் பரிசீலிக்கும்படி அலுவலகப் பணியாளர்களிடம் இந்திரா காந்தி கூறினார். ரிப்ளேயின் வேண்டுகோள் அலுவலக விதிகளுக்குப் புறம்பானது என்ற விவாதம் கடுமையாகி அலுவலகச் சூழலே திடீரென எதிர்மறையாய் மாறிற்று. இந்த முறை பாதுகாப்பு

நிர்வாகம் மட்டுமல்ல; அறிவியல்துறை அதிகார வர்க்கமும் இருவரின் பயணத்திற்குக் கடுமையாக ஆட்சேபம் தெரிவித்தது. டி.என். கோஷுவும் ராஜாமணியும் இந்த ஆட்சேபணைக்கு ஆதரவு தந்தனர். அருணாசலப் பிரதேசத்தின் துணைநிலை ஆளுநராக இருந்த (1987இல் அருணாசலப் பிரதேசம் மாநிலமாக உருவானது) புலனாய்வுத்துறையின் முன்னாள் இயக்குநரும் இந்திரா காந்தியின் பாதுகாப்பிற்குப் பொறுப்பாளராகச் சில ஆண்டுகளுக்கு முன்னர் பணிபுரிந்தவருமான டி.வி. ராஜேஸ்வருக்கும் ரிப்ளே சலீம் அலி இருவரின் பயணத்தில் சந்தேகமிருந்தது.

நீண்ட அலுவலகக் குறிப்பொன்றை ராஜாமணி மார்ச் 31இல் இந்திரா காந்திக்கு எழுதியனுப்பினார். இருமுறை அருணாசலப் பிரதேசப் பயணத்திற்குப் பிறகும் அவர்களிடமிருந்து எந்த அறிக்கையும் இதுவரை வரவில்லை என அதே நாளில் மற்றொரு அலுவலக் குறிப்பையும் இந்திரா காந்திக்கு அனுப்பினார் ராஜாமணி. அதில் ஏப்ரல் 13இல் இந்திரா காந்தி குறிப்பிட்டது: ‘அறிக்கைபற்றி டாக்டர் சலீம் அலியையே ஏன் கேட்கக்கூடாது?’

சென்ற பயணத்தின்போது ஒருநாள் மாலையில் ஜீப்பில் இருந்தபடியே ஒரு விலங்கை ரிப்ளே சுட்டார் என ராஜாமணி தனது குறிப்பில் எழுதியிருந்தார். அதற்கு இந்திரா காந்தி எழுதியது:

> இது அனைவரும் பயன்படுத்தும் துப்பாக்கியாக இருக்க முடியாது. அறிவியல் ஆராய்ச்சிக்காகப் பலவகைத் துப்பாக்கிகளை விஞ்ஞானிகள் பயன்படுத்துவர். அவை விலங்குகளைக் காயப்படுத்துவதுமில்லை. கொல்வதுமில்லை.

இது தொடர்பாக விசாரணை தொடர்ந்து மேற்கொள்ளப்பட்டது. ஒரு சிறுத்தையைச் சுட்டுக்கொன்றதாக குற்றம் சாட்டப்பட்டிருந்தார் ரிப்ளே. ஆனால் உண்மையில் சுட்டது புனுகுப் பூனை என்பது விசாரணையில் தெரியவந்தது. பறவைகள், சிறு விலங்குகள், ஊர்வன ஆகியவற்றை வெளிநாடுகளுக்குப் பெருமளவு கடத்திச் செல்வதாக ரிப்ளே குற்றம் சாட்டப்பட்டிருந்தார். விளையாட்டு, வீர சாகத்திற்காக விலங்குகளை வேட்டையாடுவதைக் கானுயிர் பாதுகாப்புச் சட்டம் 1972இல் தடை செய்வதாகவும் அறிவியல் ஆய்விற்காக வேட்டையாடப்படுவதற்குச் சட்டத்திலுள்ள பிரிவுகள் பலவீனமாகவே உள்ளன எனவும் எதிர்வாதத்தை முன்வைத்தார் ஜயால்.

அருணாசலப் பிரதேசப் பயண அனுமதிக்கான ரிப்ளேயின் விண்ணப்பத்தை அலுவலகரீதியில் பரிசீலனை செய்ய ஏறத்தாழ நான்கு மாதங்கள் ஆயின. அவரது வேண்டுகோள்

நிராகரிக்கப்பட வேண்டும் என்பதே ஒருமித்தக் கருத்தாக இருந்தது. பல்வேறு அரசாங்கத் துறைகள் அவரது அனுமதிக்கான விண்ணப்பத்தின்மீது பயனற்ற, மிகையான, வீண் பயங்களை எழுப்பின. எனினும் அந்த ஆண்டு இறுதியில் சலீம் அலி, தில்லோன் ரிப்ளே இருவரின் அருணாசலப் பிரதேசப் பயணத் திட்டத்திற்குப் பிரதமர் ஒப்புதல் அளித்தார். இந்தச் செய்தியை பிரதமரின் உதவியாளரான அரவிந்த் பாண்டே சுற்றுச்சூழல் துறைக்கு மே 21இல் தெரிவித்தார்.

கானுயிர் இலாகாவிலிருந்து அலுவலகர் ஒருவர் அவர்களுடன் செல்ல வேண்டும், ஆனால் அவர்களின் நடவடிக்கைகளைக் கண்காணிக்கக் கூடாது என்ற எச்சரிக்கையுடன் அந்த ஒப்புதல் தரப்பட்டிருந்தது. ஆனால் அந்தப் பயணம் நிகழவில்லை.

1973ஆம் ஆண்டு புலிகள் பாதுகாப்புத் திட்டத்தைத் தொடங்க உதவியவர் நெதர்லாந்தின் இளவரசர் பெர்னார்டு ஆவார். பத்து ஆண்டுகளுக்குப் பிறகு இயற்கைக்கான உலக நிதியத்தின் தலைவராகப் பொறுப்பேற்றுக்கொண்டவர் இங்கிலாந்து இளவரசரான பிலிப்ஸ். புதுதில்லியில் நவம்பர் 22இல் நடைபெற்ற புலிகள் பாதுகாப்புத் திட்டத்தின் பத்தாம் ஆண்டு நிறைவு விழாவில் அவர் கலந்துகொண்டார். புலிகளைப் பாதுகாப்பதில் திருப்புமுனையாக அமைந்த அந்தத் திட்டத்தின் விழாவில் உரையாற்றிய இந்திரா காந்தி 'புலியா—மனிதனா? யார் முக்கியம்? என்ற கேள்விக்கு:

> புலிக்கும் மனிதனுக்குமிடையே எந்த மோதலும் இல்லை. உண்மையில் மனிதனுக்கும் இயற்கைக்குமிடையே நெருங்கிய தொடர்பு உண்டு. பல ஆயிரக்கணக்கான உயிரினங்களில் ஒன்றுதாம் நாம்.

சரணாலயங்களுக்கு அருகிலுள்ள பகுதிகளிலிருந்து கால்நடைகளைப் புலிகள் தூக்கிச்செல்வதாகச் சரணாலயத்தைச் சுற்றிலுமுள்ள மக்கள் வேதனையுடன் புகார்செய்து வருகின்றனர். புலிகள் ஏன் இதனைச் செய்கின்றன? புலிகளின் வாழ்விடங்களுக்குச் சேதம் விளைவிக்கப்படுவதால் தூரத்திலுள்ள இடங்களுக்குச் சென்று இரை தேடவேண்டிய நிர்ப்பந்தம் அவைகளுக்கு இருப்பதாக இந்திரா காந்தி உறுதியுடன் கூறினார்.

அரசாங்கத்தின் சுற்றுச்சூழல் பாதுகாப்பு நடவடிக்கைகளுக்கு அந்தந்தப் பகுதிகளிலுள்ள மக்கள் எதிராக இருந்துவருவது இந்திரா காந்திக்குத் தொடர்ந்து கவலையளித்து வந்தது. இது தொடர்பாக தனது அமைச்சர்களில் ஒருவரான மாதவ்

ராவ் சிந்தியாவின் தலைமையில் சிறப்புப் பணிக்குழு ஒன்றை 1982 செப்டம்பரில் அமைத்தார். கானுயிர்ப் பாதுகாப்பில் பொதுமக்களின் ஆதரவு பற்றி ஆராய்ந்து அந்தச் சிறப்புப் பணிக்குழு அறிக்கை ஒன்றைச் சமர்ப்பித்தது. நவம்பர் 22இல் நடந்த விழாவில் புலிகள் பாதுகாப்புத் திட்டத்தை வாழ்த்திப் பேசியபின் கானுயிர்ப் பாதுகாப்பில் பொதுமக்களின் ஆதரவைப் பெறுவது என்ற சிறப்பு பணிக் குழுவின் அறிக்கையை இந்திரா காந்தி வெளியிட்டார். இந்திரா காந்திக்குப் பிறகு பதவிக்கு வந்த பல அரசாங்கங்கள் அந்தக் குழுவின் பரிந்துரைகள் பலவற்றை அமல்படுத்தின. மற்றொரு காரணத்திற்காகவும் அந்த விழா குறிப்பிடத்தக்கது. இந்திரா காந்தியின் வற்புறுத்தலால் கானுயிர்ப் பாதுகாப்பிற்கான தேசிய விருதை இந்தியக் கானுயிர்க் கழகம் நிறுவியது. நண்பரும் இந்திரா காந்தியின் உண்மையான நேசத்திற்குரியவருமான சலீம் அலிக்கு அந்த விருது வழங்கப்பட்டது.

ல

இயற்கைக்கான உலக நிதியத்தின் செய்திகள் என்ற இதழின் பதிப்பாளரான எலிசபெத் கெம்ஃப் நாட்டின் கானுயிர்ப் பாதுகாப்பு முயற்சிகள் மற்றும் நடவடிக்கைகளை அறிந்துகொள்ளவும், அவை பற்றிய தகவல்களைச் சேகரித்து அவற்றின் சிறப்பம்சங்களை புரிந்துகொள்ளவும் இந்தியா வந்திருந்தார். புலிகள் பாதுகாப்புத் திட்டத்தின்மீது அவரது கவனம் இயற்கையாகவே திரும்பியது. திட்டத்தைப் பற்றிய விரிவான சித்திரம் அவருக்குத் தேவைப்பட்டதால் இந்திரா காந்திக்கு ஏப்ரல் 6இல் அவர் எழுதினார். எட்டு நாட்களுக்குப் பின், விமானப் பயணத்தின்போது இந்திரா காந்தி அவருக்கு எழுதிய பதில்:

> சுற்றுச்சூழலையும் சூழலியலையும் பாதுகாப்பதன் அவசியம் பற்றித் தேசியப் பன்னாட்டுக் கருத்தரங்குகளில் தொடர்ந்து பேசி வருகிறேன். அதுபோல அணிசேரா நாடுகளின் குழுவிலும் அதுபற்றி உரையாற்றினேன். அணிசேரா நாடுகளின் குழுவிலுள்ள பல நாடுகள் வறுமையையும் பொருளாதாரத்தில் பின்தங்கிய தங்களின் நிலையும் சமாளிப்பதற்குக் கடுமையாகப் போராடிவருகின்றன. எனவே அந்த நாடுகள் உடனடியாகப் பொருளாதார வளர்ச்சி அடைய வேண்டும் என்பதற்கு முக்கியத்துவம் தருகின்றன. இதுபோன்ற வளர்ச்சிக் கட்டத்தில் வளர்ந்த நாடுகள் இருந்தபோது அவை செய்த தவறுகளை நான் செய்யக்கூடாது. இதற்கான முயற்சிகளைச் சிறப்பாக மேற்கொள்வேன்.

இதில் மிகுந்த ஆர்வத்துடன் பெண்கள் ஈடுபட வேண்டும். அவர்களின் பங்களிப்பின்றி எந்த நோக்கமும் பெரிய அளவு வெற்றிபெற முடியாது. பன்னாட்டு இயற்கைவளப் பாதுகாப்பு நிறுவனக் கல்வி ஆணையத்தின் தலைமைப் பொறுப்பிலிருக்கும் நான், தனிமனிதர்களும் சமூகமும் சுற்றுச்சூழல் பாதுகாப்பில் விழிப்புணர்வுகொள்ளத் தொடர்ந்து ஊக்கமளித்து வருவேன். சுற்றுச்சூழல் பாதுகாப்பு தனித்த விசயமல்ல. அது நம் வாழ்வின் ஒரு பகுதியாகும். அதன் முக்கியத்துவம், அவசியம்பற்றி மக்களை – குறிப்பாகச் சிறார்களை – உணரச் செய்ய முயல்வேன். பிரச்சனைகள் அனைத்தும் ஒன்றுடன் ஒன்று தொடர்புடையவை. எனவே உலகை அதன் முழுமையில் காண வேண்டும்.'

அனைத்து விசயங்களும் ஒன்றுடன் ஒன்று தொடர்புடையவை என்பதுபற்றிச் சிறிது காலமாகவே இந்திரா காந்தி சிந்தித்து வந்திருக்கிறார். பம்பாயிலுள்ள இந்திய தொழில்நுட்ப நிறுவனத்தில் சூழல் நிர்வாகம்பற்றி டி.என். கோஷ்[7] உரையாற்றினார். அதன் நகலை இந்திரா காந்திக்கு அவர் அனுப்பியிருந்தார். அந்த நகலிலேயே இந்தக் குறிப்பை கைப்பட எழுதி அவருக்கே அதைத் திருப்பி அனுப்பினார் இந்திரா காந்தி:

உங்கள் கட்டுரையை ஆர்வத்துடன் வாசித்தேன். அதில் குறிப்பிடப்பட்டுள்ள விசயங்கள் பொருத்தமானவை. உடனடியாகக் கவனிக்கப்பட வேண்டியவை. விசயங்களைத் தனித்தனிப் பிரிவுகளாக, துண்டுகளாக நாம் கையாள்வதே பொருளாதாரத்திலும் பிற விசயங்களிலும் நமது பிரச்சனைகளுக்கான முக்கியக் காரணமாகும். பிரச்சனைகளை அவற்றின் முழுமையில் காண வேண்டும். சட்டங்கள் அதிகரிக்க அதிகரிக்கப் பலன்கள் குறைந்து கொண்டே போகும் என்பது துரதிருஷ்டவசமாக உண்மை தான் போலும்.

ஒரிசா கடற்கரையிலுள்ள ஆமைகளின் பாதுகாப்புப் பற்றி உலகு நெடுகிலுமிருந்து பிரதமருக்குப் புகார்கள் வந்துகொண்டிருந்தன. ஃப்ளோரிடா பல்கலைக்கழகத்தின் பேராசிரியரும், ஆமைகள் விசயத்தில் உலகிலேயே நிபுணருமான ஆர்ச்சி கார் இந்திரா காந்திக்கு மார்ச் 11இல் எழுதிய கடிதம்:

இந்தியாவிலுள்ள பங்குனி ஆமைகளின் நிலைமை பற்றி விசாரணை மேற்கொள்ள உங்களைப் பணிவுடன் வேண்டிக் கொள்கிறோம். இந்த ஆமைகளின் இனப்பெருக்கத் தளமாக

முன்னர் மெக்சிகோ கடற்கரை விளங்கிற்று. ஆனால் சுயநலத்திற்காக மிக அதிக அளவு ஆமைகள், ஏறத்தாழ முற்றிலும் அழிக்கப்பட்டுவிட்ட நிலையில், இவற்றின் வாழிடங்கள் இந்தியாவில் ஒரிசா கடற்கரையிலும் மேற்கு வங்கத்திலும் உள்ளன என்ற செய்தியறிந்து மிக மகிழ்ந்த தருணத்திலேயே அங்கும் இந்த ஆமைகள் சுயநலத்திற்காக அளவுக்கு மீறிப் பயன்படுத்தப்படுவது அதிகரித்து வரும் விஷயமும் தெரிந்தது. உயிர் வாழும் பங்குனி ஆமைகளின் தற்போதைய நிலைமை, அவற்றின் எண்ணிக்கை ஆகியவை பற்றிப் பன்னாட்டு இயற்கைவளப் பாதுகாப்பு நிறுவனத்தின் கடல் ஆமைகள் சிறப்புக் குழுவின் தலைவர் என்ற முறையில், குழு உறுப்பினர்களின் கவலையைத் தெரிவிப்பதற்காக இந்தக் கடிதத்தை உங்களுக்கு எழுதுகிறேன். கடல் ஆமைகள் அழிக்கப்படுவதையும் அளவுக்கு மீறி அவை பயன்படுத்துவதாகக் கூறப்படுவதையும் விசாரித்துச் சரியான தகவலைப் பெறுவதில் உங்கள் அரசாங்கம் முயற்சி மேற்கொள்ளுமென நம்புகிறோம்.

ஒரு மாதத்திற்கு பிறகு ஏப்ரல் 28இல் இந்திரா காந்தி எழுதிய பதில்:

மார்ச் 11 தேதியிட்ட உங்கள் கடிதம் கிடைத்தது. கடல் ஆமைகளைப் பாதுகாப்பது தொடர்பாக இதே போன்ற இன்னும் பல கடிதங்களும் வந்துள்ளன. **இந்தப் புகார்கள் கிடைக்கப்பெறுவதற்கு முன்பே** (அழுத்தம் ஆசிரியருடையது) சென்ற வருடத்திலேயே இந்த ஆமைகள் வேட்டையாடப் படுவதையும் கடற்கரைகளில் சுற்றித் திரிவோர் ஆமை முட்டைகளைச் சேகரிப்பதையும் தடுத்து நிறுத்த உடனடி நடவடிக்கைகளை மேற்கொள்ளும்படி ஒரிசா மாநில அரசையும் கடலோரக் காவல் படையையும் கேட்டுக்கொண்டுள்ளேன். இந்த விசயத்தில் கவனமாக இருக்கும்படி அனைத்துக் கடலோர மாநிலங்களும் எச்சரிக்கப்பட்டுள்ளன. எங்களின் சூழலியல் அமைப்பில் அழிவின் அபாயத்திலிருக்கும் உயிரினங்களின் முக்கியத்துவத்தை நாங்கள் உணர்ந்துள்ளோம்.

அழியும் அபாயத்திலுள்ள உயிரினங்களான பங்குனி ஆமைகள் பேணிக் காக்கப்படுவதை உறுதிசெய்யும் விதத்தில் தேவையான நடவடிக்கைகளை மேற்கொள்ளும்படிச் சம்பந்தப்பட்ட அமைச்சகங்களும், மாநில அரசாங்கங்களிலுள்ள அமைச்சகங்களும் கேட்டுக்கொள்ளப்பட்டுள்ளன.

திமிங்கல வேட்டையை ஒழுங்குபடுத்துவதற்கான பன்னாட்டு ஒப்பந்தம் 1946 டிசம்பர் 2இல் வாஷிங்டன் டி.சியில் கையெழுத் தானது. இந்த ஒப்பந்த விதிகளின்படிப் பன்னாட்டுத் திமிங்கல வேட்டை ஆணையம் உருவாக்கப்பட்டது. இந்த ஒப்பந்தத்தில் இந்தியா கையொப்பமிட்டு உறுப்பினராக வேண்டுமெனப் பீட்டர் ஸ்காட் 1980 ஜுன் 12இல் கடிதம் எழுதினார். அதற்கு இந்திரா காந்தி 1980 ஜுலை 9இல் எழுதிய பதில்:

> விலங்குகள் மீதும் இயற்கைப் பராமரிப்பின் மீதும் பெருமளவு ஆர்வம் கொண்டவளாகவே எப்போதும் இருந்துவந்திருக்கிறேன். திமிங்கலங்களைப் பாதுகாக்கும் உங்களின் அக்கறையை நானும் பகிர்ந்துகொள்கிறேன். எனவே பன்னாட்டுத் திமிங்கல வேட்டை ஒப்பந்தத்தை ஏற்றுக்கொள்கிறோம். அதுமட்டுமின்றிப் பன்னாட்டுத் திமிங்கல வேட்டை ஆணையத்தில் பங்குபெறவும் தயாராக உள்ளோம்.

இந்தியா திமிங்கலங்களை வேட்டையாடும் நாடு அல்ல. அரசியல் ரீதியாக இந்தியாவுக்கு மிக நெருங்கிய கூட்டாளிகளான சோவியத் ரஷ்யாவும் ஜப்பானும் திமிங்கல வேட்டையில் குற்றம் இழைத்திருப்பவை. இருந்தபோதும் இந்திரா காந்தி ஒப்பந்தத்தில் கையெழுத்திடத் தயாராக இருந்தார்.

பன்னாட்டுத் திமிங்கல வேட்டை ஆணையத்தின் 35ஆவது வருடாந்திரக் கூட்டம் இங்கிலாந்திலுள்ள ப்ரைட்டனில் ஜுலையில் நடக்கவிருந்தது. அந்தக கூட்டத்திற்காகச் சிறப்புச் செய்தி தரும்படி இந்திரா காந்தியை வேண்டிக்கொண்டனர். அதன்படி ஜுலை 9இல் இந்திரா காந்தி செய்தி அளித்தார்.

'இயற்கையின் மீதும் அது தன்னை வெளிப்படுத்திக்கொள்ளும் வெவ்வேறு வடிவங்கள் அனைத்தின் மீதும் உறவும் உணர்வும் கொண்டவளாக' வளர்ந்ததை நினைவுகூர்ந்த இந்திரா காந்தி மிகப்பெரிய அந்தப் பாலூட்டியின் மீதான தனது உணர்வுகளை விவரித்தார்:

> எனது குழந்தைப் பருவத்தில் முதன்முறையாய் ஒரு திமிங்கலத்தைப் பார்த்ததிலிருந்தே அவை என்னை வசீகரித்து வந்துள்ளன. அவைகளின் பழக்கவழக்கங்கள், உருவம், குட்டிகளை வளர்க்கும் விதம், விவேகம் (இந்தத் தன்மை திமிங்கலங்களுக்கு இருப்பதாகச் சமீபத்தில் கண்டுபிடிக்கப்பட்டது) கடல்வாழ் உயிரினங்களுடனும், மனிதர்களுடனும், தங்களுக்கிடையேயும் அவை

கொண்டுள்ள உறவு இவை அனைத்தும் என்னை ஈர்த்து வருவது உண்மை.

ௐ

இந்தியப் பெருங்கடலிலுள்ள கடல்வாழ் பாலூட்டியினத்தின் பாதுகாப்பிற்காகத் தனது அர்ப்பணிப்புணர்வை இந்திரா காந்தி வெளிப்படுத்தினார். முதலைகள் மீதான வியாபாரரீதியான அனைத்துச் செயல்பாடுகளும் 1986ஆம் ஆண்டிற்குள் முழுவதுமாகத் தடுத்து நிறுத்தப்படுத்த வேண்டும். இந்தக் காலக்கெடு (1986) கட்டாயமாகப் பின்பற்றப்பட வேண்டும் என்பதற்கு வலுவான தனது ஆதரவைத் தெரிவித்தார் இந்திரா காந்தி. 1983ஆம் ஆண்டிலேயே இதுகுறித்து மொரீஷியஸ் பிரதமருக்கு இந்திரா காந்தி எழுதினார். (துரதிருஷ்டவசமாக அந்தக் கடிதம் தேடியும் எனக்குக் கிடைக்கவில்லை ஆனால் கடிதம் அனுப்பட்டதாக அலுவலகக் கோப்பில் குறிப்புள்ளது.)

ௐ

நகரமயமாதலினால் விளையும் சுற்றுச்சூழல் பாதிப்புகள் பற்றியும் நகரங்கள் பற்றியும் நீண்டகாலமாகக் கவலைகொண்டிருந்தார் இந்திரா காந்தி. இவைபற்றி மாநில முதல்வர்களுக்கு ஏற்கனவே கடிதம் எழுதியிருந்தார். அருவருப்பான, அழுக்கடைந்த குடிசைப்பகுதிகள் பெருகிவருவதைச் சுட்டிக்காட்டி மீண்டும் அவர்களுக்கு ஆகஸ்ட் மாதம் எழுதினார். கடுமையான ஒழுங்குமுறைகளை அமல்படுத்தி நகரங்களில் திறந்தவெளிகள் இருப்பதை உறுதி செய்யும்படி மாநில அரசுகளை வலியுறுத்தினார்; பூங்காக்கள், தோட்டங்கள், விளையாட்டு மைதானங்களுக்குரிய இடம் தரப்பட வேண்டுமென்பதை அவர்களிடம் எடுத்துக் கூறினார்; 'சுற்றுச்சூழலைத் தூய்மையாகவும் சுகாதாரமாகவும் வைத்துக்கொள்வது தங்களின் பொறுப்பாகும் என்பதை மக்கள் உணரும்படிச் செய்ய' ஓர் இயக்கம் உருவாக வேண்டும் எனவும் அவர் அழைப்பு விடுத்தார்.

மூன்றாண்டுகளுக்கு முன்பு சுற்றுச்சூழல் பாதுகாப்பை வலுப்படுத்தப் பாராளுமன்றப் பிரதிநிதிகள் அடங்கிய குழுவை உருவாக்கத் தூண்டுதலாக இருந்தார் இந்திரா காந்தி. நகரங்களின் சுற்றுச்சூழலைப் பாதுகாக்க இதுபோன்ற குழுக்களை மாநிலங்கள் தங்கள் நகராட்சி அமைப்புகளிலும் உருவாக்க வேண்டுமென இந்திரா காந்தி விரும்பினார். இதுதொடர்பாக மாநிலங்களுக்கு அரசியல்ரீதியான அழுத்தம் தந்தார். 1982இல் 'ஏசியன் கேம்ஸ்' நிகழ்வின்போதும், அணிசேரா நாடுகளின் உச்சிமாநாடு (1983) நடந்தபோதும் சிறப்பான முறையில் தலைநகர்

தூய்மைப்படுத்தப்பட்டதைப் பெருமிதத்துடன் நினைவுகூர்ந்த இந்திரா காந்தி மாநிலத் தலைநகர்களும் இவைபோன்ற முயற்சிகளை வழக்கமாக்கிக்கொள்ள வேண்டுமென விரும்பினார்.[3]

ಌ

பாரம்பரியத்தைப் பாதுகாப்பதுபற்றி மாநில முதல்வர்கள் ஒவ்வொருவருக்கும் தனித்தனியாகக் கடிதங்கள் தொடர்ந்து எழுதியவாறிருந்தார் இந்திரா காந்தி. சூரஜ்குந்த்தைச் சுற்றியுள்ள பகுதிகளில் மாநில அரசாங்கம் கட்டுமானப் பணிகளை மேற்கொண்டுவருவது வேதனையளிப்பதாக ஹரியானா முதல்வர் பஜன்லாலுக்கு மே 20இல் கடிதம் எழுதினார்:

> புராதன நினைவுச் சின்னங்கள் பாதுக்காக்கப்பட வேண்டும். அவற்றைச் சுற்றிலும் கட்டடங்கள் எழுப்பப்படுகின்றன. பழமைவாய்ந்த நினைவுச் சின்னங்களின் சிறபக்கலைக்கோ, சுற்றுப் புறங்களுக்கோ இசைவில்லாமல் நினைவுச் சின்னங்களின் தன்மையே குலைந்துபோகும்விதமாக இந்தக் கட்டடங்கள் உள்ளன. இத்தகைய கட்டடங்களால் சுற்றுச்சூழல் பாதிப்பிற்குள்ளாகக் கூடாது. இதனை உறுதி செய்ய வேண்டும். புராதன நினைவுச் சின்னங்களுக்கும் அவற்றைச் சுற்றியுள்ள பகுதிகள் முழுவதற்கும் சரிசமமான கவனம் தரப்படாவிடில் நினைவுச் சின்னங்களின் பாதுகாப்பு முழுமையுறாது.

அடுத்ததாக இதுபோன்று ஜுலை 23 தேதியிட்ட ஒரு கடிதத்தை பெற இருந்தவர் இமாசலப்பிரதேச முதல்வர் வீர்பத்ரசிங். சம்பாவின் புராதனப் பொருட்கள் (பழைய சிலை, சிற்பம், ஓவியம் முதலானவை) பற்றியும் கலை பற்றியும் அந்தக் கடிதம் அமைந்திருந்தது:

> பாரம்பரியமிக்க அழகிய பழம்பொருட்களான இவை நமது கலைக் கருவூலங்களாகும். இவை மெல்லச் சிதைவுற்று வருவது மிகவும் கவலைதருகிறது. இவை மட்டுமல்லாது, அங்குள்ள மிகச் சிறிய மலைப்புற வீடுகளும் கோயில்களும் அவற்றுள் இருப்பவையும் வரலாற்றுச் சிறப்புமிக்க புராதன நினைவுச் சின்னங்கள்தாம்.

இரு மாதங்களுக்குப் பிறகு இமாசலப்பிரதேச முதல்வருக்கு செப்டம்பர் 14இல் மீண்டும் எழுதினார் இந்திரா காந்தி:

> முடிவுகள் எடுக்கும்போது அனைத்தையும் உள்ளடக்கிய ஓர் ஒட்டுமொத்தப் பார்வை நமது அலுவலர்களிடமும் அமைப்புகளிடமும் இருப்பதில்லை. இது மிகவும்

பரிதாபத்திற்குரியது. இதன் காரணமாகச் சூழலின் அழகு கெடும் வண்ணம் பல விசயங்கள் நிகழ்ந்துவிடுகின்றன. எல்லாவற்றுக்கும் மேலாக, பழமைவாய்ந்த அழகிய பல கட்டடங்கள் அல்லது இடங்களின் இயற்கையான அழகு, செயல்பாடு, மதிப்பு, சுற்றுலாப்பயணிகளை ஈர்க்கும் தன்மை ஆகியவை பற்றிய உணர்வு சிறிதுமில்லாமலேயே அழிக்கப்படுவதும், புதிதாக மாற்றியமைக்கப்படுவதும் நிகழ்ந்துவருகின்றன. இது மிகவும் துயரமானது.

இவ்விதம் கடிதங்கள் எழுதி வலியுறுத்தி வந்ததன் காரணமாக 'சம்பாவின் சுற்றுச்சூழலையும், வரலாற்றுச் சிறப்புமிக்க முக்கிய கட்டடங்களையும் பேணிப் பாதுகாப்பதற்காக' அலுவலக அதிகாரிகள் மற்றும் (அலுவலகத்தில் பணிபுரியாத) வல்லுநர்கள் அடங்கிய ஆலோசனைக் குழுவை அரசு அமைத்தது. இரண்டு ஆண்டுகளுக்கு முன்பு குலு பள்ளத்தாக்கைப் பாதுகாப்பதற்காக இதேபோன்ற ஒரு ஆலோசனைக் குழு இந்திரா காந்தியின் பரிந்துரையால் அமைக்கப்பட்டது.

ങ

மதுரா பெட்ரோலியச் சுத்திகரிப்பு ஆலை செயல்படத் தொடங்கிற்று. இதனால் தாஜ்மகாலுக்கு விளையும் சுற்றுச்சூழல் தாக்கம் பற்றிய பிரச்சனை மீண்டும் தலைதூக்கிற்று. இந்த விசயம் பற்றி இந்திய ஊடகங்கள் தொடர்ந்து செய்தி வெளியிட்டன. முந்தைய ஆண்டு ஜூலையில் இந்திரா காந்தியே நிலைமையை மறுசீராய்வு செய்திருந்தார். உண்மை கண்டறியப் புகழ்பெற்ற வல்லுநர்களும் பிறரும் அடங்கிய ஆய்வுக் குழு தாஜ்மகாலுக்குப் பயணம் செய்து அப்போதுதான் திரும்பியிருந்தது. அந்தக் குழுவிலுள்ளோர் இங்கிலாந்திலிருந்து (வோல்வர்ஹாம்டன்) இந்திரா காந்திக்குப் பிப்ரவரி 2இல் ஒரு கடிதம் எழுதியிருந்தனர். ஒரு வாரத்திற்குப் பிறகு அந்தக் குழுவிலுள்ள ஏ.ஜே. மாலிக்கிற்கும் பிறருக்கும் இந்திரா காந்தி எழுதிய பதில் கடிதம்:

தாஜ்மகால், அதன் பேரழகு, அதன் சுற்றுப்புறம் பற்றிய ஆழ்ந்த அக்கறை எனக்குண்டு. தாஜ்மகாலைச் சுற்றிலும் காற்று மாசுபாடு மிகக்குறைவாக இருக்கும்படிச் செய்யவும் அதன் தரத்தை முறையாகக் கண்காணிக்கவும் பற்பல நடவடிக்கைகள் மேற்கொண்டு வருகிறோம். (...)

ஆக்ரா மதுராவில் நிகழ்ந்து வருபவற்றைப் பிரதமரே அவ்வப்போது கண்காணித்து வந்தார். அவரின் தொடர் வலியுறுத்தல் காரணமாக 1981 மார்ச் இறுதியில் ஆக்ரா ரயில் வண்டிகள் பணியிட வெளியில் (ரயில் எஞ்சின்கள் சோதனையோட்டம்,

பெட்டிகள் மாறுதல், பழுது பார்த்தல், சுத்தம் செய்தல் முதலான பணிகள் மேற்கொள்ளப்படும் பணியிடவெளி) நீராவி எஞ்சின் மாற்றப்பட்டு டீசல் எஞ்சின் பொருத்தப்பட்டது. இது மட்டுமல்லாது நிலக்கரியில் இயங்கும் ஆக்ராவிலுள்ள இரு மின் ஆலைகள் வலுக்கட்டாயமாக மூடப்பட்டன. இவ்விதமாக மின் ஆலையிலிருந்தும் ரயில் வண்டிகள் பணியிடவெளியிலிருந்தும் வெளியாகும் சல்ஃபர் டை ஆக்சைட் கழிவு ஒன்றரை மடங்கு குறைந்தது.

நகரிலிருந்த சுமார் 250 உலோகப் பட்டறைகள் நகரின் மூன்றில் ஒருபங்கு மொத்த சல்ஃபர் டை ஆக்சைட் கழிவை வெளியேற்றின. இந்தப் பட்டறைகளை நகருக்கு வெளியே வேறு இடத்திற்கு மாற்ற இயலவில்லை. இதனால் பெருமளவு மாசுபாடு நிகழும் அபாயம் எழுந்தது. பட்டறைகளை வேறு இடங்களுக்கு மாற்றுவதற்கான இடங்கள் தேர்வுசெய்யப்பட்டிருந்த போதும் மாநில அரசு நடவடிக்கை எடுக்கத் தயங்கிற்று. ஆக்ரா-மதுரா பகுதியில் மாசுபாடுகளைக் களைவதற்கான நடவடிக்கைகளைக் கண்காணிப்பது, அந்தப் பகுதியைத் திறந்த வெளியாக உருவாக்குவது ஆகியவற்றை ஆராய்வதற்காக ஒரு வல்லுநர் குழுவை அமைக்கும்படித் தனது சுற்றுச்சூழல் துறையை இந்திரா காந்தி கேட்டுக்கொண்டார். இது தொடர்பாகத் தன்னிடம் சமர்ப்பிக்கப் பட்ட அலுவலக் குறிப்பில் ஏப்ரல் 7இல் இந்திரா காந்தி எழுதியது:

> ஆக்ராவின் அருகே மாசுபாடுகளை ஏற்படுத்தும் எந்தத் தொழிற்சாலையையும் அமைக்க அனுமதிக்கக் கூடாது.

நாக்பூரிலுள்ள தேசியச் சுற்றுச்சூழல் பொறியியல் ஆராய்ச்சி நிறுவனமும், ரூர்க்கி மத்திய கட்டட ஆராய்ச்சி நிறுவனமும் இணைந்து தாஜ்மகால் நிலைமைப் பற்றிய விசாரணையை அந்த ஆண்டு மேற்கொண்டிருந்தன; இதனைத் தொல்லியல் துறை மறுசீராய்வும் செய்திருந்தது. தாஜ்மகாலின் சலவைக்கற்களுக்கு எந்தச் சேதமுமில்லை எனவும் நிலைமை கட்டுக்குள் இருப்பதாகவும் அந்த விசாரணை அறிக்கை கூறியிருந்தது. இதனை ராஜாமணி ஓர் அலுவலகக் குறிப்பு மூலம் இந்திரா காந்திக்குத் தெரிவித்தார். அதில் இந்திரா காந்தி எழுதியது:

> இந்த அறிக்கையில் தெரிவிக்கப்பட்டிருப்பது உண்மை என்பதை ஏற்றுக்கொள்ள முடியவில்லை. 1978இல் தாஜ்மகாலில் ஏற்பட்டிருந்த சேதத்தை நானே பார்த்தேன்.

1983ஆம் ஆண்டு ஆக்ரா மாசுபாடடைவது பற்றி மட்டும் இந்திரா காந்தி கவலைகொள்ளவில்லை; அவருக்கு மிகவும் பிடித்த,

சிலநாள் விடுமுறையில் போய் வரும் காஷ்மீர் மாநிலத்திலும் மாசுபாடுகளின் அளவு அதிகரித்துவருவதாகத் தனது அலுவலகர் களிடம் அவர் தெரிவித்தார். காஷ்மீர் மாநில முதல்வர் தனிப்பட்ட முறையில் இந்திரா காந்தியின் நண்பர். ஆனால் அந்தச் சமயத்தில் இந்திரா காந்தியின் அரசியல் எதிரிகளோடு அவர் கூட்டுச் சேர்ந்திருந்தார். அவ்விதமிருந்தபோதும் மார்ச் 15இல் 'அன்புள்ள பாரூக்' கடிதத்தை இந்திரா காந்தி அவருக்கு எழுதினார்:

> ஸ்ரீநகரில் அதிகரித்துவரும் காற்று மாசுபாட்டின் அளவு கவலையளிப்பதாக உள்ளது. சரியாகப் பராமரிக்கப்படாத சாலைப் போக்குவரத்து வாகனங்களால் இந்தப் பிரச்சனை மேலும் கூடியுள்ளது. இந்த வாகனங்கள் வெளியிடும் புகையால் ஏற்படும் மாசுபாட்டினைச் சில நீண்டகால நடவடிக்கைகளால் குறிப்பிட்ட அளவு குறைக்க முடியும். சாலைப் போக்குவரத்து அதிகாரிகளால் இந்த வாகனங்கள் பரிசோதனைக்கு உட்படுத்தப்பட்டால் தற்காலிகப் பலன் விளையும். (...) இது தொடர்பாக உள்ளூர் நிலைமையை அனுசரித்துச் சட்டமியற்றுவது பற்றியும் யோசிக்கவும். ராணுவ வாகனங்கள் நன்கு பராமரிக்கப்படுவதால் அவைகள் மாசுப்பாட்டினை அதிகரிக்காது என நினைக்கிறேன்.
>
> இதுபற்றி நீங்கள் பரிசீலித்துவரும் நடவடிக்கைகள்பற்றி எழுதவும்.

பிரதமர் சுட்டிக்காட்டியிருந்த பிரச்சனைகளைத் தீர்க்கும் விதமாக தொடர் நடவடிக்கைகள் மேற்கொள்வதாக உறுதி கூறி ஒரு மாதத்திற்குப் பின் முதல்வர் இந்திரா காந்திக்குப் பதில் எழுதினார்.

ஏப்ரல் மாதம் சிக்கலான ஒரு பிரச்சனையை எதிர்கொண்டார் இந்திரா காந்தி. அது பூட்டானில் இந்தியா ஏற்கனவே அறிவித்திருந்த நீர்ப்பாசனத் திட்டம் பற்றியதாகும். ஹூக்ளி ஆற்றின் நீர்வரத்தை அதிகரிக்கச் செய்யவும் கல்கத்தா துறைமுகத்தின் சீரான செயல்பாட்டிற்காகவும் மனஸ் மற்றும் சங்கோஷ் ஆறுகளில் இரு அணைகளை எழுப்புவதே அந்தத் திட்டத்தின் குறிக்கோளாகும். வங்காள விரிகுடா உப்பங்கழியின் உப்புநீரால் ஏற்கனவே இந்தத் துறைமுகம் பாதிப்பிற்குள்ளாகி யிருந்தது. இந்த அணைகள் மூலமாக மின்சக்தியும் உற்பத்தி செய்யப்பட இருந்தது.

இந்த அணைக்கட்டுகளால் விளையும் சுற்றுச்சூழல் தாக்கம் பற்றி நன்கு அறிந்தேயிருந்தார் இந்திரா காந்தி. புலிகள் உட்பட அழியும் அபாயத்திலிருக்கும் உயிரினங்களின் வாழிடமான அசாமிலுள்ள மனஸ் சரணாலயம் (இந்த அணைக்கட்டுகளால்) மோசமான பாதிப்பிற்குள்ளாகும் என்பது சென்ற ஆண்டு ஜூலையிலேயே இந்திரா காந்தியின் கவனத்திற்குக் கொண்டுவரப்பட்டது. இதுபற்றி விரிவான ஆய்வு மேற்கொள்ளும்படிச் சுற்றுச்சூழல் இலாகா கேட்டுக் கொள்ளப்பட்டது. ஆனால் அதே நேரம் நீர்ப்பாசனப் பொறியியலாளர்களைத் தொழில்நுட்பம் தொடர்பாக விரிவான ஆய்வு மேற்கொள்ளவும் அனுமதித்தார்.

இப்போது இந்தத் திட்டத்தில் பூடான் அரசு பெரிதாக ஆர்வம் காட்டவில்லை என்பது தெளிவாகத் தெரிந்தது. பல்லுயிரின வளம் மிக்க பல்வேறு வகை அடர்ந்த மரங்கள் கொண்ட நாட்டின் ஒரே வனப் பகுதியும் (அணைக்கட்டினால்) நீரில் மூழ்கிவிடும். அதுமட்டுமல்லாது காட்டெருமைகள், சதுப்பு நில மான்கள், காண்டாமிருகங்கள் முதலிய விலங்குகளின் எண்ணிக்கை கணிசமான அளவு பாதிப்பிற்குள்ளாகும். இந்திரா காந்தியிடம் இதனைத் தெரிவித்தபோது சம்பந்தப்பட்ட கோப்பில் ஏப்ரல் 19இல் இவ்விதம் பதிவு செய்தார்:

> சுற்றுச்சூழல் குறித்த ஆய்வு தொடர்ந்து மேற்கொள்ளப்பட வேண்டும். சுற்றுச்சூழல் கண்ணோட்டத்தில் முக்கியமானவை யாகக் கருதப்படும் பூடானின் சில பகுதிகள் அணை கட்டுவதால் நீரில் மூழ்கிவிடும். அப்போது உலகின் கோபத்திற்கு நாம் ஆளாக வேண்டியது வரும்'

இந்திரா காந்தியின் இந்தக் குறிப்பு வழக்கமானதுதான்.

தொழில்நுட்ப ஆய்வை மேற்கொள்ள இந்திரா காந்தி அனுமதித்தது விந்தை. 'பொறியியல் வடிவமைப்பு வேலையும் சுற்றுச்சூழல் தாக்கம் குறித்த ஆய்வும் இணையாக நிகழட்டும், முடிவு செய்வதை பின்னால் பார்த்துக்கொள்ளலாம்' என்பதே இதற்கான காரணமாக இருக்கக்கூடும். இறுதியில் அணை கட்டும் திட்டம் கைவிடப்பட்டது. சுற்றுச்சூழல் தொடர்பான விசயங்களில் அர்ப்பணிப்புடன் செயலாற்றிவரும் ஒருவர் 'கூழுக்கும் ஆசை, மீசைக்கும் ஆசை' என்னும் விதமாக உத்தரவு ஏன் பிறப்பிக்க வேண்டும் என்பது ஒருவரைத் திணறச் செய்கிறது.

ஃ

இந்த ஆண்டு அமைதிப் பள்ளத்தாக்கு விசயத்தில் அவர் தொடர்ந்து கவனம் செலுத்த வேண்டியிருந்தது. ஒரு வருடத்திற்கு

முன்பு 1982ஆம் ஆண்டு மத்தியில் எம்.ஜி.கே. மேனன் தனது குழுவின் அறிக்கையைச் சமர்ப்பித்திருந்தார். அந்த அறிக்கையின் முடிவின் சுருக்கத்தை மழுப்பலின் உச்சம் எனலாம்:

> அமைதிப் பள்ளத்தாக்கு நீர்மின் திட்டத்தை அமல் படுத்துவதா, வேண்டாமா என்பது சூழலியல் அம்சத்தைத் தாண்டி, அரசியல், தொழில்நுட்பம், சமூகம் தொடர்பான விசயங்களையும் உள்ளடக்கியுள்ளது. குழுவின் ஆய்வுக்குத் தொடர்புடையது சூழலியல் மீதான திட்டத்தின் தாக்கம். உயிரினங்களின் வாழிடங்கள் சுருங்கும் அளவைப் பொறுத்தோ அல்லது அற்றுப்போகும் காரணத்தாலோ சூழலியல் தாக்கத்தின் அளவும் மாறுபடுகிறது. அதுமட்டு மல்லாது வாழிடங்களில் ஏற்படும் மாறுதல்கள், உயிரினங்களின் பல்வகைமை, சூழலியல் அமைப்பு, நதிகளின் அண்மை ஆகிய காரணங்களாலும் சூழலியல் தாக்கம் மாறுபடுகிறது. இவை (மேற்குறிப்பிடப்பட்ட பாதிப்புகள்) வெப்பமண்டலப் பசுமைக் காடுகளில் நிகழ்வனவாகும். இந்தக் காடுகளின் அளவு அபாயகரமாகச் சுருங்கிவிட்டன. எனினும் (காடுகள் சுருங்கிவிட்ட) இந்த அம்சத்தின் முக்கியத்துவம் மேற்குறிப்பிட்ட பிற அம்சங் களையும் கணக்கில் எடுத்துக்கொண்டு தீர்மானிக்கப்பட வேண்டியதாகும். பிரச்சனையின் இறுதி முடிவு இதில்தான் உள்ளது.

மேனன் அறிக்கையின் முகவுரையும் இதுபோலவே மழுப்பலுடன் இருந்தது. அதிக பட்சமாக அவர் கூற விரும்பியது:

> இந்தத் திட்டம் அமல்படுத்தப்பட்டால் 830 ஹெக்டேர் பரப்பளவுகொண்ட நிலங்கள் நீரில் மூழ்கிவிடும். இவ்விதம் மூழ்குவதாலும் அணையைக் கட்டுவதற்குத் தேவையான செயல்பாடுகளாலும் உயிரியல் பல்வகைமை இழப்பு மட்டுமின்றி அந்தப் பகுதிக்கும் சீர்படுத்த முடியாத சேதம் ஏற்படும். நீரில் மூழ்கும் பகுதிகளின் அளவைப் பொருத்தே பாதிப்பும் ஏற்படும் என்ற இன்னொரு கருத்தும் உண்டு. இக்காரணங்களால் தெளிவான ஒரு முடிவுக்கு வரக் குழுவால் இயலவில்லை. சிறிது எச்சரிக்கையைக் கையாளுவதாக இருப்பின் முந்தையக் கருத்தே வலுவானது.

எனவே இப்போது (1983ஆண்டு தொடக்கத்தில்) அமைதிப் பள்ளத்தாக்கு பற்றிய விசயத்தில் முடிவெடுக்க வேண்டியது இந்திரா காந்தியின் பொறுப்பு என்ற சூழ்நிலை உருவானது. பல்வேறு காரணிகளைச் சமன் செய்ய வேண்டியதிருந்தது. அமைதிப் பள்ளத்தாக்குத் திட்டத்தினால் சுற்றுச்சூழலுக்குச்

சேதம் ஏற்படும் என்ற இந்திரா காந்தியின் அச்சத்தை மேனன் குழு உறுதிசெய்தது. ஆனால் அதன் பரிந்துரைகள் தெளிவாக இல்லை. இந்திரா காந்தியின் கட்சியை சேர்ந்தவர்களைப் போலவே மாநில அரசும் இந்தத் திட்டத்தை அமல்படுத்த விரும்பியது. இந்த விசயம் தொடர்பாக இந்திரா காந்திக்குத் தெரியாத ஒருவரிடமிருந்து ஒரு விண்ணப்பம் வந்திருந்தது. கோரிக்கையைச் சமர்ப்பித்தவர் மைசூர் பல்கலைக்கழகத்தின் பேராசிரியரான தேவராஜ் சர்க்கார். இந்திரா காந்தி அவருக்கு எழுதிய பதில்:

> அமைதிப் பள்ளத்தாக்குத் தொடர்பான உங்களின் கருத்துடன் முற்றிலும் உடன்படுகிறேன். தங்கள் உரிமைகள் மீது மாநிலங்களுக்கு விடாப்பிடியான பற்று உண்டு என்பது உங்களுக்குத் தெரியும். அமைதிப் பள்ளாத்தாக்கைப் பாதுகாப்பதற்கு மிகச் சிறந்த முயற்சிகளை மேற்கொண்டு வருகிறோம்.

அதே நேரம் காங்கிரஸ் கட்சியின் பாராளுமன்ற உறுப்பினரான வி.எஸ். விஜயராகவன் அமைதிப் பள்ளத்தாக்குத் திட்டப் பாதுகாப்புக் குழுவின் சார்பாக நீர் மின்பாசனத் திட்டத்திற்கு ஒப்புதல் தருமாறு இந்திரா காந்தியை வேண்டிக்கொண்டார் (ஜூன் 24). ஒரு வாரத்திற்கு பின் இந்திரா காந்தி எழுதிய பதில்:

> (எம்ஜிகே மேனன்) குழுவின் பரிந்துரைகளின்படித் திட்டத்தின்மீது முடிவு எடுக்கையில் உங்களின் பல்வேறு கருத்துக்கள் கணக்கில் எடுத்துக்கொள்ளப்படும்.

அமைதிப் பள்ளத்தாக்குப் பாதுகாக்கப்பட வேண்டுமென்பதில் இந்திரா காந்தி தெளிவாக இருந்தார். ஆனால் மலபார் பகுதியின் மின் தேவைகளை எவ்விதம் பூர்த்தி செய்வது என்பதே அவரது கவலை. அதற்கான மாற்று ஏற்பாடுகளோ காவிரி சர்ச்சையில் கட்டுண்டு கிடந்தன. இறுதியில் அக்டோபர் 17இல் திட்டத்திற்கு எதிரான முடிவுக்கு வந்தார். இரு நாட்களுக்குப் பிறகு மின் துறைச் செயலாளரான எஸ். வெங்கட்ரமணனுக்கு அரவிந்த் பாண்டே எழுதினார்:

> கேரளத்தின் அமைதிப் பள்ளத்தாக்குத் திட்டம் தொடர்பாக மேனன் குழுவின் பரிந்துதுரைகள் கவனத்திற்கு வந்தன (...) சுற்றுச்சூழல் காரணங்கள் ஏற்கத்தக்க விதத்தில் உள்ளன என்பதில் பிரதமர் உடன்படுகிறார். எனவே அமைதிப் பள்ளத்தாக்குத் திட்டத்திற்கு ஒப்புதல் தரமுடியாது. வடக்கு கேரளத்தில்[4] மாற்று மின் திட்டத்திற்கான சாத்தியத்தைப் பரிசீலிக்கும்படி உங்களைக் கேட்டுக்கொள்கிறோம்.

ஞ

லால்பூர் அணைக்கட்டுப் பிரச்சனைதான் இந்த ஆண்டு பிரதமரை முழுவதுமாக ஆட்கொண்டிருந்தது. லால்பூர் அணைக்கட்டுத் திட்டத்தை முன்னெடுத்துச் செல்லலாம் என இரண்டு ஆண்டுகளுக்கு முன்பே இந்திரா காந்தி பொதுவாகக் கூறியிருந்தார். எனினும் அணையைக் கட்டுவதற்கான வேலைகள் தொடங்கப்படாததால் குஜராத் அரசு பொறுமை இழந்து கொண்டிருந்தது. அரசாங்கத்தின் நிலைமை இவ்விதமிருக்க மறுபுறமோ காந்தி வழியைப் பின்பற்றுபவரான ஹரிவல்லப பாரிக் அணைக்கட்டுத் திட்டத்தைத் தடுத்து நிறுத்தும் முயற்சிகளில் தொடர்ந்து வெற்றியடைந்துகொண்டிருந்தார்.

லால்பூர் அணைக்கட்டுத் தொடர்பாக ஐயத்திற்கு இடமின்றித் தெளிவான உத்தரவு பிறப்பிக்கும்படி குஜராத் மாநில அரசு இந்திரா காந்தியை நினைவூட்டி ஆகஸ்ட் 23இல் கடிதம் எழுதியது. தேவையான அனைத்து (தடை நீக்க) சான்றிதழ்களும் ஒப்புதல்களும் ஏற்கனவே பெற்றுக்கொள்ளப்பட்டதும் அந்தக் கடிதத்தில் குறிப்பிடப்பட்டிருந்தது. இந்திரா காந்தியின் இணைச் செயலாளரான ஜி.கே. அரோரா இந்திரா காந்திக்கு அலுவலகக் குறிப்பு ஒன்றை ஆகஸ்ட் 23இல் எழுதியனுப்பினார், அதன் இறுதியில் அவர் இவ்விதம் சுட்டிக்காட்டியிருந்தார்:

> உகாய் அணைக்கட்டுத் திட்டத்தால் ஆதிவாசிகள் தங்கள் நிலத்தை இழந்தனர். ஆனால் அவர்களின் மறுவாழ்விற்கான நன்மைகள் எதுவும் அவர்களுக்கு இன்னும் கிடைக்கவில்லை. இந்த அணைக்கட்டுத் திட்டத்திற்கான அவர்களின் எதிர்ப்புக்கு இந்த சோக அனுபவம் அடிப்படைக் காரண மாக இருக்கக்கூடும். திரு. பாரிக்கின் அணுகுமுறை நியாயமாகவே தெரிகிறது. ஹெரன் ஆற்றில் அணைகட்டும் வேலையைத் தொடங்குவதற்கு அவரின் ஒத்துழைப்பைப் பெறுவது சாத்தியம்தான்.

இரண்டு நாட்களுக்குப் பிறகு இந்திரா காந்தி இந்த அலுவலகக் குறிப்பில் எழுதியது:

> ‘காரணங்களை எடுத்துக்கூறி திரு. பாரிக்கை நம்பச் செய்ய மற்றொரு முறை முயலலாம். இதனைப் பிறர் செய்வது நல்லது. இந்தப் பாசனத் திட்டத்தால் தமக்கு நன்மை கிடைக்காது என்பது ஆதிவாசிகளின் மற்றொரு புகார்.

அணைக்கட்டிற்கு எதிரான பாரிக்கின் கருத்தின்மீது பிரதமருக்கு அனுதாபம் இருந்தது என்பது இதிலிருந்து தெளிவாகத் தெரிந்தது.

ஆ

முந்தைய ஆண்டு ஆகஸ்டில் இந்திரா காந்தியால் அமைக்கப்பட்ட டூன் பள்ளத்தாக்குக் கழகம் செப்டம்பர் மாதத்தில் தனது அறிக்கையைச் சமர்ப்பித்தது. முஸோரி – டெக்ராடூன் பகுதியில் புதிய சுரங்கங்களுக்கான குத்தகைக்கு அனுமதி வழங்கக் கூடாதெனவும் ஏற்கனவேயுள்ள குத்தகைகளைப் புதுப்பிக்கவும் கூடாது எனவும் அந்த அறிக்கையில் யோசனை தெரிவிக்கப் பட்டிருந்தது. ஆனால் இந்தப் பரிந்துரைகளுக்குச் சட்டரீதியான செயல் அதிகாரம் எதுவும் இல்லை.

எனவே இந்திரா காந்தி மாநில அரசைத் தொடர்ந்து வலியுறுத்தி வந்தார். உத்தரப் பிரதேச முதல்வரான ஸ்ரீபதி மிஸ்ரா இந்திரா காந்திக்கு ஜனவரி 21இல் எழுதிய கடிதம் இவ்விதம் தொடங்கிற்று:

> சுண்ணாம்புச் சுரங்க வேலைகளால் டூன் பள்ளத்தாக்கின் சுற்றுச்சூழல், சூழலியலுக்கு ஏற்படும் தீய விளைவுகள் பற்றிச் சமீபத்தில் டெக்ராடூன் வந்தபோது நீங்கள் கவலை தெரிவித்திருந்தீர்கள் (...)

இப்போது நடைமுறையிலிருக்கும் குத்தகை உரிமங்களை ரத்து செய்வதுபற்றி ஆராயவும், மிகக் குறைவான சூழலியல் பாதிப்புகளுடன் விஞ்ஞானப்பூர்வ சுரங்கங்கள் பயன்பாட்டிற்கான நடவடிக்கைகளைப் பரிந்துரைக்கவும் செயற்குழு ஒன்றைப் பிப்ரவரி 21இல் இந்திரா காந்தி நியமித்தார். அறிக்கை சமர்ப்பிக்க அந்தக் குழுவிற்கு மூன்றுமாத கால அவகாசம் வழங்கப்பட்டது.

இந்தத் தாமதத்தினால் அந்தப் பகுதியின் சுற்றுச்சூழல் பாதுகாப்புக் குழுவினர் தொடர்ந்து காத்திருந்து விரக்தி யடைந்தனர். 'சுரங்க வேலைகள் வேண்டுமென்றே முறையற்று மேற்கொள்ளப்பட்டு வருகின்றன. அதனால் முஸோரியின் நுழைவுப் பகுதி சென்ற ஆண்டை விடவும் மிக மோசமாகச் சேதமடைந்துள்ளது' என முஸோரி பாதுகாப்புச் சங்கம் ஜூன் 20இல் இந்திரா காந்தியிடம் தெரிவித்தது. *(சங்கத்தின் பொறுப்பாளர் சீதா தேவிக்குப்) பிரதமர்ஜூலை 14இல் எழுதிய பதில்:*

> டூன் பகுதியில் சுரங்க நடவடிக்கைகள் தொடர்ந்து நடை பெற்று வருவது மிகுந்த கவலையளிக்கிறது. இதனால் அந்தப் பகுதி அதிக அளவு சேதமடைந்துள்ளது என்பதையும் அறிவேன். சுரங்கங்கள் தோண்டுவதற்கான குத்தகைக் காலம் முடிவதற்கு முன்பே நான்கு குத்தகை உரிமங்களை உத்தரப் பிரதேச அரசு ரத்து செய்துள்ளது. அது மட்டுமல்லாமல் 1982 டிசம்பரில் முடிய இருக்கும் குத்தகை உரிமங்களைப்

புதுப்பிக்கக் கோரிய பதினெட்டு விண்ணப்பங்களையும் நிராகரித்துள்ளது. இவ்விதம் சுரங்க நடவடிக்கைளைத் தடுக்க உத்தரப் பிரதேச அரசு நடவடிக்கை எடுத்துள்ளது. ஆனால் குத்தகைதாரர்களோ அரசின் நடவடிக்கைகளுக்கு எதிராக நீதிமன்றத்தில் முறையீடு செய்து தில்லி, பம்பாய் நீதிமன்றங்களிலிருந்து தடை உத்தரவு பெற்றுள்ளனர். இந்தத் தடை உத்தரவை நீக்கும் நடவடிக்கைகளை உடனே மேற்கொள்ளும்படி உத்தரப் பிரதேச முதல்வரைக் கேட்டுக் கொண்டுள்ளேன். (...) இந்தப் பகுதியில் இது தொடர்பாக மேற்கொள்ள வேண்டிய நீண்டகால நடவடிக்கைகளை ஆராய ஒரு செயற்குழு அமைக்கப்பட்டுள்ளது. அதன் பரிந்துரைகளின் அடிப்படையில் நடவடிக்கைள் மேற்கொள்ளப்படும். (...)

அதே நாளில் உத்தர பிரதேச முதல்வர் ஸ்ரீபதி மிஸ்ராவுக்கு இந்திரா காந்தி கடிதம் எழுதினார்.

சுரங்க வேலைகள் நடைபெறுவதன் காரணமாக டெக்ராடூன் பகுதி தொடர்ந்து சேதமடைந்துவருவதாக அறிகிறேன். (...) நீதிமன்றத்தின் தடை உத்தரவை நீக்குவதற்கான நடவடிக்கையை உடனே மேற்கொண்டு சட்டத்திற்குப் புறம்பாக நடைபெறும் சுரங்க வேலைகளை உடனடியாக இடைநிறுத்தம் செய்யும்படி ஆணை பிறப்பிக்க முடியாதா?

இரண்டு நாட்களுக்குப் பிறகு ஓர் அலுவலகக் குறிப்பை கேபினட் செயலாளருக்கு எழுதி அனுப்பும்படி உதவியாளரான அரவிந்த் பாண்டேயை இந்திரா காந்தி கேட்டுகொண்டார். (அந்தக் குறிப்பின் சில பகுதிகளை இந்திரா காந்தியே கூறினார்.) அந்தக் குறிப்பு இந்திரா காந்தியின் ஆழ்ந்த அக்கறையை வெளிப்படுத்துகிறது.

‘டெக்ராடூன் பகுதியில் சுரங்கங்கள் தோண்ட குத்தகைக்கு விடும் விசயம் பற்றிச் செயலர்கள் அடங்கிய குழு ஒன்று 1982ஆம் ஆண்டு டிசம்பர் மாதம் விரிவாக விவாதித்தது. சுரங்கங்கள் கனிம வளங்கள் ஒழுங்குமுறை மேம்பாட்டுச் சட்டத்தில் – 1957 கீழ்க்கண்ட திருத்தங்கள் செய்வதுபற்றி அந்தக் குழு பரிசீலித்தது.

சுற்றுச்சூழல் பாதுகாப்புத் தொடர்பான காரணங்களுக்காகச் சுரங்க வேலையின் குத்தகை உரிமத்தை ரத்துசெய்யலாம் வேண்டும் என்பதும், சுரங்கங்களில் கனிமவளங்களைத் தோண்டி எடுத்தப் பிறகு அந்தப் பகுதிகளை முன்பிருந்த நிலையிலேயே ஒப்படைப்பதும் குத்தகைதாரர்களின் பொறுப்பு என்பதும் இந்தத் திருத்தங்களில் முக்கியமானவை.

இந்தப் பிரச்சனையின் பற்பல அம்சங்களை ஆய்வுசெய்ய இந்தியச் சுரங்க வாரியத்தின் கண்காணிப்புப் பொது மேலாளரைத் தலைவராகக் கொண்ட ஒரு ஆய்வுக் குழு அமைக்கப்பட்டுள்ளது.

அனைத்து அம்சங்களையும் உள்ளடக்கிய ஓர் அறிக்கையைக் கேபினட் செயலாளர் துரிதமாகப் பரிசீலிக்க வேண்டும். சுரங்கங்கள் தோண்டும் செயல்பாடுகள் மிகக்குறைந்த அளவு நடைபெறும்படியாக ஒரு வறையரைக்குள் கட்டுப் படுத்துவதே அறிக்கையின் அடிப்படையாக இருக்க வேண்டும். அதே நேரம் தோண்டப்பட்ட பகுதிகளை மண்ணால் மூடியோ, மரங்களை நடுவதன் மூலமோ சரிசெய்து முன்பிருந்த நிலையிலேயே அந்தப் பகுதிகளை ஒப்படைக்க வேண்டியது மாநில அரசாங்கத்தின் அல்லது சுரங்க உடைமையாளர்களின் பொறுப்பு என்பதும் உறுதிபடுத்தப்பட வேண்டும் . இந்த விசயத்தில் சட்டப்பூர்வ மான மாறுதல்கள் ஏதேனும் தேவைப்பட்டால் அவற்றையும் பரிசீலிக்கவும்.

சுற்றுச்சூழல் பாதுகாப்புத் தொடர்பான விசயங்களில் பிரதமரின் அக்கறையும் ஆர்வமும் தமக்கும் இருப்பதாகவே மாநில அரசின் கோப்புக்களிலும் கடிதங்களிலும் தெரிந்தன. ஆனால் நடைமுறையிலோ மாநில அரசு சட்டவிதிகளைக் கண்டிப்பான முறையில் அமல்படுத்தவில்லை என்பதுதான் பிரச்சனை. சில வாரங்களுக்குப் பிறகு ஸ்ரீபதி மிஸ்ராவுக்கு இந்திரா காந்தி ஆகஸ்ட் 9இல் எழுதிய கடிதத்தில் இது தெரிந்தது:

கடுமையான மாசுகட்டுப்பாட்டு விதிகளை ஏற்கச் செய்த பின்பே டெக்ராடூனுக்கு அருகே சிமெண்ட் ஆலைகள் அமைப்பதற்கு அனுமதி வழங்கியதாக நீங்கள் கடிதம் எழுதியிருந்தீர்கள். ஆனால் மாசுபாட்டுத் தணிப்புக் கருவி அந்த ஆலையில் நிறுவப்படவில்லை என இப்போது தெரியவந்திருக்கிறது. அது மட்டுமல்லாது ‘மால்சி மான் பூங்காவுக்கு’ அருகேயுள்ள விவசாயப் பகுதியில் அந்த ஆலை அமைக்கப்பட்டு நடைமுறையிலுள்ள நிலப் பயன்பாட்டு வழிமுறையும் மீறப்பட்டுள்ளது. அங்குள்ள சிமெண்ட் ஆலைகள் அனைத்திலும் மாசுபாட்டுத் தணிப்புக் கருவிகளை உடனே நிறுவும்படி உத்தரவு பிறப்பிக்கவும். இல்லையெனில் சிமெண்ட் உற்பத்தியை நிறுத்தும்படிக் கேட்டுக்கொள்ளவும்.

இந்திரா காந்தியின் கடிதங்கள் எதிர்பார்த்த தாக்கத்தை ஏற்படுத்தவில்லை என்பதாகத் தெரிந்தது. ‘டூன் நண்பர்கள்’

என்ற அமைப்பின் சார்பாக மேடி மார்ட்டினும், முஸோரி பாதுகாப்புச் சங்கத்தின் சார்பாக பிரேம் தடானியும் நவம்பர் 16இல் அரவிந்த் பாண்டேக்கு எழுதிய கடிதம்:

> 1982ஆம் ஆண்டில் சுற்றுச்சூழல் பாதுகாப்புத் தொடர்பாக உத்தரப்பிரதேச முதல்வருக்குப் பிரதமர் கடிதம் எழுதியதாகக் கேள்வியுற்றோம். அதில் சுற்றுச்சூழல் துறையின் முன் அனுமதியின்றி டூன் பள்ளத்தாக்கில் தொழிற்சாலை தொடங்குவதற்கான உரிமம் வழங்கக் கூடாதெனச் சம்பந்தப்பட்ட இலாகாக்களுக்கு அறிவுறுத்துமாறு உத்தரப்பிரதேச முதல்வரைப் பிரதமர் கேட்டுக் கொண்டுள்ளதாகவும் அறிந்தோம். அதுபோன்ற ஒரு கடிதம் எழுதப்பட்டிருக்குமேயானால் அந்தக் கடிதத்தின் அறிவுறுத்தல்கள் முற்றிலும் புறக்கணிக்கப்பட்டுள்ளதை அறிந்து நீங்கள் அதிர்ச்சி அடைந்திருப்பீர்கள். சுற்றுச்சூழல் பாதிப்பிற்கு உள்ளாகும் என்பதுபற்றிய கவலை எதுவுமின்றித் தொழிற்சாலைகள் தொடங்க ஒப்புதல் அளிக்கப்பட்டு வருகிறது. இது மட்டுமின்றித் தொழிற்சாலைகளுக்காக மேலும் நிலங்கள் கையகப்படுத்தப்பட்டும் வருகின்றன. டெக்ராடூன் பெருந்திட்டம் இன்னும் இறுதி செய்யப்படாத நிலையிலுள்ளது. இதுபற்றிச் சிறிதும் அக்கறையின்றித் தொழிற்சாலைகளுக்கான பல திட்டங்கள் தயார் செய்யப்பட்டுவருகின்றன.

தடானியின் கடிதத்திலுள்ள விசயங்கள் முற்றிலும் உண்மையாகும். இதையறிந்த பிரதமர் கடுங்கோபமுற்றார். அதே நேரம் சுற்றுச்சூழல் செயல்பாட்டாளர்கள் ஒரு புதிய உத்தியைக் கையாண்டனர். கிராமப்புறங்களின் வழக்குகள் மற்றும் உரிமை கோரல் சபையைச் சேர்ந்த அவ்தேஷ் கவுஷல் உச்சநீதிமன்றத்தில் ஒரு பொதுநல வழக்குத் தொடர்ந்தார். 'தில்லியிலிருந்து பிறப்பிக்கப்பட்ட உத்தரவுகளால் எந்தப் பலனும் விளையவில்லை. முன்மொழியப்பட்ட சட்டத் திருத்தங்கள் ஏதேதோ காரணங்களால் முன்னெடுத்துச் செல்லப்படவில்லை' என அந்த வழக்கில் கூறப்பட்டிருந்தது. இவ்விதம் இந்த விசயத்தில் உறுதியான முடிவு எடுக்கும் பொறுப்பு நீதிமன்றத்திடம் விடப்பட்டது. இதுவே சிறந்த வழி என இந்திரா காந்தி உணர்ந்திருக்கக் கூடும். 1988ஆம் ஆண்டு ஆகஸ்ட் 30இல் நீதிமன்றத் தீர்ப்பு வெளியானது. அதன்படி இரண்டு சுரங்கங்களைத் தவிரப் பிற அனைத்துச் சுரங்கங்களும் மூடப்பட்டன.

டூன் பள்ளத்தாக்குப் பற்றிய பிரதமரின் அக்கறையின் பக்க விளைவாகப் பாதுகாப்பு அமைச்சகத்தால் சூழலிய

மேம்பாட்டுச் சிறப்புப் பணிப்பிரிவு ஒன்று உருவாக்கப்பட்டது. 243 அதிகாரிகளையும் ஜவான்களையும் கொண்ட அந்தப் பிரிவில் அனைவரும் முன்னாள் படைவீரர்களாவர். 1983இல் இந்தப் பிரிவின் சேவையை டூன் பள்ளத்தாக்கு பயன்படுத்திக் கொண்டது. பின்னர் அந்தப் பகுதியில் காடுகளை மீண்டும் உருவாக்குவதற்கும் அந்தச் சிறப்புப் பிரிவின் பணி பயன்பட்டது. இதன் (காடுகளை மீண்டும் உருவாக்கும்) பலன் 1990களில் வெளிப்படையாகத் தெரிந்தது. சூழலிய மேம்பாட்டுச் சிறப்புப் பிரிவின் சேவையைச் சிவாலிக்கில் மட்டுமல்லாது ராஜஸ்தான் மற்றும் பிற மலையோர மாநிலங்களுக்கும் பயன்படுத்த வேண்டும் என்பதில் இந்திரா காந்தி ஆர்வம் கொண்டிருந்தார். 1981 ஜூன் 24இல் அலுவலக் கோப்பில் இந்திரா காந்தி இவ்விதம் எழுதினார்:

> காடுகள் வளர்ப்பதில் முன்னாள் படைவீரர்களின் பணியைப் பயன்படுத்திக்கொள்வதை ஏற்றுக்கொள்கிறேன். இதில் ஈடுபட வேண்டுமென அவர்களை வரவேற்று ஒரு பொதுவான அழைப்பு விடுத்திருக்கிறோம்.

டூன் பள்ளத்தாக்குப் பிரச்சனையில் வெற்றிபெற்றது போன்ற நிகழ்வுகள் ஒன்றிரண்டுதான். பெருமளவு வெற்றி, எப்போதும் கிடைத்தது என்று சொல்ல முடியாது.

ஒ

அணிசேரா நாடுகளின் அரசுத் தலைவர்களின் ஏழாவது மாநாடு மார்ச் 7இல் இந்தியாவில் நடந்தது. அதில் தொடக்க உரையாற்றிய இந்திரா காந்தி அணி சேராமை என்பதன் உண்மையான அர்த்தத்தையும் அதன் முக்கியத்துவத்தையும் பொருத்தத்தையும் பற்றி விரிவாகப் பேசினார். சர்வதேச அரசியல், பொருளாதாரப் பிரச்சனைகளைப் பற்றிக் குறிப்பிட்ட அவர் அணு ஆயுதங்களின் அச்சுறுத்தல் பற்றி வலியுறுத்திக் கூறினார். ஆயுதங்களைக் குறைப்பதன் அவசியதையும் அது வளர்ச்சியின் உந்துசக்தியாக எவ்விதம் விளங்கும் என்பதையும் அழுத்தமாகக் குறிப்பிட்டார். பாலஸ்தீனம், தென் ஆப்ரிக்கா, நமீபியா, தியாகோ கார்சியா ஆகிய நாடுகள் பற்றியும் பேசினார். அணிசேரா நாடுகள் கூட்டமைப்பின் தலைவர் பொறுப்பிலிருந்து விடைபெற்றுச் செல்லும் ஃபிடல் கேஸ்ட்ரோவைப் பாராட்டினார். அவருக்கு பிறகு அந்தப் பொறுப்பை ஏற்றுக்கொள்ள இருந்தார் இந்திரா காந்தி.

பார்வையாளர்களில் அனேகர் தனது கருத்துக்களை ஏற்றுக்கொள்ளமாட்டர்கள் என்பதை நன்கறிந்தேயிருந்தார்

இந்திரா காந்தி. எனினும் தனக்குப் பிடித்தமான பொருள் பற்றிப்பேசும் வாய்ப்பை அவர் தவற விடவில்லை:

> சுற்றுச்சூழல் மீதான அக்கறை அதிகச் செலவு பிடிக்கும், அது தேவையில்லாத ஆடம்பரம் என்பதாகச் சிலர் கருதலாம். வளங்களின் அளவும் மீட்பும் பெருக்கமும் பொருளாதாரத்துடன் மிக நெருங்கிய தொடர்புடையவை. எனவே சுற்றுச்சூழலைப் பாதுகாப்பதால் பொருளாதார ரீதியாகப் பலன்கள் விளையும். கொள்கை முடிவுகள் எடுக்கும்போதும், அவற்றை அமல்படுத்தும்போதும் உடனடியாகக் கிடைக்கும் ஆதாயங்களையும் எதிர்காலத்தில் விளையும் சேதங்களையும் கணக்கிட்டு அவற்றுக்கிடையே சமன்நிலை இருக்கும்படி பார்த்துக்கொள்ள வேண்டும். அனைத்து அம்சங்களையும் உள்ளடக்கிய விரிவான அணுகுமுறையை மனிதச் சூழலியல் வேண்டி நிற்கிறது.

ஃ

இரண்டு மாநாடுகளில் விரிவுரை நிகழ்த்த ஜூன் மாதம் பெல்கிரேட் சென்றிருந்தார் இந்திரா காந்தி. ஜோசப் டிட்டோவும் அவரது தந்தையும் நெருங்கிய நண்பர்கள். யூகோஸ்லோவிய நாட்டின் தலைவரான டிட்டோவை இந்திரா காந்தி பலமுறை சந்தித்திருக்கிறார். கூட்டாட்சியின் ஒருங்கிணைந்த சபையில் ஜூன் 9இல் உரையாற்றியபோது இந்திரா காந்தி டிட்டோவுடனான தனது நட்பை நினைவுகூர்ந்தார்.

ஐக்கிய நாடுகள் சபையின் வர்த்தகம் மற்றும் வளர்ச்சி மாநாடு ஜூன் 9இல் 'ரால் பிரிபிஷ்' விரிவுரையை ஏற்பாடு செய்திருந்தது (ஜூன் 7). அந்தச் சமயத்தில் இந்திரா காந்தியின் உரை மிகச்சிறப்பாக இருந்தது. உலகப் பொருளாதார, வர்த்தகரீதியான பிரச்சனைகளை அறிவார்ந்த ஆய்வுடன் அந்த உரையில் முன்வைத்தார். 'தொழில் புரட்சியின் மாற்றாந்தாய் குழந்தைகளாக' வளரும் நாடுகளை அவர் விவரித்தது பிரசித்திபெற்றதாகும். கடன் நெருக்கடி, உலக வங்கியிலும் சர்வதேச நாணய நிதியத்திலும் மேற்கொள்ள வேண்டிய சீர்திருத்தங்கள், அடிப்படையான சமூகத் தேவைகளுக்கு அவசியமான வளங்கள் ராணுவச் செலவினங்களுக்கு திருப்பிவிடப்படும்விதம் இவை பற்றியும் விவரித்தார்.

ஆனால் அவரது உரை அதன் வித்தியாசமான மையக் கருத்திற்காகவே குறிப்பிடத்தக்கது. அணிசேரா நாடுகளின் உச்சிமாநாட்டில் அவர் அதுபற்றி முன்பே சுட்டிக்காட்டியிருந்தார்:

நமது இந்தச் சிறிய கிரகத்தில் நிலையான பகையோ அல்லது சேரவே முடியாத விலகுதலோ இல்லை. அருகருகே நாம் சேர்ந்து வாழ வேண்டியதிருக்கிறது. பாதுகாப்பு, வளர்ச்சி, சுற்றுச்சூழல் ஆகியவை ஒன்றுடனொன்று உறவுடையவை என்பதையும் நாம் உணர்ந்துகொள்ள வேண்டும். அணு ஆயுதங்களும், ரசாயனப் போரும் இனப்படுகொலைக்கும் சூழலியப் பேரழிவிற்கும் இட்டுச் செல்பவை. உண்மையான பாதுகாப்பு என்பது இந்த நாட்டையோ அந்த நாட்டையோ காப்பது மட்டுமல்ல. முழு உலகையும் காப்பதாகும். ராணுவம் மேற்கொள்ளும் சாதாரணப் பாதுகாப்பு மட்டும் அல்ல; முழு வாழ்வையே காப்பதாகும் – நமது வாழ்வை, மனித குலத்தின், அனைத்து உயிரினத்தின் வாழ்வை.

ஃ

செப்டம்பர் 30இல் ஐக்கிய நாடுகள் சபையின் முதல் 'மக்கள் தொகை விருதை' பெற்றுக்கொண்டார் இந்திரா காந்தி. சீனாவின் குடும்பக் கட்டுப்பாட்டுத் துறை அமைச்சரான ஜியாங் ஸிங்காங்கும் அவருடன் சேர்ந்து விருது பெற்றுக்கொண்டார். மக்கள் தொகையைக் கட்டுப்படுத்த இந்தியாவின் கடந்தகாலச் செயல்பாடுகள், இன்றும் அவை தொடர்வது பற்றி அவரது ஏற்புரை இருந்தது. இந்தியா போன்ற ஜனநாயக நாட்டில் குடும்பக் கட்டுப்பாடு மக்களின் தன்னிச்சையான செயல்பாடு என்பதை வலியுறுத்திய இந்திரா காந்தி, இந்திய வேளாண் வளர்ச்சி மக்கள் தொகையைவிடவும் முன்னேறிச் செல்வதாக பார்வையாளர்களுக்கு நினைவூட்டினார்.

நவ மால்தூசியக் கொள்கையின் (நவ மால்தூசியக் கொள்கை – நிகழ்கால எதிர்கால மக்களுக்கு வளங்களைக் கிடைக்கச் செய்வதற்காக மக்கள் தொகைக் கட்டுப்பாட்டுத் திட்டங்களை ஆதரிக்கும் கொள்கை) ஆதரவாளர்களை மறுத்துரைப்பது இந்திரா காந்திக்கு இது முதன்முறையல்ல. சூழலியல் சமன்நிலை பாதிக்கப்படுவதற்கு முக்கியக் காரணம் வளரும் நாடுகளின் மக்கள் பெருக்கம்தான் என்ற கருத்தே 1960களின் சுற்றுச்சூழல் உரையாடல்களில் நிலவிவந்தது. இந்தக் கருத்தை 1968இல் வெளிவந்த இரண்டு புத்தகங்கள் வலியுறுத்தின. பால் ஹெரிச் எழுதிய *'The Population Bomb'* என்ற புத்தகமும் கரீத் ஹார்டின் எழுதிய கல்விப் புலம்சார்ந்த *'The Tragedy of the Commons'* என்ற புத்தகமுமாகும். இந்தப் புத்தகங்களுக்கு முன்பு வெளிவந்த பட்டோக் சகோதரர்கள் எழுதிய *'Famine-1975!'* என்ற புத்தகமும் அப்போதே புகழ்பெற்ற ஒன்றாகும். இந்த மூன்று புத்தகங்களும் கட்டற்ற மக்கள் தொகைப் பெருக்கத்திற்கும் அதனால்

விளையும் சுற்றுச்சூழல் பேரழிவுக்கும் எடுத்துக்காட்டாக இந்தியாவை உலகிற்குக் காட்டின. உலக அழிவின் இறுதிநாள் கருத்துக்களாக முன்வைக்கப்படும் இந்தக் கருத்துக்களுக்கு எதிராக உலக சபையில் அறைகூவல் விடுத்தார் இந்திரா காந்தி. இது மிகச்சிறப்பாக வெளிப்பட்டது இந்திரா காந்தியின் 1972ஸ்டாக்ஹோம் உரையில்தான். அவரால் இதனைச் செய்ய முடிந்ததற்கு காரணம் அவரே உறுதியாகத் தலைமையேற்று நடத்திய பசுமைப் புரட்சியின் வெற்றியே.

குடும்பக் கட்டுப்பாட்டின் தீவிர ஆதரவாளராகவே இந்திரா காந்தி தொடர்ந்து இருந்துவந்துள்ளார். சுகாதாரம் மற்றும் குடும்ப நலத்துறைக்காகவே ஒரு அமைச்சகத்தை ஏற்படுத்தி அதற்காக ஒரு அமைச்சரவைக் குழுவை நியமித்தார். 1971ஆம் ஆண்டில் கருக்கலைப்பைச் சட்டபூர்வமாக்கித் தைரியமான நடவடிக்கை எடுத்தார். ஆனால் நெருக்கடி நிலையை அமல்படுத்தும் முன்பு குடும்பக் கட்டுப்பாடு விசயத்தில் அவரது அணுகுமுறையில் எச்சரிக்கையும் விவேகமும் இருந்தன. இதனை 1974ஆம் ஆண்டு ஆகஸ்ட் மாதம் புகாரெஸ்ட்டில் நடந்த ஐக்கிய நாடுகள் சபை மக்கள் தொகை மாநாட்டில் கரண் சிங் சுருக்கமாகக் கூறினார். அப்போது அவர் சுகாதாரம் மற்றும் குடும்ப நலத்துறை அமைச்சராக இருந்தார். இந்தியக் கானுயிர்க் கழகத்தின் தலைவராகவும் இருந்தார். 'மாசுபாட்டின் மிக மோசமான வடிவம் வறுமை' எனத் தவறாக மேற்கோள்காட்டப்பட்ட இந்திரா காந்தியின் வாசகம் எவ்விதம் ஸ்டாக்ஹோம் வாசகம் என்பதாக அறியப்பட்டதோ அதுபோல 'மிகச்சிறந்த கருத்தடைச் சாதனம் வளர்ச்சியே' என்ற கரண் சிங்கின் பொன்மொழியால் புகாரெஸ்ட்[5] பிரசித்தி பெற்றது.

நெருக்கடி நிலைப் பிரகடனம் இந்த அனைத்தையும் மாற்ற இருந்தது 'குடும்பக் கட்டுப்பாட்டுத் திட்டத்தை ஊக்குவிப்பதற்காகப் பலருக்கும் பிடிக்காத கடுமையான நடவடிக்கைகளை அரசு மேற்கொள்ள வேண்டிவரும்' எனத் தனது கட்சி உறுப்பினர்களிடம் சண்டிகரில் 1976 ஜனவரியில் இந்திரா காந்தி அறிவித்தார். மூன்று வாரங்களுக்குப் பிறகு மருத்துவர்களின் சங்கத்தில் இதனையே இந்திரா காந்தி பிரகடனம் செய்தார்:

> பிறப்பு விகிதத்தைக் கட்டுப்படுத்தும் நடவடிக்கைகளை உறுதியாகவும் உடனடியாகவும் மேற்கொண்டாக வேண்டும் சிலர் அதனை 'மிகக் கடுமை வாய்ந்தது' எனச் சித்தரிக்கலாம். எனினும் அத்தகைய நடவடிக்கைகளை நாம் மேற்கொள்ளத் தயங்கக் கூடாது. தேசத்தின் மனித உரிமைக்காக – அதாவது

> ஒட்டுமொத்த மக்களின் உயிர் வாழும் உரிமைக்காகவும் முன்னேறும் உரிமைக்காகவும் – தனிப்பட்ட உரிமைகள் சிலவற்றைத் தற்காலிகமாக நிறுத்திவைக்க வேண்டும் (...) இந்தியாவிலும் சிலநாடுகளிலும் பெருகிவரும் மக்கள் தொகையை மனித இனத்தின் எதிர்காலத்திற்கே அச்சுறுத்தல் என்பதாக விவரித்தும், இதுபற்றிய நமது அஜாக்கிரதை குறித்தும் பணக்கார நாடுகளிலுள்ள மக்கள் நமக்கு விரிவுரையாற்றுவதை வழக்கமாக்கிக் கொண்டுள்ளனர். இதனை நாம் ஏற்றுக்கொள்ள முடியாது.

1976–77ஆம் ஆண்டில் குடும்பக் கட்டுப்பாட்டு விசயத்தில் கருத்தடை எண்ணிக்கை முந்தைய ஆண்டை விடவும் ஏறத்தாழ மூன்று மடங்கு அதாவது – 1.3 மில்லியனிலிருந்து 8.3 மில்லியனாக அதிகரித்தது. 1977ஆம் ஆண்டு தேர்தலின் படுதோல்விக்கு – குறிப்பாக வடநாட்டில் – இது பெருமளவு காரணமானது. குடும்பக் கட்டுப்பாடு விசயத்தில் – மென்மையாகவோ அல்லது வலியுறுத்தியோ – எந்த விதத்திலும் ‘கட்டாயம்’ என்பது கூடாது எனத் தெளிவாக ஐயத்திற்கிடமின்றி நிராகரிக்க இந்திரா காந்தியை இந்தத் தோல்வி இட்டுச்சென்றது.

மலை ஏறுவதில் இந்திரா காந்தி கொண்டிருந்த பேரார்வம் நீடித்திருந்தது. 1968ஆம் ஆண்டு இந்திய மலையேறும் பயிற்சி நிறுவனத்தின் 10ஆம் ஆண்டு விழாவில் கலந்துகொண்டு இந்திரா காந்தி உரையாற்றினார். பின்னர் அந்த நிறுவனத்தின் வெள்ளி விழா நிகழ்ச்சியிலும் ஆகஸ்ட் 29இல் கலந்து கொள்ள வந்திருந்தார். மலையேறுவதில் குறிப்பிடத்தக்க பலர் அந்த விழாவில் கலந்துகொள்ள உலகு முழுவதிலிருந்தும் வந்திருந்தனர். அந்த விழாவில் உணர்வுபூர்வமாக இந்திரா காந்தி உரையாற்றினார்:

> உயரத்தைத் தொடும் பேரார்வம் என்னிடம் வலுவாக இருந்ததில்லை. மலைப் பாறைகளிலோ அல்லது மலைகளுக்கு அருகிலோ இருப்பதில் நிறைவுகொள்பவள் நான். இது சாத்தியமில்லை எனில் (வழக்கமாக இவ்விதம்தான் நிகழ்வது), பனிப்பொழிவைத் தூரத்திலிருந்தே பார்ப்பேன். என் வாழ்வின் அடிப்படையான இருப்பை இது தொடத் தவறுவதில்லை; ஒவ்வொரு முறையும் அதுதான் எனக்குக் கிட்டிய முதல் தோற்றம் என உணர்கிறேன். ஒவ்வொரு முறையும் அது என் உள்ளத்தைத் தூய்மைப்படுத்துவதான, புதுப்பிப்பதான உணர்வைத் தருகிறது. மலைகளின் வலிமை, அவற்றின் கம்பீரம் இவற்றைப் பார்க்கிறவன் தனக்குள்ளும் அவற்றை உள்ளிழுத்துக்கொள்கிறான் எனத் தோன்றுகிறது.

> என் தந்தை மலைகளை நேசிப்பவர் . 'களைப்பு சலிப்பு என்பதே எங்களுக்குள் இல்லை – மலைகளும் நானும்' என கவி லீ தாவோ போவைத் தனது சுயசரிதையில் மேற்கோள் காட்டுகிறார் நேரு. அவ்விதமாகவே நானும் உணர்கிறேன். ஜான் ரஸ்கின், மலைகள் தன் வெளிப்பாட்டையும் பெரும்பற்றையும் வலிமையும் கொண்டவையாகக் குறிப்பிட்டிருக்கிறார்.

ஃ

வாழ்வின் பல வருடங்களைச் சிறையிலேயே கழித்த நேரு 'சிறை எனக்கு மற்றுமொரு வீடு' என்பதாகக் குறிப்பிடுவது வழக்கம். இந்திரா காந்தி கோரக்பூரிலிருந்து கவுகாத்திக்குப் போயிங் விமானத்தில் பயணம் செய்தபோது தனது பேரனுக்கு நவம்பர் 11இல் எழுதிய கடிதத்தில், 'போயிங் எனது இரண்டாம் வீடு' என எழுதினார். அந்தக் கடிதத்தில் அவர் மேலும் எழுதியது:

> பேரழகு மிக்க இமயமலைத் தொடருக்கு அருகே விமானத்தில் பறந்து சென்றுகொண்டிருக்கிறோம். எவரெஸ்ட், காஞ்சன்ஜங்கா ஆகிய புகழ்பெற்ற சிகரங்கள் கண்ணில் படுகின்றன. தனித்துவமிக்க விசேஷமான உணர்வை அந்தக் காட்சி என்னுள் எழுப்புகிறது. மனம் உள்ளே ஒளிர்கிறது.

13 வயதுச் சிறுவனுக்கு எழுதும் இந்தக் கடிதத்தில் ஆழ்ந்த அபூர்வமான தன்னுள் அமிழும் மனநிலையில் இருந்தார் பிரதமர். இது அனிச்சையானது. பாராளுமன்றத்தில் பேசாதிருப்பார் இந்திரா காந்தி. அதனால் இந்திரா காந்தியின் கடுமையான அரசியல் எதிரியான டாக்டர் ராம் மனோகர் லோகியா 'ஊமைப் பொம்மை' என அவரைக் குற்றம் சாட்டினார். தாங்கள் கூறியவைப் பிரதமர் மனதில் பதிந்ததாவென அவரைச் சந்தித்துத் திரும்பிய பலர் வியப்பதுண்டு. வாழ்க்கையின் படிப்பினையாக தன் பேரக் குழந்தைக்கு இதனை விளக்கினார் இந்திரா காந்தி:

> நான் பேசுபவள் அல்ல; அதனால் என்னை 'மந்தமானவள்' 'சுவராசியமில்லாதவள்' எனச் சிலர் நினைப்பதுண்டு. என் கூச்ச சுபாவத்தால் நான் பேசாதிருக்கிறேன். அது மட்டுமல்லாமல் எனக்கெனத் திட்டவட்டமான கருத்துக்கள் உண்டு. அது என்னை விவாதத்திற்குள் தள்ளிவிடுவதுமுண்டு. என்னை விசித்திரமான ஆளாக அந்தச் சமயத்தில் சிலர் கருதுவர். நீண்ட காலத்திற்குப் பிறகு, வளர்ந்தபின் பிரசித்தி பெற்ற சுவாரசியமான பலருடன் எனது எண்ணங்களைப் பகிரத் தொடங்கினேன். எனது கருத்துக்களை அவர்கள் ஏற்றுக்கொண்டனர்.

அடிக்குறிப்புகள்

1. Romesh Bedi with Pictures by Rajesh Bedi, *Indian Wild Life (1984)*.

2. இயற்கைக்கான உலக நிதியம் (சர்வதேச) தலைவரான இளவரசர் பிலிப் சில தினங்கள் சுற்றுப்பயணத்தில் இந்தியாவுக்கு வந்திருந்தார். 1982 மார்ச் 2இல் அவருக்கு மதிய உணவு ஏற்பாடு செய்திருந்தார் இந்திரா காந்தி. ஒரு மாதத்திற்குப் பிறகு சூழலியலாளர் ஒருவருக்கு எழுதிய கடிதத்தில் சுற்றுச்சூழல் பாதுகாப்பு தொடர்பான விசயங்களை இந்திரா காந்தியுடன் விவாதித்ததாக அதில் பிலிப்ஸ் குறிப்பிட்டிருந்தார். இந்திரா காந்தி தனிப்பட்ட முறையிலும் அவற்றில் ஆர்வம் கொண்டிருந்ததைத் தான் உணர்ந்ததாகவும் இது குறிப்பிட்டுச் சொல்லப்பட வேண்டியது எனவும் அக்கடிதத்தில் எழுதியிருந்தார்.

3. தேடியும் அந்தக் கடிதத்தைக் கண்டுபிடிக்க முடியவில்லை. ஆனால் டைம்ஸ் ஆஃப் இந்தியா 1983 நவம்பர் 11இல் பம்பாய் பதிப்பில் அதுபற்றி ஒரு நீண்ட செய்திக்குறிப்பு வெளிவந்தது.

4. அமைதிப் பள்ளத்தாக்குப் பிரச்சனை பற்றிப் பல ஆண்டு களில் ஏராளமான கட்டுரைகளும் புத்தகங்களும் எழுதப் பட்டுள்ளன. இந்த இயக்கத்தில் பங்கு வகித்த அனைவரின் கருத்துக்களையும் அடிப்படையாகக் கொண்டு முதன்முதலாக வெளிவந்த விரிவான நூல் டி மாண்டியின் நூல்.

5. அவரின் சொற்கள்: "விரிவான செயல்திட்டத்தின் ஒருங்கிணைந்த பகுதியாக குடும்பக் கட்டுப்பாடு உருவானால் மட்டுமே கருவுறுதல் விகிதத்தைப் பயனுள்ள வகையில் குறைத்து வறுமையையும் வளர்ச்சியின்மையையும் கையாள முடியும். சிறந்த கருத்தடைச் சாதனம் வளர்ச்சி எனக் கூறப்படுவது உண்மையே"

1984

கான்கா தேசியப் பூங்காவில் இந்திரா காந்தி; 1984 ஜனவரி.

1984 – இந்திரா காந்தி வாழ்வின் கடைசி வருடமாகும். புனித அமிர்தசரஸ் பொற்கோவில் வளாகத்தினுள் இந்திய ராணுவம் நுழைந்ததும் பஞ்சாப் போராட்டம் அதன் துக்ககரமான இறுதி கட்டத்தை நோக்கி நகர்ந்தது. 'ஆபரேஷன் ப்ளூ ஸ்டார்' என அழைக்கப்பட்ட இந்த ராணுவ நடவடிக்கை அதன் நோக்கத்தில் வெற்றி பெற்றது; ஆனால் பிரதமரோ தனது மரண சாசனத்தில் கையெழுத்திட்டார். பஞ்சாபில் நடந்தவைபற்றிச் சுருக்கமாக இங்கிலாந்துப் பிரதமரான மார்கரெட் தாட்சருக்கு ஜூன் 14இல் இந்திரா காந்தி கடிதம் எழுதினார். அதில் பிரிவினை நோக்கம் கொண்ட

பயங்கரவாதிகளைப் புனிதப் பொற்கோவிலிருந்து அகற்றவே ராணுவ நடவடிக்கை தேவைப்பட்டது என்பதை விளக்கினார். அகாலி தளத்துடன் 1980களில் தொடங்கிய பேச்சுவார்த்தை தோல்வியில் முடிந்தது. அந்தக் கட்சி தனது கோரிக்கைகளைத் தொடர்ந்து மாற்றியவாறிருந்ததும், இறுதியில் தன் அணுகுமுறையை அது மிகக் கடினமாக்கிக்கொண்டதும் காரணம் என கடிதத்தில் அவர் தெரிவித்திருந்தார்:

> பொற்கோவிலிலிருந்த அர்ப்பணிப்பும் உறுதியும் மிக்க முன்னணித் தீவிரவாதிகள் அகற்றப்பட்டுவிட்டனர். எனினும் எங்களுக்கு முன் கடினமான காலகட்டம் உள்ளது. பேரதிர்ச்சி தரும் இந்தச் சம்பவம் சீக்கிய சமுதாயத்தில் பலரை நிலைகுலையச் செய்திருக்கிறது. வேதனையிலிருந்து படிப்படியாக மீண்டு சமரசம் ஏற்பட நீண்டகாலமாகும். ஆனால் நாங்கள் பொறுமையாகக் காத்திருப்போம்.

எனக் கடிதத்தை முடித்திருந்தார்.

பழி வாங்கும் செயல் ஆறு மாதத்திற்குள் நடக்கவிருந்தது. அசாம், மிசோரம் மாநிலங்களில் அமைதி திரும்பச் சமாதானப் பேச்சுவார்த்தைகள் தொடர்ந்தன. இதன் விளைவாக ஒரு வருடத்திற்குப் பிறகு அசாம் மாநிலத்தில் சமாதான உடன்படிக்கை ஏற்பட்டது. 1986ஆம் ஆண்டுத் தொடக்கத்தில் மிசோரம் மாநிலத்தில் ஒப்பந்தம் ஏற்பட்டது. பிராந்தியரீதியாக ஸ்ரீலங்காமீது இந்தியா தொடர்ந்து கவனம் செலுத்த வேண்டியிருந்தது. குறிப்பாக 1983 ஜூலை கொழும்பு இனக் கலவரத்துக்குப் பிறகு. ஆயிரக்கணக்கான தமிழர்கள் கலவரத்தில் உயிரிழந்தனர். தமிழ்நாட்டு முதல்வரின் வற்புறுத்தலால் தமிழர் நலனின் பாதுகாவலர்களாக உரிமை கோரிய குழுக்களுக்கு ஆதரவளிக்க இந்திரா காந்தியை இது தூண்டியது. இந்தக் குழுக்களில் ஒன்று இந்திரா காந்தியின் மகனும், அவருக்குப் பிறகு வந்த பிரதமருமான ராஜீவ் காந்தியை 1991இல் வெடி வைத்துக் கொன்றது.1

'ஆபரேஷன் ப்ளூ ஸ்டார்' ராணுவ நடவடிக்கை இந்திரா காந்தியின் அரசியல் வாழ்வின் மகிழ்ச்சியற்ற கடுமையான பகுதியை நிர்ணயித்ததெனில், ஒப்புதலளித்த, அதிகம் தெரியவராத 'ஆபரேஷன் மேகதூத்' என்ற மற்றொரு ராணுவ நடவடிக்கை இந்திய எல்லைப் புறப்பகுதிகளை மீட்டுத் தந்தது. ராணுவ முக்கியத்துவம் வாய்ந்த சியாச்சென் உறைபனிப் பகுதியில் இந்திய ராணுவத்தால் இந்த நடவடிக்கை மேற்கொள்ளப்பட்டது. உறுதியாக மீட்கப்பட்டப் பின் அந்தப் பகுதியை விமானத்தில் பார்வையிட்டபோது (ஜூன் 23) இந்திய மூவர்ணக் கொடி ஒன்று கம்பத்தில் பறப்பதை இந்திரா காந்தி பார்த்தார். சிறப்பு ராணுவத்

தளவாடங்கள், பனிக்கான உடைகள், பிற பொருட்களை வாங்குவதற்காகப் பதினைந்து நாட்கள் ஐரோப்பா சென்ற குழுவில் ஒருவராகச் செல்லும்படி (மூவர்ணக் கொடிபறந்த) அந்தப் பணியிடத்திற்குப் பொறுப்பான அதிகாரிக்கு உத்தரவு பிறப்பித்தார். தனக்கு இந்தப் பொறுப்பு வழக்கப்படுமெனக் கற்பனையே செய்திராத அந்த அதிகாரி வேறு எவரைவிடவும் வியப்பில் ஆழ்ந்திருப்பார்.2

தனது நெருங்கிய குடும்ப நண்பரான ஏ.சி.என். நம்பியாருக்கு இந்த ஆண்டின் எட்டு மாதங்களில் ஆறு கடிதங்கள் இந்திரா காந்தி எழுதினார். அவரது தந்தையின் அளவுகோலின்படி எண்ணிக்கையில் இது அதிகம்தான். அன்புடனும் நேசத்துடனும் தனிப்பட்ட முறையில் எழுதப்பட்டிருந்ததெனினும் நாட்டின் தீவிரமான பிரச்சனைகள் குறிப்பாக, பஞ்சாப் – பற்றி இந்திரா காந்தி என்ன நினைத்தார் என்பதை ஒளிவுமறைவின்றி அந்தக் கடிதங்கள் வெளிப்படுத்துகின்றன. செப்டம்பர் 15இல் பெங்களூரிலிருந்து எழுதிய கடிதத்தில் பஞ்சாபிலும் ஆந்திரத்திலும் நடக்கும் சம்பவங்கள் பற்றி விரிவாக எழுதிவிட்டு, இவ்வாறு துயரத்துடன் குறிப்பிட்டார்:

> *'இந்திரா காந்திக்கும் காங்கிரசுக்கும் எதிராக எதைச் சொன்னாலும் செய்தாலும் அது சரிதான்' இதுவே எதிர்க்கட்சிகளுக்கும், பத்திரிகைகளுக்கும், பரந்த சிந்தனைகள் கொண்டவர்களெனத் தமக்குத் தாமே பெயர் சூட்டிக்கொண்டவர்களுக்கும் ஜனநாயகத்தை அளப்பதற்கான அளவுகோலாக இருப்பதாக தோன்றுகிறது.*

புலிகளைப் பாதுகாப்பதில் முன்னணி வீரர் என அங்கீகரிக்கப்பட்ட ஒருவரான இந்திரா காந்தியே அவரின் உதவியால் உருவாக்கப்பட்ட புலிகள் சரணாலயங்களைப் பார்வையிடவில்லை. கிர் சிங்கங்கள் சரணாலயத்திற்கு இருமுறையும் காசிரங்காவிற்கு ஒருமுறையும் சென்றிருந்தார். பில்லி அர்ஜன் சிங்குடன் நீண்டகாலத் தொடர்பு இருந்ததெனினும் தூதுவாவிற்குச் சென்றதே இல்லை. கர்நாடகத்திலுள்ள நாகரஹொளே சரணாலயத்தில் 1978 மே மாதத்தில் ஒரு மாலைப் பொழுதைக் கழித்தார். ஆனால் அங்கும் அவர் பார்த்தவை மான்கள், எருமைகள்தாம். எனவே காட்டில் ஒரு புலியைப் பார்க்கும் விருப்பம் அவருள் வளர்ந்தவாறிருந்தது. கர்நாடகத்தில் ஜோக் நீர்வீழ்ச்சிக்கு அருகேயுள்ள பகுதிகளில் இருமுறை புலிகளைப் பார்த்தது அவரின் இந்த விருப்பத்தை தூண்டியிருக்கக்கூடும்.

1933ஆம் ஆண்டிலேயே கானுயிர்ச் சரணாலயம் எனவும் 1955இல் தேசியப் பூங்காவெனவும் அறிவிக்கப்பட்டிருந்த கான்காவுக்கு ஜனவரி 17இல் இந்திரா காந்தி சென்றார். புலிகள் பாதுகாப்புத் திட்டத்தின் கீழ் 1973 ஏப்ரலில் உருவாக்கப்பட்ட ஒன்பது புலிகள் சரணாலயங்களின் முதல் பட்டியலில் கான்காவும் ஒன்று. இந்திரா காந்தி அதிர்ஷ்டசாலிதான். மதிய வேளையில் வேட்டைக் குழுவுடன் சென்ற இரண்டு மணி நேரத்திலேயே, சீதல் மானைத் தின்று மீதமிருந்த உடற்பாகங்கள் அருகே கிடக்க, சிறிய குன்றின்மேல் அமர்ந்திருந்த ஓர் இளம் ஆண் புலியை, யானை மேல் இருந்தபடி இந்திரா காந்தி பார்த்தார். புலிக்கு அருகே – 15 அடி தூரம் வரை – யானை இந்திரா காந்தியைக் கொண்டு சென்றது. சுமார் 15 நிமிடங்கள் புலியைப் பார்த்தவாறிருந்தார் இந்திரா காந்தி. புலிகள் பாதுகாப்புத் திட்டத்தின் அப்போதைய இயக்குநரான ஹெ.எஸ். பன்வாரும் அந்தச் சமயத்தில் இந்திரா காந்தியுடன் இருந்தார். ‘காட்டில் தனது வாழுமிடத்திலேயே இருந்த உண்மையான புலி அது’ என இந்திரா காந்தி அவரிடம் கூறினார். அன்று மதியம் சரணாலயத்தை விட்டுப் புறப்படும் முன்னர் பார்வையாளர் பதிவுப் புத்தகத்தில் இந்திரா காந்தி எழுதியது:

> அனைவரும் நன்கறிந்த, மிகச் சிறப்பாகப் பராமரிக்கப்பட்டு வரும் இந்த தேசியப் பூங்காவில் ஓய்வாகச் சிறிது நேரம் இருந்தது மிகவும் மகிழ்ச்சி தந்தது. பூங்காக்கள் பராமரிக்கப் படும் இதுபோன்ற முயற்சிகள் சுற்றுச்சூழல் பாதுகாப்பில் ஈடுபாடு கொள்ளும் ஆர்வத்தைப் பிறருக்கும் தருமென நம்புகிறேன்.

பிப்ரவரி மாதத் தொடக்கத்தில் கட்சி வேலைகளுக்காக அசாம், அருணாசலப் பிரதேச மாநிலங்களுக்குச் சில நாட்கள் சென்று தில்லி திரும்பும் விமானப் பயணத்தில் தனது பேத்தி பிரியங்காவுக்கு இந்திரா காந்தி எழுதிய கடிதம்:

> நான் இறங்கிய கடைசி இடம் இட்டாநகர் (இது அருணாசலப் பிரதேசத்தின் தலைநகர் என்பது உனக்குத் தெரியும் என நம்புகிறேன்) இதுவரை ஒருபோதும் பார்த்திராத மிகச்சிறிய யானையை அங்கே பார்த்தேன். மயன்மூர்த்தி என்ற பெயருடைய அவனின் வயது சில மாதங்கள்தாம். அவனுக்கு வாழைப் பழங்கள் கொடுத்தேன். அவனுக்குச் சாப்பிட ஆசையிருப்பதாகத் தெரிந்தது. ஆனால் பழங்கள் பிடிக்கவில்லை போலும்; ஒரே ஒரு பழம் மட்டும் சாப்பிட்டான். மீதிப் பழங்களை வீசியெறிந்துவிட்டான்.

இட்டா நகரிலுள்ள ராஜ் நிவாசில் மூன்று வயதான இருவாய்க் குருவியும் இருந்தது. அவன் (குருவி) என் கைவிரலை முறித்துவிடுவான் என்ற பயம் இலேசாக இருந்ததெனினும் ஒரு வாழைப்பழத்தை அவனுக்குக் கொடுத்தேன்.

ஞ

1956ஆம் ஆண்டிலிருந்து அக்டோபர் முதல் வாரத்தை 'கானுயிர் வாரமாக' நாடு அனுசரித்து வந்துள்ளது. 1980 ஜனவரியில் பிரதமராக மீண்டும் பொறுப்பேற்றுக்கொண்டதிலிருந்து, கானுயிர் வாரத்தில் பொதுமக்களுக்குச் செய்தி தருவதை இந்திரா காந்தி வழக்கமாக்கிக் கொண்டார். ஜூலை மூன்றிலேயே அவரின் கடைசிச் செய்தி தயார் நிலையிலிருந்தது. வளர்ச்சியும் சுற்றுச்சூழல் பாதுகாப்பும் ஒத்திசைவுடன் இருக்க வேண்டிய தேவை பற்றிச் சிறிது காலமாக வலியுறுத்திக் கூறி வந்ததையே அந்தச் செய்தியிலும் அழுத்தமாக மீண்டும் தெரிவித்திருந்தார். இந்தியாவின் கடந்தகாலத்தை நினைவூட்டிய அவர், நமது முன்னோர்கள் காட்டில் வாழும் அற்புத உயிரினங்களுடன் எவ்விதம் கூடிவாழக் கற்றிருந்தனர் என்பதைச் சுட்டிக்காட்டி 'நமது எதிர்காலச் சந்ததியினருக்காக இந்தப் பாரம்பரியத்தை நம்பிக்கையுடன் பற்றிக்கொள்ள வேண்டும்' என்பதையும் நாட்டு மக்களுக்கு எடுத்துக்கூறினார். ஒருவர் விடை பெற்றுச் செல்கையில் அளிக்கும் செய்தியை இது ஒத்திருந்தது; உண்மையில் அவ்விதமாகவே ஆகியும் விட்டிருந்தது.

ஞ

ஐ.நா. சபையின் சுற்றுச்சூழல் மாநாடு 1972 ஜூன் 5ஆம் நாள் ஸ்டாக்ஹோமில் தொடங்கிற்று. இதனைக் குறிக்கும் விதமாக ஒவ்வொரு ஆண்டும் ஜூன் 5ஆம் தேதியை உலகச் சுற்றுச்சூழல் தினமாக அனுசரிக்க வேண்டுமென அந்த மாநாட்டில் தீர்மானிக்கப்பட்டது. இந்த ஆண்டு சுற்றுச்சூழல் தினத்தை வேறுவிதமாக அனுசரிக்க எண்ணினார் இந்திரா காந்தி. தரிசு நிலங்களிலும், மரங்களற்ற மலையோரப் பகுதிகளிலும், மணல் அரிப்பினால் வெறுமையாகிவிட்ட ஆற்றுப் பள்ளத்தாக்குகளிலும் மரம், செடிகளை நட்டு அந்தப் பகுதிகளைப் பசுமையாக உயிர்பெறச் செய்யும் மாபெரும் முயற்சியை மேற்கொள்ள முன்வர வேண்டுமெனக் கிராமத்திலுள்ள விவசாயிகள், கைவினைஞர்கள், பொதுத் துறையிலும் தனியார்த் துறையிலும் பணிபுரியும் நிர்வாகிகள், அலுவலகர்கள், மாணவர்கள், ஆசிரியர்கள், பெற்றோர், பிள்ளைகளுக்கு அழைப்பு விடுத்தார்.

ஆனால் நாட்டின் கவனம் வேறெங்கோ இருந்தது. சீக்கியப் பொற்கோவிலுக்குள் ராணுவ நடவடிக்கை (ஆபரேஷன் ப்ளூஸ்டார்) தொடங்கியிருந்தது. இந்தப் பிரச்சனை இந்திரா காந்தியையும் ஆட்கொண்டிருக்கலாம். ஏனெனில் அவர் அளித்த செய்தியில் சுவாரசியமான இந்தச் சொற்றொடரும் இருந்தது: 'வளம் மிக்க, எனினும் எளிதாகச் சேதமுறும் நிலையில் உள்ள நிலத்தைப் பாதுகாக்கும் பசுமைப் பாதுகாப்புக் கம்பளமாக தாவரங்கள் அமைகின்றன.'

ல

அமைதிப் பள்ளத்தாக்கைப் பாதுகாக்கும் போராட்டத்தில் வெற்றி கிடைத்தது. இந்த வெற்றியில் சலீம் அலிக்கு முக்கியப் பங்கிருந்தது.

ஆனால் அவருக்கோ சுற்றுச்சூழல் விசயங்களில் வெற்றி பெறும் ஆர்வம் அதிகமிருந்தது. அமைதிப் பள்ளத்தாக்கில் இந்திரா காந்தியின் நிலைப்பாட்டிற்காக அவருக்கு வாழ்த்துத் தெரிவித்த சலீம் அலி இந்த நீண்ட பிரச்சனையால் 'களைப்படைந்திருப்பீர்கள்' எனத் தனது வருத்தத்தையும் தெரிவித்திருந்தார். அத்தோடு 'இயற்கை வளங்கள் அற்றுப்போய்விடாமலும் சுற்றிச்சூழல் சேதமுறாமலும் மக்களின் பொருளாதார வளர்ச்சியை நிலைத்து நீடிக்கச் செய்வதற்கு முன்மாதிரியாக ஓர் உயிர் மண்டலக் காப்பகத்தை நிறுவ வேண்டுமென்ற' வேண்டுகோளையும் முன்வைத்தார். (உயிர் மண்டலக் காப்பகம் – இங்குள்ள தாவர, விலங்கு புள்ளின இனங்களை மனித நடவடிக்கைகளின் இடையூறின்றிப் பாதுகாப்பது; இங்கு வாழும் பழங்குடியினரின் கலாச்சாரத்தை ஒட்டிய முன்னேற்றம் காண வழிமுறைகளை வகுப்பது ஆகியவை உயிர்மண்டலக் காப்பகத்தின் முக்கிய நோக்கமாகும்.)

உயிர்மண்டலக் காப்பகத்தை நிறுவும் யோசனையை இந்திரா காந்தி ஏற்றுக்கொள்ளும்படிச் செய்வதற்குத் தனியாக எந்த முயற்சியையும் சலீம் அலி மேற்கொள்ள வேண்டிய அவசியம் இல்லை. ஏனெனில் 1970களின் மத்தியிலிருந்தே இந்தக் கருத்தாக்கத்தைப் பரப்ப இந்திரா காந்தி முயற்சிகள் மேற்கொண்டு வந்திருக்கிறார். இந்தக் கருத்தாக்கம் யுனெஸ்கோவால் *(UNESCO)* முதன்முதலாய் முன்மொழியப்பட்டதாகும். எனவே உயிர் மண்டலக் காப்பகம் அமைக்கும் திட்டத்தைத் தனது சக அமைச்சர்களையும் அப்போதே ஏற்றுக்கொள்ளும்படி செய்தார். இந்திரா காந்தியின் முயற்சியின் விளைவாக மாதவ் காட்கில் நீலகிரி உயிர் மண்டலக் காப்பகத்தைத் தொடங்கும் நடவடிக்கைகளை 1980இல் மேற்கொண்டார்.

இந்தக் காப்பகம் தொடங்கப்பட்டதான அறிவிப்பு 1986ஆம் ஆண்டு ஆகஸ்ட் 1ஆம் தேதி அதிகாரபூர்வமாக வெளியிடப் பட்டது. அப்போது இந்திரா காந்தி உயிருடன் இல்லை. ஐந்து லட்சம் ஹெக்டேர் பரப்பளவு கொண்ட இந்தக் காப்பகம் தமிழ்நாடு, கர்நாடகம், கேரளம் ஆகிய மூன்று மாநிலங்களிலும் விரிந்திருந்தது. இதைத் தொடர்ந்து 1980களின் இறுதியில் மேலும் நான்கு காப்பகங்கள் அதிகாரபூர்வமாக அறிவிக்கப்பட்டன. இந்தக் காப்பகங்களும் இமய மலையில் நந்தா தேவி உயிர் மண்டலக் காப்பகமும் உருவாக முழுமுதற் காரணம் இந்திரா காந்தியே.

ஓ

வலசை போகும் பறவைகளைப் பாதுகாப்பதற்காகச் சோவியத் யூனியனுடன் உடன்படிகை மேற்கொள்ள 1973ஆம் ஆண்டு நவம்பரிலேயே முதன்முதலாய் ஆர்வம் காட்டினார் இந்திரா காந்தி. இந்தப் பறவைகளில் பரத்பூர் சரணாலயத்தைக் குளிர்காலத்தில் வாழிடமாகக் கொள்ளும் சைபீரியப் பெருங்கொக்குகள் பிரசித்திபெற்றவை. 1974ஆம் ஆண்டு மத்தியில் சலீம் அலியின் ஒப்புதலுடன் உடன்படிக்கைக்கான வரைவு தயார் செய்யப்பட்டது. 1982ஆம் ஆண்டு செப்டம்பர் மாதம் சோவியத் யூனியனுக்குச் செல்லும் முன்னர் இந்த உடன்படிக்கையில் மீண்டும் ஆர்வம் கொண்டார் இந்திரா காந்தி. எனினும் கடைசி நிமிடத்தில் சில ஆட்சேபணைகளைச் சோவியத் யூனியன் எழுப்பியதன் காரணமாக உடன்பாடு கையொப்பமிடப்படவில்லை.

பிரதமர் இந்தியா திரும்பியதும் கடிதப் போக்குவரத்து மீண்டும் தொடர்ந்தது. இறுதியில் வலசை போகும் பறவை களுக்கான பாதுகாப்பு உடன்படிக்கை அக்டோபரில் கையொப்ப மானது. அந்தப் பட்டியலில் 303 வலசை போகும் பறவைகள் அவற்றின் பெயர் வரிசையில் இடம்பெற்றிருந்தன.

இந்தத் தாமதத்திற்கான காரணம் விளங்கவில்லை. இந்திரா காந்தி இறப்பதற்கு 23 நாட்களுக்கு முன்பே கையெழுத்தானது ஓரளவு ஆறுதல் தரும் விசயமாகும்.

ஓ

இந்திரா காந்திக்குக் கடைசியாக வந்த கடிதங்களில் பீட்டர் ஸ்காட்டின் அக்டோபர் 23 தேதி கடிதமும் ஒன்று. அழியும் அபாயத்திலிருந்த ஓர் உயிரினம் பற்றி அவர் எழுதியிருந்தார்:

> டிசம்பரில் சாம் மெக்கன்சி இந்தியா வருவதற்கான ஏற்பாடுகள் நடந்துவருகின்றன. அந்தச் சமயத்தில் நான்கு

ஜோடி வெண்ணிறக்கை மர வாத்துக்களை(மரங்களில் கூடு கட்டும் வடஅமெரிக்க வாத்துகள்) அசாம், அருணாசலப் பிரதேச மாநில அமைச்சர்களுக்கு அவர் அளிப்பார்.

இந்தத் திட்டத்தில் ஆர்வம்கொண்டு ஆதரவளித்தமைக்கு மிக்க நன்றி. இந்த வாத்தின் உருவம் பொறித்த அஞ்சல்தலை வெளியிட்டிருப்பது மக்கள் விழிப்புணர்வுகொள்ள உதவும்.

இந்திரா காந்தி உயிருடன் இருந்திருப்பாரேயானால் சாம் மெக்கன்சியை நிச்சயம் சந்தித்திருப்பார். 1986 ஜூனில் வாத்துக்கள் விமானத்தில் வந்தன. அவற்றைக் கல்கத்தா டம்டம் விமான நிலையத்தில் ஆன் ரைட் பெற்றுக்கொண்டார். ஆன் ரைட்டின் மகள் தனது வீட்டுக் குளியலறையில் சில தினங்கள் வைத்துப் பாதுகாத்த பின் அஸ்ஸாமிற்கு அவை கொண்டு செல்லப்பட்டன. வாத்துகளுக்கான பாதுகாப்பு மையங்கள் அவற்றின் இயற்கையான வாழிடங்களில் அமைக்கப்படாமல் அசாம் தேயிலைத் தோட்டத்தில் தொடங்கப்பட்டதால் இந்த முயற்சி தோல்வியில் முடிந்தது சோகமானது. அழிவின் அபாயத்திலுள்ள இந்த உயிரினங்கள் மிகக்குறைவான எண்ணிக்கையில் அஸ்ஸாமிலுள்ள ஒரு சில பாதுகாக்கப்பட்ட பகுதிகளில்தாம் இன்றும் உயிர் வாழ்கின்றன.

ೞ

குறிப்பிடத்தக்க இந்தியச் சூழலியல் வல்லுநரான எஸ்.சி. நாயர் அந்தமான் நிகோபார் தீவுகளில் விரிவாகச் சுற்றுப்பயணம் செய்து தனது அறிக்கையை 1983இல் சமர்ப்பித்திருந்தார். நுணுக்கமான விபரங்களை ஆதாரமாகக் கொண்டு ஆய்வு செய்யப்பட்ட அந்த அறிக்கை அந்தமான் நிகோபார் தீவுகளிலுள்ள அபூர்வ வெப்பமண்டல மழைக் காடுகள் அழியாமல் பேணிப் பாதுகாப்பட வேண்டியவை என்ற கருத்தை வலியுறுத்தியது. இந்திரா காந்தியின் சிந்தனையையே இது ஒத்திருந்தது. இந்த அறிக்கையுடன் தனது மூன்றாவதும் கடைசியுமான பயணத்தைப் பிப்ரவரி 18, 19 தேதிகளில் இந்திரா காந்தி மேற்கொண்டார். பயணம் முடிந்து திரும்பிவந்த இந்திரா காந்தி தனது பாராளுமன்ற அலுவலக அறையில் அமர்ந்திருந்தார். அப்போது டெக்ராடூனில் படித்துக்கொண்டிருந்த 13 வயது பேத்தியிடமிருந்து வந்த கடிதத்தை அவரிடம் தந்தனர். பிரதமர் தனது பொறுப்பின் கவலைகளைச் சில நிமிடங்கள் மறந்து, ஒரு பாட்டியாகப் பதில் கடிதம் ஒன்றைக் கூறி எழுதும்படிச் செய்தார். நேரு எழுதுவதுபோன்ற நீளமான கடிதம் அது. அப்போது சென்றுவந்த அந்தமான் நிகோபார் தீவுகள் பற்றிய சமூக வரலாற்றினை, அந்த இளம் பெண்ணுக்கு அந்தக் கடிதத்தில் தெரிவித்தார்:

அந்தமான் நிகோபார் தீவுகள் மிக அழகியவை. உலகின் வெகு சில மிகப்பழைய காடுகள் இங்குள்ளன; தீவுகளைச் சுற்றிலும் பேரழகு மிக்க நீலவண்ணக் கடல். அடிப்பாகம் கண்ணாடி பதித்த படகில் வெகு தூரம் பயணம் செய்தால் பவளப் பாறைகளையும் இன்னும் பலவற்றையும் காணலாம். இந்தியாவின் தென்கோடிப் பகுதியான 'பிக்மேலியன் முனை'க்குப் பயணம் செய்வது இதுவே முதல்முறை. அங்குள்ள கடற்கரையிலிருந்து சில சங்குகளை எடுத்து வந்திருக்கிறேன்.

அந்தமான் நிகோபார் தீவுகளின் சூழலியல் வளங்கள் அழியாமல் பாதுகாக்கப்பட வேண்டுமென்பதில் தொடக்கத்திலிருந்தே இந்திரா காந்திக்கு ஆர்வம் இருந்தது அந்தத் தீவுகளைப் பார்வையிட 1983இல் இந்திரா காந்தி சென்றது சரியான சமயமாகும். அதிக மீள்குடியேற்றத்திற்கான ஏற்பாடுகள், பனை எண்ணெய்க்காகத் தோட்டங்கள் அமைத்தல், ராணுவ வசதிகள் மேம்பாடு, முக்கியச் சாலைகளைக் கட்டமைத்தல் என உடனடி யாகச் செய்து முடிக்கப்பட வேண்டிய கோரிக்கைகள் இருந்தன. இந்திரா காந்தி பிரதமர் பொறுப்பிலிருந்தவரை ராணுவ நடவடிக்கைகள் தொடர்பான விசயங்கள் தவிர பெரும்பாலான பிற கோரிக்கைகள் மறுக்கப்பட்டன. ராணுவம் தொடர்பான விசயங்களும் அவ்வளவு எளிதாக ஏற்றுக்கொள்ளப்படவில்லை.

அந்தமானில் வண்டூர் அருகே மிகப்பெரிய மகாத்மா காந்தி தேசியக் கடற்பூங்கா 1983ஆம் ஆண்டு மே மாதம் உருவாக்கப் பட்டது. 1987ஆம் ஆண்டில் அந்தத் தீவுகளில் 96 காணுயிர்ச் சரணாலயங்கள் அமைக்க அதிகாரப்பூர்வமாக அறிவிக்கை வெளியிடப்பட்டது என்பதும் இந்திரா காந்தியின் செல்வாக்கைப் புலப்படுத்துபவையாகும். நாட்டின் மொத்த சரணாலயங்களில் இது ஐந்தில் ஒரு பகுதியாகும்

நிகோபார் மாவட்டத்திலுள்ள 'பிக்மேலியன் முனை' என அப்போது அறியப்பட்ட இந்தியாவின் தென்கோடி முனைக்குச் சென்றதே இந்திரா காந்தியின் பயணத்தின் முக்கிய அம்சமாகும். இந்தத் தீவுக் கூட்டங்களின் அரிய பாரம்பரியத்தைப் பாதுகாப்பதற் காகச் சீரான முயற்சிகளைத் தொடர்ந்து மேற்கொண்டுவரும் இந்திரா காந்தியைப் பாராட்டும்விதமாக பிக்மேலியன் முனை 'இந்திரா முனை' என 18 மாதங்களுக்குப் பிறகு பெயர்மாற்றம் செய்யப்பட்டது.

தெகிரி, அமைதிப் பள்ளத்தாக்குத் திட்டங்களில் இந்திரா காந்தியின் நிலைப்பாடு அணைத் திட்டங்களுக்கு எதிராகப் போராடுபவர்களுக்குத் தைரியம் தந்தது.

கோதாவரி ஆற்றின் குறுக்கே ஈஞ்சம்பள்ளி நீர்மின் திட்டம், இந்திராவதி ஆற்றில் பூபால் பட்டினம் நீர்மின் திட்டம் ஆகியவற்றுக்காக அணைகள் கட்டுவதைத் தடுத்து நிறுத்துமாறு மதிப்பிற்குரிய செயல்பாட்டாளர் பாபா ஆம்தே இந்திரா காந்திக்கு 1982 ஜூலை 12இல் கடிதம் எழுதியிருந்தார். முக்கியமான வனப் பகுதிகள் பெருமளவு நீரில் மூழ்கிவிடுமெனவும், அழியும் அபாயத்திலுள்ள உயிரினங்கள் பலவற்றை இழக்க வேண்டியது வருமெனவும், 40,000 மடியா கோண்டுப் பழங்குடியினர் வீடுவாசல் இழந்து இடம்பெயரும் நிலை உருவாகும் எனவும் கடிதத்தில் அவர் அழுத்தமாகக் குறிப்பிட்டிருந்தார். அவருக்கு இந்திரா காந்தி 1983 ஆகஸ்ட் 30இல் எழுதிய பதில்:

'இந்த விசயத்தில் எனது கருத்துகள் அனைவரும் நன்கறிந்ததே. ஆனால் இதற்கான போராட்டம் மிகக் கடினமானது. எனினும் இந்த விசயத்தில் தொடர்ந்து நடவடிக்கைகள் மேற்கொள்வோம். உங்கள் கடிதத்தில் தெரிவித்துள்ள விசயங்களைக் கவனமாகப் பரிசீலிக்கும்படித் திட்டக் குழுவைக் கேட்டுள்ளேன்.

இதுபற்றி பாபா ஆம்தே இந்திரா காந்திக்கு மீண்டும் கடிதம் எழுதினார், (ஜூன் 26):

'நிச்சயமாக இது கடினமான போராட்டம்தான் – ஆனால் முடியாத ஒன்றல்ல.' மகாராஷ்டிரம், மத்தியபிரதேசம், ஆந்திரப் பிரதேசம் ஆகிய மாநிலங்களும் சம்பந்தப்பட்ட ஈஞ்சம்பள்ளி, பூபால் பட்டினம் நீர்மின் திட்டங்களைக் கைவிட வேண்டும் என்ற கோரிக்கையை அவர் மீண்டும் வலியுறுத்தினார். 'ஒரு நோக்கத்திற்காக மிகுந்த ஈடுபாட்டுடன் செயல்படும் உங்களுக்கு வெற்றி நிச்சயம்தான் என அவருக்குத் தனது பாராட்டுக்களையும் அதில் தெரிவித்திருந்தார்.

திட்டத்திற்கான மாற்று இடங்களை ஆராயும்படி நீர்ப்பாசன அமைச்சகத்தை ஏற்கனவே கேட்டிருப்பதாகவும், பெரிய இரண்டு அணைகளுக்குப் பதிலாக அடுத்தடுத்துச் சிறிய அணைக்கட்டுகள் எழுப்பும் அவரின் யோசனை பரிசீலிக்கப்படுவதாகவும் இந்திரா காந்தி ஜூலை 18இல் பதில் எழுதினார். கடிதத்தில் இந்திரா காந்தி மேலும் எழுதியதாவது:

வளர்ச்சித் திட்டங்களால் பழங்குடி மக்கள் தங்கள் வாழ்விடங்களைத் துறந்து இடம்பெயர வேண்டியதிருப்பதும்

பாதிக்கப்பட்ட இந்த மக்களின் மறுவாழ்விற்கான ஏற்பாடுகளைச் சம்பந்தப்பட்ட அதிகாரிகள் பெரும்பாலும் முறையாகச் செய்வதில்லை என்பதும் மிகவும் வேதனை தருகிறது. ஆனால் சில சமயங்களில் இதற்கான மாற்று வழிமுறைகள் எதுவும் இல்லை. பெரும்பாலான மக்களின் நலன் கருதிச் செயல்பட வேண்டியதுள்ளது. வளர்ச்சியும் பழங்குடி மக்களின் நல்வாழ்வும் ஒத்திசைவுடன் செயல்பட வேண்டும் என்பதைச் சம்பந்தப்பட்ட அனைவரும் உறுதிசெய்ய வேண்டும்.

இந்த இரண்டு அணைக்கட்டுத் திட்டங்கள் நிறைவேற்றப்பட்டிருக்குமேயானால் கட்சிரோலியும் பஸ்தார் மாவட்டங்களிலுள்ள அடர்ந்த ஈரமான இலையுதிர் காடுகளும் அழிந்திருக்கும்; ஆயிரக்கணக்கான பழங்குடியினரின் குடும்பங்கள் தங்கள் ஊர் வீடு நிலபுலங்களை இழந்து வேறு இடங்களுக்குப் புலம் பெயர்ந்திருப்பர். அந்தத் திட்டங்கள் கைவிடப்பட்டதால் இவை நிகழவில்லை. அதற்குக் காரணம் பாபா ஆம்தேயும் இந்திரா காந்தியுமே.

ஜ

இந்தியாவின் மிகப் புனிதமான கங்கை ஆற்றின் மாசுபாடு பற்றிக் கவலைகொண்டிருந்த இந்திரா காந்தி அதனைச் சிலகாலமாகத் தெரிவித்தும் வந்திருந்தார். ஜவகர்லால் நேருவின் உயிலிலும் மரண சாசனத்திலும் கங்கை ஆறு மிகச்சிறந்த சொல்திறத்துடன் குறிப்பிடப்பட்டுள்ளது.

‘கங்கை ஆற்றின் சில பகுதிகளில் நீரின் தரம் பயன்படுத்த முடியாத அளவு உள்ளது’ என ராஜஸ்தான் முதல்வர் சிவசரண் மாத்தூருக்கு 1982 மார்ச் 13இல் பிரதமர் கடிதம் எழுதியிருந்தார்.’ (கங்கையைத் தூய்மைப்படுத்தும்) ‘வேலை முழுவதையும் செய்ய நிர்வாக ஏற்பாடுகள்’ மேற்கொள்ளும்படிச் சுற்றுச்சூழல் துறையைக் கேட்டுக்கொண்டுள்ளதாகவும் அக்கடிதத்தில் குறிப்பிட்டிருந்தார். பிரசித்திபெற்ற பொறியியலாளரும், சுற்றுச்சூழலியலாளரும், வாரணாசியிலுள்ள சங்கட் மோச்சன் பவுண்டேஷனின் நிறுவனருமான வீரபத்ர மிஸ்ரா 1983ஆம் ஆண்டு பிப்ரவரியில் இந்திரா காந்தியைத் தொடர்புகொண்டார். கங்கையின் மாசுகளை நீக்கி தூய்மைப்படுத்தும் பெரும் செயல்திட்டத்தைத் தொடங்க வேண்டுமென இந்திரா காந்தியைக் கேட்டுக்கொண்டார்.

கங்கை ஆற்றைத் தூய்மை செய்வது தொடர்பாக ஒருங்கிணைந்த ஒரு செயற்திட்டத்தைத் தயார் செய்யும்படி சுற்றுச்சூழல் துறையைக் கேட்டுக்கொண்டுள்ளதாக உத்தரப் பிரதேசம், பீகார், மேற்கு வங்க மாநில முதல்வர்களுக்கு அவர்

இறப்பதற்கு நாற்பது நாட்களுக்கு முன்னர் இந்திரா காந்தி கடிதம் எழுதியிருந்தார். கங்கை நீரின் தரம் மிகமோசமாகச் சீர்கேடடைந்து வருவதாகவும், கங்கையின் சில பகுதிகளில் (சுத்திகரிக்கப்படாத) கழிவுநீர் கலப்பதால் அந்தப் பகுதிகளின் மாசுபாட்டின் அளவு அச்சம் தரும் நிலைக்கு உயர்ந்துவிட்டதெனவும் அந்தக் கடிதத்தில் குறிப்பிட்டிருந்தார். கங்கையின் புனிதத்தை அவர் களுக்கு நினைவூட்டி 'கீர்த்திமிக்க மாபெரும் கங்கையை இனியும் தவறாகப் பயன்படுத்தும் நிலையில் நாம் இல்லை' எனக் கூறினார்.

தேர்தலில் மிகப்பெரும் வெற்றிபெற்று இந்திரா காந்திக்குப் பிறகு பிரதமரானார் ராஜீவ் காந்தி. பிரதமரான பின் தனது முதல் ஒளிபரப்பின்போது அவர் ஆற்றிய உரையில் கங்கையைத் தூய்மை செய்யும் முயற்சியைத் தேசிய அளவில் தொடங்க இருப்பதாக நாட்டிற்கு அறிவித்தார். இதுபற்றி விரிவான திட்டம் வகுக்க, தனது தலைமையில் மூன்று மாநில முதல்வர்கள் அடங்கிய குழுவை அமைத்தார். அவர்களில் ஒருவரான, மேற்கு வங்க முதல்வர் ஜோதி பாசு ஆண்டு இறுதியில் இந்திரா காந்தியைப் பாராட்டினார். 'திருமதி காந்தியுடன் எவ்வளவோ விசயங்களில் எனக்குக் கருத்துவேறுபாடு உண்டு. ஆனால் சுற்றுச்சூழல் மற்றும் கானுயிர் மீதான அவரின் அக்கறைகளுக்காக அவரைக் கட்டாயம் பாராட்டியே ஆக வேண்டும்'. கங்கை செயற்திட்டத்தை முதன்முதலாய் 1986 ஜூன் 14இல் வாரணாசியில் ராஜீவ் காந்தி தொடங்கிவைத்தார்.

ரு

'ஜான் சி பிலிப்ஸ் நினைவுப் பதக்கம்' என்ற மிக உயர்வான விருதுக்கு இந்திரா காந்தி தெரிவு செய்யப்பட்டதாக ஜூன் 1983இல் பன்னாட்டு இயற்கை வளப் பாதுகாப்பு நிறுவனம் அறிவித்தது. மேட்ரிட்டில் நவம்பர் ஐந்தாம் நாளன்று அந்த நிறுவனத்தின் 16ஆவது பொதுக்குழுக் கூட்டத்தில் இந்த விருது வழங்கப்பட இருந்தது. 'தன் வாழ்வின் தொடக்க காலத்திலிருந்தே திறமை வாய்க்கப் பெற்ற இயற்கையியலாளர்' எனத் தொடங்கிய தகுதி வாசகம் இவ்விதம் முடிவுற்றிருந்தது: 'உலகச் சுற்றுச்சூழல் பாதுகாப்பில் மிகப் பெருமளவு தாக்கம் செலுத்திய அரசியல் தலைவரோ அல்லது நவீன உலகின் ராஜதந்திரியோ இவரைப்போல எவருமில்லை.' பதினைந்து வருட காலமாக அவருக்கு ஆதரவளித்ததில் முக்கியப் பங்காற்றிய ஓர் அமைப்பு அவருக்கு அளித்த மிகப் பொருத்தமான புகழுரையாகும் இது.

ஆனால் விதியின் திட்டமோ வேறு விதமாக இருந்தது. 1985 ஜூனில் ஜெனீவாவில் இந்த விருதைப்பெற இருந்தவர் அவரது மகன்.

நேரு மலையேறும் பயிற்சி நிறுவன'த்தை 1966ஆம் ஆண்டு ஜூன் மாதம் இந்திரா காந்தி பார்வையிட்டார். ஒரு பிரதமராக இந்திரா காந்தியின் பதவிக்காலம் இடையிலேயே (01.09.1984இல்) இவ்விதம் தொடங்கிற்று. அவரது பதவிக்காலம் முடிவுக்கு வருவதற்கு ஒரு மாதத்திற்கு முன்பு இமய மலையேறும் பயிற்சி நிறுவனத்தின் செயல்மன்றக் கூட்டத்திற்கு இந்திரா காந்தி தலைமை தாங்கினார். கூட்டத்திற்கு வருகை தந்தோர் சிலரை நீண்ட காலமாக இந்திரா காந்தி நன்கறிவார். அவர்கள் இந்திரா காந்தியின் பாராட்டிற்குரியவர்களுமாவர். சுமார் இரண்டு மணிநேரம் அவர்களுடன் பொழுதைக் கழித்தார். அடுத்த கூட்டம் டார்ஜிலிங்கில் 1985 மே 15இல் நடத்த திட்டமிடப்பட்டுள்ளதாகக் கேப்டன் எம்.எஸ். கோலி தெரிவித்தார். அதற்கு இந்திரா காந்தி புன்னகைத்தார். தான் அதில் கலந்துகொள்ளப் போவதில்லை என்ற உள்ளுணர்வு அவருக்கு இருந்திருக்கக் கூடும்.

மெய்க்காவலர்களால் சுடப்படுவதற்கு மூன்று நாட்களுக்கு முன்பு பிரதமர் இறுதியாக எழுதியது, தன் அமைச்சரவையிலுள்ள திக்விஜய் சிங் எழுதிய *'The Eco-Vote: Peoples' Representativies and Global Environment*[3]' என்ற புத்தகத்திற்கான முகவுரையாகும்:

> இதன் நோக்கம் அரசியல் ஆதாயம் எனப் புத்தகத்தின் தலைப்பு சுட்டிக்காட்டக் கூடும். எனினும் சுற்றுச்சூழல் பராமரிப்பினை மிக விரிவான கண்ணோட்டத்துடன் அணுக வேண்டும். மனித இனமும், பிற யாவும் அழகிய நமது பூமியில் வாழ்வதும் வீழ்வதும் சமாதானத்தையும் சுற்றுச்சூழல் பராமரிப்பையும் சார்ந்தே உள்ளது.

ঙ

அக்டோபர் 31இல் இந்திரா காந்தியின் படுகொலைக்குப் பிறகு உலகெங்கிலுமிருந்தும் அவருக்குப் புகழ்மொழிகள் குவிந்தன; அஞ்சலி செலுத்தப்பட்டது; தீர்மானங்கள் நிறைவேற்றப்பட்டன; இறப்புச் செய்திகள் எழுதப்பட்டன. இயற்கையின்மீது இந்திரா காந்தி கொண்டிருந்த நேசமும் உறவும் வெளிப்படும் காரணத்தால் இவற்றுள் ஆறு புகழுரைகள் சிறப்பாகக் குறிப்பிடப்பட வேண்டியவையாகும்.

மேட்ரிட் நகரில் பன்னாட்டு இயற்கைவளப் பாதுகாப்பு நிதியத்தின் 16ஆவது பொதுக்குழு நவம்பர் 5இல் நடந்தது. இந்திரா காந்தியின் நினைவுக்கு அஞ்சலி செலுத்தும் விதமாக அது மவுனத்துடன் தொடங்கியது. ஸ்பெயின் நாட்டு மன்னரும் அரசியும், ஈடன்பர்க் கோமகனும் நிகழ்ச்சியின் தொடக்கத்தில் கலந்துகொண்டனர். ஐநா சபை கல்வித் திட்டத்தின் செயல்

இயக்குநரான டாக்டர் மொஸ்தஃபா டோல்பா இந்திரா காந்திக்குப் புகழாரம் சூட்டினார். பன்னாட்டு இயற்கைவளப் பாதுகாப்பு நிதியத்தின் தலைவராகத் தேர்வு செய்யப்பட்டவரும், பசுமைப் புரட்சியின் சிற்பிகளுள் ஒருவருமான எம்.எஸ். சுவாமிநாதன் மிகப் பொருத்தமாகக் கூறினார்:

இந்திரா காந்தி நமது காலத்தின் மாபெரும் சுற்றுச்சூழல் பாதுகாவலர்களில் ஒருவர் என்பது மட்டுமல்லாது இந்த நூற்றாண்டில் பட்டினிக்கு எதிராக அர்ப்பணிப்புடன் வெற்றிகரமாகச் செயல்பட்டவர்களில் ஒருவருமாவார்.'

மலையேறுவோர் குழுவினர் அனைவரின் சார்பாகக் கேப்டன் எம்.எஸ். கோலி பேசினார். இந்திரா காந்தியின் 67ஆம் ஆண்டு பிறந்த நாளில் *டைம்ஸ் ஆஃப் இந்தியா* பத்திரிகை வெளியிட்ட சிறப்புப் பகுதியில் கோலி ஒரு கட்டுரை எழுதியிருந்தார். அதில் இந்திரா காந்தியுடனான தனது நீண்டகாலத் தொடர்பை விரிவாகக் கூறியிருந்தார். 1956இல் லடாக்கிலுள்ள சாசர் கேங்ரி மலையேறும் பயணத்திற்குப் பிறகு இந்திரா காந்தியுடனான தனது முதல் சந்திப்பைக் கோலி இவ்விதம் குறிப்பிட்டிருந்தார்:

பிரதமரின் வீட்டிற்கு வருகை தரும்படி அழைக்கப்பட்டோம். அப்போது நேரு ஊரில் இல்லை. எங்களின் முதல் மலையேறும் அனுபவம் பற்றிக் கேட்டறிந்த இந்திரா காந்தி அது பற்றிய திரைப்படத்தைக் காண விரும்பினார். நாங்கள் எதிர்கொண்ட சிரமங்கள், மிகப் பெரும் மலைதொடரான காரக்கோரத்தின் அழகிய காட்சிகள், லடாக் பகுதியிலுள்ள வசீகரமான மக்கள் பற்றி விசாரித்தார்.

முதன்முதலாக எவெரெஸ்ட் சிகரம் தொட்ட இந்தியக் குழுவின் வெற்றிகரமான பயண அனுபவம் பற்றி 90 நிமிடத் திரைப்படம் 1968 மே 15இல் வந்தபோது படத்தை இந்திரா காந்தி பார்த்ததாகக் கட்டுரையில் குறிப்பிட்டிருந்தார் கோலி. அந்தப் படம் அவரை மிகவும் கிளர்ச்சியுறச் செய்ததால் கேன்பெர்ராவில் ஆஸ்திரேலியப் பிரதமருக்கு அந்தப் படத்தைப் பரிசாக அளித்தார். மலையேறும் பயிற்சி நிறுவனத்தின் புதிய தலைமையக வளாகத்தை புதுதில்லியில் 1980 டிசம்பர் 24இல் திறந்து வைத்துப்பேசிய இந்திரா காந்தி அதனைச் 'சாகசத்தின் ஒளிவிளக்கு' எனக் குறிப்பிட்டதையும் இந்திய மலையேறும் பயிற்சி நிறுவனத்தை 'சாகச உணர்வு, எதிர்காலத்தின் மீதான நமது தன்னம்பிக்கை, இந்தியாவின் எழுச்சி' ஆகியவற்றிற்கு அர்ப்பணித்ததையும் கோலி அந்தக் கட்டுரையில் நினைவுகூர்ந்தார்.

இந்திய வனப்பணி 1966 ஜூலையில், இந்திரா காந்தி முதன்முதலாய்ப் பிரதமராகப் பொறுப்பேற்றுக்கொண்ட ஐந்து

மாதங்களில் உருவானது. இரண்டு ஆண்டுகளுக்குப் பிறகு வனப் பணி வேலைக்கான ஆள்சேர்ப்புத் தொடங்கப்பட்டது. வனக் காவலர்கள் அவரை வணங்கினர். அவர் இறந்ததால் தாங்கள் அனாதைகளாகி விட்டதாக உணர்ந்தனர். நவம்பர் மாத இறுதியில் கூடிய இந்திய வனப்பணியாளர் சங்கம் வனவியலுக்கும் காட்டுயிருக்கும் இந்திரா காந்தியின் பங்களிப்பைக் கோடிட்டுக் காட்டி 27 பக்கச் சிறுநூல் ஒன்றினை வெளியிட்டுக் கீழ்க்கண்ட தீர்மானத்தை நிறைவேற்றியது:

> நாட்டின் வனக் காவலர்களாகிய நாங்கள் எங்களின் பேரன்பிற்குரிய பிரதமர் இந்திரா காந்தியின் திடீர் மறைவுக்கு வேதனையும் துயரமும் நிறைந்த ஆழ்ந்த இரங்கலைத் தெரிவித்துக்கொள்கிறோம்.
>
> உயிருள்ள இயற்கை வளங்களின் (தாவரங்கள், விலங்குகள் முதலியவை) பாதுகாப்பு, மனித இனம் உயிர் வாழ்வதற்கு மிக அவசியமானது என்பதை உலகின் கவனத்திற்குக் கொண்டுவந்த உலகத் தலைவர்களில் முதன்மையானவர் அவர். அவர் மறைவு வனக்காவலர்களான எங்களுக்கு மாபெரும் இழப்பு. காடுகள், கானுயிர் மீதான அக்கறை இதுவரை உதட்டளவிலேயே இருந்துவந்துள்ளது. இதனைத் தொலைநோக்குடன் ஒருங்கிணைத்து அரசின் செயல்பாடாக மாற்றியவர் திருமதி இந்திரா காந்தி.

துறைசார் பதிப்பகங்கள் அரசியல் தலைவர்களுக்காகத் துக்கம் அனுசரிப்பதில்லை. ஆனால் *Environmental Conservation* என்ற சூழலிய இதழ் அதனைச் செய்தது; அஞ்சலி செலுத்தியது. இதழின் பதிப்பாளரான நிக்கொலஸ் போலுனினும், ஏ.பி. வெங்கடேஸ்வரனும் அஞ்சலியை எழுதினர். (இந்தியாவின் தூதராகச் சீனாவில் பணியாற்றியவரும் பின்னர் வெளியுறவுச் செயலாளராகவும் இருந்தவர் வெங்கடேஸ்வரன்).[4] 'இந்திரா பிரியதர்ஷினி காந்தி 1917–84' என்ற தலைப்பில், 1984 நவம்பர் இதழில் அந்தக் கட்டுரை வெளியானது:

> 31.10.1984இல் நடந்த கோழைத்தனமான படுகொலையால் மிகச் சக்திவாய்ந்த ஒரு நண்பரை சுற்றுச்சூழல் இயக்கம் இழந்துவிட்டது. (...) திருமதி காந்தி காடு, கானுயிர், இயற்கை அனைத்தையும் நேசித்தவர் என்பது மட்டுமல்ல; மனித குலத்திற்கு அதன் அவசியத்தையும் முக்கியத்துவத்தையும் ஆழமாக உணர்ந்தவருமாவார். சுற்றுச்சூழலியலாளரின் வலுவான அணுகுமுறையை உறுதியுடன் பேணி வந்தவராவார்.

உலகின் பெருமைக்குரிய தரமான அறிவியல் இதழ்களில் *Nature* இதழும் ஒன்று. அதன் ஆசிரியர் ஜான் மேடக்ஸ், இந்திரா காந்தி கொல்லப்படுவதற்கு எட்டு மாதங்களுக்கு முன்பு அவரைச் சந்தித்திருந்தார். அவர் இறந்து எட்டு நாட்களுக்குப் பின் 'கூர்மையான அறிவுடைய ஜனநாயகவாதி' என அந்தச் சந்திப்பை நினைவுகூர்ந்து தனது இதழில் பதிவு செய்திருந்தார்:

> *(. . .) பேசிக்கொண்டிருக்கையிலேயே கடிதங்களை வாசித்தவாறும் கையொப்பமிட்டவாறும் இருந்தார். எனினும் பேச்சு அவரது கவனத்திலும் கட்டுப்பாட்டிலும் இருந்தது. (. . .) சுற்றுச்சூழல் நோக்கத்திற்காகவே Nature இதழ் வெளிவருவதாகப் பிரதமர் நினைத்திருக்கலாம்; (அதனால்தானோ என்னவோ) இந்திய இயற்கை நிலக் காட்சிகளின் பேரழகு பற்றிய திறம்மிக்க உரையாக அவர் பேச்சின் தொடக்கம் இருந்தது. அதனால் சில கணங்கள் தர்மசங்கடமாக உணரத் தொடங்கினேன். ஒதுக்கப்பட்ட 45 நிமிடங்களும் இவ்விதமாகவே கழிந்துவிடுமோ என்ற பயமும் வந்தது. ஆனால் இலேசாக நினைவூட்டியதும் கண் இமைக்காமலேயே பேச்சின் போக்கை மாற்றிவிட்டார். ஆராய்ச்சி மற்றும் வளர்ச்சியின் முக்கியத்துவம் (தனது தந்தையிடமிருந்து அவர் இதனைப் பெற்றிருந்தார்) பற்றிக் குறிப்பிட்டார். இந்தத் துறையில் ஈடுபட்டிருந்த விஞ்ஞானிகளை 'எனது விஞ்ஞானிகள்' என அன்புடன் அழைத்தார். பேராசிரியரான எம்.ஜி.கே. மேனன் போன்றோரிடம் மிக நன்றியுணர்வு கொண்டிருந்தார். டாக்டர். டி. கோஷு ஆகியோர் தன்னுடன் பணிபுரிவதில் தனது மகிழ்ச்சியை வெளிப்படுத்தினார். (. . .)*

குறிப்பிடத்தக்க பத்திரிகையியலாளரும் இடதுசாரி அறிவாளருமான நிகில் சக்ரவர்த்தியை ஆக்ஸ்ஃபோர்டில் முதன்முதலாக இந்திரா காந்தி சந்தித்தார். அதன் பிறகு சக்ரவர்த்தியும் இந்திரா காந்தியின் கணவரும் நண்பர்களாயினர். ஹக்சர் பிரதமர் அலுவலகத்திலிருந்து ஓய்வு பெற்றதும் இந்திரா காந்தியிடமிருந்து சக்ரவர்த்தி சிறிது விலகியிருந்தார். முந்தைய இரண்டு வருடங்களில் இந்திரா காந்தியும் சக்ரவர்த்தியும் ஓரிரு முறை சந்தித்துக் கொண்டனர். காபூலிலிருந்து அப்போதுதான் சக்கரவர்த்தி திரும்பி வந்திருந்தார்; இதனையறிந்த இந்திரா காந்தி கொஞ்ச நேரம் அவருடன் பொதுவாகப் பேசிக்கொண்டிருக்கலாமென அக்டோபர் முதல்நாள் அவரை அழைத்தார். பதினைந்து ஆண்டுகளுக்கு முன்பே காபூலுக்கு சென்று வந்திருந்த இந்திரா காந்திக்கு ஆப்கானிஸ்தான் மிகவும் பிடித்திருந்தது. இந்திரா காந்தியின் மறைவையொட்டி *டைம்ஸ் ஆஃப் இந்தியா*

பத்திரிகையில் நிகில் சக்கரவத்தி எழுதியிருந்த கட்டுரையில் (நவம்பர் 19). இந்திரா காந்தியுடன் தனது கடைசிச் சந்திப்பை நினைவுகூர்ந்தார்:

> காபூல் பஸார், உலர் பழங்களுடன் முன்னறை விவாதங்கள் எனக் காபூல் பற்றிய எனது நினைவுகளைக் கூறியபோது குழந்தையின் இயல்புடன் என்னைக் கவனித்தார் இந்திரா காந்தி. விமானம் இந்து குஷ் மலைத் தொடர்களைக் கடந்து சென்றதைக் குறிப்பிட்டதும் வானிலிருந்து பார்க்க அவை எவ்விதமிருந்தன என ஆவலுடன் கேட்டார். இமய மலைகள், காரக்கோரம், இந்து குஷ் எனப் பல்வேறு மலைகளின் வண்ண ஜாலங்கள் பற்றிப் பேசிக்கொண்டிருந்தோம். கம்பீரமாய் காவல் நிற்கும் அந்த மலைகள் மீதான அவரின் ஆழ்ந்த நேசத்தை உணரமுடிந்தது.

ஸ்மித்சோனியன் நிறுவனத்தின் சார்பாக 'நாம் வாழும் பசுமையான உலகம்; அதனைக் காக்கும் விவேகம்' என்ற புத்தகம் வெளியிடப்பட்டது. (நவம்பர் 30) நான்கு முன்னணி இயற்கைப் பாதுகாப்பு விஞ்ஞானிகளால் அந்தப் புத்தகம் எழுதப்பட்டிருந்தது.[5] புத்தகத்திற்கான பின்னுரையை எழுதியவர் இந்திரா காந்தி. முந்தைய ஆண்டு ஜூலையிலேயே நூலாசிரியர்களில் ஒருவரும் புத்தகம் வெளிவர உந்துசக்தியாக இருந்தவருமான எட்வர்ட் அயென்சு புத்தகத்திற்கான முன்னுரையின் வரைவை இந்திரா காந்திக்கு அனுப்பிவைத்திருந்தார். அதில் இந்திரா காந்தி இவ்விதம் பென்சிலால் எழுதியிருந்தார்.

இது எனது முன்னுரை. எழுத வேண்டியது நான்.

இந்திரா காந்தி எழுதியது குறிப்பிடத்தக்கது. அதன் ஒரு பகுதி வருமாறு:

> உலகம் முழுவதும் இருக்கும் அனைத்துப் பொருட்களின் ஒருமையையும் உயிருள்ள உயிரற்ற அனைத்துப் பொருட்களும் ஒன்றே என்பதையும் எண்ணற்ற நூற்றாண்டுகளாய் இந்திய நாகரிகம் பிரகடனப்படுத்தி வந்துள்ளது. (…) தொன்மையான இந்த இந்தியத் தத்துவத்தை உலகு அங்கீகரித்துள்ளது. ஆனால் காடுகள் அழியவும் பல்வேறு உயிரினங்கள் மடியவும் நமது மக்களே அனுமதித்து வருகின்றனர் என்பது முரண். வளர்ச்சியடைய வேண்டிய கட்டாயங்கள், மக்கள் தொகை (பெருகுவதால் உருவாகும்) தேவைகள், இலாபத்திற்கான பேராசை ஆகியவை ஒன்றிணைந்து நமது காடுகள், விலங்குகள், சுவாசிக்கும்

காற்று ஆகிய அனைத்திற்கும் அச்சுறுத்தலாக உள்ளன. (...) சூழலியச் சமன்நிலையைப் புறக்கணித்ததன் விளைவாக எனது நாட்டிற்கும் முழு உலகிற்கும் பெருமளவு இழப்பு நேர்ந்துள்ளது. இதனைச் சரிசெய்ய மிகக்குறைவான காலமே நமக்கு உள்ளது. சுற்றுச்சூழல் பிரச்சனைகளைத் தனித்தனியாகவோ அல்லது உலகு முழுவதும் சேர்ந்து ஒன்றாகவோ எதிர்கொள்ள வேண்டும். (...)

புத்தகத்தை ஆசிரியர்கள் கீழ்க்கண்டவாறு முடித்திருந்தனர்:

புத்தகத்தின் தலைப்பை எங்கிருந்து பெற்றோம் என்பதைக் குறிப்பிட்டு அதற்கு நன்றி கூறியாக வேண்டும். பொருத்த மான தலைப்பிற்காக எவ்வளவோ தேடினோம். பல்வேறு தலைப்புக்களை முயன்று பார்த்தோம். இறுதியில் இந்திரா காந்தி எழுதிய பின்னுரையில் மிகச்சரியான சொற்றொடர் இருந்தது: 'பசுமையும் வாழும் உலகும்' என்ற வாசகம் இந்திரா காந்தி பயன்படுத்தியதாகும். புத்தகம் வெளியிடப் பட்டபோது இந்திரா காந்தி உயிருடன் இல்லை என்பது துயரமானது.

ௐ

1985 மார்ச் 25இல் கப்பல் போக்குவரத்து அமைச்சகத்தின் செயலர் பிரகாஷ் நாராயணன் சென்னை நகரின் அடையாறு ஆற்றின் முகத்துவாரத்திற்கு அருகேயுள்ள ஆற்றின் கரையில் துறைமுக மேலாண் தேசிய நிறுவனம் அமைக்கப்படமாட்டாது எனவும் இதற்காக வேறு இடம் விரைவில் தேர்வு செய்யப்படும் எனவும் இந்திய அரசு முடிவு செய்துள்ளதாக அறிவித்தார். இது சென்னையிலுள்ள சுற்றுச்சூழல் செயல்பாட்டாளர்களுக்குக் கிடைத்த வெற்றியாகும். பல்வேறுவிதமான பறவைகளின் வாழிடங்களாக விளங்கும் சதுப்பு நிலங்கள் அடங்கிய இந்தப் பகுதி எளிதாகப் பாதிப்பிற்குள்ளாகும் பகுதி. இந்தப் பகுதியைப் பாதுகாக்க சென்னையிலுள்ள சுற்றுச்சூழலியலாளர்கள் சிறிது காலமாகப் போராடி வந்திருந்தனர். சுட்டுக்கொல்லப்படுவதற்குச் சில வாரங்களுக்கு முன்னர் இந்தச் சுற்றுச்சூழல் செயல் பாட்டாளர்களின் கோரிக்கைகளை இந்திரா காந்தி ஏற்றுக் கொண்டிருந்தார். ஆனால் இந்த நிறுவனத்தை வேறு இடத்திற்கு மாற்றும் முறையான அறிவிப்பு வெளியிடப்படாதிருந்தது. இந்த விசயத்தில் முக்கியப் பங்காற்றிய நந்திதா கிருஷ்ணா நடந்தவைபற்றி நினைவுகூர்ந்தார்:

'விரக்தியால் திருமதி காந்திக்கு எழுதினேன். அதைத் தொடர்ந்து தந்தியும் அனுப்பினேன். அதன் விளைவு அதிர்ச்சி

தந்தது. இரண்டு நாட்களிலேயே துறைமுக மேலாண்மை இயக்குநர் வீடு தேடிவந்து மன்னித்துக்கொள்ளும்படி கேட்டுக்கொண்டார். அவர் நிறுவனத்திற்கான இடத்தை (அடையார் முகத்துவாரத்திற்கு வெளியே) மாற்றுவதென முடிவு செய்யப்பட்டுள்ளதெனவும் கிழக்குக் கடற்கரைச் சாலையிலுள்ள உத்தண்டிக்கு மாற்றுவதில் ஏதேனும் ஆட்சேபணை உண்டா எனவும் என்னிடம் கேட்டார். ஒப்புதல் தருவதற்கோ மறுப்பதற்கோ நான் யார்? 'அடையாறு முகத்துவாரத்தின் சூழலியல் பற்றிய கவலையால் அதற்குத் தொந்தரவு ஏற்படக் கூடாதெனவும் அது தனது புனிதத் தன்மையை இழந்துவிடக் கூடாதெனவும் விரும்பினேன்' என்றேன். துறைமுக மேலாண்மை நிறுவனம் அடையாறுக்கு வெளியே உத்தண்டிக்கு மாற்றப்பட்டது பின்னர் பாராளுமன்றத்தில் சட்டம் நிறைவேற்றப்பட்டு 'இந்தியக் கடல்சார் பல்கலைக்கழகமாக' அது மாறியது.

ௐ

இந்திரா காந்தியின் ஈமச் சடங்கில் கலந்துகொள்ள அலுவலக ரீதியாக வந்த அமெரிக்கப் பிரதிநிதிகள் குழுவில் ஒருவராக தில்லோன் ரிப்ளே தில்லிக்கு வந்தார் (நவம்பர் 3). மயூரா ஷெரட்டான் ஹோட்டலில் தங்கியிருந்த அவர் சலீம் அலிக்கு எழுதினார்:

'இதற்காகவா இந்தியாவுக்கு வரவேண்டும்! நாங்கள் அதிர்ச்சியில் உறைந்து போனோம்.' எட்டு நாட்களுக்குப் பிறகு சலீம் அலி எழுதிய பதில்:

> 'துயரம் மிகுந்த செய்தியை நாள் முழுக்கத் தொலைக்காட்சியில் பார்த்துக்கொண்டிருந்தோம். உங்களின் குறிப்பு தில்லியிலுள்ள ஹோட்டலிலிருந்து வந்தது ஆச்சரியம் தந்தது. (...) நீங்கள் வருவதை எதிர்பார்க்கவே இல்லை; பயங்கரமான இந்தப் பேரிடி நம் அனைவரையும் அதிர்ச்சியில் விட்டுச் சென்றுள்ளது; இதனை நம்ப முடியவில்லை; கற்பனை செய்யவும் முடியாத வெறுக்கத்தக்க இழிவான இந்தத் துரோகத்தை அவரின் மெய்க்காப்பாளார்களே செய்துள்ளனர் என்பதைச் சகிக்கவே முடியவில்லை. (...)

நியூயார்க்கிலிருந்து லண்டன் போகும் வழியில் சலீம் அலிக்கு ஒரு கடிதம் எழுதினார் ரிப்ளே: 'மிகவும் சோகமான தருணங்கள். (...) சடங்குகள் மனதை நெகிழச் செய்தன.' டிசம்பர் 2ஆம் நாள் இரவு நிகழ்ந்த, மனித இனத்தின் மிகக்கொடிய தொழிற்சாலைப் பேரழிவான போபால் யூனியன் கார்பைட் தொழிற்சாலை விஷ வாயுபற்றி போபால் நிகழ்வு எத்தனை கோரமானது' (...) என

அந்தக் கடிதத்தில் குறிப்பிட்ட அவர், 'இது பண்டோராவின் பெட்டியை உலகு முழுவதும் திறப்பதற்கான தொடக்கமோ என்ற அச்சம் வருகிறது. என்ன செய்வது?' என மேலும் தெரிவித்தார். (பண்டோராவின் பெட்டி – கிரேக்கப் புராண மரபின் பெருந் தெய்வமான ஜீயஸ் 'திறக்கவேண்டாமென' எச்சரித்து ஒரு பெட்டியைப் பண்டோராவிடம் தந்தார். ஆனால் பண்டோரா பேரார்வத்துடன் அதனைத் திறக்க, துயரங்களும் தீமைகளும் அதிலிருந்து வெளிப்பட்டு மனித இனத்தைப் பீடித்தன).

பெரும் வாக்கு வித்தியாசத்தில் தேர்தலில் வெற்றி பெற்றதை வாழ்த்தி ராஜீவ் காந்திக்குச் சலீம் அலி 1985 ஜனவரி 2இல் எழுதிய கடிதத்தில் இந்திரா காந்தியை நினைவு கூர்ந்தார்:

> வேகமாக மறைந்துவரும் காட்டுயிரையும் காடுகளையும் காப்பதில் ஏதோ எங்களால் ஓரளவு வெற்றிபெற முடிந்திருக்கிறதெனில் அதற்குக் காரணம் இயற்கை மற்றும் சுற்றுச்சூழல் பாதுகாப்பில் இந்திரா காந்தியின் ஆழ்ந்த அக்கறையே. பிரதமராகப் பொறுப்பிலிருந்த காலம் முழுவதும் ஆதரித்துவந்த அவரின் நல்ல பணியை மேலும் தொடர உங்களின் உதவியை எதிர்பார்க்கிறோம்.

1985 ஆகஸ்ட் 28இல் 89 வயதான சலீம் அலி 41 வயதான பிரதமரைச் சந்தித்தார். இதைத் தொடர்ந்து நான்கு நாட்களுக்குப் பிறகு ராஜீவ் காந்திக்கு சலீம் அலி எழுதியது:

> ராஜ்யசபை உறுப்பினராகப் பணி புரிய எனது பெயர் பரிசீலிக்கப்படுவதைக் கவுரமாக உணர்கிறேன்; எனினும் எனக்கு வயதாகிவிட்டதால் மிகவும் தளர்ந்துவிட்டேன். இதனால் பல பிரச்சனைகளுக்கு ஆளாகிவருகிறேன். எனவே ராஜ்ய சபை உறுப்பினராகப் பணிபுரிய எனக்குத் தகுதி இல்லை என்பதை உங்களிடம் ஏற்கனவே விளக்கிக் கூறியுள்ளேன். எப்போதாவது நான் உதவியாக இருப்பேனென நீங்கள் கருதினால் குறிப்பாக – சுற்றுச்சூழல், கானுயிர்ப் பாதுகாப்பு பற்றிய விசயங்களில் – அந்தச் சமயங்களில் உதவ முயல்வேன். **உங்கள் தாயார் இருந்த போது சுற்றுச்சூழல் தொடர்பான எந்த விசயத்தையும் நேரடி யாக அவர் கவனத்திற்குக் கொண்டு செல்வேன். அவரும் உடனடியாக நடவடிக்கை எடுப்பார். இந்த அணுகுமுறையையே உங்களிடமும் நான் தொடர முடியுமேயானால் மனநிறைவு கொள்வேன்.** (அழுத்தம் ஆசிரியருடையது)

அமைதிப் பள்ளத்தாக்குக் காடுகள் மேம்பாட்டு நிறுவனம், அந்தமான் நிகோபார் தீவுகள் என பல விசயங்கள் குறித்து

ராஜீவ் காந்திக்குத் தொடர்ந்து கடிதங்கள் எழுதினார் சலீம் அலி. அவற்றுக்கான பதில் ராஜீவ் காந்தியிடமிருந்து உடனுக்குடன் வந்தது.

சுற்றுச்சூழல் பாதுகாப்பிற்கான ஸ்மித்சோனியன் விருது முதன்முதலாய் இந்திரா காந்திக்கு அவர் இறந்தபின் வழங்கப் பட்டது. புதுதில்லியில் ராஜீவ் காந்தியிடம் இந்தப் பதக்கத்தை வழங்கியவர் தில்லோன் ரிப்ளே. முப்பது வருடங்களுக்கு மேலாக இந்திரா காந்தியை நன்கறிந்தவர் ரிப்ளே. அவர் இந்தியாவின்மீது அன்பும் நேசமும் கொண்டவர் என்பதையும் பணிரீதியாக சலீம் அலியுடன் நெருங்கிய தொடர்புகொண்டிருந்தவர் என்பதையும் இந்திரா காந்தி நன்கறிவார். 1985இல் அமெரிக்காவில் நடை பெறவிருந்த இந்தியத் திருவிழாவிற்குப் புபுல் ஜெயக்கருடன் அவரையும் இணைத் தலைவராக இந்திரா காந்தி நியமித்திருந்தார். இந்திரா காந்தி இறுதியாகச் செய்தவற்றில் இதுவும் ஒன்று.

பம்பாய் இயற்கை வரலாற்றுச் சங்கத்தின் ஆராய்ச்சி மற்றும் சுற்றுச்சூழல் பராமரிப்பு செயல்பாடுகள் பற்றிய கருத்தரங்கு 35 நாட்களுக்குப் பிறகு நடைபெறவிருந்தது. அந்த நிகழ்ச்சியில் கலந்துகொள்ள ராஜீவ் காந்தி சம்மதம் தெரிவித்திருந்தார். கருத்தரங்கில் கலந்துகொள்வதில் தான் மிகவும் மகிழ்வதாக ராஜீவ் காந்திக்குச் சலீம் அலி 1987 மார்ச் 9இல் கடிதம் எழுதி யிருந்தார்.

'ராஜீவ் காந்தியின் மனைவி சோனியாவுக்கும் பிள்ளை களுக்கும் இந்த நிகழ்ச்சி பிடிக்கும். எனவே அவர்களும் இதில் கலந்துகொள்ளலாம்' என ராஜீவ் காந்திக்கு சலீம் அலி 12 நாட்களுக்குப் பிறகு மீண்டும் கடிதம் எழுதினார்.

1987 ஏப்ரல் 13இல் உடல்நலக் குறைவால் சலீம் அலி மருத்துவமனையில் சேர்க்கப்பட்டார். அதனால் அவர் நிகழ்ச்சிக்கு வரவில்லை. தனது குடும்பத்துடன் கருத்தரங்கில் கலந்துகொண்ட ராஜீவ் காந்தி சலீம் அலியை மிகவும் பாராட்டி அவர் விரைவில் குணமடைய வாழ்த்தினார். ஆனால் 67 நாட்களுக்குப் பிறகு சலீம் அலி காலமானார்.

அடிக்குறிப்புகள்

1. மார்க்ரெட் தாட்சருக்கு இந்திரா காந்தி 1984 ஜூன் 9இல் கடிதம் எழுதியிருந்தார். பேச்சுவார்த்தையின் மூலம் நாட்டின் இனப் பிரச்சனைக்கு அரசியல் தீர்வு காணும் தேவையை ஸ்ரீலங்காவின் ஜனாதிபதி ஜே.ஆர் ஜெயவர்தனேவிடம் எடுத்துக்கூறி ஏற்றுக் கொள்ளச் செய்ய இங்கிலாந்துப்

பிரதமர் தனது செல்வாக்கைப் பயன்படுத்துமாறு அந்தக் கடிதத்தில் கேட்டிருந்தார்.

2. அப்போது கேப்டனாக இருந்த சஞ்சய் குல்கர்னி கோகலேயில் இருந்தபோது எடுத்த நேர்காணல்.

3. Digvijay Singh, *The Eco-Vote; People's Representatives and Global Environment (1985).*

4. ஜூன் 1972 ஸ்டாக்ஹோம் மாநாட்டில் இந்திரா காந்தி யுடன் ஏ.பி. வெங்கடேஸ்வரனும் இருந்தார். சுற்றுச்சூழல் விசயங்களில் தீவிரமான அக்கறை தொடர்ந்து அவருக்கிருந்தது.

5. Edward Ayensu, Vernon H. Heyword, Grenville L. Lucas, Robert A. Defillips, *Our Green and Living World: The Wisdom to Save It (1984).*

VII. இறுதியாக...

இப்படியாக முடிவுக்கு வந்தது அவரது வாழ்வு. பொறுப்பும் அர்ப்பணிப்பும் கொண்ட சுற்றுச்சூழல் பாதுகாப்பாளர் அவர்; துணிச்சல் மிக்க அந்த அரசியல் தலைவர் தன் வாழ்வில் வெற்றியைக் கண்டதுண்டு—துயரத்தையும் அனுபவத்திருந்தார். முடிவெடுக்க ஒருபோதும் தயங்காத விசேஷ ஆளுமை – அவற்றுள் சில முடிவுகள் சிறந்தவை; சில முடிவுகள் அவருக்கு நியாயம் சேர்க்கவில்லை.

ஐ

இந்திரா காந்தியை மதிப்பிடவோ அல்லது அவர்பற்றித் தீர்ப்புக் கூறவோ இந்தப் புத்தகத்தை நான் எழுத முனையவில்லை. அதிகமும் எழுதப்பட்ட, ஆனால் குறைவாகவே புரிந்துகொள்ளப்பட்ட அவர், ஒருபுறம் சிக்கல்களும் முரண்பாடுகளும் கொண்டிருந்தார்; அனைவராலும் பாராட்டப்பட்ட செல்வாக்கு மிக்க தலைவராகவும் விளங்கினார். இவர் பற்றிய புதிய சித்திரம் ஒன்றைத் தீட்ட முயன்றேன். அவர்பற்றி வெளிவந்திருக்கும் புத்தகத் தொகுப்புகளில் அவர் ஆளுமையின் ஒரு அம்சம் உரிய கவனம் பெறவில்லை. அந்த அம்சம் கொண்ட அவர் யார்? அவர் செய்ததென்ன என்பதைக் கண்டறிந்து விளக்க முற்பட்டேன்.

இந்திரா காந்தியின் கல்விப் பயணம் வழக்க மான முறைக்கு உட்பட்ட பாதையில் செல்லாது கோணல்மாணலாய் இருந்தது. கல்லூரிக்குச் சென்றார்; பட்டம் பெறவில்லை. இயற்கைப் பல்கலைக்கழகத்தில் மிக உயரிய Summa cum Lande பட்டம் பெற்றுச் சிறப்பாகத் தேறினார்.

உண்மையான இந்திரா காந்தி யார்? வரலாற்றாசிரியர்கள் மல்லாடிக்கொண்டிருந்த, தொடர்ந்து மல்லாடப் போகும் கேள்வி இது. அவரது வெற்றிகளில் மலைத்து அவரைப் பாராட்டிப் புகழும் கூட்டம் அவருக்கு உண்டு. அவரின் பிழை யான முடிவுகள், செயல்பாடுகளுக்கு அப்பால் அவரைக் காண முடியாத விமர்சகர்களும் பெருமளவு உள்ளனர். அவரே எடுத்த முடிவுகள் சில; சூழ்நிலை நெருக்கடியால் தள்ளப்பட்டு எடுத்தவை சில.

அவர் ஆளுமையில் நிச்சயமாக முரண்பாடுகள் இருந்தன. ஆனால் காலவரிசைப்படித் தொகுக்கப் பட்ட இந்தப் புத்தகத்திலிருந்து சுற்றுச்சூழல்மீதான

அவரின் அர்ப்பணிப்பு ஐயத்திற்கிடமின்றிப் புலனாகிறது. சொந்த வாழ்வின் திடீர் மாற்றங்களால் கொந்தளிப்பான மனநிலையிலிருந்த காலகட்டத்திலும், அரசியல் சூழ்நிலை கூச்சல்குழப்பம் மிகுந்ததாக இருந்த சமயங்களிலும் அவருக்கு ஊக்கமும் புத்துணர்ச்சியும் தந்தது, இயற்கைமீது அவர் கொண்டிருந்த ஈடுபாடே. சூழலியல் தொடர்பான அனைத்தின் மீதும் இந்திரா காந்தி கொண்டிருந்த நேசம் மரபுரிமைச் சொத்தாக அவரிடம் வந்து சேர்ந்து அவர் ஆளுமையின் ஒரு பகுதியாகவும் ஆனது. நிலைத்து நிற்கும் பேரார்வமாக இதனை அவர் வளர்த்துக்கொண்டார்.

'அதனால் என்ன? சுற்றுச்சூழல் மீதான அவரின் அக்கறையால் என்ன பெரிய வித்தியாசம் விளைந்து விடப் போகிறது?' என அவரின் விமர்சகர்கள் கேட்கலாம். இது பண்பற்ற கேள்வி. பிரதமராக இருந்த காலகட்டத்தில் அவரின் சாதனைப் பதிவேட்டிற்குத் தொடர்பற்றது என இயற்கை மீதான இந்திரா காந்தியின் பேரார்வத்தை ஒதுக்கிவிட முடியாது. ஏனெனில் அது ஒன்றும் அவருக்கே சொந்தமான தனிப்பட்ட விசயம் அல்ல. அவரின் பேரார்வம் மக்களுக்கு விடுக்கும் அழைப்பாக உருவானது. அவர் யார் என்பதை அது வரையறை செய்தது; பிரதமராக அவரின் செயல்பாடுகளுக்கு அது உந்துசக்தியாக விளங்கியது. எனவே பிரதமராக அவரின் செயல்பாடுகளை மதிப்பிடுகையில் சுற்றுச்சூழல் ஆதரவாளராகவும் தலைவராகவும் அவரின் சாதனைகளை முழுவதுமாக கணக்கிலெடுத்துக் கொள்ள வேண்டியது அவசியமாகும்.

ဖ

நாட்டின் தலைவியாக இருந்த காலகட்டம் முழுவதும் நெருக்கடிகளால் தொடர்ந்து அலைக்கழிக்கப்பட்டவாறே இருந்தார் இந்திரா காந்தி. அந்தச் சமயங்களில் இயற்கை மீதான நீடித்த அக்கறை அவரின் உண்மையான சுயத்தை வெளிப்படுத்தியது. நமது குடியரசின் மிகக் கடினமான சில வருடங்களில் உடனடியாக நிறைவேற்றப்படவேண்டிய ஏராளமான கோரிக்கைகள் அவரின் கவனத்தை வேண்டியவாறிருந்தன. அந்தச் சூழ்நிலையிலும் சுற்றுச்சூழல் நோக்கங்கள் தொடர்பான விசயங்களுக்கு நேரம் ஒதுக்கிச் செயலாற்றினார். அரசியல் பிரச்சனைகளின் சுமை அதிகரித்தபோது இயற்கை உலகைச் சரணடைந்தார். அரசியல் தற்காலிகமானதுதான்; இயற்கையே தன் வாழ்வில் நீடித்து நிலைத்திருக்கும் என்பதாக அவர் கருதினார் போலும்.

பார்வையாளர்களுடன் இருக்கும்போதோ அல்லது கூட்டங்களிலோ கோப்புகளைப் பார்த்துக்கொண்டிருப்பார்;

அல்லது தனக்குப் பிடித்த பொழுதுபோக்கான துண்டுக் காகிதத்தில் ஏதாவது கிறுக்குவதில் ஈடுபட்டுக்கொண்டிருப்பார்; அல்லது அவர் கவனம் வேறெங்கோ தொலைவில் இருப்பதாகத் தோன்றும். ஆனால் இயற்கையியலாளர்களுடன் இருக்கும்போதோ அல்லது கானுயிர், காடுகள், சுற்றுச்சூழல் பாதுகாப்புத் தொடர்பான கூட்டங்களிலோ இதுபோல் நிச்சயம் அவர் இருப்பதில்லை. அந்தச் சமயங்களில் ஆழ்ந்த கவனத்துடன், ஈடுபாட்டுடன் பங்கேற்றுக் கொள்வார்.

பருவ நிலை மாற்றம் குறித்தும் நீடித்து நிலைக்கும் வளர்ச்சி பற்றியும் உலகிலுள்ள அரசாங்கம்/தேசத் தலைவர்கள் பேரார்வத்துடன் நீண்ட நேரம் இன்று பேசிவருகின்றனர். ஆனால் நாற்பது வருடங்களுக்கு முன்பே சுற்றுச்சூழல் விசயங்களில் தீவிரமான ஈடுபாடு கொண்டு அரசாங்கத்தின் தினசரி நடவடிக்கைகளில் அதற்குரிய முக்கியத்துவம் தந்த வெகு சில அரசியல் தலைவர்களில் இந்திரா காந்தியும் ஒருவர். 1972 ஜூனில் ஸ்டாக்ஹோமில் நடந்த மனிதச் சுற்றுச்சூழல் மீதான முதல் ஐநா சபை மாநாட்டில் அதனை ஏற்பாடு செய்த சுவீடன் நாட்டுப் பிரதமரைத் தவிர்த்துப் பிற நாடுகளிலிருந்து வந்த தலைவர்களில் மாநாட்டில் உரையாற்றியவர் இந்திரா காந்தி ஒருவரே. அதுபோல 1976 ஆகஸ்டில் நைரோபியில் நடந்த புதுப்பிக்கப்படத்தக்க மற்றும் தீர்ந்துபோகாது என்றுமிருக்கும் வளங்கள் குறித்த முதல் ஐநா சபை மாநாட்டில் உரையாற்றிய ஐந்து நாட்டுத் தலைவர்களுள் இந்திரா காந்தியும் ஒருவர். இத்துடன், 1992ஆம் ஆண்டு நூற்றுக்கும் அதிகமான அரசுத்தலைவர்கள் பங்கேற்ற ரியோ பூமி உச்சிமாநாட்டை ஒப்பிட்டுப் பாருங்கள்.

இந்தியாவில் மட்டுமின்றி உலக அரங்கிலும் சுற்றுச்சூழல் விசயங்களில் புதுப் பாதை அமைத்து வழிகாட்டியவர் இந்திரா காந்தி என்பதில் சந்தேகம் இல்லை.

೧೩

எதேச்சதிகாரத் தன்மை கொண்டவராகவே இந்திரா காந்தி பெரும்பாலும் சித்தரிக்கப்படுகிறார். அவர் விரும்பியது அனைத்தும் எப்போதும் நடந்ததில்லை என்பதையே இயற்கையோடு இயைந்த இந்திரா காந்தியின் வாழ்வு காட்டுகிறது. எது செய்யப்பட வேண்டும்? எவ்விதம்? என வெளிப்படையாகத் தெளிவாக அதிகாரப்பூர்வமாய் உத்தரவிட்ட சந்தர்ப்பங்கள் நிச்சயம் சில இருந்தன. ஆனால் ஒட்டுமொத்தமாகப் பார்க்கும்போது, பிரதமராக மாநில முதல்வர்களுக்கும் பிறருக்கும் சுற்றுச்சூழல் தொடர்பான யோசனைகள், வலியுறுத்துதல்கள் மட்டுமே நிரம்பிய காவியமாக இயற்கையோடு இயைந்த அவர் வாழ்வு

இருந்தது எனலாம். இந்த அணுகுமுறை இரண்டு காரணங்களால் வழிநடத்தப்பட்டன. 1. மக்கள் வாழ்க்கைத் தரத்தையும், அவர்களின் வாழ்வின் தன்மையையும் மேம்படுத்துவதற்குப் பொருளாதார வளர்ச்சிக்கே இந்தியாவில் முக்கியத்துவம் தரப்பட்டு வந்துள்ளது என்பதை இந்திரா காந்தி ஆழமாக உணர்ந்திருந்தார். 2. இயற்கையைப் பேணவும் சுற்றுச்சூழலைப் பாதுகாக்கவும் அவர் மேற்கொள்ள விரும்பிய நடவடிக்கைகள் பலவும் மாநில அரசுகள் முதன்மையாக மேற்கொள்ள வேண்டியவை. எதிர்ப்புகளை மீறி வலுக்கட்டாயமாகத் தான் விரும்பியதைத் திணிப்பவர் என்பதாக அவர் கருதப் படுகிறார். இது உண்மையானால் ஒரு சுற்றுச்சூழலியலாளராக இப்போது செய்திருப்பதைக் காட்டிலும் மிக அதிகமாகவே அவர் சாதித்திருப்பார்.

மிகுந்த வேதனையுடன்தான் பற்பல முடிவுகளை அவர் எடுக்க வேண்டியதிருந்தது என்பதை இயற்கையோடு இயைந்த இந்திரா காந்தியின் வாழ்வு நமக்கு உணர்த்துகிறது. எடுத்துக் காட்டாக, நீர்மின் திட்டம் அமைக்கப்படுவதிலிருந்து அமைதிப் பள்ளத்தாக்குக் காப்பற்றப்பட வேண்டியது தேவை என்பதை இந்திரா காந்தி அறிந்தே இருந்தார். ஆனால் இறுதி முடிவுக்கு வர ஏறத்தாழ மூன்று ஆண்டுகள் எடுத்துக்கொண்டார். அதே நேரம் இது தொடர்பாக விவாதங்களும் சர்ச்சைகளும் நடைபெற அனுமதிக்கவும் செய்தார். சில சமயங்களில் பொருளாதார அரசியல் நிர்ப்பந்தங்கள் காரணமாக சூழலியல் மீதான தனது நம்பிக்கைகளுக்கு எதிராகவே இந்திரா காந்தி முடிவு எடுக்க வேண்டியிருந்தது. சில சமயங்களில் தனக்கு மிகவும் பிடித்த நம்பிக்கைக்குரியவர்களிடமிருந்து ஆலோசனைகளையும் கருத்துக்களையும் கேட்டறியவும் செய்தார். இந்தியாவில் அத்தகையவர் புகழ்பெற்ற அவர் நண்பர் சலீம் அலி. சர்வதேச அளவில் பீட்டர் ஸ்காட்டும் பீட்டர் ஜாக்சனும் உதாரணங்களாவர்.

புதிய சூழ்நிலைகளை எதிர்கொண்டு அவற்றுடன் போராடிக் கொண்டிருக்கையில் இந்திரா காந்தியின் கருத்துக்கள் படிப்படி யாக உருவாகத் தொடங்கின. சுற்றுச்சூழல் தூய்மையாளராகவே ஆரம்பத்தில் இருந்த அவர், காலம் செல்லச்செல்ல உள்ளூர் சமுதாய மக்களின் முழுமையான ஈடுபாடும் ஒத்துழைப்புமின்றிக் காடுகள், கானுயிர் பாதுகாப்பு நீடித்திருக்க முடியாதென்பதை உறுதியாக நம்பினார்.

இந்திரா காந்தி புதிர் நிறைந்தவர் என்பது உண்மை. ஆனால் அடிப்படையில் சுற்றுச்சூழல் பாதுகாப்பில் அர்ப்பணிப்புணர்வு கொண்டவர். பரம்பரைச் சொத்தாக

வந்த கலாச்சாரப் பன்முகத்தன்மையுடன் இந்தியாவின் வளமான இயற்கைப் பாரம்பரியத்தைப் பாதுகாப்பதே இந்தியப் பொருளாதார மேம்பாட்டிற்கு அடிப்படையானது என்பதை அவர் உணர்ந்திருந்தார். வளர்ச்சியை விடவும் இயற்கை சுற்றுச்சூழல் பாதுகாப்பே முக்கியமானது என்பது எப்படி ஏற்றுக்கொள்ளப்பட முடியாததோ அதுபோல இயற்கைச் சுற்றுச்சூழல் பாதுகாப்பின்றி நீடித்து நிலைத்த வளர்ச்சி சாத்தியமில்லை. மேலும் அவரைப் பொறுத்தவரை இயற்கை சுற்றுச்சூழல் பாதுகாப்பு, பல்லுயிரினத்தின் மீதான மதிப்பு, சூழலியச் சமன்பாடு பற்றிய அக்கறை ஆகிய அனைத்தும் தொன்மையான இந்திய நாகரிகத்தின் தனிப்பண்பாக நாம் பெற்றுக்கொண்டவை. இயற்கையைப் போற்றிப் பாதுகாப்பதும் அதனுடன் இயைந்து வாழ்வதும் நமது முன்னோர்கள் நமக்குக் கற்றுத் தந்தவையாகுமென தொடர்ந்து குறிப்பிட்டு வந்தார் இந்திரா காந்தி.

அவர் விட்டுச்சென்ற சுற்றுச்சூழல் கொடை காலா காலத்திற்குமானது; அதன் அதிர்வலை தொடர்ந்து நீடிக்கும். அனைவருக்குமான அந்தக் கொடையைப் பெறுபவர் தனித் தகுதி கொண்டிருக்க வேண்டியதில்லை.

ര

தலைநகரிலுள்ள இந்திரா காந்தியின் நினைவிடமான 'சக்தி ஸ்தல்' – சக்தியின் உறைவிடம் – இயற்கையை, அதன் எண்ணற்ற வடிவங்களுடன் இந்திரா காந்தி கொண்டிருந்த உறவை வெளிப் படுத்துகிறது. இந்திரா காந்தியின் சடலம் எரியூட்டப்பட்டு இறுதிச் சடங்குகள் நடந்த சதுர வடிவிலான திறந்த மண் வெளியில் நினைவிடம் அமைந்துள்ளது.[2] கற்கள் மீதான இந்திரா காந்தியின் ஈர்ப்பை அது உயிர்ப்புடன் வெளிப்படுத்துகிறது. மனித குலம் அறிந்த மிகக் கடினமான பாறைகளில் ஒன்றான பிரமாண்டமான ஜாஸ்பர் ஹேமடைட் கல் நினைவிடத்தின் மத்தியிலுள்ளது. நான்கு பிரதான சகாப்தத்தைப் பிரதிபலிக்கும் விதமாக நாட்டின் ஒவ்வொரு பகுதியிலிருந்தும் ஆயிரம் பாறைக்கற்கள் சேகரிக்கப்பட்டு ஒரு புவியியல் பூங்காவாக நினைவகம் அமைந்துள்ளது. சிறிதளவு கற்கள் அண்டார்டிகாவிலிருந்து சேகரிக்கப்பட்டு அங்கே வைக்கப்பட்டுள்ளன. அண்டார்ட்டிகா பனிக் கண்டத்தில்முதன் முதலாய் இந்தியா மேற்கொண்ட பயணத்தில் இந்திரா காந்தியின் பங்களிப்பை இது குறிக்கிறது.

இமயமலை அடிவாரத்தில் பொதுவாகக் காணப்படும் (சறுக்கிவரும் பனிப்பாறைகளாலோ மண் அரிப்பினாலோ

உருவாகும்) இயற்கையான இடஅமைப்பை நினைவகம் அமைந்துள்ள இந்த நிலப்பகுதி கொண்டுள்ளது. மரங்கள் இந்திரா காந்தியின் நேசத்திற்குரியவை. குறிப்பாக – ஒளிமிக்க மஞ்சள் நிற மலர்க் கொத்துகள் கொண்ட லேபர்னம், தனது வீட்டுத் தோட்டத்தில் இந்திரா காந்தி நட்டிருந்த இளஞ்சிவப்பு வண்ணம் கொண்ட ஸில்க் ஃப்ளாஸ், வெண்ணிறச் சிறுபூக்கள் கொண்ட அல்ஸ்டோனியா மரம் (இந்த மரங்கள் தலைநகரில் பெயர் பெற்றவை. இவற்றை நடச் செய்தவர் இந்திரா காந்தி); அழகிய வெண்கல நிற இலைகளும் மஞ்சள் மலர்களும் கொண்ட புத்தரன்ஜீங் மரம், வரலாற்று, கலாச்சார முக்கியத்துவம் வாய்ந்த கதம்பம் ஆகிய அனைத்து மரங்களும் செடிகளும் இங்குள்ளன.

ரவீந்திரநாத தாகூரை இந்திரா காந்தி 'சூழலிய மனிதர்' என அழைத்தார். இந்த சாந்திநிகேதன் மாணவி 'ஒரு சூழலியப் பெண்மகளாகத்' தன்னை உருவாக்கி வளர்த்து 'மாபெரும் காப்பாளரான *(Gteat Sentinel)*' ரவிந்திரநாத தாகூருக்குப் பெருமை சேர்த்தார் என்பதில் ஐயமில்லை.

அடிக்குறிப்புகள்

1. நயமிக்க இந்தச் சொற்றொடரை முதலில் 1975இல் மசானி பயன்படுத்தினார். இந்திரா காந்தியின் வாழ்க்கை வரலாறு நேர்த்தியாக அவரால் எழுதப்பட்டுள்ளது. ஆனால் ஏ.சி.என். நம்பியாரிடம் (தனது தில்லி – சண்டிகார் விமானப் பயணத்தின் போது) இந்திரா காந்தி இவ்விதம் கூறினார் (1983 மே 29): 'மசானி எழுதிய வாழ்க்கை வரலாறு மிக மோசமானது எனக் கேள்வியுற்றேன். அதில் எதனையும் நான் படித்ததில்லை. ஆனால் என்னைப்பற்றிய அவரின் கட்டுரைகள் கொடூர மானவை. இதுபோன்ற ஒரு புத்தகத்தில் பணம் செலவழிக்க வேண்டாமென நான் நினைக்கிறேன்'

2. தனது பற்பல பயணங்களின்போதும் சுவாரசியமான கற்களின் வகை மாதிரிகளைச் சேகரித்து தன் வீட்டில் வைத்துக்கொள்வதுண்டு. அவற்றை தொட்டுணர்வது இந்திரா காந்திக்கு மிகவும் பிடிக்கும். ரஷ்யாவிலுள்ள சோச்சி கருங்கடல் விடுமுறை ஓய்வகத்தில் தங்கியிருந்தபின் மூன்று நாட்கள் கழித்து மாஸ்கோவிலிருந்து தன் தந்தைக்கு இந்திரா காந்தி கடிதம் எழுதினார் (1953 ஜூலை 17): 'ஓர் ஏரி அல்லது மத்திய தரைக் கடலைப் போல கருங்கடல் மிக அமைதியாக இருந்தது. எனது ஏமாற்றத்தை அவள் (கருங்கடல்) யூகித்திருக்க வேண்டும். ஏனெனில் மறு நாளே கடலில் ஒரு புயல் எழுந்தது; பின் ஒவ்வொரு ஐந்து நிமிடமும்

தன் உடைகளை மாற்றிக்கொண்டிருந்தாள். அவற்றுள் எது மிக அழகியது என ஒருவராலும் தீர்மானிக்க முடியாது. கடலைப் பார்க்க மிக வசீகரமாக இருந்தது. கடலில் நீந்தினோம், கூழாங்கல் கடற்கரையில் படுத்துக்கிடந்தோம்; வசதியாக இல்லை தாம். பல்வேறு வண்ணங்களில் கூழாங்கற்கள் மிக அற்புதமாக இருந்தன'

3. ரவிந்திரநாத தாகூரை மகாத்மா இவ்விதம் விவரித்திருப்பார் Young India (1921 அக்டோபர் 13).

ஆதாரங்கள் பற்றிய குறிப்பு

பாதுகாப்புக் காரணங்களுக்காக அரசாங்கத்தின் சில கோப்புகள், ஆவணங்கள் ரகசியமாக வைக்கப்படுவதுண்டு. இந்த விதி இந்தப் புத்தகத்திற்குத் தொடர்புடைய கோப்புகள், ஆவணங்கள் விசயத்தில் சமீபத்தில் நீக்கப்பட்டது. அதனால் சக அமைச்சர்களுக்கும் மாநில முதல்வர்களுக்கும் இந்திரா காந்தி எழுதிய கடிதங்கள், கோப்புகளிலும் அவருக்கு வந்த கடிதங்களிலும் அவர் எழுதிய குறிப்புகள் உள்ளிட்ட அனைத்தும் புதுதில்லித் தேசிய ஆவணக் காப்பகத்தில் காணக் கிடைத்தன.

புதுதில்லியிலுள்ள நேரு நினைவு அருங்காட்சியகம் மற்றும் நூலகத்திலுள்ள சலீம் அலி ஆவணக் காப்பகத்திலிருந்து அவருக்கு இந்திரா காந்தி எழுதிய கடிதங்கள் கிடைத்தன. பி.என். ஹக்சரின் கட்டுரைகளும் கடிதங்களும் அங்கிருந்தே பெறப்பட்டுப் பயன்படுத்தப்பட்டுள்ளன. வாஷிங்டன் டி.சி, ஸ்மித்சோனியன் நிறுவனத்திலுள்ள தில்லோன் ரிப்ளே காப்பகத்திலிருந்து இந்திரா காந்தி அவருக்கு எழுதிய கடிதங்கள் கிடைத்தன.

டி.என். கவுல், மீரா பென் ஆகியோருக்கு எழுதிய இந்திரா காந்தியின் கடிதங்களையும் அங்குள்ள அவரவர் காப்பகங்களிலிருந்து பெற்றுக் கொண்டேன்.

பில்லி அர்ஜன் சிங்குடன் நீண்டகாலம் இந்திரா காந்தி கடிதத் தொடர்புகொண்டிருந்தார். அவரின் நெருங்கிய உறவினர் இந்தக் கடிதங்களைத்

தந்து உதவினார். இதேபோல் ஆன் ரைட்டுக்கு இந்திரா காந்தி எழுதிய கடிதங்களையும் ஆன் ரைட்டே எனக்குத் தந்துதவினார்.

பற்பல சந்தர்ப்பங்களில் மாநாடுகள் கூட்டங்களுக்கு இந்திரா காந்தி அனுப்பிய செய்தி, சில புத்தகங்களுக்கு அவர் எழுதிய முகவுரை ஆகியவை இந்திரா காந்தியின் உரைகளும் எழுத்தும் அடங்கிய அலுவலகரீதியான ஐந்து தொகுப்புகள் கொண்ட திரட்டில் சேர்க்கப்படவில்லை. தேசிய ஆவணக் காப்பகத்திலிருந்து அவை பெறப்பட்டன.

இங்கிலாந்திலுள்ள கார்னெல் பல்கலைக்கழகத்தின் லுசைல் கைல் ஆவணக் காப்பகத்திலிருந்து இந்திரா காந்தி அவருக்கு எழுதிய கடிதங்கள் கிடைத்தன. சுவிட்சர்லாந்திலுள்ள இயற்கைக்கான உலக நிதியமும் பன்னாட்டு இயற்கைவளப் பாதுகாப்பு நிறுவனமும் இந்திரா காந்தியுடன் கொண்டிருந்த பரிமாற்றங்களையும் பிற தகவல்களையும் அந்த அமைப்புகளின் ஆவணக் காப்பகங்களிடமிருந்து பெற்றுக்கொண்டேன். ரஜ்னி படேலுக்கு இந்திரா காந்தி எழுதிய கடிதங்களைப் பென் மாநில பல்கலைக் கழகக் காப்பகம் தந்து உதவிற்று. கத்லீன் டேவிஸுக்கு இந்திரா காந்தி எழுதிய கடிதத்தைச் சோமர்வில்லெ கல்லூரி முதல்வரான அலைஸ் ப்ரோச்சஸ்கா தந்தார்.

பம்பாய் இயற்கை வரலாற்றுச் சங்கம், இங்கிலாந்திலுள்ள கேம்பிரிட்ஜ் பல்கலைக் கழகம், நண்பர்கள் வீடு, துர்காம் பல்கலைக் கழகம், அமெரிக்காவிலுள்ள ஸ்வார்த்மோர் கல்லூரி, ஜான் ஹாப்கின்ஸ் பல்கலைக் கழகம், ஸ்டான்ஃபோர்ட் பல்கலைக்கழகம், ஹார்வர்டு பல்கலைக்கழகம், ஜார்ஜ்டவுண் பல்கலைக்கழகம் ஆகியவற்றிலிருந்தும் கிடைத்த ஆவணங்களைப் பயன்படுத்தியிருக்கின்றேன்.

சோனியா காந்தியைப் பதிப்பாசிரியராகக் கொண்ட *'Two Alone, Two Together' (Penguin Books, 2004)* என்ற புத்தகத்திலிருந்து இந்திரா காந்திக்கும் ஜவகர்லால் நேருவுக்கும் இடையேயான கடிதங்கள் கிடைத்தன.

டோரதி நார்மனுக்கு இந்திரா காந்தி எழுதிய கடிதங்கள் முன்னவர் எழுதிய *'Indira Gandhi: Letters to a American Friend (1985)'* என்ற புத்தகத்திலிருந்தும், பில்லிஸ் கார்ட்ரைட்டுக்கு இந்திரா காந்தியின் கடிதங்கள் பி.டி. டாண்டன் எழுதிய *'Lingering Echoes (Allied Publishers, 1990)* என்ற புத்தகத்திலிருந்தும் ஜெர்ட்ரூட் எமர்சன்னுக்கு எழுதிய இந்திரா காந்தியின் கடிதங்கள் கிரிஷ் என் மெஹ்ரா எழுதிய *'Nearer Heaven than Earth' (Rupa Publications 2007)* என்ற புத்தகத்திலிருந்தும், ஏ.சி.என். நம்பியாருக்கு இந்திரா

காந்தி எழுதிய கடிதங்கள் வாப்பல்லா பாலச்சந்திரனின் *'A Life in Shadow' (Roli Books 2016)* என்ற புத்தகத்திலிருந்தும் கிடைத்தன. ஜவர்கர்லால் நேருவின் கடிதங்களும் குறிப்புகளும் *'Select Works of Jawarharlal Nehru' (Oxford University Press)* தொகுப்புகளிலிருந்து பெறப்பட்டன.

அனைத்துப் புகைப்படங்களும் நேரு நினைவு அருங்காட்சியகம் மற்றும் நூலகம், ஐநா சபை, இந்திரா காந்தி நினைவு அறக்கட்டளை ஆகிய அமைப்புகளிடமிருந்து கிடைத்தன. 1966இல் அரிசி ரேஷனைத் திருப்பித்தர ஒப்புக்கொண்ட அறிக்கை பி.டி. டாண்டன் எழுதியுள்ள *Indira: Lingering Echoes (Allied publishers 1990)* என்ற புத்தகத்திலிருந்தும், 1982இன் பறவை படக் கிறுக்கல் பி.ஸி. அலெக்சாண்டரின் *Through the Corridors of Power (2004)* புத்தகத்திலிருந்தும் கிடைத்தது.

காஷ்மீருக்கு இந்திரா காந்தி இறுதியாகப் பயணம் மேற்கொண்டதிலிருந்து இந்தப் புத்தகம் தொடங்குகிறது. எம்.எல். ஃபொத்தேதார் எழுதிய *'The Chinar Leaves: A Political Memoir' (Harper Collins 2015)* என்ற புத்தகத்தில் இந்தப் பயணம் சிறப்பாக விவரிக்கப்படுகிறது.

துணைநூற்பட்டியல்

Ahluwalia, H.P.S., *Higher than Everest*, Vikas Publishing House, 1973.

Alam, Jawaid. (ed.), *Kashmir and Beyond 1966-84: Select Correspondence between Indira Gandhi and Karan Singh*, Viking by Penguin, 2011.

Alexander, P.C., *My Years with Indira Gandhi*, Orient Paperbacks, 1991.

———,*Through the Corridors of Power*, HarperCollins, 2004.

Ali, Salim, *The Fall of a Sparrow*, Oxford University Press, 1985,

Austin, Granville, *Working a Democratic Constitution*, Oxford University Press, 1999.

Ayensu, Edward, Heywood, Vernon H., Lucas, Grenville L. and Defillips, Robert A., *Our Green and Living World: The Wisdom to Save It*, Cambridge University Press, 1984.

Balachandran, Vappala, *A Life in Shadow: The Secret Story of ACN Nambiar: A Forgotten Anti-Colonial Warrior*, Lotus/Roli, 2016.

Bedi, Romesh, with pictures by Bedi, Rajesh, *Indian Wildlife*, Brijbasi Printers,1984.

Berwick, Stephen and Saharia, V.B., *The Development of International Principles and Practices of Wildlife Research and Management: Asian and American Approaches*, Oxford University Press, 1995.

Bhagat, Usha, *Indiraji Through My Eyes*, Viking by Penguin, 2005.

Bhatia, Krishan, Indira: *A Biography of Prime Minister Gandhi*, Praeger, 1974.

Brahmachary, R.L., *My Tryst with Big Cats*, Naturism, 2013.

Capra, Fritjof, *Uncommon Wisdom: Conversations with Remarkable People*, Flamingo, 1989.

D'Monte, Darryl, *Temples or Tombs? Industry Versus Environment: Three Controversies*, Centre for Science and Environment, 1985.

Davies, Anne, 'Women's Overland Himalayan Expedition, 1958', *Alpine Journal*, 1959.

Deacock, Antonia, *No Purdah in Padam*, Harrap and Co., 1960.

Dhar, P.N., *Indira Gandhi: The 'Emergency and Indian Democracy*, Oxford University Press, 2000.

Divyabhanusinh, *The Story of Asia's Lions*, Marg Publications, 2005.

Durrell, Gerald, *The Ark's Anniversary*, Westland, 2007.

Engfeldt, Lars-Goran, *From Stockholm to Johannesburg & Beyond*, Ministry of Foreign Affairs, Sweden, 2009.

Fotedar, M.L., *The Chinar Leaves: A Political Memoir*, HarperCollins, 2015.

Frank, Katherine, Indira: *The Life of Indira Nehru Gandhi*, HarperCollins, 2001.

Futehally, Zafar with Chandola, Shanti and Chandola, Ashish, *The Song of the Magpie Robin: A Memoi*r, Rainlight/Rupa, 2014.

Gandhi, Indira, *Eternal India*, Vendome Press, 1980.

———, *Problems and Prospects*, Hodder and Stroughton, 1981.

———, *My Truth*, Vision Books, 1982.

———, *Selected Speeches and Writings (in five volumes)*, Publications Division, Ministry of I&B, Government of India, 1986.

Gandhi, Sonia (ed.), *Two Alone, Two Together: Letters between Indira Gandhi and Jawaharlal Nehru* 1922-1964, Penguin, 2004.

Ganguli, Usha, *A Guide to the Birds of the Delhi Area*, Indian Council of Agricultural Research, 1975.

Gee, E.P., *The Wild Life of India*, E.P. Dutton, 1964.

Ghorpade, M.Y., *Sunlight and Shadows*, Gollancz, 1983.

Ghosh, D.N., *No Regrets*, Rupa, 2015.

Gill, Manohar Singh, *Himalayan Wonderland*, Vikas Publishing House, 1972.

Gokhale, Nitin, *Beyond NJ 9842: The Siachen Saga*, Bloomsbury India, 2014.

Guha, Ramachandra, *India After Gandhi*, Picador, 2002.

Gundevia, Y.D., *In the Districts of the Raj*, Orient Longman, 1992.

Gupte, Pranay, *Mother India: A Political Biography of Indira Gandhi*, Penguin / Viking, 2009.

Harper, Kristine, *Make it Rain: State Control of the Atmosphere in Tientieth-Century America*, University of Chicago Press, 2017.

Hart-Davis, Duff, *Honorary Tigers: The Life of Billy Arjan Singh*, Roli, 2005.

Holdgate, Martin, *The Green Web: A Union for World Conservation*, Routledge, 2013.

Indira Gandhi Memorial Trust, *What I Am: Indira Gandhi in Conversation with Pupul Jayakar*, 1986.

———, Remembered Moments: *Some Autobiographical Writings of Indira Gandhi*, 1987.

Jayakar, Pupul, *Indira Gandhi: A Biography*, Viking, 1992.

Kalhan, Promilla (ed.), *Indira Gandhi Writes*, Arnold-Heinemann, 1976.

Kochukoshy, C.K., *Into an Hour Glass*, published by Mrs G.K. Koshy, 1982.

Kohli, M.S., *Nine Atop Everest*, Orient Longmans, 1969.

Khagram, Sanjeev, *Dams and Development: Transnational Struggles for Water and Power*, Cornell University Press, 2004.

Kumar, Ravinder and Prasad, H.Y. Sharada, *Selected Works of Jawaharlal Nehru*, Second Series, Volume 23, Oxford University Press, 1998.

Kurien, Verghese as told to Gouri Salvi, *I Too Had a Dream*, Roli Books, 2005.

Lewis, Michael, *Inventing Global Ecology: Tracking the Biodiversity Ideal in India* 1945-1997, Orient Longman, 2003.

Lutyens, Mary, *The Life and Death of Krishnamurti*, John Murray, 1990.

MacDonald, Malcolm, *Birds in My Indian Garden*, Jonathan Cape, 1960.

Malhotra, Inder, Indira Gandhi: *A Personal and Political Biography*, Hay House India, 2014.

Manoharan, T.M., Biju, S.D., Nayar, T.S. and Easa, P.S., *Silent Valley: Whispers of Reason*, Kerala Forest Department, 1999.

Masani, Zareer, *Indira Gandhi: A Biography*, Oxford University Press, 1975.

Mathur, Dr K.P., *The Unseen Indira Gandhi through Her Physicians Eyes*, Konark Publishers, 2016.

Mehra, Girish, Nearer Heaven than Earth: *The Life and Times of Boshi Sen and Gertrude Emerson Sen*, Rupa Publications, 2007.

Mitra, Ashok, *A Prartler's Tale*, Samya, 2006.

Mohan, Anand, *Indira Gandhi: A Personal and Political Biography*, Meredith, 1967,

Moraes, Dom, *Indira Gandhi*, Little, Brown and Company, 1980

Nehru, B.K., *Nice Guys Finish Second: Memoirs*, Penguin, 1997.

Nehru, Jawaharlal, *Letters from a Father to His Daughter*, Puffin by Penguin, 2004.

Norman, Dorothy, Indira Gandhi: *Letters to an American Friend*, Harcourt Brace Jovanovich, 1985.

Pant, Apa B., *A Moment in Time*, University of Nevada Press, 1974.

Parthasarathi, Ashok, *Technology at the Core: Science and Technology with Indira Gandhi*, Pearson Longman, 2007.

Parthasarathi, G. and Prasad, H.Y. Sharada (eds), *Indira Gandhi: Statesmen, Scholars, Scientists and Friends Remember*, Vikas, 1985.

Prasad, H.Y. Sharada and Damodaran, A.K. (eds), *Selected Works of Jawaharlal Nehru, Second Series*, Volume 30, Oxford University Press, 2002.

Prasad, H.Y. Sharada, *The Book I Won'Be Writing and Other Essays*, Chronicle Books, 2003.

Raghavan, Srinath (ed.), *Sarvepalli Gopal, Imperialists, Nationalists, Democrats: The Collected Essays*, Permanent Black, 2013.

Ramesh, Jairam, Green Signals: *Ecology Growth and Democracy in India*, Oxford University Press, 2015a.

———, *To the Brink and Back: India's 1991 Story*, Rupa, 2015b.

———, *Old History New Geography: Bifurcating Andhra Pradesh*, Rupa, 2016.

Randhawa, M.S., *Flowering Trees in India*, ICAR, 1957.

Rangarajan, Mahesh, *Nature and Nation: Essays in Environmental History*, Permanent Black, 2015.

Rustomji, Nari, *Enchanted Frontiers*, Oxford University Press, 1971.

Sahgal, Bittu (ed.), *Lest We Forget: Kailash Sankhala's India*, Sanctuary Asia, 2008.

Sahgal, Nayantara, *Indira Gandhi: Tryst with Power*, Penguin, 2012.

Santapau, H., *Common Trees*, National Book Trust, 1966.

Shankar, Kartik, *From Soup to Superstar: The Story of Sea Turtle Conservation along the Indian Coast*, Litmus/HarperCollins, 2015.

Sharma, Satya S., *Breaking the Ice in Antarctica*, New Age International, 2001.

Singh, K. Natwar, *Yours Sincerely*, Rupa, 2010.

Singh, Samar, *Conserving India's Natural Heritage*, Natraj, 1986.

Sinh, Digvijay, *The Eco-Vote: Peoples' Representatives and Global Environment*, Prentice Hall of India, 1985.

Sinha, R.P.N., *Our Birds*, Publications Division, Ministry of I&B, Government of India, 1959.

Strong, Maurice, *Where on Earth Are We Going*, Vintage Canada, 2001.

Tandon, P.D., *Indira: Lingering Echoes (Letters and Reminscences)*, Allied Publishers, 1990.

Thapar, Valmik, *The Last Tiger: Struggling for Survival*, Oxford University Press, 2011.

Vasudev, Uma, *Indira Gandhi: Revolution in Restraint*, Vikas Publishing House, 1974.

Ward, Barbara, *India and the West*, Norton, 1961.

Ward, Barbara and Dubos, Rene, *Only One Earth*, W.W. Norton & Company, 1972.

4